ಸಮಕಾಲೀನ ಕನ್ನಡ ಸಣ್ಣ ಕಥೆಗಳು

ಅಂತರ ಭಾರತೀಯ ಪುಸ್ತಕ ಮಾಲೆ

ಸಮಕಾಲೀನ ಕನ್ನಡ ಸಣ್ಣ ಕಥೆಗಳು

ಸಂಪಾದಕ:

ರಾಮಚಂದ್ರ ಶರ್ಮ

ನ್ಯಾಷನಲ್ ಬುಕ್ ಟ್ರಸ್ಟ್, ಇಂಡಿಯಾ

ಮುಖಪುಟ ಚಿತ್ರ: ಭೀಮರಾವ್ ಮುರಗೋಡ

ISBN 978-81-237-2749-3

ಮೊದಲ ಮುದ್ರಣ : 1999 (ಶಕ 1921)
ಎರಡನೆಯ ಮರುಮುದ್ರಣ : 2019 (ಶಕ 1941)

Original title in Kannada: Samakaleena Kannada Sanna Kathegalu
(Anthology of Contemporary Kannada Short Stories)

₹ 175.00

ನಿರ್ದೇಶಕರು, ನ್ಯಾಷನಲ್ ಬುಕ್ ಟ್ರಸ್ಟ್, ಇಂಡಿಯಾ
ನೆಹರೂ ಭವನ, 5, ಇನ್‌ಸ್ಟಿಟ್ಯೂಶನಲ್ ಏರಿಯಾ, ಫೇಜ್–II
ವಸಂತ್ ಕುಂಜ್, ಹೊಸ ದೆಹಲಿ–110070 ಇವರಿಂದ ಪ್ರಕಟಿತ.
website : www.nbtindia.gov.in

ಪರಿವಿಡಿ

ಪ್ರಸ್ತಾವನೆ

ಕನ್ನಡದ ಆಧುನಿಕ ಸಣ್ಣ ಕತೆಗಳ ಸಂಕಲನವೊಂದನ್ನು ಸಿದ್ಧಪಡಿಸುವಂತೆ ನ್ಯಾಷನಲ್ ಬುಕ್ ಟ್ರಸ್ಟ್ ನನ್ನನ್ನು ಕೇಳಿದಾಗ ನನ್ನ ಕಣ್ಣ ಮುಂದೆ ನಿಂತಿದ್ದು ಶ್ರೀ ಜಿ.ಎಚ್. ನಾಯಕ ಅವರು 1978ರಲ್ಲಿ ಆ ಸಂಸ್ಥೆಗಾಗಿ ಸಿದ್ಧಪಡಿಸಿದ 'ಕನ್ನಡ ಸಣ್ಣ ಕಥೆಗಳು'. ಅತ್ಯುತ್ತಮ ಕಥಾಸಂಕಲನಗಳಲ್ಲಿ ಒಂದಾದ ಅದನ್ನು ಮೇಲ್ಪಂಕ್ತಿಯಾಗಿಟ್ಟುಕೊಂಡು, ಇನ್ನೊಂದನ್ನು ಸಿದ್ಧಪಡಿಸುವ ನನ್ನ ಯೋಚನೆಯನ್ನು ಆಗ ಆ ಸಂಸ್ಥೆಯ ಚೇರ್ಮನ್ ಆಗಿದ್ದ ಪ್ರೊಫೆಸರ್ ಅನಂತಮೂರ್ತಿ ಅವರ ಜೊತೆಗೆ ಪ್ರಸ್ತಾಪಿಸಿದೆ. ನಾನು ಮಾಡಬೇಕಾದ ಕೆಲಸಕ್ಕೆ ಒಂದು ಚೌಕಟ್ಟನ್ನು ಹಾಕಿಕೊಂಡೆ.

ಆ ಚೌಕಟ್ಟಿನ ಮುಖ್ಯ ಲಕ್ಷಣಗಳು ಹೀಗಿವೆ:

1. ಕನ್ನಡ ಸಣ್ಣ ಕತೆ ಹುಟ್ಟಿದಾಗಿನಿಂದ 1978ರ ವರೆಗಿನ ಕಥಾಸಾಹಿತ್ಯವನ್ನು ಪರಿಶೀಲಿಸಿ ಅವುಗಳಲ್ಲಿ ಶ್ರೇಷ್ಠವೆನ್ನಿಸಿದವನ್ನು ಜಿ.ಎಚ್. ನಾಯಕರು ಆರಿಸಿದ ಮೇಲೆ ಅದೇ ಕಾಲಾವಧಿಯನ್ನು ಮತ್ತೆ ನೋಡುವ ಅಗತ್ಯವಿಲ್ಲವೆಂದುಕೊಂಡಿದ್ದು.

2. ಆ ಸಂಕಲನದ ಕೆಲವು ಕತೆಗಾರರು ಇವೊತ್ತಿಗೂ ಸೃಜನಶೀಲರಾಗಿದ್ದು ಶ್ರೇಷ್ಠ ಕತೆಗಳನ್ನು ಈಚೆಗೆ ಬರೆದಿದ್ದರೂ, ಅವರನ್ನು ಮರೆತು ಹೊಸಬರ ಕತೆಗಳಿಗೆ ಜಾಗ ಮಾಡಿಕೊಡುವುದು.

3. ಕಾರಣಾಂತರಗಳಿಂದ ನಾಯಕರು ಗಮನಿಸದ, ಅಥವಾ, ಗಮನಿಸಿಯೂ ಕೈಬಿಟ್ಟ ಆ ಅವಧಿಯ ಕೆಲವು ಕತೆಗಾರರನ್ನು, ಕತೆಗಳನ್ನು, ಎತ್ತಿಹಿಡಿಯುವ ಕೆಲಸ ಮಾಡಿ ಅವರ ಆಯ್ಕೆಯನ್ನು ಪ್ರಶ್ನಿಸುವ ಉದ್ಧಟತನವನ್ನು ತೋರಬಾರದೆಂದುಕೊಂಡಿದ್ದು.

4. ಈಗ ಸಂಪಾದಿಸುವ ಸಂಕಲನ ನಾಯಕರು ಮಾಡಿದ್ದರ ಮುಂದುವರಿಕೆಯಾಗಿ, ಆ ಸಂಕಲನದ 'ಕಂಪ್ಯಾನಿಯನ್ ವಾಲ್ಯೂಮ್' ಆಗಬೇಕು ಅನ್ನುವ ನಿಷ್ಕರ್ಷೆ ಮಾಡಿದ್ದು.

ಆ ತೀರ್ಮಾನಗಳ ಫಲವೇ ಈ ಸಂಕಲನ

* * * *

ತಮ್ಮ 'ಕನ್ನಡ ಸಣ್ಣ ಕಥೆಗಳು' ಸಂಕಲನಕ್ಕೆ ನಾಯಕರು ಬರೆದ ವಿಸ್ತೃತವಾದ ಪ್ರಸ್ತಾವನೆಯಲ್ಲಿ ಕನ್ನಡದ ಸಣ್ಣ ಕತೆ ಈ ಶತಮಾನದ ಮೊದಲ ಎಪ್ಪತ್ತೈದು ವರ್ಷಗಳಲ್ಲಿ ಹುಟ್ಟಿ, ತೊದಲು ಹೆಜ್ಜೆಯಿಟ್ಟು, ವರ್ಧಮಾನ ಸ್ಥಿತಿಯನ್ನು ದಾಟಿ, ಪ್ರಬುದ್ಧವಾದದ್ದನ್ನು ಸಮರ್ಥವಾಗಿ ಚಿತ್ರಿಸಿದ್ದಾರೆ. ಈ ಶತಮಾನದ ಕನ್ನಡ ಸಾಹಿತ್ಯದ ನವೋದಯ, ಪ್ರಗತಿಶೀಲ ಹಾಗೂ ನವ್ಯವೆನ್ನುವ ಮೂರು ಅವಸ್ಥೆಗಳಲ್ಲಿ ಸಣ್ಣ ಕತೆ ಕಥನದ ಯಾವ ಯಾವ ಅಂಶಗಳಿಗೆ ಹೆಚ್ಚಿನ ಒತ್ತು ಕೊಟ್ಟಿತು, ಯಾವ ಅಂಶಗಳನ್ನು

ಗೌಣವೆಂದುಕೊಂಡು ನಿರಾಕರಿಸಿತು ಅನ್ನುವುದನ್ನು ತಾವು ಆರಿಸಿದ ಕತೆಗಳನ್ನೇ ಆಧಾರವಾಗಿಟ್ಟುಕೊಂಡು ಪ್ರಸ್ತಾಪಿಸಿದ್ದಾರೆ. ಸಣ್ಣ ಕತೆಯ ಪ್ರಕಾರದ ಚಾರಿತ್ರಿಕ ನೋಟವನ್ನು ಒದಗಿಸಿ ನನ್ನ ಕೆಲಸವನ್ನು ಹಗುರ ಮಾಡಿದ್ದಾರೆ.

* * * *

'ಕನ್ನಡ ಸಣ್ಣ ಕಥೆಗಳು' ಪ್ರಕಟವಾದ 1978 ರಿಂದ ಈಚೆಗೆ ಸಣ್ಣ ಕತೆಯ ಪ್ರಕಾರದಲ್ಲಿ ಆಗಿರುವ ಬೆಳವಣಿಗೆಯನ್ನು ನೋಡುವ ಮೊದಲು ಆ ಹೊತ್ತಿಗಾಗಲೇ ನವ್ಯ ಸಾಹಿತ್ಯದ ಬಗ್ಗೆ ಕೆಲವರಲ್ಲಿ ಅಸಮಾಧಾನ ಹೊಗೆಯಾಡುತ್ತಿದ್ದನ್ನು ನಾಯಕರು ತಮ್ಮ ಪ್ರಸ್ತಾವನೆಯ ಕೊನೆಯಲ್ಲಿ ಗುರುತಿಸಿದ್ದಾರೆ. ನವ್ಯ ಸಾಹಿತ್ಯದ ಮುಂಚೂಣಿಯಲ್ಲಿದ್ದ ಲಂಕೇಶರು 1967 ರಲ್ಲಿ, ಸ್ವಗತವೆನ್ನುವ ರೀತಿಯಲ್ಲಿ, ನವ್ಯ ಸಾಹಿತ್ಯ ಸಮಾಜಕ್ಕೆ ವಿಮುಖವಾಗಿ ಪ್ರಶಸ್ತವಾದದ್ದೇನನ್ನೋ ಕಳೆದುಕೊಂಡಿದೆಯೇ ಎಂದು ಕೇಳಿದ್ದನ್ನು ತಮ್ಮ ಅವೊತ್ತಿನ ಚಿಂತನೆಗೆ ಗ್ರಾಸವನ್ನಾಗಿ ಮಾಡಿಕೊಂಡಿದ್ದು ಪೂರ್ಣಚಂದ್ರ ತೇಜಸ್ವಿ. ತಮ್ಮ ಸೃಜನಶೀಲತೆಯ ಸ್ವರೂಪವನ್ನು ಅರ್ಥಮಾಡಿಕೊಳ್ಳುವ ಪ್ರಯತ್ನ ಮಾಡುತ್ತಿದ್ದ ಹಲವಾರು ನವ್ಯ ಬರಹಗಾರರ ವಕ್ತಾರರಾಗಿ, ಉಳಿದವರಲ್ಲಿ ಅಸ್ಪಷ್ಟವಾಗಿದ್ದಕ್ಕೆ ತೇಜಸ್ವಿ ಮಾತು ಕಾಣಿಸಿದರು. ಅದೇ ಹೊತ್ತಿಗೆ ಹುಟ್ಟುವುದರಲ್ಲಿದ್ದ ಬಂಡಾಯ ಚಳವಳಿಯೂ ನವ್ಯ ಕತೆಗಾರರ ಈ ಬಗೆಯ ಆತ್ಮಶೋಧನೆಗೆ ಕಾರಣವಾಗಿರಬಹುದು.

ತಮ್ಮ 'ಅಬಚೂರಿನ ಪೋಸ್ಟಾಫೀಸು' ಕಥಾಸಂಕಲನಕ್ಕೆ ಬರೆದ 'ಹೊಸ ದಿಗಂತದ ಕಡೆಗೆ' ಎಂಬ ತಲೆಬರಹದ ಮುನ್ನುಡಿಯಲ್ಲಿ ತೇಜಸ್ವಿ ನವ್ಯ ಸಾಹಿತ್ಯದ ತಾತ್ವಿಕ ನಿಲುವಿಗೆ ಬೆನ್ನು ತಿರುಗಿಸಿದ್ದನ್ನು ಘೋಷಿಸಿದ್ದಾರೆ. ನವ್ಯ ಸಾಹಿತ್ಯದ ಮಾರ್ಗದ ಜೊತೆಗೆ ಅದರ ಸ್ಫೂರ್ತಿಮೂಲಗಳನ್ನೂ ಅಭಿವ್ಯಕ್ತಿಪರಿಕರಗಳನ್ನೂ ಮೌಲ್ಯಗಳನ್ನೂ ಸಾರಾಸಗಟಾಗಿ ತಿಪ್ಪೆಗೆಸೆದ ತೇಜಸ್ವಿ ತಮ್ಮ ಸೃಜನಶೀಲತೆಯ ಸ್ಫೂರ್ತಿಯನ್ನು ಸಮಾಜದ ಆಗುಹೋಗುಗಳಲ್ಲಿ ಕಂಡುಕೊಂಡರು. ಮಹತ್ವವೆನ್ನಿಸುವ ಕೆಲವು ಸಣ್ಣ ಕತೆಗಳನ್ನೂ ಕಾದಂಬರಿಗಳನ್ನೂ ಅಂಥ ಮತಪರಿವರ್ತನೆಯಾದ ಮೇಲೆ ತೇಜಸ್ವಿ ಬರೆದರು ಅನ್ನುವುದು ಅವರ ಕಳಕಳಿಯ ಪ್ರಾಮಾಣಿಕತೆಯನ್ನು ಸಾಬೀತು ಮಾಡುತ್ತದೆ.

ಇದೆಲ್ಲ ನಡೆದದ್ದು ಎಪ್ಪತ್ತರ ದಶಕದ ಕೊನೆಗೆ, ಎಂಬತ್ತರ ದಶಕದ ಆರಂಭದ ವರ್ಷಗಳಲ್ಲಿ. 'ಪೋಸ್ಟ್-ಮಾಡರ್ನಿಸಂ' ಅನ್ನುವ ಮಾತು ಚಾಲ್ತಿಯಲ್ಲಿರುವ ಇವೊತ್ತಿನ ದಿನಗಳಲ್ಲಿ ಸುಮಾರು ಇಪ್ಪತ್ತು ವರ್ಷಗಳ ಹಿಂದೆ ನಡೆದದ್ದನ್ನು ನಿರ್ಭಾವುಕವಾಗಿ ಪರಿಶೀಲಿಸುವುದು ಸಾಧ್ಯ. ಸಾಹಿತ್ಯದ ಎಲ್ಲ ಪ್ರಕಾರಗಳ ಮೇಲೂ ಅನನ್ಯವೆನ್ನಿಸುವಂಥ ಪ್ರಭಾವವನ್ನು ಬೀರಿದ ನವ್ಯ ಚಳವಳಿ ಒಂದು ತರಹದ ಆತ್ಮರತಿಯ ಗುಂಗಿನಲ್ಲಿ ದಾರಿ ತಪ್ಪಿತೇ ? ಬದುಕಿನ ಅರ್ಥ ಹಾಗೂ ಅಸ್ತಿತ್ವಗಳ ಬಗ್ಗೆ ಆಧ್ಯಾತ್ಮಿಕ ಪ್ರಶ್ನೆಗಳನ್ನು ಕೇಳುವ ಅದರ ಒಲವು ಬರುಬರುತ್ತಾ ಒಂದು ತೆವಲಾಗಿ ಮುಗಿಯಿತೇ ? ಈ ಎರಡೂ ಪ್ರಶ್ನೆಗಳಿಗೆ 'ಕೊಂಚ ಮಟ್ಟಿಗೆ ನಿಜ' ಅನ್ನುವ 'ಕ್ವಾಲಿಫೈಡ್' ಒಪ್ಪಿಗೆ ಕೊಡಬಹುದು. 'ನವ್ಯ ಕಾದಂಬರಿ ಕಲ್ಪಿತ ವಾಸ್ತವಕ್ಕೂ

ಸಾಮಾಜಿಕ ವಾಸ್ತವಕ್ಕೂ ಇರುವ ವ್ಯತ್ಯಾಸವನ್ನು ನಿರ್ನಾಮ ಮಾಡುತ್ತದೆ. ಸಾಮಾಜಿಕ ವಾಸ್ತವದ ಹಲವಾರು ಅಂಶಗಳನ್ನು ಕಡೆಗಣಿಸುವ ಮೂಲಕ ಅದು ಪ್ರಪಂಚದ ಬಗ್ಗೆ ಓದುಗನಿಗಿರುವ ಪ್ರಜ್ಞೆಯನ್ನು ಜಾಳಾಗಿಸುತ್ತದೆ ಹಾಗೂ ಅದರಲ್ಲಿಲ್ಲದ ಐತಿಹಾಸಿಕತೆಯೇ ಕಾರಣವಾಗಿ ಅವನ 'ಪರ್‌ಸ್ಪೆಕ್ಟಿವ್' ಅನ್ನು ಕಸಿದುಕೊಳ್ಳುತ್ತದೆ' ಅನ್ನುವ ಲುಕಾಚ್‌ನ ಮಾತನ್ನು ಕನ್ನಡದ ನವ್ಯ ಕತೆಗಳಿಗೂ ಅನ್ವಯಿಸಿ ಹೇಳಬಹುದೇನೋ ಅನ್ನುವ ಅನುಮಾನ ಸಹಜವೆನ್ನಿಸುತ್ತದೆ.

ನವ್ಯ ಮಾರ್ಗವನ್ನು ತ್ಯಜಿಸುವುದಕ್ಕೆ ಒಂದು ಕಾರಣವಾಗಿ ಗ್ರಾಮ್ಯಜೀವನವನ್ನು ಆರಿಸಿಕೊಳ್ಳಬೇಕಾದ ಸಂದರ್ಭ ತಮ್ಮ ಬದುಕಲ್ಲಿ ಒದಗಿ ಬಂದದ್ದನ್ನು ತೇಜಸ್ವಿ 'ಅಬಚೂರಿನ ಪೋಸ್ಟಾಫೀಸು' ಸಂಕಲನದ ಮುನ್ನುಡಿಯಲ್ಲಿ ಸೂಚಿಸಿದ್ದಾರೆ. ಆ ಸಂಕಲನದ ಕತೆಗಳು ಹಾಗೂ ಅದಾದ ಮೇಲೆ ಅವರು ಬರೆದ ಕಾದಂಬರಿಗಳು ಎಪ್ಪತ್ತರ ದಶಕದ ಉತ್ತರಾರ್ಧದ, ಎಂಬತ್ತರ ದಶಕದ, ಯುವ ಬರಹಗಾರರ ಮೇಲೆ ಐತಿಹಾಸಿಕವೆನ್ನಬಹುದಾದ ಪ್ರಭಾವವನ್ನು ಬೀರಿರುವುದರಲ್ಲಿ ಅನುಮಾನವಿಲ್ಲ. ಈ ಸಂಕಲನದ ಕತೆಗಳ ಮೇಲೆ ಕಣ್ಣಾಡಿಸಿದರೆ ಸಾಕು, ಅವರ, ಅವರಂತೆಯೇ ನವ್ಯದಾಚೆಗೆ ನಿಂತು ಬರೆದ ದೇವನೂರ ಮಹಾದೇವರ ಪ್ರಭಾವ ಕತೆಗಾರರು ಆರಿಸಿಕೊಳ್ಳುವ ವಸ್ತುವಿನ ಮೇಲೆ, ಅವರ ಕಥನಕ್ರಮದ ಮೇಲೆ ನಿಚ್ಚಳವಾಗಿರುವುದು ಮನವರಿಕೆಯಾಗುತ್ತದೆ. ಹಾಗೇ, ಕತೆಗಾರನ ಮನಸ್ಸಿನಲ್ಲಿ ಆಗಲೇ ಪ್ರತಿಷ್ಠಾಪಿಸಲ್ಪಟ್ಟ ಪ್ರಪಂಚವಲ್ಲ, ಅವನ ಹೊರಗೆ ಇದ್ದೂ ಜೀವಂತವಾಗಿ ನಾಡಿ ಹೊಡೆದುಕೊಳ್ಳುತ್ತಿರುವ ಸಮಾಜ, ಮತ್ತೆ ದಾಪುಗಾಲಿಟ್ಟುಕೊಂಡು ಕತೆಯ ಕಿಷ್ಕಿಂಧಕ್ಕೆ ನುಗ್ಗುತ್ತಿರುವುದನ್ನೂ ನಾವು ನೋಡಬಹುದು. ಕೇರಳದ ಒಂದು ಸಾಹಿತ್ಯ ಸಮ್ಮೇಳನದ ಉದ್ಘಾಟನೆ ಮಾಡುತ್ತಾ 1990 ರಲ್ಲಿ, ನಾನಿದನ್ನು ಸಮಾಜದ 'ಸೆಕೆಂಡ್ ಕಮಿಂಗ್' ಎಂದು ಕರೆದಿದ್ದು ಈಗ ನೆನಪಾಗುತ್ತಿದೆ.

ಎಪ್ಪತ್ತರ ದಶಕದ ಒಕ್ಕೂಟವಿರಬಹುದು, ಪ್ರಗತಿಶೀಲ ಚಳವಳಿಯ ಪುನರಾವತಾರವಾಗಿ ಹುಟ್ಟಿಕೊಂಡ ಬಂಡಾಯವಿರಬಹುದು, ತೇಜಸ್ವಿ ಅವರ 'ಸರಳವಾಗಿ, ನೇರವಾಗಿ' ನೋಡುವ ದೃಷ್ಟಿಕೋನದ ಅಗತ್ಯದ ಘೋಷಣೆಯಿರಬಹುದು, ಅಥವಾ, ದೇವನೂರ ಮಹಾದೇವ ತಮ್ಮ ಕತೆಗಳಲ್ಲಿ ಸಾಧಿಸಿದ ಯಶಸ್ಸಿರಬಹುದು. ಅಂತೂ, ಅದುವರೆಗೂ ಮೂಕವಾಗಿದ್ದ ಅನೇಕರು ಸೃಜನಶೀಲ ಬರವಣಿಗೆಗೆ ಬಂದದ್ದಂತೂ ನಿಜ. ಮಹಿಳೆಯರು, ದಲಿತರು ಹಾಗೂ ಮುಸ್ಲಿಮರು ಎಂಬತ್ತರ ದಶಕದಲ್ಲಿ ಹೆಚ್ಚಿನ ಸಂಖ್ಯೆಯಲ್ಲಿ ಬಂದು ಕನ್ನಡ ಕಥಾಸಾಹಿತ್ಯವನ್ನು ಸಂಪದ್ಭರಿತವನ್ನಾಗಿ ಮಾಡಿದ್ದಾರೆ. ಅದುವರೆಗೂ ನಮಗೆ ಅಷ್ಟಾಗಿ ಪರಿಚಯವಿರದಿದ್ದ ಜಗತ್ತುಗಳ ಕಿಟಕಿ ಬಾಗಿಲನ್ನು ತೆರೆದು ನಮ್ಮ ಮನಸ್ಸನ್ನು ಹಿಗ್ಗಿಸುವ ಕೆಲಸ ಮಾಡಿದ್ದಾರೆ.

ಇವೆಲ್ಲ ಕಾರಣವಾಗಿ ಕನ್ನಡ ಸಾಹಿತ್ಯಕ್ಕೆ ಸಮಾಜ ಇನ್ನೊಮ್ಮೆ ಹತ್ತಿರ ಬಂದಿದೆ. ಹಿಂದೊಮ್ಮೆ ಗಡೀಪಾರಾಗಿದ್ದಂತೆ ಕಂಡದ್ದನ್ನು ಕನ್ನಡ ಸಾಹಿತ್ಯ ಸಕಲ ಮರ್ಯಾದೆಗಳೊಡನೆ ತನ್ನ ಮನೆಯೊಳಕ್ಕೆ ಬರಮಾಡಿಕೊಂಡಿದೆ. ಅಥವಾ, ಹಿಂದೆ

ಮನೆ ಬಿಟ್ಟು ಹೋದ 'ಪ್ರಾಡಿಗಲ್' ಮಗನನ್ನು ತೆಕ್ಕೆಗೆ ತಂದುಕೊಂಡು ಭರ್ಜರಿ ಔತಣವನ್ನು ಏರ್ಪಡಿಸಿದೆ. ಒಂದು ದೃಷ್ಟಿಯಲ್ಲಿ ನೋಡಿದಾಗ ನಾವು ಇನ್ನೊಮ್ಮೆ ಕಥನ ಸಾಹಿತ್ಯದ ಮೊದಲ ದಿನಗಳಿಗೆ ಹಿಂದಿರುಗಿ, ಸಮಾಜದ ಕೇಂದ್ರದಲ್ಲಿ ಎರಡೂ ಕಾಲಿಟ್ಟು ನಿಂತು, ಅಲ್ಲಿರುವ ಸಮಸ್ಯೆಗಳನ್ನು ಗಮನಿಸಿ, ಕತೆಯ ಹಂದರವನ್ನು ಕಟ್ಟುತ್ತಿದ್ದೇವೆ ಅನ್ನಿಸುವ ಹಾಗಿದೆ. ಮೇಲುನೋಟಕ್ಕೆ ವರ್ತುಲ ಪೂರ್ಣವಾದ ಹಾಗೆ ಕಂಡರೂ, ನವೋದಯ ಕಾಲದಲ್ಲಿ ಕತೆಗಾರರು ಸಮಾಜವನ್ನು ಕತೆಯೊಳಕ್ಕೆ ತಂದ ರೀತಿಗೂ ಇವೊತ್ತಿನ ಕತೆಗಾರರು ಅದೇ ಸಾಮಗ್ರಿಯನ್ನು ಬಳಸಿಕೊಳ್ಳುತ್ತಿರುವ ರೀತಿಗೂ ವ್ಯತ್ಯಾಸವಿರುವುದನ್ನು ಮರೆಯಲಾಗದು. ಈ ದಿನದ ಕಥನ ಮೊದಲಿನಂತೆ ಒಮ್ಮೊಗ್ರವಾಗಿ ಹರಿಯುವ ಬಾಹ್ಯ ಘಟನೆಗಳ ನಿರೂಪಣೆಯಲ್ಲ. ವಾಸ್ತವ ಮಾರ್ಗ ಅವೊತ್ತಿನಂತೆ ಕತೆ ಹೇಳುವ ಕ್ರಮವನ್ನು ರೂಪಿಸಿದ್ದರೂ, ಅದು ಮೊದಲಿನಂತೆ ಪಾತ್ರಗಳ ಅಂತರಂಗವನ್ನು ಕಡೆಗಣಿಸಿ, ಅಥವಾ, ಸರಳಗೊಳಿಸುವ ಮಾದರಿಯದಲ್ಲ. ಮನುಷ್ಯ ಹಾಗೂ ಸಮಾಜಗಳ ಪರಸ್ಪರಾವಲಂಬನೆಯನ್ನು ಗಣನೆಗೆ ತೆಗೆದುಕೊಂಡ ವಾಸ್ತವ ಮಾರ್ಗ ಅದು. ಕತೆಯ ಶಿಲ್ಪದ ಬಗ್ಗೆ ನವ್ಯ ಕತೆಗಾರರಿಗಿದ್ದ ತೆವಲಿನ ಮಟ್ಟದ ಕಾಳಜಿಗೆ ಪ್ರತಿಕ್ರಿಯೆಯೇನೋ ಅನ್ನುವ ಹಾಗೆ ಈಚಿನ ಕತೆಗಳ ಶಿಲ್ಪ ಸಡಿಲವಾಗಿರುತ್ತಿರುವುದನ್ನೂ, ಕತೆಗಾರ ಉದ್ದೇಶಪೂರ್ವಕವಾಗಿಯೇ ಇಂಥ ಸಡಿಲ ಬಂಧವನ್ನು ಆರಿಸಿಕೊಂಡಿರುವಂತಿರುವುದನ್ನೂ, ನಾವು ನೋಡಬಹುದು. ಸಮಾಜದ ಬಗ್ಗೆ ಕತೆಗಾರರಲ್ಲಿ ಮರುಕಳಿಸಿದ ಈ ಆಸಕ್ತಿಯ ದ್ಯೋತಕವಾಗಿಯೋ ಅನ್ನುವಂತೆ ಕತೆಯಲ್ಲಿ ಬಳಸುವ ಭಾಷೆಯೂ ಕೆಲವೊಮ್ಮೆ ಬದಲಾಗಿರುವುದನ್ನೂ, ಶಿಷ್ಟ ಕನ್ನಡದಲ್ಲಲ್ಲದೇ ಸ್ಥಳೀಯ ಉಪಭಾಷೆಯಲ್ಲಿ ಕತೆ ಬೆಳೆಯುವುದನ್ನೂ ನಮ್ಮ ವಿಮರ್ಶಕರು ಗುರುತಿಸಿದ್ದಾರೆ.

ಇವೊತ್ತಿನ ಕನ್ನಡ ಸಾಹಿತ್ಯದ ಇನ್ನೊಂದು ವೈಶಿಷ್ಟ್ಯದ ಬಗ್ಗೆ ಒಂದು ಮಾತು. ಕಾವ್ಯದಲ್ಲಿ ಹೇಗೋ ಹಾಗೆ ಕಥನ ಸಾಹಿತ್ಯದಲ್ಲೂ ನಾನು ಮೊದಲೇ ಹೆಸರಿಸಿದ ಮೂರು ಮುಖ್ಯ ಅವಸ್ಥೆಗಳನ್ನು ಪ್ರತಿನಿಧಿಸುವಂತೆ ಬರೆಯುವ ಲೇಖಕರಿದ್ದಾರೆ, ಒಳ್ಳೆಯ ಕತೆಗಳನ್ನು ಕೊಟ್ಟಿದ್ದಾರೆ, ಕೊಡುತ್ತಿದ್ದಾರೆ. ಕತೆ ಬರೆಯಲು ಹೊರಟಾಗ ಹೇಗೆ ಬರೆದರೆ ತನ್ನ ಅನುಭವದ್ರವ್ಯಕ್ಕೆ ಯಥಾವತ್ತಾದ ಅಭಿವ್ಯಕ್ತಿ ದೊರಕುವುದು ಅನ್ನುವುದರ ಬಗ್ಗೆ ಕತೆಗಾರ ಕಾಳಜಿ ವಹಿಸುತ್ತಾನೆಯೇ ಹೊರತು, ತಾನು ಯಾವ ಪಂಥದವನು ಅನ್ನುವ ಯೋಚನೆ ಮಾಡಲಾರ ಅನ್ನುವುದು ನನ್ನ ನಂಬಿಕೆ. ಕೊನೆಗೂ ಓದುಗನ ಮನಸ್ಸಿನಲ್ಲಿ ಉಳಿಯುವುದು ಕತೆ ಮಾಡಿದ ಪರಿಣಾಮ. ಅದರ ಜಾತಿಯ ಬಗ್ಗೆ ಹುಟ್ಟುವ ಕುತೂಹಲವಲ್ಲ.

ಮುಂದೇನು ಅನ್ನುವ ಪ್ರಶ್ನೆಯನ್ನು ಸಾಹಿತ್ಯರಚನೆಯಲ್ಲಿ ಇನ್ನೂ ಅಷ್ಟಿಷ್ಟು ಆಸಕ್ತಿಯನ್ನಿಟ್ಟುಕೊಂಡಿರುವ ನಾನು ಆಗ ಈಗ ಕೇಳಿಕೊಂಡಿದ್ದೇನೆ. ಇವೊತ್ತಿನ ಕನ್ನಡ ಸಾಹಿತ್ಯದ ಪ್ರತಿಯೊಂದು ಪ್ರಕಾರದಲ್ಲಿಯೂ ನನಗೊಂದು 'ಟೆಂಟಟೀವ್‌ನೆಸ್' ಕಂಡಿದೆ. ನಾವು ದಾಟಿದ ಅವಸ್ಥೆಗಳು ಕಲಿಸಿದ ಪಾಠಗಳನ್ನು ಜೀರ್ಣಿಸಿಕೊಳ್ಳುವ ಕೆಲಸ ನಡೆಯುತ್ತಿರುವುದೂ ಈ 'ಟೆಂಟಟೀವ್‌ನೆಸ್' ಗೆ ಕಾರಣವಾಗಿರಬಹುದು.

ನವೋದಯ ಹಾಗೂ ನವ್ಯ ಮಾರ್ಗದ ಆರಂಭದ ದಿನಗಳಲ್ಲಿ ಧುತ್ತನೆ ಪ್ರತ್ಯಕ್ಷವಾದ ದೈತ್ಯ ಪ್ರತಿಭೆಗಳಿಗೆ ಸಾಟಿಯಾಗಬಲ್ಲ ಕತೆಗಾರರು ಇವೊತ್ತು ಕಾಣುತ್ತಿಲ್ಲ, ಯುವ ಬರಹಗಾರರಿಗೆ ಮಾರ್ಗದರ್ಶನ ಸಿಗುತ್ತಿಲ್ಲ ಅನ್ನುವುದೂ ಕಾರಣವಾಗಿರಬಹುದು.

ನಾಯಕರ ಕಥಾಸಂಕಲನದ ಸಂಗಾತಿಯಾಗುವಂಥ ಒಂದು ಸಂಕಲನವನ್ನು ಸಂಪಾದಿಸುವ ಕೆಲಸವನ್ನು ನನಗೆ ವಹಿಸಿದ್ದಕ್ಕೆ ನಾನು ನ್ಯಾಷನಲ್ ಬುಕ್ ಟ್ರಸ್ಟಿಗೆ ಆಭಾರಿಯಾಗಿದ್ದೇನೆ. ಇವೊತ್ತಿನ ಕನ್ನಡ ಕಥಾಪ್ರಪಂಚಕ್ಕೆ ಕನ್ನಡಿ ಹಿಡಿಯುವುದರ ಜೊತೆಗೆ, ಇಲ್ಲಿರುವ ಕತೆಗಳು ಉತ್ತಮವಾಗಿವೆ ಅನ್ನಿಸುವುದಾದರೆ, ನನ್ನ ಪ್ರಯತ್ನ ಸಾರ್ಥಕವಾದ ಹಾಗೆ.

–ರಾಮಚಂದ್ರ ಶರ್ಮ

1. ಮುಸ್ಲಿಂ ಹುಡುಗಿ ಶಾಲೆ ಕಲಿತದ್ದು

– ಸಾರಾ ಅಬೂಬಕ್ಕರ್

ಪಶ್ಚಿಮದ ಕಡಲ ದಂಡೆಯ ಮೇಲೆ ಉದ್ದಕ್ಕೂ ಮೈ ಚಾಚಿ ಮಲಗಿರುವ ಒಂದು ಚಿಕ್ಕ ಊರು ಕಾಸರಗೋಡು. ಉಹುಂ, ಈಗ ಮಲಗಿಲ್ಲ; ಎದ್ದಿದೆ. ಕಳ್ಳಸಾಗಾಣೆದಾರರ ಮತ್ತು ದುಬಾಯಿಯ ಹಣದಿಂದ ಕೊಬ್ಬಿ ಎಚ್ಚೆತ್ತಿದೆ ಎಂದೆ ಹೇಳಬೇಕು. ಎಚ್ಚೆತ್ತು ತಲೆ ಎತ್ತಿ ನಿಂತಿದೆ. ಈ ಊರಿನ ಮೂರು ಭಾಗವನ್ನು ಸುತ್ತುವರಿದಿದ್ದಾಳೆ ಮಂದಗಾಮಿನಿಯಾಗಿ ಹರಿಯುತ್ತಿರುವ ಚಂದ್ರಗಿರಿ ನದಿ. ಕಾಸರಗೋಡಿನ ದಕ್ಷಿಣ ಭಾಗವಾದ ತಳಂಗರೆ ಗ್ರಾಮವು ಮುಸಲ್ಮಾನರಿಂದ ತುಂಬಿದ್ದರೆ, ಉಳಿದ ಭಾಗಗಳಲ್ಲಿ ಹಿಂದೂ ಮುಸ್ಲಿಮರು ಬೆರೆತುಕೊಂಡಿದ್ದಾರೆ. ಊರಿನ ಮುಖ್ಯ ಮಸೀದಿಯಾದ ಮಾಲಿಕುದ್ದೀನಾರ್ ಮಸೀದಿ ಮತ್ತು ಮಾಲಿಕುದ್ದೀನಾರ್ ದರ್ಗ ಇರುವುದು ಈ ತಳಂಗರೆ ಗ್ರಾಮದ ಒಂದು ಗುಡ್ಡೆಯ ಮೇಲೆ. ಸಾವಿರ ವರ್ಷಗಳ ಹಿಂದೆ ಕಟ್ಟಿಸಿದ್ದೆನ್ನಲಾದ ಈ ಮಸೀದಿ ಮತ್ತು ದರ್ಗ ಊರು ಮತ್ತು ಪರ ಊರಿನ ಮುಸ್ಲಿಮರಿಗೊಂದು ಪವಿತ್ರ ಸ್ಥಳವಾಗಿದೆ. ಈ ಮಸೀದಿಯ ಪಕ್ಕದಿಂದ ನೋಡಿದರೆ ಚಂದ್ರಗಿರಿ ನದಿಯು ಅರಬ್ಬಿ ಸಮುದ್ರವನ್ನು ಸೇರುವ ಕಣ್ಮನಗಳನ್ನು ತಣಿಸುವ ನೋಟವೊಂದು ನಮಗೆದುರಾಗುತ್ತದೆ.

ಊರಿನ ಇನ್ನೊಂದು ಭಾಗದಲ್ಲಿ ಈ ಚಂದ್ರಗಿರಿಯ ತೀರದಲ್ಲೇ ಇರುವುದು ಪಿಲಿಕುಂಜೆ ಗುಡ್ಡೆ. ಪ್ರಯಾಣಿಕರ ಬಂಗಲೆಯಿರುವುದು ಈ ಗುಡ್ಡೆಯ ಮೇಲೆ. ಇಲ್ಲಿಂದ ಚಂದ್ರಗಿರಿಯ ಕಡೆಗೊಮ್ಮೆ ದೃಷ್ಟಿ ಹಾಯಿಸಿದರೆ, ಇಡೀ ದಕ್ಷಿಣ ಕನ್ನಡದ ರಮಣೀಯ ನೋಟಗಳಲ್ಲಿ ಒಂದೆಂದು ಹೆಸರು ಪಡೆದ ಸುಂದರವಾದ ನೋಟವೊಂದು ನಮ್ಮ ಮನವನ್ನು ಸೂರೆಗೊಳ್ಳುತ್ತದೆ. ಈ ಪಿಲಿಕುಂಜೆ ಗುಡ್ಡೆಯನ್ನು ಹತ್ತಿ ಇಳಿದು ಚಂದ್ರಗಿರಿಯನ್ನು ದಾಟಿದರೆ ಸಿಕ್ಕುವುದು ಚೆಮನಾಡು ಗ್ರಾಮ. ಇದೇ ನನ್ನ ತಂದೆಯ ಹುಟ್ಟೂರು.

ಈ ಊರಿನ ಸುಪ್ರಸಿದ್ಧ ಮನೆತನವೊಂದರಲ್ಲಿ ಹೆಣ್ಣು ಮಕ್ಕಳಿಗಾಗಿ ಪ್ರಾರ್ಥಿಸಿ ಸುಸ್ತಾಗಿದ್ದ ಕುಟುಂಬವೊಂದರಲ್ಲಿ ಒಂದು ರಬ್ಬಿಯುಲ್ ಅವ್ವಲ್ (ಮುಸ್ಲಿಂ ತಿಂಗಳು) 12 ನೇ ದಿನ (ಮಹಮದ್ ಪೈಗಂಬರರು ಹುಟ್ಟಿದ ದಿನ) ಸೂರ್ಯೋದಯಕ್ಕೆ ಸರಿಯಾಗಿ ನಾನು ಹುಟ್ಟಿದೆನಂತೆ. ಅಂದರೆ ನಾನು ಪೈಗಂಬರರಂತೆ ಮಹಾತ್ಮಳೆಂದೇನೂ ಅಲ್ಲ. ಹೇಳಿಕೊಳ್ಳುವಂತಹ ಉತ್ತಮ

ಗುಣಗಳೇನೂ ನನ್ನಲ್ಲಿಲ್ಲ. ಎಲ್ಲ ಹೆಣ್ಣುಗಳಿಗಿರುವ ಭಾವನೆ, ವಿಕಾರಗಳೆಲ್ಲವೂ ನನ್ನಲ್ಲೂ ಇವೆ. ನಮ್ಮ ಸಮಾಜದ ಪುರುಷರು ನಮ್ಮ ಸ್ತ್ರೀಯರಿಗೆ ಮಾಡುತ್ತಿರುವ ಮೋಸ, ಅನ್ಯಾಯಗಳನ್ನು ಕಂಡು ಸಿಟ್ಟಿನಿಂದ ಕನಲಿ ಕೆಂಡವಾಗುತ್ತೇನೆ. ಯಾರಾದರೂ ಹೊಗಳಿದರೆ ಉಬ್ಬಿ ಆಕಾಶದೆತ್ತರಕ್ಕೇರಿದರೆ, ತೆಗಳಿಕೆಯನ್ನು ಕೇಳಿ ಸೂಜಿ ಚುಚ್ಚಿದ ಬಲೂನಿನಂತೆ ಮುದುಡುತ್ತೇನೆ. ಅಮೃತೇಶ್ವರ ಆನಂದಳ ಅದೃಷ್ಟವನ್ನು ಕಂಡು ಕರುಬಿದ್ದೇನೆ (ಈಗಲ್ಲ!). ನನಗೂ ಮೇನಕಳಂತಹ ಮಗಳೊಬ್ಬಳಿದ್ದಿದ್ದರೆ....! ಎಂದು ಯೋಚಿಸಿ ಈ 'ರೆ' ರಾಜ್ಯದಲ್ಲಿ ನಾನು ವಿಹರಿಸಿದ್ದೇನೆ. ಸಂಜಯಗಾಂಧಿ ಸತ್ತಾಗ ನಾನು ಕಣ್ಣೀರು ಸುರಿಸಿದ್ದೇನೆ; ದೇಶದ ಉತ್ತರಾಧಿಕಾರಿ ರಾಜಕುಮಾರ ಸತ್ತನೆಂದೇನೂ ಅಲ್ಲ; ಬಾಳ ಹೊಸ್ತಿಲಲ್ಲೇ ಜೀವನ ಸಂಗಾತಿಯನ್ನು ಕಳೆದುಕೊಂಡ ಆ ಹೆಣ್ಣು ಮಗಳು ಮುಂದೆ ಬಾಳಿನಲ್ಲಿ ಏನೇನು ಬವಣೆಪಡಬೇಕಾಗುತ್ತದೊ ಎಂದು ನೆನೆದು. ಹೀಗೆ ಎಲ್ಲ ಹೆಂಗಸರಂತೆ ಎಲ್ಲ ರೀತಿಯ ಭಾವನೆ ವಿಕಾರಗಳಿಗೂ ನಾನೂ ಒಳಗಾಗುತ್ತೇನೆ.

ಏನೊ ಹೇಳ ಹೊರಟು ಎಲ್ಲಿಗೊ ಬಂದೆ. ನನ್ನ ಅಜ್ಜನಿಗೆ 6 ಜನ ಗಂಡು ಮಕ್ಕಳು. ಹೆಣ್ಣು ಮಕ್ಕಳಿಲ್ಲ. ನನ್ನ ತಂದೆಯೇ ಹಿರಿಯ ಮಗ. ನನ್ನ ತಂದೆಗೂ ಸಾಲಾಗಿ ಮೂರು ಜನ ಗಂಡು ಮಕ್ಕಳು ಹುಟ್ಟಿದರು. 'ಈ ಬಾರಿ ನಮ್ಮ ಸೊಸೆ ಹೆಣ್ಣು ಮಗುವನ್ನು ಹೆತ್ತರೆ ಮಗುವಿಗೆ ಸಾರಾ ಎಂದು ನಾಮಕರಣ ಮಾಡೋಣ. ಹಜ್ರತ್ ಇಬ್ರಾಹಿಂ ಅವರ ಪ್ರಿಯ ಪತ್ನಿಯ ಹೆಸರು' ಎಂದು ನನ್ನ ಅಜ್ಜ ಹರಕೆ ಹೊತ್ತ ಮೇಲೆ ನಾನು ಹುಟ್ಟಿದೆನಂತೆ. 'ಈ ಅಜ್ಜ ಹರಕೆ ಹೊರದಿದ್ದರೆ ಎಷ್ಟು ಚೆನ್ನಾಗಿತ್ತು? ನಾನೂ ಉಳಿದವರಂತೆಯೇ ಗಂಡಾಗಿ ಹಾಯಾಗಿರುತ್ತಿದ್ದೆ' ಎಂದು ಚಿಕ್ಕವಳಿರುವಾಗ ನಾನು ಎಷ್ಟೋ ಬಾರಿ ಅಂದುಕೊಳ್ಳುತ್ತಿದ್ದೆ.

ಅಂತೂ ನನ್ನ ಅಜ್ಜ ಅಜ್ಜಿಯರ ಮುದ್ದಿನ ಮೊಮ್ಮಗಳಾಗಿ, ತಂದೆ ತಾಯಿಯರ ಪ್ರೀತಿಯ ಮಗಳಾಗಿ, 5 ಜನ ಚಿಕ್ಕಪ್ಪಂದಿರ ಕಣ್ಮಣಿಯಾಗಿ, ಮೂರು ಜನ ಅಣ್ಣಂದಿರ ಪುಟ್ಟ ತಂಗಿಯಾಗಿ, ಇಬ್ಬರು ತಮ್ಮಂದಿರ ಮಮತೆಯ ಅಕ್ಕನಾಗಿ ಬೆಳೆದೆ. ಈಗ ನಾಲ್ಕು ಜನ ಗಂಡು ಮಕ್ಕಳ ವಾತ್ಸಲ್ಯಮಯಿಯಾದ ತಾಯಿಯೂ ಆಗಿದ್ದೇನೆ. ಒಂದೇ ಒಂದು ಹೆಣ್ಣು ಕುಡಿಯಿಲ್ಲದೆ ಬಾಳು ಪೂರ್ತಿ ಈ ಗಂಡುಗಳ ಜೊತೆಯಲ್ಲೇ ಕಳೆಯಬೇಕಾಯಿತಲ್ಲ ಎಂದು ಕೆಲವೊಮ್ಮೆ ಮನವು ದುಗುಡದಿಂದ ಮುದುಡುತ್ತದೆ.

ತಂದೆಯ ಕೋರ್ಟು ಕೆಲಸಕ್ಕಾಗಿ ಮತ್ತು ಮಕ್ಕಳ ವಿದ್ಯಾಭ್ಯಾಸಕ್ಕಾಗಿ ನನ್ನ ತಂದೆ ಕಾಸರಗೋಡಿನಲ್ಲಿ ಮನೆ ಮಾಡಿಕೊಂಡಿದ್ದರು. ನನ್ನ ಅಜ್ಜಿಯ ಮನೆಯಿದ್ದದ್ದು ನದಿಯಾಚೆಯ ಚೆಮನಾಡಿನಲ್ಲಿ. ಆದ್ದರಿಂದ ನನಗೆ ತಿಳಿವು ಮೂಡಿದಾಗಿನಿಂದಲೂ ನಾನು ವಾರಕ್ಕೆ ಒಂದೆರಡು ಬಾರಿ ಈ ಚಂದ್ರಗಿರಿ ನದಿಯನ್ನು ದೋಣಿಯಲ್ಲಿ ದಾಟಿ ಅಜ್ಜಿಯ ಮನೆಗೆ ಹೋಗುತ್ತಿದ್ದೆ. ನನ್ನ ಶೈಶವಾವಸ್ಥೆಯ ಹೆಚ್ಚಿನ ದಿನಗಳನ್ನೆಲ್ಲಾ ನಾನು ಈ ಚಂದ್ರಗಿರಿಯ ತೀರದಲ್ಲಿರುವ ನನ್ನಜ್ಜನ ಮನೆಯಲ್ಲೇ ಕಳೆಯುತ್ತಿದ್ದೆ.

ನನ್ನಜ್ಜ ಹೇಳಿಕೊಳ್ಳುವ ಸಿರಿವಂತರೇನೂ ಅಲ್ಲ. ನೆಮ್ಮದಿಯಿಂದ ಜೀವನ ಸಾಗಿಸುವಷ್ಟು ಆಸ್ತಿಯನ್ನು ಹೊಂದಿದ್ದರು. ಇವರು ಸರಳ ವ್ಯಕ್ತಿಯಾಗಿದ್ದರು. ಆ

ಕಾಲದಲ್ಲಿಯೇ (ಅಂದರೆ ಸುಮಾರು 100ವರ್ಷಗಳ ಹಿಂದೆ) ಪತ್ರಿಕೆಯೋದುವಷ್ಟು, ವಿದ್ಯಾಭ್ಯಾಸ ಪಡೆದಿದ್ದರು. 'ಮಾತೃಭೂಮಿ' ದಿನ ಪತ್ರಿಕೆಯನ್ನೋದದೆ, ಒಂದು ದಿನವನ್ನೂ ಕಳೆಯುತ್ತಿರಲಿಲ್ಲ. ಇಸ್ಲಾಂ ಮತಗ್ರಂಥಗಳನ್ನೆಲ್ಲಾ ಚೆನ್ನಾಗಿ ಅಧ್ಯಯನ ಮಾಡಿದ್ದರು. ಸಾಯುವವರೆಗೂ ಅಜ್ಜಿಯಾಗಲಿ ಅಜ್ಜನಾಗಲಿ ಒಂದು ಹೊತ್ತಿನ ನಮಾಜನ್ನಾಗಲಿ, ಒಂದು ದಿನದ ಉಪವಾಸವನ್ನಾಗಲಿ ತಪ್ಪಿಸಿದವರಲ್ಲ. 'ಬದುಕುವುದಕ್ಕಾಗಿ ತಿನ್ನಬೇಕೇ ಹೊರತು ತಿನ್ನುವುದಕ್ಕಾಗಿ ಬದುಕಬಾರದು', 'ನಮಗಿಂತ ಮೇಲಿರುವವರನ್ನು ನೋಡಬಾರದು; ಕೆಳಗಿರುವವರನ್ನು ನೋಡಬೇಕು' ಎಂದೆಲ್ಲಾ ನಮಗೆ ಆಗಾಗ ಉಪದೇಶಿಸುತ್ತಿದ್ದರು ನನ್ನಜ್ಜ.

ಆಗಿನ ಕಾಲದಲ್ಲಿ ಮಕ್ಕಳಿಗೆ ದಾಕು ಹಾಕಿಸಲು ಯಾವ ತಾಯಿಯೂ ಒಪ್ಪುತ್ತಿರಲಿಲ್ಲ. ನನ್ನ ಅಜ್ಜಿಯೂ ಇದಕ್ಕೆ ಹೊರತಾಗಿರಲಿಲ್ಲ. ಅಪರೂಪದ ಹೆಣ್ಣು ಮಗು ! ದಾಕು ಹಾಕಿ ಅದಕ್ಕೇನಾದರೂ ಹೆಚ್ಚು ಕಮ್ಮಿಯಾದರೆ ? ಆಗಿನ ಕಾಲದಲ್ಲಿ ಆರೋಗ್ಯ ಇಲಾಖೆಯವರು ಮಕ್ಕಳನ್ನು ಹುಡುಕಿಕೊಂಡು ಮನೆಮನೆಗೆ ಬರುತ್ತಿದ್ದರೂ ತಾಯಂದಿರು ತಮ್ಮ ಮಕ್ಕಳನ್ನು ಒಳಕೋಣೆಯೊಳಗೆ ಬಚ್ಚಿಟ್ಟು, ಮಕ್ಕಳು ದೂರದ ಅಜ್ಜಿಯ ಮನೆಗೆ ಹೋಗಿರುವರೆಂದೊ ಅಥವಾ ತಮ್ಮ ಮನೆಯಲ್ಲಿ ಅಂತಹ ಮಕ್ಕಳೇ ಇಲ್ಲವೆಂದೊ ಹೇಳಿ ಅವರನ್ನು ಹಿಂದಕ್ಕೆ ಕಳುಹಿಸಿಬಿಡುತ್ತಿದ್ದರು. ಹೀಗಾಗಿ ನನಗೆ ಸುಮಾರು 8 ವರ್ಷಗಳವರೆಗೂ ದಾಕು ಹಾಕಿಯೇ ಇರಲಿಲ್ಲ. ಆಮೇಲೊಂದು ದಿನ ನಾನು ಮನೆಯಲ್ಲಿದ್ದಾಗ ನನಗೆ ತಿಳಿಯದಂತೆ ದಾಕು ಹಾಕುವವರನ್ನು ಮನೆಗೆ ಕರೆಸಿ ತಂದೆಯೇ ನನ್ನನ್ನು ಹಿಡಿದು ಬಲವಂತದಿಂದ ನನಗೆ ದಾಕು ಹಾಕಿಸಿದರು.

ಆಗಿನ ಕಾಲದಲ್ಲಿ ಮುಸ್ಲಿಂ ಹೆಣ್ಣು ಮಕ್ಕಳ ಒಂದೊಂದು ಕಿವಿಯ ಮೇಲ್ಭಾಗದಲ್ಲೂ ಐದೊ, ಆರೊ ತೂತುಗಳನ್ನು ಮಾಡುತ್ತಿದ್ದರು. ಈ ಹುಣ್ಣು ವಾಸಿಯಾಗಲು ಸುಮಾರು ಎರಡು ತಿಂಗಳು ಹಿಡಿಯುತ್ತಿತ್ತು. ಈ ಎರಡು ತಿಂಗಳು ಈ ಹೆಣ್ಣು ಮಕ್ಕಳು ನರಕ ಯಾತನೆಯನ್ನನುಭವಿಸುತ್ತಿದ್ದವು. ಆದರೂ ಈ ತೂತುಗಳನ್ನು ಮಾಡಿಸದೆ ಯಾರೂ ಬಿಡುತ್ತಿರಲಿಲ್ಲ. ಅದು ಮಾಡದೆ ಹೋದರೆ ಮದುವೆಯಲ್ಲಿ ಚಿನ್ನದ ಅಲಿಕತ್ತ್ (ಒಂದು ವಿಧದ ಆಭರಣ) ಹಾಕುವುದು ಹೇಗೆ ? ಕಿವಿಗೆ ಚಿನ್ನ ಹಾಕದೆ ಹೋದರೆ ಯಾವನು ತಾನೇ ಹೆಣ್ಣು ಹುಡುಗಿಯನ್ನು ಮದುವೆಯಾಗುತ್ತಾನೆ ? ಹೀಗಾಗಿ ಈ ಕಾಣದ, ಕೇಳದ ಎಂದೊ. ಬರುವ ಗಂಡನಿಗಾಗಿ ಈ ಚಿಕ್ಕ ಹೆಣ್ಣು ಮಕ್ಕಳು ಇಂತಹ ಶಿಕ್ಷೆಯನ್ನನುಭವಿಸುತ್ತಿದ್ದರು. ಯಾವ ರೀತಿಯ ಕ್ರಿಮಿನಾಶಕವನ್ನೂ ಚಿಮುಕಿಸದೇ ಬರೇ ಸೂಜಿದಾರದಿಂದ ಈ ತೂತುಗಳನ್ನು ಮಾಡುವಾಗ ಈ ಮಕ್ಕಳ ಕಿರಿಚಾಟವು ಮುಗಿಲು ಮುಟ್ಟುತ್ತಿತ್ತು. ಮಕ್ಕಳಿಗೆ ದಾಕು ಹಾಕಿಸಲು ಹಿಂದೇಟು ಹೊಡೆಯುತ್ತಿದ್ದ ತಾಯಂದಿರು ಈ ಕೆಲಸವನ್ನು ಸಂತೋಷದಿಂದ ಮಾಡಿಸುತ್ತಿದ್ದರು. ಪಟ್ಟಣಗಳಲ್ಲಿ ಈಗ ಈ ಪದ್ಧತಿ ನಿಂತುಹೋಗಿದ್ದರೂ ಹಳ್ಳಿಗಳಲ್ಲಿ ಇದು ಇನ್ನೂ ಅವ್ಯಾಹತವಾಗಿ ಮುಂದುವರಿಯುತ್ತಲೇ ಇದೆ.

ನನ್ನ ತಾಯಿ ಮತ್ತು ಅಜ್ಜಿಯರೂ ನನ್ನ ಕಿವಿಯ ಮೇಲ್ಭಾಗ ಚುಚ್ಚಲು ಸಿದ್ಧರಾದರು. ಈಗ ಮಾತ್ರ ನನ್ನ ತಂದೆ ಜಾಗೃತರಾದರು.

"ಅವಳು ದೊಡ್ಡವಳಾದ ಮೇಲೆ ಅವಳಿಗೆ ಬೇಕಾದರೆ ಅವಳೇ ಚುಚ್ಚಿಸಿಕೊಳ್ಳಲಿ. ಈಗ ಮಾತ್ರ ಅವಳಿಗೆ ಯಾವ ರೀತಿಯ ಹಿಂಸೆಯನ್ನೂ ಕೊಡುವುದು ಬೇಡ" ಎಂದು ನನ್ನ ತಂದೆ ಹಟ ಹಿಡಿದರು. ನನ್ನ ತಂದೆ ಇನ್ನೂ ಒಂದು ಮಾತೆಂದರು.

"ಅವಳಿಗೆ 16 ವರ್ಷವಾಗದೆ, ಅವಳನ್ನು ಎಸ್.ಎಸ್.ಎಲ್.ಸಿ. ವರೆಗೆ ಓದಿಸದೆ ನಾನವಳಿಗೆ ಮದುವೆ ಮಾಡುವುದಿಲ್ಲ."

ನನ್ನ ತಾಯಿ ಮತ್ತು ಅಜ್ಜಿಗೆ ಸಿಡಿಲೆರಗಿದಂತಾದರೂ ನನ್ನ ತಂದೆಯ ನಿರ್ಧಾರದೆದುರು ಅವರೇನೂ ಮಾಡುವಂತಿರಲಿಲ್ಲ.

"ಕೊಂಚ ದೊಡ್ಡವಳಾದ ಮೇಲೆ ಅವಳೇ ಶಾಲೆ ಬಿಟ್ಟುಬಿಡುತ್ತಾಳೆ. ನಾವೇಕೆ ಸುಮ್ಮನೆ ತಲೆಕೆಡಿಸಿಕೊಳ್ಳಬೇಕು ?" ಎಂದು ತಾಯಿ ಅಜ್ಜಿಯರು ಸುಮ್ಮನಾದರು.

ನೆನಪಿನ ಪರದೆಯ ಮೇಲೆ ಧೂಳು ಮುಚ್ಚಿದೆ. ಈ ಧೂಳು ಝಾಡಿಸಿ ಪ್ರಯಾಸದಿಂದ ಒಂದೊಂದೇ ಪರದೆಗಳನ್ನು ಸರಿಸತೊಡಗಿದೆ.

ಮಸುಕಾಗಿದ್ದ ಚಿತ್ರಗಳು ಬರಬರುತ್ತಾ ಸ್ಪಷ್ಟವಾಗಿ ಮೂಡತೊಡಗಿದವು. ನನಗೆ ಕೊಂಚ ತಿಳಿವು ಮೂಡಿದಾಗ ಅದಾಗಲೇ ನನಗೆ ಎರಡು ವರ್ಷದ ತಮ್ಮನೊಬ್ಬನಿದ್ದನು. ನನಗೆ 6 ವರ್ಷವಾದಾಗ ನನ್ನ ತಾಯಿ ಮತ್ತೊಮ್ಮೆ ಗರ್ಭಿಣಿಯಾದರು. ಒಂದು ದಿನ ತಾಯಿ ನನ್ನನ್ನು ಕರೆದು, "ನಿನ್ನ ಜೊತೆಯಲ್ಲಿ ಆಡಲು ತಂಗಿಯೊಬ್ಬಳು ಬರುತ್ತಾಳೆ" ಎಂದಾಗ ನಾನು ಸಂತೋಷದಿಂದ ಕುಣಿದಾಡಿದ್ದು ನನಗೆ ಚೆನ್ನಾಗಿ ನೆನಪಿದೆ. ಕೊನೆಗೂ ತಮ್ಮನೇ ಹುಟ್ಟಿದಾಗ ನನಗೆ ತುಂಬ ನಿರಾಶೆಯಾದರೂ, ಎತ್ತಿ ಆಡಿಸಲು ಮನೆಯಲ್ಲಿ ಇನ್ನೊಂದು ಮಗು ಹುಟ್ಟಿತಲ್ಲ ಎಂದು ಸಂತೋಷವಾಯಿತು. ನನ್ನ ಜೀವವಿಲ್ಲದ ಬೊಂಬೆಗಳಿಗಿಂತಲೂ ಈ ಜೀವಂತ ಬೊಂಬೆ ಎಷ್ಟೋ ಮೇಲು ಎನ್ನುವ ತೃಪ್ತಿ ನನ್ನದಾಯಿತು. ನನ್ನ ಈ ತಮ್ಮನು ತನ್ನ ಕೆಳಗಿನ ಹಲ್ಲು, ಮೇಲ್ಭಾಗದ ಸಮತಟ್ಟಾಗಿಲ್ಲದ ಮೂರು ಹಲ್ಲುಗಳನ್ನು ತೋರಿಸಿ, ಜೊಲ್ಲು ಸುರಿಸುತ್ತಾ ಅಂಬೆಗಾಲಿಕ್ಕುತ್ತಾ, ನಗುತ್ತಾ ನಾನು ಕುಳಿತೆಡೆಗೆ ಬಂದು ನನ್ನ ಹಿಂದಿನಿಂದ ನನ್ನನ್ನು ಹಿಡಿದು ನಿಂತು ನನ್ನ ಮುಡಿಯಲ್ಲಿದ್ದ ಹೂವನ್ನು ಕಿತ್ತಾಗ ನನಗೆ ಅವನ ಮೇಲೆ ಸಿಟ್ಟು ಬರುತ್ತಲೇ ಇರಲಿಲ್ಲ. ಆ ಹೂವನ್ನು ಕೈಯಲ್ಲಿ ಹಿಡಿದು ಹಿಚುಕಿ ಅವನು ಕೇಕೆ ಹಾಕಿ ನಕ್ಕರೆ ನಾನು ನನ್ನ ಕೈಯಲ್ಲಿದ್ದ ತಿಂಡಿಯನ್ನು ಅವನ ಬಾಯಲ್ಲಿ ಹಾಕಿ ಅವನನ್ನಪ್ಪಿಕೊಂಡು ಮುದ್ದಾಡುತ್ತಿದ್ದೆ. ನನ್ನ ಈ ತಮ್ಮಂದಿರನ್ನು ನಾನು ಬಹುವಾಗಿ ಪ್ರೀತಿಸುತ್ತಿದ್ದೆ ಎಂದೇ ಮುಂದೆ ಅವರೇನಾದರೂ ಅಡ್ಡ ಹಾದಿ ತುಳಿದರೆ ನಾನು ಅವರನ್ನು ಕಟುವಾಗಿ ಟೀಕಿಸಲು, ಬೈದು ಬುದ್ಧಿ ಹೇಳಲು ಅಸಮರ್ಥಳಾಗುತ್ತಿದ್ದೆ.

ನನ್ನ ಮೂರು ಜನ ಅಣ್ಣಂದಿರಲ್ಲಿ ನಾನು ನನ್ನ ದೊಡ್ಡಣ್ಣನನ್ನು ಬಹುವಾಗಿ ಪ್ರೀತಿಸುತ್ತಿದ್ದೆ. ನನ್ನ ಮುಖ ಸ್ವಲ್ಪ ಬಾಡಿದರೂ ಈ ಅಣ್ಣನು ನನ್ನನೆತ್ತಿಕೊಂಡು ಸಂತೈಸುತ್ತಿದ್ದನು. ನಾನು ಅವನ ಜೀವದ ಜೀವವಾಗಿದ್ದೆ. ಇವನು ಏನಾದರೂ ತಪ್ಪು

ಮಾಡಿ ತಂದೆಯಿಂದ ಆಗಾಗ ಪೆಟ್ಟು ತಿನ್ನುತ್ತಿದ್ದನು. ಆಗ ನಾನು ಅದನ್ನು ನೋಡಲಾರದೆ ನಮ್ಮ ಹಿತ್ತಲಿನಲ್ಲಿದ್ದ ಸುರುಗಿ ಹೂವಿನ ಮರದ ಬುಡದಲ್ಲಿ ಕುಳಿತು ಅಳುತ್ತಿದ್ದುದು ಮಸುಕಾಗದ ನೆನಪು.

ಕಾಸರಗೋಡಿನಲ್ಲಿ ಎರಡು ಪದವಿ ಪಡೆದ ಮುಸ್ಲಿಮರಲ್ಲಿ ನನ್ನ ತಂದೆಯೇ ಮೊತ್ತಮೊದಲಿಗರೆಂಬುದು ನನ್ನ ನೆನಪು. ಬಿ.ಎಲ್. ತರಗತಿಯಲ್ಲಿ 'ಮಹಮಡನ್ ಲಾ' ದಲ್ಲಿ ಇವರು ಮದ್ರಾಸು ವಿಶ್ವವಿದ್ಯಾಲಯದ ಚಿನ್ನದ ಪದಕವನ್ನೂ ಗಳಿಸಿದ್ದಾರೆ. ಕಾಸರಗೋಡಿನಲ್ಲಿ ಈವರೆಗೆ ಚಿನ್ನದ ಪದಕ ಪಡೆದ ಮುಸ್ಲಿಮರು ಇವರೊಬ್ಬರೇ ಎಂಬುದು ನನ್ನ ಭಾವನೆ. ಆಗಿನ ಕಾಲದಲ್ಲಿ ಇಂಗ್ಲೆಂಡು ಮತ್ತು ಅಮೆರಿಕಾದಿಂದ ಬರುತ್ತಿದ್ದ ವಾರ, ಮಾಸಪತ್ರಿಕೆಗಳಲ್ಲಿ ಹೆಚ್ಚಿನವುಗಳನ್ನು ಮನೆಗೆ ತರಿಸುತ್ತಿದ್ದರು. ಪುಸ್ತಕಗಳನ್ನು ಕೊಂಡು ಓದುವುದು ಇವರ ಅಭ್ಯಾಸವಾಗಿತ್ತು. ಆಗೆಲ್ಲಾ ನನ್ನ ತಾಯಿ ಹೇಳುವುದಿತ್ತು, "ನಿನ್ನ ತಂದೆ ನಿನಗೇನೂ ಒಡವೆ ಮಾಡಿಸುವುದಿಲ್ಲ. ಅವರು ದುಡಿದಿದ್ದೆಲ್ಲಾ ಈ ಪುಸ್ತಕ, ಪತ್ರಿಕೆಗಳಿಗೇ ಮೀಸಲು," ಎಂದು.

ನನ್ನ ತಂದೆ ಬಯಸಿದ್ದರೆ ಎಷ್ಟೋ ಹಣ ಸಂಪಾದಿಸಬಹುದಾಗಿತ್ತು. ಆದರೆ ಹಣ ಗಳಿಸುವುದು ಮಾತ್ರ ಅವರ ಪ್ರೀತಿಯ ಹವ್ಯಾಸಗಳಲ್ಲಿ ಒಂದಾಗಿರಲಿಲ್ಲ. ತಮ್ಮ ಮಕ್ಕಳನ್ನು ಚೆನ್ನಾಗಿ ಓದಿಸಿ ಅವರ ಕಾಲಲ್ಲಿ ಅವರನ್ನು ನಿಲ್ಲಿಸಿಬಿಟ್ಟರೆ ತಮ್ಮ ಕರ್ತವ್ಯ ಮುಗಿಯಿತು, ಎಂದು ಅವರು ತಿಳಿದಿದ್ದರು. ತುಂಬ ಪ್ರಾಮಾಣಿಕರಾಗಿ ತಮ್ಮ ಕೆಲಸವನ್ನು ನಿರ್ವಹಿಸಿ, ಹಣದ ಹುಚ್ಚು ಹೊಳೆ ಹರಿಯುತ್ತಿರುವ ನಾಡಿನಲ್ಲಿ ಕೂಡ ಸಿರಿವಂತರೆನಿಸಿಕೊಳ್ಳದೆ ಹೋದರೂ, ಇಂದಿಗೂ ಹಿಂದೂ ಮುಸ್ಲಿಮರೆಂಬ ಭೇದವಿಲ್ಲದೆ ಊರವರೆಲ್ಲರ ಆದರಕ್ಕೆ, ಗೌರವಕ್ಕೆ ಪಾತ್ರರಾಗಿದ್ದಾರೆ.

ಚಂದ್ರಗಿರಿ ನದಿಯ ದಕ್ಷಿಣ ಭಾಗದಲ್ಲಿ ಮಲಯಾಳ ಶಾಲೆಗಳಿದ್ದರೂ ಚಂದ್ರಗಿರಿಯ ಉತ್ತರ ಭಾಗವಾದ ಕಾಸರಗೋಡಿನಲ್ಲಿ ಹೆಚ್ಚಿನ ಶಾಲೆಗಳು ಕನ್ನಡ ಶಾಲೆಗಳಾಗಿದ್ದವು. ನಮ್ಮ ಮಾತೃಭಾಷೆ ಮಲೆಯಾಳವಾಗಿದ್ದರೂ, ಮಾತೃಭಾಷೆಯನ್ನೇ ಕಲಿತು, ಅದನ್ನು ಉದ್ಧಾರ ಮಾಡಬೇಕೆಂದು, ನನ್ನ ತಂದೆ ಅಂದವರಲ್ಲ. ವಿದ್ಯೆ ಮುಖ್ಯ. ಓದಿ ಬುದ್ಧಿವಂತರಾಗಲು, ಜ್ಞಾನ ಸಂಪಾದಿಸಲು ಭಾಷೆ ಯಾವುದಾದರೇನು? ಮನೆಯ ಸಮೀಪವಿರುವುದು ಕನ್ನಡ ಶಾಲೆ. ನನ್ನ ತಂದೆಯೂ ಈ ಶಾಲೆಯ ಹಳೆಯ ವಿದ್ಯಾರ್ಥಿ. ಆದ್ದರಿಂದ ತಂದೆ, ನನ್ನ ಅಣ್ಣಂದಿರನ್ನು ಈ ಶಾಲೆಗೆ ಸೇರಿಸಿ, ನನ್ನನ್ನು ಹತ್ತಿರದಲ್ಲೆ ಇದ್ದ ಹೆಣ್ಣು ಮಕ್ಕಳ ಶಾಲೆಯೊಂದಕ್ಕೆ ಸೇರಿಸಿದರು.

ಮೊದಲೆಲ್ಲಾ ಶಾಲೆಗೆ ಹೋಗಲು ನನಗೆ ಅಂತಹ ಉತ್ಸಾಹವೇನೂ ಇರಲಿಲ್ಲ. ಕನ್ನಡ ಭಾಷೆ ಬರದ ಕಾರಣ ಶಾಲೆಯಲ್ಲಿ ನಾನು ಒಂಟಿಯಾಗಿರಬೇಕಾಯಿತು. ಆದರೆ ತಂದೆಯ ಕಣ್ಣೆದುರಿಗೆ ನಾನು ಶಾಲೆ ತಪ್ಪಿಸುವಂತಿರಲಿಲ್ಲ. ಅವರಿಗಿದ್ದ ಒಂದೇ ಒಂದು ಆಕಾಂಕ್ಷೆ, ತನ್ನ ಮಗಳು ಎಸ್.ಎಸ್.ಎಲ್.ಸಿ. ಮಟ್ಟದ ವಿದ್ಯಾಭ್ಯಾಸವನ್ನಾದರೂ ಪಡೆಯಲೇಬೇಕು ಎಂಬುದು. ನನ್ನನ್ನು ನೋಡಿ ನಮ್ಮ ಸಮಾಜದ ಇತರ ಹೆಣ್ಣು ಮಕ್ಕಳೂ ಶಾಲೆಗೆ ಹೋಗಿ ವಿದ್ಯೆ ಪಡೆಯಬೇಕು; ತಮ್ಮ ಅಜ್ಞಾನದ ಕತ್ತಲೆಯ

ಗುಹೆಯಿಂದ ಈ ಹೆಣ್ಣು ಮಕ್ಕಳು ಹೊರಬರಬೇಕು ಎಂಬ ಹೆಬ್ಬಯಕೆ ಅವರದಾಗಿತ್ತು. ಹೀಗಾಗಿ ನಾನು ಶಾಲೆಗೆ ಹೋಗಲು ಹಿಂಜರಿದರೆ ಅವರು ಅದನ್ನು ಸಹಿಸುವರೇ ?

"ಅಯ್ಯೋ, ಮುಸ್ಲಿಂ ಹುಡುಗಿ, ಮುಟ್ಟಿಸಿಕೊಳ್ಳಬೇಡ" ಎಂದು ಹೇಳಿ, ದೂರ ಸರಿಯುವ ಬ್ರಾಹ್ಮಣ ಮತ್ತು ಕೊಂಕಣಿ ಹುಡುಗಿಯರು ಆಗಲೂ ನನ್ನ ತರಗತಿಯಲ್ಲಿದ್ದರು. ಆದರೆ ಗಾಂಧೀಜಿಯ ಭಕ್ತಳಾದ ಓರ್ವ ಉಪಾಧ್ಯಾಯಿನಿ, ಯಾರೂ ಇಂತಹ ಭೇದ ತೋರದಂತೆ ನೋಡಿಕೊಂಡರು. ಈ ಉಪಾಧ್ಯಾಯಿನಿಯವರು ಈ ಶಾಲೆಯ ಅಸ್ತಿತ್ವಕ್ಕೆ ಕಾರಣರಾದುದರಿಂದ, ಇಡೀ ಶಾಲೆಯಲ್ಲಿ ಪ್ರಭಾವಶಾಲಿ ವ್ಯಕ್ತಿಯಾಗಿದ್ದರು. ಆದ್ದರಿಂದ, ಇವರ ಮಾತನ್ನು ಯಾರೂ ಮೀರುವಂತಿರಲಿಲ್ಲ. ಇಬ್ಬರು ಬ್ರಾಹ್ಮಣ ಅಥವಾ ಕೊಂಕಣಿ ಹುಡುಗಿಯರ ಮಧ್ಯದಲ್ಲಿ ಇವರು ಬೇಕೆಂದೇ ನನ್ನನ್ನು ಕೂರಿಸುತ್ತಿದ್ದರು. ಕ್ರಮೇಣ ಈ ಹುಡುಗಿಯರು ನನ್ನೊಡನೆ ಸ್ನೇಹ ಸಂಪಾದಿಸಿಕೊಂಡರು.

ಒಂದು ದಿನ ನಾನು ಈ ಹುಡುಗಿಯರ ಜೊತೆಯಲ್ಲಿ ನಮ್ಮೂರಿನ ಮಲ್ಲಿಕಾರ್ಜುನ ದೇವಸ್ಥಾನಕ್ಕೆ ಹೋದೆ. ಅವರೊಡಗೂಡಿ ಅವರು ಮಾಡುವಂತೆಯೇ ಮಾಡಿ ಗರ್ಭಗುಡಿಗೆ ಸುತ್ತು ಬಂದು ಪೂಜಾರಿಯಿಂದ ಪ್ರಸಾದ ತೆಗೆದುಕೊಂಡು ಬಂದು ನನ್ನ ಅಣ್ಣಂದಿರೊಡನೆ ಹೇಳಿದೆ. ಎಲ್ಲರೂ 'ಇಂದಿನಿಂದ ನೀನು ಹಿಂದುವಾದೆ' ಎಂದು ನನ್ನನ್ನು ಹಾಸ್ಯ ಮಾಡಿ ನಗತೊಡಗಿದರು. ನನ್ನ ತಂದೆ ದೊಡ್ಡದಾಗಿ ನಕ್ಕುಬಿಟ್ಟರು.

ಮೊದಲೆಲ್ಲ ನಾನು ಕಲಿಯುವುದರಲ್ಲಿ, ಅಂತಹ ಪ್ರಗತಿಯನ್ನೇನೂ ತೋರಲಿಲ್ಲ. ಮನೆಯಲ್ಲಿ ಯಾರೂ ನನ್ನನ್ನು ಓದಲು, ಬರೆಯಲು ಬಲವಂತ ಮಾಡುತ್ತಲೂ ಇರಲಿಲ್ಲ. ಮನೆಗೆ ಬಂದರೆ, ಅಣ್ಣಂದಿರೊಡನೆ ಆಡುತ್ತಿದ್ದೆ ಅಥವಾ ಜಗಳವಾಡುತ್ತಿದ್ದೆ. ತಮ್ಮಂದಿರನ್ನು ಕಟ್ಟಿಕೊಂಡು ಹಿತ್ತಲನ್ನೆಲ್ಲಾ ತಿರುಗಿ ಪೇರಳೆಹಣ್ಣು, ಸೀತಾಫಲ, ಅಂಟೆಕಾಯಿಯನ್ನೆಲ್ಲಾ ಕಿತ್ತು ತರುತ್ತಿದ್ದೆ. 'ಮಹಾ ಯಾತ್ರಿಕ' ಕತೆಯಲ್ಲಿ ಬರುವ ದುರ್ಗಳಂತೆ, ನಾನು ನನ್ನ ತಮ್ಮಂದಿರನ್ನು ಕಟ್ಟಿಕೊಂಡು ಅಲೆಯುತ್ತಿದ್ದೆ. ಈ ಕತೆಯನ್ನು ಓದುವಾಗ ನನಗೆ ನನ್ನ ಬಾಲ್ಯದ ನೆನಪಾಗುತ್ತಿತ್ತು.

ಬೇಸಗೆ ಮತ್ತು ಉಳಿದ ರಜಾ ದಿನಗಳನ್ನು ನಾನು, ನನ್ನ ಅಜ್ಜಿಯ ಮನೆಯಲ್ಲೇ ಕಳೆಯುತ್ತಿದ್ದೆ. ಆಗಲೇ ಖುರಾನನ್ನು ಕಲಿಯಲು ಪ್ರಾರಂಭಿಸಿದೆ. ವಾರದ ರಜಾ ದಿನಗಳಲ್ಲೂ, ನಾನು ಅಜ್ಜಿಯ ಮನೆಗೆ ಹೋಗುತ್ತಿದ್ದ ಚಂದ್ರಗಿರಿಯನ್ನು ವಾರಕ್ಕೊಮ್ಮೆ ನೋಡದಿರಲು, ಅದರ ತೀರದಲ್ಲಿ ಆಟವಾಡದಿರಲು, ನನಗೂ ಸಾಧ್ಯವಾಗುತ್ತಿರಲಿಲ್ಲ. ಆದ್ದರಿಂದ ಎಂತಹ ಮಳೆಗಾಲದಲ್ಲೂ, ಎಂತಹ ನೆರೆಯಲ್ಲೂ, ನಾನು ನನ್ನಜ್ಜನೊಡನೆ ಈ ಚಂದ್ರಗಿರಿಯನ್ನು ದಾಟುತ್ತಿದ್ದೆ.

ಹೀಗೊಮ್ಮೆ ಮಳೆಗಾಲದಲ್ಲಿ ನಾನು ಅಜ್ಜಿಯ ಮನೆಗೆ ಹೋದಾಗ ಚಂದ್ರಗಿರಿಯಲ್ಲಿ ಬಹಳ ದೊಡ್ಡ ನೆರೆ ಬಂತು. ಇಂತಹ ನೆರೆ 25 ಅಥವಾ 30

ವರ್ಷಗಳಿಗೊಮ್ಮೆ ಬರುತ್ತದೆ. ಮೂರು ದಿನಗಳಿಂದಲೂ ಎಡೆಬಿಡದೆ ಮಳೆ ಸುರಿಯತೊಡಗಿದಾಗಲೇ ಅಜ್ಜಿ ಅನ್ನತೊಡಗಿದ್ದರು.

"ಈ ಸಲ ದೊಡ್ಡ ನೆರೆ ಬಂದೇ ಬರುತ್ತದೆ. ನಾವು ಮನೆಬಿಟ್ಟು ಹೋಗಬೇಕಾಗುತ್ತದೆ" ಎಂದು.

ಸಂಜೆಯಾಗುತ್ತಿದ್ದಂತೆ ನೀರಿನ ಮಟ್ಟ ಏರತೊಡಗಿತು. ಮಳೆ ಧಾರಾಕಾರವಾಗಿ ಸುರಿಯುತ್ತಲೇ ಇತ್ತು. ಅಜ್ಜಿಯ ಮನೆ ಅಷ್ಟೇನೂ ಎತ್ತರದಲ್ಲಿರಲಿಲ್ಲ. ಮನೆಯವರೆಗೂ ನೀರು ಎಷ್ಟು ಹೊತ್ತಿಗೆ ಬರುತ್ತದೊ ಎಂದು ಅಜ್ಜಿ ಕಾಯುತ್ತಲೇ ಇದ್ದರು. ಎಲ್ಲರೂ ಮಲಗಿದರೂ ಅಜ್ಜಿ ಎಚ್ಚರವಾಗಿಯೇ ಇದ್ದರು. ಮಧ್ಯರಾತ್ರಿಗೆಲ್ಲಾ ನೀರು ಮನೆಯ ಗೋಡೆಗೆ ಬಡಿಯತೊಡಗಿದಾಗ ಎಲ್ಲರೂ ಎಚ್ಚೆತ್ತರು. ಆದರೆ ಪ್ರಕೃತಿಯ ಪ್ರಕೋಪವನ್ನು ತಡೆಗಟ್ಟುವುದು ಯಾರಿಂದಲೂ ಸಾಧ್ಯವಿರಲಿಲ್ಲ.

ಬೆಳಿಗ್ಗೆ ಬೇಗನೆ ಒಂದು ಕೋಣೆಯಲ್ಲಿ ಚಹ ತಿಂಡಿ ತಯಾರಿಸಿ ಎಲ್ಲರೂ ಉಪಹಾರ ಮಾಡುತ್ತಿದ್ದಂತೆಯೇ ನೀರು ಮನೆಯೊಳಗೆ ನುಗ್ಗಿತು. ಮನೆಯ ಸುತ್ತಲೂ, ಇಡೀ ಊರಿನಲ್ಲಿ ಎಲ್ಲೆಲ್ಲೂ ನೀರೇ ಹೊರತು ಇನ್ನೇನೂ ಕಾಣುತ್ತಿರಲಿಲ್ಲ. ನೀರಿನ ಮಧ್ಯದಲ್ಲಿ ಅಲ್ಲಲ್ಲಿ ತೆಂಗು, ಮಾವು, ಹಲಸಿನ ಮರಗಳು ಮತ್ತು ಮನೆಗಳು ಮಾತ್ರ ಕಾಣುತ್ತಿದ್ದವು.

ನನ್ನ ಚಿಕ್ಕಪ್ಪ ಮನೆ ಬಾಗಿಲಿಗೇ ದೋಣಿಯನ್ನು ತಂದರು. ದನಕರುಗಳನ್ನು ದೋಣಿಗೆ ಹತ್ತಿಸಿದರು. ದೋಣಿಯಲ್ಲಿ ಹಿಡಿಸುವಷ್ಟು ಜನರೂ ತುಂಬಿದರು. ನಾವೆಲ್ಲರೂ ದೋಣಿ ಹತ್ತಿ ದೂರದ ಗುಡ್ಡೆಯ ಮೇಲಿದ್ದ ನನ್ನ ಚಿಕ್ಕಪ್ಪನ ಮನೆಗೆ ಹೋದೆವು. ಗದ್ದೆಯ ಪೈರಿನ ಮೇಲಿಂದ, ತೆಂಗು ಮಾವುಗಳೆಡೆಯಿಂದ ನಾವು ತೇಲಿ ಹೋಗುತ್ತಿದ್ದರೆ, ವರ್ಣಿಸಲಾರದ ಒಂದು ಆನಂದದ ಅನುಭೂತಿ ನನ್ನದಾಗಿತ್ತು. ಕೆಲವರು ಭಯದಿಂದ ಮುಖ ಮುದುಡಿಕೊಂಡು ಕುಳಿತಿದ್ದರೆ ಇನ್ನು ಕೆಲವರು ತಮ್ಮ ಕೋಳಿ, ಆಡುಗಳನ್ನು ನೆನೆದು ಅಳುತ್ತಿದ್ದರು.

ನದಿಯಿಂದ ಸುಮಾರು ಅರ್ಧ ಮೈಲು ದೂರದಲ್ಲಿದ್ದ ಗುಡ್ಡೆಯವರೆಗೂ ನೀರು ಬಂದಿತ್ತು. ಈ ಗುಡ್ಡೆಯಲ್ಲಿಯೇ ನಮ್ಮ ಚಿಕ್ಕಪ್ಪನ ಮನೆಯಿರುವುದು. ಎಲ್ಲರೂ ದೋಣಿಯಿಂದಿಳಿದು ಇವರ ಮನೆಗೆ ಹೋದೆವು. ಇಲ್ಲಿಂದ ಅಂದು ನಾನು ವರ್ಣನಾತೀತವಾದ ಒಂದು ನೋಟವನ್ನು ಕಂಡೆ. ಆಮೇಲೆಂದೂ ಇಂತಹ ನೋಟವನ್ನು ನಾನು ನೋಡಿಲ್ಲ.

ಇಡೀ ಚೆಮನಾಡು ಗ್ರಾಮ ನೀರಿನಿಂದಾವೃತವಾಗಿದೆ. ಅಲ್ಲಲ್ಲಿ ಕೆಲವು ಮರಗಳ ತುದಿ ಮತ್ತು ಮನೆಗಳ ಮಾಡು ಮಾತ್ರ ಕಾಣುತ್ತಿದ್ದವು. ಕೆಲವು ಮನೆಗಳ ಅರ್ಧ ಭಾಗ ನೀರಿನಲ್ಲಿ ಮುಳುಗಿತ್ತು. ಸತ್ತು ತೇಲುತ್ತಿದ್ದ ಪ್ರಾಣಿಗಳಿಗಂತೂ ಲೆಕ್ಕವಿರಲಿಲ್ಲ. ದೊಡ್ಡ ದೊಡ್ಡ ಮರಗಳೂ, ಮರದ ದಿನ್ನೆಗಳೂ ನೀರಿನಲ್ಲಿ ತೇಲುತ್ತಿದ್ದವು. ಕೆಲವು ಗುಡಿಸಲುಗಳ ಮಾಡುಗಳು, ನೀರಿನಲ್ಲಿ ತೇಲುತ್ತಿದ್ದರೆ ಮನೆಯೇ ನೀರಿನಲ್ಲಿ ತೇಲಿಹೋಗುವಂತೆ ಕಾಣುತ್ತಿತ್ತು. ಇನ್ನೂ ಬಿಡದೆ ಸುರಿಯುತ್ತಿದ್ದ ಮಳೆ; ಎಂದೂ ಸೌಮ್ಯವಾಗಿ, ಮಂದಗಾಮಿನಿಯಾಗಿ ಕಲಕಲ ನಾದದೊಡನೆ ಹರಿದು ಜನರ

ಮನವನ್ನು ತಂಪುಗೊಳಿಸುತ್ತಿದ್ದ ಚಂದ್ರಗಿರಿ ಅಂದು ಮಾತ್ರ ಮಹಾಕಾಳಿಯಂತೆ ರೌದ್ರಾವತಾರ ತಾಳಿ ಸಾಗರದಂತೆ ಭೋರ್ಗರೆಯುತ್ತಾ ಊರಿನ ವಿನಾಶದತ್ತ ಹೆಜ್ಜೆಯಿರಿಸಿದ್ದಳು.

ಕೊನೆಗೂ ಪ್ರಕೃತಿ ಮಾತೆ ಸುಸ್ತಾದಳೇನೊ. ಸಂಜೆಯಾದಂತೆ ಮಳೆ ನಿಂತು ಪಡುವಣದ ಬಾನಿನಲ್ಲಿ ಸೂರ್ಯನು ಕಾರ್ಮೋಡಗಳ ಮರೆಯಿಂದ ಆಗೊಮ್ಮೆ ಈಗೊಮ್ಮೆ ಇಣುಕತೊಡಗಿದನು. ಎಲ್ಲರ ಮುಖಗಳೂ ಕೊಂಚ ಗೆಲುವಾದವು. ಆ ರಾತ್ರಿಯನ್ನು ಅಲ್ಲೇ ಕಳೆದೆವು. ಮಾರನೆಯ ದಿನ ಬೆಳಿಗ್ಗೆ ಎದ್ದು ನೋಡಿದರೆ ನೀರಿನ ಮಟ್ಟ ತುಂಬಾ ಇಳಿದಿತ್ತು.

ಬೇಗ ಬೇಗ ದೋಣಿಯಲ್ಲಿ ಕುಳಿತೆವು. ಆದರೆ ಅರ್ಧ ದಾರಿಗೆ ಬರುವಾಗ ದೋಣಿ ನೆಲದಲ್ಲಿ ನಿಂತೇಹೋಯಿತು. ಏರಿದಷ್ಟೇ ವೇಗದಿಂದ ನೀರು ಇಳಿದಿತ್ತು. ನೀರು ಸಂಪೂರ್ಣ ಇಳಿದು ಗದ್ದೆಯ ಪೈರುಗಳೆಡೆಯಿಂದ ನಾವು ನಡೆದು ಮನೆ ಸೇರಬೇಕಾಯಿತು. ಮನೆಯಲ್ಲಿ ಸತ್ತು ಬಿದ್ದಿದ್ದ ಕೋಳಿಗಳನ್ನು, 'ನೀನು ಮಾಡಿದ ಪಾಪವನ್ನು ನೀನೇ ತಿನ್ನು' ಎಂಬಂತೆ ಚಂದ್ರಗಿರಿಗೆ ಎಸೆದರು. ಮನೆಯನ್ನು ಮೊದಲಿನ ಸ್ಥಿತಿಗೆ ತರಲು ಎಂಟು ದಿನಗಳೇ ಹಿಡಿದವು. ಚಂದ್ರಗಿರಿಯು ಎರಡೇ ದಿನಗಳಲ್ಲಿ ತನ್ನ ಮೊದಲಿನ ಆಕಾರಕ್ಕೆ ಬಂದಳು. ತಾನು ಮಾಡಿದ ಪಾತಕದ ಅರಿವಿಲ್ಲದೆ ಎಂದಿನಂತೆ ಸೌಮ್ಯವಾಗಿ ಹರಿಯತೊಡಗಿದಳು.

* * * *

ನನ್ನ ತಾಯಿ ಇಸ್ಲಾಂ ಧರ್ಮ ಗ್ರಂಥಗಳನ್ನೆಲ್ಲಾ ತಾವೇ ನನಗೆ ಕಲಿಸಿದರು. ಮುಸ್ಲಿಂ ಪುರಾಣ ಕತೆಗಳು ಅರಬ್ಬೀ ಲಿಪಿಯಲ್ಲಿ ಮಲಯಾಳ ಭಾಷೆಯಲ್ಲಿ ಕೇರಳದಲ್ಲೆಲ್ಲಾ ಪ್ರಚಾರದಲ್ಲಿದೆ. ಇಂತಹ ಕೆಲವು ಪುಸ್ತಕಗಳನ್ನು ತರಿಸಿ ಇದರ ಕತೆಗಳನ್ನೆಲ್ಲಾ ನನ್ನಿಂದ ಓದಿಸುತ್ತಿದ್ದರು. ಮುಹಮದ್ ಪೈಗಂಬರರ ಜೀವನ ಚರಿತ್ರೆ, ಅವರ ಸರಳಜೀವನ, ಅವರ ಹೆಂಡತಿ ಮಗಳ ಸರಳ ಜೀವನ ಎಲ್ಲವನ್ನೂ ವಿವರಿಸುತ್ತಿದ್ದರು. ಆ ಕಾಲದಲ್ಲಿ ಸ್ತ್ರೀಯರು ಮನೆಯೊಳಗೆ ಬಂಧಿಯಾಗಿರಲಿಲ್ಲ ಎಂಬುದನ್ನು ಈ ಕತೆಗಳಿಂದ ನಾನು ತಿಳಿದುಕೊಂಡೆ. ಮುಸ್ಲಿಂ ಹೆಂಗಸರು ಕತ್ತಿ ಹಿಡಿದು ಕುದುರೆ ಹತ್ತಿ ರಣರಂಗದಲ್ಲಿ ಪುರುಷರೊಡನೆ ಯುದ್ಧ ಮಾಡಿದ ಕತೆಗಳನ್ನು ಈ ಪುಸ್ತಕಗಳಲ್ಲಿ ನಾನು ಓದಿದ್ದೇನೆ.

ನನಗೆ ಸಂಗೀತ ಕಲಿಸಬೇಕೆಂದು ನನ್ನ ತಂದೆ ತಾಯಿಗಳು ಪ್ರಯತ್ನಪಟ್ಟರೂ ಆ ದಿಸೆಯಲ್ಲಿ ನನ್ನ ಒಲವು ಹರಿಯಲೇ ಇಲ್ಲ. ಅದಕ್ಕಿಂತಲೂ ನನ್ನ ತಾಯಿ ಹಾಡುತ್ತಿದ್ದ ಜಾನಪದ ಹಾಡುಗಳೇ ನನಗೆ ಹೆಚ್ಚು ಇಷ್ಟವಾಗುತ್ತಿದ್ದವು. 'ಮಾಪ್ಪಿಳ ಪಾಟ್ಟು' ಮತ್ತು 'ಒಪ್ಪನ ಪಾಟ್ಟು' ಎಂದು ಇಂದು ಕೇರಳದಲ್ಲಿ ಪ್ರಸಿದ್ಧವಾಗಿರುವ ಈ ಜಾನಪದ ಹಾಡುಗಳು ಮುಸ್ಲಿಂ ಪುರಾಣದ ಅನೇಕ ಸ್ತ್ರೀ ಪುರುಷರ ಪ್ರಣಯಕತೆಗಳನ್ನೊಳಗೊಂಡಿವೆ. ಮುಸ್ಲಿಮರು ಮದುವೆಯಲ್ಲಿ ಹಾಡುವ ಈ ಹಾಡುಗಳನ್ನು ನಾನು ಇಂದಿಗೂ ತುಂಬಾ ಇಷ್ಟಪಡುತ್ತೇನೆ. ದುಬೈಗೆ ಹೋದವರು ಹಿಂತಿರುಗುವಾಗ, ಅಲ್ಲಿಂದ ಈ ಹಾಡುಗಳನ್ನು ರೆಕಾರ್ಡ್ ಮಾಡಿದ ಕ್ಯಾಸೆಟ್ಟುಗಳನ್ನು ತರುತ್ತಾರೆ ಎಂದರೆ ಈ ಹಾಡಿನ ಜನಪ್ರಿಯತೆಯನ್ನು ನೀವೇ ಊಹಿಸಿಕೊಳ್ಳಬಹುದು.

ಆಗ ನಾವು ವಾಸಿಸುತ್ತಿದ್ದುದು ಪಟ್ಟಣದ ಮಧ್ಯಭಾಗದಲ್ಲಿ. ನಮ್ಮ ನೆರೆಕೆರೆಯವರೆಲ್ಲರೂ ಹಿಂದುಗಳಾಗಿದ್ದರು. ನಮ್ಮ ಮನೆಯ ಸಮೀಪದ ಒಂದೆರಡು ಮನೆಗಳಲ್ಲಿ ಒಂದೆರಡು ಮಲಯಾಳೀ ಕುಟುಂಬಗಳು ವಾಸಿಸುತ್ತಿದ್ದವು. ನಮ್ಮ ತಾಯಿ ಇವರೊಡನೆ ಸ್ನೇಹ ಬೆಳೆಸಿಕೊಂಡರು. ಇಸ್ಲಾಂ ಧರ್ಮ ಗ್ರಂಥಗಳನ್ನು ಚೆನ್ನಾಗಿ ಅಧ್ಯಯನ ಮಾಡಿ ಇಸ್ಲಾಂ ಮತದ ತತ್ವಗಳನ್ನು ನಿಷ್ಠೆಯಿಂದ ಪಾಲಿಸುತ್ತಿದ್ದ ನನ್ನ ತಾಯಿ, ಹಿಂದುಗಳನ್ನು ದ್ವೇಷಿಸಬೇಕು, ಅವರಿಂದ ದೂರವಿರಬೇಕು ಎಂದು ಒಮ್ಮೆಯೂ ಅಂದವರಲ್ಲ. ಬದಲಾಗಿ ಈ ನಾಯರ್ ಹೆಂಗಸರೊಡನೆ ಅವರು ಅಕ್ಕ ತಂಗಿಯರಂತೆ ಹೊಂದಿಕೊಂಡರು.

ಈ ನಾಯರ್ ಕುಟುಂಬವೊಂದರ ಏಕಮಾತ್ರ ಪುತ್ರಿಯೊಬ್ಬಳಿಗೆ ಬಹಳ ವರ್ಷಗಳವರೆಗೂ ಮದುವೆಯಾಗದಿದ್ದಾಗ ಆ ಹುಡುಗಿಯ ತಾಯಿಗಿಂತಲೂ ಹೆಚ್ಚು ವೇದನೆಯನ್ನನುಭವಿಸುತ್ತಿದ್ದವರು ನನ್ನ ತಾಯಿ. 'ಇಷ್ಟು ದೊಡ್ಡವಳಾಗಿ ಇನ್ನೂ ಮದುವೆಯಾಗಿಲ್ಲವಲ್ಲ ? ಈ ಹುಡುಗಿ ಹೀಗೇ ಉಳಿದುಬಿಟ್ಟರೇನು ಗತಿ ?' ಎಂದು ನನ್ನ ತಾಯಿ ಯಾವಾಗಲೂ ನೊಂದುಕೊಳ್ಳುತ್ತಿದ್ದರು.

ಕೊನೆಗೂ ಆಕೆಗೆ ಮದುವೆಯಾಯಿತು. ಆಕೆ ಗರ್ಭಿಣಿಯಾಗಿ ಹೆರಿಗೆಗೆ ತನ್ನ ತಾಯಿಯ ಮನೆಗೆ ಬಂದಾಗ ನನ್ನ ತಾಯಿಯೂ ತನ್ನ ಸ್ವಂತ ಮಗಳು ಮನೆಗೆ ಬಂದಂತೆ ಸಂತೋಷಪಟ್ಟರು. ಆಕೆಗೆ ಹೆರಿಗೆಯ ನೋವು ಪ್ರಾರಂಭವಾದಾಗ ಆ ತಾಯಿ ಮಗಳಿಗೆ ಧೈರ್ಯ ನೀಡಿ ಸಂತೈಸುವವರು ಅಲ್ಲಿ ನನ್ನ ತಾಯಿಯಲ್ಲದೆ ಇನ್ಯಾರೂ ಇರಲಿಲ್ಲ. ಮೈಲಿಗೆ ಇದ್ದಲ್ಲಿಗೆ ಸ್ವಜಾತಿ ಬಾಂಧವರು ಯಾರೂ ಹೋಗಲಾರರಲ್ಲ ? ಮಧ್ಯಾಹ್ನ ಮನೆಗೆ ಬಂದ ನಮ್ಮ ತಾಯಿ ಊಟವನ್ನೂ ಮಾಡದೆ, ನಮಾಜು ಮಾಡಿ ಖುರ್‌ಆನಿನ ಕೆಲವು ಶ್ಲೋಕಗಳ ಪುಸ್ತಕವೊಂದನ್ನು ತೆಗೆದುಕೊಂಡು ಆ ಮನೆಗೆ ಹೋದರು.

"ಅಮ್ಮ ನಾನು ಇದನ್ನು ಇಲ್ಲಿ ಕುಳಿತು ಓದಲೇ ? ಇದನ್ನು ಓದಿದರೆ ಬೇಗ ಹೆರಿಗೆಯಾಗುವುದೆಂದು ನಮ್ಮ ನಂಬಿಕೆ" ಎಂದು ನನ್ನ ತಾಯಿ ಕಳಕಳಿಯಿಂದ ಕೇಳಿದಾಗ ಆ ತಾಯಿಯ ಕಣ್ಣಲ್ಲಿ ನೀರು ಸುರಿಯಿತು.

"ಅಮ್ಮ ನನಗೆ ನೀವಲ್ಲದೆ ಇನ್ಯಾರಿದ್ದಾರೆ ? ನಿಮಗೆ ಇಷ್ಟವಿದ್ದ ಹಾಗೆ ಮಾಡಿ" ಎಂದಾಗ ನನ್ನ ತಾಯಿ ಆ ಹಿಂದುಗಳ ಮನೆಯಲ್ಲಿ ಕುಳಿತು ಖುರ್‌ಆನ್ ಓದತೊಡಗಿದ್ದುದನ್ನು ನಾನೆಂದೂ ಮರೆಯಲಾರೆ.

ಕೊನೆಗೂ ಸುಖಪ್ರಸವವಾಗದೆ ಇಬ್ಬರು ಡಾಕ್ಟರುಗಳು ಕೋಣೆಯನ್ನು ಹೊಕ್ಕು ಬಾಗಿಲಿಕ್ಕಿದಾಗ, ಆ ತಾಯಿ ನನ್ನ ತಾಯಿಯ ಹೆಗಲಲ್ಲಿ ತಲೆಯಿಟ್ಟು, "ನನ್ನ ಮಗಳಿಗೆ ಈ ವಿಧಿಯಾಯಿತಲ್ಲ ? ನನ್ನ ಮಗಳು ಉಳಿಯುವಳೇ ?" ಎಂದು ಅತ್ತಾಗ,

"ಅಮ್ಮ ನಿಮ್ಮ ಮಗಳಿಗೆ ಏನೂ ಆಗುವುದಿಲ್ಲ. ಮೇಲಿರುವ ಆ ಸರ್ವಶಕ್ತನು ಅಷ್ಟು ನಿಷ್ಕರುಣಿ ಅಲ್ಲ," ಎಂದು ತಾವೂ ಕಣ್ಣೀರು ಸುರಿಸಿಕೊಂಡು ಆ ತಾಯಿಯನ್ನು ಸಂತೈಸಿದ್ದು ನನ್ನ ನೆನಪಿನ ಭಿತ್ತಿಯಲ್ಲಿ ಎಂದೆಂದೂ ಅಳಿಸಲಾರದ ಚಿತ್ರವಾಗಿ ಉಳಿದಿದೆ. ಇಲ್ಲಿ ಇವರು ಬದ್ಧ ವೈರಿಗಳಾಗಿ, ನಾಯಿ, ಬೆಕ್ಕುಗಳಂತೆ

ಕಚ್ಚಾಡುವ ಆರ್.ಎಸ್.ಎಸ್. ಮತ್ತು ಜಮಾಯತ್ ಇಸ್ಲಾಮಿನ ಸದಸ್ಯರಾದ ಹಿಂದು ಮುಸ್ಲಿಮರಾಗಿರಲಿಲ್ಲ; ಒಂದು ಅಸಹಾಯಳಾದ ಹೆಣ್ಣು ತನ್ನ ದುಃಖವನ್ನು, ನೋವನ್ನು ಇನ್ನೊಂದು ಹೆಣ್ಣಿನೊಡನೆ ತೋಡಿಕೊಂಡರೆ, ಇನ್ನೊಂದು ಹೆಣ್ಣು ಅದನ್ನು ಅರ್ಥಮಾಡಿಕೊಂಡು ತನ್ನಿಂದಾದ ರೀತಿಯಲ್ಲಿ ಆ ಹೆಣ್ಣನ್ನು ಸಂತೈಸುತ್ತಿದ್ದ, ಮನುಷ್ಯ ಹೃದಯವನ್ನು ಹೊತ್ತ ಎರಡು ಮಾನವಜೀವಿಗಳಾಗಿದ್ದರು.

ಕೊನೆಗೊಮ್ಮೆ ಆ ಹೆಣ್ಣು ಮಗಳು ಒಂದು ಹೆಣ್ಣು ಮಗುವಿಗೆ ಜನ್ಮವಿತ್ತಾಗ ಆ ತಾಯಿಗಿಂತಲೂ ಹೆಚ್ಚು ಸಂತೋಷಪಟ್ಟವರು ನನ್ನ ತಾಯಿ.

ಈ ಮನೆಗಳಿಗೆಲ್ಲಾ ನನ್ನ ತಾಯಿ ನಮ್ಮ ಹಿತ್ತಲಲ್ಲಿ ಬಿಡುತ್ತಿದ್ದ ಹಲಸಿನಹಣ್ಣು ಮಾವಿನಹಣ್ಣು, ಬಾಳೇಹಣ್ಣುಗಳನ್ನು ಧಾರಾಳವಾಗಿ ಹಂಚುತ್ತಿದ್ದರು. ಅವರ ಎಲ್ಲಾ ಹಬ್ಬಗಳಲ್ಲೂ ನಮ್ಮ ಮನೆಗೆ ಸಿಹಿತಿಂಡಿಗಳು ಬರುತ್ತಿದ್ದವು. ಆದರೆ ನನ್ನ ತಾಯಿ ಎಂದೂ ನಮ್ಮ ಮನೆಯಲ್ಲಿ ಮಾಡಿದ ತಿಂಡಿಗಳನ್ನು ಇವರಿಗೆ ಕೊಡುತ್ತಿರಲಿಲ್ಲ.

"ಅವರು ಹಿಂದುಗಳು, ಅವರ ಶಾಸ್ತ್ರ ಏನೋ ಹೇಗೋ. ನಾವು ಮಾಂಸ ಮೀನು ತಿನ್ನುವವರು. ನಮ್ಮ ಮನೆಯಲ್ಲಿ ಮಾಡಿದ್ದನ್ನು ಕಳುಹಿಸಿ ಅವರಿಗೇಕೆ ಬೇಜಾರು ಮಾಡಬೇಕು? ಅದಕ್ಕೆ ಬದಲು ಹಣ್ಣು ಹಂಪಲು, ತೆಂಗಿನಕಾಯಿ ಏನಾದರೂ ಕಳಿಸೋಣ" ಎನ್ನುತ್ತಿದ್ದರು.

ನನ್ನ ತಾಯಿ ಅನೇಕ ಸಂಜೆಗಳನ್ನು ಈ ಹಿಂದೂ ಕುಟುಂಬದ ಜೊತೆಯಲ್ಲಿ ಕಳೆಯುತ್ತಿದ್ದರು. ತಾಯಿಯನ್ನು ನಾನೂ ಹಿಂಬಾಲಿಸುತ್ತಿದ್ದೆ. ನನ್ನ ತಾಯಿ ನಮ್ಮ ಪುರಾಣದ ಅನೇಕ ವಿಷಯಗಳನ್ನು ಇವರಿಗೆ ತಿಳಿಸುತ್ತಿದ್ದರು. ಹಾಗೆಯೇ ಇವರಿಂದ ರಾಮಾಯಣ, ಮಹಾಭಾರತದ ಕಥೆಗಳನ್ನೂ ಕೇಳುತ್ತಿದ್ದರು. ಇಸ್ಲಾಂ ಧರ್ಮದ ತತ್ವಗಳೆಲ್ಲವನ್ನೂ ನಿಷ್ಠೆಯಿಂದ ಪಾಲಿಸುತ್ತಿದ್ದ ನನ್ನ ತಾಯಿ "ನಮ್ಮ ಖುರ್‌ಆನಿನಲ್ಲಿ ಹೀಗೆ ಹೇಳಿದೆ. ನಿಮ್ಮ ಗೀತೆಯಲ್ಲಿ ಏನು ಹೇಳಿದೆ?" ಎಂದೂ ಕೇಳಿ ತಿಳಿದುಕೊಂಡು, ಕೆಲವೊಮ್ಮೆ ಎರಡು ಶ್ಲೋಕಗಳ ಅರ್ಥವೂ ಒಂದೇ ಆದಾಗ,

"ಅಂದ ಮೇಲೆ ನಮ್ಮ ಮತವೂ ನಿಮ್ಮ ಮತವೂ ಒಂದೇ ಆಯಿತಲ್ಲ?" ಎಂದು ನಗುತ್ತಾ ಅನ್ನುತ್ತಿದ್ದರು.

* * * *

ನೆನಪಿನ ಪರದೆಗಳು ಒಂದೊಂದೇ ಮೇಲೇಳತೊಡಗುತ್ತಿದೆ. 7 ವರ್ಷದ ವಿದ್ಯಾಭ್ಯಾಸವನ್ನು ಹೆಣ್ಣು ಮಕ್ಕಳ ಶಾಲೆಯಲ್ಲಿ ಮುಗಿಸಿದ ನಾನು 8ನೇ ವರ್ಷವನ್ನು ನನ್ನ ಅಣ್ಣಂದಿರು ಓದಿದ ಹೈಸ್ಕೂಲಿನಲ್ಲಿ ಮುಂದುವರಿಸತೊಡಗಿದೆ. ಇಡೀ ಶಾಲೆಯಲ್ಲಿ ಮುಸ್ಲಿಂ ಹುಡುಗಿ ನಾನೊಬ್ಬಳೇ ಆದರೂ ನನಗೆಂದೂ ಈ ಭಾವನೆ ಬರಲೇ ಇಲ್ಲ. ತರಗತಿಯಲ್ಲಿದ್ದ ಇತರ ಹುಡುಗಿಯರಂತೆ ನಾನೂ ಇದ್ದೆ. ಆದರೆ ನಮ್ಮ ಊರಿನ ಮುಸ್ಲಿಮರಿಗೆ ಇದು ಸಹಿಸುತ್ತಿರಲಿಲ್ಲ. 10 ವರ್ಷವಾದ ಮೇಲೆ ಯಾವ ಮುಸ್ಲಿಂ ಹುಡುಗಿಯೂ ಮನೆಯ ಹೊರಕೋಣೆಗೂ ಬರದಿದ್ದ ಆ ದಿನಗಳಲ್ಲಿ ಮುಸ್ಲಿಂ ಹುಡುಗಿಯೊಬ್ಬಳು ಘೋಷಾ ಇಲ್ಲದೆ, ಕೊನೆಯ ಪಕ್ಷ ತಲೆಯ ಮೇಲೆ ಸೆರಗೂ ಎಳೆದುಕೊಳ್ಳದೆ ಹಿಂದೂ ಹುಡುಗಿಯರಂತೆ ಶಾಲೆಗೆ

ಹೋಗುತ್ತಿದ್ದುದನ್ನು ಸಹಿಸಲು ಇವರಿಂದಾಗುತ್ತಿರಲಿಲ್ಲ. ಆದರೆ ಅವರಿಗೆ ಏನೂ ಮಾಡಲಾಗಲಿಲ್ಲ. ಯಾಕೆಂದರೆ ನನ್ನ ತಂದೆ ತಾಯಿ ಇಬ್ಬರೂ ಊರವರಿಗೆಲ್ಲ ಬೇಕಾದವರಾಗಿದ್ದರು. ತಮ್ಮವರ ಕಷ್ಟ, ಆಪತ್ತುಗಳಲ್ಲಿ ನನ್ನ ತಾಯಿ ಎಂದೂ ನೆರವಾಗುತ್ತಿದ್ದರು. ಮೇಲು ಕೀಳೆಂಬ ಭೇದವಿಲ್ಲದೆ ಊರವರೆಲ್ಲರ ಪರಿಚಯವಿಟ್ಟುಕೊಂಡಿದ್ದ ನನ್ನ ತಾಯಿ ಎಷ್ಟೋ ಹೆಣ್ಣು ಮಕ್ಕಳಿಗೆ ಮದುವೆ ಕುದುರಿಸಿ, 'ಮ್ಯಾರೇಜ್ ಬ್ಯೂರೋ' ಎಂದು ನನ್ನ ಅಣ್ಣಂದಿರಿಂದ ಗೇಲಿ ಮಾಡಿಸಿಕೊಳ್ಳುತ್ತಿದ್ದರು. ಬಂಗಲೆಗಳಿಗಿಂತಲೂ ಗುಡಿಸಲುಗಳ ಕಡೆಗೇ ನನ್ನ ತಾಯಿಯ ಒಲವು, ಯೋಚನೆ ಹೆಚ್ಚಾಗಿ ಹರಿಯುತ್ತಿತ್ತು.

ಇದೂ ಅಲ್ಲದೆ ನನ್ನನ್ನು ಯಾರೂ ತೊಂದರೆ ಮಾಡದಿರಲು ಇನ್ನೂ ಒಂದು ಕಾರಣವಿತ್ತು. ಇಡೀ ಉತ್ತರ ಮಲಬಾರ್ ಮತ್ತು ದಕ್ಷಿಣ ಕನ್ನಡದಲ್ಲಿ ಬಹು ದೊಡ್ಡ ಶ್ರೀಮಂತರೆನಿಸಿದವರೊಬ್ಬರು ನನ್ನ ತಾಯಿಯ ಹಿರಿಯಣ್ಣನಾಗಿದ್ದರು. ನನ್ನನ್ನು ಕೆಣಕಿ, ನನಗೆ ತೊಂದರೆ ಕೊಟ್ಟು ಆ ಸಾಹುಕಾರರ ದ್ವೇಷ ಕಟ್ಟಿಕೊಳ್ಳುವ ಧೈರ್ಯ ನಮ್ಮೂರಿನ ಮುಸ್ಲಿಮರಿಗೆ ಆಗ ಇರಲಿಲ್ಲ ಎಂದೇ ನನ್ನ ಎಸ್.ಎಸ್.ಎಲ್.ಸಿ. ಮಟ್ಟದ ವಿದ್ಯಾಭ್ಯಾಸ ಯಾವ ತೊಂದರೆಯೂ ಇಲ್ಲದೆ ಮುಗಿಸಲು ಸಾಧ್ಯವಾಯಿತು. ಅಂದರೆ ಇವರು ನನ್ನ ವಿದ್ಯಾಭ್ಯಾಸವನ್ನು ಪ್ರೋತ್ಸಾಹಿಸುತ್ತಿದ್ದರೆಂದೇನೂ ಅಲ್ಲ. ಆದರೆ ನಿಷೇಧಿಸಲಿಲ್ಲ? ಆದರೂ ನನ್ನ ತಾಯಿಯೊಡನೆ ಆಗಾಗ ಯಾರಾದರೂ ಬಂದು ನಯವಾಗಿ, "ನಿಮ್ಮ ಮಗಳು ತುಂಬಾ ಬೆಳೆದುಬಿಟ್ಟಿದ್ದಾಳೆ. ಇನ್ನು ಅವಳನ್ನು ಶಾಲೆಗೆ ಕಳುಹಿಸುವುದು ಸರಿಯಲ್ಲ" ಎಂದು ಚುಚ್ಚುತ್ತಲೇ ಇದ್ದರು. ಆಗ ನನ್ನ ತಂದೆ,

"ಹೆಣ್ಣು ಮಕ್ಕಳಿಗೆ ವಿದ್ಯೆ ಕೊಡಕೂಡದೆಂದು ಖುರ್‌ಆನಿನಲ್ಲಿ ಎಲ್ಲೂ ಹೇಳಿಲ್ಲವಲ್ಲ? ಮುಂದಿನ ಜನಾಂಗವನ್ನು ಪೋಷಿಸಿ, ಉತ್ತಮ ಪ್ರಜೆಯಾಗಿ ಮುಂದೆ ತರಬೇಕಾದವಳು ತಾಯಿಯಾದುದರಿಂದ, ಗಂಡಿಗಿಂತಲೂ ಹೆಣ್ಣಿಗೇ ವಿದ್ಯಾಭ್ಯಾಸದ ಅಗತ್ಯವಿದೆ ಎಂದು ಮಹಮದ್ ಪೈಗಂಬರರೂ ಬೋಧಿಸಿದ್ದಾರೆ. ಆದ್ದರಿಂದ ನನ್ನ ಮಗಳ ವಿದ್ಯಾಭ್ಯಾಸದ ಕುರಿತು ಯಾರು ಏನೂ ಹೇಳಬೇಕಾಗಿಲ್ಲ. ನನಗೆ ಸರಿ ಕಂಡಂತೆ ಮಾಡುತ್ತೇನೆ" ಎನ್ನುತ್ತಿದ್ದರು. ನನ್ನ ತಂದೆಯ ದೃಢ ನಿರ್ಧಾರದೆದುರು, ನನ್ನ ಹಿರಿಯಣ್ಣನ ನಿರಂತರ ಪ್ರೋತ್ಸಾಹದೆದುರು, ನನ್ನ ತಾಯಿಯೇ ಆಗಲಿ ಇತರ ಯಾರೇ ಆಗಲಿ ಏನೂ ಮಾಡುವಂತಿರಲಿಲ್ಲ.

ಮೊದಲೆಲ್ಲಾ ನಾನು ವಿದ್ಯಾಭ್ಯಾಸದಲ್ಲಿ ಅಂತಹ ಪ್ರಗತಿ ತೋರದಿದ್ದರೂ, ಕ್ರಮೇಣ ನನಗೆ ವಿದ್ಯೆಯಲ್ಲಿ ಆಸಕ್ತಿ ಕುದುರಿತು. ಅದಕ್ಕೆ ನನ್ನ ಹಿರಿಯಣ್ಣನೇ ಬಹು ಮಟ್ಟಿಗೆ ಕಾರಣವೆನ್ನಬಹುದು. ನನ್ನ ಈ ಅಣ್ಣನ ಬಗ್ಗೆ ಒಂದೆರಡು ಮಾತು ಬರೆದರೆ ಚೆನ್ನಾಗಿರುತ್ತದೇನೊ.

ಈ ಹಿರಿಯಣ್ಣನಿಲ್ಲದೆ ಹೋಗಿದ್ದರೆ ನಾನಿಂದು ಹೇಗಿರುತ್ತಿದ್ದೆನೋ ಎಂದು ಕೆಲವೊಮ್ಮೆ ಯೋಚಿಸುತ್ತೇನೆ. ಇವನು ಮಹಾ ಪರೋಪಕಾರಿ. ಬೀದಿಯಲ್ಲಿ ಬೇಡುವವನೊಬ್ಬನು ತಲೆ ತಿರುಗಿ ಬಿದ್ದರೂ ಅವನನ್ನೆತ್ತಿಕೊಂಡು ಆಸ್ಪತ್ರೆ ಸೇರಿಸುವ

ದಯಾಮಯಿಯಾಗಿದ್ದನು. ಅತ್ಯುತ್ತಮ ಕ್ರೀಡಾಪಟು. ಅಂತರ ಕಾಲೇಜು ಪಂದ್ಯಾಟಗಳಲ್ಲಿ ಯಾವಾಗಲೂ ತನ್ನ ಕಾಲೇಜನ್ನು ಪ್ರತಿನಿಧಿಸುತ್ತಿದ್ದನು. ಕಾಲೇಜಿನ ವಾರ್ಷಿಕೋತ್ಸವದಲ್ಲಿ ಒಂದು ವರ್ಷದಲ್ಲಿ 13ಕಪ್ಪುಗಳನ್ನು ಪಡೆದಿದ್ದನು. ಮದ್ರಾಸಿನ ಪ್ರೆಸಿಡೆನ್ಸಿ ಕಾಲೇಜಿನ ಟೆನ್ನಿಸ್ ಪಟುವಾಗಿದ್ದನು.

ಊರವರೆಲ್ಲರೂ ಇವನ ಗೆಳೆಯರು. ಮದ್ರಾಸಿನಲ್ಲಿ ಓದುತ್ತಿರುವಾಗ ರಜೆಯಲ್ಲಿ ಊರಿಗೆ ಬಂದರೆ ಒಂದು ಹಿಂಡು ಹುಡುಗರು ಇವನ ಜೊತೆಯಲ್ಲಿರುತ್ತಿದ್ದರು. ಊರಿನ ಕ್ರಿಕೆಟ್ ಟೀಮಿನ ಕ್ಯಾಪ್ಟನಾಗಿದ್ದನು. ತನ್ನ ತಮ್ಮಂದಿರನ್ನೂ ಮತ್ತು ಅವರಂತಹ ಇತರ ಹುಡುಗರನ್ನೂ ಕಟ್ಟಿಕೊಂಡು ಅವರಿಗೆ ಆಟ ಮತ್ತು ಈಜು ಕಲಿಸುತ್ತಿದ್ದನು. ಈ ಹುಡುಗರಲ್ಲಿ ಬ್ರಾಹ್ಮಣರು, ಹರಿಜನರು, ಮೊಗವೀರರು (ಮೀನು ಹಿಡಿಯುವವರು) ಎಲ್ಲರೂ ಇರುತ್ತಿದ್ದರು. ಎಲ್ಲರಿಗೂ ಇವನೊಬ್ಬ ಗುರುವಾಗಿದ್ದನು. ಚಂದ್ರಗಿರಿ ನದಿಯನ್ನು 10–12 ಬಾರಿ ದಡದಿಂದ ದಡಕ್ಕೆ ಈಜುತ್ತಿದ್ದರು. ಈ ಹುಡುಗರಿಗೆಲ್ಲ ಸಹನೆಯಿಂದ ಈಜು ಕಲಿಸುತ್ತಿದ್ದನು. ಎಲ್ಲರನ್ನು ತನ್ನ ಸ್ವಂತ ತಮ್ಮಂದಿರಂತೆಯೇ ನಡೆಸಿಕೊಳ್ಳುತ್ತಿದ್ದನು. ನಮ್ಮಂತೆಯೇ ಎಲ್ಲರೂ ಇವನನ್ನು 'ದೊಡ್ಡಣ್ಣ' ಎಂದೇ ಕರೆಯುತ್ತಿದ್ದರು.

"ನೀನು ಚೆನ್ನಾಗಿ ಕಲಿಯಬೇಕು. ಉತ್ತಮ ಅಂಕ ಪಡೆಯಬೇಕು. ನನ್ನ ತಂಗಿಯಾಗಿ ಉತ್ತಮ ಆಟಗಾರ್ತಿಯೂ ಆಗಬೇಕು" ಎಂದು ಅವನು ವಾರಕ್ಕೊಂದು ಪತ್ರ ಬರೆಯುತ್ತಿದ್ದನು. ತಂದೆ ಕೊಟ್ಟ ಪಾಕೆಟ್ ಮನಿಯಲ್ಲಿ ಉಳಿತಾಯ ಮಾಡಿ ನನಗೆ ಬೇಕಾದ ಮಣಿಸರ, ಡಿಸೈನ್ ಪುಸ್ತಕಗಳನ್ನು ತರುತ್ತಿದ್ದನು. ಪ್ರತಿವರ್ಷ ಜೂನ್ ತಿಂಗಳಲ್ಲಿ ನನಗೆ ಶಾಲೆಗೆ ಬೇಕಾದ ಪುಸ್ತಕ, ಬಟ್ಟೆ, ಇತರ ಸಾಮಾನುಗಳನ್ನೆಲ್ಲಾ ತಂದುಕೊಟ್ಟು ನಾನು ಶಾಲೆಗೆ ಹೋಗಲು ಪ್ರಾರಂಭಿಸಿದ ಮೇಲೆಯೇ ಇವನು ಮದ್ರಾಸಿಗೆ ಪ್ರಯಾಣ ಮಾಡುತ್ತಿದ್ದನು. ತಾನು ಮೊದಲೇ ಹೊರಟುಬಿಟ್ಟರೆ, ಆ ಮೇಲೆ ತಾಯಿ ನನ್ನನ್ನು ಶಾಲೆಗೆ ಕಳುಹಿಸದೇ ಹೋದರೆ? ಈ ಭಯದಿಂದಲೇ ಅವನು ಹೀಗೆ ಮಾಡುತ್ತಿದ್ದನು.

ಅವನೇನೊ ನನ್ನನ್ನು ಶಾಲೆಗೆ ಸೇರಿಸಿ ತಾನು ಸುಖವಾಗಿ ಮದ್ರಾಸಿಗೆ ಹೋಗುತ್ತಿದ್ದನು. ಆದರೆ ಹೈಸ್ಕೂಲಿಗೆ ಬಂದ ಮೇಲೆ ಶಾಲೆಗೆ ಹೋಗುವುದು ನನಗೆ ತುಂಬಾ ಕಷ್ಟವಾಗಿ ಕಾಣುತ್ತಿತ್ತು. ನನ್ನೊಡನೆ ನನ್ನ ಹಿಂದೂ ಗೆಳತಿಯರೂ ಇರುತ್ತಿದ್ದರೂ ಕೂಡ ಊರಿನ ಮುಸ್ಲಿಮರು ನನ್ನನ್ನು ಮಾತ್ರ ನಾನೊಂದು ವಿಚಿತ್ರ ಪ್ರಾಣಿ ಎಂಬಂತೆ ನೋಡುತ್ತಿದ್ದರು. ಊರಿನ ಪ್ರತಿಷ್ಠಿತ ಮುಸ್ಲಿಮರೊಬ್ಬರ ಮಗಳು ಘೋಷಾ ಇಲ್ಲದೆ, ಸೀರೆಯ ಸೆರಗನ್ನು ತಲೆಯ ಮೇಲೆ ಹಾಕಿಕೊಳ್ಳದೆ ಹಿಂದೂ ಹುಡುಗಿಯರಂತೆ ಅವರ ಜೊತೆಯಲ್ಲಿ ನಡೆದು ಹೋಗುತ್ತಿದ್ದರೆ ನೋಡಿ ಸಹಿಸುವುದು ಇವರಿಂದ ಸಾಧ್ಯವಾಗುತ್ತಿರಲಿಲ್ಲ. ನನ್ನ ಹಿಂದಿನಿಂದ ನನಗೆ ಕೇಳಿಸುವಂತೆ ಏನಾದರೊಂದು ಹೇಳುತ್ತಿದ್ದರು.

"ಇಷ್ಟು ದೊಡ್ಡವಳಾಗಿ ಇನ್ನೂ ಈ ಹುಡುಗಿ ಶಾಲೆಗೆ ಹೋಗುತ್ತಿದ್ದಾಳಲ್ಲ?"

"ಬುರ್ಖಾ ಹಾಕಿಕೊಂಡಾದರೂ ಹೋಗಬಾರದೆ?"

"ಮುಸ್ಲಿಂ ಹುಡುಗಿಯರೆಲ್ಲಾ ಹೀಗೆ ಘೋಷಾ ಇಲ್ಲದೆ ಬೀದಿಯಲ್ಲಿ ತಿರುಗ ಹೊರಟರೆ ಇಸ್ಲಾಂ ಮತ ಉಳಿದೀತೇ ?" ಎಂದೆಲ್ಲ ಇವರು ನನಗೆ ಕೇಳಿಸುವಂತೆ ಹೇಳುತ್ತಿದ್ದರು.

"ನಿಮ್ಮ ಮಗಳೊಡನೆ ಬುರ್ಖಾ ಹಾಕಲು ಹೇಳಿ," ಎಂದು ನನ್ನ ತಾಯಿಯೊಡನೆ ಯಾರೊ ಅಂದಾಗ ಅದನ್ನು ಕೇಳಿದ ನನ್ನ ತಂದೆ ಮತ್ತು ಅಣ್ಣಂದಿರು ಜೋರಾಗಿ ನಕ್ಕುಬಿಟ್ಟರು.

"ನನ್ನ ಮಗಳು ಹೀಗಿದ್ದರೆ ಯಾರಿಗೂ ನಷ್ಟವಿಲ್ಲ. ಅವಳೇನಾದರೂ ತಪ್ಪು ಮಾಡಿದಾಗ ಯೋಚಿಸೋಣ" ಎಂದು ನನ್ನ ತಂದೆ ಉತ್ತರ ಕೊಟ್ಟರು.

ಆದರೆ ನನ್ನ ತಾಯಿ ಕೆಲವು ವಿಷಯಗಳಲ್ಲಿ ತುಂಬಾ ಕಟುವಾಗಿಯೇ ವರ್ತಿಸುತ್ತಿದ್ದರು. ಒಬ್ಬಳೇ ಮಗಳಾಗಿದ್ದರೂ ನನಗೆಂದೂ ಬೆಲೆ ಬಾಳುವ ಸೀರೆಗಳನ್ನು ತರಿಸುತ್ತಿರಲಿಲ್ಲ. ನಾನು ಅಲಂಕಾರ ಸಾಮಗ್ರಿಗಳನ್ನು ಬಳಸುವುದೂ ಅವರಿಗೆ ಇಷ್ಟವಾಗುತ್ತಿರಲಿಲ್ಲ. "ದೇವರು ಕೊಟ್ಟ ರೂಪ, ಬಣ್ಣವೇ ಸಾಕು. ಮದುವೆಯಾಗದ ಹುಡುಗಿಯರು ಹಾಗೆಲ್ಲ ಅಲಂಕಾರ ಮಾಡಬಾರದು" ಎನ್ನುತ್ತಿದ್ದರು. ನಷ್ಟ ತರಗತಿಯ ಇತರ ಹುಡುಗಿಯರಿಗಿದ್ದ ಯಾವ ರೀತಿಯ ಸೌಲಭ್ಯವೂ, ಸ್ವಾತಂತ್ರ್ಯವೂ ನನಗಿರಲಿಲ್ಲ.

ಮುಸ್ಲಿಂ ಹುಡುಗಿಯಾದ ನನಗೆ ಇತರ ಹುಡುಗಿಯರೊಡನೆ ಒಂದು ಸಿನಿಮಾಕ್ಕೂ ಹೋಗುವ ಸ್ವಾತಂತ್ರ್ಯವಿರಲಿಲ್ಲ. ನನ್ನಣ್ಣ ಊರಿಗೆ ಬಂದಾಗೊಮ್ಮೆ ಅವನೊಡನೆ ಒಂದೊ ಎರಡೊ ಚಿತ್ರ ನೋಡುತ್ತಿದ್ದೆನೇ ಹೊರತು ಉಳಿದ ದಿನಗಳಲ್ಲಿ ಗೆಳತಿಯ ಬಾಯಿಂದ ಸಿನಿಮಾದ ಕತೆ ಕೇಳಿ ತೃಪ್ತಿಪಟ್ಟುಕೊಳ್ಳಬೇಕಾಗುತ್ತಿತ್ತು. ಎಂದೂ ಪಿಕ್‌ನಿಕ್ ಮತ್ತು ಎಕ್ಸ್‌ಕರ್ಷನ್‌ಗೆ ನಾನು ಹೋದವಳೇ ಅಲ್ಲ. ಶಾಲೆಯ ಥ್ರೋಬಾಲ್ ಟೀಮಿನ ಅತ್ಯುತ್ತಮ ಆಟಗಾರ್ತಿಯಾದ ನನಗೆ, ನಮ್ಮ ತಂಡ ಪರ ಊರಿಗೆ ಹೊರಟಾಗ ಅವರೊಡನೆ ಹೋಗುವ ಅವಕಾಶ ಸಿಗಲಿಲ್ಲ.

"ಇಷ್ಟು ಒಳ್ಳೆಯ ಆಟಗಾರ್ತಿಯನ್ನು ಬಿಟ್ಟು ಹೋಗಬೇಕಾಯಿತಲ್ಲ ?" ಎಂದು ಉಪಾಧ್ಯಾಯಿನಿ ಪರಿತಪಿಸಿದಾಗ, ಮನೆಗೆ ಹೋಗಿ ಅತ್ತು ಊಟ ಬಿಟ್ಟು ಮಲಗುವ ಸರದಿ ನನ್ನದಾಗುತ್ತಿತ್ತು. ಆದರೆ ನನ್ನ ತಂದೆ ತಾಯಿಗಳು ಯಾವುದಕ್ಕೂ ಜಗ್ಗುತ್ತಿರಲಿಲ್ಲ. ತಂದೆ ನನ್ನನ್ನು ಕರೆದು,

"ನೀನು ನಮ್ಮ ಸಮಾಜದಲ್ಲಿ ಶಾಲೆಗೆ ಹೋಗಿ ಕಲಿಯುತ್ತಿರುವ ಪ್ರಥಮ ಮುಸ್ಲಿಂ ಹುಡುಗಿ. ನೀನು ಶಾಲೆಗೆ ಹೋಗುವುದೇ ಊರವರಿಗೆ ನುಂಗಲಾರದ ತುತ್ತಾಗಿರುವಾಗ ಇನ್ನು ನೀನು ಪರ ಊರಿಗೆ ಹೋಗಿ ಆಡಿದರೆ ಊರವರು ಏನಂದಾರು ? ನಿನ್ನಿಂದ ಯಾವ ತಪ್ಪು ಆಗಬಾರದು. ನೀನೇನಾದರೂ ತಪ್ಪು ಮಾಡಿದರೆ ಆಮೇಲೆ ನಮ್ಮೂರಿನ ಮುಸ್ಲಿಂ ಹೆಣ್ಣು ಮಕ್ಕಳು ಶಾಲೆಯ ಮುಖವನ್ನೇ ನೋಡಲಾರರು. ನಿನ್ನನ್ನು ನೋಡಿ ಉಳಿದವರೂ ಕಲಿಯಲಿ ಎಂದೇ ನಿನ್ನನ್ನು ಶಾಲೆಗೆ ಕಳುಹಿಸುತ್ತಿದ್ದೇನೆ. ನೀನು ಹೀಗೆಲ್ಲಾ ಹಠ ಮಾಡಿದರೆ ನಿನ್ನನ್ನು ಶಾಲೆಯಿಂದ ಬಿಡಿಸಿ ಬಿಡುತ್ತೇನೆ" ಎಂದು ಹೇಳಿದಾಗ ಅಲ್ಲಿ ನಾನು ಹೇಳುವುದು ಏನೂ ಉಳಿದಿರಲಿಲ್ಲ.

ಮನೆಯ ಈ ಶಿಸ್ತು ಮತ್ತು ಊರವರ ಚುಚ್ಚು ಮಾತಿನಿಂದ ಸಹನೆ ಸೋತ ನಾನು ನನ್ನಣ್ಣನಿಗೊಂದು ಪತ್ರ ಬರೆದೆ. "ನಾನು ಕಲಿತು ಉದ್ಧಾರವಾಗುವುದು ಅಷ್ಟರಲ್ಲೇ ಇದೆ. ನಾನು ಶಾಲೆ ಬಿಟ್ಟುಬಿಡೋಣ ಎಂದು ಯೋಚಿಸಿದ್ದೇನೆ" ಎಂದು. ಕೂಡಲೇ ಬಂತು ಆತನಿಂದ ನಾಲ್ಕು ಪುಟದ ಉತ್ತರ.

"ಶತ ಶತಮಾನಗಳಿಂದಲೂ ನಡೆದು ಬಂದಿರುವ ಒಂದು ಸಂಪ್ರದಾಯವನ್ನು ಮುರಿದು ಮುನ್ನುಗ್ಗುವುದು ಅಷ್ಟು ಸುಲಭವಲ್ಲ ಎಂದು ನಮಗೆಲ್ಲಾ ಗೊತ್ತು. ನಮ್ಮ ಸಮಾಜದಲ್ಲಿ ಯಾರೂ ಮಾಡದ ಕೆಲಸ ನೀನು ಮಾಡುತ್ತಿದ್ದಿ. ಇತರರೂ ನಿನ್ನನ್ನು ಅನುಸರಿಸಬೇಕಾಗಿದೆ. ಸಹನೆ ತಂದುಕೊ. ಈಗ ನೀನು ಧೈರ್ಯಗೆಟ್ಟರೆ ನಮ್ಮೆಲ್ಲರ ಯೋಜನೆಗಳೂ ತಲೆಕೆಳಗಾಗುತ್ತವೆ. ಯಾರಾದರೂ ನಿನಗೆ ತೊಂದರೆ ಕೊಟ್ಟರೆ ನನಗೆ ಬರೆ. ನಾನು ಊರಿಗೆ ಬಂದು ಸರಿ ಮಾಡುತ್ತೇನೆ. ಮೂರು ಕಾಸಿನ ಜನರ ಮಾತಿಗೆ ಬೆಲೆ ಕೊಡಬಾರದು. ಇಷ್ಟು ದಿನ ನೀನು ನನ್ನ ತಂಗಿ ಎಂದು ಹೆಮ್ಮೆಪಡುತ್ತಿದ್ದೆ. ಇನ್ನು ಮುಂದೆ ಹಾಗೆ ಹೇಳಲು ನಾಚಿಕೆ ಪಡಬೇಕಾಯಿತಲ್ಲ? ನೀನಿಷ್ಟು ಹೇಡಿಯೇ? ನಿನಗೆ ರಿಂಗ್ ಬೇಕೆ? ಬ್ಯಾಡ್‌ಮಿಂಟನ್ ಬ್ಯಾಟ್ ಬೇಕೆ? ಮನೆಯಲ್ಲಿ ಆಡಿ ಅಭ್ಯಾಸ ಮಾಡಿ ಮುಂದಿನ ವಾರ್ಷಿಕೋತ್ಸವದಲ್ಲಿ ಪ್ರೈಜ್ ಪಡೆಯಬೇಕು" ಎಂದು ಹುರಿದುಂಬಿಸಿದನು. ಅವನಿಗೆ ಗೊತ್ತು ಆಟದ ಮೈದಾನ ನನ್ನನ್ನೆಷ್ಟು ಸೆಳೆಯುತ್ತದೆ ಎಂದು. ಒಂದೇ ನಿಮಿಷದಲ್ಲಿ ಕಾರ್ಮೋಡಗಳೆಲ್ಲಾ ಚೆದುರಿ ಆಕಾಶ ಶುಭ್ರವಾಯಿತು. ಆಮೇಲೆಂದೂ ಅವನೊಡನೆ ಶಾಲೆ ಬಿಡುವ ಮಾತೆತ್ತಲಿಲ್ಲ.

ಶಾಲೆಯ ಒಳಗೆ ಮಾತ್ರ ನನಗೆ ಯಾವ ರೀತಿಯ ತೊಂದರೆಯೂ ಆಗಲಿಲ್ಲ. ನಮ್ಮ ಉಪಾಧ್ಯಾಯರಾಗಲಿ ತರಗತಿಯಲ್ಲಿದ್ದ ಗಂಡು ಹುಡುಗರಾಗಲಿ ನನಗೆ ಯಾವ ರೀತಿಯ ತೊಂದರೆಯನ್ನೂ ಕೊಡುತ್ತಿರಲಿಲ್ಲ. ಅಲ್ಲಿ ಮಾತ್ರ ನಾನು ಮುಸ್ಲಿಂ ಎಂಬುದನ್ನು ಮರೆತು ಎಲ್ಲರಂತೆಯೇ ನಾನೂ ಮನುಷ್ಯಳು ಎಂದು ಮಾತ್ರ ಯೋಚಿಸುತ್ತಿದ್ದೆ. ನಮ್ಮನ್ನು ಸೋದರಿಯರಂತೆ ನಡೆಸಿಕೊಳ್ಳುತ್ತಿದ್ದ ಈ ನನ್ನ ಸಹಪಾಠಿಗಳೂ ಇಂದಿಗೂ ನನ್ನ ನೆನಪಿನಲ್ಲಿ ಮಾಸದೆ ಉಳಿದಿದ್ದಾರೆ.

ಕನ್ನಡ ನನ್ನ ಮೆಚ್ಚಿನ ಪಾಠವಾಗಿತ್ತು. ಖಾಯಿಲೆ ಬಿದ್ದರೂ, ಈ ಕನ್ನಡ ಪಾಠಗಳಿಗಾಗಿ ನಾನು ಶಾಲೆಗೆ ಬರುತ್ತಿದ್ದೆ. ಎಂತಹ ಹೆಡ್ಡನಿಗೂ ಅರ್ಥವಾಗುವಂತೆ ಪಾಠಗಳನ್ನು ವಿವರಿಸುತ್ತಿದ್ದ ನಮ್ಮ ಉಪಾಧ್ಯಾಯ ಶ್ರೀ ಕೆ.ಎಸ್. ಶರ್ಮ ಅವರು ಇಂದಿಗೂ ನನ್ನ ಸ್ಮರಣೆಯಲ್ಲಿ ಅಚ್ಚಳಿಯದೆ ಉಳಿದಿದ್ದಾರೆ. ಕುಮಾರವ್ಯಾಸನ ಭಾರತವನ್ನು ಇವರಿಂದಲೇ ಕೇಳಬೇಕು. ತರಗತಿಯಲ್ಲಿ ಆತ್ಮೀಯ ಗೆಳತಿಯರ ಮಧ್ಯೆ ಕುಳಿತು ಇನ್ನೊಮ್ಮೆ ಈ ಹಾಡುಗಳನ್ನು, ಅದರ ಅರ್ಥವನ್ನು ಇವರ ಬಾಯಿಂದ ಕೇಳುವಂತಿದ್ದರೆ? ಆದರೆ ಕಾಲಚಕ್ರವನ್ನು ಹಿಂದಕ್ಕೆ ತಿರುಗಿಸುವಂತಿಲ್ಲವಲ್ಲ? ಅದು ಮುಂದಕ್ಕೆ ತಾನೇ ತಿರುಗುವುದು?

ಆಗ ಉಪಾಧ್ಯಾಯ–ವಿದ್ಯಾರ್ಥಿ ಸಂಬಂಧ ಯಾವ ರೀತಿಯ ಘರ್ಷಣೆಗೂ ಒಳಗಾಗದೆ ಅಲ್ಲೊಂದು ರೀತಿಯ ಸೌಹಾರ್ದ ಸಂಬಂಧವು ಮನೆ ಮಾಡಿಕೊಂಡಿತ್ತು. ನಮಗೆ ಅರ್ಥವಾಗದ ಪಾಠಗಳನ್ನು ಬಿಡುವಿನ ವೇಳೆಯಲ್ಲಿ ಇವರ ಬಳಿ ಹೋಗಿ

ಕೇಳಿದರೆ ಇವರಿಗೆ ಸಂತೋಷವಾಗುತ್ತಿತ್ತು. ತುಂಬಾ ಸಹನೆಯಿಂದ ಎಷ್ಟು ಹೊತ್ತು ಬೇಕಾದರೂ ಪಾಠಗಳನ್ನು ವಿವರಿಸುತ್ತಿದ್ದರು. ಈಗಿನಂತೆ ನಿಮಿಷಗಳನ್ನು ಲೆಕ್ಕ ಹಾಕಿ 'ಟೂಶನ್ ಫೀಸ್ ಕೊಡಿ' ಎಂದು ಕೇಳುತ್ತಿರಲಿಲ್ಲ. ಈಗಿನಂತೆ ಎಲ್ಲವೂ ಹಣದ ಲೆಖ್ಖಾಚಾರವಾಗಿರಲಿಲ್ಲ. ನಾವು ವಿದ್ಯೆಗಾಗಿ ವಿದ್ಯೆ ಕಲಿಯುತ್ತಿದ್ದರೆ, ಚೆನ್ನಾಗಿ ಕಲಿಸಿ ನಾವು ಉತ್ತಮ ಅಂಕ ಪಡೆಯುವಂತೆ ಮಾಡುವುದು ತಮ್ಮ ಕರ್ತವ್ಯವೆಂದು ಇವರು ತಿಳಿಯುತ್ತಿದ್ದರು. ಶಾಲೆಯ ಮುಖ್ಯೋಪಾಧ್ಯಾಯರಿಗೆ ತಮ್ಮ ಶಾಲೆಯ ಫಲಿತಾಂಶದಲ್ಲಿ ಅಷ್ಟೊಂದು ಆಸಕ್ತಿ ಇತ್ತು!

ನಮ್ಮ 11ನೇ ವರ್ಷದ ತರಗತಿ ಅದೇ ತಾನೇ ಪ್ರಾರಂಭವಾಗಿತ್ತು. ಹಿಂದಿನ ವರ್ಷದ ಎಸ್.ಎಸ್.ಎಲ್.ಸಿ. ಫಲಿತಾಂಶ ಅದೇ ತಾನೇ ಹೊರಬಂದಿತ್ತು. 30 ಶೇಕಡವನ್ನು ಮೀರದ ನಮ್ಮ ಶಾಲೆಯ ಫಲಿತಾಂಶ ಆ ವರ್ಷ 56 ಶೇಕಡ ಆಗಿತ್ತು. ನಮ್ಮ ಮುಖ್ಯೋಪಾಧ್ಯಾಯರ ಆನಂದ, ಮಳೆಗಾಲದ ಚಂದ್ರಗಿರಿಯಂತೆ ದಡ ಮೀರಿ ಹರಿಯುತ್ತಿತ್ತು. ಅವರು ಆ ದಿನ ನಮ್ಮೊಡನೆ ಹೇಳಿದ ಮಾತನ್ನು ಅವರ ಮಾತಿನಲ್ಲೇ ಕೇಳಿ.

"ಪ್ರತಿ ವರ್ಷ ನಮ್ಮ ಶಾಲೆಯ ಫಲಿತಾಂಶ ಹೊರಬಂದಾಗ, ನಾನು ಮುಖಕ್ಕೆ ಕೊಡೆ ಅಡ್ಡ ಹಿಡಿದು, ಬೀದಿಯಲ್ಲಿ ಬೇಗ ಬೇಗನೆ ನಡೆದುಹೋಗುತ್ತಿದ್ದೆ. ಆಗ ಅಂಗಡಿಯವರು ಕರೆದು ಮಾತನಾಡಿಸುತ್ತಿದ್ದರು. 'ಏನು ಮೇಷ್ಟ್ರೇ, ನಿಮ್ಮ ಶಾಲೆಯ ಫಲಿತಾಂಶ ಬಂತೆ? ರಿಸಲ್ಟ್ ಎಷ್ಟು ಪರ್ಸೆಂಟು?' ಎಂದು, ನಾನು ಮುಖ ಮುದುಡಿ 28 ಶೇಕಡ ಎಂದೊ 30 ಶೇಕಡ ಎಂದೋ ಹೇಳಿ ಬೇಗನೆ ಅಲ್ಲಿಂದ ಕಾಲ್ತೆಗೆಯುತ್ತಿದ್ದೆ. ಈ ವರ್ಷ ಬೇಕೆಂದೇ ನಾನು ಕೊಡೆ ಮಡಚಿ ಹಿಡಿದು ತಲೆ ಎತ್ತಿ ಬೀದಿಯಲ್ಲಿ ಎರಡು ಮೂರು ಸಲ ತಿರುಗಿದೆ, ಆದರೆ ಯಾರೂ ಎಷ್ಟು ಪರ್ಸೆಂಟ್ ರಿಸಲ್ಟ್ ಎಂದು ಕೇಳಲೇ ಇಲ್ಲ. ಮುಂದಿನ ವರ್ಷ 70 ಶೇಕಡ ಬರಬೇಕು. ಆಗ ನಾನೇ ನಡುಬೀದಿಯಲ್ಲಿ ನಿಂತು, ಎಲ್ಲರಿಗೂ ಕೂಗಿ ಹೇಳುತ್ತೇನೆ. ನಮ್ಮ ಶಾಲೆಯ ರಿಸಲ್ಟ್ ಇಷ್ಟು ಪರ್ಸೆಂಟ್ ಎಂದು" ಎಂದಾಗ ನಾವೆಲ್ಲಾ ನಕ್ಕುಬಿಟ್ಟೆವು. ನಮ್ಮ ಶಾಲೆಯ ಪ್ರಗತಿಯಲ್ಲಿ ತಮ್ಮ ವಿದ್ಯಾರ್ಥಿಗಳ ಮುನ್ನಡೆಯಲ್ಲಿ ಆಗಿನ ಉಪಾಧ್ಯಾಯರುಗಳು ಎಷ್ಟೊಂದು ಆಸಕ್ತಿ ವಹಿಸುತ್ತಿದ್ದರು! ಆಗ ವಿದ್ಯಾಭ್ಯಾಸವು ಈಗಿನಂತೆ ಕೇವಲ ವ್ಯಾಪಾರವಾಗಿರಲಿಲ್ಲ; ದೇಶದ ಉನ್ನತಿಗೆ ಇದೊಂದು ಹಾದಿ ಎಂದು ಎಲ್ಲರೂ ತಿಳಿದಿದ್ದರು. ಈ ಮುಖ್ಯೋಪಾಧ್ಯಾಯರು ನನ್ನೊಡನೆ ಹೇಳಿದ್ದರು,

"ದಕ್ಷಿಣ ಕನ್ನಡದಿಂದಲೇ (ಆಗ ಕಾಸರಗೋಡು ದಕ್ಷಿಣ ಕನ್ನಡದ ಭಾಗವಾಗಿತ್ತು) ಎಸ್.ಎಸ್.ಎಲ್.ಸಿ. ಪರೀಕ್ಷೆಗೆ ಕುಳಿತುಕೊಳ್ಳುತ್ತಿರುವ ಪ್ರಥಮ ಮುಸ್ಲಿಂ ಹುಡುಗಿ ನೀನು. ಉತ್ತಮ ಅಂಕಗಳನ್ನು ಪಡೆದು ತೇರ್ಗಡೆಯಾಗಬೇಕು. ನೀನು ನನ್ನ ಶಾಲೆಯ ವಿದ್ಯಾರ್ಥಿನಿ ಎಂದು ಹೇಳಲು ನನಗೆ ಹೆಮ್ಮೆ ಎನಿಸುತ್ತಿದೆ. ನೀನು ಮುಂದೆ ಕಾಲೇಜಿಗೂ ಹೋಗಬೇಕು."

ಇವರು ನನ್ನಲ್ಲಿ ಇಂತಹ ಅಭಿಮಾನವನ್ನಿಟ್ಟುಕೊಳ್ಳಲು ಇನ್ನೂ ಒಂದು

ಕಾರಣವಿತ್ತು. ನನ್ನ ತಂದೆ ಈ ಶಾಲೆಯ ಹಳೆಯ ವಿದ್ಯಾರ್ಥಿಯಾಗಿದ್ದುದಲ್ಲದೆ, ಆರ್ಥಿಕ ದುಃಸ್ಥಿತಿಯಿಂದ ಈ ಶಾಲೆ ಮುಚ್ಚಬೇಕಾದ ಪರಿಸ್ಥಿತಿ ಬಂದಾಗ ನನ್ನ ತಂದೆ ತಮ್ಮ ಕೈಲಾದಷ್ಟು ಸಹಾಯ ಮಾಡಿದ್ದಲ್ಲದೆ ಊರವರಿಂದಲೂ ಹಣ ಕೊಡಿಸಿಕೊಟ್ಟಿದ್ದರು; ಸಿಲೋನಿನಲ್ಲಿರುವ ತಮ್ಮ ಬಂಧುಗಳಿಂದಲೂ ಈ ಶಾಲೆಗೆ ಧನಸಹಾಯ ಮಾಡಿಸಿದ್ದರು. ಇದನ್ನು ಈ ಮುಖ್ಯೋಪಾಧ್ಯಾಯರು ಎಂದೂ ಮರೆತಿರಲಿಲ್ಲ. ಮುಂದೆ ನನ್ನ ತಮ್ಮನೊಬ್ಬನು ಓದಿನಲ್ಲಿ ಹಿಂದಾದಾಗ ನನ್ನ ತಂದೆಯೇ ಹೇಳಿ ಅವನನ್ನು ಫೈಲ್ ಮಾಡಿಸಬೇಕಾಯಿತು. "ನನ್ನ ಮಗನೆಂದು ಪಾಸ್ ಮಾಡುವುದು ಬೇಡ. ಓದಿನಲ್ಲಿ ಹಿಂದಿದ್ದರೆ ಅವನನ್ನು ಫೈಲ್ ಮಾಡಿ. ಮುಂದಿನ ವರ್ಷ ಚೆನ್ನಾಗಿ ಓದುತ್ತಾನೆ" ಎಂದರು. ತಮ್ಮ ಮಕ್ಕಳು ಫೈಲಾದಾಗ ಉಪಾಧ್ಯಾಯರೊಡನೆ ಕದನಕ್ಕಿಳಿಯುವ ಎಷ್ಟೋ ಜನ ತಂದೆ ತಾಯಿಗಳನ್ನು ಇಂದು ನಾನು ಕಂಡಿದ್ದೇನೆ.

ಶಾಲೆಯ ಪುಸ್ತಕ ಭಂಡಾರ ಮತ್ತು ಆಟದ ಮೈದಾನ ನನ್ನ ಆಕರ್ಷಣೆಯ ಕೇಂದ್ರವಾಗಿತ್ತು. ಒಂದೆರಡಾಟ ಥ್ರೋಬಾಲ್, ಟೆನ್ನಿಕ್ಯಾಟ್ ಅಥವಾ ಬ್ಯಾಸ್ಕೆಟ್ ಬಾಲ್ ಆಡದೆ ನಾನೆಂದೂ ಮನೆಗೆ ಹಿಂದಿರುಗುತ್ತಿರಲಿಲ್ಲ. ಗೆಳತಿಯರ ಮಧ್ಯ ಹಾಯಾಗಿ ಓಡಾಡಿ ಆಟವಾಡುತ್ತಿರುವಾಗ ಒಂದು ರೀತಿಯ ವರ್ಣಿಸಲಾರದ ಆನಂದ ಲಹರಿಯಲ್ಲಿ ನಾನು ತೇಲಿ ಹೋಗುತ್ತಿದ್ದೆ. ಆ ದಿನಗಳಲ್ಲಿ, ನನಗಿದ್ದ ಒಂದೇ ಒಂದು ಮನರಂಜನೆ ಇದಾಗಿತ್ತು. ಮುಸ್ಲಿಂ ಗಂಡಸರ ಕೊಂಕು ನೋಟಗಳನ್ನು, ಕುಹಕ ಮಾತುಗಳನ್ನು, ಮುಸ್ಲಿಂ ಹೆಂಗಸರು ತಮ್ಮ ಮನೆಯ ಕಿಟಕಿ ಬಾಗಿಲುಗಳೆಡೆಯಿಂದ ಇಣಿಕಿ ನೋಡಿ ನನಗೆ ಮುಜುಗರವುಂಟು ಮಾಡಿದ್ದನ್ನು, ಎಲ್ಲವನ್ನೂ ನಾನು ಮರೆಯುವ ಸ್ಥಳ, ಈ ಆಟದ ಮೈದಾನವಾಗಿತ್ತು. ಹೊತ್ತಿನ ಪರಿವೆ ಇಲ್ಲದೆ ಆಡುತ್ತಿದ್ದೆ.

ನಾನಾಗ 11ನೇ ತರಗತಿಯಲ್ಲಿದ್ದೆ. ಹೀಗೊಮ್ಮೆ ಆಟವಾಡಿ ಮನೆಗೆ ಬಂದಾಗ ಎಂದಿಗಿಂತಲೂ ತಡವಾಗಿತ್ತು. ತಮ್ಮಂದಿರಿಬ್ಬರು ನನ್ನ ಬೆಂಗಾವಲಿಗಿದ್ದರೂ ತಂದೆ ತಾಯಿಗಳು ರೌದ್ರಾವತಾರ ತಾಳಿದ್ದರು. ತಂದೆ ಚೆನ್ನಾಗಿ ಬೈದು, "ಇನ್ನು ಮುಂದೆ ನೀನು ಆಟವಾಡದೆ ಶಾಲೆ ಬಿಟ್ಟೊಡನೆ ಮನೆಗೆ ಬರಬೇಕು" ಎಂದು ಕಟ್ಟಪ್ಪಣೆ ಮಾಡಿದ್ದಲ್ಲದೆ ನಮ್ಮ ಮುಖ್ಯೋಪಾಧ್ಯಾಯರಿಗೆ, ಶಾಲಾ ಸಮಯ ಮುಗಿದೊಡನೆ ನನ್ನನ್ನು ಮನೆಗೆ ಕಳುಹಿಸಬೇಕೆಂದು ಒಂದು ಪತ್ರವನ್ನು ಬರೆದರು.

ಪಿಕ್‌ನಿಕ್‌ಗೆ ಹೋಗಬಾರದು, ಸಿನಿಮಾಗೆ ಹೋಗಬಾರದು, ಹೆಣ್ಣು ಮಕ್ಕಳೇ ಅಭಿನಯಿಸುವ ನಾಟಕದಲ್ಲೂ ಅಭಿನಯಿಸಬಾರದು, ಶಾಲಾ ವಾರ್ಷಿಕೋತ್ಸವಕ್ಕೂ ಹೋಗಬಾರದು, ಒಳ್ಳೆಯ ಬಟ್ಟೆಯುಡಬಾರದು, ಹಾಗೆ ಮಾಡಬಾರದು, ಹೀಗೆ ಮಾಡಬಾರದು. ಈ 'ಬಾರದು' ಎಂಬ ಅಸಂಖ್ಯ ನೂಲುಗಳ ಬಲೆಯಲ್ಲಿ ರಾತ್ರಿ, ಹಗಲೂ ಕಟ್ಟಿ ಹಾಕುತ್ತಿದ್ದರು ನನ್ನ ಹಿರಿಯರು. ನನ್ನ ಅಣ್ಣ ತಮ್ಮಂದಿರಿಗೆ ಯಾವ ರೀತಿಯ ನಿರ್ಬಂಧವೂ ಇಲ್ಲದಿದ್ದರೂ, ನಾನು ಮಾತ್ರ ಪಂಜರದಲ್ಲಿ ಬಂಧಿಯಾದ ಹಕ್ಕಿಯಾಗಿದ್ದೆ. ಆಗೆಲ್ಲ ನಾನು ಅಂದುಕೊಳ್ಳುತ್ತಿದ್ದೆ 'ಈ ಐವರ ಜೊತೆಯಲ್ಲಿ ನಾನೂ

ಗಂಡಾಗಿಯೇ ಹುಟ್ಟಬಾರದಿತ್ತೇ' ಎಂದು. ಇಂತಹ ಉಸಿರುಗಟ್ಟಿಸುವ ವಾತಾವರಣದಲ್ಲಿ ನಾನು ನಿರಾಳವಾಗಿ ಉಸಿರಾಡುವ ಒಂದೇ ಒಂದು ಜಾಗವಾದ ಈ ಆಟದ ಮೈದಾನಕ್ಕೂ ನಿಷೇಧ ಹೇರಿದಾಗ, ಹೃದಯದಲ್ಲಿ ಅಸಹನೆಯಿಂದ ಕುದಿಯುತ್ತಿದ್ದ ಜ್ವಾಲಾಮುಖಿಯೊಂದು ಸ್ಫೋಟಿಸಿತು. ನಾನು ಕಾಳಗದ ಕಹಳೆಯನ್ನು ಮೊಳಗಿದೆ.

"ಇಷ್ಟು ದಿನವೂ ಎಲ್ಲಕ್ಕೂ ತಲೆಬಾಗಿದೆ. ನಾನು ಶಾಲೆಗೆ ಹೋಗುವುದೇ ಆಟವಾಡುವುದಕ್ಕಾಗಿ. ನಾನೆಂದರೆ ಎಲ್ಲರ ಆಸೆ ಆಕಾಂಕ್ಷೆಗಳನ್ನು ಪೂರೈಸಬೇಕಾಗಿರುವ ಒಂದು ಬೊಂಬೆಯಾದೆನೇ ಹೊರತು ನನ್ನನ್ನು ಅರ್ಥಮಾಡಿಕೊಳ್ಳಲು ಒಬ್ಬರೂ ಇಲ್ಲವಾದರಲ್ಲ? ನಾನಿನ್ನು ಮುಂದೆ ಶಾಲೆಗೇ ಹೋಗುವುದಿಲ್ಲ. ನನ್ನ ವಿದ್ಯೆಯಿಂದ ಯಾರೂ ಉದ್ಧಾರವಾಗುವುದಿಲ್ಲ" ಎಂದು ಹೇಳಿ ಗಟ್ಟಿಯಾಗಿ ಮನೆಯಲ್ಲೇ ಕೂತು ಮುಷ್ಕರ ಹೂಡಿದೆ. ಅಣ್ಣನಿಗೆ ಪತ್ರವನ್ನು ಬರೆಯಲಿಲ್ಲ. ನೇರ ಕಾಳಗಕ್ಕೆ ನಾನೇ ಸಿದ್ಧಳಾದೆ.

ಈಗ ನನ್ನ ತಂದೆ ತಾಯಿಗಳು ಸೋತರು. ಇಷ್ಟು ವರ್ಷ ವಿದ್ಯಾಭ್ಯಾಸ ಮಾಡಿ ಈ ಪರೀಕ್ಷೆಯೊಂದನ್ನು ಮುಗಿಸದೇ ಹೋದರೆ ನನ್ನ ತಂದೆಯ ಬಹು ದಿನದ ಕನಸು ನನಸಾಗದು. ಇಷ್ಟಕ್ಕೂ ಅಮೂಲ್ಯವಾದುದೇನನ್ನೂ ತಂದುಕೊಡಬೇಕೆಂದೇನೂ ನಾನು ಕೇಳಿರಲಿಲ್ಲ; ಅಥವಾ ಯಾವನ ಜೊತೆಯಲ್ಲೂ ಓಡಿಹೋಗಬೇಕೆಂಬ ಸನ್ನಾಹವನ್ನೂ ನಾನು ಮಾಡಿರಲಿಲ್ಲ. ಇದು ನನ್ನದೊಂದು ನ್ಯಾಯವಾದ ಬೇಡಿಕೆ ಎಂದು ನನ್ನ ತಂದೆಗೆ ಮನದಟ್ಟಾಯಿತೇನೊ, ಮಾರನೆಯ ದಿನ ತಾಯಿ ನನ್ನೊಡನೆ,

"ನಾವೇನು ನಿನಗೆ ಕೆಟ್ಟದಾಗಬೇಕೆಂದು ಹೇಳುತ್ತೇವೆಯೇ? ನಿನ್ನ ಒಳ್ಳೆಯದಕ್ಕೆ ತಾನೇ ಅನ್ನುವುದು? ಹೆಚ್ಚು ಹೊತ್ತು ನಿಲ್ಲದೆ ಸ್ವಲ್ಪ ಹೊತ್ತು ಆಡಿ ಮನೆಗೆ ಬಂದು ಬಿಡು. ಈಗ ನೀನು ಶಾಲೆ ಬಿಟ್ಟರೆ ತಂದೆಗೂ ಬೇಜಾರು. ನಿನ್ನ ದೊಡ್ಡಣ್ಣನಿಗೂ ತುಂಬಾ ನಿರಾಸೆಯಾಗದೇ? ನಾಲ್ಕು ಜನರಿಂದ ಒಳ್ಳೆಯವಳೆನಿಸಿಕೊಳ್ಳುವುದು ತುಂಬ ಕಷ್ಟ. ಕೆಟ್ಟವಳೆಂದು ಒಂದೇ ಕ್ಷಣದಲ್ಲಿ ಅನ್ನಿಸಿಕೊಳ್ಳಬಹುದು" ಎಂದೆಲ್ಲ ಹೇಳಿದರು. ನನ್ನ ವಿದ್ಯೆಯಲ್ಲಿ ನನ್ನ ತಾಯಿಗೆ ಯಾವ ರೀತಿಯ ಆಸಕ್ತಿ ಇಲ್ಲದೆ ಹೋದರೂ ಈಗ ಈ ಹಂತದಲ್ಲಿ ನಾನು ಶಾಲೆ ಬಿಟ್ಟುಬಿಡುವುದು ಅವರಿಗೆ ಬೇಕಾಗಿರಲಿಲ್ಲ.

"ನಾನು ನಾನೇ ಆಗದೆ, ನಾನು ಏನೂ ಆಗದೆ ಬರೆ ಮಣ್ಣಿನ ಹೆಂಟೆಯಾಗಿ ಎಲ್ಲರಿಂದಲೂ ಒಳ್ಳೆಯವಳು ಎನ್ನಿಸಿಕೊಳ್ಳುವುದಕ್ಕಿಂತ, ನನಗೆ ಸರಿ ಎಂದು ತೋಚಿದ್ದನ್ನು ಹಾಗೆಯೇ ಅಂದು, ನನಗೆ ಸರಿಕಂಡಂತೆ ಮಾಡಿ, ಎಲ್ಲರಿಂದಲೂ ಕೆಟ್ಟವಳು ಎನ್ನಿಸಿಕೊಳ್ಳುವುದೇ ನನಗೆ ಹೆಚ್ಚು ಇಷ್ಟ" ಅಸಹನೆಯಿಂದ ನಾನೆಂದಿದ್ದೆ.

ಎರಡು ದಿನ ಶಾಲೆಯ ದರ್ಶನವಿಲ್ಲದೆ, ಆತ್ಮೀಯ ಗೆಳೆಯರ ನಗು, ಹರಟೆಗಳಿಲ್ಲದೆ, ಕನ್ನಡ ಪಾಠಗಳಿಲ್ಲದೆ, ಲೈಬ್ರರಿಯ ಪುಸ್ತಕಗಳ ಸಹವಾಸವಿಲ್ಲದೆ, ರಿಂಗು ಬಾಲುಗಳ ಒಡನಾಟವಿಲ್ಲದೆ ನಾನಾಗಲೇ ಚಡಪಡಿಸತೊಡಗಿದ್ದೆ. ತಾಯಿ ದೊಡ್ಡಣ್ಣನ ಮಾತೆತ್ತಿದಾಗ ಕಣ್ಣ ಕೊನೆಯಲ್ಲಿ ನೀರು ನಿಂತರೂ, ಶಾಂತಿದೂತನ

ಬಳಿ ಸಂಧಾನಕ್ಕಾಗಿ ಪತ್ರ ಬರೆಯುವ ಸಹನೆಯೂ ಇಲ್ಲದೆ, ಪ್ರತಿಭಟಿಸಿ ಹೋರಾಡಿ ಜಯುಗಳಿಸಿದ ಹೆಮ್ಮೆ ನನ್ನದಾಗಿತ್ತು!

ನನ್ನ ತಂದೆ, ಊರವರಿಂದ ಯಾವ ಮಾತೂ ಬರಬಾರದೆಂದು ನನ್ನನ್ನು ಹೀಗೆ ಶಿಸ್ತಿನಿಂದ ನಡೆಸಿಕೊಳ್ಳುತ್ತಿದ್ದರೇ ವಿನಹ ಅವರು ಅಂತಹ ನಿಷ್ಠುರರಲ್ಲವೆಂದು ನನಗೆ ಗೊತ್ತು. ಅವರು ತಾವು ಮಾಡಿದ ಒಳ್ಳೆಯ ಕೆಲಸಗಳನ್ನು ಎಂದೂ ಯಾರೊಡನೆಯೂ ಕೊಚ್ಚಿಕೊಂಡವರಲ್ಲ. ಎಂದೂ ಯಾರನ್ನೂ ಯಾವುದಕ್ಕೂ ಒತ್ತಾಯಿಸಿದವರೇ ಅಲ್ಲ. ಆದರೆ ನನ್ನನ್ನು ಮಾತ್ರ ಹೀಗೆಲ್ಲಾ ನಿರ್ಬಂಧಿಸಲೇಬೇಕಾದುದು ಅನಿವಾರ್ಯವಾಗಿತ್ತು.

* * * *

ಎಸ್.ಎಸ್.ಎಲ್.ಸಿ. ಪರೀಕ್ಷೆಗಾಗಿ ಎಲ್ಲರೂ ಸಿದ್ಧರಾಗುತ್ತಿದ್ದರು. ಪ್ರಥಮ ರ್‍ಯಾಂಕು ತಾವೇ ಗಿಟ್ಟಿಸಬೇಕೆಂದು ಹುಡುಗಿಯರು ಮತ್ತು ಹುಡುಗರ ಮಧ್ಯೆ ಸ್ಪರ್ಧೆಯೇರ್ಪಟ್ಟಿತ್ತು. ನನ್ನ ಗೆಳತಿಯೊಬ್ಬಳು ರಾತ್ರಿ ಹಗಲೂ ಓದುತ್ತಿದ್ದಳು. ತಾಯಿ ತಂದೆಗಳ ಒಬ್ಬಳೇ ಮಗಳಾದ ಈಕೆ ಮೆಡಿಕಲ್ ಕಾಲೇಜಿಗೆ ಹೋಗುವ ಮಹತ್ವಾಕಾಂಕ್ಷೆಯನ್ನು ಹೊಂದಿದ್ದಳು. "ನೀನೂ ಕಾಲೇಜಿಗೆ ಬಂದರೆ ನಾವಿಬ್ಬರೂ ಜೊತೆಯಾಗಿ ಓದಬಹುದು," ಎಂದು ಇವಳು ಯಾವಾಗಲೂ ಅನ್ನುತ್ತಿದ್ದಳು. ಮುಸ್ಲಿಮಳಾದ ನಾನು ಮೆಡಿಕಲ್ ಕಾಲೇಜನ್ನು ಆಗ ಕನಸಿನಲ್ಲಿಯೂ ನೆನೆಯುವಂತಿರಲಿಲ್ಲ. ನನ್ನ ಭವಿಷ್ಯ ಎಂದೋ ನಿರ್ಧರಿಸಿಯಾಗಿತ್ತು. ಅದನ್ನು ಬದಲಾಯಿಸುವುದು ಯಾರಿಂದಲೂ ಸಾಧ್ಯವಿರಲಿಲ್ಲ. ಆದ್ದರಿಂದ ನನಗೆ ಮಾತ್ರ ಈ ಪರೀಕ್ಷೆಯಲ್ಲಿ ಯಾವ ರೀತಿಯ ಉತ್ಸಾಹವೂ ಉಳಿದಿರಲಿಲ್ಲ. ಇಷ್ಟು ವರ್ಷ ಶಾಲೆಗೆ ಮಣ್ಣು ಹೊತ್ತಿದ್ದಕ್ಕೆ ತೇರ್ಗಡೆಯಾಗಬೇಕು. ಇಲ್ಲವಾದರೆ ತನ್ನ ಪ್ರಾಣಕ್ಕಿಂತ ಮಿಗಿಲಾಗಿ ನನ್ನನ್ನು ಪ್ರೀತಿಸುತ್ತಿದ್ದ ನನ್ನ ದೊಡ್ಡಣ್ಣನಿಗೆ ತುಂಬಾ ನಿರಾಶೆಯಾಗುತ್ತದೆ ಎಂದು ಮಾತ್ರ ಸ್ವಲ್ಪ ಗಮನವಿಟ್ಟು ಓದುತ್ತಿದ್ದೆ.

ನನ್ನ ತಾಯಿಗೆ ನನ್ನ ವಿದ್ಯೆಯಲ್ಲಾಗಲಿ, ಪರೀಕ್ಷೆಗಳಲ್ಲಿಯಾಗಲಿ ಯಾವ ರೀತಿಯ ಆಸಕ್ತಿಯೂ ಇರಲಿಲ್ಲ. ಕಂಡದ್ದನ್ನೆಲ್ಲ ಕಲಿಯುವ ಹಂಬಲ ಹೊತ್ತಿದ್ದ ನಾನು ಶಾಲೆಯಲ್ಲಿ ಹೆಣಿಗೆ, ಕಸೂತಿ, ಕ್ರೋಶಾ ಮುಂತಾದುವನ್ನು ಕಲಿತಾಗ ಮಾತ್ರ ನನ್ನ ತಾಯಿಗೆ ಸಂತೋಷವಾಗುತ್ತಿತ್ತು. ಅವರ ದೃಷ್ಟಿಯಲ್ಲಿ ಹೆಣ್ಣು ಹುಟ್ಟುವುದೇ ಮದುವೆಯಾಗುವುದಕ್ಕಾಗಿ; ಜೀವನ ಪೂರ್ತಿ ಗಂಡೊಬ್ಬನ ಗುಲಾಮಳಾಗಿ ಕಳೆಯುವುದಕ್ಕಾಗಿ. ಹೀಗಿರುವಾಗ ತಮ್ಮ ಮಗಳು ದಿನವಿಡೀ ಕೋಣೆಯಲ್ಲಿ ಕುಳಿತು ಪುಸ್ತಕ ಓದುತ್ತಾ ಕಾಲ ಕಳೆದರೆ ಯಾವನಾದರೂ ಆಕೆಯನ್ನು ಬಾಳಿಸುತ್ತಾನೆಯೇ? ಮದುವೆಯಾದ ಎರಡೇ ದಿನಕ್ಕೆ 'ನಿಮ್ಮ ಮಗಳು ಬೇಡ' ಎಂದು ಹಿಂದಕ್ಕೆ ಅಟ್ಟಿಬಿಟ್ಟು 'ತಲಾಕ್' ಕೊಟ್ಟುಬಿಟ್ಟರೆ? ಆದ್ದರಿಂದ ನನ್ನನ್ನೂ ಮನೆಗೆಲಸ ಮಾಡಲು ಆಗಾಗ್ಗೆ ಒತ್ತಾಯಿಸುತ್ತಿದ್ದರು. ತಮ್ಮ ಸ್ವಂತ ಆದಾಯವಿದ್ದ ಇವರು ಕೆಲಸದವರ ಜೊತೆಯಲ್ಲಿ ಕೂಲಿಯಾಳಿನಂತೆ ದುಡಿಯುತ್ತಿದ್ದುದಲ್ಲದೆ ನನ್ನನ್ನೂ 'ಆ ಕೆಲಸ ಮಾಡು,' 'ಈ ಕೆಲಸ ಮಾಡು,' ಎಂದು ಯಾವಾಗಲೂ ಪೀಡಿಸುತ್ತಲೇ ಇದ್ದರು. ಅಂಗಳದಲ್ಲಿ

ಕೆಲಸದವರ ಜೊತೆಯಲ್ಲಿ ಭತ್ತ ಕುಟ್ಟುವುದು ಮತ್ತು ತೆಂಗಿನ ಮಡಲುಗಳನ್ನು ಹೆಣೆಯುವುದು ಆಗ ನನ್ನ ಪ್ರಿಯವಾದ ಹವ್ಯಾಸವಾಗಿತ್ತು!

ನನ್ನ ಈ ಅಂತಿಮ ಪರೀಕ್ಷೆಗೆ ನಾನು ಓದುತ್ತಿದ್ದಾಗ ನಮ್ಮ ಮನೆಯಲ್ಲಿ ಒಂದು ಘಟನೆ ನಡೆಯಿತು. ನಮ್ಮ ಮನೆಯಲ್ಲಿ ಕೆಲಸಕ್ಕಿದ್ದ ನನ್ನದೇ ಪ್ರಾಯದ ಹುಡುಗಿಯೊಬ್ಬಳಿಗೆ 12 ನೇ ವರ್ಷದಲ್ಲಿ ಮದುವೆಯಾಗಿ 13ನೇ ವರ್ಷದಲ್ಲಿ ಅವಳ ಗಂಡನು ಅವಳ ಮೂರೂ ತಲಾಕನ್ನೂ ಹೇಳಿದ್ದನು. ಈಗ ಮುದುಕನೊಬ್ಬನು ಅವಳನ್ನು ಮದುವೆಯಾಗುವೆನೆಂದು ಮುಂದೆ ಬಂದಾಗ ಅವಳ ಮೊದಲ ಗಂಡ ತಾನೇ ಅವಳನ್ನು ವರಿಸುವೆನೆಂದನು. ಆಗ ಅವಳು ತನ್ನ ತಾಯಿಯೊಡನೆ ನಮ್ಮ ಊರಿನ ದೊಡ್ಡ ಮಸೀದಿಯ ಖಾಜೀ ಸಾಹೇಬರ ಬಳಿ ಹೋಗಿ ಅವರ ಸಲಹೆ ಕೇಳಿದಳು. ಅವಳು ತನ್ನ ಮೊದಲಿನ ಗಂಡನನ್ನು ವರಿಸಬೇಕಾದರೆ ಒಂದು ದಿನಕ್ಕಾದರೂ ಒಬ್ಬನನ್ನು ವರಿಸಬೇಕೆಂದು ಅವರು ಸಲಹೆ ಕೊಟ್ಟರು. ಅದಕ್ಕೊಪ್ಪದೆ ಅವಳು ಆ ಮುದುಕನನ್ನೇ ವಿವಾಹವಾಗಲು ತೀರ್ಮಾನಿಸಿದ್ದಳು.

ಆ ದಿನ ನಾನು ನನ್ನ ತಾಯಿಯ ಪಿರಿಪಿರಿ ಕೇಳಲಾರದೆ ಹಿತ್ತಲಿನ ಮೂಲೆಯಲ್ಲಿದ್ದ ಗೇರುಮರದ ಗೆಲ್ಲಿನಲ್ಲಿ ಕುಳಿತು ಓದುತ್ತಿದ್ದೆ. ಅಲ್ಲಿಗೆ ನಮ್ಮ ಈ ಕೆಲಸದವಳು (ನನ್ನ ಗೆಳತಿ) ಬಂದು ನನ್ನ ಬಳಿ ಕುಳಿತುಕೊಂಡು ತನ್ನ ಕಣ್ಣೀರ ಕತೆಯನ್ನು ನನ್ನೊಡನೆ ಹೇಳಿ ಕಣ್ಣೀರು ಸುರಿಸಿದಳು. ನಾನು ಅವಳಿಗೊಂದು ಸಲಹೆ ಕೊಟ್ಟೆ.

"ಒಂದು ದಿನಕ್ಕಲ್ಲವೇ ? ಒಪ್ಪಿಕೊ. ಆಮೇಲೆ ನಿನ್ನ ಮೊದಲಿನ ಗಂಡನೊಡನೆ ಸುಖವಾಗಿರಬಹುದಲ್ಲ ?" ಎಂದು.

"ಈ ಒಂದು ರಾತ್ರಿ ಎಂದರೆ ನಿನಗೆ ಗೊತ್ತಿದೆಯೇ ?" ಅವಳು ನನ್ನನ್ನು ನೇರವಾಗಿ ದಿಟ್ಟಿಸುತ್ತಾ ಕೇಳಿದಳು. ನನಗೆ ಹೇಗೆ ಹೇಗೋ ಆಯಿತು. ತಲೆ ತಗ್ಗಿಸಿ ನಕ್ಕುಬಿಟ್ಟೆ. ಈ ವಿಷಯದಲ್ಲಿ ಆಗ ನಾನು ತೀರಾ ಅಜ್ಞಳಾಗಿದ್ದೆನಲ್ಲ ?

ನಾನು ಅವಳಿಗೆ ಇನ್ನೂ ಒಂದು ಸಲಹೆ ಕೊಟ್ಟೆ.

"ನಿನ್ನ ಆ ಮೊದಲಿನ ಗಂಡನ ಜೊತೆಯಲ್ಲಿ ಓಡಿ ಹೋಗು."

ಅವನು ಓಡಲು ಸಿದ್ಧನಾಗಿದ್ದರೆ ಅವಳೂ ಅವನ ಹಿಂದೆ ಓಡುತ್ತಿದ್ದಳು. ಆದರೆ ಅವನು, ತಂದೆ ತಾಯಿ ಮನೆ ಮಠ ಎಲ್ಲ ಇದ್ದವನು. ಅದನ್ನೆಲ್ಲ ಬಿಟ್ಟು ಅವನು ಓಡಿ ಹೋಗುತ್ತಾನೆಯೇ ?

ಆಗ ಅವಳು ಮನದ ತುಂಬ ತುಂಬಿದ್ದ ಕಹಿಯನ್ನು ಹೊರಗೆಡಹಿದಳು.

"ನಿನಗೆ ಹುಚ್ಚೆ ? ನಮ್ಮ ಈ ಗಂಡಸರು ಕೇವಲ ಒಂದು ಹೆಣ್ಣಿಗಾಗಿ ಅಷ್ಟೆಲ್ಲಾ ಮಾಡುತ್ತಾರೆಯೇ ? ಕಾಡಿನ ಮೃಗವನ್ನಾದರೂ ನಂಬಬಹುದು. ನಮ್ಮ ಈ ಗಂಡಸರನ್ನು ಎಂದಿಗೂ ನಂಬಬೇಡ. ಅವರ ದೃಷ್ಟಿಯಲ್ಲಿ ನಾವು ಪ್ರಾಣಿಗಳೇ ಹೊರತು ಮನುಷ್ಯರಲ್ಲ."

(ಪ್ರಿಯ ಓದುಗರೇ, ಕೋಪ ಬರುತ್ತಿದೆಯೇ ? 'angry attack' ಅನ್ನುತ್ತೀರಾ ? ಇದು ನನ್ನ ಮಾತಲ್ಲ; ನನ್ನ ಗೆಳತಿಯ ಮಾತು ! ದಯವಿಟ್ಟು ಕ್ಷಮಿಸಿ).

ತನ್ನ ಮೊದಲಿನ ಗಂಡನನ್ನು, ತನ್ನನ್ನು ಈಗ ವಿವಾಹವಾಗಲು ಬಂದ

ಮುದುಕನನ್ನು, ನಮ್ಮ ಖಾಜಿ ಸಾಹೇಬರನ್ನು ಎಲ್ಲರನ್ನೂ ದ್ವೇಷಿಸುತ್ತಾ ಅವಳು ಸಿಟ್ಟಿನಿಂದ ಉರಿದು ಕನಲಿ ಕೆಂಡವಾಗಿದ್ದಳು. 15ವರ್ಷಕ್ಕೆ ಜೀವನದಲ್ಲಿ ಅಷ್ಟೊಂದು ಕಹಿಯನ್ನು ಅವಳು ಉಂಡಿದ್ದಳು. ಅವಳ ಈ ಉರಿಯನ್ನು ಅವಳು ನನಗೂ ಹತ್ತಿಸಿ ಅಲ್ಲಿಂದ ಎದ್ದು ಹೋದಳು. ಮುಂದೆ ನನಗೆ ಓದಲು ಸಾಧ್ಯವಾಗದೆ ನಾನೂ ಅಲ್ಲಿಂದೆದ್ದು ಮನೆಯ ಕಡೆ ಹೆಜ್ಜೆ ಹಾಕಿದೆ.

ಮುಂದೆ ಅವಳು ಆ ಮುದುಕನನ್ನೇ ಮದುವೆಯಾಗಿ ಪಡಬಾರದ ಪಾಡುಪಟ್ಟಳು. ಅವಳಿಗೆ ತನ್ನ ಮೊದಲಿನ ಗಂಡನನ್ನೇ ಯಾವ ತೊಂದರೆಯೂ ಇಲ್ಲದೆ ಪುನಃ ಸೇರಲು ಒಂದೇ ಒಂದು ಅವಕಾಶ ಸಿಕ್ಕಿದ್ದರೆ ಅವನೊಡನೆ ಅವಳು ಸುಖವಾಗಿ ಬಾಳುತ್ತಿದ್ದಳು. ಅರಳಿ ನಳನಳಿಸಬೇಕಾಗಿದ್ದ ಹೂವೊಂದು ಧರ್ಮದ ಉರಿ ತಾಕಿ, ಬಾಡಿ ಬಸವಳಿದು ಸುಟ್ಟು ಕರಕಾಯಿತು.

(ಪ್ರಿಯ ಓದುಗರೇ, ನದೀಮೂಲ ಹುಡುಕಬಾರದೆಂದಿದ್ದರೂ, 'ಚಂದ್ರಗಿರಿ' ಯ ಮೂಲವನ್ನು ಹುಡುಕಿದಿರಲ್ಲ? ಇದೋ ನೋಡಿ, ಇಲ್ಲಿದೆ 'ಚಂದ್ರಗಿರಿ ತೀರ'ದ ಮೂಲ ?)

ಕೊನೆಗೂ ನನ್ನ ಪರೀಕ್ಷೆ ಮುಗಿಯಿತು. ಇಲ್ಲಿಗೆ ನನ್ನ ವಿದ್ಯೆಯ ಕೊನೆಯಾಯಿತು. ಮನೆಯ ಹಿರಿಯರೆಲ್ಲರೂ ನಿಟ್ಟುಸಿರು ಬಿಟ್ಟರು. ಎಲ್ಲ ತಾಯಂದಿರೂ, ತಮ್ಮ ಮಕ್ಕಳು ಉತ್ತಮ ಅಂಕ ಗಳಿಸಿ ತೇರ್ಗಡೆಯಾಗಲಿ ಎಂದು ಪ್ರಾರ್ಥಿಸುತ್ತಿದ್ದರೆ, ನನ್ನ ತಾಯಿ ಮಾತ್ರ ತನ್ನ ಮಗಳು ಫೈಲಾಗಿ ಮನೆಯಲ್ಲೇ ಕುಳಿತುಕೊಳ್ಳುವಂತಾಗಲಿ ಎಂದು ಮೊದಲೆಲ್ಲಾ ಪ್ರಾರ್ಥಿಸಿದ್ದರೂ ಏನೊ. ಆದರೆ ಈ ವರ್ಷ ಅವರು ಹಾಗೆ ಪ್ರಾರ್ಥಿಸಬೇಕಾದ ಅಗತ್ಯವಿರಲಿಲ್ಲ. ಅಂತೂ ಇನ್ನು ನಾನು ಬೀದಿಯಲ್ಲಿ ಘೋಷಾ ಇಲ್ಲದೆ ತಿರುಗಾಡಬೇಕಾಗಿಲ್ಲ ಎಂಬುದು ನನ್ನ ತಾಯಿಯ ಸಮಾಧಾನವಾಗಿತ್ತು. ಇನ್ನು ತನ್ನ ಜನರ ಮಧ್ಯದಲ್ಲಿ ನಾನು ತಲೆ ಎತ್ತಿ ನಡೆಯುವಂತಾದೆನಲ್ಲ ಎಂಬ ಅರಿವಿನಿಂದ ಅವರು ತೃಪ್ತಿಯ ನಿಟ್ಟುಸಿರುಬಿಟ್ಟರು.

ಅಜ್ಜ ಅಜ್ಜಿಯರಂತೂ ಹೆಣ್ಣು ಮಕ್ಕಳಿಲ್ಲದವರು. ನನ್ನ ಮದುವೆ ನೋಡದೆ ಸಾಯುವಂತಿಲ್ಲ. ಹೀಗಾಗಿ ಎಲ್ಲರೂ ನನ್ನ ವಿದ್ಯಾಭ್ಯಾಸದ ಈ ನಿಲುಗಡೆಗಾಗಿ ಕಾಯುತ್ತಿದ್ದರೇ ಹೊರತು, ಯಾರಿಗೂ ನನ್ನ ಪರೀಕ್ಷೆಯ ಫಲಿತಾಂಶದಲ್ಲಿಯಾಗಲಿ, ನಾನು ಪಡೆಯುವ ಅಂಕಗಳಲ್ಲಿಯಾಗಲಿ ಯಾವ ರೀತಿಯ ಆಸಕ್ತಿಯೂ ಇರಲಿಲ್ಲ. ನನ್ನ ತಂದೆಯ ಬಹು ದಿನದ ಕನಸೂ ನನಸಾಗಿತ್ತು. ತಮಗೆ ಮಗಳೊಬ್ಬಳು ಹುಟ್ಟಿ ಬೆಳೆದು ಮನೆತನದ ಹೆಸರಿಗೆ ಅಪಕೀರ್ತಿ ತರದೆ ಎಸ್.ಎಸ್.ಎಲ್.ಸಿ. ವರೆಗಿನ ಓದನ್ನು ಮುಗಿಸಿದ್ದಳು. ಮುಸ್ಲಿಂ ಸಮಾಜದ ಹೆಣ್ಣು ಮಕ್ಕಳು ವಿದ್ಯೆ ಕಲಿಯಲು ಇನ್ನು ಮುಂದೆ ಯಾವ ತೊಡಕೂ ಇಲ್ಲ. ನಿರಾತಂಕವಾಗಿ ಎಲ್ಲ ಹೆಣ್ಣು ಮಕ್ಕಳೂ ಇನ್ನು ವಿದ್ಯಾಭ್ಯಾಸ ಮಾಡುವರೆಂದೇ ಇವರು ತಿಳಿದಿದ್ದರು. ಹೆಣ್ಣು ಮಕ್ಕಳು ಮನೆಯಿಂದ ಹೊರಡಬಾರದು; ಗಂಡು ಮಕ್ಕಳಂತೆ ವಿದ್ಯೆ ಪಡೆಯಬಾರದೆಂದಿದ್ದ ಆ ಹಳೆಯ ಸಂಪ್ರದಾಯವನ್ನು ಮುರಿದು ಹೊಸತೊಂದು ಸಂಪ್ರದಾಯವನ್ನು ಸೃಷ್ಟಿಸಿದ ಹರ್ಷ, ತೃಪ್ತಿ ಅವರದಾಗಿತ್ತು.

ಆದರೆ ನಾನು ಶಾಲೆ ಬಿಟ್ಟ ಮೇಲೆ ನಮ್ಮ ಸಮಾಜದ ಒಂದಿಬ್ಬರು ಹೆಣ್ಣು ಮಕ್ಕಳು ತಮ್ಮ ವಿದ್ಯೆ ಮುಂದುವರಿಸುವ ಪ್ರಯತ್ನ ಮಾಡಿದರೂ, ಊರಿನ ಮುಸ್ಲಿಮರ ಕಿತಾಪತಿಯಿಂದ ತಮ್ಮ ವಿದ್ಯೆಯನ್ನು ಅರ್ಧಕ್ಕೇ ನಿಲ್ಲಿಸಬೇಕಾಯಿತು. ಮುಂದಿನ 10 ವರ್ಷಗಳಲ್ಲಿ ಎಸ್.ಎಸ್.ಎಲ್.ಸಿ.ಯನ್ನು ದಾಟಿದವಳು ಕೇವಲ ಒಬ್ಬಳು. ಇಂದು ಕೂಡಾ ಕಾಸರಗೋಡಿನಲ್ಲಿ ಪದವೀಧರರಾದ ಮುಸ್ಲಿಂ ಹೆಣ್ಣು ಮಕ್ಕಳು ಒಬ್ಬರೊ ಇಬ್ಬರೊ ಇರಬಹುದು. ಇವರೂ ಕೂಡಾ ನಮ್ಮೂರಿನ ಕಾಲೇಜಿನಲ್ಲಿ ಕಲಿಯುವಷ್ಟು ಧೈರ್ಯ ವಹಿಸಿಲ್ಲ. ಮಂಗಳೂರಿನ ಹಾಸ್ಟೆಲಿನಲ್ಲಿದ್ದು ಕಾಲೇಜಿನಲ್ಲಿ ಓದುವಂತಹ ಸಿರಿವಂತರಾಗಿದ್ದುದರಿಂದ ಮಾತ್ರ ಇವರು ಪದವಿ ಪಡೆಯಲು ಸಾಧ್ಯವಾಯಿತು.

ಊರಿನ ಮುಸ್ಲಿಂ ಪ್ರದೇಶದಲ್ಲಿ ಮುಸ್ಲಿಂ ಹೈಸ್ಕೂಲೊಂದಿದೆ. ಎರಡು ವರ್ಷದ ಕೆಳಗೆ, ಅಂದರೆ ಈ ಹೈಸ್ಕೂಲು ಸ್ಥಾಪನೆಯಾದ ಸುಮಾರು 35 ವರ್ಷಗಳ ಬಳಿಕ ಈ ಹೈಸ್ಕೂಲಿನಿಂದ ಮುಸ್ಲಿಂ ಹುಡುಗಿಯೊಬ್ಬಳು ಪ್ರಪ್ರಥಮ ಬಾರಿಗೆ ಎಸ್.ಎಸ್.ಎಲ್.ಸಿ. ತೇರ್ಗಡೆಯಾದಳು. ಸ್ಕೂಲಿಗೆಲ್ಲಾ ಪ್ರಥಮ ರ್‍ಯಾಂಕನ್ನೂ ಪಡೆದಿದ್ದಳು. ಆದರೆ ಫಲಿತಾಂಶ ಪ್ರಕಟವಾದಾಗ ಈ ಹೆಣ್ಣುಮಗಳು ತನ್ನ ಗಂಡನ ಜೊತೆಯಲ್ಲಿ ದುಬಾಯಿಯಲ್ಲಿದ್ದಳು! 28 ವರ್ಷಗಳ ಕೆಳಗೆ ನಾನನುಭವಿಸಿದ ಆ ಪರಿಸ್ಥಿತಿ ಬದಲಾಗಿಯೇ ಇಲ್ಲ. ಹೆಣ್ಣುಮಕ್ಕಳಿಗೆ 18 ವರ್ಷವಾಗದೆ ಮದುವೆ ಮಾಡಬಾರದು ಎಂದು ಸರಕಾರ ಕಾನೂನು ಮಾಡಿದ್ದರೂ ಕಾಸರಗೋಡಿನಲ್ಲಿ ಈ ಕಾನೂನಿಗೆ ಯಾವ ಬೆಲೆಯೂ ಇಲ್ಲ. ಇಲ್ಲಿಯ ಮುಸ್ಲಿಂ ಸಮಾಜದ ಹೆಣ್ಣುಮಕ್ಕಳ ಮದುವೆಯ ವಯಸ್ಸು 14 ಅಥವಾ 15. ದೀಪ ಹಿಡಿದು ಹುಡುಕಿದರೂ ಮದುವೆಯಾಗದೆ, 18 ವರ್ಷದ ಮುಸ್ಲಿಂ ಹುಡುಗಿ ನಮ್ಮೂರಿನಲ್ಲಿ ಇರಲಾರಳು! ಮದುವೆಯೊಂದೇ ಅಂತಿಮ ಗುರಿಯಲ್ಲವೆಂದು ನಮ್ಮ ಈ ಹೆಣ್ಣುಮಕ್ಕಳ ಹೆತ್ತವರು ತಿಳಿಯುವ ಕಾಲ ಎಂದಾದರೂ ಬರಬಹುದೇ? ತಮ್ಮ ಹೆಂಗಸರಿಗೆ ಖಾಯಿಲೆಯಾದರೆ ಮಹಿಳಾ ವೈದ್ಯೆಯರನ್ನೇ ಹುಡುಕಿಕೊಂಡು ಹೋಗುವ ನಮ್ಮ ಗಂಡಸರು ತಮ್ಮ ಹೆಣ್ಣು ಮಕ್ಕಳನ್ನು ಹೈಸ್ಕೂಲಿಗೂ ಕಳುಹಿಸಲು ಒಪ್ಪುವುದಿಲ್ಲ! ಮ್ಯಾಡಂ ಕ್ಯೂರಿ, ಕ್ರಿಸ್ ಎವರ್ಟ್ ಅಥವಾ ವ್ಯಾಲೆಂಟೀನಾ ಆಗದಿದ್ದರೆ ಹೋಗಲಿ, 'ಮಿಲ್ಸ್ ಎಂಡ್ ಬೂನ್' ಲೇಖಕಿಯರಂತಾದರೂ ಆಗಲು ನಮ್ಮ ಈ ಹೆಣ್ಣು ಮಕ್ಕಳು ಎಂದಾದರೂ ಪ್ರಯತ್ನಿಸುವರೇ? ಅಜ್ಞಾನದ ಕತ್ತಲ ಗುಹೆಯಿಂದ ಅವರು ಎಂದಾದರೂ ಹೊರಬರಲು ಸಾಧ್ಯವೇ? ನಾನು ಕೆಲವೊಮ್ಮೆ ದೀರ್ಘವಾಗಿ ಯೋಚಿಸುತ್ತೇನೆ.

ನನ್ನ ಭವಿಷ್ಯವೇನೆಂದು ನನಗೆ ಮನದಟ್ಟಾಗಿದ್ದುದರಿಂದ ನಾನು ಪರೀಕ್ಷೆಗಾಗಿ ಅಂತಹ ವಿಶೇಷ ಶ್ರಮವನ್ನೇನೂ ವಹಿಸಲಿಲ್ಲ. ಶಾಲೆಯ ಕೊನೆಯ ದಿನದವರೆಗೂ ಆಟದ ಮೈದಾನ ನನ್ನನ್ನಾಕರ್ಷಿಸುತ್ತಿತ್ತು. ಪುಸ್ತಕ ಭಂಡಾರ ನನ್ನನ್ನು ಸೆಳೆಯುತ್ತಿತ್ತು. ಆದರೂ ಫಲಿತಾಂಶ ಬಂದಾಗ ನಮ್ಮ ತರಗತಿಯಲ್ಲಿ ಪ್ರಥಮ ದರ್ಜೆಯಲ್ಲಿ ತೇರ್ಗಡೆಯಾದ ಕೆಲವರಲ್ಲಿ ನಾನೂ ಒಬ್ಬಳಾಗಿದ್ದೆ. ಆದರೆ ಇದನ್ನು ತಿಳಿದು

ನನಗೇನೂ ಸಂತೋಷವಾಗಲಿಲ್ಲ. ನನ್ನ ಮುಂದಿನ ಜೀವನದಲ್ಲಿ ಈ ತೇರ್ಗಡೆಗಾಗಲಿ, ಈ ಅಂಕಗಳಿಗಾಗಲಿ ಯಾವ ಬೆಲೆಯೂ ಇಲ್ಲವೆಂದು ನನಗೆ ಗೊತ್ತಿತ್ತು. ಎಷ್ಟು ಮುಡಿ ಅಕ್ಕಿಯ ಆಸ್ತಿ ಅಥವಾ ಎಷ್ಟು ಎಕರೆ ಅಡಿಕೆ ತೋಟ ನನ್ನ ಹೆಸರಿನಲ್ಲಿದೆ ಎಂದು ಕೇಳುವರೇ ಹೊರತು ಕನ್ನಡದಲ್ಲಿ ಅಥವಾ ಲೆಕ್ಕದಲ್ಲಿ ಎಷ್ಟು ಅಂಕ ಪಡೆದಿದ್ದಾಳೆ ಎಂದು ಯಾರೂ ಕೇಳಲಾರರು ಎಂದು ನನಗೆ ಚೆನ್ನಾಗಿ ಗೊತ್ತು. ನನ್ನ ಎಸ್.ಎಸ್.ಎಲ್.ಸಿ. ಸರ್ಟಿಫಿಕೇಟನ್ನು ನನ್ನಣ್ಣ ತಂದು ನನ್ನ ಕೈಯಲ್ಲಿಟ್ಟು ನನ್ನೊಡನೆ, "ಯಾಕಮ್ಮ ಇಷ್ಟು ಮಾರ್ಕು ಪಡೆದೆ?" ಎಂದು ಕೇಳಿ ಮುಂದೆ ಮಾತಿಗವಕಾಶ ಕೊಡದೆ ಮುಖ ತಿರುಗಿಸಿಕೊಂಡು ಅಲ್ಲಿಂದ ಹೋದಾಗ ನನಗೆ ಗೊತ್ತಿತ್ತು. ಆತನ ಕಣ್ಣ ಕೊನೆಯಲ್ಲಿ ನೀರು ನಿಂತಿತ್ತು ಎಂದು. ನಾನು ಅದನ್ನು ತೆಗೆದು ಪುಟಗಳನ್ನು ತಿರುಗಿಸಿ ನೋಡಿ ವಿಷಾದದಿಂದ ಒಂದು ಮೂಲೆಯಲ್ಲಿಟ್ಟೆ.

ಮುಂದೆ ಕೆಲವೇ ತಿಂಗಳುಗಳಲ್ಲಿ ನನ್ನ ದೊಡ್ಡಣ್ಣನನ್ನು ನಾನು ಎಂದೆಂದಿಗೂ ಕಳೆದುಕೊಂಡಾಗ – ನಮಗೆ ಕೊನೆಯ ವಿದಾಯವನ್ನೂ ಹೇಳದೆ ಇವನು ನಮ್ಮನ್ನಗಲಿ ಕಣ್ಮರೆಯಾದಾಗ, ತಾಯಿಹಸುವನ್ನು ಕಳೆದುಕೊಂಡ ತಬ್ಬಲಿ ಕರು ನಾನಾಗಿದ್ದೆ. ದೊಡ್ಡಣ್ಣನನ್ನು ಕಳೆದುಕೊಂಡೆವೆಂದು ಊರಿಗೆ ಊರೇ ಗೋಳಿಟ್ಟಿತು; ಮುಸ್ಲಿಮರಿಗಿಂತ ಹೆಚ್ಚು ಕಣ್ಣೀರು ಸುರಿಸಿದವರು ಹಿಂದುಗಳಾಗಿದ್ದರು. ನನ್ನ ಬಾಳಿನ ಧ್ರುವತಾರೆಯಾಗಿ ಮಿನುಗಿ, ದಿಕ್ಕುತಪ್ಪಿದಾಗ ನನಗೆ ದಿಕ್ಕು ತೋರಿಸುತ್ತಿದ್ದ ನಕ್ಷತ್ರವೊಂದು ಕೊನೆಯ ಬಾರಿಗೆ ಅಸ್ತಮಿಸಿ, ನನ್ನನ್ನು ಅನಾಥಳನ್ನಾಗಿ ಮಾಡಿತ್ತು. ಊರಿನಲ್ಲಿದ್ದಾಗ ಒಂದು ಕ್ಷಣವೂ ನನ್ನನ್ನಗಲಿರಲಾರದ ಅಣ್ಣ, ನನಗೊಂದು ಕೊನೆಯ ವಿದಾಯವನ್ನೂ ಹೇಳದೆ ಅಗಲಿದನಲ್ಲ ಎಂದು ಕಣ್ಣೊರೆಸಿಕೊಳ್ಳುತ್ತೇನೆ. ನನ್ನ ಬಾಳಿನಲ್ಲಿ, ಅದೇ ಆಗ, ಹೊಸಬರೊಬ್ಬರ ಪ್ರವೇಶವಾಗಿತ್ತು. ಎಂದೇ ನಾನಾಗ ಈ ದುಃಖವನ್ನು, ನೋವನ್ನು, ನುಂಗಿಕೊಳ್ಳುವುದು ಸಾಧ್ಯವಾಯಿತು.

ಹೃದಯದ ಮಧ್ಯಭಾಗದಲ್ಲಿ ತೂಗು ಹಾಕಿದ ಈ ದೊಡ್ಡಣ್ಣನ ಚಿತ್ರದೊಡನೆ ಒಮ್ಮೊಮ್ಮೆ ಕೇಳುತ್ತೇನೆ.

"ಯಾಕಣ್ಣ ಹೀಗೆ ಮಾಡಿದೆ? ನನಗೆ, ತಂದೆ ತಾಯಿಗೆ, ನಿನ್ನನ್ನು ನಂಬಿದ ಇಡೀ ಊರವರಿಗೆಲ್ಲಾ ಯಾವ ಮುನ್ಸೂಚನೆಯೂ ಇಲ್ಲದೆ ಕೈಕೊಟ್ಟು ಕಣ್ಮರೆಯಾದೆಯಲ್ಲ? ನಾವೇನು ತಪ್ಪು ಮಾಡಿದ್ದೇವೆ? ನನ್ನನ್ನು ಬಿಟ್ಟು ಹೋಗುವುದು ನಿನಗೆ ಅಷ್ಟು ಸುಲಭವಾಯಿತೇ? ಕಡು ಸುವಾಸನೆಯನ್ನು ಬೀರುವ ಕೆಂಡ ಸಂಪಿಗೆಯ ಹೂವು ನನಗಿಷ್ಟವೆಂದು ನನಗಾಗಿ ಅದರ ಗಿಡವನ್ನು ತಂದು ಅಂಗಳದಲ್ಲಿ ನೆಟ್ಟೆಯಲ್ಲ? ಅದರಲ್ಲಿ ಹೂ ಬಿಟ್ಟಾಗ ಅದನ್ನು ಕಿತ್ತು ತಂದು ನನ್ನ ಮುಡಿಯಲ್ಲಿ ಮುಡಿಸಲು ಆಮೇಲೆಂದೂ ನೀನು ಬರಲೇ ಇಲ್ಲವಲ್ಲ? ನಾವಿನ್ನು ಎಲ್ಲಿ ಭೇಟಿಯಾಗೋಣ? ಕೊನೆಯ ದಿನವೇ? ಒಳಿತು ಕೆಡುಕುಗಳನ್ನು ತೂಕ ಮಾಡುವ ತಕ್ಕಡಿಯ ಬಳಿಯೇ? ಅಥವಾ ಸ್ವರ್ಗಕ್ಕೆ ಹೋಗುವ ಸೇತುವೆಯ ಬಳಿಯೇ?" ಎಂದೆಲ್ಲ ಕೇಳುತ್ತೇನೆ. ಏನೇನೊ ಹುಚ್ಚು ಹುಚ್ಚು ಯೋಚನೆಗಳು

ತಲೆಯೊಳಗೆ ಬರುತ್ತವೆ. ತುಟಿಯ ಕೊನೆಯಲ್ಲಿ ನೋವಿನ ನಗುವೊಂದು ಸುಳಿಯುತ್ತದೆ.

ಆ ಕಣ್ಣೀರು ಬತ್ತುತ್ತಾ ಬಂತು; ಇನ್ನೇನು ಹೃದಯದ ಗಾಯ ಮಾಗಿತು ಎನ್ನುವಾಗ ಭೀಕರವಾದ ಇನ್ನೊಂದು ಸಿಡಿಲು ಬಡಿಯಿತು. ಮಾತೃಭೂಮಿಯ ರಕ್ಷಣೆಗಾಗಿ ನನ್ನ ಕೊನೆಯ ತಮ್ಮನೂ ಪ್ರಾಣವನ್ನರ್ಪಿಸಿದನು.

1965 ರಲ್ಲಿ ಭಾರತ ಮತ್ತು ಪಾಕಿಸ್ತಾನದ ನಡುವೆ ಯುದ್ಧ ಪ್ರಾರಂಭವಾದಾಗ, ಉತ್ತಮ ಸೇನಾಧಿಕಾರಿಯೊಬ್ಬನನ್ನು ಅಷ್ಟು ಸುಲಭದಲ್ಲಿ ಕಳೆದುಕೊಳ್ಳಲಿಷ್ಟವಿಲ್ಲದ ಮೇಲಧಿಕಾರಿಯೊಬ್ಬರು ತನ್ನನ್ನು ದೆಹಲಿಗೆ ವರ್ಗಾಯಿಸಿದಾಗ, "ನಾನು ಸೇನೆಗೆ ಸೇರಿರುವುದು ತಾಯ್ನಾಡಿನ ರಕ್ಷಣೆಗಾಗಿ, ದೆಹಲಿಯಲ್ಲಿ ಅಡಗಿರುವುದಕ್ಕಲ್ಲ, ನೀವು ಈಗ ನನ್ನನ್ನು ಗಡಿನಾಡಿಗೆ ವರ್ಗಮಾಡದೆ ಹೋದರೆ, ದಯವಿಟ್ಟು ನನ್ನ ರಾಜೀನಾಮೆಯನ್ನು ಸ್ವೀಕರಿಸಿ" ಎಂದು ಕೆಚ್ಚಿನಿಂದ ನುಡಿದು, ಮೇಲಧಿಕಾರಿಯ ಮೆಚ್ಚುಗೆ, ಒಪ್ಪಿಗೆ ಪಡೆದು ರಣರಂಗಕ್ಕೆ ಧುಮುಕಿ ಕೆಲವೇ ದಿನಗಳಲ್ಲಿ ಕಣ್ಮರೆಯಾದನು. ಅತ್ತು ಅತ್ತು ಕಣ್ಣೀರು ಬತ್ತಿ ಹೃದಯವೊಂದು ಮರುಭೂಮಿಯಾಯಿತು. ಆ ಅಣ್ಣನ ಪಾರ್ಥಿವ ಶರೀರವನ್ನು ಮದ್ರಾಸಿನಿಂದ ಊರಿಗೆ ತಂದು ಅದಕ್ಕೊಂದು ನಮಸ್ಕಾರವನ್ನಾದರೂ ಹೇಳುವುದು ನಮ್ಮಿಂದ ಅಸಾಧ್ಯವಾಯಿತು. ಭಾರತಮಾತೆಯ ರಕ್ಷಣೆಗಾಗಿ ಗಡಿನಾಡಿಗೆ ಹೋದ ತಮ್ಮನು ಎಲ್ಲಿ, ಯಾವಾಗ ಕೊನೆಯುಸಿರೆಳೆದನೆಂದು ತಿಳಿಯದೆ ಅವನ ಪಾರ್ಥೀವ ಶರೀರಕ್ಕಾದರೂ ಕೊನೆಯ ವಿದಾಯವನ್ನು ಹೇಳುವ ಭಾಗ್ಯ ನನಗಿಲ್ಲದೆ ಹೋಯಿತು.

ಇಂದು ಕೆಲವೊಮ್ಮೆ ಒಂಟಿಯಾಗಿದ್ದಾಗ, ಅಳಿದ ಈ ಸಹೋದರರ ಚಿತ್ರ ಕಣ್ಮುಂದೆ ಬರುತ್ತದೆ. ಅತ್ತಾಗ ಕಣ್ಣೊರೆಸಿ, ಎದೆಗುಂದಿದಾಗ ಹುರಿದುಂಬಿಸಿ, ಧೈರ್ಯ ತುಂಬಿ, ಮುಖ ಬಾಡಿದಾಗ ಬೆನ್ನು ತಟ್ಟಿ ನಗಿಸುತ್ತಿದ್ದ ನನ್ನಣ್ಣ ನನ್ನನ್ನು ಬಿಟ್ಟು ಅಗಲಿದನೆಂದರೆ, ಇಂದಿಗೂ ಕೆಲವೊಮ್ಮೆ ನಂಬಲಾರದ ಒಂದು ಸ್ಥಿತಿ ನನ್ನದಾಗುತ್ತದೆ. ಸುರುಗಿ ಹೂವನ್ನು ಪೈಪೋಟಿಯಿಂದ ನನಗಾಗಿ ಕಿತ್ತು ತರುತ್ತಿದ್ದ ಅಣ್ಣಂದಿರೆಲ್ಲರೂ ನೆನಪಾಗುತ್ತಾರೆ. ಒಂದು ಕ್ಷಣ ಹೊಡೆದಾಡಿ ಮರುಕ್ಷಣವೇ "ಬಾ ಅಕ್ಕ, ಪೇರಳೆ ಹಣ್ಣು ಕಿತ್ತುಕೊಡು" ಎಂದು ಹಿಂದೆಯೇ ಓಡಿ ಬರುವ ತಮ್ಮಂದಿರು ನೆನಪಿನಲ್ಲಿ ಸುಳಿಯುತ್ತಾರೆ. ತಾನು ನೆಟ್ಟು ಬೆಳೆಸಿದ ವಿವಿಧ ಹೂಗಿಡಗಳ ಮಧ್ಯದಲ್ಲಿ ನನ್ನನ್ನು ನಿಲ್ಲಿಸಿ ವಿವಿಧ ಭಂಗಿಗಳಲ್ಲಿ ನನ್ನ ಫೋಟೋ ತೆಗೆಯುತ್ತಿದ್ದ ಈ ದೊಡ್ಡಣ್ಣನ ನೆನಪಾಗುತ್ತದೆ. ಅಂಬೆಗಾಲಿಕ್ಕುತ್ತ ಬಂದು ನನ್ನ ತಲೆಯಿಂದ ಹೂ ಕಿತ್ತು, ತನ್ನ ಬಾಯೊಳಗೆ ತುರುಕಿಕೊಂಡ ತಮ್ಮನೂ ನೆನಪಾಗುತ್ತಾನೆ. ಹಿಂದುಗಳ ಮನೆಯಲ್ಲಿ ಕುಳಿತು ಖುರ್‌ಆನ್ ಓದಿದ ತಾಯಿಯೂ ನೆನಪಾಗುತ್ತಾರೆ. ಹೃದಯದ ಅಂತರಾಳದಲ್ಲಿ ನೋವಿನ ಬುಗ್ಗೆಯೊಂದು ಚಿಮ್ಮಿ ಕಣ್ಣೀರ ಕಾಲುವೆಯಾಗಿ ಹರಿಯುತ್ತದೆ.

ಯಾರಿಗಾಗಿ ಈ ಕಣ್ಣೀರು? ಅಳಿದ ಸಹೋದರರಿಗಾಗಿಯೇ ಅಥವಾ ಬಾಳಿನ

ಸಂಧ್ಯೆಯಲ್ಲಿ ಆಸರೆಯಾಗಬೇಕಾಗಿದ್ದ ಗಂಡು ಮಕ್ಕಳನ್ನು ಕಳೆದುಕೊಂಡು, ಊರುಗೋಲಾಗಿದ್ದ ಪತ್ನಿಯನ್ನು ಕಳೆದುಕೊಂಡು, ಒಂದು ಕಾಲನ್ನೂ ಕಳೆದುಕೊಂಡರೂ ಎಲ್ಲವನ್ನೂ ಧೈರ್ಯದಿಂದ ಎದುರಿಸಿ, ನಗುಮುಖದಿಂದ, "ಸಾರಾ, ಇಲ್ಲಿಂದ ಗಂಟು ಮೂಟೆ ಕಟ್ಟಿ ಹೊರಡುವುದಕ್ಕೆ ಮೊದಲು ನಿನ್ನ ಮಗನ ಮದುವೆ ನೋಡಬೇಕು," ಎಂದು ನನ್ನೊಡನೆ ತಮ್ಮ ಆಶಯವನ್ನು ವ್ಯಕ್ತಪಡಿಸುತ್ತಿರುವ, ಹಗಲಿರುಳೂ ಪುಸ್ತಕಗಳೇ ಸಂಗಾತಿಗಳಾಗಿ ಕಾಲ ಕಳೆಯುತ್ತಿರುವ, ನನ್ನ ಪ್ರೀತಿ ಪಾತ್ರರಾದ ತಂದೆಗಾಗಿಯೇ ಎಂದು ನನಗೆ ಅರ್ಥವಾಗುವುದಿಲ್ಲ. ತಂದೆ ಈ ಮಾತನ್ನೆಂದಾಗ ಒಂದು ಕ್ಷಣ ಕರುಳು 'ಚುರುಕ್' ಎನ್ನುತ್ತದೆ. ಮರುಕ್ಷಣವೇ ಒಂದಲ್ಲ ಒಂದು ದಿನ ನಾನು ಕೂಡಾ ಗಂಟು ಮೂಟೆ ಕಟ್ಟಿಕೊಂಡು ಹೊರಡುವವಳೇ ಎಂದು ನೆನೆದಾಗ ಹೃದಯದ ಭಾರ ತುಸು ಕಮ್ಮಿಯಾಗುತ್ತದೆ. ಮುಸ್ಸಂಜೆಯ ನಮಾಜಿನ ವೇಳೆ ಮೀರುತ್ತಾ ಬಂದಿದ್ದರೂ ಹೊತ್ತಿನ ಪರಿವೆ ಇಲ್ಲದೆ ಹೀಗೆಯೇ ಮಲಗಿರುತ್ತೇನೆ. ದೂರವಾಣಿಯ ಗಂಟೆ ಬಾರಿಸುತ್ತದೆ.

ನೆನಪಿನ ಭಿತ್ತಿಯ ಮೇಲೆ ದಪ್ಪವಾದ ಪರದೆಯೊಂದನ್ನೆಳೆಯುತ್ತೇನೆ.

ಮನೆಯಲ್ಲಿ ತುಂಬಿದ ಕತ್ತಲೆಯನ್ನೋಡಿಸಲು ದೀಪದ ಗುಂಡಿಯನ್ನೊತ್ತಿ ದೂರವಾಣಿಯನ್ನು ಕೈಗೆತ್ತಿಕೊಳ್ಳುತ್ತೇನೆ.

"ಹಲೋ, ಯಾರು ? ಉಮ್ಮ ? ಹೇಗಿದ್ದೀರಿ ? ಚೆನ್ನಾಗಿದ್ದೀರಾ ?"

ಸಾಗರದಾಚೆಯಿಂದ ಮಗನ ದನಿ ಕೇಳಿ ಬಂದಾಗ ಹೃದಯ ಹೂವಾಗಿ ಅರಳುತ್ತದೆ. ಅಮಾವಾಸ್ಯೆಯ ಕತ್ತಲನ್ನೋಡಿಸಿ ಹುಣ್ಣಿಮೆಯ ಚಂದ್ರನು ಮೂಡುತ್ತಾನೆ.

"ಉಮ್ಮ ಇಲ್ಲಿಂದ ಬರುವಾಗ ಬಣ್ಣದ ಟಿ.ವಿ. ತರಲೇ ? ಯಾವ ಕಂಪೆನಿಯ ಗ್ರೈಂಡರ್ ಬೇಕು ?" ಮಗನ ನಗುಮುಖ ಕಣ್ಣೆದುರು ಸುಳಿಯುತ್ತದೆ.

"ಏನೂ ತರದಿದ್ದರೂ ಪರವಾಗಿಲ್ಲ. ನೀನು ಬಂದು ಒಮ್ಮೆ ಮುಖ ತೋರಿಸು. ಆಗಲೇ ವರ್ಷವಾಗುತ್ತ ಬಂತಲ್ಲ ನೀನು ಹೋಗಿ ?" ಎನ್ನುತ್ತೇನೆ. ಯಾರಿಂದಲೂ ಕೆಟ್ಟವರೆನಿಸಿಕೊಳ್ಳದೆ, ಅರಳಿದ ಮುಖದಿಂದ ಬಂದು ತಾಯಿಯ ಮುಂದೆ ನಿಂತು, "ಉಮ್ಮ ನಾನು ಸುಖವಾಗಿದ್ದೇನೆ," ಎಂದು ಹೇಳುವುದೇ ಮಕ್ಕಳು ತಾಯಿಗೆ ನೀಡುವ ಬಹುದೊಡ್ಡ ಬಹುಮಾನ ಎಂದು ಈ ಮಕ್ಕಳಿಗೆ ತಿಳಿಯದೆ ?

"ಉಮ್ಮ ನಿಮ್ಮ ಕತೆಯನ್ನು ಸಿನಿಮಾ ಮಾಡುತ್ತಾರೆಂದು ಹೇಳಿದೆಯಲ್ಲ ? ಎಲ್ಲಿಗೆ ಬಂತು ? ಚಿತ್ರೀಕರಣ ಆರಂಭವಾಯಿತೇ ? ಚಂದ್ರಗಿರಿಯ ತೀರದಲ್ಲಿ ವಾಸಿಸುವವರು ಇಲ್ಲೆಲ್ಲ ಇದ್ದಾರಲ್ಲ ? ಕತೆಯಲ್ಲಿ ನಮ್ಮನ್ನೆಲ್ಲ ಸೇರಿಸಿದ್ದಾರೆಯೆ ? ಎಂದು ಅವರೆಲ್ಲಾ ಕೇಳುತ್ತಿದ್ದಾರೆ. ಲಂಕೇಶ್ ಅವರು ಮಾಡಿದ ಚಿತ್ರವಾದರೆ ಒಂದೆರಡು ಬಾರಿ ನೋಡಬಹುದು" ಎಂದೆಲ್ಲಾ ಹೇಳುತ್ತಾನೆ.

"ಹೌದಪ್ಪ, ನಾನೂ ಹಾಗೆಯೇ ಅಂದುಕೊಂಡಿದ್ದೇನೆ. ಅದಕ್ಕಾಗಿಯೇ ಅವರು ಕೇಳಿದ ತಕ್ಷಣ ಒಪ್ಪಿದೆ," ಎಂದು ಮಾತು ಮುಂದುವರಿಸುತ್ತಾ,

"ನೀನು ಯಾವಾಗ ಬರುತ್ತೀ ? ಬಂದು ಜೀವನದ ಜೊತೆಗಾತಿಯೊಬ್ಬಳನ್ನು

ಆರಿಸಿಕೊಂಡು ಜೊತೆಯಲ್ಲೇ ಕರೆದುಕೊಂಡು ಹೋಗು" ಎನ್ನುತ್ತಾ ದೂರವಾಣಿಯನ್ನು ಕೆಳಗಿಡುತ್ತೇನೆ.

ಏನು, ಆಗಲೇ ಸೊಸೆಯನ್ನು ಹೊರಹಾಕುವ ಯೋಚನೆಯೇ ಎಂದು ಯಾರಾದರೂ ಕೇಳುತ್ತೀರಾ ? ಇಲ್ಲ. ಇಂತಹ ಕೆಲಸವೆಲ್ಲ ನಮ್ಮ ಪ್ರಧಾನಿಗೇ ಇರಲಿ. ಸೊಸೆಯೊಬ್ಬಳನ್ನು ತಂದು ಮಗಳಾಗಿ ಮನೆಯೊಳಗಿಟ್ಟುಕೊಳ್ಳಲು, ಹಬ್ಬದ ದಿನ ಹೆಣ್ಣು ಮಗಳೊಬ್ಬಳು ಬಣ್ಣದ ಸೀರೆಯುಟ್ಟು ಮನೆ ತುಂಬ ಓಡಾಡುವುದನ್ನು ಕಾಣಲು ಹೃದಯ ಕಾತರಿಸುತ್ತಿದ್ದರೂ, ಅದಕ್ಕಿಂತಲೂ ಹೆಚ್ಚಾಗಿ ಆಕೆ ಮಗನ ಬಳಿ ಇದ್ದು ಇವನ ಮನೆ, ಮನವನ್ನು ಬೆಳಗಲಿ ಎಂದು ಆಶಿಸುತ್ತೇನೆ.

ಬಾಗಿಲ ಕರೆಗಂಟೆ ಬಾರಿಸುತ್ತದೆ. ಹೋಗಿ ಬಾಗಿಲು ತೆರೆಯುತ್ತೇನೆ. ಮುಖ ನೋಡಿ ಹೃದಯದ ಅಲೆಗಳನ್ನು ಗುರುತಿಸುತ್ತಾ, "ಮಗನು ಫೋನು ಮಾಡಿದನೇ ?" ಎಂದು ಕೇಳುತ್ತಾ ಒಳಬರುತ್ತಾರೆ ಬಾಳಸಂಗಾತಿ. ಮಗನ ನೆನಪಿನಿಂದ ಅವರ ಮುಖವೂ ಅರಳುತ್ತದೆ.

2. ತಂತ್ರ

– ನಾ. ಡಿಸೋಜ

ಬಾಗಿಲ ಚಿಲಕವನ್ನು ಒಮ್ಮೆ ಟಪ್ ಎಂದು ಬಡಿದು ನಿಮಿಷ ಕಾದು, ಮನೆಯೊಳಗೆ ಕಾಲಿಡುತ್ತಿದ್ದಂತೆಯೇ ತಾನು ಬಂದುದನ್ನು ಗಮನಿಸಿದ ರೇಣುಕ ಹೊರಬಂದು,

"ಮಧು, ನೀವು ಒಂದು ಐದು ನಿಮಿಷ ಮುಂಚಿತವಾಗಿ ಬರಬೇಕಿತ್ತು.... ಎಂಥಾ ಛಾನ್ಸ್ ಕಳಕೊಂಡ್ರಿ" ಎಂದು ಲೊಚಗುಟ್ಟಿದಳು.

ಮಧುಸೂದನ ಬೂಡ್ಸು ಕಳಚಿ ಮೂಲೆಗಿರಿಸುತ್ತ ಕೇಳಿದ–

"ಏನದು ಅಂಥಾ ಛಾನ್ಸು ?"

"ನೀವು ಹೀಗೆ ಬಂದ್ರಿ...... ಅವಳು ಹಾಗೆ ಹೋದ್ಲು."

"ಅವಳು ?"

"ಹುಂ. ಸುಜಾತ. ನಿನ್ನ ಗಂಡ ಬರಲಿಲ್ಲೇನೆ ಅಂತ ಕೇಳಿಕೊಂಡೇ ಬಂದ್ಲು...."

ಮಧುಸೂದನ ಬಟ್ಟೆ ಬದಲಾಯಿಸುವಾಗಲೂ ರೇಣುಕ ಮಾತನಾಡುತ್ತಲೇ ಇದ್ದಳು.

ಸುಜಾತಳ ಹೆಸರು ಕಿವಿಗೆ ಬಿದ್ದದ್ದೇ ಇವನು ತುಸು ಚುರುಕಾದ. ಕೆನ್ನೆಗಳ ಒಳ ಪದರದಲ್ಲಿ ತೆಳುವಾಗಿ ರಕ್ತ ಹರಡಿಕೊಂಡು ಮುಖ ಕೆಂಪಗಾಯಿತು. ಇವನು ಕೈಕಾಲು ಮುಖ ತೊಳೆದುಕೊಂಡು ಬಂದ. ಹೆಂಡತಿ ಸುಜಾತಳ ಬಗ್ಗೆ ಮತ್ತೆ ಏನನ್ನಾದರೂ ಹೇಳಬಹುದೇನೋ ಎಂದು ನಿರೀಕ್ಷಿಸಿದ. ಅವನ ನಿರೀಕ್ಷೆ ಸುಳ್ಳಾಗಲಿಲ್ಲ.

ಹಬೆಯಾಡುವ ಉಪ್ಪಿಟ್ಟಿನ ತಟ್ಟೆ, ನೀರಿನ ಲೋಟ ಹಿಡಿದು ಬಂದ ರೇಣುಕ ತುಂಟತನ ತುಳುಕಿಸಿ–

"ನೋಡಬೇಕಿತ್ತು ನೀವು" ಎಂದಳು.

"ನೋಡತಿದೀನಲ್ಲ...."

"ನನ್ನನ್ನಲ್ರಿ..... ಅವಳನ್ನ..... ಕರೀಬಾರ್ಡರಿನ ಕೆಂಪು ರೇಶ್ಮೆ ಸೀರೆ. ಅದರದ್ದೇ ಬ್ಲೌಸು. ಕೈ ತುಂಬ ಬಳೆ, ಕೆಂಪು ಬಿಂದಿ..."

"ಸಾಕು ಸಾಕು" ಎಂದ ಮಧುಸೂದನ ಬೇಕು ಬೇಕು ಎಂದು ಮನಸ್ಸು ನುಡಿಯುತ್ತಿದ್ದರೂ..... ಛೆ! ಎಂತಹ ಅವಕಾಶ ತಪ್ಪಿ ಹೋಯಿತಲ್ಲ ಎಂದು ಒಳಗೊಳಗೇ ಕೊರಗುತ್ತ ಉಪ್ಪಿಟ್ಟು ತಿನ್ನುತ್ತ ತೀರಾ ನಿರ್ಲಕ್ಷ್ಯದಿಂದೆಂಬಂತೆ ಕೇಳಿದ–

"ಅಲ್ಲ ಅವಳು..... ನಿನ್ನ ಫ್ರೆಂಡು.... ಅಷ್ಟೆಲ್ಲ ಅಲಂಕಾರ ಮಾಡಿಕೊಂಡು ಎಲ್ಲಿಗೆ ಹೊರಟಿದ್ಲೋ ?"

"ಬ್ಯೂಟಿ ಪಾರ್ಲರ್‌ಗೆ ಹೋಗಿದ್ಲಂತೆ..... ಯಾರದ್ದೋ ಅವರ ಸಂಬಂಧಿಕರ ಮದುವೆ ರಿಸೆಪ್ಷನ್ ಅಂತೆ.... ಪಾರ್ಲರ್‌ನಿಂದ ಹೀಗೇ ಬಂದ್ಲು....."

ಗೋಡಂಬಿಯನ್ನು ನುಣ್ಣಗೆ ನುರಿಸುತ್ತ ತಲೆ ಎತ್ತಿ ಹೆಂಡತಿಯ ಮುಖ ನೋಡಿದ. ಅವಳು ಮಾತನ್ನು ಮುಗಿಸಿದಳು–

"....... ನೀವು ಇರಬಹುದು ಅಂತ......" ನಕ್ಕಳು, ಒಳಗೆ ಒಂದಿಷ್ಟೂ ಕೊಂಕು ಇರಿಸಿಕೊಳ್ಳದೆ.

"...... ಸಾಕು......"

ಟೀಪಾಯಿ ಮೇಲಿದ್ದ ಅಂದಿನ ಪತ್ರಿಕೆಯನ್ನು ಎತ್ತಿ ಸುರುಳಿ ಸುತ್ತಿ ಅವಳತ್ತ ಬೀಸಿದ.

"ಖಂಡಿತಾ ಕಣ್ರಿ.... ಬಂದದ್ದಂತೂ ಹೌದು..... ನಿಮ್ಮನ್ನ ಕೇಳಿದ್ದೂ ಹೌದು..."

"ಆಯ್ತು..... ಈಗ ನೀನು ರೆಡಿಯಾಗು.... ನಾವು ಪೇಟೆಗೆ ಹೋಗಿಬರೋಣ...."

ರೇಣು ರೆಡಿಯಾಗಿದ್ದಳು. ಇಂದು ಬೇಗನೆ ಕೂದಲು ಬಾಚಿಕೊಂಡಿದ್ದಳು. ತೆಳುವಾಗಿ ಪೌಡರ್ ಹಚ್ಚಿಕೊಂಡಿದ್ದಳು. ಬೇರೆ ಸೀರೆಯನ್ನೂ ಉಟ್ಟಿದ್ದಳು. ಎಂದಿಗಿಂತ ಕೊಂಚ ಲಕ್ಷಣವಾಗಿಯೇ ಕಾಣುತ್ತಿದ್ದಳು. ಬಂದ ಕೂಡಲೇ ಸುಜಾತಳ ವಿಷಯ ಬೇರೆ ಹೇಳಿ ಖುಷಿಪಡಿಸಿದಳಲ್ಲ. ಅಷ್ಟು ದೂರ ಸುತ್ತಿ ಬರೋಣ ಎನಿಸಿತು ಮಧುಸೂದನನಿಗೆ. ಅಪರೂಪಕ್ಕೊಮ್ಮೆ ಅವರು ಹೀಗೆ ಹೋಗುವುದಿತ್ತು.

ಇವನ ಮಾತು ಕೇಳಿ ತುಸು ಬಾಡಿದಂತಾಯಿತು ಅವಳ ಮುಖ.

"...... ನಾಳೆ ಹೋಗೋಣಾರಿ......." ಎಂದು ಬಳಿ ಬಂದು ಕೆನ್ನೆ ಸವರಿದಳು. ಬಾಗಿ ಕೆನ್ನೆಯ ಮೇಲೆ ತುಟಿಯೊತ್ತಿದಳು.

"...... ಯಾಕೆ....... ನಾಳೆ...... ಇವತ್ತು ಏನು ಕಾರ್ಯಕ್ರಮ ?"

"ಕಾರ್ಯಕ್ರಮ ಏನಿಲ್ಲಪ್ಪ..... ಕುಂಡದಲ್ಲಿರೋ ಗಿಡಗಳೆಲ್ಲ ಹೋಗತಿವೆ.... ಮಣ್ಣು ಬದಲಾಯಿಸಬೇಕು.... ಬರತೀನಿ ಅಂತ ಆನಂದ ಹೇಳಿದ್ದ....... ಅವನು ಬಂದಾಗ ನಾನು ಇರಬೇಕಲ್ಲ....... ಅವನಿಗಿಲ್ಲಿ ಕೆಲಸಕ್ಕೆ ಹಚ್ಚಿ ನಾವು ಹೊರಗೆ ಹೋದ್ರೆ....... ಅವನು ಏನು ತಿಳಕೊಳೋದಿಲ್ಲ....... ಹೇಳಿ....."

ತುಟಿಗೆ ತಗುಲಿದ ಪೌಡರನ್ನು ಅವಳೇ ಬೆರಳಿನಿಂದ ಒರೆಸಿದಳು.

"ನಾನೊಬ್ನೆ ಹೋಗಿ ಬರಲಾ..."

"ಹೋಗಿಬನ್ನಿ..... ನಾನು ನೀವು ನಾಳೆ...."

"ಸುಜಾತ ಬಂದ್ರೆ ಅವಳನ್ನೂ ಜೊತೇಲಿ ಕರಕೋ..."

ಇವನು ನಕ್ಕ. ಸುಜಾತ ಹೆಸರು ಹೇಳುವುದೇ ಒಂದು ಸಂತಸ ಸಂಭ್ರಮ ಎಂಬುದನ್ನು ತೋರಿಸಿಕೊಳ್ಳದೆ.

"ಖಂಡಿತ...." ಎಂದಳು ಇವಳು ಒಳಗಿನಿಂದ ಟೀ ಲೋಟ ಹಿಡಿದುಕೊಂಡು ಬರುತ್ತ.

* * * *

ಪಾರ್ಕಿನ ಮಗ್ಗುಲ ರಸ್ತೆಯ ಉದ್ದಕ್ಕೂ ಹೋಗುವಾಗ ಸುಜಾತಳ ನೆನಪು ಬಾರದಿರಲಿಲ್ಲ.

ಸುಜಾತ ರೇಣುಕಳ ಗೆಳತಿ. ಚಿಕ್ಕಂದಿನಿಂದ ಒಟ್ಟಿಗೇನೆ ಓದಿ ಬೆಳೆದವರು. ರೇಣುಕ ಮದುವೆಯಾಗಿ ತನ್ನ ಜತೆ ಬಂದ ನಂತರ ಇವಳ ಬಗ್ಗೆ ಆಗಾಗ್ಗೆ ಹೇಳುತ್ತಿದ್ದಳು. ಆದರೆ ಅವಳನ್ನು ತಾನು ನೋಡಿರಲಿಲ್ಲ. ಈಗ ಸುಮಾರು ಒಂದು ವರ್ಷದಿಂದ, ಸುಜಾತ ಇಲ್ಲಿಯವಳೇ ಆಗಿದ್ದಾಳೆ. ಅವಳ ತಂದೆ ನಿವೃತ್ತರಾಗಿ ಆ ಊರು ಬಿಟ್ಟು ಇಲ್ಲಿಗೇನೆ ಬಂದು ಮನೆ ಮಾಡಿದ್ದು ರೇಣುಕೆಗೆ ತುಂಬಾ ಸಂತೋಷವಾಯಿತು.

"ಸುಜಾತ ಸುಜಾತ ಅಂತ ನಾನು ಹೇಳತಿರಲಿಲ್ವ, ಅವಳು ಇಲ್ಲಿಗೇನೆ ಬಂದಿದ್ದಾಳೆ" ಎಂದು ರೇಣುಕ ಒಂದು ದಿನ ಸಂತಸ ಪ್ರಕಟಿಸಿದಳು.

ಸುಜಾತಳನ್ನು ನೋಡದ ತಾನು ಸಹಜವಾಗಿ – "ಹೌದಾ...." ಎಂದೆ. ರೇಣುಕ ಅವಳ ತಂದೆಯ ಬಗ್ಗೆ ಎಲ್ಲ ವಿಷಯ ಹೇಳಿದಳು.

"ಅವಳದ್ದೇನು ಮದುವೆಯಾಗಿಲ್ವೆ ?" ಎಂದು ಕೇಳಿದ್ದೆ.

"...... ಇಲ್ಲ. ಬಂದ ಗಂಡುಗಳನ್ನೆಲ್ಲ ಬೇಡ ಬೇಡ ಅಂತ ಹೇಳಿದ್ಲು...... ಈಗ ಯಾರೂ ಗಂಡು ಬರತಿಲ್ಲ...... ಅವಳ ಅಪ್ಪ ಅಮ್ಮನಿಗೆ ಇದೇ ಚಿಂತೆ...." ಎಂದಳು.

ಅಲ್ಲಿಗೆ ತಾನು ಸುಮ್ಮನಾಗಿದ್ದೆ.

ಇದು ಆದ ಏಳೆಂಟು ದಿನಗಳಲ್ಲಿ, ಸುಜಾತಳನ್ನು ನೋಡಿದೆ. ರೇಣುವಿನಷ್ಟೇ ವಯಸ್ಸು. ಆದರೆ ಇವಳಿಗಿಂತ ಸುಂದರಿ. ತುಂಬ ಆಕರ್ಷಕವಾದ ಮೈಕಟ್ಟು. ಆಸಕ್ತಿಯಿಂದ ಮಾಡಿಕೊಂಡ ಅಲಂಕಾರ.

"ನಾನು ನಿಮ್ಮನ್ನು ನೋಡಿರಲಿಲ್ಲ" ಎಂದೆ.

"ನಾನು ನಿಮ್ಮನ್ನ ನೋಡಿದ್ದೆ...... ಮದುವೆನಲ್ಲಿ. ಆದರೆ ಅವಾಗ ನೀವು ರೇಣೂನ ಬಿಟ್ಟು ಬೇರೆ ಯಾರನ್ನೂ ನೋಡುವ ಪರಿಸ್ಥಿತೀಲಿ ಇರಲಿಲ್ಲ....." ಎಂದು ನಕ್ಕಳು.

ಅವಳ ನಗೆ ಕೂಡ ಆಕರ್ಷಕ.

ಸುಮಾರು ಒಂದು ಗಂಟೆ ಇದ್ದಳು ಮನೇಲಿ.

"ರೇಣು, ನಿನ್ನ ಗಂಡನ್ನ ಕರಕೊಂಡು ಬಾರೆ ನಮ್ಮನೆಗೆ" ಎಂದಳು ಹೋಗುವಾಗ.

"ಅರೆ, ಹಾಗೇನೆ ನನಗೂ ಹೇಳಿ" ಎಂದೆ.

"ಮಧುಸೂದನ್, ನಿಮ್ಮ ಹೆಂಡತೀನ ಕರಕೊಂಡು ಬನ್ನಿ ನಮ್ಮನೆಗೆ" ಎಂದು ಹೇಳಿ ಮತ್ತೆ ನಕ್ಕಳು.

"ನಿನ್ನ ಗೆಳತಿ ಒಳ್ಳೆಯವಳು ಕಣೆ...... ತುಂಬ ಫ್ರೀ ಆಗಿ ಇರತಾಳೆ...." ಎಂದು ನನಗೆ ಅನಿಸಿದ್ದನ್ನು, ಸಹಜವಾಗಿ ರೇಣುಗೆ ಹೇಳಿದೆ. ಅವಳೂ ನನ್ನ ಮಾತನ್ನು ಒಪ್ಪಿಕೊಂಡಳು.

"ತುಂಬಾ ಒಳ್ಳೆಯವಳು ಸುಜಾತ" ಎಂದು ಅವಳಿಗಾಗಿ ಮಿಡುಕಾಡಿದಳು.

"...... ಮದುವೆಯೊಂದು ಆಗಲಿಲ್ಲ ಪಾಪ....."

ಅನಂತರ ಐದು ಆರು ದಿನಗಳಿಗೊಮ್ಮೆ ಸುಜಾತ ಬರುವುದು ಆರಂಭವಾಯಿತು. ಕೆಲಬಾರಿ ತಾನು ಮನೆಯಲ್ಲಿ ಇರುತ್ತಿದ್ದೆ. ಕೆಲಬಾರಿ ಇರುತ್ತಿರಲಿಲ್ಲ. ಆದರೆ ಅವಳು ಬಂದದ್ದು ಮಾತನಾಡಿದ್ದು ತನಗೆ ತಿಳಿದುಹೋಗುತ್ತಿತ್ತು. ರೇಣು ತಪ್ಪದೆ ಹೇಳುತ್ತಿದ್ದಳು. ಕೆಲಬಾರಿ ವಿಶೇಷ ತಿಂಡಿ, ಉಪ್ಪಿನಕಾಯಿ, ಕಬ್ಬಿನಹಾಲು ಮನೆಗೆ ಬರುತ್ತಿತ್ತು.

"....... ಸುಜಾತ ಬಂದಿದ್ಲು...." ಎಂಬ ಪೀಠಿಕೆಯೊಡನೆ ಇದನ್ನು ಕೊಡುತ್ತಿದ್ದಳು ರೇಣು.

ಈಗೀಗ ರೇಣು ಮತ್ತೂ ಮುಂದುವರಿದಿದ್ದಾಳೆ.

ತಮ್ಮಿಬ್ಬರ ನಡುವೆ ಸುಜಾತ ತಟ್ಟನೆ ಬರುತ್ತಾಳೆ. ನೀರು ತೋಡಿ ಕೊಡುವಾಗ, ರಾತ್ರಿ ಮಲಗಿ ರೇಣುವನ್ನು ತೋಳಿನಲ್ಲಿ ಅಪ್ಪಿ ಮುತ್ತಿಡುವಾಗ, ರೇಣು ಅದು ಹೇಗೋ ಸುಜಾತಳನ್ನು ಎಳೆತರುತ್ತಾಳೆ.

"ಸುಜಾತ ಬಂದ್ರೆ ನಿಮಗೆ ಸಂತೋಷ ಆಗುತ್ತೆ ಅಲ್ವ ?"

"ನಾನು ನಾಲ್ಕು ದಿನ ಊರಿಗೆ ಹೋಗತೀನಿ..... ಸುಜಾತ ಬಂದು ಅಡಿಗೆ ಮಾಡಿ ಇಡತಾಳೆ...."

"...... ನಿನ್ನೆ ಸುಜಾತ ಮಾಡಿ ತಂದ ಕೇಸರಿಬಾತು ಇದಕ್ಕಿಂತ ಚೆನ್ನಾಗಿತ್ತು ಅಲ್ವ....."

"....... ನೀವು ಎಷ್ಟು ಹೊತ್ತಿಗೆ ಮಲಗತೀರಾ ಅಂತ ಸುಜಾತ ಕೇಳ್ತಿದ್ಲು..."

ಹೀಗೆ ತನಗೆ ಗೊತ್ತಿಲ್ಲದೇನೆ, ತಾನು ಬಯಸದೇನೆ ರೇಣು ತನ್ನನ್ನು ಸುಜಾತಳ ಬಳಿಗೆ ತಳ್ಳತೊಡಗಿದಳು. ಮೊದಮೊದಲು ಸುಜಾತಳ ಬಗ್ಗೆ ಏನೋ ಒಂದು ರೀತಿಯ ಮನೋಭಾವ ಇರಿಸಿಕೊಂಡ ತಾನು ಕ್ರಮೇಣ ಅವಳತ್ತ ಆಕರ್ಷಿಸಲ್ಪಟ್ಟೆ. ಅವಳ ಬಗ್ಗೆ ಕೇಳುವುದು, ಅವಳು ಬರಬಹುದೆ ಎಂದು ನಿರೀಕ್ಷಿಸುವುದು, ಅವಳು ಬಂದಾಗ ಅವಳ ಎದುರು ಸುಳಿದಾಡುವುದು ಹೆಚ್ಚುತ್ತ ಹೋಯಿತು. ರೇಣು ಕೂಡ ಇದಕ್ಕೆ ಪ್ರೋತ್ಸಾಹಿಸತೊಡಗಿದಳು.

ಒಂದು ಹಂತದಲ್ಲಿ ತಾನು ಎಚ್ಚೆತ್ತೆ. ಇದು ವಿಪರೀತಕ್ಕೆ ಹೋಗುತ್ತಿದೆ ಅನಿಸಿತು. ರೇಣು ತನಗೆ ಯಾವುದಕ್ಕೂ ಕಡಿಮೆ ಮಾಡಿರಲಿಲ್ಲ. ಅವಳೂ ತನ್ನನ್ನು ಗಾಢವಾಗಿ ಪ್ರೀತಿಸುತ್ತಾಳೆ. ತಾನು ಕೂಡ. ಅವಳ ಕೆಲ ಹವ್ಯಾಸಗಳ ಬಗ್ಗೆ ತನಗೆ ಆಸಕ್ತಿ ಇಲ್ಲ ಅನ್ನುವುದನ್ನು ಬಿಟ್ಟರೆ ರೇಣು ತನಗೆ ಅಚ್ಚುಮೆಚ್ಚು.

ರೇಣುಗೆ ಮನೆ ಹೊರಗೆಲ್ಲ ಗಿಡ ಬೆಳೆಸಬೇಕು. ತಾರಸಿಯ ಮೇಲೆ ಪಾಟ್ ಇಡಬೇಕು. ಒಳಗೆಲ್ಲ ಮರುಭೂಮಿಯ ಮುಳ್ಳಿನಗಿಡ ಬೆಳೆಸಬೇಕು. ಬಾಬಾ ಬುಡನಗಿರಿ, ನಂದಿಬೆಟ್ಟ, ಕೆಮ್ಮಣ್ಣುಗುಂಡಿ ಎಂದೆಲ್ಲ ತಿರುಗಾಡಿ ಬರಬೇಕು ಹೀಗೆ ವಿಚಿತ್ರ ಆಸೆಗಳು.

ಆಫೀಸು ಮನೆ, ಮನೆ ಆಫೀಸು ಎಂದು ಇರುವವ ತಾನು. ತನ್ನ ಒಂದೇ ಒಂದು ಹವ್ಯಾಸವೆಂದರೆ ಇಂಗ್ಲಿಷ್ ಪತ್ರಿಕೆಯನ್ನು ಒಂದೂ ಅಕ್ಷರ ಬಿಡದೆ ಓದುವುದು.

"ಥೂ ಅದೇನು ಓದತೀರಪ್ಪ" ಎಂದು ರೇಣು ಸದಾ ಗೊಣಗುತ್ತಾಳೆ.

ಹೀಗೆಂದು ಅವಳ ಹವ್ಯಾಸಕ್ಕೆ ತಾನು ಅಡ್ಡಿ ಬಂದಿಲ್ಲ. ಮನೆ ಸುತ್ತ ಹೂದೋಟವಿದೆ. ಮೇಲೆ ಪಾಟುಗಳಲ್ಲಿ ಗಿಡಗಳು ಬೆಳೆದಿವೆ. ಒಳಗೆ ಗೋಡೆ ಪಕ್ಕದಲ್ಲಿ ಚಿತ್ರವಿಚಿತ್ರವಾದ ಮುಳ್ಳು ಕಂಟಿಯನ್ನೆಲ್ಲ ಬೆಳೆಸಿದ್ದಾಳೆ. ಸಾಲದೆಂದು ತೋಟಗಾರಿಕಾ ಇಲಾಖೆಯ ತನ್ನ ಸ್ನೇಹಿತ ಆನಂದನನ್ನು ಮನೆಗೆ ಕರೆತಂದು ರೇಣುಗೆ ಪರಿಚಯ ಮಾಡಿಕೊಟ್ಟಿದ್ದೇನೆ. ಆನಂದ ವಾರದಲ್ಲಿ ಎರಡು ದಿನ, ಭಾನುವಾರ ಮನೆಗೆ ಬಂದು ಬಡ್ಡಿಂಗ್, ಪಾಟಿಂಗ್ ಎಂದು ಏನೇನೋ ಮಾಡುತ್ತಿರುತ್ತಾನೆ. ರೇಣು ಅವನ ಜತೆ ಅತಿ ಶ್ರದ್ಧೆ, ಆಸಕ್ತಿಯಿಂದ ಕೆಲಸ ಮಾಡುತ್ತಾಳೆ.

ತಮ್ಮದು ಸುಖೀ ಕುಟುಂಬವೆ.

ಎರಡು ಮೂರು ವರ್ಷ ಮಕ್ಕಳು ಬೇಡವೆಂದು ತಾವು ನಿರ್ಧರಿಸಿದ್ದೇವೆ.

ಹೀಗಿರುವಾಗ ಈ ಸುಜಾತ ಎಲ್ಲಿಂದ ಬಂದಳು ?

ಒಂದು ದಿನ ತಾನೇ ರೇಣು ಹತ್ತಿರ ಈ ವಿಷಯ ಪ್ರಸ್ತಾಪ ಮಾಡಿದ.

"ರೇಣು, ನೀನು ಪದೇ ಪದೆ ಸುಜಾತ ಹೆಸರು ತೆಗೀಬಾರದು."

"ಅರೆ ! ಯಾಕೆ ? ಏನಾಯ್ತು ಈಗ ?"

"ಏನೂ ಆಗಿಲ್ಲ....... ಆದರೆ ಹೀಗೆ ಬೇರೊಂದು ಹೆಂಗಸಿನ ವಿಷಯ ಮಾತನಾಡೋದು..... ಅವಳ ಹೆಸರನ್ನ ನನ್ನ ನಿನ್ನ ನಡುವೆ ಪ್ರಸ್ತಾಪ ಮಾಡೋದು ನನಗೆ ಹಿಡಿಸೋದಿಲ್ಲ...."

"ಮಧು, ನೀವು ತುಂಬಾ ಸೀರಿಯಸ್ ಆಗಿ ಯಾಕೆ ಈ ವಿಷಯಾನ ತೊಕೊಬೇಕು...... ಅವಳ ಹೆಸರು ಹೇಳಿದ ಕೂಡಲೇ ಆಗಬಾರದ ಅನಾಹುತ ಆಗಿಬಿಡುತ್ತ?" ಎಂದೆಲ್ಲ ತನ್ನನ್ನೇ ದಬಾಯಿಸಿಬಿಟ್ಟಳು ರೇಣು.

ಈ ಅಭ್ಯಾಸ ನಿಲ್ಲುವುದಿರಲಿ ಬಿಟ್ಟುಬಿಡಲು ಆಗದೇನೋ ಅನ್ನುವ ಹಾಗೆ ಮುಂದುವರಿಯಿತು. ಎಷ್ಟು ಮುಂದುವರಿಯಿತೆಂದರೆ ರೇಣು ಸುಜಾತಳ ಪ್ರಸ್ತಾಪ ಮಾಡದಿದ್ದರೆ ತನಗೆ ಬೇಸರವೆನಿಸುತ್ತಿತ್ತು. ತಾನೇ ಸುಜಾತಳ ಹೆಸರು ಹೇಳಿ ರೇಣುವಿನ ಕೆನ್ನೆ ಚಿವುಟುತ್ತಿದ್ದೆ.

ಮೊನ್ನೆ ಮೊನ್ನೆ ರೇಣು–

"ಮಧು...." ಎಂದಳು.

"ಏನು ?"

"ನಮ್ಮ ಆಲ್ಬಂನಲ್ಲಿ ನಿಮ್ಮದೊಂದು ಫೋಟೋ ಇತ್ತಲ್ಲ..... ನಾನು ತುಂಬಾ ಮೆಚ್ಚಿಕೊಂಡ ಫೋಟೋ.... ಅದನ್ನ ನೀವು ತೆಗೆದಿದ್ರ.... ?"

ತಾವು ಇಬ್ಬರೇ ಮಾತನಾಡುವಾಗ ಸಂಬೋಧಿಸುವಂತೆಯೇ ರೇಣು ತನ್ನ ಜತೆ ಮಾತನಾಡಿದ್ದಳು ತನ್ನ ಹೆಸರು ಹಿಡಿದು.

"..... ಇಲ್ಲಪ್ಪ..... ನಾನು ಯಾಕೆ ತೆಗೀಲಿ.... ಏನಾಯ್ತು ?"

"ಆ ಫೋಟೋ ಇಲ್ಲ...."

“ನಾನೇ ಇದೀನಿ ಬಿಡು..... ಫೋಟೋ ಯಾಕೆ ?” ಎಂದ ತಾನು, ನಗುತ್ತ. ಐದಾರು ದಿನಗಳ ನಂತರ ರೇಣು ಮತ್ತೆ “ಮಧು” ಎಂದಳು.

“ಏನು ?”

“ಫೋಟೋ ಯಾರು ತೊಕೊಂಡಿದಾರೆ ಗೊತ್ತ ?”

“ಯಾರು ?”

“ಸುಜಾತ.....”

“ರೇಣು !”

ತಾನು ಕೋಪದಿಂದ ಅಬ್ಬರಿಸಿದಾಗ ರೇಣು ಹೊಟ್ಟೆ ಹಿಡಿದುಕೊಂಡು ನಕ್ಕಳು.

“ಮಧು, ನನ್ನ ಗಂಡನ ಫೋಟೋನ ಅವಳು ತೊಕೊಂಡು ಹೋದಳಲ್ಲ ಅಂತ ನನಗೆ ಸಿಟ್ಟು ಬರಬೇಕು...... ನಾನು ನಗತಿದೀನಿ.... ನೀವು ಕೋಪ ಮಾಡಿಕೊಂಡಿದೀರ, ಎಷ್ಟೊಂದು ವಿಚಿತ್ರ !”

ಅವಳು ಮತ್ತೂ ಐದು ನಿಮಿಷ ನಕ್ಕಳು. ಅವಳ ಮೈಯಿಡೀ ಕುಲುಕಾಡಿ ಕಣ್ಣಲ್ಲಿ ನೀರು ಬರುವುದನ್ನೇ ನೋಡುತ್ತ ಕುಳಿತೆ ತಾನು.

ಇದೆಲ್ಲದರ ಪರಿಣಾಮವೇನಾಗಿದೆ ?

ಸುಜಾತ ಏನು ಹೇಗೆ ಎಂಬುದೆಲ್ಲ ತನಗೆ ತಿಳಿದಿದೆ. ಅವಳ ಅಭಿರುಚಿ, ಹವ್ಯಾಸ, ಸದಾ ಅಲಂಕರಿಸಿಕೊಂಡು ತಿರುಗಾಡಬೇಕು ಅನ್ನುವ ಅವಳ ಆಸೆ, ತನ್ನ ಸೌಂದರ್ಯ, ಮೈಮಾಟದ ಬಗ್ಗೆ ಅವಳಿಗಿರುವ ಹೆಮ್ಮೆ ಇತ್ಯಾದಿಗಳೆಲ್ಲ ತನಗೆ ಅರ್ಥವಾಗಿದೆ. ಅವಳ ಊಟ, ತಿಂಡಿ, ಬೇಕು, ಬೇಡಗಳ ಕುರಿತು ಕೂಡ ತಾನು ಹೇಳಬಲ್ಲೆ. ಅದೇಕೋ ಇದೆಲ್ಲವೂ ತನಗೆ ಪ್ರಿಯವೆನಿಸುತ್ತದೆ.

ಈಗೀಗ ತಾನು ರೇಣುವನ್ನು ಸುಜಾತಳ ಜತೆ ತೂಗಿ ನೋಡುವಷ್ಟು ದೂರ ಕೂಡ ಹೋಗಿದ್ದೇನೆ.

“ನಿನಗೆ ಸುಜಾತ ಹಾಗೆ ಸೀರೆ ಉಡಲಿಕ್ಕೆ ಬರೋದಿಲ್ಲ.....”

“ನೀನು ಸ್ವಲ್ಪ ಫಿಸಿಕ್ ಬಗ್ಗೆ ಗಮನ ಕೊಡಬೇಕು....”

“ಆಫೀಸಿಂದ ನಾನು ಬಂದಾಗ ನೀನು ಯಾಕೆ ಸ್ವಲ್ಪ ನಾಜೂಕಾಗಿ ಇರಬಾರದು......”

ಇಂತಹ ಮಾತುಗಳನ್ನು ಹೇಳಿದಾಗ ರೇಣು ಸಿಟ್ಟು ಮಾಡಿಕೊಳ್ಳುವುದಿಲ್ಲ. ಬದಲು ನಗುತ್ತಾಳೆ.

“........ ಓ ! ಹೀಗೋ.....” ಎಂದು ನನ್ನ ಕೆನ್ನೆ ಚಿವುಟುತ್ತಾಳೆ.

* * * *

ಮಧುಸೂದನ ಪಾರ್ಕಿನ ಒಳಗೂ ಒಂದಿಷ್ಟು ಸುತ್ತಾಡಿದ. ಮನೆಗೆ ಹಿಂತಿರುಗುವ ದಾರಿಯಲ್ಲಿ ಸುವಾಸಿನ ಕಲ್ಯಾಣ ಮಂಟಪ ದೀಪಗಳ ಸರಮಾಲೆಯಿಂದ ಅಲಂಕೃತಗೊಂಡದ್ದು ಕಂಡಿತು. ರಸ್ತೆ ತುಂಬ ವಾಹನಗಳು ನಿಂತಿದ್ದವು. ರೇಶ್ಮೆ ಜರತಾರಿ ಸೀರೆಗಳ ಸಂಭ್ರಮ. ತಟ್ಟನೆ ಸುಜಾತಳ ನೆನಪಾಗಿ ಕಣ್ಣು ಅಲ್ಲೆಲ್ಲ

ಅಲೆದಾಡಿತು. ಅವಳು ಕಾಣದಿದ್ದಾಗ ನಿರಾಶೆಯೂ ಆಯಿತು. ನಿಧಾನವಾಗಿ ನಡೆದುಕೊಂಡು ಮನೆಗೆ ಬಂದ.

ತೋಟದಲ್ಲಿ ಕುರ್ಚಿ ಹಾಕಿಕೊಂಡು ಆನಂದ ರೇಣುಕ ಕುಳಿತಿದ್ದರು. ರೇಣುಕ ಉತ್ಸಾಹದಿಂದ ಮಾತನಾಡುತ್ತಲಿದ್ದಳು.

"ಆಯಿತೇನಪ್ಪ ಕೆಲಸ....." ಎಂದು ಕೇಳಿದ ಮಧುಸೂದನ, ಆನಂದನಿಗೆ.

"ಇದೇ ಕೈ ತೊಳೆದುಕೊಂಡು ಕುಳಿತೆ..... ನಮ್ಮ ಕೆಲಸ ಏನಿದ್ರು ಕೈ ಕೆಸರು ಮಾಡಿಕೊಳ್ಳೋದು..... ಬಾಯಿಗೆ ಮೊಸರು ಮಾತ್ರ ಸಿಗೋದಿಲ್ಲ....." ಎಂದು ನಕ್ಕ ಆನಂದ.

"ಯಾಕೆ ಕಾಫಿ ಗೀಫಿ ಮಾಡಿಕೊಡಲಿಲ್ವೆ ರೇಣು ?" ಮಧುಸೂದನ ರೇಣುಕೆಯ ಮುಖ ನೋಡಿದ.

"ನನ್ನ ಕೈಯೂ ಕೆಸರಾಗಿತ್ತಲ್ಲ..... ಈಗ ಮಾಡಿ ತರತೀನಿ ಕೂತ್ಕೊಳ್ಳಿ....." ರೇಣುಕ ಎದ್ದು ಒಳಹೋದಳು.

ತನ್ನಂತೆಯೇ ಸರ್ಕಾರಿ ಸೇವೆಯಲ್ಲಿದ್ದ ಆನಂದನ ಹತ್ತಿರ ಬಡ್ತಿ, ತುಟ್ಟಿಭತ್ಯ, ವೇತನ ನಿಗದಿ ಇತ್ಯಾದಿಗಳ ಬಗ್ಗೆ ಮಾತನಾಡುತ್ತ ಕುಳಿತ ಮಧುಸೂದನ.

* * * *

ಮಧುಸೂದನ ಕಚೇರಿ ಮುಗಿಸಿಕೊಂಡು ಎಂದಿನಂತೆ ಮನೆಗೆ ಬಂದ. ಮನೆ ಬಾಗಿಲು ತೆರೆದಿತ್ತು. ಬಾಗಿಲ ಚಿಲಕವನ್ನು ಒಮ್ಮೆ ಟಪ್ ಎಂದು ಬಡಿದು ಸದ್ದು ಮಾಡಿ, ಒಂದು ನಿಮಿಷ ಕಾದ. ನಿತ್ಯದಂತೆ ರೇಣುಕ ಒಳಗಿನಿಂದ ಓಡಿ ಬರಲಿಲ್ಲ. ಆದರೆ ನಿಧಾನವಾಗಿ ಹೊರಬಂದವಳು ಸುಜಾತ.

ರೇಣುಕೆಯ ಜಾಗದಲ್ಲಿ ಇವಳನ್ನು ಕಂಡು ಗಲಿಬಿಲಿಗೊಂಡ. ಸಂತೋಷವೂ ಆಯಿತು. ಕಚೇರಿಯ ಆಯಾಸವೆಲ್ಲ ಒಂದೇ ಕ್ಷಣದಲ್ಲಿ ಮಾಯವಾಗಿ ಮೈ ಮನಸ್ಸು ಹುರುಪುಗೊಂಡಿತು. ಇದನ್ನು ತೋರಿಸಿಕೊಳ್ಳದೆ "ರೇಣೂ" ಎಂದು ಕೂಗಿದ. "ಎಲ್ಲಿ ರೇಣು ?" ಅತಿ ಶ್ರದ್ಧೆಯಿಂದ ಅಲಂಕರಿಸಿಕೊಂಡಿದ್ದ ಸುಜಾತಳನ್ನು ಕಣ್ಣಿನಿಂದಲೇ ತಿನ್ನುತ್ತ ಕೇಳಿದ. ಸುಜಾತ ತುಸು ಗೊಂದಲದಲ್ಲಿ ಇದ್ದವಳಂತೆ ಬಾಗಿಲಲ್ಲಿ ನಿಂತೇ ಇದ್ದಳು, ಇವನ ಪ್ರಶ್ನೆಗೆ ಉತ್ತರಿಸದೆ.

ಮಧುಸೂದನ ಒಳಗೆ ನಡೆದ.

ಬಟ್ಟೆ ಬದಲಾಯಿಸುವಾಗ ಮಂಚದ ಪಕ್ಕದ ಟೀಪಾಯಿಯ ಮೇಲೆ ತುಂಡು ಕಾಗದವೊಂದು ಕಂಡಿತು. ಅದರ ಮೇಲೆ ರೇಣು ಕೈ ಬರಹ–

"...... ಮಧು, ಸುಜಾತಾಗೆ ಮನೆಯಲ್ಲಿ ಇರಲು ಹೇಳಿ ನಾನು ಆನಂದನ ಜತೆ ಕೆಮ್ಮಣ್ಣುಗುಂಡಿಗೆ ಹೋಗುತ್ತಿದ್ದೇನೆ......"

ಮಧುಸೂದನ ಹಾಗೆಯೇ ಮಂಚದ ಮೇಲೆ ಕುಳಿತು ವಿಚಾರ ಮಾಡಿದ. ಕ್ರಮೇಣ ಎಲ್ಲವೂ ಸ್ಪಷ್ಟವಾಗುತ್ತ ಹೋಯಿತು. ಐದು ನಿಮಿಷಗಳ ನಂತರ ಎದ್ದು ಪಂಚೆ ಸುತ್ತಿಕೊಂಡು ಆತ ಹೊರಬಂದ. ಸುಜಾತ ಅಲ್ಲಿಯೇ ನಿಂತಿದ್ದಳು. ಅವಳ ಮುಖದ ಮೇಲಿನ ಗೊಂದಲ ನಿಧಾನವಾಗಿ ತಿಳಿಯಾಗುತ್ತಲಿತ್ತು.

3. ಬಂಡೆ

– ಕೆ.ಟಿ. ಗಟ್ಟಿ

ಇಪ್ಪತ್ತೈದು ಡಿಗ್ರಿ ಉಷ್ಣತೆ – ಕಡಲ ಮೇಲಿಂದ ತಣ್ಣಗಿನ ಗಾಳಿ ಬೀಸುತ್ತಿದೆ. ಆದರೂ ಇದೆಂತಹ ಸೆಖೆಯೆನ್ನುತ್ತ ಪ್ರೊಫೆಸರ್ ನಿರಂಜನದಾಸರು ಬಾಲ್ಕನಿಯ ಬಾಗಿಲು ತೆರೆದರು. ಗೇಟಿನ ಆ ಕಡೆ ಈ ಕಡೆಯಿರುವ ವೀಪಿಂಗ್ ವಿಲ್ಲೊ ಮರಗಳು ತೋಳುಗಳಂತೆ ಜೋತು ಬೀಳುವ ತಮ್ಮ ನೀಳವಾದ ರೆಂಬೆಗಳನ್ನು ಅಲ್ಲಾಡಿಸುತ್ತಾ ಮುಂಗಾರಿನ ಮೊದಲ ಗಾಳಿಯ ಬಗ್ಗೆ ಏನೋ ಮಾತುಕತೆಯಲ್ಲಿದ್ದವು. ಆ ಜೋಡಿ ವೀಪಿಂಗ್ ವಿಲ್ಲೊಗಳನ್ನು ಕಾಣುವಾಗ ನಿರಂಜನದಾಸರಿಗೆ ತಮ್ಮ ಜೋಡಿ ಜಂಟಿ ಬದುಕಿನ ನೆನಪಾಗುತ್ತದೆ.

ರೇಶಿಮೆ ಸೀರೆಯ ಸೆರಗನ್ನು ಮೈತುಂಬಾ ಹೊದ್ದುಕೊಂಡು ನಳಿನಮ್ಮ ಬಾಲ್ಕನಿಯ ಬಾಗಿಲಲ್ಲಿ ನಿಂತುಕೊಂಡರು. ಒಂದು ಹುಟ್ಟುಹಬ್ಬದಲ್ಲಿ ಭಾಗವಹಿಸಿ ಆಗಷ್ಟೇ ಅವರು ಮರಳಿದ್ದರು. ಈ ವಯಸ್ಸಿನಲ್ಲಿ ಅವರಿಬ್ಬರಿಗೂ ಅಂಥ ಸಮಾರಂಭಗಳಿಗೆ ಹೋಗುವ ಆಸಕ್ತಿಯೇನೂ ಇಲ್ಲ. ಆದರೆ ಸ್ನೇಹಿತರಾದ ಗಿರಿಧರರಾಯರು ತಮ್ಮ ಮಗನ ಮೊದಲ ಮಗಳ ಮೊದಲ ಹುಟ್ಟುಹಬ್ಬದಲ್ಲಿ ಭಾಗವಹಿಸಲೇಬೇಕೆಂದು ಪಟ್ಟುಹಿಡಿದಿದ್ದರು.

'ಗಾಳಿ ಎಷ್ಟೊಂದು ತಣ್ಣಗಿದೆ! ನೀವು ಆ ಬಾಲ್ಕನಿಯಲ್ಲಿ ಬರಿ ಮೈಯಲ್ಲಿ ನಿಂತಿದ್ದೀರಲ್ಲ!' ಎಂದರು ನಳಿನಮ್ಮ.

'ಏನು, ನಿನಗೆ ಚಳಿಯಾಗುತ್ತಿದೆಯೆ?' ನಿರಂಜನದಾಸರು ಕೇಳಿದರು.

'ಹೌದು' ನಳಿನಮ್ಮ ಭುಜಗಳನ್ನು ಎರಡೂ ಕೈಗಳಿಂದ ಅದುಮಿ ಹಿಡಿದುಕೊಂಡಿದ್ದರು.

'ಹಾಗಾದರೆ ಬಾಗಿಲು ಹಾಕಿಬಿಡ್ತೇನೆ' ಎಂದು ನಿರಂಜನದಾಸರು ಒಳಬಂದು ಬಾಲ್ಕನಿಯ ಬಾಗಿಲು ಹಾಕಿ, ಅಷ್ಟರಲ್ಲಿ ಹೋಗಿ ಸೋಫಾದಲ್ಲಿ ಕುಳಿತಿದ್ದ ಹೆಂಡತಿಯ ಪಕ್ಕದಲ್ಲಿ ಕುಳಿತುಕೊಂಡರು.

ಕಡಲಿನ ಸತತವಾದ ಮೊರೆತದ ದನಿ ಕೇಳಿಸುತ್ತಿದ್ದರೂ ಒಂದು ಗಂಭೀರವಾದ ಮೌನ. ಆ ಮೌನವನ್ನು ಮುರಿಯಲು ಎಂಬಂತೆ ನಿರಂಜನದಾಸರು ಹೇಳಿದರು,

'ಗಾಳಿ ಬಲವಾಗಿದೆ. ಮಾನ್ಸೂನ್ ಆರಂಭವಾಗ್ತಿದೆ.'

'ಆದರೆ ಈ ತಂಪುಗಾಳಿಯಲ್ಲಿ ಕೂಡ ನೀವು ಸೆಖೆ ಸೆಖೆ ಅಂತಿದೀರಲ್ಲಾ?'

'ಯಾಕೊ ತಿಳೀತಿಲ್ಲ. ತುಂಬಾ ಸೆಖೆಯಾಗ್ತಿರುವುದೇನೋ ನಿಜ. ಬಹುಶಃ ಒಳಗಿನ ಬಿಸಿಯಿರಬಹುದು' ನಿರಂಜನದಾಸರು ನಕ್ಕು ತುಸು ತಡೆದು ಹೇಳಿದರು. 'ಯೋಚಿಸಿದರೆ ಆಶ್ಚರ್ಯವಾಗ್ತದೆ. ಎಷ್ಟೊಂದು ದೀರ್ಘವಾದ ಕಾಲ ಕಳೆದುಹೋಯಿತು ! ಇಪ್ಪತ್ತೈದು ವರ್ಷದವರೆಗೆ ನನಗೆ ಪ್ರಪಂಚದ ಬಗ್ಗೆ ಏನೂ ತಿಳಿದಿರಲಿಲ್ಲ. ನಂತರ ಮೂವತ್ತಮೂರು ವರ್ಷ ಪುಸ್ತಕಗಳಲ್ಲಿರುವ ಅನ್ಯರ ವಿಚಾರಗಳನ್ನು ಇತರರಿಗೆ ಹೇಳುವುದರಲ್ಲಿ ಕಳೆದುಹೋಯಿತು. ಆಮೇಲೆ ಇಪ್ಪತ್ತು ವರ್ಷ ಯಾವ ಯೋಚನೆಯೂ ಇಲ್ಲದೆ ಹೇಗೆ ದಾಟಿಹೋಯಿತು ಎಂದು ಆಶ್ಚರ್ಯವಾಗ್ತಿದೆ !'

'ನೀವು ಅಷ್ಟಾದರೂ ಮಾಡಿದಿರಿ. ನಾನು ಪೂರ್ತಿ ಎಪ್ಪತ್ತು ವರ್ಷದಲ್ಲಿ ಏನೂ ಮಾಡಲಿಲ್ಲ.' ನಳಿನಮ್ಮ ನಕ್ಕರು. ಮುಖ ಕಾಣಿಸದಷ್ಟು ಕತ್ತಲಾಗಿದ್ದುದರಿಂದ ನಿರಂಜನದಾಸರಿಗೆ ನಗುವಿನ ಮೆಲುದನಿ ಮಾತ್ರ ಕೇಳಿಸಿತು. ಅದಕ್ಕೆ ಅಂಟಿದ ಮುಖಭಾವ ತಿಳಿಯಲಿಲ್ಲ. ಏನಿದ್ದರೂ ವಿಷಾದವಿರಲಾರದೆನಿಸಿತು.

'ಆದರಲ್ಲಿ ಭರ್ತಿ ಐವತ್ತು ವರ್ಷ ಇದೇ ರೀತಿ ನನ್ನ ಜೊತೆಯಲ್ಲಿ ಇದ್ದೆ. ಅದೊಂದು ಸಾಧನೆಯಲ್ವೆ ?' ನಿರಂಜನದಾಸರು ಹೆಂಡತಿಯನ್ನು ಬಳಸಿ ಹಿಡಿದುಕೊಂಡು ನಗುತ್ತಾ ಕೇಳಿದರು. ಹೆಂಡತಿ ಮೃದುವಾಗಿ ನಕ್ಕಿದ್ದು ಮಾತ್ರ ಕೇಳಿಸಿತು. ಆಕೆ ಏನೂ ಹೇಳಲಿಲ್ಲ. ನಿರಂಜನದಾಸರೇ ಹೇಳಿದರು. 'ನೀನು ಮಾತ್ರ ಎಪ್ಪತ್ತು ವರ್ಷವೂ ಪೂರ್ತಿ ವ್ಯಸ್ತಳಾಗಿಯೇ ಇದ್ದೆಯಲ್ಲ !'

'ಅಂದ್ರೆ ಹುಟ್ಟಿದ ಗಳಿಗೆಯಿಂದ್ಲೇ ?' ನಳಿನಮ್ಮ ನಗುತ್ತಾ ಹೇಳಿದರು. 'ಇರ್ಬಹುದು ಇರ್ಬಹುದು. ಏನ್ಮಾಡ್ತಿದ್ದೆ ಅಂತ ಗೊತ್ತಿಲ್ಲ. ಜೀವಿಸ್ತಿದ್ದೆ ಅನ್ನೋದು ಮಾತ್ರ ಸತ್ಯ.'

ಒಂದು ಕ್ಷಣ ಕಳೆದು ನಿರಂಜನದಾಸರು ನುಡಿದರು, 'ಎಷ್ಟೋ ಜನ, ಆದರಲ್ಲೂ ಒಂದಷ್ಟು ನಮಗಿಂತ ಕಿರಿಯರು, ನಮ್ಮ ಕಣ್ಣ ಮುಂದೆಯೇ ಹೊರಟುಹೋದರು.'

'ಹೌದು.'

'ನಾವೂ ಹೋಗ್ಬೇಕು.'

'ನಿಜ.'

'ನಿನಗೆ ದುಃಖವೆನಿಸುತ್ಯೆ ?'

'ಇಲ್ಲ.'

ನಿರಂಜನದಾಸರು ಹೆಂಡತಿಯನ್ನು ಬಳಸಿ ಗಟ್ಟಿಯಾಗಿ ಹಿಡಿದುಕೊಂಡರು. ನಳಿನಮ್ಮನಿಗೆ ಆರಾಮೆನಿಸಿತು. ಗಾಳಿಯಲ್ಲಿ ತೀಡುತ್ತಿದ್ದ ಕುಳಿರು ಕಡಿಮೆಯಾಗುತ್ತಿದೆ ಅನಿಸಿತು. ಗಾಳಿಯಲ್ಲಿ ಏನೋ ಒಂದು ವಾಸನೆ. ಕಡಲ್ಕಿನಾರೆಯ ವಾಸನೆ ಚೆನ್ನಾಗಿಲ್ಲ. ಆದರೆ ನೆನಪುಗಳೊಂದಿಗೆ ಒಂದು ರೀತಿಯಲ್ಲಿ ಸಾಂತ್ವನದಾಯಿಯಾಗಿದೆ.

ಮನೆಗೆ ತೀರಾ ಹತ್ತಿರದ ಕಡಲ್ಕಿನಾರೆಯಲ್ಲಿ ಮೊದಲು ಪುಟ್ಟ ಮಕ್ಕಳಾದ ಸುರೇಶ, ಸತೀಶ ಮತ್ತು ಲಕ್ಷ್ಮೀಶರೊಂದಿಗೆ, ಆಮೇಲೆ ಅವರ ಮಕ್ಕಳೊಂಟಿಗೆ ನಡೆದ ಅನುಭವ ನೆನಪಿಗೆ ಬರುತ್ತದೆ. ಅಮೆರಿಕದಲ್ಲಿರುವ ಲಕ್ಷ್ಮೀಶ ಎರಡು ತಿಂಗಳ ಹಿಂದಷ್ಟೇ ಹೆಂಡತಿ ಮಕ್ಕಳೊಂದಿಗೆ ಬಂದು ಒಂದು ತಿಂಗಳಿದ್ದು ಹೋಗಿದ್ದಾನೆ. ಕಲ್ಕತ್ತದಲ್ಲಿರುವ ಸುರೇಶ

ಮತ್ತು ಸತೀಶ ಮುಂದಿನ ತಿಂಗಳು ಬರಬಹುದು. ಎಲ್ಲರೂ ಮನೆ ಒಂದು ನೆಪಕ್ಕೆಂಬಂತೆ ಮನೆ ತಲುಪಿದ್ದೇ ತಡ, ಬೀಚಿಗೆ ಓಡುತ್ತಾರೆ. ಕಡಲಿನಂಚಿನಲ್ಲಿರುವ ಬಂಡೆಯನ್ನು ಏರುತ್ತಾರೆ, ಇಳಿಯುತ್ತಾರೆ. ಎಲ್ಲರೂ ಆರಾಮವಾಗಿದ್ದಾರೆ. ಆ ಕಡಲಿನಂತೆ, ಬೀಚಿನಂತೆ ಅಥವಾ ಬಂಡೆಯಂತೆ. ಎಪ್ಪತ್ತು ದಾಟಿದರೂ ನಾವಿಬ್ಬರೂ ಚೆನ್ನಾಗಿಯೇ ಇದ್ದೇವೆ, ಬಂಡೆಯಂತೆ ಇದ್ದೇವೆ ಎಂದುಕೊಂಡು ಮಕ್ಕಳು ಸಂತೋಷಪಡ್ತಾರೆ. ಆದರೆ ಅವರಿಗೇನು ಗೊತ್ತು, ಎಷ್ಟು ವರ್ಷಗಳಿಂದ ನಾವು ಯೋಚಿಸ್ತಾ ಇದ್ದೇವೆ, ನಮ್ಮ ಬದುಕಿನಲ್ಲಿ ಆಗಬೇಕಾದ್ದೆಲ್ಲ ಆಯ್ತು. ಇಲ್ಲಿ ನಮಗಿನ್ನೇನು ಕೆಲಸ? 'ಯಾಕೆ ಬಂಡೆಯಂತೆ ಬಿದ್ದುಕೊಂಡಿರಬೇಕು' ಎಂದು ಇವರು ಹೇಳುತ್ತಿರುತ್ತಾರೆ. 'ಬದುಕು ಅಂದರೆ ಬಂಡೆಯನ್ನು ಹತ್ತುವುದು ಮತ್ತು ಇಳಿಯುವುದು. ಬಂಡೆಯಂತೆ ಬಿದ್ದಿರುವುದಲ್ಲ' ಎಂದು ಹೇಳುತ್ತಿರುತ್ತಾರೆ. ನಿಜ, ನಗ್ನವಾದ ಪಾದಗಳಿಗೆ ಬಂಡೆಯನ್ನು ಹತ್ತುವಾಗ, ಇಳಿಯುವಾಗ ಸಿಕ್ಕೂ ಸಿಗದ ಕಲ್ಲು ನೀಡುವ ಪುಲಕ ಅನನ್ಯವಾದುದು. ಅದು ಕಾಲಿನಡಿಯಲ್ಲಿ ಮರಳು ನುಲಿಯುವಾಗ ಮರಳು ನೀಡುವ ಸುಖಕ್ಕಿಂತ ಮಿಗಿಲಾದುದು.

'ಒಂದು ವೇಳೆ ಮೊದಲು ಹೋಗುವುದು ನಾನಾಗಿದ್ದರೆ?' ನಿರಂಜನದಾಸರೆಂದರು.

ನಳಿನಮ್ಮ ಏನೂ ಹೇಳಲಿಲ್ಲ. ಅವರು ಗಂಡನಿಗೆ ಅಂಟಿ ಕುಳಿತಿದ್ದರು. ಗಂಡನ ಮೈ ತುಂಬಾ ಬಿಸಿಯಿರುವಂತೆ ತೋರಿತು. ಜ್ವರವಿರಬಹುದೆ ಎಂದುಕೊಂಡರು. ಆದರೆ ಅದರ ಬಗ್ಗೆ ಏನಾದರೂ ಹೇಳುವ ಮೊದಲೇ ನಿರಂಜನದಾಸರು ಮಾತಾಡಿದರು. 'ಸತ್ತವರನ್ನು ಮೀಯಿಸುತ್ತಾರೆ. ಯಾಕೆ? ಸತ್ತವನು ಮೀಯಬೇಕೆನ್ನುತ್ತಾನೆಯೆ? ತೊಳೆಯುವವರಿಗೆ ಅದೊಂದು ಅನಗತ್ಯ ಹಿಂಸೆ. ಇದನ್ನು ಆರಂಭಿಸಿದ ಮೂರ್ಖ ಯಾರು ಎಂದು ಆಶ್ಚರ್ಯವಾಗ್ತದೆ. ನನ್ನನ್ನು ನೇರವಾಗಿ ಕ್ರಿಮಟೋರಿಯಮ್ಮಿಗೆ ಕಳಿಸಿ ಬಿಡಬೇಕು. ಸ್ನಾನ ಮಾಡಿಸುವುದೇನೂ ಬೇಡ. ನಾನು ಕಾಗದ ಬರೆದಿರಿಸುತ್ತೇನೆ.'

ಎಲ್ಲೋ ಗಂಟೆ ಒಂಬತ್ತು ಬಡಿದುದನ್ನು ನಳಿನಮ್ಮ ಒಂದೊಂದಾಗಿ ಲೆಕ್ಕ ಮಾಡಿ ಮನಸ್ಸಿನಲ್ಲೇ ಒಂಬತ್ತು ಎಂದರು. ನಿರಂಜನದಾಸರಿಗೆ ಗಂಟೆಯು ಬಡಿತ ಗಮನಕ್ಕೆ ಹೋಗಲಿಲ್ಲ. ಅವರು ಹೆಂಡತಿಯ ಬೆನ್ನ ಹಿಂದಿನಿಂದ ತೋಳು ತೆಗೆದು ಹೇಳಿದರು. 'ನಾನು ಸ್ನಾನ ಮಾಡ್ಬೇಕು. ನೀರು ಬಿಸಿಯಿದೆಯೆ?'

'ಇರಲಿಕ್ಕಿಲ್ಲ. ಗೀಸರ್ ಆನ್ ಮಾಡಿಲ್ಲ.'

'ಒಳ್ಳೆಯದಾಯ್ತು. ತಣ್ಣನೆ ಶವರ್ ಈ ಸೆಖೆಯಲ್ಲಿ ತುಂಬಾ ಹಿತವಾಗಿರ್ತದೆ.'

ಸ್ನಾನ ಮಾಡಿ ಬಂದು ನಿರಂಜನದಾಸರು ಕಪಾಟಿನೊಳಗಿಂದ ಬಿಳಿ ಪಾಯಜಾಮ ಮತ್ತು ಬಿಳಿ ಜುಬ್ಬಾ ಹೊರತೆಗೆದು ಹಾಕಿಕೊಂಡರು. 'ಈಗ ಬಹಳ ಆರಾಮಾಯ್ತು. ನೀನೂ ಯಾಕೆ ಸ್ನಾನ ಮಾಡಬಾರದು?'

'ನಾನು ಈಗ ಸ್ನಾನ ಮಾಡಲ್ಲ. ನಾನು ಆರಾಮಾಗಿದ್ದೀನಿ.'

ನಿರಂಜನದಾಸರು ನಕ್ಕರು. ಯಾಕೆಂದು ನಳಿನಮ್ಮನಿಗೆ ಅಚ್ಚರಿಯಾದರೂ

ಯಾಕೆಂದು ಕೇಳಲಿಲ್ಲ. ಯಾಕೆಂದರೆ, ಯಾಕೆಂದು ಎಲ್ಲದರ ಬಗ್ಗೆಯೂ ಕೇಳಬಹುದು. ಆದರೆ, ಸಿಗುವ ಉತ್ತರವೆಂದೂ ಕೊನೆಯ ಉತ್ತರವಾಗುವುದಿಲ್ಲ ಎಂದು ನಳಿನಮ್ಮನಿಗೆ ಗೊತ್ತು.

ನಿರಂಜನದಾಸರು ಒಳ್ಳೆಯ ಹುರುಪಿನಲ್ಲಿದ್ದರು. 'ನೀನೆಷ್ಟೋ ಬಾರಿ ಹೇಳಿದ್ದಿ ಬದುಕುವುದರಲ್ಲಿ ಏನೂ ಅರ್ಥವಿಲ್ಲ. ಒಂದು ದಿನ ಸಾಯಲೇಬೇಕು. ಈಗಲೇ ಸತ್ತರೆ ಹೇಗೆ ಅಂತ.'

'ಹೌದು.'

'ಆಗೆಲ್ಲ ನಾನು ಹೇಳಿದ್ದೇನೆ, ನೋಡು. ಸಮುದ್ರದ ಅಂಚಿನಲ್ಲಿರುವ ಆ ಬಂಡೆಯ ಮೇಲೆ ಕುಳಿತು ಸರ್‍ರಂತ ಆ ಕಡೆಗೆ ಜಾರಿ ಬಿಡೋಣ; ಬಹಳ ಸುಲಭ; ಒಂದೇ ಕ್ಷಣದಲ್ಲಿ ಅಂತರ್ಧಾನರಾಗಿ ಬಿಡ್ತೇವೆ ಅಂತ. ಮಕ್ಕಳ ಓದು ಆಯ್ತು, ಒಳ್ಳೆಯ ಉದ್ಯೋಗ ಆಯ್ತು, ಮದುವೆಯಾಯ್ತು. ಅವರಿಗೂ ಮಕ್ಕಳಾದವು. ನಮ್ಮ ಕೆಲಸ ಮುಗಿಯಿತು. ನಾನು ಶೇಕ್ಸ್‌ಪಿಯರನ ಹೆಚ್ಚಿನ ನಾಟಕಗಳನ್ನು ವಿವರಿಸಿದೆ. ನೀನು ಅವನ ಎಲ್ಲಾ ಪಾತ್ರಗಳನ್ನು ನೋಡಿದ್ದೀಯೆ. ಜಗತ್ತು ಒಂದು ನಾಟಕರಂಗ. ನಮ್ಮ ನಟನೆಯನ್ನು ಮುಗಿಸಿಬಿಡೋಣ ಅಂತ.'

'ಹೌದು.'

'ಆ ಉದ್ದೇಶದಿಂದ ಕಳೆದ ಏಳೆಂಟು ವರ್ಷಗಳಲ್ಲಿ ನಾವು ಆ ಬಂಡೆಯನ್ನು ಹತ್ತಿದ್ದೇವೆ. ನಮಗೆ ಸಾವೆಂದರೆ ಭಯವಿಲ್ಲ. ಆದರೂ ಬಂಡೆಯ ತುದಿಯಲ್ಲಿ ಕುಳಿತು ಆ ವಿಶಾಲವಾದ ಸಮುದ್ರ, ಬಂಡೆಗೆ ಬಂದಪ್ಪಳಿಸುವ ತೆರೆಗಳ ಭೋರ್ಗರೆತ ನೋಡುತ್ತಾ ನೋಡುತ್ತಾ, ನಾವು ಬಂಡೆಯಿಂದ ಕಡಲಿನ ಕಡೆಗೆ ಜಾರಬೇಕೆಂದಿದ್ದುದನ್ನು ಮರೆತು ಮರಳಿ ಬಂದಿದ್ದೇವೆ. ನಾವು ಸಾಯುವ ಬಗ್ಗೆ ಪಶ್ಚಾತ್ತಾಪ ಪಡಬೇಕಾದ್ದೇನು ಇಲ್ಲ. ಇದೆಯೆ ?'

'ಇಲ್ಲ.'

ನಿರಂಜನದಾಸರು ನಕ್ಕರು. 'ನಿನ್ನ ಹೆಚ್ಚಿನ ಉತ್ತರಗಳೆಲ್ಲ ಹೌದು ಅಥವಾ ಅಲ್ಲ ಎಂದಾಗಿರ್‍ತವೆ. ಕ್ಲಾಸಿನಲ್ಲೂ ಹೀಗೇ ನಾನು ಪ್ರಶ್ನೆಗಳನ್ನು ಕೇಳುತ್ತೇನೆ. ಸಿಗುವುದು ಕೇವಲ ಅರ್ಧ ಉತ್ತರಗಳು. ಬದುಕಿನ ಕುರಿತು ಹೀಗೆಯೇ ಅಲ್ಲವೆ ? ಪೂರ್ಣ ಉತ್ತರವೆಂಬುದು ಯಾವ ಪ್ರಶ್ನೆಗೂ ಇರುವುದಿಲ್ಲ. ನಾವು ಹೌದು ಮತ್ತು ಅಲ್ಲದ ನಡುವೆ ಸಾಗುವ ಅದೃಶ್ಯವಾದ ಗೆರೆಯ ಮೇಲೆ ನಡೆಯುತ್ತಿರುತ್ತೇವೆ ಮತ್ತು ಅಲ್ಲೇ ಎಲ್ಲೋ ಮುಗಿದು ಹೋಗ್ತೇವೆ. ಹೌದು ಅಥವಾ ಅಲ್ಲ ಎಂಬುದು ಬರೀ ಪಲಾಯನೋಪಾಯ ಅಲ್ವೆ ?'

'ಹೌದು.'

'ಇತ್ತೀಚೆಗೆ ನಮಗೆ ಆ ಬಂಡೆಯನ್ನು ಏರಲಾಗುತ್ತಿಲ್ಲ. ಯಾವ ದಿನ ನಮ್ಮಿಂದ ಆ ಬಂಡೆಯನ್ನು ಏರಲಾಗುತ್ತಿಲ್ಲವೋ ಅಂದಿನಿಂದ ನಾವು ಸತ್ತಿದ್ದೇವೆ ಎಂದೇ ಅರ್ಥ. ನಮ್ಮ ಮಕ್ಕಳು, ಮಕ್ಕಳ ಮಕ್ಕಳು ಪಟಪಟನೆ ಏರಿ ಪಟಪಟನೆ ಇಳಿಯುವುದನ್ನು ನೋಡುವಾಗ ಒಂಥರಾ ಸಂಕಟವಾಗೋಲ್ವೆ ?'

'ಆಗುತ್ತೆ.'

'ಯಾವಾಗ ನಾವು ಕೊನೆಯ ಬಾರಿಗೆ ಬಂಡೆಯನ್ನು ಏರಿದ್ದು?'

'ನಂಗೆ ನೆನಪಿಲ್ಲ.'

'ನಂಗೆ ನೆನಪಿದೆ. ಈವತ್ತಿಗೆ ಸರಿಯಾಗಿ ಒಂದು ವರ್ಷ ಆಯಿತು. ಲಕ್ಷ್ಮೀಶ ಬಂದಿದ್ದ. ಅಮೆರಿಕಕ್ಕೆ ಬನ್ನಿ ಅಂದಿದ್ದ. ನಮ್ಮಲ್ಲಿ ತುಂಬಾ ಉತ್ಸಾಹವಿತ್ತು. ಹೋಗಬೇಕೊ ಬೇಡವೊ ಎಂದು ನಾವು ನಿರ್ಧರಿಸಿರಲಿಲ್ಲ. ಆ ಸಂಜೆ ನಾವಿಬ್ಬರೇ ಇದ್ದಾಗ ಮಾತಿನ ನಡುವೆ ನಾನು ನಿನಗೆ ಕಚಗುಳಿಯಿಡಲು ಯತ್ನಿಸಿದೆ. ಆದರೆ ನಿನಗೆ ಕಚಗುಳಿ ಉಂಟಾಗಲೇ ಇಲ್ಲ. ಕಚಗುಳಿ ಉಂಟಾಗದಿದ್ದರೆ ಮನುಷ್ಯ ಸತ್ತ ಅಂತ ಅರ್ಥ. ಎಲ್ಲಿ? ಚರ್ಮದ ಮೇಲೆ ಅಲ್ಲ. ಒಳಗೆ! ಎಲ್ಲೋ ಒಳಗೆ. ಎಲ್ಲಿ ಎಂದು ನಮಗೆ ಎಂದೂ ಸ್ಪಷ್ಟವಿರುವುದಿಲ್ಲ. ಅಲ್ಲೇ ಕಚಗುಳಿ ಮತ್ತು ಪ್ರಾಣ ಜೊತೆ ಜೊತೆಯಾಗಿರ್‍ತದೆ. ಮತ್ತೆ ಆ ಸಂಜೆ ನಾವು ಬಂಡೆಯನ್ನು ಹತ್ತಲು ಯತ್ನಿಸಿದೆವು. ಪ್ರಾಣವನ್ನು ಬಡಿದೆಬ್ಬಿಸಿದರೂ ಹತ್ತಲಾಗಲಿಲ್ಲ. ಸ್ಪರ್ಶ ಸಹ ಕೈಗಳಿಗೆ ಮಾತ್ರ ದಕ್ಕಿತು. ಕಾಲು ಮರಳಿನಿಂದ ಮೇಲಕ್ಕೇರಲೇ ಇಲ್ಲ. ಎಲ್ಲಿ ಹೋಯಿತು ನಮ್ಮ ಅಂತಃಶಕ್ತಿಯೆಂದು ಆಶ್ಚರ್ಯಪಟ್ಟೆವು. ಇನ್ನು ಮುಂದೆ ಬಂಡೆ ಹತ್ತಿ ಕಡಲಿಗೆ ಜಾರಿ ಅಂತರ್ಧಾನವಾಗುವ ಯೋಚನೆ ಕೂಡ ಮಾಡಲಾಗುವುದಿಲ್ಲ ಎಂದು ಸ್ವಸ್ಥಾನದಲ್ಲಿ ಕುಸಿದೆವು. ಮರುದಿನ ಬೆಳಿಗ್ಗೆ ನಾವು ಅಮೆರಿಕಕ್ಕೆ ಬರುವುದಿಲ್ಲ ಎಂದು ಹೇಳಿದೆವು. ನೆನಪಿದೆಯ?'

'ಇದೆ.'

'ಸಾಯಲೆಂದು ಬಂಡೆ ಹತ್ತಲು ಹೋದಾಗಲೆಲ್ಲ ನಮ್ಮಲ್ಲಿ ತುಂಬಾ ಶಕ್ತಿಯಿತ್ತು. ಆ ದಿನ ನಮ್ಮಲ್ಲಿ ಸಾಯುವ ಯೋಚನೆಯಿರಲಿಲ್ಲ. ಬಹುಶಃ ಅಮೆರಿಕಕ್ಕೆ ಹೋಗುವ ಯೋಚನೆ ಇತ್ತು. ಆದ್ದರಿಂದ ಸುಮ್ಮನೆ ತಮಾಷೆಯಾಗಿ ಬಂಡೆಯನ್ನೇರಲು ಪ್ರಯತ್ನಿಸಿದೆವು. ಆದ್ದರಿಂದಲೇ ಬಹುಶಃ ಬಂಡೆ ನಮ್ಮನ್ನು ಸೋಲಿಸಿತು.' ನಿರಂಜನದಾಸರು ನಕ್ಕರು, ನಗು ನಿಲ್ಲಿಸಿ ಹೇಳಿದರು. 'ಯಾಕೆ ಇನ್ನೊಮ್ಮೆ ಗಂಭೀರವಾದ ಪ್ರಯತ್ನವನ್ನು ಮಾಡಬಾರದು? ಒಂದು ವೇಳೆ ಇಳಿಯಲಾಗದಿದ್ದರೆ ಒಳ್ಳೆಯದೇ ಆಯಿತು. ಆ ಕಡೆಗೆ ಸುಲಭವಾಗಿ ಜಾರಿಕೊಳ್ಳಬಹುದು.'

ನಳಿನಮ್ಮ ಏನೂ ಹೇಳಲಿಲ್ಲ.

ಗಂಟೆ ಹತ್ತು ಬಡಿಯಿತು. ಈಗ ಗಂಟೆಯ ಬಡಿತ ನಿರಂಜನದಾಸರಿಗೆ ಸ್ಪಷ್ಟವಾಗಿ ಕೇಳಿಸಿತು. ಅವರು ಎದ್ದು ಟೇಬಲ್ ಲ್ಯಾಂಪ್ ಹಾಕಿದರು. ಪೆನ್ ಮತ್ತು ಕಾಗದದ ಹಾಳೆ ತೆಗೆದು ಬರೆಯತೊಡಗಿದರು.

ಬರೆದ ಕಾಗದದ ಹಾಳೆಯ ಮೇಲೆ ಪೇಪರ್‌ವೈಟ್ ಇರಿಸಿದರು.

ಎಂದಿನಂತೆ ನಿದ್ರೆ ಬರುವವರೆಗೆ ಅವರು ಸಮುದ್ರವನ್ನು ಅಥವಾ ಬಂಡೆಯನ್ನು ನೋಡುತ್ತಾ ಬಾಲ್ಕನಿಯಲ್ಲಿ ಕುಳಿತುಕೊಳ್ಳುವ ಮನಸ್ಸು ಅವರಿಗೆ ಇರಲಿಲ್ಲ.

ಅಷ್ಟು ಹೊತ್ತೂ ನಳಿನಮ್ಮ ಸುಮ್ಮನೆ ಸೋಫದಲ್ಲಿ ಕುಳಿತಿದ್ದರು. ಎಂದೂ ಕಳೆಗುಂದದ ಒಂದು ಸೌಂದರ್ಯ ಅವರ ಮುಖದ ಮೇಲೆ ಇತ್ತು.

ನಿರಂಜನದಾಸರು ಕಿಟಕಿಯಿಂದ ಹೊರನೋಡಿದರು. ಪಡುವಣ ಆಕಾಶದ ಅಂಚಿನಲ್ಲಿ, ಆಕಾಶ ಮತ್ತು ಕಡಲು ಸೇರುವ ಗೆರೆಯ ಮೇಲೆ ಕ್ಷೀಣವಾದ ಮಿಂಚು ಕಾಣಿಸಿತು. ಗುಡುಗಿನ ದನಿಯಿಲ್ಲ, ಕಡಲಿನ ಅಬ್ಬರವೇ ಜೋರಾಗಿತ್ತು.

'ಮಲಕ್ಕೊಳ್ಳೋಣವೇ ?' ಅವರೆಂದರು.

ಬೆಳಿಗ್ಗೆ ಹವೆ ಇನ್ನಷ್ಟು ತಂಪಾಗಿ, ಉಷ್ಣತೆ ಹದಿನೈದು ಡಿಗ್ರಿಗಿಳಿದಿತ್ತು. 'ಎಷ್ಟು ಒಳ್ಳೆಯ ಹವೆ ! ಏನು ತಂಪು ! ಸೆಖೆ ಹೋಗಿಬಿಟ್ಟಿತು !' ಎಂದು ನಿರಂಜನದಾಸರು ಹಾಸಿಗೆಯಿಂದೆದ್ದು ಸ್ವಲ್ಪ ಹೊತ್ತು ಬಾಲ್ಕನಿಯಲ್ಲಿ ನಿಂತರು. ಆಕಾಶದ ತುಂಬಾ ಕಪ್ಪು ಮೋಡವಿತ್ತು. ಬೆಳಕಿನ್ನೂ ಹರಿದಿರಲಿಲ್ಲ. ಬಂಡೆ ಇನ್ನಷ್ಟು ಕಪ್ಪಗಾಗಿ, ಇನ್ನಷ್ಟು ನಿಗೂಢವಾಗಿ ತೋರಿತು. ಆದರೆ ಬೀಚಿನಲ್ಲಿ ಜನರ ಓಡಾಟ ಆರಂಭವಾಗಿತ್ತು.

ನಿರಂಜನದಾಸರು ಒಳಹೋಗಿ ರೂಢಿಯಂತೆ ಎರಡು ಕಪ್ ಕಾಫಿ ಮಾಡಿದರು. ಕಪ್ಪುಗಳನ್ನು ಟ್ರೇಯಲ್ಲಿರಿಸಿ ಟೀಪಾಯಿಯ ಮೇಲಿರಿಸಿ, ಹೆಂಡತಿಯ ಹೊದಿಕೆ ಸರಿಸಿ, ತೋಳು ಮುಟ್ಟಿ ಕರೆದರು. ಎಚ್ಚರವಿಲ್ಲ, ತೋಳನ್ನು ಹಿಡಿದು ಅಲ್ಲಾಡಿಸಿದರು. ಪ್ರತಿಕ್ರಿಯೆಯಿಲ್ಲ. ಮುಖ ಮುಟ್ಟಿದರು. ಮಂಜುಗಡ್ಡೆಯನ್ನು ಮುಟ್ಟಿದಂತಾಯಿತು.

4. ಮುಖಾಬಿಲೆ

– ಎಂ.ಎಸ್.ಕೆ. ಪ್ರಭು

ಹೆಡ್ಮಾಸ್ತರು ಒಂದು ಮೆಮೊ ಕಳಿಸಿದ್ದರು.

ಜವಾನ ಶಿವಣ್ಣ ಕೆಂಪುರಟ್ಟಿನ ಪುಸ್ತಕ ಹಿಡಿದುಕೊಂಡು ತರಗತಿಗಳ ಕೋಣೆಯಿಂದ ಕೋಣೆಗೆ ಹೋಗಿ ಬರುತ್ತಿರುವುದು ಫಿಫ್ತ್ ಫಾರ್ಮ್ ಸಿ ಸೆಕ್ಷನ್‌ನ ಏಳನೆ ನಂಬರ್ ರೂಮ್‌ನ ಕಿಟಕಿಯ ಬಳಿ ಡೆಸ್ಕಿನ ಮೇಲೆ ಕೂತಿದ್ದ ಸುಬ್ಬರಾಮನಿಗೆ ಕಾಣಿಸಿತು. ಪಕ್ಕದಲ್ಲಿ ಕುಳಿತು ಆಲ್ಜೀಬ್ರಾ ಲೆಕ್ಕ ಬಿಡಿಸುವುದರಲ್ಲಿ ತಲ್ಲೀನನಾಗಿದ್ದ ರಘುವಿನ ವ್ರತಭಂಗ ಮಾಡಲು ಪಿಸುಮಾತಿನಲ್ಲಿ ಸುಬ್ಬರಾಮ ಕೇಳಿದ: "ನಾಳೆ ಏನಾದರೂ ನ್ಯೂ ಮೂನ್ ಡೇ ಬರುತ್ತಾ?"

ವ್ಯಗ್ರವಾದ ರಘು ಒರಟಾಗಿ "ನಾನೇನೂ ಜೋಯಿಸರ ಮಗನಲ್ಲ. ನಮ್ಮಪ್ಪ ಮುನಿಸಿಪಾಲ್ಟೀಲಿ ಹೆಡ್‌ಕ್ಲಾರ್ಕ್" ಎಂದು ಉತ್ತರ ಕೊಟ್ಟ.

"ಮೆಮೋ ಬರ್ತಿದೆ ಕಣೋ ಬಕ್ರಾ. ನಾಳೆ ಫಸ್ಟ್ ಹಾಫ್ ಲೆಸನ್ಸ್..... ಮಾರ್ನಿಂಗ್ ಕ್ಲಾಸ್. ಹೋದಸಲ ಮಾರ್ನಿಂಗ್ ಕ್ಲಾಸ್ ಆದಾಗ ಲಾಸ್ಟ್ ಹಾಫ್ ಲೆಸೆನ್ಸ್ ಇತ್ತು. ಸದ್ಯ, ಆರ್ತ್‌ಮಿಟಿಕ್ ತಪ್ಪುತ್ತೆ, ನಾಳೆ."

ರಘುವಿನ ಆಸಕ್ತಿಯೂ ಇಷ್ಟರಲ್ಲೇ ಕೆರಳಿತ್ತು. ಅವನೂ ಕತ್ತೆತ್ತಿ ಕಿಟಕಿಯಿಂದ ಹೊರಗೆ ನೋಡುವುದರಲ್ಲಿದ್ದಾಗ ಶಿವಣ್ಣ ಕೋಣೆಯ ಒಳಹೊಕ್ಕ. ಬೋರ್ಡಿನ ಮೇಲೆ ಲೆಕ್ಕ ಹಾಕಿ 'ರಾಷ್ಟ್ರಮತ' ದೈನಂದಿನದ ಸಂಪಾದಕೀಯ ಓದುತ್ತಿದ್ದ ಎಮ್ಮಾರ್ಕೆ ಪತ್ರಿಕೆಯನ್ನು ಮುಚ್ಚಿ ಮೇಜಿನ ಮೇಲಿಟ್ಟು ಶಿವಣ್ಣ ಕೊಟ್ಟ ಮೆಮೊ ಬುಕ್ಕನ್ನು ಓದಿದರು.

"ಈ ದಿನ ಸಾಯಂಕಾಲ ನಾಲ್ಕೂವರೆ ಗಂಟೆಗೆ ಶಾಲೆಯ ಒಳಾಂಗಣದಲ್ಲಿ ಸುಪ್ರಸಿದ್ಧ ಆಣಕ ಕಲಾವಿದ ಶ್ರೀ ಕೆ.ವಿ. ಶಿವರಾಂ ಅವರಿಂದ ಮನರಂಜನಾ ಪ್ರದರ್ಶನವನ್ನೇರ್ಪಡಿಸಲಾಗಿದೆ. ಎಲ್ಲಾ ಅಧ್ಯಾಪಕ ಬಳಗದವರೂ ಹಾಗೂ ವಿದ್ಯಾರ್ಥಿಗಳು ಪ್ರದರ್ಶನವನ್ನು ನೋಡಿ ಸಂತೋಷ ಪಡತಕ್ಕದ್ದು. ಹಾಗೂ ಕಲಾವಿದರ ಸಹಾಯಾರ್ಥ ಯಥಾಶಕ್ತಿ ದೇಣಿಗೆಯನ್ನು ನೀಡತಕ್ಕದ್ದು."

ಅರ್ಧ ದಿನ ರಜ ಘೋಷಣೆಯಾಗುವುದೆಂದು ನಿರೀಕ್ಷಿಸಿದ್ದ ಸುಬ್ಬರಾಮ ಮತ್ತು ರಘು ಅವರಿಗೆ ತಕ್ಷಣ ಪೆಚ್ಚೆನಿಸಿದರೂ ಕೊನೇ ಪಿರಿಯಡ್‌ನ 'ನೀತಿ ಪಾಠ' ತಪ್ಪಿತಲ್ಲ ಎಂಬ ಸಂತೋಷವೂ ಏಕಕಾಲಕ್ಕೆ ಉಂಟಾಯಿತು. 'ನೀತಿ ಪಾಠ'ದ ಪೀರಿಯಡ್

ಯಾವಾಗಲೂ ದಿನದ ಕೊನೆಯಲ್ಲೇ ಇದ್ದು, ಇಂಥ ಅನಿರೀಕ್ಷಿತ ಪ್ರಸಂಗಗಳಲ್ಲಿ ಸುಲಭವಾಗಿ ಬಲಿಯಾಗುತ್ತಿತ್ತು. ನಿರಾಶೆಯನ್ನು ಮೆಟ್ಟಿನಿಂತ ಕುತೂಹಲದ ಒತ್ತಡಕ್ಕೆ ಒಳಗಾದ ಸುಬ್ಬರಾಮು ರಘುವಿಗೆ ಪಿಸು ಮಾತಿನಲ್ಲಿ ಉಸುರಿದ.

"ಅಣಕ ಕಲಾವಿದ ಅಂದ್ರೇನು ಅಂತ ಕೇಳೋ."

ತಾನೇ ಕೇಳಲು ಸುಬ್ಬರಾಮುನಿಗೆ ಎಂಥದೋ ಅವ್ಯಕ್ತ ಬೆದರಿಕೆ. ಎಂದೂ ಧೈರ್ಯವಾಗಿ ಮಾತಾಡಿದವನಲ್ಲ. ಎಲ್ಲ ಕಣ್ಣುಗಳೂ ತನ್ನ ಮೇಲೆ ಇರುತ್ತವೆ ಎಂಬ ಭಯದಿಂದ ಅವನೆಂದೂ ಕೇಳಿದವನಲ್ಲ. ಕೇಳಿದ ಪ್ರಶ್ನೆಗೆ ತಡವರಿಸಿ, ಬಾಯೊಣಗಿ ಉತ್ತರ ಕೊಟ್ಟು ಸುಸ್ತಾಗಿದ್ದು ಉಂಟು. ಹೀಗಾಗಿ ಛಾತಿ ಇಲ್ಲದವನು, ಮುಖ ಕೊಟ್ಟು ಮಾತಾಡದವನು ಎಂಬ ಮೂದಲಿಕೆಗಳಿಗೂ ಪಾತ್ರನಾಗಿದ್ದ. ರಘುವಿಗೂ ಕುತೂಹಲವಾಗಿ ಅವನು ಸುಬ್ಬರಾಮುನ ಮುಖವಾಣಿಯಾಗಿ ಪ್ರಶ್ನೆ ಕೇಳಿದ. ತಾನೇ ಸ್ವತಃ ಪ್ರಶ್ನೆ ಕೇಳಿದ್ದೇನೆಂಬ ಸಂಭ್ರಮದಿಂದ ಸುಬ್ಬರಾಮು ಮೇಷ್ಟರ ಮಾತುಗಳನ್ನು ಆಲಿಸಿದ.

"ಅಣಕ ಕಲಾವಿದ ಅಂದ್ರೆ...... ಅಂದ್ರೆ..... ಈಗ ನೀನು ನಿನ್ನ ಸ್ನೇಹಿತರನ್ನು ಅಣಕಿಸಿಕೊಳ್ಳುವುದಿಲ್ಲವೇ ? ನೀ ಕೋತಿ ಹಾಗಿದೀಯ, ಕತ್ತೆ ಹಾಗಿದೀಯ ಅಂತ ಆಡಿಕೊಳ್ಳುವುದಿಲ್ಲವೇ, ಮುಖ ಸೊಟ್ಟಗೆ ಮಾಡಿಕೊಂಡು, ಧ್ವನಿ ಬದಲಾಯಿಸಿಕೊಂಡು ? ಹಾಗೇ ಬೇರೆ ಬೇರೆ ಥರ ಜನ ಹೇಗಿರ್ತಾರೆ, ಹೇಗೆ ಮಾತಾಡ್ತಾರೆ ಅಂತ ಅನುಕರಣೆ ಮಾಡಿ ತೋರಿಸೋ ಕಲಾವಿದನೇ ಅಣಕ ಕಲಾವಿದ. ಗೊತ್ತಾಯ್ತೇನ್ರೋ ? ಯಾರೂ ತಪ್ಪಿಸಿಕೋಬಾರದು. ತಪ್ಪಿಸಿಕೊಂಡ್ರೆ ನಾಳೆ ಹೆಚ್ಚೆಮ್ಮು ತಮ್ಮ ರೂಮಿಗೆ ಕರೆಸ್ತಾರೆ, ಕರೆಸಿ ಏನ್ಮಾಡ್ತಾರೆ ಗೊತ್ತಲ್ಲ ?"

"ಗೊತ್ತು ಸಾರ್...." ಎಂದರು ಹಲವಾರು ವಿದ್ಯಾರ್ಥಿಗಳು.

"ಏನ್ಮಾಡ್ತಾರೆ, ಹೇಳೋ ಸುಬ್ರಾಮು."

ಎಮ್ಮಾರ್ಕೆಯ ಮುಖವನ್ನು ತಪ್ಪಿಸುತ್ತಾ ಹಗುರವಾಗಿ ಕಂಪಿಸುತ್ತಾ ಎದ್ದುನಿಂತ ಸುಬ್ಬರಾಮು.

"ಚಮ್ಡಾ ಸುಲೀತಾರೆ ಸಾರ್" ಅದುರುವ ದನಿಯನ್ನು ಹಿಡಿತದಲ್ಲಿಟ್ಟುಕೊಳ್ಳುತ್ತಾ ಹೇಳಿದ. ಹೆಚ್ಚೆಮ್ಮರ ಚಿತ್ರ ಎಲ್ಲರ ಮನಸ್ಸಿನಲ್ಲೂ ಸುಳಿದು ಇಡೀ ತರಗತಿ ಗೊಳ್ಳೆಂದು ನಕ್ಕಿತು. ಅಷ್ಟೊಂದು ಸಮರ್ಪಕವಾಗಿ ಪ್ರಶ್ನೆಯನ್ನೆದುರಿಸಿದ್ದೂ ಅಲ್ಲದೆ ಇಡೀ ಕ್ಲಾಸೇ ನಗುವಂತೆ ಮಾಡಿದ ತನ್ನ ಧೈರ್ಯದ ಬಗ್ಗೆ ಸುಬ್ಬರಾಮುನಿಗೆ ಸಂತೋಷವೆನಿಸಿತು. ಹೀಗೇ ಒಬ್ಬೊಬ್ಬರನ್ನಾಗಿ ಮುಖಾಮುಖಿ ಎದುರಿಸುತ್ತಾ ಹೋದರೆ ತನ್ನ ಅಳುಕು ಮಾಯವಾಗಿ ತಕ್ಕ ಮನ್ನಣೆ ಸಿಗಬಹುದೆಂದು ಭರವಸೆ ಮೂಡಿತು. ಕ್ಲಾಸ್ ಮತ್ತೆ ಆಲ್ಜೀಬ್ರಾದಲ್ಲಿ ಮುಳುಗಿತು.

ನಾಲ್ಕೂವರೆಯ ಜಾಗಟೆ ಬಾರಿಸಿದ ಕೂಡಲೆ ವಿದ್ಯಾರ್ಥಿ ಸಮುದಾಯ ಹಾಗೂ ಅಧ್ಯಾಪಕ ವರ್ಗದವರು ಶಾಲೆಯ ನಡುವಣ ಅಂಗಳದಲ್ಲಿ ಜಮಾಯಿಸಿದರು. ಪ್ರದರ್ಶನಕ್ಕೆ ಬೇಕಾದ ಸಿದ್ಧತೆಗಳು ಆಗಲೇ ಮುಗಿದಿದ್ದು, ವೇದಿಕೆಯ ಮೇಲೆ ಮೇಜುಕುರ್ಚಿಗಳು ಸ್ಥಾಪನೆಗೊಂಡಿದ್ದವು. ಸಭಾಂಗಣ ವಿದ್ಯಾರ್ಥಿಗಳಿಂದ ತುಂಬಿದ

ಮೇಲೆ ಅಧ್ಯಾಪಕರು ವೇದಿಕೆಯ ಸಮೀಪದ ಕುರ್ಚಿಗಳ ಮೇಲೆ ಬಂದು ಕುಳಿತರು. ಅನಂತರ ಹೆಚ್ಚೆಮ್ಮು ತಮ್ಮ ರೂಮಿನಿಂದ ಮತ್ತೊಬ್ಬ ವ್ಯಕ್ತಿಯೊಡನೆ ಹೊರಬಿದ್ದು ಕಾರಿಡಾರನ್ನು ಬಳಸಿಕೊಂಡು ವೇದಿಕೆಯ ಮೇಲೆ ಹೋದರು. ವ್ಯಕ್ತಿಯ ಕೈಲಿ ಒಂದು ಕರಿಯ ಕಿಟ್‌ಬ್ಯಾಗ್ ಇತ್ತು. ಆ ವ್ಯಕ್ತಿಯೇ ಆಣಕ ಕಲಾವಿದ ಕೆ.ವಿ. ಶಿವರಾಮ್ ಎಂದು ಊಹಿಸಿಕೊಳ್ಳಲು ಯಾರಿಗೂ ಕಷ್ಟವಾಗಲಿಲ್ಲ. ಎಲ್ಲರಿಗೂ ಎಲ್ಲೋ ನೋಡಿದ್ದೇನಲ್ಲ ಎನ್ನುವಂತಹ ಗಲಿಬಿಲಿ ಬೆರೆತ ಸಂದೇಹ ಹುಟ್ಟಿಸುವ ಚಹರೆ. ಸುಬ್ಬರಾಮನಿಗೂ ಹಾಗೇ ಆಯಿತು. ಇವನು ಯಾರ ಹಾಗೆ ಇದ್ದಾನೆ ಎಂದು ಪತ್ತೆ ಹಚ್ಚಲು ಶುರು ಮಾಡಿದ. ಅವನಿಗೆ ಗೊತ್ತಿದ್ದ ಹಲವಾರು ವ್ಯಕ್ತಿಗಳು ಮನಃಪಟಲದಲ್ಲಿ ಸುಳಿದು ಹೋದರೂ ಶಿವರಾಮ್ ಯಾರನ್ನೂ ಕರಾರುವಕ್ಕಾಗಿ ಅಲ್ಲದಿದ್ದರೂ ದಪ್ಪದಪ್ಪನಾಗಿ ಹೋಲುತ್ತಾನೆಂದು ಕೂಡ ನಿರ್ಧರಿಸಿ ತೀರ್ಮಾನಿಸುವುದು ಕಷ್ಟವಾಯಿತು. ಯಾಕೆಂದರೆ, ಯಾರನ್ನು ಹೋಲಬಹುದೆಂದು ಭಾವಿಸಿಕೊಂಡು ನೋಡುತ್ತೀರೋ ಶಿವರಾಮ್ ಅವರೆಲ್ಲರನ್ನೂ ಹೋಲುವಂತೆ ಭಾಸವಾಗುತ್ತಿತ್ತು. ಸುಬ್ಬರಾಮ ಬಲುಬೇಗ ತನ್ನ ತಿಣುಕಾಟದ ಪ್ರಯತ್ನಗಳನ್ನು ಕೈಬಿಟ್ಟು ಕಲಾವಿದನ ಮುಖವನ್ನೇ ತದೇಕಚಿತ್ತನಾಗಿ ದಿಟ್ಟಿಸಿದ. ಅರೇ, ಇವನು ತನ್ನನ್ನೇ ಹೋಲುತ್ತಿದ್ದಾನಲ್ಲವೆ ? ಆಹಾ ! ತಾನು ಬೆಳೆದು ದೊಡ್ಡವನಾದಾಗ.... ಹೌದು ! ಕಣ್ಣು, ಕಿವಿ, ಮೂಗು, ಹಣೆ, ಬಾಯಿ, ತಲೆ, ಕೂದಲು, ಕತ್ತು, ಮುಖ ಮುಟ್ಟಿಮುಟ್ಟಿ ನೋಡಿಕೊಂಡ ಸುಬ್ಬರಾಮ. ದಿನಾ ತಲೆ ಬಾಚಿಕೊಳ್ಳುವಾಗ ಕನ್ನಡಿಯಲ್ಲಿ ಕಾಣುವ ಪ್ರತಿಬಿಂಬವನ್ನು ನೆನಪು ಮಾಡಿಕೊಳ್ಳಲು ಪ್ರಯತ್ನಪಟ್ಟ. ಪ್ರತಿಬಿಂಬದ ಆಕಾರದಲ್ಲಿ ಪಾರ್ಶ್ವಾಂಗಗಳು ಅದಲು ಬದಲಾಗುತ್ತವೆಂಬ ಪ್ರತಿಫಲನ ಸತ್ಯವೂ ಅವನಿಗೆ ತಿಳಿಯದ್ದಲ್ಲ. ಆದರೆ ಆ ಚಿತ್ರದಲ್ಲಿ ಸೂಕ್ತವಾದ ಬದಲಾವಣೆ ಮಾಡಿ ಎಡದ ಅರ್ಧ ಮುಖವನ್ನು ಬಲಕ್ಕೂ, ಬಲದ ಅರ್ಧ ಮುಖವನ್ನು ಎಡಕ್ಕೂ ವರ್ಗಾಯಿಸಿ, ತಲೆಗೂದಲನ್ನು ಬೆಳೆಸಿ ಹಿಂದಕ್ಕೆ ಬಾಚಿ ಪರಿಷ್ಕೃತ ಆಕಾರವನ್ನು ಪರಿಕಲ್ಪಿಸಿಕೊಂಡಾಗ ವೇದಿಕೆಯ ಮೇಲೆ ಹೆಚ್ಚೆಮ್ಮಿನ ಪಕ್ಕ ಕೂತ ಶಿವರಾಮ್ ಎಂಬ ಕಲಾವಿದ ಪ್ರೌಢ ಸುಬ್ಬರಾಮನಂತೆ ಆವಿರ್ಭವಿಸಿಬಿಟ್ಟ ! ಈ ಪ್ರದರ್ಶನವನ್ನು ನೀಡಲು ಬಂದಿರುವ ಕಲಾವಿದ ತಾನೇ, ಆದರೆ ವರ್ತಮಾನದಲ್ಲಲ್ಲ, ಭವಿಷ್ಯದಲ್ಲಿ. ಯಾವುದೋ ಶಕ್ತಿಯಿಂದ ಮುಂದೆ ತಾನೇನಾಗಲಿದ್ದೇನೆಂಬುದರ ಸಾಕ್ಷಿಯಾಗಿ ಈ ಸಭಾಂಗಣದಲ್ಲಿ ಕೂತಿದ್ದೇನೆಂಬ ಬೋಧೆ ಸುಬ್ಬರಾಮನಿಗಾಗಿ ತನ್ಮಯತೆಯಿಂದ ಎಚ್ಚರಗೊಂಡ. ಹೆಚ್ಚೆಮ್ ಕಲಾವಿದನ ಪರಿಚಯ ಮಾಡಿಕೊಡುತ್ತಿದ್ದರು,

"..... ವುದೇ ವ್ಯಕ್ತಿಯನ್ನಾಗಲೀ ಅಥವಾ ಭಾವಚಿತ್ರವನ್ನಾಗಲೀ ಒಮ್ಮೆ ನೋಡಿಬಿಟ್ಟರೆ ಸಾಕು, ಶಿವರಾಮ್ ಅವರು ಆ ವ್ಯಕ್ತಿಯ ಮುಖ ಲಕ್ಷಣಗಳನ್ನು ತಮ್ಮ ಮುಖದಲ್ಲಿ ತಂದುಕೊಂಡು ಆ ವ್ಯಕ್ತಿಯೇ ಆಗಿಬಿಡುವ ಅಭೂತಪೂರ್ವ ಕಲೆಯನ್ನು ಕರಗತ ಮಾಡಿಕೊಂಡಿದ್ದಾರೆ. ನಾವು ಎಷ್ಟೋ ಜನ ಮಹಾತ್ಮರ, ಸಮಾಜೋದ್ಧಾರಕರ, ವಿಜ್ಞಾನಿಗಳ, ತತ್ವಜ್ಞಾನಿಗಳ, ಸಾಹಿತಿಗಳ, ಕಲಾವಿದರ ಹೆಸರುಗಳನ್ನು ಕೇಳಿದ್ದೇವೆ. ಹಲವಾರು ಸುಪ್ರಸಿದ್ಧ ವ್ಯಕ್ತಿಗಳ ಭಾವಚಿತ್ರಗಳನ್ನು ಕೂಡ

ನೋಡಿದ್ದೇವೆ. ಆದರೆ ಅಂತಹ ವ್ಯಕ್ತಿಗಳನ್ನು ಕಣ್ಣಾರೆ ಕಂಡಿಲ್ಲ. ನಮ್ಮ ಸುದೈವದಿಂದ ಇಂದು ಶಿವರಾಮ್ ಅವರು ಅನೇಕ ಹೆಸರಾಂತ ವ್ಯಕ್ತಿಗಳ ರೂಪತಳೆದು ಅವರ ದರ್ಶನ ಭಾಗ್ಯ ನಮಗೆ ದೊರಕುವಂತೆ ಮಾಡಲಿದ್ದಾರೆ. ಅವರು ಕಂಡು, ಕೇಳಿ ಅರಿತುಕೊಂಡ ವ್ಯಕ್ತಿಗಳ ಮಾತುಗಳನ್ನೂ ಅನುಕರಿಸಿ ನಮ್ಮನ್ನು ರಂಜಿಸಲಿದ್ದಾರೆ. ಇಂತಹ ಅವಕಾಶ ನಮ್ಮ ವಿದ್ಯಾರ್ಥಿಗಳಿಗೆ ಹಾಗೂ ಅಧ್ಯಾಪಕ ವೃಂದಕ್ಕೆ ನಿಸ್ಸಂಶಯವಾಗಿ ಅಪೂರ್ವವೂ ಬೋಧಪ್ರದವೂ ಆದುದೆಂಬುದನ್ನು ನಾನು ಒತ್ತಿ ಹೇಳಿ ಶ್ರೀಮಾನ್ ಶಿವರಾಮ್ ಅವರು ತಮ್ಮ ಕಲಾಪ್ರತಿಭೆಯ ಮಾದರಿಗಳನ್ನು ನಮ್ಮ ಮುಂದೆ ಪ್ರದರ್ಶಿಸಲು ಒಪ್ಪಿಕೊಂಡದ್ದಕ್ಕಾಗಿ ಅವರಿಗೆ ಕೃತಜ್ಞತೆಗಳನ್ನು ಅರ್ಪಿಸುತ್ತೇನೆ."

ವಿದ್ಯಾರ್ಥಿ ಮತ್ತು ಅಧ್ಯಾಪಕ ವೃಂದದವರಿಂದ ಪ್ರಚಂಡ ಕರತಾಡನವಾಯಿತು. ನಂತರ ಶಿವರಾಮ್ ಕುರ್ಚಿಯಿಂದ ಮೇಲೆದ್ದ. ಹೆಚ್ಚೆಮ್ ತಮ್ಮ ತಲೆಯ ಮೇಲಿದ್ದ ರುಮಾಲಿನ ಕೆಳಗೆ ಬೆರಳು ತೂರಿಸಿ ಕೆರೆದುಕೊಳ್ಳುತ್ತಾ ಶಿವರಾಮನನ್ನು ನೋಡಿದರು. ಶಿವರಾಮ್ ಮುಗುಳು ನಗೆಯಿಂದ ಸಭೆಗೆ ವಂದಿಸಿ ಮೋಹಕವಾಗಿ ಎರಡು ಮಾತಾಡಿದ.

"ನಾನು ನಿಮ್ಮ ಕ್ಷಮೆ ಕೋರುತ್ತೇನೆ. ಕೇವಲ ಎರಡು ನಿಮಿಷಗಳವರೆಗೆ ನಿಮ್ಮ ಹೆಡ್ಮಾಸ್ತರನ್ನು ಇಲ್ಲಿಂದ ಕರೆದುಕೊಂಡು ಹೋಗುತ್ತೇನೆ." ಶಿವರಾಮ್ ಹೆಚ್ಚೆಮ್ ಕಡೆ ತಿರುಗಿ, "ದಯವಿಟ್ಟು ಬರಬೇಕು" ಎಂದ. ಪೂರ್ವಾಪರ ತಿಳಿಯದ ಹೆಚ್ಚೆಮ್ ಮಂತ್ರಮುಗ್ಧರಂತೆ ಕಿಟ್‌ಬ್ಯಾಗ್ ಹಿಡಿದ ಕಲಾವಿದನನ್ನು ಹಿಂಬಾಲಿಸಿದರು. ಇಬ್ಬರೂ ವೇದಿಕೆಯ ಹಿಂದಿನ ಕೋಣೆಗೆ ಹೋದರು. ಸಭೆಯಲ್ಲಿ ಕುತೂಹಲಭರಿತ ನಿರೀಕ್ಷೆ ತುಂಬಿ ತುಳುಕಾಡುತ್ತಿತ್ತು. ಎಲ್ಲರೂ ಪಿಳಿಪಿಳಿ ಕಣ್ಣುಬಿಡುತ್ತಾ ಖಾಲಿ ವೇದಿಕೆಯನ್ನೇ ದಿಟ್ಟಿಸುತ್ತಿದ್ದಾಗ ಸರಿಯಾಗಿ ಎರಡೇ ನಿಮಿಷಗಳ ನಂತರ ವೇದಿಕೆಯ ಹಿಂದಿನ ಕೋಣೆಯಿಂದ ಹೊರಟು ಇಬ್ಬರು ಹೆಚ್ಚೆಮ್‌ಗಳು ವೇದಿಕೆಯ ಮೇಲೆ ಬಂದು ಕುಳಿತುಕೊಂಡರು. ಸಭೆ ಸ್ತಂಭೀಭೂತವಾಗಿತ್ತು. ಅವರಲ್ಲಿ ಒಬ್ಬರು ಅಸಲಿ ಹೆಚ್ಚೆಮ್, ಮತ್ತೊಬ್ಬ ಶಿವರಾಮ್ ಎಂದು ಎಲ್ಲರೂ ಊಹಿಸಿದರೂ ಯಾರು ಯಾರೆಂದು ಗುರುತಿಸಲು ಯಾರಿಗೂ ಸಾಧ್ಯವಾಗಲಿಲ್ಲ. ಆಗ ಒಬ್ಬ ಹೆಚ್ಚೆಮ್ ಎದ್ದು ನಿಂತು ರುಮಾಲು ತೆಗೆದು ಉದ್ದವಾದ ಕೂದಲನ್ನು ಬೆರಳುಗಳಿಂದ ಹಿಂದಕ್ಕೆ ಬಾಚಿಕೊಂಡು, ಅಂಗೈನಿಂದ ಮುಖವನ್ನು ಉಜ್ಜಿ ಒರೆಸಿಕೊಂಡು ಶಿವರಾಮ್ ಆದರು. ಸಭಿಕರಿಂದ ಪ್ರಚಂಡ ಕರತಾಡನವಾಯಿತು. ಅಸಲಿ ಹೆಚ್ಚೆಮ್ ಪೆಚ್ಚು ಪೆಚ್ಚಾಗಿ ನಗುತ್ತಾ ರುಮಾಲು ತೆಗೆದು ಮೇಜಿನ ಮೇಲಿಟ್ಟರು. ಅಣಕ ಕಲಾವಿದ ತನ್ನ ಮೊದಲನೇ ಐಟಂನಲ್ಲೇ ಪ್ರೇಕ್ಷಕರೆಲ್ಲರನ್ನೂ ಮರುಳುಗೊಳಿಸಿ ಮುಂದೆ ತಾನು ತೋರಿಸಲಿರುವ ವಿವಿಧ ವೇಷಗಳು ಬೀರಲಿರುವ ಪ್ರಭಾವದ ಅಂದಾಜು ಮಾಡಿಕೊಂಡ.

ಅಣಕ ಕಲಾವಿದ ವೇದಿಕೆಯ ಮುಂಭಾಗಕ್ಕೆ ಬಂದು ಪುಟ್ಟ ಭಾಷಣ ಮಾಡಿ ತನಗೆ ತಿಳಿದಿರುವ ಕಲೆಯ ಕಿರುಪರಿಚಯ ಮಾಡಿಕೊಟ್ಟ.

"ಯಾವುದೇ ವ್ಯಕ್ತಿಯ ಮುಖವನ್ನು ನೋಡಿ ನನ್ನ ಮುಖದ ಮಾಂಸ ಖಂಡಗಳಿಗೆ ಆ ರೂಪ ಕೊಡುತ್ತೇನೆ. ನನ್ನ ಕೈ ಬೆರಳುಗಳಿಂದ ಮಣ್ಣಿನ ಬೊಂಬೆ ತಯಾರಿಸುವ ಕಲಾವಿದನಂತೆ ಮುಖದ ಮಾಂಸ ಖಂಡಗಳನ್ನು ತೀಡಿ, ತಿದ್ದಿ, ಉಜ್ಜಿ ಅಮುಕಿ, ಉಬ್ಬಿಸಿ, ಕುಗ್ಗಿಸಿ, ಹಿಂಜಿ ಬೇಕಾದ ಆಕಾರವನ್ನು ತಳೆಯುತ್ತೇನೆ. ಬಹುಶಃ ಬೇರೆಯವರಲ್ಲಿ ಕಾಣಸಿಗದ ಒಂದು ಶಕ್ತಿ, ಒಂದು ಯುಕ್ತಿ, ಒಂದು ಕೈಚಳಕ, ಅವೆಲ್ಲವುಗಳ ಜೊತೆಗೆ ಒಂದು ವಿಶೇಷವಾದ ಹಾರ್ಮೋನ್ ನನ್ನಲ್ಲಿದೆ; ನಾನು ಬೇಕೆಂದಾಗ ಬೇಕಷ್ಟು ಪ್ರಮಾಣದಲ್ಲಿ ಆ ವಿಶೇಷವಾದ ಹಾರ್ಮೋನನ್ನು ಸ್ರವಿಸಿಕೊಳ್ಳಬಲ್ಲೆ. ಇದೇ ನನ್ನ ಕಲೆಯ ಗುಟ್ಟು. ಈಗ ನೋಡಿ ಮಹಾತ್ಮಾ ಗಾಂಧಿ" ಎನ್ನುತ್ತಾ ಜುಬ್ಬ ಬಿಚ್ಚಿ ಮೇಜಿನ ಮೇಲೆ ಮಡಿಸಿಟ್ಟ. ಬೆತ್ತಲೆ ಎದೆ, ಮೂಳೆಗಂಟಿಕೊಂಡಿದ್ದ ಚರ್ಮ, ಸೊಂಟದಿಂದ ಇಳಿಬಿದ್ದ ದುಂಡನೆಯ ಡಬ್ಬಿಯಾಕಾರದ ಗಡಿಯಾರ. ಎಲ್ಲರ ಸಮಕ್ಷಮದಲ್ಲಿ ಅವನು ಕಿಟ್‌ಬ್ಯಾಗ್‌ನಿಂದ ಒಂದು ಚಿಪ್ಪಿನಂತಹ ಬೋಳು ಟೋಪಿ ತೆಗೆದು ಧರಿಸಿದ. ತಂತಿಯ ಕಟ್ಟಿನ ಕನ್ನಡಕ ಏರಿಸಿದ. ತುಟಿಯ ಹಿಂದಿನ ಮೇಲು ಸಾಲಿನ ಹಲ್ಲೊಂದಕ್ಕೆ ಕಪ್ಪು ಸ್ಟಿಕ್ಕರ್ ಅಂಟಿಸಿಕೊಂಡು ನಕ್ಕಾಗ ಗಾಂಧಿ ಮಹಾತ್ಮನಾಗಿಬಿಟ್ಟ. ಅನಂತರ ನೆಹರು. ಆಮೇಲೆ ಮೋತಿಲಾಲ್ ನೆಹರು, ರಾಜಾಜಿ, ಸಿ.ಆರ್. ದಾಸ್, ಸುಭಾಸ್‌ಚಂದ್ರ ಬೋಸ್, ದಾದಾಭಾಯ್ ನವರೋಜಿ, ಜೆಮ್‌ಶೆಟ್ಜಿ ಟಾಟಾ, ಜೆ.ಪಿ., ಗೋಪಾಲಕೃಷ್ಣ ಗೋಖಲೆ, ತಿಲಕ್, ಚಂದ್ರಶೇಖರ ಅಜಾದ್, ಸಿಲ್ವರ್ ಟಂಗ್ಡ್ ಶ್ರೀನಿವಾಸ ಶಾಸ್ತ್ರಿ, ಮೌಂಟ್ ಬ್ಯಾಟನ್, ಬರ್ಟ್ರಾಂಡ್ ರಸೆಲ್, ರಾಮಗೋಪಾಲ್, ರವೀಂದ್ರನಾಥ ಠಾಕೂರ್, ಚರ್ಚಿಲ್, ಮಾಳವೀಯ, ಕೈಲಾಸಂ, ವರದಾಚಾರ್, ಜಿನ್ನಾ, ಪಟೇಲ್ ಪಂತ್, ಗುಲ್ಜಾರಿ ಲಾಲ್ ನಂದಾ, ಲಾಲ್ ಬಹದೂರ್ ಶಾಸ್ತ್ರಿ, ಪಿಲೂ ಮೋದಿ, ನಾಲ್ವಡಿ ಕೃಷ್ಣರಾಜ ಒಡೆಯರ್, ಪೃಥ್ವಿರಾಜ್ ಕಪೂರ್, ಕ್ಲಾರ್ಕ್ ಗೇಬಲ್, ಗೋವಿಂದ ಪೈ, ಬೇಂದ್ರೆ, ಕುವೆಂಪು, ಅನಕೃ, ಪಂ. ತಾರಾನಾಥ, ವೀಣೆ ಶೇಷಣ್ಣ, ಡೇವಿಡ್ ಲೋ, ಬಿಡಾರಂ, ಟೋಜೋ, ರಾಜಾರಾಂ ಮೋಹನ್ ರಾಯ್, ಭಾರತಿ-ಒಂದಾದ ಮೇಲೊಂದು ಸುಪ್ರಸಿದ್ಧ ವ್ಯಕ್ತಿಗಳು ವೇದಿಕೆಯ ಮೇಲೆ ಪ್ರತ್ಯಕ್ಷರಾಗುತ್ತಿದ್ದರು. ಕೊನೆಯಲ್ಲಿ, ರೈಲು ಬಂದು ನಿಂತಾಗ ಸ್ಟೇಷನ್‌ನ ವಿ.ಆರ್.ಆರ್‌ನಲ್ಲಿ ಗಿರಾಕಿಗಳಿಗೆ ಇಡ್ಲಿ, ಚಟ್ನಿ, ವಡೆ, ಕಾಫಿ ಮಾರುವ ಮದ್ರಾಸಿ ಐಯ್ಯರ್, ದಾಸರಕೃತಿ ಹಾಡುವ ತಮಿಳು ಮಾತೃಭಾಷೆಯ ಸಂಗೀತಗಾರ, ಬಾಡಿಗೆದಾರನೊಂದಿಗೆ ಜಗಳವಾಡುವ ಮನೆ ಮಾಲೀಕ, ಪಾರ್ಕಿನಲ್ಲಿ ಕದ್ದು ಪ್ರೇಮ ಮಾಡುವ ಜೋಡಿಯನ್ನು ವಿಚಾರಿಸಿಕೊಳ್ಳುವ ಪೊಲೀಸ್ ಕಾನ್‌ಸ್ಟೇಬಲ್. ಶಿವರಾಮ್ ಮುಖ ಒರೆಸಿಕೊಂಡು ಕೂತ.

ಸುಬ್ಬರಾಮನ ಆಶ್ಚರ್ಯಕ್ಕೆ ಎಣೆಯೇ ಇರಲಿಲ್ಲ. ಶಿವರಾಮ್ ಕೇವಲ ನಾಲ್ಕಾರು ಮಾಂಸಖಂಡಗಳನ್ನು ಶೃತಿ ಮಾಡಿಕೊಂಡು ಚಹರೆಯನ್ನೆ ಬದಲಾಯಿಸಿ ಬಿಡುತ್ತಿದ್ದನಲ್ಲ! ಆಯಾ ವ್ಯಕ್ತಿಗಳಿಗೆ ವಿಶಿಷ್ಟವಾದ ಅಲಂಕಾರ ಸಾಮಗ್ರಿಗಳು ಅವನ ಕಪ್ಪು ಕಿಟ್‌ಬ್ಯಾಗ್‌ನಲ್ಲಿರುತ್ತಿದ್ದವು. ಮಂತ್ರಮುಗ್ಧನಂತೆ ಅವನು ಅಣಕ ಕಲಾವಿದ

ಶಿವರಾಮುನನ್ನೇ ನೋಡುತ್ತಿದ್ದ. ಅಲ್ಲಿ ಶಿವರಾಮ್ ಇರಲೇ ಇಲ್ಲ. ಅವನ ಜಾಗದಲ್ಲಿ ಎಷ್ಟೋ ಜನ ಬಂದು ಹೋಗುತ್ತಿದ್ದರು. ಒಬ್ಬೊಬ್ಬರ ಅವತಾರ ತಳೆದ ನಂತರವೂ ಶಿವರಾಮ್ ಅಂಗೈಯಿಂದ ಮುಖವನ್ನೊರೆಸಿಕೊಂಡು ಮೂಡಿದ್ದ ವ್ಯಕ್ತಿತ್ವಗಳನ್ನು ಅಳಿಸಿಹಾಕಿ ಮುಂದಿನ ಅವತಾರದ ಅವಶ್ಯಕತೆಗಳಿಗೆ ಮುಖವನ್ನು ಸಜ್ಜುಗೊಳಿಸುತ್ತಿದ್ದ. ಒಂದೊಂದೂ ಮುಖವನ್ನು ನೋಡುವಾಗ ಅವನು ತನ್ನೊಳಗೇ ಅದೃಶ್ಯವಾಗಿ ಪ್ರವಿಶಿಕೊಳ್ಳುವ ಹಾರ್ಮೋನನ್ನು ಮುಖದ ಮಾಂಸಖಂಡಗಳ ಮೇಲೆ ಸಿಂಪಡಿಸಿ ಇಚ್ಛಾರೂಪಿಯಾಗುವಂತೆ ಉಪಯೋಗಿಸಿಕೊಳ್ಳುತ್ತಿದ್ದನೆಂದು ಸುಬ್ಬರಾಮುನಿಗೆ ಖಾತರಿಯಾಗುತ್ತಿತ್ತು. ಈ ಹಾರ್ಮೋನು ತನ್ನಲ್ಲೂ ಇರಬಹುದೇ ಎಂಬ ಛಳಕು, ಕುತೂಹಲ ಹುಟ್ಟಿ ಕಾಡಲಾರಂಭಿಸಿತು.

ಸಂಜೆ ಮನೆಗೆ ಬಂದಾಗ ಆ ದಿನ ತಾನು ನೋಡಿದ ಅದ್ಭುತವನ್ನು ಎಂದಿಲ್ಲದ ಉತ್ಸಾಹದಿಂದ ಮನೆಯವರೊಂದಿಗೆ ಹಂಚಿಕೊಂಡ.

"ನೋಡಪ್ಪ, ಹೀಗೆ ಹೀಗೆ ಕೆನ್ನೆ ಮೂಗು ತುಟಿ ಹಣೆ ಅಮುಕಿ ಗಾಂಧೀ ಥರಾ ಆಗ್ಬಿಟ್ಟ !" ಎಂದು ಅಭಿನಯಪೂರ್ವಕವಾಗಿ ಅನುಕರಣೆ ಮಾಡಿ ವರದಿ ಒಪ್ಪಿಸಿದಾಗ ಅವನ ಅಪ್ಪ ಆಶ್ಚರ್ಯದಿಂದ ಕ್ಷಣ ಕಾಲ ಸ್ತಂಭೀಭೂತನಾದ. ಕಾರಣ, ಮಗ ಹೇಳಿದ ಸಂಗತಿಯಲ್ಲ. ಎದುರಿಗಿದ್ದ ಸಾಕ್ಷಾತ್ ಮಗನೇ ಗಾಂಧೀಮರಿಯಂತೆ ಕಾಣಿಸುತ್ತಿದ್ದ, ತಲೆಗೂದಲನ್ನು ಬಿಟ್ಟು.

"ಇದೇನೋ ಸುಬ್ರಾಮು, ನೀನೂ ಹಾಗೇ ಮಾಡ್ತಿದೀಯಲ್ಲೊ? ನಿನಗೂ ಬರುತ್ತೇನೋ ಯಾರು ಯಾರ ಮುಖಾನೆಲ್ಲಾ ಮಾಡೋದು? ನೀನೂ ಗಾಂಧಿ ಥರಾನೇ ಕಾಣಿಸ್ತಿದೀಯಲ್ಲೋ !" ಎಂದು ಉದ್ಗಾರವೆತ್ತಿದರು ಅಪ್ಪ.

ಮತ್ತೊಂದು ಛಳಕು.

"ಆಂ! ನನ್ನ ಮುಖ ಗಾಂಧಿ ಥರಾ ಕಾಣ್ಸುತ್ತಾ?" ಚಕಿತನಾದ ಸುಬ್ಬರಾಮು ಅಪನಂಬಿಕೆಯಿಂದ ಕೇಳಿದ.

"ಹೌದು ಕಣೋ ಮಗೂ! ಅವನನ್ನು ನೋಡಿ ನೀನೂ ಕಲ್ತುಕೊಂಡು ಬಂದುಬಿಟ್ಟಿದೀಯಲ್ಲೋ !" ಎಂದು ಅಮ್ಮ ಮೂಗಿನ ಮೇಲೆ ಬೆರಳಿಟ್ಟುಕೊಂಡಳು.

"ಹೌದಾ !" ಎಂದು ಕನ್ನಡಿ ನೇತುಹಾಕಿದ್ದ ಗೋಡೆಯ ಬಳಿ ಓಡಿ ಅದನ್ನು ಕೈಗೆ ತೆಗೆದುಕೊಂಡ. ದಿಟ ! ಗಾಂಧಿ ! ಒಂದು ಕೈಲಿ ಕನ್ನಡಿ ಹಿಡಿದುಕೊಂಡು ನೋಡುತ್ತಲೇ ಮತ್ತೊಂದು ಕೈಯಿಂದ ಶಿವರಾಮ್ ವೇಷ ಬದಲಿಸುವಾಗ ಒರೆಸಿಕೊಳ್ಳುವಂತೆ ಮುಖ ಒರೆಸಿಕೊಂಡ. ಗಾಂಧಿಯ ರೂಪ ಅಳಿಸಿಹೋಯಿತು.

"ಹೌದಾ ! ನನ್ನಲ್ಲೂ ಆ ಹಾರ್ಮೋನ್ ಇದೆ. ನಾನೂ ಯಾರ ಮುಖ ಬೇಕಾದ್ರೂ ಮಾಡಿ ತೋರಿಸಬಲ್ಲೆ !" ಎಂದು ಸುಬ್ಬರಾಮು ಕುಣಿದಾಡಿದ.

"ಮಹಾ ! ಯಾರನ್ನಾದ್ರೂ ಕಂಡ್ರೂ ಮನುಷ್ಯರು ಮುಟ್ಟಿದ ಗುಬ್ಬಿ ಥರ ಮುದುರಿಕೊಂಡು ಹೋಗ್ತೀಯಾಂತ ಅಪ್ಪನ ಕೈಲೇ ಯಾವಾಗ್ಲೂ ಬೈಸಿಕೋತಿರ್ತೀಯಾ. ಯಾರ ಮುಖ ಬೇಕಾದ್ರೂ ಮಾಡ್ತಾನಂತೆ..... ಹಾಗಾದ್ರೆ ನನ್ನ ಮುಖ ಮಾಡಿ ತೋರಿಸು ನೋಡ್ತೋಣ !" ಎಂದು ತಮ್ಮ ಸತ್ಯ ಸವಾಲೆಸೆದ.

"ತಡ್ಯೋಲೇ...... ಮೊದಲು ಅಪ್ಪನ ಮುಖ" ಎಂದು ಒಂದು ಕ್ಷಣ ಅಪ್ಪನ ಮುಖ ದಿಟ್ಟಿಸಿ ಅವನ ರೂಪವನ್ನು ಮನಸ್ಸಿನಲ್ಲಿ ತಂದುಕೊಂಡು ಬೆರಳುಗಳಿಂದ ಮುಖದ ಮಾಂಸ ಖಂಡಗಳನ್ನು ಐದಾರು ನಿವೇಶನಗಳಲ್ಲಿ ಒತ್ತಿ, ತಿರುಚಿ, ಅಮುಕಿದ. ಅಪ್ಪನ ಮುಖದ ವಿವರಗಳು ಸಂಪೂರ್ಣವಾಗಿಯಲ್ಲವಾದರೂ ಸ್ಥೂಲವಾಗಿ ಗ್ರಹಿಕೆಯಾಯಿತು.

"ಹೌದಲ್ಲೋ ಸುಬ್ರಾಮು!" ಎಂದು ಅಮ್ಮ ಬೆರಗಾದಳು. ಸುಬ್ಬರಾಮು ಕನ್ನಡಿಯನ್ನು ಮುಖದ ಮುಂದೆ ಹಿಡಿದುಕೊಂಡು ನೋಡಿ ಅಪ್ಪನ ಮುಖದೆಡೆಗೆ ತಿರುಗಿ ನೋಡಿದ. ಹೌದು, ಅಪ್ಪ! ನಿಸ್ಸಂಶಯವಾಗಿ ಹಾರ್ಮೋನ್ ಹರಿಯುತ್ತಿದೆ. ತಾನೂ ಒಬ್ಬ ಅಣಕ ಕಲಾವಿದ!

ಮರುದಿನ ಸ್ಕೂಲಿಗೆ ಹೋದಾಗ ಸಹಪಾಠಿಗಳು ಅಣಕ ಕಲಾವಿದನ ಪ್ರದರ್ಶನದ ಬಗ್ಗೆಯೇ ಮಾತಾಡಿಕೊಳ್ಳುತ್ತಿದ್ದರು. ಅವನು ಕೊನೆಯಲ್ಲಿ ತೋರಿಸಿದ ಹೋಟೆಲ್ ಮಾಲೀಕ, ಸಂಗೀತಗಾರ, ಪೊಲೀಸ್ ಕಾನ್ಸ್‌ಟೇಬಲ್ ಪಾತ್ರಗಳ ಮಾತುಗಳನ್ನು ಅವರೆಲ್ಲಾ ಆಡಿಕೊಳ್ಳುತ್ತಿದ್ದುದನ್ನು ಗಮನಿಸಿ ಹೇಳಿದ.

"ನಾನೂ ಮಾಡಿತೋರಿಸ್ತೀನಿ ಕಣ್ರೋ.... ಅಣಕ ಕಲೆ ನನಗೂ ಬರುತ್ತೆ."

ಸುಬ್ಬರಾಮನ ಮಾತು ಕೇಳಿ ಸಹಪಾಠಿಗಳೆಲ್ಲಾ ಜೋರಾಗಿ ನಕ್ಕು, "ಢೋಂಗಿ," ಎಂದರು. ಕೆಲವರು ಅವನ ಮಾತುಗಳನ್ನು ಆಡಿಕೊಂಡು ಮತ್ತಷ್ಟು ನಗುವಿನ ಅಲೆಗಳನ್ನು ಹಬ್ಬಿಸಿದರು.

"ಇಲ್ಲಿ ನೋಡಿ ಬೇಕಾದ್ರೆ" ಎನ್ನುತ್ತಾ ಸುಬ್ಬರಾಮು ಕೈಬೆರಳುಗಳಿಂದ ಮುಖದ ಮಾಂಸಖಂಡಗಳನ್ನು ತಿದ್ದಿಕೊಂಡು ಶರಟುಬಿಚ್ಚಿ ಉಸಿರೆಳೆದುಕೊಂಡು ಎದೆಗೂಡು ಕಾಣುವಂತೆ ಮಾಡಿಕೊಂಡ. ಹುಡುಗರೆಲ್ಲಾ ಆಶ್ಚರ್ಯದಿಂದ ಅವನನ್ನೇ ನೋಡಿದರು. ಗಾಂಧಿಯನ್ನು ಸಪ್ರಮಾಣವಾಗಿ ಬಾಲಕನ ರೂಪಕ್ಕೆ ಇಳಿಸಿದಂಥ ರೂಪ ಪಿಳಿಪಿಳಿ ಕಣ್ಣು ಬಿಡುತ್ತಾ ನಿಂತಿತ್ತು. ಕೋಲಾಹಲ!

"ನಮ್ಮ ಹೆಚ್ಚೆಮ್ ಮುಖ ಮಾಡೋ ಸುಬ್ರಾಮು, ನೋಡ್ತೋಣ" ಎಂದ ರಘು.

"ಹೆಚ್ಚೆಮ್ಮಾ? ತಗೋ...." ಎಂದು ಹೇಳುತ್ತಾ ಹೆಡ್ಮಾಸ್ಟರ ಚಹರೆಯನ್ನು ಮನಸ್ಸಿನಲ್ಲಿ ಕಲ್ಪಿಸಿಕೊಳ್ಳುತ್ತಾ ಮುಖವನ್ನು ಬೆರಳುಗಳಿಂದ ತಿಕ್ಕಿ ತೀಡತೊಡಗಿದ. ಅವರು ಎಷ್ಟೇ ಪರಿಚಿತರಿದ್ದರೂ ಅವರ ಮುಖದ ಸ್ವರೂಪ ಕಲ್ಪನೆಗೆ ದಕ್ಕಲಿಲ್ಲ. ಆದರೂ ಪ್ರಯಾಸದಿಂದ ಒಂದೊಂದೇ ಭಾಗವನ್ನು ಸ್ಥೂಲವಾಗಿ ಊಹಿಸಿಕೊಂಡ. ದಿನಾ ಕಾಣುತ್ತಿದ್ದವರನ್ನು ನಾವು ನಿಜವಾಗಿ ನೋಡೇ ಇರುವುದಿಲ್ಲ ಎನಿಸಿತು ಅವನಿಗೆ.

"ಪರವಾಗಿಲ್ಲ..... ಹೆಚ್ಚೆಮ್ ಮುಖ ಅಂತ ದಪ್ಪದಪ್ಪನಾಗಿ ಕಾಣುತ್ತೆ. ಹಣೆಮೇಲೆ ಇನ್ನಷ್ಟು ಸುಕ್ಕು ಇರಬೇಕು" ಎಂದು ವಿಮರ್ಶಿಸಿದ ರಘು, ಸುಬ್ಬರಾಮನ ಮುಖವನ್ನು ತೀರ ಹತ್ತಿರದಿಂದ ಪರೀಕ್ಷಿಸಿದ. ಆಗ ಶಾಲೆಯ ಜಾಗಟೆ ಬಾರಿಸಿ ವಿದ್ಯಾರ್ಥಿಗಳೆಲ್ಲಾ ಚದುರಿದರು.

ಹೆಚ್ಚೆಮ್ಮೇ ಸುಬ್ಬರಾಮನ ತರಗತಿಗೆ ಬಂದು ಆದರ್ಶ ಮಹನೀಯರ ಜೀವನ

ಚರಿತ್ರೆಯ ಪಾಠ ತೆಗೆದುಕೊಂಡರು. ಇಂಥ ಮಹನೀಯರ ಜೀವನದ ಅನುಕರಣೆ ಮಾಡಿ ಜನ ಸಾಮಾನ್ಯರು ಹೇಗೆ ಜೀವನ ಸಾರ್ಥಕ ಪಡಿಸಿಕೊಳ್ಳಬಹುದೆಂದು ಉಪದೇಶಿಸಿದರು. ಸುಬ್ಬರಾಮ ಅವರ ಮುಖವನ್ನೇ ಸೂಕ್ಷ್ಮವಾಗಿ ನೋಡಿ ಅಭ್ಯಾಸ ಮಾಡಿದ. ಎಲ್ಲ ಉಬ್ಬು ತಗ್ಗುಗಳು, ಗುಳಿಗಳು, ಗೆರೆಗಳು, ಗಂಟುಗಳು, ರೇಖೆಗಳು ಅವನ ಅವಗಾಹನೆಗೆ ಬಂದವು. ಅವುಗಳನ್ನು ಕರಾರುವಕ್ಕಾಗಿ ತನ್ನ ಮುಖದಲ್ಲಿ ಮೂಡಿಸಿ ರಘುವಿನ ಟೀಕೆಗೆ ಸಖತ್ ಉತ್ತರ ಕೊಡಬೇಕೆಂಬ ಒತ್ತಡ ಬಲವಾಯಿತು. ಕೈಬೆರಳುಗಳು ಅನೈಚ್ಛಿಕವಾಗಿ ಮುಖದ ಮೇಲೆ ಆಡತೊಡಗಿದವು. ಹಾರ್ಮೋನು ಸ್ರವಿಸುತ್ತಿರಬೇಕೆನಿಸಿತು. ಒಂದೇ ನಿಮಿಷದಲ್ಲಿ ತನ್ನ ಮುಖ ಹೆಚ್ಚೆಮ್‌ನ ಮುಖದ ಪಡಿಯಚ್ಚಾಗಿರಬೇಕೆಂದು ಖಾತರಿಯಾಯಿತು. ರಘುವಿನ ಪಕ್ಕೆ ತಿವಿದು ಗಮನ ಸೆಳೆದ.

"ಈಗ ನೋಡೋ ಬಕ್ರಾ, ಹೇಗೆ ಕಾಣುತ್ತೆ ಹೇಳು" ಎಂದು ಪಕ್ಕಕ್ಕೆ ಕತ್ತು ಹೊರಳಿಸಿ ಬೀಗಿದ. ಹೆಡ್ಮಾಸ್ತರು ಪೇಟವನ್ನು ತಲೆಯ ಮೇಲಿಂದ ತೆಗೆದಿಟ್ಟು ಕುರುಚಲು ಕೂದಲ ಮೇಲೆ ಕೈಯಾಡಿಸುತ್ತಿದ್ದುದನ್ನು ನೋಡುತ್ತಿದ್ದ ರಘು ಪಕ್ಕಕ್ಕೆ ತಿರುಗಿ ಸುಬ್ಬರಾಮನ ಮುಖ ನೋಡಿ ಹೌಹಾರಿದ. "ಏಯ್!" ಎಂದು ರಘು ಕೂಗಿ ಸುಬ್ಬರಾಮನತ್ತ ತಿರುಗಿದಾಗ ಹೆಚ್ಚೆಮ್ಮನ್ನೊಳಗೊಂಡು ಇಡೀ ತರಗತಿ ಅವರತ್ತ ನೋಡುತ್ತಿತ್ತು. ಹೆಚ್ಚೆಮ್ ಏನು ಮಾಡಿಬಿಡುತ್ತಾರೋ ಎಂಬ ಭಯ ಆವರಿಸಿ ಸುಬ್ಬರಾಮ ಮುಖ ಅಳಿಸಿಕೊಳ್ಳುವುದನ್ನೂ ಮರೆತುಬಿಟ್ಟ.

ಸುಬ್ಬರಾಮನತ್ತ ಬೆರಳು ಮಾಡುತ್ತಾ, "ಎದ್ದು ನಿಂತ್ಕೋ" ಎಂದರು ಹೆಚ್ಚೆಮ್. ನಿಂತುಕೊಂಡ ಸುಬ್ಬರಾಮನ ಮುಖವನ್ನೇ ನೋಡುತ್ತಾ, "ಯಾರು ನೀನು? ಹೆಸರೇನು?" ಎಂದು ಗುಡುಗಿದರು. "ಬಾಯಿ ಬಿಡದಿದ್ರೆ ಚರ್ಮಾ ಸುಲಿದುಬಿಡ್ತೇನೆ."

ಗಾಬರಿಯಿಂದ ಮುಖ ಅಳಿಸಿಕೊಂಡ, ಸುಬ್ಬರಾಮ.

"ಸುಬ್ಬರಾಮ! ಏನು ನಿನ್ನ ಅವತಾರ?" ಎಂದು ಮತ್ತೊಮ್ಮೆ ಗುಡುಗಿದರು.

"ನೆನ್ನೆ ಅಣಕ ಕಲಾವಿದ ಶಿವರಾಮ್ ಮಾಡಿ ತೋರಿಸಿದ್ರಲ್ಲ ಸಾರ್, ಅದೇ ಥರ ಸುಬ್ರಾಮ ಯಾರ ಮುಖ ಬೇಕಾದ್ರೂ ಮಾಡಿ ತೋರಿಸ್ತಾನೆ.... ಈಗ್ತಾನೇ ನಿಮ್ಮ ಮುಖ...." ಎಂದು ರಘು ಒದರಿಬಿಟ್ಟ.

ಹೆಡ್ಮಾಸ್ತರಿಗೆ ಒಂದು ಕಡೆ ವಿದ್ಯಾರ್ಥಿಗಳಲ್ಲಿ ಅಶಿಸ್ತು, ಅವಿಧೇಯತೆಗಳು ಬೆಳೆಯುತ್ತಿರುವುದು ಕಳವಳಕಾರಿಯಾಗಿ ತೋರಿದರೂ ತಮ್ಮ ಶಿಷ್ಯಕೋಟಿಯಲ್ಲಿ ಅಪರೂಪದ ಕಲಾವಿದನೊಬ್ಬ ಅವಿತುಕೊಂಡಿರುವುದನ್ನು ಆಕಸ್ಮಾತ್ ಕಂಡುಹಿಡಿದು ಸಂತೋಷವೂ ಆಯಿತು. ಅನಂತರ ಅವನನ್ನು ತಮ್ಮ ಕೋಣೆಗೆ ಕರೆಸಿ ಅವನಲ್ಲಾಗಿರುವ ಹೊಸ ಬದಲಾವಣೆಯ ಮಾಹಿತಿ ಪಡೆದು ಎಲ್ಲಾ ಸಹೋದ್ಯೋಗಿಗಳಿಗೂ ಶೃತಪಡಿಸಿದರು.

"ಪರವಾಗಿಲ್ಲ ಕಣೋ ಸುಬ್ರಾಮ ಹೂಂ! ಏನೋಂತಿದ್ದೆ. ನೀನೂ ಒಂದು ಕಲೆ ಕಲಿತುಕೊಂಡುಬಿಟ್ಟೆ. ಓದಿನಲ್ಲೂ ಇಷ್ಟೇ ಆಸಕ್ತಿ ತೋರಿಸಿದರೆ ನಿನ್ನ ಜನ್ಮ

ಸಾರ್ಥಕವಾದೀತು, ನೋಡು" ಎಂದು ಮೆಚ್ಚಿಕೆ ಮಿಶ್ರಿತ ಟೀಕೆಯನ್ನೂ ಮಾಡಿದರು. ಅವನ ಸಹಪಾಠಿಗಳ ದೃಷ್ಟಿಯಲ್ಲಂತೂ ಸುಬ್ಬರಾಮು ಒಬ್ಬ ವಿಶಿಷ್ಟ ವ್ಯಕ್ತಿಯಾಗಿ ಮೆರೆದ.

ಸಂಜೆ ಮನೆಗೆ ಬರುವಾಗ ದಾರಿಯಲ್ಲಿ ತನ್ನ ವಿಶಿಷ್ಟ ಕಲೆಯ ಬಗ್ಗೆ ವಿಪರೀತ ಹೆಮ್ಮೆ ಎನಿಸಿತು. ಆದರೂ ಮೊದಲು ಹೆಚ್ಚೆಮ್ಮರ ಮುಖ ಮಾಡಲು ಪ್ರಯತ್ನಪಟ್ಟಾಗ ಉಂಟಾದ ಗಲಿಬಿಲಿ ಮನಸ್ಸಿಗೆ ಬಂದು ತನ್ನ ಕೊರತೆಗಳ ಬಗ್ಗೆಯೂ ಚಿಂತಿಸುವಂತಾದ. ಈ ಹೆಚ್ಚೆಮ್ಮನ್ನು ಸುಮಾರು ಎರಡು ವರ್ಷಗಳಿಂದಲೂ ನೋಡುತ್ತಿದ್ದರೂ ಏಕಾಏಕಿ ಅವರ ಮುಖದ ಸ್ವರೂಪವನ್ನು ಮನಸ್ಸಿನಲ್ಲಿ ಕಲ್ಪಿಸಿಕೊಳ್ಳಲು ಸಾಧ್ಯವಾಗಲಿಲ್ಲವಲ್ಲ ಅಂದರೇನು ಅರ್ಥ? ತಾನು ಅವರನ್ನು ನೋಡಿದ್ದೇನೆ, ಆದರೆ ನೋಡೇ ಇಲ್ಲ. ಮನೆಯಲ್ಲಿ ಗಾಂಧೀಮುಖ ಮಾಡಲು ಸಾಧ್ಯವಾದದ್ದಾದರೂ ಹೇಗೆ? ಅಸಲಿ ಗಾಂಧಿಯನ್ನು ನೋಡೇ ಇಲ್ಲವಲ್ಲ, ಎನ್ನುವ ತಥ್ಯ ಸ್ವಲ್ಪ ಧೈರ್ಯದಾಯಕವಾಗಿತ್ತು. ಶಿವರಾಮ್ ಗಾಂಧೀ ಮುಖ ಮಾಡುವಾಗ ಗಮನವಿಟ್ಟು ನೋಡಿದ್ದೆನಲ್ಲ, ಅದರಿಂದಲೇ ಸಾಧ್ಯವಾಗಿರಬೇಕು ಎನ್ನುವ ಪರಿಹಾರವೂ ಹೊಳೆದು ಸಮಾಧಾನವಾಯಿತು. ಈಗ ಅಪ್ಪನ ಮುಖ ಮಾಡಿಬಿಡುತ್ತೇನೆ ಎನ್ನುವ ಧೈರ್ಯಮಾಡಿದ. ಮೊದಲು ಅಪ್ಪನ ಮುಖ ನೋಡಿ ಮಾಡಿದ್ದೆ, ಈಗ ಊಹಿಸಿಕೊಂಡು ಮಾಡಬೇಕು, ಎಂದುಕೊಂಡ. ಹಾರ್ಮೋನ್ ಸ್ರವಿಸಲು ಪ್ರಾರಂಭ ಮಾಡಿದ. ಈ ಅನುಭವ ಇನ್ನೊಂದು ಆಶ್ಚರ್ಯವನ್ನು ಹುಟ್ಟಿಸಿತು. ತಾನು ಬೇಕು ಬೇಕೆಂದಾಗ ಹಾರ್ಮೋನು ಉತ್ಪಾದಿಸಬಹುದು! ಹೂಂ! ಅಪ್ಪನ ಮುಖ, ಮೂಗು.... ಇಷ್ಟುದ್ದ? ಉಹುಂ, ಚೂರು ಕಮ್ಮಿ ಉಹುಂ, ಹತ್ತಾ ಪುಟ್ಟದಾಯಿತು...... ಇಷ್ಟಿರಬಹುದೇ? ಥೂ, ಸರಿಯಾಗಲಿಲ್ಲ. ಬೇಡ, ಮೂಗನ್ನು ಆಮೇಲೆ ನೋಡಿದರಾಯಿತು. ಕೆನ್ನೆ, ದವಡೆ ಉಬ್ಬಿದ್ದು ಜಾಸ್ತಿಯಾಯಿತು.... ಹುಂ! ಥೂ, ಇಂಥ ಗುಳಿ ಅಪ್ಪನ ಕೆನ್ನೆಯಲ್ಲಿ? ಕಣ್ಣು ಮಾಡಿ ಆಮೇಲೆ ಕೆನ್ನೆ ಮಾಡೋಣ, ತುಂಬಾ ಕಿರಿದಾಯಿತೇನೋ..... ಥೂ, ಯಾಕೋ ಯಾವುದೂ ಸರಿ ಬರುತ್ತಿಲ್ಲ..... ಅಪ್ಪನ ಒಟ್ಟು ಮುಖವನ್ನು ಕಲ್ಪಿಸಿಕೊಂಡು ಮನಸ್ಸಿನ ಒಂದು ಮೂಲೆಯಲ್ಲಿ ಸ್ಥಾಪಿಸಿ ಆಮೇಲೆ ಅಪ್ಪನ ಮುಖವನ್ನು ಅಪ್ಪನದೇ ಎಂದು ನಿರ್ಣಾಯಕವಾಗಿ, ನಿಸ್ಸಂದಿಗ್ಧವಾಗಿ ಬೇರ್ಪಡಿಸುವ ಲಕ್ಷಣಗಳನ್ನು ಮೈಗೂಡಿಸಿಕೊಳ್ಳಬೇಕು ಎಂದೆಲ್ಲಾ ಪ್ರಯೋಗಗಳನ್ನು ಮಾಡುತ್ತಾ ಹೆಜ್ಜೆ ಹಾಕಿದ. ಅಪ್ಪನ ಮುಖದ ಭಾಗಗಳು ಅಲಾಯದವಾಗಿಯಾಗಲೀ, ಉಂಡೆಯಾಗಿಯಾಗಲಿ ದಕ್ಕಲೇ ಇಲ್ಲ. ಹಾಗೆಯೇ ಅಮ್ಮನ ಮುಖ, ಅಜ್ಜಿಯ ಮುಖ, ಕಿಟ್ಟ ಚಿಕ್ಕಪ್ಪನ ಮುಖ, ಶಂಕ್ರುಮಾವನ ಮುಖ, ಪಕ್ಕದ ಮನೆ ಸೀನಪ್ಪನ ಮುಖ, ದಿನಾ ಬೆಳಗ್ಗೆ ಎದ್ದರೆ ನೋಡುವ ಹಾಲಿನ ಚಿಕ್ಕಣ್ಣನ ಮುಖ ಇನ್ನೂ ಯಾರು ಯಾರನ್ನು ನೋಡಿದ್ದನೋ ಅವರ ಮುಖಗಳನ್ನೆಲ್ಲಾ ಕಲ್ಪಿಸಿಕೊಳ್ಳಲು ಶತಪ್ರಯತ್ನಪಟ್ಟ. ಆ ವ್ಯಕ್ತಿಗಳ ಯಾವುದಾದರೊಂದು ನೆನಪು ಮಾತ್ರ ಮನಸ್ಸಿನಲ್ಲಿ ಸುಳಿದು ಇಡೀ ವ್ಯಕ್ತಿಯೇ ಆಗುತ್ತಿತ್ತೇ ಹೊರತು ವಿವರ ಪೂರ್ಣವಾದ ಇಡೀ ವ್ಯಕ್ತಿಯನ್ನು ತಾನು ಎಂದೂ ನೋಡೇ ಇಲ್ಲವೇನೋ ಎಂಬಷ್ಟು

ಆಶ್ಚರ್ಯಜನಕವಾದ ಸತ್ಯ ಮನಸ್ಸಿನಲ್ಲಿ ಮೂಡಿತು. ತನ್ನ ಮನೆಯಲ್ಲಿ ತಾನು ಪ್ರತಿದಿನ ನೋಡುವ, ಜೊತೆಯಲ್ಲಿ ಮಾತಾಡುವ, ಒಡನಾಡುವ ವ್ಯಕ್ತಿಗಳೆಲ್ಲಾ ಎಳೆಯನ್ನು ಹಿಡಿದರೆ ದಕ್ಕದೆ ನುಸುಳಿಕೊಳ್ಳುತ್ತಿದ್ದರು. ಹಾಗೆಯೇ ರಘು ಮತ್ತಿತರ ಸಹಪಾಠಿಗಳ ಪ್ರತಿರೂಪವನ್ನು ಕಟ್ಟಲು ಏನೋ ಅಡ್ಡಿಯಾಗುತ್ತಿತ್ತು. ತಾನು ಯಾರನ್ನೂ ನೋಡೇ ಇಲ್ಲವೇ ?

ಮನೆ ತಲುಪಿದ ಕೂಡಲೇ ಆವೇಶ ಬಂದವನಂತೆ, ಕುರ್ಚಿಯ ಮೇಲೆ ಕೂತು ಪೇಪರ್ ಓದುತ್ತಿದ್ದ ಅಪ್ಪನ ಬಳಿ ಬಂದು ನಿಂತು ತೀರ ಹತ್ತಿರದಿಂದ ಅವರ ಮುಖ ನೋಡಿದ..... ಕೆನ್ನೆಯ ಉಬ್ಬು ತಗ್ಗುಗಳು, ಚರ್ಮರಂಧ್ರಗಳು, ಸೂಕ್ಷ್ಮವಾದ ಗೆರೆಗಳು, ಅಲ್ಲಲ್ಲಿ ಕಪ್ಪು ಚುಕ್ಕೆಗಳು, ಮೂಗಿನ ಕಟ್ಟಡದ ಹೊಳ್ಳೆಗಳು, ಹುಬ್ಬಿನ ದಿಣ್ಣೆಗಳು, ಕಣ್ಣ ರೆಪ್ಪೆಗಳ ಮೇಲಿನ ಸುಕ್ಕುಗಳು, ಜೋತುಬಿದ್ದ ಕೆಳದವಡೆ, ಗಲ್ಲದ ಹಿಂದಿನ ಕಟವಾಯಿಯಿಂದ ಎಡಕ್ಕೂ ಬಲಕ್ಕೂ ಕೊರೆದ ಸೀಳುನಾಲೆಗಳು, ಸ್ವಲ್ಪ ಜೋಲುಬಿದ್ದ ಕೆಳತುಟಿ – ಓಹ್! ಎಷ್ಟೊಂದು ಸೂಕ್ಷ್ಮ ಅದ್ಭುತಗಳು ! ತಾನು ಇದುವರೆಗೂ ಅಪ್ಪನನ್ನು ನೋಡೇ ಇರಲಿಲ್ಲವೆನ್ನಿಸಿ, ಒಂದೊಂದೂ ಸಂಗತಿಗಳು ಪ್ರಮಾಣ ಬದ್ಧವಾಗಿ ಮನಸ್ಸಿನಲ್ಲಿ ದಾಖಲೆಯಾಯಿತು. ಎಲ್ಲವನ್ನೂ ದಾಖಲೆ ಮಾಡಿಕೊಳ್ಳಬೇಕು ಅದು ಮುಖ್ಯ. ತಾನಿನ್ನು ಅಪ್ಪನನ್ನು ಮರೆಯಲು ಸಾಧ್ಯವೇ ಇಲ್ಲ. ತಕ್ಷಣ ಬೇರೆ ಕಡೆಗೆ ತಿರುಗಿಕೊಂಡು ಮುಖದ ಮಾಂಸಖಂಡಗಳನ್ನು ಹಿಚುಕತೊಡಗಿದ. ಹಾರ್ಮೋನು ಮಾಂಸಖಂಡಗಳ ಪದರಗಳಲ್ಲಿ ಹರಿದು ಮನಸ್ಸಿನಲ್ಲಿ ದಾಖಲಾಗಿದ್ದ ಅಪ್ಪನ ಮುಖದ ಕಟ್ಟಡದ ಅಚ್ಚು ಒಂದೇ ನಿಮಿಷದಲ್ಲಿ ಸಿದ್ಧವಾಯಿತು. ಅಪ್ಪನ ಕಡೆ ಮುಖ ತಿರುಗಿಸಿದ. ಅಪ್ಪ ಸುಬ್ಬರಾಮನಲ್ಲಿ ತನ್ನ ರೂಪವನ್ನೇ ಗುರುತಿಸಿ ಮಗನ ಚಾತುರ್ಯಕ್ಕೆ ಎರಡನೇ ಸಲ ಬೆರಗಾದ. ಅಂತೂ ಇವನ ಮುಖೇಡಿತನಕ್ಕೆ ಈ ಹವ್ಯಾಸ ಒಂದು ಮದ್ದಾಗಬಹುದೆಂದೂ ಭಾವಿಸಿದ. ಆದರೂ ಇವನನ್ನು ಹೆಚ್ಚು ಹೊಗಳಿ ಅಂಡು ಅಟ್ಟಕ್ಕೇರುವಂತೆ ಮಾಡಬಾರದೆಂದು ಬಗೆದು, "ಸಾಕು ಹೋಗೋ, ನಿನ್ನ ಹುಚ್ಚಾಟಾನೆಲ್ಲಾ ಸ್ವಲ್ಪ ಕಟ್ಟಿಟ್ಟು, ಓದಿನ ಕಡೆಗೆ ಗಮನ ಕೊಡು..... ಪರೀಕ್ಷೆ ಹತ್ತಿರ ಬರ್ತಿದೆ ಅನ್ನೋ ಜ್ಞಾನ ಇರಲಿ," ಎಂದು ಒಗುರವಾಗಿ ಗದರಿಸಿದ.

ಸುಬ್ಬರಾಮ ಸ್ವಲ್ಪ ಪೆಚ್ಚೇ ಆದ. ಮುಖ ಅಳಿಸಿಕೊಂಡು ಪುಸ್ತಕದ ಹೊರೆಯನ್ನು ಟೇಬಲ್ ಮೇಲೆ ಒಗೆದು ಅಡಿಗೆ ಮನೆಗೆ ಹೋದ. ಅಮ್ಮನ ಹತ್ತಿರ ದುಃಖ ತೋಡಿಕೊಂಡು ತಿಂಡಿ ತಿಂದ. ಅಮ್ಮನ ಮುಖವನ್ನು ಸೂಕ್ಷ್ಮವಾಗಿ ನೋಡಿ ಅವಳ ಮುಖ ಮಾಡಿ ತೋರಿಸಿದ. ಗೋಡೆಯ ಮೇಲಿನ ಕ್ಯಾಲೆಂಡರ್‌ನಲ್ಲಿದ್ದ ಕೃಷ್ಣನನ್ನು ನೋಡಿ ಕೃಷ್ಣನ ರೂಪ ತೋರಿಸಿದ. ಯಶೋಧೆಯಂತೆ ಅಮ್ಮನಿಗೆ ಹೆಮ್ಮೆಯಾದರೂ ಓದುಬರಹದ ವಿಚಾರದಲ್ಲಿ ಅಪ್ಪನ ಮಾತೇ ಕೊನೆಯಾದ್ದರಿಂದ ಅವಳೂ ಅದನ್ನೇ ಪುನರುಚ್ಚರಿಸಿದಳು. ತನ್ನ ಅಲೌಕಿಕ ವಿದ್ಯೆ ಇವರ ಗಮನಕ್ಕೆ ಬಾರದೆ, ಅದರ ಮಹತ್ವ ತಿಳಿಯದೆ ಅಸಡ್ಡೆ ಮಾಡಿ ತನ್ನ ಏಳಿಗೆಗೆ ಅಡ್ಡ ಬರುತ್ತಿದ್ದಾರೆ ಎಂದು ಪರಿತಪಿಸಿದ. ಆ ಹೆಚ್ಚೆಮ್ಮೂ ಇಂಥದೇ ಮಾತು ಆಡಿದ್ದರು. ಇದಾದರೆ ವಿದ್ಯೆ ಅಲ್ಲವೆ ? ಇವರೇಕೆ

ಪ್ರೋತ್ಸಾಹ ಕೊಡಬಾರದು ? ಇಂಥವನ ಅಪ್ಪ, ಅಮ್ಮ ಎಂದು ಇವರಿಗೆ ಅಲ್ಲವೆ ಮುಂದೆ ಕೀರ್ತಿ ಬರುವುದು ? ಇಂಥಾ ಕಲಾವಿದನ ಮೇಷ್ಟರು ಎಂದು ಜನ ಮುಂದೆ ಗುರುತಿಸುವುದು ಇವರನ್ನೇ ಅಲ್ಲವೇ ? ಯಾಕೆ ಇವರಿಗೆಲ್ಲಾ ಇಷ್ಟೊಂದು ಹೊಟ್ಟೆಕಿಚ್ಚು ? ಅಥವಾ ಮಂಕು ಬಡಿದುಕೊಂಡಿದೆಯೆ ? ತಾನು ಈ ಮಧ್ಯೆ ಹೇಗೆ ಬದುಕಬೇಕು ? ಇಡೀ ರಾತ್ರಿ ಸುಬ್ಬರಾಮ ಚಿಂತಾಕ್ರಾಂತನಾಗಿ ಚಡಪಡಿಸಿದ. ಮನೆಬಿಟ್ಟು ಹೋಗಿ ತನ್ನ ಕಲಾಪ್ರದರ್ಶನಗಳಿಂದ ಹಣಗಳಿಸಿ ಕೀರ್ತಿವಂತನಾಗಿ ಬಾಳುವುದೇ ಸರಿಯಾದ ಮಾರ್ಗ ಎಂಬ ಪರಿಹಾರ ಹೊಳೆಯಿತು. ಅದೇ ಅವನ ಬಾಳಧ್ಯೇಯವೂ ಆಗಿದೆ ಎಂಬ ಪ್ರೇರಣೆಯಾಯಿತು. ಆದರೆ ತಕ್ಷಣ ಕಾರ್ಯೋನ್ಮುಖನಾಗಲು ಮಾತ್ರ ಹಿಂಜರಿದ.

ಕಂಡಕಂಡವರ ಮುಖಗಳನ್ನೆಲ್ಲಾ ತೀಕ್ಷ್ಣವಾಗಿ ದಿಟ್ಟಿಸಿ ಲಕ್ಷಣ ವೈವಿಧ್ಯತೆಯನ್ನು ಗಮನಕ್ಕೆ ತಂದುಕೊಳ್ಳುವ ಚಟ ಅವನನ್ನು ಹಿಡಿದುಕೊಂಡಿತು. ತರಗತಿಯಲ್ಲಿ, ಬೀದಿಯಲ್ಲಿ, ಎಲ್ಲೆಂದರಲ್ಲಿ ಜನರ ಮುಖ ದಿಟ್ಟಿಸಿ ನೋಡುವುದು ಅವನಿಗೆ ಉಸಿರಾಟದಷ್ಟೇ ಸಹಜವಾಗಿಬಿಟ್ಟಿತು. ಭಾವಚಿತ್ರಗಳ ಅಭ್ಯಾಸದ ಚಟ ಕೂಡ ಅಂಟಿಕೊಂಡಿತು. ಜಗತ್ಪ್ರಸಿದ್ಧ ವ್ಯಕ್ತಿಗಳ ಚಿತ್ರಗಳಿಗಾಗಿ ದಿನಪತ್ರಿಕೆಗಳು, ಪುಸ್ತಕಗಳು, ಗೋಡೆಗಳನ್ನು ಅಲಂಕರಿಸಿರುವ ಫೋಟೋಗಳನ್ನು ನೋಡುತ್ತಿದ್ದ. ಮನೆಯ ಕೋಣೆಯಲ್ಲಿ ಬಾಗಿಲು ಮುಚ್ಚಿಕೊಂಡು ಮುಖದ ಮಾಂಸಖಂಡಗಳನ್ನು ಹಿಚುಕಿಕೊಂಡು ಅನೇಕ ಪ್ರಯೋಗಗಳನ್ನು ಮಾಡಿ ಕನ್ನಡಿಯಲ್ಲಿ ನೋಡಿಕೊಳ್ಳುತ್ತಿದ್ದ.

ಸ್ಕೂಲಿನ ವಾರ್ಷಿಕೋತ್ಸವ, ರಾಜ್ಯೋತ್ಸವ, ಗಣಪತಿಹಬ್ಬ ಮುಂತಾದ ಸಾಮೂಹಿಕ ಸಮಾರಂಭಗಳಲ್ಲಿ ಏರ್ಪಡಿಸಿದ್ದ ಸಾಂಸ್ಕೃತಿಕ ಕಾರ್ಯಕ್ರಮಗಳಲ್ಲಿ ಫ್ಯಾನ್ಸಿ ಡ್ರೆಸ್ ಸ್ಪರ್ಧೆಗಳಲ್ಲಿ ಭಾಗವಹಿಸಿ ಬಹುಮಾನ ಮತ್ತು ಪ್ರಶಸ್ತಿಪತ್ರಗಳನ್ನು ಗಿಟ್ಟಿಸಿದ. ತಾನು ಕಂಡ ಅನೇಕಾನೇಕ ವ್ಯಕ್ತಿಗಳ ಲಕ್ಷಣ ಮತ್ತು ಹಾವಭಾವಗಳನ್ನು ಅಭ್ಯಾಸ ಮಾಡಿ ಅಂತಹ ವ್ಯಕ್ತಿಗಳ ಅಣಕಕ್ಕೆ ಬೇಕಾದ ಗಡ್ಡ, ಮೀಸೆ, ಟೋಫನ್, ತಲೆಯುಡಿಗೆ, ಕನ್ನಡಕ, ಉಡಿಗೆತೊಡಿಗೆಗಳ ವಿನ್ಯಾಸವನ್ನು ವರ್ಗೀಕೃತ ಪದ್ಧತಿಯಲ್ಲಿ ನೆನಪಿನಲ್ಲಿಟ್ಟುಕೊಂಡು, ತಾನು ಸಂಪಾದಿಸಬಹುದಾದ ಮತ್ತು ತನ್ನಲ್ಲಿದ್ದ ಪರಿಕರಗಳ ಸಹಾಯದಿಂದ ಎಷ್ಟರಮಟ್ಟಿನ ಪರಿಣಾಮವನ್ನು ಸಾಧಿಸಬಹುದೆಂದು ಪ್ರಯೋಗ ಮಾಡಿ ತಿಳಿದುಕೊಂಡ. ಹೈಸ್ಕೂಲು ದಾಟುವ ವೇಳೆಗೆ ನರಸೀಪುರದಲ್ಲೇ ಹತ್ತಾರು ಪ್ರದರ್ಶನಗಳನ್ನು ನೀಡಿ ಪ್ರಸಿದ್ಧಿಗೆ ಬಂದುಬಿಟ್ಟಿದ್ದ. ಪ್ರೀ ಯೂನಿವರ್ಸಿಟಿ ಮುಗಿಯುವ ವೇಳೆಗೆ ತನ್ನ ಕಾಲೇಜಿನಲ್ಲಷ್ಟೇ ಅಲ್ಲದೆ ಬೇರೆ ಬೇರೆ ಊರುಗಳ ಕಾಲೇಜುಗಳಲ್ಲೂ ಪ್ರದರ್ಶನ ಕೊಡುವ ಅವಕಾಶ ಅಂತರ ಕಾಲೇಜು ಸಾಂಸ್ಕೃತಿಕ ಸ್ಪರ್ಧೆ, ಯುವಜನೋತ್ಸವ, ಎನ್.ಸಿ.ಸಿ. ಕ್ಯಾಂಪ್‌ಗಳ ಮುಖಾಂತರ ದೊರೆಯಿತು. ಇಂಥ ಒಂದು ಸಂದರ್ಭದಲ್ಲಿ ಪತ್ರಕರ್ತನೊಬ್ಬನ ಗಮನ ಸೆಳೆದು ಅವನ ಫೋಟೋ, ಪರಿಚಯ, ಸಂದರ್ಶನಗಳು ಪ್ರಮುಖ ಪತ್ರಿಕೆಯಲ್ಲಿ ಬೆಳಕು ಕಾಣುವಂತಾಯಿತು. ಕಾಲೇಜು ಶಿಕ್ಷಣ ಮುಗಿಯುವಷ್ಟರಲ್ಲಿ ಸುಬ್ಬರಾಮ ಒಬ್ಬ ವೃತ್ತಿನಿರತ ಅಣಕ ಕಲಾವಿದನಾಗಿ ಹೋಗಿದ್ದ. ಅವನ ಪ್ರದರ್ಶನಗಳನ್ನೇರ್ಪಡಿಸಲು ದೇಶವಿದೇಶಗಳ

ಸಂಘಟಕರು, ಸಂಘಸಂಸ್ಥೆಗಳು ಅವನನ್ನು ಮೇಲಿಂದ ಮೇಲೆ ಆಹ್ವಾನಿಸತೊಡಗಿದರು. ತನ್ನ ಕಲೆಯ ಸಾಧನೆ ಮತ್ತು ಪ್ರದರ್ಶನಗಳಿಗಾಗಿ ಮನೆಬಿಟ್ಟು ಹೋಗಬೇಕೆಂದು ಚಿಕ್ಕವನಿದ್ದಾಗ ಮಾಡಿದ್ದ ತೀರ್ಮಾನ ಯಾವುದೇ ವಿಶೇಷ ಶ್ರಮ, ಪ್ರಯತ್ನ ಮತ್ತು ಸಿದ್ಧತೆಗಳಿಲ್ಲದೆ ಈಗ ತೀರ ಸಹಜವಾಗಿ ಕಾರ್ಯಗತವಾಗಿದ್ದು ಅವನ ಗಮನಕ್ಕೆ ಬರಲೇ ಇಲ್ಲ. ವಿವಿಧ ಮಾದರಿಗಳ ಅಧ್ಯಯನಕ್ಕಾಗಿ ಮುದ್ದಾಂ ಅನೇಕ ಸಂಗೀತ ಕಛೇರಿಗಳಿಗೆ ಭೇಟಿ ಕೊಟ್ಟ. ದೇಶವಿದೇಶಗಳ ಚಲನಚಿತ್ರಗಳನ್ನು ನೋಡಿದ. ನೃತ್ಯಕಾರ್ಯಕ್ರಮಗಳನ್ನು ಟಿಕೇಟು ಪಡೆದು ನೋಡಿದ. ಬುದ್ಧಿಜೀವಿಗಳ, ಕಲಾವಿದರ, ರಾಜಕೀಯ ಪ್ರಮುಖರ ಭಾಷಣಗಳನ್ನು ಕೇಳಿದ. ಪ್ರಸಿದ್ಧ ಚಿತ್ರಕಲಾ ಪ್ರದರ್ಶನಗಳಿಗೆ ಭೇಟಿಕೊಟ್ಟು ಭಾವಚಿತ್ರಗಳನ್ನು ಅಭ್ಯಾಸ ಮಾಡಿದ. ಮೇಡಂ ಟುಸ್ಸಾಡಳ ಮ್ಯೂಸಿಯಂನಲ್ಲಿ ಹಲವಾರು ದಿನಗಳು ಅಭ್ಯಾಸ ಮಾಡಿದ.

ಲಂಡನ್, ಬೆಂಗಳೂರು, ಪ್ಯಾರಿಸ್, ಪೂನಾ, ಫ್ರಾಂಕ್‌ಫರ್ಟ್, ಮಾಸ್ಕೊ, ಕಲಕತ್ತಾ, ಆಗ್ರಾ, ಲಾಸ್ ಎಂಜಲೀಸ್, ಡೆಲ್ಲಿ, ಡೆಹ್ರಾಡೂನ್, ನ್ಯೂಯಾರ್ಕ್, ಮದ್ರಾಸ್, ಮೈಸೂರು, ಚಿಕಾಗೋ, ಬೆಳಗಾವಿ, ರಯೋಡಿ ಜನೀರೋ, ಹುಬ್ಬಳ್ಳಿ, ಡರ್ಬಾನ್, ದಾವಣಗೆರೆ, ಅಲಾಸ್ಕ, ಝೂಮ್ರಿ ತಲಯ್ಯಾ, ಮಂಗಳೂರು, ಡಬ್ಲಿನ್, ಪಾಲಘಾಟ್, ಕ್ಯೋತೋ, ತಿರುಚಿ, ಕೈರೋ, ತಿರುವನಂತಪುರ, ರಾಜನಂದಗಾವ್, ಅಡಿಸ್ ಅಬಾಬಾ, ಪಾಟ್ನಾ, ದಿ ಹೇಗ್, ಟೈಪೆ, ಶಾಂಘಾಯ್, ಲಖನೌ, ಬೀಜಿಂಗ್, ಭೋಪಾಲ, ಜೈಪುರ, ಐಗಂಚಿಪಟ್ಟಣ, ಶಿಮ್ಲಾ, ಚಂಡೀಘರ್, ಅಹ್ಮದಾಬಾದ್, ಕೋಪನ್ ಹೇಗನ್, ಹೈದರಾಬಾದ್, ತಿರುಪತಿ, ನ್ಯೂಜೆರ್ಸಿ, ವಾರಣಾಸಿ, ಶ್ರೀನಗರ, ರಾಂಚಿ, ಬರ್ಲಿನ್, ಅಯೋಧ್ಯಾ, ಟೋಕ್ಯೋ, ಕುರ್ಸಿಯಾಂಗ್, ಟಿಂಬಕ್ಟೂ, ಐಜ್ವಾಲ್, ರಂಗೂನ್, ಪಾಸೀಘಾಟ್, ಲೇಹ್ – ಹೀಗೆ ಭೂಗೋಳದ ಉದ್ದಗಲಕ್ಕೂ ಸುಬ್ಬರಾಮ ಅನೇಕ ಬಾರಿ ತಿರುಗಾಡಿ ತನ್ನ ಅಣಕ ಕಲೆಯ ಪ್ರದರ್ಶನ ನೀಡಿ, ಜನ ಕಂಡಿದ್ದ, ಕಾಣದ, ಕೇಳಿದ್ದ, ಕೇಳದ ವ್ಯಕ್ತಿಗಳ ಮುಖಗಳನ್ನು ತನ್ನ ಮುಖದಲ್ಲಿ ಆವಾಹಿಸಿ ಒಂದೆರಡು ವರ್ಷಗಳಲ್ಲೇ ವಿಶ್ವವಿಖ್ಯಾತನಾದ. ಅವನ ಸರಕಿನ ಉಗ್ರಾಣದಲ್ಲಿ ಮಾಜಿ ಹಾಗೂ ಹಾಲಿ ದೇಶಭಕ್ತರು, ರಾಜಕೀಯ ಪ್ರಮುಖರು, ದೇಶವಿದೇಶಗಳ ಸಾರ್ವಜನಿಕ ಕ್ಷೇತ್ರದ ಅಗ್ರಗಣ್ಯರು, ಚಿಂತಕರು, ವಿಜ್ಞಾನಿಗಳು, ಲೇಖಕರು, ಅವತಾರ ಪುರುಷರು, ದಶಮಾನದ ಪುರುಷರು, ಪ್ರಥಮ ಪುರುಷರು, ವಾರದವ್ಯಕ್ತಿಗಳು, ವಾರಾನ್ನದ ಸತ್ವದಿಂದ ಲೋಕೋತ್ತರರಾದವರು, ಕಲಾವಿದರು, ಸಾಧುಸಂತರು, ಮಠಾಧಿಪತಿಗಳು, ಸ್ವಾಮಿಗಳು, ಆಗಿಹೋದ ಹಾಗೂ ಹಾಲೀ ಸರ್ವಾಧಿಕಾರಿಗಳು, ಯೋಗಿಗಳು, ಚಾರ್ಲ್ಸ್ ಶೋಭರಾಜ್‌ಗಳು, ವಿದೂಷಕರು, ಪವಾಡ ಪುರುಷರು, ಕ್ರೀಡಾಪಟುಗಳು, ಕಾರಣ ಪುರುಷರು ಇದ್ದಂತೆ ಸಾಧಾರಣ ಮಾದರಿಯ ವರ್ತಕರು, ಸೇಲ್ಸ್‌ಮನ್‌ಗಳು ರೈತ ನೇತಾರರು, ಕಾರ್ಮಿಕ ಮುಖಂಡರು, ಎಲ್ಲ ದರ್ಜೆಯ ಎಲ್ಲ ವರ್ಗದ ಅಧಿಕಾರಿಗಳು, ಸೀಬೈಟು ಮ್ಯಾನೇಜರ್‌ಗಳು, ಗುಳೇ ಹೋಗುವವರು, ಯಾತ್ರಾರ್ಥಿಗಳು, ಸದಾ

ಹುಬ್ಬುಗಂಟಿಕ್ಕಿರುವ ಪೋಸ್ಟ್ ಮಾಸ್ಟರ್‌ಗಳು, ರಸಿಕ ವೈಯಾಕರಣಿಗಳು, ದಡ್ಡ ವಿಜ್ಞಾನ ಬೋಧಕರು, ಅರಸಿಕ ಕವಿಗಳು, ಮಾಮೂಲಿ ವ್ಯಾಧಿಗ್ರಸ್ತ ಗುಮಾಸ್ತರು, ಬುದ್ಧಿವಂತ ಜನಪದರು, ಜಾನಪದ ಸಂಶೋಧಕರು, ಅರೆಹುಚ್ಚರು, ಪೂರ್ತಿ ಹುಚ್ಚರು, ಪಿಎಚ್‌ಡಿ ಪ್ರಬಂಧ ಬರೆಯುವವರು, ಓ ಎಂದರೆ ಠೋ ಎನ್ನಲು ಬಾರದವರು, ಬರುವವರು, ಬಡನೆಂಟನ ಮನೆಗೆ ದಯಮಾಡಿಸುವ ಶ್ರೀಮಂತ ಅತಿಥಿಗಳು, ಅಂಬಿಗರು, ಮಿಂಡರು, ದಾಕ್ಷಿಣ್ಯಕ್ಕೆ ಹರಳೆಣ್ಣೆ ಕುಡಿಯುವವರು ಹಾಗೂ ಬಸಿರಾದವರು, ಬುಡುಬುಡಕೆಯವರು, ನಾಗರಿಕತೆಯ ಮಧ್ಯೆ ಸಿಕ್ಕಿಬಿದ್ದ ಅಮಾಯಕರು, ಮಧ್ಯವರ್ತಿಗಳು, ಶಾಲೆಗೆ ಚಕ್ಕರ್ ಹಾಕುವ ಮಾಸ್ತರು, ಸ್ಥಳೀಯ ಶೆರ್ಲಾಕ್ ಹೋಮ್ಸ್‌ಗಳು, ಕೈಲಾಸಂ ನಾಟಕಗಳ ಜವಾನರು, ಯಜಮಾನರು, ಬೆಣ್ಣೆ ಹಚ್ಚುವವರು, ಹಚ್ಚಿಸಿಕೊಳ್ಳುವವರು, ಅಡಿಗೆಯವರು, ಉದಾಸೀನಪ್ಪಗಳು, ತಿಪ್ಪೆ ಸಾರಿಸುವವರು, ಬಾಬಾಗಳು, ಹೋರಾಟರತ್ನರು, ಹಲ್ಲುನೋವು ಬಂದ ಹಸನ್ಮುಖಿಗಳು, ಮರ್ಜಿ ಹಿಡಿಯುವವರು, ಹೆಣ ಹೊರುವವರು, ದಂಡಿಗೆ ಸೇರಿದ ಅಣ್ಣಪ್ಪಗಳು, ತಲೆಹಿಡುಕರು, ಶಿಸ್ತುಗಾರ ಪುಟ್ಟಶಾಮಿಗಳು, ವಾರ್ತೆಗಳನ್ನು ಓದುವವರು, ಮೂದೇವಿಗಳು, ಮರ್ಯಾದೆ ರಾಮಣ್ಣಗಳು, ಹಾಸ್ಯ ಕವಿಗಳು, ಗಡಿಬಿಡಿ ಗಗ್ಗಯ್ಯಗಳು, ಆಚೆ ಬೀದಿಯಲ್ಲಿ ಹೊಸ ಆಳಾಗುವವರು, ತೈನಾತಿಗಳು, ಟ್ರೈಬ್ಯೂನಲ್‌ನಲ್ಲಿ ಹೋರಾಡುವ ಸಣ್ಣ ಮತ್ತು ಅತಿ ಸಣ್ಣ ಹಿಡುವಳಿದಾರರು, ವಂದಿಮಾಗಧರು, ಗಡಿಯಾರ ರಿಪೇರಿ ಮಾಡುವ ಲಾರೆಲ್‌ಗಳು, ಪ್ರೀತಿ ಮಾಡುವ ಹಾರ್ಡಿಗಳು, ಅಬ್ಬೇಪಾರಿಗಳು, ಉಂಡಾಡಿಗಳು, ಏತಿ ಎಂದರೆ ಪ್ರೇತಿ ಎನ್ನುವವರು, ನಿರುದ್ಯೋಗಿ ಕುಂಬಾರರು, ಹಸಿದ ನಾಯಿಯೊಂದಿಗೆ ಪೈಪೋಟಿ ಮಾಡುವವರು, ಬೀದಿಕಸ ಗುಡಿಸುತ್ತಾ ಹಾಡುವ ಡ್ಯಾನಿಕೇಗಳು, ನಾಳೆ ಬನ್ನಿ ಎನ್ನುವ ದರ್ಜಿಗಳು, ಮುಖೇಡಿಗಳು, ಹುಳಪಾರ್ಟಿಗಳು, ಗೂಫಿಗಳು, ಶೋಕೀಲಾಲರು, ಪ್ರಾಣಿದಯಾ ಸಂಘದ ಕಾರ್ಯದರ್ಶಿಗಳು, ನಕಲಿಶಾಮಗಳು, ಕೂಚುಭಟ್ಟರು, ತಿಂಡಿಪೋತ ನಂಜೇಲಿಂಗಭಟ್ಟರು, ಹೆಣ್ಣು ಪಾರ್ಟು ಹಾಕುವವರು, ಸೆರೆಗುಡುಕ ಸೋಮಪ್ಪಗಳು, ಖಾಯಂ ಸಹಾಯ ನಿರ್ದೇಶಕರು, ಗೋಮಾಜಿ ಕಾಪಸೆಗಳು, ಸ್ವಯಂ ವೈದ್ಯರು, ಸ್ವಯಮಾಚಾರ್ಯ ಪುರುಷರು, ಗುಜರಿ ವ್ಯಾಪಾರಗಾರರು, ಕೈಯಲ್ಲಿ ಶರಣಾರ್ತಿ ಹಿಡಿದಿರುವವರು, ಜುಜುಬಿ ತರಲೆಗಳಿಂದ ತಲೆಹನ್ನೆರಡಾಣೆ ಮಾಡಿಕೊಳ್ಳುವವರು, ಡೋರಿಯನ್‌ಗ್ರೇಗಳು, ಗಣೆಯನ್ನೂ ಹತ್ತಿ ಡೋಲನ್ನೂ ಬಾರಿಸುವ ಡೊಂಬರು, ಮಾಂತ್ರಿಕರು, ಸಾಲಕೊಟ್ಟ ಕೋಡಂಗಿಗಳು, ಭಾರದೇಹಿಗಳು, ಕಾಡುಪಾಪಗಳು, ನರ್ತಕರು, ಪಾಪದ ಜೀವಿಗಳು, ಚಪ್ಪಲಿ ಚೂರು, ಕೆಂಡ, ಮೊಳೆ ಮುಂತಾದುವನ್ನು ಜಗಿದು ತಿಂದು ಚಪ್ಪರಿಸುವ ಸರ್ವಭಕ್ಷಕರು, ಬೆರ್ಚಪ್ಪಗಳು, ವರಗಳು, ಭಾಷಣಕಾರರು, ತರಾತುರಿಯಲ್ಲಿರುವವರು, ಚಿಲ್ಲರೆ ಮತ್ತು ಠೋಕ ವರ್ಗದ ಕಳ್ಳರು, ಅಧ್ಯಕ್ಷ ವೃತ್ತಿಯವರು, ಮನೆಹಾಳರು, ಲೇವಾದೇವಿಗಳು, ನಸುಗುನ್ನಿಕಾಯಿಗಳು, ಮೂರುಕಾಲಿನ ಮೊಲ ಹಿಡಿದವರು, ಸಾಲಗಾರರ ಮೊಮ್ಮಕ್ಕಳು, ಬಾಲಬಡುಕರು, ದೇವಾರೀ ಕೀರ್ತನಕಾರರು, ಹ್ಯಾಪುಮೋರೆಯ

ಜೂಜುಕೋರ ಅಂತರ್ಮುಖಿಗಳು, ಜೋಬದ್ರಗಳು, ವಿಲನ್‌ಗಳು, ಸ್ಥಳೀಯ ಮಹಾತ್ಮರು, ಮುಟ್ಠಾಳರು, ಹಗಲುಗನಸುಗಾರರಾದ ವಾಲ್ಟರ್ ಮಿಟ್ಟಿಗಳು, ಜೋಕುಮಾರರು, ಚೆಷೈರ್ ಕ್ಯಾಟ್‌ನಂತೆ ಸದಾ ಹಲ್ಲು ಕಿರಿದುಕೊಂಡಿರುವ ಪಿ.ಆರ್.ಓ.ಗಳು, ಶ್ರೀಮದ್ಗಾಂಭೀರ್ಯದ ಮುತ್ಸದ್ದಿಗಳು, ಪ್ರೊಫೆಸರ್ ಎಂದು ವಿಸಿಟಿಂಗ್ ಕಾರ್ಡ್ ಅಚ್ಚು ಮಾಡಿಸಿಕೊಳ್ಳುವ ಅದೇ ತಾನೇ ನೇಮಕಗೊಂಡ ಲೆಕ್ಚರರ್‌ಗಳು ಹಾಗೂ ಜಾದೂಗಾರರು, ಬಗೆಬಗೆಯ ಜನರಲ್‌ಗಳು, ಬಾನಾಮತಿ ಮಾಡುವವರು, ಅಲಂಕಾರ ವಿದ್ಯಾರ್ಥಿಗಳು, ಚಂದಾಸಂಗ್ರಾಹಕ ಕಲಾವಿದರು, ಬೇಸ್ತುಬಿದ್ದ ಬೀಗರು, ಪೆನ್‌ಶನ್‌ಗಾಗಿ ಕಾಯುವ ಹಣ್ಣುಹಣ್ಣು ಮುದುಕರು, ಭಯೋತ್ಪಾದಕ ಭಾಷಾಭಿಮಾನಿಗಳು, ಟೂತ್‌ಪೇಸ್ಟ್ ಪ್ರಚಾರಕ ಕೃತಕದಂತಿಗಳು, ರೋಬೋಟ್‌ಗಳು, ಸಾಲಪಡೆದು ವೀರಭದ್ರರಾದವರು, ಊರ ದನ ಕಾಯುವ ದೊಡ್ಡಬೋರೇಗೌಡರು, ಫೂಟ್‌ಲಾಯ್ರಿಗಳು, ಕಡ್ಡಿಯಿಂದಲೇ ಎಂತಹ ಬೀಗವನ್ನಾದರೂ ತೆಗೆದುಬಿಡುವ ಕರಕುಶಲಿಗಳು, ನಿಶ್ಚಿಂತ ಭಿಕಾರಿಗಳು, ಸಿಕ್ಕಿಬಿದ್ದ ನಕಲಿ ಪೊಲೀಸರು, ವರದಿಗಾರರು, ಆಕಸ್ಮಾತ್ ಮುಖವಾಡ ಕಳಚಿಬಿದ್ದ ಸಂಭಾವಿತರು, ಟ್ರಾನ್ಸೆಂಡೆಂಟಿಲ್ ಯೋಗಿಗಳು, ಕಿವಿ ನೋವು ಬಂದ ಟೆಲಿಫೋನ್ ಆಪರೇಟರುಗಳು, ರಿಯಲ್ ಮತ್ತು ಅನ್‌ರಿಯಲ್ ಎಸ್ಟೇಟ್ ಏಜೆಂಟ್‌ಗಳು, ಆಗಂತುಕರ ಸಮ್ಮುಖದಲ್ಲಿ ಜೀನಿಯಸ್ ಮಕ್ಕಳ ತಂದೆತಾಯಿಗಳು, ಹೊಟ್ಟೆಬಾಕ ಅರ್ಥಶಾಸ್ತ್ರಜ್ಞರು, ತರಹೇವಾರಿ ಭಿನ್ನಮತೀಯರು, ವಿರೋಧ ಪಕ್ಷದವರು, ಪಕ್ಷವಿರೋಧಿಗಳು, ಅಳುವ ಮಹಾಸ್ವಾಮಿಗಳು, ತಲೆಹರಟೆ ಅಸಿಸ್ಟೆಂಟ್‌ಗಳು, ಅಧಿಕ ಪ್ರಸಂಗಿ ಕತ್ತೆಭಡವರು, ತರಲೆ ರಾಜಕೀಯದವರು, ಕಹಳೆಗೆ ಮುತ್ತುಕೊಟ್ಟಂತೆ ಪಿಸು ಮಾತಾಡುವವರು, ಅರ್ಜಿದಾರರು, ಅಲರ್ಜಿದಾರರು, ಮಲಬದ್ಧತೆಯಿಂದ ನರಳುವ ತತ್ತ್ವಜ್ಞಾನಿಗಳು, ಇಂಗುತಿಂದ ಮಂಗಗಳು, ಮನೆಕಟ್ಟಿಸಿದ ಮಧ್ಯಮವರ್ಗದ ಗೃಹಸ್ಥರು, ಕುಟುಂಬದ ಆತಂಕವಾದಿಗಳು, ವಿತಂಡವಾದಿಗಳು, ಪರಿಸರ ಸಂರಕ್ಷಕರು, ಖಾಲೀಶೀಸೆ ಹಳೇಪೇಪರ್‌ನವರು, ಧರ್ಮಿಷ್ಠರು, ತಾಕತ್‌ಕೀದವಾ ಮಾರುವವರು, ರೇಷನ್ ಸಾಲದೆಂದು ಉಪವಾಸ ಸತ್ಯಾಗ್ರಹ ಮಾಡುವವರು, ಭ್ರಮನಿರಸನಗೊಂಡ ಸ್ವಾತಂತ್ರ್ಯಯೋಧರು, ಜೋಕು ಹೇಳುವವರು, ಸ್ವಂತ ಉದ್ಯೋಗಾವಕಾಶ ಯೋಜನೆಯಡಿಯಲ್ಲಿ ಫಲಾನುಭವಿಯಾಗಲು ಆಸೆಪಟ್ಟ ವಿದ್ಯಾವಂತ ತರುಣರು, ಉಡಾಫೆ ಗಿರಾಕಿಗಳು, ದ್ರಾಬೆಗಳು, ಯಾನಾದಿಗಳು, ಮಗುವಿಗೆ ಎಲ್‌ಕೇಜಿಯಲ್ಲಿ ಸೀಟು ಸಿಗದ ತರುಣ ತಂದೆಯರು – ಹೀಗೆ ನೂರಾರು, ಸಹಸ್ರಾರು ಮಾದರಿಗಳು ಪ್ರಾತಿನಿಧಿಕ ರೂಪ, ಶಬ್ದಗಳಾಗಿ ಪರಿಣಮಿಸಿ ಸಾಧಾರಣವಾಗಿ ಚಿಂತಾಗ್ರಸ್ತರಾಗಿಯೇ ಇರುವ ಜನಸಾಮಾನ್ಯರನ್ನು ರಂಜಿಸಿ, ಅವನಿಗೆ 'ಸಹಸ್ರ ಮುಖ ಸುಬ್ಬರಾಮ್' ಎಂಬ ಅಭಿದಾನವನ್ನು ತಂದುಕೊಟ್ಟು ಅವನು ಗಿನ್ನೆಸ್ ದಾಖಲೆಯಲ್ಲಿ ಸಂದಾಯವಾಗುವಂತಹ ಗೌರವಕ್ಕೆ ಪಾತ್ರನಾದ. ವಿರುದ್ಧ, ಪೂರಕ ಹಾಗೂ ತಟಸ್ಥ ಗುಣಧರ್ಮಗಳ ವ್ಯಕ್ತಿಗಳ ಪ್ರತಿಬಿಂಬವಾದ ಸುಬ್ಬರಾಮು ತನ್ನ ಮುಖವೆಂದರೆ ಇಡೀ ಪ್ರಪಂಚಕ್ಕೆ ಹಿಡಿದ ಕನ್ನಡಿಯಾದ್ದರಿಂದ ತಾನು ಸಹಸ್ರ ಶೀರ್ಷಾ ಪುರುಷನ ಹೆಮ್ಮೆಯ

ಸೃಷ್ಟಿಯೆಂದು ಖಾತರಿ ಮಾಡಿಕೊಂಡ. ತಾನುಂಟೋ, ಪ್ರಪಂಚವುಂಟೋ ಎಂಬ ಹೆಗ್ಗಳಿಕೆಯ ಸುಂಟರಗಾಳಿಯನ್ನೇರಿ ಧರಣಿ ಮಂಡಲವನ್ನು ಸುತ್ತಿದ.

ಸದಾ ತಿರುಗಾಟದಲ್ಲಿದ್ದ ಸುಬ್ಬರಾಮನನ್ನು ಅವನ ತಂದೆ ತಾಯಿ, ನೆಂಟರಿಷ್ಟರು ನೋಡುವುದೇ ಅಪರೂಪವಾಯಿತು. ವ್ಯವಹಾರದ ಅವಶ್ಯಕತೆಯಿಂದಾಗಿ ಬೊಂಬಾಯಿಯಲ್ಲಿ ಒಂದು ಫ್ಲಾಟ್ ಹಿಡಿದ. ಆದರೆ ಅವನ ಕಾಲಿನಲ್ಲಿ ಚಕ್ರವಿತ್ತಲ್ಲ!

'ಸಹಸ್ರಮುಖಿ' ಎಂಬ ಬಿರುದನ್ನು ಈಗಾಗಲೇ ಸಂಪಾದಿಸಿದ್ದರೂ ಅವನು ಸಹಸ್ರದ ಗಡಿಯನ್ನು ದಾಟಿ ಎಷ್ಟೋ ದೂರ ಸಾಗಿದ್ದ. ಗಿನ್ನೆಸ್ ದಾಖಲೆಯ ನಂತರ ಮಿಲಿಯನ್ ಗಡಿ ದಾಟಿ ದಾಖಲೆಗೆ ತಿದ್ದುಪಡಿ ಮಾಡಿದ. ಇದೆಲ್ಲಾ ಕಾಲ ಕಾಲಕ್ಕೆ ವೃತ್ತಪತ್ರಿಕೆಗಳಲ್ಲಿ ಬಾಕ್ಸ್ ಐಟಂ ಆಗಿ, ರೇಡಿಯೋ, ಟಿ.ವಿ.ಗಳಲ್ಲಿ ರಸವಾರ್ತೆಗಳಾಗಿ ಪ್ರಸಾರವಾಗುತ್ತಿತ್ತು. ಅನೇಕ ಬಾರಿ ಜಾಗತಿಕ ಸುದ್ದಿ ಮಾಧ್ಯಮಗಳಲ್ಲಿ ಮಿಂಚಿ ಪ್ರಪಂಚದ ಕಣ್ಣು ಕೋರೈಸುತ್ತಿದ್ದ. ಒಮ್ಮೆ ಸಿರಾಕ್ಯೂಸ್ ಯೂನಿವರ್ಸಿಟಿಯಲ್ಲಿ ಪ್ರದರ್ಶನ ಕೊಡುತ್ತಿದ್ದಾಗ ಭಾರತೀಯ ಪ್ರೇಕ್ಷಕನೊಬ್ಬ ಎದ್ದುನಿಂತು ಸವಾಲೆಸೆದ.

"ಕರ್ನಾಟಕ ಸಂಗೀತಗಾರ ಚೆಂಬೈ ವೈದ್ಯನಾಥ ಭಾಗವತರ ಅನುಕರಣ ಮಾಡಿ ತೋರಿಸಿ, ಪ್ಲೀಸ್."

ಸುಬ್ಬರಾಮ ಒಂದೇ ಕ್ಷಣ ಕಣ್ಣುಮುಚ್ಚಿ ನಿಶ್ಚಲನಾಗಿ ನಿಂತ. ಬೆಂಗಳೂರಿನ ಸಿಟಿ ಇನ್‌ಸ್ಟಿಟ್ಯೂಟ್‌ನಲ್ಲಿ ರಾಮನವಮಿ ಸಂಗೀತ ಕಚೇರಿಯೊಂದರಲ್ಲಿ ಚೆಂಬೈ ಗಾಯನ ಕೇಳಿದ್ದ ನೆನಪಾಯಿತು. ತಕ್ಷಣ ಮುಖ ಸಿದ್ಧಮಾಡಿಕೊಂಡು ಶುರು ಮಾಡೇಬಿಟ್ಟ. ಶ್ರೀರಾಗದ ಎಂದರೋ ಮಹಾನುಭಾವುಲು, ತ್ಯಾಗರಾಜರ ಪಂಚರತ್ನ ಕೃತಿ. ಆಲಾಪನೆ, ಸ್ವರ ಪ್ರಸ್ತಾರ, ನೆರವಲು..... ಎಲ್ಲಾ ಸಲೀಸಾಗಿ ಬಂತು. ಪ್ರಶಸ್ತವಾಗಿ ಅರ್ಧಗಂಟೆ ಕಚೇರಿಯ ಅನುಭವವನ್ನು ಅಚ್ಚುಕಟ್ಟಾಗಿ ವೇದ್ಯ ಮಾಡಿಕೊಟ್ಟ. ಕರ್ನಾಟಕ ಸಂಗೀತ ಬಲ್ಲ ಭಾರತೀಯ ಹಾಗೂ ಅಮೆರಿಕನ್ ಸಭಿಕರಿಂದ ನಾಲ್ಕಾರು ನಿಮಿಷಗಳ ಸತತ ಚಪ್ಪಾಳೆಯ ನಂತರ ಸವಾಲೆಸೆದ ಸಭಿಕ ಎದ್ದುನಿಂತು ಕೈ ಮುಗಿದು ಶರಣಾಗತನಾದ.

"ನೀವು ಒಬ್ಬ ಅಣಕ ಕಲಾವಿದರೆಂದು ಮಾತ್ರ ತಿಳಿದುಕೊಂಡಿದ್ದೆ. ಆದರೆ ನೀವು ಒಬ್ಬ ಮಹಾ ಸಂಗೀತಗಾರರೆಂದು ತಿಳಿದಿರಲಿಲ್ಲ...." ಎಂದು ಕೈ ಮುಗಿದ.

"ನಾನು ಒಮ್ಮೆ ಕೇಳಿದ್ದ ಚೆಂಬೈ ಅವರ ಗಾಯನವನ್ನು ಅಣಕ ಮಾಡಿ ತೋರಿಸಿದೆ ಅಷ್ಟೆ," ಎಂದು ಸುಬ್ಬರಾಮು ಅಣಕು ವಿನಯದಿಂದ ತಲೆಬಾಗಿದ. ಸಹೃದಯರು ಅವನ ಕಲೆಗೆ, ವಿದ್ಯೆಗೆ, ವಿನಯಕ್ಕೆ ತಲೆದೂಗಿದರು. ಅದೇ ರೀತಿ ಬೇರೆ ಬೇರೆ ಪ್ರದರ್ಶನಗಳಲ್ಲಿ ಭೀಮಸೇನ ಜೋಶಿ, ರಾಜಗುರು, ಮನ್ಸೂರ್, ಗಂಗೂಬಾಯಿ ಹಾನಗಲ್, ಅಮೀರ್ ಖಾನ್, ಅರಿಯಾಕುಡಿ, ಜಿ.ಎನ್.ಬಿ., ಪಲೂಸ್ಕರ್, ಬಡೇ ಗುಲಾಂ ಅಲೀಖಾನ್, ಕುಮಾರ ಗಂಧರ್ವ, ಬಾಲಮುರಳಿಕೃಷ್ಣ, ಜೇಸುದಾಸ್, ಮಹಮ್ಮದ್ ರಫಿ, ಹಿಗ್ಗಿನ್ಸ್, ಹೇಮಂತಕುಮಾರ್, ತಲತ್, ಮುಕೇಶ್, ಬರ್ಮನ್, ಡ್ಯಾನಿಕೇ, ಬಿಂಗ್ ಕ್ರಾಸ್‌ಬಿ, ಎಲ್ವಿಸ್ ಪ್ರೀಸ್ಲಿ, ಡೀನ್ ಮಾರ್ಟಿನ್, ಫ್ರಾಂಕ್ ಸಿನಟ್ರಾ, ಪಂಕಜ್ ಮಲ್ಲಿಕ್, ಪಹಾಡಿ ಸನ್ಯಾಲ್, ಪಿ.ಬಿ. ಶ್ರೀನಿವಾಸ್, ಪಿ. ಕಾಳಿಂಗರಾವ್,

ಚಾರ್ಲಿ ಚಾಪ್ಲಿನ್, ಜೆರ್ರಿ ಲೆವಿಸ್ ಮೊದಲಾದ ಖ್ಯಾತನಾಮರ ಅಣಕ ಮಾಡಿದ ಸುಬ್ಬರಾಮು. ಪ್ರತಿಯೊಂದು ಮುಖ ಮಾಡಿದಾಗಲೂ ಆಯಾ ಕಲಾವಿದರ ಕಲೆಯನ್ನು ಆವಾಹನೆ ಮಾಡಿಕೊಳ್ಳುವಲ್ಲಿ ಅನನ್ಯವಾದ ಕೌಶಲ್ಯವನ್ನು ಸಾಧಿಸಿದ. ಗಿನ್ನೆಸ್ ದಾಖಲೆಯಲ್ಲಿ ಸೂಕ್ತ ಪರಿಷ್ಕರಣೆಯೂ ಆಯಿತು. ಇದಲ್ಲದೆ, ಅವನ ಪ್ರದರ್ಶನಗಳಲ್ಲಿ ಅಷ್ಟಾವಧಾನ, ಶತಾವಧಾನಗಳ ಅಣಕಗಳು ಗರಂ ಮಸಾಲೆಯಂತೆ ಕಳೆಕಟ್ಟುತ್ತಿದ್ದವು.

ಜಪಾನ್ ಪ್ರವಾಸದಲ್ಲಿದ್ದಾಗ ಒಮ್ಮೆ ಅವನ ವೃತ್ತಿ ಜೀವನದಲ್ಲೇ ಮೊದಲಬಾರಿಗೆ ಗಾಬರಿ ಹುಟ್ಟಿಸುವ ಅನುಭವವಾಯಿತು. ಅವನ ಮುಖದ ಮಾಂಸಖಂಡಗಳನ್ನು ಮನಸ್ಸಿನಲ್ಲಿ ಮೂಡಿಸಿಕೊಂಡಿದ್ದ ಮಾದರಿಯಾಕಾರಕ್ಕೆ ತಿದ್ದುವಾಗ ಮಾತ್ರ ಅಗತ್ಯವಿದ್ದಷ್ಟು ಪ್ರಮಾಣದಲ್ಲಿ ಹಾರ್ಮೋನ್ ಸ್ರವಿಸುವ ನಿಯಂತ್ರಣ ಅವನ ಸ್ವಾಧೀನದಲ್ಲಿತ್ತಷ್ಟೆ. ಆ ದಿನ ಬೆಳಿಗ್ಗೆ ಎದ್ದು ಮುಖಕ್ಷೌರ ಮಾಡಿಕೊಳ್ಳಲು ಕನ್ನಡಿಯ ಮುಂದೆ ಕೂತಾಗ ಮನಸ್ಸಿನಲ್ಲಿ ಅನೈಚ್ಛಿಕವಾಗಿ, ಸಹಜವಾಗಿ ಸುಳಿದು ಬರುವ ವ್ಯಕ್ತಿಗಳ ಮುಖಗಳು ಕೈ ಬೆರಳಿನ ಸಹಾಯವಿಲ್ಲದೆ ಮೂಡುತ್ತಿರುವುದರ ಅನುಭವವಾಯಿತು. ಅದೇ ತಾನೇ ಟೀ ತಂದಿಟ್ಟು ಹೋಗಿದ್ದ ಹುಡುಗನ ಮುಖ ಮನಸ್ಸಿನಲ್ಲಿ ಮಿಂಚಿ ಸುಬ್ಬರಾಮನ ಮುಖ ಅವನ ರೂಪ ತಳೆಯಿತು. ಕೈ ಬೆರಳುಗಳ ಸಹಾಯವಿಲ್ಲದೆ ಹಾಗೂ ಇಚ್ಛಾಪೂರ್ವಕ ಸಂಕಲ್ಪವಿಲ್ಲದೆ ಮುಖದ ಮಾಂಸ ಖಂಡಗಳು ಸ್ವತಂತ್ರವಾಗಿ ಚಂಚಲ ಮನಸ್ಸಿನಲ್ಲಿ ಮೂಡಿಮಾಯವಾಗುವ ವ್ಯಕ್ತಿಗಳ ರೂಪಗಳನ್ನು ತಳೆಯುವುದಕ್ಕೆ ಪ್ರಾರಂಭವಾಗಿ ಅವನ ಮೈ ಬೆವರಿತು. ಮೊದಲ ಗಾಬರಿಯಿಂದ ಎಚ್ಚೆತ್ತುಕೊಂಡು ಪರಿಸ್ಥಿತಿಯನ್ನು ಅರ್ಥಮಾಡಿಕೊಳ್ಳುವುದಕ್ಕೆ ಮೊದಲೇ ಅವನ ಮುಖ ಹಲವಾರು ರೂಪಗಳನ್ನು ಧರಿಸಿ ಸ್ವಂತದ ಸ್ವರೂಪ ಸ್ಥಾಯಿಯಾಗಿ ನಿಲ್ಲಲು ಅವಕಾಶವೇ ಇಲ್ಲದಂತಾಯಿತು. ತನಗೇನಾಗುತ್ತಿದೆಯೆಂದು ಸಮಾಧಾನವಾಗಿ ಕುಳಿತು ವಿವೇಚಿಸುವಷ್ಟು ಚಿತ್ತಶುದ್ಧಿ ಇಲ್ಲವಾಯಿತು. ಇದುವರೆಗೆ ಬೇಕೆಂದಾಗ ಬೇಕಷ್ಟು ಮಾತ್ರ ಉತ್ಪಾದನೆಯಾಗುತ್ತಿದ್ದ ಹಾರ್ಮೋನು ಯಾವ ಲಂಗು ಲಗಾಮಿಲ್ಲದೆ ಅವನ ಐಚ್ಛಿಕ ನಿಯಂತ್ರಣದಿಂದ ಪಾರಾಗಿ ಸರ್ವತಂತ್ರ ಸ್ವತಂತ್ರವಾಗಿ ಅಡೆತಡೆಗಳಿಲ್ಲದೆ ನಿರಂತರವಾಗಿ ಹರಿಯುವ ಜೀವನದಿಯಂತೆ ಧಾರಾಕಾರವಾಗಿ ಪ್ರವಹಿಸುತ್ತಿದೆಯೆಂದು ಅವನು ಅನುಭವಪೂರ್ವಕವಾಗಿ ಅರಿತುಕೊಂಡ. ತಕ್ಷಣ ಇದಕ್ಕೆ ಕಡಿವಾಣ ಹಾಕಬೇಕು. ಮೊದಲಿನಂತೆ ಹಾರ್ಮೋನು ಉತ್ಪಾದನೆ ಮತ್ತು ಹತೋಟಿಯನ್ನು ವಶಮಾಡಿಕೊಳ್ಳಬೇಕೆಂದು ಚಡಪಡಿಸಿದ. ತಿಪ್ಪರಲಾಗ ಹಾಕಿದರೂ ಹಾರ್ಮೋನು ಅವನ ಮಾತು ಕೇಳದೆ ಅವನ ಅಸ್ತಿತ್ವವನ್ನೇ ಧಿಕ್ಕರಿಸಿತು. ಮುಖದಲ್ಲಿ ಮೂಡಿದ ರೂಪವನ್ನು ಅಳಿಸಲು ಅವನು ಅಂಗೈಯಿಂದ ಉಜ್ಜಿ ಒರೆಸಿಕೊಳ್ಳುತ್ತಿದ್ದನಷ್ಟೆ. ಈಗ ರೂಪಗಳು ತಮ್ಮಿಂದ ತಾವೇ ಮಾಯವಾಗಿ ಹೊಸ ಹೊಸ ರೂಪಗಳು ತಮ್ಮಿಂದ ತಾವೇ ಮೂಡಲು ಮುಖರಂಗ ಸಜ್ಜಾಗುತ್ತಿತ್ತು. ಒಂದು ಕಡೆ ಹದ್ದು ಮೀರಿದ ಹಾರ್ಮೋನ್ ಕ್ಯಾನ್ಸರ್, ಮತ್ತೊಂದು ಕಡೆ ಮುಖ ಖಾಲಿಯಾಗದಂತೆ ನಿಗಾ ವಹಿಸುತ್ತಿದ್ದ ಮಾನಸಿಕ ಚಿತ್ರಗಳ ಪರಂಪರೆ.

ಸುಬ್ಬರಾಮನಿಗೆ ಹುಚ್ಚೇ ಹಿಡಿಯಬಹುದಾದಂಥ ಸಂಗತಿ. ಒದ್ದಾಡಿ ಒದ್ದಾಡಿ ಎರಡನ್ನೂ ಹಿಡಿತಕ್ಕೆ ತಂದುಕೊಳ್ಳಲು ಸಖತ್ ಹೆಣಗಾಡಿದ. ಅವನ ಪ್ರಯಾಸದ ಫಲವಾಗಿ ಮಾನಸಿಕ ಚಿತ್ರಗಳನ್ನು ಅವುಗಳ ಅಂಕುರದಲ್ಲೇ ಗಣನೀಯವಾಗಿ ವಜಾ ಮಾಡಲು ಸಾಧ್ಯವಾಯಿತಾದರೂ, ಹಾರ್ಮೋನು ಅವನನ್ನು ಧಿಕ್ಕರಿಸಿ ಮರಳಿನ ಅಣೆಕಟ್ಟೆಯನ್ನು ಕೊಚ್ಚಿಕೊಂಡು ಹರಿಯುವ ನದಿಯಂತೆ ಅಬ್ಬರಿಸುತ್ತಲೇ ಇತ್ತು. ಇಷ್ಟಾದರೂ ಮನಸ್ಸು ಕೂಡ ಸಂಪೂರ್ಣ ಸ್ವಾಧೀನಕ್ಕೆ ಬಂತೆಂದು ಹೇಳಲಾಗುತ್ತಿರಲಿಲ್ಲ. ಎಚ್ಚರ ತಪ್ಪಿದಾಗೊಮ್ಮೆ ಮನಸ್ಸಿನಲ್ಲಿ ಯಾರು ಯಾರೋ ಪ್ರತ್ಯಕ್ಷರಾಗಿ ಮುಖ ಅವನ ಹಂಗಿಲ್ಲದೆ ಅವರಂತಾಗಿಬಿಡುತ್ತಿತ್ತು. ಎಷ್ಟೋ ಸಲ ಅವರೆಲ್ಲಾ ಮುಖದಲ್ಲಿ ಬಲವಾಗಿ ನೆಲೆಸಿಬಿಡುತ್ತಿದ್ದರು. ಮುಖವನ್ನು ಎಷ್ಟು ಉಜ್ಜಿಕೊಂಡರೂ ಪ್ರಯೋಜನವಾಗುತ್ತಿರಲಿಲ್ಲ. ಬಲವಂತವಾಗಿ ಒಂದು ಮುಖವನ್ನು ಅಳಿಸಿಹಾಕಿದರೂ ಕಪ್ಪೆಯನ್ನು ತಕ್ಕಡಿಗೆ ಹಾಕಿದಂತೆ ಮತ್ತೆ ಯಾವುದೋ ಮುಖ ಮನಸ್ಸಿನಲ್ಲಿ ಮೂಡಿ ಮೋರೆಯಲ್ಲಿ ಪ್ರಕಟವಾಗಿಬಿಡುತ್ತಿತ್ತು. ಡಾ. ಜೆಕಿಲ್-ಮಿ. ಹೈಡ್ ಪುರಾಣೋಕ್ತ ವಿಕೃತಿ ವಿಶೇಷಕ್ಕೇನಾದರೂ ಬಲಿಯಾಗಿಬಿಟ್ಟೆದ್ದೇನೋ ಎನ್ನುವ ಭಯ ಸಂದೇಹಗಳಿಂದ ಬಿಳುಚಿಕೊಂಡ.

ಎರಡು ದಶಕಗಳಲ್ಲಿ ಗಳಿಸಿದ್ದ ಕೀರ್ತಿ ಮತ್ತು ಹಣದ ಸುಖ ಸುಬ್ಬರಾಮನಿಗೆ ನಿಸ್ಸಾರವೆನಿಸಿತು. ಕನ್ನಡಿಯ ಮುಂದೆ ಕೂತು ಯಾರದೋ ಮುಖಕ್ಕೆ ಕ್ರೀಮ್ ಹಚ್ಚಿ, ಯಾರದೋ ಕೆನ್ನೆ, ಯಾರದೋ ಗಡ್ಡ, ಯಾರದೋ ಮೀಸೆಯನ್ನು ರೇಜರ್‌ನಿಂದ ಕೆರೆಯುತ್ತಿದ್ದೇನಲ್ಲವೇ ಎಂಬ ಸಂಶಯದಿಂದಲೇ, ಕ್ಷೌರ ಕರ್ಮ ಮುಗಿಸಿದ. ಅತಿಶಯವಾದ ಚಲಾವಣೆಯಿಂದ ಸವಕಲಾಗಿ ಅಪಮೌಲ್ಯಗೊಂಡ ಬಿಲ್ಲೆಯಂತೆ ಅವನ ಪ್ರತಿಬಿಂಬ ಬೋಳು ಬೋಳಾಗಿ ಮುಖಾಮುಖಿಯಾಯಿತು.

ಅಂದು ರಾತ್ರಿ ಅವನಿದ್ದ ಹೊಟೇಲ್ ರೂಮಿಗೆ ಬೆಂಕಿಬಿದ್ದು ಅವನ ಸಾಮಾನುಗಳೆಲ್ಲಾ ಬೂದಿಯಾಯಿತು. ಅವನ ಮೇಕಪ್ ಕಿಟ್, ಅವನು ಧರಿಸಿದ್ದ ಸಹಸ್ರಾರು ಮುಖಗಳ ಫೋಟೋಗ್ರಾಫ್‌ಗಳ ಬೃಹತ್ ಆಲ್ಬಂಗಳು ಅವಶೇಷ ರಹಿತವಾಗಿ ನಾಶವಾದವು. ಅಪಘಾತದಿಂದ ಹಾಗೂ ಹೀಗೂ ತಪ್ಪಿಸಿಕೊಂಡ ಸುಬ್ಬರಾಮ ಪ್ರದರ್ಶನ ಪ್ರವಾಸವನ್ನು ಹಠಾತ್ ಮುಗಿಸಿ ಲಭ್ಯವಿದ್ದ ತಕ್ಷಣದ ಯಾನದಲ್ಲಿ ಮದ್ರಾಸಿಗೆ ಬಂದಿಳಿದಾಗ ಬದುಕು ಬಿಕೋ ಎನ್ನುತ್ತಿತ್ತು. ಬೇರೆ ಸಂದರ್ಭಗಳಲ್ಲಾದರೆ ಅವನ ನಷ್ಟ ವಸ್ತುತಃ ತುಂಬಲಾರದ ಹಾನಿಯಾಗಿ ಪರಿಣಮಿಸಬಹುದಾಗಿತ್ತು. ಈಗ ಹಾರ್ಮೋನ್ ಗ್ರಂಥಿಯೂ ಹಿಡಿತದಲ್ಲಿಲ್ಲದಾಗ ಗಳಿಗೆಗೊಮ್ಮೆ ಆಕಾರ ಬದಲಿಸುವ ಮುಖ ಹೊತ್ತು ಬದುಕಿರುವುದಾದರೂ ಹೇಗೆ, ವ್ಯವಹಾರ ಮಾಡುವುದಾದರೂ ಹೇಗೆ ಎಂಬ ಪ್ರಮುಖವಾದ ಸಮಸ್ಯೆ ತಲೆ ಎತ್ತಿತು. ಯಾವ ಮುಖ ಹೊತ್ತು 'ನಾನು ಅಣಕ ಕಲಾವಿದ ಮಿಲಿಯನ್ ಮುಖಿ ಸುಬ್ಬರಾಮು' ಎಂದು ಜನರಿಗೆ ಪರಿಚಯ ಮಾಡಿಕೊಡುವುದು ? 'ಈ ಮೊರೆ ಹೊತ್ತದ್ದು ದ್ಯಾವ್ರನ್ನ ಮಾಡೀತೆ ?' ಎಂದು ತಾನು ಹುಡುಗನಾಗಿದ್ದಾಗ ಅಪ್ಪ ಗಾದೆ ಹೇಳಿ ಮೂದಲಿಸುತ್ತಿದುದು ನೆನಪಾಯಿತು. ಮನಸ್ಸಿನ ಮೇಲೆ ನಿರಂತರವಾಗಿ ದಾಳಿ

ಮಾಡುವ ಮುಖಗಳನ್ನು ಮುರಿಯಬೇಕು, ನಿಗ್ರಹಿಸಬೇಕು. ಆಗಲೇ ಸ್ವಂತದ್ದೆಂದು ಹೇಳಿಕೊಳ್ಳಬಹುದಾದ, ಕನಿಷ್ಠ ಮಟ್ಟದಲ್ಲಿಯಾದರೂ, ಸ್ಥಿರ ಸ್ವರೂಪ ಲಕ್ಷಣಗಳನ್ನು ಉಳಿಸಿಕೊಳ್ಳಬಹುದು. ವಿಸಿಟಿಂಗ್ ಕಾರ್ಡ್ ತೆಗೆದು ಯಾರಿಗಾದರೂ ಧೈರ್ಯವಾಗಿ ಕೊಡಲು ಬರುತ್ತದೆ. ಆದರೂ ಹಾರ್ಮೋನನ್ನು ನಂಬುವಂತಿಲ್ಲ. ಸುಬ್ಬರಾಮುನನ್ನು ಅಳಿಸಿ ಬೇರಾವುದೋ ವ್ಯಕ್ತಿಯನ್ನು ಅದು ಎಚ್ಚರಿಕೆ ಕೊಡದೆ ಸೃಷ್ಟಿಸಿಬಿಡುತ್ತದೆ. ಸ್ಥಿರವಾಗಿ ತನ್ನ ರೂಪವನ್ನೇ ಮನಸ್ಸಿನಲ್ಲಿ ನಿಲ್ಲಿಸಿಕೊಳ್ಳೋಣವೆಂದರೆ, ಬೇರೆಯವರು ತನಗೆ ಕಾಣುವಂತೆ ಸ್ಪಷ್ಟವಾಗಿ ತನಗೇ ತಾನೇ ಕಾಣುವುದನ್ನು ಕಲ್ಪಿಸಿಕೊಳ್ಳುವುದು ಅವಶ್ಯಕ. ಇದು ಅತ್ಯಂತ ಕ್ಲಿಷ್ಟವಾದ ಹಾಗೂ ವ್ಯರ್ಥವಾದ ಕಸರತ್ತಾಗಿ ಮೈಪರಚಿಕೊಂಡ. ಆದರೂ ಪ್ರಜ್ಞಾಪೂರ್ವಕವಾಗಿ ಎಚ್ಚರಿಕೆ ವಹಿಸಿದರೆ ಕನಿಷ್ಠ ಮಟ್ಟದ ತನ್ನತನವನ್ನು ಕಾಪಾಡಿಕೊಂಡು ಬರಲು ಸಾಧ್ಯವೆಂದು ಕಂಡುಕೊಂಡ. ಬೇರೆಯವರನ್ನು ಅನುಕರಣೆ ಮಾಡುವುದಕ್ಕಿಂತ ತನ್ನನ್ನೇ ಅನುಕರಣೆ ಮಾಡುವ ಕಸರತ್ತನ್ನು ರೂಢಿಸಿಕೊಳ್ಳಬೇಕೆಂದುಕೊಂಡ.

ತಾನು ತನ್ನಂತೆಯೇ ಕಾಣುತ್ತಿದ್ದೇನೆಂದು ಧೈರ್ಯ ತುಂಬಿಕೊಂಡು ವಿಶ್ವಾಸದಿಂದ ನರಸೀಪುರಕ್ಕೆ ಬಂದ. ಸೀದಾ ಮುನಿಸಿಪಲ್ ಹೈಸ್ಕೂಲಿಗೆ ಹೋದ. ಬೇಕಾದಷ್ಟು ಬದಲಾವಣೆಯಾಗಿ ಮೂಲ ಕಟ್ಟಡದ ಮುಖವೇ ಮುಚ್ಚಿಹೋಗಿತ್ತು. ಅಪರಾಹ್ನ ಮೂರು ಗಂಟೆ. ಹೆಚ್ಚೆಮ್ ರೂಮಿನ ಬಾಗಿಲಿಗೆ ಬಂದ. ಬಾಗಿಲಿನಲ್ಲಿ ನಿಂತಿದ್ದ ಶಿವಣ್ಣ ಮುದಿಯಾಗಿದ್ದ. ಆದರೂ ಸುಬ್ಬರಾಮುನಿಗೆ ಅವನ ಗುರುತು ಸಿಕ್ಕಿತು.

"ಹೆಡ್ಮಾಸ್ಟರ್ ಇದಾರಾ ?" ಎಂದ, ಶಿವಣ್ಣನಾಗಲು ತಹತಹಿಸುತ್ತಿದ್ದ ಮುಖವನ್ನು ಉಜ್ಜಿಕೊಳ್ಳುತ್ತಾ

"ಇದಾರೆ, ಬನ್ನಿ ಸಾರ್" ಎಂದ ಶಿವಣ್ಣ.

ಸುಬ್ಬರಾಮು ಒಳಗೆ ಹೋದ. ಕನ್ನಡಕ ಧರಿಸಿದ್ದ ಮಧ್ಯ ವಯಸ್ಕ ಹೆಚ್ಚೆಮ್ ಕುರ್ಚಿಯಲ್ಲಿ ಕೂತು ಬರೆಯುತ್ತಿದ್ದರು.

"ನಮಸ್ಕಾರ ಸಾರ್," ಎಂದ ಸುಬ್ಬರಾಮು.

ಕತ್ತೆತ್ತಿದ ಹೆಡ್ಮಾಸ್ಟರನ್ನು ವಾರೆಗಣ್ಣಿನಿಂದ ನೋಡುತ್ತಾ ತನ್ನ ಮುಖ ಅವನನ್ನು ಅಣಕಿಸದಂತೆ ಪ್ರಜ್ಞಾಪೂರ್ವಕವಾಗಿ ಎಚ್ಚರಿಕೆ ವಹಿಸಿ ವಿಸಿಟಿಂಗ್ ಕಾರ್ಡ್ ಕೊಡಲು ಜೇಬಿಗೆ ಕೈಹಾಕಿದ. ಆದರೆ ತಕ್ಷಣ ಏನೋ ಹೆದರಿಕೆಯಾಗಿ ಜೇಬಿನಿಂದ ಕರ್ಚೀಪ್ ತೆಗೆದು ಮುಖ ಒರೆಸಿಕೊಂಡು ತಾನೊಬ್ಬ ಅಣಕ ಕಲಾವಿದನೆಂದೂ, ಅನೇಕ ಪ್ರಸಿದ್ಧ ವ್ಯಕ್ತಿಗಳ ಮುಖ ಮಾಡಿ ತೋರಿಸುವುದಾಗಿ ಹೇಳಿಕೊಂಡ. ಶಾಲೆಯಲ್ಲಿ ಈ ಸಂಜೆಯೇ ಒಂದು ಪ್ರದರ್ಶನ ಏರ್ಪಡಿಸುವ ಕೃಪೆಯಾಗಬೇಕೆಂದು ವಿನಂತಿ ಸಲ್ಲಿಸಿದ. ಮನಸ್ಸು ಮತ್ತು ಹಾರ್ಮೋನ್ ಆಗ ತಹಬಂದಿಯಲ್ಲಿತ್ತೆಂದು ತೋರಿತು.

"ನಿಮ್ಮ ಹೆಸರು ?" ಎಂದರು ಹೆಡ್ಮಾಸ್ಟರ್.

"ವಿಲ್ಯಂ ಆಂಚಿನ್" ಒಂದು ಸೆಕೆಂಡಿನ ಸಾವಿರದ ಒಂದನೇ ಅಂಶದಷ್ಟು ಕ್ಷಿಪ್ರವಾಗಿ ಹೊಸ ಹೆಸರಿಟ್ಟುಕೊಂಡ.

"ಬಹಳ ಒಳ್ಳೇದು. ಅಗತ್ಯವಾಗಿ ಮಾಡೋಣ. ನಮ್ಮೂರಿನವನೇ ಒಬ್ಬ ಅಣಕ

ಕಲಾವಿದ ಇದ್ದ. ಮಿಲಿಯನ್ ಮುಖಿ ಸುಬ್ಬರಾಮ್ ಅಂತ. ಹೆಸರು ಕೇಳಿರಲೇಬೇಕು ನೀವು. ಅವನು ನನ್ನ ಅತ್ಯಂತ ಆಪ್ತ. ನಾವಿಬ್ಬರೂ ಕ್ಲಾಸ್‌ಮೇಟ್‌ಗಳು" ಎಂದರು ಹೆಡ್ಮಾಸ್ಟರ್.

ಸುಬ್ಬರಾಮ ಕಣ್ಣು ರೆಪ್ಪೆ ಎತ್ತಿ ನೋಡಿದ. ರಘು! ಬಕ್ರಾ ಈಗ ಹೆಡ್ಮಾಸ್ಟರ್! ತನಗಾದ ಆಶ್ಚರ್ಯದ ಸುಳಿವನ್ನು ಕೊಡದೆ ಸುಬ್ಬರಾಮ ದೃಷ್ಟಿ ಬದಲಾಯಿಸಿ ಹೇಳಿದ.

"ಮಿಲಿಯನ್ ಮುಖಿ ಸುಬ್ಬರಾಮ್! ಓಹ್! ಅವರನ್ನು ಈಚೆಗೆ ಕಂಡಿಲ್ಲ. ಆದರೆ ಅವರ ಖ್ಯಾತಿ, ಅವರ ಕಲೆಯ ವಿಷಯ ತಿಳಿಯದವರಾರು ಇದ್ದಾರೆ? ನನಗೆ ಅವರೇ ಗುರುಗಳೆಂದರೂ ತಪ್ಪಿಲ್ಲ. ಮನಸ್ಸಿನಲ್ಲಿ ಸದಾ ಅವರದೇ ಧ್ಯಾನ..... ಏಕಲವ್ಯನ ಥರ. ನಾನು ಅವರಷ್ಟು ದೊಡ್ಡ ಕಲಾವಿದನಲ್ಲ, ಆದರೂ ಗೊತ್ತಿರುವ ಅಷ್ಟೋ ಇಷ್ಟೋ ಮಾಡಿ ತೋರಿಸಬಲ್ಲೆ."

"ಸರಿ, ಸಂತೋಷ. ಮೆಮೋ ಕಳಿಸುತ್ತೇನೆ. ನಿಮ್ಮ ಪ್ರದರ್ಶನ ಸಂಜೆ ನಡೆಯಲಿ, ಎಷ್ಟು ಹಣ ಸಂಗ್ರಹವಾಗುತ್ತೊ ಕೊಡುತ್ತೇನೆ. ಮೇಲೆ ನನ್ನದೂ ಐದು ರೂಪಾಯಿ. ನಮ್ಮ ಸುಬ್ರಾಮನ ಕಲೆಯನ್ನು ತೋರಿಸುವ ನಿಮ್ಮ ಗೌರವಕ್ಕಾಗಿ," ಎಂದ ಬಕ್ರಾ ರಘು.

"ಲೋ ಶಿವಣ್ಣ, ಎರಡು ಕಾಫಿ ತಾರೋ."

ಹೆಚ್ಚು ಮಾತು ಬೆಳೆಸದೆ ಗೋಡೆಯ ಮೇಲಿದ್ದ ಮ್ಯಾಪ್‌ಗಳು ಮತ್ತು ಕಪಾಟಿನಲ್ಲಿದ್ದ ಪುಸ್ತಕಗಳ ಹೆಸರುಗಳನ್ನು ಓದಿ ಬೇಜಾರಾಗಿ ಮೇಜಿನ ಮೇಲಿದ್ದ ವೃತ್ತಪತ್ರಿಕೆಯನ್ನು ಬಿಡಿಸಿದ.

"ನಿಮ್ಮ ಮೇಕಪ್ ಸಾಮಾನುಗಳೆಲ್ಲಿ?" ರಘು ಕೇಳಿದ.

"ಎಲ್ಲಾ ಹಾಳಾದವು. ನಾನು ಈಗಿರುವ ಸ್ಥಿತಿಯಲ್ಲಿ ಏನೇನು ಮಾಡಿ ತೋರಿಸಬಹುದೋ ಅದನ್ನೇ ಮಾಡುತ್ತೇನೆ. ಏನೂ ಚಿಂತಿಲ್ಲ," ಎಂದ ಸುಬ್ಬರಾಮ ಉರ್ಫ್ ವಿಲ್ಯಂ ಆಂಚೆನ್. ರಘು ಕೆಂಪು ಮೆಮೊ ಬುಕ್ ತೆಗೆದು ಬರೆದು ಶಿವಣ್ಣನ ಕೈಲಿಟ್ಟ.

ನಾಲ್ಕೂವರೆ ಸಮೀಪಿಸುತ್ತಿದ್ದಂತೆ ರಘು ಎದ್ದ. ಸುಬ್ಬರಾಮನೂ ಎದ್ದ. ಕಾರಿಡಾರ್ ದಾಟಿ ವೇದಿಕೆಗೆ ಬಂದರು. ವಿದ್ಯಾರ್ಥಿಗಳು ಅಧ್ಯಾಪಕರು ಅಂಗಳದಲ್ಲಿ ತುಂಬಿದ್ದರು. ಹೆಡ್ಮಾಸ್ಟರ್ ಪ್ರಾಸ್ತಾವಿಕ ಭಾಷಣ ಮಾಡಿ ವಿಲ್ಯಂ ಆಂಚೆನ್ ಎಂಬ ಅಣಕ ಕಲಾವಿದನ ಪರಿಚಯ ಮಾಡಿಕೊಟ್ಟರು. ಸಾಂದರ್ಭಿಕವಾಗಿ ಮಿಲಿಯನ್ ಮುಖಿ ಸುಬ್ಬರಾಮನನ್ನು ಸ್ಮರಿಸಿ, ಬೋಧಪ್ರದವೂ ಮನರಂಜಕವೂ ಆದ ಪ್ರದರ್ಶನಕ್ಕೆ ಎಲ್ಲರನ್ನೂ ಸ್ವಾಗತಿಸಿ ಕಲಾವಿದನಿಗೆ ಕೃತಜ್ಞತೆ ಹೇಳಿದರು.

ಸುಬ್ಬರಾಮ ಎದ್ದುನಿಂತು ರಘುವಿನ ಕಡೆ ನೋಡಿ ಪ್ರೇಕ್ಷಕರತ್ತ ಕತ್ತು ಹೊರಳಿಸಿದ. ಪ್ರಚಂಡ ಕರತಾಡನ. ವೇದಿಕೆಯ ಮೇಲೆ ಇಬ್ಬರು ಹೆಚ್ಚೆಮ್ಮುಗ್ಗಳು! ಸುಬ್ಬರಾಮನಿಗೆ ಎಂದೂ ಇಷ್ಟೊಂದು ಆನಂದವಾಗಿರಲಿಲ್ಲ. ಅನಂತರ ಮಾಮೂಲಿ ದೇಶಭಕ್ತರು, ಕಲಾವಿದರು, ವಿಜ್ಞಾನಿಗಳು, ತತ್ವಜ್ಞಾನಿಗಳು, ಹೊಟೇಲ್ ಮಾಲೀಕರು ಕಂ

ಪರಿಚಾರಕರು, ಕನ್ನಡ ಕೀರ್ತನೆಗಳನ್ನು ತಮಿಳಿನಲ್ಲಿ ಹಾಡುವ ಸಂಗೀತಗಾರ, ಬಾಡಿಗೆದಾರನೊಂದಿಗೆ ಜಗಳವಾಡುವ ಮನೆಯೊಡೆಯ, ಪೊಲೀಸನ ಕೈಗೆ ಪಾರ್ಕಿನಲ್ಲಿ ಸಿಕ್ಕಿಬಿದ್ದ ಕಳ್ಳ ಪ್ರೇಮಿಗಳು – ಇತ್ಯಾದಿ ಐಟಂಗಳು ಸರಸರನೆ ಬಂದವು. ಹಾರ್ಮೋನ್ ಆಗಲೀ, ಮರ್ಕಟ ಮನಸ್ಸಾಗಲೀ ಸಧ್ಯ ಕೈಕೊಡಲಿಲ್ಲ. ಇನ್ನೇನು ಆಟ ಮುಗಿಸಿ ಕೃತಜ್ಞತೆ ಸೂಚಿಸುವ ಭಾಷಣ ಮಾಡಬೇಕೆಂದು ಸುಬ್ಬರಾಮ ಮುಖ ಒರೆಸಿಕೊಳ್ಳುತ್ತಿದ್ದಾಗ ಒಬ್ಬ ಹುಡುಗ ಎದ್ದು ನಿಂತು ಕೀರಲು ದನಿಯಲ್ಲಿ ಕೂಗಿ ಹೇಳಿದ.

"ನಮ್ಮ ಊರಿನವರೇ ಆದ ಜಗತ್ಪ್ರಸಿದ್ಧ ಮಿಲಿಯನ್ ಮುಖಿ ಸುಬ್ಬರಾಮ್ ಅವರನ್ನು ನಾವು ಯಾರೂ ನೋಡಿಲ್ಲ. ನೀವು ಅವರ ಮಾನಸಶಿಷ್ಯರೆಂದು ಪೂಜ್ಯ ಹೆಡ್ಮಾಸ್ಟರ್ ಹೇಳಿದರು. ದಯವಿಟ್ಟು ನೀವು ಸುಬ್ಬರಾಮ್ ಅವರ ಮುಖಮಾಡಿ ತೋರಿಸಬೇಕು."

ಸಭೆಯಲ್ಲಿ ಒಂದು ಕ್ಷಣದ ಮಟ್ಟಿಗೆ ನೀರವತೆ ನೆಲೆಸಿತು. ಅನಂತರ ಭಯಂಕರ ಚಪ್ಪಾಳೆಯ ಸುರಿಮಳೆಯಾಯಿತು. ರಘು ಕಿವಿಯಲ್ಲಿ ಪಿಸುಗುಟ್ಟಿದ.

"ಹೌದು, ವಿಲ್ಯಂ ಆಂಚೆನ್ ಅವರೇ. ಮಿಲಿಯನ್ ಮುಖಿ ಸುಬ್ಬರಾಮ್ ಅವರ ಮುಖಮಾಡಿ ತೋರಿಸಿಬಿಡಿ. ಈಗ ಎಲ್ಲಿದ್ದಾನೋ ಏನು ಕಥೆಯೋ."

ಆದುವರೆಗೂ ಪ್ರಯಾಸದಿಂದ ಸ್ವಾಧೀನದಲ್ಲಿಟ್ಟುಕೊಂಡಿದ್ದ ಹಾರ್ಮೋನ್ ಪ್ರಳಯ ಕಾಲದ ಪ್ರವಾಹದಂತೆ ಅಬ್ಬರಿಸಿ ಅವನ ಮುಖದಲ್ಲಿ ಉಕ್ಕಿ ಹರಿಯಲಾರಂಭಿಸಿತು. ತನ್ನ ಅಣಕ ಕಲಾವೃತ್ತಿಯಲ್ಲಿ ಅನುಕರಣೆ ಮಾಡಿತೋರಿಸಿದ್ದ ಸಮಸ್ತರೂ ಏಕಾಏಕಿಯಾಗಿ ಮುಖರಂಗಕ್ಕೆ ಆರ್ಭಟದಿಂದ ಧುಮಿಕಿ ಕೆಟ್ಟ ಆವೇಶದಿಂದ ಭೂತನೃತ್ಯ ಮಾಡತೊಡಗಿದರು. ಅವನು ಅಸಹನೀಯ ಸಂಕಟದಿಂದ ವಿಕಾರವಾಗಿ ಚೀರುತ್ತಾ ಕುಸಿದುಬಿದ್ದ. ಅವನ ಮುಖದ ಮೇಲ್ಮೈ ಲಕ್ಷಣಗಳು ಪಾತ್ರಗಳ ತುಳಿತದ ಆಘಾತಕ್ಕೆ ಸಿಕ್ಕಿ ಆಕಾರಗಳನ್ನು ನೀಗಿಕೊಂಡು ಅಂಗಾಂಗಗಳ ಸೀಮಾರೇಖೆಗಳು ಅಳಿಸಿಹೋಗಿ, ಮುಖ ಕುತ್ತಿಗೆಯ ಮೇಲೆ ಡಬ್ಬು ಹಾಕಿದ ವಿಕೃತ ಮಡಕೆಯಾಯಿತು.

5. ಅಕ್ವೇರಿಯಂ

– ಎಂ.ಎನ್. ವ್ಯಾಸರಾವ್

ಗೇಟಿನ ಸದ್ದಾಗಿ ಸಡಗರಗೊಳ್ಳುತ್ತೇನೆ. ಒಂದು ದಿನವಾದರೂ ನನ್ನ ನೆನಪಾಗಿ ಬೇಗ ಬಂದರಲ್ಲ ಎಂದು ಮನಸ್ಸು ಸಂತಸಗೊಳ್ಳುವ ಮೊದಲೆ "ಆಂಟಿ, ಮಮ್ಮಿಗೆ ರೋಜಾ ಹೂ ಬೇಕಂತೆ" – ಏದುಸಿರುಬಿಡುತ್ತ ಮುದ್ದುಮುದ್ದಾಗಿ ಹೇಳುತ್ತಾನೆ ದಿನಕರ. ಎದ್ದಿದ್ದ ಉತ್ಸಾಹ ಹಾಗೇ ಹೂತುಹೋಗುತ್ತದೆ. ಪುಟ್ಟ ದಿನು ತನ್ನ ಬೆರಗುಗಣ್ಣಿನಿಂದ ಅಕ್ವೇರಿಯಂ ಒಳಗೆ ಮೀನುಗಳನ್ನು ನೋಡುತ್ತಿರುತ್ತಾನೆ. ಅಂಗಳಕ್ಕೆ ಬಂದಾಗ ಬಿಳಿ ಕೆಂಪು ಹಳದಿ, ಗುಲಾಬಿ ಹೂಗಳನ್ನು ಹೊತ್ತ ಗಿಡಗಳು ನಗುತ್ತಿರುತ್ತವೆ. ಒಂದು ಹೂ ಕಿತ್ತು ಒಳಗೆ ಬಂದಾಗ ದಿನು ಅಕ್ವೇರಿಯಂ ಹತ್ತಿರ ನಿಂತು ತನ್ನ ಕೈಗಳನ್ನು ಸಾಗುವ ಮೀನುಗಳ ಹಿಂದೆ ಆಡಿಸುತ್ತಿರುತ್ತಾನೆ. ಗಾಜಿನ ಮೇಲೆ ಊರಿದ ಅವನ ಕೈಗೆ ಮುತ್ತಿಕ್ಕಿ ರಭಸದಿಂದ ಕುರುಚಲು ಗಿಡಗಳ ಸಂದಿಯಲ್ಲಿ ಹಾದು ನೀರಿನ ತುದಿಗೆ ಮೂತಿ ತಾಕಿಸಿ ಒಂದರ ಹಿಂದೊಂದು ಮೀನುಗಳು ಓಡಾಡುತ್ತವೆ.

"ಆಂಟಿ, ಇವು ಏನು ತಿನ್ನುತ್ತವೆ?" ಎಂದು ಮುಗ್ಧವಾಗಿ ಕೇಳುತ್ತಾನೆ. ಅಲೆ ಅಲೆಯಾಗಿ ಸಾಗುವ ಮೀನುಗಳು ಒಂದಕ್ಕೊಂದು ಡಿಕ್ಕಿ ಹೊಡೆದು ಮರಳಿನತ್ತ ಸಾಗುವುದನ್ನೇ ನೋಡುತ್ತಿದ್ದ ನಾನು "ಎರೆಹುಳು ತಿನ್ನುತ್ತೆ ಮರಿ" ಎನ್ನುತ್ತೇನೆ. "ಥೂ, ಹುಳು ತಿನ್ನುತ್ತಾ?" ಎಂದು ಮೂತಿ ಸೊಟ್ಟಮಾಡಿ ನನ್ನ ಕೈಲಿದ್ದ ಹೂ ತೆಗೆದುಕೊಂಡು "ಬರ್ತೀನಿ ಆಂಟಿ" ಎಂದು ಹೇಳಿ ಉತ್ತರಕ್ಕೂ ಕಾಯದೆ ಓಡುತ್ತಾನೆ.

ಅವನ ಬಟ್ಟಲುಕಣ್ಣುಗಳು, ಪುಟ್ಟ ಪುಟ್ಟ ಕಾಲುಗಳು, ಹಣೆಯ ಮೇಲೆ ಹರಡುವ ಕೂದಲು ಮನಸ್ಸಿನಲ್ಲಿ ಉಳಿಯುತ್ತದೆ. ಶಾಲಿನಿ ಈಗ ಸಿನಿಮಾಕ್ಕೆ ಹೊರಟಿರಬೇಕು. ದಿನೂಗೆ ಮಾಡಿರೊ ಡ್ರೆಸ್ಸಿನಿಂದಲೇ ತಿಳಿಯುತ್ತೆ. ಅವಳ ಗಂಡ ಹೇಳಿದ ಟೈಮಿಗೆ ಸರಿಯಾಗಿ ಬಂದುಬಿಡುತ್ತಾರೆ. ಹೆಂಡತಿ ಮಕ್ಕಳ ಮೇಲೆ ಎಷ್ಟೊಂದು ಮಮತೆ. ಯಾವತ್ತೂ ಅವರನ್ನು ನೋಯಿಸಿದವರಲ್ಲ.

ಸಂಜೆಯಲ್ಲಿ ಅವರು ಜೋಡಿಯಾಗಿ ವಾಕ್ ಹೋಗುವಾಗೆಲ್ಲ ನನ್ನ ಎದೆಯಲ್ಲಿ ಎಂಥದೋ ಸಂಕಟವಾಗುತ್ತದೆ. ಅರ್ಥವಾಗದ ಬೇನೆ ಕಾಣಿಸಿಕೊಂಡು ಕಣ್ಣಿನಲ್ಲಿ ನೀರು ತುಂಬಿಕೊಳ್ಳುತ್ತದೆ. ಸೆರಗಿನಲ್ಲಿ ಕಣ್ಣು ಒತ್ತಿಕೊಳ್ಳುತ್ತೇನೆ. ಶಾಲಿನಿ, ಆಕೆಯ ಗಂಡ, ದಿನು ಮನೆಯ ಮುಂದೆ ಹಾದುಹೋಗುತ್ತಾರೆ. ದಿನು ಟಾಟಾ ಮಾಡುತ್ತಾನೆ.

ತಾನು ಕೈ ಎತ್ತದೆ ಬಾಗಿಲಲ್ಲಿ ಹಾಗೇ ನಿಲ್ಲುತ್ತೇನೆ. ಅದುವರೆಗಿನ ಉತ್ಸಾಹ, ಚಡಪಡಿಕೆ ಎಲ್ಲ ಇಂಗಿದಂತಾಗಿ ಸೋಫಾದ ಮೇಲೆ ಕುಕ್ಕರಿಸುತ್ತೇನೆ. ಮೀನುಗಳು ಒಂದಕ್ಕೊಂದು ಮುತ್ತಿಕ್ಕಿ ದೂರ ಸರಿಯುತ್ತಿರುತ್ತವೆ.

"ದೊಡ್ಡಪ್ಪನಿಗೆ ಹುಷಾರುತಪ್ಪಿ ಎರಡು ತಿಂಗಳಾಗಿದೆ. ಇವತ್ತಾದರೂ ಸ್ವಲ್ಪ ಬೇಗ ಬರ್ತೀರಾ ಹೋಗಿ ನೋಡಿಬರೋಣ?" ಎಂದು ಬೆಳಿಗ್ಗೆ ಕೇಳಿದ್ದಕ್ಕೆ "ಹ್ಞಾಂ, ರೆಡಿಯಾಗಿರು, ಬಂದುಬಿಡುತ್ತೇನೆ" ಎಂದು ಹೇಳಿದ್ದರು. ಡ್ರೈವರ್‌ಗೆ ಸಂಜೆ ಕಾರು ತರಲು ಹೇಳಿದ್ದರು. ನಾಲ್ಕೂವರೆಗೆ ಬಷೀರ್ ಗರಾಜಿನಿಂದ ಕಾರು ತೆಗೆದುಕೊಂಡು ಹೋಗಿದ್ದ. ಕೆಲಸ ಮೂರು ಗಂಟೆಗೆ ಮುಗಿಸಿ ಕಾಫಿ ಫ್ಲಾಸ್ಕಿನಲ್ಲಿಟ್ಟು ಕಾಯುತ್ತಿದ್ದೇನೆ.

ಏಕೊ ದೊಡ್ಡಪ್ಪನ ನೆನಪು ಕಾಡುತ್ತಿದೆ. ವಿಪರೀತ ಜ್ವರ ಬಂದು ಮಲಗಿದ್ದರೆ ದೊಡ್ಡಮ್ಮ ಒಬ್ಬರ ಕೈಲಿ ನೋಡಿಕೊಳ್ಳಲು ಸಾಧ್ಯವೆ? ಇವರಿಗೆ ಹೇಳಿದರೆ ತಲೆಗೇ ಹಾಕಿಕೊಂಡ ಹಾಗಿಲ್ಲ. ಅಪ್ಪ ಸತ್ತಮೇಲೆ ತನ್ನನ್ನು ಅಷ್ಟೇ ಪ್ರೀತಿಯಿಂದ ಬೆಳೆಸಿದ ದೊಡ್ಡಪ್ಪ ತನ್ನ ಎಲ್ಲ ಬೇಕುಗಳನ್ನು ಒದಗಿಸಿದ್ದಲ್ಲದೆ, ಶ್ರೀಕಾಂತನನ್ನು ಬಾಳಸಂಗಾತಿಯಾಗಿ ಪಡೆಯಲು ಸಂಪೂರ್ಣ ಒಪ್ಪಿಗೆ ಕೊಟ್ಟಿದ್ದರಲ್ಲದೆ ಅದ್ದೂರಿಯಿಂದ ಮದುವೆ ಮಾಡಿದ್ದರು.

ಚಿಕ್ಕಂದಿನಲ್ಲಿ ಅಮ್ಮ ಟೈಫಾಯಿಡ್‌ಗೆ ಬಲಿಯಾದಾಗ ದೊಡ್ಡಮ್ಮನೇ ಅಮ್ಮನ ವಾತ್ಸಲ್ಯ ಪ್ರೀತಿಯನ್ನು ಧಾರೆಯೆರೆದು ಮಕ್ಕಳಿಲ್ಲದ ಅವರ ಒಬ್ಬಳೇ ಮಗಳಾಗಿ ಬೆಳೆಸಿದರು. ಹೃದಯದ ಒತ್ತಡದಿಂದ ನರಳುತ್ತಿರುವ ದೊಡ್ಡಪ್ಪನ ಹಾಗೂ ಕೃಶವಾಗಿ ಒಣಗುತ್ತಿರುವ ದೊಡ್ಡಮ್ಮನ ಪ್ರೀತಿಯ ಋಣವನ್ನು ಈ ಜನ್ಮದಲ್ಲಿ ಯಾವ ರೀತಿಯಲ್ಲಿ ತೀರಿಸಬೇಕು? ಮನೆಗೆ ಕರೆದುಕೊಂಡು ಬಂದು ಅವರ ಉಳಿದ ಆಯುಷ್ಯವನ್ನು ಇಲ್ಲಿ ಸಂತಸದಿಂದ ಕಳೆಯುವಂತೆ ಮಾಡಬೇಕು. ಆದರೆ ಇವರೇಕೆ ಆ ದಿಕ್ಕಿನಲ್ಲಿ ಯೋಚಿಸುವುದಿಲ್ಲ? ಮದುವೆಗೆ ಮುಂಚೆ ಇದ್ದ ಇವರ ವಿಶ್ವಾಸ ಈಗೇಕೆ ಕಡಮೆಯಾಗುತ್ತಿದೆ? ಕಾಲೇಜಿನ ದಿನಗಳಲ್ಲಿ ಶ್ರೀಕಾಂತ ತೋರಿಸುತ್ತಿದ್ದ ಪ್ರೀತಿ, ಆತ್ಮೀಯತೆ ಈಗೆಲ್ಲಿ ಹೋಯಿತು?

ಅವೆಲ್ಲ ನಂದಿಬೆಟ್ಟದ ಮೇಲೆ ಕರಗಿದ ಮಂಜಿನಂತೆ ಮಾಯವಾದವು. ಬದಲಾಗುವಿಕೆಯೇ ಮನುಷ್ಯನ ಗುಣವೆ? ಓಹ್! ಎಂಥಾ ಸ್ವಪ್ನಮಯವಾದ ಬದುಕನ್ನು ತೋರಿಸಿದ ಶ್ರೀಕಾಂತ. ತಾನು ಎಷ್ಟು ಸುಲಭವಾಗಿ ನಂಬಿದೆ!

ಕಾಶ್ಮೀರದ ಪೈನ್ ಮರಗಳ ಇಳಿಜಾರಿನಲ್ಲಿ ಮೃದುವಾಗಿಸಿದ ಅನುಭವಗಳು ನೆನಪುಗಳಾಗಿ ಉರುಳಿಬರುತ್ತಿವೆ. "ಸುಮಾ, ಈ ಪರ್ವತದಲ್ಲೂ ನೀನೇ ಪ್ರತಿಧ್ವನಿಸುತ್ತೀಯೆ. ಕಣ್ಣಿನಾಳದಲ್ಲಿ ಕಂದಕದಲ್ಲೂ ನೀನೆ ಮಾರುತ್ತರವಾಗುತ್ತೀಯೆ" ಎಂದು ಮಂಜಿನ ಮುಸುಕಿನಲ್ಲಿ ತಬ್ಬಿ ಉರುಳಿಸಿದ್ದ. ಆ ಬಿಗಿದ ಬಾಹುಗಳ ಸ್ಥೈರ್ಯ, ಆ ಮಾತುಗಳ ಪುನರುಚ್ಚಾರಣೆ ಮತ್ತೆಂದೂ ಬರಲೇ ಇಲ್ಲ. "ನಮ್ಮ ಬದುಕಿನಲ್ಲಿ ಪ್ರೀತಿಯ ಸೂರ್ಯ ಅಸ್ತವಾಗಬಾರದು ಸುಮ." ಕಾಲೇಜಿನಲ್ಲಿರುವಾಗ ಡೈರಿಯಲ್ಲಿ ಬರೆದು ಸಹಿ ಹಾಕಿಕೊಟ್ಟಿದ್ದ ಸಾಲು. ಇವೆಲ್ಲ ತನ್ನ ಬಳಿ ಮಾತ್ರ ಉಳಿದವೇಕೆ?

ಮದುವೆಯಾದ ಹೊಸದರಲ್ಲಿ ಕೆಲವು ದಿನ ಸಂಜೆ ಸಿನಿಮಾಕ್ಕೆ ಹೋಗಿದ್ದುಂಟು.

ಕ್ರಮೇಣ ಆ ಅಭ್ಯಾಸವೂ ನಿಂತುಹೋಯಿತು. ತಾನು ಮುಂದೆ ಓದಬೇಕೆಂದಾಗ, 'ನಿನ್ನ ಓದಿನಿಂದ ಯಾರೂ ಉದ್ಧಾರವಾಗಬೇಕಿಲ್ಲ' ಎಂದು ಚಿವುಟಿಬಿಟ್ಟಿದ್ದ. 'ಮನೆಯಲ್ಲಿ ಕೂತು ಬೇಜಾರಾಗುತ್ತೆ. ಕೆಲಸವನ್ನಾದರೂ ಕೊಡಿಸಿ' ಎಂದು ಕೇಳಿದಾಗ 'ಎಂಥದ್ದೂ ಬೇಡ' ಎಂದು ತಣ್ಣೀರೆರಚಿದ್ದ. ಕಾಲೇಜಿನ ದಿನಗಳಲ್ಲಿ ಹೇಳಿದ್ದ ಮಾತುಗಳಿಗೂ ತಾನು ನಡೆದುಕೊಂಡ ವರ್ತನೆಗೂ ಎಷ್ಟೊಂದು ಅಂತರ !

ಜಪಾನಿ ಗಡಿಯಾರ ಆರು ಬಾರಿ ಕೂಗಿತು, ಆಕಳಿಸಿ ಮೈಮುರಿಯುತ್ತೇನೆ. ಇವರು ಬರುವ ಸೂಚನೆ ಕಾಣುವುದಿಲ್ಲ. ಒಂಟಿತನ ಆವರಿಸುತ್ತದೆ. ಕಿಟಕಿಯ ನೀಳವಾದ ಪರದೆಯನ್ನು ತಳ್ಳಿ ಗಾಳಿ ಬೀಸತೊಡಗಿತು.

ತಾನು ಇದನ್ನೇ ಬಯಸಿದ್ದೆನೆ ? ತಮ್ಮದೆ ಒಂದು ಪುಟ್ಟ ಸಂಸಾರದಲ್ಲಿ ಮಾದರಿ ಜೀವನ ನಡೆಸಬೇಕೆಂದು ಎಷ್ಟು ಕನಸುಕಂಡಿರಲಿಲ್ಲ ? ಅತ್ತೆ, ಮಾವ ಎಲ್ಲ ಹಳ್ಳಿಯಲ್ಲಿದ್ದು ತಾವಿಬ್ಬರೆ ಈ ಭವ್ಯ ಬಂಗಲೆಯಲ್ಲಿರುವುದೆಂದು ತಿಳಿದಾಗ ಹೃದಯ ಹಕ್ಕಿಯಾಗಿ ಹಾರಾಡಿತ್ತು. ತನ್ನ ಗಂಡ, ತಾನು, ಈ ಮನೆ, ಫೋನು, ಕಾರು ಉಳಿದವರ ಕಣ್ಣು ಕುಕ್ಕುವಂತೆ ಇದೆ. ಕಾಲೇಜಿನ ಸುಧಾ, ರೇವತಿ ಬಂದಿದ್ದಾಗ 'ಯು ಆರ್ ಲಕ್ಕಿ' ಎಂದು ಕರುಬಿದ್ದು ನೆನಪಾದರೆ ನಗುಬರುತ್ತೆ.

ಈಚೀಚೆಗೆ ಸರಿಯಾಗಿ ಮುಖ ಕೊಟ್ಟು ಮಾತನಾಡುವುದೂ ಇಲ್ಲ. ಏನಾದರೂ ಹೇಳಿದರೆ ಕಿವಿಗೆ ಹಾಕಿಕೊಳ್ಳುವುದಿಲ್ಲ. ಏಕೆಂದು ಕೇಳಿದರೂ ಮೌನ, ನಾನೇನಾದರೂ ತಪ್ಪಿದ್ದೇನೆಯೆ ? ಅವತ್ತು ಅಂಗಲಾಚಿ ಕೇಳಿದರೂ, 'ದಯವಿಟ್ಟು ಡಿಸ್ಟರ್ಬ್ ಮಾಡಬೇಡ' ಎಂದುಬಿಟ್ಟರು. ಮಾರನೆಯ ದಿನ ಟೂರ್ ಎಂದು ಹೊರಟವರು ಒಂದು ವಾರದ ಮೇಲೆ ಹಿಂತಿರುಗಿದರು.

ಅರಳು ಹುರಿದಂತೆ ಆಡುತ್ತಿದ್ದ ಮಾತುಗಳು ಹೇಗೆ ಇಂಗಿದವು ? ಈ ವಿಶಾಲ ಮನೆಯಲ್ಲಿ, ಅಡಿಗೆ ಸುಬ್ಬಮ್ಮ, ಡ್ರೈವರ್ ಬಷೀರ್, ಮಾಲಿ ರಾಮಸ್ವಾಮಿ, ಎಲ್ಲರೂ ಇದ್ದಾರೆ. ಇವರುಗಳಿದ್ದರೂ ತಾನು ಒಂಟಿ. ತಮ್ಮ ತಮ್ಮ ಕೆಲಸ ಪೂರೈಸಿಕೊಂಡು ಹೊರಟುಹೋಗುತ್ತಾರೆ, ನಾನು ಮಾತ್ರ ಉಳಿಯುತ್ತೇನೆ.

ಟ್ರಿನ್ ಟ್ರಿನ್ ಟ್ರಿನ್ ಫೋನಿನ ಕರೆಗೆ ಏಳುತ್ತೇನೆ. ನಿಧಾನವಾಗಿ ರಿಸೀವರ್ ಹಿಡಿದುಕೊಳ್ಳುತ್ತೇನೆ. 'ಯಾರು ?' ಎಂದು ಕೇಳುತ್ತೇನೆ. 'ಸುವರ್ಣ' ಎಂದು ಉತ್ತರ ಬರುತ್ತದೆ. 'ಶ್ರೀಕಾಂತ್ ಇಲ್ಲಿ ಹೆಲ್ಡಪ್ ಆಗಿದ್ದಾರೆ. ಬರೋದು ತಡವಾಗುತ್ತಂತೆ. ನೀವು ಹೋಗಬೇಕಂತೆ' ಎನ್ನುತ್ತಾಳೆ.

ಉಕ್ಕಿಬಂದ ಕೋಪದಿಂದ ಮೈ ತುಂಬ ಸೋಲು ಆವರಿಸುತ್ತದೆ. ಅವರು ಮಾತನಾಡದೆ ತಮ್ಮ ಪಿ.ಎ. ಕೈಲಿ ಹೇಳಿಸಿದ್ದಕ್ಕೆ ವಿಪರೀತ ಸಿಟ್ಟಾಗುತ್ತೆ. ಸುವರ್ಣಳ ಬಗ್ಗೆ ಅಸೂಯೆ ಉಂಟಾಗಿ ಮೈ ಕಂಪಿಸುತ್ತದೆ.

ತಾನು ಹೊರಟುಬಿಡಬೇಕು. ದೂರ ಹೋಗಿ ರಾತ್ರಿಯಾದರೂ ಬರಬಾರದು. ಅವರಿಗೂ ತಿಳಿಯಲಿ. ಹೆಂಗಸೆಂದರೆ ಅಸಡ್ಡೆಯಾಗಿ ತಿಳಿಯಬಾರದೆನ್ನುವುದು ಅರ್ಥವಾಗಲಿ ಎಂದು ಏನೊ ನಿರ್ಧರಿಸುತ್ತೇನೆ. ದೊಡ್ಡಪ್ಪನ ಮುಖ ಎದುರು

ನಿಲ್ಲುತ್ತದೆ. ಮಾಲಿ ರಾಮುಸ್ವಾಮಿಯನ್ನು ಮನೆ ನೋಡಿಕೊಳ್ಳಲು ಹೇಳಿ ರೂಮಿನ ಬೀಗ ಹಾಕಿ ಹೊರಡುತ್ತೇನೆ.

* * * *

ನನ್ನ ದನಿ ಕೇಳುತ್ತಲೆ ಕೃಶವಾಗಿದ್ದ ದೊಡ್ಡಮ್ಮ ಸಂಭ್ರಮಗೊಳ್ಳುತ್ತಾರೆ. "ನೋಡೀಂದ್ರೆ, ಸುಮಾ ಬಂದಿದ್ದಾಳೆ. ಚೆನ್ನಾಗಿದ್ದೀಯೇನೆ? ಇದ್ಯಾಕೆ ಇಷ್ಟು ಬಡವಾಗಿದ್ದೀ? ಎಷ್ಟು ದಿನವಾಯಿತೆ ನೀನು ಬಂದು? ಏನಾದ್ರೂ ಸುದ್ದಿ ತಂದಿದ್ದೀಯೇನೆ?...." ಒಂದೇ ಸಮನೆ ಮಾತಾಡುತ್ತಾರೆ. ಉತ್ಸಾಹ ತುಂಬಿ ಮಾತಾಡಿದ ದೊಡ್ಡಮ್ಮನ ಆತ್ಮೀಯತೆಗೆ ಮಾರು ಹೋಗುತ್ತೇನೆ. ಅವರ ಅಂತಃಕರಣದ ಮಾತುಗಳು ಅಪ್ಪ ಅಮ್ಮನನ್ನು ನೆನಪಿಗೆ ತರುತ್ತವೆ. ಈ ಸಲಿಗೆಯ, ವಿಶ್ವಾಸದ ಮಾತುಗಳನ್ನು ಕೇಳಿ ಎಷ್ಟೋ ಯುಗಗಳಾದಂತೆ ತೋರುತ್ತದೆ. ಕಣ್ಣು ತುಂಬಿಬರುತ್ತದೆ. ಬಲವಂತದಿಂದ ತಡೆದುಕೊಳ್ಳುತ್ತೇನೆ. ದೊಡ್ಡಪ್ಪನನ್ನು ಕಾಣುವ ನೆಪದಲ್ಲಿ ಕಣ್ಣು ಒರೆಸಿ ರೂಮನ್ನು ಸೇರುತ್ತೇನೆ.

ಅಜಾನುಬಾಹುವಾಗಿದ್ದ ದೊಡ್ಡಪ್ಪ ಚಿಕ್ಕ ವ್ಯಕ್ತಿಯಾಗಿ ಹಾಸಿಗೆಯಲ್ಲಿ ಪುಟ್ಟದಾಗಿ ಕಾಣಿಸುತ್ತಾರೆ. ನನ್ನನ್ನು ನೋಡಿ ಆ ನೋವಿನಲ್ಲೂ ನಗೆ ಚೆಲ್ಲುತ್ತಾರೆ. "ನೀನು ಕೂತ್ಕೊ ಈಗ್ಲೆ ಬರ್ತೀನಿ" ಎಂದು ದೊಡ್ಡಮ್ಮ ಒಳಗೆ ಹೋಗುತ್ತಾರೆ. ದೊಡ್ಡಪ್ಪ ರೂಮಿನ ಹೊರಗಡೆಗೊಮ್ಮೆ, ನನ್ನ ಕಡೆಗೊಮ್ಮೆ ಪ್ರಶ್ನಾರ್ಥವಾಗಿ ನೋಡುತ್ತಾರೆ. "ಇವರಿಗೆ ಆಫೀಸಿನಲ್ಲಿ ವಿಪರೀತ ಕೆಲಸ. ನಾಳೆ ಬಂದು ನಿಮ್ಮನ್ನು ನೋಡುತ್ತಾರೆ" ಎನ್ನುತ್ತೇನೆ.

ದೊಡ್ಡಪ್ಪ ನಿಟ್ಟುಸಿರುಬಿಡುತ್ತಾರೆ. ಮಂಚದ ಮೇಲೆ ಹರಡಿದ್ದ ಸೊಳ್ಳೆಯ ಪರದೆಯನ್ನು ದಿಟ್ಟಿಸುತ್ತಾರೆ. ದೊಡ್ಡಪ್ಪನ ಕಣ್ಣುಗಳು ಹನಿಗಟ್ಟುತ್ತವೆ. ಕಸಿವಿಸಿಗೊಳಗಾಗುತ್ತೇನೆ. ಎದೆಯಲ್ಲಿ ಸಂಕಟವಾಗುತ್ತದೆ. ಯಾವತ್ತೂ ಯಾವುದಕ್ಕೂ ಕಣ್ಣೀರು ಹಾಕದ ದೊಡ್ಡಪ್ಪ ಮಗುವಿನಂತೆ ಬಿಕ್ಕಿ ಬಿಕ್ಕಿ ಅಳುತ್ತಾರೆ. "ನೀವು ಅಳಬಾರದು ದೊಡ್ಡಪ್ಪ. ನೀವೀಗ ಎಕ್ಸೈಟ್ ಆಗಬಾರದು. ಅಳೋದಿಕ್ಕೆ ಏನಾಗಿದೆ? ನಾವೆಲ್ಲ ಇಲ್ವ? ನಾಳೆ ನಿಮ್ಮನ್ನು ನಮ್ಮ ಮನೆಗೆ ಕರೆದುಕೊಂಡು ಹೋಗ್ತೀವಿ. ನೀವು ಆಯಾಸ ಮಾಡ್ಕೊಬಾರದು" ಎಂದೆಲ್ಲ ಬಡಬಡಿಸುತ್ತೇನೆ. ದೊಡ್ಡಪ್ಪನ ಸ್ಥಿತಿಗೆ ಕರುಳು ಹಿಂಡಿ ಬರುತ್ತದೆ.

ಈ ಅನುಭವ ಇವರಿಗೇಕೆ ತಟ್ಟುವುದಿಲ್ಲ? ತನಗೆ ಈ ಮನೆಯಲ್ಲಿ ಸಿಕ್ಕುವ ಶಾಂತಿ ನೆಮ್ಮದಿ ಅಲ್ಲೇಕೆ ದೊರೆಯುವುದಿಲ್ಲ?

ತನ್ನ ಸ್ಥಿತಿ ಹೊರಗಿನ ಜನಕ್ಕೆ ಸ್ವಪ್ನಮಯವಾಗಿ ಕಾಣಿಸುತ್ತದೆ. ಆದರೆ ವಾಸ್ತವದಲ್ಲಿ ಹಾಗಿದೆಯೆ? ನನ್ನವರೆನ್ನುವವರೇ ಕಡಮೆ, ಆಳುಗಳು ನಮ್ಮವರಾಗುತ್ತಾರೆಯೆ? ಆತ್ಮೀಯರಾಗಿ ದುಃಖವನ್ನು ಹಂಚಿಕೊಳ್ಳಲು ಸಾಧ್ಯವೆ? ದಿನವಿಡೀ ಮನೆಯ ಬಂಧನದಲ್ಲಿ ಹುಚ್ಚುಹಿಡಿಯುವಂತಾಗುತ್ತದೆ.

ಇವರು ಮನೆಗೆ ಬರುವುದೇ ಅಪರೂಪ. ಬಂದರೂ ಮೇಲಿನ ರೂಮಿನಲ್ಲಿ ಸ್ನೇಹಿತರೊಡನೆ ವಿಸ್ಕಿ ಕುಡಿಯುತ್ತಾ ಕಾಲದ ಪರಿವೆ ಇಲ್ಲದೆ ಹರಟೆ

ಕೊಚ್ಚುತ್ತಿರುತ್ತಾರೆ. ತಾನು ಕಾದು ಕಾದು ಸಾಕಾಗಿ ಕೂತಲ್ಲೆ ನಿದ್ದೆ ಮಾಡಿರುತ್ತೇನೆ. ಈ ಬದುಕು ಯಾರಿಗೆ ಬೇಕು ! ಇದಕ್ಕಾಗಿ ಹಂಬಲಿಸಿ ಓಡೋಡಿ ಬಂದೆನೆ ? ತಮಗೆ ನನ್ನೊಡನೆ ಯಾವ ಸಂಬಂಧವೂ ಇಲ್ಲದಂತೆ ವರ್ತಿಸುತ್ತಾರಲ್ಲ. ನನ್ನ ಆಸೆಗಳಿಗೆ ಬೆಲೆಯೇ ಇಲ್ಲವೆ ? ನನ್ನಲ್ಲಿ ಯಾವ ಕುಂದಿದೆ ? ಜೀವನಪೂರ್ತ ಹೊರಗಿನವರಿಗೆ ವರ್ಣಮಯವಾಗಿ ಅಕ್ವೇರಿಯಂನ ಮೀನಾಗಿ ಬಾಳಬೇಕೆ ? ಏಕೊ ತಲೆ ಸಿಡಿಯುತ್ತಿದ್ದು ಹೋಳಾಗಿ ಒಡೆಯಬಹುದೆಂಬ ಶಂಕೆ, ಗಟ್ಟಿಯಾಗಿ ಒತ್ತಿಕೊಳ್ಳುತ್ತೇನೆ.

ದೊಡ್ಡಮ್ಮ ಒಳಗೆ ಬರುತ್ತಿದ್ದಂತೆ ದೊಡ್ಡಮ್ಮನ ಮಡಿಲಲ್ಲಿ ಬಿಕ್ಕಿ ಬಿಕ್ಕಿ ಅಳುತ್ತೇನೆ. ಏನೂ ತೋಚದ ದೊಡ್ಡಮ್ಮ ಗಲಿಬಿಲಿಗೆ ಒಳಗಾಗಿ, ಬೆನ್ನು ಸವರುತ್ತಾರೆ. "ಯಾಕೆ ಸುಮ, ಏನಾಯ್ತು ? ದೊಡ್ಡಪ್ಪ ಬೇಗ ಹುಷಾರಾಗ್ತಾರಮ್ಮ ಅಷ್ಟಕ್ಕೆಲ್ಲ ಅಳ್ತಾರ ಪುಟ್ಟಾ" ಎಂದು ಬೆನ್ನು ನೇವರಿಸುತ್ತಾರೆ. ಆ ಕೈಗಳಲ್ಲಿ ಯಾವ ಶಕ್ತಿ ಅಡಗಿದೆ ? ಹಾಗೆಯೇ ಮಡಿಲಲ್ಲಿ ಮಲಗಿಬಿಡುವಾಸೆ.

"ಮಗು, ನನಗೇನೂ ಆಗಿಲ್ಲಮ್ಮ. ನೀನ್ಯಾಕೆ ಮನಸ್ಸಿಗೆ ಹಚ್ಕೋತೀ ? ಇದೆಲ್ಲ ವಯಸ್ಸಾದ ಮೇಲೆ ಬರೋಂಥದೇ. ಇವತ್ತು ಕಾಣಿಸಿಕೊಳ್ಳುತ್ತೆ. ನಾಳೆ ವಾಸಿ ಆಗುತ್ತೆ. ಅಳಬೇಡ. ಎಲ್ಲಿ ತಲೆ ಎತ್ತು" ಎಂದು ಸಮಾಧಾನಪಡಿಸುತ್ತಾರೆ.

ತಾನೇಕೆ ಅತ್ತೆ ಎಂಬುದೇ ಅರ್ಥವಾಗುತ್ತಿಲ್ಲ.

ದೊಡ್ಡಪ್ಪ ದೊಡ್ಡಮ್ಮನದು ಎಷ್ಟು ಪ್ರೌಢ ರೀತಿಯ ಜೀವನ ! ಯಾವ ಕಾರಣಕ್ಕೂ ಮನಸ್ಸು ಒಡೆದದ್ದೇ ಇಲ್ಲ. ಮಕ್ಕಳಾಗದ ಕಾಲದಲ್ಲೂ ದೈವವನ್ನೇ ನಂಬಿ ಬದುಕಿದವರು, ಈವರೆಗೂ ಇಬ್ಬರನ್ನೂ ಅಷ್ಟು ಹತ್ತಿರ ಬೆಸೆದದ್ದು ಯಾವುದು ? ಪ್ರೀತಿಯೆ, ಕರ್ತವ್ಯವೆ ? ಅಂತಃಕರಣವೆ ? ಇಲ್ಲ ಅವರ ನಂಬಿಕೆಗಳೇ ? ತನಗೇಕೆ ಈ ಐದು ವರ್ಷದ ಬದುಕಿನಲ್ಲಿ ದೂರ ಓಡಿಹೋಗುವ ಹಂಬಲ ಕಾಡುತ್ತಿದೆ ?

"ಏನೇ ಸುಮ, ಕನಸು ಕಾಣ್ತಿದ್ದೀಯೇನು ?"

ಗಕ್ಕನೆ ಎಚ್ಚರಗೊಳ್ಳುತ್ತೇನೆ.

ಬೇಡಬೇಡವೆಂದರೂ ಊಟ ಮಾಡಿಸುತ್ತಾರೆ. ಹೂಮುಡಿಸಿ, ಕುಂಕುಮ ಹಚ್ಚಿ, 'ದೀರ್ಘಸುಮಂಗಲಿಯಾಗಿರು' ಎಂದು ಹರಸುತ್ತಾರೆ. ಅದರಿಂದ ಆನಂದ ಹೊಂದುತ್ತಾರೆ. ವ್ಯಾನಿಟಿಬ್ಯಾಗಿನಿಂದ ಹಣ್ಣುತೆಗೆದು ಕೊಡುತ್ತೇನೆ. ದೊಡ್ಡಪ್ಪನ ಕಣ್ಣು ಶೂನ್ಯವನ್ನು ನೋಡುತ್ತಿದ್ದಂತೆ ನೀರು ತುಂಬಿಕೊಳ್ಳುತ್ತದೆ. ಬಾಯಿ ಏನೋ ಹೇಳಲು ತವಕಿಸುತ್ತದೆ. ಪಕ್ಕಕ್ಕೆ ಹೊರಳಿ ದಿಂಬಿನ ಮೇಲೆ ಬಿಕ್ಕುತ್ತಾರೆ. ಮತ್ತೆ ಕೈ ಹಿಡಿದು ಮಗುವಿನಂತೆ ಅತ್ತುಬಿಡುತ್ತಾರೆ.

"ಸುಮಾ, ಎಂದಿಗೂ ನಮ್ಮನ್ನು ಕೈ ಬಿಡಬೇಡಮ್ಮ. ಅನಾಥರನ್ನಾಗಿ ಮಾಡಬೇಡ ತಾಯಿ" ಎಂದು ಬಿಕ್ಕುವ ದೊಡ್ಡಪ್ಪನ ಮಾತುಗಳು ಹೃದಯದಲ್ಲಿ ಯಾತನೆ ತರುತ್ತದೆ. ಅಂಗಲಾಚುವ ಆ ದೀನಕಣ್ಣುಗಳಲ್ಲಿ ಹೇಳಲಾರದ ಯಾವ ಯಾತನೆ ಮನೆ ಮಾಡಿದೆ ? ಹೃದಯ ತುಂಬಿಬರುತ್ತದೆ.

"ಹಾಗೆಲ್ಲ ನೀವು ಹೇಳಬಾರದು ದೊಡ್ಡಪ್ಪ. ನಾನು ನಿಮ್ಮ ಮಗಳಲ್ಲವೆ? ಎಂದಿಗೂ ನಾನು ನಿಮ್ಮವಳೆ" ಎಂದು ಭರವಸೆಯ ಧ್ವನಿಯಲ್ಲಿ ಹೇಳುತ್ತೇನೆ.

"ಹಾಗಲ್ಲಮ್ಮಾ ಶ್ರೀಕಾಂತನಿಗೆ ನಮ್ಮ ಮೇಲೆ ಕೋಪ ಇರಬೇಕು, ಅದಕ್ಕೇ ಅವನು ಬರ್ತಾ ಇಲ್ಲ" ಎನ್ನುತ್ತಾರೆ.

"ಹಾಗೆಲ್ಲ ಇಲ್ಲ ದೊಡ್ಡಪ್ಪ. ಯಾವಾಗಲೂ ಅವರಿಗೆ ನಿಮ್ಮದೇ ಚಿಂತೆ. ನೀನು ಹೋಗಿ ಕರಿ. ನಾಳೇ ನಾನೇ ಅವರಿಬ್ಬರನ್ನೂ ಕರೆದುಕೊಂಡು ಬರ್ತೀನಿ ಅಂತ ಹೇಳಿದರು" ಎನ್ನುತ್ತೇನೆ.

ದೊಡ್ಡಪ್ಪ ವಿಷಾದದ ನಗೆ ನಗುತ್ತಾರೆ, "ಇಲ್ಲ ಮಗು, ಅವನು ಹಾಗೆ ಹೇಳಿರಲಾರ" ಎಂದು ನಿರ್ಧಾರವಾಗಿ ಹೇಳುತ್ತಾರೆ.

"ನೀವು ಸುಮ್ಮನಿರಿ, ಮಗು ಆಮೇಲೆ ಬೇಜಾರು ಮಾಡಿಕೊಳ್ಳುತ್ತೆ" ಎಂದು ದೊಡ್ಡಪ್ಪನನ್ನು ದೊಡ್ಡಮ್ಮ ಸುಮ್ಮನಾಗಿಸುತ್ತಾರೆ.

ಏನನ್ನೋ ನನ್ನಿಂದ ಮುಚ್ಚಿಡುತ್ತಿದ್ದಾರೆ ಎನಿಸುತ್ತದೆ. "ಏನಿದ್ರೂ ಹೇಳಿ, ನಾನು ನಿಮ್ಮ ಮಗಳಲ್ಲವೆ? ನನ್ನಿಂದ ನೀವು ಏನಾದ್ರೂ ಮುಚ್ಚಿಟ್ರೆ ನನ್ನಾಣೆ" ಎನ್ನುತ್ತೇನೆ.

"ಏನಿಲ್ಲ ಮಗು. ಶ್ರೀಕಾಂತ, ಮದುವೆಯಾದ ಹೊಸದರಲ್ಲಿ ನನ್ನ ಬಳಿ ಬಂದವನೆ ಇಪ್ಪತ್ತು ಸಾವಿರ ರೂಪಾಯಿ ಕೇಳಿದ. ತನಗೆ ಕಾರು ಅಲಾಟ್ ಆಗಿರುವುದೆಂದು ಹೇಳಿದ. ಮುಂದೆ ಹಣ ಬರುವುದಿದೆ, ಬಂದ ತಕ್ಷಣ ವಾಪಸ್ಸು ಕೊಡುತ್ತೇನೆಂದ. ನನ್ನ ತಂದೆಯನ್ನು ಕೇಳಬಹುದು. ಆದರೆ ಅದು ನನಗೆ ವಿರುದ್ಧವಾದ ವಿಚಾರ, ಅದಕ್ಕಾಗಿ ನಿಮ್ಮನ್ನು ಕೇಳುತ್ತಿದ್ದೇನೆ ಎಂದ.

"ಆದರೆ ಅದೇ ತಾನೆ ನಿನ್ನ ಮದುವೆ ಮುಗಿಸಿದ್ದ ನನ್ನ ಕೈಯಲ್ಲಿ ಹಣ ಇರಲಿಲ್ಲ. ಈ ಮನೆಯೊಂದನ್ನು ನಮ್ಮ ವಾಸಕ್ಕೆ ಉಳಿಸಿಕೊಂಡಿದ್ದೆ. ಇವಳ ಬಂಗಾರದ ಮೇಲೆ ಸಾಲ ಪಡೆದಿದ್ದೆ. ಹೇಗೂ ನನ್ನ ಪೆನ್‌ಷನ್ ಹಣದಿಂದ ಜೀವನ ಸಾಗಿಸುವ ನಿರ್ಧಾರ ಕೈಗೊಂಡಿದ್ದೆ. ಆದರೆ ಶ್ರೀಕಾಂತನಿಗೆ ಇಲ್ಲ ಎನ್ನುವ ಹಾಗಿರಲಿಲ್ಲ. ಹಾಗೇನಾದರೂ ಹೇಳಿದರೆ ಅದು ನಿನ್ನ ಮೇಲೆ ಪರಿಣಾಮ ಬೀರಬಹುದೆಂಬ ಶಂಕೆ ನನಗಿತ್ತು. ಪ್ರಯತ್ನಿಸುವುದಾಗಿ ಹೇಳಿದೆ. ಹಾಗೆ ಹೇಳಿದೆ ಅಷ್ಟೆ; ಪ್ರಯತ್ನಕ್ಕೆ ಯಾವ ದಾರಿಯೂ ಇರಲಿಲ್ಲ. ಇದರಿಂದಾಗಿ ಅವನ ನಿಷ್ಠುರ ಕಟ್ಟಿಕೊಳ್ಳಬೇಕಾಯಿತು" ಎಂದು ಬಿಕ್ಕಿದರು. "ನಮ್ಮನ್ನು ಮರೆತರೂ ನಿನ್ನನ್ನು ಚೆನ್ನಾಗಿ ನೋಡಿಕೊಂಡರೆ ಸಾಕು. ಎಷ್ಟಾದರೂ ನೀನು ನಮ್ಮ ಮಗಳು" ಎಂದರು.

ದೊಡ್ಡಪ್ಪನ ನಿರಂತರ ನಿಸ್ವಾರ್ಥ ಬದುಕಿನ ವಿಶಾಲತೆಯಲ್ಲಿ ಶ್ರೀಕಾಂತನ ಸಣ್ಣತನ ಹೀನವಾಗಿ ಕಾಣಿಸುತ್ತದೆ.

ದೊಡ್ಡಪ್ಪನಿಗೆ ತಾನೇನು ಹೇಳಬೇಕು? ಹೊರಡುವಾಗ ದೊಡ್ಡಮ್ಮ "ಆದಷ್ಟು ಬೇಗ ಮೊಮ್ಮಗ್ಗೂ ಕೈಗೆ ಕೊಡಮ್ಮ" ಎಂದು ತಲೆ ಸವರಿದರು. ಎಷ್ಟು ಬೇಗ ಸಹಜ ಸ್ಥಿತಿಗೆ ಒಗ್ಗಿಕೊಳ್ಳುತ್ತಾರೆ ಇವರು ಎನಿಸಿತು.

* * * *

ದಾರಿಯುದ್ದಕ್ಕೂ ದೊಡ್ಡಪ್ಪನ ಮಾತುಗಳು. ಇವರ ವರ್ತನೆ, ಶಾಲಿನಿಯ ಸುಖ

ಸಂಸಾರ ನೆನಪಿಗೆ ಬರುತ್ತದೆ. ಬಾಡಿಗೆ ಮನೆಯಲ್ಲಿದ್ದರೂ ಶಾಲಿನಿ ಹಾಗೂ ಅವಳ ಗಂಡ ಮಲ್ಲಿಗೆ ಹೂಗಳಂತೆ ಹೊಂದಿಕೊಂಡಿದ್ದಾರೆ. ಅವರ ಬಾಳಿನ ಬೆಳದಿಂಗಳಾಗಿ ದಿನು ಕತ್ತಲನ್ನು ನಿವಾರಿಸಿದ್ದಾನೆ.

ದೊಡ್ಡಪ್ಪನ ಇಡೀ ಜೀವಮಾನದಲ್ಲಿ ಶ್ರೀಕಾಂತನ ಸಣ್ಣತನಗಳು ಕಾಡಿಲ್ಲ. ಸಿಹಿ ಕಹಿ ಎಲ್ಲವನ್ನೂ ಸಮವಾಗಿ ಸ್ವೀಕರಿಸಿ ಪರಸ್ಪರಿಗಾಗಿ ಜೀವನ ನಡೆಸಿದ್ದಾರೆ. ತಾನೆಣಿಸಿದ ಬದುಕಿಗೂ ತನ್ನ ವಾಸ್ತವದ ಬದುಕಿಗೂ ಎಷ್ಟೊಂದು ಅಂತರ! ತನ್ನ ಬಳಿ ಎಲ್ಲವೂ ಇದೆ. ಆದರೆ ಯಾವುದೂ ತನ್ನದಾಗಲಿಲ್ಲ. ಶಾಲಿನಿಯ ಸುಖ, ದೊಡ್ಡಪ್ಪನ ನೆಮ್ಮದಿ ತನಗೆ ದೂರದ ಕನಸಾಗಿದೆ. ಶ್ರೀಕಾಂತ ಎಲ್ಲವನ್ನೂ ಕೊಳ್ಳಬಲ್ಲ. ಅನುಭವಿಸಿ ಎಸೆಯಬಲ್ಲ. ಆದರೆ ತನಗೆ ಆ ಶಕ್ತಿಯೂ ಬರಲಾರದು.

ಮನೆ ಮುಂದೆ ಶಾಲಿನಿ ಸಿಕ್ಕುತ್ತಾಳೆ. ಅವಳ ಗಂಡನ ಹೆಗಲಿನ ಮೇಲೆ ದಿನು ನಿದ್ರಿಸಿರುತ್ತಾನೆ. ನಕ್ಕು ಒಳಗೆ ಬರುತ್ತೇನೆ. ಸಿನಿಮಾಗೆ ಹೋಗಿ ಬಂದಿರಬಹುದು ಎನ್ನಿಸುತ್ತದೆ.

ಒಳಗೆ ಇನ್ನೂ ರೂಮಿನ ದೀಪ ಕಾಣುವುದಿಲ್ಲ. ರಾಮಸ್ವಾಮಿ, "ಬುದ್ಧಿಯೋರು ಇನ್ನೂ ಬಂದಿಲ್ಲವ್ವಾ. ನಾನಿನ್ನು ಬತ್ತೀನಿ" ಎಂದು ಹೇಳಿ ಹೊರಟುಹೋಗುತ್ತಾನೆ.

ಮೈತುಂಬ ಸೋಲು ಆವರಿಸಿ ಸೋಫಾ ಮೇಲೆ ಕೂತಾಗ ದೃಷ್ಟಿ ಅಕ್ವೇರಿಯಂಗೆ ಸಾಗುತ್ತದೆ. ಮಂದಬೆಳಕಿನಲ್ಲಿ ಮೀನುಗಳು ಈಜುತ್ತಿರುತ್ತವೆ. ದೊಡ್ಡಮೀನು ಸಣ್ಣಮೀನಿನ ಬಾಲ ಹಿಡಿದಿರುತ್ತದೆ. ಸಣ್ಣ ಸಣ್ಣ ಶಂಖ, ಕುರುಚಲು ಸಸಿಗಳು ಮಂದಬೆಳಕಿನಲ್ಲಿ ಹೆಚ್ಚು ಆಕರ್ಷಕವಾಗಿ ಕಾಣಿಸುತ್ತದೆ. ಬುಳುಕ್ ಬುಳುಕ್ ಎಂದು ಹಾಯುವ ಮೀನುಗಳು ಇದೇ ರೀತಿ ಅದರಲ್ಲಿ ಎಂದೆಂದಿಗೂ ಬಂಧಿಯಾಗಿಯೆ ಇರುತ್ತವೆ. ಹೊರಗಿನ ಜನಕ್ಕೆ ರಂಜನೆಯಾಗಿ ಸೆಳೆಯುವ ಅಕ್ವೇರಿಯಂ ಮೀನುಗಳಿಗೆ ಜೀವಂತಸಮಾಧಿಯಾಗಿದೆ. ಇದರಲ್ಲಿರುವ ಮೀನುಗಳಿಗೂ ತನಗೂ ಏನು ವ್ಯತ್ಯಾಸ ?

ಇದಕ್ಕೆ ಮುಕ್ತಿ ಇಲ್ಲವೆ? ಇದರಿಂದ ಬಿಡುಗಡೆ ಹೊಂದಿ ಸಮುದ್ರದಲ್ಲಿ ಸ್ವೇಚ್ಛೆಯಾಗಿ ವಿಹರಿಸುವಂತಾಗಿದ್ದರೆ ? ಇಲ್ಲ. ಇದನ್ನು ಬಿಡುಗಡೆ ಮಾಡಬೇಕು. ಅಕ್ವೇರಿಯಂ ಒಡೆದು ಮೀನುಗಳನ್ನು ಹೊರಕ್ಕೆ ಬಿಡಬೇಕು ಎಂದು ಟೀಪಾಯಿ ಮೇಲಿದ್ದ ಪೇಪರ್‌ವೈಟ್ ತೆಗೆದುಕೊಳ್ಳುತ್ತೇನೆ. ವಿಚಿತ್ರ ಸಂತಸ ಉಕ್ಕುತ್ತದೆ. ಗುರಿ ಇಟ್ಟು ಎಸೆಯಲು ಕೈ ಸೆಳೆದಾಗ ಹೊರಗೆ ಕಾರಿನ ಹಾರನ್ ಸದ್ದಾಗಿ ಕೈ ಅಲ್ಲೆ ನಿಂತುಬಿಡುತ್ತದೆ.

6. ಅಕ್ಕು

– ವೈದೇಹಿ

ಅಕ್ಕುವಿಗೆ ದೊಡ್ಡ ಕುಂಕುಮವಿದೆ. ಆದರೆ ಗಂಡನಿಲ್ಲ. ಕತ್ತಿನಲ್ಲಿ ಕರಿಮಣಿಯಿದೆ. ಕರಿಮಣಿಯನ್ನು ನಾಗಂದಿಗೆಯ ಮೂಲೆಯಲ್ಲಿಟ್ಟು ಸವಾರಿ ಹೊರಡುವ ರಿವಾಜೂ ಅಕ್ಕುವಿಗುಂಟು. "ಅಕ್ಕೂ, ನಿನ್ ಗಂಡ ಎಲ್ಲಿ?" ಎಂದು ಕೇಳಿದರೆ ಕೇಳಿದವರ ಗ್ರಹಚಾರವನ್ನೇ ಆಕೆ ಮುಗಿಸಿಕೊಡುವುದಿದೆ. ಎಲ್ಲ ಸಲವೂ ಅಲ್ಲ ಒಮ್ಮೊಮ್ಮೆ ಗುಮ್ಮಕ್ಕಿಯಂತೆ ಕುಳಿತರೂ ಕುಳಿತಳೇ. ಕೆಲವೊಮ್ಮೆ ಏನೇ ಹೇಗೇ ಕೆಣಕಿದರೂ ಕಣ್ಣು ಮೂಗು ಬಾಯಿ ಕೊಡಿಯಲ್ಲೆಲ್ಲ ಡೊಂಕು ಡೊಂಕಾಗಿ ನಗೆ ಬಿಕ್ಕುತ್ತ ತಲೆ ಕೊಡಕಿ ಬಿಡುವ ಗುಣವೂ ಅಕ್ಕುವಿಗೆ ಇದೆ.

ಅವಳ ಕೈಯಲ್ಲಿ ಯಾವಾಗ ಕಂಡರೂ ಒಂದು 'ಟುವಾಲು'. ಅವಳರ್ಥದಲ್ಲಿ ಟುವಾಲು ಎಂದರೆ ಕರವಸ್ತ್ರ. ಗಂಡಸರ ಕರವಸ್ತ್ರ. ಅದು ಯಾರದೆಂತ ಅವಳಲ್ಲಿ ಹೇಗೆ ಬಂದು ಸೇರಿತೆಂತ ಯಾರಿಗೂ ಗೊತ್ತಿಲ್ಲ. ಆ ಬಗ್ಗೆ ತಲೆ ಕೆಡಿಸಿಕೊಳ್ಳುವ ಅಗತ್ಯವೂ ಇರಲಿಲ್ಲ. ಒಟ್ಟಿನಲ್ಲಿ ಅಕ್ಕುವೆಂದರೆ ಆ ಟುವಾಲು ಸಮೇತವೇ. ಅದನ್ನು ಎಲ್ಲಿಯೋ ಇಟ್ಟು, ಎಲ್ಲಿಯೋ ಕಳೆದು, ಮತ್ತೆ ಹುಡುಕುತ್ತಾ ಇರುವುದಕ್ಕಿಂತ ದೊಡ್ಡ ಕೆಲಸವನ್ನು ಆಕೆ ಮಾಡುವುದಿಲ್ಲ. ಒಳಗಿನ ಕೆಲಸವನ್ನು ನರಿನಾಯಿ ತಿನ್ನಲಿ ಬೇಕಾದರೆ! ಆಕೆ ಟುವಾಲು ಹುಡುಕುತ್ತಾ ಮೂಲೆ ಸಂದಿ ಹರಡುತ್ತಲೇ ಇರುತ್ತಾಳೆ.

ಅಜ್ಜಯ್ಯನ ಮನೆಯಲ್ಲಿ ಯಾರೂ ಸ್ವತಂತ್ರರಲ್ಲ. ಸ್ವಲ್ಪ ಸ್ವರ ಇರುವುದಾದರೆ ವಾಸು ಚಿಕ್ಕಪ್ಪಯ್ಯನಿಗೆ. ಮಾತಾಡಲು ಒಂಚೂರು ಧೈರ್ಯ ಮಾಡುವುದಾದರೆ ಅವನ ಹೆಂಡತಿ ಭಾನು ಚಿಕ್ಕಿ. ಯಾರಿಗೂ ಹೆದರದವರೆಂದರೆ ದೊಡ್ಡಜ್ಜಯ್ಯನ ತಂಗಿ 'ದೊಡ್ಡತ್ತೆ.' ಎಲ್ಲರಿಗೂ ದೊಡ್ಡತ್ತೆ. ಯಾವ ನಿರ್ಬಂಧವೂ ಇಲ್ಲದಿರುವವಳೆಂದರೆ ಅಕ್ಕು ಪೊಟ್ಟು. ಹೇಗೆ ಬೇಕಾದರೂ ತಿರುಗಿಕೊಂಡಿರಲಿ, ಹೊತ್ತು ಕಳೆಯಬೇಕಲ್ಲ ಎಂಬ ಮಾಫಿ ಪಡೆದವಳು. ಪೊಟ್ಟು ಎಂದರೆ ಮುಂಚಿನಿಂದಲೂ ಪೊಟ್ಟೆಂತ ಅಲ್ಲ. ಮನೆಯಲ್ಲಿ ಉಳಿದವರೆಲ್ಲ ಮಜ್ಜಿಗೆ ಕಡೆಯಲಿಕ್ಕೆ, ಅಡಿಗೆಗೆ ಉಪ್ಪು ಹುಳಿ ಹಾಕಲಿಕ್ಕೆ, ನೀರೆತ್ತಲಿಕ್ಕೆ, ಹೊಸ ಸೀರೆ ಚಿನ್ನ ತೊಟ್ಟು ಮದುವೆ ಉಪನಯನ ಇತ್ಯಾದಿಗಳಿಗೆ ಹೋಗಿ ಬರಲಿಕ್ಕೆ, ಗಂಡಸರು ವ್ಯವಹಾರ ನೋಡಿ ಅಜ್ಜಯ್ಯನಿಗೆ ವರದಿ ಒಪ್ಪಿಸಲಿಕ್ಕೆ ಆ ಮನೆಯ ಕಂಬಗಳಂತೆ. ತಲೆಯ ಮೇಲೆ ಭಾರವಿದ್ದರೂ ತುಟಿ ಎರಡು ಮಾಡರು.

ಹೀಗೆ ನಿರ್ಬಂಧವಿರುವ ಅಕ್ಕು ಯಾರ ಮನೆ ಊಟವನ್ನೂ ಬಿಟ್ಟವಳಲ್ಲ. ಬಲಬದಿ

ನಗ್ಗಾದಂತೆ ಕಾಣುವ ಮುಖದ, ಒಟ್ಟಾರೆ ಅತ್ತ ಇತ್ತ ಚಲಿಸುತ್ತಲೇ ಇರುವ ಮಂದಕಾಂತಿಯ ಕಣ್ಣುಗಳ, ತುಟಿ ಮೀರಿ ಬಂದ ಮುಂಬಲ್ಲುಗಳನ್ನು ಸದಾ ಮುಚ್ಚಿಕೊಳ್ಳುವ ಪ್ರಯತ್ನದಲ್ಲಿರುವ ತುಟಿಗಳ, ಕೇವಲ ನಾಲ್ಕೂ ಮುಕ್ಕಾಲು ಅಡಿ ಉದ್ದದ ಅಕ್ಕು ಮೂಗಿಗೆ ಪುಡಿ ತುಂಬಿಸಿ, ಟುವಾಲನ್ನು ಹೊಳ್ಳೆಗಳ ಅಡ್ಡಕ್ಕೆ ಆಚೆ ಈಚೆ ಸರಬರವೆಂತ ಗರಗಸದಂತೆ ಹರಿದಾಡಿಸಿ ಮುಖದ ಸುತ್ತ ಒಮ್ಮೆ ಬಲವಾಗಿ ಕೈಯಾಡಿಸಿ, ಸೀರೆಗೊರಸಿ ರಸ್ತೆ ಗುಡಿಸುವ ಸೆರಗು ಹಾಕಿ ಸೀರೆಯುಟ್ಟು ಟುವಾಲು ಬೀಸುತ್ತ ಹೊರಟಳೆಂದರೆ "ಹಾಸುವಾ ಹಾಸಣಿಗೆ, ಬೀಸುವ ಬೀಸಣಿಗೆ, ಊಟ ಎಲ್ಲಿವತ್ತು?" – ಎಂದು ಒಗಟು ಮಾತಾಡುವವರಿಗೆ ಕಡಿಮೆಯಿಲ್ಲ. "ಪತಾಕೆ ಎಲ್ಲಿಗೆ ಹೊರಟಿದೆ?" – ಎಂದು ಅವಳ ಹತ್ತಿರವೇ ಕೇಳುವರೆ! ಮನಸ್ಸಾದರೆ ಉತ್ತರ ಕೊಟ್ಟಾಳು. ಇಲ್ಲವಾದರೆ "ನಿಮ್ಮಜ್ಜನ್ ಶ್ರಾದ್ಧಕ್ಕೆ" ಎಂದು ಮುಖಕ್ಕೆ ಹೊಡೆದಂತೆ ಹೇಳಿ ಜಕಣೆಯಂತೆ ತುದಿಗಾಲಿನಲ್ಲಿ ಹಾರಿ ನಡೆದಾಳು.

ಊಟಕ್ಕೆ ಕುಳಿತಳೆಂದರೆ ಈಚಿನ ಪರಿವೆ ಇಲ್ಲದೆ, ತಗ್ಗಿಸಿದ ತಲೆ ಎತ್ತದೆ, ಭರಾಕಿಂದ ಸುರಿದು ಉಣ್ಣುವುದೇ. ಬಡಿಸಲು ಬಂದ ಭಕ್ಷ್ಯಗಳನ್ನು ಎಡಗೈಯಲ್ಲಿ ಹಿಡಿದು, ಅದೇ ಪುಡಿವಾಸನೆಯ ಟುವಾಲಿನಲ್ಲಿ ಸುತ್ತಿಕೊಂಡು ಮನೆಗೆ ಬಂದು ಚಾವಡಿ ಜಗಲಿಯ ಮೂಲೆಯಲ್ಲಿ ಒಬ್ಬಳೇ ಕುಳಿತು, ಕಾಗೆಗೆ ಸಹ ಒಂದು ತುತ್ತು ಬಿಸಾಡದೆ, ಗುಳ್ಮಾಯ ಸ್ವಾಹಾ ಮಾಡುವುದರಲ್ಲಿ ಭಾರಿ ಹುಶಾರು.

ಅಕ್ಕು ಬಿಡದೆ ಹೋಗುವ ಊಟಗಳೆಂದರೆ ಬಸುರಿ–ಬಯಕೆಯ ಊಟ, ಮತ್ತು ನಾಮಕರಣದ್ದು. ಹಾಗೆ ಹೋದವಳು ಮಲ್ಲಿಗೆ, ಅಬ್ಬಲಿಗೆ, ಸೇವಂತಿಗೆ, ಇರುವಂತಿಗೆ ಇತ್ಯಾದಿ ಏಳು ಹೂಗಳ ಜಲ್ಲಿ ಬಿಡಿಸಿಕೊಂಡು ಭಾರದ ಮೇಲೆ ಭಾರ ಹೇರಿದವರಂತೆ ಕುಳಿತು ಬಸುರಿಯ ಬಳಿಯಿಂದ ಆಚೀಚೆ ಹಂದಾಡಲಿಕ್ಕಿಲ್ಲ. ಗುರುತಿಲ್ಲದವರೋ, ಹುಡುಗಿಯ ಗಂಡನ ಮನೆಯವರೋ, ಮರುಳ್ಳಿಯಂತೆ ಕುಳಿತ ಅಕ್ಕುವನ್ನು ಕಂಡು "ಇದ್ಯಾರ್ ಈ ಬಿಕ್ರೆ ಮಂಡೆ ದೇವಮ್ಮ! ಅಲ್ಲಿಂದ ಏಳ್ಲಿ ಕಾಂಬ" – ಎಂದರೂ, ಮನೆಯವರು ಬಂದು ಹೆದಹೆದರುತ್ತಾ "ಅಕ್ಕು ಬಾ, ಈಚೆ ಕೂಕೊ" – ಎಂದರೂ ಅಕ್ಕುವಿನ ಕಿವಿ ಅದಕ್ಕೆಲ್ಲ ಪೂರ್ತಿ ಕೆಪ್ಪೇ. ನಾಮಕರಣಕ್ಕೆ ಹೋದರೂ ಅಷ್ಟೇ. ಮಗುವಿನ ತೊಟ್ಟಿಲು ಹಗ್ಗ ಹಿಡಿದು ಬೀಸುವುದನ್ನು ಆಕೆ ಬಿಡುವುದು ವಾಪಾಸು ಮನೆಗೆ ಬರುವಾಗಲೇ. ಬಂದ ನೆಂಟರೆಲ್ಲ ಹೋದ ಮೇಲೆ ಎರಡು ಲಾಲಿ ಹಾಡಿದರೂ ಹಾಡಿದಳೇ. ಆದರೆ ಅವಳೆಷ್ಟೇ ಕತ್ತೆತ್ತಿ ಹಾಡಲಿ, ಅವರಿವರು ನಗೆ ಸಿಮಿಸುತ್ತ, "ಅಕ್ಕೂ, ನಿನ್ ಕೋಗಿಲೆ ಸ್ವರ ಕೇಂಬುಕೆ ಕಾಕಿ ಹಿಂಡೇ ಬಂದ್ ಕಂಡಿಯಾಗ್ ಕೂತಿತ್ತ್ ಕಾಣ್!"–ಎನ್ನದಿದ್ದರೆ ರಾತ್ರಿ ಅವರಿಗೆ ನಿದ್ದೆ ಬೀಳಲಿಕ್ಕಿಲ್ಲ. ಹೀಗಿರುವಾಗಲೇ ಸಿರಿಯತ್ತೆಯ ಮದುವೆಯಾದದ್ದು. ಮದುವೆಯ ದಿನ ನಡೆದ ಒಂದು ವಿಷಯ ಸಿರಿಯತ್ತೆಯ ಬಾಯಿಂದಲೇ ಕೇಳಬೇಕು.

"ದಿಬ್ಣ ಬಂದಾಯಿತ್. ನನ್ಹತ್ರ ಯಾರೂ ಇರ್‍ಲಿಲ್ಲೆ. ಎಲ್ರೂ ಚಪ್ರಕ್ಕೋಡಿದ್ರ್. ನಂಗೊನ್ನಮೂನೆ ಹೆದ್ರಿಕೆ ಆದ್ಹಂಗಿದ್ದಿತ್. ಅಷ್ಟೊತ್ತಿಗೆ ಅಕ್ಕು ಬಂದ್, 'ಓ ಅಕ್ಕು!' ಎಂದೆ. ಅಯ್ಯಬ್ಬ ಅನ್ನಿ. 'ಹೂಂ ಹೂಂ, ಅಕ್ಕುವಾ ಅವ್ಳ್ ನೆರಳ!'–ಹರಪಿದ ಹಾಂಗೆ

ಉತ್ರ ಕೊಟ್ಲ್ ಅಕ್ಕು. ಸ್ವಲ್ಪ ದೂರ ನಿಂತಿದ್ಲ್. ನನ್ನನ್ನ ದುರುದುರು ಕಂಡ್ಲ್. 'ಅಷ್ಟ್ ಚಂದ ಯಾಕ್ ಮಾಡ್ಕ್ಯಂಕ್ ?' ಅಂತ್ಹೇಳಿ ಕೇಂಡ್ಳ. ನಾ ಮಾತಾಡ್ಲಿಲ್ಲೆ. ಅವ್ಳ್ ಸ್ವರ ಸೀಳ್ ಬಿಟ್ಹಾಂಗಿದ್ದಿತ್. ಅವಳನ್ನೇ ಕಾಂತ ಕೂತೆ. 'ಇಲ್ಬಾ' ಅಂದ್ಲ್. 'ಯಾಕೆ ?' –ಎಂದೆ. 'ಬಾ ಅಂದ್ರೆ ಬರ್ಕ್' ಅಂದ್ಲ್. ನಂಗೆ ಯಾರನ್ನಾದ್ರೂ ಕರೀಕಂತ ಕಂಡ್ತ್. ಬೇಡ ಅಂತೆಳಿಯೂ ಕಂಡ್ತ್. 'ಅಕ್ಕೂ, ಹುಶಾರಿಲ್ಯ ?'–ಎಂದೆ. ಉತ್ರ ಕೊಡ್ದೆ ಸೀದ ನುಗ್ಗಿ ಬಂದದ್ದೇ ನೆತ್ತಿವರೆಗೆ ಮುಡ್ದ್ ಹೂವನ್ನ ಕಣ್ಮುಚ್ಚಿ ತೆರ್ಯುದ್ರೊಳ್ಗೆ ಹರ್ದ್ ತೆಗ್ದ್ 'ಸಾಕಿಷ್ಟ್ ಛಂದ ! ನಿನ್ ಚಂದ ಕಂಡ್ ಮದ್ವೆ ಆಪಂವ ಖಂಡಿತ ಬಾಳ್ನುದಿಲ್ಲೇ. ಗೋಡೆ ಮೇಲೆ ಬರ್ದಿಟ್ಕೋ' – ಅಂದ್ಲ್, ಸತ್ಯಕ್ಕೂ ಹೇಳ್ತೆ. ನಂಗ್ ಉಸ್ರಿರ್ಲಿಲ್ಲೆ. ಗಿಡ್ಡ ಇದ್ರೂ ಒಂದ್ರೀತಿ ಚಂದ ಇದ್ದಿದ್ಲ್ ಅಕ್ಕು ! ಈಗ ಮಾತ್ರ ಬ್ರಹ್ಮರಾಕ್ಷಸಿ ಹಾಂಗೇ ಕಂಡ್ಲ್. ಒಂದೇ ಕ್ಷಣ. ಮತ್ತ್ ಕಾಂಬ್ಲಮಿಗೆ ಅಕ್ಕುವೇ. ಮನ್ಸಿಗೆ ಭಾರೀ ಬೇಜಾರಾಯ್ತ್. ಹೂಗ್ ಹರ್ದದಕ್ಕಲ್ಲ. ಹೀಲಿಗಟ್ಟಿದ್ಹಾಂಗಿನ್ ಅವ್ಳ್ ಮುಖ ಕಂಡ್. 'ಎಂಥ ಸೆಕೆಯ !' ಎಂತ ಕೈಯಿಂದ್ಲೇ ಗಾಳಿ ಬೀಸ್ಕಂತ ಇನ್ನೊಂದು ಕೈಯಿಂದ ಟುವಾಲು ಹಾಕಿ ತಿಕ್ಕಿ ಮುಖ ಒರ್ಸ್‌ಕಂತ ಹೊರ್ಗ್ಗ ಹೋದ್ಲ್ ಅಕ್ಕು. ಈ ಸುದ್ದಿ ವಾಸುಗೆ ಹೇಳಿರ ? ಸುಮ್ನೆ ಬಿಡ್ತಿದ್ನ ? ಜಪ್ಪಿ ಕೋಣೆಗ್ ಹಾಕಿ ಚಿಣಕ ಹಾಕ್ತಿದ್ದ. ನನ್ ಮದ್ವೆ ಚಪ್ರದೊಳ್ಗೆ ನಾ ಚಂದ ತಾ ಚಂದ ಅಂದ್ಕಂತ ಬೀಗ್ಕಂಡ್ ಕೂತವ್ಳ್ ಮಧ್ಯ ಅಕ್ಕು ಬಿಸಾತಿಲ್ದೆ ಮೂಗಿಗ್ ಟುವಾಲು ಹಾಕಿ ತಿರ್ಸುದನ್ನ ಹೇಂಗೆ ಕಾಂಬುಕಾತಿತ್ ? ದೊಡ್ಡತ್ತೆ ಬಂದವ್ಳ್ ಮದುಮಗಳು ಅಂತ್ಲೂ ಕಾಣ್ದೆ, ಬಾಯಿಗ್ ಬಂದ್ಹಾಂಗ್ ಬೈಯ್ದ್ ಪುನಾ ತಲೆ ಬಾಚಿ ಹೂಗ್ ಮುಡ್ಸಿದ್ಲ್."

ಸಿರಿಯತ್ತೆ ಮದುವೆಯಾಗಿ ಹೋದ ದಿನ ಅಕ್ಕುವಿನದು ಗಲಾಟೆಯೋ ಗಲಾಟೆ. "ನನ್ ಗಂಡ ಎಲ್ಲಿ ಸತ್ತ ? ಈ ಕ್ಷಣ ತಂದುಕೊಡಿ !"–ಎಂಬ ಸೊಲ್ಲು ಬಿಟ್ಟರೆ ಬೇರೆ ಇಲ್ಲ. ಗಾಳಿಗೆ, ಆಕಾಶಕ್ಕೆ ಟುವಾಲು ಹಾರಿಸಿ ಹಾರಿಸಿ ಕೇಳಿದಳು. ವಾಸು ಚಿಕ್ಕಪ್ಪಯ್ಯ ಹಲ್ಲಿನ ಚಡಿಗೆ ಕಡ್ಡಿ ಹಾಕುತ್ತಾ ನಿಂತಿದ್ದವ "ಅಗ ಕಾಣಲ್ಲಿ, ಓ ತಟ್ಟಿಯ ಚಡಿಯೊಳ್ಗೆ !"–ಎಂದು ಇತ್ತಿನ ಧಾತಿಲ್ಲದೆ ಮಲಗಿ ಗೊರೆಯುತ್ತಿದ್ದ ಅಡುಗೆಯ ಬಾಬು ಭಟ್ಟನನ್ನು ತೋರಿಸಿದ. ಭಾನು ಚಿಕ್ಕಿ, ಒಂದು ಗೊಂಬೆ ತಂದು ಅವಳ ಎದುರು ಬಿಸಾಡಿ "ನಿನ್ ಗಂಡ ! ಯಾವಾಗ್ ಬಂದಿದ್ನೋ ಏನೋ. ಒಬ್ರೂ ಕಂಡವ್ರಿಲ್ಲೆ. ಅಕ್ಕೂ ಅಕ್ಕೂ ಅಂತೇಳಿ ಸೋರ್ಲೊಳ್ಗೆ ಅರ್ಚ್‌ಕಂತಿದ್ದ. ಕರ್ಕಂಡ್ ಬಂದೆ" – ಎಂದರೂ ಅವಳ ಆರ್ಭಟ ನಿಲ್ಲಲಿಲ್ಲ. ಆರ್ಭಟ ಹೆಚ್ಚಿದಷ್ಟೂ ನಗೆಯ ಅಬ್ಬರವೂ ಹೆಚ್ಚಿತು. ಸತ್ಯಮಾಣಿಯೆಂಬ ಮೂರು ಗೇಣುದ್ದದ ಹುಡುಗ ತಡೆಯದೆ ಓಡಿ ಹೋಗಿ ಬಾಬು ಭಟ್ಟನನ್ನು ಬಡಿಬಡಿದು ಎಬ್ಬಿಸಿ "ಬಾಬು ಭಟ್ಟ, ಬಾಬು ಭಟ್ಟ, ನೀನ್ ಅಕ್ಕು ಗಂಡ ಅಂಬ್ರ !"–ಅಂತ ನಾಲಿಗೆ ತುದಿ ಕಚ್ಚಿಕೊಂಡು ಟಿಸಿಲ್ಲೆಂದು ನಕ್ಕಿತು. "ಅಯ್ಯಯ್ಯಬ್ಬ. ಅವಳನ್ ಕಟ್ಕಂಡ್ರ ? ನನ್ ಕೈಕಾಲ್ ಸವರಿ ಒಲೆಗ್ ತುಂಬ್ಯಾಳ್. ಮೂರು ಮಂಡಕ್ಕಿ ಕಾಳಿಗೆ ಮಾರ್ಕಂಡ್ ತಿಂದ್ರೂ ಆಶ್ಚರ್ಯ ಇತ್ತಾ ?" ಎಂದ ಬಾಬು ಭಟ್ಟ. ನಗೆಗೆ ಅಮಲೇರುತ್ತಿತ್ತು. ಅಷ್ಟೊತ್ತಿಗೆ ಗೋಡೆಗೆ ಬೆನ್ನು ಆನಿಸಿ ಅಡಿಕೆ ಹೋಳು ಕತ್ತರಿಸುತ್ತ ಇದ್ದ ತೊಳೆದ ಕೆಂಡದಂತಹ ತಮ್ಮಣ್ಣಯ್ಯ ಎಂಬವ

ಇಷ್ಟರವರೆಗೆ ಸುಮ್ಮನೆ ನಾಟಕ ನೋಡುತ್ತಿದ್ದವ ಎದ್ದು ಬಂದ. ಯಕ್ಷಗಾನದಲ್ಲಿ ಸ್ತ್ರೀ ಪಾತ್ರ ಮಾಡುವ ಆತ ನಡು ಬಳುಕಿಸುತ್ತಾ, ಕೈ ಬೀಸಿ ಎದೆಗೆ ಹೊಡೆದುಕೊಳ್ಳುತ್ತಾ, "ಪ್ರಿಯೇ, ನಿನ್ನ ಗಂಡನೆಂಬುವ ನಾನು ಬಂದಿದ್ದೇನೆ. ನನ್ನಿಂದೇನಾಗಬೇಕು"–ಎಂದು ನಾಟಕೀಯವಾಗಿ ಕೇಳುತ್ತ ಎಲ್ಲರ ಮುಖ ನೋಡಿ ಮುಗುಳುನಗುತ್ತಿರಲು ಇದ್ದಕ್ಕಿದ್ದಂತೆ ಹಾರಿಬಿದ್ದ ಅಕ್ಕು ಸರಕ್ಕೆಂತ ಏರಿ ಬಂದು ಅವನನ್ನು ಕಚ್ಚಿಬಿಟ್ಟಿದ್ದಳು. ಪಾಪದವರಂತೆ ಒಳಗೆ ಹೋಗಿ ಮೂಲೆಯಲ್ಲಿಟ್ಟಿದ್ದ ಕೊಡಪಾನದಿಂದ ಒಂದು ಚೊಂಬು ನೀರು ಬಗ್ಗಿಸಿಕೊಂಡು ಗಟಗಟ ಕುಡಿದು,

"ಏ ತಮ್ಮಣ್ಣಯ್ಯ, ಬಾಲ ಮಡ್ಚ್‌ಕಂಡ್ ಆಚೆಗ್ ಹೋಗ್, ನಿನ್ ಕೆಲ್ಸ ಕಾಣ್. ನನ್ ಸುದ್ದಿಗ್ ಬತ್ಯಾ? ನಿನ್ ಹೆಂಡ್ತಿ ಮೊನ್ನೆ ಯಾರೊಟ್ಟಿಗ್ ಚಾಂಚ್ಕಂಡ್ ಮನ್ಕಂಡಿದ್ಲ್ ಅಂತೆಳಿ ಹೇಳುದಾ ಈಗ?" ಎಂದು ದೊಡ್ಡ ಸ್ವರದಲ್ಲಿ ಕತ್ತಿ ಬೀಸಿದಂತೆ ಹೇಳುತ್ತಾ ಕೋಣೆಗೆ ಹೋಗಿ ಬಾಗಿಲು ಹಾಕಿಕೊಂಡುಬಿಟ್ಟಳು. ಎಲ್ಲರ ನಗೆ ಸುತ್ತುವರಿದು ತಮ್ಮಣ್ಣಯ್ಯನ ನಗೆಯನ್ನು ನಂದಿಸಿಬಿಟ್ಟಿತು.

ಕೂಡಲೆ ವಾಸು ಚಿಕ್ಕಪ್ಪಯ್ಯ "ಇರ್ಲಿ ಬಿಡಿ ತಮ್ಮಣ್ಣಯ್ಯ, ಅದ್ಕೆ ಬುದ್ಧಿ ಇಲ್ಲೆ ಅಂತೆಳಿ ಎಲ್ಲರಿಗೂ ಗೊತ್ತಿಲ್ಯ? ಬೇಜಾರು ಮಾಡ್ಕಣ್ಬೇಡಿ" ಎಂದು ಸಮಾಧಾನ ಮಾಡಿದ. ಒಂದು ಕಾಲು ಮಡಚಿ, ಕಾಲು ಗಂಟಿಗೆ ತಲೆಯೂರಿ ಗಲಾಟೆ ನೋಡುತ್ತ ನಗುತ್ತಿದ್ದ ತಮ್ಮಣ್ಣಯ್ಯನ ಹೆಂಡತಿ ಅಳು ಒತ್ತಿಟ್ಟುಕೊಂಡವಳಂತೆ ಸೆರಗನ್ನು ಬಾಯಿಗೆ ಒತ್ತಿಟ್ಟುಕೊಂಡು ಒಳಗೋಡಿದಳು. ವಾಸು ಚಿಕ್ಕಪ್ಪಯ್ಯ "ಏ ಭಾನು. ಅವ್ಳಿಗೆ ಸಮಾಧಾನ ಮಾಡು ಪಾಪ. ಇದರ ದೆಸೆಯಿಂದ ಮರ್ಯಾದೆ ಇದ್ದವ್ರ್ ನೇಣ್ ಹಾಕಂಕ್!"–ಎಂದ.

"ಅಲ್ಲಿ ಇಲ್ಲೀ ತಿರ್ಗಿ ತಿರ್ಗಿ ಇತ್ತಿತ್ಲಾಯಿ ಬರೀ ಹಡೆ ಮಾತ್ ಕಲ್ತಿತ್" ಎಂದು ಚಿಂತಿಸಿದ.

ಹಾಗೆ ಬಾಗಿಲು ಹಾಕಿಕೊಂಡು ಮಲಗಿದ ಅಕ್ಕು ಎದ್ದದ್ದು ಮಾರನೆಯ ದಿನ ಗಂಟೆ ಮೇಯಿಸುವವ ಬಂದು ಗಂಟೆ ಹೊಡೆದುಕೊಂಡು ಹೋದ ಮೇಲೆಯೇ. "ಅದನ್ ತಂಡ್ಬೇಡಿ. ಅದ್ರಷ್ಟಕ್ ಬಿಟ್ಬಿಡಿ"–ಎಂದರೂ ತಡೆಯದೆ ಅಂತಣ್ಣನೆಂಬುವ "ಕಡೆಗೆ ಎಂತದ ಅಕ್ಕು? ನಿನ್ ಗಂಡ ಸಿಕ್ಕಿದ್ನ ಎಂತ ಕತೆ?" – ಎನ್ನಲು "ಅವನ್ನ ಹೂಳಿ ಬಂದೆ"–ಎಂದಳು ಅಕ್ಕು. ಮುಖದಲ್ಲಿ ನಿದ್ದೆಗೇಡಿತನದ ವಿಕಾರವಿತ್ತು. ಈಗಷ್ಟೇ ಹೂಳಿ ಕೈಕಾಲು ತೊಳೆದುಕೊಂಡು ಬಂದವರಂತಿತ್ತು. "ಹಂಗಾರೆ ನಿನ್ ಮಕ್ಳ ಗತಿ!"–ಎಂದರು ಯಾರೋ. "ಮಿಂಡ ಇಪ್ಪ್ ಯಾವ್ ಕರ್ಮಕ್ ಮತ್ತೆ? ಕಂಡ್ಕಂತ"–ಎಂದು ಮಾತು ಉಗಿದಳು. "ಆ ಮಿಂಡನ್ ಗತಿ? ರಾಮಾ ರಾಮಾ!"–ಎಂದು ಯಾರೋ ಪಿಸುಗುಟ್ಟಿ ನಗೆ ತಿರುಗಿಸಿದ್ದು ಅವಳಿಗೆ ಕೇಳಿಸಿದಂತೆ ಕಾಣಲಿಲ್ಲ.

ದುರ್ದುಂಡಿಯಂತೆ ಕೆದರಿದ ತಲೆ, ಕುಂಕುಮದೊಂದಿಗೆ ಕಂಬಕ್ಕೊರಗಿ ಕುಳಿತಿದ್ದ ಅಕ್ಕುವನ್ನು ಕಂಡು ದೊಡ್ಡತ್ತೆ ಮೆಟ್ಟುಗತ್ತಿಯ ಮೇಲೆ ಕುಳಿತಿದ್ದಂತೆಯೇ ಓಲಾಡಿದರು. ಕೂತಲ್ಲಿ, ನಿಂತಲ್ಲಿ, ಓಲಾಡುತ್ತ ಹಾಡು ಕಟ್ಟುವ ದೊಡ್ಡತ್ತೆ ಹಂಬೆ

ಕತ್ತರಿಸುತ್ತಾ ಇದ್ದರು. ಗಾಲಿ ಗಾಲಿ ಮಾಡಿ ಕತ್ತರಿಸುತ್ತಾ, ನಾರನ್ನು ಬೆರಳಿಗೆ ಸುತ್ತಿಕೊಳ್ಳುತ್ತಾ,

"ಅಕ್ಕು ಕುಂಕುಮ ಚಂದ! ಅಕ್ಕು ಗುಂಗುರು ಚಂದ! ಅಕ್ಕುವೇ ಚಂದ ಲೋಕಕ್ಕೆ", –ಎಂದು ರಾಗವೆಳೆದರು. ದಾರಿ ಮೇಲೆ ಮೇಯುತ್ತಿದ್ದ ಗಂಡನನ್ನು ಜುಟ್ಟು ಹಿಡಿದು ಮನೆಗೆ ತಂದು ಆಳಿ ಕಡೆಗೂ ಅವನನ್ನು ಕಳೆದುಕೊಂಡು "ಇದ್ದರೆ ಮಾ ಕಷ್ಟ ಇದ್ದಿತ್. ಹೊಂದದ್ದೇ ಪರಮ ಸುಖ ಆಯ್ತ್" ಎಂದ ದೊಡ್ಡತ್ತೆ ಅಕ್ಕುವನ್ನು ಕೆಣಕುತ್ತ, ಹಸಿರುವಾಣಿ ಕತ್ತರಿಸುತ್ತ, ಅಶನಾರ್ಥ ಪಡೆಯುತ್ತ ಅರ್‍ವತ್ತು ಸಮೀಪಿಸುತ್ತಿದ್ದರು. ಅಟ್ಟೆಕಾಲಿನ ದೊಡ್ಡತ್ತೆ ಕುಳಿತರೆ ಸರಿ. ನಿಂತರೆ ಬಗ್ಗು ಬೆನ್ನು.

ಅವರ ಹಾಡು ಕೇಳಿದ ಅಕ್ಕು ಮೂಗಿನ ಕೋಲಿಗೆ ಕೈಯಿಟ್ಟು ಸೊರಕ್ಕೆಂತ ಸಿಂಬಳ ತೆಗೆದಳು. ಸೆರಗಿಗೆ ಕೈ ಒರೆಸಿಕೊಂಡು "ನನ್ ಟುವಾಲೆಲ್ಲಿ?"–ಎಂದಳು. "ನಾ ಬೆಳಗಾತೆದ್ ಕಾಂಬ್ಸಮಿಗೆ ಗೇಟ್ ದಾಟಿ ಹೋತಿತ್. ಎಲ್ಲಿಗ್ಹೋತೆ ಅಂತೆಳಿ ಕೇಂಡ್ರೆ ಮಂಜ್ರ್ ಹೋಟ್ಲಿಗೆ ಕಾಫಿ ಕುಡಿಯೂಕೆ ಅನ್ತ್"–ಎಂದಿತು ಸತ್ಯಮಾಣಿ. ಹೇಳಿದ್ದೇ, ಕುಂಡೆಗೆ ಕಾಲು ಕೊಟ್ಟು ಓಡಿತು. ಅಕ್ಕು ಬೆರೆಸಿಕೊಂಡು ಹೋಗದೆ ಕುಳಿತಲ್ಲೇ ನಕ್ಕಳು. ನಕ್ಕು ಪೂರೈಸಿದ ಮೇಲೆ ಮೂಗೆಳೆದುಕೊಂಡು ದೊಡ್ಡತ್ತೆಯತ್ತ ತಿರುಗಿ "ಅಟ್ಟೇಕಾಲಿನ ಸುಬ್ಬೀ, ನಿನ್ ಬೆನ್ನನ್ ಬಿಲ್ ಮಾಡಿ ಕಂಕುಳಿಗೇರ್‍ಸ್ ಕಂತೆ ಕಾಣೇಗ"–ಎಂದಳು.

"ಯೇ ಪುಣ್ಯಾತ್ಗಿತ್ತಿ, ನನ್ ಗಂಡ ಸತ್ ನರ್‍ಕಕ್ಕೆ ಹೋಯಾಯ್ತ್, ನಾ ಇಪ್ಪಲ್ಲಿವರೆಗಾರೂ ಗಟ್ಟಿ ಇರ್‍ತೆ. ನಂಗೊಂದ್ ಯೆಂತ ಮಾಡ್ಬೇಡ" – ಎಂದು ಸುಳ್ಳು ಶರಣಾಗತಿಯ ದನಿಯಲ್ಲಿ ಹೇಳುತ್ತ "ಪಾಪ" ಎಂದು ತನ್ನೊಳಗೇ ಹೇಳಿದರು.

"ಯಾಕ್ ಪಾಪ? ನಾಯೆಂತ ಮಾಡ್ದೆ? ನಿನ್ಹಾಂಗೆ ನಾನೇನ್ ಗಂಡ ಸತ್ ಮುಂಡೆ ಅಲ್ಲ. ನನ್ ಗಂಡ ಬಾಸಾಯಿ ತಿಂಬುಕೆ ದೇಶಾಂತರ ಹೋದ ಅಂತೆಳಿ ನಾ ಪಾಪ್ವ? ಮೈಮೇಲ್ ಬಂದ್ ಅಡ್ಡದ್ಮನೆ ತಿಮ್ಮಪ್ಪಯ್ಯನ್ ಹೊಂಡಕ್ಕ್ ದೂಡಿ ಹಾಕ್ದವ್ಳ್ ನಾನ್! ಕೇಣ್ ಕೇಣೆಲೇ ಗಾಡ್ಮಿಣೇ!"–ಆಕೆ ಮತ್ತೆ ಏನೇನೆಲ್ಲ ಹೇಳುತ್ತಿದ್ದಳೋ. ದೊಡ್ಡಜ್ಜಯ್ಯ ಬಂದರು. ಅವರ ಉಸಿರಿನ, ಕೋಲಿನ ಪರಾಕು ಕೇಳಿಯೇ ಮುಕ್ಕಾಲು ಜನ ದಿಕ್ಕಾಪಾಲಾದರು. "ಯೇ ವಾಸು!" – ವಾಸು ಚಿಕ್ಕಪ್ಪಯ್ಯ ಹನುಮಂತನಂತೆ ಹಾರಿ ಬಂದ. "ತಕೋ, ನಾಲ್ಕ್ ಹಾಕದ್ಯೆ. ಪಿತ್ಥ ಇಳ್ಸಿಕೊಡ್"–ದೊಡ್ಡಜ್ಜಯ್ಯ ಅಷ್ಟು ಹೇಳಿದ್ದೇ ಮೈಮೇಲೆ ಬಾಸುಂಡೆ ಬಿದ್ದೇಬಿಟ್ಟಿತು ಎಂಬಂತೆ "ಅಯ್ಯಯ್ಯೋ, ನನ್ನನ್ ತೆಗೀತ್ರೋ"–ಎನ್ನುತ್ತ ಅಕ್ಕು ದಿಡುಗುಟ್ಟಿಕೊಂಡು ಓಡಿ ಮೂಲೆ ಕೋಣೆಯಲ್ಲಿ ಬಾಗಿಲು ಹಾಕಿಕೊಂಡಳು.

* * * *

ಸಿರಿಯತ್ತೆಯ ಖಾಸಾ ಅಕ್ಕ ಅಕ್ಕು. ಅವಳು ಸಿರಿಯತ್ತೆಗೂ ಅಕ್ಕುವೆ. ಈಗ ಹುಟ್ಟಿದ ಮಗುವೂ ಅವಳನ್ನು ಅಕ್ಕು ಎಂದು ಕರೆದೀತೇ ಹೊರತು ಸಂಬಂಧದ ಮರೆ ಹಿಡಿಯಲಾರದು. ಅಕ್ಕುವಿಗೂ ಸಿರಿಯತ್ತೆಗೂ ಮಧ್ಯೆ ತುಂಬ ವರ್ಷಗಳ ಅಂತರವಿತ್ತೇನೋ. ಆದರೆ ಸಿರಿಯತ್ತೆಗಿಂತ ಅಕ್ಕುವೇ ಎಳೆಯವಳಂತೆ ಕಾಣುತ್ತಿದ್ದಳು.

ಸಿರಿಯತ್ತೆ ಹೇಳುವಂತೆ ನನಗೆ ಬುದ್ಧಿ ತಿಳಿಯುವಾಗ ಅಕ್ಕುವಿಗೆ ಹೀಗೆ ಆಗಿಯಾಗಿತ್ತು. ಸಿರಿಯತ್ತೆ ಯಾವಾಗಲೂ ಹೇಳುತ್ತಿದ್ದರು. "ಯಂಥ ಹೋದ್ರೂ ಅಡ್ಡಿಲ್ಲೆ. ಮಂಡೆ ಒಂದ್ ಸಮಾಇರ್ಕ್, ಇಲ್ದಿದ್ರೆ ಹುಟ್ಸಿದ್ ಅಪ್ಪಂಗೂ ಸಸಾರ, ಅಬ್ಬೆಗೂ ಸಸಾರ. ಊರಿಗೇ ಸಸಾರ"–

ಗಂಡ ಸನ್ಯಾಸಿ ಹಿಂದೆ ಹೋದ ಲಾಗಾಯ್ತಿಂದ ಬಸುರಿ ಪಾರ್ಟು ಮಾಡುವ ಅಕ್ಕುವಿಗೆ ಒಂದು ಸಲವಾದರೂ ಅದು ಸುಳ್ಳು ಎಂತ ಅನಿಸಿದ್ದಿಲ್ಲ. ಒಮ್ಮೆ ಹೊಟ್ಟೆ ನೋವೋ ಎಂತ ಬೊಬ್ಬೆಯಿಡುತ್ತ ಆಚೆ ಈಚೆ ಓಡಾಡುತ್ತ, ಮನೆ ಬಾಗಿಲಿಗೆ ಕೈಕಾಲು ತಂದವರ ಹತ್ತಿರವೆಲ್ಲ ಹೇಳಿಕೊಂಡು ಗಲಾಟೆ ಮಾಡುತ್ತಿದ್ದಳು ಅಕ್ಕು. "ನಿನ್ ಹೊಟ್ಟೆ ನೋವು ಬಿಡಿಸ್ತೆ"–ಎಂತ ದೊಡ್ಡಜ್ಜಯ್ಯ ರಪರಪೆಂತ ಹಿಡಿಕಟ್ಟು ಹುಡಿ ಮಾಡಿದಾಗ "ಅಪ್ಪಯ್ಯ, ನನ್ ಮಗು ಸಾಯತ್, ನಿಮ್ಗೆ ಪಾಪ ತಟ್ಟತ್ ಕಾಣಿ" – ಎನ್ನುತ್ತ ಬಗ್ಗಿಕೊಂಡೇ ಹೊಟ್ಟೆ ತಪ್ಪಿಸಿಕೊಳ್ಳುತ್ತಿದ್ದಳು. ಹಾಗೆ ಹೊಡೆಸಿಕೊಂಡು ಹದಿನೈದು ದಿನ ತುಟಿ ಒಡೆಯದೆ ತಾನಾಯಿತು, ಕೋಣೆಯಾಯಿತು ಎಂದು ಕೋಣೆಯೊಳಗೇ ಗುರುಟಿಕೊಂಡಿರುತ್ತಿದ್ದಳು. ಅವಳಿರುವ ಮೂಲೆ ಕೋಣೆಯೆಂದರೆ ಬೇಡದ ಸಾಮಾನುಗಳನ್ನೆಲ್ಲ ಬಿಸಾಡಿ ಇಡುವ ಕೋಣೆ. ಹಿಡಿಕಟ್ಟೂ ಓಡದ ಆ ಕೋಣೆಯೊಳಗೆ ಸಾಲೆಬೆಲೆ ಬೇಕಾದಷ್ಟು ಕಟ್ಟಿ, ಅದು ಒಕ್ಕುಂಟೆಯಂತೆ ಒಂದು ಮೂಲೆಯಲ್ಲಿತ್ತು. ಅದರೊಳಗೆ ಭೂತ ಪಿಶಾಚಿಗಳೂ ಉಂಟೆಂತ ಹೇಳುತ್ತಿದ್ದರು.

ಒಮ್ಮೆ ನಾವೆಲ್ಲ ಮನೆಯಾಟವಾಡುತ್ತಿದ್ದಾಗ ಝಣಝಣ ಶಬ್ದ ಕೇಳಿಸಿತು. ನಮ್ಮ ಗಂಟಲು ನೀರು ಆರಿತು. ಏಳಲೊಲ್ಲದ ಕಾಲನ್ನೆಳೆದುಕೊಂಡು ಹೋಗಿ ಸುದ್ದಿ ಮುಟ್ಟಿಸಿದಾಗ ವಾಸು ಚಿಕ್ಕಪ್ಪಯ್ಯ ಮತ್ತು ಅಂತಣ್ಣ ಓಡಿ ಬಂದರು. ಅವರ ಹಿಂದೆ ನಾವೂ ಬಂದಾಗ "ಹೆಣ್ ಮಕ್ಳಿಗೆ ಎಂಥದದು ಧೈರ್ಯ! ಹೋತ್ರಿಯಾ ಇಲ್ಯ ಆಚೆಗೆ!" ಎಂದು ದನ ಎಬ್ಬಿದಂತೆ ಎಬ್ಬಿದರು. ನಾವು ಹೋದಂತೆ ಮಾಡಿ, ಮತ್ತೆ ವಾಪಸಾದೆವು. ಕೋಣೆಯ ಬಾಗಿಲನ್ನು ಕಿರಿಬೆರಳ ತುದಿಯಿಂದ ಮೆಲ್ಲ ದೂಡಿದ ವಾಸು ಚಿಕ್ಕಪ್ಪಯ್ಯ "ಓ ಅಂತಣ್ಣ, ಇದೇ ಪ್ರೇತ!" – ಎಂದು ನಕ್ಕ. ಅವನ ಸ್ವರ ಕೇಳುತ್ತಲೇ ನಾವು ಒಂದೊಂದೇ ಕಣ್ಣಲ್ಲಿ ಇಣುಕಿದೆವು. ಅಕ್ಕು ಹಿತ್ತಾಳಿ ತೊಟ್ಟಿಲೊಳಗೆ ಕುಳಿತಿದ್ದಳು. ಅದರೊಳಗೆ ಕಳಚಿ ಇಟ್ಟಿದ್ದ ಸರಪಳಿ ಹಿಡಿದು ತೊಟ್ಟಿಲು ತೂಗುವಂತೆ ಅಲ್ಲಾಡಿಸುತ್ತಿದ್ದಳು. "ಶ್, ಮಾತಾಡ್ಬೇಡಿ. ಮಗು ಈಗಷ್ಟೇ ಮೊಲೆಯುಂಡ್ ಮನ್ಕಂಡಿತ್" – ಎಂದಳು. ವಾಸು ಚಿಕ್ಕಪ್ಪಯ್ಯ, ಬಳಪದ ಕೀಚಲು ಗೀರಿನಂತೆ ನಗೆಯಾಡಿದ. ಓಡಾಡುತ್ತ ಬಂದು ನಿಂತಿದ್ದ ದೊಡ್ಡತ್ತೆ ನಗೆಯ ಚಕ್ಕೆ ಎಬ್ಬಿಸಿದಂತೆ "ಹಾಲು ಮಸ್ತಿತ್ತ ಕೇಣ ವಾಸು"–ಎಂದರೆ ವಾಸು ಚಿಕ್ಕಪ್ಪಯ್ಯ ನಾಚಿಗೆ ಇಲ್ಲದೆ ಕೇಳಿದ. ಅಕ್ಕು ಸೆರಗು ಸರಿ ಮಾಡಿಕೊಂಡು "ಇತ್ತ್. ಸಧ್ಯಕ್ ಸಾಕ್" – ಎಂದಳು. "ಪಿರ್ಕಿ, ಅಡ್ಡಿಲ್ಲೆ. ಹೆರಿಗೆ ಯಾವಾಗಾದ್"–

"ನಿನ್ನೆ ರಾತ್ರಿ."

ಅವತ್ತಿಡೀ ಮೂಲೆ ಕೋಣೆಯಲ್ಲಿ ಹೆತ್ತು ಮಲಗಿದ ಬಾಣಂತಿ ಪ್ರೇತದ ಮಾತೇ. ಹೀಗೇ ಬಿಟ್ಟರೆ ಕೋಣೆಯಲ್ಲಿ ನಿಜವಾದ ಪ್ರೇತವೇ ಇದನ್ನು ಒತ್ತಿ ಹಿಡಿದೀತು ಎಂದ

ವಾಸು ಚಿಕ್ಕಪ್ಪಯ್ಯನಿಗೆ "ಸತ್ಯಕ್ಕೂ ಹಿಡಿಯುಕೆ ಬಂದ್ ಪ್ರೇತನ್ನ ದೂಡಿ ಹಾಕಿ ಬಂದದ್ದಲ್ಲ ಇದ್ ! ಹಾಂಗೆಲ್ಲ ಹೆದ್ರಿಕೆ ಬೇಡ"–ಎಂದರು ದೊಡ್ಡತ್ತೆ.

ಮರುದಿನವೇ ಅಕ್ಕು ಮತ್ತೆ ಬಸುರಿಯಾಗಿದ್ದಳು. ಈ ಬಸುರು ಕಳೆಯುವುದೂ ಇಲ್ಲ; ಗಂಡ ಬರುತ್ತಲೂ ಇಲ್ಲ.

* * * *

ಹೀಗಿರಲೊಂದು ದಿನ ಅಕ್ಕುವಿನ ಗಂಡ ಬಂದ ಸುದ್ದಿ ಉಪ್ಪರಿಗೆ ಕಪಾಟಿನ ಚಡಿಯಲ್ಲಿ ಕುಳಿತು ಕತೆ ಪುಸ್ತಕ ಓದುತ್ತಿರುವವರನ್ನಾದಿಯಾಗಿ ಮುಟ್ಟಿತು. ಅವ ಊರಿಗೆ ಬಂದು ಮುಟ್ಟಿದ ಕೂಡಲೇ "ಅಕ್ಕು ಬಸುರಿ" – ಎಂದರಂತೆ ಯಾರೋ. ಎದೆ ಅತ್ತ ಹಾರಿ ಹೋದಂತಾಗಿ ವಾಪಸು ಹೊರಟನಂತೆ. ಕಡೆಗೆ ಕತೆ ಹೀಗೆ ಹೀಗೆ, ನಾಲ್ಕು ಸುತ್ತು ಬಿದ್ದು ಹೋಗಿದೆ ಎಂದರಂತೆ. ಹಿಂದೆ ಬಂದನಂತೆ.

ಚಾವಡಿಯಲ್ಲಿ ಕುಳಿತು ದೊಡ್ಡಜ್ಜಯ್ಯನೊಡನೆ ಕಫ ಗುರುಗುಡುವ ಸ್ವರದಲ್ಲಿ ಹೇಳುತ್ತಿದ್ದ. ಅವನಿಗೆ ನಾನೆಣಿಸಿದಂತೆ ದೊಡ್ಡ ಹೊಟ್ಟೆ, ದೊಡ್ಡ ಮೀಸೆ, ಗಿಡ್ಡ ದೇಹ, ಉರುಟು ಮುಖವಿರಲಿಲ್ಲ. ಬರೀ ಚೇಂಕಟೆಯಾಗಿದ್ದ. ಕೈಕಾಲು ಸೌದೆ ಚಿಪ್ಪಿನಂತಿದ್ದವು. ಕಣ್ಣುಗಳು ಕಪ್ಪೆಗಣ್ಣಿನಂತಿದ್ದವು. ಹರಿವೆಬೀಜ ಬಿತ್ತಿದರೆ ಗಿಡವಾಗುವಷ್ಟು ಮಣ್ಣು ಮಣ್ಣಾದ ಮುಂಡು ಸುತ್ತಿಕೊಂಡು ಮುಡುಗು ಬೆನ್ನಲ್ಲಿ ಕುಳಿತಿದ್ದ. ಅಜ್ಜಯ್ಯ ತನ್ನ ದೊಡ್ಡ್ ಕುರ್ಚಿಯಲ್ಲಿ ಮುಖದಲ್ಲಿ ಹನಿನಗೆಯೂ ಇಲ್ಲದೆ ಬಿರುಸಾಗಿ ಕುಳಿತಿದ್ದರು. ಅವರ ಮೀಸೆ ತುದಿ ಕೂಡ ಈ ಮನುಷ್ಯನನ್ನು ಮೂರು ಕಾಸಿನ ನಾಯಿಯೆಂಬಂತೆ ನೋಡುತ್ತಿರುವಂತಿತ್ತು.

ಅಕ್ಕುವಿನ ಗಂಡ ಕುಳಿತಂತೆ ಕೂರಲಿಲ್ಲ. ನೀರು ಹಾವಿನಂತೆ ಮುಲುಗುತ್ತ, ಕುಳಿತ ರೀತಿ ಬದಲಾಯಿಸುತ್ತಿದ್ದ. ತಾನವಳನ್ನು ಬಿಟ್ಟು ಹೋದದ್ದಲ್ಲ. ಆ ಸುಟ್ಟ ಸ್ವಾಮಿಗಳ ಹಿಂದೆ ಹೋದದ್ದಲ್ಲವೆ ? ನೆನಪು ಹೋಯಿತೆ ? ಹೋದವ ಹೋಗಿಯೇ ಬಿಟ್ಟೆ, ಕಾಶಿ, ಹಿಮಾಲಯದವರೆಗೂ ಸ್ವಾಮಿಗಳು ಬಂದರು. ತಾನೂ ಬಂದೆ. ಪಡಪೋಶಿಯೆಂತ ಎಣಿಸುವುದು ಬೇಡ. ಸ್ವಾಮಿಗಳೊಟ್ಟಿಗೆ ಇದ್ದರೆ ಒಳ್ಳೆಯ ಸಂಪಾದನೆ ಆಗುತ್ತದೆ, ಆಗಿದೆ ಇತ್ಯಾದಿ ಹೇಳಿದ. ಅಜ್ಜಯ್ಯ ಹೂಂಗುಡುತ್ತಲೂ ಇರಲಿಲ್ಲ. ಅವನತ್ತ ನೋಡಲೂ ಇಲ್ಲ.

ಇಷ್ಟಕ್ಕೂ ಅಕ್ಕುವನ್ನು ಬರ ಹೇಳಿದರೆ ಅವಳೆಲ್ಲಿ ? ಒಳಗೆಲ್ಲಿಯೂ ಇಲ್ಲ ಎಂಬ ಸುದ್ದಿ ಬಂತು. "ಹುಡುಕಿ, ಇಲ್ಲೇ ಅಂದ್ರೆ !"–ಎಂದು ಅಪ್ಪಣೆಯಾಯಿತು. ಹುಡುಕಿಕೊಂಡು ಹೊರಟ ವಾಸು ಚಿಕ್ಕಪ್ಪಯ್ಯನಿಗೆ ಆಕೆ ಸಿಕ್ಕಿದ್ದು, ಹಾಡಿಯ ಕೆರೆ ದಂಡೆಯ ಮೇಲೆ. "ಗುಂಪಿಗೆ ಹಾರ್ಕಂಬೇಡ. ಗಂಡ ಬಂದಿದ್ದ ಕಾಣ್" – ಎಂದ್ರೆ "ಬಸ್ ಛಾರ್ಜ್ ಕೊಟ್ ವಾಪಸ್ ಕಳ್ಸ್. ಅವ ಬಂದದ್ ಕಂಡೇ ಇಲ್ಲಿಗೆ ಬಂದದ್ ನಾನ್" – ಎಂದು ರಾಪು ಮಾಡಿದಳಂತೆ. "ಯಂತದೆಲ್ಲ ಹಿಕ್ಮತ್ ಮಾಡಿ ಕರ್ಕಂಡ್ ಬಂದೆ. ನೀವೇನಾದ್ರೂ ಬೈಯ್ದ್ ಗಿಯ್ದ್ರೆ ಗುಂಪಿಗೆ ಹಾರ್ಕಂತ್ಲ್. ನಂಗೊತ್ತಿಲ್ಲೆ ಕಡೆಗೆ !" – ಎಂದ ಬೆವರೊರೆಸಿಕೊಳ್ಳುತ್ತ.

ಹಿಂಬದಿಯ ಬಾಗಿಲಿಂದ ಒಳ ಹೊಗ್ಗಿದ ಅಕ್ಕು ಏನು ಮಾಡಿದರೂ ಮುಂದೆ

ಹೆಜ್ಜೆ ಇಡಲೊಲ್ಲಳು. ಬಾಯಿ ತೆರೆದು ನಿಂತ ಭತ್ತ ಕುಟ್ಟುವ ಒರಳಿನ ಹತ್ತಿರ ಗೋಡೆಗೆ ಬಲ ಹಿಂಗಾಲು ಕೊಟ್ಟು ಡೊಂಕಾಗಿ ನಿಂತು ಉರುಟುರುಟಾಗಿ ಕಣ್ಣು ಬಿಟ್ಟಳು. ದೊಡ್ಡಜ್ಜಯ್ಯ ಕಾದು "ನಡೀ, ನೀನೆ"–ಎಂದು ಸಂಕಪ್ಪನ್ನ– ಅಕ್ಕುವಿನ ಗಂಡನ್ನ–ಕರೆದುಕೊಂಡು ಒಳಗೆ ಬಂದರು.

"ಅಕ್ಕು...."–ಎಂದರು ಅಜ್ಜಯ್ಯ.

"ಅಕ್ಕು ಸತ್ ಮೂರ್ ಹಗಲು ಮೂರು ರಾತ್ರಿ ಆಯಾಯ್ತ್. ಈ ನಾರಟೆ ಕ್ರಿಯೆ ಹಿಡಿಯುಕೆ ಬಂದದ್ದಾ ಕೇಣು !" ಭಗ ಭಗ ಬೆಂಕಿ ಉರಿಯುವಂತಹ ಸ್ವರದಲ್ಲಿ ನುಡಿದಳು ಅಕ್ಕು. "ಕೇಂಡ್ಯಲೆ ! ನಿನ್ನಂಥ ಘಟಿಂಗ್ನಿಗೆ ಮಾಣಿಕ್ಯ ಕೊಟ್ಟಿದ್ದಕ್ಕೆ" !

ಸಂಕಪ್ಪ ಅಕ್ಕಳೆ ಕೊಚ್ಚಿದಂತಿದ್ದ ಕ್ರಾಪಿನ ತಲೆಯನ್ನು ಬಾಗಿಸಿ ಮಾತಾಡದೆ ನಿಂತಿದ್ದ. ದೊಡ್ಡತ್ತೆ ಹೇಳಿದರು–"ಅಂತೂ ಬಂದ್ಯ ! ಊರ್ ಮೇಲಿನ್ ಹೆಣ್ಮಕ್ಕೆಲ್ಲ ಖರ್ಚಾದ್ವ ?"

ದೊಡ್ಡತ್ತೆ ಕೇಳಿದ್ದು ಸಮನೆಂಬಂತೆ ಅಜ್ಜಯ್ಯ ಅವನನ್ನೊಮ್ಮೆ ಸದರದಿಂದ ನೋಡಿದರು. ಅವ ಬಾಯಿ ತೆರೆಯುವುದರೊಳಗೆ ಅಕ್ಕು ಹೇಳಿದಳು.

"ನಾನೇನ್ ಬಿಟ್ಟಿದ್ನ ? ಈ ಊರೊಳ್ಗೆ ಯಾವ ಗಂಡ್ಸನ್ನ ನಾನ್ ಬಿಟ್ಟಿದ್ದೆ ಅಂಬ್ರ್ರಾ ! ಹೇಳೂ ಗಂಡ್ಸ್‌ಯೆದ್ರ್ರಾ ಬರ್‍ಲಿ ಕಾಂಬ ! ಇಂಥಾ ಕಳ್ಳನ್ನ ಕಟ್ಕಂಡ್ರೆ ಹೌದ ಮತ್ತೆ ?"

ನಪುಂಸಕನಂತೆ ನಿಂತಿದ್ದ ಸಂಕಪ್ಪ. ಅಜ್ಜಯ್ಯ ಅಕ್ಕುವಿನತ್ತ ಹೂಂಕರಿಸಿದರು. "ಹೆಣೆ, ಬಾಯ್ಮುಚ್ಚಕಂತ್ಯ ? ಹೀಗಿಂದ್ ಉಡಾಪ್ ಮಾಡ್ಕಂಡೇ ತಲೆ ಕೆಳ್ಗೆ ಕಾಲ್ ಮೇಲೆ ಆದ್ದ್" – ಎಂದರು ದೊಡ್ಡತ್ತೆ.

"ಸಂಕಪ್ಪ, ಆದದ್ ಆಯ್ತ್. ನಿನ್ನಿಂದ್ಲೇ ಆದ್ ಈ ಕರ್ಮಾನ್ನ ನೀನೇ ಅನುಭವಿಸ್ಕ. ಪೊಟ್ಟೋ ಪೋಂಕೋ. ಅವ್ಳ್ ಇರ್‍ಕಾದ್ ನಿನ್ನತ್ರ. ಎರಡು ದಿವಸ ಇದ್, ಕರ್‍ಕಂಡ್ ನಡೆ" – ಎಂದು ಅಲ್ಲಿಂದ ಹೋಗಿ ಬಿಟ್ಟರು ಅಜ್ಜಯ್ಯ.

"ಯೆಂತದ್ ? ಇನ್ ಇವ್ನೊಟ್ಟಿಗೆ ಹೋಪ್ದ ! ನನ್ ಹೆಣ ಸಮೇತ ಹೋಗ !"– ಎಂದಳು ಅಕ್ಕು.

"ಹೆಣೆ, ಗಂಡನ್ನ ಈ ನಮೂನೆ ನಿಕೃಷ್ಟ ಮಾಡಿ ಮಾತಾಡುಕಾಗ. ಅವ ಎಂಥವ್ನೇ ಇರ್‍ಲಿ" – ಎಂದರು ದೊಡ್ಡತ್ತೆ. ಸಂಕಪ್ಪ ಒಂದು ಹೆಜ್ಜೆ ಮುಂದಿಡಲಿಲ್ಲ. ಅಕ್ಕು ಸರಕ್ಕೆಂತ ತಿರುಗಿ ಹೊರ ನಡೆದುಬಿಟ್ಟಳು. ಯಾರೂ ಈಗ ಒಂದಕ್ಷರ ಪಿಟಕ್ಕೆನ್ನಲಿಲ್ಲ.

* * * *

ಎರಡು ರಾತ್ರಿಯಿದ್ದ ಸಂಕಪ್ಪ. ಅಕ್ಕು ಮೂಲೆ ಕೋಣೆಯಲ್ಲಿಯೇ ಮಲಗಿದಳು. ಒಳಗೆ ಕಾಲಿಡಲಿಲ್ಲ. ಚಾವಡಿ ಕೊಡಿಯಲ್ಲಿ ಕಾಲು ಮಡಚಿ ಮುರುಟಿಕೊಂಡು ಮಲಗುತ್ತಿದ್ದ ಸಂಕಪ್ಪ. ಏನೂ ತಿಳಿಯದ ಬೋದಾಳ ಶಂಕರನಂತೆ.

ಆ ಬೆಳಿಗ್ಗೆ ವಾಸು ಚಿಕ್ಕಪ್ಪಯ್ಯನ ಹತ್ತಿರ ಪಿಸುಗುಡುತ್ತಿದ್ದರು ದೊಡ್ಡತ್ತೆ. "ನಾ ನಿನ್ನೆ ರಾತ್ರಿ ಏಣಿ ಮೆಟ್ಲಿನ ಬುಡದಲ್ಲಿ ಕೂತ್ಕಂಡ್ ಕಾಂತಿದ್ದೆ. ಹಂಗಾರೆ ಈ ಪ್ರಾಣಿ ಸನ್ಯಾಸಿಯೇ ಆಯ್ತಾ ಯಂತದು ಅಂದ್ಕಂಡ್ ಮಾರಾಯ. ಘಟ ಅರ್ಧರಾತ್ರಿ ಮೇಲೆ

ಮೆಲ್ಲ ಎದ್ದು ಮೂಲೆ ಕೋಣೆಗೆ ನಡ್ದದ್ದೆ ಅಲ್ದ ! ಅಷ್ಟ್ ಕಂಡೇ ನಾ ಒಳ್ಗ್ ಬಂದ್ ಕಣ್ಮುಚ್ಚಿದ್ !"

ಇದು ಅಲ್ಲೇ ದೇವರಿಗೆ ಹೂಮಾಲೆ ಕಟ್ಟುತ್ತ ಕುಳಿತ ನಮಗೆಲ್ಲ ಕೇಳಿಸಿದಾಗ "ಈಗಿನ ಹೆಣ್ಮಕ್ಳಿಗೆ ಪ್ರಾಯ ಬತ್ ಬತ್ ಅಂಬುದ್ರೊಳ್ಗೆ ಸೂ ಅಂಬುಕಿಲ್ಲೆ. ಕಿವಿ ಬೀಳೆಲ್ಲ ಅರ್ಧಿಯಾಯ್ತ್"–ಎಂದರು. ಕಿವಿ ಮಡಚಿಕೊಳ್ಳುವಂತಾಯ್ತು.

ಇದೇ ದೊಡ್ಡತ್ತೆಯಲ್ಲವೆ ? "ಹಾಲು ಮಸ್ತಿತ್ತಾ ಕೇಣ್"– ಎಂದು ವಾಸು ಚಿಕ್ಕಪ್ಪಯ್ಯನಿಗೆ ಹೇಳಿದ್ದು ? ಮನಸ್ಸು ಬಂದಾಗ ಯಾರಿದ್ದಾರೆ ಸುತ್ತಮುತ್ತ ಎಂಬ ಗೋಚರ ಇಲ್ದೆ ಬೇಕು ಬೇಕಾದ್ದು ಮಾತಾಡುವುದು. ನಮ್ಮ ಹತ್ತಿರ ಮಡಿ ಮಡಿಯಾಗುವುದು. ಇವರು ಹೆಣ್ಣಲ್ಲವ ಹಾಗಾದರೆ ? ಅಂಬೆಲ್ಲ ತರ್ಕಗಳೂ ಹೂ ಹಗ್ಗದ ಗಂಟೆಯೊಳಗೆ ಸೇರುತ್ತ ಮಾಲೆ ಉದ್ದವಾಗುತ್ತಿರುವಾಗ–

ಅಕ್ಕುವಿನ ಸವಾರಿ ಬಂತು. ಭೂತ ಬಂದಂತೆಯೇ. ಅರಳು ಹೊಟ್ಟಿದಂತೆ ಮಾತಾಡಿಕೊಂಡೇ ಬಂದಳು. "ಓಯ್, ಓ ಹೋಯ್, ದೊಡ್ಡತ್ತೆ ಎಂಬವ್ರೆ – ಎಲ್ಲಿ ಸತ್ರಿ ? ಬನ್ನಿ, ಬನ್ನಿ, ಬನಿ ಬನಿ ಬನಿ ಬೇಗ. ಮಾತಾಡಲಿಕ್ಕೆ ಕೋರ್ಜಿಯುಂಟು. ಆ ಎಲೆ ಅಡಿಕೆ ಹರಿವಾಣ ತನ್ನಿ....."

ದೊಡ್ಡತ್ತೆ ಅವಳ ಸ್ವರದ ಗೆಲ ಕಂಡು "ಈ ರಂಡೆಗ್ ಜೀವ ಹೋಯ್ತಂತೆಳಿ ಕಾಂತ್" – ಎನ್ನುತ್ತಲೇ ಅರೇ ನಗುವಿನಲ್ಲಿ ಎದುರು ಬಂದರು. ಅವರ ಹಿಂದೆ ಮನೆಯ ಉಳಿದವರು, ಕೆಲಸದವರು, ನಾವು, ಎಲ್ಲರೂ ಕಾಲು ಮೇಲೆ ಕಾಲು ಏರಿಸಿ ಕೂತಲ್ಲೇ ಆನೆಯಾಡುತ್ತಾ "ಓ ಹೋಯ್, ಕೇಳಿದಿರೇನು ಸಮಾಚಾರ ? ಬಂದವ ಹಿಡ್ಕಂಡದ್ದೇ ರಸ್ತೆ ಬದಿ ಹೆಣ್ಣುನ್ ಹಾಂಗಲ್ಲ ನೀನ್ ಎಂದ. 'ಥೂ ನಾಲ್ಕು ಜಾತಿಯವ್ನೆ, ತ್ಲೆವಡ್ಕೋ ಆಚೆ. ಮುಟ್ಬೇಡ, ನಾ ಬಸ್ರಿ' – ಎಂದೆ. 'ಯಾರ್ ಮಾಡಿದ್ದ್ ?' – ಎಂದ. 'ಅಡ್ಡದ್ ಮನೆ ತಿಮ್ಮಪ್ಪಯ್ಯ' – ಎಂದೆ. ಆದ್ರೂ ಬಿಡ್ಲಿಲ್ಲೆ. ಮಾಡಿಸ್ತೆ ನಿಂಗೆ ಅಂದೇ, ತೊಟ್ಲಿನ್ ಸರಪಣಿ ಎಳ್ದೇ, ಬೀಸಿ ಬೀಸಿ ಹೊಡ್ದೆ. ಬೀಸಿ ಬೀಸಿ ಹೊಡ್ದೆ. ಎಲ್ಲಿತ್ ನಸಾಣ್ರ ? ಪಾಣೆಪಂಜಿ ಸುತ್ಕಂಡ್ ಪುಡ್ಜೋ....

"ನೀವೆಂತದೇ ಹೇಳಿ ದೊಡ್ಡತ್ತೆ ಇದ್ರ್ಕಿಂತ ಆ ಅಡ್ಡದ್ಮನೆ ತಿಮ್ಮಪ್ಪಯ್ಯ ಅಡ್ಡಿಲ್ಲೆ. ಅವನ್ ಎದೆಯೇನ್ ! ತುಟಿಯೇನ್ !....."

ದೊಡ್ಡಜ್ಜಯ್ಯ ಜಲ್ಲು ಊರಿ ಬರುವ ಶಬ್ದ ಕೇಳಿಸಿತು. ವಾಸು ಚಿಕ್ಕಪ್ಪಯ್ಯ ಅಕ್ಕುವಿನ ಬಾಯಿ ಒತ್ತಿ ಹಿಡಿದು ವಿಶೇಷದಡಿಗೆ ಕೋಣೆಗೆ ದರದರ ಎಳೆದುಕೊಂಡು ಹೋದ. ಅಲ್ಲಿದ್ದ ಕೋಲು ಸೌದೆ ಎಳೆದು ಒಗೆಯುವ ಕಲ್ಲಿಗೆ ವಸ್ತ್ರ ಜಪ್ಪಿದಂತೆ ಜಪ್ಪಿದ. "ಈ ಮರುಳು ಹೊಳೆ, ಗುಂವಿ, ಬೇಣ ಮತ್ತೊಂದ್ ಮೊದ್ಲೊಂದ್ ಅಂತೆಳಿ ತಿರುಗಿದರೆ ಅಡ್ಡದ್ಮನೆ ತಿಮ್ಮಪ್ಪಯ್ಯ ಬಿಟ್ ಅವನಪ್ಪೂ ಹಿಡ್ಕಂತ. ಇನ್ಮೇಲೆ ಎಲ್ಲ ತಿರ್ಗಾಟ ಬಂದ್" – ಪೆಟ್ಟು ಬೀಳುತ್ತಲೇ ಇತ್ತು.

"ಇಷ್ಟಕ್ಕೂ ಅವ ಮುಟ್ಟಿದ್ನೋ ಇಲ್ಯೇ. ಈ ಪಿರ್ಕಿ ಮಾತ್ ಕೇಂಡ್ಕಂಡ್ ಅವನ್ನ ಕೊಚ್ಚುಕೆ ಹೋದ್ರೆ ನಾವೇ ಕೆಪ್ಪೆಗ್ ತಿಂದ್ ಬರ್ಲಕ್"– ಅಂತಣ್ಣ ಎಲೆ ಅಡಿಕೆ ಹೋಳನ್ನು ಬಾಯೊಳಗೆ ಆಚೀಚೆ ಉರುಳಿಸುತ್ತ ಖುಶಾಲಿನಲ್ಲಿ ಎಂದ. "ಹಲ್ಲ ! ಎಲ್ಲ

ಬಿಟ್ಟು ಆ ತಿಮ್ಮಪ್ಪಯ್ಯ ! ಅವ ಬಿತ್ತಿದ್ ಬೀಜ ಗಿಡವಾದ್ದ್ ಇತ್ತಂಬ್ರ ?" – ಗೆರಟೆ ಹೆರೆದಂತೆ ನಗಾಡಿದ.

"ಸಂಕಪ್ಪನ್ ಎಳ್ಕಂಡ್ ಬಾ. ಗಂಡ ಹೆಂಡತಿ ಇಲ್ಲಿಂದೊಂದ್ಸಲ ನಿವಾಳ್ಸಲಿ, ಬೇಕಾರೆ ಕಾಲಿಗೂ ಕುತ್ತಿಗೆಗೂ ಬಳ್ಳಿ ತಕಣ್ಣಿ"–

ಮನೆಯ ಕಂಬ ಕಂಬಗಳಿಗೆಲ್ಲ ಈಗ ಮಾತು ಬಂದಿತ್ತು. ದೊಡ್ಡಜ್ಜಯ್ಯ ಬಂದೇ ಬಿಟ್ಟರು. ಸಿಟ್ಟಿಂದ ಥರಗುಟ್ಟುತ್ತಿದ್ದರು. "ನನ್ ಯಾವ್ ಜನ್ಮದ್ ಪ್ರಾರಬ್ಧ ಇದ್ !" –ಎಂದು ಸಂಕಟಪಟ್ಟರು. "ಹಾಕ್ ನಾಕ್, ಇನ್ನೂ ನಾಕ್, ಸತ್ರೆ ಸತ್ತತ್. ಮರ್ಳುವಮ್ಮ ಯಾಃರಿಲ್ಲೆ"–ಎಂದರು. ವಾಸು ಚಿಕ್ಕಪ್ಪಯ್ಯ ಹೊಡೆತ ಮುಂದುವರಿಸಿದ.

"ಅಯ್ಯಯ್ಯೋ, ನನ್ ಜೀವ ತೆಗೀತಾ ವಾಸೂ. ಅಪ್ಪಯ್ಯಾ, ನಂಗೆ ಹೊಡೀತಾ. ನನ್ ಮಗೂನ ಕೊಲ್ತಾ ಕಾಣಿ ಅಪ್ಪಯ್ಯ. ಇವ ಮೊನ್ನೆ ತಮ್ಮಣ್ಣಯ್ಯನ್ ಜಗಲಿ ಮೇಲೆ ಯಾಕಿದ್ದ ಅಂತೆಳಿ ಕೇಣಿ ಅಪ್ಪಯ್ಯ...."–ಎಂದು ಬೊಬ್ಬೆ ಹೊಡೆಯುತ್ತಿದ್ದ ಅಕ್ಕುವಿನ ಬಾಯಿ ಮೇಲೆ ಹೊಡೆದ. ಯಾರೂ ತಡೆಯಲಿಲ್ಲ. ಬಿಡು ಎನ್ನಲಿಲ್ಲ. ಅಕ್ಕುವನ್ನು ಈಚೆಗೆಳೆದುಕೊಳ್ಳಲಿಲ್ಲ. ಕ್ಷಣ ಕ್ಷಣಕ್ಕೂ ನೋಡುವ ಜನರ ಸಂಖ್ಯೆ ಬೆಳೆಯುತ್ತಾ ಇತ್ತು. ಈ ದೃಶ್ಯ ನಿರಂತರವಾಗಿರಬೇಕು ಎಂಬ ಬಯಕೆಯಿಂದ ನಿಂತಂತಿತ್ತು. ಆ ಕೂಗಿಗೂ, ಆ ಪೆಟ್ಟಿಗೂ ಅಷ್ಟು ಲಗತ್ತಿತ್ತು. ಭಾನು ಚಿಕ್ಕಿ ಸೊಂಟಕ್ಕೆ ಕೈಯಿಟ್ಟುಕೊಂಡು "ಅದು ಪಿರ್ಕಿಯ ಮತ್ತೆಂತದ! ಯಾರಿಗಾದ್ರೂ ಪಿರ್ಕಿ ಮಾಡತ್ತ್......" ಎಂದದ್ದು ಆಕೆ ಅಳುವಿನಿಂದ ಗುಸುಗುಟ್ಟಿದಂತಿತ್ತು.

"ಈ ನಮೂನೆ ಹೊಡೆದಿದ್ರೆ ನಾನಾರೇ ಸತ್ತೇ ಹೋತಿದ್ದೆ. ಪಿರ್ಕಿಗಳಿಗೆ ಶಕ್ತಿ ಜಾಸ್ತಿ ಅಂಬ್ರಲೆ !" – ಎಂದಿತು ಒಂದು ಹೆಣ್ಣು ದನಿ.

ವಾಸು ಚಿಕ್ಕಪ್ಪಯ್ಯ ಬಾಯಿ ಮೇಲೆ ಎಷ್ಟೇ ಹೊಡೆದರೂ, ಅಕ್ಕುವಿನ ಬೊಬ್ಬೆ ನಿಲ್ಲಲಿಲ್ಲ. ದೂರೂ ನಿಲ್ಲಲಿಲ್ಲ. ಆಕೆ ಸಾಯಲಿಲ್ಲ.

ಸೋತು ಅಕ್ಕುವನ್ನು ಅಲ್ಲಿಯೇ ಬಿಟ್ಟು "ಎಲ್ರೂ ಹೊರ್ಗ್ ಹೋಯ್ನಿ" – ಎಂದ ವಾಸು ಚಿಕ್ಕಪ್ಪಯ್ಯ. ಹೊರಗೆ ಬಂದದ್ದೇ ಬಾಗಿಲೆಳೆದು ಚಿಲಕ ಹಾಕಿದ. ಅವನ ಹಿಂದೆಯೇ ಅಕ್ಕು ಓಡಿ ಬಂದು ಬಾಗಿಲು ತೆಗೀ ಎಂದು ಬೊಬ್ಬೆ ಹಾಕುತ್ತಾಳೆಂತ ಮಾಡಿದ್ದೆಲ್ಲ ಸುಳ್ಳಾಯಿತು. ಯಾರಿಲ್ಲದ ಹೊತ್ತಿನಲ್ಲಿ ಮೆಲ್ಲ ಚಿಲಕ ತೆಗೆದು ಬಿಡಬೇಕೆಂಬ ನಮ್ಮ ಆಸೆ ಉತ್ಸಾಹ ಕಳೆದುಕೊಂಡಿತು. ಅಕ್ಕು ಒಳಗೇ ಉಳಿದು ಪುಟ್ಟ ಕಿಟಕಿಯಿಂದ ಅವಳ ಟುವಾಲು ತೋರಿಸಿ ಹಾರಿಸುತ್ತ ಬೊಬ್ಬಿಡುತ್ತಿದ್ದಳು.

"ಆ ತಮ್ಮಣ್ಣಯ್ಯನ್ ಹೆಂಡ್ತಿ ಕಾಯ್ತ್ಲ ಕಾಣ್. ಓಡು, ಓಡ್ ಬೇಗ. ಮರ್ಯಾದೆ ಸತ್ತವ್ನೇ, ಈಗ ಹೊಡೀ ಬಾ..... ಕಾಂಬ."

7. ಕ್ರೌರ್ಯ

– ಎಸ್. ದಿವಾಕರ್

ಪ್ರೊಫೆಸರ್ ತಿರುಚ್ಚೆಂದೂರ್ ಶ್ರೀನಿವಾಸ ರಾಘವಾಚಾರ್ಯರ ಮತ್ತು ಅವರ ಧರ್ಮಪತ್ನಿ ಕಲ್ಯಾಣಮ್ಮನವರ ಏಕಮಾತ್ರ ಪುತ್ರಿ ಅಲಮೇಲು ಮೊನ್ನೆ ಸತ್ತಳು. ಮೈಯ ಚರ್ಮವನ್ನು ತೂರಿ ಎಲುಬು ಕೊರೆಯುವಂಥ ರಣಬಿಸಿಲು; ಕೋಡಂಬಾಕ್ಕಂ ಸ್ಟೇಷನ್ ಬಳಿ ಬೆಂದು, ಕರಗಿ ಹಬೆಯಾಡುತ್ತಿದ್ದ ಡಾಂಬರಿನ ಮೇಲೆ ಸಾಯುತ್ತ ಬಿದ್ದಿರುವ ಅಲಮೇಲು.

ಅನಿರೀಕ್ಷಿತವಾಗಿ ಬೀಸಿಬಂದ ಚೂರಿಯೊಂದು ಅಲಮೇಲುವಿನ ಬೆನ್ನನ್ನು ಇರಿದಿತ್ತು. ತಳ್ಳುಗಾಡಿಯಲ್ಲಿ ಉಪ್ಪು ಮಾರುವ ಪಳನಿಚಾಮಿ ಅವಳನ್ನು ತನ್ನ ಬತ್ತಲೆದೆಗೆ ಒರಗಿಸಿಕೊಂಡಿದ್ದ. ಗುಂಪುಗೂಡಿದ ಜನ ಅಂಬುಲೆನ್ಸಿಗಾಗಿ ಕಾಯುತ್ತಿದ್ದರು.

ಅಲಮೇಲು ಅಗಲವಾಗಿ ಕಣ್ಣು ತೆರೆದಾಗಲೆಲ್ಲ ಕಾಣುತ್ತಿದ್ದದ್ದು ಅನಂತ ನೀಲಿ. ತನ್ನ ಸುತ್ತ ವೃತ್ತ ಕಟ್ಟಿದ ಕರಿ ತಲೆಗಳ ಮೇಲೆ ಇನ್ನೇನು ಬಂದು ಅಮರಿಕೊಳ್ಳುವೆನೆಂಬ ನೀಲಿ. ನಾಯಿ ಬೊಗಳಿನ ಜೊತೆಜೊತೆಗೇ ರೈಲಿನ ಕೂಗು. ಹಬೀಬುಲ್ಲಾ ರಸ್ತೆಯ ತನ್ನ ಮನೆಯಂಗಳದ ಹೂಗಂಪು ಕರೆಯುತ್ತಿದೆಯೇನೋ ಎಂದು ಮೂಗರಳಿಸಿದಳು. ಸುತ್ತ ತಲೆಗೊಂದರಂತೆ ಆಡುತ್ತಿದ್ದ ಮಾತುಗಳು ಅರ್ಥವಾಗಲಿಲ್ಲ. ಓಡುವ ರೈಲಿನೊಡನೆ ದಡದಡ ಸದ್ದುಮಾಡುತ್ತ ಕಾಲ ಸರಿಯುತ್ತಿರುವ ಭ್ರಮೆ. ಇದ್ದಕ್ಕಿದ್ದಂತೆ ತನ್ನನ್ನು ಎದೆಗೊರಗಿಸಿಕೊಂಡವನ ಬಾಯಿಂದ ನುಸುಳಿ ಬಂದ ಹುಳಿ ವಾಸನೆ ಅಸಹ್ಯವೆನ್ನಿಸಲಿಲ್ಲ.

ಅಲಮೇಲುವಿಗೆ ಮೂವತ್ತಾರು ವರ್ಷವಾದರೂ ಅವಳೊಬ್ಬ ಮಹಿಳೆಯಾಗಿ ಬೆಳೆಯಲೇ ಇಲ್ಲ. ಪ್ರೊಫೆಸರ್ ತಿರುಚ್ಚೆಂದೂರ್ ಶ್ರೀನಿವಾಸ ರಾಘವಾಚಾರ್ಯರು ಹದಿನೆಂಟಕ್ಕೇ ಮದುವೆಯಾದದ್ದು ನಿಜ. ವಡಗಲೈ ಸಂಪ್ರದಾಯದಲ್ಲಿ ಅತೀವ ಭಕ್ತಿಯಿದ್ದ ಕಲ್ಯಾಣಮ್ಮ ಅವರ ಮೆಚ್ಚಿನ ಪತ್ನಿಯಾದದ್ದೂ ಅಷ್ಟೇ ನಿಜ. ಆದರೆ ಅಲಮೇಲು ಹುಟ್ಟಬೇಕಾದರೆ ಪ್ರೊಫೆಸರರಿಗೆ ನಲವತ್ತು ವರ್ಷವಾಗಬೇಕಾಯಿತು. ತಮ್ಮ ವಂಶೋದ್ಧಾರಕನಿಗಾಗಿ ಕಾದ ಅವರಿಗೆ ಹುಟ್ಟಿದೊಡನೆ ಪೋಲಿಯೋ ರೋಗಕ್ಕೆ ತುತ್ತಾಗಿ ಹೆಳವಳಾದ ಅಲಮೇಲು ಮುದ್ದು ಮಗುವೂ ಆಗಲಿಲ್ಲ, ಕಣ್ಮನ ಸೆಳೆಯುವ ಹುಡುಗಿಯೂ ಆಗಲಿಲ್ಲ.

ಹಬೀಬುಲ್ಲಾ ರಸ್ತೆಯಲ್ಲಿದ್ದ 'ಆಂಡಾಳ್ ಮಂದಿರ'ದಲ್ಲಿ ಅಲಮೇಲು ತನ್ನ ಬದುಕಿನ ಬಹುಕಾಲವನ್ನು ಕಳೆದಳು. ಮತ್ತೆ ಅಲ್ಲಿಯೇ ತಾನು ಸಾಯುತ್ತೇನೆಂದುಕೊಂಡಿದ್ದಳು. ಹಳೆಕಾಲದ ತಾರಸಿ ಬಂಗಲೆ. ಗೇಟು ದಾಟಿ ಹೋದರೆ ಎರಡೂ ಬದಿಗೆ ಬೆಳೆಸಿದ ಹೂಗಿಡಗಳು. ಮನೆಯಿಂದ ಮುಂಚಾಚಿಕೊಂಡು ಎರಡು ಕಂಭಗಳ ಮೇಲೆ ನಿಂತಿದ್ದ ಕೈಸಾಲೆ. ಮುಂದುಗಡೆಯ ವಿಶಾಲ ಹಾಲಿನಲ್ಲಿ ಕಿಟಕಿ ತೆರೆದರೂ ಮಬ್ಬು ಮಬ್ಬು. ಎರಡೂ ಪಕ್ಕಗಳಲ್ಲಿ ಎದ್ದ ಮಹಡಿ ಮನೆಗಳು ಈ ಮನೆಗೆ ಬೆಳಕು ನುಗ್ಗದಂತೆ ನೋಡಿಕೊಂಡಿದ್ದುವು. ತೊಟ್ಟಿಗೆ ಕರೆದೊಯ್ಯುವ ಬಾಗಿಲಿನ ಎಡಮೂಲೆಯಲ್ಲೊಂದು ನಿಲುವುಗನ್ನಡಿ. ಎಡಗಡೆಗೆ ಎರಡು ಬೆತ್ತದ ಕುರ್ಚಿಗಳು. ಬಲಮೂಲೆಯಲ್ಲೊಂದು ಟೇಬಲ್ಲು. ಒಂದು ಗೋಡೆಯ ಮೇಲೆ ಉದ್ದಕ್ಕೂ ಸಾಲಿಟ್ಟಿದ್ದ ತಾತ ಮುತ್ತಾತಂದಿರ ಕಾಲದ ಚಿತ್ರಪಟಗಳು. ಎಲ್ಲಾದರೂ ಹೋಗಿ ಬಂದ ಅಲಮೇಲು ಟೇಬಲ್ಲಿನ ಮೇಲೆ ತನ್ನ ವಸ್ತುಗಳನ್ನಿಟ್ಟು ಅಮ್ಮನೊಡನೆ ಮಾತಾಡಲು ಅಡಿಗೆ ಮನೆಗೆ ನುಸುಳುವುದು ಪದ್ಧತಿ. ಅವಳ ಉಡುಗೆತೊಡುಗೆಯಿಂದ ಹಿಡಿದು, ಲೈಬ್ರರಿಯಿಂದ ಅವಳು ತರುತ್ತಿದ್ದ ಪುಸ್ತಕಗಳವರೆಗೆ ಹೊರ ಜಗತ್ತಿಗೆ ಸಂಬಂಧಿಸಿದ ಎಲ್ಲ ವಿಷಯಗಳ ಮೇಲೆಯೂ ಪ್ರೊಫೆಸರರು ಮತ್ತು ಅವರ ಧರ್ಮಪತ್ನಿ ಕಣ್ಣಿಟ್ಟಿರುತ್ತಿದ್ದರು.

ಸಂಜೆಯ ಹೊತ್ತು ಇದೇ ಹಾಲಿನಲ್ಲಿ ಪ್ರೊಫೆಸರ್ ತಿರುಚ್ಚೆಂದೂರ್ ಶ್ರೀನಿವಾಸ ರಾಘವಾಚಾರ್ಯರೂ ಅವರ ಧರ್ಮಪತ್ನಿಯೂ ಬೆತ್ತದ ಕುರ್ಚಿಗಳಲ್ಲಿ ಕೂತು ವಿಶಿಷ್ಟಾದ್ವೈತ ಚರ್ಚೆಯಲ್ಲಿ ತೊಡಗುತ್ತಿದ್ದುದುಂಟು. ದಟ್ಟಿ ಉಟ್ಟುಕೊಂಡು ಅರೆ ತೋಳಿನ ಅಂಗಿ ತೊಟ್ಟ ಪ್ರೊಫೆಸರರು ಮಣಕು ವಾಸನೆ ಹೊಡೆಯುವ ಓಬೀರಾಯನ ಕಾಲದ ಪುಸ್ತಕವೊಂದನ್ನು ತೆರೆಯುತ್ತ ಮೊದಲು ಓರೆಗಣ್ಣಿನಿಂದ, ಆಮೇಲೆ ಸಂಪೂರ್ಣವಾಗಿ ತಮ್ಮ ಧರ್ಮಪತ್ನಿಯನ್ನು ನೋಡಿ ಬಿಗಿದ ತುಟಿಗಳ ನಡುವೆ ಮುಂದೆ ಚಾಚಿದ ಎರಡೇ ಎರಡು ಹಲ್ಲು ತೋರಿಸಿ ಮುಗುಳ್ನಗುತ್ತಾರೆ. ಕಲ್ಯಾಣಮ್ಮನವರ ಜೋತುಬಿದ್ದ ಗಲ್ಲ ಅರಳುತ್ತಿರುವಂತೆಯೇ ಅವರ ಎಡಗೈ ಮೂಗಿನ ತುದಿ ಹಿಡಿಯುತ್ತದೆ.

"ನೋಡು ಕಲ್ಯಾಣು, ತಿರುಕ್ಕೋವಿಲೂರಿನಲ್ಲಿ ಪೊಯ್‌ಹೈ ಆಳ್ವಾರ್‌ರು ಮಲಗಿದ್ದ ಜಗಲಿ ಅವರಿಗಷ್ಟೇ ಸಾಕಾಗಿತ್ತು. ಪೂದತ್ತಾಳ್ವಾರರು ಬಂದಾಗ ಅವರು ಎದ್ದು ಕೂಡಬೇಕಾಯಿತು. ಇಬ್ಬರೂ ಕೂತಿದ್ದಾಗ ಪೇಯಾಳ್ವಾರರು ಬರಬೇಕ ? ಮೂವರು ಕೂರಲು ಸ್ಥಳವಿಲ್ಲದೆ ಎಲ್ಲರೂ ಎದ್ದು ನಿಲ್ಲಬೇಕಾಯಿತು. ಆದರೂ ನಾಲ್ಕನೆಯವನೊಬ್ಬ ಅಲ್ಲಿದ್ದಾನೆಂದು ಮೂವರಿಗೂ ಜ್ಞಾನೋದಯವಾಯಿತಂತೆ."

"ಮಹಾ ಮಹಿಮರು! ಮಹಾ ಮಹಿಮರು!" ಎಂದ ಕಲ್ಯಾಣಮ್ಮನವರು ಮೂಗಿನ ತುದಿಯನ್ನು ಬಲವಾಗಿ ತಿಕ್ಕುತ್ತ, ತುಟಿಗಳೇ ಇಲ್ಲದ ಮುಚ್ಚಿದ ಬಾಯನ್ನು ಹಿಗ್ಗಿಸಿ, ಕಣ್ಣನ್ನು ಅರೆಮುಚ್ಚಿ, "ಪೂದತ್ತಾಳ್ವಾರ್‌ರ ಅನ್ಬೇತ ಅಳಿಯಾಹ ಪಾಶುರವೇ ಎಷ್ಟು ಚನ್ನ! ಭಕ್ತಿಯೇ ಹಣತೆ, ಆಸೆಯೇ ತುಪ್ಪ, ಆನಂದದಿಂದ ಕರಗುವ ಚಿಂತೆಯೇ

ಬತ್ತಿ. ಈ ರೀತಿ ನನ್ನ ಆತ್ಮದಿಂದ ನಾರಾಯಣನಿಗೆ ಜ್ಞಾನ ಜ್ಯೋತಿಯನ್ನು ಬೆಳಗಿದೆ ಅನ್ನುತ್ತಾರಲ್ಲ!" ಎಂದು ಪರಮಾಶ್ಚರ್ಯ ಪಡುತ್ತಾರೆ.

ಇಂಥ ಸಂದರ್ಭಗಳಲ್ಲಿ ಅಲಮೇಲು ಏನಾದರೂ ಕಣ್ಣಿಗೆ ಬಿದ್ದರೆ ತಕ್ಷಣ ಪ್ರೊಫೆಸರರು ಸಿಟ್ಟಿನಿಂದ, "ಎಷ್ಟು ಸಲ ಹೇಳೋದು ನಿಂಗೆ, ಸೆರಗು ಹೊದ್ದುಕೊ ಅಂತ. ಮಾನ ಇಲ್ಲ ಮರ್ಯಾದೆ ಇಲ್ಲ" ಎಂದು ಹುಬ್ಬುಗಂಟಿಡುತ್ತಿದ್ದರು. ಮದರಾಸು ಯೂನಿವರ್ಸಿಟಿಯಲ್ಲಿ ದೀರ್ಘಕಾಲ ತತ್ತ್ವಶಾಸ್ತ್ರ ಬೋಧಿಸಿ ವಿಶ್ರಾಂತರಾಗಿದ್ದ ಪ್ರೊಫೆಸರ್ ಶ್ರೀನಿವಾಸ ರಾಘವಾಚಾರ್ಯರಿಗೆ ಇತ್ತೀಚೆಗೆ ವಿಶಿಷ್ಟಾದ್ವೈತವೊಂದೇ ಮನಶ್ಶಾಂತಿ ಕೊಡುತ್ತಿತ್ತು. ಒಂದು ಕಾಲದಲ್ಲಿ ಶೋಪೆನ್‌ಹಾವರನ ಸಂಕಲ್ಪ ಸಿದ್ಧಾಂತಕ್ಕೆ ಮಾರುಹೋಗಿದ್ದ ಅವರು ಈಗೀಗ ಭಗವಾನ್ ರಾಮಾನುಜರ ಕರ್ಮಯೋಗದ ಮುಂದೆ ಉಳಿದ ಎಲ್ಲ ತತ್ತ್ವಗಳನ್ನೂ ನಿವಾಳಿಸಿಹಾಕಬೇಕೆನ್ನುತ್ತಿದ್ದರು. ತಮ್ಮ ತಂದೆ, ತಾತಂದಿರ ಧರ್ಮನಿಷ್ಠೆ, ಶುಚಿ ಜೀವನವನ್ನು ನೆನಸಿಕೊಂಡೇ ಪುಲಕಿತರಾಗುತ್ತಿದ್ದ ಅವರಿಗೆ ಅಲಮೇಲು ಪರಕೀಯಳಾಗಿ ಕಂಡಿದ್ದರೆ ಆಶ್ಚರ್ಯವಿಲ್ಲ. ಅಪ್ಪ, ಅಮ್ಮನಾದರೂ ತನ್ನನ್ನು ಪ್ರೀತಿಸಬಾರದೆ ಎಂಬ ಕೊರಗು ಅಲಮೇಲುವಿಗೆ. ಮನೆಯಲ್ಲಿ ಅವಳಿಗಿದ್ದ ಸ್ವಾತಂತ್ರ್ಯ ಅಷ್ಟಕ್ಕಷ್ಟೆ. ಅಪ್ಪ, ಅಮ್ಮ ಬಯಸುವ, ಮೆಚ್ಚುವ ಗುಣಗಳಿಗೆ ತೀರ ವಿರುದ್ಧವಾಗಿದ್ದ ಅವಳು ತನ್ನ ಕೋಣೆಯ ಕಿಟಕಿಯನ್ನೂ ತೆರೆಯುವಂತಿರಲಿಲ್ಲ.

ಅಲಮೇಲುವಿಗೆ ಇಪ್ಪತ್ತು ತುಂಬಿದ ಮೇಲೆ ಒಂದು ದಿನ ಮನೆಯ ಮುಂದೆ ಹಾದುಹೋದ ಇಬ್ಬರು ಪುಂಡರು ಅವಳನ್ನು ಕುಹಕದಿಂದ 'ಮುದುಕಿ' ಎಂದರು. ಮೂವತ್ತು ತುಂಬುವ ಹೊತ್ತಿಗೆ ಅವಳು ಮುದುಕಿಯೇ ಆಗಿಹೋಗಿದ್ದಳು.

ಕೋಲು ಮುಖದ ಅಲಮೇಲು ಬಿಳಿಚಿಕೊಂಡಿದ್ದಳು. ಸಣ್ಣ ಕಣ್ಣುಗಳ ಕೆಳಗೆ ಚರ್ಮ ಕಪ್ಪಾಗಿತ್ತು. ಉದ್ದವಾಗಿಯೇ ಇದ್ದ ಮೂಗು ಬುಡದಲ್ಲಿ ಚಪ್ಪಟೆಯಾಗಿತ್ತು. ತೆಳ್ಳಗೆ ಬೆಳೆದ ಕಪ್ಪು ಕೂದಲು ಕೊರಳಿನಿಂದ ಕೆಳಗಿಳಿದಿರಲಿಲ್ಲ. ಬಲಗೆನ್ನೆಯ ಮೇಲೆ ಪೋಲಿಯೋ ಬಂದಾಗ ಹಾಕಿಸಿದ ಬರೆ. ನಡೆಯುವಾಗ ಕಿರಿದಾಗಿ ಕಡ್ಡಿಯಂತಿದ್ದ ಬಲಗಾಲನ್ನು ಊರಿ ಎಡಗಾಲನ್ನು ಎತ್ತಿಡುತ್ತಿದ್ದಳು.

ಒಂದಾನೊಂದು ಕಾಲದಲ್ಲಿ ಈ ಅಲಮೇಲುವೂ ಪ್ರೇಮಪಾಶದಲ್ಲಿ ಸಿಕ್ಕಿಬಿದ್ದಿದ್ದಳೆಂದು ಇಡೀ ಹಬೀಬುಲ್ಲಾ ರಸ್ತೆಗಾಗಲಿ, ಪ್ರೊಫೆಸರ್ ದಂಪತಿಗಳಿಗಾಗಲಿ ಗೊತ್ತಿರಲಿಲ್ಲ. ಸ್ವಲ್ಪ ಕಾಲದ ಪ್ರೀತಿ ಅಷ್ಟೆ. ತನ್ನನ್ನು ಪ್ರೀತಿಸಿದವನು ಸತ್ತೇ ಹೋದನೇ ಎಂದು ಆಗಾಗ ಅಲಮೇಲುವಿಗೆ ಅನ್ನಿಸುತ್ತದೆ. ಒಂದೇ ಒಂದು ಸಲ ತನ್ನ ತಾಯಿಯ ತವರಾದ ಕಾಂಚೀಪುರಕ್ಕೆ ಹೋಗಿದ್ದಾಗ ನಡೆದ ಘಟನೆ. ದೇವಸ್ಥಾನದ ಮಗ್ಗುಲಲ್ಲೇ ಇದ್ದ ಮನೆಯಲ್ಲಿ ತನ್ನ ಚಿಕ್ಕಮ್ಮನ ಮದುವೆಯ ಸಂಭ್ರಮ. ಕಂಡು ಕೇಳದ ನೆಂಟರಿಷ್ಟರು, ತನ್ನ ವಯಸ್ಸಿನವರಿಗೆ ಹಬ್ಬವಾಗಿ ಎಲ್ಲೆಂದರಲ್ಲಿ ಸುತ್ತಾಡಲು ಅವಕಾಶವಿದ್ದ ಸಮಯ. ಅವನ ಹೆಸರೇನು ? ರಾಮಾನುಜನಲ್ಲವೆ ? ದೇವಸ್ಥಾನದ ಹೊಸ್ತಿಲನ್ನು ತನ್ನ ಕೈ ಹಿಡಿದೇ ದಾಟಿಸಿದನಲ್ಲ ! ಸುಂದರ ಯುವತಿಯರೆಲ್ಲ ತನ್ನನ್ನು ತಾತ್ಸಾರದಿಂದ ನೋಡಿ ಬಳಿ ಸುಳಿಯಲು ಬಿಗುಮಾನ ತೋರಿಸುತ್ತಿದ್ದಾಗ ಅವನು

ಕಣ್ಣಲ್ಲೇ ಪ್ರೀತಿ ಉಕ್ಕಿಸುತ್ತ ಪಕ್ಕದಲ್ಲೆ ನಡೆಯುತ್ತಿದ್ದ. ಅಷ್ಟೇಕೆ ಮದುವೆಯೆಲ್ಲ ಮುಗಿದ ಮಾರನೆಯ ದಿನ ತಾವು ಹದಿನೈದು ಜನ "ನೆಂಜಿಲ್ ಒರು ಆಲಯಂ" ಸಿನಿಮಾ ನೋಡಲು ಹೋಗಿದ್ದಾಗ, ರಾಮಾನುಜ ತನ್ನ ಪಕ್ಕದಲ್ಲೇ ಕೂತಿದ್ದ. ಥಿಯೇಟರಿನ ಕತ್ತಲಲ್ಲಿ ಅವನ ಕೈ ತನ್ನ ಮೈಯನ್ನೆಲ್ಲ ಮಾತಾಡಿಸಿತ್ತು.

ಯೌವನಕ್ಕೆ ಸಹಜ ನಾಚಿಕೆಯಲ್ಲಿ, ಒಲ್ಲೆನೆಂಬ ತೋರಿಕೆಯಲ್ಲಿ ಅಲಮೇಲುವೂ ಪ್ರೀತಿಸಿದ್ದಳು – ಗುಟ್ಟಾಗಿ. ಕಾಂಚೀಪುರದಿಂದ ಬಂದ ಮೇಲೆ ಅನೇಕ ತಿಂಗಳ ಕಾಲ ಆ ಹುಡುಗ ಪ್ರತ್ಯಕ್ಷನಾಗದೆ ಕಾಡಿದ. ಈಗವನು ಬದುಕಿದ್ದಾನೋ ಇಲ್ಲವೋ ಯಾರಿಗೆ ಗೊತ್ತು! ಅಲಮೇಲು ಮಾತ್ರ ಪೇಟೆಯಿಂದ ಸಣ್ಣಪುಟ್ಟ ಸಾಮಾನು, ತರಕಾರಿ ತರುತ್ತ, ಮನೆಯಲ್ಲಿ ಅಮ್ಮನಿಗೆ ನೆರವಾಗುತ್ತ ಜೀವ ತೇಯತೊಡಗಿದಳು.

ಈಗ ತನ್ನ ಮೂವತ್ತಾರನೇ ವರ್ಷದಲ್ಲಿ ಸೌಂದರ್ಯವಾಗಲಿ, ಕನಿಕರ ಹುಟ್ಟಿಸುವ ರೂಪವಾಗಲಿ ಇಲ್ಲದ ಅಲಮೇಲು ಸಾಯುತ್ತ ಬಿದ್ದಿದ್ದಳು. ರಸ್ತೆಯಂಚಿಗೆ ಕುಸಿದು ಬಿದ್ದ ರಭಸಕ್ಕೆ ಕೈಯಲ್ಲಿದ್ದ ಪ್ಲಾಸ್ಟಿಕ್ ಬ್ಯಾಸ್ಕೆಟ್ಟು ಅಷ್ಟು ದೂರಕ್ಕೆ ಹಾರಿತು. ಅಸ್ತವ್ಯಸ್ತವಾದ ಸೀರೆ ಒಂದೊಂದು ದಿಕ್ಕಿಗೆ ಚಾಚಿಕೊಂಡ ಕೋಲುಕಾಲುಗಳನ್ನು ಮಂಡಿಯವರೆಗೆ ಒಂದೇ ಗಾತ್ರದಲ್ಲಿ ತೋರಿಸುತ್ತಿತ್ತು. ಪಳನಿಚಾಮಿ ಅವಳನ್ನು ನೆಟ್ಟಗೆ ಕೂರಿಸಿ ತನ್ನ ಎದೆಗಾನಿಸಿಕೊಂಡು ಕಾಲಿನ ಮೇಲೆ ಸೀರೆ ಸರಿಪಡಿಸಿದ. ಚೂರಿ ಹಾಕಿದ ಸುದ್ದಿ ಕೇಳಿದೊಡನೆ ಪಳನಿಚಾಮಿ ಓಡಿಬಂದಿದ್ದ. ನಡುವಿನಲ್ಲೊಂದು ಪವ್ವಾಳಿ ಲುಂಗಿಯಷ್ಟೇ ಸುತ್ತಿಕೊಂಡಿದ್ದ ಅವನು ಮಲಗಿದ್ದನೋ ಏನೋ. ದಷ್ಟಪುಷ್ಟನಾದ ಆಸಾಮಿಯೇ. ಇದ್ದಿಲಿನಂತಹ ಕಪ್ಪು ದೇಹ. ಎದೆಯಲ್ಲಿ ಹರವಾಗಿ ಬೆಳೆದ ಕೂದಲು. ಮುಖದಲ್ಲಿ ತೀರ ಉಬ್ಬಿಕೊಂಡು ಹೊರನೆಗೆಯುವಂತಿದ್ದ ಅವನ ಕಣ್ಣುಗಳಲ್ಲಿ ಅಲಮೇಲು ಕಂದುಬಣ್ಣದ ಕಲೆಗಳನ್ನು ಕಂಡಳು. 'ಇವನೊಬ್ಬ ಗುಡಿಸಲ ಮನುಷ್ಯ. ಆದರೂ ನನಗೆಷ್ಟು ಹಿತವಾಗಿದೆ' ಎಂದುಕೊಂಡಳು. ಕ್ರಮೇಣ ಅವಳ ಮುಖ ಮಂಕು ಕಳೆದುಕೊಂಡು ಗೆಲುವಾಯಿತು. ದೀರ್ಘವಾಗಿ ಬರುತ್ತಿದ್ದ ಅವನ ಉಸಿರು ತನ್ನ ಶ್ವಾಸ ತುಂಬುತ್ತಿದೆಯೆನ್ನಿಸಿತು.

"ನೀರು...." ಎಂದು ಅಲಮೇಲು ಬಿಕ್ಕಳಿಸಿದಳು.

"ನೀರು, ನೀರು ತಂದುಕೊಡಿ" ಎಂದು ಸುತ್ತ ನೆರೆದವರತ್ತ ಕೂಗಿಕೊಂಡ ಪಳನಿಚಾಮಿ. ಇನ್ನಾರೊ "ನೀರು ಬೇಡ, ಸೋಡ ತಂದುಕೊಡಿ" ಎಂದರು.

ಅಲಮೇಲುವಿಗೆ ವಿಚಿತ್ರ ಸುಖ ಎನ್ನಿಸಿತು. ಈ ಕರಿಯ, ಅಮ್ಮ ಅಪ್ಪನಿಂದ ನಾನು ಬಯಸಿದ ಪ್ರೀತಿಯ ನೋಟವನ್ನು ಬೀರುತ್ತಿದ್ದಾನಲ್ಲ! ಮತ್ತೆ ಇವನಿಗೂ ನನಗೂ ಎಷ್ಟು ಅಂತರವಿದೆ! ನಾನು ಕಪ್ಪಗೇ ಹುಟ್ಟಿದ್ದು ಇವನ ಮಗಳಾಗಿದ್ದಿದ್ದರೆ ನನ್ನನ್ನು ಎಷ್ಟೆಲ್ಲ ಪ್ರೀತಿಸುತ್ತಿದ್ದಿರಬಹುದು. ಅಥವಾ ಇವನೇ ಬೆಳ್ಳಗಿದ್ದು ನನ್ನ ಅಪ್ಪನಾಗಿದ್ದಿದ್ದರೆ ನನ್ನನ್ನು ಮೃದುವಾಗಿ ಮಾತಾಡಿಸುತ್ತ ವಾತ್ಸಲ್ಯದಿಂದ ನೋಡುತ್ತಿದ್ದನೇನೊ. ಈ ಯೋಚನೆ ಬಂದಾಗ ಅಲಮೇಲು ಸಣ್ಣಗೆ ನಕ್ಕಳು. ಬಲಕ್ಕೆ ಬಾಯಿ ಹಿಗ್ಗಿಸಿ ನಕ್ಕ ಆ ನಗೆ, ನೆರೆದ ಸ್ಲಮ್ಮಿನವರಿಗೆ ನೋವಾಗಿ ಕಾಣಿಸಿತು. ತನ್ನನ್ನು

ಎದೆಗೊರಗಿಸಿಕೊಂಡಿದ್ದವನ ಕಣ್ಣಿನಲ್ಲಿ ಉಕ್ಕಿದ ಕರುಣೆಯನ್ನು ಬೇರೆ ಯಾರಲ್ಲೂ ಅವಳು ಕಂಡಂತಿರಲಿಲ್ಲ.

ಕಳೆದ ಮೂರು ವರ್ಷದಿಂದ ಅಲಮೇಲು ಸಾಮಾನುಗಳನ್ನು ತರುವುದಕ್ಕಾಗಿ ಬೆಳಗ್ಗೆ ಸಂಜೆ ಪಾಂಡಿ ಬಜಾರಿಗೆ ಇದೇ ರಸ್ತೆಯಲ್ಲಿ ಹೋಗುತ್ತಿದ್ದಳು. ಹಬೀಬುಲ್ಲಾ ರಸ್ತೆಯಿಂದ ಮಾಸಿಲಮಣಿ ಮುದಲಿ ರಸ್ತೆಗೆ ತಿರುಗಿ ನೇರವಾಗಿ ಪಾಂಡಿ ಬಜಾರಿಗೇ ಹೋಗಬಹುದಿತ್ತು. ಆದರೆ ಅವಳು ಮಾಸಿಲಮಣಿ ಮುದಲಿ ರಸ್ತೆಗೆ ತಿರುಗದೆ ಕೋಡಂಬಾಕ್ಕಂ ರೈಲ್ವೇ ಸ್ಟೇಷನ್ನಿಗೆ ಹೋಗಿ, ರೈಲು ಹಳಿಗಳಗುಂಟ ಸಾಲುಗಟ್ಟಿದ ಗುಡಿಸಲುಗಳ ಮಾರ್ಗದಲ್ಲಿ ಸುತ್ತಿಕೊಂಡು ಹೋಗುತ್ತಿದ್ದಳು. ಇದಕ್ಕೆ ಕಾರಣವಿಷ್ಟೆ. ಒಮ್ಮೆ ಆಕಸ್ಮಿಕವಾಗಿ ಕುಂಟುತ್ತ ನಡೆಯುತ್ತಿದ್ದಾಗ, ಅಪರಿಚಿತನೊಬ್ಬ ತನ್ನ ಭುಜಕ್ಕೆ ಮೈಯುಜ್ಜಿಕೊಂಡು ಹೋಗಿದ್ದ. ವಿಪರೀತ ಹೆದರಿಕೆಯಾಗಿ ಕಾಲು ನಡುಗಿದರೂ, ಅವನೆಂದ ಒಂದು ಮಾತು ಅಲಮೇಲುವಿನ ಬಿಳಿಚಿಕೊಂಡ ಕೆನ್ನೆಗೂ ಕೆಂಪು ತಂದಿತ್ತು. ಅವಳ ಬದುಕಿನಲ್ಲಿ ಇಂಥ ಸಣ್ಣ ಸಾಹಸವನ್ನು ಮರೆಯುವಂತೆಯೇ ಇಲ್ಲ. ಅಲಮೇಲು ಅವತ್ತು ಪಾಂಡಿ ಬಜಾರಿಗೆ ಹೋಗಬೇಕೆಂದುಕೊಂಡು ಉದ್ದಕ್ಕೆ ಕೋಡಂಬಾಕ್ಕಂ ಸ್ಟೇಷನಿನತ್ತ ನಡೆಯತೊಡಗಿದ್ದಳು. ಅವಸರದಲ್ಲಿ ಕಾಲೆಳೆಯುತ್ತಿದ್ದ ಅವಳಿಗೆ ಚೌಕವೊಂದರ ಮೂಲೆಯಲ್ಲಿ ಹಾವಾಡಿಗನೊಬ್ಬ ಒಂದು ಭಾರಿ ಗುಂಪನ್ನೇ ಆಕರ್ಷಿಸಿದ್ದರಿಂದ, ರಸ್ತೆಯ ನಾಲ್ಕೂ ಕಡೆಗಳಿಂದ ಏನಾಗಿದೆಯೋ ಏನೋ ಎಂದು ಅವಸರವಸರವಾಗಿ ಓಡಿಬರುತ್ತಿದ್ದ ಜನರನ್ನು ಕಂಡು ವಿಚಿತ್ರವೆನಿಸಿತು. ಜನರ ಗುಂಪನ್ನು ದಾಟಿದರೂ ಆ ಕಡೆಯೇ ಒಂದು ಕಣ್ಣಿಟ್ಟು ನಡೆಯುತ್ತಿದ್ದವಳ ಭುಜವನ್ನು ಇದ್ದಕ್ಕಿದ್ದಂತೆ ಯಾರೋ ಉಜ್ಜಿದ ಹಾಗಾಯಿತು. ಹರಕಲು ಚಡ್ಡಿ ತೊಟ್ಟ ಮೆಳ್ಳೆಗಣ್ಣಿನ ಕುಳ್ಳ. ಹೆಗಲಿನ ಮೇಲೊಂದು ಚೌಕವಿತ್ತು. ಕೆದರಿದ ತಲೆಯಿಂದ ಇಳಿಯುತ್ತಿದ್ದ ಬೆವರು ಕೆನ್ನೆಯ ಮೇಲೆ ಗೆರೆಗಳಾಗಿದ್ದವು. ಎದೆಯ ಮೇಲಿನ ಕೂದಲು ಮಿಂಚುತ್ತಿತ್ತು. ಕೆಳದುಟಿಯ ಮೇಲೊಂದು ಹುಣ್ಣು ಬಿರಿಯುವ ಹಂತದಲ್ಲಿತ್ತು. ಅಲಮೇಲು ತಿರುಗಿದಾಗ ಅವನು ಎಡಕ್ಕೆ ಬಿದ್ದು ಹೋಗುವವನಂತೆ ನಟಿಸಿ, ತನ್ನ ಕಡೆ ಕಣ್ಣಗಲಿಸಿ "ಎನ್ನ ಅಯ್ಯರ್ ಕುಟ್ಟಿ ?" ಎಂದ. ಎಡಗೈಲಿದ್ದ ಪರ್ಸನ್ನು ಎದೆಗೆ ಅವಚಿಕೊಂಡ ಅಲಮೇಲುವಿಗೆ ಅವನು ಕಿಸಕಿಸ ನಕ್ಕು ಕಣ್ಣು ಹೊಡೆದಂತಾಯಿತು. ಆ ಕ್ಷಣ ಅವಳು ಹುಬ್ಬು ಗಂಟಿಕ್ಕಿದ್ದು ನಿಜ. ಆದರೆ ಮರುಕ್ಷಣ "ಎನ್ನ ಅಯ್ಯರ್ ಕುಟ್ಟಿ ?" ಎಂಬ ಮಾತಿನಲ್ಲಿ ಮಾರ್ದವವಿದ್ದಂತೆ, ಪ್ರೀತಿಯುಕ್ಕಿದಂತೆ ಅನಿಸಿತ್ತು. ಬೇಗ ಬೇಗ ಹೆಜ್ಜೆ ಹಾಕಿದಳು. ಎಡಗಡೆಗಿದ್ದ ಮಾಂಸದಂಗಡಿಯ ಕಡೆ ಎಂದೂ ಕಣ್ಣೆತ್ತದಿದ್ದವಳು ಇಂದು ಅಲ್ಲಿ ಜೋತುಹಾಕಿದ್ದ ಕುರಿಯ ಪಕ್ಕೆಲುಬುಗಳನ್ನೇ ಎವೆಯಿಕ್ಕದೆ ನೋಡಿದಳು. ಅಲ್ಲಿದ್ದ ಕೆಲವರು ತನ್ನ ಕಡೆ ತಿರುಗಿದಂತಾಯಿತು. ಮುಖ ಕೆಂಪಾಗಿ, ಮದುವಣಗಿತ್ತಿಯಂತೆ ನಾಚಿಕೊಂಡಳು.

ಭಗವಾನ್ ರಾಮಾನುಚಾರ್ಯರು ನಿರೂಪಿಸಿದ ಸ್ಥಿತಪ್ರಜ್ಞತೆಯ ಹಂತಗಳಾದ ಯತಮಾನ ಸಂಜ್ಞೆ, ವ್ಯತಿರೇಕ ಸಂಜ್ಞೆ, ಏಕೇಂದ್ರಿಯ ಸಂಜ್ಞೆ ಮತ್ತು ವಶೀಕಾರ ಸಂಜ್ಞೆಗಳನ್ನು ಕಲ್ಯಾಣಮ್ಮನವರಿಗೆ ಸವಿಸ್ತಾರವಾಗಿ ಬೋಧಿಸುತ್ತಿದ್ದ ಪ್ರೊಫೆಸರ್

ತಿರುಚ್ಚೆಂದೂರ್ ಶ್ರೀನಿವಾಸ ರಾಘವಾಚಾರ್ಯರಿಗೆ ವಿಶೇಷ ಸದ್ದು ಮಾಡುತ್ತ ಹಸನ್ಮುಖಿಯಾಗಿ ಒಳಗೆ ಕಾಲಿಟ್ಟ ಅಲಮೇಲುವಿನಿಂದ ರಸಭಂಗವಾಯಿತು. "ಏನೇ ನಕ್ಕುಕೊಂಡು ಬರುತ್ತಿ? ಏನಾಯಿತೇ ನಿನಗೆ, ನಗು ಬರುವುದಕ್ಕೆ! ಹುಚ್ಚು ಮುಂಡೇದೆ!" ಎಂದು ಗದರಿಕೊಂಡವರು ಅಲಮೇಲು ಒಳನುಸುಳಿ ಕಣ್ಮರೆಯಾದ ಮೇಲೆ, ಭಗವಂತನನ್ನೇ ವಿವಾಹವಾಗುವುದಾಗಿ ನಿಶ್ಚಯಿಸಿದ ಆಂಡಾಳ್, ದೇವರಿಗಾಗಿ ಕೋದ ಹೂವನ್ನು ತಾನೇ ಮುಡಿದುಕೊಂಡು, 'ಆ ಭಗವಂತನಿಗೆ ತಾನು ಒಪ್ಪಿತವಾಗಬಲ್ಲೆನೇ' ಎಂದು ಕನ್ನಡಿ ನೋಡಿಕೊಳ್ಳುತ್ತಿದ್ದ ಪ್ರಸಂಗವನ್ನು ಎತ್ತಿಕೊಂಡರು.

ತನ್ನ ಕೋಣೆಗೆ ಹೋದ ಅಲಮೇಲುವಿಗೆ ಕಿಟಕಿ ತೆರೆಯಬೇಕೆನಿಸಿತು. ರಾತ್ರಿಯ ಹೊತ್ತು ಕನ್ನಡಿ ನೋಡುವುದು ಅಮಂಗಲವಲ್ಲವೆ? ಸದ್ದಾಗದಂತೆ ಕಿಟಕಿಯಲ್ಲಿ ಮಲಗಿಸಿಟ್ಟಿದ್ದ ಕನ್ನಡಿ ಎತ್ತಿಕೊಂಡಳು. 'ಎನ್ನ ಅಯ್ಯರ್ ಕುಟ್ಟಿ'. ಕನ್ನಡಿಯಲ್ಲಿ ಕಂಡದ್ದು ಹೊಳಪುಗಣ್ಣುಗಳ ತುಂಬು ಮುಖ. ಮೂಗಿನ ತುದಿ ಚಪ್ಪಟೆಯಾಗಿರಲಿಲ್ಲ. ಬಲಗೆನ್ನೆಯ ಮೇಲಿದ್ದ ಬರೆಯ ಗುರುತೇ ಇರಲಿಲ್ಲ. ಅಲೆಯಲೆಯಾಗಿ ಇಳಿದ ತಲೆಗೂದಲು. ಸಂಜೆ ಭುಜ ಉಜ್ಜಿದವನು ರಾಮಾನುಜನೇ ಇರಬೇಕು. ಅಲ್ಲ, ಇವನು ಬೇರೆ. ನನ್ನನ್ನೂ ಪ್ರೀತಿಸುವವರಿದ್ದಾರೆ. ನಾನು ನಿಜಕ್ಕೂ ಎಷ್ಟು ಚೆನ್ನಾಗಿದ್ದೇನೆ! ಕನ್ನಡಿಯನ್ನೇ ನೋಡುತ್ತಿದ್ದ ಅಲಮೇಲುವಿಗೆ ಬೀದಿ ಬಾಗಿಲು ಹಾಕಿದ ಸದ್ದು ಕೇಳಿಸಿತು. ಇವರ ವೇದಾಂತ ಚರ್ಚೆ ಇಷ್ಟು ಬೇಗ ಮುಗಿಯಬೇಕೆ ಎಂದುಕೊಂಡಳು.

ಊಟದ ಮನೆಯಲ್ಲಿ ಅಪ್ಪನ ಎದುರಿಗೆ ತಟ್ಟೆಯ ಮುಂದೆ ಬಲ ತೊಡೆಯನ್ನು ನೆಲಕ್ಕೂರಿ ಎಡತೊಡೆಯನ್ನು ನಿಲ್ಲಿಸಿ, ಎಡಗೈಯಿಂದ ಅದನ್ನು ಬಳಸಿ ಕೂತುಕೊಳ್ಳಬೇಕಾದರೆ ಅಲಮೇಲುವಿಗೆ ತೀರ ಬೇಸರವೆನಿಸಿತು. ಅಪ್ಪ ಎದುರಿಗಿದ್ದರೂ ಅವಳು ಕಳೆಗುಂದಲಿಲ್ಲ. ಪ್ರೊಫೆಸರ್ ಶ್ರೀನಿವಾಸ ರಾಘವಾಚಾರ್ಯರು ಅವಳ ಮುಖದಲ್ಲಿ ಕಂಡ ಈ ಹೊಸ ಚಹರೆಯಿಂದ ಅಸಮಾಧಾನ ಹೊಂದಿ ಹೆಂಡತಿಯ ಕಡೆ ತಿರಸ್ಕಾರರಂಜಿತ ಗಾಂಭೀರ್ಯದಿಂದ ನೋಡಿದ್ದು ಒಂದೆರಡು ಸಲವಲ್ಲ.

ಊಟವಾದ ಮೇಲೆ ಕಲ್ಯಾಣಮ್ಮನವರು 'ಕಲ್ಕಿ' ಪತ್ರಿಕೆಯನ್ನು ತಿರುಗಿಸುತ್ತಾ ಕೂತರೆ, ಪ್ರೊಫೆಸರರು ಎರಡನೆಯ ಬಾರಿ 'ಹಿಂದೂ' ಪತ್ರಿಕೆಯಲ್ಲಿ ಕಣ್ಣಾಡಿಸುವುದು ವಾಡಿಕೆ. ಎಂದಿಗಿಂತ ವಿಶಾಲವಾಗಿ ಕಂಡ ಹಾಸಿಗೆಯಲ್ಲಿ ಅಲಮೇಲು ಬೋರಲು ಬಿದ್ದುಕೊಂಡು ಹಾವಾಡಿಗನನ್ನು, ಸುತ್ತ ನೆರೆದ ಜನರನ್ನು, ತನ್ನ ಭುಜ ಉಜ್ಜಿ ಕಣ್ಣು ಮಿಟುಕಿಸಿದವನನ್ನು, ಮಾಂಸದಂಗಡಿಯಲ್ಲಿ ತನ್ನ ಕಡೆ ಕಣ್ಣಿಟ್ಟ ಮುಖಗಳನ್ನು ಕಣ್ಣಮುಂದೆ ತಂದುಕೊಂಡಳು. ರೂಢಿಯಂತೆ ಇವತ್ತೂ ರಾಮಾನುಜನೊಡನೆ ಕಳೆದ ದಿನಗಳನ್ನು ನೆನಸಿಕೊಂಡಳು. ಅವನ ತೋಳುಗಳಲ್ಲಿ ಹುದುಗಿದ ಹಾಗೆ, ಅವನ ಕೈ ತನ್ನ ಮೈಯ ಮೃದು ಭಾಗಗಳನ್ನು ಒತ್ತಿದ ಹಾಗೆ ಅನ್ನಿಸಿ ನಿದ್ದೆ ಹೋದಳು.

ಅಂದಿನಿಂದ ಅಲಮೇಲು ಪಾಂಡಿ ಬಜಾರಿಗೆ ಹೋಗಲು ಮಾಸಿಲಮಣಿ ಮುದಲಿ ರಸ್ತೆಗಿಳಿಯದೆ ಕೋಡಂಬಾಕ್ಕಂ ರೈಲ್ವೇ ಹಳಿಗಳಗುಂಟ ಕರೆದೊಯ್ಯುವ ದಾರಿಯನ್ನೇ

ಹಿಡಿದಳು. ಜನರ ಗಿಜಿಗಿಜಿಯಿದ್ದಷ್ಟೂ ಅವಳಿಗೆ ಸಂತೋಷ. ಈ ರಸ್ತೆಗಿದ್ದ ಎರಡು ಫುಟ್‌ಪಾತುಗಳಲ್ಲಿ ಒಂದರ ಉದ್ದಕ್ಕೂ ಗುಡಿಸಲುಗಳು. ಇನ್ನೊಂದು ಫುಟ್‌ಪಾತಿನಲ್ಲಿ ಜನ, ಜನ. ಬ್ಯಾಸ್ಕೆಟ್ ಹಿಡಿದುಕೊಂಡು ಕುಂಟುತ್ತ ನಡೆಯುವ ಅಲಮೇಲು ಯಾರಿಗಾದರೂ ಮೈ ತಾಕಿಸಿದರೆ ನೋಡಿದವರಿಗೆ ಅವಮರ್ಯಾದೆಯೆನಿಸದಲ್ಲ! ಈ ಪ್ರದೇಶದಲ್ಲಿ ಜಗಳ, ಹೊಡೆದಾಟ, ಕೊಳ್ಳೆ ತೀರಾ ಸಾಮಾನ್ಯವೆಂದು ತಿಳಿದಿದ್ದರೂ ಅವಳು ಹೆದರಲಿಲ್ಲ. ಆಕಸ್ಮಿಕವಾಗಿ ಮೈಸೋಕುವ ಜನರಿಂದ, ಕುತೂಹಲ ಬಿಚ್ಚುವ ಕಣ್ಣುಗಳಿಂದ, ಒಮ್ಮೊಮ್ಮೆ ಗೇಲಿಮಾಡುವ ಧಾಟಿಯಲ್ಲಿ ಕೇಳಿಬರುತ್ತಿದ್ದ ಶಿಳ್ಳೆಯಿಂದ ಅವಳು ಪುಲಕಗೊಳ್ಳುತ್ತಿದ್ದಳು.

ತನ್ನ ಬದುಕಿನ ಮೂವತ್ತಾರನೇ ವರ್ಷದಲ್ಲಿದ್ದ ಅಲಮೇಲುವಿಗೆ ಇದೇ ರಸ್ತೆ ಚೂರಿ ಹಾಕಿತು. ಬೆಳಗಿನ ಹನ್ನೊಂದು ಗಂಟೆ. ಮಾಂಸದಂಗಡಿಯ ಎದುರಿಗೆ ಒಂದು ದೊಡ್ಡ ಗುಂಪು ಸೇರಿತ್ತು. ಬರಿಮೈಯ್ಯ ಧಡಿಯನೊಬ್ಬ ಹದಿನಾರು–ಹದಿನೆಂಟು ವರ್ಷದ ಹುಡುಗನೊಬ್ಬನನ್ನು ಜುಟ್ಟು ಹಿಡಿದು ನೆಲಕ್ಕೆ ಕುಕ್ಕಿ ಮುಖ ಮೂತಿ ನೋಡದೆ ಬಾರಿಸುತ್ತಿದ್ದ. ಹುಡುಗನ ಬಾಯಿಂದ ರಕ್ತ ಒಸರುತ್ತಿತ್ತು. ತೊಟ್ಟಿದ್ದ ಷರಟು ಚಿಂದಿಚಿಂದಿಯಾಗಿತ್ತು. ಸ್ವಲ್ಪ ದೂರದಲ್ಲಿ ಸಗಣಿಯ ಮಂಕರಿಯೊಡನೆ ಕೂತು ಎಲೆ ಅಡಕೆ ಜಗಿಯುತ್ತಿದ್ದ ಇಬ್ಬರು ಹೆಂಗಸರು, ಈ ಜಗಳವನ್ನೇ ನೋಡುತ್ತಿದ್ದರು. ಮೂಗಿನ ಎರಡೂ ಬದಿಗಳಲ್ಲಿ ಮೂಗುತಿ ಮಿನುಗಿಸಿದ್ದ ಒಬ್ಬಳು ಕ್ಷಣ ಕ್ಷಣಕ್ಕೂ ಹಲ್ಲು ಕಚ್ಚುತ್ತಿದ್ದಳು. ಧಡಿಯ ಹೊಡೆದ ಪ್ರತಿಯೊಂದು ಏಟಿಗೂ ಅವಳು ಮೆಲ್ಲಗೆ ಭುಜ ಕುಣಿಸುತ್ತಿದ್ದಳು. ಇನ್ನೊಬ್ಬಳು ಎರಡೂ ಕಾಲು ಚಾಚಿಕೊಂಡು ಕಂಕುಳು ಕೆರೆಯುತ್ತಾ ತನ್ನದೇ ಲೋಕದಲ್ಲಿದ್ದಳು. ಇವರೆಲ್ಲರನ್ನು ನೋಡಿದ ಅಲಮೇಲು ಕುಂಟುತ್ತ, ಬೇಗ ಬೇಗ ನೆರೆದ ಗುಂಪಿನ ಅಂಚನ್ನು ಬಳಸಿ ಹಿಂದೆ ತಿರುಗದೆ ನಡೆಯತೊಡಗಿದಳು. ಹತ್ತು ಮಾರು ನಡೆದಿರಬೇಕಷ್ಟೆ. ಹುಡುಗ, "ಬೋಳೀಮಗನೆ, ನಿನಗೆ ಮಾಡ್ತೀನಿರು" ಎಂದು ಕೂಗುತ್ತ ಧಡಿಯನ ಕೈಯಿಂದ ಬಿಡಿಸಿಕೊಂಡು ಅಲಮೇಲುವಿನತ್ತ ಓಡಿಬಂದ. ಧಡಿಯ 'ಏಯ್' ಎಂದು ಅಟ್ಟಿಸಿಕೊಂಡು ಬಂದ. ಗುಂಪಿನವರಲ್ಲೊಬ್ಬ ಧಡಿಯನನ್ನು ಹಿಡಿದು ನಿಲ್ಲಿಸಲು ಪ್ರಯತ್ನಪಟ್ಟ. ಹುಡುಗ ಸರ್ರನೆ ಅಲಮೇಲುವಿನ ಮುಂದೆ ಬಂದು ಎರಡೂ ಕೈಗಳಿಂದ ಅವಳ ಭುಜಗಳನ್ನು ಹಿಡಿದು ನಿಲ್ಲಿಸಿ ಧಡಿಯನ ಕಡೆ ನೋಡುತ್ತ ಬಾಯಿಗೆ ಬಂದಂತೆ ಬೈಯತೊಡಗಿದ. ಇದ್ದಕ್ಕಿದ್ದಂತೆ ತನ್ನ ಭುಜ ಹಿಡಿದು ಮೈಗೆ ಒತ್ತಿಕೊಂಡು ನಿಂತವನನ್ನು ಕಂಡು ಅಲಮೇಲು ಮುಖ ಅರಳಿಸಿದಳು. ಮರುಕ್ಷಣ ಆ ಹುಡುಗನ ಬಾಯಿಂದ ಒಸರುತ್ತಿದ್ದ ರಕ್ತ ನೋಡಿ ನಡುಗಿದಳು. ಈಗ ಧಡಿಯನನ್ನು ಇಬ್ಬರು ಹಿಡಿದು ನಿಲ್ಲಿಸಿದ್ದರು. ಅವನು ಸಿಕ್ಕಾಪಟ್ಟೆ ಕೂಗಾಡುತ್ತಾ ಇದ್ದಕ್ಕಿದ್ದಂತೆ ಒಂದು ಚೂರಿ ಹೊರತೆಗೆದ. ರಣಬಿಸಿಲಿಗೆ ಚೂರಿಯ ಅಲಗು ಫಳಫಳ ಹೊಳೆಯಿತು. ಹುಡುಗ ಅಲಮೇಲುವಿನ ಮುಂದೆ ಬಾಗುವುದಕ್ಕೂ ಧಡಿಯ ಎಸೆದ ಚೂರಿ ಅಲಮೇಲುವಿನ ಬೆನ್ನಿಗೆ ನಾಟುವುದಕ್ಕೂ ಸರಿಯಾಯಿತು. ಹುಡುಗ ಅವಳನ್ನು ಬಿಟ್ಟು ಮುಂದೆ ಓಡಿದ. "ಯಾರೋ ಹೊಡೆದರು" ಎಂದಷ್ಟೇ ಅನ್ನಿಸಿದ ಅಲಮೇಲು ಸಣ್ಣಗೆ

ಚೀರಿದಳು. ಚೂರಿ ಎಸೆದ ಧಡಿಯನೂ ಅವಳನ್ನು ಬಳಸಿಕೊಂಡು ಹುಡುಗನನ್ನು ಹಿಡಿಯಲು ಓಡಿದ. ಕಣ್ಣಿಗೆ ಕತ್ತಲೆ ಕವಿದು, ಉಸಿರಾಡುವುದಕ್ಕೆ ಕಷ್ಟವಾಗಿ ನೆಲಕ್ಕುರುಳುವ ಸಮಯದಲ್ಲೇ ಅಲಮೇಲು, ಅವರಿಬ್ಬರೂ ಗುಡಿಸಲುಗಳ ನಡುವೆ ಮರೆಯಾದದ್ದನ್ನು ನೋಡಿದಳು.

ಅಷ್ಟು ಹೊತ್ತೂ ಜಗಳ ನೋಡುತ್ತಿದ್ದ ಗುಂಪು ಈಗ ಅಲಮೇಲುವಿನತ್ತ ಧಾವಿಸ ತೊಡಗಿತು. ಯಾರೋ ಪೊಲೀಸಿಗೆ ಫೋನ್ ಮಾಡಿ ಎಂದರು. ಎಲ್ಲಿಂದಲೋ ಪಳನಿಚಾಮಿ ಅಯ್ಯೋ ಎಂದು ಕೂಗುತ್ತಾ ಓಡಿಬಂದ. ಎರಡು ಮೂಗುತಿಗಳ ಹೆಂಗಸು ಅಲಮೇಲುವನ್ನು ಇರಿದು ಕೆಳಗೆ ಬಿದ್ದಿದ್ದ ಚೂರಿಯನ್ನು ತನ್ನ ಮಂಕರಿಯಲ್ಲಿದ್ದ ಸಗಣಿಯಲ್ಲಿ ತೂರಿಸಿದಳು. ಇನ್ನೊಬ್ಬಳು ಅಲಮೇಲುವಿನ ಪರ್ಸನ್ನು ಲಪಟಾಯಿಸಿದಳು. ಕಣ್ಣುಮುಚ್ಚಿ ತೆರೆಯುವುದರೊಳಗೆ ಅವರಿಬ್ಬರೂ ಮಾಯವಾಗಿದ್ದರು.

ಹುಡುಗನೊಬ್ಬ ಓಡುತ್ತ ಸೋಡ ತಂದಾಗ ಪಳನಿಚಾಮಿ ಅದನ್ನು ಅಲಮೇಲುವಿನ ಬಾಯಿಗೆ ಹಿಡಿದ. ಅವಳು ಮೇಲುಗಣ್ಣು ಮಾಡಿಕೊಂಡು ಒಂದು ಗುಟುಕು ಕುಡಿದವಳೇ ಬಲಕ್ಕೆ ತಲೆ ಹೊರಳಿಸಿದಳು. 'ನೀರೇಕೆ ಮರಳಿನಂತೆ ಗಂಟಲಿಗೆ ಸಿಕ್ಕಿಕೊಳ್ಳುತ್ತಿದೆ' ಎನ್ನಿಸಿತು.

"ಅಂಬುಲೆನ್ಸ್ ಬರೋವರೆಗೆ ಬದುಕಿರ್ತಾಳೋ ಇಲ್ಲವೋ" ಎಂದನೊಬ್ಬ.

ಅಲಮೇಲುವಿನ ಸ್ಥಿತಿಗೆ, ಅವಳ ಬೆನ್ನು ಪಳನಿಚಾಮಿಯ ಎದೆಯನ್ನು ತೊಯ್ಯುಸ್ತಿದ್ದ ರಕ್ತಕ್ಕೆ ಹೊಂದಿಕೊಂಡಿದ್ದ ಜನ, ಗದ್ದಲ ಕಡಮೆ ಮಾಡಿದ್ದರು.

ಅಲಮೇಲು ತನ್ನ ಶಕ್ತಿಯೆಲ್ಲ ಬಿಟ್ಟು ಪಳನಿಚಾಮಿಯ ಎದೆಗೆ ಒರಗಿದಳು. ಉಸಿರಾಡುವುದು ಕಷ್ಟವಾಯಿತು. ಬಾಯಿ ತೆರೆದಳು. ಪಳನಿಚಾಮಿ, "ದೂರ ಸರಿಯಿರಿ, ಸ್ವಲ್ಪ ಗಾಳಿಯಾಡೋಕೆ ಬಿಡಿ" ಎಂದು ಕೂಗಿಕೊಂಡ. ಕಣ್ಣು ಮುಚ್ಚಿಕೊಂಡ ಅಲಮೇಲುವಿಗೆ ಪಳನಿಚಾಮಿಯ ಹೃದಯದ ಬಡಿತ ಕೇಳಿಸುತ್ತಿತ್ತು. ಅವನ ತೋಳುಗಳ ಮಾಂಸ ಖಂಡಗಳು ತನ್ನ ಕಂಕುಳನ್ನು ಒತ್ತುತ್ತಿದ್ದುವು. ಕಣ್ಣು ತೆರೆದಾಗಲೆಲ್ಲ ಅವನ ಉಬ್ಬಿದ ಕಣ್ಣುಗಳಲ್ಲಿ ಕರುಣೆ ಕಾಣಿಸುತ್ತಿತ್ತು. ಅವನ ಹುಳಿವಾಸನೆಯ ಉಸಿರು, ಅವನ ಹಣೆಯಿಂದಿಳಿದು ತನ್ನ ತಲೆಯ ಮೇಲೆ ತೊಟ್ಟಿಡುತ್ತಿದ್ದ ಬೆವರು ನಿಜವಾದ ಬದುಕನ್ನು ಕರೆತಂದ ಹಾಗೆ, ಒದ್ದೆಯಾಗುತ್ತಿದ್ದ ಅವನ ಕೈಯಲ್ಲಿ ಉಯ್ಯಾಲೆ ತೂಗಿಕೊಂಡ ಹಾಗೆ ಭಾಸವಾಯಿತು.

ಪೊಲೀಸ್ ವ್ಯಾನ್ ಬಂದು ಮೂವರು ಪೇದೆಗಳು ಕೆಳಗಿಳಿಯುತ್ತಿದ್ದಂತೆ ಗುಂಪು ಚದುರತೊಡಗಿತು. ಅಲಮೇಲುವಿಗೆ ಮತ್ತೆ ಪಳನಿಚಾಮಿಯ ಮಾತು ಕೇಳಿಸಿತು. ಆ ಮಾತುಗಳ ಅರ್ಥವಾಗದಿದ್ದರೂ, ಅವನ ಧ್ವನಿಯಲ್ಲಿ ಮನುಷ್ಯ ಮನುಷ್ಯನಿಗೆ ತೋರಿಸಬೇಕಾದ ಅನುಕಂಪವಿದ್ದಂತಿತ್ತು. ಇಬ್ಬರು ಪೇದೆಗಳು ಪಳನಿಚಾಮಿಯನ್ನು ಎಬ್ಬಿಸಿ, ಚೂರಿ ಇರಿತದ ಗಾಯ ನೋಡುತ್ತಿರುವಂತೆ ಅಲಮೇಲು ಕೊನೆಯ ಬಾರಿಗೆ ಸಣ್ಣಗೆ ನರಳಿ, ಒಮ್ಮೆ ಬಿಕ್ಕಳಿಸಿ ಸಂಪೂರ್ಣವಾಗಿ ಕಣ್ಣುಮುಚ್ಚಿದಳು. ಪೇದೆಗಳು "ಚೂರಿ ಎಲ್ಲಿಟ್ಟಿದ್ದೀಯ ?" ಎಂದು ಪಳನಿಚಾಮಿಯ ತನಿಖೆ ಆರಂಭಿಸಿದರು.

8. ಕ್ಷಾಮ

– ಬರಗೂರು ರಾಮಚಂದ್ರಪ್ಪ

ರಾಮನ ಗೂರಲು ನಿಲ್ಲಲಿಲ್ಲ. ಎಂದಿಗಿಂತ ಹೆಚ್ಚಾಗಿ ಕೆಮ್ಮು ದಬಾಯಿಸಿಕೊಂಡು ಬರುತ್ತಿತ್ತು. ಪಕ್ಕದಲ್ಲಿಟ್ಟುಕೊಂಡಿದ್ದ ಚಿಪ್ಪಿನಲ್ಲಿ ಉಗಿದ. ಕೆಮ್ಮುತ್ತ ಉಗುಳುತ್ತ ಚಿಪ್ಪು ತುಂಬ್ತ ಬಂದಾಗ ಅದನ್ನೇ ನೋಡುತ್ತ ಅವನಿಗೇ ಅಸಹ್ಯವೆನಿಸಿ "ಹಾಳು ಪ್ರಾರಬ್ಧಕರ್ಮ; ಸತ್ತಾದ್ರೂ ಹೋಗ್ಬಾರ್ದ" ಎಂದುಕೊಂಡು ಚನ್ನಿಯ ಕಡೆ ನೋಡಿದ. ಹತ್ತಲಾರದ ಹಸಿ ಸೌದೆಕಡ್ಡಿಗಳು; ಒಂದೇ ಸಮ ಊದುತ್ತಿದ್ದಳು. ಬೆಂಕಿ ಹತ್ತದೆ ಹೊಗೆ ಸುತ್ತಿಕೊಂಡು ಕಣ್ಣಲ್ಲಿ ನೀರು ಬರುತ್ತಿತ್ತು. ಹರಿದ ಸೆರಗಿನಿಂದ ಒರೆಸಿಕೊಳ್ಳುತ್ತಲೇ ಊದುತ್ತಲೇ ಒಳಗೊಳಗೇ "ಅಯ್ಯೋ ನನ್ನ ಬಾಳೆ" ಎಂದು ಹಳಿದುಕೊಳ್ಳುತ್ತಲೇ ವಿಧಿಯಿಲ್ಲವೆನ್ನುವಂತೆ ಊದುತ್ತಿದ್ದಳು. ಏನಾದರೂ ಮಾಡಿ ಅಡುಗೆಗೆ ಅಣಿ ಮಾಡಬೇಕಿತ್ತು. ಬಿಟ್ಟರೆ ಬೇರೆ ಗತಿಯಿಲ್ಲದೆ ಕಂಬಳಿಯ ಮೇಲೆ ಕೂತು ಕೆಮ್ಮುತ್ತಿದ್ದ ರಾಮನ ಕಡೆ ನೋಡಿದಳು. ಕೆಮ್ಮು ಯಾಕೋ ಬಿಡುವಂತೆ ಕಾಣಲಿಲ್ಲ; ಸೌದೆ ಹತ್ತುವ ಸೂಚನೆಯೂ ಕಾಣಲಿಲ್ಲ. ರಾಮ ಒಮ್ಮೆ ತನ್ನ ದೇಹವನ್ನು ನೋಡಿಕೊಂಡ. ದೇಹವೆಲ್ಲ ಮೂಳೆ ಎಂದುಕೊಂಡ. ಮದುವೆಯಾಗಿ ಮೂರು ವರ್ಷವಾಯಿತು. ಒಂದು ವರ್ಷದ ಹಿಂದೆ ಕಾಣಿಸಿಕೊಂಡ ಕೆಮ್ಮು ಅಸ್ತಮ ಅನ್ನಿಸಿದ್ದು ಸ್ವಲ್ಪ ದಿನಗಳಾದ ಮೇಲೆ. ಆಗ ಅವರಿವರ ಬಾಯಿಗಳು ಚನ್ನಿಯನ್ನು ಬೇಯಿಸಿ ಮೆತ್ತಗೆ ಮಾಡಿದ್ದವು. "ಕಾಲ್ಗುಣ ಸರ್‍ಯಾಗಿಲ್ಲ. ಅದ್ಕೇ ಗೂರ್ಲು ಬ್ಯಾರೆ ಬಂತು, ಮಕ್ಳು ಬ್ಯಾರೆ ಆಗ್ಲಿಲ್ಲ" ಎಂದು ಆರೋಪ ಹೊರಿಸಿದ್ದವು. ಚನ್ನಿಯ – ಆಗ ತುಂಬಿದ್ದ –ಮೈಕಟ್ಟು ಕಂಡು ಜೊಲ್ಲು ಸುರಿಸಿದವರು, ಆಕೆ ದಕ್ಕದಿದ್ದಾಗ "ಯೇ ಬಿಡೋ ಅದೆಲ್ಲೊ ಗೊಡ್ಡು" ಎಂದು ಮಾತು ಉಚಾಯಿಸಿದ್ದರು.... ಚನ್ನಿ ತನ್ನ ಆದ್ಯ ಕರ್ತವ್ಯವೆಂಬಂತೆ ಊದುತ್ತಲೇ ಇದ್ದಳು. ರಾಮ ಕೆಮ್ಮುತ್ತಲೇ ಇದ್ದ. ಚನ್ನಿಯನ್ನು ನೋಡಿದ. ಎಷ್ಟು ಸೊರಗಿದ್ದಾಳೆ ಎನ್ನಿಸಿತು. ಊರಿಗೇ ಅಚ್ಚುಕಟ್ಟಾದ ಮೈಕಟ್ಟಿದ್ದ ಚನ್ನಿ ಔಡಲಕಡ್ಡಿಯಾಗಿದ್ದಾಳೆ. ಈ ವರ್ಷ ಬಂದ ಕ್ಷಾಮ ಊರನ್ನೇ ಗಡಗಡ ನಡುಗಿಸಿ ಸುಖದ ತಲೆಯ ಮೇಲೆ ಗಧಾರಿಯಿಂದ ಹೊಡೆದಿತ್ತು. ದನಕರು ಸತ್ತವು. ಹೊಲ ಒಣಗಿ ವ್ಯಥೆಯನ್ನು ಬರೆಯುತ್ತಿದ್ದವು. ಕೂಲಿಯೂ ಗಿಟ್ಟದಿದ್ದಾಗ ಕೆಲವು ಕುಟುಂಬಗಳು ಊರುಬಿಟ್ಟವು. ಚನ್ನಿ ಅರಸಾಹಸಪಟ್ಟು ಹೇಗೊ ಉಪವಾಸವೊ ವನವಾಸವೊ ಕಾಲ ತಳ್ಳುತ್ತಿದ್ದಳು. ಎರಡು ದಿನದ ಹಿಂದೆ ಭರ್ಜರಿ

ಮಳೆಯೇನೋ ಬಂದು ತರಿ ಜಮೀನಿನವರಿಗೆ ಅನುಕೂಲ ಮಾಡಿತ್ತು. ಆ ಊರಿನಲ್ಲಿ ಆರೇಳು ಮನೆಗೆ ಮಾತ್ರ ಕೆರೆ ಹಿಂದಿನ ಜಮೀನೆಲ್ಲ ಸೇರಿತ್ತಾದ್ದರಿಂದ ಖುಷ್ಕಿಯನ್ನೇ ನಂಬಿದವರಿಗಾದ ಅನುಕೂಲ ಅಷ್ಟಕ್ಕಷ್ಟೆ. ಬೆಳೆಯೆಲ್ಲ ಒಣಗಿ ಇನ್ನು ಎಷ್ಟು ಹೆಣಗಿದರೂ ಫಲವಿಲ್ಲವೆನ್ನುವಾಗ ಮಳೆ ಧೋ ಎಂದು ಹುಯ್ದಿತ್ತು. ಬರಗಾಲದ ಕಾಮಗಾರಿಗೆ ಮಂಜೂರು ಮಾಡಿದ್ದ ಸರ್ಕಾರ ಸಮೃದ್ಧ ಮಳೆ ಬಂದ ಕಾರಣ ತೋರಿಸಿ ಬಹಳಷ್ಟು ಕಾರ್ಯಗಳನ್ನು ನಿಲ್ಲಿಸಿತು. ಚನ್ನಿಯಂಥವರು "ಹೊತ್ತಲ್ಲದ ಹೊತ್ನಾಗೆ ಈ ಮಳೆನಾದ್ರೂ ಯಾಕ್ ಬಂತೊ ಹಾಳಾದ್ದು" ಎಂದು ಬಯ್ದುಕೊಳ್ಳದೆ ವಿಧಿಯಿರಲಿಲ್ಲ. ಚನ್ನಿ ಪಾಲಿಗೆ ಮತ್ಯಾವ ಹೊಲವೂ ಇರಲಿಲ್ಲ. ಇರುವ ಹೊಲವೆಂದರೆ ಗೂರಲು ರಾಮು–ತನ್ನ ಗಂಡ –ಒಬ್ಬನೇ. ಈ ಹೊಲದ ಉಳುವಿಗಾಗಿ ದಿನ ಬೆಳಗ್ಗೆ ದುಡಿದು ಎರಡು ಹೊತ್ತು ಕೂಳು ಹುಟ್ಟಿಸಬೇಕಿತ್ತು. "ಮಗನಂತು ವುಟ್ಟಿಲ್ಲ. ಇವ್ರಿಗೆ ಕೂಳು ವುಟ್ಸಾದೆ ನನ್ ಬಾಳು" ಎಂದು ಎಷ್ಟೋ ಸಾರಿ ಅಂದುಕೊಂಡಿದ್ದಳು.... ಎಷ್ಟು ಊದಿದರೂ ಒಲೆ ಹತ್ತಲಿಲ್ಲ. "ಥೂ! ಇದ್ರ ಮನೆ ಕಾಯ್ವಾಗ" ಎಂದು ಬಯ್ದಳು. ರಾಮು ಮಾತಾಡದೆ–ಮಾತನಾಡಲಾಗದೆ–ಎಂದಿನಂತೆ ನಿಸ್ಸಹಾಯಕ ಸ್ಥಿತಿಯಲ್ಲಿ ಅತ್ತಲೇ ನೋಡುತ್ತಿದ್ದ. ವಿಲವಿಲನೆ ಒದ್ದಾಡುತ್ತಿದ್ದ. ಕ್ಷಾಮ ಬೇರೆ; ಇವಳಿಗೆ ಇಂಥ ಸ್ಥಿತಿ ಬರಬಾರದಿತ್ತೆಂದುಕೊಂಡ. ನೋಡ ನೋಡುತ್ತ "ಚನ್ನಿ" ಎಂದ. ತಿರುಗಿದಳು. ಸೊರಗಿದ ಮುಖದಲ್ಲಿ ಹರಿಯುವ ನೀರು; ಕೆದರಿದ ಕೂದಲು; ಕೂದಲ ಮೇಲೆ ಅಲ್ಲಲ್ಲೆ ಬಾಳು ಬರೆಯುತ್ತಿದ್ದ ಬೂದಿ. "ಚಿಪ್ಪು ತುಂಬ್ತು" ಎಂದ. ಎದ್ದು ಬಂದಳು. ಚಿಪ್ಪು ತೆಗೆದುಕೊಂಡು ಹೊರತಂದು ಮೂಲೆಯಲ್ಲಿ ಮಾಡಿಕೊಂಡಿದ್ದ ಸಣ್ಣ ಗುಂಡಿಯಲ್ಲಿ ಹಾಕಿ ತೊಳೆದು, ಮತ್ತೆ ತಂದಿಟ್ಟು ಒಲೆ ಊದಲು ತೊಡಗಿ ಸಾಕುಸಾಕಾಗಿ, ಹತ್ತುವುದು, ಸ್ವಲ್ಪ ಹೊತ್ತಾದ ಕೂಡಲೆ ಆರುವುದು, ಹೊಗೆ ಸುತ್ತುವುದು – ಹೀಗೆ ಕಣ್ಣುಮುಚ್ಚಾಲೆಯಾಡುತ್ತಿದ್ದಾಗ ಕಣ್ಣುತೆರೆಯುವುದೇ ಕಷ್ಟವೆನ್ನಿಸುವಂತಾಗಿ ಎದುರುಮನೆ ಮಲ್ಲಿಯನ್ನು ಕೇಳಿ ಊದುಗೊಳವಿನಾದ್ರೂ ತಂದು ಊದೋಣ ಎಂದುಕೊಂಡು ಹೊರಬಂದಾಗ ಮಲ್ಲಿಯ ಹಜಾರದಲ್ಲಿ, "ನಾಳೆ ಗದ್ದೆ ಕಳೆ ತಗೀತೀವಿ ಬರ್ಬೇಕು" ಎಂದು ಒಳಗಿದ್ದ ಮಲ್ಲಿಗೆ ಕೂಗಿ ಹೇಳಿದ ಧ್ವನಿ ಕೇಳಿ, "ಓ ತೀಟೆರಂಗಪ್ಪ ಬಂದವ್ನೆ ಆಗ್ಲೆ" ಎಂದುಕೊಂಡು ಕ್ಷಣಕಾಲ ನಿಂತಲ್ಲೇ ನಿಂತಳು. ಒಳಗಡೆಯಿಂದ ಮನೆಯತ್ತ ಬಂದ ಮಲ್ಲಿ ಅವನಿಗೆ ತೀರಾ ಹತ್ತಿರ ನಿಂತಾಗ, ಅವನು ಅವಳ ಹೊಟ್ಟೆಗೆ ಮೃದುವಾಗಿ ಒಂದೇಟು ಕೊಟ್ಟು ಯಾರಾದರೂ ಕಂಡರೋ ಎಂದು ಅತ್ತಿತ್ತ ನೋಡಿದಾಗ, ನೋಡಲಾಗದೆ ಸರಕ್ಕನೆ ಒಳಬಂದು, ಒಲೆಯ ಮುಂದೆ ಕುಳಿತು ರಪರಪನೆ ಯಾವಾಗಿನದಕ್ಕಿಂತ ಬಿರುಸಾಗಿ ಊದಿದಳು. "ಹಾಳ್ ಮಿಂಡ ಎಲ್ಲೋದ್ರು ಕಾಲಿಗೆ ತೂರಿಕೊಳ್ತಾನೆ. ಊರಾಗಿರೋ ಚೆಲ್ವೇರೆಲ್ಲ ಬೇಕಿವ್ನಿಗೆ" ಎಂದು ಒಳಗೊಳಗೇ ಸಿಡಿಮಿಡಿಗೊಳ್ಳುತ್ತ ಊದುಗೊಳವಿ ತರಲೂ ಅಡ್ಡ ಬಂದ ಬೇವರ್ಸಿ ಎಂದೇ ಶಪಿಸುತ್ತ ಸೌದೆಯನ್ನಷ್ಟು ಛೀಮಾರಿಗೊಳಿಸುತ್ತ "ಕಟ್ಕೊಂಡ ಹೆಂಡ್ತಿ ಬಾಳ್ಸೋದ್ ಬಿಟ್ಟು ಊರಾಡ್ಕಂಡು ವೈನಾಗಿರೋಕೋಗ್ತಾನೆ

ಇವ್ನೊಬ್ಬ ಕಂಡೋರ್ ಮಿಂಡ" ಎಂದು ಯಾಕೊ ಮತ್ತೆ ಮತ್ತೆ ಒಳಗೇ ಉಗುಳಬೇಕೆನ್ನಿಸಿ ವಿಧಿಯಿಲ್ಲದೆ ಒಲೆ ಊದುತ್ತಿದ್ದಳು. ಒಮ್ಮೆ ಊದುವುದು, ಮತ್ತೊಮ್ಮೆ ಕೆಮ್ಮುವ ಗಂಡನನ್ನು ನೋಡುವುದು – ಹೀಗೆ ಸಾಗಿತ್ತು. ಎಂದಿಗಿಂತ ಇವತ್ತು ಹೆಚ್ಚು ಹೊಗೆಯಾದರೂ ತುಟಿಪಿಟಿಕ್ಕೆನ್ನದೆ ಚಳಿಗಾಳಿಗೆ ಎದ್ದು ಹೊರಬರಲೂ ಆಗದೆ ಗೂರಲು ಹೆಚ್ಚುತ್ತಿದ್ದುದರಿಂದ ಕೂರಲೂ ಆಗದೆ ಅವನು ಪಡುವ ಪಾಡು ಕಂಡು ಕನಿಕರದಿಂದ ಎದ್ದು ಅತ್ತ ಇತ್ತ ಹೊಯ್ದಾಡುತ್ತಿದ್ದ ಮಣ್ಣಿನ ದೀಪ ನೋಡಿ, "ಸೀಮೆಎಣ್ಣೆ ಬುಡ್ಡಿನಾರ ಇದ್ದಿದ್ರೆ ಚೆನ್ನಾಗಿತ್ತು. ಅದೂ ಕೆಟ್ಹೋಯ್ತು" ಎಂದು ಆತಂಕಪಟ್ಟುಕೊಂಡು ಕಡೆಗೆ, ಕೆಟ್ಟಿದ್ದನ್ನೇ ಹುಡುಕಿ ನೋಡಿ ತಳದಲ್ಲಿ ಸ್ವಲ್ಪ ಸೀಮೆಎಣ್ಣೆ ಕಂಡು ಆನಂದವಾಗಿ, ಬಾನಗಳ ಸಂದಿಯಲ್ಲಿದ್ದ ಬಟ್ಟೆ ಚೂರು ತೆಗೆದುಕೊಂಡು ಒಂದು ತೊಗರಿಕಡ್ಡಿಯ ತುದಿಗೆ ಸುತ್ತಿ ಅದನ್ನು ಬುಡ್ಡಿಯ ತಳಕ್ಕೆ ಅದ್ದಿದಾಗ ಸೀಮೆಯೆಣ್ಣೆಯನ್ನು ಕ್ಷಣದಲ್ಲಿ ಹೀರಿತು. ಕಡ್ಡಿ ತಂದು ಸೌದೆ ತಳಕ್ಕೆ ಇಟ್ಟು ಊದಿದಾಗ ಭಗ್ಗೆಂದು ಹತ್ತಿ, ರಾಮು ಬೆಚ್ಚಿ, "ಏನೇ ಅದು?" ಎಂದ. "ಕೋಲನ್ನೆ ಸಪ್ಪು ಬೇಯಿಸ್ತಿದ್ದೀನಿ" ಎಂದಷ್ಟೇ ಹೇಳಿ ಉರಿಯುವ ಒಲೆಯನ್ನು ಏನೋ ಸಮಾಧಾನದಿಂದ ನೋಡುತ್ತಿರುವಾಗ "ಗದ್ದೆ ಕಳೆ ತಗೀತೀವಿ ಬರ‍್ರಮ್ಮಣ್ಣೆ ನೀವಿಬ್ರೂ" ಎಂದು ಪಕ್ಕದಲ್ಲೇ ಕೂಗಿದ್ದು ಗೊತ್ತಾಗಿ, ತನಗೆ ಕೇಳಿಸಲೆಂದೇ ಹೀಗೆ ಪ್ರತಿಸಾರಿ ಗಟ್ಟಿಯಾಗಿ ಕೂಗಿ ಅಕ್ಕಪಕ್ಕದವರಿಗೆ ಹೇಳಿ ಹೋಗುತ್ತಾನೆಂದು ಅರಿವಿದ್ದುದರಿಂದ "ಕೊರಮ" ಎಂದು ನೆಟಿಗೆ ಮುರಿದು, "ಹೋರಿ ಅಡ್ಡಂಗಾಡ್ತಾನೆ ಊರ‍್ನಾಗೆಲ್ಲ" ಎಂದು ಮತ್ತೆ ಬಯ್ದುಕೊಳ್ಳಲು ಹೋಗಿ ಯಾಕೋ ಅವನ ನೆನಪೇ ಹೊಟ್ಟೆ ತೊಳಸುವಂತೆ ಮಾಡುವುದರಿಂದ ಉರಿಯುವ ಒಲೆ ನೋಡುತ್ತ ಕುಳಿತಳು.

ಹಾಳು ಕ್ಷಾಮ ಬಂದು ಊರೆಲ್ಲ ಬಂಜೆ ಮಾಡಿತಲ್ಲ ಎಂದು ನೋವಿನ ನೆಲದಲ್ಲಿ ಬೀಜ ಬಿತ್ತುತ್ತಿರುವಾಗ ಫಕ್ಕನೆ ನಗು ಕಿವಿಗೆ ಅಪ್ಪಳಿಸಿ ನಿಟ್ಟು ಬಿದ್ದಂತಾಗಿ "ಅವ್ನ್‌ದೇ ಆ ರಂಗಪ್ಪಂದು. ಆ ಮಲ್ಲೀಗೂ ಗಂಡ ಜಮಾಕರ್ಚಿನಾಗಿಲ್ಲ. ಪಾಪ! ಸಾಧು ಪ್ರಾಣಿ. ಯಾವ್ದೊ ಊರಿಗೆ ಬ್ಯಾರೆ ಹೋಗೈತೆ. ಈಗ ಇವ್ನೆ ಮಾರಾಜ ಆಗವ್ನೆ" ಅಂದುಕೊಂಡು ತನ್ನ ಮೈ ಕೈಯನ್ನು ಮುಟ್ಟಿ ನೋಡಿಕೊಳ್ಳುತ್ತ, ಹೊತ್ತಿಗೊತ್ತಿಗೆ ಕೂಳಿಲ್ಲದೆ ಕಡ್ಡಿಯಾದೆ ಅನ್ನಿಸಿ, "ಯಾವ್ ಜಲ್ಮದ್ ಪಾಪನೊ" ಎಂದು ತನ್ನನ್ನೇ ಹಳಿದುಕೊಳ್ಳುವಾಗ "ಹೊತ್ತಿಗ್ ಸರ‍್ಯಾಗ್ ಬರ‍್ರವ್ವ. ಬರಗಾಲ್ದಾಗ್ ಬಾಯಿಗ್ ಮಣ್ಣು ಹಾಕ್ಕೊಬಾರ‍್ದು. ಅಮ್ಯಾಲ್ ನನ್ನ ಹೊಲಕ್ಕೆ ಬರೋಲ್ಲ ಅಂತ ನೀವೂನು ಪ್ರತಿಜ್ಞೆ ಮಾಡ್ಬಿಟ್ಟೀರ" ಎಂದು ರಂಗಪ್ಪ ದೊಡ್ಡದಾಗಿ ನಗುತ್ತ ಯಾರಿಗೊ ಹೇಳುತ್ತಿರುವುದು ಕೇಳಿಸಿ, ಬರಗಾಲ್ದಾಗ್ ಬಾಯಿಗ್ ಮಣ್ಣು, ಪ್ರತಿಜ್ಞೆ – ಇವೆಲ್ಲ ತನ್ನ ಕುರಿತ ಮಾತುಗಳೆಂದು ಗೊತ್ತಾಗಿ ಕುಳಿತಲ್ಲೇ ಕೋಪದಿಂದ ಬರಿ ಬಾಯನ್ನು ಪಿಟಿಪಿಟಿ ಎಂದು ಒಳಗೆ ಹೊಗೆಯಾಡಿಸಿದಳು. ಉರಿಯುವ ಒಲೆ ನೋಡುತ್ತ ಒಂದು ರೀತಿ ಅಸಹಾಯಕತೆ ಬರುತ್ತ ನಿಟ್ಟುಸಿರುಬಿಟ್ಟು ಮಡಕೆಯ ಮುಚ್ಚಳ ತೆಗೆದು ಈಗಿನ್ನೂ ನೀರಿಗೆ ಬಿಸಿ ಬರುತ್ತಿದೆ, ಸೊಪ್ಪಿನ್ನೂ ಜುಮ್ಮೆಂದಿಲ್ಲವೆಂದು ಖಾತ್ರಿ ಮಾಡಿಕೊಂಡು ರಂಗಪ್ಪನ ಮಾತುಗಳು ಮರುಕಳಿಸಿ, ಚಳಿಯಾಗುತ್ತಿರುವಂತೆ

ಭಾಸವಾಗಿ ಗಾಳಿಗೆ ದಡಬಡವೆನ್ನುವ ಹಳೆಯ ಬಾಗಿಲನ್ನು ಮುಂದು ಮಾಡಲು ಬಂದಳು. ಕ್ಷಾಮದ ಬೇಗೆಯಲ್ಲಿ ಬದುಕುವುದೂ ದುಸ್ತರವಾಗಿ, ದಿನ ಒಪ್ಪೊತ್ತಿಗೆ ಕೂಳು ಗಿಟ್ಟಿಸುವುದೂ ಕಷ್ಟವಾದಾಗಲೆ ಬಾಗಿಲು ಅಲ್ಲಲ್ಲೆ ಸೀಳುಬಿಟ್ಟು, ಒಳಚಿಲಕ ಬೇರೆ ಒಂದು ಸಾರಿ ಜಾಡಿಸಿದರೆ ಕಿತ್ತುಬರುವಷ್ಟು ಸಡಿಲವಾಗಿತ್ತು. ಹಲಗೆಗಳು ಸಡಿಲವಾಗಿ ತಾನೊಬ್ಬಳೇ ದುಡಿದು ಗಂಡನನ್ನು ಸಾಕುತ್ತ ತಾನು ಜೀವ ಹಿಡಿದುಕೊಳ್ಳುವ ದಾರುಣತೆ ಒಳಗೆಲ್ಲ ಕೊರೆದು ಕಂಠದಲ್ಲಿ ಒದ್ದುಬರುವ ಅಳಲಿನೊಂದಿಗೆ ಗುದ್ದಾಡುತ್ತಿರುವಾಗ ರಂಗಪ್ಪ ಯಾರೊಂದಿಗೋ ಫಕಫಕನೆ ನಗುತ್ತ ಹೋದದ್ದು ಮಸಕು ಮಸುಕಾಗಿ ಕಂಡು ಅವನ ಹೊಲಕ್ಕೆ ಹೋಗುವುದಿಲ್ಲವೆಂದು ಹಟ ಮಾಡದಿದ್ದರೆ ಅಷ್ಟು ಇಷ್ಟು ಹಣ ಗಿಟ್ಟುತ್ತಿತ್ತೇನೊ ಎನ್ನಿಸಿ ತಕ್ಷಣ "ಥೂ, ಆ ನಾಯಿ ವೊಲಕ್ಕೆ ವೋಗ್ಬಾರ್ದು" ಎಂದು ಒತ್ತು ಹಾಕಿಕೊಳ್ಳುತ್ತ, ಬಾಗಿಲಿನ ಅಗಣಿಪಟ್ಟಿಯ ಸಡಿಲಗೊಂಡ ಮೊಳೆಗಳನ್ನು ಗುಂಡುಕಲ್ಲಿನಿಂದ ದಬ ದಬ ಕುಟ್ಟಿ ಕೈ ಸೋತಂತಾಗಿ ಹಾಗೇ ಕುಳಿತಳು. ಮತ್ತೆ ಎದ್ದು ಒಳಚಿಲಕವನ್ನು ನೋಡಿ "ಇದ್ನೂ ಬಂದೈತೆ ಕೆಟ್ಟಾಪತ್ತು" ಎಂದು ಸಿಟ್ಟೊ, ಅಳಲೊ, ಅಸಹಾಯಕತೆಯೊ, ಬೇಸರವೊ ಅಥವಾ ಎಲ್ಲ ಸೇರಿದೆಯೊ ಗೊತ್ತಾಗದ ಭಾವ ಬಿಂಬಿಸಿ ಹಾಳಾಗಿಹೋಗಲಿ ಎನ್ನಿಸಿ ಹಾಗೇ ಬಂದು ಮತ್ತೆ ಸುಮ್ಮನಿರಲಾರದೆ ಅಲ್ಲಿನ ಮೊಳೆಗಳನ್ನು–ಗುಂಡುಕಲ್ಲಿನ ಪೆಟ್ಟಿಗೆ ಸಿಕ್ಕದಿದ್ದರೂ–ಹೊಡೆದು ಬಿಗಿ ಮಾಡಲು ಯತ್ನಿಸಿ ಹೊಡೆದದ್ದಷ್ಟೇ ಸಮಾಧಾನ ಎನ್ನಿಸಿ, ಒಲೆ ಮೇಲೆ ಉಕ್ಕಿದಂತಾಗಿ ದಡಬಡನೆ ಅತ್ತ ಬಂದಳು. ಮುರುಕುಸೌಟಿನ ತುದಿಯಲ್ಲಿ ಸೊಪ್ಪು ತೆಗೆದುಕೊಂಡು ಕೈಯಲ್ಲಿ ಹಿಸುಕಿ ಸರಿಯಾಗಿ ಬೆಂದಿದೆಯೊ ಇಲ್ಲವೊ ಪರೀಕ್ಷಿಸಿ ಇನ್ನೇನು ಬೇಯುತ್ತೆ ಎಂದುಕೊಂಡು ಕುಳಿತಾಗ, ಬಾಗಿಲು ಬಡಬಡಿಸಿ, ಏನಾದರೂ ಮಾಡಿ ಇದನ್ನು ಸರಿಮಾಡಲು ಸಾಧ್ಯವೆ, ಏನು ಬಂತು ಇದಕ್ಕೆ? ಬಾಗಿಲು ಬಿದ್ದು ಹಾರೊಡೆದುಕೊಂಡರೆ!.... ಎಂದು ಕುಳಿತಲ್ಲೇ ಕಂಪಿಸಿ ನೆಲ ತನ್ನದೋ ಅಲ್ಲವೊ, ನೆಲದ ಮೇಲಿದ್ದೇನೋ ಇಲ್ಲವೊ ಮುಟ್ಟಿ ನೋಡಬೇಕೆನ್ನಿಸಿ, ಏನೋ ಭಯವಾಗಿ ಯಾಕೊ ಮೈಮನಸ್ಸು ಅಸ್ವಸ್ಥವಾಗಿ ಗಂಡನಿಗೆ ಕೆಮ್ಮು ಹೆಚ್ಚಾದ್ದು ಕಂಡು ಯಾವುದಕ್ಕೆ ಪ್ರತಿಕ್ರಿಯಿಸಬೇಕೆಂದು ಗೊತ್ತಾಗದೆ ಮೊಣಕಾಲುಗಳ ಮಧ್ಯೆ ತಲೆಯಿಟ್ಟುಕೊಂಡು ಸುಮ್ಮನೆ ಕುಳಿತಳು.

ರಾಮು "ಯಾಕೊ ಚಳಿ, ಗಾಳಿ ಜಾಸ್ತಿ ಆಗಿದ್ದಂಗೈತೆ ಕಣೆ. ಬಾಗಿಲು ಬಿಗಿಯಾಗಿಲ್ಲ ಏನಾಗೈತೊ ಏನ್ಕತೆಯೊ" ಎಂದಾಗ ಚನ್ನಿಗೆ ಚುರುಗುಟ್ಟಿ ಬೆಚ್ಚಿದಂತಾಗಿ ನಿಸ್ತೇಜಭಾವದಿಂದ ಸುಮ್ಮನೆ ಗಂಡನ ಮುಖ ನೋಡಿ, ಏನೂ ಹೇಳಲು ತೋಚದೆ ಮತ್ತೆ ಹಾಗೇ ತಲೆಕುಟ್ಟಿಕೊಂಡಳು. "ಎಲ್ಲಾ ಸರ್ಯೋಗ್ತೈತೆ ಬಿಡು. ಯಾಕ್ ಸುಮ್ನೆ ಚಿಂತೆ ಮಾಡ್ತೀಯ" ಎಂದ ಗಂಡನ ಮುಖವನ್ನು ಕ್ಷಣಕಾಲ ನೋಡಿ, ವಿಷಾದದ ನಸುನಗೆಯಿಂದ ಮತ್ತೆ ಸೊಪ್ಪು ಬೆಂದಿದೆಯೊ ಇಲ್ಲವೊ ನೋಡಲು ಮುಚ್ಚಳ ತೆಗೆದಾಗ ಬಾಳಿನುದ್ದಕ್ಕೂ ಸೆರೆಯಲ್ಲಿರಬೇಕಾಗಬಹುದೆಂದು ತಳಮಳಿಸುತ್ತಿದ್ದವರನ್ನು ಇದ್ದಕ್ಕಿದ್ದಂತೆ ಬಿಡುಗಡೆ ಮಾಡಿದಂತೆ ನೀರಿನ ಬೇಗೆ ಭಗ್ಗನೆ ನುಗ್ಗಿ ಬಂದು ಮುಖಕ್ಕೆ

ಕಾವು ತಗುಲಿ ಮನಸ್ಸಿನಾಳಕ್ಕೆ ಇಳಿದಂತಾಗಿ ಕೈಕಾಲು ಬಂಧಿಸಿದಂತಾಗಿ ಸೌಟು ಹಿಡಿದು ಸ್ವಲ್ಪ ಹೊತ್ತು ಹಾಗೇ ಕುಳಿತುಬಿಟ್ಟಳು.

ರಂಗಪ್ಪ ತನ್ನ ಹೊಲಕ್ಕೆ ಕೂಲಿಗೆ ಬರುತ್ತಿದ್ದವರೊಂದಿಗೆ ಚಲ್ಲಾಟದ ಮಾತಾಡುತ್ತಲೇ ಬಲೆ ಬೀಸುವುದರಲ್ಲಿ ನಿಸ್ಸೀಮನೆಂದೇ ರಾಮು ಚನ್ನಿಗೆ ಮೊದಲೇ ಹೇಳಿದ್ದ – "ಅವ್ನ್ ಕಚ್ಚೆ ಬದ್ರಯಿಲ್ಲ ಚನ್ನಿ. ಜ್ವಾಪಾನ" ಅಂತ. ಕೂಲಿ ಮಾಡದೆ ವಿಧಿಯಿಲ್ಲದ್ದರಿಂದ ಹೋಗಬೇಕಾಗಿಬಂದು, ಒಂದು ಸಾರಿ ರಂಗಪ್ಪ ಚನ್ನಿಯ ಹತ್ತಿರ ನಾಲಗೆ ಉದ್ದಮಾಡಿ ಚಲ್ಲಾಟದ ಮಾತಾಡಿದ್ದನ್ನು ಸಹಿಸದೆ "ನಿನ್ಮನೆ ಹಾಳಾಗ, ನಿನ್ನ ನಾಲ್ಗೇಗೆ ವುಳ ಬೀಳ, ನಿನ್ನೊಲ್ದಾಕೆ ಕಾಲಿಟ್ರೆ ಕೇಳು" ಎಂದೆಲ್ಲ ರಾಚಿ ಬಂದ ಚನ್ನಿ ಅಂದಿನಿಂದ ಅವನ ಹೊಲಕ್ಕೆ ಕಾಲಿಟ್ಟಿರಲಿಲ್ಲ. ರಂಗಪ್ಪ ಬುಟ್ಟಿಗೆ ಬಿದ್ದಾಳೇನೊ ಎಂದು ಕೀಟಲೆ ಬಿಟ್ಟಿರಲಿಲ್ಲ.

ಪಕ್ಕದ ಮನೆ ಕಾಳಮ್ಮ ಬಂದು "ಕೆರೇಗೆ ಮಂಗೆ ಬಿದ್ದೈತಂತೆ ಕಣಮ್ಮ ಚನ್ನಕ್ಕ, ಬೋಲ್ ಜೋರಾಗೋಗ್ತ ಐತಂತೆ ನೀರು. ಜತ್ಗೆ ಒಂದ್ಕಡೀಕೆಲ್ಲೋ ಏರಿ ಬಿರುಕು ಬಿಟ್ಟೈತಂತೆ. ಈಗೇನಾರ ಸರ್ಮಾಡ್ದಿದ್ರೆ ಕೆರೇಗೆ ಅಪಾಯ್ವಂತೆ. ಮಣ್ಣು ಗಿಣ್ಣು ಆಕಾಕೋಗ್ಬೇಕಂತೆ ಊರಾರು. ಬಾರಮ್ಮಣ್ಣಿ ನೀನೂನು" ಎಂದಾಗ, ರಾಮು "ಏನವ್ವ" ಎಂದ ಆಶ್ಚರ್ಯದಿಂದ. "ಹೂಂ ಕಣಣ್ಣ" ಎಂದಳು ಕಾಳಮ್ಮ. "ಅಯ್ಯೋ !" ಎಂದ. ತನಗೇ ಆಘಾತವಾದಂತೆ ಚನ್ನಿಗೂ ಕಳವಳ; ಜತೆಗೆ ಬೆಳೆಯುವ ತಳಮಳ. "ಈ ಮಳೆ ನೋಡ್ದಾಗ ನಂಗೂ ಯಿಂಗಾಗ್ಬೈತೆ ಅಂಬ್ತ ಅನ್ಸಿತ್ತು" ಎಂದಳು. "ಜಲ್ದು ಏರಿ ಸರ್ಮಾಡ್ದಿದ್ರೆ, ಜೋರಾಗ್ ಮಳೆ ಬಂದಾಗ ಕಿತ್ಕಂಡೋಗ್ಬವು; ನಮ್ಮೂರ್ ಕೆರೇಗೆ ಎಂದೂ ಯಿಂಗಾಗಿರ್ಲಿಲ್ಲ ಕಣಾ ಕಾಳಮ್ಮ" ಎಂದು ಆತಂಕಪಟ್ಟ ರಾಮು. "ಉಂಡೂ ತಿಂದು ಬತ್ತೀನ್ ಕಣವ್ವ" ಎಂದಳು ಚನ್ನಿ.

ಸೊಪ್ಪು ಬೆಂದಿತ್ತು. ಇದ್ದ ಸ್ವಲ್ಪ ರಾಗಿಹಿಟ್ಟಿಗೇ ಎಸರು ಇಟ್ಟು ಮುದ್ದೆ ಮಾಡಿ ರಾಮನಿಗೆ ಬಡಿಸಿ ತಾನು ಬರೀ ಸೊಪ್ಪು ತಿಂದು ಕುಳಿತಳು. ಇದನ್ನು ಗಮನಿಸಿದ ರಾಮನಿಗೆ ಕರುಳು ಕುಯ್ದಂತಹ ವೇದನೆಯಾಗಿ ನಿಸ್ಸಹಾಯಕ ಸ್ಥಿತಿಯಿಂದ ಒಳಗೇ ಒದ್ದಾಡಿದ. "ಚನ್ನಿ ಯಾಕಿಂಗ್ಮಾಡ್ತೀಯ ? ನೀನೂ ಅಷ್ಟುಂಡು ನಂಗಿಷ್ಟಿಟ್ಟಿದ್ರಾಗ್ತಿರ್ಲಿಲ್ವ ? ದಿನಾ ಯೋಳಾಕಾಗ್ಬೈತ ?" ಎಂದ – "ಒಬ್ರೀಗೆ ಆಗಾಕಿಲ್ಲ– ಇನ್ನು ಇಬ್ರು ಉಂಬಾಂದೆಂಗೆ ? ಕಾಯ್ಲೆ ಕಸಾಯ್ನೀರು ಉಂಡ್ರೆ ಸಾಕು" ಎಂದಳು. ಸುಮ್ಮನಾದ; ಜಂತೆಯ ಕಡೆ ನೋಡುತ್ತ ಮಲಗಿದ. ಗಾಳಿ ಬೀಸಿ ಬಾಗಿಲು ಕಿರ್ರೆಂದಾಗ "ಇವತ್ತೇನೊ ಬಂದೈತೆ ಇದ್ಕೆ. ಯಾವತ್ತಿದ್ದಂಗಿಲ್ಲ; ಈ ಗಾಳಿ ನೋಡು ಏನ್ ಚಿರ್ರಂಬೈತೆ" ಎನ್ನುತ್ತ ದುಪ್ಪಟಿಯನ್ನು ಮೈತುಂಬ ಹೊದ್ದು ಗೂಡರಿಸಿಕೊಂಡ.

ಚನ್ನಿ ಕುಳಿತಿದ್ದಳು; ಏನೋ ಹಟ ಸಾಧಿಸಿದ್ದಾಯಿತು; ಮೈಗೆ ಸುಖವಿಲ್ಲ; ಮನಸ್ಸಿಗೆ ಶಾಂತಿಯಿಲ್ಲ; ಹೇಗೆ ಏಗುವುದೆಂದೇ ತಿಳಿಯುತ್ತಿಲ್ಲ ಎಂದು ಚಿಂತಿಸುತ್ತಿರುವಾಗ ಗುಡುಗು ಮಿಂಚುಗಳ ಆರ್ಭಟ ಕಂಡು, ಮಳೆ ಬರಬಹುದು, ಕೆರೆ ಏನಾಗಬಹುದು ? ಒಡೆದೇ ಬಿಟ್ಟರೆ ? ಎಂದು ಕಲ್ಪಿಸಿಕೊಂಡಾಗ ನೆಲ ನಡುಗಿದಂತಾಗಿ, ಗಾಳಿ ಧೂಳು ಎದ್ದು, ಬಾಗಿಲು ರೊಯ್ಯನೆ ಹಿಂದಕ್ಕೆ ಬಂದು,

ಮತ್ತೆ ಮುಂದಕ್ಕೆ ಹೋಗಿ ಒಳಬಂದ ಮಳೆವಾಸನೆ ಅಲ್ಲೇ ಸುತ್ತಿಕೊಂಡು ಮೂಗಿಗೆ ಬಡಿದು, ಕೆರೆ ಕಣ್ಣ ಮುಂದೆ ಬಂದು ಜೊತೆ ಜೊತೆಯಾಗೇ ಭವಿಷ್ಯ ಭೀಕರವೆನಿಸಿ, ಕೊತಕೊತ ಕುದಿತದ ಮಧ್ಯೆ ಸಿಕ್ಕಿದಂತೆ ಭಾಸವಾಗಿ, ಯಾವುದೋ ಬಹುದಿನ ಮಲಗಿದ್ದ ಶಕ್ತಿ ಮೈಯೆಲ್ಲವನ್ನು ಹಿಂಡಿ ಹಿಪ್ಪೆ ಮಾಡುತ್ತಿರುವಂತೆ, ಶಕ್ತಿಯೇ ಇಲ್ಲದವಳಂತೆ ಮೆಲ್ಲನೆ ಎದ್ದು ಬಾಗಿಲನ್ನು ಮುಂದು ಮಾಡುವಾಗ ಗಂಡಸರು ಹೆಂಗಸರು ಸಲಿಕೆ, ಗುದ್ದಲಿ, ತಟ್ಟಿ ಸಮೇತ ಹೋಗುತ್ತ, "ಮಳೆ ಬರಂಗಾಗ್ತೈತೆ ಮೂಡ್ಗಡೀಕೆ ಮಿಂಚ್ತಾ ಐತೆ ಬರ್‍ರಮ್ಮ ಅಂಗೆ ಜಲ್ದು" ಎಂದು ಅವರಿವರನ್ನು ಕೂಗುತ್ತಿರುವಾಗ ಮುಂದಾಳತ್ವ ವಹಿಸಿದ್ದ ಊರ ಪಟೇಲ, "ಬರ್‍ರಿ ಬರ್‍ರಿ ಜಲ್ದು ಆಮ್ಯಾಕೆ ತಾರಾತಿಗ್ಡಿ ಆಗ್ಬಿಡ್ತೈತೆ. ಊರ್‍ಕೆಲ್ಸ ಮಾಡ್ವಾಗ ಕೀಸ್‌ಬುದ್ಧಿ ಇರ್‍ಬಾರ್‍ದು. ಐ... ಕಾಳಮ್ಮ ಚನ್ನಕ್ಕ, ಮಲ್ಲಕ್ಕ.... ಬರ್‍ರಮ್ಮ ಬರ್‍ರೀ...." ಎಂದು ಕೂಗುತ್ತಿದ್ದಾಗ ಚನ್ನಿ "ಬಂದೇ ಕಣಣ್ಣ ಈಗ" ಎನ್ನುತ್ತ ಹಾಗೇ ನಿಂತಳು. ಅವರೆಲ್ಲ ಮುಂದುವರಿದಾಗ ಬಾಗಿಲಿಗೆ ಒಳಚಿಲಕ ಹಾಕಿದಳು. ಒಳಚಿಲಕ ಭದ್ರವಿಲ್ಲದ್ದರಿಂದ ಬಾಗಿಲು ಗಾಳಿಗೆ ದಬದಬ ಬಡಿದುಕೊಳ್ಳುತ್ತಿತ್ತು. "ಮಲ್ಲಿ ಕೆರೆ ಕೆಲ್ಸಕ್ಕೊಗ್ತಾಳೊ ಇಲ್ವೊ" ಎಂದುಕೊಂಡಳು. "ಒಳ್ಳೇ ವೈನಾಗವ್ಳೆ ಮೈತುಂಬ್ಕೊಂಡು" ಎಂದುಕೊಂಡು "ತೋಟತ್ತಾವಿರೊ ರಂಗಪ್ಪನ ರೂಮ್ನಾಕೆ ವೋಗಿ ಮಲಗಿದ್ದು ಬರಾದ್‌ಬಿಟ್ಟು ಮಲ್ಲಿ ಕೆರೆತಾವೆಲ್ಲೋಗ್ತಾಳೆ" ಎಂದು ಯೋಚಿಸಿ ನೋಡೋಣವೆಂದು ಬಾಗಿಲು ತೆರೆದು ಹಟ್ಟಿಗೆ ಬಂದು ಹಜಾರದ ಮೂಲೆಯಲ್ಲಿ ಮುದುಡಿ ಕುಳಿತಿದ್ದ ಮಲ್ಲಿಯನ್ನು ನೋಡಿ "ಕೆರೆತಾವ ವೋಗಾಕಿಲ್ವ ಮಲ್ಲಕ್ಕ" ಎಂದಳು. ಮಲ್ಲಿಯೇ "ಬಿಡ್ ಬಿಡು ಚನ್ನಕ್ಕ ನಂಗ್ಯಾಕೆ. ಇಷ್ಟ ಇರಾರೋಗ್ತಾರೆ. ನಿಮ್ಮಂಥೋರು ವೋಗಂಗಿದ್ರೆ ವೋಗ್ರಮ್ಮ ಮಾರಾಗಿತ್ತೀರಂಗೆ" ಎಂದು ಕ್ಷಣಕಾಲ ಸುಮ್ಮನಿದ್ದು, "ನಾನು ಸ್ವಲ್ಪವೊತ್ತಿಗ್ಮುಂಚೇಲಿ ವೊರೀಕಾಗಿದ್ದೀನಿ ಕಣೇ ಚನ್ನಕ್ಕ" ಎಂದಳು. ಚನ್ನಿ "ಓ" ಎನ್ನುತ್ತ ಆಕಾಶದ ಕಡೆಗೆ ನೋಡಿದಳು. ಮಳೆ ಬರುವ ಸೂಚನೆಯಿದೆ. ನಿಮಿಷಕ್ಕೊ ಎರಡು ನಿಮಿಷಕ್ಕೊ ಒಂದೊಂದೇ ಹನಿ ಬೀಳುತ್ತಿದೆ. ಆದರೂ ಯಾಕೊ ಕೆರೆಯ ಮಂಗೆ ಮುಚ್ಚುವುದಕ್ಕೆ ಹೋಗುವ ಮನಸ್ಸೇ ಬಾರದೆ ಒಳಬಂದು ಬಾಗಿಲು ಹಾಕಲು ಹೋಗಿ ಹಾಳು ಚಿಲಕ ಎಂದು ಬೈದುಕೊಂಡಳು. ಎತ್ತ ಕಡೆ ಹೋಗುವುದು ? ಕೆರೆ ಕೆಲಸಕ್ಕೊ ಅಥವಾ.... ಅಥವಾ... ಹೇಗಿದ್ದರೂ ಮಲ್ಲಿ ಇವತ್ತು ರಂಗಪ್ಪನಿಗೆ ಮಗ್ಗುಲಾಗೂಲ್ಲ. ಅ...ಲ್ಲಿ...ಗೆ.....

ಏನೋ ಆವೇಶ ಬಂದಂತೆ ಗುಂಡುಕಲ್ಲು ತೆಗೆದುಕೊಂಡು ಒಳಚಿಲಕದ ಮೊಳೆಯನ್ನು ಯರಿಬಿರಿ ಕುಟ್ಟಿದಳು. ಏಟು ಮೊಳೆಗೆ ಬೀಳದೆ ಚಿಲಕಕ್ಕೆ ಬಿದ್ದು ಅದು ಲಬುಕಿ ಇನ್ನೂ ಸಡಿಲವಾಗಿ ಸಿಕ್ಕಾಪಟ್ಟೆ ಬೇಸರ ಬಂದು, ಗಾಳಿಗೆ ಬಡಿದಾಡುತ್ತ ಕಿರುಗುಟ್ಟುವ ಬಾಗಿಲ ಮೇಲೆ ಸಿಟ್ಟುಬಂದು ಹೇಗೂ ಒತ್ತಿ ಹಿಡಿದುಕೊಂಡು ಚಿಲಕವನ್ನು ಸರಿ ಮಾಡಲೇಬೇಕೆಂದು ಹಾಗೂ ಹೀಗೂ ಪ್ರಯತ್ನಿಸುತ್ತಿರುವಾಗಲೇ ಮಳೆ ಇಷ್ಟಿಷ್ಟೇ ಹನಿಯಲು ಪ್ರಾರಂಭಿಸಿ ಹೆಚ್ಚಾಗುವ ಸೂಚನೆ ಕಂಡುಬಂದು, ಇವಳ ಪ್ರಯತ್ನ ಇನ್ನೂ ಹೆಚ್ಚಾಗಿ, ಆದರೆ ವಿಫಲವಾಗುತ್ತ ಬಂದು ಮನಸ್ಸು ಉದ್ವಿಗ್ನವಾಗಿ

ಮೈಯೆಲ್ಲ ಉರಿಯೆದ್ದು ತಡೆಯಲಾಗದೆ ಒಳಚಿಲಕವನ್ನೇ ಕಿತ್ತೆಸೆದುಬಿಟ್ಟಾಗ ಬಾಗಿಲು ಬರ್‍ರನೆ ತೆಗೆದುಕೊಂಡು ತಣ್ಣನೆಯ ಗಾಳಿ ನುಗ್ಗಿ, ಹಾಯೆನಿಸಿ, ಮುಖದ ಮೇಲಿನ ಬೆವರನ್ನು ಸೆರಗಿನಿಂದ ಒರಸಿಕೊಳ್ಳುತ್ತ ಹಿಂದಕ್ಕೆ ತಿರುಗಿಯೂ ನೋಡದೆ ಹೊರಟುಬಿಟ್ಟಳು. ಹಜಾರದಲ್ಲಿ ಕುಳಿತಿದ್ದ ಮಲ್ಲಿ "ಕೆರೆ ಕೆಲ್ಸಕ್ಕೊರ್‍ಟೇನೆ ಚನ್ನಕ್ಕ" ಎಂದರೂ ಕಿವಿಗೆ ಬೀಳದವಳಂತೆ ಬಿರಬಿರನೆ ಹೆಜ್ಜೆ ಹಾಕಿದಳು.

ಹಸಿವು ಹೆಚ್ಚಾಗುತ್ತಿತ್ತು. ಅದೂ ರಾಮು ಖಾಯಿಲೆ ಬಿದ್ದ ಮೇಲೆ ಸರಿಯಾಗಿ ಊಟಕ್ಕೂ ಅನುಕೂಲವಾಗದೆ ಉಪವಾಸವೆನ್ನುವುದು ವಿಶೇಷವೇನೂ ಆಗಿರಲಿಲ್ಲ. ಕೆಲವು ದಿನಗಳಿಂದಂತೂ ಹಸಿವು ಕಿತ್ತು ತಿನ್ನುತ್ತಿತ್ತು. ದೇಹದ ನರಗಳೆಲ್ಲ ಹುರಿಗಟ್ಟಿ ಎತ್ತಲೊ ಕೊಂಡೊಯ್ದಂತಾಗುತ್ತಿತ್ತು. ಒತ್ತಿ ಹಿಡಿಯಲು ಎಷ್ಟು ಸಾಧ್ಯ ? ಇಂದು ಬೆಳಿಗ್ಗೆ ಒಂದು ಮುದ್ದೆ ಉಂಡಿದ್ದು, ಈ ಬರೀ ಸೊಪ್ಪು ತಿಂದು – ಅದೂ ಯಾಕೊ ಹಿಡಿಸದಿದ್ದರೂ ಇರಲಿ ಬರೀ ಹೊಟ್ಟೆ ಎಂದು ಸ್ವಲ್ಪ ತಿಂದು – ಈಗ ಹೊಟ್ಟೆಯಲ್ಲೆಲ್ಲ ತಳಮಳ; ತೊಳಸುತ್ತಿರುವ, ಸುತ್ತುತ್ತಿರುವ ಅನುಭವ; ಹಸಿವು ಹಬ್ಬುತ್ತ ಇಡೀ ದೇಹಕ್ಕೆ ಆವರಿಸಿದಂತಾಗಿ ಹುತ್ತದಲ್ಲಿ ಹೂತುಹೋಗುತ್ತಿರುವ ತೀವ್ರತೆ ಹೆಚ್ಚಾಗಿ ಸತ್ತಂತಿದ್ದ ಶರೀರದಲ್ಲಿ, ಏನೋ ಅಡಗಿ ತರಾಟೆಗೆ ತೆಗೆದುಕೊಳ್ಳುತ್ತಿರುವ ಅನುಭವವಾಗುತ್ತ ಬಂದು ಚನ್ನಿಯ ಉದ್ವಿಗ್ನತೆಗಿಂತ ವೇಗವಾಗಿ ಕಾಲು ಮುಂದುವರಿದವು.

ಕೆರೆಯ ಕೆಲಸ ಅಲ್ಲಿ ಸಾಗುತ್ತಿತ್ತು, ಅವರಾಡುವ ಮಾತುಗಳು ರಾತ್ರಿಯ ಗಾಳಿಯಲ್ಲಿ ತೇಲಿ ಬರುತ್ತಿದ್ದವು.

"ಜಲ್ದಿ ಮಳ್ಳೀನ್ ಮೂಟೆ ಹಾಕ್ರಯ್ಯ ಒಳಭಾಗಕ್ಕೆ. ಹೊರ್‍ಗಡೇಲಿ ಮಂಗೆ ಕಾಣುಸ್ತೈತಲ್ಲ ಅಲ್ಲೆ ಮಣ್ಣುಗಿಣ್ಣು ಹಾಕ್ರಮ್ಮ ಜಲ್ದ್‌ಜಲ್ದಿ" "ಅರರೇ ! ಅಲ್ನೋಡ್ರಯ್ಯ ಅಲ್ಲಿ ಮ್ಯಾಲ್ಗಡೀಕ್ ಮಳೆ ಜೋರಾಗಾಗೈತೆ. ಅದ್ಕೇ ಹಳ್ಳ ನೋಡ್ರಯ್ಯ ಎಸ್ಟ್ ಬಿರ್‍ಸಾಗ್ ಬರ್‍ತಾ ಐತೆ ! ಆಗ್ಲೇ ಕೆರೆಗೆ ಎಷ್ಟೊಂದು ನೀರ್ ಬಂದ್ಬುಡ್ತು. ಮುಗುಸ್ರಪ್ಪ ನಿಮ್ ಧರ್ಮ ಜಲ್ದಿ. ಮೊದ್ಲೇ ಆ ಕಡೇಲಿ ಏರಿ ಬ್ಯಾರೆ ಬಿರುಕು ಬಿಟ್ಟೈತೆ ಹೊಡ್ಕಂಡ್ರೆ ಏನ್ಗತಿ ಏನ್ಕತೆ. ರಾಮು ! ರಾಮು ! ಹೂಂ ತರ್‍ರೀ ತರ್‍ರೀ ಜಲ್ದ್ ಜಲ್ದಿ" – ಪಟೇಲ ಸೂಚನೆ ಕೊಡುತ್ತಿದ್ದ – ಆತಂಕದಿಂದ; ಅವಸರದಿಂದ.

ಚನ್ನಿ ಹೋಗುತ್ತಿದ್ದಳು; ಕೆರೆ ರಿಪೇರಿಯ ಸದ್ದು ಕೇಳಿ ಬರುತ್ತಿದ್ದರೂ ತನ್ನ ಪಾಡಿಗೆ ತಾನು ಹೋಗುತ್ತಿದ್ದಳು. ಮಳೆಯ ಹನಿಗಳು ಸ್ವಲ್ಪ ಹೆಚ್ಚಾಗುತ್ತ ಪಟಪಟ ಬಡಿಯ ಹತ್ತಿದ್ದವು. ರಿಪೇರಿಯ ಕಡೆಯಿಂದ ಬಂದ ಗೊಂದಲ ಸದ್ದು, ಆಳಿಗೊಂದು ಮಾತು, ರಭಸದಲ್ಲಿ ಕಾರ್ಯ ನಡೆಯುತ್ತಿದ್ದುದನ್ನು ಸೂಚಿಸುತ್ತಿದ್ದವು. ಎಲ್ಲೋ ದೂರದಲ್ಲಿ ನಡೆಯುವ ಅಸ್ಪಷ್ಟ ಜಟಿಲ ಬಲೆಯ ವಾತಾವರಣದಂತೆ ಏನೂ ಸಂಬಂಧ ಕಲ್ಪಿಸಿಕೊಳ್ಳಲು ಸಾಮರ್ಥ್ಯ ಪಡೆಯದಂತೆ ಕೇಳಿಸಿ, ಚನ್ನಿ ಅದರ ಪರಿವೆಯೇ ಇಲ್ಲದೆ ವೇಗವಾಗಿ ಬರುತ್ತ, ಮಳೆ ಬಿರುಸಾಗಿ ಸುರಿಯಲಾರಂಭಿಸಿದಾಗ ಮತ್ತೂ ಜೋರಾಗಿ ಕಾಲು ಹಾಕುತ್ತ ಸೀದಾ ರಂಗಪ್ಪನ ತೋಟಕ್ಕೆ ಬರುವ ಹೊತ್ತಿಗೆ, ಧಾರಾಕಾರವಾಗಿ ಬೀಳುವ ಸೂಚನೆಯನ್ನು ಸೆಳೆಮಿಂಚು ಮತ್ತು ಭೂಮಿಗೆ ಕಂಬಳಿಯ ಕೊಪ್ಪೆ

ಇಟ್ಟಂತಿದ್ದ ಆಕಾಶ ಸೂಚಿಸಿದವು. ಹಳ್ಳ ತುಂಬಿ ಹರಿದು ಬರುತ್ತಿರುವಾಗಲೇ ಇಲ್ಲೂ ಮಳೆ ತುಂಬಾ ಜಾಸ್ತಿಯಾಗಿ ರೊಯ್ಯೆಂದು ಬಡಿಯಲು ಪ್ರಾರಂಭಿಸಿ ಕೆರೆ ರಿಪೇರಿಯ ಸ್ಥಳದಲ್ಲಿ ಅತ್ಯಂತ ಉದ್ವೇಗದ ವಾತಾವರಣ ಮೂಡಿ ಯಾರು ಏನು ಮಾತನಾಡುತ್ತಿದ್ದಾರೆ ಏನು ಮಾಡುತ್ತಿದ್ದಾರೆ ಯಾವುದೂ ಗೊತ್ತಾಗದ ಸನ್ನಿವೇಶ ನಿರ್ಮಾಣವಾಗಿ ಅಂತೂ ಎಲ್ಲರೂ ಏನೋ ಹೇಳುತ್ತಿದ್ದರು. ಏನೋ ಮಾತಾಡುತ್ತಿದ್ದರು. ಮಳೆಯಲ್ಲಿ ತೋಯುತ್ತಲೇ ಚನ್ನಿ ರಂಗಪ್ಪನ ತೋಟದ ರೂಮಿನ ಬಾಗಿಲ ಬಳಿಗೆ ಬಂದಳು. ಎದೆ ಡವಡವ ಎನ್ನತೊಡಗಿತು. ಭಯದ್ದೋ ಉದ್ವೇಗದ್ದೋ ಆಕೆಗೇ ಗೊತ್ತಾಗದ ರೀತಿಯಲ್ಲಿ ಹೃದಯ ಹಾರಾಡುತ್ತಿರುವಂತೆ ಭಾಸವಾಯಿತು. ರೂಮಿನ ಒಳಗೆ ಬೆಳಕಿತ್ತು. ಬಾಗಿಲ ಸಂದಿಯಲ್ಲಿ ನೋಡಿದಾಗ ರಂಗಪ್ಪ ಒಬ್ಬನೇ ಅಡ್ಡಾಗಿ ಸಿಗರೇಟು ಸೇದುತ್ತ "ಅನುರಾಗದ ಅಮರಾವತಿ" ಎಂದು ಸಿನಿಮಾ ಹಾಡನ್ನು ಗುಂಯ್‌ಗುಡುತ್ತ ಮಧ್ಯೆ ಮಧ್ಯೆ "ಹಾಳ್ ಮಳೆ; ಮಲ್ಲಿ ಬ್ಯಾರೆ ಬರ್ಲಿಲ್ಲ. ಥೂ!" ಎಂದು ಒಬ್ಬನೇ ಗೊಣಗುತ್ತ ಇದ್ದಾಗ, ಇದ್ದಕ್ಕಿದ್ದಂತೆ ಕೆರೆಯ ಕಡೆಯಿಂದ ಹಾಹಾಕಾರವೆದ್ದು ಸುತ್ತಮುತ್ತಲ ವರ್ತುಲವೆಲ್ಲ ಬೆಚ್ಚಿ ಬೀಳುವಂತೆ ಮಾಡಿತ್ತು. "ಅಯ್ಯೋ ಬಿರುಕುಬಿಟ್ಟಿತ್ತಾವ ಏರಿ ಕುಸೀತಾ ಐತೆ. ಅಗಾ! ಆಗ್ಲೇ ನೀರ್ ನುಗ್ಗಿದ್ವು. ದ್ಯಾವ್ರೆ ಏನಪ್ಪ ಗತಿ! ಬರ್ರಯ್ಯೋ ಬರ್ರೀ, ಬರ್ರೋ" ಎಂಬ ಧ್ವನಿ ಮೈಕೂದಲನ್ನು ನಿಮಿರಿಸುವಂತೆ ಮಾಡಿ ಆ ಹಾಹಾಕಾರ ಹವ್ವನೆ ಹಬ್ಬಿ ರಂಗಪ್ಪ ಜಗ್ಗನೆ ಎದ್ದು ನಿಲ್ಲುವುದಕ್ಕೂ ಚನ್ನಿ ಬಾಗಿಲನ್ನು ದಡಾರನೆ ನೂಕಿ ಒಳಬರುವುದಕ್ಕೂ ಸರಿಯಾಯಿತು. ರಂಗಪ್ಪ ಆಶ್ಚರ್ಯದಿಂದ ಥಟ್ಟನೆ ಹಾಗೇ ನಿಂತ. ಚನ್ನಿಗೆ ಏನು ಹೇಳಬೇಕೆಂದು ತೋಚದೆ ಏದುಸಿರುಬಿಡುತ್ತ ಸುಮ್ಮನೆ ಅವನ ಮುಖ ನೋಡಿದಳು. ಎರಡು ಮೂರು ನಿಮಿಷ ಬರೀ ಮಳೆಯ ಸದ್ದು; ಸುಯ್ಯೆಂದು ಹನಿಗಳನ್ನು ಅಲ್ಲಾಡಿಸುತ್ತ ಆಟವಾಡುವ ಗಾಳಿ; ಇವುಗಳ ಮಧ್ಯೆ ದಾರಿ ಬಿಡಿಸಿಕೊಂಡು ಬರಲು ಯತ್ನಿಸುವ ಏರಿಯ ಬಳಿಯ ತಡಬಡಿಕೆ. ಕಡೆಗೆ ರಂಗಪ್ಪನೇ "ಏನ್ ಬಂದೆ?" ಎಂದ. "ನ.... ನ.... ನಾನು ನಿನ್ನ ವೊಲ್ದಾಕ್ ಬತ್ತೀನಿ. ಆವತ್ತು ಕಾಲಿಕ್ಕಲ್ಲ ಅಂಬ್ತ ಹಟ ಮಾಡಿದ್ದು ತಪ್ಪಾತು" ಎಂದಳು. ರಂಗಪ್ಪ ಓ ಎಂದು ಉದ್ಗರಿಸಿದ. "ಹೌದಾ" ಎಂದು ಕಣ್ಣಲ್ಲಿ ತುಂಟತನ ಚಿಮ್ಮಿದ. "ಕರಿಯಮ್‌ದ್ಯಾವ್ರಾಣ್ಗೂ ಬತ್ತೀನಿ. ಅದ್ಕೇ ನಾನ್ ಓಡೋಡ್ ಬಂದೆ ನಿನ್ತಾವೀಗ. ನಿನ್ ವೊಲ್ದಾಗಿರೋ ಕಳೇನೆಲ್ಲ ಒಬ್ಳೇ ಬೇಕಿದ್ರು ತೆಗೀತೀನಿ. ಆಮ್ಯಾಲೆ ಯಾವಾಗ ಕರುದ್ರೂ ಬತ್ತೀನಿ" ಎಂದು ಚನ್ನಿ ಉದ್ವೇಗದ ಧ್ವನಿಯಲ್ಲಿ ಮಳೆಯನ್ನು ಸರಿಗಟ್ಟುವವಳಂತೆ ಹೇಳಿದಾಗ ರಂಗಪ್ಪ ನಗುತ್ತ ಏನೋ ಒಂದು ಥರಾ ಶೈಲಿಯಲ್ಲಿ "ಭೇಷ್, ಪರವಾಗಿಲ್ಲ" ಎಂದ.

ಚನ್ನಿಯಲ್ಲಿ ಉತ್ಸಾಹ ಹರಿಯಿತು. ಹತ್ತಿರಕ್ಕೆ ಬಂದಳು; ಮೆಲ್ಲನೆ ಅವನ ಕೈ ಹಿಡಿದುಕೊಂಡಳು; ನಡಗುವ ಕೈಗಳಿಂದ ಅವನನ್ನು ಮತ್ತೆ ಮತ್ತೆ ಸ್ಪರ್ಶಿಸುತ್ತ ಪುಳಕದ ಪಲ್ಲವಿಗೆ ಪಕ್ಕಾದಾಗ ಆತ ಇವಳ ಎರಡು ತೋಳುಗಳನ್ನೂ ಹಿಡಿದುಕೊಂಡ; ಹಾಗೇ ದಿಟ್ಟಿಸಿದ. ಮಳೆಯಲ್ಲಿ ತೋಯ್ದು ಬಂದ ದೇಹವನ್ನು ಕಣ್ಣಪಟ್ಟಿಯಲ್ಲಿ ಅಳೆದ. ಹಿಡಿದ ತೋಳುಗಳು ಬರೀ ಮೂಳೆ ಎಂದುಕೊಂಡ. ಮೈಗೆ ಅಂಟಿದ

ಬಟ್ಟೆಬರೆಯಲ್ಲೂ ದೇಹದ ಏರುಪೇರು ಕಾಣದೆ ಮುಖ ಸಿಂಡರಿಸಿಕೊಂಡ. ಚನ್ನಿಯ ಕೈ ಕಂಪಿಸುತ್ತಿದ್ದವು; ತುಟಿ ಅದುರುತ್ತಿದ್ದವು. ಕಣ್ಣು ಅರೆ ಮುಚ್ಚಿಕೊಳ್ಳುತ್ತ, ಮೈಯಲ್ಲಿ ರೋಮಾಂಚನದ ಸೆಲೆಯೊಡೆಯುತ್ತ ಅವನ ಮೈಯನ್ನು ತಡವರಿಸುತ್ತಿದ್ದಳು. ರಂಗಪ್ಪ ಅವಳನ್ನೇ ದಿಟ್ಟಿಸುತ್ತ ಹಿಂದಿನ ಚನ್ನಿಯನ್ನು ಚಿತ್ರಿಸಿಕೊಂಡು, ಈಗಿವಳನ್ನು ಕಣ್ಣಲ್ಲೆ ಅಳೆದು, ನೆಣವಿಲ್ಲದ ಹೆಣ್ಣು ಅನ್ನಿಸಿ, ಅವಳ ಮೂಳೆದೋಳನ್ನು ಹಾಗೇ ಹಿಡಿದುಕೊಂಡು ಬಾಗಿಲ ಕಡೆಗೆ ಬಂದು ರಪ್ಪನೆ ಹೊರದಬ್ಬಿ, ಥುತ್ತೆಂದು ಉಗಿದು, ಬಾಗಿಲು ಹಾಕಿಕೊಂಡು "ಈಗ್ ಬಂದವ್ಳೆ ಈಗ, ಮೂಳೆ ಮ್ಯಾಲ್ ಚರ್ಮ ಮೆತ್ಕಂಡು. ಕೇಳಾಕಿಲ್ಲ ಇವ್ಳ್ ಸೆಡವು! ಈಗ್ ಮಹಾ ಬಂದ್ಬಿಟ್ಳು" ಎಂದು ಏನೇನೋ ಅಂದುಕೊಳ್ಳುತ್ತಿರುವಾಗ ಚನ್ನಿ ದೊಪ್ಪನೆ ನೆಲಕ್ಕೆ ಬಿದ್ದು ಸ್ತಂಭಿತಳಾಗಿ, ಭಯಾನಕ ಸ್ಥಳದಲ್ಲಿ ಕಣ್ಣು ಕಟ್ಟಿ ತಂದುಬಿಟ್ಟಂತೆ ಭಯಗ್ರಸ್ತಳಾಗಿ, ಬೀಳುತ್ತಿರುವ ಮಳೆ, ಚೆಂಕಿ ಮೊಳೆಯಂತಾಗಿ ಭೂಮಿಯನ್ನು ತಡಕುತ್ತಿದ್ದಳು.

9. ದಂಗೆಯ ಪ್ರಕರಣ

– ರಾಮಚಂದ್ರ ದೇವ

ನೀವು ಈ ಊರಿಗೆ ಹೋಗಿದ್ದೀರೋ ಇಲ್ಲವೋ ಗೊತ್ತಿಲ್ಲ. ಹೋಗುವುದಕ್ಕೆ ಇದು ಅಂಥಾ ಹೇಳಿಕೊಳ್ಳುವ ಊರೇನೂ ಅಲ್ಲ. ಏನಾದರೂ ದೊಂಬಿ ಗಲಭೆ ಆಗಿ ನಾಲ್ಕು ಜನರ ಬಾಯಲ್ಲಿ ಈ ಊರಿನ ಹೆಸರು ಕೇಳಬಹುದು ಎಂದರೆ, ಇದು ಗಲಾಟೆ ಎಂದರೆ ಹೆದರುವ ಜನರಿಂದ ತುಂಬಿದ, ನೆಮ್ಮದಿಗೆ ಶಾಂತಿಗೆ ಹೆಸರಾದ ಊರು. ಇಂಥಾ ಊರಿನಲ್ಲೂ ಮೂರು ನಾಲ್ಕು ವರ್ಷದ ಹಿಂದೆ ಒಂದು ಘಟನೆಯಾಗಿ ಬಿಟ್ಟಿತು. ಈ ಘಟನೆ ಊರಿನಲ್ಲಿ ಸ್ವಲ್ಪ ಗಲಾಟೆ ಎಬ್ಬಿಸಿತೆಂದರೂ ಸರಿಯೇ. ನಾನು ಈಗ ಹೇಳಹೊರಟಿರುವುದು ಆ ಘಟನೆಯ ಬಗ್ಗೆಯೇ.

ಈ ಊರು ಬಸ್ಸಿನ ಮಾರ್ಗದಿಂದ ಒಂದು ಐದಾರು ಮೈಲಿ ದೂರದಲ್ಲಿದೆ. ಇದು ಸಾಮಾನ್ಯ ಊರು ಎಂದರೂ ಎಲ್ಲಾ ಊರುಗಳ ಹಾಗೆ ಅಲ್ಲ. ಈ ಊರಿಗೆ ಇದರದ್ದೇ ಆದ ನೀತಿ ನಿಯಮಾವಳಿಗಳಿವೆ, ಸ್ಥಳ ಪುರಾಣಗಳಿವೆ. ಉಳಿದ ಊರುಗಳ ಹಾಗೇ ಎಂದು ತಿಳಿದುಕೊಂಡು ಬಂದವರು ಇಲ್ಲಿ ದಿಕ್ಕುಗಾಣದೆ ಹೋಗಬೇಕಾಗುತ್ತದೆ. ಇಲ್ಲಿಗೆ ಬರುವ ಜನಗಳೂ ಹಾಗೇ–ಬಹಳ ಅಪರೂಪವಾಗಿ ಬರುತ್ತಾರೆ. ಅಪ್ಪಿತಪ್ಪಿ, ಎಲ್ಲಾದರೂ ಹೋಗುವಾಗ ಬಸ್ಸು ಈ ಊರಿನ ಹತ್ತಿರ ಕೆಟ್ಟುಹೋಗಿ, ಮುಸ್ಸಂಜೆಯಾಗಿದ್ದು, ಪ್ರಯಾಣಿಕರು ರಾತ್ರಿ ಎಲ್ಲಾದರೂ ಉಳಕೊಳ್ಳಲೇಬೇಕಾಗಿ ಬಂದು, ಒಂದು ತಾಣ ಹುಡುಕುತ್ತಾ ಹೊರಟರೆ ಈ ಊರಿನ ದರ್ಶನವಾಗಬೇಕಷ್ಟೇ. ಹಾಗೆ ನಗರದಿಂದ ಈ ಊರಿಗೆ ಯಾರಾದರೂ ವರ್ಷಕ್ಕೋ ಎರಡು ವರ್ಷಕ್ಕೋ ಒಮ್ಮೆ ಬರಬೇಕು. ಬಂದವರೂ ಒಂದು ರಾತ್ರಿಗಿಂತ ಹೆಚ್ಚು ಇಲ್ಲಿ ನಿಲ್ಲುವುದಿಲ್ಲ. ಅವರಿಗೆ ಈ ಊರಿನ ದರ್ಶನವಾಗುವುದು ಕುರುಡನಿಗೆ ಆನೆಯ ದರ್ಶನವಾದಷ್ಟೇ ಸರಿ.

ಮೊದಲು ಈ ಊರು ಹೊಕ್ಕಾಗ ಯಾವುದೋ ನಿರ್ಜನ ರಾಜಧಾನಿಯನ್ನು ಹೊಕ್ಕಂತೆ ಆಗುತ್ತದೆ. ಊರನ್ನು ಆಳೆತ್ತರ ಗೋಡೆಯೊಂದು ವರ್ತುಲಾಕಾರವಾಗಿ ಸುತ್ತುವರಿದಿದೆ. ದೂರದಿಂದ ಬರುವಾಗ ಗೋಡೆಯ ಯಾವುದೋ ಪಾರ್ಶ್ವವನ್ನು ನೋಡಿ ಯಾವುದೋ ಹಾಳುಬಿದ್ದ ಕಟ್ಟಡವಿರಬೇಕೆಂದೋ, ಆದರ ಭದ್ರತೆ, ಎತ್ತರ ನೋಡಿ ಯಾವುದೋ ಜೈಲಿರಬೇಕೆಂದೋ ಅನ್ನಿಸುವುದುಂಟು. ಮೊದಲಿಗೆ ಊರಿನೊಳಗೆ ಹೋಗುವ ದಾರಿ ಯಾವುದೆಂದು ಗೊತ್ತಾಗದೆ

ಕಕ್ಕಾಬಿಕ್ಕಿಯಾಗಬೇಕಾಗುವುದು. ಈ ಊರಿನಲ್ಲಿ ಯಾವಾಗಲೂ ಒಂದು ಬಗೆಯ ಶೂನ್ಯ ನೀರವತೆ ಕವಿದಿರುತ್ತದೆ. ಮಧ್ಯಾಹ್ನದ ಉರಿಬಿಸಿಲಿನಲ್ಲೂ ಈ ನೀರವತೆ ಕಾಡುತ್ತದೆ. ನೆತ್ತಿಯ ಮೇಲೆ ಉರಿಯುವ ಸೂರ್ಯ ಮುಂಜಾನೆಯಿಂದ ಸಂಜೆಯ ತನಕ ಹಚ್ಚಿಬಿಡುವ ಬೆಂಕಿ ಎಷ್ಟು ಖಾರವಾಗಿರುತ್ತದೆಂದರೆ ಹುಡುಕುವ ವಸ್ತು ಎದುರಿಗೇ ಇದ್ದರೂ ಗುರುತು ಸಿಕ್ಕಲಾರದಷ್ಟು ಕಿರಣಗಳು ಕಣ್ಣನ್ನು ಹೊಕ್ಕುಬಿಡುತ್ತವೆ. ಬೀದಿಯಲ್ಲಿ ಮುಸ್ಸಂಜೆ ಮಧ್ಯಾಹ್ನದ ಹೊತ್ತುಗಳಲ್ಲಿ ಹುಡುಕಿದರೂ ಒಂದು ಜನ ಸಿಗಲಾರದು. ಮುಸ್ಸಂಜೆ ಹೊತ್ತಿನಲ್ಲಿ ಬಸ್ಸುಕೆಟ್ಟು ಮನೆ ಹುಡುಕುತ್ತಾ ಯಾರಾದರೂ ಹೊಸಬರು ಬೀದಿಗಳಲ್ಲಿ ಅಲೆಯುವಾಗ ಅವರದ್ದೇ ಹೆಜ್ಜೆ ಸಪ್ಪಳ, ಆಗೊಮ್ಮೆ, ಈಗೊಮ್ಮೆ ದೀರ್ಘದನಿಯಲ್ಲಿ ಊಳಿಡುವ ನಾಯಿಯ ಪಾಂಕು–ಇವಷ್ಟೇ ಕಿವಿಗೆ ಬಿದ್ದು ಯಾರ ಜೊತೆಗಾದರೂ ಮಾತಾಡಬೇಕೆಂಬ ಬಯಕೆ ತೀವ್ರವಾಗುತ್ತದೆ. ಆದರೆ ಮೊದಲು ಕಾಣಿಸುವುದು ಈ ಊರಿನ ಗತವೈಭವವನ್ನು ಸಾರುವ ಹಳೆಯ ಕಟ್ಟಡಗಳು, ನಿರ್ಜನ ಬೀದಿಯುದ್ದಕ್ಕೂ ಅಷ್ಟೆತ್ತರ ಎದ್ದುನಿಂತ ಗೋಪುರಗಳಷ್ಟೇ ತಲೆನಿಗುರಿಸಿ ದಿಟ್ಟಿಸುತ್ತಿರುತ್ತವೆ. ನಿರ್ಜನತೆ ಹೆಚ್ಚಿಸಲೆಂದೋ ಏನೋ–ಗೋಪುರಕ್ಕೆ ತೂಗಿಕೊಂಡ ಬಾವಲಿಗಳು; ಇನ್ನೂ ಮುಸ್ಸಂಜೆಯಿರುವಾಗಲೇ ರೆಕ್ಕೆ ಬಡಿಯಲು ಹೋಗಿ ಗೋಪುರದ ಗೋಡೆಗೆ ಢಿಕ್ಕಿ ಹೊಡೆಯುವವು ಕೆಲವು. ಸ್ವಲ್ಪ ದೂರದಲ್ಲಿ ಹಿಂದಿನ ಕಾಲದ ಅರಸರು ಕಟ್ಟಿಸಿದ ಒಂದು ಧರ್ಮಛತ್ರವಿದೆ. ಈ ಊರಿನ ವಿಶೇಷವೇನೆಂದರೆ ಹೊರಗೆ ನೋಡಿ ಇದು ಇಂಥಾದ್ದೇ ಎಂದು ಹೇಳುವುದು ಸಾಧ್ಯವೇ ಇಲ್ಲ. ಉದಾಹರಣೆಗೆ ಈ ಛತ್ರವೇ ಬೇಕಾದರೆ. ಕಮಾನಾಗಿ ಬಾಗಿದ ಬಾಗಿಲ ಚೌಕಟ್ಟು, ದೇವಸ್ಥಾನಕ್ಕಿರುವ ಹಾಗೆ ಮುಗುಳಿ ಇರುವ ಮಾಡು ನೋಡಿ ಇದು ದೇವಸ್ಥಾನವೇ, ಇಲ್ಲಿ ಅಸ್ರಣ್ಣರಿರುತ್ತಾರೆ, ಉಳಕೊಳ್ಳಲಿಕ್ಕೊಂದು ತಾಣ ಸಿಕ್ಕುತ್ತದೆಂದು ಹೋದರೆ ಒರಲೆ ಹಿಡಿದ ನೆಲದ, ಜರಿದ ಗೋಡೆಯ ನಿರ್ಜನ ಛತ್ರ ಕಾಣಿಸುವುದು. ಕಟ್ಟಿಸಿ ಎರಡು ಶತಮಾನ ಮಿಕ್ಕಿದರೂ ಬೀಳದೆ ಉಳಿದಿದೆ ಈ ಛತ್ರ. ಆದರೆ ಇದಕ್ಕೆ ದೇವಸ್ಥಾನಕ್ಕಿರುವ ಹಾಗೆ ಮುಗುಳಿ ಯಾಕೆ ಇದೆಯೆಂದು ಯಾರಿಗೂ ಗೊತ್ತಿಲ್ಲ – ಶ್ಯಾಮಾಚಾರ್‍ರಂಥಾ ಊರ ಪ್ರಮುಖರಿಗೂ ಕೂಡಾ. ಮೇಲಿಂದ ಮೇಲೆ ಕೇಳಿದರೆ, 'ಹಿರಿಯರು ಮಾಡಿಟ್ಟದ್ದು, ಇದೆ. ಇರಲಿ' ಎನ್ನುತ್ತಾರೆ. ಆದರೂ ಕೆಲವರು ಮೊದಲು ಇಲ್ಲಿ ದೇವರ ಪ್ರತಿಮೆಯಿತ್ತೆಂದೂ, ಇನ್ನು ಕೆಲವರು ದೇವಸ್ಥಾನವೆಂದು ಕಟ್ಟಿಸಿ ಪ್ರತಿಮೆಯನ್ನು ಪ್ರತಿಷ್ಠಾಪಿಸದೆ ಬಿಟ್ಟರೆಂದೂ ಹೇಳುತ್ತಾರೆ.

ಈ ಊರಿನಲ್ಲಿ ಹಿಂದೆ ಇಲ್ಲಿದ್ದವರು ಕಟ್ಟಿಸಿದ ನಿರ್ಮಲವಾದ ಆದರೆ ಈಗ ಪಾಚಿ ಬೆಳೆದು ಕಪ್ಪಾದ ನೀರಿನ ಕೊಳ, ಹಳೆಯ ಕಾಲದ ಇನ್ನೊಂದು ಧರ್ಮಛತ್ರ, ಮುಸ್ಸಂಜೆಯಲ್ಲಿ ನಿಜವಾದ ಹಸುವೋ ಎಂಬ ಭ್ರಮೆ ಹುಟ್ಟಿಸುವ ಒಂದು ಬಸವನ ಮೂರ್ತಿ, ಆದರಾಚೆ ಒಂದು ಕಲ್ಲಿನ ರಥ, ರಥದ ಪಕ್ಕದಲ್ಲಿ ಒಂದು ದೊಡ್ಡ ಮುಗುಳಿಯ ದೇವಸ್ಥಾನ, ಹಳೆಯ ಒಂದು ಅಶ್ವತ್ಥವೃಕ್ಷ ಕಾಣಿಸುತ್ತವೆ. ಆದರೆ ಈ ಊರಿನ ಜನರ ಜೀವನ ರೂಪಿಸುವ ಮುಖ್ಯ ಕೇಂದ್ರವೆಂದರೆ ಊರ ತುದಿಯಲ್ಲಿ

ಕಾಣಿಸುವ ಸೋಗೆ ಮಾಡಿನ ಒಂದು ದೇವರ ಗುಡಿ. ಆ ಗುಡಿಯಲ್ಲಿ ಈಗ ಮುಖವಿಲ್ಲದೆ ಮುದ್ದೆಯಾಕಾರ ಮಾತ್ರ ಉಳಿದ ಒಂದು ದೇವರ ಮೂರ್ತಿಯಿದೆ. ಊರಿನವರಿಗೆ ಅದೇಕೆ ಹಾಗೆಂದು ಕೇಳಿದರೆ ಅವರು ಕಣ್ಣು ಮುಚ್ಚಿಕೊಂಡು ವಿವರಿಸುತ್ತಾರೆ: ಹಿಂದೊಂದು ಕಾಲದಲ್ಲಿ ಈಗ ಎದ್ದು ಬರುತ್ತಿದೆಯೇನೋ ಎಂದು ಕಾಣಿಸುತ್ತಿದ್ದ, ಹೊಳೆಯುವ ಕಣ್ಣುಗಳ, ಒಂದು ಕೈಯನ್ನು ಆಶೀರ್ವದಿಸಲು ಮೇಲಕ್ಕೆತ್ತಿದ, ಇನ್ನೊಂದು ಕೈಯನ್ನು ಕೆಳಗೆ ಬೀರಿದ, ಉಳಿದೆರಡು ಕೈಗಳಲ್ಲಿ ಶಂಖ ಚಕ್ರ ಗದಾ ಪದ್ಮಗಳನ್ನು ಭಕ್ತರ ರಕ್ಷಣೆಗಾಗಿ ಎತ್ತಿ ಹಿಡಿದ, ಮಂದಹಾಸ–ಕ್ರೂರತೆ ಎರಡೂ ಬೆರೆತ ಸುಮನೋಹರ ಗೋಪಾಲಕೃಷ್ಣನ ಕಂಚಿನ ಮೂರ್ತಿಯಾಗಿತ್ತಂತೆ ಅದು. ನಿಜವಾಗಿ ಆ ಮೂರ್ತಿ ಯಾವ ದೇವರದ್ದೆಂದು ಯಾರಿಗೂ ಗೊತ್ತಿಲ್ಲ. ನಿರಾಕಾರ ನಿರ್ಗುಣ ಬ್ರಹ್ಮನಿಗೆ ಹೆಸರೇನು, ಆಕಾರವೇನು, ಕುಲಗೋತ್ರಗಳೇನು ? ಆದರೂ ಊರವರು ಅದನ್ನು ಗೋಪಾಲಕೃಷ್ಣನ ಮೂರ್ತಿ ಎಂದು ಕರೆಯುತ್ತಾರೆ. ಹಿಂದೆ ಊರಿಗೊಂದು ಸಲ ಪ್ಲೇಗು ಬಂದಿತ್ತಂತೆ. ನೆರೆಯೂರುಗಳಲ್ಲಿ ಜನರು ಹುಳುಗಳಂತೆ ಪಟಪಟನೆ ಬಿದ್ದು ಸಾಯುತ್ತಿದ್ದರು. ಆಗ ಈ ಊರಿನ ಹಿರಿಯರು ಊರ ಮಧ್ಯ ಭಾಗದಲ್ಲಿ ಈ ಪ್ರತಿಮೆಯನ್ನು ಪ್ರತಿಷ್ಠಾಪಿಸಲಾಗಿ, ಪ್ಲೇಗು ಈ ಊರನ್ನು ಸೋಕದೆ ಹೊರಟುಹೋಯಿತೆಂದೂ ಅಂದಿನಿಂದ ಈ ದೇವರಿಗೆ ಅಗ್ರಪೂಜೆ ಸಲ್ಲುತ್ತಿದೆಯೆಂದೂ ಪ್ರಚಲಿತವಿರುವ ಕಥೆ. ಜನರ ಜೀವನದ ಕೇಂದ್ರ ಈ ಗುಡಿ. ಏನಿದ್ದರೂ ನಾನು ಈಗ ಹೇಳಹೊರಟಿರುವುದು ಈ ದೇವರ ಬಗ್ಗೆಯೇ.

ಈ ಊರಿನ ದೃಶ್ಯಗಳನ್ನಷ್ಟೇ ವಿವರಿಸುವುದನ್ನು ನೋಡಿ ಇಲ್ಲಿ ಜನರಿಲ್ಲವೇ ಎಂದು ಯಾರಿಗಾದರೂ ಅನ್ನಿಸಬಹುದು. ಒಂದು ದೃಷ್ಟಿಯಲ್ಲಿ ನೋಡಿದರೆ, ಇಲ್ಲಿ ಜನರಿಲ್ಲ ಎಂದರೂ ಸಲ್ಲುತ್ತದೆ. ಯಾಕೆಂದರೆ ಇಲ್ಲಿ ಜನಗಳನ್ನೂ, ಮನೆಗಳನ್ನೂ, ಹುಡುಕುತ್ತಾ ಬೀದಿ ಅಲೆಯುತ್ತಿದ್ದರೆ, ಈ ಬೀದಿಗಳು ವಕ್ರಾಕಾರವಾಗಿ ಸುತ್ತುತ್ತಾ ನಮ್ಮನ್ನು ಮೊದಲಿದ್ದಲ್ಲಿಗೇ ಕರೆದುಕೊಂಡು ಬಂದುಬಿಡುತ್ತವೆ. ಒಂದು ಕಡೆ ನೋಡಿದಂಥದ್ದೇ ಗೋಪುರಗಳನ್ನು, ಸ್ಥಳಗಳನ್ನು ಇನ್ನೊಂದು ಕಡೆಯೂ ಕಂಡು, ಮೊದಲಿದ್ದಲ್ಲೇ ಇದ್ದೇವೆ ಎಂದು ತಲೆ ಮೇಲೆ ಕೈಹೊತ್ತುಕೊಳ್ಳುವುದು, – ಊರಿನವರಿಗೆ ಇದು ತಮಾಷೆಗೆ ದಾರಿಯಾಗುತ್ತದೆ. ಅವರು ಹೇಳುವ ಪ್ರಕಾರ, ಕೆಲವರು ಅಪರಿಚಯಸ್ಥರು ಬಂದವರು ಇಲ್ಲೇ ನೆಲೆಸಿ, ಮದುವೆಯಾಗಿ ಅವರವರೇ ಆಗಿಬಿಟ್ಟಿದ್ದಾರಂತೆ. ಸುಮಾರು ವರ್ಷಗಳ ಕೆಳಗೆ ಒಬ್ಬ ಕುದಿಯುತ್ತಿದ್ದ ಜೀವನದ ಬಿಸಿಯ ಯುವಕ ಬಂದವನು ಈ ಹಳೆಯ ಕಾಲದ ಗೋಪುರಗಳಲ್ಲಿ, ಮೂರ್ತಿಗಳಲ್ಲಿ ಏನಿದೆ ಮಹಾ ಎಂದು ಸಹಜವಾಗಿಯೇ ರೇಗುತ್ತಿದ್ದ. ಆದರೆ ಸ್ವಲ್ಪ ದಿವಸದಲ್ಲೇ ಎಲ್ಲರ ಜೊತೆಯವನಾದ. ಈಗ ಕೇಳಿದರೆ, ಅವನು ಈ ಊರಿನ ಅಂಗುಲಂಗುಲವನ್ನು ಬಲ್ಲನಂತೆ. ಅಲ್ಲೇ ಮದುವೆಯಾಗಿ ನೆಲೆಸಿದ್ದಾನೆ. ನೋಡಿದರೆ ಮುದುಕನ ಹಾಗೆ ಕಂಡ.

ಮನೆಗಳನ್ನು ಸುಮ್ಮನೆ ಹುಡುಕುತ್ತಾ ಹೋದರೆ ಅವು ಈ ಊರಿನಲ್ಲಿ ಸಿಗಲಿಕ್ಕೂ ಇಲ್ಲ, ಒಂದು ನೆಲೆ ಕಾಣಲಿಕ್ಕೂ ಇಲ್ಲ. ಅವು ಧರ್ಮಛತ್ರದ ಅಡಿಮೈಯಲ್ಲೋ,

ದೇವಸ್ಥಾನ ಮತ್ತು ಮಠದ ಸಂದಿಯಲ್ಲೋ ಇರುತ್ತವೆ. ಒಬ್ಬರ ಮನೆ ಆ ದೊಡ್ಡ ಗೋಪುರ ಮತ್ತು ಸಣ್ಣ ಗೋಪುರದ ಮಧ್ಯದ ಖಾಲಿ ಜಾಗದಲ್ಲಿ ಸ್ವಲ್ಪ ಹಿಂಬದಿಗೆ ಒತ್ತಿಕೊಂಡು ಇದೆ. ಸದಾಶಿವಯ್ಯ ಎನ್ನುವ ಇನ್ನೊಬ್ಬರದ್ದು ಹಳೆಯ ಧರ್ಮಛತ್ರದ ಕೆಳಗೆ, ಮೆಟ್ಟಿಲು ಇಳಿದು ಹೋಗುವಾಗ ಕಾಣಿಸುವ ಒಂದು ಬತ್ತಿದ ಒರತೆಯ ಪಕ್ಕದಲ್ಲಿದೆ. ಶ್ಯಾಮಾಚಾರ್ರದ್ದು ಬಸವನಮೂರ್ತಿಯ ಹಿಂದೆ ಇದೆ. ನೋಡಿದರೆ ಈ ಮನೆಗಳೆಲ್ಲಾ ಇತ್ತೀಚೆಗೆ ಕಟ್ಟಿದವುಗಳಂತೆ ಕಾಣುತ್ತವೆ. ಅಲ್ಲದೆ ಬಹಳ ಸಣ್ಣವು. ಆಕಾಶಕ್ಕೆ ತಲೆಯೆತ್ತಿ ಹಿಂದಿನ ರಾಜವೈಭವವನ್ನು ದಶದಿಕ್ಕುಗಳಿಗೆ ಸಾರಿ ಹೇಳುತ್ತಾ ಸುತ್ತಲಿದ್ದನ್ನು ತಿರಸ್ಕರಿಸಿ ಮೆರೆಯುವ ಗತಕಾಲದ ಭವ್ಯ ಕಟ್ಟಡಗಳ ಎದುರು ಇವು ಕಾಣಿಸಲಿಕ್ಕೇ ಇಲ್ಲ. ಮಾಡಿಗೆ ಸೋಗೆ ಹೊದಿಸಿದ್ದರಿಂದ ಕತ್ತಲಿನಲ್ಲಿ ಕಪ್ಪಾಗಿ ಇವು ಬಂಡೆಕಲ್ಲುಗಳಂತೆ ಕಾಣಿಸುತ್ತವೆ.

ಈ ಊರು ಗಲಭೆ ಗಲಾಟೆ ಎಂದರೆ ಹಿಂಜರಿಯುವ ಊರು ಎಂದು ಹೇಳಿದೆನಷ್ಟೇ – ರಾತ್ರಿ ಹೋಗಲಿ, ಮುಸ್ಸಂಜೆಗೇ ಇಲ್ಲಿನವರು ಊಟ ಮುಗಿಸಿ ನಿದ್ದೆ ಮಾಡುತ್ತಾರೆ. ಹಗಲಿನಲ್ಲೂ ಇಲ್ಲಿ ಹೆಚ್ಚು ಗಲಾಟೆ ಕೇಳಿಸುವುದಿಲ್ಲ. ಪೂಜೆ ಮಂತ್ರದ, ಗಂಟಾಮಣಿಯ ನಾದ ಮುಚ್ಚಿದ ಬಾಗಿಲೊಳಗಿನಿಂದ ಅಸ್ಪಷ್ಟವಾಗಿ ಕೇಳಿಸುತ್ತದೆ. ವಿಶೇಷವೆಂದರೆ ಇಲ್ಲಿ ಹುಡುಗರೂ ಹೆಚ್ಚು ಗಲಾಟೆ ಮಾಡುವುದಿಲ್ಲ. ಚಿಕ್ಕಂದಿನಿಂದಲೇ ಅವರನ್ನು ಕಠೋರ ನಿಯಮದಲ್ಲಿ ಬೆಳೆಸುತ್ತಾರೆ. ಹತ್ತು, ಹನ್ನೆರಡು ವರ್ಷವಾಗುತ್ತಲೇ ಅವರು ಬಾಲಸಹಜ ಹುಡುಗಾಟಿಕೆ ಬಿಟ್ಟು ದೊಡ್ಡವರ ಹಾಗೆ ವ್ಯವಹರಿಸುವುದಕ್ಕೆ ಕಲಿಯುತ್ತಾರೆ. ಆದ್ದರಿಂದ ಇಪ್ಪತ್ತು ವರ್ಷದ ಹುಡುಗರ ಮತ್ತು ಮುದುಕರ ಅಭಿರುಚಿಯ ವಿಷಯಗಳು ಒಂದೇ ಆಗಿರುತ್ತವೆ. ಆದ್ದರಿಂದಲೇ ಇಲ್ಲಿ ತಲೆ ತಲಾಂತರಗಳ ನಡುವೆ ಹೆಚ್ಚು ವ್ಯತ್ಯಾಸವೇ ಇಲ್ಲ. ಅಶ್ವತ್ಥಮರದ ಕೆಳಗಿರುವ ಐಗಳ ಶಾಲೆಯಲ್ಲಿ ಹುಡುಗರೆಲ್ಲಾ ಓದು ಬರಹ ಕಲಿಯುತ್ತಾರೆ. ಸರಕಾರಿ ಶಾಲೆ ಇಲ್ಲಿಗೆ ಇನ್ನೂ ಬಂದಿಲ್ಲ. ಉಪನಯನವಾದದ್ದೇ ಅಲ್ಲಿ ಸೇರಿಸುತ್ತಾರೆ. ಮರಳಿನಲ್ಲಿ ಶ್ರೀ ಗಣಾಧಿಪತಯೇ ನಮಃ ಎಂದು ಸಂಸ್ಕೃತದಲ್ಲಿ ಬರೆದು ಅವರು ಬರೆಹ ಕಲಿಯುತ್ತಾರೆ. ಐಗಳು ಊರಿನಲ್ಲಿ ಆಳಿದ ಅರಸರ ಕತೆಗಳನ್ನೂ ಊರಿನ ಗತವೈಭವವನ್ನೂ ಹುಡುಗರಿಗೆ ಉಣ್ಣಿಸುತ್ತಾರೆ. ಆದ್ದರಿಂದ ಈ ಊರಿನ ಗತವೈಭವ ಹುಡುಗರು ದೊಡ್ಡವರಾಗುವಷ್ಟು ಹೊತ್ತಿಗೆ ರಕ್ತಗತವಾಗಿರುತ್ತದೆ. ಹಿಂದೆ ಒಬ್ಬ ಶೂದ್ರರ ಹುಡುಗ ಆಡಲಿಕ್ಕೆಂದು ಹೋದವನು ಗೋಪಾಲಕೃಷ್ಣ ದೇವರ ಗುಡಿಯ ಒಳಗೆ ಹೋಗಿ ದೇವರ ಮೇಲೆ ಹತ್ತಿ ನಲಿಯುತ್ತಾ ಕೇಕೆ ಹಾಕುತ್ತಿದ್ದ. ಅವನ ಜೊತೆಗಿದ್ದ ಹುಡುಗರು–ಪೇಲವ ಮುಖದಿಂದ ನೋಡುತ್ತಿದ್ದವರು–ಮನೆಗೆ ಬಂದು ಹೇಳಿದರು. ಆಗ ಅವನಿಗೆ ಬಿದ್ದ ಛಡಿಯೇಟು, ಉಗ್ರಾಣದಲ್ಲಿ ಕೋದಂಡ ತೂಗಿದ ಕಥೆ ಇಂದಿಗೂ ಹುಡುಗರ ಮನದಲ್ಲಿ ಅಚ್ಚೊತ್ತಿದೆ. ಈ ಕಥೆ ಆದದ್ದು ಎಷ್ಟೋ ವರ್ಷಗಳ ಹಿಂದೆ. ಇಂದಿನ ಹುಡುಗರು ಅವರಿಗೆ ಸಹಜವಾಗಿ ನಗುತ್ತಾ ಬಾಲಚೇಷ್ಟೆ ಮಾಡುವಾಗ ಕಿಟ್ಟಣ್ಣನಿಗೆ ಆದದ್ದು ಮರೆತೆಯೋ ಎಂದರೆ ಮನೆಯೊಳಗೆ ಓಡಿ ಬಂದು ತಪ್ಪು ಮಾಡಿದವರ ಹಾಗೆ ಮುದುರಿಕೊಳ್ಳುತ್ತಾರೆ.

ಆದರೆ ಈ ಊರಿಗೆ ಬಂದು ನೆಲೆಸಿದವರಿರುವ ಹಾಗೆ ಇಲ್ಲಿಂದ ಹೊರಗೆ ಹೋದವರೂ ಇದ್ದಾರೆ. ಮೊದಲಿನಿಂದಲೂ ಒಬ್ಬರಲ್ಲ ಒಬ್ಬರಲ್ಲಿ ಸ್ವಾತಂತ್ರ್ಯದ ಇಚ್ಛೆ ಇದ್ದ ಹಾಗೆ ಕಾಣುತ್ತದೆ. ಒಬ್ಬ 'ಇಲ್ಲಿ ಏನು ಮಾಡುವುದಕ್ಕೂ ಸಾಧ್ಯವಿಲ್ಲ. ಬೇರೆ ಎಲ್ಲಿಗಾದರೂ ಹೋಗಿ ಬದುಕುತ್ತೇನೆ. ನನಗೆ ಬದುಕು ಮುಖ್ಯ' ಎಂದು ಈ ಊರು ಬಿಟ್ಟು ಹೋದ. ಯಾಕೋ ಏನೋ–ಮೂರು ತಿಂಗಳಲ್ಲಿ ಹಿಂದೆ ಬಂದ. ಈ ಕಥೆ ಹೇಳುತ್ತಾ ಊರಿನ ಮಹಿಮೆ ವಿವರಿಸುವಾಗ ಶ್ಯಾಮಾಚಾರ್ರ ಮುಖ ಹಿಗ್ಗಿ ಹೀರೇಕಾಯಿಯಾಗುತ್ತದೆ. 'ಅಲ್ಲಿ ಇಲ್ಲಿನ ಸುಖ, ವೈಭವ ಎಲ್ಲಿ ಬರುತ್ತದೆ ಹೇಳಿ. ಪ್ರಾಯ ಕಾಲದಲ್ಲಿ ಏನಾದರೂ ಹುಚ್ಚು ಮಾಡುವುದು ಸುಲಭ.' ಈಗ ಅವನೂ ಕೂಡಾ ಮದುವೆಯಾಗಿ, ಮಕ್ಕಳಾಗಿ ಊರಿನವರ ಜೊತೆ ಒಂದಾಗಿದ್ದಾನಂತೆ.

ಈ ಊರಿನಲ್ಲಿ ಗಲಾಟೆಯ ಹೊತ್ತು ಎಂದರೆ ಬೆಳಿಗ್ಗೆ ಹತ್ತು ಗಂಟೆಗೆ ಮೊದಲು. ಈ ಊರಿನಲ್ಲಿ ಒಂದು ಹೊಳೆ ಇದೆ. ಇದರ ಉಗಮ ಈ ಊರಿನ ಆಚೆ ಇರುವ ಒಂದು ಬೆಟ್ಟದಲ್ಲಿರುವ ಗುಹೆಯಿಂದ. ತ್ರೇತಾಯುಗದಲ್ಲಿ ಸ್ವಯಂಪ್ರಭೆ ಇಲ್ಲೇ ತಪಸ್ಸು ಮಾಡುತ್ತಿದ್ದಳೆಂದೂ ಸೀತೆಯನ್ನು ಹುಡುಕುತ್ತಾ ಹೊರಟ ಹನುಮಂತ ಜಾಂಬವಾದಿಗಳು ಈ ಗುಹೆಗೆ ಅಕಸ್ಮಾತ್ತಾಗಿ ಬಂದು, ಸ್ವಯಂಪ್ರಭೆಯನ್ನು ಕಂಡು ಅವಳ ಆಶೀರ್ವಾದ ಪಡೆದರೆಂದೂ ಹೇಳುತ್ತಾರೆ. ಅವಳನ್ನು ಕಂಡ ಬಳಿಕವೇ ಹನುಮಂತನಿಗೆ, ತಾನು ಸಾಮಾನ್ಯ ಮಂಗ ಅಲ್ಲ, ಲಂಕೆಗೆ ಲಂಘಿಸಬಲ್ಲ ವೀರಾಧಿವೀರ ಎಂಬ ಅರಿವು ಸ್ಫುರಿಸಿದ್ದು. ಈ ಹೊಳೆ ಗಂಗಾನದಿಯ ಅವತಾರ ಎಂದು ಊರವರು ನಂಬುತ್ತಾರೆ. ಊರಿನಲ್ಲಿ ಇಂದೂ ಕೂಡಾ ಸಾಯುವಾಗ ಈ ಹೊಳೆಯ ಒಂದು ತಟಕು ನೀರು ಬಾಯಿಗೆ ಬೀಳಲೇಬೇಕು.

ಬೆಳಗ್ಗಿನ ಹೊತ್ತಿನಲ್ಲಿ ನಾಲ್ಕಾರು ಜನ ಹೆಂಗಸರು ಗಂಡಸರು ಹೊಳೆಯ ಬದಿಯಲ್ಲಿ ಬಟ್ಟೆ ಒಗೆಯುತ್ತಲೋ ಪಾತ್ರೆ ತಿಕ್ಕುತ್ತಲೋ ಮೀಯುತ್ತಲೋ ಇರುವುದು ಕಾಣಿಸುತ್ತದೆ. ಆದರೂ ಅಲ್ಲಿ ಕೂಡಾ ಹೆಚ್ಚು ಗಲಾಟೆಯಾಗಲೀ ಮಾತುಕತೆಯಾಗಲೀ ನಗೆಯಾಗಲೀ ಇಲ್ಲ. ಹೊಳೆಯ ಸುತ್ತ ಆಳೆತ್ತರಕ್ಕೆ ಎದ್ದು ನಿಂತ ಕಪ್ಪುಕಪ್ಪು ಬಂಡೆಕಲ್ಲುಗಳು ಒಂದು ಕೋಟೆಯನ್ನೇ ನಿರ್ಮಿಸಿಬಿಟ್ಟಿವೆ. ಆಕಾಶದಲ್ಲಿ ಕೆಂಗಣ್ಣು ಕಾರುವ ಸೂರ್ಯ, ಸುತ್ತೆಲ್ಲಾ ನಿರ್ಜನ ಮೌನ. ಬಂಡೆಗಳ ಮಧ್ಯೆ ಅವರವರ ಕೆಲಸದಲ್ಲಿ ತೊಡಗಿರುವ ಕರಿಮೈಯ ಜನರು ಬಂಡೆಗಳ ಹಾಗೆಯೂ ಬಂಡೆಗಳು ಮನುಷ್ಯರ ಹಾಗೆಯೂ ಮಧ್ಯಾಹ್ನದ ಬಿಸಿಲಲ್ಲಿ ಕಾಣಿಸಿದರೆ ಆಶ್ಚರ್ಯವಿಲ್ಲ. ಬಟ್ಟೆ ಒಗೆದು ಮುಗಿಸಿಯೋ ಸ್ನಾನ ಮಾಡಿಯೋ ಇವರೆಲ್ಲಾ ತಮ್ಮ ತಮ್ಮ ಮನೆಗಳಿಗೆ ಹೋದ ನಂತರ ಊರಿನಲ್ಲಿ ಯಾವ ಜನ ಸಂಚಾರವನ್ನೂ ಕಾಣುವುದು ಸಾಧ್ಯವಿಲ್ಲ.

ಈ ಊರಿನ ಮುಖಂಡರು ಎಂದರೆ ಶ್ಯಾಮಾಚಾರ್ರು. ಊರಿನ ಹಳೆಯ ತಲೆ ಇವರು. ಗೋಪಾಲಕೃಷ್ಣ ಆದ ಮೇಲೆ ಜನ ಸಲಹೆಗಾಗಿ ಓಡುವುದು ಇವರ ಕಡೆಗೆ. ತಮ್ಮ ಜವಾಬ್ದಾರಿಯನ್ನು ಜನರು ಶ್ಯಾಮಾಚಾರ್ರ ಮೇಲೆ ಹಾಕುತ್ತಾರೆ. ಶ್ಯಾಮಾಚಾರ್ರು ಅದನ್ನು ಗೋಪಾಲಕೃಷ್ಣನ ಮೇಲೆ ಹಾಕುತ್ತಾರೆ. ಇವರ ಅಜ್ಜನ ಅಜ್ಜ

ಬಹಳ ಪ್ರಖ್ಯಾತರಾದವರಂತೆ. ಭವದಲ್ಲಿ ಸನ್ಯಾಸಿಯ ಹಾಗೆ, ತಪಸ್ಸಿನಲ್ಲಿ ಭೋಗಿಯ ಹಾಗೆ ಬದುಕಿದವರು ಅವರು. ಇದ್ದಕ್ಕಿದ್ದ ಹಾಗೆ ವಾರಗಟ್ಟಲೆ ಮೌನವಾಗಿ, ಮತ್ತೆ ಮಕ್ಕಳಿಂದ ಹಿಡಿದು ಮುದುಕರವರೆಗೆ ಎಲ್ಲರ ಜೊತೆಗೆ ಸ್ನೇಹಿತರಾಗಿ, ಇದ್ದೂ ಇಲ್ಲದ ಹಾಗೆ, ನಕ್ಷತ್ರಗಳ ಹಾಗೆ ನಿರಪೇಕ್ಷೆಯಲ್ಲಿ ಇದ್ದುಬಿಟ್ಟವರು. ಶ್ಯಾಮಾಚಾರ್ರಲ್ಲೂ ಆ ಗುಣಗಳಿವೆ ಎಂದು ಊರವರು ನಂಬುತ್ತಾರೆ. ಆದರೆ ಶ್ಯಾಮಾಚಾರ್ರು ಸಾಮಾನ್ಯವಾಗಿ ಜಡ ಮನುಷ್ಯರು. 'ಈ ಜಗತ್ತು ದೇವರ ಸೃಷ್ಟಿ. ಅವನು ಹೇಗೆ ಹೇಗೆ ಇಚ್ಛಿಸುತ್ತಾನೋ ಹಾಗೆ ಹಾಗೆ ಆಗಬೇಕು. ನಮ್ಮ ಕೆಲಸವೆಂದರೆ ಕೂತು ಅವನ ಲೀಲೆಗಳನ್ನು ನೋಡುವುದು' ಎಂದು ಜಗುಲಿಯಲ್ಲಿ ಕುಕ್ಕುರು ಕಾಲಲ್ಲಿ ಕೂತುಕೊಳ್ಳುತ್ತಾರೆ.

ಶ್ಯಾಮಾಚಾರ್ರು ಹೇಳುವ ಪ್ರಕಾರ – ನಾನ್ನೂರು ಐನೂರು ವರ್ಷಗಳ ಹಿಂದೆ – ಈ ಊರು ಅರಸರೊಬ್ಬರ ರಾಜಧಾನಿಯಾಗಿತ್ತಂತೆ. ಅವರ ಕಾಲದ ಅರಮನೆಯ, ಅವರು ತಮ್ಮ ರಾಣಿವಾಸದೊಂದಿಗೆ ವಾಯುವಿಹಾರಕ್ಕೆ ಹೋದಾಗ ಕೂತುಕೊಳ್ಳುತ್ತಿದ್ದ ಜಾಗದ ಕುರುಹನ್ನು ಶಾಮಾಚಾರ್ರು ತಮ್ಮ ಸುಕ್ಕುಮುಖವನ್ನು ಸವರಿಕೊಳ್ಳುತ್ತಾ ಹೆಮ್ಮೆಯಿಂದ ತೋರಿಸುತ್ತಾರೆ. ಅವರ ಅಂತಃಪುರದ ವೈಭವವನ್ನು, ರಾಣಿಯರ ಸೌಂದರ್ಯವನ್ನು, ಅಂತಃಪುರವನ್ನು ಥಳಥಳಿಸುವ ವಜ್ರಗಳಿಂದ ಬೆಳಗಿಸುತ್ತಿದ್ದುದನ್ನು ಕುರಿತು–ಮುಸ್ಸಂಜೆ ಎಲ್ಲಾ ಕೆಲಸ ಮುಗಿಸಿ, ಹರಿದ ಸೀರೆಗೆ ತೇಪೆ ಹಾಕುತ್ತಾ ಅತ್ತ ನಿದ್ದೆ ಅಲ್ಲ, ಇತ್ತ ಎಚ್ಚರ ಅಲ್ಲದ ಸ್ಥಿತಿಯಲ್ಲಿ ಅಡಿಗೆ ಮನೆಯಲ್ಲಿ ಕುಳಿತು ಕಂಗಾಲಾದ ಮುತ್ತೈದೆಯರು, ವಿಧವೆಯರು ಮಾತಾಡಿಕೊಳ್ಳುತ್ತಾರೆ. ಅಶ್ವತ್ಥ ಮರವನ್ನು ಒಬ್ಬ ರಾಜರ ಪಟ್ಟಾಭಿಷೇಕದ ದಿನ ನೆಟ್ಟಿದ್ದಂತೆ. ಅದರ ನೆರಳು ಈಗ ಊರಿನ ಅರ್ಧಾಂಶವನ್ನೂ ಮಿಕ್ಕಿ ತಬ್ಬಿದೆ. ಊರವರು ಅರಸರು ನಡೆದುಹೋಗುತ್ತಿದ್ದ ದಾರಿಯನ್ನೂ ತೋರಿಸುತ್ತಾರೆ. ಗುಹೆಯ ಮೂಲಕ ಗಂಗಾ ನದಿ ಇಲ್ಲಿ ಹರಿಯುವ ಹಾಗೆ ಮಾಡಿದವರೂ ಅವರೇ. ಇಡೀ ಊರಿಗೆ ಊರೇ ಬರಗಾಲದಿಂದ, ನಿಶ್ಚೈತನ್ಯದಿಂದ ನರಳುತ್ತಿದ್ದ ಕಾಲ ಅದು. ಒಬ್ಬರ ಕಣ್ಣಿನಲ್ಲೂ ಉತ್ಸಾಹವಿಲ್ಲ; ಮುಖದಲ್ಲಿ ನಗುವಿಲ್ಲ; ಲವಲವಿಕೆಯಿಲ್ಲ. ದೊಡ್ಡ ರಾಜಧಾನಿ ಸ್ಮಶಾನದ ಹಾಗೆ; ಜನಗಳು ಇತ್ತ ಬದುಕಿಯೂ ಇಲ್ಲ; ಅತ್ತ ಸತ್ತೂ ಇಲ್ಲ ಎನ್ನುವ ಹಾಗೆ ಉಸಿರು ಕಟ್ಟಿಕೊಂಡು ತಮ್ಮ ತಮ್ಮ ಮನೆಗಳಲ್ಲಿ ಕೈದಿಗಳಾಗಿದ್ದ ಕಾಲ. ತುಂಬಿ ಹರಿಯುತ್ತಿದ್ದ ಹೊಳೆಯಲ್ಲಿ ಬರಿಯ ಕಲ್ಲುಬಂಡೆಗಳು ಮಾತ್ರ ಕಪ್ಪಾಗಿ, ಬಿಸಿಲಿನಲ್ಲಿ ಮೈತೆರೆದುಕೊಂಡು ದೂರಕ್ಕೆ ಮನುಷ್ಯರ ಹಾಗೆ ಕಾಣಿಸುತ್ತಿದ್ದವು. ಆಗ ಜನರ ಸಂಕಷ್ಟವನ್ನು ಮನಗಂಡ ದೊರೆಗಳು ಸಮಸ್ತವನ್ನೂ ತೊರೆದು ಬರಿ ಮೈಯಾಗಿ ಆ ಗುಹೆಗೆ ಹೋಗಿ ಗಂಗಾದೇವಿಯನ್ನು ಕುರಿತು ಒಂಟಿಕಾಲಿನಲ್ಲಿ ತಪಸ್ಸು ಮಾಡುತ್ತಾ ನಿಂತುಬಿಟ್ಟರಂತೆ. ಹಾಗೆ ನಿಂತವರಿಗೆ ಮತ್ತೆ ಎಚ್ಚರವಾದದ್ದು ತಮ್ಮ ಕಾಲನ್ನು ಸೋಕಿಕೊಂಡು ಗಂಗಾನದಿ ಹರಿದುಹೋದಾಗಲೇ. ಊರವರು ಹೊಳೆಯ ಮಹಿಮೆಯನ್ನು ಆಸ್ವಾದಿಸುತ್ತಾ ತಮ್ಮೊಳಗೇ ಸುಖಪಡುತ್ತಾರೆ. ಇದೆಲ್ಲಾ ಸತ್ಯ ಏನೆಂದು ನೋಡಲಾಗದ ಕನಸಿಗರ ಕಲ್ಪನೆ ಎನ್ನುವ

ನೆರೆಯೂರವರು ಮಳೆ ಬಂದದ್ದರಿಂದ ಬರಗಾಲ ನೀಗಿತೆಂದೂ ಇನ್ನು ಕೆಲವರು ದೊರೆಗಳು ಸುರಂಗ ತೋಡಿಸಿ ನೀರು ಹರಿಯುವ ಹಾಗೆ ಮಾಡಿದರೆಂದೂ ಹೇಳುತ್ತಾರೆ. ಈಗ ಜನರು ಕುಂಡೆ ತೊಳೆಯುವುದರಿಂದ ಹಿಡಿದು ದೇವರ ಪೂಜೆಯ ತನಕ ಇದೇ ನೀರನ್ನು ಉಪಯೋಗಿಸುವುದರಿಂದ ನೀರು ಮಲಿನವಾಗಿದೆ. ಊರಿನಲ್ಲಿ ಇದಲ್ಲದೆ ಬೇರೆ ಯಾವ ನೀರಿನ ಊಟೆಗಳೂ ಇಲ್ಲ. ಮಧ್ಯಾಹ್ನದಲ್ಲಿ ಇಡೀ ಊರೇ ಧಗಧಗಿಸುತ್ತಿರುವ ಮರಳುಗಾಡಿನ ಹಾಗೆ ಕಾಣುತ್ತದೆ. ಅದಕ್ಕೇ ನೀವು ಇಲ್ಲಿ ಕೆಲವು ಹಳೆಯ ಮರಗಳನ್ನು ಬಿಟ್ಟರೆ ಹೆಚ್ಚಿಗೆ ಗಿಡಮರಗಳನ್ನೂ ಹಸಿರು ಪಚ್ಚೆಯನ್ನೂ ಕಾಣಲಾರಿರಿ.

ಊರಸುತ್ತ ಹಬ್ಬಿದ, ಜೈಲಿನ ಗೋಡೆಯ ಹಾಗೆ ಕಾಣಿಸುವ ಈ ಗೋಡೆಯನ್ನು ಕಟ್ಟಿಸಿದ್ದೂ ಅರಸರೇ. ಜನರ ಸ್ವಾತಂತ್ರ್ಯ ರಕ್ಷಣೆಗಾಗಿ ಕಟ್ಟಿಸಿದರು. ರಾಜಧಾನಿಯ ಸಾವಯವ ಬಲ ಸಂವರ್ಧನೆಗೆ ಅದು ಅಗತ್ಯವೇ ಆಗಿತ್ತು. ಆಗ ಊರಿನ ಪ್ರಜೆಗಳು ಯಾರೂ ಅರಕ್ಷಿತತೆಯಿಂದ ಭೀತರಾದದ್ದಿಲ್ಲ. ಸ್ವಾತಂತ್ರ್ಯ ರಕ್ಷಣೆಗೆಂದು ಕಟ್ಟಿಸಿದ ಗೋಡೆಯ ಸಾಲೇ ಈಗ ಊರಿಗೊಂದು ಗಡಿಯಾಗಿದೆ. ಈ ಗೋಡೆ ದಾಟಿ ಯಾರಾದರೂ ಹೋದರೆಂದರೆ ಈ ಊರಿನ ಪರಿಧಿ ಬಿಟ್ಟು ಹೋದರೆಂದೇ ಅರ್ಥ. ಅದನ್ನು ಕಟ್ಟಿಸುವುದಕ್ಕೆ ಬಹಳ ಕಾಲ, ಶ್ರಮ ಎರಡೂ ಹಿಡಿಯಿತೆಂದು ಹೇಳುತ್ತಾರೆ, ಯಾಕೆಂದರೆ, ನನ್ನ ವಿವರಣೆ ಕೇಳಿ ಈ ಊರು ಬಹಳ ಚಿಕ್ಕ ಊರಿನ ಹಾಗೆ ಕಾಣಬಹುದಾದರೂ ಇದು ಅಂಥ ಚಿಕ್ಕ ಊರಲ್ಲ. ಎಷ್ಟು ದೊಡ್ಡ ಊರೆಂದು ಹೇಳುವುದೂ ಸಾಧ್ಯವಿಲ್ಲ. ಶ್ಯಾಮಾಚಾರ್ರ ಪ್ರಕಾರ, 'ಒಂದು ಮೂಲೆಯಲ್ಲಿರುವ ಬಲಿಕಲ್ಲಿನಿಂದ ಲೆಕ್ಕ ಮಾಡುತ್ತಾ ಹೊರಟರೆ ಎಲ್ಲಿಗೆ ನಿಲ್ಲಿಸುತ್ತೀರಿ ? ದೇವಸ್ಥಾನಕ್ಕೇ ? ಗೋಪಾಲಕೃಷ್ಣನ ಗುಡಿಗೇ ? ಅದರಾಚೆ ಇರುವ ಅಶ್ವತ್ಥ ಮರಕ್ಕೇ ? ಹೊಳೆಗೇ ? ಗೋಡೆ ಕಟ್ಟುವಾಗ ಎಂಥಾ ಸಮಸ್ಯೆ ಎದುರಾಗಿರಬೇಕೆಂದು ತೋರಿಸುವುದಕ್ಕೆ ಹೇಳಿದೆ–ಅಷ್ಟೆ.' ಇಷ್ಟೆಲ್ಲಾ ಒಳಗೊಂಡ ಈ ಊರು ಎಷ್ಟು ದೊಡ್ಡ ಊರೆಂದು ನಾನು ಅಳೆಯಲು ಹೋಗಿಲ್ಲ. ಒಂದು ಕಡೆಯಲ್ಲಿರುವಂಥದ್ದೇ ಜಾಗ – ಗೋಪುರಗಳು ಇನ್ನೊಂದು ಕಡೆಯೂ ಕಂಡು ಗೊತ್ತು ಗುರಿ ಎಲ್ಲಿ ಎಂದು ಗೊತ್ತಾಗದಿರುವಾಗ ಹೇಗೆ ಸಾಧ್ಯ ? ಅಥವಾ ಇದು ಅಷ್ಟು ದೊಡ್ಡ ಊರು ಎಂದು ಅನ್ನಿಸುವುದು ಈ ಕಾರಣಕ್ಕಾಗಿಯೋ ಏನೋ. ಆದರೂ ಯಾವ ಕಡೆ ಹೋದರೂ ದೊಡ್ಡ ಗೋಡೆಯ ಸಾಲು ಎದುರಾಗಿ ಮುಂದೆ ಹೋಗದಂತೆ ತಡೆಯುತ್ತದೆ.

ಆದರೆ ಈ ಊರಿನಲ್ಲಿ ಮುಖ್ಯವಾದದ್ದು ಎಂದರೆ ಗೋಪಾಲಕೃಷ್ಣ ದೇವರು. ನಾನು ಹೇಳಲಿಕ್ಕೆ ಹೊರಟಿರುವುದು ಈ ದೇವರಿಗೆ ಸಂಬಂಧಪಟ್ಟೇ. ಆದರೆ ಅದು ಇದು ಎಂದು ಹರಿಕಥೆ ಮಾಡುತ್ತಾ ಹೇಳಿದ್ದನ್ನೇ ಹೇಳುತ್ತಾ ಸುತ್ತು ಹೊಡೆಯುತ್ತಿದ್ದೇನೆ. ಮಾತಾಡುವುದಕ್ಕೆ ಹೊರಟರೆ ಯಾವಾಗಲೂ ಆಗುವುದು ಹೀಗೆ – ಹೇಳಬೇಕೆಂದದ್ದು ಒಂದು, ಹೇಳುವುದು ಇನ್ನೊಂದು, ಅದರ ಅರ್ಥ ಮತ್ತೊಂದೇ. ಕೊನೆಗೆ ಹೇಳುವವನಿಗೂ ಕೇಳುವವನಿಗೂ ಇಬ್ಬರಿಗೂ ಬೇಜಾರಾಗಿ

ಸಂವಾದವೇ ಸಾಧ್ಯವಿಲ್ಲದೆ ಹೋಗುವುದು. ನಾನು ಹೇಳಬೇಕೆಂದಿರುವ ಕತೆಯೂ ಅಷ್ಟೇ: ದೇವರ ಜೊತೆ ಸಂವಾದಿಸಲು ಹೊರಟವನ ಬಗ್ಗೆ; ಸಂವಾದಿಸುವುದರ ಬಗ್ಗೆ.

ಮೊದಲೇ ಹೇಳಿದ ಹಾಗೆ, ಪ್ಲೇಗು ಬಂದು ಹೋದಂದಿನಿಂದ ಗೋಪಾಲಕೃಷ್ಣನ ಮೂರ್ತಿ ಈ ಊರಿನ ಗ್ರಾಮದೇವತೆಯಾಗಿದೆ. ಗೋಪಾಲಕೃಷ್ಣ ದೇವರನ್ನು ಕೇಳದೆ ಯಾರೂ ಒಂದು ಹೆಜ್ಜೆ ಚಲಿಸುವುದಿಲ್ಲ.

ಈ ಊರಿನ ಸಮಸ್ತ ಸೂತ್ರವನ್ನೂ ಆ ದೇವರು ಹೊತ್ತಿದ್ದಾನೆ. ವರ್ಷಕ್ಕೊಮ್ಮೆ ಉತ್ಸವ, ಜಾತ್ರೆ, ಭರ್ಜರಿ ಪೂಜೆ ನಡೆಯುತ್ತದೆ. ಒಂದು ವಾರ ಕಾಲ ಊರವರೆಲ್ಲಾ ವೈಭವ, ವಿಜೃಂಭಣೆಗಳಿಂದ ಒಂದು ಕಡೆ ನೆರೆಯುತ್ತಾರೆ. ಹೆಂಗಸರು ಮಕ್ಕಳಾದಿಗಳಿಂದ ತುಂಬಿ ಕೋಲಾಹಲ ಗೌಜುಗಳಿಂದ ಊರಿಡೀ ಗಿಜಿಗುಟ್ಟುತ್ತಿರುತ್ತದೆ. ರಥೋತ್ಸವ, ಹಣ್ಣುಕಾಯಿ, ಮಹಾಪೂಜೆಗಳು ನಡೆಯುತ್ತವೆ. ಇವರ ಜೀವನದಲ್ಲಿ ಬರುವ ಒಂದು ಸಂಭ್ರಮ ಎಂದರೆ ಇದು. ಬಲ್ಲವರು ಈ ಉತ್ಸವ ಹಿಂದೆ ಅರಸರಿದ್ದಾಗ ನಡೆಸುತ್ತಿದ್ದ ಉತ್ಸವದ ಸರಿಸಮ ಬರುವಂಥಾದ್ದು ಎನ್ನುತ್ತಾರೆ. ಒಂದು ವಾರದ ಉತ್ಸವ ಕಳೆದ ಮೇಲೆ ಈ ಊರು ತಣ್ಣನೆಯ ಬೀಡಾಗುತ್ತದೆ. ಮತ್ತೆ ಮೊದಲಿನ ಹಾಗೆ ಜನರು ಬೆಳಿಗ್ಗೆ ಹೊತ್ತಿನಲ್ಲಿ ಹೊಳೆಗೆ ಹೋಗಿ, ಮೌನವಾಗಿ ಬಟ್ಟೆ ಒಗೆದು ಮನೆ ಸೇರಿ, ಮಕ್ಕಳು ಗಲಾಟೆ ಮಾಡಿದರೆ ಕಿಟ್ಟಣ್ಣನ ಕತೆ ಹೇಳಿ ಸುಮ್ಮನಿರಿಸಿ, ಊಟ ಮಾಡಿ, ಪಾರಾಯಣ, ನಿದ್ದೆ–ಮಧ್ಯಾಹ್ನ ಉರಿಯುವ ಸ್ಮಶಾನ ಭೀಕರತೆಯಲ್ಲಿ, ಮುಸ್ಸಂಜೆ ನಾಯಿಯ ಪಾಂಕಿನಲ್ಲಿ ಊರು ಮುಳುಗುತ್ತದೆ. ವರ್ಷವಿಡೀ ಮನೆಯಲ್ಲಿ ಆಗಾಗ ಮನೆ ಜನರು ಜಾತ್ರೆಯ ಉತ್ಸವವನ್ನು ಜ್ಞಾಪಿಸಿಕೊಳ್ಳುವುದನ್ನೋ ಜಾತ್ರೆಯಲ್ಲಿ ಕೊಂಡಿದ್ದೇನನ್ನೋ ಭದ್ರವಾಗಿ ಕಾಪಾಡಿಕೊಳ್ಳುವುದನ್ನೋ ಕಾಣಬಹುದು. ಆ ಕನಸಿನ ಲೋಕ ಅವರ ಮುಂದೆ ಮತ್ತೆ ಮತ್ತೆ ಎದುರಾಗಿ, ದಿನಕ್ರಮದ ಜೀವನದ ಜಡತೆಯಲ್ಲಿ, ಕನಸಿನ ಸಂಭ್ರಮವನ್ನು ಸೃಷ್ಟಿಸುತ್ತದೆ. ಆ ಕನಸಿನ ಲೋಕಕ್ಕೆ ಅವರು ವರ್ಷವಿಡೀ ಜೋಲುತ್ತಾರೆ.

ಗೋಪಾಲಕೃಷ್ಣ ದೇವರ ಕಾರಣಿಕವೂ ಅಂಥದ್ದೇ ಅಂತೆ. ಗೋವಿಂದಾಚಾರ್ರಿಗೆ ಮಗು ಹುಟ್ಟಿದಾಗ ಪೂಜೆ ಮಾಡಿಸಿ ಪ್ರಸಾದ ತೆಗೆದುಕೊಳ್ಳುವ ಹೊತ್ತು ದೇವರ ದೀಪ ಆರಿಹೋಯಿತಂತೆ. ಒಂದೇ ವಾರದಲ್ಲಿ ಮಗು ತೀರಿ ಹೋಯಿತು. ಶ್ಯಾಮಾಚಾರ್ರು ಇನ್ನೊಂದು ಕತೆ ಹೇಳುತ್ತಾರೆ: ರಾಮಾಚಾರ್ರು ಎಂಬೊಬ್ಬರಿಗೆ ಒಂದು ದಿನ ಗೋಪಾಲಕೃಷ್ಣ ಕನಸಿನಲ್ಲಿ ಕಾಣಿಸಿಕೊಂಡ – ಅವರು ಪೂಜೆ ಮಾಡಿಸಿ ಪ್ರಸಾದಕ್ಕೆ ಕೈಯೊಡ್ಡಿದ ಹಾಗೆ, ಇನ್ನೊಂದು ತಿಂಗಳಿಗೆ ನಿನ್ನ ಜನ್ಮವಾರ, ಜನ್ಮನಕ್ಷತ್ರ, ಜನ್ಮತಿಥಿ ಒಂದೇ ದಿನದಲ್ಲಿ ಬರುತ್ತದೆ. ಆಗ ತೀರ್ಥ ಕೊಡುತ್ತೇನೆ ಎಂದ ಹಾಗೆ. ರಾಮಚಾರ್ರು ಅದೇ ದಿನ ಕೈಲಾಸವಾಸಿಗಳಾದರು. ಮುಖ್ಯ ಸಂಗತಿಯೆಂದರೆ, ದೇವರಿಗೆ ಊರವರೆಲ್ಲಾ ಹೆದರುತ್ತಾರೆ. ಮುಖ್ಯವಾಗಿ ಈ ಕಾರಣಕ್ಕಾಗಿಯೇ ಊರಿನ ನೀತಿ ನಿಯಮಗಳನ್ನು ಯಾರೂ ಉಲ್ಲಂಘಿಸಲು ಹೋಗುವುದಿಲ್ಲ.

ಈ ಕಥೆಗೆ ಸಂಬಂಧಪಟ್ಟದ್ದೇ ಗೋವಿಂದನ ಕತೆ. ಗೋವಿಂದನಿಗೆ ಅಪ್ಪ, ಅಮ್ಮ

ಇಲ್ಲ. ಯಾವುದೋ ಊರಿನಲ್ಲಿ ಮಾರ್ಗದ ಬದಿಯಲ್ಲಿ ಬಿದ್ದಿದ್ದ ಅವನನ್ನು ಯಾರೋ ಎತ್ತಿಕೊಂಡು ಬಂದು ಸಾಕಿದರು. ಅವರಿಗೆ ಎತ್ತಿಕೊಂಡು ಬರಲು ಹೇಗೆ ಮನಸ್ಸಾಯಿತು, ಊರವರು ಅದಕ್ಕೆ ಹೇಗೆ ಒಪ್ಪಿಗೆ ನೀಡಿದರು ಎಂದು ಯಾರೂ ವಿವರಿಸುವುದಿಲ್ಲ. ಈ ಊರಿಗೆ ಬಂದ ಮೇಲೆ ಈ ಊರಿನ ನೀತಿ ನಿಯಮಗಳನ್ನು ಕಲಿತು ಅವನೂ ಈ ಊರಿನ ಹುಡುಗನಾಗಿಬಿಟ್ಟ. ಆದರೆ ಗೋವಿಂದ ಚಿಕ್ಕಂದಿನಿಂದಲೇ ಉಳಿದ ಹುಡುಗರಿಗಿಂತ ಬೇರೆಯಾಗಿದ್ದವನು. ವೆಂಕಟಯ್ಯನವರ ಜುಟ್ಟು ಬೋಳು ತಲೆಯ ಮೇಲೆ ಬಿಸಿಲಿನಲ್ಲಿ ಕುಣಿಯುತ್ತಾ ಹಲ್ಲಿಯ ಬಾಲದ ಹಾಗೆ ಕಾಣುತ್ತದೆಂದು ಇವನ ಜೊತೆಗೆ ತೆಪ್ಪಗೆ ಬರುತ್ತಿದ್ದ ಹುಡುಗರ ಮುಖದಲ್ಲಿ ನಗೆ ಮೂಡಿಸುತ್ತಿದ್ದ. ಪೋಲಿ ಜೋಕುಗಳನ್ನು ಮಾಡುತ್ತಿದ್ದ. ಮನೆ, ಐಗಳ ಶಾಲೆ ಇವಷ್ಟೇ ಪ್ರಪಂಚವಾಗಿದ್ದ ಹುಡುಗರಿಗೆ ಇವನ ರೀತಿ ಹೊಸದಾಗಿತ್ತು. ಸ್ವಲ್ಪ ದೊಡ್ಡವನಾಗುತ್ತಿದ್ದ ಹಾಗೇ ಅವನಿಗೆ ಈ ಊರು ಬಿಟ್ಟು ಬೇರೆ ಎಲ್ಲಿಗಾದರೂ ಹೋಗಿ ನನ್ನ ಜೀವನ ನಾನು ಬದುಕಬೇಕು ಅನ್ನಿಸಿರಬೇಕು. ಹದಿಮೂರು ಹದಿನಾಲ್ಕು ವರ್ಷವಾಗುತ್ತಲೇ ಒಂದು ದಿನ ಮಂಗಳೂರಿಗೆ ಹೊರಟುಬಿಟ್ಟ. ಊರವರು ಯಾರೂ ಅವನನ್ನು ತಡೆಯಲಿಕ್ಕೆ ಹೋಗಲಿಲ್ಲ. ಅವನನ್ನು ಎತ್ತಿಕೊಂಡು ಬಂದಾಗ ಸುಮ್ಮನಿದ್ದ ಹಾಗೆ ಈಗಲೂ ಸುಮ್ಮನಿದ್ದರು.

ಮಂಗಳೂರಿನಲ್ಲಿ ಗೋವಿಂದ ಒಂದು ಹೋಟೆಲ್ಲಿನಲ್ಲಿ ಕೆಲಸಕ್ಕೆ ಸೇರಿದ. ಹೋಟೆಲ್ಲಿನಲ್ಲಿ ಕೆಲಸ ಮಾಡುತ್ತಾ ಶಾಲೆಗೆ ಸೇರಿ ಅವನು ಬಿ.ಎ. ವರೆಗೂ ತಲುಪಿದ. ಶಾಲೆಯಲ್ಲಿ, ಆಮೇಲೆ ದೊಡ್ಡವನಾದ ಮೇಲೆ ಅವನಿಗೆ ಕೆಲವರು ಗೆಳೆಯರಾದರು. ಕ್ರಾಂತಿಕಾರಿ ಮನೋಭಾವವಿದ್ದ ಗೆಳೆಯರು. ಅವರಲ್ಲಿ ರಾಮಭಟ್ಟ ಎನ್ನುವವನೊಬ್ಬನಿಗೂ ಗೋವಿಂದನಿಗೂ ನಿಕಟ ಸ್ನೇಹವೇರ್ಪಟ್ಟಿತು. ರಾಮಭಟ್ಟ ಅತ್ಯಂತ ಸಂಪ್ರದಾಯಸ್ಥ ಬ್ರಾಹ್ಮಣರ ಮನೆತನದಲ್ಲಿ ಬೆಳೆದು ಬಂದವನು. ಮಂಗಳೂರಿಗೆ ಬಂದವನೇ ಅವನು ಜನಿವಾರ ಕಿತ್ತು ಬೆಂಕಿಕೊಟ್ಟ. ಮಾಂಸ ತಿಂದ; ಬೀರು ಕುಡಿದ. ದೇವರ ಮೇಲೆ ಗೋವಿಂದನಿಗಿದ್ದ ಹೆದರಿಕೆಯನ್ನು ಹೋಗಲಾಡಿಸಿದವನೂ ಅವನೇ. ಗೋವಿಂದ ಮತ್ತು ರಾಮಭಟ್ಟ–ದೇವರು ನಮ್ಮ ವ್ಯಕ್ತಿತ್ವವನ್ನು ಸಂಪೂರ್ಣವಾಗಿ ನುಂಗುವುದಕ್ಕೆ ಕೂತವನು, ನಮ್ಮ ವ್ಯಕ್ತಿತ್ವ ಏನಿದ್ದರೂ ನಾವೇ ನಿರ್ಮಾಣ ಮಾಡಿಕೊಳ್ಳಬೇಕು ಎನ್ನುತ್ತಿದ್ದರು. ಸಮಾಜದಿಂದ ಸಂಪೂರ್ಣ ಬೇರೆಯಾಗಿ ನಿಂತು ನಮ್ಮ ವ್ಯಕ್ತಿತ್ವ ನಿರ್ಮಿಸಿಕೊಳ್ಳುವುದು ನಮ್ಮ ಗುರಿಯಾಗಬೇಕು, ಅದು ಸಾಧ್ಯವಾಗಬೇಕು ಎನ್ನುವುದು ಅವರ ಅಭಿಪ್ರಾಯ. ಅವರು ಮುಖ್ಯವಾಗಿ ಮಾರ್ಕ್ಸ್‌ನನ್ನೂ ಕಮೂನನ್ನೂ ಓದುತ್ತಿದ್ದರು. ಮೂಲಭೂತವಾಗಿ ಹಳೆಯ ಸಾಮಾಜಿಕ ವ್ಯವಸ್ಥೆ ಬದಲಾಗಿಬಿಡಬೇಕೆಂದು ಅವರ ಆಸೆಯಾಗಿತ್ತು. ಓದುವಾಗ, ಚರ್ಚೆ ಮಾಡುವಾಗ ಗೋವಿಂದನಿಗೆ ತನ್ನ ಊರಿನ ನೆನಪಾಗುತ್ತಿತ್ತು. ಎಲ್ಲಾ ದೇವರಿಗೆ ಜೋತುಬಿದ್ದು, ಹೆದರುತ್ತಾ, ಮೌಢ್ಯಹಿಡಿದ ವರ್ತಮಾನದಲ್ಲಿ ಹಿಂದಿನ ಕಾಲದ ವೈಭವವನ್ನು ಸ್ಮರಿಸಿಕೊಳ್ಳುತ್ತಾ ಬದುಕುತ್ತಿದ್ದುದನ್ನು ನೆನೆಸಿದಾಗ, ಅದನ್ನು ಮೂಲಭೂತವಾಗಿ ಬದಲಾಯಿಸಬೇಕು,

ಇಲ್ಲಿ ಏನಾದರೂ ಹೊಸತು ಸಂಭವಿಸಬೇಕು ಅನ್ನಿಸುತ್ತಿತ್ತು. ನಾವು ಹಳೆಯ ವ್ಯವಸ್ಥೆಗಳ ವಿರುದ್ಧ ದಂಗೆಯೇಳದಿದ್ದರೆ ಈಗ ಇರುವ ಹಾಗೇ ಎಲ್ಲವೂ ಚಕ್ರ ಸುತ್ತುತ್ತಾ ಏನೂ ಸೃಷ್ಟಿಯಾಗುವುದೇ ಇಲ್ಲವೆಂದು ಅವನಿಗೆ ಗೊತ್ತಿತ್ತು.

ಗೋವಿಂದನಲ್ಲಿ ಈ ಬದಲಾವಣೆಯೆಲ್ಲಾ ಒಟ್ಟಿಗೇ ಆಯಿತೆಂದು ನಾನು ಹೇಳಿದರೂ ಅಷ್ಟು ಸುಲಭವಾಗಿ ಆಗಲಿಲ್ಲ. ನಿಧಾನವಾಗಿ, ಐದಾರು ವರ್ಷಗಳಲ್ಲಿ ಸ್ವಲ್ಪಸ್ವಲ್ಪವಾಗಿಯೇ ಆಯಿತು. ಯಾವ ರೀತಿಯಲ್ಲಿ ಆಯಿತು ಎನ್ನುವ ಒಂದು ರೂಪರೇಷೆ ಕೊಡುವುದಕ್ಕಾಗಿ ಮಾತ್ರ ಹೀಗೆ ಅವಸರವಸರವಾಗಿ ಹೇಳಿದೆ, ಅಷ್ಟೇ. ಇದರ ಪರಿಣಾಮವೆಂದರೆ, ಅವನಿಗೆ ಜಗತ್ತಿನ ಮೇಲೆ ಸಿಟ್ಟು ಬಂದಿತು. ಎಲ್ಲರೂ ತನ್ನನ್ನು ಹಿಡಿದು ಅದುಮುತ್ತಿದ್ದಾರೆಂದು ಸಹಜವಾಗಿಯೇ ಅನ್ನಿಸಿತು. ಇದಕ್ಕೆ ಒಂದು ಉದಾಹರಣೆಯೆಂದರೆ ಅವನು ಅವರ ಹೋಟೆಲ್ಲಿನ ಯಜಮಾನರ ಜೊತೆ ಜಗಳವಾಡಿದ್ದು. ಅವರು ಉಡುಪಿಯ ಬ್ರಾಹ್ಮಣರು. ತಮ್ಮ ಕೆಲಸಗಾರರನ್ನು ಗುಲಾಮರಂತೆ ನಡೆಸಿಕೊಳ್ಳುತ್ತಿದ್ದರು. ಅವರ ವ್ಯಕ್ತಿತ್ವದ ಮೇಲೆ ತಮ್ಮ ಅಧಿಕಾರ ಮುದ್ರಿಸುತ್ತಿದ್ದರು. ದಿನದ ಎಂಟು ಗಂಟೆಯ ಅವಿರತ ಕೆಲಸಕ್ಕೆ ಅವರು ಕೊಡುತ್ತಿದ್ದುದು ಹತ್ತು ರೂಪಾಯಿ ಸಂಬಳ, ಮೂರು ಹೊತ್ತು ಊಟ. ಊಟ ಕೊಡುತ್ತಿದ್ದರಾದರೂ ಮಿತಿಗಿಂತ ಹೆಚ್ಚು ಊಟ ಮಾಡದ ಹಾಗೆ ತಾವೇ ಬಂದು ಪರೀಕ್ಷಿಸುತ್ತಾ ನಿಲ್ಲುತ್ತಿದ್ದರು. ಗೋವಿಂದ ಒಂದು ದಿನ ಮಿತಿಗಿಂತ ಹೆಚ್ಚು ಊಟ ಮಾಡುತ್ತಿದ್ದ. ಯಜಮಾನರು ಬಂದು ಬೈಯುವುದಕ್ಕೆ ಸುರು ಮಾಡಿದರು. ಗೋವಿಂದನಿಗೆ ಈ ಗುಲಾಮಗಿರಿ ರೋಸಿ ಹೋಗಿತ್ತು. ಅವನು ಸಾರು ಹಾಕಿದ ಕಪ್ಪನ್ನು ತೆಗೆದು ಯಜಮಾನರ ಮುಖಕ್ಕೆ ಬೀಸಿ ಒಗೆದ. ಹೋಟೆಲ್ಲಿನಲ್ಲಿ ದೊಡ್ಡ ಗಲಾಟೆಯಾಯಿತು. ಹೋಟೆಲ್ಲಿನಲ್ಲಿ ಇವನ ಹಾಗೆ ಕೆಲಸ ಮಾಡುತ್ತಿದ್ದ ಕೆಲಸಗಾರರಿಗೆ ರೂಢಿಯಿಲ್ಲದ ಈ ಹೊಸ ರೀತಿಯಿಂದ ಗಾಬರಿಯಾಗಿ ಗೋವಿಂದನ ಸಹಾಯಕ್ಕೆ ಬರುವುದರ ಬದಲು ಯಜಮಾನರ ಸಹಾಯಕ್ಕೆ ಧಾವಿಸಿದರು. ಗೋವಿಂದನನ್ನು ಹೋಟೆಲ್ಲಿನಿಂದ ಕತ್ತು ಹಿಡಿದು ಹೊರಗೆ ತಳ್ಳಿದರು. ಕೆಲಸಗಾರರು ಮತ್ತೆ ಕೆಲಸಕ್ಕೆ ಹೋದರು. ಅವನು ಏನು ಮಾಡುವುದೋ ಗೊತ್ತಾಗದೇ ಅಪಮಾನ, ಸಿಟ್ಟಿನಿಂದ ಕುರುಡನಂತಾಗಿ, ರಾಮಭಟ್ಟನ ರೂಮಿಗೆ ಬಂದ. ರಾಮಭಟ್ಟ ಅವನನ್ನು ಕೂರಿಸಿಕೊಂಡು ಬಹಳ ಹೊತ್ತು ಸಂತೈಸಿದ. ತಾನು ಇಷ್ಟು ಗಲಾಟೆ ಮಾಡಿದ ಮೇಲೂ ಎಲ್ಲವೂ ಮೊದಲಿನ ಹಾಗೇ ನಡೆಯುವುದು ನೋಡಿ ಅವನಿಗೆ ವ್ಯಥೆಯಾಗಿತ್ತು. ಗೋವಿಂದ ಬಿ.ಎ.ಯಲ್ಲಿ ಓದುತ್ತಿದ್ದ. ಈಗ ಅದನ್ನು ಹೇಗೂ ಬಿಡಲೇಬೇಕಷ್ಟೇ. ರಾಮಭಟ್ಟ ಗೋವಿಂದನಿಗೆ ಊರಿಗೆ ಹೋಗುವುದಕ್ಕೆ ಸಲಹೆ ಮಾಡಿದ. ಮೊದಮೊದಲು ಗೋವಿಂದ ಒಪ್ಪಲಿಲ್ಲವಾದರೂ ಕೊನೆಗೆ ಊರಿಗೆ ಹೊರಟ.

ನಾಲ್ಕೈದು ವರ್ಷ ಕಳೆದ ಮೇಲೆ ಅವನು ಊರಿಗೆ ಬಂದಿದ್ದ. ಅಷ್ಟರವರೆಗೆ ಈ ಊರಿನಿಂದ ಹೀಗೆ ಊರುಬಿಟ್ಟು ಹೋಗಿ ಬಹಳ ಕಾಲ ಹೊರಗಿದ್ದವರು ಯಾರೂ ಇಲ್ಲ–ನಗರದ ಸಂಪರ್ಕವಂತು ಮೊದಲೇ ಇಲ್ಲ. ಅಲ್ಲೇ ಹುಟ್ಟಿ, ಮದುವೆ ಆಗಿ,

ಅದೇ ಹೊಳೆಯ ನೀರು ಕುಡಿದು, ದೇವರ ಮಹಿಮೆ ಕೊಂಡಾಡಿ, ಅದೇ ಸ್ಮಶಾನದಲ್ಲಿ ಬೆಂಕಿ ಕಾಣುವವರು. ಗೋವಿಂದ ಬಂದಾಗ ಯಾರೂ ಏನೂ ಅನ್ನಲಿಲ್ಲ. ಜುಟ್ಟು, ವಿಭೂತಿ ಇವಷ್ಟೇ ಗೊತ್ತಿದ್ದ ಐಗಳ ಶಾಲೆಯ ಹುಡುಗರು ಅವನ ಕ್ರಾಪನ್ನೂ ಚಪ್ಪಲಿಯನ್ನೂ ಕಣ್ಣು ಬಾಯಿಬಿಟ್ಟು ನೋಡುತ್ತಿದ್ದವು. ಅವನಿಗೆ ಊರಿಗೆ ಬಂದ ಮೇಲೆ ಊರವರ ಗೊಡ್ಡು ನೀತಿಗಳನ್ನು ನೋಡಿ ಮತ್ತಷ್ಟು ಸಿಟ್ಟು ಬಂತು. ಸ್ವಾತಂತ್ರ್ಯವೇ ಇಲ್ಲದೆ ತಾನು ಸದಾ ಯಾವುದಕ್ಕೋ ಬಂಧಿತನಾದ ಹಾಗೆ ಅನ್ನಿಸುತ್ತಿತ್ತು.

ಇದೇ ಸಮಯದಲ್ಲಿ ಇನ್ನೊಂದು ಕತೆಯಾಗಿತ್ತು. ಗೋವಿಂದನ ತಂಗಿಗೆ–ತಂಗಿ ಅಂದರೆ ತಂಗಿ ಅಲ್ಲ, ಅವನನ್ನು ಸಾಕಿದವರ ಮಗಳು–ಹುಚ್ಚು ಹಿಡಿಯಿತು. ಊರಿನಲ್ಲಿ ಗಂಡು–ಹೆಣ್ಣು ಜಾತಕ ಕೂಡಿ ಬರುತ್ತದೋ ಎಂದು ನೋಡುವುದಕ್ಕೆ ಗೋಪಾಲಕೃಷ್ಣ ದೇವರ ಎದುರು ಹೂಕಟ್ಟಿ ಹಾಕಿ ನೋಡುವುದು ಪದ್ಧತಿ. ಬಿಳಿ ಹೂ ಬಂದರೆ ಅಸ್ತು ಎಂದೇ ಅರ್ಥ. ಊರಿನಲ್ಲಿ ಪ್ರತಿಯೊಂದು ಮದುವೆಯೂ ಹೀಗೇ ನಡೆದದ್ದು. ಗೋವಿಂದನ ತಂಗಿಯನ್ನು ಇದೇ ರೀತಿಯಲ್ಲಿ ಜಾತಕ ನೋಡಿ ಗೋಪಾಲಕೃಷ್ಣಾಚಾರ್ರು ಎಂಬೊಬ್ಬರ ಮಗನಿಗೆ ಮದುವೆ ಮಾಡಿಕೊಟ್ಟರು. ಹನ್ನೆರಡು ವರ್ಷಕ್ಕೆ ರುದ್ರ ಜಟೆಗಳನ್ನು ಧ್ವನಿ ತಪ್ಪದೇ ಹೇಳಲು ಕಲಿತವನೆಂದು ಊರವರೆಲ್ಲಾ ಅವನನ್ನು ಕೊಂಡಾಡುತ್ತಿದ್ದರು. ಆದರೆ ಮದುವೆಯಾದ ಆರು ತಿಂಗಳಿಗೆ ಅವನು ಹಾವು ಕಚ್ಚಿ ತೀರಿಕೊಂಡ. ಅವನ ಹೆಂಡತಿ–ಹದಿಮೂರು ಹದಿನಾಲ್ಕು ವರ್ಷದ ಹುಡುಗಿ–ಕೇಶ ಮುಂಡನ ಮಾಡಿಸಿಕೊಂಡು ಕೆಂಪು ಸೀರೆ ಉಟ್ಟಳು. ಎರಡು-ಮೂರು ತಿಂಗಳಿಗೆ ಅವಳಿಗೆ ಹುಚ್ಚು ಹಿಡಿಯಿತು. ಊರವರು ಇದು ಗೋಪಾಲಕೃಷ್ಣ ದೇವರ ಶಾಪ ಎಂದು ಮಾತಾಡಿಕೊಂಡರು. ಅವಳ ಅಪ್ಪ ಬೀದಿಯಲ್ಲಿ ಬಿದ್ದಿದ್ದ ಯಾವುದೋ ಜಾತಿಯವನನ್ನು ಮನೆಗೆ ನುಗ್ಗಿಸಿಕೊಂಡಿದ್ದರಿಂದ ಗೋಪಾಲಕೃಷ್ಣ ದೇವರಿಗೆ ಸಿಟ್ಟು ಬಂದಿದೆ. ಮಗಳು ಫಲ ಅನುಭವಿಸುತ್ತಿದ್ದಾಳೆ ಎಂದು ಮಾತಾಡಿಕೊಂಡರು.

ಗೋವಿಂದ ಬಂದ. ತಂಗಿಯ ಹುಚ್ಚು ನೋಡಿ ಅವನಿಗೆ ಎಲ್ಲಿಲ್ಲದ ಸಿಟ್ಟು ಬಂತು. ಅವಳು ಮಧ್ಯಾಹ್ನದ ಬಿಸಿಲಿನಲ್ಲಿ ಬೀದಿಯುದ್ದಕ್ಕೂ ಓಡುತ್ತಾ ದೇವರ ಗುಡಿಯ ಮೆಟ್ಟುಕಲ್ಲಿಗೆ ತಲೆ ಜಪ್ಪಿಕೊಳ್ಳುತ್ತಿದ್ದಳು. ಮೊದಮೊದಲು ತಡೆಯಲು ಪ್ರಯತ್ನಿಸುತ್ತಿದ್ದ ಊರವರು ಆಮೇಲೆ ಅದನ್ನು ಮಾಮೂಲು ದೃಶ್ಯವೆಂದು ತೆಗೆದುಕೊಂಡರು. ಗೋವಿಂದ ಬಂದಾಗ ಯಾರ ಮನೆಗೂ ಹೋಗಿರಲಿಲ್ಲ. ಮಧ್ಯಾಹ್ನ ಯಾರ ಮನೆಗಾದರೂ ಒಂದೊಂದು ಸಲ ಊಟಕ್ಕೆ ಹೋದರೆ ಹೋದ, ಇಲ್ಲವಾದರೆ ಇಲ್ಲ. ಊರವರು ಅವನನ್ನು ಮನೆಗೆ ಬರುವಂತೆ ಕರೆದರು. ಒಂದು ಸಲ ಅವರ ಜತೆ ಸೇರಿದ ಮೇಲೆ ನಿಧಾನವಾಗಿ ತಾನೂ ಆ ಸ್ಥಾಪಿತ ಸಮಾಜದವನಾಗಿ ಬಿಡುತ್ತೇನೆಂದು ಅವನಿಗೆ ಭಯವಾಯಿತು. ಮೊದಮೊದಲು ಕರೆಯುತ್ತಿದ್ದವರು ಆಮೇಲೆ, ಇವನೊಬ್ಬ ಹುಚ್ಚ ಎಂದುಕೊಂಡು ತೃಪ್ತಿಪಟ್ಟುಕೊಂಡರು. ಗೋವಿಂದನಿಗೆ ಇನ್ನೂ ಬಿಸಿ ರಕ್ತದ ಯುವಕರು, ಹೇಗೆ ಮುದುಕರ ಹಾಗೆ

ಮಾತಾಡುತ್ತಾ, ಯೌವನದಲ್ಲೇ ಮುದುಕರಾಗುತ್ತಾ ಹೇಗೆ ಜಡ್ಡು ಬಿದ್ದ ಜೀವನ ಬದುಕುತ್ತಿದ್ದಾರೆನ್ನುವುದು ಎದುರೇ ಕಾಣಿಸುತ್ತಿತ್ತು. ಇಡೀ ಊರೇ ಬದಲಾಗಿ ಬಿಡಬೇಕು, ಈ ಕಂದಾಚಾರಗಳನ್ನೆಲ್ಲಾ ಸುಟ್ಟುಬಿಡಬೇಕು ಎನ್ನಿಸುತ್ತಿತ್ತು. ಅವನ ತಂಗಿಯ ಯೌವನ ದೇವರ ಭಯದಲ್ಲಿ, ಕೆಂಪು ಸೀರೆಯಲ್ಲಿ, ಬೋಳಿಸಿದ ಕೇಶದಲ್ಲಿ ಒಣಗಿ ಹೋಗುತ್ತಿತ್ತು. ಈ ಊರಿನಲ್ಲಿರುವವರೆಲ್ಲಾ ಹಳೆಯ ಗುಡಿಗಳಿಗೆ, ಕಂದಾಚಾರಕ್ಕೆ, ದೇವರಿಗೆ ಜೋತುಬಿದ್ದ ಗೊಡ್ಡು ಬ್ರಾಹ್ಮಣರು; ಈ ದೇವರನ್ನೆಲ್ಲಾ ತೆಗೆದು ತಿಪ್ಪೆಗುಂಡಿಗೆಸೆಯಬೇಕು ಎನ್ನಿಸುತ್ತಿತ್ತು ಗೋವಿಂದನಿಗೆ. ಅವರವರ ಕರ್ಮಕ್ಕೆ ದೇವರು ಪಡಿಕೊಡುವುದಕ್ಕೆ ನಾವು ಹೊಣೆಯೆ ? ಎಂದು ಊರವರು ಮಾತಾಡಿಕೊಂಡರು.

ಆಗಲೇ ನೋಡಿ ಈ ಘಟನೆ ನಡೆದದ್ದು. ಒಂದು ದಿನ ಮುಂಜಾವದ ಹೊತ್ತಿನಲ್ಲಿ ಎಲ್ಲರೂ ಇನ್ನೂ ಮಲಗಿದ್ದಾಗಲೇ ಛಟಛಟ ಎಂದು ಬೆಂಕಿಗೆ ಬಿದಿರುಗಂಟು ಒಡೆಯುವ ಶಬ್ದ ಕೇಳಿಸಿತು. ಏನೆಂದು ಹೋಗಿ ನೋಡುತ್ತಾರೆ – ಗೋಪಾಲಕೃಷ್ಣ ಗುಡಿ ಉರಿಯುತ್ತಿತ್ತು. ಮುಕ್ಕಾಲಂಶ ಆಗಲೇ ಉರಿದು ಮುಗಿದಿತ್ತು. ಒಂದು ಕ್ಷಣ ಏನಾಗುತ್ತಿದೆಯೆಂದು ಗೊತ್ತಾಗದೆ ಎಲ್ಲರೂ ದಿಗ್ಭ್ರಾಂತರಾಗಿ ನಿಂತರು. ಕತ್ತಲೆಯೇ ಉರಿಯುತ್ತಿದ್ದಂತೆ ಉರಿಯುತ್ತಿದ್ದ ಬೆಂಕಿ. ಬೆಂಕಿ ಬಿದ್ದಿರುವುದು ದೇವರ ಗುಡಿಗೇ ಎಂದು ಆಗತಾನೇ ಎದ್ದು ಕಣ್ಣು ಹೊಸಕಿಕೊಳ್ಳುತ್ತಿದ್ದ ಊರವರ ಮನಸ್ಸಿಗೆ ಬರುವುದಕ್ಕೆ ಸ್ವಲ್ಪ ಹೊತ್ತು ಬೇಕಾಯಿತು. ದಿಗ್ಭ್ರಾಂತಿಯಿಂದ ಆಚೀಚೆ ಕುರುಡರಂತೆ ಪರದಾಡುತ್ತಾ ನೀರು ಹೊತ್ತುತಂದು ಆರಿಸುವುದಕ್ಕೆ ನೋಡಿದರು. ದೇವಸ್ಥಾನ ಆಗಲೇ ಹೊತ್ತಿ ಮುಗಿದಿತ್ತು. ಗಳಗಳು ಹೊತ್ತಿ ಉರಿಯುತ್ತಾ ಕೆಳಗೆ ಬಿದ್ದು ಮಸಿಯಾಗುತ್ತಿದ್ದವು. ಬೆಂಕಿಯ ನಾಲಗೆಗಳು ಆಕಾಶ ಮುಟ್ಟುತ್ತಿದ್ದವು. ಅಷ್ಟು ಹೊತ್ತಿಗೆ ಬೆಳಗಾಗುತ್ತಾ ಬಂದಿತ್ತು. ದೇವರ ಮುಖದ ಜಾಗದಲ್ಲಿ ಕರಗಿದ ಕಂಚಿನ ಮುದ್ದೆಯೊಂದಿತ್ತು. ಶಂಖ ಚಕ್ರ ಗದಾಪದ್ಮಗಳು ಬಿಸಿಗೆ ಕರಗಿ ಕಂಚಿನ ನೀರು ಕೆಳಗೆ ಇಳಿಯುತ್ತಿತ್ತು. ಹೊಂಗಿರಣಗಳು ಅದರ ಮೇಲೆ ಬಿದ್ದು ಅದು ಮಿರಿಮಿರಿ ಮಿಂಚುತ್ತಿತ್ತು.

ಊರವರಿಗೆ ಏನು ಮಾಡಬೇಕೆಂದು ಗೊತ್ತಾಗಲಿಲ್ಲ. ಜೋತುಕೊಂಡಿದ್ದ ಸಂಭ್ರಮದ ಲೋಕ ಚೂರಾಗಿ ದಿನ ನಿತ್ಯದ ಅಭ್ಯಾಸ ತಪ್ಪಿ ಅವರು ಬೋಳು ಬಯಲಲ್ಲಿ ನಿಂತಿದ್ದರು. ದೇವರು ವಿಕಾರವಾಗಿ ನಿಂತಿದ್ದ. ಕನಸು ಕಾಣುತ್ತಿದ್ದವರಿಗೆ ಎಚ್ಚರವಾದಾಗ ಉಳಿಯುವ ಕೊರೆಯುವ ರಾತ್ರಿಯ ವಾಸ್ತವತೆ ಎದುರು ನಿಂತಾಗ ಅವರೆಲ್ಲಾ ಕಂಗಾಲಾದರು. ಗಲಾಟೆ ಎಂದರೆ ಪ್ರಾಣ ಬಿಡುತ್ತಿದ್ದವರು ಇನ್ನೇನು ವಿಪತ್ತು ಕಾದಿದೆಯೋ ಎಂದು ಮೊದಲ ಬಾರಿ ತೊಡಕಿಗೆ ಸಿಕ್ಕಿ ತೊಳಲಿದರು. ಯಾರೋ ಸತ್ತು ಹೋಗಿ, ಹೆಣ ಕೊಳೆಯುತ್ತಿದ್ದು, ಸುಡದೆ ಇಟ್ಟುಕೊಂಡ ಹಾಗೆ ಆತಂಕಿತರಾದರು. ಹೆಂಗಸರು ಮಕ್ಕಳಾದಿಯಾಗಿ ಎಲ್ಲರೂ ಗುಡಿಯ ಮುಂದೆ ನೆರೆದಿದ್ದರು.

ಇತ್ತ ಗೋವಿಂದನಿಗೆ, ತಲೆಯ ಮೇಲಿನ ಒಂದು ದೊಡ್ಡ ಭಾರ ಇಳಿಸಿದ

ಹಾಗಾಯಿತು. ಊರವರು ಆತಂಕದಲ್ಲಿ ಸಿಕ್ಕಿಕೊಂಡದ್ದು ನೋಡಿ ಅವನಿಗೆ ತೃಪ್ತಿಯಾಗಿತ್ತು. ಇನ್ನು ಮುಂದೆ ಮಕ್ಕಳ, ಯುವಕರ ಬದುಕು ಮುರುಟದೆ ಸಂಪೂರ್ಣ ಅರಳಬಹುದು ಎಂದುಕೊಂಡ. ಈ ಮಾತಿಗೆ ಆಗಲೇ ಮೂರು ನಾಲ್ಕು ವರ್ಷ ಕಳೆದವು. ಅಭ್ಯಾಸಕ್ಕೆ ಒಗ್ಗಿದ ಊರವರು ನಿತ್ಯಕ್ರಮ ತಪ್ಪಿ ಹೋದದ್ದರಿಂದ ಪಾತಾಳಕ್ಕೆ ಬಿದ್ದ ಹಾಗೆ, ದಿನದಲ್ಲಿ ಏನೂ ಆಗದ ಹಾಗೆ ಅನ್ನಿಸಿ ಕಂಗಾಲಾದರು. ದೇವರ ಪೂಜೆ ಇಲ್ಲದೆ, ಬೆಳಿಗ್ಗೆದ್ದು ತೀರ್ಥ ಪ್ರಸಾದ ತೆಗೆದುಕೊಳ್ಳದೆ ಒಬ್ಬರೊಬ್ಬರ ಜೊತೆ ಯಾವ ಸಂಬಂಧವಿಟ್ಟುಕೊಳ್ಳಬೇಕೆಂದೇ ಅವರಿಗೆ ಗೊತ್ತಾಗುತ್ತಿರಲಿಲ್ಲ. ಎರಡು ಮೂರು ದಿನ ಹೀಗೆ ಅಲೆದ ಮೇಲೆ ಒಂದು ದಿನ ಶ್ಯಾಮಾಚಾರ್ರ ನೇತೃತ್ವದಲ್ಲಿ ಸುಟ್ಟುಹೋದ ದೇವಸ್ಥಾನದ ಎದುರು ಊರ ಮುಖಂಡರ ಸಭೆ ಕೂಡಿತು. ಹೆಂಗಸರು ಮಕ್ಕಳಾದಿಯಾಗಿ ಎಲ್ಲರೂ ದೂರದಲ್ಲಿ ನಿಂತು ಕೇಳುತ್ತಿದ್ದರು. ಶ್ಯಾಮಾಚಾರ್ರು ಎದ್ದು ನಿಂತು, 'ಇಷ್ಟರವರೆಗೆ ಆಗದೆ ಇದ್ದಂಥಾ ರೀತಿಯಲ್ಲಿ ಗೋವಿಂದ ದೇವಸ್ಥಾನಕ್ಕೆ ಬೆಂಕಿ ಕೊಟ್ಟಿರುವುದು, ದೇವರ ಮೂರ್ತಿ ಮೊದಲಿನ ಸೌಂದರ್ಯವನ್ನು ಕಳೆದುಕೊಂಡಿರುವುದು ನಿಜ. ಅದರಿಂದಾಗಿ ನಾವು ಎರಡು ಮೂರು ದಿನ ಏನು ಮಾಡುವುದೋ ಗೊತ್ತಾಗದೆ ಅಲೆದದ್ದೂ ನಿಜ. ಆದರೆ ಈಗ ಶಾಂತವಾಗಿ ಕೂತು ವಿಚಾರಿಸಿದಾಗ ಇದು ಗಾಬರಿಗೊಳ್ಳುವ ವಿಚಾರವಲ್ಲವೆಂದು ವಿಶದವಾಗುತ್ತದೆ. ಇದು ಗೋಪಾಲಕೃಷ್ಣನ ಇಚ್ಛೆಯಿಂದಲೇ ನಡೆದದ್ದಿರಬೇಕೆಂದು ನನ್ನ ಅಭಿಮತ. ಇಲ್ಲವಾದರೆ ಅಷ್ಟು ವರ್ಷ ದೂರ ಹೋಗಿದ್ದವನು ಒಮ್ಮಿಂದೊಮ್ಮೆ ಯಾಕೆ ಊರಿಗೆ ಬರಬೇಕು ? ಬಂದವನು ಬೇರೆ ಯಾವ ಉಪದ್ರವವನ್ನೂ ಮಾಡದೆ ಇಷ್ಟು ಮಾತ್ರ ಮಾಡಬೇಕು ಯಾಕೆ ? ಇಷ್ಟು ಮಾಡಿದವನೇ ಒಮ್ಮಿಂದೊಮ್ಮೆ ಯಾಕೆ ಕಣ್ಮರೆಯಾಗಬೇಕು ? ಗೋವಿಂದ ದೇವರ ಆದೇಶದಂತೆಯೇ ನಡೆದುಕೊಂಡಿರಬೇಕೆಂದು ನನ್ನ ಮತ' ಎಂದರು. ಈ ಮಾತಿಗೆ ಊರವರೆಲ್ಲರೂ ಒಪ್ಪಿದರು. ಆಮೇಲೆ ಎಲ್ಲರ ಅಭಿಪ್ರಾಯದ ಪ್ರಕಾರ ಕೆಲವು ನಿರ್ಣಯಗಳಾದವು: ಒಂದು, ಗೋವಿಂದನಿಗೆ ಹೀಗೆ ಮಾಡೆಂದು ಕನಸೇನಾದರೂ ಬಿದ್ದಿತ್ತೇ ಎಂದು ವಿಚಾರಿಸಬೇಕು. ಎರಡನೆಯದು, ದೇವರ ಗುಡಿಯನ್ನು ಮತ್ತೆ ಕಟ್ಟಬೇಕು. ಮೂರು, ದೇವರಮೂರ್ತಿ ಈಗ ಇರುವ ಹಾಗೇ ಇರಬೇಕಷ್ಟೇ ಹೊರತು ಬದಲಾಯಿಸಬಾರದು. ಈಗ ಇರುವಂತೆಯೇ, ದೇವರಿಗೆ ಮೊದಲಿನ ಹಾಗೇ ಸಕಲ ಪೂಜೆ ಮರ್ಯಾದೆಗಳೂ ನಡೆಯಬೇಕು. ನಾಲ್ಕನೆಯದಾಗಿ, ಗೋವಿಂದನನ್ನು ಊರಿಗೆ ಕರೆದುಕೊಂಡು ಬಂದು ಊರಿನವರಂತೆ ನೋಡಿಕೊಳ್ಳಬೇಕು. ವಿನಾಕಾರಣವಾಗಿ ಸೇಡಿಟ್ಟುಕೊಳ್ಳುವುದು ದೇವರ ಇಚ್ಛೆಗೆ ವಿರುದ್ಧ – ಅವನು ಯಾವ ದೃಷ್ಟಿಯಿಂದ ಹಾಗೆ ಮಾಡಿದನೋ ಹೇಳುವಂತಿಲ್ಲ–ಕನಸಿನಲ್ಲಿ ದೇವರು ಬಂದು, ಹಾಗೆ ಮಾಡುವಂತೆ ಹೇಳಿದ್ದರೆ ? ಈ ನಿರ್ಣಯವಾದ ನಂತರ ಊರವರಿಗೆ ದೊಡ್ಡದೊಂದು ಭಾರ ಕೆಳಗೆ ಇಳಿಸಿದಂತಾಯ್ತು. ಎಲ್ಲರೂ ಮತ್ತೆ ತಮ್ಮ ನಿತ್ಯಜೀವನದ ಅಭ್ಯಾಸಕ್ಕೆ ಹಿಂದಿರುಗಬಹುದೆಂದು ತೃಪ್ತರಾದರು. ಅದೇ ದಿವಸ ಶ್ಯಾಮಾಚಾರ್ರಿಗೆ ಗೋವಿಂದ ಸಿಕ್ಕಿದ. ಶ್ಯಾಮಾಚಾರ್ರು ಅವನಿಗೆ ಹೀಗೆ ಮಾಡುವಂತೆ

ದೇವರು ಕನಸಿನಲ್ಲೇನಾದರೂ ಆದೇಶವಿತ್ತಿದ್ದನೇ ಎಂದು ವಿಚಾರಿಸಿದರು. ಗೋವಿಂದ ಅವರನ್ನು ಒಂದು ಸಲ ನೋಡಿ ಮಾತಾಡದೆ ಸುಮ್ಮನೆ ಹೊರಟುಹೋದ.

ಊರವರು-ಗಟ್ಟಿ ಆಳುಗಳೆಲ್ಲಾ ಒಟ್ಟುಕೂಡಿ-ಎರಡು ಮೂರು ದಿನದಲ್ಲಿ ದೇವಸ್ಥಾನವನ್ನು ಮತ್ತೆ ಕಟ್ಟಿದರು. ಈಗ ಮೊದಲಿನ ಹಾಗೆ ಪೂಜೆ ಪುನಸ್ಕಾರಗಳು ನಡೆಯುತ್ತಿವೆ. ಉತ್ಸವವೂ ಭರ್ಜರಿಯಿಂದ ನಡೆಯುತ್ತಿದೆ. ಮೊದಲಿನ ಹಾಗೇ ಜಡ ವರ್ತಮಾನದ ಮಧ್ಯೆ ಈ ಕನಸಿನ ಲೋಕದಲ್ಲಿ ಊರವರು ಮೈಮರೆಯುತ್ತಾರೆ. ಆ ಕನಸಿನ ಲೋಕವನ್ನು ದಿನನಿತ್ಯದ ಜೀವನದ ಮಧ್ಯೆ ಆಗಾಗ ನೆನೆಸಿಕೊಂಡು ಸಂಭ್ರಮಪಡುತ್ತಾರೆ. ಮೂರ್ತಿಯ ಮುಖ ಮಾತ್ರ ವಿಕಾರವಾಗಿದೆ. ಆದರೆ ಅದೊಂದು ಕುಂದಾಗಿ ಊರವರಿಗೆ ಕಾಣಿಸುವುದಿಲ್ಲ. ಅದೇಕೆ ಹಾಗಿದೆಯೆಂದು ಕೇಳಿದರೆ 'ಗೋಪಾಲಕೃಷ್ಣ ಇಚ್ಛಿಸಿದ ರೂಪ ಅದು' ಎನ್ನುತ್ತಾರೆ. ಗೋವಿಂದ ದೇವರ ಇಚ್ಛೆಯಿಂದಲೇ ಹಾಗೇ ಮಾಡಿರಬೇಕೆಂದೂ, ಅವನಿಗೆ ಹಾಗೆ ಮಾಡೆಂದು ಕನಸು ಬಿದ್ದಿತ್ತೆಂದೂ ಜನರೆಲ್ಲಾ ನಂಬುತ್ತಾರೆ. ಈಗಲೂ ಮೊದಲಿನ ಹಾಗೇ ಗೋಪಾಲಕೃಷ್ಣನ ಹತ್ತಿರ ಜನ ಸಲಹೆಗಾಗಿ ಧಾವಿಸುತ್ತಾರೆ. ಮೊದಲಿನ ಹಾಗೇ ಈಗಲೂ ಗೋಪಾಲಕೃಷ್ಣ ಊರಜನರ ಜೀವನವನ್ನು ನಿರ್ದೇಶಿಸುತ್ತಾನೆ; ತಿದ್ದುತ್ತಾನೆ. ಅವನಿಗೆ ಜನ ಹೆದರುತ್ತಾರೆ.

ಗೋವಿಂದ ಕೆಲವು ದಿನಗಳ ಬಳಿಕ ಈ ಚಕ್ರವ್ಯೂಹದಿಂದ ಹೊರಗೆ ಹೋಗಬೇಕು ಅಂದುಕೊಂಡ. ಅವನಿಗೆ ಸುಸ್ತಾಗಿತ್ತು. ಇದೆಲ್ಲಾ ಸಾಕು ಅನ್ನಿಸಿತ್ತು. ಎಲ್ಲಾದರೂ ಹೊರಟು ಹೋಗೋಣವೆಂದು ಅವನು ಹೊಳೆಯ ಬಳಿ ಬಂದಿದ್ದ. ಮೇಲೆ ನಿರಂಕುಶವಾಗಿ ಉರಿಯುತ್ತಿದ್ದ ಮಧ್ಯಾಹ್ನದ ಸೂರ್ಯ. ಕಣ್ಣುಕತ್ತಲೆ ಬಂದಂತಾಗಿ ಅವನು ಬಂಡೆಗಳ ಮೇಲೆ ಕೂತ. ಎಲ್ಲಾ ಮಂಜಾದ ಹಾಗೆ. ಏನೋ ಒಂದು ಮಾತ್ರ ಚಲಿಸುತ್ತಿದ್ದ ಹಾಗೆ. ದೂರದಿಂದ ನಡೆದುಕೊಂಡು ಬಂದು ತನ್ನನ್ನು ಸುತ್ತುವರಿದು ಹಿಚುಕುತ್ತಾ ಎಲುಬನ್ನು ಹುಡಿಮಾಡುತ್ತಿದ್ದ ಹಾಗೆ ಅವನಿಗನ್ನಿಸಿತು. ಏನದು ? ಗೋಡೆ ? ಗೋಪುರ ? ಅರಸರು ? ದೇವರು ? ಏನೋ ಒಂದು ಅವ್ಯಕ್ತವಾದದ್ದು. ಬಹುಶಃ ಎಂದೂ ಅವ್ಯಕ್ತವಾಗಿಯೇ ಉಳಿಯುವಂಥದು. ಗೋವಿಂದನ ಕಣ್ಣುಗಳು ಒಂದು ಸಲ ಥಳಥಳಿಸಿ, ಪಟಪಟ ರೆಪ್ಪೆ ಬಡಿದು, ಮತ್ತೆ ನಿಧಾನವಾಗಿ ಮುಚ್ಚಿಕೊಂಡವು. ಬಳಲಿಕೆಯಲ್ಲಿ, ಅಸಹಾಯಕ ಸ್ಥಿತಿಯಲ್ಲಿ ಅವನು ಬಂಡೆಯ ಮೇಲೆ ಉದ್ದಕ್ಕೆ ಬಿದ್ದುಕೊಂಡ. ಮೇಲೆ ಆಕಾಶದಲ್ಲಿ ಕಾಗೆಗಳು ಶ್ರಾದ್ಧದ ದಿವಸ ಮಾಡುವ ಹಾಗೆ ಕರ್ಕಶ ಶಬ್ದ ಮಾಡುತ್ತಿದ್ದವು. ಅವನ ತಲೆ ಎದೆಯ ಮೇಲೆ ನಿಧಾನವಾಗಿ ಒರಗುತ್ತಿತ್ತು.

ಊರು ಮೊದಲಿನ ಹಾಗೇ ಶಾಂತವಾಗಿ ಮಲಗಿ ನಿದ್ರಿಸುತ್ತಿತ್ತು.

10. ಒಂದು ಒಸಗೆ ಒಯ್ಯುವುದಿತ್ತು

– ಮಿತ್ರಾ ವೆಂಕಟ್ರಾಜ್

ಜಲಜ ಚಿಕ್ಕಮ್ಮನೆಂದರೆ ಒಂದು ಕಾಲದಲ್ಲಿ ನರ್ಮದೆಗೆ ಅದೆಷ್ಟು ಅಚ್ಚುಮೆಚ್ಚಿನವಳಾಗಿದ್ದಳು. ಮಕ್ಕಳಾಟಿಕೆಯಲ್ಲಿ ಹಾಗೇ ಅಲ್ಲವೇ? ಎಲ್ಲಿ ಪ್ರೀತಿ ಸಿಗುವುದೋ, ಯಾರು ಕೊಂಗಾಟ ಮಾಡುವರೋ ಅಲ್ಲಿಗೆ ಬಿಡಿಸಿಕೊಳ್ಳುತ್ತವವು ಎಸಳುಗಳನ್ನು. ಮತ್ತೆ ಬೆಳೆದಂತೆ ಅಲ್ಲವೆ ಯಾರದೋ ಮಾತು, ಮತ್ತಾರದೋ ಆಣತಿ, ಇನ್ನಾರದೋ ಗುಟ್ಟು ಆ ಎಸಳುಗಳಿಗೆ ಒತ್ತಡ ಹೇರುವುದು? ಸಹಜ ಭಾವಗಳಿಗೆ ಲೇಪ ಹಚ್ಚುವುದು? ಮುಂದೆ ಎಷ್ಟೋ ಸಮಯ ಜಲಜ ಚಿಕ್ಕಿಯೆಂದರೆ ಅದೇನೋ ಸಸಾರ ಅವಳಲ್ಲಿ ಮನೆಮಾಡಿ ಅವಳನ್ನು ದೂರದೂರವೇ ಇಟ್ಟಿದ್ದಳು. ಆದರೆ ಈಗ ಮತ್ತದೆಷ್ಟೋ ವರ್ಷಗಳ ನಂತರ ಪುನಃ ಚಿಕ್ಕಪ್ಪಯ್ಯನ ಒಸಗೆ ಹೊತ್ತು ಜಲಜ ಚಿಕ್ಕಿಯಿದ್ದಲ್ಲಿಗೆ ಹೊರಟ ಅವಳಲ್ಲಿ ಅದ್ಯಾವ ಭಾವ ತುಂಬಿದೆಯೆಂದು ಅವಳಿಗೆ ಅಂದಾಜಾಗುತ್ತಿರಲಿಲ್ಲ.

ಸೀದ ರಸ್ತೆಯಲ್ಲಿ ಹೋದರೆ ಜಲಜ ಚಿಕ್ಕಿಯ ಮನೆಗೆ ಕಾಲು ಗಂಟೆಯ ಕಾಲ್ನಡಿಗೆ. ಒಳದಾರಿಯಲ್ಲಿ ಓಡಿಕೊಂಡು ಹೋದರೆ ಐದು ನಿಮಿಷವೂ ಬೇಡ. ಚಿಕ್ಕವಳಿದ್ದಾಗ–ಉದಾಸೀನ ಮುತ್ತಿತೇ, ರಜೆ ಬಂತೇ ಧಾವಿಸಿಯಾಯ್ತು ಅಲ್ಲಿಗೆ. ಹೋಗಿ ಎರಡು ಗಂಟೆಯಲ್ಲಿ ಬಂದರೂ ಆಯ್ತು; ಎರಡು ದಿನ ನಿಂತರೂ ನಿಂತಳೇ. ಅವಳು, ಅವಳ ತಂಗಿ ಅಂತ ಅಲ್ಲ, ಅವರ ಪೈಕಿಯ ಎಲ್ಲ ಮಕ್ಕಳ ಅವಸ್ಥೆಯೂ ಇದೇ. ಅವಳ ಅತ್ತೆಯ ಮಗ ನಾಗುವಂತೂ ಒಮ್ಮೆ ದಿನಗಟ್ಟಲೆ ಅಲ್ಲಿದ್ದು, ಮತ್ತೆ ಅವನ ಅಮ್ಮ ಹುಣಸೆ ಅಡರು ಹಿಡಿದುಕೊಂಡು ಬರಬೇಕಾಯ್ತು.

ಹಾಗಂತ ಅಲ್ಲಿ ಇರುವವರಾದರೂ ಎಷ್ಟು ಜನರಪ್ಪ? ಮನೆಯ ಮಧ್ಯದಲ್ಲಿರುವ ದೊಡ್ಡವೆರಡು ಕಂಭಗಳಿಂದಾಗಿಯೋ ಏನೋ, ಕಂಭದಮನೆಯೆಂದು ಕರೆಯಲ್ಪಡುವ ಆ ಹಳೆಯ ದೊಡ್ಡ ಮನೆಗೆಲ್ಲ ಜಲಜ ಚಿಕ್ಕಮ್ಮ ಮತ್ತು ಅಪ್ಪಣ್ಣ ಚಿಕ್ಕಪ್ಪಯ್ಯ–ಎರಡೇ ಜೀವ. ಆದರೆ ಆ ಇಬ್ಬರಿಗೂ ಮಕ್ಕಳ ಪಾಶ. ಇದೇ ಆ ಮನೆಯ ಸೂಜಿಗಲ್ಲಿನ ಸೆಳೆತಕ್ಕೆ ಮೂಲ ಕಾರಣ.

ಗೆಲ್ಲುಗಳ ನಡುನಡುವೆ ದೂರದಿಂದಲೇ ಕಾಣುವ ಮುಖಾರಿಯ ತಳಿಕಂಡಿ, ಮುಖಾರಿಯಿಂದಾಚೆಗೆ ಇಕ್ಕಡೆಗಳಲ್ಲಿರುವ ಎರಡು ಅಗಾಧ ಸಾಗುವಾನಿಯ ಕಂಭಗಳು, ಅಲ್ಲೇ ಕೆಳಗೆ ಚಚ್ಚೌಕದ ನಡುವಂಗಳ, ಒಳಗೆ ಸರಿದಂತೆ ಅಡ್ಡಾದಿಡ್ಡಿಯಾಗಿ

ಹರಿಯುತ್ತ ಸಾಗಿ, ಹಿಂದಿನ ಹಾಡಿಯುವರೆಗೂ ನುಗ್ಗಿ ನಿಂತ ಆ ಮನೆಯ ವಿಸ್ತಾರ. ಹಾಡಿಯ ಬಲ ಬದಿಯಲ್ಲಿ ಒಂದೆಂಟು ಮೆಟ್ಟಲು ಇಳಿದರೆ ಅಲ್ಲೇ ಕೆಳತೋಟ ಮತ್ತು ತೋಟದ ಮಧ್ಯದ ಕೆರೆ. ಇನ್ನು ಹಾಡಿ ದಾಟಿ ಗದ್ದೆಯ ಹುಣಿಯಲ್ಲೇ ನಡೆಧು ಬಲಕ್ಕೆ ತಿರುಗಿದರೆ ಸೀದ ಹೊಳೆಬುಡಕ್ಕೇ.

ಉಮೇದು ಮಾಡಿ ಕಾಯಿಕತ್ತಕ್ಕೆ ಹಗ್ಗ ಕಟ್ಟಿ ಅದನ್ನು ಸೊಂಟಕ್ಕೆ ಬಿಗಿದು ನೀರಿಗೆ ಇಳಿದದ್ದೇನೋ ಸಮ. ಮರುಕ್ಷಣವೇ, "ಅಯ್ಯೋ, ಬೇಡ ಜಲಜ ಚಿಕ್ಕಿ, ದಮ್ಮಯ್ಯ ನಂಗೆ ಈಜೂಕೆ ಕಲಿಯೂದ್ ಬೇಡ, ಏನ್ ಬೇಡ" ಎಂತ ಥರಗುಟ್ಟಿ ನಡುಗಿ ನೀರನೆಳಲಿಗೇ ಹೆದರಿದವಳಂತೆ ಅಲ್ಲಿಂದೆದ್ದು ಓಡುವ ಹಣಿಕೆಯಲ್ಲಿದ್ದಾಗ, "ಹೆದರೂಕೆ ಎಂತ ಇಲ್ಲ. ಬಾ ಇಲ್ಲಿ" ಅಂತ ಹೇಳಿ ನೀರೊಳಗೆ ದೂಡಿ ಮೈಯನ್ನಾಧರಿಸಿ ಹಿಡಿದು ಕೈಕಾಲು ಬಡಿಯಲು ಹೇಳಿಕೊಟ್ಟವಳು ಜಲಜ ಚಿಕ್ಕಿಯೇ.

ಮಕ್ಕಳು ಹೇಳಿದಂತೆ ಕುಣಿಯುವ ಅವಳ ಪರಿಗೆ ಬಲಿಯಾಗದವರಿರಲಿಲ್ಲ. ಮನೆಗೆ ಯಾರೇ ಬರಲಿ, ಅಚ್ಚುಕಟ್ಟಾಗಿ ಬೇಗ ಬೇಗ ಕೆಲಸ ಮುಗಿಸಿ ಮಕ್ಕಳನ್ನು ಖುಶಿಪಡಿಸುವ ಏನಾದರೂ ಕಾರ್ಯಕ್ರಮ ಹಮ್ಮಿಕೊಳ್ಳುತ್ತಿದ್ದಳು. "ಹೊಳೆ ಬದಿಗೆ ಹೋಪ ಮಕ್ಕಳೆ" ಅಥವಾ "ಇವತ್ತು ಹಾಡಿಗೆ ಕರ್ಕಂಡ್ ಹೋತೆ, ತಿಂಡಿ ಮಾಡಿ ಹಿಡ್ಕಂಬ." ಒಮ್ಮೊಮ್ಮೆ ಬರುವ ಮೊದಲೇ, "ನಾಳೆ ದೋಣಿಗಂಡಿಗೆ ಹೇಳಿ ಇಡ್ತೆ. ಹೊಳೇಗೆ ಒಂದು ಸುತ್ತು ಹಾಕಿ ಕರ್ಕಂಡ್ ಬರ್ತೆ." ಯೋಜನೆ ಹಾಕಿ ಆಕರ್ಷಿಸುತ್ತಿದ್ದಳು. ಅಪ್ಪಣ್ಣ ಚಿಕ್ಕಪ್ಪಯ್ಯನೂ ಏನು ಕಮ್ಮಿಯಿರಲಿಲ್ಲ. ಮಕ್ಕಳನ್ನು ನೋಡಿದ ಕೂಡಲೇ ಅವರು ಹತ್ತು ವರ್ಷ ಸಣ್ಣವರಾಗುತ್ತಾರೆಂದು ಜಲಜ ಚಿಕ್ಕಿ ಕುಶಾಲು ಮಾಡುವುದಿತ್ತು. ತೆಂಗಿನ ತೋಟಕ್ಕೆ ಕಾಯಿ ಕೊಯ್ಯಿಸಲಾಗಲೀ, ನೀರಿನ ಪಂಪಿನ ವಿಲೇವಾರಿಗಾಗಲೀ ಹೋಗುವುದಿದ್ದಲ್ಲಿ, ಮನೆಗೆ ಬಂದ ಚಿಳ್ಳೆಪಿಳ್ಳೆಗಳಲ್ಲಿ ಯಾರನ್ನಾದರೂ ತಲೆಯ ಮೇಲೋ, ಭುಜದ ಮೇಲೋ ಸವಾರಿ ಮಾಡಿಸಿಕೊಂಡೇ ಹೊರಡುತ್ತಿದ್ದರು.

ಮಕ್ಕಳನ್ನೆಲ್ಲ ಕಟ್ಟಿಕೊಂಡು ಈಜುಕಲಿಸುವ ಉಮೇದು ಮಾಡಿ ಬೆಳಗಾಗುತ್ತಲೇ ಮನೆಯ ಹಿಂದಿನ ಕೆರೆಗೆ ಒಡ್ಡೋಲಗ ಹೊರಡಿಸಿದ್ದು ಜಲಜ ಚಿಕ್ಕಿಯೆ. "ಹೋಯ್, ನಾ ಬರ್ಕಾ ಹೇಳಿ ಕೊಡೂಕೆ ?" – ಅಂತ ಅಪ್ಪಣ್ಣ ಚಿಕ್ಕಪ್ಪಯ್ಯ ಕೂಗಿ ಕೇಳಿದಾಗ, "ನೀವೀಗ ! ಹೋತ್ರಿಯಾ ಇಲ್ದಾ ?" ಅಂತ ಹುಸಿ ಕೋಪದ ನೋಟ ಬೀರಿ ಅವರನ್ನು ಓಡಿಸಿ, ಒಬ್ಬೊಬ್ಬರಿಗೇ ಕಾಯಿಕತ್ತ ಕಟ್ಟಿ ನೀರಿಗಿಳಿಸಿದ್ದಳು. ಆಚೀಚೆ ನೋಡುವಷ್ಟರಲ್ಲಿ ಅದು ಯಾವ ಮಾಯಕದಲ್ಲೋ ಚಿಕ್ಕಪ್ಪಯ್ಯನೂ ಅವರೊಂದಿಗೆ ಸೇರಿಕೊಳ್ಳದಿರುತ್ತಿರಲಿಲ್ಲ. ಚಿಕ್ಕಪ್ಪಯ್ಯ ಸೇರಿದರೆಂದರೆ ಯಾವುದೇ ಆಟಕ್ಕೆ ಹೊಸ ಮೆರುಗು ಬಂದೇ ಬರುತ್ತಿತ್ತು.

ಈಜುತ್ತಿದ್ದಂತೆ ಒಂದಷ್ಟು ನೀರನ್ನು ಅಂಗೈಯಲ್ಲಿ ಎತ್ತಿ ಜಲಜ ಚಿಕ್ಕಿಯತ್ತ ಚೇಪಿದರೆಂದರೆ ಮುಗಿಯಿತು; ಮತ್ತೆ ಕೆರೆಯೆಲ್ಲ ಅಲ್ಲೋಲ ಕಲ್ಲೋಲ. ತನ್ನಿಂದ ತಾನೇ ಎರಡು ಗುಂಪಾಗಿ ಒಡೆದ ಮಕ್ಕಳಿಗೆ ನೀರು ಚೇಪಾಟಕ್ಕೆ ಪರವಾನಗಿ ಸಿಕ್ಕಿದಂತೆ. "ಕೆಟ್ಟ ಶೀಲ ಮಕ್ಕಳಿಗೆ ಕಲಿಸೂದೇ ನೀವು !" ಎಂಬ ಜಲಜ ಚಿಕ್ಕಿಯು ರೇಗು ಯಾರ

ಕಿವಿಗೂ ಆಗ ಬೀಳುತ್ತಿರಲಿಲ್ಲ. ಆಗೆಲ್ಲ ನರ್ಮದೆ ದಿಗ್ಭ್ರಮೆಗೊಳ್ಳುವುದಿತ್ತು – ಮಕ್ಕಳಿಗೆ ಯಾರ ಮೇಲೆ ಹೆಚ್ಚು ಅಭಿಮಾನವೋ, ಯಾರೆಂದರೆ ಅಚ್ಚುಮೆಚ್ಚೋ ಅವರ ಬಗ್ಗೆ ದೊಡ್ಡವರಿಗೆ ತದ್ವಿರುದ್ಧ ಭಾವನೆ ಏಕಿರುತ್ತದೆಂದು.

ಜಲಜ ಚಿಕ್ಕಿಯು ಬಗ್ಗೆ ಹಿಂದಿನಿಂದ ಎಲ್ಲರೂ ಆಡಿಕೊಳ್ಳುವವರೇ, ದೊಡ್ಡತ್ತೆಗಂತೂ ಜಲಜ ಚಿಕ್ಕಿಯನ್ನು ಕಣ್ಣಕೊಡಿಯಲ್ಲಿ ಕಂಡರಾಗುತ್ತಿರಲಿಲ್ಲ. "ಅವಳ ಅವತಾರಕ್ಕಿಷ್ಟು! ನಾಚ್ಕೆ ಮರ್ಯಾದಿ ಚೂರು ಕೇಣ್ ಬೇಡ." ಒಂದು ಕಾಲನ್ನು ಮೇಲಿನ ಜಗಲಿಗೆ ಊರಿ ಕುಳಿತು, ಇನ್ನೊಂದನ್ನು ಕೆಳಗೆ ಇಳಿಬಿಟ್ಟು, ಕೈಯಾಡಿಸುತ್ತ, ರಾಘುಮಾಣಿಯ ಉಪನಯನಕ್ಕೆ ಜಲಜ ಚಿಕ್ಕಿ ತುದಿಗಾಲಲ್ಲಿ ಓಡುವ ಅವಶ್ಯಕತೆಯಾದರೂ ಇತ್ತೇ, ಅಲ್ಲಿ ಅವಳು ಬರಲಿಲ್ಲವೆಂದು ಮರಕುವವರು ಯಾರಿದ್ದರು ಎಂದು ಮುಂತಾಗಿ ಖಾರವಾಗಿ ನುಡಿದರೆ,

"ರಾಘು ಮಾಣಿ ಹೇಳಿತ್ತಂಬ್ರಲೆ, 'ಜಲಜತ್ತೆ, ನೀ ಬರದಿದ್ರೆ, ನಾ ಉಪನಯನ ಮಾಡ್ಕಣ್ತಲ್ಲೆ,'' ನಾಟಕೀಯ ರಾಗದಲ್ಲಿ ಹೇಳಿ ಕಣ್ಣರಳಿಸಿಯಾಳು ರುಕ್ಮಿಣಿಯಕ್ಕ, ಜಗಲಿಯ ಕೆಳಗೆ ನೆಲದಲ್ಲಿ ಕುಳಿತು ಹರಿವೆ ಸೊಪ್ಪು ಆರಿಸುತ್ತಿದ್ದವಳು, ದಂಟು ತೆಗೆದ ಸೊಪ್ಪನ್ನು ನೆಲಕ್ಕೆ ಬಡಿಯುತ್ತ.

"ಆರತಿ ತಟ್ಟೆ ಹಿಡ್ದು ಹೇಳಿಕೆ ಮಾಡ್ಲಿಲ್ಲಂಬ್ರಾ?" ಸೊಡ್ಡು ಮುರಿಯುತ್ತಿದ್ದಳು ದೊಡ್ಡತ್ತೆ ತಾತ್ಸಾರದಲ್ಲಿ.

ಈ ಎಲ್ಲ ಮೂದಲಿಕೆಯ ಮೂಲ ಹುಡುಕುವುದು ಕಷ್ಟವೇ. ಜಲಜ ಚಿಕ್ಕಿ ಒಮ್ಮೆ ನೋಡಿದರೆ ಪುನಃ ನೋಡಬೇಕು ಎಂದಾಗುವಂತಹ ರೂಪದವಳು. ಸಳಸಳ ಮೈಕಟ್ಟು. ಮಾತಾಡಿದರೆ ಸುರುಳಿ ಸುರುಳಿಯಾಗಿ ಬೆಳ್ಳಿಗೆರೆಗಳು ಹರಡಿದಂತೆ. ದಾಕ್ಷಿಣ್ಯದ ಪರೆಯೊಳಗಿಂದಲೇ ಎಲ್ಲರನ್ನೂ ಮಾತನಾಡಿಸಿಕೊಂಡು ಬರುತ್ತಿದ್ದಳು. ಒಮ್ಮೆ ಹೇಳಿದ್ದು ಅವಳ ಮನಸ್ಸಿನಿಂದ ಮರೆಯಾಗುತ್ತಿದ್ದುದು ಅಪರೂಪ. ಶೀನಪ್ಪನಿಗೆ ಬದನೆ ತಿಂದರಾಗುವುದಿಲ್ಲವೆಂದರೆ ಹತ್ತು ವರ್ಷ ಕಳೆದು ಅವ ಬಂದರೂ ಎಂತ ಗಡಿಬಿಡಿಯಲ್ಲೂ ಅವಳಿಗದು ನೆನಪೇ.

"ಶೀನಪ್ಪುಗೆ ಬದ್ನೆ ತಿಂದ್ರೆ ಮೈಗಾತಿಲ್ಲಲ್ದ. ನಿಂಗಂತ ಸೌತೆಹುಳಿ ಅಲಾಯ್ದು ಮಾಡಿದ್ದೆ ಕಾಣ್'' ಎಂದು ಬಡಿಸಿಯಾಳು.

ಎಂತಹ ಮದುವೆ ಮನೆಯಲ್ಲೂ, "ಮಾವಯ್ಯನಿಗೆ ಸುರೂಗೆ ಒಂಚೂರು ಹಾಲಲ್ಲಿ ಊಣ್ಕಲ್ದ?'' ಅಂತ ಗುಜ್ಜಾಡಿ ಅಜ್ಜಯ್ಯನ ಹೊಟ್ಟೆಯುರಿಯನ್ನು ನೆನಪಿಸಿಕೊಂಡು ಹಾಲು ಕೊಂಡುಹೋಗಿ ಸಭೆಯ ಮಧ್ಯದಲ್ಲಾದರೂ ಬಡಿಸಿ ಬರುತ್ತಿದ್ದಳು.

"ಮರ್ಜಿ ಹಿಡಿಯೂದಪ್ಪ. ನಮಗೆಲ್ಲ ಆಪುದಲ್ಲ'' ಅಂತ ಮೂಗುಮುರಿಯುತ್ತಿದ್ದರು ಅವಳಿಗಾಗದವರು.

ಇನ್ನು ಊಟದ ನಂತರ ಕಾಫಿ ವಿಲೇವಾರಿ ಆಗುವಾಗ, "ಹೌದಾ ಲಕ್ಷ್ಮಕ್ಕ, ಬಾವಯ್ಯನಿಗೆ ಚಾ ಅಲ್ದ?'' ಅಂತ ಜ್ಞಾಪಿಸಿಯಾಳು.

"ಒಂದಿನ ಕಾಫಿ ಕುಡ್‌ದ್ರೆನ್ ಜೀವ ಹೋತಿಲ್ಲೆ. ಅಲ್ಲ, ಈಗ!'' ಅಂತ

ಲಕ್ಷ್ಮಿಯೇ ಹೇಳಿದರೂ ಹಚ್ಚಿಸಿಕೊಳ್ಳದೆ, ಚಾ ಮಾಡುವಂತೆ ಒಳಗೆ ಆದೇಶ ಹೋಗುತ್ತಿತ್ತು ಅಥವಾ ಹತ್ತಿರದವರ, ಹೊಗ್ಗಿ ಹೊರಟ, ಸಲಿಗೆಯ ಮನೆಯಾದರೆ, ಸೀದ ಒಳಗೆ ಹೋಗಿ, ಒಂದು ಲೋಟೆ ಚಾ ಮಾಡಿಕೊಟ್ಟು ಕಳಿಸಿಯಾಯಿತು.

ಹಾಗಂತ ಅವಳ ಮುಂದೊತ್ತಿ ಕೆಲಸ ಮಾಡುವ ಈ ಪರಿಯನ್ನು ಹಳಿಯುತ್ತಿದ್ದವರೇ ಅವಳು ತಮಗೆ ಅನುವಾಗಲು ಬಂದಾಗ ನಿಸ್ಸಂಕೋಚವಾಗಿ ಮಾಡಿಸಿಕೊಳ್ಳಲಿಕ್ಕೂ ಮಾಡಿಸಿಕೊಳ್ಳುವವರೇ. "ನಮ್ಮಿಂದೆಲ್ಲ ಆಪುದಲ್ಲಪ್ಪ, ಜಲಜ ಹುಶಾರು" ಎಂದು ಹಂಗಣೆಯ ಸ್ವರದಲ್ಲಿ ಹೇಳುತ್ತಲಾದರೂ, "ಅತ್ತಿಗೆ, ಇಲ್ಲಿ ಬನ್ನಿ, ಆಬದಿ ಚಾವಡಿ ತಳಿಕಂಡಿ ಅಡಿ ನಿಮಗೆ ಎಲೆ ಮಾಡಿ ಇಟ್ಟಿದ್ದೆ. ಬನ್ನಿ, ಚೀಲ ಇತ್ಲಾಗೆ ಕೊಡಿ" ಎಂದಾಗ ಅವಳು ಅಣಿಮಾಡಿಟ್ಟಲ್ಲಿ ಕುಳಿತುಕೊಂಡಾರು. "ಬಾಮಿಕಟ್ಟೆಗೆ ಹೋಪು ಕೆಡೆಯ, ಜಾರುತ್ತು ಪುರುಸೊತ್ತಿಲ್ಲ, ನಾ ನೀರು ತಂದು ಕೊಡ್ತೆ. ನೀವು ಇಲ್ಲೆ ಬಾಳೆಬುಡಕ್ಕ್ ಕೈತೊಳಿಲಕ್ಕು, ದೊಡ್ಡಕ್ಕ" ಎಂದರೆ ಚೊಂಬು ಇಸಿದುಕೊಂಡು ಕೈಬಾಯಿ ತೊಳಕೊಂಡಾರು.

ಇನ್ನು ಯಾರಿಗಾದರೂ ಅಗತ್ಯದ ಹರಕೆ ಪೂರೈಕೆಗೋ, ಷಷ್ಠಿಗೋ ಆನೆಗುಡ್ಡೆ ಗಣಪತಿ ದರ್ಶನ ಮಾಡಬೇಕೆಂದಿದ್ದೂ, ಜೊತೆಗ್ಯಾರು ಇಲ್ಲದೆ ಪರಿತಪಿಸುತ್ತಿದ್ದರೆ, "ಅತ್ತಿಗೆ, ನೀನು ಬಪ್ಪುದಾದ್ರೆ ನಾ ಕರ್ಕಂಡ್ ಹೋತ್ನಲ್ಲ. ಸೋದರ ಸೋಮಾರ ಎಂಟು, ಮಂಗ್ಳಾರ ಒಂದು ಒಂಭತ್, ಬುದ್ವಾರ ಅಲ್ಲ ಷಷ್ಠಿ? ಅಡ್ಡಿಲ್ಲೆ, ನಾಕ್ ಗಂಟೆಗೆ ಹ್ವಾದ್ರೆ, ಹೊತ್ತ್ ಕಂತೂಕ್ ಮುಂಚೆ ಮನೆಗೆ ಬರ್‌ಲಕ್ಕ್" ಅಂತ ಸಂತೈಸುತ್ತಿದ್ದಳು.

ಜಲಜ ಚಿಕ್ಕಿ ಮಾಡಿಸಿಸುತ್ತಿದ್ದ ಹಲಸಿನ ಹಪ್ಪಳ, ರಾಗಿ ಸಂಡಿಗೆ, ಮಿಡಿ ಉಪ್ಪಿನಕಾಯಿಗಳಿಗೂ ಹಕ್ಕಿನ ಗಿರಾಕಿಗಳಿರುತ್ತಿದ್ದರು. ಅವಳ ಹೆಸರು ಹೇಳಿದರೆ ಮೈ ಉರಿಸಿಕೊಳ್ಳುತ್ತಿದ್ದ ದೊಡ್ಡತ್ತೆಯಂತವರೂ, "ಈ ಸಲ ರಾಗಿ ಸಂಡಿಗೆ ಮಾಡಿದ್ದಿಯಾ ಜಲಜ? ನಂಗ್ ಯೆಂತ ಮಾಡುಕೂ ಆಯ್ಲಿಲ್ಲ. ಸುಟ್ಟ ಕಾಲೊಂದು ಮರಡಿಹೋಯಿ...." ಎಂದು ಹೇಳುವುದು ಎಷ್ಟು ಸಾಮಾನ್ಯವೋ, ಜಲಜ ಚಿಕ್ಕಿ ಪ್ಲಾಸ್ಟಿಕ್ ಚೀಲದಲ್ಲಿ ಕಟ್ಟಿ, "ಪಾಪ, ದೊಡ್ಡಕ್ಕನಿಗೆ ಎಲ್ಲಿ ಕೂಡ್‌ತ್ತ್?" ಎನ್ನುತ್ತ ಸಂಡಿಗೆ ಕಳಿಸಿಕೊಡುವುದೂ ಅಷ್ಟೇ ಸಹಜ.

ಅಪ್ಪಣ್ಣ ಚಿಕ್ಕಪ್ಪಯ್ಯ ಇದು ಯಾವುದಾದರಲ್ಲೂ ಇರಲಿಲ್ಲ; ಆರಕ್ಕೆ ಹಿಗ್ಗುವವರಲ್ಲ, ಮೂರಕ್ಕೆ ತಗ್ಗುವವರಲ್ಲ, ಅನ್ನುತ್ತಾರಲ್ಲ ಹಾಗೆ. ತಾನಾಯಿತು ತನ್ನ ಕೆಲಸವಾಯಿತು. ಹಾಂಗಂತ ಅವರೊಟ್ಟಿಗೆ ಮಾತಿಗೆ ಕುಳಿತರೆ ಹೊತ್ತು ಹೋದದ್ದು ತಿಳಿಯುತ್ತಿರಲಿಲ್ಲ. ಚಟ್ಟಮುಟ್ಟ ಹಾಕಿ ಕುಳಿತು, ಬಲಪಾದವನ್ನು ಎಡಗೈಯಲ್ಲಿ ನೀವುತ್ತ, ಅರ್ತಿಯಿಂದ ವೀಳ್ಯ ಜಗಿಯುತ್ತ, ಪಂಚಾತಿಕೆಗೆ ಇಳಿದರೆ, ಪುರಾಣ, ತತ್ವಶಾಸ್ತ್ರ, ರಾಜಕೀಯ - ಯಾವ ವಿಚಾರವೂ ಅಲ್ಲಿ ನುಸುಳಲಡ್ಡಿಯಿಲ್ಲ. ಹೆಚ್ಚು ಎತ್ತರವಲ್ಲದ, ಹದವಾದ ಜೀವ. ಧೋತ್ರವುಟ್ಟು, ಮುಚ್ಚಿದ ಕಾಲರಿನ ಉದ್ದ ತೋಳಿನ ಜುಬ್ಬ ತೊಟ್ಟರೆ ಮುಗಿಯಿತು. ಇನ್ನು ಮದುವೆ-ಗಿದುವೆಗಳಿಗೆ ಹೋಗುವುದಾದಲ್ಲಿ ಮಾತ್ರ ಅದರ ಮೇಲೊಂದು ಶಾಲೂ ಸೇರಿತು. ಮನೆಯಲ್ಲಿದ್ದರೆ ಧೋತ್ರದ ಮೇಲೆ, ಅತ್ತ

ಬನಿಯನ್ನೂ ಅಲ್ಲದ, ಇತ್ತ ಜುಬ್ಬವೂ ಅಲ್ಲದ ಅರ್ಧ ತೋಳಿನ ಅಂಗಿ ಮೈ ಮೇಲಿರುತ್ತಿತ್ತು.

ನೋಡನೋಡುತ್ತ ಕಂಭದ ಮನೆಯೊಡನಿದ್ದ ಬಂಧುಬಳಗದವರ ಒಡನಾಟದಲ್ಲಿ ತೀವ್ರ ಮಾರ್ಪಾಟಾಗುತ್ತ ನಡೆದುದನ್ನು ನೆನಸುವಾಗ, ನರ್ಮದೆಗೆ ಫಕ್ಕನೆ ನೆನಪಾಗುವುದು ಅಮ್ಮನೊಡನೆ ಏನೇನೋ ಹೇಳುತ್ತಿದ್ದ ದೊಡ್ಡತ್ತೆಯ ಮಾತುಗಳು ತನ್ನ ಕಿವಿಗೆ ಬಿದ್ದದ್ದು. "ಪಾಪದ ಬಾವಯ್ಯನ್ನ ಸರೀ ಬುಟ್ಟೀಲಿ ಹಾಕ್ಕಾಂಡಿದ್ದ್‌ಳು. ಮನೆ ಮರ್ಯಾದಿ ಮೂರ್ಕಾಸಿಗೆ ಮಾರೀಳ್. ನಿಂಗೂ ಬುದ್ದಿ ಇಲ್ಲೆ ರಮ. ನಿನ್ನ ಹೆಣ್ಣು ಮಕ್ಕಳು ಅಲ್ಲಿ ಹೋಪುದು ನಂಗೇನು ಸಮಕಾಂತಿಲ್ಲ. ಇದು ಒಳ್ಳೆಯದಲ್ಲ, ನಾ ಹೇಳುದು ಕೇಣ್, ನಾಳೆ ಕಾಂಬವು, ಏನು ಗ್ರಹಿಸ್ಕಣ್ಕು ?"

ಆಯಿತಲ್ಲ! ಮತ್ತೆ ಮತ್ತೆ, ಜಲಜ ಚಿಕ್ಕಿಯ ಮನೆಗೆ ಯಾವಾಗೆಂದರೆ ಆವಾಗ ಹಕ್ಕಿಗಳಂತೆ ಬರ್‍ರಂತ ಹಾರುತ್ತಿದ್ದ ಮಕ್ಕಳ ಓಡಾಟದ ಮೇಲೆ ಕಟ್ಟುನಿಟ್ಟುಗಳು ಹೇರುತ್ತ ಬಂದಿದ್ದವು. ಅಗತ್ಯಕ್ಕೆ ದೊಡ್ಡವರು ಹೋಗಿ ಬರುತ್ತಿದ್ದರಷ್ಟೆ. ಮಕ್ಕಳು ಹೊರಟರೆ, "ಎಲ್ಲಿಗೆ ? ಏನ್ ಬೇಡ. ಹೋದಲ್ಲಿವರೆಗೆ ಹೊರೆಯ ಕುಕ್ಕೆ !" ಬೈಗಳು ತಯಾರು. ದೊಡ್ಡವರ ವಿನಾಕಾರಣದ್ದೆಂಬಂತೆ ಕಾಣುವ ಸಿಟ್ಟಿಗೆ ಮಕ್ಕಳ ಸಡಗರ ಪುಸ್ಸಾಗಿ ಬಿಡುತ್ತಿದ್ದದ್ದೂ ಇತ್ತು. ಒಮ್ಮೆ ಜಲಜ ಚಿಕ್ಕಿ ಬಂದರೆಂದು ನರ್ಮದೆ ಉಪ್ಪರಿಗೆಯಲ್ಲಿದ್ದವಳು ದುಡುದುಡು ಕೆಳಗೋಡಿ ಬಂದ ರಭಸಕ್ಕೆ, "ಏನೆ ದಿಗಡ್ ದಿಮ್ಮಿ ಓಡುತ್ತೆಲ್ಲಿಗೆ ? ನಿನ್ನನ್ನ ಯಾರು ಹೇಳಿಕಳ್ಸಿದ್ದು ? ಹೋಗ್ ಅಲ್ಲಿ, ಅಕ್ಕಿ ಕಲ್ಲಿಗೆ ಹಾಕಿದ್ವೆ, ಆರಿ ಕಾಂಬ" ಅಂತ ಅಮ್ಮನಿಂದ ಹೇಳಿಸಿಕೊಂಡದ್ದಲ್ಲದೆ, ಬೆನ್ನಿಗೊಂದು ಗುದ್ದು ಬೇರೆ ತಿನ್ನಬೇಕಾಗಿತ್ತು.

"ರಮತ್ತಿಗೆ, ನಿಂಗೆ ಉದ್ದು ಬೇಕಾದ್ರೆ ಹೇಳ್, ನಂದು ಮಾಡ್ಲೊತ್ತಿಗೆ ನಿಂಗೂ ಹೇಳ್ತೆ. ಕೇಳ್ಕಂಡ್ ಹೋಪ ಅಂತ ಬಂದೆ." ವಿಚಾರಿಸಿಕೊಂಡು ಹೋಗಲು ಬಂದಿದ್ದಳು ಜಲಜ ಚಿಕ್ಕಿ ಪಾಪ.

ಜಲಜ ಚಿಕ್ಕಿಗೆ ನಿಜವಾಗಿ ಅಂದಾಜಾಗುತ್ತಿರಲಿಲ್ಲವೋ ಅಥವಾ ಅಂದಾಜಾಗಿಯೂ ಹಚ್ಚಿಕೊಳ್ಳುತ್ತಿರಲಿಲ್ಲವೋ – ಅಂತೂ ಅವಳದು ಒಂದೇ ತೆರನಾದ ಸ್ವಭಾವ. ಉಳಿದವರ ಭಾವ ಅವಳ ಬಗ್ಗೆ ಬಿಗಿಗೊಳ್ಳುತ್ತ ಹೋದರೂ ಜಲಜ ಚಿಕ್ಕಿಗೆ ಬಿಸಿ ತಾಗಿದಂತಿರಲಿಲ್ಲ. ಅವಳ ಮುಖಕ್ಕೆ ಹೊಡೆದಂತೆ ಮಾತಾಡುತ್ತಿದ್ದ ರುಕ್ಮಿಣಿಯಕ್ಕ ಖಾಯಿಲೆ ಬಿದ್ದು, ಅಪ್ಪಣ್ಣಯ್ಯ ಮನೆಗೆ ಕರೆದುಕೊಂಡು ಹೋದಾಗಲೂ, ತಿಂಗಳೊಪ್ಪತ್ತು ಮಲಗಿದ್ದ ಅತ್ತಿಗೆಯ ಸೇವೆ ಮಾಡಿದ್ದಳು ಜಲಜ ಚಿಕ್ಕಿ.

ಮುಖ್ಯವಾಗಿ ನರ್ಮದೆಯನ್ನು ತಟ್ಟಿದ, ತಟ್ಟಿ ವಿಸ್ಮಯಗೊಳಿಸಿದ ಅವಳ ಒಂದು ವಿಶೇಷವೆಂದರೆ ಯಾವುದೇ ಸಂದರ್ಭದಲ್ಲಿ ಅವಳ ವಿರುದ್ಧ ಇಷ್ಟೆಲ್ಲ ಕೆಸರ ರಾಡಿಯಾಗುತ್ತಿದ್ದೂ, ಒಂದು ದಿನ ಯಾರೊಡನಾದರೂ ಜಗಳ ಮಾಡಿದ್ದೆಂದಿಲ್ಲ, ನಿಷ್ಠುರದ ಮಾತಾಡಿದ್ದು ಕೇಳಿದವರಿಲ್ಲ.

ಇನ್ನು ಅಪ್ಪಣ್ಣ ಚಿಕ್ಕಪ್ಪಯ್ಯನೆಂದರಂತೂ ಚಿಕ್ಕಿಗೆ ಇಂತಿಷ್ಟೇ ಪ್ರೀತಿಯೆಂದು ಬಾಯಲ್ಲಿ ಹೇಳಲು ಸಾಧ್ಯವಿಲ್ಲ ಎಂಬುದನ್ನು ಜಲಜ ಚಿಕ್ಕಿಯ ಮನೆಯಲ್ಲಿ ಕಳೆದ

ತನ್ನ ಎಳೆತನದ ದಿನಗಳ ನೆನಪುಗಳಲ್ಲಿ ಹುಡುಕುವಾಗ ನರ್ಮದೆ ಕಂಡುಕೊಂಡದ್ದಿದೆ. ಮಕ್ಕಳಿಗೆ ಕಂಭದ ಮನೆಯ ಗಮ್ಮತ್ತಿನಲ್ಲಿ ಅಪ್ಪಣ್ಣ ಚಿಕ್ಕಪ್ಪಯ್ಯ ಮತ್ತು ಜಲಜ ಚಿಕ್ಕಿಯರ ಪರಸ್ಪರತೆಯೂ ಗಾಢವಾಗಿ ಸೇರಿತ್ತೆಂದೇ ಅವಳಿಗನಿಸುತ್ತಿತ್ತು. ಚಿಕ್ಕಪ್ಪಯ್ಯ "ಇಗಾ, ನಂಗೆ ನಾಳೆ ಬೆಳಗಾತಿಗೆ ಫಸ್ಟ್ ಬಸ್ಸಿಗೆ ಮಂಗ್ಳೂರಿಗೆ ಹೋಯ್ಕು" ಅಂದರೆ ನಾಕು ಗಂಟೆಗೆ ಎದ್ದು, ಬಚ್ಚಲೊಲೆಗೆ ಬೆಂಕಿ ಹಾಕಿ, ಸ್ನಾನಕ್ಕೆ ತಯಾರು ಮಾಡಿಯಾಳು; ದೋಸೆ-ಚಟ್ನಿ ಮಾಡಿ ಬಡಿಸಿಯಾಳು. "ಬರೀ ಕಾಫಿ ಸಾಕಂದ್ರೆ, ಕೇನಾ?" ಎಂದು ಆಕ್ಷೇಪಿಸಿದರೆ, "ಖಾಲಿ ಹೊಟ್ಟೆಲ್ಲ್ ಹೋದ್ರೆ ಯಾಕಾತ್ತ್? ನಂಗೇನ್ ಗುಡ್ಡ ಕಡೀಕಾ?" ಎನ್ನುತ್ತಿದ್ದಳು.

ಅವರು ಮನೆಯೊಳಗೆ ಹೊಗ್ಗುವಾಗ ಕೈಕಾಲು ತೊಳೆಯಲು ಉಗುರು ಬೆಚ್ಚಗೆ ನೀರು ಸಿದ್ಧ. ದೇವರ ಪೂಜೆಗೆ ಬರುವಾಗ ಪೂಜಾಸಾಮಗ್ರಿಗಳ ಸಕಲ ತಯಾರಿ, ಊಟ ಮುಗಿಸಿ ಕೈ ತೊಳೆಯುವುದು ತಡ, ಮನೆಯಂಗಳದ ವೀಳ್ಯದೆಲೆಯ ಎಳೆ ಚಿಗುರುಗಳಿಂದ ಕಟ್ಟಿದ ಬೀಡ. ಅವರ ಮುಖಚರ್ಯೆ ಗಮನಿಸಿಯೇ ತಲೆನೋವೆಂದು ಗುರುತಿಸುವ, ಕಾಲಹೆಜ್ಜೆಯ ದನಿ ಕೇಳಿಯೇ, 'ಜನಕ್ಕೆ ಕಾಫಿ ಬೇಕಂತ ಕಾಣುತ್ತ್' ಎಂದು ಗ್ರಹಿಸುವ ಅವಳಿಗೆ ಚಿಕ್ಕಪ್ಪಯ್ಯನ ಬೇಕುಬೇಡಗಳ ಗಾಢ ಕಾಳಜಿಯಿತ್ತು.

ಅಪ್ಪಣ್ಣ ಚಿಕ್ಕಪ್ಪಯ್ಯನಿಗಾದರೂ ಅಷ್ಟೇ. ಮಾತು ಮಾತಿಗೆ, 'ಜಲಜಾಕ್ಷಿ, ಜಲಜ' ಅಂತ ಕರೆದುಕೊಂಡು, ಅವಳ ಸಲಹೆ ಕೇಳುತ್ತ, ಎಡೆಯಲ್ಲಿ ಅವಳನ್ನು ಕುಚ್ಚಿಣಿಸಿಕೊಂಡು ಇರುತ್ತಿದ್ದರು. ಸುಳ್ಳು ಸುಳ್ಳೇ ಬೆನ್ನು ನೋವಿನ ಹೆಳೆ ಮಾಡಿ ಅವಳಿಂದ ಮುಲಾಮು ಹಚ್ಚಿಸಿ ತಿಕ್ಕಿಸಿಕೊಳ್ಳುತ್ತಿದ್ದುದೂ ಇತ್ತು. ಚಾವಡಿಯ ಉಯ್ಯಾಲೆಯಲ್ಲಿ ಕುಳಿತು ವೀಳ್ಯದೆಲೆ ಮೆಲ್ಲುವಾಗ, ಹಠಕಟ್ಟಿ ಆಣೆ ಭಾಷೆ ಮಾಡಿಯಾದರೂ ಜಲಜ ಚಿಕ್ಕಿಯೂ ತಿನ್ನುವಂತೆ ಮಾಡುತ್ತಿದ್ದುದೂ ಇತ್ತು. ತೋಟದಿಂದ ಬರುತ್ತ "ಹೌದನ ಜಲಜ, ಈಸರ್ತಿ ತಗ್ಗಿನ ತೋಟಕ್ಕೆ ಒಂದಿಪ್ಪತ್ತು ತೆಂಗಿನ ಸಸಿ ಹಾಕಿರೆ ಹ್ಯಾಂಗೆ?" ಎಂದೋ, "ವ್ಯಂಕಟೇಶ ಲಾರಿ ತಕಂಬರ್ತೆ ಅಂದಿದ್ದ. ಬರೂ ವಾರ ಬರಲಕ್ಕಲ್ದ?" ಎಂದೋ ಕೇಳಿಯೇ ಏನಿದ್ದರೂ ಮಾಡುವ ಅಭ್ಯಾಸ ಅವರಿಗೆ.

ಹಾಂಗಂತ ಚಿಕ್ಕಪ್ಪಯ್ಯನೊಟ್ಟಿಗೆ ಒಮ್ಮೊಮ್ಮೆ ಜಗಳಗಳೂ ಆಗುತ್ತಿರಲಿಲ್ಲವೆಂದಲ್ಲ. ಆದರೆ ಅವು ತುಂಬಾ ಸ್ವಾರಸ್ಯಕರ ವಾಗ್ವಾದಗಳು. ಮಕ್ಕಳೆಲ್ಲ ಬಂದಿದ್ದಾವೆಂದು ಅವಳು ಹಾರಾಡುತ್ತಿದ್ದರೆ, ಚಿಕ್ಕಪ್ಪಯ್ಯ ಅವಳ ಬಾಯಿಗೆ ಕೋಲು ಹಾಕುತ್ತಿದ್ದರು, "ಜಲಜಾಕ್ಷಿ, ಇನ್ನು ನನ್ನನ್ನು ಅಂಗಳಕ್ಕ್ ದೂಡ್ತಳ ಕಾಣ್ಕ್" ಅನ್ನುತ್ತಿದ್ದರು ಸೋತ ಸರದಾರನ ಮೋರೆ ಮಾಡಿಕೊಂಡು.

"ಓಹೋ, ಇದೊಳ್ಳೆ ಕತೆ, ಈ ಪಾಪದ ಮಕ್ಕಳು ಏನ್ ಮಾಡಿದ್ದೋ ನಿಮಗೆ. ನಿಮಗೂ ಪಾಲಿತ್ತು, ಹೆದ್ರ್‌ಬೇಡಿ. ಸದು, ಗಿರಿ, ಸತೀ ನಿಮ್ಮೊಟ್ಟಿಗೆ ಮೇಲ್ಚಾವಡಿಯಲ್ಲಿ, ಬಾಕಿಯವ್ರು ನನ್ನೊಟ್ಟಿಗೆ" ಪಾಲುಪಟ್ಟಿ ಒಪ್ಪಿಸುತ್ತಿದ್ದರು.

ಶ್ಯಾಮಿಗೆ ಮಾಡುವಾಗ ಚಿಕ್ಕಪ್ಪಯ್ಯ ಒತ್ತಿಕೊಡಲು ಬರುವುದಿತ್ತು. ಅದರ

ಗಮ್ಮತ್ತೇ ಬೇರೆ. ಅವರಿಬ್ಬರ 'ವಾದವರಟೆ'ನಲ್ಲಿ ಮಕ್ಕಳು ಸೇರಿ ಅಲ್ಲೊಂದು ಗಲಾಟೆಯ ಧೂಳಿ ಎದ್ದು ಮನೆ ಮಾಡು ಹಾರುವಷ್ಟಾಗುತ್ತಿತ್ತು. ಜಲಜ ಚಿಕ್ಕಿ ಮತ್ತು ಚಿಕ್ಕಪ್ಪಯ್ಯನ ಕುಶಾಲುಗಳನ್ನು ನೋಡುವಾಗ ತನ್ನ ಅಪ್ಪ ಅಮ್ಮನೂ ಇದೇ ರೀತಿ ಇದ್ದಿದ್ದರೆ ಎಂದು ನರ್ಮದೆಗೆ ಅನ್ನಿಸಿದ್ದು ಅದೆಷ್ಟು ಸಲವೋ.

ಜಲಜ ಚಿಕ್ಕಿಯ ವಿಚಾರದಲ್ಲಿ ನರ್ಮದೆಗಿದ್ದ ಕೋಮಲ ಭಾವನೆಗಳು ತಿರುವುಮುರುವಾಗಿದ್ದನ್ನು ಪುಟ್ಟತ್ತೆ ಮನೆ ಜಗಲಿಯಲ್ಲಿ ಲತ್ತಿಯೊಡನೆ ಗಜಿಗ ಆಡುತ್ತಿದ್ದಾಗ ನಡೆದ ಘಟನೆಗೆ ಹೊಂದಿಸಬಹುದೇನೋ. ಒಳಗಿಂದ ಲತ್ತಿಯ ಅಮ್ಮನೊಡನೆ ಮಾತನಾಡುತ್ತಿದ್ದ ಪುಟ್ಟತ್ತೆ ಕಳಕುತ್ತಿದ್ದರು, "ನನ್ನ ಅಕ್ಕನ್ನ ಕೊಟ್ಟ ಮನೆಯಲ್ಲಿ ಆಪೊ ಅನಾಚಾರ ಕಂಡರೆ, ಹೊಟ್ಟೆಲ್ಲಿ ಕತ್ತಿಹಾಕಿದಂಗೆ ಆತ್ತು ಗೊತ್ತಿತ್ತಾ? ಪುಣ್ಯಾತ್‌ಗಿತ್ತಿ ಅವಳು ನಡೆದಳು ಅತ್ಲಾಗೆ. ನಮ್ಮ ಅಪ್ಪಯ್ಯ ಎಷ್ಟು ಹೇಳೀರು ಬಾವಯ್ಯನಿಗೆ – ಹೆಣ್ಣು ಕಾಂಬ, ಇನ್ನೊಂದು ಮದ್ವೆ ಮಾಡ್ಕಣ್ ಲಕ್ಕು. ಮಗುನ್ನ ಸಾಕೂಕಾದ್ರೂ ಒಬ್ರು ಬೇಕಲ್ಲ ಅಂದ್ರೆ ಬಾವಯ್ಯ ಊಹುಂ. ಈಗ? ..... ಈ ವೇಷ ಚಂದ ಕಾಣುತ್ತಾ? ಈ ಗಂಡ ಸತ್ತವಳಿಗಾದ್ರೂ ಬುದ್ಧಿ ಬೇಡ್ವಾ ಹಾಂಗಾರೆ?"

ಗಜಿಗ ಹಾರಿಸುತ್ತಾ ಏನಾಯ್ತು ಎನ್ನುವಂತೆ ನರ್ಮದೆ ಹುಬ್ಬೆತ್ತಿ ಲತ್ತಿಯನ್ನು ನೋಡಿದಳು.

"ನಿಂಗೊತ್ತಿಲ್ಯಾ? ನಿನ್ನೆ ಜಲಜ ಚಿಕ್ಕಿ ಮತ್ತು ಅಪ್ಪಣ್ಣ ಚಿಕ್ಕಪ್ಪಯ್ಯ ಸಿನೆಮಾಕ್ಕೆ ಹೋಗಿದ್ದರಂಬ್ರು" ಪಿಸುಗುಟ್ಟಿದಳು ಲತ್ತಿ.

"ಅದಕ್ಕೆ.....?" ಎಂದ ನರ್ಮದೆಯ ತಲೆಯನ್ನು ಕೈಯಲ್ಲಿದ್ದ ಗಜಿಗದಿಂದ ಕುಟ್ಟಿ, ಮೇಲೆ ಹಾರಿಸಿ, "ಇದೊಂದು ಪೆದ್ದು. ಅವರೇನು ಗಂಡ–ಹೆಂಡ್ರಾ ಹಾಂಗೆ ಹೋಪುಕೆ?" ಎಂದವಳು, ಮೇಲೆ ಹೋದ ಗಜಿಗ ಕೆಳಗೆ ಬರುವುದರೊಳಗೆ, ನೆಲದಲ್ಲಿ ಹರಡಿದ್ದವುಗಳನ್ನು ಒಂದೊಂದಾಗಿ ಹೆಕ್ಕತೊಡಗಿದಳು.

ಕಂಗಾಲಾದ ನರ್ಮದೆಗೆ ಮತ್ತೆ ಲತ್ತಿಯೇ ಸಂಬಂಧ–ಸೂಕ್ಷ್ಮಗಳ ಬಗ್ಗೆ ಸ್ಥೂಲ ವಿವರ ನೀಡಿದ್ದಳು, ಹಿರಿಯಕ್ಕನ ಬಿನ್ನಾಣದಲ್ಲಿ.

ಸಣ್ಣದಿನಿಂದ ಆಡಿ ಬೆಳೆದ ಮನೆಯ ಕತೆಯನ್ನು ಹೊಸಬರ ಕತೆ ಕೇಳುವಂತೆ ಆಲಿಸಿದ ನರ್ಮದೆ ಚಪ್ಪೆಗಟ್ಟಿ ಹೋಗಿದ್ದಳು. ತನ್ನ ಮುಗ್ಧ ಮನಸ್ಸಿಗೆ ಉಲ್ಲಾಸ ತಂದಿದ್ದ ಜಲಜ ಚಿಕ್ಕಿ ಮತ್ತು ಚಿಕ್ಕಪ್ಪಯ್ಯನ ಸಂಬಂಧ ಬೇರೆಯವರು ಚೆಲ್ಲಿದ ಬೆಳಕಿನಲ್ಲಿ ವಿಕೃತವಾಗಿ ಕಾಣಹತ್ತಿತ್ತು.

"ಜಲಜ ಚಿಕ್ಕಿ ಇಷ್ಟು ಕೆಟ್ಟವಳಂತ ನಂಗೆ ಗೊತ್ತೇ ಇರಲಿಲ್ಲನಾ!" ಎನ್ನುವಷ್ಟರವರೆಗೆ ತನ್ನ ಹೃದಯ ನಿರ್ದಯ ಮಾಡಿಕೊಂಡಳು.

"ನಂಗೂ ಮುಂಚೆ ಎಲ್ಲಿ ಗೊತ್ತಿತ್ತು? ಕಾಂಬತ್ತಿಗೆ ಒಂಚೂರಾರು ಗೊತ್ತಾತ್ತಾ ಕಾಣ್. ನಾನ್ ಅಲ್ಲಿ ಹೋಪುದೇ ಬಿಟ್ಟಿದ್ದೆ. ನೀ ಸಾ ಹೋಗಬೇಡ ನಮ್ಮು" ಉಪದೇಶಿಸಿದಳು ಲತ್ತಿ, ತಾನು ನರ್ಮದೆಗಿಂತ ಬರೇ ನಾಲ್ಕು ವರ್ಷವಲ್ಲ, ನಾಲ್ಕು ದಶಕ ದೊಡ್ಡವಳೆಂಬಂತೆ.

ಜಲಜ ಚಿಕ್ಕಿಯ ಪ್ರೀತಿ, ಸ್ನೇಹ, ಒಳ್ಳೆಯ ಗುಣಗಳೆಲ್ಲ ಸುಳ್ಳೇ ಹಾಗಾದರೆ?

ನೀತಿಗೆಟ್ಟ ಅವಳು ಸಿನೇಮಾಗಳಲ್ಲಿ ತೋರಿಸುವಂತೆ ಸಾಯಬಾರದೇಕೆ? ಎಷ್ಟು ಮೋಸಗಾತಿ ಅವಳು? ಸಿಟ್ಟಿನ ಅಲೆಗಳು ಉರುಳುರುಳಿ ಮೇಲೆ ಬರುವಾಗಲೇ ಹರಿತವಾದ ನೋವಿನೆಳೆಯೊಂದು ಅವಳನ್ನು ತಿವಿಯುತ್ತಿತ್ತು.

"ಹಾಗಾರೆ ಅವಳ ಹಣೇಲಿದ್ದ ಬೊಟ್ಟು?" ಎಂದಳು ಲತ್ತಿಯೊಡನೆ.

"ಯಾವ ಬೊಟ್ಟು? ಅಯ್ಯೋ, ಅಷ್ಟು ಗೊತ್ತಿಲ್ಯ, ಅದು ಹಚ್ಚೆಯಲ್ದ?"

ಲಕ್ಷಣವಾದ ಉರುಟು ಮುಖದಲ್ಲಿ ಹುಬ್ಬಿನ ನಡುವೆ ಗುಲಗುಂಜಿಯಷ್ಟರ ಹಚ್ಚೆ. ನರ್ಮದೆಗೆ ಪಮ್ಮಿಯಕ್ಕನ ಮದುವೆಯಲ್ಲಿ ತಾನು ಬೈಗಳು ತಿಂದದ್ದು ನೆನಪಾಯ್ತು. ಕೆಲಸದ ಹಂಚಿಕೆ ನಡೆಸುತ್ತ, ಸಕಲ ನಿರ್ದೇಶನಗಳೊಂದಿಗೆ, ಅವಳನ್ನು ಕುಂಕುಮ ಕೊಡಲು ನೇಮಿಸಿ ತಾನು ಹೂ ಕೊಡುತ್ತಿದ್ದಳು ಶೀಲಕ್ಕ. ನರ್ಮದೆಯ ತಲೆಗೆ ಏನು ಅರ್ಥವಾಯಿತೋ, ಪ್ರಾಯ, ರೂಪ ಯಾವುದನ್ನು ಅನುಸರಿಸಿಯೋ- ಅಂತೂ ದೊಡ್ಡತ್ತೆಯಂತಹ ಕೆಲವು ಸುಮಂಗಲಿಯರಿಗೆ ಕುಂಕುಮ ಕೊಡದೆ, ಜಲಜ ಚಿಕ್ಕಿಗೆಲ್ಲ ಕೊಟ್ಟುಕೊಂಡು ಬಂದಿದ್ದಳು. ಶೀಲಕ್ಕ ನೋಡಿದವಳು ಓಡಿಬಂದು ಅವಳಿಂದ ಆ ಕೆಲಸ ಕಸಿದುಕೊಂಡು ಅವಳ ಕೈಗೆ ಬೀಸಣಿಗೆ ಕೊಟ್ಟಿದ್ದಳು.

ಲತ್ತಿಯೇ ಎಲ್ಲ ಹೇಳಿದ್ದೋ ಅಥವಾ ಮುಂದೆ ಬೆಳೆದಂತೆ ನರ್ಮದೆಗೆ ಗೊತ್ತಾಗುತ್ತ ಬಂತೋ, ಅಂತೂ ಕಂಭದ ಮನೆಯ ಮತ್ತು ಮನೆಯವರ ಜೀವನದ ಉಳಿದ ಮಗ್ಗಲುಗಳ ಅರಿವು ಕ್ರಮೇಣ ಅವಳಲ್ಲಿ ಇಂಗತೊಡಗಿತ್ತು. ಆಗಲಿಕ್ಕೆ ಅಪ್ಪಣ್ಣಯ್ಯನಿಗೆ ಮದುವೆಯೇನೋ ಸಣ್ಣ ಪ್ರಾಯದಲ್ಲೇ ಆಗಿತ್ತಂತೆ. ಪುಟ್ಟತ್ತೆಯ ಹಿರಿಯಕ್ಕ ಕಾಮಾಕ್ಷಿಯನ್ನೇ ಅವರಿಗೆ ಕೊಟ್ಟಿದ್ದು. ಹೆಂಡತಿ ಒಂದು ಮಗುವನ್ನು ಹೆತ್ತು ಸತ್ತ ಮೇಲೆ, ಅಪ್ಪಣ್ಣಯ್ಯ ಮತ್ತೆ ಮದುವೆಯಾಗಿರಲೇ ಇಲ್ಲ. ಆಗ ಅವರಿಗೆ ಇಪ್ಪತ್ತಾರು ವರ್ಷವಷ್ಟೇ ಆದರೂ, ಯಾರು ಎಷ್ಟೇ ಹೇಳಿದರೂ ಕೇಳಿರಲಿಲ್ಲವಂತೆ. ತಾಯಿ ಶೇಷಮ್ಮನಂತೂ ಅರ್ಧ ಅದೇ ಕೊರಗಿನಲ್ಲಿ ಹಾಸಿಗೆ ಹಿಡಿದಿದ್ದರು.

ಅಪ್ಪಣ್ಣಯ್ಯನಿಗೆ ಇಬ್ಬರು ಅಣ್ಣತಮ್ಮಂದಿರು. ಅಣ್ಣ ಮೊದಲೇ ಬೆಂಗಳೂರಿಗೆ ಹೋಗಿ ನೆಲಸಿದ್ದರು. ಮನೆಯಲ್ಲಿದ್ದವರು ಅಪ್ಪಣ್ಣಯ್ಯ ಮತ್ತು ಅವರ ಚಿಕ್ಕಪ್ಪನ ಮಗ, ವೆಂಕಪ್ಪಯ್ಯ. ಅವರ ತಂದೆ, ಸದಾಶಿವಯ್ಯನವರು ಇರುವಾಗಲೇ ಮನೆ ಪಾಲಾಗಿ, ಎರಡು ಭಾಗವಾಗಿತ್ತು. ಅದಕ್ಕೆ ಮೊದಲೇ, ತುಂಬಿದ್ದ ಮನೆ-ಮಗಳಂದಿರು ಮದುವೆಯಾಗಿ ಹೋಗಿಯೋ, ಗಂಡು ಮಕ್ಕಳು ಕೆಲಸ ಹುಡುಕಿಕೊಂಡು ಪರವೂರಿಗೆ ಹೋಗಿಯೋ ಬರಡಾಗತೊಡಗಿತ್ತು. ಕೊನೆಯಲ್ಲಿ ಅಲ್ಲಿ-ಮೂಡುಬದಿ ಮನೆಯಲ್ಲಿ ಅಪ್ಪಣ್ಣಯ್ಯನವರಿದ್ದರೆ, ಪಡುಮನೆಯಲ್ಲಿ ವೆಂಕಪ್ಪಯ್ಯನಿದ್ದ. ಅಪ್ಪಣ್ಣಯ್ಯನ ಮದುವೆಯ ದಿಬ್ಬಣದಲ್ಲಿಯೇ ನೆಂಟಸ್ತಿಕೆ ಕುದುರಿ, ಅದೇ ವರ್ಷ ವೆಂಕಪ್ಪಯ್ಯನ ಮದುವೆಯೂ ಹುಡಿಹಾರಿತ್ತು. ಆದರೆ ಜಲಜಾಕ್ಷಿಯನ್ನು ಮದುವೆಯಾದ ಎರಡೇ ವರ್ಷಗಳಲ್ಲಿ ವೆಂಕಪ್ಪಯ್ಯ ಗೆಂಡೆ ಜ್ವರ ಬಂದು ತೀರಿಕೊಂಡ ಮೇಲೆ, ಆಕೆಗೆ ಏಕಾಏಕಿ ಅನಾಥೆಯಾದಂತೆನಿಸಿತ್ತು.

ಜಲಜಾಕ್ಷಿಯ ಅಬ್ಬೆ-ಅಪ್ಪ ಸಣ್ಣ ಪ್ರಾಯದಲ್ಲೇ ಈ ಲೋಕವನ್ನು ತ್ಯಜಿಸಿದ್ದರಿಂದ, ಅವಳು ತವರು ಮನೆಯ ಆಸರೆಯ ಆಸೆಯಲ್ಲಿರಲೇ ಅಲ್ಲ. ಇರಲಿಕ್ಕೇನೊ ನಾಲ್ಕು

ಅಣ್ಣತಮ್ಮಂದಿರು. ಆದರೆ, ಇದ್ದ ಮನೆಯನ್ನು ನಾಲ್ಕು ಹೋಳು ಮಾಡಿ ಅಲ್ಲಿ ನಾಲ್ಕು ದಿಕ್ಕಿಗೆ ಮುಖ ಮಾಡಿ ಸಾಗುತ್ತಿದ್ದ ಆ ಬದುಕುಗಳೆಡೆಯಲ್ಲಿ ತನ್ನ ನೆಲೆ ಹುಡುಕುವುದು ಅವಳಿಗೆ ಬೇಡವಾಗಿತ್ತು. ಹಕ್ಕಿನ ಮನೆಯಲ್ಲೇ ಇದ್ದುಕೊಂಡು, ಮೂಡುಮನೆಗೂ ಹೋಗಿಬರುತ್ತ ಹಿರಿಯತ್ತೆಂದು ಚಾಕರಿಯನ್ನೂ, ಅಪ್ಪಣ್ಣಯ್ಯನ ಮಗ ಕೇಶವ ಮಾಣಿಯ ಆರೈಕೆಯನ್ನೂ ಮಾಡಿಕೊಂಡು ದಿನಕಳೆದರು.

ಕಂಭದ ಮನೆಯ ಅವಸ್ಥೆಯನ್ನು ಕಂಡು, "ಹ್ಯಾಂಗಿದ್ದ ಮನೆ ಹ್ಯಾಂಗಾಯಿತಲ್ಲ! ಇದು ದೃಷ್ಟಿ ಬಿದ್ದದ್ದೇ ಸಮ!" ಎಂದು ಗೋಳುಗುಟ್ಟಿಸುತ್ತಿದ್ದ ಶೇಷಮ್ಮ ತನ್ನ ಕಾಲದ ವೈಭವವನ್ನು, ಮುಖ್ಯವಾಗಿ ತುಂಬಿತುಳುಕುತ್ತಿದ್ದ ಮನೆಯಂದಿಗರನ್ನು, ಚಾವಡಿ ಭರ್ತಿಯಾಗುತ್ತಿದ್ದ ಊಟದ ಪಂಕ್ತಿಯನ್ನು ಎಣ್ಣಿ ಎಣ್ಣಿ ರೋದಿಸುತ್ತಿದ್ದರೆ, ಜಲಜಮ್ಮನಿಗೂ ಹೌದೆಂಬಂತೆ ಕಾಣುತ್ತಿತ್ತು. ಎಷ್ಟು ಸಮಾಧಾನ ಮಾಡಿದರೂ ಕುಂದದ ನೋವದು. ಜಲಜೆಯೊಡನೆ ದುಃಖ ನೋವು ಹಂಚಿಕೊಳ್ಳುತ್ತ, ವ್ಯರ್ಥ ಸಾಂತ್ವನ ಮಾಡುತ್ತ, ಮಾಡಿಸಿಕೊಳ್ಳುತ್ತ ಶೇಷಮ್ಮನೇನೋ ಕೊನೆಯ ಶ್ವಾಸ ಎಳೆದರು. ಆದರೆ, ಅದಕ್ಕೂ ಮುಂಚೆ ಮೂಡು–ಪಡು ಮನೆಯ ನಡುವಣ ಗೋಡೆ ತನ್ನ ಅರ್ಥ ಕಳೆದುಕೊಂಡಿತ್ತು. ಎರಡಿದ್ದ ಅಡಿಗೆಮನೆಯನ್ನು ಶೇಷಮ್ಮ ಒಂದು ಮಾಡಿಸಿದ್ದರು. ಅಪ್ಪಣ್ಣಯ್ಯನಿಗೂ ಇದು ಅನುಕೂಲವೇ ಆಗಿತ್ತು. ಮನೆವಾರ್ತೆಯ ಪಿರಿಪಿರಿ ತಪ್ಪಿತ್ತು.

ದೊಡ್ಡವನಾದಂತೆ ಅಪ್ಪಣ್ಣಯ್ಯನ ಮಗ ಕೇಶವ ಶಾಲೆಗೆ ಹೋಗಲಿಕ್ಕೆಂದು, ಬೆಂಗಳೂರಿನಲ್ಲಿ ದೊಡ್ಡಪ್ಪಯ್ಯನ ಮನೆಯಲ್ಲೇ ಇರುತ್ತಿದ್ದ. ಕಲಿತು ಮುಗಿಸಿದ ಮೇಲೆ, ಅಲ್ಲಿಯೇ ಕೆಲಸವಾಗಿತ್ತು. ಅವನಿಗೆ ಊರಿನ ವ್ಯಾಮೋಹ ಕಡಿಮೆಯೇ. ಆಗೊಮ್ಮೆ ಈಗೊಮ್ಮೆ ಊರಿಗೆ ಬಂದರೂ, ಒಂದು ದಿನ, ತಪ್ಪಿದರೆ ಎರಡು ದಿನ ಅದಕ್ಕಿಂತ ಹೆಚ್ಚು ಊರಲ್ಲಿ ಇರುವ ಕಟ್ಟಳೆಯಿರಲಿಲ್ಲ. ಹೀಗಾಗಿ ಆ ದೊಡ್ಡ ಮನೆಗೆಲ್ಲ ಅಪ್ಪಣ್ಣ ಚಿಕ್ಕಪ್ಪಯ್ಯ ಮತ್ತು ಜಲಜ ಚಿಕ್ಕಿ ಇಬ್ಬರೇ ಇದ್ದು ತಂತಾನೇ ಅಲ್ಲೊಂದು ವಿಶಿಷ್ಟ ಬಾಂಧವ್ಯ ಬೆಳೆದು ಬಂದಿತ್ತು.

ಲತ್ತಿಯೊಡನೆ ನಡೆದ ಮಾತುಕತೆಯ ನಂತರ ಮಾತ್ರ ನರ್ಮದೆ ತಪ್ಪಿಯೂ ಜಲಜ ಚಿಕ್ಕಿಯ ಮನೆಗೆ ಕಾಲಿಟ್ಟದ್ದೆಂದಿಲ್ಲ. ಅವಳು ಎದುರು ಸಿಕ್ಕಿದರೂ ಮುಖಕ್ಕೆ ಮುಖ ಕೊಟ್ಟು ಮಾತನಾಡಲೂ ಯಾವುದೋ ಮುಜುಗರ; ಏನೋ ಅಸಮಾಧಾನ.

ಮುಂದೆ ಮದುವೆಯಾಗಿ ಬೆಂಗಳೂರಿಗೆ ಹೋದ ನರ್ಮದೆ ವರುಷಕ್ಕೊಮ್ಮೆ ಊರಿಗೆ ಬಂದೇ ಬರುತ್ತಿದ್ದಳಾದರೂ, ಅಪ್ಪಣ್ಣ ಚಿಕ್ಕಪ್ಪನಲ್ಲಿ ಹೋಗುವ ಪ್ರಸಂಗವೇ ಬಂದಿರಲಿಲ್ಲ. ಮನಸ್ಸು ಮಾಡಿದ್ದರಲ್ಲವೇ ಪ್ರಸಂಗ ಮೂಡುವುದು? ಆದರೆ, ಈಗ ಅದೆಷ್ಟು ವರ್ಷಗಳ ನಂತರ ಅವಳು ದಾರಿಯಲ್ಲೇ ದೃಢ ನಿರ್ಧಾರ ಮಾಡಿದ್ದಳು – ಜಲಜ ಚಿಕ್ಕಿಯನ್ನು ಕಂಡೇ ವಾಪಸ್ಸು ಹೋಗುವುದೆಂದು. ಬೆಂಗಳೂರಿನ ಕೇಶವನ ಮನೆಯ ಸುಸಜ್ಜಿತ ಕಡೆಕೋಣೆಯಲ್ಲಿ, ಏಕಾಕಿಯಾಗಿ ಮಲಗಿ ಸೂರು ದಿಟ್ಟಿಸುತ್ತಿದ್ದ ಅಪ್ಪಣ್ಣ ಚಿಕ್ಕಪ್ಪಯ್ಯನನ್ನು ಅವಳು ನೋಡಿ ಬಂದಿದ್ದಳು.

ಅಪ್ಪಣ್ಣಯ್ಯನಿಗೆ ತೀರ ಏನೂ ಕೂಡುವುದಿಲ್ಲವೆಂದಾಗಿ, ಹಾಸಿಗೆ ಹಿಡಿದಾಗ ಕೇಶವ ಬಂದು ಬೆಂಗಳೂರಿಗೆ ಕರೆದುಕೊಂಡು ಹೋಗಿದ್ದ. ಊರಿಗೆ ಆಗಾಗ್ಗೆ ಬಂದು ನೋಡಿಕೊಂಡು ಹೋಗುವುದೆಂದರೆ ಅವನಿಗೂ ಕಷ್ಟವಾಗುತ್ತಿತ್ತು. ಅಲ್ಲದೆ, ಆಡುವವರ ಮಾತು ಕೇಳುವುದು ಅವನಿಗೆ ಬೇಡವಾಗಿತ್ತು. ಮಗನಿಗೆ ಬೇಕಾದ್ದು ಇದ್ದೂ, ಅಪ್ಪನನ್ನು ಸರಿಯಾಗಿ ನೋಡಿಕೊಳ್ಳಲಿಲ್ಲವೆಂದಾಗಬಾರದಲ್ಲ.

ಕೇಶವನ ಹೆಂಡತಿ ಪ್ರಮೀಳಾ ಹೇಳಿದ್ದಳು, "ಪ್ರಾಯ ಎಷ್ಟೀಗ ಎಪ್ಪತ್ತರ ಮೇಲಾಯ್ತಲ್ಲ ? ನಾಚಿಕೆ ಚೂರು ಕೇಳಬೇಡ. ಮೊನ್ನೆ ಜಲಜನ್ನ ಕರೆಸ್ತೀರಾ ಅಂತ ಕೇಳ್‌ತ್ರು ಮಾರಾಯ್ತಿ, ನಂಬ್ತಿಯಾ ? ಮುದ್ಕನಿಗೆ ಬುದ್ದಿಯಿತ್ತಾ ಹೇಳು. ನಾನು ಸುತಾರಾಂ ಒಪ್ಪಲಿಲ್ಲ. 'ನಂಗೆ ಇಲ್ಲಿ ಸಮ ಆತ್ತಿಲ್ಲ, ಊರಿಗೆ ಹೋಪುದಾ ?' ಅಂತ ಮಗನ ಹತ್ತಿರ ಆಯ್ತು. ಅಲ್ಲ ಮಾರಾಯ್ತಿ, ನಾವಿಲ್ಲಿ ಇಷ್ಟು ಚಂದ ಮಾಡಿ, ನೋಡ್ಕಣ್‌ತ್ತ, ಗಂಟೆ-ಗಂಟೆಗೆ ಹಾಲು, ಊಟ, ಮದ್ದು; ಕ್ರಮ ಪ್ರಕಾರ! ಅಂದೊಂದು ಇಲ್ಲಲ್ಲ ಮನುಷ್ಯನಿಗೆ!" ಅವಳ ಸ್ವರ ಏರುವಾಗ, ಒಳಗೆ ಮಲಗಿದ ಚಿಕ್ಕಪ್ಪಯ್ಯನಿಗೆ ಕೇಳಿದರೆ ಎಂದು ನರ್ಮದೆಗೆ ಚುರುಚುರು ಆಗುತ್ತಿತ್ತು. ಆದರೆ ಗಂಟೆ-ಗಂಟೆಗೆ ನೋಡಿಕೊಳ್ಳುವುದರಲ್ಲಿಯ ಹೆಮ್ಮೆ ಅವಳ ಮಾತಿನ ಚಡಚಡಿಗಳಲ್ಲಿ ಹೊಳೆಯುತ್ತಿತ್ತು. ಪ್ರಮೀಳಾ ಹೇಳಿದ್ದು ಒಂದು ಲೆಕ್ಕದಲ್ಲಿ ಸಮನೆ. ಅಲ್ಲಿ ಅವರಿಗೆ ಯಾವುದಕ್ಕೂ ಕಡಿಮೆಯಿರಲಿಲ್ಲ. ಮನೆಯ ಒಂದು ದಿಕ್ಕಿನಲ್ಲಿರುವ ಆ ಕೋಣೆಯಲ್ಲಿ ಸಾಕಷ್ಟು ಗಾಳಿ ಬೆಳಕಿತ್ತು. ಮಂಚ, ಮಂಚಕ್ಕೆ ಹಾಸಿದ ಬಿಳಿ ಹಾಸು - ಹೊದಿಕೆಗಳು, ಬದಿಯಲ್ಲಿದ್ದ ಸಣ್ಣ ಸ್ಟೂಲಿನ ಮೇಲೆ ಅವರ ಕೈಗೆ ಎಟಕುವಂತಿಟ್ಟ ನೀರಿನ ಹೂಜಿ, ಲೋಟ, ಪುಟ್ಟ ರೇಡಿಯೋ, ಕರೆಯುವ ಬೆಲ್ಲು. ಗೋಡೆಯ ಮೇಲಿದ್ದ ದೊಡ್ಡ ಗಡಿಯಾರ. ಸಮಯಕ್ಕೆ ಸರಿಯಾಗಿ ಬಂದು, ಹಾಸುವ ವಸ್ತ್ರವನ್ನು ಬದಲಾಯಿಸಿ, ಅವರಿಗೆ ಸ್ಪಾಂಜ್‌ಸ್ನಾನ ಕೊಟ್ಟು ಹೋಗುವ ಹತ್ತಿರದ ನರ್ಸಿಂಗ್ ಹೋಮಿನ ದಾದಿಯರು, ಹೊತ್ತು ಹೊತ್ತಿಗೆ ಕಾಫಿ-ಊಟ-ತಿಂಡಿ, ದಿನಕ್ಕೆ ಎರಡು ಸಲ ಬಂದು ಹೋಗುವ ಡಾಕ್ಟರು. ಇಷ್ಟು ವ್ಯವಸ್ಥೆ ಎಲ್ಲಿಯೂ ಇರಲಿಕ್ಕಿಲ್ಲವೆಂದು ಬಂದವರೆಲ್ಲ ಹೊಗಳುತ್ತಿದ್ದರು. ಆದರೆ.... ?

ಕೇವಲ ಸುಸಜ್ಜಿತ ಸುವ್ಯವಸ್ಥೆಗಳು ಒಂದು ಜೀವಿಯನ್ನು, ಅವನು ತನ್ನ ಕೊನೆಗಾಲದಲ್ಲೇ ಇರಲೊಲ್ಲನೇಕೆ, ಸಂತಸದಲ್ಲಿರಿಸಬಲ್ಲವೇ ? ತೃಪ್ತನನ್ನಾಗಿರಿಸಬಲ್ಲವೇ ? ನರ್ಮದೆಯನ್ನು ನೋಡಿ ಅಪ್ಪಣ್ಣ ಚಿಕ್ಕಪ್ಪಯ್ಯ ತನ್ನ ಹತ್ತಿರ ಬಂದು ಕುಳಿತುಕೊಳ್ಳುವಂತೆ ಸನ್ನೆ ಮಾಡಿದರು. ಪ್ರಮೀಳಾ ಅವಳನ್ನು ಬಾಗಿಲವರೆಗೆ ಬಿಟ್ಟು ಹೋಗಿದ್ದಳು. 'ಗಂಟೆ-ಗಂಟೆ'ಯ ಮಧ್ಯದ ಅವಧಿಯಿರಬೇಕದು.

ತಟ್ಟಿರಾಯನ ಹಾಗೆ ಕೈಕಾಲು ನೆಟ್ಟಗೆ ಇಟ್ಟು ಬಿದಿರುಕೋಲಿನಂತೆ ಮಲಗಿದ ಜೀವದ ಬದಿಯಲ್ಲಿ ಕುಳಿತ ನರ್ಮದೆ ಮನಸ್ಸನ್ನೆಲ್ಲ ಕೆದಕಿ 'ಅದಲ್ಲ, ಇದಲ್ಲ' ಎಂದು ಸರಿಯಾದ ಮಾತು ಹುಡುಕತೊಡಗಿದಳು.

"ಬರುವ ವಾರ ಊರಿಗೆ ಹೋತೆ. ಮಕ್ಕಳಿಗೆ ರಜೆ" ಎಂದಳು ಥಕ್ಕನೆ ನೆನಪಾಗಿ.

"ಊರಿಗೆ ಹೋತಿಯಾ ಮಗ?..... ಜಲಜ...." ಎಂದು ಗರಗರ ದನಿ ಹೊರಡಿಸುವಷ್ಟರಲ್ಲಿ ಕೆಮ್ಮು ಕತ್ತರಿಸಿಕೊಂಡು ಎರಗಿತು. ಕೆಮ್ಮಿನ ಭರಕ್ಕೆ ಮಾತು ಹೊರಡದೆ, ಕೈ ಹಂದಿಸುತ್ತ ಏನೇನೋ ಹೇಳಿದರು. ನರ್ಮದೆಗೆ ಎಲ್ಲವೂ ಅರ್ಥವಾಗಲಿಲ್ಲ. 'ಈ ಕೆಮ್ಮ ತನ್ನನ್ನು ಮೇಲೆ ತೆಗೆದುಕೊಂಡೇ ಹೋಗುತ್ತದೆ' ಎನ್ನುವುದೊಂದು ತಿಳಿಯಿತಷ್ಟೆ.

ಮತ್ತೆ ಊರಿಗೆ ಹೋಗುವ ಮೊದಲು ಮೈಸೂರಿನಲ್ಲಿದ್ದ ಲತ್ತಿಯ ಮನೆಗೆ ಹೋಗಿ ಬಂದಿದ್ದಳು ನರ್ಮದೆ. ಮಾತು ಎಲ್ಲೆಲ್ಲೋ ಮಗುಚಿ, ಅಪ್ಪಣ್ಣ ಚಿಕ್ಕಪ್ಪಯ್ಯನ ವಿಷಯಕ್ಕೂ ತಿರುಗಿತ್ತು. ಲತ್ತಿ ಒಮ್ಮೆ ಅವರನ್ನು ನೋಡಲು ಹೋದಾಗ, ಮಲಗಿ ಮಲಗಿ ಕೆಳಬೆನ್ನು ಬಚ್ಚಿಬಚ್ಚಿ ಬರುತ್ತಿದೆ ಎನ್ನುತ್ತಿದ್ದರಂತೆ. ಜಲಜಚಿಕ್ಕಿ ಹತ್ತಿರ ಇದ್ದಿದ್ದರೆ ಬೆನ್ನು ಪೂಜುತ್ತಿದ್ದಳೇನೋ ಎಂದೆನಿಸಿತಂತೆ ಲತ್ತಿಗೆ ಆ ಕ್ಷಣಕ್ಕೆ.

"ಜಲಜಚಿಕ್ಕಿ ಅಲ್ಲಿ, ಅಪ್ಪಣ್ಣ ಚಿಕ್ಕಪ್ಪಯ್ಯ ಇಲ್ಲಿ!" ಎಂದು ನಿಟ್ಟುಸಿರುಬಿಟ್ಟು, "ನಿಂಗೆ ಹ್ಯಾಂಗನ್ನಿಸ್ತು ನಮ್ಮು?" ಎಂದು ಕೇಳಿದಳು, "ನಂಗ್ಯಾಕೊ ಚಿಕ್ಕಪ್ಪಯ್ಯ ಮಲಗಿದ್ದು ನೋಡುವಾಗ, ಅನಾಥರ ಹಾಗೆ ಕಂಡಿತು ನಮ್ಮು. ಅಲ್ಲ, ಕೇಶವಣ್ಣ ಚಂದಮಾಡಿ ನೋಡ್ಕಣ್ತ, ಎಲ್ಲ ಹೌದು, ಅದ್ಕಲ್ಲ. ಪ್ರಮಿಳತ್ತಿಗೆಯೂ ಅಡ್ಡಿಲ್ಲ. ಎಲ್ಲ ವ್ಯವಸ್ಥೆ ಲಾಽಯಕ್ ಮಾಡಿದ್ದ್ಳು ಬಿಡು. ಆದರೂ..." ಎಂದು ತನ್ನ ಮನಸ್ಸಿನಲ್ಲಿದ್ದುದಕ್ಕೊಂದು ಅವಳಲ್ಲಿ ಪ್ರತಿಬಿಂಬ ಸಿಕ್ಕಿತೆನ್ನುವಂತೆ ಮುಂದುವರಿಸಿದ್ದಳು. "ಒಂದು ದಿನ ಒಬ್ಬರನ್ನೊಬ್ಬರು ಬಿಟ್ಟಿದ್ದವರಲ್ಲ ಕಾಣು. ಕೊನೆಗೆ ಸಾಯುವ ಕಾಲದಲ್ಲಿ...? ಈಗ ಎಣ್ಸಿದ್ರೆ, ನಿಜವಾದ ಗಂಡ–ಹೆಂಡತಿಯರು ಅಷ್ಟು ಪ್ರೀತಿಯಲ್ಲಿ ಇರಲಿಕ್ಕಿಲ್ಲ ಅಂತ ಕಾಣುತ್ತಲ್ಲವಾ?" ಎನ್ನುತ್ತ. "ನಮ್ಮು ನಿಂಗೆ ನೆನಪಿತ್ತಾ?" ಎಂದು ಹಿಂದಿನ ಸಂಗತಿಗಳಿಗೆಲ್ಲ ಮರುಜೀವ ಕೊಟ್ಟಿದ್ದಳು.

ಅನಂತರವೇ ಜಲಜಚಿಕ್ಕಿಯ ಮನೆಗೆ ಹೋಗುವ ನರ್ಮದೆಯ ನಿಲುವು ಗಟ್ಟಿಯಾಗುತ್ತ ಹೋದದ್ದು. ತವರಿಗೆ ಕಾಲಿಟ್ಟ ಮರುದಿನವೇ ಮಕ್ಕಳನ್ನು ಕರೆದುಕೊಂಡು ಹೊರಟೇಬಿಟ್ಟಿದ್ದಳು.

* * * *

ಗಿಡದ ಮೇಲೆ ಬಿದ್ದ ಒಣಗಿದ ತೆಂಗಿನ ಹೆಡೆ ಮಂಡೆಯನ್ನು ಎಳೆದೊಯ್ಯುತ್ತಿದ್ದ ಜಲಜಚಿಕ್ಕಿ ದೂರದಲ್ಲಿ ಬರುವವರನ್ನು ಕಂಡು, ಅದನ್ನು ಅಲ್ಲೇ ಹಾಕಿ, ಕಟ್ಟಿದ್ದ ಸೀರೆಯ ನೆರಿಗೆಯನ್ನು ಕೆಳಗೆ ಬಿಡುತ್ತ, "ಯಾರದು? ನಮ್ಮು ಅಲ್ದ?" ಎಂದು ಹಣೆತುಂಬ ಸುಕ್ಕುಗಟ್ಟಿಸಿ, ಕಣ್ಣು ಕಿರಿದುಗೊಳಿಸಿ ಕೇಳಿದಾಗ, ಜಲಜಚಿಕ್ಕಿ, ತುಂಬ ಬಚ್ಚಿದ್ದಾಳಲ್ಲ ಎಂದೆನಿಸಿತು ನರ್ಮದೆಗೆ.

ಸುತ್ತಮುತ್ತ ನೋಡುತ್ತ ನರ್ಮದೆಗೆ ಬಾಲ್ಯದ ನೆನಪುಗಳು ಉಕ್ಕಿದವು. ತುಳಸೀಕಟ್ಟೆ, ಸುತ್ತ ಹಬ್ಬಿದ ಉರಗದ ಬಳ್ಳಿ, ಬದಿಯಲ್ಲಿ ಪಾರಿಜಾತದ ಮರ, ಅದರ ಹಿಂದೆ ಪೈರಿ ಮಾವಿನಹಣ್ಣಿನ ಅಗಾಧ ಮರ. ರೊಯ್ಯನೆ ಬೀಸಿದ ಗಾಳಿಗೆ–ಮಾವಿನಗೆಲ್ಲಿಗೆ ಕಟ್ಟಿದ ಬಾವಿ ಹಗ್ಗದ ಜೋಕಾಲಿಯ ಮೇಲೆ ದಿಂಬನ್ನಿರಿಸಿ,

ಠ್ಯೋಂಕಿ ಮೇಲೆ ಬಾನಿಗೇರಿದ ಪೈಪೋಟಿಯ ಹರ್ಷ, ಅವಳ ಮುಖದ ತುಂಬ ಹರಡಿತು.

"ಹೌದ ಮಗ! ಬಾ, ಬಾ ಒಳಗ್ ಬನ್ನಿ. ಈ ಚಿಕ್ಕಮ್ಮನ್ನ ಕಾಂಬ ಅಂತ ಕಂಡ್ತಲ್ಲ." ಅದೇ ನಗು. ಅದೇ ಪುಟು ಪುಟು ಮಾತು. "ನಿನ್ನ ಮಕ್ಕಳಲ್ದಾ? ಯೆಂತ ಹೆಸರು? ಆಸ್ರಿಗ್ ಯೆಂತ ಅಕ್ಕು? ತಡಿ, ಹಾಲು ಬಿಸ್ನೀರು ಕೊಡ್ತೆ." ಹಾಲು ಬಿಸಿಗಿಟ್ಟವಳು, ಡಬ್ಬಿಯಿಂದ ಎಳ್ಳುಂಡೆ ತೆಗೆದು ತಟ್ಟೆಯಲ್ಲಿಟ್ಟು ತಂದಳು. "ತಿನ್ನಿ ಮಕ್ಕಳೇ. ಎಷ್ಟು ಬೇಗ ಉದ್ದ ಆತೋ ಇವು? ನಿನ್ನ ಮಾಣಿನ್ನ ನಾಮಕರಣದ ದಿನ ಕಂಡದ್ದೇ ಸೈಯಾ ಕಾಂತೆ. ಹೌದೌದು, ಮತ್ತ್ ಏಗಳಿಗೆ? ನಿಂಗೂ, ನಾಕುದಿನಕ್ಕೆ ಬಪ್ಪುದಲ್ದ, ಎಷ್ಟು ಕಡೆಗೆಲ್ಲ ಹೋಪುಕಾತ್ತು? ತಡಿನಿ, ಮಕ್ಕಳೇ, ಬಾಯಾರಿಕೆ ಕುಡಿನಿ, ಕಡೆಗೆ ಹಟ್ಟಿ ತೋರ್‌ಸ್ತೆ." ಮಕ್ಕಳ ನಾಡಿಮಿಡಿತ ಅವಳಿಗೇ ಹೃದ್ಯ.

ಮಕ್ಕಳು ಹಾಲು ಕುಡಿಯುವಾಗ ಜಲಜಚಿಕ್ಕಿ ಹಟ್ಟಿ ಬದಿ, ಹಿತ್ತಲ ಕಡೆ ನಡೆದಾಡುವಾಗ, "ಕಾಲಡಿ ನೋಡಿಕೊಂಡು ಜಾಗ್ರತೆಯಾಗಿ ಹೋಗಿ ಮಕ್ಕಳೇ" ಎಂದು ಹೇಳುತ್ತ, ಹಿಂದೊಮ್ಮೆ ನರ್ಮದೆ ಜಗಲಿಯಿಂದ ಜಗಲಿಗೆ ಹಾರುವಾಗ, ಬಿದ್ದು ಹಲ್ಲು ಮುರಿದುಕೊಂಡ ಸಂಗತಿಯನ್ನು ವಿವರಿಸಿದಳು. ಅಯ್ಯೋ, ಇವಳ ನೆನಪೇ ಎಂದುಕೊಂಡಳು ನರ್ಮದೆ.

ಹಟ್ಟಿಗೆ ಹೋದದ್ದೇ ನಾಲ್ಕು ಸೂಡಿ ಹುಲ್ಲು ಎಳೆದು ಬಿಡಿಸಿಕೊಟ್ಟು, ಒಂದೊಂದೇ ಎಸಳು ದನಗಳಿಗೆ ಹಾಕುವಂತೆ ತೋರಿಸಿಕೊಟ್ಟು ಬಂದವಳು, "ನಿಂಗೆ ಅಮಸ್ರ ಇಲ್ಲಲ್ದ ನಮ್ಮು? ಉಂಡ್ಕಂಡೇ ಹೋಯ್ಲಕ್ಕು. ಅನ್ನಕ್ಕೆ ನೀರಿಟ್ಟು ಬತ್ತೆ, ನಾ ಎಂತ ಮಾಡ್ತಿಲ್ಲ, ನೀ ಸುಮ್ಮಗೆ ಕೂತ್ಕ. ಒಂದು ಬೇಸಿ ಮಾವಿನ್ಕಾಯಿ ಗೊಜ್ಜು ಮಾಡ್ತೆ" ಅಂತ ಒಳಗೆ ಓಡಿದಳು.

ನರ್ಮದೆಯ ಬಾಯಿ ಕಟ್ಟಿತ್ತು. ಒಂದು ಮಾತೂ ಹೊರಬರದೆ ಗಂಟಲು ಪೂರ್ತಿ ಅಂಟಿಸಿಟ್ಟ ಅನುಭವ. ಬಾಯಿ ತೆರೆದದ್ದೇ ಆದರೆ ಕಣ್ಣೀರು ಧುಮುಕಿಬಿಡುವ ಹೆದರಿಕೆಯಲ್ಲಿ ಅವಳು ಸುಮ್ಮನಿದ್ದಳು. ಅವಳ ಇಷ್ಟದ ಗೊಜ್ಜು ಮಾಡಲು ಹೊರಟಿದ್ದಳು ಚಿಕ್ಕಿ. ಈ ಪ್ರೀತಿಯ ಮಹಾಪೂರವನ್ನು ತಡೆಯಲು, ಅವಳ ಭಗೀರಥ ಯತ್ನ ಇಷ್ಟು ವರ್ಷ ನಡೆದಿತ್ತು!

ಅಡಿಗೆ ಮನೆಯಲ್ಲೇ ಒಂದು ಮಣೆಯೆಳೆದು ನರ್ಮದೆಯನ್ನು ಕುಳ್ಳಿರಿಸಿ, ಊಟದ ತಯಾರಿ ನಡೆಸಿದಳು ಜಲಜಚಿಕ್ಕಿ.

"ಕೇಶವಣ್ಣಯ್ಯನಲ್ಲಿ ಹೋಯಿದ್ದೆ." ಶಬ್ದಗಳು ಕೊನೆಗೂ ರೂಪಿತವಾದವು.

ಕುದಿಯುವ ನೀರಿಗೆ ಅಕ್ಕಿ ಹಾಕಿ ಸೌಟು ಆಡಿಸುತ್ತಿದ್ದವಳ ಕೈ ಅಲ್ಲಿಯೇ ತಡೆಯಿತು. ಸೌಟನ್ನು ಚರಿಗೆ ಮೇಲೆ ಅಡ್ಡಕ್ಕಿಟ್ಟು, "ಭಾವಯ್ಯ ಹ್ಯಾಂಗಿದ್ದ್‌ರು, ನಮ್ಮು?" ತನ್ನಿರವನ್ನೇ ಪ್ರಶ್ನೆಯಾಗಿಸಿ, ಕಾದಂತೆ ಕೇಳಿದಳು. ದಿಟ್ಟಿಸುವ ಆ ನೋಟ ಅವಳ ಕಣ್ಣಿನಾಳದೊಳಗೆ ಹುಡುಕುತ್ತಿತ್ತು.

"ಮಲಗಿದಲ್ಲೇ." ಸ್ವರ ಯಾಕೆ ಅರ್ಧ ಗಂಟಲಲ್ಲೇ ಮೂಳಬೇಕೋ?

ಕೊಳ್ಳಿ ಸರಿಮಾಡುವ ನೆಪದಲ್ಲಿ ಬಗ್ಗಿದಳು ಜಲಜಚಿಕ್ಕಿ. "ಈ ಹಸಿ ಸೌದೆ ಅವಸ್ಥೆ

ಇದೇ ಕಾಣ್. ಬೆಂಕಿಗಿಂತ ಹೊಗೆ ಜಾಸ್ತಿ." ಇಲ್ಲದ ಹೊಗೆಯನ್ನು ದೂರುತ್ತ ಅತ್ತ ಮೋರೆ ತಿರುವಿ ಸೆರಗಿನ ತುದಿಯಿಂದ ಕಣ್ಣೊರಸಿಕೊಂಡಳು. ಧಗಧಗ ಬೆಂಕಿ ಭುಗಿಲೆದ್ದಿತು.

ಹೊಗೆಯ ಪ್ರಸ್ತಾಪವೇ ಸಾಕೆಂಬಂತೆ ನರ್ಮದೆಯ ಕಣ್ಣೂ ಪಸೆಗೂಡಿತು.

ಅಲ್ಲಿಂದೆದ್ದವಳು ಚಿಕ್ಕಂದಿನಲ್ಲಿ ಆಡಿಯೋಡಿದ ಮನೆಯುದ್ದಕ್ಕೂ ನಡೆದಳು. ಹಳೆಯ ಮನೆ, ಮುಂಚಿನ ಹಾಗೇ ಇತ್ತು. ಆದರೆ ಅಲ್ಲಲ್ಲಿ ಶಿಥಿಲವಾಗಿತ್ತು. ಎರಡು ಕೈ ಬಾಚಿದರೂ ತಬ್ಬಿಕೊಳ್ಳಲಿಕ್ಕಾಗದ, ಮನೆಯ ಮಧ್ಯದ ಕಂಬಗಳ ಬುಡ ಕುಸುಕಿದ್ದು ನೋಡಿ, ನರ್ಮದೆಗೆ ಕೆಡುಕೆನಿಸಿತು. ಊತಕ್ಕೆ ಇಟ್ಟ ಬಿದಿರುಕೋಲುಗಳು ತಮ್ಮಿಂದಾದಷ್ಟು ನೆಟ್ಟಗೆ ನಿಂತು, ಯಾವ ಗಳಿಗೆಗೂ ಅಡ್ಡ ಬೀಳುವಂತಿದ್ದವು. ಹಿಂದಿನ ಜಗಲಿಯ ಮಾಡಂತೂ ಪೂರ್ತಿ ಕೆಳಮುಖ ವಾಲಿತ್ತು.

ನರ್ಮದೆ ಮಕ್ಕಳಿಗೆ ಕೆರೆ, ತೋಟ ತೋರಿಸಿ ಬರುವುದರೊಳಗೆ ಅನ್ನದ ಚರಿಗೆ ಒಲೆದಂಡೆಯಲ್ಲಿ ಮುಖ ಬಾಗಿಸಿ ಕುಳಿತಾಗಿತ್ತು. ದೀವಿ ಹಲಸಿನ ಹುಳಿ ಕೋಡ್ಲೆಯಲ್ಲಿ ಕುದಿಯುತ್ತಿತ್ತು. ಜಲಜಚಿಕ್ಕಿ ಸಂಡಿಗೆ, ಮೆಣಸು ಕರಿಯುತ್ತಿದ್ದಳು. ಎಲ್ಲರ ಊಟವಾದ ಮೇಲೆ ಜಲಜಚಿಕ್ಕಿ ಕುಳಿತವಳು, ಎಲೆಗೆ ಕೈ ಕುತ್ತಿದ್ದೊಂದು ಗೊತ್ತು, ನಿಮಿಷ ಮಾತ್ರದಲ್ಲಿ ಎದ್ದು ಕೈತೊಳೆದು ಬಂದು ಕಸಮುಸುರೆಗೆ ಹೊರಟಳು.

"ನೀ ಸಮ ಉಣ್ಣಲೇ ಇಲ್ಲ ಚಿಕ್ಕಿ" ಎಂದಳು ನರ್ಮದೆ.

"ಹಸಿವಿಲ್ಲ ಮಗ. ಪ್ರಾಯ ಆಯ್ತಲ್ದ? ನಿನ್ನ ಚಿಕ್ಕಪ್ಪಯ್ಯನೂ ಬೆಂಗ್ಳೂರಿಗೆ ಹೋದ್ ಮೇಲೆ..." ಸಮಕಟ್ಟು ಅಡಿಗೆ ಮಾಡಲಿಕ್ಕೇ ಕೈಯಿಲ್ಲ ತನಗೆ. ಗರಬಡಿದವಳಂತೆ ಕೂತುಕೊಳ್ಳುವುದು. ಅಟ್ಟರೆ ಉಂಡಶಾಸ್ತ್ರ ಮಾಡಿದ. ಇಲ್ಲದಿದ್ದಲ್ಲಿ, ಅವಲಕ್ಕಿ ಮೊಸರು ತಿಂದ. ಇವತ್ತೀಗ ನರ್ಮದೆಗೂ, ಮಕ್ಕಳಿಗೂ ಅಪರೂಪವೆಂದು ದೀವಿಹಲಸಿನ ಹುಳಿ ಮಾಡಿದ್ದು ಸಮ. ಭಾವಯ್ಯನಿಗೆ ಪಂಚಪ್ರಾಣ ಅಲ್ಲವೇ ಅದೆಂದರೆ? ಎಂದೆಲ್ಲ ವಿವರಿಸಿದ ಜಲಜಚಿಕ್ಕಿ,

"ನಾಕು ದೀವಿಹಲಸು ಕೊಡುದಾ? ನೀ ತಕಂಡ್ ಹೋಯಿ ಕೊಡೂಕೆ ಆತ್ತಾ?" ಎಂದಳು ಆಸ್ಥೆಯಿಂದ.

ನರ್ಮದೆ ಉಗುಳು ನುಂಗಿದಳು. ಗಂಟಲಲ್ಲಿ ಅನ್ನದ ಕಾಳು ಇಳಿಯದೆ ತಿಂಗಳ ಮೇಲಾಗಿತ್ತು ಚಿಕ್ಕಪ್ಪಯ್ಯನಿಗೆ.

"ನಂಗೂ ಮರ್ಲಲ್ದ?" ಎಂದು ತಾನೇ ಸುಮ್ಮಗಾದಳು ಮತ್ತೆ ಜಲಜಚಿಕ್ಕಿಯೇ.

ಸಂಜೆ ನರ್ಮದೆ ಹೊರಟಾಗ ಹಿತ್ತಿಲ ಮಲ್ಲಿಗೆ ಬಳ್ಳಿಯಿಂದ ಹೂ ಬಿಡಿಸಿ, ಮಾಲೆ ಕಟ್ಟಿ ಅವಳ ಜಡೆಗೆ ಮುಡಿಸಿದಳು. ಅವರು ಬೀಳ್ಕೊಂಡು ಗದ್ದೆಯಂಚಿನಿಂದ ರಸ್ತೆಗೆ ಬರುತ್ತಿದ್ದಂತೆ, ಹಿಂದಿನಿಂದ ಕೂಗಿದಳು, "ತಡಿ, ನಿಲ್ಲಿನಿ, ಒಂದ್ನಿಮಿಷ" ಎಂದು ಧಾವಂತಪಟ್ಟುಕೊಂಡು ಅವರ ಬೆನ್ನು ಹಿಡಿದವಳು, "ಹೇಳ್, ಚಿಕ್ಕಪ್ಪಯ್ಯನತ್ರ" ಎಂದು ನರ್ಮದೆಯ ಕೈಹಿಡಿದು ಅವಳನ್ನೇ ನೋಡುತ್ತ ಸುಮ್ಮಗಾದಳು. ಏನೇನೋ ಮಾತುಗಳು ತುಟಿಯವರೆಗೆ ಬಂದು ಅಲ್ಲಿಯೇ ಚಲಿಸಿದ್ದನ್ನು ನರ್ಮದೆಯ ಕಣ್ಣುಗಳು ಗ್ರಹಿಸಿದುವು. "ಆಯ್ತು, ಹಾಂಗಾರೆ, ಇನ್ನ್ ಹೋಯ್ನಿ" ಎಂದಳು.

ಏಷ್ಟೋ ಮಾತಾಡಿ ಮುಗಿಸಿದ ಭರದಲ್ಲೆಂಬಂತೆ; ನರ್ಮದೆ ಒಂದೆರಡು ಹೆಜ್ಜೆ ಹಾಕಿದ ಮೇಲೆಯೇ ಜಲಜಚಿಕ್ಕಿಯ ಕೈ ಅವಳ ಕೈಯನ್ನು ಬಿಟ್ಟದ್ದು.

ನರ್ಮದೆಗೀಗ ಇಲ್ಲಿಂದ ಪುನಃ ಬೆಂಗಳೂರಿಗೆ ಒಸಗೆ ಒಯ್ಯುವುದಿತ್ತು. ಆದರೆ, ಜಲಜಚಿಕ್ಕಿ ಹೇಳಿದ್ದಾದರೂ ಏನು-ಅಥವಳು ಯೋಚಿಸುವಂತಾಯಿತು. ಪಕ್ಕನೆ ನೆನಪಿಸಿಕೊಂಡಳು-ಚಿಕ್ಕಪ್ಪಯ್ಯನ ಒಸಗೆಯನ್ನಾದರೂ ತಾನು ಜಲಜಚಿಕ್ಕಿಗೆ ಹೇಳಿದ್ದೇನೋ ಇಲ್ಲವೋ.

11. ಹತ್ಯೆ

– ಫಕೀರ್ ಮಹಮದ್ ಕಟ್ಪಾಡಿ

ನೆರೆಹೊರೆಯ ಹಿಂದುಗಳ ಮನೆಯ ಸುತ್ತ ಬೆಳಕಿನ ಸಾಲನ್ನು ಇಡುವ ಹಬ್ಬ ಬಂದಿದೆ. ಮಕ್ಕಳೆಲ್ಲ ಪಟಾಕಿಗಳನ್ನು ಡಂ..... ಡಂ..... ಡ್ರಂ ಡ್ರಂ ಅಂತ ಬಿಟ್ಟು ನಲಿಯುತ್ತಾರೆ. ಬಣ್ಣ ಬಣ್ಣದ ದುರುಸು ಬಾಣಗಳನ್ನು ಬಿಟ್ಟು ಕೇಕೆ ಹಾಕುತ್ತಾರೆ. ನಮ್ಮ ಪೆರ್ನಾಲೂ ಇವತ್ತೇ ಆಗುತ್ತಿದ್ದರೆ ಎಷ್ಟು ಚೆನ್ನಾಗಿತ್ತು. "ಉಮ್ಮ ನಂಗೆ ಒಂದು ಸುರುಸುರು ಕಡ್ಡಿ ಬೇಕು" ಎಂದು ಪಾತುಮ್ಮ ಅಮ್ಮನಿಗೆ ದುಂಬಾಲು ಬಿದ್ದಳು. ಅಮ್ಮ ಏನೋ ಪರಿಮಳದ ತಿಂಡಿ ಮಾಡುತ್ತಿದ್ದಾಳೆ. ಆಹಾ.... ಏನು ಪರಿಮಳ; "ಈಗ ನಾನೆಲ್ಲಿಂದ ತರ್ಲಿ ನಿಂಗೆ... ? ನಿನ್ನ ಬಾಪಾನಿಗೆ ಹೇಳು ತಂದು ಕೊಡ್ಲಿಕ್ಕೆ. ಜ್ವರ ಬಿಟ್ಟರೆ ನಾಳೆ ಪೇಟೆಯಿಂದ ಬರುವಾಗ ತಂದಾರು" ಎಂದಳು. ಬಾಪ ಜ್ವರ ಬಂದದ್ದರಿಂದ ಒಳಗೆ ಮಲಗಿ ನಿದ್ದೆ ಮಾಡುತ್ತಿದ್ದರು. ಪಾತುಮ್ಮನ ಗಮನ ಈಗ ಪೂರ್ತಿ ಅಮ್ಮ ಮಾಡುವ ತಿಂಡಿಯ ಮೇಲೆ. ಅದೇ ಜಾನಕಿಯ ಮನೆಯಲ್ಲಿ ಇಂದು ಮಾಡುವ ಅರಿಸಿನದೆಲೆಯ ಸಿಹಿಸಿಹಿ ಕಡುಬು. ಹಿಂದೊಮ್ಮೆ ಜಾನಕಿ ತನ್ನನ್ನು ಕರೆದುಕೊಟ್ಟ ಕಡುಬಿನ ಸಿಹಿ ನೆನಪಾಯಿತು. ಕಡುಬಿನೊಳಗೆ ಬೆಲ್ಲದಲ್ಲಿ ನೆನೆದ ಎಳ್ಳು ಕಾಯಿತುರಿ; "ಉಮ್ಮ ನಂಗೆ ಬಿಸಿ ಬಿಸಿ ಕಡುಬು ಕೊಡು...." ಎಂದು ಪಾತುಮ್ಮ ಕುಣಿದಾಡಿದಳು. ಪಾತುಮ್ಮನ ಕೂಗು ಕೇಳಿ ಗೆರೆಟೆಯಲ್ಲಿ ಅನ್ನ ತಪ್ಪಲೆ ಆಟ ಆಡುತ್ತಿದ್ದ ಕರೀಮು ಓಡಿ ಬಂದ. ಉಮ್ಮ ಸಿಹಿ ಕಡುಬು ಪಾತುಮ್ಮನಿಗೆ ಕೊಡುತ್ತಾಳೋ ಇಲ್ಲವೋ ಎಂದು ನೋಡುತ್ತ ನಿಂತ. ಕೊಟ್ಟರೆ ತನಗೂ ಕೊಡುತ್ತಾಳೆನ್ನುವುದು ಖಾತ್ರಿ.

"ನಿಲ್ಲು ಸ್ವಲ್ಪ 'ಸಬುರ್' ಮಾಡ್ಕೋ..... ಕಡುಬು ಬೇಯಲಿ. ಹಾಗೆಲ್ಲ ತಿನ್ಲಿಕ್ಕೆ ನಿಂಗೆ ಅಂತ ಮಾಡಿದ್ದಲ್ಲ. ಇಂದು ದನಗಳ ಹಬ್ಬ. ಆ ಮೂಕ ಜಾತಿಯ ಪ್ರಾಣಿಗಳ ಹಬ್ಬಕ್ಕೆ ಅವುಗಳಿಗೊಂದೆರಡು ಕಡುಬಾದ್ರೂ ಮಾಡಿ ತಿನ್ನೋಣಾಂತ ಮಾಡಿದ್ದೇನೆ..." ಎಂದಳು ಅಮ್ಮ. "ನಮ್ಮ ದನಕ್ಕೆ ಹಾಕ್ಲಿಕ್ಕಾ ಈ ಕಡುಬು ? ನಮ್ಗಿಲ್ವಾ ?" ಎಂದ ಕರೀಮು ನಿರಾಸೆಯಿಂದ. "ನಿಲ್ಲು ಮೋನೆ... ಬೇಯಲಿ. ನಿಮಗೂ ಕೊಡುತ್ತೇನೆ. ಈಗ ನೀವೆಲ್ಲ ಕೈ ತೊಳ್ದು ಬನ್ನಿ. ನಾನು ನಮಾಜು ಮಾಡಿ ಬರ್ತೇನೆ" ಎಂದು ಉಮ್ಮ ಹೇಳಿದಾಗಲೇ ಪಾತುಮ್ಮನಿಗೂ ಕರೀಮನಿಗೂ ಸಮಾಧಾನ ಬಂದದ್ದು.

ಉಮ್ಮ ಒಲೆಯ ಮೇಲೆ ಕಡುಬು ಬೇಯಲಿಕ್ಕಿಟ್ಟು ನಮಾಜಿಗೆಂದು ಕೈಕಾಲು ತೊಳೆದು ಬರಲು ಹೋದಳು.

ಪಾತುಮ್ಮನೊಂದಿಗೆ ಕರೀಮ ಹೇಳಿದ "ಇಂದು ದನಗಳ ಹಬ್ಬವಾ....?" ಪಾತುಮ್ಮ ಕರೀಮನಿಗಿಂತ ದೊಡ್ಡವಳು. ಕಳೆದ ವರ್ಷ ಜಾನಕಿಯ ಮನೆಯಲ್ಲಿ ಗೋಪೂಜೆ ಮಾಡುವುದನ್ನು ಕಂಡವಳು. "ದನವನ್ನು ಚೆನ್ನಾಗಿ ಮೀಯಿಸಿ ಅದಕ್ಕೆ ಉರುಟುರುಟು ಬಣ್ಣದ ಗುರುತು ಹಾಕ್ತಾರೆ. ಅದರ ಕುತ್ತಿಗೆಗೆ ಹೂಮಾಲೆ ಹಾಕುತ್ತಾರೆ. ನಮಸ್ಕಾರ ಮಾಡುತ್ತಾರೆ. ಮತ್ತೆ ಮೇಯಲಿಕ್ಕೆ ಬಿಡುತ್ತಾರೆ" ಎಂದಳು. "ನಾವು ಕೂಡ ಹಾಗೆಯೇ ಮಾಡುವನಾ?" ಎಂದ ಕರೀಮು. "ನಾಳೆ ಹಾಗೆಯೇ ಮಾಡುವ, ಬಾಪನೊಂದಿಗೆ ಹೇಳುವ" ಎಂದು ಪಾತುಮ್ಮ ಅಪ್ಪ ಮಲಗಿರುವ ಕೋಣೆಗೆ ಹೋದಳು. ಅಲ್ಲಿ ಅಪ್ಪ ನಿದ್ರಿಸುತ್ತಿದ್ದ. ಜ್ವರದಿಂದ ಆಗಾಗ ನರಳುತ್ತಿದ್ದ. "ಬಾಪಾ" ಅಂತ ಕರೆಯಲು ಬಾಯಿ ತೆರೆದ ಪಾತುಮ್ಮ ಸುಮ್ಮನಾದ್ಲು. ಕರೀಮನನ್ನು ಕರೆದುಕೊಂಡು,

"ನಮ್ಮ ದನವನ್ನು ಮೀಯಿಸಿ ಅದಕ್ಕೆ ಹೂಮಾಲೆ ಹಾಕಿ ಚಂದ ಮಾಡುವ ಬಾ" ಎಂದಳು ಪಾತುಮ್ಮ, "ಮೊದ್ಲು ಅದಕ್ಕೆ ಹೂಮಾಲೆ ಮಾಡೋಣ" ಎಂದ ಕರೀಮು. ಅದು ಸರಿ ಎಂದುಕೊಂಡ ಪಾತುಮ್ಮ ಮೇಸ್ತ್ರ ಮನೆಗೆ ದುಡು ದುಡು ಓಡಿದ್ಲು. ಕರೀಮ ತನ್ನ ಪುಟ್ಟ ಪಾದಗಳಿಂದ ಅವಳಷ್ಟು ವೇಗವಾಗಿ ಓಡಲಾರ. "ನಿಲ್ಲು ಪಾತ್ಮ ನಾನೂ ಬರ್ತೇನೆ" ಎಂದು ಕೂಗುತ್ತಾ ಅವಳ ಬೆನ್ನು ಹಿಡಿದ.

ಮೇಸ್ಟರ ಹೆಂಡತಿ ದೇವರ ಪೂಜೆಗೆ ಅಂಗಳದ ಗಿಡಗಳಿಂದ ಹೂಗಳನ್ನು ಕೊಯ್ಯುತ್ತಿದ್ದರು. "ಏನು ಮಕ್ಳೇ....?" ಅಂತ ಕೇಳಿದರು. "ನಾನು ಸ್ವಲ್ಪ ಹೂ ಕೊಯ್ಯಲಾ....?" ಅಂತ ಪಾತುಮ್ಮ ಕೇಳಿದ್ದಕ್ಕೆ ಮೇಸ್ಟರ ಹೆಂಡತಿ, "ಯಾಕೆ..... ಮುಸ್ಲಿಮರು ಕೂಡ ದೇವರ ಪೂಜೆಗೆ ಹೂ ಹಾಕ್ತಾರಾ?" ಅಂತ ನಕ್ಕರು. ಪಾತುಮ್ಮ "ಅಲ್ಲ ನಮ್ಮ ದನಕ್ಕೆ..." ಅಂದಳು. "ಅರೆ..... ನೀವು? ದನದ ಪೂಜೆ...?" ಎಂದು ಮತ್ತೆ ಜೋರಾಗಿ ನಕ್ಕರು. ಪಾತುಮ್ಮನಿಗೆ ಕಸಿವಿಸಿಯಾಯಿತು. "ಪೂಜೆಗಲ್ಲ, ದನಕ್ಕೆ ಹೂಮಾಲೆ ಹಾಕ್ಲಿಕ್ಕೆ....." ಎಂದು ಅವರು ಹೂ ಕೊಯ್ಯಲಿಕ್ಕೆ ಅನುಮತಿ ನೀಡುವುದನ್ನು ಕಾಯುತ್ತ ನಿಂತಳು. ಮೇಸ್ಟರು ಹೊರಬಂದೊಡನೆ ಅವರ ಹೆಂಡತಿಯೇನೋ ಹೇಳಿದರು. ಇಬ್ಬರೂ ನಗತೊಡಗಿದರು. ಅವರ ಮಗಳು ಜಾನಕಿ, "ಯಾಕೆ ಪಾತುಮ್ಮ ಹೂ?" ಎನ್ನುತ್ತಾ ಬಂದವಳೊಂದಿಗೆ ಪಾತುಮ್ಮ ಹೇಳಿದಳು. "ನಮ್ಮ ದನಕ್ಕೆ ಹಾಕ್ಲಿಕ್ಕೆ. ಹೂಮಾಲೆ ಮಾಡ್ಲಿಕ್ಕೆ." ಜಾನಕಿ ಅವರನ್ನು ಕರೆದು ದಾಸವಾಳ, ಕರವೀರ ಹೂಗಳನ್ನು ಕೊಯ್ದು ಕೊಟ್ಟಳು. ಒಂದಷ್ಟು ಹೂಗಳನ್ನು ಕರೀಮನೂ ಕೊಯ್ದುಕೊಂಡ.

ಅಲ್ಲೇ ಮರದಡಿ ಕೂತು ಬಾಳೆ ದಿಂಡಿನ ನಾರಿನಿಂದ ಹೂ ನೆಯ್ದು ಮಾಲೆ ಮಾಡತೊಡಗಿದರು. "ನಮ್ಮ ಮನೆಯಲ್ಲಿ ದನ ಇಲ್ಲ" ಎಂದು ಜಾನಕಿ, ಬೇಸರದಿಂದ ನುಡಿದಾಗ ಪಾತುಮ್ಮ ಹೇಳಿದಳು, "ನೀನು ನಮ್ಮ ಮನೆಗೆ ಬಾ, ದನವನ್ನು ಚಂದ ಮಾಡೋಣ."

ಹೂವಿನ ಮಾಲೆ ಹಿಡಿದುಕೊಂಡು ಪಾತುಮ್ಮ ಮತ್ತು ಕರೀಮ ರೀವಿಯಿಂದ ಮನೆ ಕಡೆ ಹೊರಟರು. ಕರೀಮನಿಗೆ ಅದಾವುದೋ ಪದ ನೆನಪಾಗಿ ಹಾಡಿದ. ಕರೀಮ ತಪ್ಪಿದ ಸಾಲನ್ನು ಪಾತುಮ್ಮ ತಿದ್ದಿ ಜತೆಗೂಡಿ ಹಾಡುತ್ತ ಸಾಗಿದರು.

ಒಂದು ಒಂದು ಎರಡು
ತಂಬಿಗೆ ಹಿಡಿದು ಹೊರಡು
ಎರಡು ಎರಡು ನಾಲ್ಕು
ದನವ ಕಟ್ಟಿ ಹಾಕು
ನಾಲ್ಕು ಎರಡು ಆರು
ಹಾಲು ಕರೆಯಲು ಕೂರು
ಆರು ಎರಡು ಎಂಟು
ತಂಬಿಗೆ ತುಂಬಿದ್ದುಂಟು
ಎಂಟು ಎರಡು ಹತ್ತು
ಹಾಲು ಸಿಹಿ ಸಿಹಿ ಇತ್ತು.

"ಹಾಲು ಸಿಹಿ..... ಸಿಹಿ ಅಲ್ವಾ ?" ಎಂದು ಕರೀಮ ಪಾತುಮ್ಮನನ್ನು ಕೇಳಿದ. "ಹೌದು. ಈ ನಮ್ಮ ದನ ಹಿಂದೊಮ್ಮೆ ಕರು ಹಾಕಿದಾಗ ಹಾಲು ಕೊಟ್ಟಿತ್ತು. ಅಮ್ಮ ಹಾಲನ್ನು ಮೇಸ್ಟರ ಮನೆಗೆ, ಬಬ್ಬಾರ್ ಕಾಕಾನ ಮನೆಗೆ, ಹೋಟ್ಲಿನವ್ರಿಗೆ ಕೊಡುತ್ತಿದ್ಲು. ಆಗ ನಂಗೂ ಒಮ್ಮೊಮ್ಮೆ ಉಳಿದ ಹಾಲು ಕುಡೀಲಿಕ್ಕೆ ಕೊಡ್ತಿದ್ಲು. ಸಿಹಿ ಸಿಹಿ ಹಾಲು..." ಎಂದಳು ಪಾತುಮ್ಮ. "ಉಮ್ಮ ನಂಗೆ ಕೊಟ್ಟೇ ಇಲ್ಲ....." ಎಂದು ಕರೀಮ ಬೇಸರದ ದನಿಯಲ್ಲಿ ಅಂದಾಗ ಪಾತುಮ್ಮ ಸಮಾಧಾನ ಪಡಿಸಿದಳು. "ಈ ಸಲ ದನ ಕರು ಹಾಕಿದ ಕೂಡ್ಲೇ ನಿಂಗೆ ಹಾಲು ಕೊಡುತ್ತಾಳೆ ಉಮ್ಮ....."

ಉಮ್ಮ ಆಗ್ಲೇ ಎರಡು ಕೊಡ ನೀರು ಬಾವಿಯಿಂದ ಸೇದಿ ತಂದಿಟ್ಟು ತೆಂಗಿನ ಮರಕ್ಕೆ ದನವನ್ನು ಕಟ್ಟಿಹಾಕುತ್ತಿದ್ದಳು. ಪಾತುಮ್ಮ ತನ್ನ ಕೈಯಲ್ಲಿನ ಹೂವಿನ ಮಾಲೆಯನ್ನು ಕರೀಮನ ಕೈಗೆ ಕೊಟ್ಟು "ಉಮ್ಮ..... ನಾನು ದನವನ್ನು ಮೀಯಿಸ್ಲಾ ?" ಎಂದಳು. "ಸರಿ ನಿನ್ನ ಲಂಗವನ್ನು ಎತ್ತಿ ಕಟ್ಕೋ" ಎಂದು ಉಮ್ಮ ತಂಬಿಗೆಯನ್ನು ಕೊಟ್ಟಳು. ಪಾತುಮ್ಮ ನೀರನ್ನು ತಂಬಿಗೆಯಲ್ಲಿ ಎತ್ತಿ ಕೊಡುವುದು, ಉಮ್ಮ ನೀರನ್ನು ಬೆನ್ನ ಮೇಲೆ ಸುರಿದು ಬಾಳೆ ಎಲೆಯನ್ನು ಮುದ್ದೆ ಮಾಡಿ ಹಿಡಿದು ದನದ ಮೈ ಉಜ್ಜುವುದು ಮಾಡುತ್ತಿದ್ದರು. ಕರೀಮ ದೂರ ನಿಂತು ನೋಡುತ್ತಿದ್ದ. ತಾನು ಅವರ ಜೊತೆ ಸೇರಬೇಕೆನ್ನೋ ಆಸೆ, ಹತ್ತಿರ ಹೋಗಲು ಭಯ. ದನ ಕಾಲಿನಿಂದ ತುಳಿದರೆ....! ಚೂಪಾದ ಕೊಂಬಿನಿಂದ ಇರಿದರೆ!

ಬಾಪಾ ಕೆಮ್ಮುತ್ತಾ ಹೊರಗೆ ಬಂದರು. ಕರೀಮ ಹೂವಿನ ಮಾಲೆಯನ್ನು ಬಾಪಾನಿಗೆ ಉತ್ಸಾಹದಿಂದ ತೋರಿಸಿದ. ದನವನ್ನು ಸಿಂಗರಿಸುವುದರ ಬಗ್ಗೆ ಉತ್ಸಾಹದಿಂದ ವಿವರಿಸಿದ. ಬಾಪಾ ನಕ್ಕು "ಬಹಳ ಚಂದವಿದೆ..." ಎಂದವರು "ನೋಡೇ.... ಗಬ್ಬದ ಹಸು, ಮೈ ತಿಕ್ಕುವಾಗ ಸ್ವಲ್ಪ ಜಾಗ್ರತೆ..." ಉಮ್ಮನತ್ತ ನೋಡುತ್ತಾ ಹೇಳಿದರು. ಉಮ್ಮ ನಕ್ಕು "ಗಂಡಸರಿಗಿಂತ ಹೆಂಗಸರಿಗೆ ಆ ಬಗ್ಗೆ ಗೊತ್ತು.

ಅದ್ನೆಲ್ಲಾ ನಂಗೆ ಹೇಳ್ಬೇಡಿ....." ಎಂದಳು. "ಜ್ವರ ಬಿಟ್ಟಿದೇಂತ ನೀರಿಗೆ ಕೈ ಹಾಕಬೇಡಿ" ಅಂತ ಎಚ್ಚರಿಸಿದಳು. ಬಾಪಾ ಕರೀಮನೊಂದಿಗೆ "ದನಕ್ಕೆ ಬಣ್ಣದ ಚುಕ್ಕೆ ಹಾಕುವುದು ಬೇಡವಾ ?" ಎಂದು ಕೇಳಿದರು. "ಹಾಂ...... ಹೌದು ಹಾಕ್ಬೇಕು" ಎಂದು ಕರೀಮ ಉತ್ಸಾಹದಿಂದ ಹೇಳಿದ.

ಬಾಪಾ ಮನೆಯ ಹಿಂದೆ ಇದ್ದ ಹಳದಿಬಣ್ಣದ ಜೇಡಿಮಣ್ಣಿನ ತುಂಡೊಂದನ್ನು ತಂದು ನೀರಿನಲ್ಲಿ ಕಲೆಸತೊಡಗಿದರು. ಕರೀಮ ಬಾಪಾ ಮಾಡುತ್ತಿರುವುದನ್ನು ಆಸ್ಥೆಯಿಂದ ನೋಡತೊಡಗಿದ.

ಎಲ್ಲಿಂದಲೋ ಓಡುತ್ತಾ ಜಾನಕಿ ಪಾತುಮ್ಮನ ಬಳಿ ಬಂದಳು. ಲಲಿತನ ಮನೆಯಲ್ಲೂ ಮತ್ತು ಜಯಶ್ರೀ ಮನೆಯಲ್ಲೂ ಗೋಪೂಜೆ ಮಾಡಿದ್ದಾರೆ. ನಂಗಲ್ಲಿ ಒಳ್ಳೆದಾಗ್ಲಿಲ್ಲ, ನಿಮ್ಮಲ್ಲಿಗೆ ಬಂದೆ" ಎಂದಳು ಏದುಸಿರು ಬಿಡುತ್ತಾ. ದನವನ್ನು ಮೀಯಿಸಿ ಆಯಿತು.

ಉಮ್ಮ ದನವನ್ನು ಇನ್ನೊಂದು ಮರಕ್ಕೆ ಕಟ್ಟಿ ಒಳಗೆ ಹೋದಳು. ಬಾಪಾ ಮತ್ತು ಕರೀಮ, ಜೇಡಿಮಣ್ಣನ್ನು ನೀರಲ್ಲಿ ಕರಗಿಸಿ ಅಗಲ ಬಾಯಿಯ ಪಾತ್ರೆಗೆ ಹಾಕಿದ್ದರು. ಅಪ್ಪ ಉರುಟು ಬಾಯಿಯ ಗರಟೆಯನ್ನು ಹುಡುಕಿ ತಂದ.

ಪಾತುಮ್ಮ ಮತ್ತು ಕರೀಮ ದನದ ಕುತ್ತಿಗೆಗೆ ಹೂಮಾಲೆ ಹಾಕುವುದನ್ನು ನೋಡುತ್ತಾ ಜಾನಕಿ ಹೇಳಿದ್ಲು: "ನೀವು ಯಾಕೆ ಗೋಪೂಜೆ ಮಾಡುವುದು, ನೀವು ಮುಸಲ್ಮಾನರಲ್ವಾ ?" ಪಾತುಮ್ಮ ಕ್ಷಣ ಕಸಿವಿಸಿಗೊಂಡು ಗೆಳತಿಗೆ ಹೇಳಿದಳು "ಅಮ್ಮ ಹೇಳಿದ್ಲು. ದನಗಳ ಹಬ್ಬಕ್ಕೆ ಅವುಗಳಿಗೆ ಕಡುಬು ತಿನ್ನಿಸುವಾ ಅಂತ. ಅದರ ಹಬ್ಬ ಅಲ್ವಾ ಅಂತ ಚಂದ ಮಾಡುವಾಂತ.... ಅಷ್ಟೇ. ಪೂಜೆಗೀಜೆ ಯೇನಿಲ್ಲಾಪ್ಪ" ಅಂದ್ಲು ದೊಡ್ಡ ಹೆಂಗಸಿನಂತೆ ರಾಗವಾಗಿ.

ಜಾನಕಿ ಏನೋ ಯೋಚಿಸುತ್ತಾ ಹೇಳಿದಳು. "ನಮ್ಮಪ್ಪ ಹೇಳಿದ್ರು ನೀವು ದನ ತಿನ್ನುವವ್ರು...... ಎಂಥಾ ಗೋಪೂಜೆ ಮಾಡೂದು ಅಂತ. ಅದಕ್ಕೆ ನೀವು ಪೂಜೆ ಮಾಡೂದಿಲ್ಲಾಂತ ಕಾಣ್ತದೆ ಅಲ್ವಾ ?" ಜಾನಕಿಯ ಮುಗ್ಧ ಪ್ರಶ್ನೆಗೆ ಪಾತುಮ್ಮನಿಗೆ ಏನೂ ಉತ್ತರಿಸಲಾಗಲಿಲ್ಲ. ದನದ ಮಾಂಸದ ಅಡುಗೆ ಮನೆಯಲ್ಲಿ ಮಾಡಿದ್ದುಂಟು. ಎಲ್ಲರೂ ತಿಂದದ್ದುಂಟು. ಹಾಗಂದ ಕೂಡಲೇ ನಾವು ಸಾಕಿದ ದನವನ್ನು ಯಾಕೆ ಚಂದ ಮಾಡಬಾರದು ? ಪುಟ್ಟ ಪಾತುಮ್ಮಳಿಗೆ ಕಸಿವಿಸಿಯಾಯಿತು. ಕರೀಮನಿಗೆ ಇದೊಂದು ಮಾತು ಮುಖ್ಯ ಅನಿಸಲಿಲ್ಲ. ಅವನು ತನ್ನ ಕೈಯಲ್ಲಿ ಕೊಟ್ಟ ಹೂಮಾಲೆಯನ್ನು ಅಕ್ಕನ ಕೈಗೆ ಕೊಟ್ಟು "ದನಕ್ಕೆ ಹಾಕು..." ಎಂದು ಒತ್ತಾಯಿಸಿದ. ಪಾತುಮ್ಮ ಎಚ್ಚರಾದಳು.

ದನದ ಕುತ್ತಿಗೆಗೆ ದಾಸವಾಳದ ಹೂವಿನ ಮಾಲೆ ಹಾಕಹೋಗುವಾಗ ದನ ತನ್ನ ಕತ್ತುಚಾಚಿ ತಿನ್ನಲು ಬಾಯಿ ಹಾಕಿತು. "ಅಯ್ಯಮ್ಮಾ... ಇದು ನಿನ್ನ ಚಂದ ಮಾಡ್ಲಿಕ್ಕೆ. ನಿನ್ನ ಹಬ್ಬ ಅಲ್ವಾ ಇವತ್ತು ? ನಿಂಗೆ ತಿನ್ಲಿಕ್ಕೆ ಉಮ್ಮ ಕಡುಬು ಮಾಡಿದ್ದಾಳೆ. ಅದನ್ನು ತಿನ್ನುವಿಯಂತೆ" ಎಂದು ರಮಿಸುತ್ತಾ ಪಾತುಮ್ಮ ದನದ ಕುತ್ತಿಗೆಗೆ ಹೂಹಾರ ಹಾಕಿದ್ಲು. ಕರೀಮ ಸಂತೋಷದಿಂದ ತಕತಕನೆ ಕುಣಿದಾಡಿದ.

ಜಾನಕಿ ದನದ ಮೈಮುಟ್ಟಿ ಸವರುತ್ತಾ "ನಿಮ್ಮ ದನ ಎಷ್ಟು ಪಾಪ ಅಲ್ಲಾ..." ಅಂದ್ಲು. "ಹೌದು, ಉಮ್ಮ ಹೇಳುತ್ತಾಳೆ, ಸಣ್ಣ ಮಗು ಕೂಡ ತಂಬಿಗೆ ಹಿಡಿದು ಹಾಲು ಕರೆಯಬಹುದು. ನಮ್ಮ ದನ ಅಷ್ಟು ಪಾಪ" ಎಂದಳು ಪಾತುಮ್ಮ.

ಪಾತುಮ್ಮ ಅಪ್ಪ ಮತ್ತು ಕರೀಮ ಜೇಡಿನೀರನ್ನು ತಂದು ಗರಟೆಯ ಬಾಯಿಯನ್ನು ಅದರಲ್ಲಿ ಅದ್ದಿ ದನದ ಕಪ್ಪು ಮೈಮೇಲೆ ಉರುಟು ಉರುಟಾದ ಮುದ್ರೆಗಳನ್ನು ಮೂಡಿಸತೊಡಗಿದರು. ಕರೀಮ ತಂದೆಯಿಂದ ಗರಟೆಯನ್ನು ಕಿತ್ತುಕೊಂಡು ತಾನೂ ನಾಲ್ಕೈದು ಚಿತ್ತಾರಗಳನ್ನು ಮೂಡಿಸಿದ. ಮೈತುಂಬೆಲ್ಲ ಉರುಟು ಮುದ್ರೆಗಳನ್ನು ಹೊತ್ತ ದನ ವಿಚಿತ್ರ ರೀತಿಯಲ್ಲಿ ಕಂಗೊಳಿಸಿತು.

ಜಾನಕಿಗೆ ಮತ್ತೆ ಕೆಲವು ಸಂಶಯಗಳು ಮುತ್ತಿಕೊಂಡವು. ಅವಳು ಪಾತುಮ್ಮನನ್ನು ಕರೆದು "ಹೌದಾ ನಿನ್ನಪ್ಪನನ್ನು ಹಿಂದೊಮ್ಮೆ ಗೋಮಾಂಸ ಮಾರಾಟ ಮಾಡಿದ್ದಕ್ಕೆ ಪೋಲೀಸರು ಅರೆಸ್ಟ್ ಮಾಡಿ ಮಾಂಸದ ಬುಟ್ಟಿ ಹೊರಿಸಿ ರಸ್ತೆಯಲ್ಲಿ ಮೆರವಣಿಗೆ ಮಾಡಿದ್ದರಂತೆ" ಎಂದಳು. ಪಾತುಮ್ಮ ಮೂಕಳಂತೆ ಅವಳನ್ನು ಪಿಳಿಪಿಳಿ ನೋಡಿದಳು.

ಉಮ್ಮ ಮನೆಯೊಳಗಿಂದ ನಾಲ್ಕು ಅರಸಿನದೆಲೆಯ ಸಿಹಿಕಡುಬುಗಳನ್ನು ತಂದಳು. ಪಾತುಮ್ಮ ಕರೀಮ ಒಂದೊಂದನ್ನು ತೆಗೆದುಕೊಂಡು ದನಕ್ಕೆ ತಿನ್ನಿಸತೊಡಗಿದರು. ಜಾನಕಿ ಹೇಳಿದ ವಿಷಯ ಪಾತುಮ್ಮಳ ಕಿವಿಯನ್ನು ಕೊರೆಯುತ್ತಿತ್ತು. ಜಾನಕಿ ಹೇಳಿದ್ದರ ಬಗ್ಗೆ ಬಾಪಾನನ್ನು ಕೇಳಿದಳು. ಬಾಪಾನ ಮುಖದ ನಗೆ ಒಮ್ಮಿಂದೊಮ್ಮೆಗೆ ಮಾಯವಾಯಿತು. ಜಾನಕಿಯೊಂದಿಗೆ ಕೇಳಿದರು "ನಿಂಗೆ ಯಾರಮ್ಮ ಹೇಳಿದ್ದು?" ಜಾನಕಿ ಹೇಳಿದ್ಲು "ನಮ್ಮಪ್ಪ...." "ಹಾಂ....? ಹೌದು, ನಾನೊಬ್ಬ ಮಾರ್ಕೆಟ್ಟಿನಲ್ಲಿ ಸಾಹುಕಾರ ಕೊಡುವ ಸಂಬಳಕ್ಕೆ ಕೆಲಸ ಮಾಡುವ ಕಸಾಯಿ. ಮಾಂಸ ಮಾಡುವುದು, ಮಾರುವುದು ನನ್ನ ಕಸುಬು. ಆದರೆ ಮಕ್ಕಳಿಗೆ ಒಳ್ಳೆಯ ವಿಷಯಗಳನ್ನು ಹೇಳಿಕೊಡಬೇಕಾದ ಮೇಸ್ಟ್ರು ಕಸಾಯಿಯಾಗಕೂಡದು" ಎಂದರು ಬಾಪಾ. ಅವರು ಹೇಳಿದ್ದು ಜಾನಕಿಗಾಗಲಿ, ಪಾತುಮ್ಮಳಿಗಾಗಲೀ ಏನೆಂದು ಗೊತ್ತಾಗಲಿಲ್ಲ. ಪಾತುಮ್ಮನ ಮನಸ್ಸಲ್ಲಿ ಅಪ್ಪನ ತಲೆಯ ಮೇಲೆ ಮಾಂಸದ ಬುಟ್ಟಿ ಹೊರಿಸಿ ಮೆರವಣಿಗೆ ಮಾಡುವ ಚಿತ್ರ ಮೂಡಿಬಂತು. ಎಲ್ಲರೂ ನಗುತ್ತಿರುವಂತೆ, ಅಪ್ಪನ ತಲೆಯ ಬುಟ್ಟಿಯಿಂದ ನೆತ್ತರು ನೀರು ಇಳಿದು ಮುಖ ತುಂಬಾ ಹರಿದಂತೆ ಪೊಲೀಸರು ಲಾಟಿ ತಿರುಗಿಸಿದಂತೆ..... ಪಾತುಮ್ಮ ಕ್ಷಣ ಭಯದಿಂದ ಕಂಪಿಸಿದಳು. ಉಮ್ಮಾ ಬನ್ನಿ ಮಕ್ಳೇ, ಕಡುಬು ತಿನ್ಲಿಕ್ಕೆ ಬನ್ನಿ...... ಎಂದು ಕೂಗಿ ಹೇಳಿದ್ಲು..... ಪಾತುಮ್ಮ ಕನಸಿನಿಂದ ಬೆಚ್ಚಿ ಎದ್ದವಳು ವಾಸ್ತವಕ್ಕೆ ತಿರುಗಿದಳು, ಅಮ್ಮ ಮಾಡಿದ ಕಡುಬಿನ ನೆನಪು ಬಂದು ತಿನ್ನಲು ಜಾನಕಿಯನ್ನು ಕರೆದಳು, ಜಾನಕಿ ನಿಲ್ಲಲಾ ಹೋಗಲಾ ಎನ್ನುವ ಸಂದಿಗ್ಧಕ್ಕೆ ಬಂದಳು. "ಅಂದು ನಿನ್ನ ಮನೆಯಲ್ಲಿ ಕೊಟ್ಟರಲ್ಲ ಅದೇ ಕಡುಬು. ಮಾಂಸದ್ದೇನಲ್ಲ...." ಎಂದು ಪಾತುಮ್ಮ ಹೇಳಿದಳು. ಕ್ಷಣ ಹೊತ್ತು ಸುಮ್ಮನಿದ್ದು "ಮತ್ತೆ ಬರುತ್ತೇನೆ...." ಎಂದು ತನ್ನ ಮನೆ ಕಡೆ ಓಡಿದಳು.

ಕಡುಬು ಕೊಡುತ್ತಾ ಉಮ್ಮ ಪಾತುಮ್ಮನೊಂದಿಗೆ "ಮೇಸ್ಟ್ರ ಮಗಳು

ಹೋದ್ನಾ....?" ಅಂದ್ಲು, ಹೌದೆಂದು ಪಾತುಮ್ಮ ತಲೆಯಾಡಿಸುವಾಗ, ಬಾಪಾ ಹೇಳಿದರು "ಅವ್ರು ನಮ್ಮ ಮನೆಯ ತಿಂಡಿ ತಿನ್ನೋದಿಲ್ಲ..." ತಿಂಡಿತಿಂದು ಮುಗಿಸುವಾಗ ಪಾತುಮ್ಮ ಕೇಳಿದ್ಲು, "ಜಾನಕಿಯ ಅಪ್ಪ ಹೇಳಿದ್ರಂತೆ. ಅವ್ರೆಂತ ದನ ತಿನ್ನುವವರು ಗೋಪೂಜೆ ಮಾಡುವುದು ಅಂತ. ನಾವು ದನವನ್ನು ಚೆಂದ ಮಾಡ್ಬಾರ್ದಾ?" ಬಾಪಾ ಸುಮ್ಮನಿದ್ದರು. "ಹಾಗೆ ಹೇಳಿದ್ರೆ ಸಸ್ಯಗಳಿಗೂ ಜೀವ ವಿದೆ– ಅವು ಹುಟ್ಟುತ್ತವೆ, ಸಾಯುತ್ತವೆ; ಉಸಿರಾಡುತ್ತವೆ, ಚಲಿಸುತ್ತವೆ. ಅವುಗಳು ಪ್ರಾಣಿಗಳಂತೆ ಕೂಗುವುದಿಲ್ಲ ಅಷ್ಟೇ. ಕುರಾನಿನಲ್ಲಿ ಹೇಳುವಂತೆ, ಅವೂ ಅಲ್ಲಾಹನ ಇಬಾದತ್ ಮಾಡುತ್ತವೆ ಅಲ್ವಾ? ಅವುಗಳನ್ನು ತಿನ್ನುವವರೇ ಅಲ್ವಾ, ಅವನ್ನು ಬಿತ್ತಿ ಬೆಳೆಸುವುದು...?" ಅಂತ ಉಮ್ಮ ಬಾಪಾನೊಂದಿಗೆ ಕೇಳಿದಳು. "ನಾವೇನು ಹೇಳಿದ್ರೂ ಅದನ್ನು ಯಾರೂ ಕೇಳುವ ಸ್ಥಿತಿಯಲ್ಲಿಲ್ಲ..... ಒಟ್ಟಾರೆ ನಾವು ಬದುಕಬೇಕು...... ನೋಡು..." ಎಂದರು ಬಾಪಾ. "ಉಮ್ಮ ಅವರೆಲ್ಲ ತಮಾಷೆ ಮಾಡುತ್ತಾರೆ. ನಾವು ದನದ ಮಾಂಸ ತಿನ್ನೋದು ಬೇಡ...." ಎಂದಳು ಪಾತುಮ್ಮ. ಕರೀಮು ಕಡುಬನ್ನು ಬಿಡಿಸಿ ಹೂರಣವನ್ನು ತಿನ್ನುವುದರಲ್ಲಿ ಬಿದ್ದಿದ್ದ. ಉಮ್ಮ ಹೇಳಿದ್ಲು "ಹೌದು ದನದ ಮಾಂಸ ತಿನ್ನೊದು ಬೇಡಾ ಬಿಡುವಾ. ಈ ಕೋಳಿ, ಆಡಿನ ಮಾಂಸದ ಕ್ರಯ ಎಷ್ಟು ಗೊತ್ತುಂಟಾ ನಿಂಗೆ...? ಶ್ರೀಮಂತರಿಗೆ ಮಾತ್ರ ಅದನ್ನ ಕೊಂಡುಕೊಳ್ಳಿಕ್ಕೆ ಸಾಧ್ಯ. ನಮ್ಮಂಥ ಬಡವರಿಗೆ ದನದ ಮಾಂಸವೇ ಗತಿ."

"ನಮಗೂ ಶ್ರೀಮಂತಿಕೆ ಬರುತ್ತಿದ್ರೆ; ಬಾಪಾನ ಕೈತುಂಬ ಹಣ ಇರ್ತಿದ್ರೆ; ಬಾಪಾ ಮಾರ್ಕೆಟ್ಟಿನಲ್ಲಿ ಮಾಂಸ ಕೊಯ್ಯುವ ಕೆಲಸ ಮಾಡಬೇಕಾಗಿರಲಿಲ್ಲ. ಜಾನಕಿ ನಮ್ಮ ಮನೆಯ ಕಡುಬು ತಿನ್ನುತಿದ್ಲು" ಎಂದಳು ಪಾತುಮ್ಮ.

ಬಾಪಾ ಜೋರಾಗಿ ನಿಟ್ಟುಸಿರೊಂದನ್ನು ಬಿಟ್ಟರು.

"ಬಾಪಾ ಮಾರ್ಕೆಟ್ಟಿನಲ್ಲಿ ಮಾಂಸ ಕೊಯ್ಯುವ ಕೆಲಸ ಮಾಡುತ್ತಿರುವುದು ಕೆಟ್ಟ ಕೆಲಸ ಅಂತ ತಿಳಿದಿದ್ದಿಯಾ ಮೋಳೇ? ಜಾನಕಿಯ ಅಪ್ಪ ಮೇಷ್ಟ್ರು ಕೆಲಸ ಮಾಡುವ ಹಾಗೆಯೇ ನಂದು ಕಸಾಯಿ ಕೆಲಸ. ಯಾವುದೇ ಕೆಲಸ ಆದ್ರೂ ಕೆಲ್ಸ ಕೆಲ್ಸವೇ. ಕದಿಯುವುದು, ಮೋಸ ಮಾಡುವುದು ಮಾತ್ರ ಕೆಟ್ಟ ಕೆಲಸ" ಎಂದರು ಬಾಪಾ.

"ಮತ್ಯಾಕೆ ಬಾಪಾ ನಿಮ್ಮನ್ನು ಪೊಲೀಸಿನವ್ರು ಎರೆಸ್ಟ್ ಮಾಡಿ ಮೆರವಣಿಗೆ ಮಾಡಿದ್ದು?" ಎಂದು ಪಾತುಮ್ಮ ಬಾಪಾನ ಮುಖವನ್ನೇ ನೋಡುತ್ತಾ ಕೇಳಿದಳು.

"ನಾವು ಈ ದೇಶಕ್ಕೆ ಸೇರಿದವ್ರು. ಈ ದೇಶದ ಕಾನೂನಿನ ಪ್ರಕಾರ ನಾವು ನಡೆಯಬೇಕು, ಪಾಲಿಸ್ಬೇಕು ನೋಡು. ನಾನಂದು ತಪ್ಪು ಮಾಡಿದ್ದೆ. ಸರಕಾರದ ಲೈಸನ್ನು ಇಲ್ಲದೆ ಮಾಂಸ ಮಾರಿದ್ದೆ....." ಎಂದರು ಬಾಪಾ.

"ಅಲ್ಲಾ.... ನಾವು ಉಣ್ಣುವುದು, ತಿನ್ನೂದಕ್ಕೂ ಒಂದು ಕಾನೂನಾ...?" ಎಂದು ಉಮ್ಮ ಕೇಳಿದ್ಲು.

"ಹಾಗೆಯೇ ಹೇಳಿ ಅಲ್ವಾ ಆ ದಿವ್ಸ ಪೋಲೀಸ್‌ಸ್ಟೇಶನಿನಿಂದ ಜಾಮೀನು ಕೊಟ್ಟು ನನ್ನನ್ನು ಬಿಡ್ಸಿಕೊಂಬಂದು ಯೂಸುಫು, ಕಾದ್ರಿ ಎಲ್ಲ ಗಲಾಟೆ ಮಾಡಿದ್ದು ಮಸೀದಿಯಲ್ಲಿ? ಸಾವುಕಾರ್ ಹಾಜಿ ಏನು ಹೇಳಿದ್ರು ಗೊತ್ತಾ? ಇಂತಹ ಸಣ್ಣ

ವಿಷಯಕ್ಕೆ ನಾವು ಗಲಾಟೆ ಮಾಡಿದ್ರೆ ಸಾಯೋದು ನಾವು ಅಂದ್ರು. ಯೂಸುಫು ಸತ್ರೆ ಸಾಯ್ಲಿ, ನ್ಯಾಯಕ್ಕಾಗಿ ಸಾಯುದಲ್ವಾ? ಅಂದ. ಅದಕ್ಕೆ ಸಾಹುಕಾರ್ ಹಾಜಿಯವ್ರು ನೀವೆಲ್ಲ ಸಾಯುವುದಕ್ಕೆ ಹುಟ್ಟೋರು. ನಾವು ಬದುಕಬೇಕಲ್ವಾ? ಗಲಾಟೆ ಮಾಡಿ ಊರೆಲ್ಲ ಗಲಭೆಯಾದ್ರೆ ನಿಮ್ಮ ಗುಡಿಸಲಿಗೆ ಬೆಂಕಿ ಬಿದ್ರೆ ಹೆಚ್ಚೆಂದರೆ ಸಾವಿರ ರೂಪಾಯಿ ಲಾಸ್ ಆಗ್ಬೋದು. ನಮ್ ಬಂಗಲೆಗೆ, ಗೋದಾಮಿಗೆ ಬೆಂಕಿ ಬಿದ್ರೆ ಲಕ್ಷಗಟ್ಲೆ ರೂಪಾಯಿ ಲಾಸ್ ಆದರೆ ಯಾರು ಕೊಡೋರು ಅಂತ ಸಿಟ್ಟಿನಿಂದ ಹೇಳಿದ್ರು.... ಹೋಗ್ಲಿ ಬಿಡು ಎಂತದೇ ಆಗ್ಲಿ ನಾವು ಇನ್ನೊಬ್ಬರನ್ನ ನೋಯಿಸಕೂಡ್ದು. ಅಲ್ಲಾಹ ಮೆಚ್ಚುದಿಲ್ಲ....." ಎಂದರು ಬಾಪಾ.

"ನಿನ್ನ ಬಾಪಾನ ಮಾತು ಕೇಳಿದ್ರೆ ಎಲ್ಲೋ ಮೈಲಾರ್ ಆಗ್ಬೇಕಿದ್ದೋರು ತಪ್ಪಿ ಕಸಾಯಿ ಆಗಿದ್ದಾರೆ..... ಅನ್ನಿಸ್ತದೆ" ಎಂದು ಉಮ್ಮ ಪಾತುಮ್ಮನನ್ನು ನೋಡಿ ನಕ್ಕಳು. ಪಾತುಮ್ಮನೂ ಉಮ್ಮನ ತಮಾಷೆಗೆ ನಕ್ಕಳು.

ಕರೀಮ ಕಡುಬು ತಿಂದು ಮುಗಿಸಿ ಲೋಟದ ನೀರನ್ನು ಎತ್ತಿ ಕುಡಿದ. ಅರ್ಧ ನೀರು ನೆಲಕ್ಕೆ, ಅರ್ಧ ಹೊಟ್ಟೆಗೆ. ಅವನಿಗೆ ಬಾಪಾ ಲೋಟ ಸರಿಯಾಗಿ ಹಿಡಿದು ನೀರು ಕುಡಿಯಲು ಕಲಿಸಿದರು.

ತಿಂಡಿ ತಿಂದ ಪಾತ್ರೆಗಳನ್ನು ಎತ್ತುತ್ತಾ ಉಮ್ಮ ಪಾತುಮ್ಮನೊಂದಿಗೆ ಹೇಳಿದಳು: "ಬಾಪಾನಿಗೆ ಡಾಕ್ಟ್ರ ಹತ್ತಿರ ಹೋಗಿ ಮದ್ದು ತರಬೇಕು. ಜ್ವರ ಸ್ವಲ್ಪ ಕಮ್ಮಿಯಾಗಿದೆ ಅಂತ ಹೇಳು." ಶಾಲೆಗೆ ರಜಾ ದಿನವಾದ್ದರಿಂದ ಪಾತುಮ್ಮನಿಗೆ ಸಿಂಗರಿಸಿದ ದನವನ್ನು ಬಯಲಿಗೆ ಮೇಯಿಸಲಿಕ್ಕೆ ಕೊಂಡೊಯ್ಯುವ ಹುಮ್ಮಸ್ಸು. ಉಮ್ಮ ಆಗಲೇ ಔಷಧಿ ಬಾಟ್ಲಿ ಮತ್ತು ಐದು ರೂಪಾಯಿ ಅವಳ ಮುಂದಿಟ್ಟಿದ್ದಳು. ಪಾತುಮ್ಮ ಬೇರೆ ದಾರಿ ಕಾಣದೆ ವೈದ್ಯರ ಬಳಿಗೆ ಹೋದಳು.

ಆಗ್ಲೇ ಜನ ಬಾಟ್ಲಿ ಹಿಡ್ಕೊಂಡು ಬಂದು ಕೂತಿದ್ರು. ಪಾತುಮ್ಮ ಕೂತು ಚಡಪಡಿಸಿದ್ದಳು. ಗೋಡೆಗೆ ನೇತು ಹಾಕಿದ ಬೋರ್ಡಿನ ಅಕ್ಷರಗಳನ್ನು ಜೋಡಿಸುತ್ತಾ ಓದಿದಳು–ಡಾ. ಕೃಷ್ಣಪ್ಪಯ್ಯ ಎಂ.ಬಿ.ಬಿ.ಯಸ್. ಕಂಪೌಂಡರ್ ಹುಡುಗ ಒಬ್ಬೊಬ್ಬರನ್ನೇ ಒಳಗೆ ಕಳುಹಿಸುತ್ತಿದ್ದ. ಎರಡು ಮೂರು ಮಂದಿಯನ್ನು ಕಳುಹಿಸುವಾಗ ಎಡೆಯಲ್ಲಿ ಪಾತುಮ್ಮನೂ ನುಸುಳಿದಳು. ಹುಡುಗ ಗೊಣಗಿದ "ಎಷ್ಟು ಹೇಳುವುದು ಈ ಜನಗಳಿಗೆ." ಪಾತುಮ್ಮಳ ಕಣ್ಣು ತುಂಬೆಲ್ಲ ಹೂಮಾಲೆ ಹಾಕಿದ ದನವೇ ನಿಂತುಕೊಂಡಿತ್ತು. ಗೋಮಾಳಕ್ಕೆ ಮೇಯಿಸಲು ಕೊಂಡು ಹೋಗಬೇಕು. ಕಲ್ಯಾಣಿ, ತಬುರ, ತನಿಯ, ಮಿಂಗು ಆಗ್ಲೇ ದನಗಳನ್ನು ತಂದಿರಬೇಕು. ಎಷ್ಟೊತ್ತು ಈ ಡಾಕ್ಟ್ರನ್ನು ಕಾಯೂದಪ್ಪಾ.

"ಇಲ್ಲ ನೀನು ಈ ಕಾಯಿಲೆ ಗುಣ ಆಗ್ಬೇಕಿದ್ರೆ ಸರೀ ತಿನ್ಬೇಕು. ಮಾಂಸ, ಮೊಟ್ಟೆ ತಿನ್ಲೇಬೇಕು. ಜೊತೆಗೆ ತೊಂಭತ್ತು ಇಂಜೆಕ್ಷನು ಆಗ್ಬೇಕು. ಸಣ್ಣ ಕಾಯಿಲೆಯಲ್ಲ ಇದು. ಶ್ವಾಸಕೋಶದ್ದು ಟಿ.ಬಿ." ಡಾಕ್ಟ್ರರ ಧ್ವನಿ ಕೋಣೆಯೊಳಗಿಂದ.

"ನಾನು ತಿನ್ತಾ ಇದ್ದೇನೆ. ಆದ್ರೆ ನೀವ್ಹೇಳಿದಾಗೆ ತಿನ್ಲಿಕ್ಕೆ ಹಣಕ್ಕೆಲ್ಲಿ ಹೋಗ್ಲಿ. ಆಡಿನ ಮಾಂಸಕ್ಕೆ 36 ರೂಪಾಯಿ" ಎಂದಿತೊಂದು ಸ್ವರ.

"ನೋಡು ದನದ ಮಾಂಸ ಒಗ್ಗಿದರೆ ತಿನ್ನು. ಅದು ಕಡಿಮೆ ಬೆಲೆಗೆ ದೊರೆಯುತ್ತದೆ. ನಿನ್ನ ಸೀಕಿಗೆ ಅದು ಬಹಳ ಒಳ್ಳೆಯದು. ಮತ್ತೆ ಆಡಿನ ಕಾಲಿನ ಸೂಪು ಮಾಡಿ ಕುಡಿ. ಅದು ಅಗ್ಗದ್ದು..." ಡಾಕ್ಟರರ ಮಾತು ಕೇಳುತ್ತಾ ನಿಂತ ಪಾತುಮ್ಮ ಮತ್ತಷ್ಟು ಅಸಹನೆಗೊಂಡಳು. ಕೋಣೆಯೊಳಗೆ ನುಗ್ಗಿಬಿಟ್ಟಳು.

ಅದೇನೋ ಚೀಟಿ ಬರೆಯುತ್ತಿರುವ ಡಾಕ್ಟರ ಮುಖದಲ್ಲಿ ಕೋಪ ಮೂಡುವುದನ್ನು ಗಮನಿಸದ ಪಾತುಮ್ಮ "ಅಪ್ಪನಿಗೆ ಜ್ವರ ಕಡಿಮೆಯಾಗಿದೆ. ಜುಲಾಬು ನಿಂತಿದೆ, ಕೆಮ್ಮು ಸ್ವಲ್ಪ ಇದೆ. ಎದ್ದು ನಡೆಯುತ್ತಿದ್ದಾರೆ. ವಾಂತಿ ಎಲ್ಲ ನಿಂತಿದೆ" ಎಂದು ಪಟಪಟನೇ ಹೇಳಿ ಡಾಕ್ಟರರ ಮುಖ ನೋಡಿದಳು. ಅವಸರದಲ್ಲಿ ಅವಳು ಹೇಳಿದ ರೀತಿಯು ತಮಾಷೆಯಾಗಿ ಕಂಡು ಡಾಕ್ಟರರ ಮುಖದಲ್ಲಿ ನಗೆ ಮೂಡಿತು. "ಏನು ಪಾತುಮ್ಮ ಏನವಸರ? ಈವತ್ತು ನಿಂಗೂ ಹಬ್ಬ ಉಂಟಾ ಏನ್ಕತೆ?" ಎಂದು ಚೀಟಿ ಬರೆದುಕೊಟ್ಟರು. ಚೀಟಿ ತಂದು ಕಂಪೌಂಡರಲ್ಲಿ ಕೊಡುವಾಗ "ಒಂದು ಶಿಸ್ತಿಲ್ಲ ಈ ಊರಿನ ಜನಗಳಿಗೆ" ಎಂದು ಗೊಣಗುತ್ತಲೇ ಔಷಧಿ ಮಾತ್ರೆಗಳನ್ನು ಕೊಟ್ಟ. ಹಣ ಕೊಟ್ಟು ಪಾತುಮ್ಮ ಅವುಗಳನ್ನು ಹಿಡಿದುಕೊಂಡು ಮನೆ ಕಡೆ ಓಡಿದಳು.

ಉಮ್ಮನ ಕೈಗೆ ಔಷಧಿ, ಮಾತ್ರೆ ಮತ್ತು ಚಿಲ್ಲರೆ ಹಣವನ್ನು ಕೊಟ್ಟು ಪಾತುಮ್ಮ "ದನವನ್ನು ಮೇಯಿಸಲಿಕ್ಕೆ ಕೊಂಡು ಹೋಗ್ಲಾ ಉಮ್ಮ...?" ಅಂತ ಕೇಳಿದ್ಲು. "ನಿಂಗೆ ಶಾಲೆಗೆ ರಜೆಯಾದ್ರೆ ನನ್ನ ತಲೆ ತಿಂದು ಬಿಡ್ತಿಪ್ಪಾ... ನೀನೀಗ ದನ ಮೇಯಿಸಲಿಕ್ಕೆ ಅಂತು ಕೊಂಡು ಹೋಗಿ ಎಲ್ಲಾದ್ರು ಆಡ್ತಾ ಕೂತ್ರೆ ದನ ಎಲ್ಲಾದ್ರೂ ಹೋಗಿ ಅಯ್ಯನವರ ತೋಟಕ್ಕೆ ನುಗ್ಗಿ ಬಿಟ್ರೆ ಅವ್ರು ಕೊಂಡೋಗಿ ದೊಡ್ಡಿಗೆ ಕಟ್ಟಿ ಬಿಡ್ತಾರೆ..... ಮೊನ್ನೆ ಅಯ್ಯ ಇನ್ನೆಲ್ಲಿಯಾದ್ರು ದನಗಳು ತೋಟಕ್ಕೆ ನುಗ್ಗಿದ್ರೆ ಅದರ ಕಾಲು ಕಡ್ದಾಕು. ದೊಡ್ಡಿಗೆ ಕಟ್ಟಿ ಸಾಕಾಯ್ತು ಅಂತ ಬೀರನಿಗೆ ಹೇಳ್ತಾ ಇದ್ರು" ಅಂತ ಉಮ್ಮ ಹೇಳುವಾಗ ಬಾಪಾ ಅಲ್ಲಿಗೆ ಬಂದವ ಹೇಳಿದ. "ಮತ್ತೆಂತ ಮಾಡೂದು ಅವ್ರು? ವರ್ಷಗಟ್ಲೆ ತನ್ನ ಮಕ್ಳ ಹಾಗೆ ಜೋಕೆಯಿಂದ ಸಾಕಿದ ಸಸಿಗಳನ್ನು ಒಂದೇ ಪಟ್ಟಿಗೆ ದನಗಳು ನಿಸಂತನ ಮಾಡುವಾಗ ಹೊಟ್ಟೆಗೆ ಬೆಂಕಿ ಹಚ್ಚಿದಂತಾಗ್ತದಾ ಇಲ್ವಾ?"

ಪಾತುಮ್ಮ ಮತ್ತೆ ಕುಸುಕುಸು ಮಾಡಿದ್ಲು. ತಾನು ಹೇಳುತ್ತಿರೋದೊಂದು ಈ ಬಾಪಾ ಉಮ್ಮ ಮಾತಾಡುತ್ತಿರೋದೇ ಇನ್ನೊಂದು. "ಉಮ್ಮ..... ನಾನು ಜಾಗ್ರತೆಯಿಂದ ನೋಡಿಕೊಳ್ಳುತ್ತೇನೆ" ಎಂದು ಹಟ ಹಿಡಿದಳು.

"ಕೊಂಡೋಗ್ಲಿ ಬಿಡು, ಗೋಮಾಳಕ್ಕೆ ಬಹಳಷ್ಟು ದನಗಳು ಬರ್ತಾವೆ. ಹುಡುಗ್ರು ಇರ್ತಾರೆ ದನಕ್ಕೂ ಹಬ್ಬದ ದಿವ್ಸ ಕಾಲಾಡಿಸಿದ ಹಾಗಾಗುತ್ತದೆ" ಎಂದು ಬಾಪಾ ಪಾತುಮ್ಮನ ಪರ ವಾದಿಸಿದ.

"ನಂಗೇನಂತೆ..... ಏನಾದ್ರೂ ಹೆಚ್ಚು ಕಮ್ಮಿ ಆದ್ರೆ ನಂಗೊತ್ತಿಲ್ಲ. ಗಬ್ಬದ ಹಸು ಬೇರೆ. ನೀವುಂಟು, ನಿಮ್ಮ ಮಗಳುಂಟು" ಎಂದು ಉಮ್ಮ ಸಿಡುಕುತ್ತಲೆ ಒಪ್ಪಿಗೆ ನೀಡಿದಳು.

ಬಾಪಾ ದನಕ್ಕೆ ಕಟ್ಟಿದ ಹಗ್ಗ ಬಿಚ್ಚಿಕೊಟ್ಟರು. ಕರೀಮು ನಾನು ಬರ್ತೇನೆ ಅಂತ

ಕೂಗತೊಡಗಿದ. "ಪಾತುಮ್ಮ.... ಮಗುವನ್ನೂ ಕರ್‍ಕೊಂಡು ಹೋಗೇ..." ಎಂದು ಉಮ್ಮ ಕೂಗಿ ಹೇಳಿದ್ರು.

ಕರೀಮ ಕೈಗೆ ಸಿಕ್ಕಿದ ಅಂಗಿಯನ್ನು ತೊಟ್ಟು ಹೊರಟ. ಪಾತುಮ್ಮ ಸಿಡುಕುತ್ತಲೇ ಅವನನ್ನು ಸೇರಿಸಿಕೊಂಡಳು. ಮುಂದೆ ದನ, ಹಿಂದೆ ದನದ ಹಗ್ಗ ಹಿಡಿದ ಪಾತುಮ್ಮ ಅದಕ್ಕೂ ಹಿಂದೆ ಪುಟ್ಟ ಪುಟ್ಟ ಹೆಜ್ಜೆ ಹಾಕುತ್ತ ಅದು ಇದು ಕೇಳುತ್ತಾ ಹೋಗುವ ಕರೀಮ. ಗೋಮಾಳಕ್ಕೆ ಪುಟ್ಟ ಸವಾರಿ ಹೊರಟಿತು.

* * * *

ಮಧ್ಯಾಹ್ನ ದಾಟಿ ಮೂರು ಗಂಟೆಯಾದ್ರು ಮಕ್ಕಳು ಹಿಂತಿರುಗದಿರುವುದು ಕಾಣದೆ ಪಾತುಮ್ಮಳ ಉಮ್ಮ ಗಾಬರಿಗೊಂಡಳು. ಬಾಪಾ ಕಸಾಯಿ ಕಾದ್ರಿ ಜ್ವರದಿಂದ ಬಳಲಿದ್ದರಿಂದ ನಿದ್ರೆಯಲ್ಲಿದ್ದ. "ನೋಡಿ ಮಕ್ಕಳಿನ್ನೂ ಬಂದಿಲ್ಲ. ಊಟಕ್ಕೆ ಕೂಡಾ ಬಂದಿಲ್ವಲ್ಲಾ" ಎನ್ನುತ್ತಾ ಗಂಡನನ್ನು ಎಬ್ಬಿಸಿದಳು. ಕಾದ್ರಿ ಎದ್ದು ಕೂತು ಕೇಳಿದ. "ಗಂಟೆ ಎಷ್ಟು ?" "ಮೂರು ಗಂಟೆ ದಾಟಿದೆ" ಎಂದಳು. "ಮಕ್ಕಳು ತಡವಾಗಿ ತಿಂಡಿ ತಿಂದಿದ್ದಾವಲ್ಲಾ. ಆಟ ಆಡುತ್ತಿರಬೇಕು. ಬಂದಾರು ಗಾಬರಿ ಯಾಕೆ ?" ಎಂದ ಕಾದ್ರಿ.

"ನಂಗೆ ಗಾಬರಿ ಮಕ್ಕಳದ್ದಲ್ಲ, ದನದ್ದು. ಎಲ್ಲಿಯಾದರೂ ಹಗ್ಗ ಕಿತ್ತುಕೊಂಡು ಅಯ್ಯನ ತೋಟಕ್ಕೆ ನುಗ್ಗಿದರೆ ? ಅವರು ಕೊಂದು ಬಿಡುವುದಕ್ಕೂ ಹೇಸದ ಜನ. ಆಗ್ಲೇ ಕೆಲಸದಾಳಿಗೆ ಹೇಳಿಬಿಟ್ಟಿದ್ದಾರಂತೆ. ನಮ್ಮದು ಗಬ್ಬದ ಹಸು" ಉಮ್ಮನ ದನಿ ನಡುಗುತ್ತಿತ್ತು.

"ಇಷ್ಟೆಲ್ಲಾ ಗಾಬರಿ ಪಡಬೇಕಾದ ಅವಶ್ಯಕತೆ ಇಲ್ಲ. ಈವತ್ತು ಹಿಂದುಗಳು ಗೋಪೂಜೆ ಮಾಡೋ ದಿನ. ಆ ದಿನ ಯಾರಾದರೂ ಹಿಂದುಗಳು ದನಗಳಿಗೆ ಹೊಡೆದಾರೇ ? ಸುಮ್ಮನೆ ಮಕ್ಕಳು ಆಟ ಆಡ್ತಿರಬಹುದು. ಹೇಗೂ ಶಾಲೆಗೆ ರಜ ಅಲ್ವಾ. ಬೇರೆ ಮಕ್ಕಳು ಬಂದಿರಬಹುದು" ಎಂದು ಸಮಾಧಾನ ಮಾಡಿದ ಗಂಡ.

"ಅಂದು ಗೋಪೂಜೆಯ ಮರುದಿನ ಅಲ್ವೇ. ಯೂಸುಫನ ದನದ ಕಾಲನ್ನು ಕಡಿದು ಹಾಕಿದ್ದು ಅಯ್ಯನ ತೋಟದಾಳು ? ಅದಿನ್ನು ಬದುಕಿಯೇನು ಪ್ರಯೋಜನ ಅಂತ ಯೂಸುಫ ಬಂದು ನಿಮ್ಮನ್ನು ಕರೆಕೊಂಡು ಹೋಗಿ ಮಾಂಸ ಮಾಡಿದ್ದು ? ಅಯ್ಯನವರೇ ಯಾರನ್ನೋ ಕಳ್ಸಿ ಪೊಲೀಸರನ್ನು ಕರ್‍ಸಿ ನಿಮ್ಮನ್ನು ಅರೆಸ್ಟ್ ಮಾಡ್ಸಿದ್ದು ?" ಎಂದು ಉಮ್ಮ ಗಾಬರಿಯ ದನಿಯಲ್ಲಿ ನೆನಪಿಸಿದಾಗ, ಕಾದ್ರಿ ನಕ್ಕ.

"ಅದೆಲ್ಲಾ ಆದದ್ದು ಆಯ್ತು ನೋಡು. ಹಳೆಯದನ್ನ ನೆನಸಿಕೊಂಡು ಈಗ ರಕ್ತ ಕುದಿಸಿಕೊಂಡರೆ ಏನಾಗುತ್ತದೆ ? ಇಲ್ಲ ಈಗೆಲ್ಲಾ ಬದಲಾವಣೆಯಾಗಿದೆ. ಅದೇ ಅಯ್ಯನವರ ಮಗ ಡಾಕ್ಟ್ರು ಆಗಿದ್ದಾರೆ. ಅವರು ಟಿ.ಬಿ. ಆದವರಿಗೆ ದನದ ಮಾಂಸ ತಿನ್ನು ಅಂತು ಹೇಳ್ತಿದ್ದಾರಂತೆ. ಹಾಗೆ ನೋಡಿದ್ರೆ ಯೂಸುಫನ ಮಗ ರಹೀಮು ಗೋಡಾಕ್ಟ್ರು ಆಗಿಲ್ಲವೆ ? ಅಯ್ಯನವರ ದನಗಳಿಗೆ ಕಾಯಿಲೆಯಾದಾಗ, ಅವನನ್ನೇ ಮನೆಗೆ ಕರೆದಿರುವುದು" ಎಂದು ಮತ್ತೆ ಹೆಂಡತಿಯನ್ನು ಸಮಾಧಾನಪಡಿಸಿದರೂ,

ಒಳಗೊಳಗೆಯೇ ಮಕ್ಕಳು ಬಾರದಿದ್ದಕ್ಕೆ ಭಯ ಸಂಶಯಗಳು ಅವನನ್ನು ಮೆಲ್ಲನೆ ಮುತ್ತತೊಡಗಿದವು.

ಉಮ್ಮ ಅಡುಗೆ ಕೋಣೆಯೊಳಗೆ ಹೋಗಿ ರಾತ್ರಿ ಊಟದ ತಯಾರಿಯಲ್ಲಿ ತೊಡಗಿದಳು. ಆದರೂ ತಲೆಯ ತುಂಬಾ ಗಬ್ಬದ ಹಸು ಹೇಗಿದೆಯೋ ಮಕ್ಕಳೇನು ಮಾಡ್ತಾರೋ ಅನ್ನುವ ಆತಂಕ ತುಂಬಿತು.

ಸಂಜೆ ನಾಲ್ಕು ಗಂಟೆಯಾದ್ರು ಮಕ್ಕಳು ಬಾರದಿದ್ದುದು ಕಂಡು ಇಬ್ಬರೂ ಗಾಬರಿಯಾದ್ರು. ಕಾದ್ರಿ ಅಂಗಿ ಹಾಕಿಕೊಂಡು ಹೊರಟಾಗ "ನಾನೂ ಬರುತ್ತೇನೆ. ನಿಮ್ಗೆ ಜ್ವರ ಬರ್‍ತಿದೆ. ಎಲ್ಲಾದ್ರು ನಡೆವಾಗ ತಲೆ ತಿರುಗಿ ಬಿದ್ರೆ ?" ಎಂದು ಉಮ್ಮ ಕೂಡಾ ತಲೆಗೆ ಸೆರೆಗೆಳೆದು ಹಿಂದೆಯೇ ಹೊರಟಳು. ಗೋಮಾಳದಲ್ಲಿ ಮಕ್ಕಳ ಪತ್ತೆ ಇರಲಿಲ್ಲ. ಕಾದ್ರಿ "ಪಾತುಮ್ಮ...." ಎಂದು ಕೂಗಿದ. ಧ್ವನಿ ಎತ್ತರಿಸಿ ಕೂಗಿದ್ದರಿಂದ ಎರಡು ಬಾರಿ ಕೆಮ್ಮಿದ. ಉಮ್ಮನೂ ಕೂಗಿ ಕರೆದಳು. ಎಲ್ಲೂ ಉತ್ತರವಿಲ್ಲ. ಮಕ್ಕಳೆಲ್ಲಿ ಹೋದ್ರಪ್ಪಾ !

ಹುಡುಕುತ್ತಾ ಕಾಲುಗಳು ಅವರಿಗರಿವಿಲ್ಲದಂತೆಯೆ ಅಯ್ಯನವರ ತೋಟದ ಕಡೆ ಹೊರಳಿದವು. ದನ ಮಕ್ಕಳ ಕೈ ತಪ್ಪಿಸಿ ಅಯ್ಯನವರ ತೋಟದೊಳಕ್ಕೆ ನುಗ್ಗಿದ ಹಾಗೆ.... ತೋಟದಾಳು ಅದನ್ನು ಓಡಿಸಿ ಕಡಿದು ಹಾಕಿದ ಹಾಗೆ.... ದನದ ಶವದ ಮುಂದೆ ಕೂತು ಮಕ್ಕಳು ಅನ್ನ ನೀರು ಬಿಟ್ಟು ಅಳುತ್ತಿರುವ ಹಾಗೆ ಕಣ್ಣ ಮುಂದೆ ಮೂಡಿ ಉಮ್ಮ ಭಯದಿಂದ ಕಂಪಿಸಿದಳು. ನಡುಗುತ್ತಾ ಹೇಳಿದಳು "ನನ್ನದು ಗಬ್ಬದ ಹಸು..." "ಸಮಾಧಾನ ಮಾಡ್ಕೊ..." ಎಂದ ಕಾದ್ರಿ. ಅವನ ದನಿಯೂ ನಡುಗುತ್ತಿತ್ತು.

ಅಯ್ಯನ ತೋಟದ ಗೇಟಿನ ಬಳಿ ಬಂದಾಗ ಅದೇನೋ ಗುಸುಗುಸು ಮಾತು ಕೇಳಿಬಂದಾಗ ಇಬ್ಬರ ಎದೆಯೂ ಜೋರಾಗಿ ಹೊಡೆಯತೊಡಗಿತು. ಅಲ್ಲೇ ಯಾರದೋ ಸ್ಕೂಟರು ನಿಂತಿತ್ತು. ಮೆಲ್ಲಗೆ ಗೇಟಿನ ಬಾಗಿಲು ಓರೆ ಮಾಡಿ ಒಳ ಹೊಕ್ಕರು. ಅಯ್ಯನ ತೋಟದಾಳು "ನೋಡು ನಿನ್ನಪ್ಪ ಬಂದ್ರು" ಎಂದು ಹೇಳಿದ. ಪಾತುಮ್ಮ ಕುಣಿಯುತ್ತಾ ಬಂದವಳು "ಬಾಪಾ, ನಮ್ಮ ಹಸು ಕರು ಹಾಕಿದೆ. ನಮ್ಮ ಕೈ ತಪ್ಪಿಸಿ ಈ ತೋಟಕ್ಕೆ ಬಂದದ್ದು ನಮ್ಗೆ ಗೊತ್ತೇ ಇಲ್ಲ. ಹುಡುಕ್ತಾ ಬಂದಾಗ ತೋಟದಾಳು ಗೋಡಾಕ್ಟ್ರನ್ನು ಕರೆ ತಂದಿದ್ದಾನೆ" ಎಂದಳು. ಕರೀಮ ಪುಟ್ಟ ಕರುವನ್ನು ತೋರಿಸುತ್ತಾ "ಉಮ್ಮಾ ಈ ಕರು ಎಷ್ಟು ಚಂದ ಅಲ್ವಾ ನಂಗೇ ಈ ಕರು.... ಹಾಂ..." ಎಂದ. ಗೋಡಾಕ್ಟ್ರು ರಹೀಮ ತೋಟದಾಳು ತಂದ ನೀರಿನಿಂದ ಕೈ ತೊಳೆಯುತ್ತಿದ್ದ. "ಕಾದ್ರಿಕಾಕಾ ಸೊಲುಪ ಆಸ್ಪತ್ರೆ ಕಡೆ ಬನ್ನಿ. ದನಕ್ಕೆ ಔಷಧಿ ಕೊಡುತ್ತೇನೆ. ಎಲ್ಲಾ ಸರಿಯಾಗಿದೆ. ಗಾಬರಿ ಏನಿಲ್ಲ. ದನ ಕರುವನ್ನು ಮನೆಗೆ ಕರ್‍ಕೊಂಡು ಹೋಗಬಹುದು" ಎಂದ.

ಕಾದ್ರಿ, ಉಮ್ಮ ಇಬ್ಬರೂ ದೃಶ್ಯ ಕಂಡು ಮೂಕರಾಗಿದ್ದರು. ಕರು ಕಾಲೆತ್ತಿ ನಡೆಯಲು ಪ್ರಯತ್ನಿಸುವುದು, ಬೀಳುವುದು, ತಾಯಿ ದನ ಮೈ ನೆಕ್ಕುತ್ತಿರುವುದು ಕಂಡ ಕರೀಮ, ಪಾತುಮ್ಮ ಹಸಿವು ಮರೆತು ಕೇಕೆ ಹಾಕಿ ಕುಣಿದಾಡುತ್ತಿದ್ದರು.

12. ಅವಶೇಷ

– ಕರೀಗೌಡ ಬೀಚನಹಳ್ಳಿ

"ಯಾಕಾದ್ರೂ ಈ ವಿಷಯನ ಊರ್ನೋರ್ಗೆ ಹೇಳಿದ್ನೋ, ಅಯ್ಯೋ ಶಿವ್ನೇ" ಎನ್ನುತ್ತಾ ಮಾದೇವಪ್ಪ ಹಣೆಗೆ ಕೈಕೊಟ್ಟು ಕೂತಿದ್ದ. ಆ ದಿನ ತನ್ನ ಒಂದು ಎಕರೆ ಹೊಲದಲ್ಲಿ ಸೊಂಪಾಗಿ ಬೆಳೆದ ಸೂರ್ಯಕಾಂತಿ, ಜನಗಳ ಕಾಲ್ತುಳಿತಕ್ಕೆ ಸಿಕ್ಕಿ ಸಾಕಷ್ಟು ಲಾಸಾಗಿದ್ದದ್ದು ಕಣ್ಣಿಗೆ ಕಟ್ಟಿ ಎದೆ ಭಾರವಾಗಿತ್ತು. ಹೂವು ಅರಳುವ ಹೊತ್ತಿನಲ್ಲಿ. "ಈ ಹಾಳಾದ ಪ್ರಸಂಗ ನನಗೆ ಎಲ್ಲಿಂದ ಬಂದು ತೊಡಗಿಕೊಂಡಿತೋ" ಎಂದು ನಿಟ್ಟುಸಿರುಬಿಡುತ್ತಾ, ಬೆಳಗಿನ ಎಳೆಬಿಸಿಲಿಗೆ ಮೈಯೊಡ್ಡಿ ಕೂತಿದ್ದ ಮಾದೇವಪ್ಪನನ್ನು ಮನೆಯೊಳಗಿನಿಂದ ಈಚೆಗೆ ಬಂದ ಮಗ, "ಅಪ್ಪಾ, ಇವತ್ತು ಬ್ರಾಹ್ಮಣರ ಕೇರಿಯವರು ಹೊಲದ ಹತ್ತಿರ ಹೋಗ್ತಾರಂತೆ. ಹೋಟ್ಲು ಬಸಪ್ಪ ಅಂಗಂತ ಹೇಳಿದ" ಎಂದ. ಒಂದು ವಾರದಿಂದ ತಮ್ಮ ಲಿಂಗಾಯತರ ಕೇರಿಯ ಜನ ಸೊಂಪಾಗಿ ಬೆಳೆದ ತನ್ನ ಸೂರ್ಯಕಾಂತಿ ಗಿಡಗಳನ್ನು ತುಳಿದು ತುಳಿದು ನೀರೊಳೆಯ ಹಾದಿಯಂತೆ ಮಾಡಿಟ್ಟದ್ದೇ ಅವನಿಗೆ ಸಿಟ್ಟು ಬರಿಸಿತ್ತು. ಅವನಿಗೂ ತನ್ನ ಹೊಲದಲ್ಲಿ ಲಿಂಗ ಸಿಕ್ಕಿದ್ದರೆ ಚೆನ್ನಾಗಿತ್ತು ಎಂಬ ಬಲವಾದ ಆಸೆ ಮನದಾಳದಲ್ಲಿ ಬೇರೂರಿತ್ತು.

ವಾರದ ಹಿಂದೆ ಹೊತ್ತಾರೆ ಹೊತ್ತು ಮಾದೇವಪ್ಪ ತನ್ನ ಹೊಲದಲ್ಲಿ ತಿರುಗಾಡುತ್ತಿದ್ದಾಗ ಸೂರ್ಯಕಾಂತಿಯ ಬುಡವೊಂದರಲ್ಲಿ ಕಣ್ಣಿಗೆ ಏನೋ ಹಠಾತ್ತನೆ ಮಿಂಚಿನಂತೆ ಹೊಳೆದಂತಾಗಿತ್ತು. ತಕ್ಷಣ ಕೂತು ತನ್ನ ಕೈಯಲ್ಲಿದ್ದ ಕುಡುಗೋಲಿನಿಂದ ಆ ಗಿಡದ ಬುಡವನ್ನು ಕೆದಕಿದ್ದ. ಆತ ಕೆದಕುತ್ತಾ ಹೋದಂತೆಲ್ಲಾ ಯಾವುದೋ ಒಂದು ವಸ್ತು ಗೋಚರವಾಗತೊಡಗಿತ್ತು. ಮಾದೇವಪ್ಪನಿಗೆ ಅದು ಯಾವುದೋ ನಿಧಿ ಇರಬೇಕು ಅನ್ನಿಸಿತು. ಮತ್ತೆ ಮತ್ತೆ ಕೆದಕುತ್ತಾ ಹೋದ. ಆಗ ಅದು ಲಿಂಗ ಇರಬಹುದು ಅನ್ನಿಸುವುದಕ್ಕೆ ಆರಂಭವಾದದ್ದೇ ತಡ, ಅವನಿಗೆ ಮೈಮೇಲೆ ಏನೋ ಬಂದಂತಾಯಿತು. ಕೆದುಕುವುದನ್ನು ಅರ್ಧಕ್ಕೇ ಬಿಟ್ಟು ಎದ್ದುಬಿದ್ದು ಊರಿನ ಕಡೆಗೆ ಓಡಿದ.

ಓಡಿ ಊರು ಮುಂದಿನ ವೀರಶೈವ ಕಾಫಿ ಕ್ಲಬ್‌ಗೆ ಬಂದ. ಬಂದವನೇ, ಅಲ್ಲಿ ಕೂತಿದ್ದ ಜನಕ್ಕೆಲ್ಲಾ, "ನನ್ನ ಸೂರ್ಯಕಾಂತಿ ಹೊಲದಲ್ಲಿ ಲಿಂಗ ಎದ್ದದೆ! ಲಿಂಗ ಎದ್ದದೆ!" ಎಂದು ಆವೇಶದಲ್ಲಿ ಒಂದೇ ಉಸಿರಿಗೆ ತೊದಲಿಸುತ್ತಾ ಕೂಗಿದ. ಜನ, 'ಎಲ್ಲೋ ಮಾದೇವಪ್ಪನಿಗೆ ತಲೆ ಕೆಟ್ಟಿರಬೇಕು' ಎಂದು ಕ್ಷಣ ಅನುಮಾನದಿಂದ, ಮತ್ತೊಂದು ಕ್ಷಣ ಅನುಕಂಪದಿಂದ ನೋಡಿದರು. ಮಾದೇವಪ್ಪ ಮತ್ತೆ ಹೇಳಿದ್ದನ್ನೇ

ಹೇಳಿದ. ಆದರೆ ಜನ ಅವನ ಮಾತನ್ನು ನಂಬುತ್ತಿಲ್ಲ. ಆತ ತಾನು ಕಂಡ ಅದರ ಬಣ್ಣ, ಸ್ವರೂಪ, ಹೊಳಪು ಎಲ್ಲವನ್ನೂ ತನ್ನ ಶಕ್ತ್ಯಾನುಸಾರ ಬಣ್ಣಿಸಿದ. ಜನ ಕೇಳಿ, 'ನಡೀರಿ ಹಂಗಾದ್ರೆ ಒಂದು ಕ್ಷಣ ನೋಡೇ ಬಿಡುವಾ; ಅನುಮಾನವೇಕೆ? ಮಾದೇವಪ್ಪ ತಾನೇ ಯಾಕೆ ಸುಳ್ಳು ಹೇಳಾನು!' ಎಂದು ತಲಾ ಒಂದೊಂದು ಮಾತಾಡಿಕೊಂಡು ಏಳೆಂಟು ಜನ ಮಾದೇವಪ್ಪನ ಹೊಲದ ಹತ್ತಿರಕ್ಕೆ ಹೊರಟರು. ಆತ ಮುಂದೆ ಮುಂದೆ; ಜನ ಅವನ ಹಿಂದೆ ಹಿಂದೆ. ಆತ ಹೊಲಕ್ಕೆ ಬಂದವನೇ, "ಅಲ್ಲಿ, ಇಲ್ಲಿ" ಎಂದು ಕ್ಷಣ ಸೂರ್ಯಕಾಂತಿ ಬೆಳೆಯೊಳಗೆ ತಡಕಾಡಿದ. ಅವನು ಏಕಾಏಕಿ ಗಾಬರಿ, ಬೆರಗು ತಂದುಕೊಂಡಿದ್ದರಿಂದ ಕಂಡಿದ್ದ ಜಾಗವನ್ನು ಹುಡುಕುವುದು ಕೊಂಚ ಕಷ್ಟವಾಯಿತು. ಬಂದ ಜನ ಸೊಗಸಾಗಿ ಬೆಳೆದು ನಿಂತಿದ್ದ ಸೂರ್ಯಕಾಂತಿಯನ್ನು ಕಂಡು ಬಾಯಲ್ಲಿ ನೀರು ತಂದುಕೊಂಡರು. ಇನ್ನೇನು ಹೂವು ಅರಳಲಿರುವ ಗಿಡಗಳಿಗೆ ಏಟಾಗದಂತೆ ಒಬ್ಬರಿಗೆ ಒಬ್ಬರು ಎಚ್ಚರ ವಹಿಸುತ್ತಾ ಬಂದರು. ಅದು ಸೊಂಪಾಗಿ ಬೆಳೆದು ನೆಲವೆಲ್ಲಾ ದಟ್ಟ ಹಸಿರಾಗಿದ್ದನ್ನು ಕಂಡು ಜನ ಕೈಯನ್ನು ಬಾಯಿ ಮೇಲೆ ಮಡಗಿಕೊಂಡರು.

"ಇಲ್ಲೇ, ಇಲ್ಲೇ" ಎಂದು ಮಾದೇವಪ್ಪ ಗಟ್ಟಿಯಾಗಿ ಕೂಗಿದ. ಅವನಿಗೆ ತಾನು ಮೊದಲು ಕಂಡಿದ್ದ ಜಾಗ ಗೋಚರಿಸಿತು. ಬಂದಿದ್ದ ಜನ ಅವನನ್ನು ಸುತ್ತಾ ಮುತ್ತಿಕೊಂಡರು. ಒಬ್ಬ ಕೈಯಲ್ಲಿ ಕೆದಕಿದರೆ, ಮತ್ತೊಬ್ಬ ಕಡ್ಡಿಯಲ್ಲಿ ಕೆದಕತೊಡಗಿದ. ಮಾದೇವಪ್ಪ "ಗುದ್ದಲಿ ತರ್ತೀನಿ ಇರಿ" ಅಂತ ಅತ್ತ ಹೋದ. ಇನ್ನೊಬ್ಬ "ಹಾರೆ ತರ್ತೀನಿ" ಅಂತ ಇತ್ತ ಹೋದ. ತಲೆಗೊಂದು ಮಾತು, ಗುದ್ದಲಿ, ಹಾರೆಗಳು ಬಂದವು. ಜನ ಅಗೆಯತೊಡಗಿದರು. ಮಾದೇವಪ್ಪ ತನ್ನ ಹಳೆಯ ಪುರಾಣ ಶುರು ಮಾಡಿದ. "ನಮ್ಮ ಅಜ್ಜ ಹೇಳ್ತಿದ್ದ – ಅವರ ಮುತ್ತಜ್ಜನ ಕಾಲದಲ್ಲಿ ಇಲ್ಲಿ ಒಂದು ಈಶ್ವರನ ದೇವಸ್ಥಾನವಿತ್ತಂತೆ. ಹಿಂದೆ ಅದು ಯಾವುದೋ ಕಾಲದಲ್ಲಿ ಮಣ್ಣೊಳಗೆ ಮುಚ್ಚಿಕೊಂಡು ಹೋಯ್ತುಂತೆ. ಅದಕ್ಕೇನೆ, ಇವತ್ತಿಗೂ ಇದನ್ನು ದತ್ತಿ ಹೊಲ, ಕೊಡಿಗೆ ಹೊಲ ಅಂತಾನೇ ಕರೀತಾರೆ" ಎಂದು ವಿವರಿಸತೊಡಗಿದ. ಅರ್ಧಂಬರ್ಧ ಅಗೆದ ಮೇಲೆ ಎಲ್ಲರೂ 'ಅದು ಲಿಂಗವೇ, ಅದರಲ್ಲಿ ಅನುಮಾನವೇ ಇಲ್ಲ!' ಎಂಬ ತೀರ್ಮಾನಕ್ಕೆ ಬಂದು ಊರಿನ ಕಡೆಗೆ ಮರಳಿದರು. ಮಧ್ಯಾಹ್ನದ ಹೊತ್ತಿಗೆ ಇದು ಇಡೀ ಲಿಂಗಾಯತರ ಕೇರಿಯಲ್ಲಿ ಸುದ್ದಿಯಾಯಿತು. ವಿಷಯ ಕೇಳಿದ ಜನರೆಲ್ಲಾ ಹೊಲಕ್ಕೆ ಹೋಗಿ ನೋಡಿ ಬರುವುದಕ್ಕೆ ಶುರು ಮಾಡಿದರು. ಅವರವರ ಭಾವಕ್ಕೆ, ಅನುಭವಕ್ಕೆ ತಕ್ಕನಾಗಿ ಅರ್ಥಗಳನ್ನು ಕಟ್ಟುತ್ತಾ, ಕತೆಗಳನ್ನು ಹೇಳುತ್ತಾ ಸಾಗಿದರು. ಅನಂತರ ನಾಳೆ ಅದನ್ನು ಅಗೆದು ಮೇಲಕ್ಕೆ ತೆಗೆಯಲು ಬಸಪ್ಪನ ಮುಖಂಡತ್ವದಲ್ಲಿ ಲಿಂಗಾಯತರ ಕೇರಿಯ ಜನ ಆ ರಾತ್ರಿಯೇ ಸೇರಿ ಗುಟ್ಟಾಗಿ ಮಾತನಾಡಿ ನಿರ್ಧರಿಸಿದರು.

ಮರುದಿನ ಲಿಂಗಾಯತರ ಕೇರಿಗೆ ಹೊಸ ಜೀವ ಬಂದಂತಿತ್ತು. ಕೇರಿಯಿಂದ ಹೊತ್ತಾರೆಯೇ ಹಾರೆ, ಗುದ್ದಲಿ, ಬಾಂಡ್ಲಿ ಎಲ್ಲವೂ ಹೊರಟವು. ನೂರಾರು ಜನ ಅಲ್ಲಿ ಜಮಾಯಿಸಿದರು. ಮಾದೇವಪ್ಪನ ಮನೆಯ ಮುಂದಿಗೆಲ್ಲಾ 'ಗಿಡಗಳನ್ನು

ತುಳಿಯಬೇಡಿ; ಹೀಗೆ ಬನ್ನಿ, ಹಾಗೆ ಬನ್ನಿ' ಎಂದು ಎಚ್ಚರ ಹೇಳುವುದರಲ್ಲಿಯೇ ಸಾಕಾಗಿ ಹೋಯಿತು. ಮಾದೇವಪ್ಪ ಮಾತ್ರ ಉತ್ಸಾಹದಿಂದ, ತನ್ಮಯದಿಂದ, "ಆ ಕಡೆ ಅಗಿರಿ, ಈ ಕಡೆ ಅಗಿರಿ" ಎಂದು ಸೂಚನೆ ಕೊಡುತ್ತಿದ್ದ. ಅಗೆದು ಮಣ್ಣನ್ನು ಸಾಹಸದಿಂದ ಸ್ವಲ್ಪ ಸುತ್ತಮುತ್ತಾ ಬಿಡಿಸಿದರು. ಅದರ ತಳ ಇನ್ನೂ ಆಳದಲ್ಲಿದೆ ಎಂದು ಅದರಿಂದ ಖಚಿತವಾಗುತ್ತಿದ್ದಂತೆ ಅದರ ಮೇಲಿನ ಸ್ವರೂಪ ಒಮ್ಮೆ ವಿಷ್ಣುವಿನ ಮೂರ್ತಿಯಂತೆ, ಇನ್ನೊಮ್ಮೆ ನರಸಿಂಹನ ಮೂರ್ತಿಯಂತೆ ಕಾಣಿಸತೊಡಗಿತು. ನೋಡುತ್ತಾ ನಿಂತಿದ್ದ ಬಸಪ್ಪ, "ನಿಲ್ಲಿಸಿ ನಿಲ್ಲಿಸಿ" ಎಂದು ಕೂಗಿದ. ಜನರೆಲ್ಲಾ ಗರ ಬಡಿದವರಂತೆ ನಿಂತರು. ದೂರದಲ್ಲಿದ್ದವರು ಸಿಕ್ಕಿತೇನೋ ಅಂದುಕೊಂಡು ಓಡಿ ಹತ್ತಿರ ಬಂದರು. ಮತ್ತೊಮ್ಮೆ ಬಸಪ್ಪ ಅದನ್ನೆಲ್ಲಾ ತನ್ನ ಕೈಯಿಂದ ಪರೀಕ್ಷಿಸಿ ಮೇಲೆ ಎದ್ದು ನಿಂತು, "ಲಿಂಗ ಅಲ್ಲ, ಮುಚ್ಚಿ, ಮುಚ್ಚಿ, ಬೇಗ ಮುಚ್ಚಿ" ಅಂದ. ಮಾದೇವಪ್ಪನಿಗೆ ಆಶ್ಚರ್ಯವಾಗಿ ನಿಟ್ಟಿಸಿದ; ಅದು ಲಿಂಗ ಅಲ್ಲ, ಕಂಗಾಲಾಗಿ ಉಸ್ಸೆಂದು ಕೂತ. ಅಗೆದವರು ಮುಚ್ಚಿ ಆ ಜಾಗದಲ್ಲಿ ಕಿತ್ತು ಬಿಸಾಕಿದ್ದ ಸೂರ್ಯಕಾಂತಿ ಗಿಡಗಳನ್ನು ನೆಡತೊಡಗಿದರು. ಜನರ ಕಾಲ್ತುಳಿತಕ್ಕೆ ಸಿಕ್ಕಿ ಒಸಕಿ ಹೋಗಿದ್ದ ಗಿಡಗಳು ಇಟ್ಟಾಡುತ್ತಿದ್ದವು. ಯಾರೋ ಗುಂಪಿನಿಂದ ಒಬ್ಬ, "ವಿಷ್ಣುವಿನ ಮೂರ್ತಿಯಾದರೇನಾಯ್ತು? ಅದನ್ಯಾಕೆ ಮುಚ್ತೀರಿ? ಹೊರಗೆ ತೆಗಿರಿ!" ಅಂತ ಧಾವಿಸಿದ. ಬಸಪ್ಪ ಅವನನ್ನು "ಬಾ ಇಲ್ಲಿ" ಎಂದು ಅವನ ಹೆಗಲ ಮೇಲೆ ಕೈಹಾಕಿ ಅವನನ್ನು ಅತ್ತ ಬದಿಗೆ ಕರೆದು ಹೇಳಿದ: "ಲೇ ಮರಿ, ನೀ ಇನ್ನು ಚಿಕ್ಕವನು. ನಿನಗೆ ಇದೆಲ್ಲಾ ತಿಳೀದು. ಹೀಗೆ ಮಣ್ಣಲ್ಲಿ ನರಸಿಂಹನ ಅಥವಾ ವಿಷ್ಣುವಿನ ಮೂರ್ತಿ ಸಿಕ್ಕರೆ ಹೊರಗೆ ಅದನ್ನು ತೆಗೆಯಬಾರದು. ತೆಗೆದರೆ ಇಡಿ ಊರಿಗೇ ಕೇಡು ಬರುತ್ತದೆ. ಅದು ಉಗ್ರ ರೂಪ. ಬೇಕಾದರೆ, ಇನ್ನೊಮ್ಮೆ ಮಾದೇವಪ್ಪನನ್ನು ಕೇಳಿ ತಿಳ್ಕೋ" – ಎಂದು ಆ ಹುಡುಗನಿಗೆ ಹೇಳಿದ. ಮಾದೇವಪ್ಪ, "ಹ್ಞೂ ನಮ್ಮ ಶ್ರಮ ಎಲ್ಲಾ ವ್ಯರ್ಥವಾಯ್ತು" ಎನ್ನುತ್ತಾ ನರಸಿಂಹನ ಮೂರ್ತಿ ಬಗ್ಗೆ ಅಲ್ಲಿನ ಜನಗಳಲ್ಲಿ ಪ್ರಚಲಿತದಲ್ಲಿರುವ ಕೇಡಿನ ನಂಬಿಕೆಯನ್ನು ಆ ಹುಡುಗನಿಗೆ ಇನ್ನಷ್ಟು ವಿವರಿಸಿದ. ದಣಿದ ಜನವೆಲ್ಲಾ ಊರಿನ ಕಡೆಗೆ ಹೊರಟರು. ಬಂದಿದ್ದ ಜನಕ್ಕೆಲ್ಲಾ ಬಸಪ್ಪ, "ಅಲ್ಲಿ ಏನೂ ಸಿಗಲಿಲ್ಲವಂತೆ. 'ಮಾದೇವಪ್ಪನಿಗೆ ತಲೆಕೆಟ್ಟು ಏನೇನೋ ಕನವರಿಸುತ್ತಿದ್ದ' ಅಂತ ಹೇಳಿ; ಮೂರ್ತಿ ಸಿಕ್ತು, ಅಲ್ಲೇ ಹೂತಾಕಿಬಿಟ್ವೋ ಅಂತ ಯಾರಿಗೂ ಬಾಯಿ ಬಿಡಬೇಡಿ. ಈ ಸುದ್ದಿ ಊರಿನಲ್ಲಿ ಬ್ರಾಹ್ಮಣರ ಕೇರಿಗೆ ಹೋಗದಂತೆ ನೋಡ್ಕೊಳ್ಳಿ!" ಎಂದು ಅಲ್ಲಿ ಬಂದಿದ್ದ ಜನಕ್ಕೆಲ್ಲಾ ಗೊತ್ತು ಮಾಡಿ ತನ್ನ ಹೋಟೆಲ್ಲಿಗೆ ಹೊರಟ. ಮಾದೇವಪ್ಪ, ನನ್ನ ಹೊಲದಲ್ಲಿ ಮೂರ್ತಿ ಇದೆ. ಮೊದಲೇ ಅದು ನರಸಿಂಹನ ಅವತಾರ. 'ನನಗೆ ಇನ್ನೂ ಏನೇನು ಕೇಡು ಕಾದಿದೆಯೋ ಶಿವನೇ!' ಅಂದುಕೊಳ್ಳುತ್ತಾ ಹೊಲದ ತೆವರಿಯ ಮೇಲೆ ಕೂತು ಚಿಂತಾಕ್ರಾಂತನಾದ.

— 2 —

ಮೂರ್ನಾಲ್ಕು ದಿನಕ್ಕೆ ಈ ಸುದ್ದಿ ಬ್ರಾಹ್ಮಣರ ಕೇರಿಗೆ ಮುಟ್ಟಿ ಲಿಂಗಾಯತರು ಮುಚ್ಚಿಟ್ಟಿದ್ದ ಗುಟ್ಟೆಲ್ಲಾ ರಟ್ಟಾಗಿ ಹೋಯಿತು. ಬ್ರಾಹ್ಮಣ ಕೇರಿಯ ಜನ ಸೇರಿ ಆ

ವಿಷ್ಣುವಿನ ಮೂರ್ತಿಯನ್ನು ಆ ಭೂಮಿಯಿಂದ ಹೊರತೆಗೆಯಲು ನಿರ್ಧರಿಸಿದರು. ಆ ವಿಷಯವನ್ನು ಮಾದೇವಪ್ಪನ ಮಗ ಬಸವರಾಜ ಹಿಂದಿನ ರಾತ್ರಿ ಊರಿನಲ್ಲಿ ಸಂಗ್ರಹಿಸಿ ಬಂದಿದ್ದ. ಆದರೆ ರಾತ್ರಿ ತನ್ನ ಅಪ್ಪನಿಗೆ ವಿಷಯ ಹೀಗೀಗಂತೆ ಅಂತ ಹೇಳಿದಾಗ ಮಾದೇವಪ್ಪನಿಗೆ ಮತ್ತೆ ತನ್ನ ಸೂರ್ಯಕಾಂತಿಯ ಹೊಲ ನಾಶವಾಗುವುದನ್ನು ಕೇಳಿ ಕೂಗಾಡಿದ; ಎದ್ದು ಬಸಪ್ಪನ ಹೋಟೆಲ್ ಹತ್ತಿರ ಬಂದ. ಬಸಪ್ಪನಿಗೂ ಅಷ್ಟೊತ್ತಿಗಾಗಲೇ ಬ್ರಾಹ್ಮಣರು ಮೂರ್ತಿ ತೆಗೆಯಲು ಹೊಲದ ಹತ್ತಿರ ಹೋಗುವ ಸುದ್ದಿ ಸಿಕ್ಕಿ, ಅದಕ್ಕೆ ಆತ, ಆಗಲೇ ಬ್ರಾಹ್ಮಣರ ಮೇಲೆ ಕೆಲವು ಲಿಂಗಾಯತರ ತುಂಡು ಹುಡುಗರನ್ನು ಹುರಿದುಂಬಿಸಿ ಎತ್ತಿಕಟ್ಟಿದ. "ಆ ಉಗ್ರಮೂರ್ತಿಯನ್ನು ಮಣ್ಣಿನಿಂದ ಹೊರಗೆ ತೆಗೆಯುವುದಕ್ಕೆ ಬಿಡಬಾರದು. ಅದನ್ನು ಹೊರಗೆ ತೆಗೆದು ಅವರು ತಮ್ಮ ಕೇರಿಯಲ್ಲಿ ಪ್ರತಿಷ್ಠಾಪಿಸಿ ದೇವಸ್ಥಾನ ಕಟ್ಟುತ್ತಾರಂತೆ. ಇದರಿಂದ ನಮ್ಮ ಕೇರಿ ಜನಕ್ಕಷ್ಟೇ ಅಲ್ಲ, ಇಡಿ ಊರಿಗೇ ಕೇಡು ಬರುತ್ತದೆ" ಎಂದು ಬಸಪ್ಪ ಆ ಯುವಕರಿಗೆ ಮುಂದೆ ಬರುವ ಮಡಿ, ಮೈಲಿಗೆ, ಕೇಡುಗಳನ್ನೆಲ್ಲಾ ಹೇಳಿ ತಾನು ಮಾತ್ರ ಊರಿನಿಂದ ನಾಪತ್ತೆಯಾಗಿದ್ದ. ಜೊತೆಗೆ ತನ್ನ ಹೊಲಕ್ಕೆ ಆ ಬ್ರಾಹ್ಮಣರು ಕಾಲಿಡದಂತೆ ತಡೆಯಬೇಕೆಂದು ಮಾದೇವಪ್ಪನಿಗೆ ಹೇಳಿದ್ದ. ಮಾದೇವಪ್ಪನಿಗೆ ಏನು ಮಾಡುವುದಕ್ಕೂ ತೋಚದೆ ಎಲ್ಲದಕ್ಕೂ ಹ್ಞೂ ಎಂದು ತಲೆಕುಣಿಸಿ ಸುಮ್ಮನಾಗಿದ್ದ.

ಕುಯಿಲು ಹೊತ್ತಿಗೆ ಸರಿಯಾಗಿ ಪೂಜೆ ಪುನಸ್ಕಾರ ಮೇಳ ಭಜನೆ ಸಹಿತ ಬ್ರಾಹ್ಮಣರ ಕೇರಿಯಿಂದ ಒಂದು ಗುಂಪು ಹೊರಟಿತು. ಯುವಕರು, ವೃದ್ಧರು, ಪಡ್ಡೆ ಹುಡುಗರು ಎಲ್ಲಾ ಆ ಗುಂಪಿನಲ್ಲಿ ಹೊರಟು ನೇರವಾಗಿ ಮಾದೇವಪ್ಪನ ಹೊಲದ ಹತ್ತಿರ ಬಂದರು. ಮಾದೇವಪ್ಪ, "ನನ್ನ ಸೂರ್ಯಕಾಂತಿ ಹಾಳಾಗುತ್ತೆ. ಅದನ್ನು ತೆಗೆಯುವುದಕ್ಕೆ ಬಿಡುವುದಿಲ್ಲ" ಎಂದು ಅವರನ್ನು ತಡೆದ. ಅವನ ಮಡದಿ ಮಕ್ಕಳೆಲ್ಲಾ, "ನಮ್ಮ ಬೆಳೆ ಈಗಾಗಲೇ ಅವತ್ತು ಅರ್ಧ ಹಾಳಾಗಿದೆ. ಇನ್ನು ನಾವು ನಿಮ್ಮನ್ನು ಬಿಡುವುದಿಲ್ಲ" ಎಂದು ಅವರನ್ನು ಅಡ್ಡಗಟ್ಟಿ ನಿಂತರು. "ಹೋಗಲಿ ಬನ್ನಿ, ಬೆಳೆ ಹಾಳಾಗುತ್ತೆ ಅಂತ ಅವರು ಗೋಳಾಡ್ತಾರೆ. ಅಲ್ಲಿ ಯಾವ ಮೂರ್ತಿಯೂ ಇಲ್ಲವಂತೆ !" ಅಂತ ಯಾರೋ ಒಬ್ಬ ಆ ಬ್ರಾಹ್ಮಣರಿಗೆ ಸಮಾಧಾನ ಹೇಳತೊಡಗಿದ. ಇನ್ನೊಬ್ಬ,"ಹಾಳಾಗಿ ಹೋಗ್ಲಿ ಬಿಡಿ ಅಪ್ಪ, ಒಂದು ಸಾರಿ ಅವರೂ ಮಣ್ಣು ಅಗೆದು ನೋಡಿಕೊಂಡು ಹೋಗ್ಲಿ. ಇದೊಂದು ಸಾರಿ ನೀ ಸುಮ್ನಿರು ಮಾದೇವಪ್ಪ" ಎಂದು ಮಾದೇವಪ್ಪನನ್ನು ಸಮಾಧಾನಗೊಳಿಸಿದ. "ಬಸಪ್ಪ ಬೆಳಿಗ್ಗೆಯಿಂದ ಊರಲ್ಲಿ ಇಲ್ಲ. ನಮುಗ್ಯಾಕೆ ಆ ಬ್ರಾಹ್ಮಣರ ಜೊತೆ ಜಗಳ" ಎಂದು ಉರಿದುಬಿದ್ದಿದ್ದ ಲಿಂಗಾಯತರು ಅವರವರಲ್ಲಿಯೇ ಸಮಾಧಾನ ತಂದುಕೊಂಡರು. ವೃದ್ಧ ಬ್ರಾಹ್ಮಣನೊಬ್ಬ ಪೂಜೆ ಮಾಡಿ ಅಗೆಯಲು ಅಪ್ಪಣೆ ಕೊಟ್ಟ. ಅವರ ಜೊತೆ ರಮೇಶ ಕರೆದು ತಂದಿದ್ದ ತನ್ನ ಸ್ನೇಹಿತರಾದ ಶೂದ್ರರ ಹುಡುಗರು ಚಕಚಕನೆ ಅಗೆಯತೊಡಗಿದರು. ಅಗೆದೂ ಅಗೆದೂ ಮಣ್ಣನ್ನು ತೆಗೆದರು. ಮೂರ್ತಿ ಕಾಣಿಸತೊಡಗಿತು. ಕಂಡ ಮೂರ್ತಿಯನ್ನು ಮುಟ್ಟದೆ ಶೂದ್ರರ ಹುಡುಗರು ಬೆದರಿ ದೂರ ಸರಿದು ನಿಂತರು. ಬ್ರಾಹ್ಮಣ ಕೇರಿಯ

ಸುಬ್ಬಾಭಟ್ಟರ ಮಗ, ಧಾರವಾಡದಲ್ಲಿ ಎಂ.ಎ. ಓದುತ್ತಿದ್ದ, ರಮೇಶ, "ಇನ್ನೂ ಕೆಳಕ್ಕೆ ಅಗೆಯಿರಿ; ವಿಷ್ಣುವಿನ ಮೂರ್ತಿಯ ಮುಖ ಸ್ಪಷ್ಟವಾಗಿ ಕಾಣ್ತಾ ಇಲ್ಲ! ಹಿಂದೆ ಇಲ್ಲಿ ಅಗ್ರಹಾರವಿತ್ತಂತೆ, ವಿಷ್ಣು ದೇವಾಲಯವಿತ್ತಂತೆ, ನಮ್ಮ ಮಾಸ್ತರು ಹಾಗಂತ ಹೇಳ್ತಾ ಇದ್ರು; ಅಗೆಯಿರಿ, ಅದು ಸಿಕ್ಕೇ ಸಿಕ್ತದೆ!" ಎಂದು ಪಾದರಸದಂತೆ ಓಡಾಡುತ್ತಾ ಸಲಹೆ ನೀಡಿದ. ಅಗೆಯುತ್ತಿದ್ದವನೊಬ್ಬ ದಣಿದು ಬೆವರು ಸುರಿಸುತ್ತಾ, "ಅಗೆಯುವವರಿಗೆ ತಾನೆ ಕಾಣುವುದು! ನೀವು ಸುಮ್ನೆ ನಿಂತ್ಕೊಳ್ರಿ. ನಿಮ್ಮ ಭಾಷಣ ಸಾಕು" ಎಂದ. ಆಮೇಲೆ ರಮೇಶ ಸುಮ್ಮನಾದ. ಕಂಡ ಮೂರ್ತಿಯನ್ನು ಬ್ರಾಹ್ಮಣರು ಮುಟ್ಟಿ ಅದರ ಮೂಗು ಬಾಯಿ ಮುಖ ತಡಕಿದರು. ಚೆನ್ನಾಗಿ ಪರೀಕ್ಷಿಸಿ ನೋಡಿದರು. ನೋಡಿದರೆ: ಅದು ವಿಷ್ಣುವಿನ ಮೂರ್ತಿ ಥರ ಕಾಣುತ್ತಿಲ್ಲ; ನೋಡಿ ನೋಡಿ ಸಾಕಾಗಿ, 'ಇದು ಮೂರ್ತಿ ಅಲ್ಲ, ಯಾವುದೋ ತೀರ್ಥಂಕರನ ಪ್ರತಿಮೆ ಇರಬೇಕು' ಅಂದರು. 'ಇದರ ಬೇರು ತುಂಬಾ ಆಳದಲ್ಲಿದ್ದಂತಿದೆ. ಅದು ಕಲ್ಲೋ ಮರವೋ ಏನೋ ಸ್ಪಷ್ಟವಾಗಿ ಗೊತ್ತಾಗುತ್ತಿಲ್ಲ' ಎಂದ ಇನ್ನೊಬ್ಬ. ರಮೇಶ ಬಾಯಾಕಿ, "ಈ ಪ್ರದೇಶ ಮೊದಲು ಜೈನರ ನಾಡಾಗಿತ್ತಂತೆ. ಹಾಗಾಗಿ ಇಲ್ಲೆಲ್ಲಾ ಜೈನ ಬಸದಿಗಳಿದ್ವೋ ಎಂದು ಇತಿಹಾಸಕಾರರು ಊಹಿಸಿದ್ದಾರೆ. ಬಹಳ ಹಿಂದೆ ಜೈನರಿಗೂ ಶೈವರಿಗೂ ಯುದ್ಧಗಳು ನಡೆದು, ಶೈವರು ಈ ಜೈನ ಬಸದಿಗಳನ್ನೆಲ್ಲಾ ನಾಶ ಮಾಡಿದರಂತೆ" ಎಂದಂದ ಅವನ ಮಾತು ಅಲ್ಲೇ ನಿಂತಿದ್ದ ಲಿಂಗಾಯತ ಯುವಕನನ್ನು ಕೆರಳಿಸಿತು. ಕುಪಿತನಾಗಿ ಆತ, "ಇಲ್ಲದನ್ನೆಲ್ಲಾ ಹೇಳಿ ಜನಾನ ತಪ್ಪು ದಾರಿಗೆ ಎಳಿಬೇಡಿ ನೀವು ಸುಮ್ನಿರಿ! ಹಳೆದನ್ನೆಲ್ಲಾ ಈಗ ಯಾಕೆ ಕೆದಕ್ತಿರಿ ?" ಎಂದು ಸಿಟ್ಟಾದ. ಮಾತು ಮಾತು ಬೆಳೆದು ಒಂದಿಬ್ಬರು ಕೈ ಕೈ ಮಿಲಾಯಿಸಿದರು. ಅಷ್ಟರಲ್ಲಿ ಆಗುತ್ತಿದ್ದ ಅನಾಹುತವನ್ನು ಹಿರಿಯರು ತಪ್ಪಿಸಿದರು.

ಮಾದೇವಪ್ಪನಿಗೆ ಎಲ್ಲವೂ ಆಶ್ಚರ್ಯವಾಗಿ ಕಂಡಿತು. ಇಡೀ ಒಂದು ಎಕರೆ ಹೊಲದಲ್ಲಿ ಇನ್ನೇನು ಅರಳಲಿರುವ ಸೂರ್ಯಕಾಂತಿಯ ಗಿಡಗಳು ಜನಗಳ ತುಳಿತಕ್ಕೆ ಸಿಕ್ಕಿ ಸಾಕಷ್ಟು ಬಾಡಿ, ಒಸಕಿ ಹೋಗಿದ್ದವು. ಮಾದೇವಪ್ಪನಿಗೆ ಆ ದೃಶ್ಯವನ್ನು ಕಂಡು ತನ್ನ ಕರುಳನ್ನು ತಾನೇ ಬಗಿದುಕೊಳ್ಳುವಂತಾಯಿತು. ಬ್ರಾಹ್ಮಣರು ಗೊಣಗುತ್ತಾ, ಯಾರಾರ ಮೇಲೋ ಏನೇನೋ ಹಿಡಿಹಿಡಿ ಶಾಪ ಕರೆಯುತ್ತಾ ಊರಿನ ದಿಕ್ಕು ಹಿಡಿದರು. ಬಸಪ್ಪನ ಹೋಟೆಲ್ ಮುಂದೆ ಬ್ರಾಹ್ಮಣ ಕೇರಿಗೆ ಅವರು ಹಾದು ಹೋಗುವಾಗ, ಹೋಟೆಲ್ಲಿನಲ್ಲಿ ಕೂತಿದ್ದ ಜನ ಕಂಡು, 'ಬ್ರಾಹ್ಮಣರಿಗೂ ವಿಷ್ಣುವಿನ ಮೂರ್ತಿ ಸಿಗಲಿಲ್ಲವಂತೆ!' ಅಂತ ಮಾತನಾಡುತ್ತಿದ್ದರು. "ಬೆಟ್ಟ ಕಡಿದು ಇಲಿ ಹಿಡಿದಂತಾಯ್ತು" ಅಂತ ಒಬ್ಬ ಅಂದರೆ, ಇನ್ನೊಬ್ಬ, "ಅಲ್ಲಿ ಇಲಿಯಾದರೂ ಸಿಕ್ತು! ಇಲ್ಲಿ ತ್ವಾಡನೂ ಸಿಗಲಿಲ್ಲವಲ್ಲ!" ಎಂದು ಹಾಸ್ಯ ಮಾಡುತ್ತಾ, ನಡೆದ ಘಟನೆಗೆ ನಾನಾ ಕಥೆಗಳನ್ನು ಕಟ್ಟುತ್ತಾ, ಪ್ರತಿದಿನ ಸಂತೋಷಪಡುತ್ತಾ, ಜನ ಕಾಲ ತುಂಬಿಸುತ್ತಿದ್ದರು. ಮಾದೇವಪ್ಪ ಸದ್ಯ ಅಷ್ಟೋ ಇಷ್ಟೋ ತನ್ನ ಸೂರ್ಯಕಾಂತಿ ಗಿಡಗಳು ಉಳಿದವಲ್ಲ, ಅದು ತನ್ನ ಪುಣ್ಯ. ಗಲಾಟೆ ಆಗಿ ಸ್ಟೇಷನ್ನಿಗೆ ಹೋಗುವುದೂ

ತಪ್ಪಿತಲ್ಲ ಎಂಬ ಆಲೋಚನೆಗಳ ನಡುವೆ ನಿಡುಸುಯ್ದು ತನಗೆ ತಾನೇ ಸಮಾಧಾನ ತಂದುಕೊಂಡು ನಿರಾಳವಾಗತೊಡಗಿದ.

– 3 –

"ಈ ಬ್ರಾಹ್ಮಣರಿಗೆ ಹೇಗಾದರೂ ಮಾಡಿ ಸರಿಯಾಗಿ ಬುದ್ಧಿ ಕಲಿಸಬೇಕು" ಎಂದು ಹೋಟೆಲ್ಲಿಗೆ ಬಂದ ತನ್ನ ಗಿರಾಕಿಗಳಿಗೆ ಬಸಪ್ಪ ಅವರು ಬೇಡ ಅಂದರೂ ಕಾಫಿ, ಬೀಡಿ ಸಾಲಕೊಟ್ಟು ಕೂರಿಸಿಕೊಂಡು ಹುನ್ನಾರ ನಡೆಸುತ್ತಿದ್ದ. ಆದರೆ ಅವನು ಬರೀ ಬುರುಡೇ ಮಾತಾಡಿ, ಬೇರೆಯವರನ್ನು ಎತ್ತಿ ಕಟ್ಟಿ, ತಾನು ಮಾತ್ರ ಯಾವುದಕ್ಕೂ ಸಿಗದೆ, ತಲೆಮರೆಸಿಕೊಳ್ಳುವ ಅವನ ಪ್ರವೃತ್ತಿ ಅವರಿಗೆ ತಿಳಿದಿದ್ದರಿಂದ ಸುಮ್ಮನೆ ಅವನು ಹೇಳಿದ್ದಕ್ಕೆಲ್ಲಾ ಜನ ಊಂ ಅನ್ನುತ್ತಾ, ಕೂತಿದ್ದರು. ಮಾದೇವಪ್ಪ ಯಾವುದನ್ನೂ ತಲೆಕೆಡಿಸಿಕೊಳ್ಳದೆ ನಡೆದ ಘಟನೆಯನ್ನೆಲ್ಲಾ ಮರೆಯಲು ಯತ್ನಿಸುತ್ತಿದ್ದ.

ಹೀಗಿರುವಾಗ ಹದಿನೈದು ದಿನಕ್ಕೆ ಸರಿಯಾಗಿ, ಒಂದು ದಿನ ಬೆಳಿಗ್ಗೆ ಕುಯಿಲು ಹೊತ್ತಿಗೆ, ಎಲ್ಲಿಂದಲೋ ಏನೋ, ಒಂದು ಬುಲ್ಡೋಜರ್, ಒಂದು ಕ್ರೇನು ಊರು ಮುಂದಿನ ಬಸಪ್ಪನ ಹೋಟೆಲ್ಲಿನ ಮುಂದೆ ಬಂದು ನಿಂತವು. ಅವುಗಳ ಹಿಂದೆ ಒಂದು ಜೀಪೂ ಬಂದಿತು. ಎಲ್ಲರೂ ವಾಹನಗಳಿಂದ ಕೆಳಕ್ಕೆ ಇಳಿದರು. ಆ ಅಪರಿಚಿತರನ್ನು ಬಸಪ್ಪನ ಹೋಟೆಲ್ಲಿನಲ್ಲಿ ಕೂತಿದ್ದ ಜನ ಕಂಗಾಲಾಗಿ ನೋಡತೊಡಗಿದರು. ಅವರ ನಡುವೆ ತಮ್ಮ ಊರಿನ ಬ್ರಾಹ್ಮಣ ಕೇರಿಯ ಸುಬ್ಬಾಭಟ್ಟರ ಮಗ ರಮೇಶನೂ ಜೀಪಿನಿಂದ ಇಳಿದದ್ದನ್ನು ಬಸಪ್ಪ ನೋಡಿ ಬೆರಗಾದ. ಅವನ ಜೊತೆ ಒಬ್ಬ ಗಡ್ಡ ಬಿಟ್ಟು, ಕನ್ನಡಕ ಹಾಕಿ, ಹೆಗಲಿಗೆ ಒಂದು ಕ್ಯಾಮೆರಾವನ್ನು ನೇತುಹಾಕಿಕೊಂಡು ನಿಂತಿದ್ದ. ಇನ್ನೊಬ್ಬ ಧಡೂತಿ ಮನುಷ್ಯ ಹೊಟ್ಟೆ ಮೇಲಿನಿಂದ ಕೆಳಕ್ಕೆ ಜಾರಿ ಹೋಗುತ್ತಿದ್ದ ಪ್ಯಾಂಟನ್ನು ಮೇಲಕ್ಕೆ ಎಳೆದು ಎಳೆದು ನಿಲ್ಲಿಸುತ್ತಿದ್ದ. ಇದನ್ನೆಲ್ಲಾ ನೋಡಿ ಬಸಪ್ಪ, 'ಇದೆಲ್ಲಾ ಬ್ರಾಹ್ಮಣ ಪಿಳ್ಳೆ ರಮೇಶನದೇ ಕಿತಾಪತಿ. ಈ ಊರಿಗೆ ಏನೋ ಕೇಡುಗಾಲ ಬಂತು. ನನಗೆ ಯಾಕೆ ಇವರ ಸಹವಾಸ' ಎಂದು ಮನಸ್ಸಿನಲ್ಲೇ ಲೆಕ್ಕ ಹಾಕಿದ. ರಮೇಶ, ಮಾದೇವಪ್ಪನ ಹೊಲದ ಕಡೆ ಹೋಗುವ ದಾರಿಯನ್ನು ಅವರಿಗೆಲ್ಲಾ ತೋರಿಸಿದ. ಮತ್ತೆ ಎಲ್ಲರೂ ವಾಹನಗಳನ್ನು ಚಕಚಕನೆ ಹತ್ತಿದರು.

ತಗ್ಗುದಿಣ್ಣೆ ಏನನ್ನೂ ಲೆಕ್ಕಿಸದೆ ಆ ವಾಹನಗಳೆಲ್ಲಾ ಮಾದೇವಪ್ಪನ ಹೊಲದ ಕಡೆ ನುಗ್ಗಿದವು. ಊರಿನ ಲಿಂಗಾಯತರ ಕೇರಿಗೆ ಸುದ್ದಿ ತಲುಪಿತು. ಮಾದೇವಪ್ಪ ಎಲ್ಲಿದ್ದನೋ ಏನೋ ಒಂದೇ ದಾಪುಗಾಲಿಗೆ ತನ್ನ ಸೂರ್ಯಕಾಂತಿ ಹೊಲದ ಹತ್ತಿರ ಹಾರಿ ಬಂದ. ವಾಹನಗಳು ಹೇಗೋ ತಟಾದು, ಕಷ್ಟಬಿದ್ದು, ಅವನ ಹೊಲದ ಹತ್ತಿರ ಬಳಸಿಕೊಂಡು ಬರುವಷ್ಟರಲ್ಲಿ ಮಾದೇವಪ್ಪ ಹತ್ತಿರದ ಒಳದಾರಿಯಿಂದ ತನ್ನ ಹೊಲ ಮುಟ್ಟಿದ್ದ. ಅವನ ಹಿಂದೆ ಅನೇಕ ಜನ ಧಾವಿಸಿ ಬಂದರು. ಎಲ್ಲರಿಗೂ ಕುತೂಹಲ, ಅವು ಯಾಕೆ ಬಂದಿವೆ, ಎಲ್ಲಿಂದ ಬಂದಿವೆ, ಅವರು ಯಾರು ಎಂದು; ರಮೇಶ ಬಂದವನೇ ಅಂತ ಸುದ್ದಿ ತಿಳಿದಿದ್ದೇ ತಡ ಬ್ರಾಹ್ಮಣ ಕೇರಿಯ ಅವನ ಸ್ನೇಹಿತರು

ಹೊರಟರು. ಮಾದೇವಪ್ಪ ನುಗ್ಗಿ ಬರುತ್ತಿದ್ದ ಕ್ರೇನನ್ನು 'ನನ್ನ ಹೊಲದ ಮೇಲೆ ಅದ ನಾನು ಸತ್ತರೂ ಬಿಡುವುದಿಲ್ಲ' ಎಂದು ಅಡ್ಡ ಹಾಕಿದ. ಕ್ರೇನು ಅವನನ್ನು ಲೆಕ್ಕಿಸದೆ ಮುನ್ನುಗ್ಗಿತು. ಅವನು ಅದರ ಅಡಿಯಲ್ಲಿ ಸಿಕ್ಕಿ, ಹಳ್ಳ ಇದ್ದರಿಂದ ಜೀವಕ್ಕೆ ಏನೂ ಆಗದೆ ಉಳಿದುಕೊಂಡ. ಆದರೆ ವಾಹನ ತನ್ನ ಮೇಲೆ ಹರಿದೇ ಬಿಡ್ತು ಅಂತ ಭಾವಿಸಿದ್ದರಿಂದ ಆತ ಜ್ಞಾನತಪ್ಪಿ ಮಲಗಿದ್ದನ್ನು ಕಂಡು ಜನ ನೀರು ತಟ್ಟಿ ತೆವರಿ ಮೇಲಕ್ಕೆ ತಂದು ಮಲಗಿಸಿ ಗಾಳಿ ಹಾಕಿದರು; ಅವನ ಜೀವಕ್ಕೆ ಏನೂ ಆಗಿಲ್ಲವೆಂದು ಖಾತ್ರಿಯಾದ ಮೇಲೆ ಹಿಡಿದುಕೊಂಡ ಡ್ರೈವರನ್ನು ಜನಗಳ ಕೈಯಿಂದ ಪಾರು ಮಾಡಲಾಯಿತು. ರಮೇಶ ಸಾಕಷ್ಟು ಬಂದೋಬಸ್ತು ಮಾಡಿಕೊಂಡು ಬಂದಿದ್ದ. ಎದೆ ಎತ್ತಿ ಮೀಸೆ ತಿರುವುವವನ ಥರ ಓಡಾಡುತ್ತಿದ್ದ. ಆತ ಊರಿನಿಂದ ಧಾರವಾಡಕ್ಕೆ ಹೋದ ಮೇಲೆ ಸಂಬಂಧಿಸಿದ ಇಲಾಖೆಗೆ ಅರ್ಜಿ ಕೊಟ್ಟು ಆ ತೀರ್ಥಂಕರನನ್ನು ಸಾಗಿಸಿಕೊಂಡು ಹೋಗಲು ಬಂದಿದ್ದ. ಬುಲ್ಡೋಜರ್, ತೀರ್ಥಂಕರನ ಸುತ್ತಾಮುತ್ತಿನ ಮಣ್ಣು ತೆಗೆಯುವುದಕ್ಕೆ ಶುರು ಮಾಡಿತು. ಮೇಲೆತ್ತಲು ಕ್ರೇನು ಸಿದ್ಧವಾಗತೊಡಗಿತು. ಮತ್ತೆ, ನಡುವೆ ಬ್ರಾಹ್ಮಣರ ಲಿಂಗಾಯತರ ಖ್ಯಾತೆ ಜಗಳ ಸಣ್ಣಗೆ ನಡೆಯುತ್ತಲೇ ಇತ್ತು. ಮಾದೇವಪ್ಪನ ಪ್ರಾಣ, ಅವನ ಬೆಳೆ ಎರಡನ್ನೂ ಈ ಜನ ಬಲಿ ತೆಗೆದುಕೊಳ್ಳುತ್ತಿದ್ದಾರಲ್ಲ ಎಂದು ಲಿಂಗಾಯತರಿಗೆ ಸಿಟ್ಟು. ಆದರೆ ಜೀಪಿನಲ್ಲಿ ಬಂದಿದ್ದ ಇಬ್ಬರು ದಪ್ಪ ಮೀಸೆಯ ಪೊಲೀಸ್‌ನವರು ಯಾವುದೇ ಹಿಂಸೆ ನಡೆದರೂ ತಾವು ನಿಭಾಯಿಸಬಲ್ಲೆವು ಎಂಬ ದರ್ಪದಿಂದ ಬಂದೂಕು ಹಿಡಿದು ತಿರುಗಾಡುತ್ತಿದ್ದರು. ಊರಿನಿಂದ ಬಂದಿದ್ದವರೆಲ್ಲಾ ಕ್ರೇನು, ಬುಲ್ಡೋಜರ್ ನೋಡಿ ನಮಗೆ ಯಾಕೆ 'ಈ ವ್ಯವಹಾರ ಎಂದು ತಂತಮ್ಮ ಕಾಲಿಗೆ ಬುದ್ಧಿ ಹೇಳಿದರು. ಅಷ್ಟೊಂದು ಎಗರಾಡುತ್ತಿದ್ದ ಬಸಪ್ಪನ ತಲೆಯೇ ಅಲ್ಲಿ ಕಾಣಲಿಲ್ಲ.

ಬುಲ್ಡೋಜರ್ ಮಣ್ಣು ತೆಗೆದು, ಆ ಅವಶೇಷವನ್ನು ಸುತ್ತಾಮುತ್ತಾ ಬಿಡಿಸತೊಡಗಿತು. ಅಗೆದಂತೆಲ್ಲಾ ಅದರ ಬೇರು ಇನ್ನೂ ಆಳಕ್ಕೆ ಇರುವುದು ಗೋಚರವಾಗತೊಡಗಿತು. ಮಣ್ಣು ಪೂರ್ಣವಾಗಿ ಕರಗುತ್ತಾ ಹೋಯಿತು. ಕರಗುತ್ತಾ ಹೋದಂತೆಲ್ಲಾ, ಅದು ಇನ್ನೊಂದು ರೂಪವಾಗಿ ಕಾಣುತ್ತಾ ಹೋಯಿತು. 'ನೋಡುವ ಇನ್ನೂ ಮಣ್ಣು ತೆಗೆಯಿರಿ' ಎಂದು ರಮೇಶ ಸೂಚನೆ ಕೊಟ್ಟ. ಅಷ್ಟರಲ್ಲಿ ರಮೇಶನ ತಂದೆ ಸುಬ್ಬಾಭಟ್ಟರು ವಿಷಯ ತಿಳಿದು ಬಂದು ಮಗನನ್ನು ಬಾಯಿಗೆ ಬಂದಂತೆ ಬಯ್ದು, 'ಇದೆಲ್ಲಾ ನಿನಗೆ ಯಾಕೆ ಬೇಕಿತ್ತು? ಊರಿನಲ್ಲಿ ನಾವು ಇರಬೇಕೋ? ಅಥವಾ ಕಾಶಿ ರಾಮೇಶ್ವರಕ್ಕೆ ಹೋಗಬೇಕೋ?' ಎಂದು ರೇಗಾಡಿ ಹೋದರು. ಓದುವುದಕ್ಕೆ ಧಾರವಾಡಕ್ಕೆ ಕಳುಹಿಸಿದ ತನ್ನ ಮಗನಿಂದಲೇ ಇದೆಲ್ಲಾ ಆಗುತ್ತಿದೆ; ಇನ್ನು ಊರಿನ ಲಿಂಗಾಯತರು ತಮ್ಮ ವಿರುದ್ಧ ಸಿಡಿದು ನಿಲ್ಲುತ್ತಾರೆ ಅನ್ನುವ ಭಾವನೆ ಅವರಿಗೆ ಬಂದಿತ್ತು. ಮಣ್ಣು ತೆಗೆದು ಬುಲ್ಡೋಜರ್ ಅತ್ತ ನಿಂತಿತು. ಬಂದಿದ್ದ ಅಧಿಕಾರಿಯ ಸೂಚನೆಯ ಮೇರೆಗೆ ಕ್ರೇನು ಆ ಅವಶೇಷವನ್ನು ಅನಾಮತ್ತು ಅತ್ತ ಉರುಳಿಸಿತು. ಅದು ಬೀಳುವಾಗ ಅಲ್ಲಾಡಿದಂತೆಲ್ಲಾ ಅದರ ಸುತ್ತಾಮುತ್ತಾ ಮೆತ್ತಿಕೊಂಡಿದ್ದ ಮಣ್ಣೆಲ್ಲಾ ಫಕಫಕನೆ ಉದುರಿತು. ರಮೇಶನ ಸ್ನೇಹಿತ ಶೇಷಣ್ಣ

ಬಾಯಾಕಿ, "ಇದು ಬುದ್ಧನ ವಿಗ್ರಹ ಇರಬೇಕು!" ಅನ್ನುವುದಕ್ಕೆ ಶುರು ಮಾಡಿದ. ರಮೇಶನ ಇನ್ನೊಬ್ಬ ಸ್ನೇಹಿತ 'ಹೌದು' ಅಂದ. ರಮೇಶ ಆಗ, 'ಇದು ಬುದ್ಧನ ವಿಗ್ರಹವೇ ಇರಬೇಕು! ತುಂಬಾ ಉದ್ದನೆಯ ಸ್ಥೂಪದಂತಿದೆ. ಶಾತವಾಹನರ ಕಾಲದ ಬೌದ್ಧಸ್ಥೂಪ ಇರಬೇಕು ಇದು. ಇಲ್ಲಿ ಇನ್ನೂ ಅನೇಕ ಬೌದ್ಧ ಸ್ಥೂಪಗಳಿರಬೇಕು. ಇದರಲ್ಲಿ ಅನುಮಾನವೇ ಇಲ್ಲ....' ಎಂದು ಉಪನ್ಯಾಸ ನೀಡಲು ಶುರುಮಾಡಿದ. ಸೂರ್ಯಕಾಂತಿ ಗಿಡಗಳ ಮೇಲೆ ಸುಮಾರು ಹತ್ತು-ಹನ್ನೆರಡು ಅಡಿ ಉದ್ದದ, ಎರಡು-ಮೂರು ಅಡಿ ಅಗಲದ ಆ ವಸ್ತು ವಾಲಿ ಬಿದ್ದಿತು. ಎಲ್ಲರೂ ಅದರ ಮಣ್ಣು ಕೆರೆದು ಅದರಲ್ಲಿ ಏನೇನೋ ಹುಡುಕತೊಡಗಿದರು. ಕಂಬದ ಸುತ್ತಾ ಮೇಲಿನಿಂದ ಕೆಳಕ್ಕೆ ಮಣ್ಣನ್ನು ತೆಗೆಯುತ್ತಾ ಹೋದಂತೆಲ್ಲಾ ಅದು ಗಾತ್ರದಲ್ಲಿ ದಪ್ಪವಾಗುತ್ತಾ ಹೋಗಿತ್ತು. ಮೇಲೆ ಚೂಪಾಗಿದ್ದು, ಅದರ ಕೆಳಗೆ ದಪ್ಪವಾಗಿದ್ದು ಮಣ್ಣಿನಲ್ಲಿ ನೆಟ್ಟನೆಟ್ಟಗೆ ಹೂತುಹೋಗಿತ್ತು. ಅದು ಮಣ್ಣಿನಲ್ಲಿ ಹೂತು ಹೋಗಿದ್ದರಿಂದ ಅದರ ಮೇಲಿನ ಕೆತ್ತನೆಯ ಚಿತ್ರಗಳು ಮಣ್ಣಿನಿಂದ ಮುಚ್ಚಿಕೊಂಡಿದ್ದವು. ಮಣ್ಣನ್ನು ಕೆರೆದು ನೋಡಿದಂತೆಲ್ಲಾ ಅಸಾಧಾರಣವಾದ ಥರಾವರಿಯ ಚಿತ್ರಗಳು ಕಾಣಿಸತೊಡಗಿದವು. ನವಿಲು, ಹಂಸ, ಮೀನು, ಗಿಳಿ, ಕೋಗಿಲೆ, ಹಸು, ಮೊಲ, ನಾಯಿ, ಮರ, ಗಿಡ, ಬಳ್ಳಿ, ಹೂವು ಹೀಗೆ ನೂರಾರು ಬಗೆಬಗೆಯ ಚಿತ್ರಗಳು, ಶೇಷಣ್ಣ ಎಲ್ಲವನ್ನೂ ನೋಡಿ ನಿಟ್ಟುಸಿರುಬಿಟ್ಟು, "ಇದು ಯಾವ ಲಿಂಗವೂ ಅಲ್ಲ, ಮೂರ್ತಿಯೂ ಅಲ್ಲ, ಪ್ರತಿಮೆಯೂ ಅಲ್ಲ, ಸ್ಥೂಪವೂ ಅಲ್ಲ, ಬರೀ ಕಲ್ಲಿನ ಕಂಬ" ಎಂದ. ಎಲ್ಲರೂ ಬೆರಗಾಗಿ ನಿಂತು ನೋಡತೊಡಗಿದರು. ಇನ್ನೊಬ್ಬ, "ಇದು ಬರೀ ಕಂಬ ಅಲ್ಲ, ಯಾವುದೋ ಕಾಲದ ಹಳೆ ಮನೆಯದ್ದೋ, ದೇವಸ್ಥಾನದ್ದೋ ಕಲ್ಲಿನ ಕಂಬ. ಇದರ ಮೇಲೆ ಅದೇನು ಚಿತ್ತಾರದ ಕೆಲಸ ಮಾಡಿದ್ದಾರೆ! ಯಾವ ಕಾಲದ ಕಲಾವಿದರ ಕೆತ್ತನೆಯ ಕೆಲಸವೋ ಇದು!" ಎಂದು ತನ್ಮಯನಾದ.

ಮಾದೇವಪ್ಪ ಕೂತಲ್ಲಿಂದ ಓಡಿಬಂದು ಕಂಬ ನೋಡಿದ. ನಿಶ್ಯಬ್ದರಾಗಿ ನಿಂತಿದ್ದ ಜನಗಳ ಕುರಿತು, "ಇದು ನಮ್ಮ ವಂಶದ ಹಿರೀಕರ ಮನೆಯ ನಡುಮನೆಯ ಕಂಬವೇ! ನಮ್ಮ ಪೂರ್ವಿಕರ ಮನೆ ಇಲ್ಲಿತ್ತಂತೆ. ಅಂಗಂತ ನಮ್ಮ ತಾತ ಹೇಳ್ತಾ ಇದ್ದ. ಅದರದೇ ಈ ಕಂಬ. ಇದನ್ನು ಎತ್ತಿಕೊಂಡು ಹೋಗಲು ನಾನು ಬಿಡುವುದಿಲ್ಲ" ಎಂದು ಹಠ ಮಾಡಿದ. ರಮೇಶ, "ಇದು ನಿಮಗೆ ದತ್ತಿ ಬಿಟ್ಟುಕೊಟ್ಟ ಹೊಲವಂತೆ. ನಿಮ್ಮ ಪೂರ್ವಿಕರ ಮನೆ ಇಲ್ಲಿ ಹೇಗೆ ಇರುವುದಕ್ಕೆ ಸಾಧ್ಯ? ಹಿಂದೆ ಇಲ್ಲಿ ಒಂದು ಬೃಹತ್ ದೇವಾಲಯ ಇದ್ದಿರಬೇಕು. ಇದರ ಕಲಾವೈಭವವನ್ನು ನೋಡಿದರೆ ಇದು ಹೊಯ್ಸಳರ ಕಾಲದ ಕಲೆಯುನ್ನು, ಸೌಂದರ್ಯವನ್ನು ನೆನಪಿಗೆ ತರುತ್ತದೆ" ಎಂದು ಮಾದೇವಪ್ಪನನ್ನು ದಬಾಯಿಸಿದ. ನಡುವೆ ಶೇಷಣ್ಣ ಬಾಯಾಕಿ, "ಈ ಕಲ್ಲಿನ ಕಂಬದ ಮೇಲಿನ ಚಿತ್ರಗಳನ್ನು ನೋಡಿದರೆ ಅಚ್ಚರಿಯಾಗುತ್ತದೆ. ಇದರ ಮೇಲೆ ಯಾವುದೇ ಜಾತಿಗಳಿಗೆ, ದೇವತೆಗಳಿಗೆ, ಧರ್ಮಗಳಿಗೆ ಸಂಬಂಧಿಸಿದ ಚಿತ್ರಗಳು ಕಾಣುತ್ತಿಲ್ಲ. ಈ ಚಿತ್ರಗಳು ಬೇರೆ ಇನ್ನಾವುದೋ ಒಂದು ವಿಶಿಷ್ಟವಾದ ಸಂಸ್ಕೃತಿಗೆ

ಸಂಬಂಧಿಸಿರಬೇಕು. ಇದರ ಬಗ್ಗೆ ಇನ್ನೂ ಹೆಚ್ಚಿನ ಅಧ್ಯಯನ ಆಗಬೇಕು. ಸಂಶೋಧನೆ ನಡೆಯಬೇಕು. ಇಂತಹ ಅವಶೇಷಗಳು ನಮಗೆ ಇದುವರೆಗೆ ಬೇರೆಲ್ಲೂ ಸಿಕ್ಕಿಲ್ಲ; ಈ ಕಂಬವನ್ನು ನಾವು ಜೋಪಾನವಾಗಿ ರಕ್ಷಿಸಬೇಕಾಗಿದೆ'' ಎಂದ.

ಕಂಬವನ್ನು ಪುರಾತತ್ವ ಇಲಾಖೆಗೆ ಸಾಗಿಸುವುದರ ಬಗ್ಗೆ ಎಲ್ಲರಲ್ಲೂ ನಿಂತಲ್ಲೇ ಚರ್ಚೆ ನಡೆಯಿತು; ಕಂಬವನ್ನು ಅಲ್ಲೇ ಬಿಟ್ಟು ಹೋಗಿ ಇನ್ನೊಂದು ದಿನ ಬರುವುದಾಗಿ ನಿಶ್ಚಯಿಸಿದರು. ಆಗ ಶೇಷಣ್ಣ ''ಈ ಜಾಗ ಪುರಾತತ್ವ ಇಲಾಖೆಗೆ ಸೇರಿದ್ದು'' ಎಂದು ಬೋರ್ಡನ್ನು ಬರೆದು ನೆಡುವಂತೆ ಸೂಚನೆ ಕೊಟ್ಟು, ಅದರ ಬಗ್ಗೆ ಧಾರವಾಡಕ್ಕೆ ಹೋದ ಕೂಡಲೇ ಕ್ರಮ ತೆಗೆದುಕೊಳ್ಳುವುದಾಗಿ ಹೇಳಿದ. ಅಲ್ಲಿಯವರೆಗೂ ಕಂಬವನ್ನು ಜೋಪಾನವಾಗಿ ನೋಡಿಕೊಳ್ಳಬೇಕೆಂದು ಮಾದೇವಪ್ಪನಿಗೆ ಹೇಳಿ, ಅದಕ್ಕೆ ಹೆಚ್ಚು ಕಮ್ಮಿಯಾದರೇ ಅವನೇ ಹೊಣೆಯೆಂದು ತಿಳಿಸಿ, ಎಲ್ಲರೂ ವಾಹನವೇರಿ ಹೊರಟರು. ತರುವಾಯ ತನ್ನ ಸೂರ್ಯಕಾಂತಿ ಹೊಲದಲ್ಲಿ ಸಿಕ್ಕಿರುವ ಕಂಬವನ್ನು ನೋಡಲು ಊರಿಗೇ ಊರೇ ಬರುತ್ತಿರುವುದನ್ನು ಕಂಡು ಮಾದೇವಪ್ಪ, ಇನ್ನು ಜನರನ್ನು ತಡೆದು ತನ್ನ ಹೊಲದ ಸೂರ್ಯಕಾಂತಿ ಹೂವುಗಳನ್ನು ಕಾಪಾಡುವುದು ಕಷ್ಟವೆನ್ನಿಸಿ ಸೋತು ನೆಲಕ್ಕೆ ಕೂತ.

13. ಬೆಳ್ಳಕ್ಕಿಗಳ ಲೋಕದಲ್ಲಿ

– ರಾಘವೇಂದ್ರ ಪಾಟೀಲ

ಬೆಳ್ಳಕ್ಕಿಗಳ ಹಿಂಡು ಕಂಡಲ್ಲೆಲ್ಲ ಅವನನ್ನು ಹುಡುಕಬೇಕು !

ಪರಿವ್ಯಾ ಮನಿಬಿಟ್ಟು ಮೂರುದಿನವಾಗಿದೆಯಂತೆ......

ಹಾ.... ಹಾ.... ಬೆಳ್ಳಕ್ಕೀ.... ಇಳದ ಬಾ... ಬೆಳ್ಳಕ್ಕೀ.... ನನ್ನ ಹೊಲಾ ಹೊತಗೊಂಡ ಹಾರಿ ಹೊಂಟವರೆಪೋ. ಬರ್ರಿ.... ಹಿಡೀರಿ.... ಹುರ್ರ್ಯೋ ಅಂತ ಒದರಿಕೋತ ಬೆಳ್ಳಕ್ಕಿಗಳ ಬೆನ್ನು ಹತ್ತಿದ್ದಾನಂತೆ. ಅವೆಲ್ಲಿ ಇವನಿಗೆ ಸಿಗುತ್ತವೆ ?... ಭುರ್.... ಅಂತ ಹಾರಿ ಮಾಯವಾಗಿ ಹೋದರೆ ಇವ ಹೊಂಯ್.... ಅಂತ ಅತ್ತು ಮತ್ತೆ ಬೆಳ್ಳಕ್ಕಿಗಳ ಹಿಂಡು ಹುಡುಕಲು ಹೊಂಡುತ್ತಾನಂತೆ.... ಹಾದಿಯೊಳಗ ಸಿಕ್ಕ ಮಂದಿ ಸಂತ್ರಾಮನಿಗೆ ಎಲ್ಲವನ್ನೂ ಸವಿಸ್ತಾರವಾಗಿ ಹೇಳಿತು.

ಸಂತ್ರಾಮ ಅಪ್ಪನನ್ನು ಹುಡುಕಲು ಅಡ್ಯಾಡಿ ಒಂದೇ ದಿನಕ್ಕೆ ಬಸವಳಿದು ಹೋಗಿದ್ದ.... ಮನಿಯೊಳಗೆ ಬ್ಯಾರೆ ಅವನ ಅಜ್ಜಿ, ಪರವ್ವ, ಹಾಸಗೀ ಹಿಡಿದು ಈಗೋ ಆಗೋ ಅನ್ನುವಹಂಗೆ ಮಲಗ್ಯಾಳೆ. ಪೊಲೀಸರ ಕೈಯೊಳಗೆ ಅನ್ಯಾವಿನ್ನಿ ಆಗಿ ಬಂದಾಗಿನಿಂದ ಪರವ್ವನೂ ಖಬರೀ–ಬೇಖಬರೀ ಇದ್ದಂಗsಇದ್ದಳು. ಒಮ್ಮೊಮ್ಮೆ ಎಚ್ಚರಾಗಿ–'ಕಾಗದಾs – ಈ ಕಾಗದಾ ತಗೊಂಡ ನೋಡೋ ಸರದಾರಾ....' ಅಂತ– ಇನ್ನೊಮ್ಮೊಮ್ಮೆ 'ಅಯ್ಯಯ್ಯೋ.....' ಅಂತ ಒದರಿ – 'ಕೊಲ ಬ್ಯಾಡರೋ... ನನ್ನ ಮಗಾ ನೆತ್ತರಾ ಬಸದು ದುಡದಾನರ್ರ್ಯೋ....' ಅಂತಂದು ಗಳಗಳ ಅಂತ ಕಣ್ಣೀರು ಸುರಿಸುವಳು... ಒತ್ತಾಯದಿಂದ ಒಂದು ಗುಟುಕು ಸಕ್ಕರಿಯ ನೀರು ಹೊಟ್ಟಿಗೆ ತಗೋತಾಳೆ.... ಸಂತ್ರಾಮನ ಅವ್ವ ಮಲ್ಲಿಗೆ ದಿಕ್ಕು ತಪ್ಪಿದಂಗಾಗಿತ್ತು.....

ಸಂತ್ರಾಮ ಬೆಳಗಿನಿಂದ ಅಡ್ಯಾಡಲಿಕ್ಕೆ ಸುರುಮಾಡಿದ್ದ. ಬಿಸಿಲಲ್ಲಿ ಅಪ್ಪನ್ನ ಹುಡಿಕ್ಯಾಡಲಿಕ್ಕಂತ ಊರಿನ ಆಸುಪಾಸು ಎಲ್ಲಾ ತಿರಗ್ಯಾಡುವ ಭರದೊಳಗೇ ಒಮ್ಮಿಗ್ಗೆಲೇ ಗೀತಾನ ನೆನಪಾಗುವುದು..... 'ಎಲ್ಲಾ ಒಂದs ರಕ್ತ... ಸುಡಬೇಕು.... ಈ ಬೆಳಗಾಂವಿ ಎಷ್ಟ ದುಷ್ಟ ಅದ !.....' ಅಂತ ತನ್ನೊಳಗೇ ಮಾತಾಡಿ ಸಿಟ್ಟಿನಿಂದ ತುಟಿ ಕಡಿದುಕೊಂಡ.....

ಸಂತ್ರಾಮನಿಗೆ ಬೆಳಗಾಂವಿ ಅಸಾಧ್ಯ ದುಷ್ಟ ಅಂತ ಅನಿಸಿದೆ. ಆದರೆ ನಮ್ಮ ಊರಿನ ಪ್ರತಿಯೊಂದು ಮನಿಯೂ ಒಂದಿಲ್ಲೊಂದು ರೀತಿಯೊಳಗ ಬೆಳಗಾಂವಿಯೊಂದಿಗೆ ಸಂಬಂಧ ಇಟ್ಟುಕೊಂಡಿದೆ.... ಹಾರೂರ ಮಂದಿಯ ಬಹಳಷ್ಟು ಮಂದಿ

ರಕ್ತಸಂಬಂಧಿಗಳು ಬೆಳಗಾಂವಿಯಲ್ಲಿಯೇ ಇರುವರು. ಲಿಂಗಾಯತ ಗೌಡರ ಸಂಬಂಧಿಗಳೂ ಅಲ್ಲಿ ಬೇಕಾದಷ್ಟು... ಯಾರು ಡೀಸಿ ಆಫೀಸಿನಾಗ ಇದ್ದಾರ... ಯಾರು ಪೊಲೀಸರಾಗ್ಯಾರ... ಯಾರು ದೊಡ್ಡ ದೊಡ್ಡ ಅಂಗಡೀ ಇಟಗೊಂಡು ವ್ಯಾಪಾರ ಮಾಡತಾರ. ಇನ್ನಷ್ಟು ಮಂದಿ ಕಬ್ಬಿಣ ಸಾಮಾನು ಮಾಡುವ, ಹತ್ತಿಯಿಂದ ನೂಲು ತಗಿಯುವ ಗಿರಣೀ ತಗದಾರ. ಅವರು ನಮ್ಮ ಊರಿಂದ ದುಡಿಯಲಿಕ್ಕೆ ಬೇಕಾದಷ್ಟು ಮಂದಿನ್ನ ಕರಸಿಗೊಂಡಾರ... ಇನ್ನೊಂದಿಷ್ಟು ಮಂದಿ ಅಲ್ಲಿ ದೊಡ್ಡ ದೊಡ್ಡ ಮನೀ ಕಟ್ಟಿಸಿ ಬಾಡಗೀ ಕೊಟಗೊಂಡು ಆರಾಮಾಗಿ ಇದ್ದಾರ... ಹಿಂಗ – ನಮ್ಮ ಊರಿನ ಅಗದೀ ಹತ್ತಿರದ ಸಂಬಂಧಿ ಬೆಳಗಾವಿ ಸಂತ್ರಾಮನ ಆಕ್ರೋಶಕ್ಕೆ ತುತ್ತಾಗಿಬಿಟ್ಟಿತ್ತು... ಬರೇ ಗುಡಿಸಲುಗಳೇ ಇದ್ದಿದ್ದರೆ, ಸಣ್ಣಂದಿರತ ರಾವುಕಾಜಿನಿಂದ ಉರಿಹಚ್ಚಿದಂಗ – ಅವುಗಳಿಗೆಲ್ಲಾ ಉರಿ ಹಚ್ಚಿ ಸುಟ್ಟು ಬೂದೀ ಮಾಡಿಬಿಟ್ಟರತಿದ್ದ.... ಆದರ ಈ ದುಷ್ಟ ಬೆಳಗಾಂವಿ ಇರುವುದು ಕಾಂಕ್ರೀಟಿನೊಳಗ... ಕಾಂಕ್ರೀಟಿಗೆ ಉರಿ ಹತ್ತಂಗಿಲ್ಲ... ಸಂತ್ರಾಮ 'ಥೂ....' ಅಂತ ಉಗುಳಿ ಆ ಧಗಧಗಿಸುವ ಬಿಸಿಲಿನಲ್ಲಿ ದೂರದಲ್ಲಿ ಎಲ್ಲಿಯಾದರೂ ಬೆಳ್ಳಕ್ಕಿಗಳ ಹಿಂಡು ಕಾಣುತ್ತದೆಯೇ ಎಂದು ಕಾತರದಿಂದ.... ದಿಟ್ಟಿಸಿ ನೋಡತೊಡಗಿದ.

* * * *

ಈ ಊರಿನೊಳಗೆ ಪರಿವ್ಯಾ–ಪರಿವ್ಯಾ ಅನ್ನುವ ಮನಶಾನಿಗೆ ಹುಚ್ಚು ಹಿಡಿದು ಬೆಳ್ಳಕ್ಕಿಗಳ ಬೆನ್ನು ಹತ್ತಿ ಅಡ್ಯಾಡುತ್ತಿರುವದರ ಸುದ್ದಿ ಇದು... ಪರಿವ್ಯಾ ಪರವ್ವನ ಮಗ. ಪರವ್ವನ ಗಂಡ ಯಲ್ಯಾ. ಪರವ್ವನನ್ನ ಊರಗೌಡ ಇಟಗೊಂಡಿದ್ದ ಅನ್ನುವ ಮಾತನ್ನ ಹೊಲಗೇರಿಯ ಮಂದಿ ಆಕಿಯ ನಶಿಬವನ್ನು ಹೊಗಳುವ ಹಾಗೆ ಸ್ಪಷ್ಟವಾಗಿ ಮಾತಾಡಿಕೊಳ್ಳುತ್ತಾರೆ. ಉಳಕೀಮಂದಿ ತಮ್ಮ ತಮ್ಮೊಳಗೇ ಗುಪ್ತವಾಗಿ ಪಿಸಿ ಪಿಸಿ ಅಂತ ಗೌಡನ ಕಚ್ಚಿಹರಕತನವನ್ನು ಮಾತಾಡಿಕೊಳ್ಳುತ್ತಾರೆ.... ಪರಿವ್ಯಾನನ್ನು, ಅವ ಸಣ್ಣವನಾಗಿರುವಾಗ ಪರವ್ವ ಪರಗೌಡಾ–ಪರಗೌಡಾ ಅಂತ ಕರೆಯುತಿದ್ದಳಂತ. ನೆರಿ ಹೊರಿಯ ಹೆಂಗಸರು 'ಅಯ್ಯs ಇದ್ಯಾವ ಊರ ಗೌಡs?.....' ಅಂತ ಚಾಷ್ಟೀ ಮಾಡಿಧಂಗೆ ಮಾಡಿ ತಮ್ಮ ಹೊಟ್ಟೆಕಿಚ್ಚನ್ನು ತೋರಿಸಿಕೊಂಡರೆ ಅದಕ್ಕೆ ಪರವ್ವ ಅಷ್ಟೇ ಛಲದಿಂದ – ವಿಶ್ವಾಸದಿಂದ 'ಯಾವೂರ ಗೌಡಂದರs.... ಇದ್ದೂರ ಗೌಡಾ.... ಗೌಡನಮಗಾ ಅಂದರ ಗೌಡ ಹೌಂದಲ್ಲೋ?' ಅಂತ ಪ್ರಶ್ನೆ ಮಾಡಿ ಅವರ ಹೊಟ್ಟೆಯನ್ನು ಉರಿಸಿ ಬಾಯಿ ಮುಚ್ಚಿಸುವಾಕಿ.... ಪರವ್ವನ ಗಂಡ ಯಲ್ಯಾ ದಿನ ಬೆಳಗಾದರೆ ಗೌಡರ ದನದ ಹಕ್ಕಿಯಲ್ಲಿ ಬಂದು ಕುಂತು–ಅವರು ಹೇಳುವ – ಬಸ್ಯಾನ್ನ ಕರಕೊಂಡ ಬಾರಲೇ.... ಪಿಸ್ಯಾನ್ನ ಕರಕೊಂಡ ಬಾರಲೇ ಅನ್ನುವ ಮಾತಿಗೆ ಊರ ತುಂಬ ಓಡ್ಯಾಡಿ ಬರುವ–ಗೌಡನ ಮಾತಿನ ದರ್ಪಕ್ಕೆ ಕಾಲು ನೀಡುವವ....

ಪರಿವ್ಯಾ ಇಪ್ಪತ್ತೈದು ದಾಟಿದಮ್ಯಾಲ ಗೌಡರ ಮಡ್ಡಿಯನ್ನ ಸಾಗುವಳಿ ಮಾಡಲಿಕ್ಕೆ ಸುರು ಮಾಡಿದ. ಗೌಡರಿಗೆ ಫಾಳೇ ಕೊಡುವದು.... ಖರೇ ಅಂದರೆ ಗೌಡರಿಂದ ಯಲ್ಯಾನೇ ಈ ಮಡ್ಡಿಯನ್ನು ಮಾಡಲಿಕ್ಕೆ ಹಿಡಿದವ. ಆದರೆ ಆ ಮುಳ್ಳುಗಳು– ಆ ಕಲ್ಲುಗಳು–ಆ ಕಂಟಿಗಳು !..... ಅವ ಹೊಲಕ್ಕೆ ಹೋದನಂದರೆ ಅವನ್ನೆಲ್ಲ ನೋಡಿ

ಅಂಜಿ–'ಇದು ನನ್ನ ಕೈಯಿಂದ ನೀಗಾಣೆಲ್ಲ ಬಿಡು. ಇದಕ್ಕ ಹೊಲಾ ಅಂತ ಅನ್ನಾವ ಯಾಂವ....' ಅಂತ ಅಂದು ಕೈ ಮುಗಿದು ಮನಿಗೆ ಬರತಿದ್ದ. ಯಲ್ಯಾ ಕೊಡಬೇಕಾದ ಫಾಳೇ ಅವ ಗೌಡರ ಹಕ್ಕಿಯೊಳಗ ಕುಂತು ಅವರ ಬಿಟ್ಟೀ ಕೆಲಸಾ ಮಾಡು ವುದರೊಳಗ ಮುಟ್ಟತಿತ್ತು. ಇನ್ನು ಹೊಟ್ಟಿಬಟ್ಟಿ ಇವು ಪರವ್ವನಿಂದ ನಡಿಯುತ್ತಿದ್ದವು. ಅದೂ ಅಲ್ಲದೆ ಇವನ ಪಾಲಿಗೆ ಬಂದ ಸತ್ತ ದನಗಳ ಚರ್ಮಾ ಸುಲಕೊಂಡು ಮಾರಿದಾಗ – ಆಗಾಗ ಗಂಟಲು ಮತ್ತ ತಲಿಗಳನ್ನು ಚುರುಕು ಮಾಡಲಿಕ್ಕೆ ಸೆರೆಯ ವ್ಯವಸ್ಥೆಯೂ ಆಗತಿತ್ತು. ಒಟ್ಟಿನವ್ಯಾಲ ಯಲ್ಯಾನ ಜೀವನ ಯಾವ ಚಿಂತೆಯೂ ಇಲ್ಲದೇ ನಿರಂಬಳವಾದದ್ದಾಗಿತ್ತು. ಆದರೆ ಮುಂದೆ ಅಂವ ಮುದುಕ ಆಕ್ಕೋತಽ ಬಂದಂಗ ಗೌಡರೂ ಮುದಕ ಆಕ್ಕೋತ ಬಂದರು. ಪರವ್ವಗೂ ವಯಸ್ಸಾತು.... ಪರಿವ್ಯಾ ವಯಸ್ಸಿಗೆ ಬಂದಿದ್ದ –. ಅವಗ ಅಲ್ಲೇ ಕೇರ್‍ಯಾಗಿಂದಽ ಒಂದ ಹೆಣ್ಣ ತಗದು ಹಾಸಿಗೀ ಕೊಟ್ಟರು.... ಮಲ್ಲಿ – ಅಂತ ಆ ಹುಡುಗಿಯ ಹೆಸರು. ಮನ್ಯಾಗ ಖರ್ಚು ನೀಗಸೂದು ಕಠಿಣ ಆಕ್ಕೋತ ಬಂತು. ಅದರಾಗಽ ಸತ್ತ ದನಗೋಳನ ಸೈತ ಮಾರೂ ಹಂತಾ ದಿನಮಾನ ಬಂದವು... ಅದಕ್ಕೇ ಪರಿವ್ಯಾ.. ಫಾಳೇದಲೆ ಹಿಡಿದ ಗೌಡರ ಮಡ್ಡಿಯನ್ನು ಸಾಗುವಳಿ ಮಾಡಬೇಕು ಅಂತ ಮನಸು ಮಾಡಿದ.....

ಯಲ್ಯಾ ಅಂದ–'ನೀ ಏನ ಹುಚ್ಚ ಗಿಚ್ಚ ಅದೀ ಏನೋ.....! ಅದಕ್ಕ ಹೊಲಾ ಅಂತ ಅನ್ನಾವ ಯಾಂವಾ?... ಕಲ್ಲ ಖಣಿಯೋ ಮಾರಾಯಾ ಕಲ್ಲ ಖಣಿ!..... ಅದರಾಗೇನ ಬೆಳದೀ?' 'ನಾಯೇನ ನೋಡಿಲ್ಲೇನ..... ಫಾಳೇದಲೇ ನಮಗ ಐತಿ ಅಂತ ಅಂದಮ್ಯಾಗ ಸುಮುಸುಮ್ಮನಽ ಬಿಡಬೇಕ್ಯಾಕ. ಎಷ್ಟ ಬಂದಷ್ಟಽ ಬರಲಿ... ಸಾವಕಾಸೇ ಸಾವಕಾಸೇ ಸೊಚ್ಚ ಮಾಡಿಕೊಂತ ಹೋದರ ಮುಂದಕ ಮನಿಗೆ ಸಾಕಾಗುವಷ್ಟು ನಾಕು ಕಾಳು ಬಂದಽ ಬರತಾವು.... ಮತ್ತ ಕೂಲಿ ಸಿಗದಿರಕ ನಾನು ಮತ್ತ ಮಲ್ಲಿ ಮನ್ಯಾಗ ಕುಂತ ಏನ ಮಾಡೂದು....?....' ಅಂತ ಹಿಂಗ ಪರಿವ್ಯಾ ಅಪ್ಪನ ಜೋಡೀ ವಾದಿಸಿ ಸಾಗುವಳಿ ಮಾಡುವ ತನ್ನ ನಿರ್ಧಾರ ಗಟ್ಟಿ ಮಾಡಿಕೊಂಡ..... ಮದ್ದಿನ ತನಕಾ ಕೂಲೀ ಮಾಡಿಬಂದು ಮದ್ದಿನದವ್ಯಾಲ ಹೊಲಕ್ಕ ಹೋದ... ಅಲ್ಲಲ್ಲಿ ಕಂಟಿಗಳಿದ್ದವು.... ಮುಳ್ಳುಗಳಿದ್ದವು. ಮಡ್ಡೀಽ ಅಂದಮ್ಯಾಲೆ ಕಲ್ಲುಗಳಂತೂ ಸರಿಯೇ ಸರಿ. ಮೊದಲ ನೋಟಕ್ಕೇ ಮುದುಕ ಹೇಳಿದ ಮಾತುಗಳು ಸುಮ್ಮ ಸುಮ್ಮನೇ ಕಾಲೊಳಗೆ ಹಾವು ಬಿಡುವ ರೀತಿಯವು ಅನಿಸಿತು. ಇವೇನು ಮಹಾ ಕಂಟಿಗಳು – ಇವೇನು ಮಹಾ ಕಲ್ಲುಗಳು ಅಂತ ಅನಕೊಂಡು– ತಾನು ಬರೇ ಕೈ ಹಚ್ಚಿದರೆ ಸಾಕು ಇವು ಕರಗಿಹೋಗುತ್ತವೆ ಅನ್ನುವ ಭಾವನೆಯ ಭರದೊಳಗೆ ತನ್ನ ಎರಡೂ ಕೈಗಳನ್ನು ನೋಡಿಕೊಂಡ.

ಸಂಜಿಯ ಮುಂದ ಕಂಬಾರ ಸಾಲಿಗೆ ಬಂದು ಅಲ್ಲಿದ್ದ ಮಂದಿಯಿಂದ ಹತ್ತು ಮಾರು ದೂರವೇ ನಿಂತು–'ಕಾಳಪ್ಪಣ್ಣಾ....' ಅಂತ ಕರದ. ಕಬ್ಬಿಣ ತುಣುಕನ್ನು ವಲಿಯೊಳಗಿನ ಬೆಂಕಿಯೊಳಗೆ ತುರುಕುತ್ತಿದ್ದ ಕಾಳಪ್ಪ ಹೊಳ್ಳಿನೋಡಿ– 'ಏನಾಽ......' ಅಂದ. 'ಏನಿಲ್ಲೋಪಾ..... ಒಂದು ಪಿಕಾಸಿ ಒಂದ ಸನಿಕಿ ಬೇಕಾಗಿದ್ದವು....' ಅಂತ ಪರಿವ್ಯಾ ಹೇಳತಿದ್ದಂಗೇ– 'ಪಿಕಾಸೀ ಸನಿಕೀ.....? ಅವ್ಯಾಕಬೇಕು.... ನಿಮ್ಮ ಮುದಿಕಿ

ಗಿದಿಕಿ ಸತ್ತಿತೇನ ಮತ್ತ?' ಅಂತ ಕಾಳಪ್ಪ ನಡುವೇ ಬಾಯಿ ಹಾಕಿ ಕೇಳಿದ. ಪರಿವ್ಯಾ, ಘಾಬರಿಯಿಂದ – 'ಏ.... ಇಲ್ಲೋಪಾ.... ನಮ್ಮ ಮುದಿಕಿ ಗಟ್ಟಿ ಐತಿ.....' ಅಂತ ಹೇಳತಿದ್ದಂಗೇ ಅಲ್ಲಿ ಕುಂತವರೊಳಗಿನ ಒಬ್ಬ ಮನಶಾ – 'ಮತ್ತs......ನಿಮ್ಮ ಯಲ್ಯಾ ತೀರಿಕೊಂಡನೇನು ?....... ಏನಾಗಿತ್ತುs?' ಅಂತ ಕೇಳಿದ. ಪರಿವ್ಯಾಗ ಸಿಟ್ಟು ಬಂತು. ಸಹನ ತಗೊಂಡು–'ಹಂಗಲ್ರೀ.... ಹೊಲದ ದಗದಕ್ಕ.....' ಅಂತ ಹೇಳಲಿಕ್ಕೆ ಸುರು ಮಾಡತಿದ್ದಂಗೇ ಅಲ್ಲಿ ಕುಂತ ಮಂದಿ ಖೊಕ್ಕಂತ ನಕ್ಕಿತು. 'ಅಲ್ಲೋ ನೀನೂ ನಿವಳ ಕೂಲ್ಯಾಂವ ಆದ್ಯಾ. ಅಲ್ಲ ದಗದಕ್ಕ ಕರದವರು ಪಿಕಾಸೀ–ಸನಿಕೀ ಕೊಟ್ಟs ಕೊಡತಾರು. ನೀ ಯಾಕ ಒಯ್ಯಬೇಕಪಾ..... ?' ಅಂದರು.

ಪರಿವ್ಯಾ, ಗೌಡರ ಮಡ್ಡಿಯ ಸುದ್ದಿಯನ್ನ ಹೇಳತಿದ್ದಂಗs ಅಲ್ಲಿ ಕೂತಮಂದಿ ಇನ್ನೊಮ್ಮೆ ಕ್ಯಾಕೀ ಹಾಕಿ ನಕ್ಕಿತು. ಎಲ್ಲಾರೂ ನಕ್ಕು ಬಗಿಹರದಾದ ಮ್ಯಾಲ ಕಾಳಪ್ಪ– 'ಅದಕ ನಾಯೇನ ಮಾಡ್ಲೆಪಾ ?... ನಿಮ್ಮ ಅವ್ವನ್ನ ಕಳಸು. ಗೌಡರು ಆಕಿ ಕೇಳಿದಳಂದರ ಪಿಕಾಸೀ ಕೊಟ್ಟs ಕೊಡತಾರು.... ಕಂಬಾರ ಬ್ಯಾಡಾ ಕಬ್ಬಿಣ ಬ್ಯಾಡಾ.....' ಅಂತ ಕುಂತವರನ್ನ ಇನ್ನಷ್ಟು ನಗಿಸಿದ. ಪರಿವ್ಯಾನ ಮೈಯ್ಯು ಚುರುಚುರು ಅಂತ್ಯು..... ಇರ್ಲಿ... ಇವರದೂ ಕಾಲ ಐತಿ ಅಂತ ಮನಸಿಗೆ ಸಮಾಧಾನ ಹಚಿಗೊಂಡು, ಮತ್ತೆ ದೈನಾಸಪಟ್ಟು, ಆ ಕಬ್ಬಿಣದ ಸಾಮಾನುಗಳಿಗಾಗಿ ಕಾಡಿದ.... ಕಾಳಪ್ಪ–'ರೊಕ್ಕಪಾs.....?' ಅಂದ. ಇವ 'ಈಗ ಕೊಡು. ಕೂಲೀ ಮಾಡಿ ಒಂದ ತಿಂಗಳದಾಗ ಮುಟ್ಟಸತನು....' ಅಂತ ಹೇಳಿದ. 'ಹೋಗೋ ಮಳ್ಯs ಹೋಗು. ಇಂವ ಹೊಲಾ ಮಾಡತಾನಂತ–ನಾನು ಉದ್ದರೀಲೇ ಪಿಕಾಸೀ–ಸನಿಕೀ ಕೊಡಬೇಕಂತ. ಹೋಗೋಗು. ನಿಮ್ಮ ಮುದಿಕಿಗೆ ಹೇಳ್ಹೋಗು. ಆಕೇ ಏನರ ಹಾದೀ ಹೇಳಿಕೊಡತಾಳು. ಅಂದರ ನೀನೂ ಮೆಟ್ಟಿಗೆ ಹತ್ತತೀ' ಅಂತ ಹೇಳಿದವನೇ – ತಿದಿ ಒತ್ತುತ್ತಿದ್ದವನಿಗೆ–'ಹೂಂ, ನಿಂದರಸಪಾ' ಅಂತಂದು ಚಿಮಟಾದಿಂದ ಹಿಡದು ಕೆಂಪಗೆ ಕಾಯ್ದ ಕಬ್ಬಿಣವನ್ನ ಅಡಿಗಲ್ಲ ಮ್ಯಾಲಿಟ್ಟು 'ಹೂಂ.... ಹೊಡೀ....' ಅಂತ ಸಮಟಿಗಿ ಹಿಡಕೊಂಡು ನಿಂತ ಮನಶಾನಿಗೆ ಹೇಳಿ, ಅವನ ಏಟಿಗೆ ತಕ್ಕಂತೆ ಕಬ್ಬಿಣವನ್ನು ಹೊಳ್ಳಿಸ್ಯಾಡಿಕೋತ ಕುಂತ.

ಒಂದೆರಡು ಮಿನಿಟು ಅಲ್ಲೇ ಮಿಕಿ ಮಿಕಿ ನೋಡುತ್ತಾ ಕಂಬ ನಿಂತಂಗೆ ನಿಂತ ಪರಿವ್ಯಾ ಉಪಾಯಗಾಣದೇ ಗುಡಸಲಿಗೆ ಬಂದು ವಲಿಯ ಮುಂದುಗಡೆ ಛಪ್ಪರದ ಗ್ವಾಡಿಗೆ ಆನಿಕೊಂಡು ಕೂತ.... ಅಲ್ಲೇ ಮಗ್ಗಲದಾಗೇ ಕೂತು ದಮ್ಮಿನಿಂದ ವಸ್ ವಸ್... ಅಂತ ತೇಕುತ್ತಿದ್ದ ಯಲ್ಯಾ ಕಷ್ಟಪಟ್ಟು ತೇಕುವುದನ್ನು ತಡಕೊಂಡು, ಕಣ್ಣು ಕಿಸಿದು ಇವನನ್ನು ದುರುದುರು ಅಂತ ನೋಡಿದ. ಮುಸ್ ಮುಸ್ ಅಂತ ತೇಕುತ್ತಿದ್ದ ಮುದುಕ ತೇಕುವುದನ್ನು ನಿಲ್ಲಿಸಿದಾಗ–ಎಲ ಎಲಾ ಇವನ ಉಸಿರಾಟವೇ ನಿಂತಹೋಯಿತೇ ಅಂತನಿಸಿ ಪರಿವ್ಯಾ ಗಾಬರಿಯಿಂದ ಯಲ್ಯಾನ ಕಡೆ ನೋಡಿದ. ಯಲ್ಯಾ ಗೂರುತ್ತ–ಗಂಟಲಿನೊಳಗಿನ ಕಫದ ಮುದ್ದೆಯಿಂದ ಒದ್ದೆಯಾದ ಶಬ್ದಗಳಿಂದ, ಮಾತಾಡಿದ. 'ಹ್ವೊಲಾ ನೋಡಿ ಬಂದೇನಲೇ ?... ಅದಕ್ಕs ಹಿಂಗ ಕುಂತದೀ ಕಾಣಸ್ತತಿ.... ನಾ ಹೇಳಿರಾಕಿಲ್ಲೇನೋs ಮಳ್ಯs. ಕಲ್ಲ ಖಣೀ ಅಂತ

ಹೇಳಿನ್ನಿ...' ಪರಿವ್ಯಾ ಸಟಕ್ಕನೇ ಸಿಟ್ಟಿಗೆದ್ದು 'ಸುಮ್ಮನ ಕುಂಡರೋಪಾ.... ಮುಕಳ್ಯಾಗ ದಮ್ಮ ಇಲ್ಲದ್ದಕ್ಕ ಸಾಗುವಳಿ ಮಾಡೂದು ಬಿಟ್ಟ ಕುಂತದಿ. ಈಗ ಹೇಳಾಕ ಬರತಾನು....' ಅಂತ ಟಿರಿಪಿರಿ ಅನತಿರಬೇಕಾದರೆ ಪರವ್ವ ಬಂದು 'ಏನೋ ಎಪ್ಪಾ....' ಅಂದಳು. ಪರಿವ್ಯಾ ಸೆಡವಿನಿಂದಲೇ 'ಏನಿಲ್ಲೇಳವಾ....' ಅಂತ ಆಕಿಯ ಮ್ಯಾಲೂ ತನ್ನ ಸಿಟ್ಟು ತೋರಿಸಿದ. ಪರವ್ವ ಪಟ್ಟು ಬಿಡುವ ಹೆಂಗಸಲ್ಲ. 'ಏನಿಲ್ಲದಿರಕ ಮಂತ ಹಂಗ್ಯಾಕ ಮುಳ್ಳ ತುಳದ ನಾಯಿ ಹಂಗ ಮಾಡಾಕತ್ತದೀ.... ಏನಾತ ಹೇಳಲಾs.....' ಅಂದಾಗ ಪರಿವ್ಯಾ ತನ್ನ ಅಪಮಾನಕ್ಕ ಮಾತು ಕೊಟ್ಟು ಪಿಕಾಸಿ ಸನಿಕಿಯ ಸುದ್ದಿಯನ್ನ ಹೇಳಿದ....

'ಹಿಂಗಂದಾ....? ಬರೇ ಯೋಳೆಂಟ ವರ್ಷದ ಹಿಂದಕ ಜೊಲ್ಲ ಸುರಿಸಿಕೊಂತ ಹಿಂದ ಬರತಿದ್ದಾ.... ಈಗ ಅದಕ್ಕೂ ಮುಪ್ಪ ಬಂದsತಿ ಕಾಣತೈತಿ. ಅದರ ಹಲ್ಲ ಬಿದ್ದಾವೇನೋ ತಮ್ಮಾ....' ಅಂತ ಪರವ್ವ ಅನತಿದ್ದಂಗs ಪರಿವ್ಯಾ ಒಮ್ಮಿಗ್ಗೆಲೇ ಸಿಟ್ಟಿನಿಂದ ಧ್ಯಾಸ ತಪ್ಪಿದವನಂಗ–'ಸುಮ್ಮ ಕುಂಡರಬೇ.... ಅಜ್ಜಿಗೆ ಹಂಜೀ ಚಿಂತಿ ಆದರ ಮಮ್ಮಗಳಿಗೆ ಮಿಂಡನ ಚಿಂತಿ ಅಂತ... ಏನಕೇನರೇ ಬಡಬಡಸಿಕೊಂತ ಕುಂತದೀ...' ಅಂತ ಮುಖ ಕೆಂಪಗೇ ಮಾಡಿಕೊಂಡು ಒದರ್ಯಾಡಲಿಕ್ಕೆ ಹತ್ತಿದ. ಪರವ್ವನಿಗೆ ವಿಚಿತ್ರ ಅನಿಸಿತು. ಅಲ್ಲ!.... ಈ ಹುಡುಗ ಹಿಂಗ್ಯಾಕ ಮಾಡತಿದ್ದೀತು.... ಅಂತ ಗಾಢವಾದ ಚಿಂತಿಗೆ ಬಿದ್ದು – 'ಅಯ್ಯs.....' ಅಂತಂದು ಮುಂದೆ ಮಾತಾಡುವುದನ್ನು ನಿಲ್ಲಿಸಿ ಹಂಗೇ ಬಾಯಿ ತಕ್ಕೊಂಡು ಕುಂತಳು... ಪರಿವ್ಯಾ ತನ್ನ ಮ್ಯಾಲ ಸಿಟ್ಟಿಗೆದ್ದಾಗಿಂದ ಇಷ್ಟೊತ್ತನಕಾ ಮಾತಾಡದೇ ಸುಮ್ಮನೇ ಕೂತು ಗೂರುತ್ತಿದ್ದ ಯಲ್ಯಾ, ಯಾಕೋ ಏನೋ ಖೊಕ್ ಖೊಕ್ ಅಂತ ಖೊಕಾಟೀ ಹೊಡದು ನಕ್ಕು, ಉಸಲು ಸಿಕ್ಕಂಗಾಗಿ ಖೊಂಯ್ – ಖೊಸ್... ಅಂತ ಜೀವ ನೆತ್ತಿಂದ ಹಾರಿ ಹೊಂಟಂಗೆ ಕೆಮ್ಮಿ – ತ್ರಾಸಿನಿಂದ ಮತ್ತೆ ತೇಕಿತೇಕಿ ಗೂರತೊಡಗಿದ. ಈಗ ಬಂದ ಕೆಮ್ಮು ಅವನನ್ನು ಕೊಂದೇ ಬಿಡುತ್ತದೇನೋ ಅನ್ನುವ ಘಾಬರಿಯಿಂದ ಕಣ್ಣು ಕಿಸಿದು ಅವನನ್ನು ನೋಡುತ್ತಿದ್ದ ಪರವ್ವ – ಪರಿವ್ಯಾ ಇಬ್ಬರೂ ಅವನ ಕೆಮ್ಮು ನಿಂತಮ್ಯಾಲೆ ತಲಿಯಮ್ಯಾಲಿನ ಏನೋ ದೊಡ್ಡಭಾರ ಇಳಿದವರಂಗೆ ಮತ್ತೆ ಮೊದಲಿನ ಹಂಗೆ ಮಕ ಕೆಳಗೆ ಮಾಡಿ ಚಿಂತೀ ಮಾಡಿಕೋತsಕೂತರು.... ಪರಿವ್ಯಾನ ಹೇಂತಿ, ಮಲ್ಲಿ, ಚಾ ಕಾಸಿ ತಂದು ತೇಕುತ್ತಿದ್ದ ಮಾವನಿಗೆ ಕೊಟ್ಟಾಗ ಅವ 'ಹ್ರಾಂs....'ಅಂತ ಒಮ್ಮಿಗ್ಗೆಲೇ ಸಂತುಷ್ಟಗೊಂಡವನಂತೆ ಹೂಂಕರಿಸಿ ಸೊರ್ – ಭರ್... ಅಂತ ಚಾ ಕುಡಿಯಲಿಕ್ಕೆ ಸುರು ಮಾಡಿದ.

ಪರವ್ವ ಮುದುಕನಿಗೆ ಚಾ ಕೊಡಲಿಕ್ಕೆ ಬಂದ ಸೊಸಿ ಮಲ್ಲಿಯನ್ನ ದುರುದುರು ನೋಡಿದಳು. ಯಾಕೋ ಅವಳಿಗೆ ಮಗ ತನಗೆ ವದಿರ್ಯಾಡಿದ್ದಕ್ಕೆ ಈಗ ಒಮ್ಮಿಗ್ಗೆಲೇ ಸಿಟ್ಟು ಬಂದಂಗಾತು..... ಆಕಿಗೆ ತನ್ನ ಮಗ ತನ್ನಮ್ಯಾಲ ಈಟಕ್ಕೊಂಡು ಬಾಯಿ ಬಿಡೂದಕ್ಕ ಇಕಿ–ಈ ಗರತೆನs ಕಾರಣ ಅಂತನಿಸಿ, ಒಮ್ಮಿಗ್ಗೆಲೇ 'ಬಾಡ್ಯಾ... ಏನ ನೆಕ್ಕೊಳ್ಳಾವ ಅದೀಯೋ ನೆಕ್ಕೋ.... ಇಕೇ ಅಲ್ಲೇನೋ ಗರತೀ.... ಹಡದಾಕೀ ಮ್ಯಾಲ ಹರೀಹಾಯೂದು ಕಲತಾನು... ಕಮಂಗಿ....' ಅಂತ ಪರವ್ವ ಒದಿರ್ಯಾಡಲಿಕ್ಕೆ ಸುರು

ಮಾಡಿದಾಗ ಪರಿವ್ಯಾ 'ಥೂ ಇವರವ್ವನ.....' ಅಂತ ಬಾಯೊಳಗs ಪಿಟಿಪಿಟಿ ಅಂತ ಬೈಕೋತ ಹೊರಗ ನಡದಬಿಟ್ಟ. ಯಲ್ಯಾನಿಗೆ ಮತ್ತ ನಗೀ ಬಂತು. ಆದರ ನಕ್ಕರ ಜೀವವನ್ನು ನುಂಗುವಂಥಾ ಕೆಮ್ಮು ಬಂದದ್ದು ನೆನಪಾಗಿ – ಆ ನಗಿಯನ್ನು ಬರೇ ಒಂದು ಮುಗುಳು ನಗಿಯನ್ನಾಗಿ ಮಾಡಿ ಹೊರಗೆ ತೋರಿಸಿದ.....

ಪರಿವ್ಯಾ ರಾತ್ರಿಯ ಊಟಕ್ಕೆ ಬರುವಷ್ಟರಲ್ಲಿ ಪರವ್ವ ಒಂದು ಪಿಕಾಸಿ ಒಂದು ಸನಿಕಿ ಮತ್ತ ಒಂದು ಅಗಲಬಾಯಿಯ ಕುರುಪಿಯನ್ನ ತಂದು ಅಲ್ಲೇ ಗುಡಿಸಲಿನ ಬಾಗಿಲಿನ ಒಳಭಾಗದೊಳಗ ಇಟ್ಟಿದ್ದಳು. ಇಕಿಯ ಒದರ್‍ಯಾಟಕ್ಕೆ ಪರಿವ್ಯಾ ಎದ್ದು ಹೊರಗ ಹೋದ ಕೂಡಲೇ, ಇತ್ತ ಇಕಿನೂ ಎದ್ದು ಬಿರಿಬಿರಿ ಅಂತ ಗೌಡರ ಮನಿಗೆ ಹೋಗಿ ದನದ ಹಕ್ಕಿಯೊಳಗ ನಿಂತು 'ಗೌಡರs.....'ಅಂತ ಒದರಿದಳು..... ಮೂರೂ ಸಂಜೀ ವ್ಯಾಳೇದೊಳಗ, ರೇಡಿಯೋದೊಳಗಿನ ಕೃಷಿರಂಗ ಕಾರ್ಯಕ್ರಮ ಕೇಳಿಕೊಂತ ಕೂತಿದ್ದರು. ರೇಡಿಯೋದ ಮಾತುಗಳೊಳಗ ಇದು ಯಾರದೋ ಗುರುತಿನ– ಗೌಡರs.... ಅನ್ನುವ ದನಿ ಕೇಳಿಸಿ – 'ಯಾರಾs?' ಅಂತ ಅಲ್ಲೇ ಕೂತಲ್ಲೇ ಒದರಿ ಕೇಳಿದರು.... 'ನಾರೀs.... ಒಂದೀಟs ಬರ್‍ರೀ....' ಅಂದಾಗ ಗೌಡರಿಗೆ ಗುರುತು ಹತ್ತಿ 'ಏನಾ.....' ಅನಕೋತ ಎದ್ದು ಬಂದರು.... ಗೌಡರ ಹೇಂತಿ ಸಾವಂತ್ರೆವ್ವ – 'ಯಾರಾ.....' ಅನಕೋತ ಹೊರಗೆ ಬಂದು ನೋಡಿ, ಮಕ ಸಿಂಡರಿಸಿ, ಅವರು ಮಾತಾಡುವುದು ಕೇಳಿಸಲಿ ಅನ್ನುವ ಸಲುವಾಗಿಯೋ ಇಲ್ಲಾ ತಾ ಹೊರಗೆ ಬಂದು ನೋಡಿದ್ದೇನೆ ಅಂತ ಗೌಡರಿಗೆ ತಿಳಿಯಲಿ ಅಂತಲೋ ರೇಡಿಯೋವನ್ನು ಬಂದು ಮಾಡಿ ಒಳಗೆ ಹೋದಳು. ಗೌಡರು ಬಂದ ಕೂಡಲೇ 'ಒಂದ ದಗದ ಬೇಕಾಗೇತಿ. ಕೊಡಾವ್ರೋ ಇಲ್ಲೋ ಹೇಳು.....' ಅಂತ ಬಹುವಚನ ಏಕವಚನ ಎಲ್ಲಾ ಕೂಡಿಸಿ ಮಿಸಳಭಾಜೀ ಮಾಡಿ ಕೇಳಿದಳು. ಗೌಡರು 'ಏನಾ..... ?' ಅಂದರು. 'ಕೊಡಾಂವ್ರೋ ಇಲ್ಲೋ ಹೇಳ್ರಿ ಮದಲು....' ಅಂತ ಪರವ್ವ ಪಟ್ಟು ಹಾಕಿದಾಗ ಗೌಡರು 'ಎಲಾ ಇಕಿನs... ಏನ ಬೇಕ ಹೇಳಲಾ. ಇದ್ದರ ಕೊಟ್ಟs ಕೊಡತೇನು....' ಅಂತಂದರು. ಪರವ್ವ–'ಮಗಾ–ಪರಗೌಡಾs.... ನೀವು ಕೊಟ್ಟ ಮಡ್ಡಿ ಐತೆಲಾ.... ಅದನ್ನ ಸಾಗ ಮಾಡತಾನಂದ....' ಅಂತ ಹೇಳುತ್ತ ಬೇಕಾದ ಸಾಮಾನುಗಳನ್ನು ಕೇಳಿ ಇಸಕೊಂಡು, ಉಬ್ಬಿ, ಮನಿಗೆ ಬಂದಿದ್ದಳು.

ಒಳಗ ಬರತಿದ್ದಂಗೇ ಕಾಣುವ ಹಂಗೆ ಇಟ್ಟಿದ್ದ ಸಾಮಾನುಗಳನ್ನು ನೋಡಿಬಂದು ಪರಿವ್ಯಾ ಊಟಕ್ಕ ಕೂತ..... ಪರವ್ವ ತನ್ನ ನಡಿನೊಳಗಿನ ಉಡದಾರಕ್ಕ ಕಟಿಗೊಂಡಿದ್ದ ಜಂಗು ಹತ್ತಿದ ಕೀಲೀ ಕೈಯೊಂದನ್ನು ಹೊರಗೆ ತಗದು ಅಲ್ಲೇ ಮೂಲಿಯೊಳಗೆ ಇಟ್ಟ ಜಂಗು ಹತ್ತಿದ ತಗಡಿನ ಪೆಟಿಗೀ ತಗೊಂಡು, ಅದರ ಕೀಲೀ ತಗಿಯಲಿಕ್ಕೆ ಗುದ್ಯಾಡಲಿಕ್ಕೆ ಹತ್ತಿದಳು.... ಕೀಲೆನೂ ಜಂಗು ಹಿಡದು ಕೀಲೀಕೈಯು ಎಲ್ಲೆಲ್ಲೂ ಹೊಳ್ಯಾಡದಾಗಿತ್ತು. ಮಲ್ಲಿ ಈಕಿಯ ಗುದ್ಯಾಟವನ್ನು ನೋಡಿ ನೋಡಿ – 'ಏನಾs....' ಅಂತ ಕೇಳಿದಳು. 'ಈ ಕೀಲಿ..... ಎಲ್ಲೆಲ್ಲೂ ಬಿಚ್ಚವಲತು...' ಅಂದಳು. ಈಕೆನೂ ಕುಂತು ಕೀಲಿಕೈಯನ್ನು ತಿರಿವ್ಯಾಡಲಿಕ್ಕೆ ನೋಡಿದಳು. ಅಳಿಗ್ಯಾಡಲಿಲ್ಲ. ಪರವ್ವ– 'ಒಂದೀಟs ಚಿಮಣೀ ಎಣ್ಣೀನರೇ ತಂದಹಾಕು' ಅಂದಾಗ ಮಲ್ಲಿ ಒಂದು

ಚಿಮಣಿಯನ್ನು ತಂದು ಬಗ್ಗಿಸಿ ಆ ಕೀಲಿಯ ಬಾಯೊಳಗೆ ಚಿಮಣೀ ಎಣ್ಣೆಯನ್ನು ಸುರುವಿದಳು. ಜಂಗು ಕರಗಿ ಕೀಲಿಯಿಂದ ಕೆಂಪಗಾದ ಎಣ್ಣೆ ತಟ ತಟ ಅಂತ ಬ್ಬಸಿಯತೊಡಗಿತು..... ಇನ್ನೊಂದಿಷ್ಟು ಎಣ್ಣೀ ಹಾಕಿದಳು. ಪರವ್ವ ಜೋರಿನಿಂದ ಕೀಲೀಕೈ ತಿರಿಗಿಸಿದಳು. ಚಟ್ಟಂತ ಬಿಚಿಕೊಂಡಿತು. 'ಹಾಂ.....' ಅಂತಂದು-'ನೀ ಅಂವಗ ಉಣ್ಣಾಕ ನೀಡಹೋಗು' ಅಂತ ಪರವ್ವ ಮಲ್ಲಿನ್ನ ಅಲ್ಲಿಂದ ಕಳಿಸಿದಳು. ಕೊಂಯ್ ಕೊಡರ್..... ಅಂತ ಸಪ್ಪಳಾ ಮಾಡುವ ತಗಡಿನ ಡಬ್ಬಿಯ ಬಾಯನ್ನು ಆದಷ್ಟು ಸಾವಕಾಶವಾಗಿ ತಗದು ಕತ್ತಲಿನೊಳಗೇ ಅದರೊಳಗೆ ಕೈಯಾಡಿಸಿ 'ಹೂಂ.....' ಅಂತ, ತೃಪ್ತಿಯಿಂದ, ಕೈಗೆ ಸಿಕ್ಕ ಏನನ್ನೋ ನಡಿನೊಳಗೆ ಸಿಗಿಸಿಕೊಂಡು ಡಬ್ಬಿಯ ಬಾಯನ್ನು ಮತ್ತೆ ಮುಚ್ಚಿ-ಕೀಲೀ ಹಾಕಿ ಅದನ್ನು ಮೂಲಿಗೆ ಸರಿಸಿ ಮಗ ಕುಂತಲ್ಲಿಗೆ ಎದ್ದು ಬಂದಳು.....

...... ಎಡಗೈಯೊಳಗ ರೊಟ್ಟೀ ಹಿಡಕೊಂಡು ಕಾರಾ ಹಚಿಗೊಂಡು - ಸುರ್..... ಸುರ್.... ಅಂತ ನಾಲಿಗಿಯಿಂದ ಖಾರದ ಪ್ರಮಾಣವನ್ನು ಅನುಭವಿಸುತ್ತಾ ರೊಟ್ಟೀ ತಿನ್ನುತ್ತಿದ್ದ ಮಗನ ಮುಂದ ನಿಂತವಳೇ, ಪರವ್ವ-'ತಗೋ ಇವನ್ನ.....' ಅಂತ ಅವನ ಮುಂದ ನೆಲದಮ್ಯಾಲೆ ಒಗದಳು. ಟ್ರಂಕಿನ ಜಂಗಿನ ಕೆಂಪು ಬಣ್ಣ ಹತ್ತಿದ ಹಳೆಯದಾದ ಹತ್ತರ ನೋಟುಗಳು! ಪರಿವ್ಯಾ ಬಾಯಾಗ ತುತ್ತು ಹಾಕೋಲಿಕ್ಕೆ ಹೊಂಟಾವ ತುತ್ತು ಹಾಕೊಳ್ಳುವುದನ್ನು ಬಿಟ್ಟು ಮಕಾ ಮ್ಯಾಲಕೆತ್ತಿ ಅವ್ವನ ಮುಖಾ ನೋಡಿದ.... ಪರವ್ವ ಹಮ್ಮಿನಿಂದ ನಿಂತಿದ್ದಳು..... ಯಲ್ಯಾ ಪರವ್ವ ಒಗದ ನೋಟುಗಳನ್ನು ನೋಡಿ ಹೌಹಾರಿ ಎದ್ದುಕೂತು ಆ ನೋಟುಗಳನ್ನೇ ದುರುದುರು ನೋಡಲಿಕ್ಕತ್ತಿದ್ದ. ಹತ್ತರ ನೋಟುಗಳನ್ನು ನೋಡಿದ ಅವನಿಗೆ ಸಾವಿನಂಥಾ ಏನೋ ಒಂದು ಅಪರಿಚಿತವಾದದ್ದನ್ನು ನೋಡಿಧಂಗಾಗಿ ವಿಪರೀತ ಗಾಬರಿಯಾಗಿಬಿಟ್ಟಿತ್ತು. 'ಇನ್ನಷ್ಟು ಖಾರಾ ಹಚ್ಚಲೇನ....' ಅಂತನಕೋತ ಒಲಿಯ ಮುಂದಿಂದ ಪರಿವ್ಯಾ ಕುಂತಲ್ಲಿಗೆ ಬಂದ ಮಲ್ಲಿನೂ ತನ್ನ ಗಂಡನ ಮುಂದ ಬಿದ್ದ ನೋಟುಗಳನ್ನು ನೋಡಿ-ಹೌಹಾರಿ ನಿಂತುಬಿಟ್ಟಳು. ಪರವ್ವ ಏನೋ ಒಂದು ಗೆಲುವು ಸಾಧಿಸಿದವಳಂಗ-ಮಲ್ಲಿನ್ನ ಆಹ್ವಾನಿಸುವವಳಂಗ ಬಿರಿ ಬಿರಿ ನೋಡಿ-'ಬರೇ ಪಿಕಾಸಿ ಸನಿಕಿ ಆದರ ಹೊಲಾ ಆಗೋದುಲ್ಲೋ ತಮ್ಮಾ.... ಹೊಲಾ ಅಂದಮ್ಯಾಲ ಎತ್ತೂಕತ್ತೆನೂ ಬೇಕಾಗತಾವು..... ಇವನ್ನು ತಗೊಂಡು ಯುವಸ್ತಾ ಮಾಡು....' ಅಂತ ಮಗನಿಗೆ ಹೇಳಿದಳು. ಪರಿವ್ಯಾ ಇನ್ನೂ ಹಂಗs ಮೂಕನಾಗೇ ಕುಂತಿದ್ದ.... ಪರವ್ವ 'ಹಂಗ್ಯಾಕ ಸುಮಾಕ ಕುಂತಿ? ಊಟಾ ಮಾಡು..... ಮುದಕಂದಾ ಮತ್ತ ನಂದೂ ಹೆಣಾ ಚಂದ ಮಾಡಾಕಂತ-ಗೌಡ ಕೊಟ್ಟದ್ದನ ಟರಂಕಿನ್ಯಾಗ ಇಟಗೊಂತ ಬಂದಿನ್ನಿ..... ಆದ ಹೆಂಗರsಆದೀತು. ಮದಲ ಇದ ಬಗಿಹರಿಸಿಕೋ....' ಅಂತಂದು ಅಲ್ಲೇ ಮಗನ ಮುಂದ ತುದಿಗುಂಡೀಲೇ ಕುಂತಳು......

* * * *

ಪರಿವ್ಯಾ ಸಾಗುವಳಿ ಸುರುಮಾಡಿದ..... ಅವ ಅದರ ಕೆಲಸಾ ಸುರು ಮಾಡಿಕೊಂಡ ಹದಿನೈದಿಪ್ಪತ್ತು ದಿನಕ್ಕ ಯಲ್ಯಾನಿಗೆ ದಮ್ಮು ಜೋರಾತು.... ಮುಪ್ಪಿನ

ವಯಸ್ಸು. ತೇಕಿ ತೇಕಿ ಡಬ್ಬು ಬೀಳುವನು. ಅದಕ್ಕ ಸಮಾಧಾನ ಆಗದೇ ಕಾಲು ಉದ್ದಕ್ಕೇ ಚಾಚಿ ಛಪ್ಪರದ ಗ್ವಾಡಿಗೆ ಆನಿಕೊಂಡು ಕುಂತು ಹಫ್..... ಹಫ್.... ಅಂತ ಉಸುರು ಎಳಕೊಂಡೂ ಬಿಟ್ಟೂ..... ಕಫ ತುಂಬಿದ ಎದೀ-ಗಂಟಲಿನಿಂದ ಕಂಬಾರ ತಿದಿಯ ಹಂಗ ಗೊರಗೊರ ಅಂತ ಗೂರಿದ. ಗೂರಿಗೂರಿ ಒಂದು ದಿನ ಮಧ್ಯಾಹ್ನ, ಪರಿವ್ಯಾ ಗೌಡರ ಮಡ್ಡಿಯನ್ನ ಮಡಿ ಮಾಡಲಿಕ್ಕೆ ಹೋದಾಗ, ಇವ ಗೂರುವದನ್ನ ಮತ್ತ ಉಸಿರಾಡುವದನ್ನ-ಎರಡನ್ನೂ ಕೂಡೇ ನಿಂದರಿಸಿಬಿಟ್ಟ. ಮಲ್ಲಿ ಮತ್ತ ಹೊಲಗೇರಿಯ ಹೆಣ್ಣ ಮ್ಯಾಳ ಅತ್ತು ಹೆಣಾ ಚಂದ ಮಾಡಿದರು..... ಪರವ್ವ ಹಳೆಯ ಅರಿವಿ ಮತ್ತ ಹೊಸಾ ಅರಿವಿಯ ತುಣುಕುಗಳನ್ನು ಕೂಡಿಸಿಕೂಡಿಸಿ ತ್ಯಾಪೀ ಹಚ್ಚಿ ಹಚ್ಚಿ-ಇದಕ್ಕಂತsಹೊಲದು ಇಟ್ಟಿದ್ದ ಕೌದಿಯನ್ನು ತಗದುಕೊಳ್ಳಲು ನಾಕೈದು ಮಂದಿ ಹೋಗಿ ಕುಣೀತೋಡಿ ಬಂದರು. ಪರವ್ವ ಕೊಟ್ಟ ಕೌದಿಯೊಳಗ ಯಲ್ಲ್ಯಾನ ಹೆಣಾ ಮಲಗಿಸಿ ಜೋಳಿಗಿಯ ಹಂಗ-ನಾಲ್ಕು ಮಂದಿ ಅದರ ಮೂಲಿಗಳನ್ನು ಹಿಡಿದು ಎತ್ತಿ ಒಯ್ದರು. ಹೆಣ್ಣುಮ್ಯಾಳ ಅತಗೊಂತsಹಿಂದಿಂದsಹೋಗಿ ಒಂದು ಹಿಡಿ ಮಣ್ಣು ಹಾಕಿ-ಹಳ್ಳದೊಳಗ ಜಳಕಾ ಬಗಿಹರಿಸಿಕೊಂಡು ಹೊಳ್ಳಿ ಮನಿಗೆ ಬಂದರು..... ಪರಿವ್ಯಾ ಮೂರಕೂಳು ಇಟ್ಟುಬಂದ. ಯಲ್ಲ್ಯಾಂದು ಹಿಂಗ ಬಗೀ ಹರಿಯಿತು......

ಅದs ವರ್ಷನs ಮಲ್ಲಿ ಬಸವಂತಿ ಆದಳು..... ಪರವ್ವ ಸೊಸಿಯ ಮ್ಯಾಲೆ ಅಕರಾಸ್ತೆ ತೋರಿಸಿದಳು. ಮಗನ್ನ ಜಬರಿಸಿ ಮನಿಗೆ ನೀರು ತರಲಿಕ್ಕೆ ಹಚ್ಚಿದಳು. ಇತ್ತ ಗೌಡರ ಮಡ್ಡಿಯೂ ಪರಿವ್ಯಾನ ಕೈ ಹಿಡದಂಗ ಮಾಡಿತು.... ಎರಡು ಕರಗೋಳನ ತಗೊಂಡು ಕೆಲಸಾ ಎಲ್ಲಾ ಹಗರಾಗಿ ಬಗಿಹರಿಸಿಕೊಂಡಿದ್ದ. ಮಳಿಯೂ ಸಾಧಿಸಿತ್ತು..... ಐದಾರು ಚೀಲ ಜ್ವಾಳಾ ಮತ್ತ ಮನ್ಯಾಗಿನ ಗಡಿಗಿಗೋಳು ತುಂಬುವಷ್ಟು ಅಕಡೀ ಕಾಳುಗಳು ಖಾತ್ರಿಯಾಗಿ ಬರತಾವೆ ಅನ್ನುವ ಹಂಗಾತು.... ಮಡ್ಡಿಯು ಸಾಗುವಳಿ ಆದದ್ದು-ಅದರೊಳಗ ಬೆಳೀ ಅಡ್ಡೀ ಇಲ್ಲ-ಅನ್ನುವ ಸುದ್ದಿ ಗೌಡರಿಗೆ ಮುಟ್ಟಿತು. ಗೌಡರು – 'ನಿವಳ ಆತ ಬಿಡು....' ಅಂತಂದು ಅದರ ಬಗ್ಗೆ ಉದಾಸೀನ ಮಾಡಿದರು. ಸಾವಂತ್ರೆವ್ವ ಮಾತ್ರ ಸಿಟಿಪಿಟಿ ಮಾಡಿದಳು..... ಗೌಡನ ಇದ್ದ ಒಬ್ಬ ಮಗ ಭದ್ರಗೌಡ-ಪರಿವ್ಯಾನಕಿಂತಾ ನಾಕೈದು ವರ್ಷ ದೊಡ್ಡವನು. ಅವ ಈಗಾಗಲೇ ಮದಿವಿಯಾಗಿ ಬೆಳಗಾಂವಿಗೆ ಹೋಗಿ ಠಳಕವಾಡ್ಯಾಗ ಕಾಲೇಜಿಗೆ ಹ್ವೋಗುವ ಹುಡಗೋರಿಗೆ ಬಾಡಿಗೀ ಕೊಡಲಿಕ್ಕಂತ ಇಪ್ಪತ್ತು ಕೋಣೆಗಳ ಒಂದು ಚಾಳ ಮತ್ತ ಎರಡು ದೊಡ್ಡ ಮನಿಗಳನ್ನ ಕಟ್ಟಿಸಿ, ಒಂದು ಮನಿಯನ್ನು ಬಾಡಿಗೆಗೆ ಕೊಟ್ಟು ಇನ್ನೊಂದರಾಗ ಹೇಂತೀ ಜೋಡಿ ಆರಾಮಾಗಿ ಇದ್ದ. ಅವ ಏನರೇ ಊರೊಳಗೆ ಇದ್ದಿದ್ದರೆ ಪರಿವ್ಯಾ ಮಡ್ಡಿಯೊಳಗೆ ಬೆಳೀ ಬ್ಯಾಡ-ಕರಿಕೀ ಬೆಳಶಾನೆ ಅಂತ ಗೊತ್ತಾದರೂ ಸಾಕಾಗಿತ್ತು.... ಒಂದs-ಪರಿವ್ಯಾನ ಕಡಿಂದ ದುಪ್ಪಟ್ಟು ತಿಪ್ಪಟ್ಟು ಘಾಳೇ ವಸೂಲೀ ಮಾಡತಿದ್ದ. ಇಲ್ಲಾಂತರ ಪರಿವ್ಯಾನ ಕುಂಡೀ ಮ್ಯಾಲ ಒದ್ದು ಆ ಕಲ್ಲಮಡ್ಡೀ ಬಿಟ್ಟು ಓಡಸತಿದ್ದ.

ಇಂಥಾ ಸಂದಿನೊಳಗs ಪರವ್ವ ಒಮ್ಮೆ ಗೌಡನ ಹತ್ತರಹೋಗಿ-'ಅದಾs..... ಕಲ್ಲಮಡ್ಡಿ..... ಅದರೊಳಗ ಕರಿಕೆನೂ ನಿವಳಂಗೆ ಬೆಳೆಯೂದುಲ್ಲ. ನಿಂದು

ನೋಡಿದರಽ ಊರತುಂಬ ಹೊಲಾ ಅದಾವು.... ಪರಿವ್ಯಾ ಅಂದರ ನಿನ್ನ ಮಗಾ ಇದ್ದಂಗ. ಹೊಟ್ಟೀ ತುಂಬಿಕೋತಾನಂತ.... ಅದಷ್ಟ ಮಡ್ಡೀ ಅವನ ಹೆಸರಲೇ ಮಾಡು....' ಅಂತ ದುಂಬಾಲು ಬಿದ್ದಾಗ ಯಾವುದೋ ಧ್ಯಾನದೊಳಗ ಗೌಡ 'ಹೂಂ'.... ಅಂದುಬಿಟ್ಟ. ಪರವ್ವ ಭಾರೀ ಕಾಯದೇ ಗೊತ್ತಿದ್ದವಳಂಗ–'ಬರೇ ಹೂಂ ಅಂದರ ಆಗಾಣಿಲ್ಲ. ನೀ ಬರದಕೊಡು. ಅಂದರ ಧೈರ್ಯಾ....' ಅಂದಾಗ 'ಎಲಾ ಇಕಿನ...' ಅಂದು ಗೌಡರು ಹಾ...... ಹಾ...... ಅಂತ ನಕ್ಕರು. ನಕ್ಕು ಒಂದು ಬಿಳೀ ಕಾಗದದ ಮ್ಯಾಲ ಏನೋ ಬರದಕೊಟ್ಟು ಕಳಿಸಿದರು. ಪರವ್ವ ಅದನ್ನ ತಂದು ಮಗನಿಗೆ ತೋರಿಸಿ, ಗುಟ್ಟಾಗಿ ಕಿವಿಯೊಳಗೆ ಪಿಸಿ ಪಿಸಿ ಅಂತ ಹೇಳಿ– 'ಇದನ್ನ ಯಾರ ಹಂತೇಕೂ ಹೇಳಬ್ಯಾಡಾಽ.....' ಅಂತ ತಾಕೀತುಮಾಡಿ ತನ್ನ ತಗಡಿನ ಟರಂಕಿನೊಳಗೆ ಆ ಕಾಗದಾ ಇಟ್ಟು ಕೀಲೀ ಜಡಿದಳು. ಪರಿವ್ಯಾನಿಗೆ ನಂಬಿಕೆ ಆನಿಸಲಿಲ್ಲ. ಮತ್ತೆ ಮಾತ್ತೆ ಅವ್ವನ್ನ ಕೇಳಿದ. ಪರವ್ವ ತಾನು ಗೌಡನಿಗೆ ಅಂದ ಮಾತನ್ನು ದನಿ–ಮುಖಭಾವದೊಂದಿಗೆ ಅಭಿನಯಿಸುತ್ತ ಮಗನಿಗೆ ಹತ್ತು ಸಲ ಹೇಳಿದಳು. ಕಡಿಕ–'ನೀನಽ ಹೋಗಿ ಬೇಕಾರ ಗೌಡನ್ನ ಕೇಳಿ ಬಾ....' ಅಂದಳು. ಪರಿವ್ಯಾ ನಂಬಿದ..... ಇದಾದ ಹದಿನೈದ ದಿನಕ್ಕಂದರ ಮಲ್ಲಿ ಗಂಡು ಮಗನ್ನ ಹಡದಳು. ಪರವ್ವ ಮಮ್ಮಗನ್ನ ಸಂತ್ರಾಮಗೌಡ ಸಂತ್ರಾಮಗೌಡ ಅಂತ ಕರದಳು.

ಸಂತ್ರಾಮಗೌಡನಿಗೆ ಎರಡು ವರ್ಷ ಆಗಿರಬೇಕು. ಗೌಡನಿಗೆ ಅರ್ಧಾಂಗವಾಯು ಹಾಯಿತು. ಕಾರಹುಣ್ಣಿವಿ ಇನ್ನೂ ಒಂದು ಇಪ್ಪತ್ತು ದಿನಾ ಇತ್ತು..... ಬಲಗಡೆಯ ದೇಹದ ಅರ್ಧಭಾಗದ್ದು, ಪೂರಾ ಸ್ವಾಧೀನ ತಪ್ಪಿತ್ತು. ಒಪ್ಪಾರೆ ಹೊಳ್ಳಿದ ಬಾಯಿಯ ಒಂದು ಮೂಲಿಯಿಂದ ತಟ–ತಟ ಅಂತ ಜೊಲ್ಲು ಸೋರುವದು..... ಬಲಗಣ್ಣು ಪೂರಾ ಮುಚ್ಚಿಹೋಗಿ, ಎಡಗಣ್ಣು ಮಾತ್ರ, ವಿಚಿತ್ರವಾಗಿ ಇಷ್ಟಗಲ ತೆರಕೊಂಡಿತ್ತು.... ಏನೋ ನೋಡಿ ಅಂಜಿಧಂಗೆ, ಆ ತೆರೆದ ಎಡಗಣ್ಣಿನೊಳಗೆ ಯಾವಾಗ ನೋಡಿದರೂ, ಗಾಬರಿಯ ಭಾವನೆ ಇದ್ದಂತೆ ತೋರುವದು. ದನದ ಹಕ್ಕಿಯೊಳಗೇ ನಿಂತು–ಗೌಡರಽ.....ಅಂತ ಭಯಭಕ್ತಿಯಿಂದ ಕೂಗಿ ಕರದು – ಅದಕ್ಕೆ ಇವರು ಯಾರಂವಾಽ ಬಾ–ಅಂದರೆ ಅಂಜಂಜುತ್ತ ಒಳಗೆ ಬಂದು–ಶರಣ ಮಾಡತನರೀ ಎಪ್ಪಾಽ..... ಅಂತ ಕೈ ಮುಗಿದು ನಿಲ್ಲುತ್ತಿದ್ದ ಮಂದಿ ಈಗ ದಡದಡ ಅಂತ ಒಳಗೆ ಪಡಸಾಲಿಗೆ ಬಂದು ಗೌಡನನ್ನು ನೋಡಿ–'ಯಾಽ.....ಗೌಡಪ್ಪ ಏನಽಂವಾ....? ಅರ್ಧಾ ಬಾದಽ ಆಗ್ಯಾನಲಾ....' ಅಂತಂದು–ಚುಚ್ಚುಚ್ಚು..... ಮಾಡಿ ಹೊರಗೆ ಹೋಗಿ–ಇನ್ನೇನ ತಾಳೂದುಲ್ಲೇಳಿಂವ–ಅಂತ ಮಾತಾಡಿಕೊಳ್ಳುವರು. ಪರವ್ವ ದಿನಾ ಸಂಜಿಕ ಗೌಡರ ದನದ ಹಕ್ಕಿಗೆ ಬಂದು ಕೂಡುವಳು. ಗೌಡನ್ನ ನೋಡಿ, ಚುಚ್ಚುಚ್ಚು ಅಂತ ಬಾಯಿ ಬಡಕೋತ ಬರುವ ಮಂದಿನ್ನ ಅವಳ ಅಡರಾಯಿಸಿ–'ಯಪ್ಪಾಽ.... ಗೌಡಪ್ಪಗ ಹೆಂಗ ಐತಿರೀ' ಅಂತ ಕೇಳಿದರೆ ಅವರು ನಿರ್ಲಕ್ಷದಿಂದ 'ಹಂಗಽಐತಿ....' ಅಂತಂದು ದಾದು ಮಾಡದೇ ಹೋಗುವರು. ಈಕಿ 'ಹೆಂಗದಾನೋ ಯಾಂಬಾಲ....?' ಅಂತ ಅನಕೋತ ನಾಕು ಘಳಿಗಿ ಕುಂತು ಎದ್ದು ಮನೆಗೆ ನಡೆಯುವಳು.

ಅಂಕೋಲಿಯ ವೈದ್ಯನ ಎಣ್ಣಿಯನ್ನು ತರಿಸಿ ಮಸಾಜು ಮಾಡುವದು ನಡದಿತ್ತು.... ಅರ್ಧಾಂಗವಾಯು ಹಾಯ್ದ ಮರದಿವಸ ಬೆಳಗಾಂವಿಯಿಂದ ಭದ್ರಗೌಡ ಬಂದು 'ಬೆಳಗಾಂವಿಗೆ ಒಯ್ಯತನು....' ಅಂದರೆ, ಗೌಡರು ವೂಂ.... ವೂಂ..... ಅಂತನಕೋತ ಹೊಳ್ಯಾಡಿ, ಎಡಗೈಯಿಂದ ನೆಲಾಬಡದು ತೋರಿಸಿ, ತಾನು ಇಲ್ಲೇ ಸಾಯುವವನು ಅಂತ ಸನ್ನೀಮಾಡಿ ಹೇಳಿ, ಹಟ ಮಾಡಿದರು. ಭದ್ರಗೌಡ ಬೆಳಗಾಂವಿಯಿಂದ ಒಬ್ಬ ಡಾಕ್ಟರರನ್ನ ಕರಕೊಂಡು ಬಂದು ತಪಾಸು ಮಾಡಿಸಿದ. ಅವರು ವಾರಕ್ಕೊಮ್ಮೆ ಬರುತ್ತಿದ್ದರು. ಭದ್ರಗೌಡರೂ ನಡನಡವೆ ಬೆಳಗಾಂವಿಗೆ ಹೋಗಿ ತಮ್ಮ ವ್ಯವಹಾರ ನೋಡಿಕೊಂಡು ಬರುತ್ತಿದ್ದರು. ಬೆಳಗಾಂವಿಯ ಡಾಕ್ಟರರ ಗುಳಗೀ ಔಷಧೂ ಇಂಜಕ್ಷನ್ನೂ ನಡದವು.... ಮೂರನೇ ವಾರ ಡಾಕ್ಟರರು ಬಂದು ನೋಡಿ, ತಪಾಸು ಮಾಡಿ–'ರಗಡ ಇಂಪ್ರೂವಮೆಂಟ ಅದರೀ....' ಅಂತ ಹೇಳಿ, ಇನ್ನೊಂದು ಯಾವುದೋ ಗುಳಗೀ ಬರದಕೊಟ್ಟು ಹೋದರು. ಡಾಕ್ಟರರು ಅತ್ತ ಬೆಳಗಾಂವಿಗೆ ಹೋದ ಒಂದು ತಾಸಿನಮ್ಯಾಲ ಗೌಡರೂ ಇತ್ತ ನಡದುಬಿಟ್ಟರು..... ಗೌಡರ ಹೆಣಾ ಆದದ್ದರಿಂದ ಬಳಗದ ಮಂದೀ ಸುತ್ತಮುತ್ತ ಊರಿನ ಮಂದೀ ಎಲ್ಲಾರೂ ಕೂಡುವ ತನಕೂ ಅಂತ ಎರಡು ದಿವಸ ಇಟ್ಟಿದ್ದರು. ಪರವ್ವ ಹೆಣಾ ಮಣ್ಣಾಗುವತನಕಾ ಊಟಾ ಮಾಡದಽಉಪಾಸ ಇದ್ದಳು. ಅವಳು ಹಗಲೆಲ್ಲಾ 'ಗೌಡ ಒಬ್ಬ ಭೂಮೀರುಣಾ ಬಗೀಹರಿಸಿಕೊಂಡಾ.....' ಅಂತ ಧ್ಯಾನಾ ಮಾಡುವವಳಂಗ ತನಗ ತಾನಽ ಅನಕೋತಿದ್ದಳು.

* * * *

ಮುಂದ ಬೆಳಗಾಂವಿಯ ದುಷ್ಟತನ ಗೊತ್ತಾಗೂಕಿಂತಾ ಮೊದಲು ಪರವ್ವನ ಮನಿತನದೊಳಗ ನಡೆದ ಇನ್ನೊಂದು ಮಹತ್ವದ ಘಟನಾ ಅಂದರ ಪರಿವ್ಯಾ ಆ ಮಡ್ಡಿಯ ಹೊಲದೊಳಗೆ ಭಾಂವೀ ತೋಡಿದ್ದು. ಆಸೇ ಅನಬೇಕು–ಛಲಾ ಅನಬೇಕು ಆ ಪರಿವ್ಯಾಂದಕ್ಕ! ಎಲ್ಲೀ ಹೊಲ್ಯಾರ ಹುಡುಗಾ ? ಸತ್ತದನಾ ಎತ್ತಿತಂದು ಚರ್ಮಾ ಸುಲಕೊಂಡು ಸಂಪತ್ತು ಸಿಕ್ಕವನಂಗ ಅದನ್ನ ಹದಾ ಮಾಡಿಕೋತ ಕೂಡುವ ದಗದ ಎಲ್ಲಿ ?....... ಭಾಂವೀ ಕಡದ ಮಗಾ! ಕಮತಿಗ್ಯಾರೊಳಗೆ ಕಮತಿಗ್ಯಾ ಆದ. ಕಾರಹುಣ್ಣಿವಿಯ ಮುಂದ ಮಗನ್ನ ಕರಕೊಂಡು ಹಳ್ಳಕ್ಕ ಜಳಕಕ್ಕ ಹೋಗಿದ್ದನಂತ. ಅಲ್ಲಿ ಉಸಿಕಿನಾಗ ಸಂತ್ರಾಮ ಭಾಂವೀ ತಗದು ಲೋಳಸರದ ಹೂವಿನ ದಂಟು ಸಿಗಿಸಿ ತ್ವಾಟಾಮಾಡಿ ನೀರು ಹಾಯಿಸುವ ಆಟಾ ಆಡಿದನಂತ! ಎಲ್ಲಿಯ ಹುಡುಗನ ಆಟಾ–ಎಲ್ಲಿಯ ಮಡ್ಡಿಯೊಳಗಿನ ಕರ್ರಗ ಮಲ ಮಲ ಅಂತ ತಿಳಿ ತಿಳಿ ಗಂಗವ್ವ ತುಂಬಿದ ಗುಂಡಗಿನ ಭಾಂವಿ! ಭಾಂವಿಗೆ ನೀರು ಬಿದ್ದಾಗ ಪರವ್ವ ಕೋಲು ಹಿಡಕೊಂಡು ಭಾಂವಿಯ ಹತ್ತರ ಬಂದು ಮಗನಿಗೆ ಹೇಳಿ ಭಾಂವಿಯೊಳಗಿಂದ ನೀರು ತರಸಿಕೊಂಡು, ಆ ಕಲಕ ನೀರನ್ನಽ ಕುಡದು, ವಿಚಿತ್ರವಾಗಿ –ಉಧೋ..... ಉಧೋ.... ಅಂತ ಕೂಗಿದಳು. ಎಲ್ಲಮ್ಮನ ಗುಡ್ಡದ ಕಡೆ ಮುಖಮಾಡಿ ಉದ್ದಕಽ ಬಿದ್ದು ಸಾಷ್ಟಾಂಗ ನಮಸ್ಕಾರ ಮಾಡಿದಳು. ಕೆಸರು ಎತ್ತಿ ಹಾಕುತ್ತಿದ್ದ ಮಲ್ಲಿಯೂ ತನ್ನ ಅತ್ತಿ ನಮಸ್ಕಾರ ಮಾಡಿದ ದಿಕ್ಕಿಗೆ ತಾನೂ ನಮಸ್ಕಾರ ಮಾಡಿದಳು. ಮೂಕನಾಗಿ

ನಿಂತ ಪರಿವ್ಯಾ ಮತ್ತ ಕೆಸರು ತುಂಬಲಿಕ್ಕೆ ಬಾವಿಯೊಳಗೆ ಇಳಿದ. ಸಂತ್ರಾಮ ಭಾವಿಯಿಂದ ಹೊರಗ ಬಿದ್ದ ಕೆಸರಿನೊಳಗ ಆಡಿಕೊಂತ ಕೂತಿದ್ದ.

ಈ ಭಾಂವಿ ಆದಮ್ಯಾಲ ಊರೊಳಗಿನ ಮಂದಿ ನಾನಾ ನಮೂನಿಯಾಗಿ ಮಾತಾಡಲಿಕ್ಕೆ ಸುರುಮಾಡಿತು. 'ಅಲ್ಲಾ.... ಈ ಪರಿವ್ಯಾ ಅರೇ ಎಷ್ಟು ಮಳ್ಳಆದಾನು. ಹಾಂ.... ಯಾರದೋ ಹೊಲದಾಗ ಭಾಂವೀ ಕಡದ ಇಟ್ಟಾ.....ಮಡ್ಡೀ ನೆಲಾ – ಮತ್ತ ಭಾಂವಿ... ನಿವಳ ತ್ವಾಟ ಆಗತತಿ. ಇನ್ನ ಭದ್ರಗೌಡರು ಇವನ್ನ ಇರಗೊಟ್ಟಾರೂ.....?' ಅಂತ ಒಬ್ಬನೆಂದರೆ ಇನ್ನೊಬ್ಬ 'ಭಾಂವೀ ಕಡದ ಮ್ಯಾಲ ಇನ್ಯಾಕ ಹೊಲಾ ಬಿಡತಾನು. ಇನ್ನ ಹೊಲಾ ಅಂವಗs ಖಾಯಮ್ಮ ಆದಂಗs....'ಅಂತನಬೇಕು. ಯಾರೋ ಒಬ್ಬ ಪರವ್ವನ ಮುಂದ ಇದರ ಸುದ್ದೀ ತಗದ. ಆಕಿ ಬಚ್ಚ ಬಾಯೊಳಗ ಗಾಳಿಯನ್ನ ನುರಿಸುತ್ತಿದ್ದಳು. ಆ ಕೆಲಸಾಬಿಟ್ಟು, ಈ ಸುದ್ದೀ ತಗದವನನ್ನ ಕಣ್ಣು ಕಿಸಿದು ದುರುದುರು ನೋಡಿ–'ಬಾರೋ ನನ್ನ ಸಂವತೀ ಮಗನs.....ಪರಗೌಡಗೇನ ಮಂದೀ ಹೊಲದಾಗ ಭಾಂವೀ ತಗ್ಯಾಕ ಹುಚ್ಚಗಿಚ್ಚ ಹಿಡಿದೈತೇನ.... ಪುಣ್ಯಾತ್ಮ ಗೌಡಾ..... ಹೊಲಾ ನನ ಮಗ್ಗ ಬರಕೊಟ್ಟಾನು. ಅವನ ಪುಣ್ಯೇದಿಂದ– ಅಲ್ಲಿ ನೀರ ಆಗೇತಿ..... ಇಲ್ಲಾಂತಂದರ ಆ ಕಲ್ಲಾಗ ನೀರ ಆದಿತೇನೋ ತಮ್ಮಾ....' ಅಂತ ಮಾತಾಡಿಸಿದ ಮನಶಾನ್ನ ತಡವಿಬಿಟ್ಟಳು. ಊರೊಳಗೆ ಈ ಸುದ್ದಿಯು ಗದ್ದಲ ಎದ್ದಿತು. ಒಂದಿಬ್ಬರು ಭದ್ರಗೌಡನಿಗೆ ಹೇಳಿಯೂ ಕಳಿಸಿದರು. ಭದ್ರಗೌಡ ಚಾಣಾಕ್ಷ ಮನಶಾ. ಟೆನೆನ್ಸಿಯ ಆ ಹೊಲದ ಬಗ್ಗೆ ಅವಸರಾ ಮಾಡಿ ಹದಾ ಕೆಡಿಸಿಕೊಳ್ಳುವದು ಬೇಡವೆಂದು ಸುಮ್ಮನಾದ. ಹೇಳಲಿಕ್ಕೆ ಬಂದ ಮಂದಿಗೆ 'ಕುರೀ ಮೇಯಲಿ ತಗೋ....' ಅಂತ ಒಡಪಿನಂಗ ಮಾತಾಡಿ ಕಳಿಸಿದನಂತ. ಕಡಿಕ ಆ ಮುಪ್ಪಿನ ಹುಚ್ಚು ಮುದುಕಿಯ ಮಾತು ಕಟಿಗೊಂಡು ಏನು ಮಾಡುವದು ಅಂತ ನಿರ್ಲಕ್ಷದಿಂದ, ಊರು ಗೌಡರ ಮಡ್ಡಿಯ ಸುದ್ದಿಯನ್ನು ಕ್ರಮೇಣ ಮರೆತುಬಿಟ್ಟಿತು....

ಇಂಥಾ ಈ ಗದ್ದಲದೊಳಗs ಪರವ್ವನ ಮೊಮ್ಮಗ್ಗಾ ಸಂತ್ರಾಮಗೌಡ ಒಂದು ಗದ್ದಲಾ ಎಬ್ಬಿಸಿಬಿಟ್ಟ.... ಸಂತ್ರಾಮ ಆಗ ಮೂರನೇತ್ತಾದೊಳಗ ಇದ್ದ. ದಿನಾಲು ಸಾಲಿಗೆ ಹೋಗುವ ಮಮ್ಮಗನ ಕಷ್ಟವನ್ನು ಕಂಡು ದುಃಖದಿಂದ 'ಏ....ಎಪ್ಪಾs..... ನನ್ನ ಕೂಸs..... ಆ ಸಾಲೀ ಏನ ಮಾಡತೀ ಬಿಡೋ.... ಉಂಡು ನನ್ನ ಹಂತೇಕ ಕುಂಡರಬಾ. ಇಲ್ಲಾ ಆಟಾ ಆಡು...' ಅನ್ನುವ ಪರವ್ವನ ಮಾತಿಗೆ ಸಂತ್ರಾಮ 'ಇಲ್ಲಬೇ.... ನಾ ಸಾಲಿಗೆ ಹೋಂಗಾಂವಾ.......' ಅಂತನಬೇಕು. ಪರವ್ವ 'ಅವ್‌ನನ ಸರದಾರ.....' ಅಂತ ಕೈ ಬಟ್ಟುಗಳನ್ನ ಗಲ್ಲಕ್ಕ ಒತಿಗೊಂದು ಲಟಲಟ ಅನಿಸಿಕೊಂಡು ಲಟಿಕೀ ತಗಿಯಬೇಕು.... ಈ ಸಂತ್ರಾಮಗ ಸಾಲ್ಯಾಗ ಸಿಕ್ಕಿತೋ–ಎಲ್ಲಿ ಸಿಕ್ಕಿತೋ ಯಾರಿಗೆ ಗೊತ್ತು–ಒಂದು ರಾವಕಾಜು ಸಿಕ್ಕಿತು. ಬೆಳ್ಳನ್ನ ಅರಿವೀ ಹಾಕೊಂಡು ಹೋಗುವವರ ಅರಿವಿಯನ್ನ ಆ ರಾವಕಾಜಿನೊಳಗ ನೋಡಿ 'ಅಲಲಲs...... ಎಷ್ಟ ಬೆಳ್ಳಗs ಕಾಣಸ್ತತಿ.....' ಅಂತಂದು ಪರವ್ವನಿಗೆ 'ಯಮ್ಮಾಬೇ..... ಇದರಾಗ ಅಲ್ಲಿ ಹೊಂಟಾನಲಾ..... ಅವನ ಅರಿಬೀ ನೋಡು. ಬೆಳ್ಳಗs ಬೆಳ್ಳಕ್ಕಿ ಕಂಡಂಗ

ಕಾಣಸತ್ತೈತಿ....' ಅಂತ ಹೇಳಿ ರಾವಕಾಜು ಕೊಟ್ಟರೆ ಆ ಮುದಿಕಿ ಅದನ್ನ ಕಣ್ಣಮುಂದ ಹಿಡಕೊಂಡು ಕಣ್ಣು ಕಿಸಿದು-ಕಿಸಿದು ನೋಡಬೇಕು. ಅದರ ಕಣ್ಣು ಮಂಜಾಗಿದ್ದವು. ಏನೂ ಕಾಣಿಸದೇ 'ಏನೋ ಎಪ್ಪಾ? ನನಗ ಏನೂ ಕಾಣಸವಲ್ಲತು....' ಅಂದರೆ ಇವ 'ನಿನ್ನೂ ಕಣ್ಣು ಕುಡ್ಡ ಆಗ್ಯಾವಬೇ....' ಅಂತ ಆಕಿಯ ಕೈಯಾಗಿನ ರಾವಕಾಜು ಕಸಗೋತಿದ್ದ.

ಈ ನೋಡುವ ಆಟದ ರಾವಕಾಜನ್ನು ಸೂರ್ಯನಿಗೆ ಅಡ್ಡಹಿಡಿದು ಕೆಳಗೆ ಕೈ ಹಿಡಿದರೆ ಅದು ಚುರಕ್ಕ ಅಂತ ಸುಡುವದು ಗೊತ್ತಾತು. ಸಾಲ್ಯಾಗಿನ ಹುಡುಗೋರಿಗೆ ತೋರಿಸಿ ಅವರ ಕೈಸುಟ್ಟ.... ಬ್ಯಾಸಗೀ ಸೂಟೀ ಬಂತು. ಬ್ಯಾಸರದ ಒಂದು ಮಧ್ಯಾನ ಗುಡಸಲದ ಹೊರಗ ಬಂದು ರಾವಕಾಜು ಸೂರ್ಯನಿಗೆ ಅಡ್ಡ ಹಿಡಿದು ದುಂಡನೆಯ ಸಣ್ಣ ಬೆಳಕನ್ನ ಗುಡಸಲದ ಛಪ್ಪರದಮ್ಯಾಲೆ ಬಿಟ್ಟ ಹಂಗs ಹಿಡದ.... ಭುಸುಭುಸು ಹೋಗಿ ಬಂದಂಗಾತು. ಮಜಾ ಅನಿಸಿ ಹಂಗs ಹಿಡದ. ಗಾಳಿ ಬೀಸಿ ಬೆಂಕಿ ನಿಗಿನಿಗಿ ಅಂದಿತು.... ಹೊಗೀ ಹೆಚ್ಚಾತು. ಸಂತ್ರಾಮನಿಗೆ ಅಂಜಿಕಿ ಬಂದು ಅಲ್ಲಿಂದ ಜಿಗತಾಕೊಟ್ಟ.... ಆ ಛಪ್ಪರ ಉರಿಯಲಿಕ್ಕೆ ಇನ್ನೇನು ರಾವಕಾಜು ಗೀವಕಾಜು ಬೇಕಾಗಿದ್ದಿಲ್ಲ. ಗಾಳಿ ರಗಡ ಇತ್ತು. ನೋಡು ನೋಡುವದರೊಳಗೇ ಗುಡಸಲಕ್ಕ ಬೆಂಕಿ ಹತ್ತಿ ಉರಿಯಲಿಕ್ಕೆ ಹತ್ತಿತು. ಮಲ್ಲಿ ಹೊರಗ ಓಡಿ ಬಂದು ಹೊಯ್ಕೋ ಬಡಕೋ ಮಾಡಿದಳು. 'ಯತ್ತೀ..... ಯತ್ತೀ....' ಅಂತ ಪರವ್ವನ್ನ ಒದರಿ ಕರದಳು..... ದಡಬಡ ಸಪ್ಪಳಾ ಮಾಡಿಕೋತ ಪರವ್ವ ತನ್ನ ತಗಡಿನ ಟರಂಕು ಹೊತಗೊಂಡೊ ಹೊರಗ ಬಂದಳು. ಮಂದಿಕೂಡಿ ತಮ್ಮ ತಮ್ಮ ಗುಡಸಲದೊಳಗಿನ ಬಿಂದಿಗೀ ತಂದು ನೀರು ಗೊಜ್ಜಿದರು. ಅಷ್ಟರೊಳಗs ಮಗ್ಗಲದ ಇನ್ನೊಂದು ಗುಡಸಲಕ್ಕ ಬೆಂಕಿ ಹತ್ತಿತು.... ಹಾಹಾಕಾರ ಮುಗಲ ಮುಟ್ಟಿತು..... ಎಲ್ಲಾರೂ ತಮ್ಮ ತಮ್ಮ ಗುಡಸಲ ಹತ್ತಿರ ನಿಂತು- ಎಲ್ಲೆರs ಕಿಡೀಗಿಡೀ ಬಿದ್ದಗಿದ್ದೀತು-ಅಂತ ಕಾಳಜಿಯಿಂದ ಕಾಯಕೋತ ನಿಂತರು. ಅಂತೂ ಒಂದು ಅರ್ಧಾತಾಸಿನೊಳಗ ಎರಡು ಗುಡಸಲಗೋಳು ಉರದು ಬೂದಿ ಆದಮ್ಯಾಲೆ ಅಲ್ಲಿ ಬೆಂಕಿಯ ಗದ್ದಲ ಮುಗಿಯಿತು.....

ಪರಿವ್ಯಾ ಬಂದು ಸಂತ್ರಾಮನ್ನ ಸಿಕ್ಕಂಗ ಬಡದ. ಪರವ್ವ ಹುಡುಗನ ಮೈಮ್ಯಾಲ ಬಿದ್ದು ಅವನ್ನ ಬಿಡಿಸಿಕೊಂಡಳು..... 'ಬಡದರ ಏನ ಸುಟ್ಟ ಗುಡಸಲು ಎದ್ದ ನಿಂದರತಾವೂ.... ? ಈಗ ಮುಂದಿಂದ ನೋಡಿಕೋ....' ಅಂದಳು. ಮತ್ತ ಗಳಾಗಿಳಾ ನಿಂದರಿಸಿ ಎರಡು ಗುಡಸಲಾ ಎಬ್ಬಿಸಿದರು. ಮರದಿವಸ ಕುಲಕರ್ಣ್ಯಾರು, ಪೋಲಿಸರು ಬಂದರು. ಲುಕ್ಸಾನು ಬರಕೊಂಡ ಹ್ವಾದರು.... ಗುಡಸಲು ಸುಡದವರ ಮನ್ಯಾಗಿನ ಎರಡು ಮೂರು ಕೋಳಿಗಳು ಈಗ ಲುಕ್ಸಾನು ಆದವು..... ಮುಂದ ನಾಕೈದು ದಿವಸಕ್ಕ ಯಾರೋ ಬೆಳ್ಳನ್ನ ಅರಿವೀ ಹಾಕೊಂಡವರು ಒಂದಿಬ್ಬರು ಬಂದರು. ಪಂಚಾಯತಿಯೊಳಗ ಕುಂತು ಪರಿವ್ಯಾನ್ನ ಕರಿಸಿಕೊಂಡು ನಿಮುಗ ಆಗದವರು ನಿಮ್ಮ ಗುಡಸಲಾ ಸುಟ್ಟಾರು. ನಮುಗ ಅವರು ಯಾರಂತ ಗೊತ್ತೈತಿ. ಅವರ ಮ್ಯಾಗ ಕಂಪ್ಲೇಂಟು ಕೊಡು..... ನಾವು ಎಲ್ಲಾ ಲುಕ್ಸಾನು ಕೊಡಸತೀವು.....

ಅಂತ ಹೇಳಿದರು. ಈ ಹಣಗಲದೊಳಗ ತನ್ನ ಮಗಾ ಎಲ್ಲೆರ ಸಿಕ್ಕಿ ಹಾಕೊಂಡಾನು ಅಂತ ಅಂಜಿ, ಪರಿವ್ಯಾ 'ಏ..... ಕಂಪ್ಲೇಂಟ್ ಗಿಂಪ್ಲೇಂಟ್ ಏನ ಬ್ಯಾಡರೀ....' ಅಂತ ಕೈಮುಗಿದ..... ಅವರು ಬೇಕಾದಷ್ಟು ಬೋಧನಾ ಮಾಡಿದರೂ ಇವನು ಕೇಳಲಿಲ್ಲ. ಕಡಿಕ ಅವರು 'ಕುಲಕರ್ಣ್ಯಾರs..... ಇವರ ಲುಕ್ಸಾನು ತುಂಬಿಕೊಡಾಕ ಅರ್ಜೀ ಬರಿಸಿಕೊಂಡು ಮ್ಯಾಲಕ ಕಳಸರಿ..... ನಾವು ಲುಕ್ಸಾನು ಕೊಡಸತೀವು....' ಅಂತ ಹೇಳಿದರು. ಕೈಮುಗಿದು ಎದ್ದು ಹೊಂಟ ಪರಿವ್ಯಾನನ್ನ ಮಗ್ಗಲಿಗೆ ಕರದ ಕುಲಕರ್ಣ್ಯಾರು 'ಅವರು ಸರ್ಕಾರಕ್ಕೆ ಹೇಳಿ ಪೂರಾ ಲುಕ್ಸಾನು ಕೊಡಸ್ತಾರು..... ನೀನು ಅವರಿಗೆ ಬೆಂಗಳೂರಿಗೆ ಹೋಗಿ ಬರಾಕ ಗಾಡೀಖರ್ಚು ಹೊಂದಿಸಿಕೊಡು......' ಅಂತ ತಾಕೀತು ಮಾಡಿ ಕಳಿಸಿದರು. ಮುದಿಕಿ ಓಡಿಬರುವಾಗ ತನ್ನ ಹಳೆಯ ಟರಂಕು ಎತಿಗೊಂಡು ಓಡಿಬಂದಿತ್ತಂತ ಬೇಶಾಗಿತ್ತು. ಪರಿವ್ಯಾನಿಗೆ ರೊಕ್ಕದ ಚಿಂತಿ ಬರಲಿಲ್ಲ...... ಅವನಿಗೆ ಬೆಂಗಳೂರು ಅಂದರೆ ಯಾವ ದೇಶದೊಳಗೆ ಇದೆ-ಎಲ್ಲಿ ಇದೆ ಅಂತನ್ನುವುದು ಸಮಸ್ಯೆ ಆಗಿಬಿಟ್ಟಿತು.... ಅಲ್ಲಿಗೆ ಹೋಗಬೇಕೆಂದರೆ ಗಾಡೀ ಖರ್ಚಿಗೆ ಎಷ್ಟು ರೊಕ್ಕಾ ಕೊಡುವದು.... ಅಂತನ್ನುವದು ಬಗಿಹರಿಯದೇ ಕಡಿಕ ಎರಡುನೂರು ರೂಪಾಯಿಗಳನ್ನ ಒಯ್ದು ಕುಲಕರ್ಣಿಯವರ ಕೈಯೊಳಗ ಕೊಟ್ಟು ಬಂದ...... ಇವನ ಕಡಿಂದ ನಾಕೈದು ಕಡೆ ಬಟ್ಟು ಊರಿಸಿಕೊಂಡರು..... ರೊಕ್ಕ ಇಂದ ಬರತದ-ನಾಳೆ ಬರತದ ಅಂತ ಹೇಳಿಕೋತನ ಬಂದರು. ಖರೇ-ರೊಕ್ಕೇನೂ ಬರಲಿಲ್ಲ..... ಇವರು ರೊಕ್ಕದ ಹಾದೀ ನೋಡೂದು ಬಿಟ್ಟುಬಿಟ್ಟರು..... ಪರಿವ್ಯಾ ಗಾಡೀ ಹೂಡಿ ಕಲ್ಲು ತಂದು ಸುಟ್ಟ ಗುಡಸಲದ ಜಾಗಾದಾಗ ಸಣ್ಣದೊಂದು ಮನೀಕಟ್ಟಿದ...... ಗುಡಸಲಗಳ ಹೊಲಗೇರಿಯೊಳಗ ಇವಂದೊಂದು ಕಲ್ಲಿನ ಕಟ್ಟಡವಾತು.....

ಗುಡಸಲ ಸುಟ್ಟಮ್ಯಾಲ, ಪರಿವ್ಯಾ ಮಗನ್ನ ಸಾಲೀ ಬಿಡಸಬೇಕಂತ ಮಾಡಿದ. ಸಾಲಿಗೆ ಹೋದರ ಹಿಂತಾ ರಾವಕಾಜಿನಂಥ ಚಮತ್ಕಾರದ ಸಾಮಾನುಗಳು ಸಿಕ್ಕು ಉಡಾಳತನ ಮಾಡುತ್ತಾನೆಂದು ಅವನ ಅನಿಸಿಕೆ. ಅವ್ವನಿಗೆ ಹೇಳಿದ. ಮಮ್ಮಗನಿಗೆ ಹಗಲೆಲ್ಲಾ-ಸಾಲಿಗೆ ಹೋಗಬ್ಯಾಡಾs......ಉಂಡು ಮನ್ಯಾಗs ಇರು ಅಂತ ಹೇಳುತ್ತಿದ್ದ ಮುದುಕಿ ಯಾಕೋ ಏನೋ ಮಗನ ಈ ಮಾತಿಗೆ ಊಂಹೂಂ ಅಂತ ಅಂದುಬಿಟ್ಟಿತು. ಪರಿವ್ಯಾನಿಗೆ ಸಿಟ್ಟು ಬಂತು..... ತಾನು ಹೇಳಿದ ಮಾತಿಗೆಲ್ಲಾ ಈ ಮುದಿಕಿ ಅಡ್ಡ ಮಾತಾಡುತ್ತಾಳೆ ಅನ್ನುವದು ಅವನ ಸಿಟ್ಟಿನ ಕಾರಣ...... 'ನಾ..... ಸಂತ್ರಾಮಗ ಪೂರಾ ಸಾಲೀ ಕಲಸೂಣು ಅಂದಿದ್ದರ, ಬೇಕಾರ ನಕ್ಕೀ, ಈ ಮುದಿಕಿ ಏ ಬ್ಯಾಡ.... ಅಂತಿದ್ದಳು....' ಅಂತ ಪಿಟಿಪಿಟಿ ಅಂತ ಒದಿರ್ಯಾಡಿಕೊಂಡ. ಅಂತೂ ಸಂತ್ರಾಮ ಇದ್ದೂರ ಹೈಸ್ಕೂಲಿನೊಳಗ ಮ್ಯಾಟ್ರಿಕ್ಕು ಪಾಸಾದ. ಮುಂದ ಬೆಳಗಾಂವಿಗೆ ಕಾಲೇಜು ಕಲಿಯಕ್ಕೆ ಹೋಗುವವನೇ ಅಂತ ಹಟ ಹಿಡಿದು ಕುಂತ. ಪರಿವ್ಯಾ ಬ್ಯಾಡ ಅಂತ-ಇಂವ ಹೋಗಾವನs ಅಂತ.... ಇಬ್ಬರದೂ ಎಳದಾಟ ಸುರುವಾತು. ಇಂವ 'ಯಾವದಕ್ಕೂ ರೊಕ್ಕಾ ಕೊಡೂದು ಬ್ಯಾಡ. ಮಾಫೀ ಆಕ್ಕತಿ..... ಅದರಮ್ಯಾಗ ಸ್ಕಾಲರಶಿಪ್ಪು ಕೊಡತಾರು.... ನಾ ಹೋಗಾಂವನs....' ಅಂದರೆ ಪರಿವ್ಯಾ-

'ಮಾಪೀಗೀಪೀ–ಶಿಪ್ಪಾ–ಉಪ್ಪಾ.... ಅದೇನೂ ಬ್ಯಾಡಾ.... ಸುಮ್ಮನ ಊರಾಗ ಇರು..... ಭಾಂವೀ ಕಡದೈತಿ.... ತ್ವಾಟಾ ಮಾಡಿಕೊಂತ ಹ್ವಾದರಸಾಕು....' ಅಂತನ್ನುವವ. ಕಡಿಕ ಪರವ್ವ ಇವರ ನ್ಯಾಯ ಬಗೀಹರಿಸಿದಳು. ಸಂತ್ರಾಮು ಕಾಲೇಜಿಗೆ ಹೋಗುವದಾತು.

* * * *

ಸಂತ್ರಾಮು ಎಸ್. ರಾಮು ಅಂತ ಹೆಸರು ಬದಲಿಸಿಕೊಂಡ.... ಕೂದಲನ್ನು ಕ್ರಾಪು ಮಾಡಿಸಿಕೊಂಡು ಪ್ಯಾಂಟು ಬುಶ್‌ಕೋಟು ಹಾಕೊಂಡು ಹೊಂಟನೆಂದರೆ ಇವನು ನಮ್ಮ ಊರಿನ ಸಂತ್ರಾಮುನೆಂದು ಯಾರು ಗುರುತಿಸಬೇಕು ?.... ನೋಡಲಿಕ್ಕೂ ಎಸ್. ರಾಮುನು ಚಲುವನೇ..... ಪರವ್ವ, ಇಂವ ಕೂಸಾಗಿದ್ದಾಗ–ದೊಡ್ಡಗೌಡನ್ನs ಹೋಲತಾನ ಇಂವ.... ಅಂತ ಹಗಲೆಲ್ಲಾ ಅನತಿದ್ದಳು.... ಇಂಥ ಈ ಎಸ್. ರಾಮುನಿಗೆ ಭದ್ರಗೌಡನ ಮಗಳು ಗೀತಾನ ಗುರತ ಆತು–ಅದೂ ಅನಿರೀಕ್ಷಿತವಾಗಿ..... ಲಿಂಗರಾಜ ಕಾಲೇಜಿನ ಲೈಬ್ರರಿಯೊಳಗೆ 'ಎಸ್. ರಾಮು ಬೆಟಗೇರಿ..... ಅಂದರ ಯಾರ್ರೀ....' ಅಂತ ಲೈಬ್ರರಿ ಕ್ಲಾರ್ಕು ಒದರಿದ. ಇವ 'ನಾನರೀ....' ಅಂತ ಬಂದು ಆ ಕ್ಲಾರ್ಕು ಕೊಟ್ಟ ಐಡೆಂಟಿಟಿ ಕಾರ್ಡು ತಗೊಂಡು ನಡದ. ಅಲ್ಲೇ ಸನೇದಾಗ ನಿಂತಿದ್ದ ಗೀತಾ ಇವನನ್ನು ಕುತೂಹಲದಿಂದ ನೋಡಿದಳು..... ತನ್ನ ಕ್ಲಾಸಿನೊಳಗೇ ಇದ್ದಾನೆ..... ನಮ್ಮ ಊರಾವನs ಇದ್ದಿರಬೇಕು ಅಂತ ಕುತೂಹಲದಿಂದ ಅವನ ಹತ್ತರ ಹೋಗಿ ಸಹಜ ಎನ್ನುವಂತೆ 'ನಿಂಬದು ಯಾವೂರರಿ.....' ಅಂದಳು. ಬೆಳಗಾವಿಯ ಹುಡುಗಿ ಅವಳು...... ಇಷ್ಟಕ್ಕs ಸಂತ್ರಾಮು ಸರ್ವತ್ರ ಬೆವೆತುಬಿಟ್ಟ. ಎದೀ ಧಗಧಗಾ..... ಅಂದಿತು.... ಇನ್ನೂ ಇದೇ ಈಗ ಬೆಟಗೇರಿಯ ಹಳ್ಳಿಯ ಪ್ರಪಂಚ ಬಿಟ್ಟು ಬಂದ ಇವನಿಗೆ ಈ ಪಟ್ಟಣದ ಹುಡುಗಿ–ಅಪರಿಚಿತಳು – ಹಿಂಗೆ ಬಂದು ಮಾತಾಡಿಸಿದ್ದು ಗಲಿಬಿಲಿಯನ್ನುಂಟು ಮಾಡಿತ್ತು.... ಕರ್ಚೀಪಿನಿಂದ ಮುಖ ವರೆಸಿಕೊಳ್ಳುತ್ತ 'ಬೆಟಗೇರಿ.....' ಅಂದ. ಗೀತಾನ ಮುಖ ಒಮ್ಮಿಗಲೇ ಅರಳಿಧಂಗಾತು. 'ಅದಕ್ಕs ಕೇಳಿದೆ..... ಆ ಕ್ಲಾರ್ಕು ನಿಮ್ಮ ಹೆಸರ ಒದರಿದ ಕೂಡಲೇ ನನಗ ನೀವು ನಮ್ಮ ಊರಾವರs ಇರಬೇಕು ಅನಿಸಿತು....' ಅಂತ ಹೇಳಿದಳು..... 'ಎಲ್ಲಿದ್ದೀರಿ.....' ಅಂತ ಕೇಳಿದಳು. 'ಹಾಸ್ಟೆಲಿನಾಗ ಅದsನ್ರೀ.....' ಅಂತ ಹೇಳಿ–'ನಮ್ಮ ಊರಾಗ ನೀವು ಯಾರ ಪೈಕೀರೀ..... ?' ಅಂತ ಕೇಳಿದ. ಇವಳು 'ರಾಮುನಗೌಡರಂತ ಇದ್ದರಲಾ..... ತೀರಿಕೊಂಡ ಭಾಳ ದಿವಸಾಗೇದ..... ಅವರ ಮಮ್ಮಗಳು.... ಭದ್ರಗೌಡರ ಮಗಳು....' ಅಂತ ಹೇಳಿದಾಗ ಸಂತ್ರಾಮುನಲ್ಲಿ ಗೀತಾನ ಬಗ್ಗೆ ಅಂಜಿಕಿ ಹುಟ್ಟಿತು. ಅವನೂ ರಾಮುನಗೌಡರನ್ನ ನೋಡಿರಲಿಲ್ಲ...... ಇವ ಎರಡು ವರ್ಷದವನಿರುವಾಗ ಅವರು ತೀರಿಕೊಂಡಿದ್ದರು. ಆದರೆ ಭದ್ರಗೌಡರ ಹೆಸರು ಛಲೋತಂಗೆ ಗೊತ್ತಿತ್ತು. 'ನಾ ಹೊಕ್ಕೀನರೀ....' ಅಂದ. ಗೀತಾ 'ಯಾಕs ಈಗ್ಯಾವ ಕ್ಲಾಸ ಇಲ್ಲಲಾ....' ಅಂದರೆ 'ಇಲ್ರೀ..... ಒಂದೀಟs ಕೆಲಸ ಐತಿ....' ಅಂತ ಹೇಳಿದವನೇ ಜಾಗಾ ಬಿಟ್ಟಿದ್ದ.....

ಗೀತಾಳಿಗೆ ಬೆಟಗೇರಿಯ ಯಾವ ಸ್ಮೃತಿ ಕಾಡುತ್ತಿತ್ತೋ ಯಾರಿಗೆ ಗೊತ್ತು.....

ಯಾವಾಗೋ ವರ್ಷಕ್ಕೆ ಒಮ್ಮೊಮ್ಮೆ ಸೂಟಿಗೆ ಮಾತ್ರ ಊರಿಗೆ ಬರುತ್ತಿದ್ದ ಅವಳು ತನ್ನ ಊರಿನ ಎಸ್. ರಾಮನ್ನ ಬಹಳ ಹಚಿಗೊಂಡು ಬಿಟ್ಟಳು. ಕಂಡಲ್ಲಿ ನಿಂದರಿಸಿ ಮಾತಾಡಿಸುವಳು..... ಊರಿಗೆ ಹೋಗಿದ್ದಿರೇನು ಅಂತ ಊರಿನ ಸುದ್ದಿಯನ್ನು ಕೇಳುವಳು..... ಹಿಂಗ.... ಇವರ ಸುದ್ದಿ ಎಷ್ಟರ ಮಟ್ಟಿಗೆ ಬೊಬ್ಬಾಟವಾಯಿತೆಂದರೆ ಇಂಟರ್‌ನ ಆ ವರ್ಷದ ಕೊನೆಗೆ ಕಾಲೇಜಿನ ಯೂರಿನಲ್‌ಗಳ ಗ್ವಾಡಿಗಳ ಮ್ಯಾಲೆ ಎಸ್. ರಾಮ ಅಧಿಕ ಜಿ.ಬಿ. ಪಾಟೀಲ ಅನ್ನುವ ಬರಹಗಳು ಮೂಡಲಿಕ್ಕೆ ಸುರು ಆದವು. ಸಂತ್ರಾಮ, ಆದಷ್ಟು ಈ ಗದ್ದಲದಿಂದ ದೂರ ಇದ್ದು ಛಲೋತಂಗೆ ಒಂದು ಡಿಗ್ರೀ ತಗೊಂಡು ಬೆಳಗಾವಿಯನ್ನು ಬಿಟ್ಟರೆ ಸಾಕು ಅಂತ ಅನಕೊಂಡರೂ ಗೀತಾಳ ಊರಿನ ಸ್ಮೃತಿ ಅವನನ್ನು ಸಮೀಪಕ್ಕೆ ಎಳೆಯುವದು..... ಅದರೊಳಗೇ ಇಬ್ಬರೂ ಒಂದು ವರ್ಷವೂ ನಪಾಸಾಗದೇ–ಅದೇ ಮೇಜರ್ರು ಅದೇ ಮೈನರ್ರು ಆರಿಸಿಕೊಂಡು ಒಂದೇ ಕ್ಲಾಸಿನಲ್ಲಿ ಇದ್ದವರು.....

ಇನ್ನು–ಮನಸುಗಳ ಬಗ್ಗೆ ಏನು ಹೇಳಲಿಕ್ಕೆ ಸಾಧ್ಯವಾದೀತು?! ಮುಂದಿನ ಎರಡು ವರ್ಷಗಳಲ್ಲಿ ಈ ಇಬ್ಬರು ಬಿಸಿರಕ್ತದ ಯುವಕ ಯುವತಿಯರ ಮನಸುಗಳು ಹುಚ್ಚುಚ್ಚಾದವು.... ಸಂತ್ರಾಮನಿಗೆ ತನ್ನ ಜಾತಿಪಾತಿಯ ನೆನಪು ಬರಲಿಲ್ಲ. ಭದ್ರಗೌಡನ ಮಗಳು ಗೀತಾ–ಜೀವನ ಅಂದರ ಒಂದು ಸುಂದರ ಹಾಡು ಅನಕೊಂಡು ರಾಮನಿಗೆ ಹೆಗಲಿಗೆ ಹೆಗಲುಕೊಡಲು ಸನ್ನದ್ಧಳಾದಳು...... ಒಂದು ದಿನ ಗೀತಾ ಎಸ್. ರಾಮನಿಗೆ ತಮ್ಮ ಮನೆಗೆ ಬರಲಿಕ್ಕೆ ಗಂಟುಬಿದ್ದಳು. ಇವನಿಗೆ ಅನುಮಾನ–ಅಂಜಿಕೆ...... ಏನೇನೋ ನೆವಾ ಹೇಳಿದ. ಆಕಿ ಯಾವದನ್ನು ಕೇಳಂಗಿಲ್ಲ..... ಕಡಿಕ ಗಟ್ಟಿ ಧೈರ್ಯಾ ಮಾಡಿ ಅವರ ಮನೆಗೆ ಹೋದ..... ಭದ್ರಗೌಡನಿಗೆ ಗುರುತು ಮಾಡಿಕೊಟ್ಟಳು. ಈಗಾಗಲೇ ಬೇಕಾದಷ್ಟು ಸಲ ಎಸ್. ರಾಮ...... ಅಂತ ಅವ್ವನ ಮುಂದ ಹೇಳುವುದನ್ನ ಭದ್ರಗೌಡರು ಕೇಳಿಸಿಕೊಂಡಿದ್ದರು. ಈಗ, ತಮ್ಮೂರಿನ ಹುಡುಗ–ಕಾಲೇಜು ಕಲಿಯಲಿಕ್ಕೆ ಬಂದಾನೆ ಅಂತ ಕುತೂಹಲದಿಂದ 'ಯಾರ ಮಗಾ?' ಅಂತ ಕೇಳಿದರು. ಇವನಿಗೆ ಕುತಿಗೆಗೇ ಬಂತು.... ಅನಿವಾರ್ಯವಾಗಿ ಹೇಳಿದ. ಭದ್ರಗೌಡರ ಕಣ್ಣು ಸಟಕ್ಕನೇ ಮ್ಯಾಲಕೆ ಹೋದವು..... 'ಹಾಂ....!' ಅಂದರು. 'ಏನಪಾs ಮಗನs..... ನಮ್ಮ ಹುಡುಗೀ ಜೋಡೀ ಗೆಳೆತನಾ ಮಾಡೂಹಂಗ ಆಗಿಬಿಟ್ಯಾ! ಶಭಾಶ್‌ಪಾ' ಅಂತಂದಾಗ ಇವ ನಡುಗಿದ...... 'ಇನ್ನೂ ಕೂತೀಯಲಾs.... ಸೇವಾಗೀವಾ ಆಗಬೇಕೇನು....' ಅಂತ ಹೇಳಿದಾಗ ಸಂತ್ರಾಮ ಚಪ್ಪಲಿ ಹಾಕೊಂಡು ಜಾಗಾಬಿಟ್ಟ. ಗೀತಾ ಒಳಗೆ ಹೋದವಳು ಚಹಾ ತಗೊಂಡು ಬರುವದರೊಳಗೇ ಇಂವ ಕಾಂಗ್ರೆಸ್ಸು ರೋಡಿಗೆ ಬಂದಿದ್ದ. 'ಯಾಕs..... ಅಂವ ಹೋದಾ?' ಅಂತ ಗೀತಾ ಆಶ್ಚರ್ಯದಿಂದ ಕೇಳಿದಾಗ ಭದ್ರಗೌಡರು–'ಹೂಂ. ಹೋದಾ. ಇನ್ನೊಂದಿಷ್ಟು ಹೊತ್ತು ಕೂಡಲಿಕ್ಕೆ ನೋಡಿದ್ದರ ಚಪ್ಪಲೀ ಸೇವಾ ಮಾಡಿ ಕಳಸುತಿದ್ದೆ...... ಅಲವಾs...... ನಮ್ಮ ಊರಾವs ಅಂದ ಕಾರಣಕ್ಕs ಹೊಲೀ ಹನ್ನೆರಡು ಜಾತಿಯವರೂ ಸ್ನೇಹಿತರಾಗಿಬಿಡತಾರೇನು? ಈ ಸೋಳೀಮಗಾ ಯಾರ ಗೊತ್ತದs ಏನು....? ನಮ್ ಮಡ್ಡೀ ಮಾದ್ಯಾರ

ನೋಡು–ಹೊಲ್ಯಾರ ಪರವ್ವ ಅಂತ ಮುದಿಕಿ ಅದಲಾs......ಆಕೀ ಮಮ್ಮಗಾ.... ನೀ ಒಬ್ಬಾಕಿ..... ಅವನ್ನ ಮನಿಗೆ ಕರಕೊಂಡ ಬಂದೀದಿ! ಇನ್ನ ಇವನ ಜೋಡೀ ಸ್ನೇಹಾ ಇಟಗೊಂಡೆಂದರ ಯೋಗ್ಯ ಆಗೂದುಲ್ಲ ನೋಡ ಹುಡುಗೀ.....' ಅಂತ ಒದಿರ್‍ಯಾಡಿ, 'ತಡೀ ಇವರಪ್ಪನ್ನ ಮದಲ ಆ ಮಡ್ಡೀ ಬಿಡಸತನು..... ಛಾಂವೀನೂ ಕಡಿಸ್ಯಾನಂತ. ಅದಕ್ಕs ಇರವಲ್ಲತ್ಯಾಕ–ನಾಕದಿನಾ ಉಣವಲ್ಲನ್ಯಾಕ ಅಂತ ಬಿಟ್ಟಿದ್ದೆ..... ಈಗ ನೋಡಿದರ ಅದs ತಪ್ಪಾತು ಅಂತ ಕಾಣಸ್ತದ..... ಮಗನ್ನ ಬ್ಯಾರೇ ಕಾಲೇಜಿಗೆ ಕಳಿಸ್ಯಾನ' ಅಂತ ನಿರ್ಧಾರ ಮಾಡಿಕೊಂಡು ಮಾತಾಡಿದರು..... ಗೀತಾನ ಕಾಲು ಗಡಗಡ ಅಂತ ನಡಗಿದವು.....

ಎಸ್. ರಾಮು ಅಪಮಾನದಿಂದ ಕುದ್ದುಹೋದ. ಭದ್ರಗೌಡನ್ನ ಉರಿಹಚ್ಚಿ ಸುಟ್ಟುಬಿಡುವಷ್ಟು ಸಿಟ್ಟು ಬಂದಿತ್ತು..... ತನ್ನ ರಾವಕಾಜಿನ ನೆನಪು ಬಂತು..... ಇವನದು ಕಾಂಕ್ರೀಟಿನ ಮನಿ...... ಸುಡುವದಿಲ್ಲ. ಸುಟ್ಟರೆ ಇವನನ್ನೇ ಸುಡಬೇಕು...... ಗೀತಾನ ನೆನಪು ಬಂತು. ಇನ್ನು ಮುಂದೆ ಭೆಟ್ಟಿಯಾದರೆ ಮಾತಾಡಿಸುತ್ತಾಳೋ ಇಲ್ಲವೋ....?..... ಅವನ ತಲಿ ಗಿಂವ್..... ಅಂತ ಅನಲಿಕ್ಕತ್ತಿತ್ತು. ನೆಟ್ಟಗೇ ಹಾಸ್ಟೆಲ್ಲಿಗೆ ಹೋಗಿ ಮುಸುಕು ಎಳದು ಮಲಕೊಂಡಬಿಟ್ಟ. ರೂಮೇಟು– 'ಯಾಕರೀ ರಾಮೂ....' ಅಂತ ಕೇಳಿದ್ದಕ್ಕೆ 'ಯಾಕೋ ಒಂದೀಟs ತಲಿನೋವು ಬಂದೈತರೀ...' ಅಂತ ಹೇಳಿ, ಅಂದು ರಾತ್ರಿ ಊಟಕ್ಕೆ ಸೈತ ಹೋಗದs ಮಲಕೊಂಡಬಿಟ್ಟ. ಎರಡು ದಿವಸ ಕಾಲೇಜಿಗೆ ಸೈತ ಹೋಗಲಿಲ್ಲ..... ಗೀತಾ ಕಾಲೇಜಿಗೆ ಬಂದಾಕಿ ಇವನನ್ನ ಲೈಬ್ರರಿಯೊಳಗs ಕ್ಯಾಂಟೀನಿನೊಳಗs ಕ್ಲಾಸಿನಾಗs–ಎಲ್ಲಾ ಕಡೆ ಹುಡುಕಿದಳು. ಮರುದಿವಸನೂ ಹುಡುಕಿ ಇಂವ ಸಿಗದಾಗ ಮನಸು ತಡಿಯಲಾರದೇ ಇವನ ರೂಮೇಟನ್ನು ಕೇಳಿದಳು. ಅಂವ – 'ಮನ್ನಿ ಸಂಜೀಮುಂದ ಬಂದಾವನs ಮಲಗಿಬಿಟ್ಟಾನರಿ. ತಲಿನೋವ ಅಂತಾನು. ಹಂಗೇನು ಜ್ವರಾ ಗಿರಾ ಇದ್ದಂಗಿಲ್ಲ....' ಅಂತ ಹೇಳಿದ. ಗೀತಾ 'ಒಂದಿಷ್ಟ ನೋಡಿ ಬರೋಣು.... ಅವರ ರೂಮು ತೋರಿಸ್ತೀರೀ.....' ಅಂತ ರಿಕ್ವೆಸ್ಟ ಮಾಡಿಕೊಂಡಾಗ ಅವ ದಂಗಾಗಿ, ಏನೂ ತಿಳಿಯದೇ, ಕಡಿಕ 'ಹೂಂ...... ಬರ್ರಿ....' ಅಂತ ರೂಮಿಗೆ ಕರಕೊಂಡು ಹೋದಾ.....

'ಬರ್ರಿ...... ಒಂದಿಷ್ಟ ಹಿಂಗs ಹೋಗೋಣೂ' ಅಂತ ಕರದಾಗ ಸಂತ್ರಾಮ ಅರಿವೀ ಹಾಕಿಕೊಂಡು ಹೊರಗ ಬಂದ. ಅವನ ರೂಮೇಟು 'ನಾ ಇಲ್ಲೇ ಇರತನು. ನೀವು ಹೋಗರಿ.....' ಅಂತಂದು ರೂಮೊಳಗೇ ಉಳದ..... ಇಬ್ಬರೂ ಮಾತಿಲ್ಲದೇ ನಡದರು. ಗೀತಾ 'ಸಾರೀರೀ....' ಅಂತ ಆಳವಾದ ಧ್ವನಿಯಿಂದ ಹೇಳಿದಾಗ ಸಂತ್ರಾಮನಿಗೆ ಯಾಕೋ ಏನೋ ಇನ್ನಷ್ಟು ಅಪಮಾನ ಆದಂಗ ಆತು.... 'ನೋಡರೀ ನಾನು ಹೊಲ್ಯಾರಾಂವ..... ನಮ್ಮ ಅಪ್ಪ ಹೊಲ್ಯಾರಾಂವ. ನೀವು.... ನೀವು ಲಿಂಗಾಯ್ತರು..... ನಿಮ್ಮಪ್ಪ..... ಭದ್ರಗೌಡರು – ನಿಮ್ಮ ಸುದ್ದಿ ಬ್ಯಾಡರಿ....' ಅಂತ ತನ್ನ ಅಪಮಾನಕ್ಕೆ ಒರಟೊರಟಾಗಿ–ತರ್ಕಾತೀತವಾದ–ಮಾತಿನ ರೂಪಕೊಟ್ಟು ಸಿಟ್ಟಿನಿಂದ ಬೆವತಿದ್ದ ಮಕವನ್ನು ಕರ್ಚೀಪಿನಿಂದ ಒರೆಸಿಕೊಂಡ.....

ಗೀತಾ ಸುಮ್ಮನೇ ಉಳಿದಳು. ಮತ್ತೆ ಇಬ್ಬರೂ ಮೂಕವಾಗಿ ನಡೆದರು. ರೆಕ್ಸ್ ಟಾಕೀಜು ದಾಟಿತು..... ಗೀತಾ ಮಾತಾಡಲಿಕ್ಕೆ ಸುರು ಮಾಡಿದಳು..... 'ನೋಡ್ರೀ ರಾಮೂ..... ದೊಡ್ಡವರ ಮಾತು ಬಿಡ್ರಿ.... ನನಗಂತೂ ಜಾತಿಪಾತಿ ಏನೂ ಅಡ್ಡೀ ಇಲ್ಲ..... ನನಗ ಮನಶಾರೆಲ್ಲಾ ಏಕಪ್ರಕಾರ ಅನಸತದ.... ಸುಮ್ಮನs ಅಂಜಿ ಉಪಯೋಗ ಇಲ್ಲಾ...' ಅಂತ ಏನೇನೋ ಹೇಳಲಿಕ್ಕೆ ಸುರು ಮಾಡಿದರೆ ಸಂತ್ರಾಮನಿಗೆ ಅವನ ಎದಿಯೊಳಗೆ ಕೈಹಾಕಿ..... ಅವನ ಹೃದಯವನ್ನ ನಿಧಾನವಾಗಿ–ಮೃದುವಾಗಿ ಸವರಿ ಸಂತೈಸಿಧಂಗಾತು. ಸಂತ್ರಾಮನ ಕಣ್ಣೊಳಗೆ ಸಳಕ್ಕಂತ – ಯಾಕೋ ಏನೋ ನೀರು ಬಂದವು. ಅವ ಅಲ್ಲೇ ರಸ್ತಾದ ಮಗ್ಗಲಕ್ಕೆ ನಿಂತುಬಿಟ್ಟ. ಗೀತಾನೂ ನಿಂತಳು. ಸಂತ್ರಾಮ ಗೀತಾನ ಕೈ ಹಿಡಕೊಂಡ. ಯಾವ ಹಿಂದೀ ಸಿನಿಮಾದಕಿಂತಲೂ ಕಡಿಮಿ ಇದ್ದಿದ್ದಿಲ್ಲ. ಹಾದೀಲೇ ಹೋಗುವ ಮಂದಿ ಲೈಲಾ–ಮಜನೂ..... ಅಂತ ಟೀಜಮಾಡಿ ಹೋಗಲಿಕ್ಕೆ ಸುರು ಮಾಡಿದಾಗ ಸಂತ್ರಾಮ ಗೀತಾಳ ಕೈಬಿಟ್ಟು ಅಂಗಿಯ ತೋಳುಗಳಿಂದಲೇ ಕಣ್ಣುವರೆಸಿಕೊಂಡ. ಇಬ್ಬರೂ ಮತ್ತೆ ನಡೆದರು..... ಗೀತಾ–'ಇಬ್ಬರೂ ಕಲೀಲಿಕ್ಕತ್ತೀವು. ಇಬ್ಬರೊಳಗ ಒಬ್ಬರಿಗೆ ನೌಕರಿ ಸಿಕ್ಕರ ಸಾಕು.....' ಅಂದಳು. ಸಂತ್ರಾಮ ದೃಢಚಿತ್ತದಿಂದ, 'ಹೌದು' ಅಂತ ಹೇಳಿ ಆಕಿಯ ಕೈಯನ್ನು ಭದ್ರವಾಗಿ ಹಿಡಕೊಂಡು ಕಿತ್ತೂರ ಚನ್ನಮ್ಮನ ಪ್ರತಿಮಾ ದಾಟಿ–ಕೋರ್ಟಿನ ಆವರಣದೊಳಗ ಹೋಗಿ–ಇಬ್ಬರೂ ಅಲ್ಲಿ ಬೆಂಚಿನಮ್ಯಾಲೆ ಕೂತರು.

* * * *

ಇದಾದ ಎರಡ ತಿಂಗಳಮ್ಯಾಲ–ಸಂತ್ರಾಮನಿಗೆ ಊರಿಂದ ಪತ್ರ ಬಂತು.... ಓದಿ ಗಾಬರಿಯಾದ.... ನಿಮ್ಮ ಅಪ್ಪ–ಪರಪ್ಪ, ಮನ್ನಿನ ಶುಕ್ರವಾರ ಮನಿಬಿಟ್ಟು ಓಡಿ ಹೋಗ್ಯಾನು.... ನೀನು ಅರ್ಜಂಟ ಹೊಂಟಬರಬೇಕು. ಬಾಕೀ ಮಜಕೂರು ಸಮಕ್ಷಮ–ಅಂತ. ಇವನಿಗೆ ಹಿಂದು ಮುಂದಿಂದು ಏನೂ ತಿಳಿಯದೇ–ಐದು ಮಿನಿಟು ಪತ್ರಾ ಹಿಡಕೊಂಡು ಹಂಗೇ ಸುಮ್ಮನೇ ಕೂತ. ತಲಿ ಗಿಂವ್ ಅನಲಿಕ್ಕತ್ತು. ಭರ..... ಭರ ಎದ್ದವನೇ, ಸೂಟಕೇಸಿನೊಳಗೆ ಅರವೀ ಹಾಕೊಂಡವನೇ, ಬಸ್ಸು ಹಿಡಿದು ಊರಿಗೆ ಬಂದ. ಊರಿಗೆ ಬರತಿದ್ದಂಗೇ ಎಲ್ಲಾ ಹಕೀಕತ್ತು ತಿಳಿಯಿತು......

ಎಂಟು ಹತ್ತು ದಿನಗಳ ಹಿಂದೆ–

ಬೆಳಗಾಂವಿಯಿಂದ ಭದ್ರಗೌಡರು ಊರಿಗೆ ಬಂದರು. ಬಂದವರೇ ತಲಾಠಿನ್ನ ಮನಿಗೆ ಚಹಾಕ್ಕಂತ ಕರಿಸಿ–ಪರಿವ್ಯಾ ಮಾಡಿದ ಮಡ್ಡಿಯ ಹಕೀಕತ್ತು ಕೇಳಿದರು. 'ಆ ಮಡ್ಡಿ ರೀ.... ?..... ಅದಕ್ಕೆ ಪರಪ್ಪ ಯಲ್ಲಪ್ಪ ಹರಿಜನ ಟೆನೆಂಟ ಇದ್ದಂಗ ಐತಿರೀ.... ಅವನ್ನ ಕರಿಸಿ ಒಂದ ರಾಜೀನಾಮೆ ಪತ್ರಾ ಬರಿಸಿಕೊಂಡ ಬಿಡ್ರಿ. ಟೆನೆಂಟ ಹೆಸರು ಕಡಿಮಿಮಾಡಿ ನಿಮ್ಮ ಹೆಸರಲೆ ಸ್ವಂತ ಅಂತ ಮಾಡಿಕೊಡತನು....' ಅಂತ ತಲಾಠಿ ಹೇಳಿದರು..... ಭದ್ರಗೌಡ ಹಾಂ..... ಹಾಂ..... ಅಂತ ಗೋಣುಹಾಕಿದರು. ಬೆಳಗಾಂವಿಯ ಮಿದುವಾದ ನೀರು ಕುಡಿದವರು. ತಲಾಠಿನ್ನ ಕರಿಸಿ ಮಿದುವಾದ ಹಾದಿಯನ್ನ ತಿಳಕೊಂಡರು.... ಒಬ್ಬ ಮನಶಾನ್ನ ಕಳಿಸಿ ಪರಿವ್ಯಾನ್ನ ಕರಿಕಳಿಸಿದರು.

ಪರಿವ್ವಾ ಬಂದು ದನದ ಹಕ್ಕಿಯೊಳಗ ನಿಂತು 'ಗೌಡರs....' ಅಂತ ಒದರಿದ. ಭದ್ರಗೌಡರು ಎದ್ದು ಹೊರಗ ದನದಹಕ್ಕಿಯ ಮುಂದಿನ ಕಣಿಕಿಯ ಕಟ್ಟಿಗೆ ಬಂದು ಕುಂತರು. ಅವರು ಹೊರಗೆ ಬರುತ್ತಿದ್ದಂತೆಯೇ ಪರಿವ್ವಾ – 'ಶರಣ ಮಾಡತನ ಎಪ್ಪಾ....' ಅಂತ ಕೈಮುಗಿದ..... ಭದ್ರಗೌಡರು ಪರಿವ್ವಾನ ನಮಸ್ಕಾರಕ್ಕ ಏನೇನೂ ದಾದು ಮಾಡದೇ ಕಟ್ಟಿಗೆ ಬಂದು ಕೂತರು.

ಪರಿವ್ವಾ ಇನ್ನೊಮ್ಮೆ–'ನಮಸ್ಕಾರ ಮಾಡತನರೀ ಎಪ್ಪಾ....' ಅಂತ ಕೈಮುಗಿದಾಗ ಇವರು 'ಈ ನಾಟಕ ಮಾಡೂದು ಬಿಡಲೇ....' ಅಂದರು. ಪರಿವ್ವಾನಿಗೆ ಒಮ್ಮಿಗಲೇ ದಿಕ್ಕು ತಪ್ಪಿಧಂಗಾಗಿ...... 'ಹಂಗ್ಯಾಕ ಅಂತೀರಿ ಎಪ್ಪಾ....' ಅಂದ. ' ಅಲ್ಲಪಾ ಮಗನs..... ಮಡ್ಡೀ ಏನು ಸ್ವಂತದ್ದಂತ ಮಾಡಿಕೊಂಡದೀ ಏನು? ಅಲ್ಲಿ ಯಾರನಕೇಳಿ ಭಾಂವೀ ತಗದೀ....? ನಾ ಇನೂ ಜೀವಂತ ಆದೀನನ್ನೂದರ ಖಬರ ಐತಿ ಹೌದಲ್ಲೋ?' ಅಂದರು. ಪರಿವ್ವಾ ಇವರ ಮುಂದೆ–ಕಾಲಿನ ನೇರಕ್ಕೆ ಕಟ್ಟಿಯ ಕೆಳಗೆ ಕುಂತು–'ಹಂಗಲ್ರೀ ಧಣೇರs.... ದೊಡ್ಡಗೌಡರು – ಬಡವ ಮನಶಾ.... ಹೊಟ್ಟೀ ತುಂಬಕೋಲಿ ಅಂತ ಅದನ್ನsಬರದ ಕೊಟ್ಟಾರರೀ..... ಮುದಲ ಕರಿಕಿಸೈತೇ ಬೆಳೀತಿದ್ದಿಲ್ಲರಿ..... ಪುಣ್ಯೇವಂತರ ಹೆಸರ ಹೇಳಿ ನಾಕ ತುತ್ತು ಊಟಾ ಮಾಡಾಕತ್ತೇವರಿ....' ಅಂತ ಅನತಿದ್ದಂಗೇ 'ಹಾಂ.... ಹಾಂ.... ಹೌದು..... ನಾಕು ತುತ್ತು ಅನ್ನಾ ತಿನ್ನಾಕತ್ತೇರಿ. ಮಗನ್ನ ಕಾಲೇಜಿಗೆ ಕಳಸ್ತೀರಿ..... ಅಲ್ಲಿ ಅಂವ ತಾ ಹೊಲ್ಯಾರಾಂವ ಅಂತನ್ನೂದು ಮುಚ್ಚಿ ಇಟ್ಟು–ಸಂತ್ರಾಮ ಅಂತ ಹೇಳದs ಎಸ್. ರಾಮೋ–ಗೀಮೋ ಅಂತ ಏನೋ ಸುಡುಗಾಡ ಹೆಸರು ಹೇಳಿಕೊಂಡು ಕಂಡವರ ಮನೀ ಹೆಣಮಕ್ಕಳ ಹಿಂದಿಂದs ಅಡ್ಡ್ಯಾಡತಾನು....' ಅಂತಂದಾಗ ಪರಿವ್ವಾನ ತಲಿ ಗಿಂವ್ ಅಂದಿತು.... ಭದ್ರಗೌಡರ ಒಂದs ಹೊಡತಕ್ಕೆ ಅವ ನಿತ್ರಾಣನಾದ..... 'ಏ....' ಅಂತ ಏನೋ ಹೇಳಲಿಕ್ಕೆ ಹೋದ.... 'ಏ ಏನಲೇ..... ಆ ಮಗನ್ನ ಅತ್ತ ತುರಂಗಿಗೆ ಕಳಿಸೇ ಇತ್ತ ಬರಬೇಕಂತ ಮಾಡಿನ್ನಿ.... ಮತ್ತ ನೀ ಈಗ ಸುಮ್ಮನs ಬಾಯಿ ಮುಚಿಗೊಂಡು ನಾ ಹೇಳಿದಲ್ಲಿ ಸಹೀ ಮಾಡಿ ಹೊಲಾ ಬಿಟ್ಟುಹೋದರ ಪಾಡ ಆಗತೈತಿ. ಇಲ್ಲಾತಂದರ ಬೆಳಗಾಂವಿಗೆ ಹಿಂಡಲಗೀ ಜೇಲು ಆಗದೀ ಸನೇದಾಗs ಐತಿ...' ಅಂತ ಭದ್ರಗೌಡರು ಎರಡನೇ ಏಟು ಹಾಕಿದರು.... ಪರಿವ್ವಾ ವಿಲಿವಿಲಿ ಒದ್ದ್ಯಾಡಿದ. ಹೆಂಗ ಮಾಡಲಿ ಇನ್ನ ಅಂತ ಮನಸಿನೊಳಗs ತಳಮಳಿಸಿದ. ಕಡಿಕ ಅದೆಲ್ಲಿಯ ನೇಟು ಬಂತೋ ಯಾರಿಗೆ ಗೊತ್ತು–'ದೊಡ್ಡಗೌಡರು ಬರಕೊಟ್ಟಾರ್ರಿ. ಅವರ ಪುಣ್ಯೇ ಇರುವಷ್ಟು ದಿನಾ ನಾ ಆ ಹೊಲಾ ಬಿಡಾಣಿಲ್ಲರೀ....' ಅಂತ ಅನಕೋತ ಅಲ್ಲಿಂದ ಎದ್ದು ದುಡು ದುಡು ಅಂತ ಮನಿಗೆ ಬಂದುಬಿಟ್ಟ.

ಮರುದಿವಸ ಭದ್ರಗೌಡರು ಕುಲಗೋಡ ಪೊಲೀಸಠಾಣೆಗೆ ಹೋದರು...... ಯಾರೋ ಕುಲಕರ್ಣಿ ಅಂತ ಪಿ.ಎಸ್.ಆಯ್ ಇದ್ದರು.... ಇವರು ಠಾಣೆಗೆ ಹೋಗಿ 'ನಮಸ್ಕಾರರೀ..... ನಾ ಬೆಟಗೇರಿಯ ಗೌಡರ ಮನಿಯಾಂವ...... ರಾಮನಗೌಡರ ಮಗಾ–ಭದ್ರಗೌಡಂತ. ನಾ ಬೆಳಗಾಂವ್ಯಾಗ ಇರತನು....' ಅಂತ ಗುರುತು ಮಾಡಿಕೊಂಡರು. ಕುಲಕರ್ಣಿಯವರು, ಹಾಂ..... ಹಾಂ..... ಅಂತಂದು 'ಬರ್ರಿ.....

ಕೂಡರಿ....' ಅಂತ ಖುರ್ಚೀ ತೋರಿಸಿದರು. ಭದ್ರಗೌಡರು ಕೂತಮ್ಯಾಲೆ– 'ಏನು ? ಏನರೇ ತಕರಾರ ಇತ್ತೇನ್ರಿ.....?' ಅಂತ ಸಾಹೇಬರು ಕೇಳಿದರು. ಭದ್ರಗೌಡರು ಟೇಬಲ್ಲ ಕಡೆ ಬಾಗಿ–ಸಣ್ಣದನಿಯೊಳಗ ಹೊಲದ ವಿಚಾರ ಎಲ್ಲಾ ಹೇಳಿ– 'ಆ ಮಗನ್ನ ಹೊಲಾ ಬಿಡಸಾಕ ದಯಮಾಡಿ ನೀವು ಸಹಾಯ ಮಾಡಬೇಕು....' ಅಂತ ನಾಟಕೀಯವಾಗಿ ಕೈ ಜೋಡಿಸಿದರು. ಪಿ.ಎಸ್.ಆಯ್. ಸಾಹೇಬರು ಹಾ..... ಹಾ..... ಅಂತ ನಕ್ಕು – 'ನೀವು ಗೌಡರು ನಾವು ಕುಲಕರ್ಣ್ಯಾರು...... ಒಬ್ಬರಿಗೆ ಒಬ್ಬರು ಆಗದಿದ್ದರ ಹೆಂಗ ಹೇಳ್ರಿ...... ಹಾಂ.... ಹೌದಲ್ಲೋ...' ಅಂತಂದು, ಮತ್ತೆ ನಕ್ಕರು. ಭದ್ರಗೌಡರಿಗೆ ಮನಸು ಹಗರ ಆದಂಗಾತು. ಅವರೂ–'ಹೌದು.... ಹೌದ್ರೆಲಾ....' ಅಂತ ಹೇಳಿ ನಕ್ಕರು..... ಕುಲಕರ್ಣಿಯವರು–'ಇದು ಎಷ್ಟರ ವ್ಯವಹಾರ ಆಗತದ ಹೇಳರೆಲಾ....' ಅಂದಾಗ ಗೌಡರಿಗೆ ಒಂದು ಕ್ಷಣ ಏನು ಅಂತ ತಿಳಿಯಲಿಲ್ಲ..... ಆಮೇಲೆ ಒಮ್ಮೆಲೇ ಹೊಳೆದು, ಎಲಾ ಇವನs ಅಂತ ಮನಸಿನೊಳಗೆ ಅನಕೊಂಡು–'ನೀವs ಹೇಳ್ರೆಲಾ. ಇದೇನ ಹಂತಾ ರೆಜಿಸ್ಟನ್ನ ಬರೂಹಂತಾ ಕೇಸ ಅಲ್ಲಾ..... ಹೊಲ್ಯಾರಾಂವ. ಹಿಂದಿಲ್ಲಾ ಮುಂದಿಲ್ಲಾ....' ಅಂದಾಗ ಸಾಹೇಬರು–'ಆದರೂ ನಮ್ಮ ರಿಸ್ಕ ನಾವು ನೋಡಿಕೋಬೇಕಾಗತದ ನೋಡರಿ..... ನಮ್ಮ ಮ್ಯಾಲಿನಾವರು ಬರೇ ನಮ್ಮ ಕೈಯೂ–ಕಿಸೇ ಇವನ್ನs ನೋಡಿಕೋತs ಕೂತಿರತಾರ..... ಇಲ್ಲಾಂತಂದರ ಏನರೀ–ನೀವು ಗೌಡರು ನಾವು ಕುಲಕರ್ಣ್ಯಾರು ಒಬ್ಬರಿಗೊಬ್ಬರು ಆಗಬೇಕಂತ ಒಂದ ಪೈಸೇ ಇಲ್ಲದs ಈ ಕೆಲಸಾ ಬಗಿಹರಿಸಿ ಕೊಡತಿದ್ದೆ.....' ಅಂತ ಹೇಳಿದರು. ಎಳದಾಟ ನಡದು ಕಡಿಕ ಭದ್ರಗೌಡರು ಐದುನೂರು ರೂಪಾಯಿ ಕೊಟ್ಟು ಪರಿವ್ಯಾನ ಕಡಿಂದ ರಾಜೀನಾಮೆ ಪತ್ರಕ್ಕೆ ಸಹಿ ಹಾಕಿಸಿಕೊಡುವ ಕೆಲಸದ ಗುತ್ತಿಗೀ ಕೊಟ್ಟುಬಂದರು.

ಬೆಳಕು ಹರಿಯುತ್ತಿದ್ದಂತೆಯೇ ಪೊಲೀಸರು ಬೆಟಗೇರಿಗೆ ಬಂದರು.... ಪರಿವ್ಯಾ ಮೊನ್ನೆ ಸಂಜೆಗೆ ಗೌಡರು ಕರದು ಜಬರಿಸಿದಾಗಿನಿಂದ ಹೆಚ್ಚು ಹೊತ್ತು ತೋಟದಲ್ಲಿಯೇ ಕಳದಿದ್ದ..... ಅವ ಭ್ರಮಿಷ್ಟನಂಗೆ ಮಾಡಲಿಕ್ಕೆ ಸುರುಮಾಡಿದ್ದ..... ಭಾಂವಿಯನ್ನು ನೋಡಿ ಬುಳುಬುಳು ಅಂತ ಅಳುವವ..... ಇದ್ದಕ್ಕಿದ್ದಂತೆಯೇ ಉಧೋ..... ಉಧೋ ಅಂತ ಕೂಗಿ ಎಲ್ಲಮ್ಮನ ಗುಡ್ಡದ ದಿಕ್ಕಿಗೆ ಉದ್ದೋಕ ಬಿದ್ದು–ಸಾಷ್ಟಾಂಗ ಮಾಡುವವ.... ಗೌಡರs.....ಗೌಡಪ್ಪಾ.... ನನ್ನ ಉಳಸೋ ಅಂತ ಮುಗಲಕಡೆ ಮುಖಾಮಾಡಿ ಸತ್ತುಹೋದ ರಾಮನಗೌಡರಿಗೆ ಕೈ ಮುಗಿಯುವವ..... ಪರವ್ವ ಹಣ್ಣು ಹಣ್ಣು ಮುದುಕಿಯಾದವಳು–ಭದ್ರಗೌಡ ಹೊಲಬಿಡಲಿಕ್ಕೆ ಹೇಳಿದ ಮಾತು ತಿಳಿದು ಕಿಡಿಕಿಡಿ ಆದಳು..... 'ಅವ್ ಅವ್ ನನ್ನ ಸವತೀಮಗನs.....ಕಡಿಕೂ ಕೈತೋರಿಸೇ ಬಿಟ್ಯಾ..... ಅಧೆಂಗ ಹೊಲಾ ಬಿಡತಾರಪಾs.....?..... ನನ್ನ ಮಗಾ ಮುಕಳ್ಯಾಗಿಂದ ಕಟನೀರು ಬಸಿಯುವ ಹಂಗ ದುಡದೈತಿ..... ಭಾಂವೀ ಕಡದೈತಿ.... ಇಷ್ಟರ ಮ್ಯಾಗ–ಕಾಗದ ಐತ್ಯೋ ತಮ್ಮಾ ಕಾಗದೈತಿ.... ದೊಡ್ಡ ಗೌಡನs ಬರಕೊಟ್ಟಾನು....' ಅಂತ ಭದ್ರಗೌಡನೇ ಮುಂದೆ ಇದ್ದಾನೆನ್ನುವಂತೆ ಕೈಮಾಡಿ ಹೇಳಿ ಮಾತಾಡಿಕೊಂಡಳು. ಆಕಿಯ ಕಣ್ಣುಗಳು ಪೂರಾ ಗ್ವಾಡಿ ಆಗಿದ್ದರಿಂದ ತನ್ನ

ಮನಸಿನೊಳಗೆ ಬಂದವನನ್ನು ಕಣ್ಣಮುಂದೆ ಮೂಡಿಸಿಕೊಳ್ಳುವದು ಸುಲಭವಾಗಿತ್ತು. ಅವಳು ಹೀಗೆಯೇ ರಾಮನಗೌಡನ ಜೋಡೀ–ಬೆಳಗಾಂವದೊಳಗ ಇರುವ ಸಂತ್ರಾಮನ ಜೋಡೀ ಆಗಾಗ ಮಾತಾಡಿಕೊಳ್ಳುತ್ತಿದ್ದಳು.....

ಪೊಲೀಸರು ಮನಿಗೆ ಬಂದು ಕೇಳಿದರು.... ಚುಮು ಚುಮು ಕತ್ತಲಿರುವಾಗಲೇ ಎದ್ದು ಪರಿವ್ಯಾ ತನ್ನ ತೋಟವನ್ನು ಯಾರಾದರೂ ಹೊತ್ತುಕೊಂಡು ಹೋದಾರು ಅನ್ನುವ ಅವಸರದಿಂದ ತೋಟಕ್ಕೆ ಹೋಗಿದ್ದ. ಮಲ್ಲಿ ಪೊಲೀಸರಿಗೆ 'ಅಂವ ತ್ವಾಟಕ ಹೋಗ್ಯಾನ್ರೀ....' ಅಂತ ಹೇಳಿದಳು..... ಚಾವಡಿಯೊಳಗೆ ಕೂತಿದ್ದ ಕುಲಕರ್ಣಿ ಸಾಹೇಬರು–'ತ್ವಾಟಕ ಹೋಗಿ ಎಳಕೊಂಡ ಬರ್ರಿ.....' ಅಂತ ಹೇಳಿ ಕಳಿಸಿದರು. ಪೊಲೀಸರಿಗೆ ಇಷ್ಟು ಹೇಳಿದ್ದೇ ಸಾಕು, ಅವರು ತ್ವಾಟದಿಂದ ಪರಿವ್ಯಾನನ್ನ ಹೊಡೆಯುತ್ತಲೇ ತಂದು ಚಾವಡಿಗೆ ಒಗೆದರು.... ಕುಲಕರ್ಣಿ ಸಾಹೇಬರು ಮೀಸಿಯನ್ನ ಸವರಿಕೊಳ್ಳುತ್ತ–'ನೀನಽ ಏನೋ ಪರಿವ್ಯಾ ಅಂದರಽ.....?' ಅಂತ ಕೇಳಿದರು.... 'ಹೂಂನ್ರೀ ಎಪ್ಪಾ....' ಅಂತನತಿದ್ದಂಗೇ – 'ಹೂಂನ್ರೀ ಏನೋ ಬೋಸಡೀಕೇ.... ಕಂಡವರ ಹೊಲಾ ನಂದಂತೀ ಏನೋ ಲೌಡೀ ಮಗನಽ.....ಬಿಡ್ರಿ ಈ ಕಳ್ಳಸೂಳೀಮಗ್ಗ.....' ಅಂತ ಹೇಳಿದರು. ಪೊಲೀಸರು ದಬದಬಾಽ.....ಅಂತ ಮೈ ಮುಖಾ ನೋಡದೇ ತದಕಲಿಕ್ಕತ್ತಿದರು. ಪರಿವ್ಯಾ–'ಅಯ್ಯೋ ಎಪ್ವಾಽ.....ಸತ್ತಿನೋ.... ಇಲ್ಲರೀ ನಾ ಏನೂ ಮಾಡಿಲ್ಲರೀ....' ಅಂತ ಹೊಯ್ಕೋ ಬಡಕೋ ಮಾಡಿಕೊಳ್ಳತೊಡಗಿದಾಗ ಸಾಹೇಬರು ಸ್ವಲ್ಪ ನಿಲ್ಲಸಲಿಕ್ಕೆ ಹೇಳಿದರು.... ಪೊಲೀಸರು ಹಿಂದಕ ಸರದರು... 'ಈ ಕಾಗದಕ್ಕ ಸಹೀ ಹಾಕತೀಯೋ ಇಲ್ಲೋ....? ನಿನ್ನ ಚಮಡಾ ನಿಕಾಲ್ ಮಾಡಸ್ತನು ಬೋಸಡೀಕೆ.....' ಅಂತ ಹೇಳಿದರು...

ಪರವ್ವ ಬಿಳಿಯ ಕಾಗದಾ ಹಿಡಕೊಂಡು ಬಂದು ಫೋಜದಾರ ಸಾಹೇಬರ ಕಾಲು ಬಿದ್ದಳು..... 'ಝಾಡಿಸಿ ಒದ್ದರ ಹಲ್ಲು ಉಚ್ಚಿಬಿದ್ದಾವು.... ನಿನ್ನೌನ.... ನಿನ್ನ ಮಗ್ಗ ಬುದ್ಧೀಹೇಳು. ನಾ ಹೇಳಿದಲ್ಲಿ ಸಹೀ ಮಾಡಲಿ' ಅಂತಂದು ಮುದುಕಿನ್ನ ಕೈಯಿಂದ ಹಿಂದಕ ನುಗಿಸಿದರು.... ಮುದಿಕಿ ಬಚ್ಚಬಾಯಿ ತಗದೂ–ಮುಚ್ಚೀಮಾಡಿ ಅಬಡಾ–ಜಬಡಾ ಏನೇನೋ ಮಾತಾಡಿತು. ಫೋಜುದಾರ್ರು 'ಆ ಮುದಿಕಿನ್ನೂ ಒಂದಕ್ಕೆ ತಗೋರೆಲೇ....' ಅಂದಾಗ ಇಬ್ಬರು ಪೊಲೀಸರು ಮುದಿಕಿಯ ಎರಡೂ ರಟ್ಟೆಯೊಳಗ ಕೈಹಾಕಿ ಹಿಡಿದು ಎತ್ತಿ ಚೀಲಾ ಝಾಡಿಸುವವರಂಗ ಹೊಯ್ದಾಡಿಸಿದರು. ಅದು ಬುಲುಬುಲು ಅಂತ ಉಚ್ಚೀ ಹೊಯ್ಕೊಂಡಿತು. 'ಥೂ ಇದರವ್ವನಽ......'ಅಂತ ಅದನ್ನ ಧಪ್–ಅಂತ ನೆಲಕ್ಕ ಒಗದರು. ಪರಿವ್ಯಾ 'ಅಯ್ಯೋ ಎವ್ವಾ....' ಅಂತ ಪರವ್ವನ ಕಡೆ ಓಡಲಿಕ್ಕೆ ನೋಡಿದ. ಪೊಲೀಸರು ಅವನ ಕುತಗೀ ಹಿಡದು ಎಳದು ತಂದು ಅವನ ಎಡಗೈ ಹೆಬ್ಬರಳಿಗೆ ಮಸಿಹಚ್ಚಿ ಮೇಜಿನ ಮ್ಯಾಲಿನ ಕಾಗದ ಪತ್ರಗಳಿಗೆ ಬಟ್ಟು ಒತ್ತಿಸಿಬಿಟ್ಟರು..... ಭದ್ರಗೌಡರು ಆ ಕಾಗದ ಪತ್ರಗಳನ್ನು ತಗೊಂಡವರೇ ತಲಾಠಿಯವರ ಕೈಗೆ ಕೊಟ್ಟು–'ಇನ್ನ ಹೊಲದಕಡೆ ಹ್ವಾದೀ ಅಂದರ ನಿನ್ನ ಮತ್ತ ನಿನ್ನ ಮಗನ್ನ–ಇಬ್ಬರನೂ ಕೂಡಿಸೇ ತುರಂಗಕ್ಕ ಹಾಕಸ್ತನು.... ನೆನಪ ಇಟಗೋ....' ಅಂತ ಹೇಳಿದರು.

..... ಮುದಿಕಿನ್ನ ಮುದ್ದೀಮಾಡಿ ಹೊತಗೊಂಡು ಮನಿಗೆ ತೆಗೆದುಕೊಂಡು ಬಂದ ಪರಿವ್ವ್ಯಾನಿಗೆ ಮೈಮ್ಯಾಲೆ ಧ್ಯಾನವೇ ಇರಲಿಲ್ಲ.... ಅವನಿಗೆ ಸುತ್ತಲೂ ಕರಿ ಕರಿ ಮಲತ ನೀರು ಇದ್ದಂಗ ಅನಿಸತೊಡಗಿತು..... ತಾನು ಮೀನು ಆಧಂಗ !.... ತಾನು ಮೀನು..... ಮೀನು.... ! ಇಷ್ಟುದ್ದ ಗೋಣುಚಾಚಿದ ಬೆಳ್ಳಕ್ಕಿಗಳು..... ಬೆಳ್ಳಕ್ಕಿಯ ಹಿಂಡು !..... ಹಿಂಡು ಬಂತು..... 'ಅಯ್ಯೋ ಎವ್ವಾ..... ನನ್ನ ತಿಂತೈತಿ.... ಅಯ್ಯೋ ಮಲ್ಲೀ.... ಎಲ್ಲಿ ಅದೀಯಽ?..... ಇಷ್ಟುದ್ದ ಚುಂಚು..... ಹೋ ಹಿಡೀತೈತಿ..... ಹಿಡೀತೈತಿ'–ಹಿಂಗಽ ಏನೇನೋ ಭ್ರಮಿಸುತ್ತಿದ್ದ ಪರಿವ್ವಾ, ಒಮ್ಮೆಗೆಲೇ 'ಹುರ್ಯೋ....' ಅಂತ ಚೀರಿದವನೇ ಮನಿಯ ಬಾಗಲಾ ದಾಟಿ ಬಯಲಿಗೆ ಬಿದ್ದ..... 'ಹೋ ಹೋ' 'ಬೆಳ್ಳಕ್ಕಿ ಹಾರಿ ಹೊಂಟಾವು..... ಏ ಬೆಳ್ಳಕ್ಕೀ, ನನ್ನ ಹೊಲಾ ಕೊಡರಿ..... ನನ್ನ ಭಾಂವೀ ಕೊಡರಿ'.... 'ಸಿಕ್ಕ್ಯೂ ಸಿಕ್ಕ್ಯೂ...... ಹಾಽ..... ಹಾರಿದೂ'...... 'ಹುರ್ಯೋ' ಅಂತ ಒದರಿಕೋತಽ..... ಪರಿವ್ವಾ ಬೆಳ್ಳಕ್ಕಿಗಳ ಹಿಂಡು ಕಂಡತ್ತ ಓಡಿದನು.... ಮಲ್ಲಿ ಬೆನ್ನು ಹತ್ತಿದಳು. ಆಕಿಗೆ ಎಲ್ಲಿ ಸಿಗತಾನೆ.... ? ...... ಹಾ–ಹೂ.... ಹುರ್ಯೋ ಅಂತ ಅರಚುವ ಪರಿವ್ವಾ–ದಿಗಂತದ ಅಂಚಿಗೆ ಹೋದಾಗಲಾದರೂ ಈ ಬೆಳ್ಳಕ್ಕಿಗಳು ತನ್ನ ಕೈಗೆ ಸಿಕ್ಯಾವು ಅಂತನ್ನುವ ಭರವಸೆಯಿಂದ–ಹಿಂಡು ಹಿಂಡಾಗಿ ಕಂಡ ಬೆಳ್ಳಕ್ಕಿಗಳ ಬೆನ್ನುಹತ್ತಿ ನಡದೇ ನಡೆದ..... ಅವು ಹಾರುತ್ತ ಹಾರುತ್ತ ಮುಗಿಲಲ್ಲಿ..... ಇಂವ ಕುಂಟುತ್ತ ಕುಂಟುತ್ತ ನೆಲದ ಮೇಲೆ.... !

14. ಅನುಗಾಲವು ಚಿಂತೆ ಜೀವಕೆ

– ಜಯಪ್ರಕಾಶ ಮಾವಿನಕುಳಿ

ಕಾಗೆಯೊಂದಗಳ ಕಂಡರೆ
ಕರೆಯದೆ ತನ್ನೆಲ್ಲ ಬಳಗವನು ?
ಕೋಳಿಯೊಂದು ಕುಟಕ ಕಂಡರೆ
ಕೂಗಿ ಕರೆಯದೆ ತನ್ನ ಕುಲವೆಲ್ಲವ ?

– ಬಸವಣ್ಣ

ಅನಂತ ಭಟ್ಟರು ತಮ್ಮ ಕೋಪವನ್ನು ನುಂಗಿಕೊಳ್ಳುತ್ತಾ ಕುಳಿತರು. ಹಜಾರದಲ್ಲಿ ಪವಡಿಸಿದ ಶಿವರಾಯರು, ರಾಹುವಿನಂತ ಮಗ, ಊರಿನ ಪಟೇಲ್ ಶಂಕರಯ್ಯ, ಶಾನುಭೋಗ ಸುಬ್ರಾಯರು, ವೆಂಕಟಗಿರಿ ಭಟ್ಟರು, ಹಲವರಿಗೆ ಉಸಿರಿಲ್ಲದವರು – ಒಬ್ಬರ ಮುಲಾಜಿನಲ್ಲಿ ಬದುಕಿದವರು, ನಾಳಿನ ಮಳೆಗಾಲದ ಸಾಲಕ್ಕೆ ಜೋತು ಬಿದ್ದವರು–ಹೀಗೆ ಹಲವಾರು ವ್ಯವಹಾರದ ಗೋಜಲಿನಲ್ಲಿ ಸಿಕ್ಕವರು. ಈ ಜನ ನನ್ನ ಮನೆಯ ನ್ಯಾಯ ಹೇಳಲು ಬಂದು ಪವಡಿಸಿದ್ದಾರೆ. ನ್ಯಾಯದ ತಕ್ಕಡಿ ಹಿಡಿಯುವುದು ಹೋಗಲಿ ನೋಡುವ ಯೋಗ್ಯತೆಯೂ ಇಲ್ಲದವರು. ಮನೆ ಮುರಿಯಲು ಮಗನನ್ನು ಮುಂದುಮಾಡಿಕೊಂಡು ರಣವೀಳ್ಯ ಕೊಟ್ಟು ಸಮರ ಘೋಷಿಸಿದ್ದಾರೆ. ಅದೂ ತನ್ನ ಇಳಿವಯಸ್ಸಿನಲ್ಲಿ.

ಅನಂತ ಭಟ್ಟರು ತಮ್ಮ ಗಟ್ಟಿದಿನಗಳನ್ನು ನೆನಪಿಸಿಕೊಂಡರು. ತಮ್ಮ ತೋಳನ್ನು ತಾವೇ ನೋಡಿಕೊಂಡರು. ಚರ್ಮ ಜೋಲು ಬೀಳುತ್ತಿದ್ದರೂ ಶಕ್ತಿ ಹೋಗಿಬಿಟ್ಟಂತೆ ಅನಿಸಲಿಲ್ಲ. ಈಗಿನ ಹುಡುಗರು ಕೆಲಸ ಮಾಡುವುದು ಹೋಗಲಿ ತಿನ್ನಲೂ ಸರಿಯಾಗಿ ಬರುವುದಿಲ್ಲ. ಅವರಿಗೆ ನೆನಪಿದೆ ತಮ್ಮ ಪ್ರಾಯದ ದಿನಗಳಲ್ಲಿ ಮದುವೆ ಮನೆಯಲ್ಲಿ ಷರತ್ತು ಹಾಕಿ ಎರಡು ಡಜನ್ ರವೆ ಉಂಡೆ ತಿನ್ನುತ್ತಿದ್ದರು. ಕೆಲವರ ಔತಣದ ಮನೆಯಲ್ಲಿ ಇವರನ್ನು ಕಂಡಾಗ ತಮಾಷೆಗಾಗಿ 'ರವೆ ಸ್ವಲ್ಪ ಜಾಸ್ತಿ ಹಾಕಿ' ಎನ್ನುತ್ತಿದ್ದರು. ಔತಣದ ಮನೆಯಲ್ಲಿ ಇದೂ ಒಂದು ಮೋಜು.

ಈಗ ತಮ್ಮ ಇಳಿವಯಸ್ಸಿನಲ್ಲಿ ಅವರಿಗೆ ಹಿಂದಿನದು ನೆನಪು ಮಾತ್ರ. ಐವತ್ತು ವರ್ಷ ಕಳೆದರೂ ಕೆಂಪು ಕೆಂಪಗೆ ಹೊಳೆಯುತ್ತಿದ್ದ ಅವರು ಈಗ ಕೆಲವು ವರುಷದಿಂದ ಒಮ್ಮೆಲೇ ಮುಪ್ಪಿನ ಶಾಪಕ್ಕೆ ಬಲಿಯಾದವರಂತೆ ಆಗಿದ್ದಾರೆ ಎಂದೆನಿಸಿತು.

ನೆರಿಗೆಗಳು, ಸುಕ್ಕುಗಳು ಸಾಂಕ್ರಾಮಿಕ ರೋಗದಂತೆ ದೇಹದ ತುಂಬಾ ಹಬ್ಬಿಕೊಳ್ಳುತ್ತಿವೆ. ಒಮ್ಮೊಮ್ಮೆ ಆಕಾಶ ನೋಡುತ್ತಾರೆ, ನಿಟ್ಟುಸಿರುಬಿಡುತ್ತಾರೆ.

ಸಂತಸವಾಗಿತ್ತು ಅವರಿಗೆ–ತಮ್ಮ ಹೆಂಡತಿಯ ಮುಖದಲ್ಲಿ ರಕ್ತದ ಸಂತೆ ಸೇರಿದಾಗ. ಶುಭ ಸಮಾಚಾರವಾಗಿತ್ತು. ಅದು ಎಷ್ಟು ಅಪರೂಪದ ಸಂಗತಿ. ಸಂಗಾತಿಗೆ ತಾವೇ ಬಿದ್ದು ಬಿದ್ದು ನೆರವಾಗುತ್ತಿದ್ದರು. ನೀರು ಸೇದುವಾಗ, ಬೀಸುವಾಗ ಇವರೇ ಮುಂದಾಗಿ 'ಬೇಡ ಬೇಡ' ಎನ್ನುತ್ತಿದ್ದರು. ಇದನ್ನು ಕಂಡ ಸಂಗಾತಿ 'ಅಯ್ಯೋ ಸುಮ್ಮನಿರಿ ಜಗತ್ತಿನಲ್ಲಿ ಬೇಕಾದಷ್ಟು ಜನ ಹಡೆದಿದ್ದಾರೆ'. ಸಾವಿರ ಸಲ ಹೇಳಿರಬೇಕು ಈ ಮಾತು.

ಈ ಮಾತು ನಿಂತು ಮೌನದ ಮನೆಯಲ್ಲಿ ರಾಮು ಹುಟ್ಟಿ ಬಂದಿದ್ದ. ಮಾತು ತಂದಿದ್ದ. ಮಗು ತಂದೆಯ ತಂದೆ ತಾನೇ. ಮಗು ಬಂದ ಸಂಭ್ರಮ. ಅನಂತಭಟ್ಟರು ಮಗು ಆದರು.

ಮಗುವಿನಂತೆ ನಕ್ಕರು.

ಮಗುವಿನ ಜೊತೆ ಮಗು ಆಗಿ ಅಂಬೆಗಾಲಿಟ್ಟು ನಡೆದರು.

ನವಿಲಾಗಿ ಕುಣಿದರು.

ಹಕ್ಕಿಯಾಗಿ ಹಾರಿದರು.

ಇಂಥ ಹರುಷದ ಉತ್ಸಾಹದ ಸಂದರ್ಭದಲ್ಲೇ ಹೊಸದೊಂದು ಆಸೆ ಚಿಗುರಿತು. ಯಾವಾಗಲೂ ಹಾಳು ಬೀಳುತ್ತಿದ್ದ ಖುಷ್ಕಿ ಜಮೀನನ್ನು ತೆಂಗಿನತೋಟ ಮಾಡಬಾರದೇಕೆ. ಅದೊಂದು ಕನಸು. ಕನಸು ಹುಟ್ಟಿದ ಮೇಲೆ ನೆರಳಿನಂತೆ ಹಿಂಬಾಲಿಸಿತು; ಕುಳಿತಲ್ಲಿ ಕಾಡಿತು.

ರಾಮು ಬಂದ ಆನಂದದ ಗಳಿಗೆ, ತಂದೆಯಾದ ಸುಖ, ನಿಶ್ಚಯಿಸಿಯೇ ಬಿಟ್ಟರು. ತೆಂಗಿನತೋಟ ಮಗನ ಹೆಸರಿನಲ್ಲಿಯೇ ಉದಯವಾಗಲಿ. ಆಮೇಲೆ ಹಿಂತಿರುಗಿ ನೋಡಲಿಲ್ಲ. ಹಾಳುಬಿದ್ದಿದ್ದ ಜಮೀನಿನ ಮರವನ್ನೆಲ್ಲ ಕಡಿಸಿದರು. ಸುತ್ತಲೂ ಬಂದೋಬಸ್ತಿಗಾಗಿ ಕಲ್ಲುಕಂಬ ನಿಲ್ಲಿಸಿ ತಂತಿ ಎಳೆದರು. ತಂತಿ ಎಳೆಯುತ್ತಿರುವಾಗ ಊರಿನ ಹಿರಿಯರೊಬ್ಬರು ಬಂದು "ಇದೇನು ಅನಂತ ಒಳಗೆ ಏನೂ ಇಲ್ಲ ಆಗಲೇ ಇಷ್ಟು ಬಂದೋಬಸ್ತು. ಒಳಗೆ ನೆಟ್ಟದ್ದು ಬದುಕಬೇಕು; ಬದುಕಿ ಬೆಳೆಯಾಗಬೇಕು; ಆಗ ಅದನ್ನು ಕಾಯಬೇಕು; ಕಾಯಲು ಬಂದೋಬಸ್ತು ಬೇಕು; ಗಿಳಿಯೇ ಇಲ್ಲ ಪಂಜರ ಯಾಕಪ್ಪ..." ಹೀಗೆ ಅಂದು ಹೇಳಿದ ಹಿರಿಯರ ಮಾತು ಆವತ್ತು ಏನೂ ಅನ್ನಿಸಲಿಲ್ಲ. ಅಥವಾ ಆ ಮಾತು ಕೇಳಿದಾಗ ಅಸೂಯೆಯಿಂದ ಹೇಳುತ್ತಿರಬಹುದೇ ಎಂದು ಸಂದೇಹಪಟ್ಟದ್ದು ದಿಟವೇ. ಈ ಅನುಗಾಲದಲ್ಲಿ ಆ ಮಾತಿಗೆ ಎಷ್ಟು ವಿಶೇಷ ಅರ್ಥ ಇದೆ ಎನ್ನಿಸುತ್ತಿದೆಯೇ. ದೇವರಿಲ್ಲದ ಗರ್ಭಗುಡಿಯಲ್ಲಿ ಪೂಜೆ ಮಾಡುತ್ತಿದ್ದೇನೆಯೇ....

ಕೆಲಸ ಹಿಡಿದಾದ ಮೇಲೆ ತಿರುಗಿ ನೋಡುವ ಜಾಯಮಾನ ಅವರದ್ದಲ್ಲ. ಹಿರಿಯರು ಹೇಳಿದ ಈ ಮಾತು ವ್ಯಂಗ್ಯವಾಗಿ ಕಾಣಿಸಿತು. ಆಸೆ ತುಂಬಿದರೆ ಎಲ್ಲವೂ ಅಸಡ್ಡೆ, ಅವರು ಯೋಚಿಸಿದರು. ಇನ್ನು ಹತ್ತು ವರ್ಷದಲ್ಲಿ ಸರಾಸರಿ ಫಲ ಬಂದರೂ

ಸುಖವಾಗಿ ಇರಬಹುದು. ತೆಂಗಿನಕಾಯಿಯ ಧಾರಣೆಯಂತು ಇಳಿಯುವುದಿಲ್ಲ. ತಿನ್ನುವ ವಸ್ತು ತಾನೇ. ಹೆಚ್ಚು ಫಸಲು ಬಂದರೆ ಎಣ್ಣೆಗಿರಣಿಯನ್ನೇ ಇಡಬಹುದು. ಆಸೆಯ ಆಕಾಶಕ್ಕೆ ಏಣಿ ಹಾಕಿದರು.

ತೆಂಗಿನ ತೋಟಕ್ಕೆ ನೀರೇ ಜೀವಾಳ. ಜಲ ನೋಡಿಸಿದರು. ಯಾವತ್ತೂ ನೀರಿಗೆ ಕೊರತೆಯಾಗದು. ಮಾಡುವ ಕೆಲಸ ಸುಭದ್ರವಾಗಿ ಮಾಡಬೇಕು. ಸ್ವಲ್ಪ ಹೆಚ್ಚಾದರೂ ಪರ್ವಾಗಿಲ್ಲ. ಬಾವಿಯ ಕೆಲಸ ಆರಂಭಿಸಿದರು. ಬಾವಿಯೇ ಅದು, ನಾಲ್ಕು ಜನ ಈಜಾಡುವ ಕೆರೆ ಅದು. ಅಷ್ಟು ಖರ್ಚಾಯಿತು ಅದಕ್ಕೆ. ಹತ್ತು ಅಡಿಗೆ ನೀರು ಬರುತ್ತದೆ ಎಂದಿದ್ದರು. ಹತ್ತು ಬಿಟ್ಟು ನೂರು ಅಡಿಯಾದರೂ ನೀರಿನ ಸಪ್ಪಳವೇ ಇಲ್ಲ. ಟ್ರೆಜರಿಯ ಹಣವೆಲ್ಲ ನೀರಿನಂತೆ ಕರಗಿದರೂ ನೀರು ಮಾತ್ರ ಬರಲಿಲ್ಲ. ಒಳಗೊಳಗೆ ಕಂಗಾಲಾದರು. ಊರಿನ ಹಿರಿಯರಂತೂ ಸಿಕ್ಕಾಗಲೆಲ್ಲ 'ನಿನ್ನ ತೋಟದ ಎಳನೀರು ಕುಡಿದೇ ನಾನು ಸಾಯೋದು' ಎನ್ನುತ್ತಿದ್ದರು. ಆಗೆಲ್ಲ 'ಖಂಡಿತಾ..... ನಾನ್ನು ಎಳನೀರು ನಿಮಗೆ ಮೊದಲು ಕೊಟ್ಟೇ ನಾನು ಕುಡಿಯೋದು' ಎಂದು ಅನಂತಭಟ್ಟರ ಉವಾಚ.

ಭಗೀರಥನ ಹಠ. ಬಾವಿ ಅರ್ಧಕ್ಕೆ ನಿಂತರೆ ಊರೊಳಗೆ ಮುಖಎತ್ತಿ ತಿರುಗಲಾದೀತಾ ? ಹಣ ಎಲ್ಲೆಲ್ಲೋ ಒಟ್ಟು ಮಾಡಿದರು. ಯಾರೋ ಸೊಸೈಟಿಯಲ್ಲಿ ಸಾಲ ಕೊಡುತ್ತಾರಂತೆ ಎಂದರು. ಸಾಲ ಎಲ್ಲಿ ಸಿಗುತ್ತದೆ ಎಂದು ತೋರಿಸಲಿಕ್ಕೆ ಸಾವಿರಾರು ಜನರಿರುತ್ತಾರೆ. ಬಾವಿಯ ಕೆಲಸ ನಿಲ್ಲಲಿಲ್ಲ. ಕೊನೆಗೂ ಬಾವಿಯಲ್ಲಿ ಜಲದ ಕಣ್ಣೊಡೆದು ನೀರು ಚಿಮ್ಮಿದಾಗ ಇಷ್ಟು ವರ್ಷದ ಶ್ರಮ ಪೂರ್ತಿ ಆರಿಹೋದಂತೆ. ಸಾಲಕ್ಕೆ ಯಾರು ಹೆದರುತ್ತಾರೆ. ಆ ಆತ್ಮವಿಶ್ವಾಸದ ಮೂಲ ರಾಮೂನೇ.....

ಪಂಚಾಯತರು ಪವಡಿಸಿದ್ದರು. ಜಮಖಾನದ ಮೇಲೆ. ಈಗ ಸಂಗಾತಿ ಸಹ ನಿಧಾನವಾಗಿ ಬಂದು ಕುಳಿತಳು ಮೂಲೆಯಲ್ಲಿ. ಆಕೆ ಬರಬಾರದಾಗಿತ್ತು. ಸಂಗಾತಿಯ ಎದುರಿಗೆ ತನ್ನ ಅಸಹಾಯಕತೆ ತೋರಿಸಲು ಮುಜುಗರವಾಗುತ್ತಿತ್ತು. ಒಮ್ಮೆ ದಿಟ್ಟಿಸಿ ಸಂಗಾತಿಯನ್ನು ನೋಡಿದರು.

ಎಷ್ಟು ವರ್ಷ ಜೀವನ ಮಾಡಿದರೂ ಅರಿತು ಜೀವನ ಮಾಡಿದ್ದೇವೆಯೇ. ಹೃದಯ ಬಿಚ್ಚಿ ಮಾತನಾಡಿದ್ದೇವೆಯೇ. ಬೇಕು–ಬೇಡ ತಿಳಿದಿದ್ದೇವೆಯೇ. ಅವಳ ಮೈಮೇಲೆ ಹರಿದ ಕಣ್ಣು ಆಕೆಯ ಕೈ ಬಳಿ ನಿಂತಿತು. ಕೈಯಲ್ಲಿ ಎರಡು ಗಾಜಿನ ಬಳೆ ಮಾತ್ರ. ನೆನಪು ಉಕ್ಕಿಬಂತು ಸಮುದ್ರದ ತೆರೆಯಂತೆ.

ಸಾಲಕ್ಕೆ ಸಾವಿರಾರು ಬಡ್ಡಿ. ಅವರ ಜೀಪು ಖರ್ಚು, ಸುಸ್ತಿ ಬಡ್ಡಿ ಇತರೆ. ಬರಗಾಲದಲ್ಲಿ ಅಧಿಕಮಾಸ. ಸಾಲ ಬೆಳೆಯಲು ನೀರು ಗೊಬ್ಬರ ಬೇಕೇನು. ಅರ್ಬುದ ರೋಗದಂತೆ ಬೆಳೆಯಿತು. ಸಾಲದ ಕಥೆಯೇ ಹಾಗೆ. ಒಂದು ನೀನು ಮಾಡು ಉಳಿದ ನೂರು ನಾನು ಮಾಡ್ತೀನಿ. ತಿರುಗಿ ನೋಡಿದರೆ ಕಬಳಿಸುವ ಸಾಲ. ಸಾಲದ ಹಾವಿನ ಹೆಡೆಯ ಫೂತ್ಕಾರಕ್ಕೆ ಅಂಜಲಿಲ್ಲ. ಎದೆತಲ್ಲಣಿಸಲಿಲ್ಲ. ಎದುರಿಗೆ ಪ್ರಾಯ ಉಕ್ಕಿ ಹೊಳೆಯುತ್ತಿದ್ದ ಮಗ ರಾಮು–ನಕ್ಷತ್ರ ಹೊಳೆದಂತೆ ಕನಸಿನ ಕುದುರೆ ಅವನು.

ಕನಸು ಬೆಳೆಯಿತು.

ಸಾಲ ಬೆಳೆಯಿತು.

ರಾಮೂ ಬೆಳೆಯುತ್ತಲೇ ಹೋದ.

ಆತನ ಓದು ಮುಗಿದು ಮನೆಗೆ ಬಂದಾಗ ಅವರಿಗೆ ಹರುಷವಾಗಿತ್ತು. ಹೃದಯ ಹೂವಿನಂತೆ ಹಗುರಾಗಿತ್ತು. ಸಾಲ ಬೇಡದ ರೋಮಕ್ಕೆ ಸಮ. ಯಾರು ಹೆದರುತ್ತಾರೆ ಈ ಸಾಲಕ್ಕೆ. ತೋಟದ ಫಸಲು ಬಂದಿದ್ದರೆ ಕಾಯಲು ಆಗುತ್ತಿರಲಿಲ್ಲ. ಕಾಯಲು ಜನ ಇಡುವುದು, ಜನರನ್ನು ಪುನಃ ಕಾಯುವವರು ಯಾರು? ಹೀಗೆ ಅರ್ಧ ಕಳ್ಳರಿಗೆ, ಬಿಟ್ಟದ್ದು ಮನೆಗೆ. ಇನ್ನು ಮಗ ಬೆಳೆದು ಬಂದನಲ್ಲ. ಇನ್ನು ಎಲ್ಲಾ ಸರಿಮಾಡಬಹುದು....

* * * *

ಎಷ್ಟು ಬೆಳೆದಿದ್ದಾನೆ ಮಗ. ಅವನನ್ನು ಎಲ್ಲ ಕಡೆಗೂ ತಿರುಗಾಡಿಸುವ ತವಕ. ತನ್ನ ಜೊತೆಯಲ್ಲಿಯೇ ಊರು, ಜಮೀನು ತೋರಿಸುವ ಹಂಬಲ. ಆದರೆ ಆತನಿಗೆ ಸಮಯ ಬೇಕಲ್ಲ. ಎಷ್ಟೋ ಹೊತ್ತಿಗೆ ಏಳುವುದು, ಎದ್ದು ಬಂದ ಮೇಲೆ ಪುಸ್ತಕ ಓದುತ್ತಾ ಕಾಲ ಕಳೆಯುವುದು. ಮಧ್ಯಾಹ್ನ ಊಟದ ನಂತರ ನಿದ್ರೆ ಮಾಡುವುದು. ನಿದ್ರೆಯಿಂದ ಎದ್ದು ಕಾಫಿ ಕುಡಿದು ಕ್ರಿಕೆಟ್ ಬ್ಯಾಟ್ ಹಿಡಿದು ಮೈದಾನಕ್ಕೆ ಹೋಗುವುದು..... ಬರುವಾಗ ರಾತ್ರಿ. ನಂತರ ಊಟ, ನಿದ್ರೆ.... ಆದರೆ ತನ್ನ ಬಾಲ್ಯದಲ್ಲಿ ತಡವಾಗಿ ಎದ್ದರೆ, ಸೂರ್ಯ ಹುಟ್ಟಿದ ಮೇಲೆ ಹಾಸಿಗೆಯಲ್ಲಿ ಮಲಗಿಯೇ ಇದ್ದರೆ ದಾಸಾಳು ಕೋಲಿನಿಂದ ಬಡಿಗೆ ಬೀಳುತ್ತಿತ್ತು. ಬೆಳಿಗ್ಗೆ, ರಾತ್ರಿ ಬಾಯಿಪಾಠ, ಮಗ್ಗಿ ಹೇಳಬೇಕಾಗಿತ್ತು. ರಘುವಂಶದ ಒಂದು ಅಧ್ಯಾಯವನ್ನು ಓದಿ ಹೇಳಬೇಕಾಗಿತ್ತು... ಈಗ, ಈತ..... ಎಷ್ಟು ದಿವಸ ಎಂದು ಕಾಯುವುದು..... ಮಗನ ದಿನಚರಿ ಬದಲಾಗಬಹುದು ಎಂದು ನೋಡಿ ಕಾದರು; ಕುಳಿತು ಕಾದರು; ಸಂಗಾತಿಯೊಡನೆ ಹೇಳಿಕೊಂಡು ಕಾದರು; ಪರೋಕ್ಷವಾಗಿ ನಿಧಾನವಾಗಿ ತಿಳಿಸಿ ಕಾದರು..... ಇಲ್ಲ ಬದಲಾಗುವ ಒಂದಿನಿತು ಸೂಚನೆ ಇಲ್ಲ..... ಇನ್ನು ಸುಮ್ಮನಿರಬಾರದು. ಪರ್ವತ ನಮ್ಮ ಬಳಿ ಬಾರದಿದ್ದರೆ ನಾವೇ ಪರ್ವತದ ಬಳಿಗೆ ಹೋಗಬೇಕು..... ಗಿಡದಲ್ಲಿಯೇ ಬಗ್ಗಿಸಬೇಕು..... ಆದರೂ ಅವ್ಯಕ್ತ ಭಯ, ಬಗ್ಗದೇ ಮುರಿದರೆ....

ಒಂದು ದಿನ ಇನ್ನೇನು ಬ್ಯಾಟು ಹಿಡಿದು ಮನೆಯ ಮೆಟ್ಟಲು ಇಳಿಯಬೇಕು. "ರಾಮು" – ಇವರು ಕರೆದರು. ಪಕ್ಕದಲ್ಲೇ ಕುಳ್ಳಿರಿಸಿಕೊಂಡರು..... "ಏನಪ್ಪ ಇಷ್ಟು ದಿವಸ ಆಯ್ತು ಊರಿಗೆ ಬಂದು. ನಿನ್ನ ಹೆಸರಿನಲ್ಲಿ ತೋಟ ಮಾಡಿದೆ; ಬೆಂಕಿ ಬಿಸಿಲು ಎನ್ನದೇ ಅಂಗಾಲು ಸವೆಸಿ ಆ ತೋಟ ಮಾಡಿದೆ. ಎಷ್ಟು ಸರ್ತಿ ಕರೆದೆ. ಒಂದು ದಿನ ನೀನು ಬರಲಿಲ್ಲಪ್ಪ...." ಪ್ರೀತಿಯಿಂದಲೇ ಹೇಳಿದರು. ಹೂವಿನೊಡನೆ ಮಾತನಾಡುವಂತೆ ಹೇಳಿದರು.

ರಾಮು ಮಾತನಾಡಲಿಲ್ಲ.

ಮಾತು ಕಲಿತ ರಾಮು ಮಾತನಾಡಲಿಲ್ಲ.

ತಲೆ ಬಗ್ಗಿಸಿ ಕುಳಿತ ರಾಮು ತಲೆ ಎತ್ತಲಿಲ್ಲ.

ಅನಂತ ಭಟ್ಟರು ಒಳಗೊಳಗೆ ನೊಂದುಕೊಂಡರು. ಏನಾದರೂ ಪ್ರಶ್ನೆಗಳನ್ನು ಕೇಳಬಹುದಿತ್ತು. ಅರ್ಥವಾಗದಿದ್ದರೆ ಬಿಡಿಸಿ ಬಿಡಿಸಿ ಹೇಳಬಹುದಿತ್ತು. ತಾವು ಪಟ್ಟಪಾಡಿಗೆ ಒಂದು ಚೂರೂ ಆತಂಕ ವ್ಯಕ್ತಪಡಿಸಬಹುದಿತ್ತು. ಇಲ್ಲ. ರಾಮು ಮೌನವಾಗಿ ತಲೆಬಗ್ಗಿಸಿ ಕುಳಿತಿದ್ದ. ಹೀಗೆ ದಿನದ ಮೇಲೆ ದಿನ ಕುಳಿತು ಸವಾರಿ ಮಾಡಿತು. ಅಸಹನೀಯವಾದ ಮೌನ ಮನೆ ತುಂಬಾ ಹರಿದಾಡಿತು.

ಗಾಳಿ ಮೌನವಾಯಿತು.

ಗಾಳಿ ಜಡವಾಗಿ ನಿಂತಿತು.

ಗಾಳಿ ನೋವು ಅನುಭವಿಸಿತು.

ಮುದ್ದಾದ ರಾಮು, ಓದಿ, ತುಂಬಿ ನಿಂತ ರಾಮು. ಒಂದು ದಿನ ತಲೆ ಬಗ್ಗಿಸಿದವನು ತಲೆ ಎತ್ತಿದ. ಈಗ ಗಾಳಿ ಜೋರಾಗಿ ಬೀಸತೊಡಗಿತು; ಸುಂಟರಗಾಳಿಯೂ ಇರಬಹುದು. ಮರೆಯಬೇಕು ಎನ್ನಿಸಿದರೂ ಮರೆಯಲಾಗದ ಮಾತು–"ನೀವು ಸಾಲ ಮಾಡಿ ತೋಟ ಮಾಡಿದಿರಿ. ಯಾರು ನಿಮಗೆ ಸಾಲ ಮಾಡಲು ಹೇಳಿದ್ದರು. ಯಾವ ಪುರುಷಾರ್ಥ ಸಾಧನೆಗೆ ಮಾಡಿದಿರಿ?" ಅವರು ಅವನ ಮುಖ ನೋಡಿದರು. ಯಾರ ಹಾಗೆ ಇದ್ದಾನೆ ಹುಡುಗ. ನಾಲ್ಕು ಹೆಣ್ಣು ಮಕ್ಕಳು ಹುಟ್ಟಿ ಸತ್ತ ಮೇಲೆ ಹುಟ್ಟಿದ ಪುತ್ರರತ್ನ ಯಾರ ಹಾಗೆ ಇದ್ದಾನೆ. ತನ್ನಂತೋ ಅಥವಾ ಸಂಗಾತಿಯಂತೋ. ಕಪ್ಪು ಗುಂಗುರು ಕೂದಲು, ಆ ಬಟ್ಟಲು ಮುಖ ಎಲ್ಲಾ ತನ್ನದೇ ಪಡಿಯಚ್ಚು. ಆ ಕಣ್ಣು ಮಾತ್ರ ಪಾರ್ವತಿಯದೇ..... ತಾನು ಆ ಕಣ್ಣಿನ ಮೋಹಕ್ಕಾಗಿಯೇ ಮದುವೆಯಾದದ್ದಲ್ಲವೇ.... ಆ ಕಣ್ಣುಗಳನ್ನು ತಾನು ಕಳೆದುಕೊಳ್ಳಲಾರೆ ಎನಿಸಿತು. ಆದರೆ ಮಗುವಿನ ಮುಖದ ಕಣ್ಣುಗಳಲ್ಲಿ ಪ್ರೀತಿಯ ಮಿನುಗು ಇಲ್ಲ ಎನಿಸಿ ಎದೆ ಭಾರವಾಯಿತು.

ಪಾರ್ವತಿಯ ಕಣ್ಣು ಪಡೆದು ಹುಟ್ಟಿದ ಮಗ. ಹಳೆಯ ಕಣ್ಣು ಮಾಯವಾಗಿ ಅಲ್ಲಿ ಹೊಸ ಕಣ್ಣು ಉದಯಿಸಲು ನಡೆಸುವ ಶ್ರಮವೇ ಈ ಬದುಕಾಗಿರಬಹುದೇ. 'ಯಾವ ಪುರುಷಾರ್ಥ ಸಾಧನೆಗೆ?' ಎಂಬ ಮಾತೇ ದಶ ದಿಕ್ಕುಗಳಲ್ಲಿ ಪ್ರತಿಧ್ವನಿಸುತ್ತಿತ್ತು. 'ಸಾಲ ಅಲ್ಲ, ತೋಟ ಅಲ್ಲ ನೀನು ಸಹ ನನ್ನ ಸೃಷ್ಟಿ' ಎಂದು ಕೂಗಿ ಹೇಳಬೇಕೆನಿಸಿತು. ಆದರೆ 'ಉರಿವ ಬೆಂಕಿಗೆ ತುಪ್ಪ ಹಾಕಬಾರದು' ಎಂದು ಸುಮ್ಮನಾದರು. ಹೃದಯದಲ್ಲಿ ಹಿಂಡಿದ ನೋವೋ ಇಲ್ಲವೋ ಬೆಳೆಸಿಕೊಂಡ ಮೋಹವೋ ಆ ಮಾತನ್ನು ಆಡಲು ಬಿಡಲಿಲ್ಲ. ಮಾತು ನುಂಗಿಕೊಂಡರು. ಮೌನದಲ್ಲಿ ಪಾರ್ವತಿಯೊಡನೆ ಆಡಿಕೊಂಡರು.

ಮನೆಯಲ್ಲಿ ಮತ್ತೆ ಮೌನ ಆವರಿಸಿತು.

ಗಾಳಿ ದುಃಖದಲ್ಲಿ ಎಲ್ಲೆಡೆ ಬೀಸಿತು.

"ಬೆಳೆಯುವ ಹುಡುಗ. ಇನ್ನೂ ಬಿಸಿಲು ಕಂಡಿಲ್ಲ. ಅದಕ್ಕೇ ಭಯ...." ತಮಗೆ ತಾವೇ ಸಮಾಧಾನ ಮಾಡಿಕೊಂಡರು. ಸ್ವಗತದಲ್ಲಿ ಸಾವಿರ ಸಂಭಾಷಣೆಗಳು. ಆತನ ಮಾತನ್ನು ನುಂಗಲು ಯತ್ನಿಸಿದರು. ಆದರೆ ಎಲ್ಲೋ ಮೂಲೆಯಿಂದ ಬುಗುಬುಗು

ಏಳುವ ಭಯದ ಗೆರೆಗಳು. ಅವುಗಳನ್ನು ಹತ್ತಿಕ್ಕಲಾರದೇ, ರಾತ್ರಿಯಲ್ಲಿ ಒಬ್ಬರೇ ನರಳಿದರು ಚಿಂತೆಯಿಂದ. ರಾತ್ರಿ ಹಗಲಾಯಿತು. ಹಗಲು ಮಸಕಾಯಿತು. ಪ್ರೀತಿಯು ನೀರೆರೆಯುಬಹುದಾದ ಮಗ ಭಯದ ಸಾಗರದಂತೆ ಅಪ್ಪಳಿಸಿದ್ದ. ಸಮುದ್ರ ಕಂಡರೆ ಭಯುವೋ, ಪ್ರೀತಿಯೋ.....

ರಾಮು ಮಾತು ಕಲಿತಿದ್ದ. ಆದರೆ ಅದನ್ನು ಪ್ರಯೋಗಿಸಿದ್ದು ಯಾರ ಮೇಲೆ.... “ಅಪ್ಪ, ನಾನು ಹೇಳುವ ಮಾತನ್ನು ಗಂಭೀರವಾಗಿ ಕೇಳು..... ನಾನು ನಿಮ್ಮ ಜೊತೆಗೆ ಇರಲು ಸಾಧ್ಯವಿಲ್ಲ. ನನಗೆ ಪಾಲು ಕೊಟ್ಟುಬಿಡಿ.....” ಯುದ್ಧ ಘೋಷಿಸಿಯೇ ಬಿಟ್ಟ. ಎಂಥ ನೋವು ಕಾಣಿಸಿತು ಅವರಿಗೆ... ಒಂದು ಮಾತು ಆಡಲು ಅವರಿಗೆ ಸಾಧ್ಯವಾಗಲಿಲ್ಲ..... ಆ ನೋವಿನಲ್ಲೂ ಮುಸಿಮುಸಿ ನಕ್ಕರು. ಮಗುವಿಗೆ ಮೊದಲು ಮಾತು ಬಂದ ದಿನ ಹೇಗೆ ಕುಣಿದಾಡಿದ್ದರು. “ಇಲ್ಲಿ ಬಾರೇ ಪಾರ್ವತಿ ಪ್ಪ..... ಪ್ಪ..... ಅಂತಾನೇ ನೋಡೇ....” ಎಷ್ಟು ಬೇಗ ದಿನಗಳು ಕಳೆದವು. ಕೈ ನೋಡಿಕೊಂಡರು. ಎಲಾ ಎಲಾ ಮೊನ್ನೆ ಮೊನ್ನೆ ಉಪ್ಪಿನಕುದ್ರುವಿನಿಂದ ಓಡಿ ಬಂದಂತೆ ನೆನಪು..... ಓಡಿ ಬಂದಿದ್ದಾರೂ ಯಾಕೆ.... ಬ್ರಿಟಿಷರ ಕಾರುಬಾರು. ಕಲೆಕ್ಟರ್ ಸಾಹೇಬರು ಕಂದಾಯ ವಸೂಲಿಗೆ ಖುದ್ದು ಬಂದಿದ್ದರು. ಜಮಾಬಂದಿ ಕಾರ್ಯಕ್ರಮ. ಆದರೆ ಉಪ್ಪಿನಕುದ್ರು ಬ್ರಾಹ್ಮಣರು ಯಾರೂ ಕಂದಾಯ ಕೊಟ್ಟಿಲ್ಲ. ದುಡ್ಡೆಲ್ಲ ಗಂಟು ಕಟ್ಟಿ ಇಟ್ಟಿದ್ದರು. ಐದು ವರುಷದಿಂದ ಕಂದಾಯ ಕೊಡದೇ ಇದ್ದರೆ ಯಾರು ಬಿಡ್ತಾರೆ. ಈ ಸರ್ತಿ ಕಲೆಕ್ಟರ್ ಜೊತೆಗೆ ಅವರ ಪ್ರೇಯಸಿಯೂ ಬಂದಿದ್ದಳು. ಪ್ರೇಯಸಿಯ ಮುಂದೆ ಅಧಿಕಾರ ಚಲಾಯಿಸುವ ಹುನ್ನಾರವೋ ಏನೋ ಉಪ್ಪಿನಕುದ್ರು ಬ್ರಾಹ್ಮಣರಿಗೆ ಬುಲಾವು ಬಂತು. ಇದಕ್ಕೆ ಸಿದ್ಧರಾದ ಅವರು ಎಲ್ಲರೂ ಮಾತಾಡಿಕೊಂಡು ಅಂಗವರಸ ಪಂಚೆ ಉಟ್ಟು ಬರೀ ಮೈಯಲ್ಲಿ ಹೋದರು.... “ಸ್ವಾಮಿ ಹರಿದು ತಿನ್ನುವ ಬಡತನ, ಮನೆ ತುಂಬಾ ಮಕ್ಕಳು, ಫಸಲು ಸರಿಯಿಲ್ಲ, ಮಳೆ ಸರಿಯಾಗಿ ಬೀಳಲಿಲ್ಲ....” ಎಲ್ಲವೂ ಸಿದ್ಧವಾದ ಮಾತು. ಕಲೆಕ್ಟರ್ ಪ್ರೇಯಸಿಯ ಬಳಿ ಹೋಗಿ ಅಂಗಲಾಚಿದರು. ಕಲೆಕ್ಟರ್ ಬಿಡ್ತಾರ ಪ್ರೇಯಸಿಯ ಮುಂದೆ ಬಂದ ಈ ಅವಕಾಶ..... ಹಾಕಿ ಇವರ ಅಂಡಿಗೆ ಬರೆ.... ಸರಿ ಕಾದ ಕಬ್ಬಿಣ ಝುಳಪಿಸುತ್ತಾ ಬಂತು. ಇನ್ನೇನು ಬರೆ ಹಾಕಬೇಕು ಎನ್ನುವಾಗ ಉಪ್ಪಿನ ಕುದ್ರುವಿನವರು ಉಟ್ಟಿದ್ದ ಪಂಚೆ ಎತ್ತಿ “ಪಂಚೆ ಸುಡಬೇಡಿ ಮಾರಾಯ್ರೆ. ಚರ್ಮ ಸುಟ್ರೆ ಅಡ್ಡಿಲ್ಲ ಮತ್ತೆ ಬೆಳೆಯುತ್ತೆ....” ಎಂದರಂತೆ. ಪಂಚೆ ಎತ್ತಿದ ಕುಂಡೆ ಕಂಡ ಕಲೆಕ್ಟರ್ ಮತ್ತು ಅವನ ಪ್ರೇಯಸಿಗೆ ನಗು ಉಕ್ಕಿ ಬಂದು ಇವರನ್ನೆಲ್ಲಾ ಗಡೀಪಾರು ಮಾಡಿದರಂತೆ.... ಆ ಊರಲ್ಲೆಲ್ಲ ಯಾವಾಗಲೂ ಈ ಮಾತು ಕೇಳಬಹುದು “ಕಲೆಕ್ಟರ್‌ಗೆ ಕುಂಡೆ ತೋರಿಸಿದವರು...”

ಹೀಗೆ ಗಡೀಪಾರಾಗಿ ಬಂದು ಈ ಊರಲ್ಲಿ ನಿಂತು ಇಷ್ಟು ಮಾಡಬೇಕಾದರೆ..... ಯಾವ ಪುರುಷಾರ್ಥ ಸಾಧನೆಗೆ ?..... ಅಬ್ಬಾ ಎಂತಹ ಮಾತು !

ಪಾರ್ವತಿ ಅತ್ತಳು. ಮೂರು ರಾತ್ರಿ, ಮೂರು ಹಗಲು ಒಂದೇ ಸಮನೆ ಅತ್ತಳು. ಹೆಬ್ಬಂಡೆಯಾದರೂ ಕರಗುತ್ತಿತ್ತು. ಆದರೆ ಮಗು ಮಾತ್ರ ಮರುಗಲಿಲ್ಲ.

ಮರುಗದಿದ್ದರೂ ಪರ್ವಾಗಿಲ್ಲ. ಸುಮ್ಮನಿದ್ದಿದ್ದರೆ..... ಇಲ್ಲ ತಿವಿಯುವ ಮಾತು..... "ನೀವು ಅತ್ತು ಹೆದರಿಸುವುದು ಬೇಡ. ಒಬ್ಬರು ಅತ್ತು ಹೆದರಿಸಿದ್ದರಂತೆ; ಇನ್ನೊಬ್ಬರು ಹೇತು ಹೆದರಿಸಿದ್ದರಂತೆ...." ಏನು ಮಾತು ಅದು. ಯಾರನ್ನು ಯಾರು ಹೆದರಿಸುವುದು. ತಮ್ಮ ಕೈಯಲ್ಲಿ ಆಯುಧ ಇಲ್ಲದಿರುವಾಗಲೇ ಸಶಸ್ತ್ರಧಾರಿ ಮಗ ಯುದ್ಧಕ್ಕೆ ಆಹ್ವಾನಿಸುತ್ತಿದ್ದಾನೆ..... ಯಾರಿಗೆ ಯಾರ ಹೆದರಿಕೆ..... ಹಾಗಾದರೆ ತನ್ನ ಶಕ್ತಿ ಕುಂದಿಹೋಯಿತೇ. ಎಷ್ಟು ಆರೋಗ್ಯವಾದ ಬಾಳು. ಒಂದು ಕಾಯಿಲೆ, ಕಸಾಲೆ ಏನಾದರೂ ಇದೆಯಾ..... ಇಲ್ಲವೇ ಅಂತಲ್ಲ ಸಣ್ಣ ಇರುವಾಗ ಸಿಕ್ಕಾಪಟ್ಟೆ ಥಂಡಿ ಪ್ರಕೃತಿ. ಉಬ್ಬುಸ ಥರ. ಪಂಡಿತರ ಔಷಧಿ. ಒಮ್ಮೆ ಆ ಪಂಡಿತ ಔಷಧಿ ಕೊಟ್ಟು "ರಾತ್ರಿ ಬಾಯಾರಿಕೆ ಆಗುತ್ತೆ. ಆದರೆ ಒಂದು ತೊಟ್ಟು ನೀರು ಕುಡಿಯಬಾರದು. ಇದೇ ಪಥ್ಯ...." ಎಂದು ಔಷಧಿ ಕೊಟ್ಟ. ಯಾವ ತರ ಬೇರು ಅದು. ರಾತ್ರಿ ಮಲಗಿರುವ ಬಾವಂತಿಗೆ ಚಿಲಕ ಹಾಕಿದ್ದಾರೆ. ಎಲ್ಲಿಯಾದರೂ ನೀರು ಕುಡಿದುಬಿಡುತ್ತಾನೋ ಅಂತ. ಬಾಯಾರಿಕೆ ಅಂದ್ರೆ ಮರ ಹಿಂಡಿ ನೀರು ಕುಡಿಯಬೇಕು ಎನ್ನುವಷ್ಟು. ಬಾವಂತಿ ತುಂಬಾ ತಡಕಾಡಿದೆ. ಅದೃಷ್ಟ ಒಳ್ಳೆಯದು. ಬಾವಂತಿಯ ಮೂಲೆಯಲ್ಲಿ ನೇತುಹಾಕಿದ್ದ ಜೇನುತುಪ್ಪದ ದೊಡ್ಡ ಬಾಟ್ಲಿ. ಇಡೀ ಬಾಟ್ಲಿ ಹೊಟ್ಟೆಗೆ ಸೇರಿದಾಗಲೇ ತೃಪ್ತಿ. ಅದೇ ಕೊನೆ. ಮತ್ತೆ ಥಂಡಿ ರೋಗ ಕಾಣಿಸಿದ್ದಿಲ್ಲ. ಅಷ್ಟು ಗಟ್ಟಿಯಾದ ದೇಹಕ್ಕೆ ಹೆದರಿಕೆಯೇ ?

ಊರಿನವರು ಅವನ ಜೊತೆಗೂಡಿ ಬಂದರು. ಮನೆಯ ಹೊರಗಡೆ ಪ್ರತೀ ದಿವಸ ಚಪ್ಪಲಿಗಳ ಸಂತೆ. ಅವರಿಗೆ ಏನನ್ನಿಸಿತು. ಏನೂ ಅನ್ನಿಸಲಿಲ್ಲವೇ. ಜೀವನದಲ್ಲಿ ಬಂದ ಜಿಗುಪ್ಸೆಯೇ..... ನಿರಾಕರಣ ಬುದ್ಧಿಯೇ..... ತಾತ್ಸಾರದ ಮನಸ್ಥಿತಿಯೇ.....

ತನ್ನನ್ನು ಎಂತ ಅಡಕತ್ತರಿಯಲ್ಲಿ ಸಿಕ್ಕಿಸಿ ಹಾಕಿದರು. ಮಗ ಹೇಳುತ್ತಾನಂತೆ– 'ಅಪ್ಪನಿಗೆ ವಯಸ್ಸಾಯಿತು. ಆತನಿಗೆ ಪಾಲು ಕೊಡಬಾರದು. ಅವರು ಇರುವವರೆಗೆ ಆ ಭತ್ತದ ಮನೆಯಲ್ಲಿ ಇರಲಿ. ಅಶನಾಂಶ ಅಂತ ತಿಂಗಳಿಗೆ ಇಷ್ಟು ಕೊಟ್ಟರಾಯಿತು.' ಆತ ಎದುರಿಗೆ ಹೇಳಿಯೇ ಬಿಟ್ಟ. ಅದಕ್ಕೆ ಉಳಿದವರು ಏನೂ ಅನ್ನಲಿಲ್ಲ. ಶಿವರಾಯರು ಮಾತು ಮುಂದುವರೆಸಿ 'ಅವನು ವಿದ್ಯಾವಂತ, ಬುದ್ಧಿವಂತ. ಆತ ಹೇಳೋದು ನ್ಯಾಯ ಇದೆ. ನ್ಯಾಯ ತಪ್ಪಿ ಆತ ಇಲ್ಲಿಯವರೆಗೂ ಒಂದು ಮಾತು ಆಡಲಿಲ್ಲ, ನೋಡಿ ಶಾನಭೋಗರೇ' ಎನ್ನುತ್ತಾ ಕವಳದ ತಬಕಿಗೆ ಕೈಹಾಕಿ ಅಡಿಕೆ ತೆಗೆದುಕೊಂಡು ಬಾಯಲ್ಲಿಟ್ಟರು. 'ಕಟಮ್' ಎನ್ನಿಸಿದರು. ಉಳಿದವರು ಮೌನವಾದರು. ಅನ್ಯಾಯದ ಮಾತು ಹೇಳಲು ಉಸಿರು ಸಿಕ್ಕಿಹಾಕಿಕೊಳ್ತದೆ. ಹೃದಯ ಪುಕು ಪುಕು ಬಡಿದುಕೊಳ್ಳುತ್ತದೆ. ಆದರೆ ಮನೆಮುರಿಯಲೇ ತೀರ್ಮಾನ ಮಾಡಿ ಬಂದವರಿಗೆ ಇದೆಲ್ಲ ಯಾವ ದೊಡ್ಡ ಲೆಖ್ಖ. ಕಾರ್ಯಗತ ಮಾಡುವುದು ಹೇಗೆ ಎನ್ನುವುದಕ್ಕೆ ಕಸರತ್ತು.

ಶಿವರಾಯರಂತೂ ಇಂಥ ದಿನಕ್ಕೆ ಕಾಯುತ್ತಿದ್ದಾರೆ ಕಣ್ಣಿಗೆ ಎಣ್ಣೆ ಹಾಕಿಕೊಂಡು. ಹಿಂದಿನ ಮುಯ್ಯಿ ತೀರಿಸಲು. ತೋಟ ಮಾಡಿದ್ದ ಜಾಗ ಅವರು ತೆಗೆದುಕೊಳ್ಳಬೇಕು ಎಂಬ ಆಸೆ ಇತ್ತಂತೆ. ಅದನ್ನು ಬಂದು ಹೇಳಿದ್ದರೂ ಆಗುತ್ತಿತ್ತು. ಆದರೆ ಬಿಟ್ಟೀ

ಕ್ರಯಕ್ಕೆ ಬರೆಸಬೇಕು ಎಂಬುದು ಅವರ ಕರಾಮತ್ತು. ಈಗ ಜಾಸ್ತಿ ಕ್ರಯಕೊಟ್ಟು ಭಟ್ಟರು ಬರೆಸಿಬಿಟ್ಟರಲ್ಲ. ಅನುಸಂಕಟಕ್ಕೆ ಸಿಕ್ಕಿದರು. ನುಂಗಲಿಕ್ಕೂ ಇಲ್ಲ, ಉಗುಳಲಿಕ್ಕೂ ಇಲ್ಲ. ಈಗ ಅವರ ಹಠ ಸಾಧಿಸುತ್ತಾರೆ. ಈ ಮಗನೆಂಬ ಮುಂಡೇಗಂಡನಿಗೆ ಇಷ್ಟಾದರೂ ಪರಿಜ್ಞಾನ ಬೇಡವಾ..... ಅವರು ಬುದ್ಧಿವಂತ ಎಂದುಬಿಟ್ಟರೆ ಈತ ಕುಣೀತಾನೆ....

ಒಂದು ರೀತಿಯಲ್ಲಿ ಇದು ಸ್ವೈರಣೆಯ ಪ್ರಶ್ನೆ. ಒಂದು ಕಾಲದಲ್ಲಿ ತನ್ನೆದುರು ಖುರ್ಚಿಯಲ್ಲಿ ಕುಳಿತುಕೊಳ್ಳಲೇ ತಡವರಿಸುತ್ತಿದ್ದ ಈ ಜನ ಈಗ ತನಗೇ ಪಂಚಾಯತಿ ನ್ಯಾಯ ಹೇಳಲು ಬಂದಿದ್ದಾರೆ. ಮಗನೆಂಬ ಮೂಗುದಾರ ಹಿಡಿದು. ಇಷ್ಟು ಬೇಗ ಕಾಲ ಚಕ್ರ ತಿರುಗಿ ಹೋಯಿತೇ. ತಮ್ಮ ಕೈಗಳನ್ನು ನೋಡಿಕೊಂಡರು. ಸುಕ್ಕಾದ ನೆರಿಗೆಗಳು ಕಾಣಿಸಿತು. ಎಲ್ಲಿ ತಪ್ಪು ಮಾಡಿದೆ. ಜೀವನದಲ್ಲಿ ಒಂದು ಹೆಜ್ಜೇನೂ ತಪ್ಪು ಹೆಜ್ಜೆ ಇಡಬಾರದು ಎಂದು ನಿಶ್ಚಯಿಸಿದ್ದೇನಲ್ಲ. ಆದರೆ ಇಟ್ಟ ಎಲ್ಲ ಹೆಜ್ಜೆಯೂ ತಪ್ಪಿನ ಹೆಜ್ಜೆನೇ ಆದವಲ್ಲ. ಇನ್ನೆಂದಾದರೂ ಹೊಸದಾಗಿ ಹೆಜ್ಜೆ ಇಡಬಲ್ಲೆನೇ. ಅ, ಆಕಾರದಿಂದ ತನ್ನ ಬಾಳು ಪುನಃ ಪ್ರಾರಂಭವಾಗಬೇಕು. ಪುನಃ ಹುಡುಗನಾಗಲು ಸಾಧ್ಯವೇ ? ಪುನಃ ಯೌವ್ವನ ಬರಬಹುದೇ ? ಬಿಳಿಯ ಮೀಸೆ ಕಪ್ಪಾಗಬಹುದೇ ?

ಶಿವರಾಯರೇ ಮಾತು ಶುರು ಮಾಡಿದರು. "ಇನ್ನೊಮ್ಮೆ ಯೋಚನೆ ಮಾಡಿ ಹೇಳು ರಾಮು. ನೀನು ಬುದ್ಧಿವಂತ. ನೀನು ಹೇಳಿದ್ದನ್ನು ನಿಮ್ಮಪ್ಪ ಒಪ್ಪಿಕೊಂಡರೆ ಮುಗಿಯಿತಲ್ಲ. ಅದಕ್ಕೆ ಪಂಚಾಯತಿ ಯಾಕೆ ನಾವೇನು ನೂರೆಂಟು ಪಂಚಾಯತಿ ಮಾಡ್ತೇವೆ ಎಂದು ಹರಕೆ ಕಟ್ಟಿಕೊಂಡಿದ್ದೇವೆಯೋ...." ಎಷ್ಟು ನಯವಾದ ಮಾತು. ಸಿಹಿಲೇಪದ ಮಾತು. ಇದು ಕೇಳುವುದೂ ನಾಟಕ. ಮಗ ಹೇಳುವುದೂ ನಾಟಕ. ನಾನು ಹೊಡೆದಂಗೆ ಮಾಡ್ತೀನಿ, ನೀನು ಅತ್ತ ಹಾಗೆ ಮಾಡು. ಮಗ ಮಾತನಾಡಿದ– "ನಾನು ಹೇಳಿದೆನಲ್ಲ ಅಷ್ಟೇ. ಅನ್ನಕ್ಕೆ ಅಂತ ಒಂದಿಷ್ಟು ಹಣ ತಿಂಗಳಿಗೆ ಕೊಟ್ಟರೆ ಸಾಕು ಅವರಿಗೆ. ನೀವು ನ್ಯಾಯವಾಗಿ ಎಷ್ಟು ಹೇಳ್ತಿರೋ ಅಷ್ಟು ಕೊಡಲಿಕ್ಕೆ ಅಡ್ಡಿ ಇಲ್ಲ" ಗಿಣಿಪಾಠ ಒಪ್ಪಿಸಿದಂತೆ ಒಪ್ಪಿಸಿದ. ಎಲ್ಲ ಮಸಲತ್ತು ಮಾಡಿ ಮಸಾಲೆ ಕಡೆದಿಟ್ಟ ಮಾತು.... ಅನಂತ ಭಟ್ಟರು ಮಾತನಾಡಲಿಲ್ಲ. ಆದರೆ ಅಷ್ಟರಲ್ಲಿ ಒಳಕ್ಕೆ ನುಗ್ಗಿದ ಪಾರ್ವತಿ "ಏನಂದೆ ಕಿರಾತ ಹೆತ್ತವರನ್ನು ಹೊರಗೆ ಹಾಕ್ತಿಯೇನೋ ಭಂಡ" ಎನ್ನುತ್ತ ಆತನಿಗೆ ಉಗಿದಳು. "ನೀವೇಂತ ಹಡಬೆ ಪಂಚಾಯತರು. ಮುಂಡೇ ಕಡೆಗೋ ಮುಂಡಾಸದವರ ಕಡೆಗೋ..." ಅಷ್ಟು ಹೇಳಿದವಳು ಏನು ಮಾತನಾಡಲು ಆಗದೆ ಬಿಕ್ಕಿ ಬಿಕ್ಕಿ ಅಳತೊಡಗಿದಳು. ಯಾರೋ ಹಿಡಿದುಕೊಂಡರು. ಗಲಾಟೆಯೋ ಗಲಾಟೆ. ಈ ಗಲಾಟೇಲಿ ಕವಳದ ತಬಕಿನ ಮೇಲೆ ಯಾರೋ ಕಾಲು ಇಟ್ಟು ಇಡಿ ತಬಕಿನ ಎಲೆ, ಅಡಿಕೆ, ಸುಣ್ಣ ಎಲ್ಲಾ ಜಮಖಾನದ ಮೇಲೆ ಬಿದ್ದಿತು. ತಬಕಿನೊಳಗೆ ತುಂಬಿಟ್ಟಿದ್ದ ಹರಿದ ಎಲೆ, ಅಡಿಕೆ ಪುಡಿ ಚೂರು, ಹೊಗೆಸೊಪ್ಪಿನ ಹರಿದತುಂಡು ಎಲ್ಲಾ ಚೆಲ್ಲಾಪಿಲ್ಲಿಯಾಗಿ ಹಾರಿದವು. ಹಲವು ರಾಮುವಿನ ಮುಖಕ್ಕೆ ಹಾರಿ ಯದ್ವಾತದ್ವಾ ಅಂಟಿಕೊಂಡು ಆತನ ಮುಖ ಕುರೂಪವಾಯಿತು. ಕೊನೆಗೆ

ಭಟ್ಟರೇ ಮುಂದೆ ಹೋಗಿ ಅವಳ ಕೈ ಹಿಡಿದು "ಬಾರೇ ಸುಮ್ಮನೇ ಕೂತುಕೊ. ನಾವೀಗ ಪ್ರೇಕ್ಷಕರು ಅಷ್ಟೇ. ನಾವು ಅಭಿನಯಿಸುವಂತಿಲ್ಲ. ನೋಡೋದಷ್ಟೇ ನಮ್ಮ ಕೆಲಸ. ನಟಿಸೋದಲ್ಲ. ಅವನು ನಿನ್ನ ಮಗ ಅಲ್ಲ. ಈ ಮನೆತನಕ್ಕೆ ಹಿಡಿದ ರಾಹು. ಬಾ, ಸುಮ್ಮನೆ ಕೂತುಕೋ ಬಾ...." ಪಾರ್ವತಿ ಅಲ್ಲಿ ಕೂರಲಾರದೇ ನಡುಮನೆಗೆ ಹೋದಳು.

"ಅವನು ಹೇಳಿದ್ದು ಆಯಿತಲ್ಲ ಪಂಚಾಯಿತರ ತೀರ್ಮಾನ ಏನು?" ಬೇಕು ಎಂದೇ ಸ್ಪಷ್ಟವಾಗಿ ಕೇಳಿದರು. ಹೊಟ್ಟೆಯೊಳಗಿನ ಹಾಲಾಹಲವೆಲ್ಲ ಹೊರಗೆ ಬರಲಿ ಎಂದುಕೊಂಡು. ತೀರ್ಮಾನ ಏನು ಎಂದು ಅವರಿಗೆ ಗೊತ್ತಿದೆ. ಆದರೆ ಈ ಎಲ್ಲಾ ಸೋಗಲಾಡಿತನವನ್ನು ನೋಡಿಯೂ ಸುಮ್ಮನಿರಬೇಕಾಗಿದೆ. ಕಣ್ಣಿಗೆ ಕಂಡರೂ ಕಾಣಲಿಲ್ಲವೆಂಬಂತೆ ತೋರಿಸಬೇಕಾಗಿದೆ. ಎಂಥ ಅಸಹಾಯಕ ಬಾಳು ನನ್ನದು ಎಂದು ಒಳಗೊಳಗೇ ಒದ್ದಾಡಿದರು. ಎಷ್ಟು ಕಷ್ಟಪಟ್ಟು ತನ್ನ ಹಲ್ಲು ಎಣಿಸಲು ಬಿಟ್ಟಿರಲಿಲ್ಲ. ಎಷ್ಟೆಲ್ಲಾ ಸರ್ಕಸ್ಸಿನಿಂದ ಈ ಮನೆ ಕಟ್ಟಲಿಲ್ಲ. ಸುಮ್ಮನೇ ಎಲ್ಲಾ ಆಯಿತೇ. ಇಷ್ಟೆಲ್ಲಾ ಮಾಡುವಾಗ ಜೀವ ಹೇಗೆ ಜಾಲಾಡಿಹೋಗಿರಲಿಲ್ಲ. ಇಲ್ಲದಿದ್ದರೆ ಮುಪ್ಪು ಇಷ್ಟು ಬೇಗ ಕರೆಯುತ್ತಿರಲಿಲ್ಲ. ತನ್ನನ್ನು ತಾನೇ ತೇದುಕೊಂಡಿಲ್ಲವೇ..... ಆದರೆ ತೇದಿದ್ದು ಶ್ರೀಗಂಧದ ಕೊರಡಿನ ಮೇಲೆ ಅಂದುಕೊಂಡಿದ್ದೆನಲ್ಲ....

ಅನಂತ ಭಟ್ಟರು ಹಾಗೇ ಕುಳಿತೇ ಇದ್ದರು. ಪಂಚಾಯಿತರು ಕವಳ ಮೆಲ್ಲುತ್ತಾ ಹೇಳೋ ಮಾತನ್ನು ಹೇಳಲಾಗದೇ ನಾಲಿಗೆಗೆ ಹೊಸ ಶಕ್ತಿ ಕೊಡುತ್ತಿದ್ದರು. ಕೊನೆಗೆ ಶಿವರಾಯರೇ 'ಎಲ್ಲರೂ ಹೀಗೆ ಕುಳಿತರೆ ಹೇಗೆ, ಹೇಳೋ ಮಾತನ್ನು ಹೇಳಬೇಕಲ್ಲ. ನಮಗನ್ನಿಸಿದ್ದನ್ನು ನಾವು ಹೇಳೋಣ' ಎಂದು ತೀರ್ಮಾನ ಮಾತನ್ನು ಬಿತ್ತರಿಸತೊಡಗಿದರು.... "ಭಟ್ಟರೇ ನೀವು ಬಹಳ ದುಡಿದಿದ್ದೀರಿ. ನಿಮಗೂ ವಯಸ್ಸಾಯಿತು. ಇನ್ನು ಜಮೀನು, ಮನೆ ಎಲ್ಲಾ ಯಾಕೆ. ನೀವು...." ಅನಂತ ಭಟ್ಟರು ತಲೆ ಎತ್ತಿ ನೋಡಿದರು. ಶಿವರಾಯರಿಗೆ ಅವರ ಕಣ್ಣಿನ ಕೆಂಪು ಕಂಡು ಮಾತು ತಡವರಿಸಿತು. ಆದರೂ ಟೋಪಿ ಸರಿಮಾಡುತ್ತಾ "ಆ ಪಣತದ ಮನೆ ಉಂಟಲ್ಲ ಅಲ್ಲಿರಬಹುದು. ತಿಂಗಳಿಗೆ ಇಂತಿಷ್ಟು ಅಂತ ಅವನಿಗೆ ಕೊಡಲು ಹೇಳ್ತೇವೆ. ಹುಳಿ, ಉಪ್ಪು ಎಲ್ಲಾ ಅವನೇ ತಂದುಹಾಕಲಿ. ನೀವು ಶಿವ-ರಾಮ ಅಂತ ಕಾಲ ಹಾಕಿ..... ಇದು ನನ್ನ ತೀರ್ಮಾನ ಅಲ್ಲ. ಇಡೀ ಕುಳಿತವರ ತೀರ್ಮಾನ. ಏನು ಪಟೇಲರೇ, ಏನು ಶಾನುಭೋಗರೇ ಅಲ್ವಾ. ನನ್ನೊಬ್ಬನನ್ನೇ ನಿಷ್ಠುರಕ್ಕೆ ಮಾಡಬೇಡಿ. ಅಲ್ಲ ನಿಷ್ಠುರಕ್ಕೆ ಈ ಶಿವರಾಯರು ಹೆದರ್ತಾರೆ ಅಂತಲ್ಲ. ಬಿದ್ದವನ ಮೇಲೆ ಭಾರೀ ಪರಾಕ್ರಮ."

ಭಟ್ಟರ ದೇಹವಿಡೀ ಥರಥರ ನಡುಗತೊಡಗಿದವು. ಅಭಿದಮನಿಗಳಲ್ಲಿ ರಕ್ತದ ಚಲನೆ ಹೆಚ್ಚಾಗಿ ಕಣ್ಣಿಗೆ ಕತ್ತಲೆ ಬಂದು ಅಪ್ಪಳಿಸಿದಂತಾಯಿತು. ಇಡೀ ನರಮಂಡಲ ಹಿಡಿದೆಳೆದಂತಾಗಿ ಉಸಿರು ಕಟ್ಟಿತು. ಸಿಟ್ಟು ನೆತ್ತಿಗೇರಿತು..... ಈಗ ಭಟ್ಟರು ಎದ್ದರು. "ಏನು ಹೇಳ್ತೀರಿ. ನನ್ನನ್ನು ಭಿಕಾರಿ ಎಂದು ತಿಳಿದಿದ್ದೀರೇನೂ. ಭಿಕ್ಷೆ ಕೊಡ್ತಾ ಇದ್ದೀರಾ. ಅನ್ನ, ಅಶನಕ್ಕೆ ನೋಡ್ತಾ ಪಣತದ ಮನೇಲಿ ನಾನಲ್ಲ ನಾನು ಸಾಕಿದ ನಾಯಿ ಸಹ

ಇರೋಲ್ಲ. ಬಾರೇ ಪಾರ್ವತಿ..." ಎಂದ ಭಟ್ಟರು ಮನೆ ಬಿಡಲು ಅನುವಾದರು. ತನ್ನ ಜೀವನ ಸಂಪೂರ್ಣ ವಿಫಲವಾಯಿತು ಎನ್ನುವ ಭಾವ ತುಂಬಿ ಬಂದಾಗ ಇದ್ದಕ್ಕಿದ್ದಂತೆ ಮುಪ್ಪು ಮುತ್ತಿದಂತಾಯಿತು.... ಈ ಸ್ಥಿತಿಗೆ ತಂದ ಮಗನ ಮೇಲೆ ಉಕ್ಕಿ ಬಂದ ಸಿಟ್ಟು. "ನೋಡೋ.... ಈ ಮನೆ, ಈ ಮಠ, ಆಸ್ತಿ – ಪಾಸ್ತಿ, ನಗ–ನಾಣ್ಯ ಎಲ್ಲಾ ನನ್ನ ಶಾಟಕ್ಕೆ ಸಮಾನ..." ಎಂದವರೇ ತಮ್ಮ ಪಂಚೆ ಎತ್ತಿ ಕಚ್ಚೆ ಸಡಿಲಿಸಿ ಕೂದಲೆಳೆದು ಮುದ್ದಿನ ಮಗನ ಮುಖಕ್ಕೆ ಎಸೆದರು. ಇನ್ನು ಒಂದು ಕ್ಷಣದಲ್ಲಿ ಈ ಮನೆಯ ಋಣ ಮುಗಿಯುತ್ತದೆ ಎಂಬುದು ಅರಿವಾದಾಗ ಮನೆಯ ನೆಲ, ಗೋಡೆ, ಕಿಟಕಿ, ಜಂತಿಗಳನ್ನು ಮತ್ತೆ ಮತ್ತೆ ಮುಟ್ಟಿ ನೋಡಬೇಕೆನಿಸಿತು. ಆದರೆ ಅವೆಲ್ಲವನ್ನು ಕಡಿದುಕೊಂಡು ಭಟ್ಟರು ಹೊರಟುಬಿಟ್ಟರು.

ಸ್ವಲ್ಪ ದೂರ ನಡೆದು ಭಟ್ಟರು ಒಮ್ಮೆ ಹಿಂತಿರುಗಿ ನೋಡಿದರು. 'ಈ ಮನೆ ಇನ್ನು ನನ್ನ ಮನೆಯಲ್ಲ' ಎಂಬ ಭಾವನೆ ಬಂದ ಕೂಡಲೆ ಪೂರ್ತಿ ಖಾಲಿಯಾಗಿದ್ದೇನೆ ಎಂದೆನಿಸಿತು. ಆತನಿಗೆ ಕೊನೇ ಗಳಿಗೆಯಲ್ಲಿ ಬುದ್ಧಿ ಬಂದು 'ವಯಸ್ಸಾದವರು ನೀವು ಇರಿ' ಎಂದಾನು ಎಂಬ ದೂರದ ಸ್ವಾರ್ಥವೇ.... ಮಕ್ಕಳು ಮಾಡುವುದರಲ್ಲೂ ಸ್ವಾರ್ಥ ಇದೆ. ಆದರೆ ಆತ ಹೇಳುವುದು ಹೋಗಲಿ ಬಾಗಿಲವರೆಗೂ ಬಂದು ನಿಲ್ಲಲಿಲ್ಲ..... ನಾನು ಸಾಕಿದ ಹಂಡ ಹುಂಡದ ನಾಯಿ ಮಾತ್ರ ಹಗ್ಗ ಹರಿದು ಕೂಗುತ್ತಿತ್ತು.... ಕವಲೇ ದನ ಅಂಬಾ ಎಂದು ಕರೆಯುತ್ತಿತ್ತು.

ತಾನು ಸೋತಿದ್ದಕ್ಕೆ ಅವರಿಗೆ ಬೇಸರವಾಗಲಿಲ್ಲ. ಬದಲಿಗೆ ಶಿವರಾಯರು ಗೆದ್ದಿದ್ದಕ್ಕೆ ಮೈ ಆ ವಯಸ್ಸಿನಲ್ಲೂ ಕುದಿಯಿತು.... ಸೋಲಲಿಕ್ಕೆ ಏನಿದೆ... ಮಗನಿಗೇ ಅಲ್ಲವೇ ಎಲ್ಲಾ ಮಾಡಿದ್ದು..... ಆದರೆ ಮಕ್ಕಳು ಹಿರಿಯರಿಂದ ಪಡೆದುಕೊಳ್ಳಬೇಕು; ಕಿತ್ತು ಕೊಳ್ಳುವುದಲ್ಲ.... ಮಾತನಾಡದ ಗುಮ್ಮನ ಗುಸಕ ಪರಮೇಶ್ವರಯ್ಯ..... ಎಲ್ಲಾ ರಾಹುಗಳೂ ತನ್ನ ಮನೆಯ ಮೇಲೆ ಒಟ್ಟಿಗೇ ವಕ್ಕರಿಸಿದಂತಾಗಿ..... ಭಟ್ಟರು ಪುನಃ ಆಚೆ ತಿರುಗಿ ಹೊರಟುಬಿಟ್ಟರು.... ಪಾರ್ವತಿಯೂ ಹಿಂದೆ ಹಿಂದೆ ನಡೆದಳು.....

ನಡೆದರು ಭಟ್ಟರು ನಡೆದೇ ನಡೆದರು. ಊರು ಮರೆಯಾಗುತ್ತಾ ಬರುತ್ತಿತ್ತು. ತೊಟ್ಟ ಬಟ್ಟೆಯಲ್ಲಿ ಉಟ್ಟ ಪಂಚೆಯಲ್ಲಿ ನಡೆದರು ಭಟ್ಟರು. ಸುಸ್ತಾಗಿ ಮರದ ಕೆಳಗೆ ನೆರಳಲ್ಲಿ ನಿಂತರು. ಮುಪ್ಪಿನಲ್ಲಿ ಮಮತೆಯ ಮಗನೊಂದಿಗೆ ಇರುವ ಬದಲು ಮರದಡಿಗೆ ನಿಂತಿದ್ದರು ಭಟ್ಟರು. ಪಾರ್ವತಿಗೆ ತಡೆಯಲಾಗಲಿಲ್ಲ. "ಇಷ್ಟು ಜೀವ ತೇದು ತೆಂಗಿನತೋಟ ಮಾಡಿದಿರಿ. ವಯಸ್ಸಾಗಿದೆ ಕುಡಿಯಿರಿ ಎಂದು ಎರಡು ತೆಂಗಿನ ಮರ ಬಿಡಬಹುದಿತ್ತು." ಭಟ್ಟರು ತಲ್ಲಣಿಸಿದರು. ಏನೂ ಮಾತಾಡಬಾರದು ಎಂದುಕೊಂಡರೂ ಸಾಧ್ಯವಾಗಲಿಲ್ಲ. "ತುಂಬಿ ನಿಂತ ಮುದ್ದಿನ ಮಗನೇ ಹೋದ ಮೇಲೆ ಬೆಳೆದು ನಿಂತ ತೆಂಗಿನ ಮರ..." ದುಃಖ ಒತ್ತರಿಸಿ ಬಂದು ತುಟಿ ಕಚ್ಚಿಕೊಂಡರು.

ಎಲ್ಲವೂ ವಿಫಲವಾಗಬಾರದು. ತನ್ನ ಸಾಧನೆ, ತನ್ನ ಬದುಕು, ತಾನು ಕಂಡ ಸತ್ಯಗಳು, ತನ್ನ ದುಡಿಮೆ ಎಲ್ಲವೂ ಬರಿಯ ಇವನೊಬ್ಬನ ಕಾಲಡಿಯಲ್ಲಿ ಸಿಕ್ಕು ನುಚ್ಚು ನೂರಾಗಬಾರದು. ಮತ್ತೆ ಬೀಜ ನೆಟ್ಟು, ಗಿಡ ಬೆಳೆದು ಮರವಾಗಿ ರೆಂಬೆ

ಕೊಂಬೆಗಳಲ್ಲಿ ಹೊಸ ಹೂವು ಹುಟ್ಟಬೇಕು ಎಂದೆನಿಸಿ ಭಟ್ಟರು ಪಾರ್ವತಿಯನ್ನು ಪ್ರೀತಿಯಿಂದ ಕರೆದು ಅಪ್ಪಿಕೊಂಡು "ಪಾರ್ವತಿ ನನ್ನಂಥ ಗಂಡುಮಗ ಸಾಕು; ನಿನ್ನಂಥ ಮಗಳೊಬ್ಬಳು ಬರಲಿ" ಎಂದರು. ಪಾರ್ವತಿಯ ಮೈ ಲಟಲಟನೆ ಮುರಿಯಿತು.

15. ಕಪ್ಪು ಕಲ್ಲಿನ ಸೈತಾನ

– ಬೊಳುವಾರು ಮಹಮ್ಮದ ಕುಂಞಿ

ಹೀಗೆ; ಗುರುವಾರ ಸಂಜೆಯವರೆಗೆ, ಬಡವರ ಮನೆಗಳ ಹೆಸರುಗಳನ್ನು ಬರೆದುಕೊಂಡು ಹೋಗಲು ಬರಲಿರುವ ಪಂಚ್ಯಾತಾಫೀಸಿನ ಕರುಣಾಳುಗಳ ನಿರೀಕ್ಷೆಯಲ್ಲಿ ಅದ್ರಾಮನ ಅಜ್ಜಿ ಕುಂಞಪಾತುಮ್ಮ ತನ್ನ ಗುಡಿಸಲೊಳಗೆ ಯಾರಲ್ಲೂ ಹೇಳಲಾಗದ ಭಯ ಮತ್ತು ಕಾತರದಿಂದ, ಗುಡ್ಡದ ಮೇಲಿನಿಂದ ಗುಡಿಸಲುಗಳ ಮೇಲೆ ದುಮ್ಮಿಕ್ಕುವಂತೆ ಬಾಗಿ ನಿಂತಿರುವ ಕೋಡುಗಲ್ಲನ್ನು ಕಣ್ಣರಳಿಸಿ ನೋಡುತ್ತಾ ಕಾದು ಕುಳಿತಿದ್ದಳು.

ಕೋಡುಗಲ್ಲು ಇರುವುದು ಮಸೀದಿ ಗುಡ್ಡೆಯ ಪಶ್ಚಿಮ ದಿಕ್ಕಿನಲ್ಲಿ. ಕಬರಸ್ಥಾನದ ಆಡುಸೋಗೆ ಬೇಲಿಗೆ ಒತ್ತಿಕೊಂಡೇ ಇರುವ ಈ ಕೋಡುಗಲ್ಲು ಹತ್ತಿ ನಿಂತರೆ ಮುತ್ತುಪ್ಪಾಡಿ ಗ್ರಾಮದ ಅರ್ಧ ಕಾಣಿಸೀತಾದರೂ ಕುಂಞಪಾತುಮ್ಮಳ ಒಂಟಿಸೋಗೆಯ ಗುಡಿಸಲು ಸುಲಭದಲ್ಲಿ ಕಣ್ಣಿಗೆ ಬೀಳಲಿಕ್ಕಿಲ್ಲ. ಕೋಡುಗಲ್ಲಿನ ಪಶ್ಚಿಮ ಭಾಗದಿಂದ ಕಡಿದಾದ ಇಳಿಜಾರು ಗುಡ್ಡ, ಉರುಟು ಬಂಡೆಯೊಂದನ್ನು ಕೋಡುಗಲ್ಲು ನೆತ್ತಿಯಿಂದ ತಳ್ಳಿಬಿಟ್ಟರೆ ಸಾಕು; ಅದು ಯಾವುದೇ ತಡೆ ಇಲ್ಲದೆ ಉರುಳುತ್ತ ಸುಮಾರು ಎರಡು ಫರ್ಲಾಂಗಿನಷ್ಟು ಕೆಳಜಾರಿ, ಗುಡ್ಡದ ತಪ್ಪಲಿನ ಗಾಡಿ ಹಾದಿಯನ್ನು ದಾಟಿ, ಪಕ್ಕದ ತೋಪನ್ನು ಹಾರಿ, ಎದುರಿನ ಭತ್ತದ ಗದ್ದೆಯಲ್ಲಿ ಹೂತು ಹೋದೀತು; ಅಥವಾ ಸ್ವಲ್ಪ ಬಲಕ್ಕೆ ಜಾರಿದರೆ ತೋಡಿನ ಬದಿಯಲ್ಲಿರುವ ಹುಣಸೆಮರದ ನೆರಳಲ್ಲಿ ಅಡಗಿ ಕುಳಿತಿರುವ ಕುಂಞಪಾತುಮ್ಮಳ ಗುಡಿಸಲನ್ನು ಅಪ್ಪಚ್ಚಿ ಮಾಡೀತು.

ಒಟ್ಟಿನಲ್ಲಿ ಕೋಡುಗಲ್ಲಿನ ಮೇಲೆ ನಿಂತು ಸರಿಯಾಗಿ ದಿಟ್ಟಿಸಿದರೆ ಕುಂಞಪಾತುಮ್ಮನ ಮನೆ, ಮಕ್ಕಳು ಆಟವಾಡಲು ಕಟ್ಟಿಕೊಂಡ ಪುಟ್ಟ ಚಪ್ಪರದಂತೆಯೂ ಆಕೆಯ ಮನೆಯಂಗಳದಲ್ಲಿ ನಿಂತು ಕತ್ತು ಎತ್ತಿದರೆ ಇದೇ ಕೋಡುಗಲ್ಲು ಗುಡಿಸಲ ಮೇಲೆ ಎರಗಲು ಸಿದ್ಧವಾಗಿ ನಿಂತ ಕಪ್ಪು ಸೈತಾನನಂತೆಯೂ ಕಾಣಿಸೀತು.

ಯಾವುದೇ ಕ್ಷಣದಲ್ಲಿ ಇದೇ ಕೋಡುಗಲ್ಲಿನ ಪಕ್ಕದಲ್ಲಿರುವ ಕಾಲುಹಾದಿಯ ಇಳಿಜಾರಿನಲ್ಲಿ ಲಂಟಾನ ಪೊದರುಗಳ ನಡುವೆ ಹಾದು, ನಡುಗದ್ದೆಯಲ್ಲಿರುವ ದೇವದಾರುಮರವನ್ನು ಬಳಸಿಕೊಂಡು ಇಳಿಯುತ್ತಾ, ಇಳಿಯುತ್ತಾ

ಬರುವವರಿದ್ದರು; ಬಡವರ ಮನೆಗಳ ಹೆಸರುಗಳನ್ನು ಬರೆದುಕೊಂಡು ಹೋಗುವ ಕರುಣಾಳುಗಳು.

ಈ ನಿರೀಕ್ಷೆಯ ಬೆನ್ನ ಹಿಂದೆ ಹದಿನೇಳು ಸೂರ್ಯಾಸ್ತಗಳಾಗಿವೆ. ಹದಿನೆಂಟು ದಿನಗಳಷ್ಟು ಹಿಂದಿನ ಸೂರ್ಯ ಮಸೀದಿ ಗುಡ್ಡೆಯ ಕೋಡುಗಲ್ಲಿನ ಬಲಕೆನ್ನೆಯ ಸಂದಿಯಲ್ಲಿ ಇಣುಕುತ್ತಿರುವಂತೆಯೇ ಕುಂಞಿಪಾತುಮ್ಮಳ ಗುಡಿಸಲಲ್ಲಿ ಸುಖದ ಸುದ್ದಿಯೊಂದು ಮೊಟ್ಟೆಯಿಟ್ಟಿದೆ. ಗುಡ್ಡದ ತಪ್ಪಲಿನ ಗಾಡಿ ಹಾದಿಯಲ್ಲಿ ಬೆವರೊಡೆಸಿಕೊಂಡು ಬೀಡಿ ಬ್ರಾಂಚಿನಿಂದ ಎಲೆ ಹೊಗೆಸೊಪ್ಪು ತಂದಿದ್ದ ಹದಿನಾಲ್ಕರ ಹುಡುಗ ಅದ್ರಾಮನೊಂದಿಗೆ ಈ ಸುದ್ದಿ ಗುಡಿಸಲೊಳಗೆ ನುಗ್ಗಿದಾಗ ಅಂಗಳದಲ್ಲಿ ಕೋಡುಗಲ್ಲಿನ ಕಪ್ಪು ನೆರಳಿತ್ತು. ಅದು ಗುಡಿಸಲಿಗೆ ಹೊದಿಸಿದ ಎಲ್ಲ ಸೋಗೆಗರಿಗಳನ್ನು ಚಿಗುರಿಸಬಲ್ಲ ಸುದ್ದಿಯಾಗಿತ್ತು; ಬಡವರ ಮನೆಗಳ ಕಿವುಡರಿಗೂ ಕೇಳಿಸಬಲ್ಲ ಶಕ್ತಿಶಾಲೀ ಸುದ್ದಿ ಅದಾಗಿತ್ತು.

ಆದ್ದರಿಂದಲೇ ಅದನ್ನು ಇದ್ದಕ್ಕಿದ್ದ ಹಾಗೆಯೇ, ಆಸ್ವಾದಿಸಿ ಅರಗಿಸಿಕೊಳ್ಳಲು ಸಾಧ್ಯವಾಗದೆ ಸುಖವನ್ನು ಎಳೆಎಳೆಯಾಗಿ ಚಪ್ಪರಿಸಿದ್ದಳು.

ಅದ್ರಾಮನ ಅಜ್ಜಿ ಕುಂಞಿಪಾತುಮ್ಮ, ಆಕೆಯ ಹಿರಿಮಗಳು ಹಾಗೂ ನಾಲ್ಕು ಮಕ್ಕಳ ತಾಯಿ–ವಿಧವೆ ಸಾರಮ್ಮ, ಒಂದು ಹೆಣ್ಣು ಮಗುವನ್ನು ಗುಡಿಸಲ ಸಂಖ್ಯೆಗೆ ಸೇರಿಸಿ ಊರುಬಿಟ್ಟು ಬೊಂಬಾಯಿಗೆ ಓಡಿದ್ದ ಕುಂಞಿಪಾತುಮ್ಮಳ ಮಗ ಖಾದರನ ಹೆಂಡತಿ ಸಕೀನ ಮತ್ತು ಮದುವೆಗೆ ಅಗತ್ಯದ ವಯಸ್ಸು ತಲುಪಿರುವ ಕಿರಿಮಗಳು ಹಲೀಮ–ಇವರೆಲ್ಲರೂ ಅದ್ರಾಮನನ್ನು ಸುತ್ತುವರಿದು ಆತ ಹೊತ್ತು ತಂದಿದ್ದ ಸುದ್ದಿಯೊಂದು ಸುಳ್ಳಿನ ಕಂತೆಯಾಗಿರಬಹುದು ಎಂಬುದಾಗಿ ತಮ್ಮೆಲ್ಲರ ಆಸೆಗೆ ವಿರುದ್ಧವಾಗಿ ವಾದಿಸುತ್ತಾ ಸುದ್ದಿಯ ಸತ್ಯತೆಯನ್ನು ಮತ್ತೆ ಮತ್ತೆ ವಿಚಾರಿಸಿ ಖಾತರಿಪಡಿಸಿಕೊಂಡಿದ್ದರು.

ಸಣಕಲು ದೇಹದ ಮುದುಕಿಯಂತೂ, ತನಗುಂಟಾಗುತ್ತಿದ್ದ ಸಂತೋಷವನ್ನು ಪ್ರಯಾಸದಿಂದ ಅಡಗಿಸಿಕೊಳ್ಳುತ್ತಾ, "ಇದನ್ನೆಲ್ಲ ನಾನು ಅದ್ರಾಮನಷ್ಟು ಸಣ್ಣವಳಿರುವಾಗಲಾದರೆ ನಂಬಬಹುದಿತ್ತು. ಒಂದಾಣೆಗೆ ಒಂದು ಸೇರು ಅಕ್ಕಿಯೆಂದರೂ ನಂಬಿಬಿಡುತ್ತಿದ್ದೆ. ಈ ಕಾಲದಲ್ಲಿ ಎರಡು ರೂಪಾಯಿಗೆ ಒಂದು ಕಿಲೋ ಅಕ್ಕಿ ಕೊಡುತ್ತಾರೆ ಎಂದು ನಂಬಿಬಿಟ್ಟರೆ ನನಗೆ ತಲೆ ಸರಿಯಿಲ್ಲ ಎಂದುಬಿಟ್ಟಾರು" ಎಂದು ತನ್ನ ಬೊಚ್ಚುಬಾಯಿಯನ್ನು ಇಡಿಯಾಗಿ ತೆರೆದು ಕೆಂಪು ಹಲ್ಲುಗಳಿಂದ ನಕ್ಕರೆ, ಸೊಸೆ ಸಕೀನಳಂತೂ ಕಿಸಕ್ಕನೆ ನಗುತ್ತಾ, "ಅದೂ ಎಷ್ಟಂತೆ? ಒಂದು ಮನೆಗೆ ಇಪ್ಪತ್ತು ಕಿಲೋ; ತಿಂಗಳಿಗೆ ಒಂದು ಮನೆಗೆ ಇಪ್ಪತ್ತು ಕಿಲೋ! ಹಿ...... ಹಿ..... ಕದ್ದು ತರಬೇಕು ಅವರು...." ಎಂದು ಇನ್ನಷ್ಟು ನಕ್ಕಿದ್ದಳು.

ಅದ್ರಾಮ, ನಾಚಿಕೆಯಿಂದ ಕೆಂಪಾಗಿಬಿಟ್ಟಿದ್ದ; ಅಳುವುದೊಂದೇ ಬಾಕಿ. "ನಾನು ಹೇಳಿದ್ದು ಸುಳ್ಳು ಅಲ್ವಾ? ಹಾಗಾದ್ರೆ ಆ ಫೋರ್‌ಮೇನ್ ನಾರಣಣ್ಣ ಲಾಟು ಬಿಡ್ತಾರಾ? ಇಡೀ ಬ್ರೇಂಚಿಗೇ ಗೊತ್ತುಂಟು. ಒಂದು ಮನೆಗೆ ತಿಂಗಳಿಗೆ ಇಪ್ಪತ್ತು ಕಿಲೋ ಅಂತ ರೂಲ್ಸು ಮಾಡಿದಾರಂತೆ. ಬರೀ ಬಡವರಿಗೆ ಮಾತ್ರವಂತೆ. ಬಡವರ

ಮನೆಗಳ ಹೆಸರು ಬರ್ಕೊಂಡು ಹೋಗಲು ಪಂಚ್ಯಾತಾಫೀಸಿನಿಂದ ಜನ ಹೊರಟಿದ್ದಾರಂತೆ. ಇಲ್ಲಿಗೆ ಬಂದು ಸುಳ್ಳು ಹೇಳಲಿಕ್ಕೆ ನನಗೇನು ಹುಚ್ಚಾ? ನಂಬದವರು ನಂಬುವುದು ಬೇಡ'' ಎಂದು ಸಾಕಷ್ಟು ಗಟ್ಟಿಯಾಗಿ ಕಿರುಚಿದ್ದ.

ಇದ್ದಕ್ಕಿದ್ದಂತೆ ಅದ್ರಾಮನ ತಾಯಿ ಸಾರಮ್ಮಳ ದೇಹ ಪುಳಕಗೊಂಡಿತ್ತು. ತೋಟದ ಮನೆ ಪುತ್ತಬ್ಬ ಹಾಜಿಯವರು ತಮ್ಮ ತಾಯಿಯ ವರ್ಷಾಂತಿಕದಂದು ಬಡವರಿಗೆ ಅಕ್ಕಿ ಹಂಚುತ್ತಿದ್ದುದು ನೆನಪಾಗಿತ್ತು.

``ಇದ್ರೂ ಇರಬಹುದು ಉಮ್ಮ.....'' ಎಂದು ಆಕೆ ಮಾತಿನ ಧಾಟಿಯನ್ನೇ ಹಿಂದುಮುಂದು ಮಾಡಿದಾಗ ಎಲ್ಲರೂ ಆಸೆಯಿಂದ ಕಿವಿ ನಿಮಿರಿಸಿದರು. ``ನಾವು ವರ್ಷ ವರ್ಷ ಓಟು ಮಾಡುತ್ತಿದ್ದ ಇಂದ್ರಾಗಾಂಧಿ ಸತ್ತು ವರ್ಷ ಆಗ್ತಾ ಬಂತಲ್ಲಾ? ಅವಳ ಮಗ ಅಲ್ವಾ ಈಗ ಸರ್ಕಾರ ಮಾಡೋದು? ತಾಯಿ ಹೆಸರಲ್ಲೆ ಅಕ್ಕಿ ಹಂಚಿದರೂ ಹಂಚಬಹುದು. ಅವ್ರಿಗೇನು ದುಡ್ಡಿಗೆ ಸಂಕಟವಾ?''

ತನ್ನ ಮೊಮ್ಮಗ ತಂದಿದ್ದ ಸಿಹಿ ಸುದ್ದಿಯನ್ನು ಬಲವಾಗಿ ಸಮರ್ಥಿಸಿದ್ದ ಸಾರಮ್ಮಳನ್ನು ಕೃತಜ್ಞತೆಯಿಂದ ದಿಟ್ಟಿಸಿದ್ದ ಮುದುಕಿ ``ಎಂಥದೋಪ್ಪ, ನನಗಂತೂ ನಂಬ್ಲಿಕ್ಕೆ ಆಗ್ತಾ ಇಲ್ಲ'' ಎಂದು ನಿಟ್ಟುಸಿರುಬಿಟ್ಟು ಗುಡಿಸಲಿನ ನಡುಗಂಬದ ಬಳಿ ಸಿಟ್ಟಿನಿಂದ ಮುಖ ಊದಿಸಿ ಕುಳಿತಿದ್ದ ಅದ್ರಾಮನತ್ತ ಸರಿದು ಅವನೆದುರು ಕುಕ್ಕರುಗಾಲು ಹಾಕಿ ಕೂತು, ``ನಿನ್ಗೆ ಇದೆಲ್ಲ ಯಾರು ಹೇಳಿದ್ದು ಮೋನೇ?'' ಎಂದು ರಮಿಸಲು ಯತ್ನಿಸಿದಳು.

ಅದ್ರಾಮ ಸಿಟ್ಟಿನಿಂದ ಮುಖ ತಿರುವಿ ಕೂತ, ಉತ್ತರಿಸಲಿಲ್ಲ. ``ಏನೂಂತ ಹೇಳಿದ್ರೋ?'' ಅಜ್ಜಿ ಮತ್ತೊಮ್ಮೆ ಪುಸಲಾಯಿಸಿದಳು. ``ನಂಗೊತ್ತಿಲ್ಲ'' ಎಂದು ಸಿಡುಕಿದ ಅದ್ರಾಮ ಧಡಕ್ಕನೆ ಎದ್ದು ಅಂಗಳಕ್ಕೆ ಧಾವಿಸಿದ. ಕೋಡುಗಲ್ಲಿನ ನೆರಳು ಗಾಡಿರಸ್ತೆಯಿಂದಲೂ ಹಿಂದಕ್ಕೆ ಜಾರಿ ದೇವದಾರು ಮರದ ಬುಡದಲ್ಲಿ ಮರದ ನೆರಳಿನ ಜತೆ ಬೆರೆತಿತ್ತು.

ಕುಂಞಿಪಾತುಮ್ಮ ಸ್ವಲ್ಪ ಹೊತ್ತು ಹಾಗೆಯೇ ಕುಕ್ಕರುಗಾಲು ಹಾಕಿ ಕುಳಿತಿದ್ದಳು. ಅದ್ರಾಮ ತಂದ ಸುದ್ದಿ ಸುಳ್ಳಾಗದಿರಲಿ ಎಂದು ಕಣ್ಣುಮುಚ್ಚಿ ಅಲ್ಲಾಹುವಿನೊಡನೆ ವಿನಂತಿಸಿದವಳಿಗೆ ಯಾಕೋ ಅನುಮಾನವಾಯಿತು. ಸುದ್ದಿ ಸುಳ್ಳಾಗದಿದ್ದರೆ ಮುಂದಿನ ಉರುಸ್‌ನ ವೇಳೆಯಲ್ಲಿ ಉಳ್ಳಾಲದ ಮಸೀದಿಗೆ ಎರಡು ರೂಪಾಯಿ ಕಾಣಿಕೆ ಕಳುಹಿಸುವುದಾಗಿ ಹರಕೆ ಹೊತ್ತಳು. ಸ್ವಲ್ಪ ಸಮಾಧಾನವಾಯಿತು.

ಸೊಂಟಕ್ಕೆ ಎಡಗೈಯ್ಯೂರಿ ``ಯಾ ಅಲ್ಲಾ'' ಎನ್ನುತ್ತಾ ಎದ್ದು ನಿಂತ ಮುದುಕಿ ಸಕೀನಳತ್ತ ತಿರುಗಿ ``ನಿನ್ನ ಬುರ್ಕಾ ಕೊಡು. ನಾನೊಮ್ಮೆ ಬೀಡಿ ಬ್ರೇಂಚಿಗೆ ಹೋಗಿ ಬರ್ತೇನೆ'' ಎಂದಾಗ ಕೋಣೆಯ ಬಲ ಮೂಲೆಯಿಲ್ಲದ್ದ ಒಲೆಯ ಮೇಲೆ ಕುದಿಯುತ್ತಿದ್ದ ಗಂಜಿಗೆ ಸೌಟು ಹಾಕಿ ಅಕ್ಕಿ ಬೆಂದ ಬಗ್ಗೆ ಖಾತರಿಪಡಿಸಿಕೊಳ್ಳುತ್ತಿದ್ದ ಹಲೀಮ ``ಈ ಬಿಸಿಲಿಗೆ ನೀನ್ಯಾಕೆ ಹೋಗುವುದು?'' ಎಂದು ಪ್ರಶ್ನಿಸಿದಳು.

ಮದುವೆಯಾಗಿ ಗಂಡನ ಮನೆಯಲ್ಲಿ ಅಡುಗೆ ಮಾಡಬೇಕಾಗಿದ್ದ ಮಗಳು ಇಲ್ಲೇ ಹೊಗೆಯಲ್ಲಿ ಕರಕಾಗುವುದನ್ನು ನೋವಿನಿಂದ ದಿಟ್ಟಿಸಿದ ಮುದುಕಿ, ``ನಾನು

ಹೋಗದಿದ್ರೆ ಮತ್ಯಾರು ನಿನ್ನ ಅಪ್ಪ ಕಬರ್‌ಸ್ಥಾನದಿಂದ ಎದ್ದು ಹೋಗಿ ಎಲ್ಲ ವಿಚಾರಿಸಿಕೊಂಡು ಬರ್‍ತಾರಾ? ಪಂಚ್ಯಾತಿನೋರು ಅಕ್ಕಿ ಹಂಚುವುದು ನಿಜವೇ ಆಗಿದ್ರೆ ನಮ್ಮ ಹೆಸರೂ ಬರೆದುಕೊಳ್ಳುವಂತೆ ನಾರಣಣ್ಣನವರಲ್ಲಿ ಹೇಳಿ ಬರ್‍ತೇನೆ. ಇಲ್ಲದಿದ್ರೆ ಅವತ್ತು ಆದ ಹಾಗೆ ಆದೀತು. ಊರಿಗೆಲ್ಲ ಸಕ್ಕರೆ ಕಾರ್ಡು ಕೊಟ್ಟವರು ನಮಗೆ ಕೊಟ್ಟಿದ್ದಾರಾ? ಅವತ್ತು ಓಟಿನ ಹೆಸರು ಬರೆಯಲು ಬಂದವರಲ್ವಾ ಕಾರ್ಡು ಮಾಡಿಸಿಕೊಟ್ಟದ್ದು? ಈಗ ಬಡವರಿಗೆ ಮಾತ್ರ ಅಂತ ಹೆಸರು ಬರೆಯುವ ಅವಸರದಲ್ಲಿ ನಮ್ಮನ್ನು ಮರೆತೇ ಬಿಟ್ಟುಹೋದರೆ....." ಮುದುಕಿ ಸಿಡುಕಿದಳು.

ಹಲೀಮಳಿಗೆ ಬಾಯಿ ಕಟ್ಟಿಹೋಯಿತು. ಖಾದರಣ್ಣ ಇರುತ್ತಿದ್ದರೆ ಇಷ್ಟೊಂದು ಕಷ್ಟವಿರಲಿಲ್ಲ. ಬೊಂಬಾಯಿಗೆ ಓಡಿದವನು ಒಂದು ಕಾಗದ ಹಾಕಿ 'ಹೇಗಿದ್ದೀಯಾ' ಎಂದು ವಿಚಾರಿಸುವುದಿರಲಿ, ಐದು ರೂಪಾಯಿ ದುಡ್ಡು ಕಳಿಸಿ, 'ಒಂದು ಲಂಗ ತೆಗೆದುಕೋ' ಎಂದೂ ತಿಳಿಸಿದವನಲ್ಲ. ಎಲ್ಲಿದ್ದಾನೋ ಏನೋ; ಹಲೀಮ ನಿಟ್ಟುಸಿರಿಟ್ಟಳು.

ಸಕೀನ ತಂದುಕೊಟ್ಟ ಬುರ್ಕಾದೊಳಗೆ ನುಸುಳಿಕೊಳ್ಳಲು ಯತ್ನಿಸಿದ ಮುದುಕಿಗೆ ಇದ್ದಕ್ಕಿದ್ದಂತೆ ಭಯಂಕರ ಕೋಪ ಬಂತು. "ಎಂಥದ್ದೇ ಇದು? ಕಾಲಿನ ಹತ್ರ ಇಷ್ಟೊಂದು ಹರಿದುಹೋಗಿದೆ. ಇದನ್ನು ಹಾಕುವುದು ಹೇಗೆ? ಒಂದು ಸೂಜಿ ತಕ್ಕೊಂಡು ಹೊಲೀಲಿಕ್ಕೆ ಸಂಕಟವಾ? ಅಥ್ವಾ ಓಡಿಹೋಗಿದ್ದಾನಲ್ಲ ನಿನ್ನ ಗಂಡಾ..... ಅವನು ಹೊಸದೇ ತರ್ತಾನಂತ ಕಾಲಗಲಿಸಿ ಕೂತಿದ್ಯಾ?"

ಕತ್ತರಿಸಿದ್ದ ಬೀಡಿ ಎಲೆಗಳಿಗೆ ನೀರು ಹನಿಸುತ್ತಿದ್ದ ಸಕೀನಳಿಗೆ ಅವಮಾನವಾಯಿತು. "ನನಗಷ್ಟು ಪುರುಸೊತ್ತು ಈ ಮನೆಯಲ್ಲಿ ಯಾರು ಕೊಡ್ತಾರೆ? ನಾನೇನು ಇಲ್ಲಿ ಕಾಲು ಚಾಚಿ ಮಲಗಿಕೊಂಡು ತಿನ್ತಾ ಇದ್ದೇನಾ? ರಾತ್ರಿ ಹಗಲು ಅಂತ ನೋಡದೆ ಕೆಲ್ಸ ಮಾಡ್ತಾ ಇಲ್ವಾ? ಬೆನ್ನು ತುರಿಸಲಿಕ್ಕಾದ್ರೂ ಇಲ್ಲಿ ಪುರುಸೊತ್ತು ಕೊಟ್ಟಿದ್ದೀರಾ? ನೀವೆಲ್ಲ ಒಂದು. ನಾನು ಮಾತ್ರ ಬೇರೆ. ನಿಮ್ಮ ಮಗನನ್ನು ನಾನು ಓಡಲಿಕ್ಕೆ ಹೇಳಿದ್ದಾ? ಇಡೀ ಮನೆಯಲ್ಲಿ ಇರುವುದು ಒಂದು ಬುರ್ಕಾ. ಎಲ್ಲರೂ ಹಾಕಿಕೊಂಡು ಆಸ್ಪತ್ರೆ–ಊರೂಸು ಅಂತ ಕಲ್ಲು–ಮುಳ್ಳು ನೋಡದೆ ನಡೆದ್ರೆ ಹರಿಯದೆ ಇರ್‍ತದಾ?" ಪ್ರಶ್ನೆಗಳ ಮಾಲೆಯನ್ನೇ ಎದುರಿಟ್ಟಿದ್ದಳು ಸಕೀನ.

ತನ್ನ ತಾಯಿಗೆ ಎದುರು ಜವಾಬು ಕೊಟ್ಟ ಸಕೀನಳ ಉದ್ಧಟತನ ಹಿರಿ ಮಗಳು ಸಾರಮ್ಮಳಿಗೆ ಹಿಡಿಸಲಿಲ್ಲ. "ಅಷ್ಟೆಲ್ಲ ಉದ್ದ ಮಾಡುವುದು ಬೇಡ, ಕಾಲು ಚಾಚಿಕೊಂಡು ಇಲ್ಲಿ ಯಾರೂ ತಿನ್ತಾ ಇಲ್ಲ. ಬುರ್ಕಾ ನಿನ್ನದಿರಬಹುದು. ಆದ್ರೆ ಅದನ್ನು ತಂದುಕೊಟ್ಟವನು ನನ್ನ ತಮ್ಮ ಹಾಂ..... ಅದರ ಮೇಲೆ ಎಲ್ಲರಿಗೂ ಹಕ್ಕುಂಟು."

"ಹಕ್ಕಿದ್ರೆ ಹರ್‍ಕೊಂಡು ತಿಂದುಬಿಡಿ. ನಾನಿನ್ನು ಹೊರಗೆ ಹೋಗುವುದು ಕಬರ್ ಗುಂಡಿಗೆ ಮಾತ್ರ. ನನ್ಗೂ ನನ್ನ ಮಗುವಿಗೂ ಒಂದಿಷ್ಟು ಎಲಿಪಾಸಾನ ತಂದು ಹಾಕಿಬಿಡಿ. ನೀವೇ ಸುಖವಾಗಿ ಇರಬಹುದು." ಸಕೀನ ಅಳಲು ಶುರು ಮಾಡಿದಳು.

"ಹುಂ..... ಹುಂ..... ಸಾಕು, ಸಾಕು. ನಾನೊಬ್ಬಳು ಸಾಯಬೇಕು ಅಂತಲ್ವಾ

ಹರಕೆ ಹೊರೋದು ? ನನ್ಗೆ ಕೆಲ್ಸ ಮಾಡಲು ಆಗುವುದಿಲ್ಲ ಅಂತಲ್ವಾ ನಿಮ್ಮದೆಲ್ಲ ಹಾರಾಟ ? ಮಾತು ಮಾತಿಗೆ 'ಳೋ' ಅಂತ ಅತ್ತುಬಿಟ್ರೆ ಭಾರಿ ಸೊಬಗತಿ ಅಂತ ಆಯ್ತಾ ?'' ಎಂದು ಬೇಸರದಿಂದ ಹೇಳಿದ ಕುಂಞಪಾತುಮ್ಮ ತನ್ನ ಕಾಲುಬುಡದಲ್ಲಿ ಕುಳಿತು ಪಿಳಿ ಪಿಳಿ ನೋಡುತ್ತಿದ್ದ ಸಕೀನಳ ಮಗುವನ್ನು ಎತ್ತಿಕೊಂಡು, "ನಿನ್ನಷ್ಟು ಬುದ್ಧಿ ನಿನ್ನ ಉಮ್ಮನಿಗಿಲ್ಲವಲ್ಲ ಮೋಳೇ....." ಎಂದು ಎದೆಗವಚಿಕೊಂಡಳು. ಸಕೀನಳಿಗೆ ನಾಚಿಕೆಯೆನ್ನಿಸಿತು. ಅತ್ತೆಯ ಭುಜದ ಮೇಲಿದ್ದ ಬುರ್ಕಾವನ್ನು ಎಳೆದುಕೊಂಡು "ಆ ನೂಲಿನ ಉಂಡೆ ಎಲ್ಲುಂಟು ?'' ಎಂದು ಸಾರಮ್ಮಳನ್ನು ಪ್ರಶ್ನಿಸಿದಳು. ಹಲೀಮ ತುಟಿಯಂಚಿನಲ್ಲಿ ನಕ್ಕಳು.

ಸ್ವಲ್ಪವೇ ಹೊತ್ತಿನ ಬಳಿಕ ಕುಂಞಪಾತುಮ್ಮಳ ಗುಡಿಸಲಿನ ಒಂಭತ್ತು ಹಸಿದ ಹೊಟ್ಟೆಗಳೂ ಮಡಕೆಯಲ್ಲಿದ್ದ ಎಲ್ಲ ಗಂಜಿಯನ್ನೂ ಪಾಲು ಮಾಡಿಕೊಂಡು ನುಂಗಿದವು.

ಅದೇ ದಿನ ಸಂಜೆಯ ಹೊತ್ತು.

"ಒಂದು ಮನೆಗೆ ಒಂದು ತಿಂಗಳಿಗೆ ಇಪ್ಪತ್ತು ಕಿಲೋ. ಒಂದು ಕಿಲೋಗೆ ಎರಡು ರೂಪಾಯಿ. ಒಂದು ಒಲೆಯುಲ್ಲಿ ಅಡುಗೆ ಮಾಡಿ ತಿನ್ನುವವರೆಲ್ಲ ಒಂದೇ ಮನೆಯವರೆಂದು ಲೆಕ್ಕ'' ಇತ್ಯಾದಿಯಾಗಿ ಬೀಡಿ ಬ್ರಾಂಚಿನ ಫೋರ್‌ಮೆನ್ ನಾರಣಣ್ಣ ಹೇಳಿದ್ದನ್ನೆಲ್ಲಾ ಮತ್ತೆ ಮತ್ತೆ ನೆನಪಿಸಿಕೊಂಡು ಗುಣಗುಣಿಸುತ್ತಾ ತೆಳು ಬಿಸಿಲಿಗೆ ನಡೆದು ಬಂದ ಕುಂಞಪಾತುಮ್ಮ ಮನೆಯಂಗಳಕ್ಕೆ ಕಾಲಿಟ್ಟವಳು ಏನನ್ನೋ ಯೋಚಿಸಿ ಗಕ್ಕನೆ ನಿಂತುಬಿಟ್ಟಳು. ರೋಮಾಂಚಗೊಂಡು ನವಿರಾಗಿ ನಡುಗಿದಳು. ಕಾಲುಗಳ ಶಕ್ತಿಯನ್ನೇ ಕಳೆದುಕೊಂಡವಳಂತೆ ಹುಣಸೇ ಮರದ ಕಾಂಡಕ್ಕೆ ಒರಗಿ ಕುಸಿದು ಕುಳಿತಳು.

ಮತ್ತು ತನ್ನ ಗುಡಿಸಲನ್ನು ಕಣ್ಣಗೆರೆಗಳಲ್ಲೇ ಮೂರು ಭಾಗ ಮಾಡಿದಳು.

ಪೂರ್ತಿ ಕತ್ತಲಾದ ಬಳಿಕವೂ ಅಂಗಳದಲ್ಲೇ ಕಾಲೆಳೆಯುತ್ತಾ, ಗುಡಿಸಲನ್ನು ಸುತ್ತು ಹಾಕುತ್ತಾ ಎಲ್ಲರಿಗೂ ಒಗಟಿನ ಮೊಟ್ಟೆಯಂತೆ ಕಾಣಿಸಿಕೊಂಡ ಮುದುಕಿ, ಚಿಕ್ಕ ಮಕ್ಕಳೆಲ್ಲ ನಿದ್ರೆ ಹೋದ ಬಳಿಕ ಎಲ್ಲರನ್ನೂ ಅಂಗಳಕ್ಕೆ ಕರೆದು ತನ್ನ ಯೋಜನೆಯನ್ನು ಪ್ರಕಟಿಸಿದಳು.

ಅಜ್ಜಿಯ ಅಸಾಧಾರಣ ಬುದ್ಧಿವಂತಿಕೆಯನ್ನು ಮನಸಾರೆ ಮೆಚ್ಚಿಕೊಂಡ ಅದ್ರಾಮ ನಿಂತ ನಿಲುವಿನಲ್ಲೇ ತನ್ನ ಬೆಂಬಲವನ್ನು ಘೋಷಿಸಿದ, ಮಾತ್ರವಲ್ಲದೆ ಸಕೀನತ್ತೆ ತನ್ನ ಜತೆಯಲ್ಲಿ ಬರಲು ತಯಾರಿದ್ದರೆ ತೋಡಿನ ಆಚೆ ಬದಿಯಲ್ಲಿರುವ ಕುಂಟಲಕಾಡಿನ ನಡುವಿನಿಂದ ಏಳೆಂಟು ತುಂಡು ಬಿದಿರು ಕಡಿದು ತರುವ ಭರವಸೆಯನ್ನೂ ನೀಡಿದ.

ಸಾರಮ್ಮ ತನ್ನ ಏಕಮಾತ್ರ ಆಸ್ತಿಯಾಗಿರುವ ಕಾಲಿನ ಬೆಳ್ಳಿಯ ಗೆಜ್ಜೆಯನ್ನು ಸಂಕಪ್ಪಶೆಟ್ಟರ ಹೆಂಡತಿಯ ಬಳಿ ಅಡವಿಟ್ಟು ಐವತ್ತು ರೂಪಾಯಿ ತರಲು ಒಪ್ಪಿದಳು. ಬಚ್ಚಲಿಗೆಂದು ಅಡ್ಡಕಟ್ಟಿರುವ ಬೆತ್ತದ ತಟ್ಟಿಗಳನ್ನು ಬಿಚ್ಚಿ ಮಾಡಿನಂತೆ ಕಟ್ಟಿದರೆ ಮತ್ತೊಂದೈವತ್ತು ಸೋಗೆ ತಟ್ಟಿಗಳಿಂದ ಗೋಡೆ ಎಬ್ಬಿಸಬಹುದು ಎಂಬುದಾಗಿ ಸಕೀನ ತನ್ನೂರಿನ ಹಟ್ಟಿಯ ನೆನಪಿನಿಂದ ಸಲಹೆಯಿತ್ತಳು. ತೋಡಿನ ಬದಿಯಿಂದ

ಮಣ್ಣು–ಮರಳು ತಂದು ಇನ್ನೆರಡು ಹೊಸ ಒಲೆಗಳನ್ನು ನಿರ್ಮಿಸುವ ಜವಾಬ್ದಾರಿಯನ್ನು, ಸ್ವತಃ ಕುಂಞಪಾತುಮ್ಮಳೆ ವಹಿಸಿಕೊಂಡಳು. ಈ ಸಂಗತಿಯನ್ನು ಯಾರಲ್ಲೂ ಹೇಳದೆ ಗುಟ್ಟಾಗಿಡುತ್ತೇನೆಂದು ಅದ್ರಾಮ ಉಳ್ಳಾಲದ ಮಸೀದೆಯ ಆಣೆ ಹಾಕಿದ; ಪ್ರಮಾಣ ಮಾಡಿದ.

ಹೀಗೆಲ್ಲ ನಿರ್ಧಾರಗಳು ನಡೆದು ಹದಿನೆಂಟನೆಯ ದಿನ ಗುರುವಾರದ ಸೂರ್ಯ ಕೋಡುಗಲ್ಲಿನ ಪಕ್ಕದ ಇಳಿಜಾರು ಕಾಲು ಹಾದಿಯ ಮೂಲಕ ನಾಲ್ಕೈದು ಮಂದಿ ಇಳಿದು ಬರುತ್ತಿರುವುದನ್ನು ಅಂಗಳದಲ್ಲಿ ಕುಳಿತು ಬೀಡಿ ಸುತ್ತುತ್ತಿದ್ದ ಹಲೀಮ ಕಂಡವಳೇ ಬೆಚ್ಚಿಬಿದ್ದಳು. ಹಲೀಮ ಸುತ್ತಿಕೊಟ್ಟಿದ್ದ ಬೀಡಿಯ ಸೊಂಟಕ್ಕೆ ಕೆಂಪು ನೂಲು ಬಿಗಿಯುತ್ತಿದ್ದ ಸಕೀನ, ಅಭ್ಯಾಸಬಲದಿಂದ ಎಡಗೈಯನ್ನು ಪಕ್ಕಕ್ಕೆ ಚಾಚಿದಳು. ಹಲೀಮಳ ಕಡೆಯಿಂದ ಯಾವುದೇ ಪ್ರತಿಕ್ರಿಯೆ ಬಾರದ್ದನ್ನು ಗಮನಿಸಿ ಅವಳತ್ತ ತಿರುಗಿದಳು; ತಕ್ಷಣ ಕೋಡುಗಲ್ಲಿನ ಬುಡದಲ್ಲಿ ಕಣ್ಣುನೆಟ್ಟು "ಹೋ ಬಂದರು!" ಎಂದು ಉದ್ಗರಿಸಿದಳು. ದೇವದಾರು ಮರದ ನೆರಳಲ್ಲಿ ಇಳಿದು ಬರುತ್ತಲಿದ್ದ ಐವರಲ್ಲಿ ಒಬ್ಬಾತ ತಮ್ಮ ಗುಡಿಸಲುಗಳತ್ತಲೇ ಕೈತೋರಿ ಏನನ್ನೋ ಹೇಳುತ್ತಿರುವುದನ್ನು ಕಂಡ ಇವರಿಬ್ಬರೂ ಗುಡಿಸಲ ಒಳಗೆ ಮಗುವಿಗೆ ಮೊಲೆಯೂಡಿಸುತ್ತಿದ್ದ ಸಾರಮ್ಮಳನ್ನು ಏಕಕಾಲದಲ್ಲಿ ಕೂಗಿ ಕರೆದರು. ಮತ್ತು ಅದೇ ಸಮಯದಲ್ಲಿ ತೋಡಿನ ದಿಕ್ಕಿನಿಂದ ಕಾಲೆಳೆಯುತ್ತಾ ಬಂದ ಕುಂಞಪಾತುಮ್ಮ ಕಪ್ಪು ಕೋಡುಗಲ್ಲಿನ ಕೆಳಗೆ ಜಾರಿಬರುತ್ತಿರುವ ಬಿಳಿ ಬಟ್ಟೆಯ ಮನುಷ್ಯರನ್ನು ಕಂಡು ದೇವದೂತರೇ ಬರುತ್ತಿದ್ದಾರೆ ಎಂದೆನಿಸಿ ನವಿರಾಗಿ ನಡುಗಿದಳು.

"ಬಂದರು ಎಂದು ಕಾಣುತ್ತದೆ" ಸಾರಮ್ಮ ತನ್ನ ಅನುಮಾನಕ್ಕೆ ಮಾತಿನ ರೂಪ ಕೊಟ್ಟಳು.

ಲಗುಬಗೆಯಿಂದ ಧಾವಿಸಿ ಬಂದ ಮುದುಕಿ ಏದುಸಿರು ಬಿಡುತ್ತಾ "ಸಕೀನಾ ನೀನು ಬಲಕ್ಕೆ ಹೋಗಿರು. ಸಾರಮ್ಮ ನೀನು ಎಡಕ್ಕೆ ಹೋಗಿ ಒಂದಿಬ್ಬರು ಮಕ್ಕಳನ್ನೂ ಕರೆದುಕೊಳ್ಳು. ಒಲೆಗಳಲ್ಲಿ ಬೆಂಕಿ ಮಾಡಿ ನೀರಿಟ್ಟುಬಿಡಿ. ಒಂದು ಒಲೆಗೆ ಒಂದು ಮನೆ ಲೆಕ್ಕವಂತೆ. ಯಾರೂ ಹೊರಗೆ ತಲೆ ಹಾಕುವುದೂ ಬೇಡ" ಎಂದವಳು ಅತ್ತಿತ್ತ ಕಣ್ಣು ಹಾಯಿಸಿ, "ಈ ಅದ್ರಾಮ ಎಲ್ಲಿ ಮರಕಟ್ಟಿದಾ?" ಎಂದು ಪ್ರಶ್ನಿಸಿದಳು.

"ತಲೆನೋವಿನ ಮಾತ್ರೆ ತರಲು ಅಂಗಡಿಗೆ ಕಳಿಸಿದ್ದೆ. ಒಂದು ಗಂಟೆಯಾಯ್ತು." ಸಾರಮ್ಮ ತನ್ನ ಹಣೆ ಸವರುತ್ತಾ ಹೇಳಿದಳು.

"ಒಳ್ಳೆಯದೇ ಆಯಿತು" ಹಲೀಮ ನಿಟ್ಟುಸಿರಿಟ್ಟು ಹೇಳಿದಳು. "ಅವನೆಲ್ಲಾದ್ರೂ ಬಾಯಿಬಿಟ್ಟು ಅಧಿಕಪ್ರಸಂಗ ಮಾಡಿಬಿಟ್ರೆ ಸಿಗುವ ಇಪ್ಪತ್ತು ಕಿಲೋಕ್ಕೂ ಕಲ್ಲು ಬಿದ್ದೀತು."

ಇವರೆಲ್ಲರ ನಿರೀಕ್ಷೆಯನ್ನು ನಿಜಗೊಳಿಸುವಂತೆ ಒಂದೊಂದೇ ಹೆಜ್ಜೆ ಇಳಿದು ಬರುತ್ತಿದ್ದ ಐದು ಮಂದಿಗಳೂ ಗುಡ್ಡದ ತಪ್ಪಲಿನ ಗಾಡಿ ಹಾದಿಯನ್ನು ಹಾದು ಹುಣಸೆ ಮರದ ನೆರಳಲ್ಲಿ ನಿಂತರು.

ಹಲೀಮ ಗುಡಿಸಲಿನ ಒಳಗೆ ಕುಳಿತು, ಸೋಗೆಯ ಸಂದಿಯ ಮೂಲಕ

ಆಗಂತುಕರ ಪರಿಚಯ ಮಾಡಿಕೊಳ್ಳಲಾರಂಭಿಸಿದಳು. ಒಬ್ಬಾತ ಚಿಗುರು ಮೀಸೆಯ ಚಂದದ ಯುವಕ; ಪ್ಯಾಂಟು ಅಂಗಿ ತೊಟ್ಟಿದ್ದು ಕ್ರಾಪು ಬಿಟ್ಟಿದ್ದ, ಬಗಲಲ್ಲಿ ತುಂಬಿದ ಚೀಲ ಜೋತು ಹಾಕಿಕೊಂಡಿದ್ದವನು, ಕುಳ್ಳಗೆ ಕಪ್ಪಾಗಿದ್ದ. ಮತ್ತೊಬ್ಬರು ಮಸೀದೆಯ ಮೌಲವಿಯವರು. ಅಪ್ಪನ ಹೆಣ ತೆಗೆಯುವಾಗ ಬಂದಿದ್ದವರು. ಉಳಿದಿಬ್ಬರಲ್ಲಿ ಒಬ್ಬರು ಮುಂಡಾಸಿನವರು; ಮತ್ತೊಬ್ಬರ ಕೈಯ್ಯಲ್ಲಿ ಕಪ್ಪಗೆ ಹೊಳೆಯುವ ಬ್ಯಾಗು. ಯಾರಿದ್ದಿರಬಹುದು ? ಯಾರ ಬಳಿಯಲ್ಲೂ ದಪ್ಪನೆ ರಟ್ಟು ಹೊದಿಸಿದ ಪುಸ್ತಕ ಕಾಣಿಸಲಿಲ್ಲ. ಬಡವರ ಮನೆಗಳ ಹೆಸರುಗಳನ್ನು ಯಾವುದರಲ್ಲಿ ಬರೆದುಕೊಳ್ಳುತ್ತಾರೆ ? ಒಂದೇ ಮನೆಯಾಗಿದ್ದರೆ ನೆನಪಿಟ್ಟುಕೊಂಡು ಹೋಗಬಹುದಾಗಿತ್ತು.

ಅಂಗಳದ ಮೂಲೆಯಲ್ಲಿ ನಿಂತು ಆಗಂತುಕರನ್ನು ಭಯ–ಕುತೂಹಲದಿಂದ ದಿಟ್ಟಿಸುತ್ತಿದ್ದ ಸಕೀನಳ ಮಗಳತ್ತ ಬಾಗಿದ ಮುಂಡಾಸಿನ ವ್ಯಕ್ತಿ, "ಅಬ್ಬ ಇದ್ದಾನಾ ಮನೆಯಲ್ಲಿ ?" ಎಂದು ಪ್ರಶ್ನಿಸಿದ.

"ಆ ಮಗು ಅಬ್ಬನನ್ನು ಒಮ್ಮೆಯಾದ್ರೂ ಕಂಡಿದ್ರೆ ಅಲ್ವಾ ?" ಕುಂಞಪಾತುಮ್ಮ ಧೈರ್ಯದಿಂದ ಮಾತು ಜೋಡಿಸಿಕೊಳ್ಳುತ್ತಾ ಬಾಗಿಲ ಹೊರಗೆ ಕಾಣಿಸಿಕೊಂಡಳು; "ಅವ್ಳು ಆರು ತಿಂಗಳು ಗರ್ಭಿಣಿ ಇರುವಾಗ್ಲೇ ಆ ಅಬ್ಬ ಊರು ಬಿಟ್ಟು ಹೋದ. ಎರಡು ವರ್ಷವಾಯ್ತು. ಒಂದು ಮುಕ್ಕಾಲು ಕಳಿಸಿಲ್ಲ. ಹೊಟ್ಟೆ ಒಂದು ಉಂಟು ನೋಡಿ. ಅಲ್ಲಾಹು, ಬಾ ಅನ್ನುವವರೆಗಾದ್ರೂ ಬದುಕಬೇಕಲ್ವಾ ? ಬೀಡಿ ಕಟ್ಟಿಕೊಂಡು ಆ ಮನೆಯಲ್ಲಿ ಬದುಕುತ್ತಿದ್ದಾಳೆ" ಎಂದು ಕುಂಞಪಾತುಮ್ಮ 'ಆ ಮನೆಯಲ್ಲಿ' ಎಂಬ ಮಾತಿಗೆ ಒತ್ತು ನೀಡಿ ಬಲಗೈಯನ್ನು ಚಾಚಿದಳು.

"ಎಲ್ಲವೂ ಅಲ್ಲಾಹುವಿನ ಆಟ ಬೀಬಿ" ಎಂದು ನಿರುತ್ಸಾಹ ನಟಿಸಿದ ಗಡ್ಡದ ಮೌಲವಿ "ಏನು ಮನೆ ಹೊಸದಾಗಿ ಕಾಣಿಸ್ತಾ ಉಂಟು ? ಏನಾದ್ರೂ ವಿಶೇಷ ಉಂಟಾ ?" ಎಂದು ಪ್ರಶ್ನಿಸಿದರು.

ಕುಂಞಪಾತುಮ್ಮಳ ಮುದಿ ಎದೆ ಧಸಕ್ಕೆಂದಿತು. ಸುಕ್ಕುಗಟ್ಟಿದ ಚರ್ಮದ ಸಂದಿಯಲ್ಲಿ ಬೇಕೋ ಬೇಡವೋ ಎಂಬಂತೆ ಹರಿಯುತ್ತಿದ್ದ ರಕ್ತವೆಲ್ಲ ಬಿಸಿಯಾಗಿ ಚುರುಕಿನಿಂದ ಹರಿಯತೊಡಗಿತ್ತು. ತಾನೀಗ ಗಲಿಬಿಲಿಗೊಂಡರೆ ತನ್ನ ಹದಿನೆಂಟು ದಿನಗಳ ಹರಕೆಗಳೆಲ್ಲವೂ ಸೈತಾನನ ಪಾಲಾಗುತ್ತದೆ.

"ನಮ್ಮ ಮನೆಯಲ್ಲಿ ಎಂಥದ್ದು ವಿಶೇಷ ? ಮಳೆ ಬಂದರೆ ಒಳಗೆಲ್ಲ ನೀರು ಸೋರುತ್ತಿತ್ತು. ಅದಕ್ಕೆ ಮೂರೂ ಮನೆಯವರು ಪಾಲು ಹಾಕ್ಕೊಂಡು ಸೋಗೆ ಹೊದಿಸಿದೆವು ಅಷ್ಟೇ" ಎಂದು ಮುದುಕಿ ತನ್ನ ಜಾಣತನಕ್ಕೆ ತಾನೇ ಹೆಮ್ಮೆಪಡುತ್ತಾ ಇನ್ನೇನಿದೆ ನಿಮ್ಮ ವಿಚಾರಣೆ ಎನ್ನುವವಳಂತೆ ಮೌಲವಿಯವರತ್ತ ನೋಡಿದಳು.

"ಇಲ್ಲಿ ಮೂರು ಮನೆಗಳುಂಟಾ ?" ಪ್ಯಾಂಟಿನ ಯುವಕ ಅಚ್ಚರಿಗೊಂಡವನಂತೆ ಕಣ್ಣರಳಿಸಿ ಪ್ರಶ್ನಿಸಿದ್ದ.

"ಹೌದು ಮಗಾ, ಈ ಕಾಲದಲ್ಲಿ ತಾಯಿ ಮಗಳು ಅಂತ ಉಂಟಾ ? ಇದ್ದುದರಲ್ಲಿ ಪಾಲು ಮಾಡ್ಕೊಂಡು ಎರಡು ವರ್ಷವೇ ಆಯ್ತು. ನಾವು ಬೇರೆ ಬೇರೆಯೇ ಅಡುಗೆ

ಮಾಡುವುದು. ನೀವು ಬೇಕಾದ್ರೆ ಒಳಗೆ ಬಂದು ನೋಡಿ ಮೂರು ಒಲೆ ಉಂಟಾ ಇಲ್ವಾ ಅಂತ'' ಕುಂಞಪಾತುಮ್ಮ ಸಮರಕ್ಕೆ ಸಿದ್ಧಳಾದವಳಂತೆ ಹೇಳಿದಳು.

"ಛೇ..... ಛೇ..... ನಾನ್ಯಾಕೆ ಪರೀಕ್ಷೆ ಮಾಡಬೇಕು ?'' ಪ್ಯಾಂಟಿನ ಯುವಕ ತಬ್ಬಿಬ್ಬಾದವನಂತೆ ಪೆಚ್ಚು ಮೋರೆ ಹಾಕಿದ.

"ಒಟ್ಟಿನಲ್ಲಿ ಯಾ ಅಲ್ಲಾ ಅಂತ ಬದುಕಿದ್ರೆ ಆಯ್ತು ಬೀಬಿ. ನಾವೆಲ್ಲ ಸಾಯುವಾಗ ಇದನ್ನೆಲ್ಲ ಹೊತ್ತುಕೊಂಡು ಹೋಗಲಿಕ್ಕುಂಟಾ ?'' ಎಂದು ಮುಂಡಾಸಿನ ವ್ಯಕ್ತಿ ತನ್ನ ಪಕ್ಕದಲ್ಲಿ ನಿಂತಿದ್ದ ಕುಳ್ಳನೆ ಯುವಕನತ್ತ ತಿರುಗಿ "ಇವರ ಹತ್ರ ಮೂರು ಡಬ್ಬೆ ಕೊಡು'' ಎಂದು ಹೇಳಿ ಪುನಃ ಕುಂಞಪಾತುಮ್ಮಳತ್ತ ನೋಡಿ, "ನಮ್ಮ ಜಾತಿಯ ದಿಕ್ಕಿಲ್ಲದ ಹುಡುಗರಿಗೆ ಒಂದು ಯತೀಮಖಾನಾ ಕಟ್ಟಿಸಬೇಕು ಅಂತ ತೀರ್ಮಾನವಾಗಿದೆ. ನಮ್ಮ ಜಾತಿಯ ದಿಕ್ಕಿಲ್ಲದ ಹುಡುಗರು ಬೀದಿಯಲ್ಲಿ ಬೀಳುವುದು ನಮಗೆಲ್ಲ ನಾಚಿಕೆಯ ಸಂಗತಿ. ಬಡವ ಶ್ರೀಮಂತ ಅಂತ ಭೇದ ಮಾಡದೆ ಎಲ್ರೂ ಯತೀಮಖಾನಾ ಕಟ್ಟಿಸಲು ದಾನ ನೀಡಿ ಪುಣ್ಯ ಕಟ್ಟೊಳ್ಳಬೇಕು ಅಂತ ನಮ್ಮ ಆಸೆ. ಹಾಗಂತ ನೀವು ನೂರು ಸಾವಿರ ಕೊಡಬೇಕಾಗಿಲ್ಲ. ಬರೀ ಹತ್ತು ಪೈಸೆ, ಒಂದು ದಿನಕ್ಕೆ ಹತ್ತು ಪೈಸೆ ಯಾರಿಗೂ ಭಾರವಾಗುವುದಿಲ್ಲ....''

ಕುಂಞಪಾತುಮ್ಮಳ ಮುಖ ಬಿಳುಚಿಕೊಂಡಿತ್ತು.

"ಹಾಗಾದ್ರೆ ನೀವು ತನಿಖೆಗೆ ಬಂದವರಲ್ವಾ ?'' ಮುದುಕಿಯ ಧ್ವನಿಯಲ್ಲಿ ಜೀವವಿರಲಿಲ್ಲ.

"ಎಂಥ ತನಿಖೆ !'' ಮೌಲವಿಯವರು ಆಚ್ಚರಿಯಿಂದ ಪ್ರಶ್ನಿಸಿದ್ದರು.

"ಅದೇ..... ಬಡವರ ಮನೆ ತನಿಖೆ ಮಾಡಿ ಹೆಸರು ಬರ್ಕೊಂಡು ಹೋಗಲು ಯಾರೋ ಬರಲಿಕ್ಕಿದ್ದಾರೆ ಅಂತ ನಮ್ಮ ನಾರಣಣ್ಣ ಹೇಳಿದ್ರು. ಒಂದು ಮನೆಗೆ ಇಪ್ಪತ್ತು ಕಿಲೋ ಅಕ್ಕಿ ಕೊಡ್ತಾರೆಂತ ?'' ಮುದುಕಿ ಅಳುವಿನ ಹೊಸ್ತಿಲೇರಿದ್ದಳು.

"ಏನು ಹಾಗಂದ್ರೆ ?'' ಮೌಲವಿಯವರು ಗಲಿಬಿಲಿಯಿಂದ ಗಡ್ಡ ಕೆರೆದುಕೊಂಡರು.

"ನಿಮಗೆ ಇದೆಲ್ಲ ಕರಾಮತ್ತು ಹೇಗೆ ಅರ್ಥವಾದೀತು; ಮುಕ್ರಿಯವರೆ.... ?'' ಪ್ಯಾಂಟಿನ ಯುವಕ ಎಲ್ಲ ತಿಳಿದುಕೊಂಡಿರುವವನಂತೆ ನಿರ್ಲಕ್ಷದ ಸ್ವರದಲ್ಲಿ ಹೇಳಿದ: "ನೀವು ಒಮ್ಮೆಯಾದರೂ ದುಡ್ಡು ಕೊಟ್ಟು ಅಕ್ಕಿ ತಂದದ್ದು ಉಂಟಾ ? ಬೆಂದ ಅನ್ನ ನಿಮ್ಮ ಕಾಲಬುಡಕ್ಕೆ ಬರುವಾಗ ನಿಮಗೆ ಇಂಥದ್ದೆಲ್ಲ ಗೊತ್ತಾಗುವುದಾದ್ರೂ ಹ್ಯಾಗೆ ? ನಮ್ಮ ಜನ್ತಾ ಗೌರ್ನಮೆಂಟು ಉಂಟಲ್ಲಾ.... ಅದು ಎರಡು ರೂಪಾಯಿಗೆ ಅಕ್ಕಿ ಕೊಡ್ತೇವೆ ಅಂತ ಅನೌನ್ಸ್ ಮಾಡಿದೆ. ಒಂದು ಮನೆಗೆ ಇಪ್ಪತ್ತು ಕೆ.ಜಿ. ಅದರ ಸರ್ವೆಗೆ ನಾವು ಬಂದದ್ದು ಅಂತ....''

"ಹೌದು ಮಗಾ..... ಎರಡು ವಾರದಿಂದ ಕಾಯ್ತಾ ಕೂತಿದ್ದೇವೆ. ಯಾರೂ ಬರಲೇ ಇಲ್ಲ. ಈ ವಾರದಲ್ಲಿ ಖಂಡಿತ ಬರಬಹುದು ಅಂತ ನಾರಣಣ್ಣ ಹೇಳಿದ್ರು'' ಎಂದು ಹೇಳಿದ ಮುದುಕಿ, ತನ್ನ ಸ್ವರವನ್ನು ಇನ್ನಷ್ಟು ತಗ್ಗಿಸಿ "ನಿನ್ಗೆ ಅವರ ಗುರ್ತು ಉಂಟಾ ಮಗಾ ?'' ಎಂದು ಪ್ರಶ್ನಿಸಿದಳು.

"ಅದೆಲ್ಲ ಸರಿ ಮಾಡುವ ಬೀಬಿ" ಮುಂಡಾಸಿನ ವ್ಯಕ್ತಿ ನಡುವೆ ಬಾಯಿ ಹಾಕಿತು. "ಈ ಗುಡ್ಡದ ಬುಡದಲ್ಲಿ ಮೂರು ಮನೆ ಉಂಟು ಅಂತ ನಾನೇ ಅವರಿಗೆ ಹೇಳ್ತೇನೆ. ನಿಮ್ಮಂತವರಿಗೆ ಸಹಾಯ ಮಾಡದಿದ್ರೆ ಮತ್ಯಾರಿಗೆ ಮಾಡುವುದು ?" ಎಂದು ಪ್ರಶ್ನಿಸಿ ಕುಳ್ಳ ಯುವಕನ ಕೈಯಿಂದ ಮೂರು ಹಸಿರು ಬಣ್ಣದ ಪುಟ್ಟ ಡಬ್ಬಿಗಳನ್ನು ತೆಗೆದುಕೊಂಡು ತಿರುಗಿಸಿ ತೋರಿಸುತ್ತಾ, "ಇಲ್ಲಿ ಇದಕ್ಕೆ ತೂತು ಉಂಟು. ದಿನಕ್ಕೆ ಹತ್ತು ಪೈಸೆ ಹಾಕಿ ಬಿಟ್ರೆ ಆಯ್ತು. ಅಲ್ಲಾಹುವಿನ ಹೆಸರಿನಲ್ಲಿ ಯತೀಮ್ ಹುಡುಗರಿಗೆ ಒಂದು ದಾನ. ತಿಂಗಳಿಗೊಮ್ಮೆ ಮಸೀದೆಯಿಂದ ಜನ ಬಂದು.... ಈ ಬೀಗ ತೆಗೆದು ಮೂರು ರೂಪಾಯಿ ತೆಗೆದುಕೊಂಡು ಹೋಗ್ತಾರೆ. ರಸೀತಿ ಕರೆಕ್ಟಾಗಿ ಕೊಡಬೇಕು ಅಂತ ಹೇಳಿದ್ದೇವೆ. ಅಲ್ಲಾಹುವಿನ ದುಡ್ಡು ಅಂತ ಯಾರೂ ತಿಂದು ಹಾಕಬಾರದು. ಅಲ್ವಾ ?" ಎಂದು ಪ್ರಶ್ನಿಸಿ ಹಸಿರು ಹುಂಡಿ ಡಬ್ಬಿಗಳ ಬೀಗಗಳನ್ನೂ ನಾಣ್ಯ ತೂರಿಸುವ ತೂತುಗಳನ್ನೂ ತೋರಿಸುತ್ತಾ ಮೂರೂ ಡಬ್ಬಿಗಳನ್ನು ಕುಂಞಿಪಾತುಮ್ಮಳತ್ತ ಚಾಚಿದರು.

"ಮಸೀದೆಗೆ ತಿಂಗಳ ವಂತಿಗೆ ಅಂತ ಒಂದು ರೂಪಾಯಿ ಕೊಡ್ತಾ ಇದ್ದೇವಲ್ವಾ ?" ಮುದುಕಿ ಭಯದಿಂದಲೇ ಪ್ರಶ್ನಿಸಿದ್ದಳು.

"ಹೌದೌದು ಅದು ಜಮಾತಿನ ವಂತಿಗೆ. ಇದು ಯತೀಮಖಾನಾ ಕಟ್ಟಡದ ಸಲುವಾಗಿ ದಾನ" ಎಂದು ಬ್ಯಾಗು ಹಿಡಿದುಕೊಂಡಿದ್ದ ವ್ಯಕ್ತಿ ಮೌಲವಿಯವರತ್ತ ತಿರುಗಿ ನೋಡಿ, "ಅಲ್ಲಾ ಮೌಲವಿಯವರೇ.... ಇಲ್ಲಿ ಮೂರು ಮನೆಗಳಿದ್ದರೂ ಜಮಾತಿಗೆ ಒಂದೇ ರೂಪಾಯಿ ವಂತಿಗೆ ಬರುವುದಾ ?" ಎಂದು ಪ್ರಶ್ನಿಸಿದರು.

ಹೀಗೆ ಬಡವರ ಮನೆಗಳ ಹೆಸರುಗಳನ್ನು ಬರೆದುಕೊಂಡು ಹೋಗಲು ಬರಲಿರುವ ಕರುಣಾಳುಗಳ ನಿರೀಕ್ಷೆಯಲ್ಲಿ ತನ್ನ ಗುಡಿಸಲನ್ನು ಮೂರು ಮಾಡಿಕೊಂಡು ಕುಂಞಿಪಾತುಮ್ಮ ಗುಡ್ಡೆಯ ಮೇಲಿನಿಂದ ಕಪ್ಪು ಸೈತಾನ ಸೋಗೆಯು ಗುಡಿಸಲುಗಳ ಮೇಲೆ ಎರಗುವುದನ್ನು ನೋಡಲು ಭಯಪಟ್ಟು ಕಣ್ಣು ಮುಚ್ಚಿದಳು.

16. ರುದ್ರಪ್ಪನ ಖಡ್ಗ

– ಕುಂ. ವೀರಭದ್ರಪ್ಪ

ಮಕ್ಕಳೊಂದಿಗ ರುದ್ರಪ್ಪನ ದಿನಚರಿ ಮೊನ್ನೆ ಇದ್ದಂತೆ ನಿನ್ನೆ ಇಲ್ಲ. ನಿನ್ನೆ ಇದ್ದಂತೆ ಇವತ್ತಿಲ್ಲ. ತುಂಬ ಬದಲಾಗಿದೆ. ಪೊಗದಸ್ತಾಗಿ ಊಟ ಮಾಡಿ ನೀಟಾಗಿ ಡ್ರೆಸ್ಸು ಮಾಡಿಕೊಂಡು ಅಂಗಳದ ಕಟ್ಟೆಗೆ ಕೂತು ಬೀದಿ ಉದ್ದಕ್ಕೂ ಕಣ್ಣು ಹರಿಬಿಟ್ಟು ಬೆಕ್ಕಿನಂತೆ ಹೊಂಚು ಹಾಕುತ್ತಾನೆ. ಆತನ ಕಣ್ಣಿಂದ ಯಾವುದೇ ಸಚರಾಚರ ತಪ್ಪಿಸುವುದು ಸಾಧ್ಯವಿಲ್ಲ. ಯಾರಾದರೂ ಸಿಕ್ಕರೆಂದರೆ ಮುಗಿಯಿತು. ಅಯಸ್ಕಾಂತ ಸೆಳವಿಗೆ ಸಿಕ್ಕ ಕಬ್ಬಿಣದ ಚೂರಿನಂತೆ ತನ್ನ ಬಳಿಗೆ ಬಂದವರನ್ನು ಬರಮಾಡಿಕೊಳ್ಳುತ್ತಾನೆ. ಅವರ ಯೋಗ್ಯತೆಗೆ ತಕ್ಕ ಕಡೆ ಕೂಡ್ರಿಸಿ ಒಂದು ಬೀಡಿ ಒಗೆದು ಹಚ್ಚಿಕೊಳ್ಳಲು ಕಡ್ಡಿ ಪೊಟ್ಟಣವನ್ನೂ ಕೊಡುತ್ತಾನೆ. ಬುಸುಬುಸು ಹೊಗೆ ನಡುವೆ ಆತನ ದುಂಡು ಮುಖದ ನೀಳ ನಾಸಿಕ ಬೆಳ್ಳಿ ಚುಕ್ಕಿಯಂತೆ ಬೆಳಗಲಾರಂಭಿಸುತ್ತದೆ. ಅಪೂರ್ವ ಕಾಂತಿಯಿಂದ ಪೊದೆಹುಬ್ಬಿನ ಕೆಳಗಿನ ಕಣ್ಣುಗಳು ಫಳಫಳ ಹೊಳೆಯಲಾರಂಭಿಸುತ್ತವೆ. ವಿಶಿಷ್ಟ ನಗೆಯು ಧ್ವನಿಯು ಸ್ವರೂಪ ಪಡೆಯದೆ ತುಟಿಗಳ ನಡುವೆ ನಂದಿಕೋಲು ಕುಣಿಯಲಾರಂಭಿಸುತ್ತದೆ. ಆತನ ಎದೆಯು ಉಬ್ಬಿದ ಭಾಗ ಶ್ರೋತೃವಿಗೆ ಕಾಣಿಸಲೆಂಬಂತೆ ತೆಳುಗಾಳಿ ಕಣಗಿಲೆಪೊದೆ ಕಡೆಯಿಂದ ಬೀಸುತ್ತದೆ. ಆತನ ಧ್ವನಿಯ ಸ್ವರ ಲಾಲಿತ್ಯವನ್ನೇ ಮಾಂಸದ ಚೂರೆಂದು ಭ್ರಮಿಸಿ ಟೊಳಪನಾಯಿ ಆತನ ಮುಂದೆ ಕೂತು ಬಾಲ ಅಲ್ಲಾಡಿಸಲಾರಂಭಿಸುತ್ತದೆ. ಒಬ್ಬರಿಗೊಬ್ಬರಿಗೊಬ್ಬರು ಎಂಥ ಅನ್ಯೋನ್ಯ.

ರುದ್ರಪ್ರ ತನ್ನ ತಾತನ ಕಾಲದ ಸುದ್ದಿ ಎತ್ತುತ್ತಲೆ ದನದ ಕೊಟ್ಟಿಗೆಯಲ್ಲಿ ಎತ್ತುಗಳ ಕಾಲ ಸಂದಿಯಲ್ಲಿ ಸೆಗಣಿ ಎಕ್ಕುವ ಕೆಲಸದಲ್ಲಿ ನಿರತಳಾಗಿರುವ ಮುದುಕಿ ಅರ್ಥಾತ್ ಆತಗೆ ಹೆಣ್ಣು ಕೊಟ್ಟ ನಿಂಗಜ್ಜಿ, ಅಲಲಲಾ ಸೂರಾ ಪರಾಕ್ರಮಿ ಸುರು ಮಾಡಿಬಿಟ್ಟೆಯಾ ಪುರಾಣ. ಯೇಟುದಿನಾದ್ವು, ನೀನು ಹೊಲ್ದಾಗ ಕಾಲಿಡದೆ; ಯೇಟುದಿನಾದ್ವು ನೀನು ಎತ್ತುಗಳ್ಗೆ ನೀರು ಕುಡಿಸದೆ..... ಎಂದು ವಟವಟ ಉದುರಿಸಲಾರಂಭಿಸುತ್ತದೆ. ಅದಕ್ಕೆ ಅನುಪಲ್ಲವಿಯಾಗಿ ಅಡುಗೆ ಮನೆಯಲ್ಲಿ ಗೌರವ್ವ ಅರ್ಥಾತ್ ಆತನ ಹೆಂಡತಿ ಪಾತ್ರೆ ಪಗಡ ಎತ್ತೆತ್ತಿ ಇಟ್ಟು ತಾಳ ಕುಟ್ಟಲಾರಂಭಿಸುತ್ತಾಳೆ. ಮುರುಕು ತೊಟ್ಟಲಲ್ಲಿ ನೆತ್ತಿಗೆ ತಕ್ಕುದಾದ ಎಣ್ಣೆ ಬೆಣ್ಣೆ ಕಾಣದ ಕಂದಮ್ಮ ಚಿಟಾರನೆ ಚೀರಿ ಅಳಲಾರಂಭಿಸಿಸುತ್ತದೆ. ಹತ್ತಂಕಣದ ಭಾರಿ ಮನೆಯು ಮಾಡನ್ನೆ ಸಾಮ್ರಾಜ್ಯವನ್ನಾಗಿ ಮಾಡಿಕೊಂಡು

ದಿನಕ್ಕೆರಡು ಮೂರು ಇಲಿಗಳನ್ನಾದರೂ ಗಬಕಾಯಿಸುತ್ತಿರುವ ಬೆಕ್ಕು ಮ್ಯಾವ್ ಗುಟ್ಟುತ್ತ ನಾಗಂದಿಗೆಯಿಂದ ಕೆಳಕ್ಕೆ ಜಿಗಿಯುತ್ತದೆ. ಆದರೂ ನೀರ ಮೇಲೆ ತೇಲುವ ತುಪ್ಪದಂಥ ರುದ್ರಪ್ಪ ತಾತನ ಪರಾಕ್ರಮಗಳಿಂದ ತನ್ನಪ್ಪನ ಪರಾಕ್ರಮಗಳಿಗೆ ಬಂದಿರುತ್ತಾನೆ. ಅಂಥ ಅಪ್ಪ ಯಾರಿಗೂ ಇರಲಿಕ್ಕಿಲ್ಲ ಎಂಬಂತೆ; ಆತನಿಗಿದ್ದ ಗಿರಿಜಾ ಮೀಸೆ ಯಾರಿಗೂ ಇರಲಿಕ್ಕಿಲ್ಲ ಎಂಬಂತೆ; ಆತನಿಗಿದ್ದ ಸೂಳೆಯರು ಅಮರಾವತಿಯ ಇಂದ್ರನಿಗೂ ಇರಲಿಕ್ಕಿಲ್ಲ ಎಂಬಂತೆ; ಆತನ ಗತ್ತು ಗೈರತ್ತುಗಳು ಗುಡೇಕೋಟೆ ಮಾರಾಜನಿಗೂ ಇರಲಿಕ್ಕಿಲ್ಲ ಎಂಬಂತೆ..... ಮಾತುಗಳ ಇಟ್ಟಿಗೆ ಪೇರಿಸಿಟ್ಟು ಶ್ರೋತೃವನ್ನು ಸಜೀವ ಸಮಾಧಿಗೆ ಸಿದ್ಧಗೊಳಿಸಿ ಅಪ್ಪಯ್ಯ ಮುಕ್ಕುಂದಿ ರಾಜಾರೆಡ್ಡಿಯನ್ನು ಹೆದರಿಸಿ ಓಡಿಸಿದ ಖಡ್ಗ ನೋಡೋ ಆಸೆ ಐತಾ ಎಂದು ಕೇಳುತ್ತಾನೆ. ಶ್ರೋತೃ ಹ್ಞೂ ಎಂಬಂತೆ ತಲೆ ಅಲ್ಲಾಡಿಸುತ್ತದೆ. ತಪ್ಪಿಸಿಕೊಳ್ಳದಂತೆ ಕೊರಳಪಟ್ಟಿ ಹಿಡಿದು ಪಡಸಾಲೆಗೆ ಕರೆದೊಯ್ಯುತ್ತಾನೆ. ಶೋತೃ ಇಲ್ಲಾಣ ಧೂಳು ಲೆಕ್ಕಿಸದೆ ಕಣ್ಣು ಬಾಯಿ ಏಕ ಕಾಲಕ್ಕೆ ತೆರೆದಿರಲು ರುದ್ರಪ್ಪ ತೊಲೆ ಜಂತಿ ಸಂದಿಯಿಂದ ತುಕ್ಕು ಹಿಡಿದು ಕಿಗ್ಗಲು ಮುಟ್ಟಿದ ಖಡ್ಗ ಹಿರಿದು ಹ್ಹ..... ಹ್ಹ...... ಹ್ಹ ಎಂದು ಗಹಗಹಿಸಿ ಮರುಕ್ಷಣ ಅದರ ದುರವಸ್ಥೆಗೆ ಮುಖ ಬಿಗಿದು 'ಯೇನೂ' ಎಂದು ಹೆಂಡತಿಯನ್ನು ಕೂಗುತ್ತಾನೆ. ಬಂದ ಹೆಂಡತಿಯ ತುರುಬನ್ನು ಗಬ್ಬಕ್ಕನೆ ಹಿಡಿದು ಇದನ್ನು ತಿಕ್ಕಿ ತೊಳ್ದಿಡು ಅಂದಿದ್ನೆಲ್ಲಾ ಯಾಕ ಮಾಡ್ಲಿಲ್ಲಾ ಎಂದು ಅಲ್ಲಾಡಿಸಿಬಿಡುತ್ತಾನೆ. ಗೌರವ್ವ ಅಯ್ಯಯ್ಯಪ್ಪೋ ಎಂದು ಬಾಯಿಬಾಯಿ ಬಡಿದುಕೊಳ್ಳಲು ಅಯ್ಯೋ ನಿನ್ ಕೈಯಿ ಸೇದಿಹೋಗ ಎಂದು ನಿಂಗಜ್ಜಿ ದನದ ಕೊಟ್ಟಿಗೆಯಿಂದ ಪಡಸಾಲೆಗೆ ಒಮ್ಮೆಗೆ ಕುಪ್ಪಳಿಸಿ ತನ್ನ ಮಗಳ ಸಹಾಯಕ್ಕೆ ಬರುತ್ತಾಳೆ. ಆಗ ಶ್ರೋತೃ ಒಮ್ಮೆಗೆ ವಾಸ್ತವಕ್ಕೆ ಮರಳಿ ಕಾಲಿಗೆ ಬುದ್ಧಿ ಹೇಳುತ್ತಾನೆ.

ಯೋನ್ಲೋ ಬಾಡ್ಕಾವ್, ಅಳಿಯಲ್ಲ ಮಗ ಅಂತ ತಿಳ್ಕೊಂಡು ಬೆಳೆಸಿದ್ನೆ ಮೈಗೆ ಕೈ ಹಚ್ಚೀಯಾ. ಈ ಸೊಟ್ ಖಡ್ಗ ಬಿಟ್ರೆ ಯ್ಯೋನೈತೋ ನಿಮ್ಮಪ್ಪನಮನಿ ಆಸ್ತೀ ? ದುಡೀಲಿಲ್ಲಾ ದುಕ್ ಪಡೀಲಿಲ್ಲ. ಬಂದೋರೆದ್ರೂಗೆ ಹೋಗೋರೆದ್ರೂಗೆ ಖಡ್ಗಾನ ವರ್ಣಿಸ್ತಾ ಕುಂದ್ರುತ್ತಿಯಲ್ಲಾ ನೀನೊಬ್ಬ ಗಂಡುಸ್ಸೇ ಎಂದದ್ದೇ ತಡ ಗಂಡನ ಬಿಗಿಮುಷ್ಟಿಯಿಂದ ತುರುಬು ಬಿಡಿಸಿಕೊಂಡವಳೆ ಗೌರವ್ವ, "ನನ ಗಂಡನ್ನ ಬಾಯ್ಗೆ ಬಂದಂಗ ಅಂದ್ರ ನಾನು ಸುಮ್ನಿರಾಕಿಲ್ಲ ನೋಡು" ಎಂದು ಎದುರಿಗೆ ಕುಪ್ಪಳಿಸಿ ನಿಂತಳು. ಅವರೀರ್ವರನ್ನು ಜಗಳ ಆಡಲು ಬಿಟ್ಟು ರುದ್ರಪ್ಪ ಖಡ್ಗವನ್ನು ಮೂಲಸ್ಥಾನದಲ್ಲಿಟ್ಟು ಮತ್ತೊಬ್ಬ ಶ್ರೋತೃವನ್ನು ಹುಡುಕಿಕೊಂಡು ಹೊರಹೊಂಟ.

ರುದ್ರಪ್ಪ ಮೊದಲು ಹೀಗಿರಲಿಲ್ಲ ಎಂಬುದನ್ನು ತಾಯಿಮಗಳಿಬ್ಬರೂ ಒಪ್ಪುತ್ತಾರೆ. ಆತ ಬದಲಾಗಿರುವುದು ಈಗ್ಗೆರಡು ತಿಂಗಳಿಂದ. ಪಿತ್ರಾರ್ಜಿತ ಆಸ್ತಿಯಲ್ಲಿ ಪಾಲು ಪಡೆಯಲು ಕುರುಕೋಡಿಗೆ ಹೋಗಿ ತಾನೂ ಅಪ್ಪಗೆ ಹುಟ್ಟಿದ ಮಗನೆಂದು ವಾದ ಮಂಡಿಸಿದ್ದ ಒಡಹುಟ್ಟಿದ ರಾಚಪ್ಪನೆದುರು. ಆಸ್ತಿ ಏನೈತಿ ಗೆಂಡಿ ಅಂದು ರಾಚಪ್ಪ ಮುಷ್ಟಿಯಲ್ಲಿ ಬೀಡಿ ಹಚ್ಚಿಕೊಂಡಿದ್ದ. ಊರು ಮಾಡುವ ಗೌಡ ರುದ್ರಪ್ಪನನ್ನು ಮನೆಗೆ ಕರೆದೊಯ್ದು ಹಾಗಲಕಾಯಿ ಪಲ್ಯೆ, ಬಿಳಿ ಜೋಳದ ರೊಟ್ಟಿ ಉಂಬಾಕಿಟ್ಟು

ಲೇ ನಿಮ್ಮಪ್ಪ ನಾನೂ ಒಂದೇ ಗಂಗಾಳದಲ್ಲಿ ಉಂಬ್ತಿದ್ವಿ ಎಂದು ಆರಂಭಿಸಿ ಆಸ್ತಿ ಹೇಗೆ ಸೂಳೆಯರಿಗೂ ವಕೀಲರಿಗೂ ಸಮನಾಗಿ ಹಂಚಿಹೋಯ್ತು ಎಂದು ಸೋದಾರಣವಾಗಿ ವಿವರಿಸಿದ್ದ. ರುದ್ರಪ್ಪಗೆ ತನ್ನಪ್ಪನ ಬಗ್ಗೆ ಹೆಮ್ಮೆ ಮೂಡಿತು. ಎಂಥದಾದ್ರು ಅಪ್ಪನ ಗುರ್ತು ಕೊಡಿಸ್ರಿ ಎಂದು ದುಂಬಾಲು ಬಿದ್ದಿದ್ದ. ಗೌಡರು ರಾಚಪ್ಪಗೆ ತಿಳಿಹೇಳಿ ಖಡ್ಗ ಕೊಡಿಸಿಕಳಿಸಿದ್ದರು.

ಆ ಖಡ್ಗ ತಂದ ಮೇಲೆಯೇ ರುದ್ರಪ್ಪ ಸಂಪೂರ್ಣ ಬದಲಾಗಿದ್ದು. ಖಡ್ಗ ಕುರಿತು ಯಾರಾದರೊಬ್ಬರಿಗೆ ಹೇಳಿಕೊಳ್ಳದ ಹೊರತು ಊಟ ಮಾಡುತ್ತಿರಲಿಲ್ಲ. ಅಷ್ಟೇ ಅಲ್ಲ ಗ್ರಾಮದ ಕೆಲವು ಪ್ರತಿಷ್ಠರನ್ನು ಮನೆಗೆ ಕರೆತಂದು ಉಪ್ಪಿಟ್ಟು ಮಾಡು ಚಾ ಮಾಡು ಎಂದು ಹೆಂಡತಿಯನ್ನು ಜೀವ ತಿನ್ನುವುದು ಮಾಮೂಲಾಗಿತ್ತು. ತಿನ್ನುವುದಕ್ಕೂ ಕುಡಿಯುವುದಕ್ಕೂ ಜೋಡಿಸಲು ತಾಯಿ ಮಗಳೂ ಗಂಡಸರಂತೆ ದುಡಿಯುತ್ತಿದ್ದರು.

ತಾಯಿ ಮಗಳು ಇಡೀ ರಾತ್ರಿ ಎಲೆ ಅಡಿಕೆ ಜಮುಡುತ್ತ ಕೂತು ರುದ್ರಪ್ಪ ಮೊದಲಿನಂತಾಗಬೇಕಾದರೆ ಖಡ್ಗವನ್ನು ಮಾಯಮಾಡಬೇಕೆಂಬ ತೀರ್ಮಾನಕ್ಕೆ ಬಂದರು. ಅಲ್ಲದೆ ತೀರ್ಮಾನವನ್ನು ಬೆಳಗಿನ ಜಾವದಲ್ಲಿಯೇ ಕಾರ್ಯರೂಪಕ್ಕೆ ತಂದರು. ಕದದ ಹಿಂದೆ ನೆಲ ಅಗೆದು ಖಡ್ಗವನ್ನು ಹುಗಿದು ಅದರ ಮೇಲೆ ಜೋಳದ ಗುಮ್ಮಿಯನ್ನು ಸರಿಸಿಬಿಟ್ಟರು. ರುದ್ರಪ್ಪ ಉಡುಪಿ ಹೋಟ್ಲಲ್ಲಿ ದೋಸೆ ಹೊಯ್ಯುವ ಭಟ್ಟರನ್ನು ಮನೆಗೆ ಕರೆದುಕೊಂಡು ಬಂದು ನೋಡುತ್ತಾನೆ. ಖಡ್ಗ ಇಲ್ಲ. ಹೆಂಡತಿಯ ತುರುಬಿಗೆ ಕೈ ಹಚ್ಚಿ ಎಲ್ಲಿಟ್ರಿ ಹೇಳ್ರಿ ಎಂದು ಎಳೆದಾಡಿದ. ಒಪ್ಪಂದದಂತೆ ಆಕೆ ಗಂಡನ ಯಾವ ಹಿಂಸೆಗೂ ಬಾಯಿ ಬಿಡಲಿಲ್ಲ. ಕೊನೆಗೆ ರುದ್ರಪ್ಪನೇ ಹೇಗೋ ಪತ್ತೆ ಮಾಡಿ ಖಡ್ಗವನ್ನು ಹೊರತೆಗೆದು ಖಬರ್ದಾರ್ ಎಂದು ಅತ್ತೆ ಮತ್ತು ಹೆಂಡತಿಯನ್ನು ಎಚ್ಚರಿಸುತ್ತಲೇ ಅವರು ಹಾಯ್ ಶಿವನೇ ಎಂದು ಉದ್ಗರಿಸಿದರು.

ತಾಳಿ ಕಟ್ಟಿದ ಹೆಂಡತಿಗೆ ಸೋಡಾಚೀಟಿ ಕೊಟ್ಟವನಂತೆ ರುದ್ರಪ್ಪ ಕೆಲವು ದಿನ ಖಡ್ಗದೊಂದಿಗೇ ಇದ್ದ. ತನ್ನನ್ನು ಯಾರೂ ಹತ್ತಿರ ಬಿಟ್ಟುಕೊಳ್ಳುತ್ತಿಲ್ಲ ಎಂದು ಹೆಮ್ಮೆಯಿಂದ ಆತ ಎಷ್ಟು ದಿನ ಬೀಗುತ್ತಿರಲು ಸಾಧ್ಯ! ಮನೆಯೊಳಗೇ ಖಡ್ಗಕ್ಕೊಂದು ಸ್ಥಾನ ಕಲ್ಪಿಸಿ ತನ್ನ ಕಣ್ಣುಗಳೆಂಬ ಏಳು ಹೆಡೆ ಸರ್ಪಗಳನ್ನು ಅದಕ್ಕೆ ಕಾವಲಿಟ್ಟು ನಿಶ್ಚಿಂತೆಯಿಂದ ಇದ್ದ.

"ಅಲಲಲಾ.... ಬಂಗಾರ್ದಂತ ನನ್ನಳೀಯ್ನಿಗೆ ಕಡ್ಗ ಕೊಟ್ಟೋನೆಂಥೋನು, ಕೊಡಿಸಿದೋನೆಂಥೋನು..... ಕಡ್ಗ ನಂ ರುದ್ರನ್ನ ಅದ್ಯೇನು ಮಳ್ಳು ಮಾಡ್ಯೆತೋ ಸಿವ್ನೇ..... ಕಡ್ಗಕ್ಕೆ ಬೆಂಕಿ ಹಚ್ಚಾ; ಕಡ್ಗಕ್ಕೆ ಕರಿನಾಗ್ರಾವ್ ಕಡಿಯಾ" ಎಂದು ನಿಂಗಜ್ಜಿ ಅಂಗಲಕ್ಕೇಕಮೇವವಾಗಿ ನಿಂತು ಎದೆ ಎದೆ ಬಡಿದುಕೊಳ್ಳಲು ಓಣಿಯ ಒಂದಿಬ್ರು ಗೊಳ್ಳನೆ ನಕ್ಕರು.

"ಬೇ ಮುದ್ಕೀ ಕಡ್ಗ ಮಳ್ಳು ಮಾಡಿರೋದು ರುದ್ರಪ್ಗಲ್ಲ...... ನಿನ್ಗೆ..... ಇನ್ನೆಂಟು ದಿನದಾಗೆ ನಿನ್ಗೆ ಉಂಡಕೂಳು ಹೊಟ್ಗೆ ಹತ್ತಾಕಿಲ್ಲ ನೋಡ್ತಿರು" ಅಮಟಿ ನಗಾಡಿದ ಕಾಲಜ್ಞಾನಿಯಂತೆ. ಆ ಮಾತು ಮೈಯ ತೊಗಲಿಗಿಂತ ಬಲವಾಗಿ ಅಂಟಿಕೊಂಡುಬಿಡಲು ನಿಂಗಜ್ಜಿ ಹಿಂಡನಗಲಿದ ಕರುವಿನಂತೆ ಒದ್ದಾಡಿತು. "ಗೌರೀ

ಹಾಳಾದ ಕಡ್ಗಕ್ಕೆ ಗತಿ ಕಾಣಿಸದಾವರ್ತು ನನ್ ಜೀವಕ್ಕೆ ಸಮಾದಾನಿಲ್ಲಲೇ'' ಎಂದು ಕಣ್ಣು ತುಂಬಿಕೊಂಡು ತಾಯಿಯನ್ನು ಅವುಚಿಕೊಂಡು ''ಯವ್ವೋ..... ನನ್ ಕಥಿಯ್ಯೋನು ಹೇಳ್ಲಿ...... ನನ್‌ಗಿಂತ ಆತ್ಗೆ ಕಡ್ಗನೆ ಯಚ್ಚಾಗ್ಯೆತೆ ಯವ್ವೋ'' ಎಂದು ಲಬ್‌ಗುಟ್ಟಿ ಅತ್ತಳು.

ಅವರಿಬ್ಬರೂ ಹಗಲಿರುಳು ಯೋಚಿಸಿ ಒಂದು ತೀರ್ಮಾನಕ್ಕೆ ಬಂದರು. ತಮ್ಮಿಬ್ಬರನ್ನೂ ಆ ರುದ್ರಪ್ಪ ಕುತ್ಗೆ ಹಿಚುಕಿ ಸಾಯಿಸಿದರೂ ಸರಿಯೇ ಅದನ್ನೊಯ್ದು ಕನ್ನೀರವ್ವನ ಬಾವಿಗೆ ಹಾಕಿಬಿಡುವುದೆಂದು ನಿರ್ಧರಿಸಿದರು. ದೆವ್ವ ಪಿಶಾಚಿ ಭೇತುಳ ಕಾಳೋರಗಗಳಿಗೆ ಹೆಸರಾದ ಹಾಗೂ ತಳವೇ ಪತ್ತೆ ಇಲ್ಲದ ಪ್ರಾಚೀನ ಕಾಲದ ಕನ್ನೀರವ್ವನ ಬಾವಿ ಬಳಿಗೆ ರಾತ್ರೋರಾತ್ರಿ ಹೋಗಿ ಖಡ್ಗವನ್ನು ಹಾಕಲು ಬಾವಿಯು ಗಳುಂ ಎಂದು ನುಂಗಿತು.

ಮರುದಿನ ಬೆಳಗಾಗೆ ಖಡ್ಗ ಕಾಣದಿರಲು ರುದ್ರಪ್ಪ 'ಏನು ಮಾಡದೀರಬೇ ನಿಮ್ಮವ್ನ' ಎಂದು ತಾರಕ ಸ್ವರ ತೆಗೆಯಲು ಓಣಿಯೇ ಹೋಹೋ ಎಂದಿತು. ''ನಮ್‌ಪಿರಾಣ ಹೋದ್ರೂ ಹೇಳಾಕಿಲ್ಲ. ಖೊಲ್ಲೋಖೊಲ್ಲು ಎಂದು ಕಬುಸದ ಗುಂಡಿಬಿಚ್ಚಿ ಅವನಿಗಡ್ಡ ಮಲಗಿದರು. ಸಾಯಲಿಕ್ಕೆ ಸಿದ್ದರಾದವರ ಮುಖಗಳಿಗೆ ಥೂ ನಿಮ ಬಾಯಾಕ..... ಎಂದು ಉಗುಳಿದ ರುದ್ರಪ್ಪ ಅತಳ ವಿತಳ ರಸಾತಳ ಪಾತಾಳದಲ್ಲಿ ಬಚ್ಚಿಟ್ಟಿದ್ದರೂ ಪತ್ತೆ ಮಾಡದೆ ಬಿಡೆನು ಎಂದು ಭೀಕರ ಪ್ರತಿಜ್ಞೆ ಮಾಡಿದನು.

ಉಸಿರಾಟವನ್ನೂ ಮರೆತು ಪತ್ತೆ ಕಾರ್ಯಕ್ಕಿಳಿದ ರುದ್ರಪ್ಪನನ್ನು ಊರಮ್ಮನ ಗುಡಿಯ ಬಳಿ ಕೊಟ್ರನೆಂಬುವ ಚಾಡಿಕೋರ ಸಂದಿಸಿ ವಂದು ಸೀಕರೇಟು ಕ್ವಡಸ್ತೀಯಾ ವಂದ್ ಸುದ್ದಿ ಯೋಳ್ತಿನಿ ಎನ್ನಲು ಆತಗೆ ನಿಧಿ ಸಿಕ್ಕಷ್ಟು ಸಂತಸವಾಯಿತು. ಅಲಲೇ ಒಂದ್ಯಾಕ ಒಂದು ಪ್ಯಾಕೇ ಕೊಡಿಸ್ತೀನಿ ಎಂದದ್ದಲ್ಲದೆ ಕೊಡಿಸಿಯೂಬಿಟ್ಟನು. ಇಡೀ ಒಂದು ಸಿಗರೇಟು ಸೇದಿ ಆದ ಮೇಲೆ ಮೊನ್ನೆರಾತ್ರಿ ಮುದುಕಿ ಗವುರವ್ವನ ಸಂಗಾಟ ಕನ್ನೀರವ್ವನ ಬಾವಿಕಡೆ ವೋಗಿದ್ದು ನೋಡ್ದೆ ಎಂದವನೆ ಟಣಕೂ ಟಣಕೂ ಜಿಕ್ಕೋತ ಓಡಿ ಮರೆಯಾದನು.

''ಹ್ವಾ..... ಹ್ವಾ ಕನ್ನೀರವ್ವನ ಬಾವ್ಯಾಗ ಹಾಕೀರೇನ್ರೇಽಽ ನನ ಖಡ್ಗಾನ'' ಎಂದು ಅಂಗಳವನ್ನು ದೊಪ್ಪನೆ ತುಳಿದು ಕೂಗು ಹಾಕಲು ಗೌರವ್ವ ಹಡದವ್ವನನ್ನು ಗಟ್ಟಿಯಾಗಿ ಅವುಚಿಕೊಂಡುಬಿಟ್ಟಳು. ನಿಂಗಜ್ಜಿ ಆಕೆಯಿಂದ ಬಿಡಿಸಿಕೊಂಡು ಅಂಗಳಕ್ಕೆ ನೆಗೆದು 'ಹಾಕೀವಲೋ ಹಾಕೀವಿ ಅದ್ಯೇನು ಹರ್ಕಂತೀಯೋ ಹರ್ಕ' ಎಂದು ಪರಿಶೆಪೈಕಿ ಪೈಲ್ವಾನಳಂತೆ ನಿಂತಿತು.

''ಸರೆ ಆ ಕನ್ನೀರವ್ನ ಬಾವಿ ಅದೇಟು ಗಡುತರ ನೋಡೇಬಿಡ್ತೀನಿ'' ಎಂದವನೇ ಅಂಗಿ ಬಿಚ್ಚಿ ಇಟ್ಟು ಬಾವಿಕಡೆ ಹೆಜ್ಜೆ ಹಾಕುತ್ತಲೆ ಓಣಿ ಎಂಬೋ ಓಣಿಯೇ ಅಯ್ಯೋ ಬ್ಯಾಡ ಅಯ್ಯೋ ಬ್ಯಾಡ ಎಂದು ಆತನ ಹಿಂದೆ ಹೆಜ್ಜೆ ಹಾಕಿತು. ಅಯ್ಯೋ ನನಗಂಡ ಕನ್ನೀರವ್ನ ಬಾವಿಗೆ ಬೀಳಾಕ ವಂಟಾನ. ನನ ಸೋಬಾಗ್ಯ ವುಳಿಸ್ರಪೊ ಎಂದು

ಗೌರವ್ವನೂ ಅಯ್ಯೋ ನನಮಗಳ ಸೋಬಾಗ್ಯವೇ ಎಂದು ನಿಂಗಜ್ಜಿಯೂ ಮುಂಚೂಣಿಯಲ್ಲಿದ್ದರು.

"ಬ್ಯಾಡವೋ ಬ್ಯಾಡ. ಅದರಲ್ಲೀಜಿದವರಾರು ಬದುಕಿ ಬಂದುದನ್ನು ಕಾಣೆ ನನ್ನ ನೂರುವರುಷದ ಆಯಾಮದಾಗೆ" ಎಂದು ಶತಾಯುಷಿಯೂ ಒಂದು ಕಾಲದಲ್ಲಿ ನಿಂಗಜ್ಜಿಯ ಕಳ್ಳ ಪ್ರೇಮಿಯೂ ಆದ ಕಾಳಜ್ಜ ನೂರು ದೃಷ್ಟಾಂತಗಳ ಸಹಿತ ಹೇಳಿದರೂ ಕಿವಿ ಮೇಲೆ ಹಾಕಿಕೊಳ್ಳದೆ ರುದ್ರಪ್ಪ ಸಿಂಹ ವಿಗ್ರಹದ ನೆತ್ತಿ ಮೇಲೆ ಕಾಲೂರಿ ಹಸಿರು ಬಣ್ಣದ ನೀರಿಗೆ ದುಡುಮ್ಮನೆ ದುಮುಕಲು ಜನ ಹೋ ಹೋ ಎಂದಿತು.

"ಅಯ್ಯೋ ನನ್ನ ಮಾಂಗಲ್ಯದ ಋಣ ತೀರಿತೇ, ನನ್ನ ಕಂದಯ್ಯಗಿನ್ನಾರು ದಿಕ್ಕು" ಎಂದು ಗೌರವ್ವ ಎದೆಗೂ ನೆಲಕ್ಕೂ ಏಕಾಗಿ ಬಡಿದುಕೊಳ್ಳತೊಡಗಿದಳು. "ಅದಕ್ಯಾಕ ಅಳ್ತೀಯೇ..... ಹರೇದಾಗ ರಂಡ್ಯಾಗಿ ನಾನು ಬದುಕ್ಲಿಲ್ಲೇನು" ಎಂದು ನಿಂಗಜ್ಜಿ ಮಗಳನ್ನು ಗಟ್ಟಿಯಾಗಿ ಅವುಚಿಕೊಂಡಿತು. ರುದ್ರಪ್ಪನ ಹೆಣ ಇನ್ನೊಂದು ಸ್ವಲ್ಪ ಹೊತ್ತಿನಲ್ಲಿ ತೇಲಬಹುದೆಂದು ಚಾತಕಪಕ್ಷಿಗಳಂತೆ ಓಣಿಯ ಸಮಸ್ತರೇ ಕಾಯುತ್ತಿರಲು ಅಸೀಮ ಸಾಹಸಿ ರುದ್ರಪ್ಪನು ತೇಲಿ ಈಜಿ ದಡ ತಲುಪಿದನು. ಏಕಮೇವ ಪಿತ್ರಾರ್ಜಿತ ಆಸ್ತಿಯಾದ ಖಡ್ಗದೊಂದಿಗೆ. ಅಯ್ಯೊ ನನ ಸೋಬಾಗ್ಯವೇ ಮರಳಿ ಬಂದೆಯಾ ದೇವರು ದೊಡ್ಡವನೆಂದು ಗೌರವ್ವ ಓಡಿಹೋಗಿ ಗಂಡನನ್ನು ಗಟ್ಟಿಯಾಗಿ ಅವುಚಿಕೊಂಡಳು.

ಕನ್ನೀರವ್ವನ ಬಾವ್ಯಾಗ ಯ್ಯೋಳು ಕೊಪ್ಪರಿಗಿ ಬಂಗಾರೈತಲ್ಲಾ; ಕಂಡಿತೇನು ಎಂದು ಪ್ರಶ್ನೆಗಳ ಮಳೆ ಸುರಿಸಲಾರಂಭಿಸಿದ ವರುಣರಿಂದ ಬಿಡಿಸಿಕೊಂಡು ಮನೆ ತಲುಪುವಷ್ಟರಲ್ಲಿ ರುದ್ರಪ್ಪಗೆ ಸಾಕುಸಾಕಾಗಿಹೋಯಿತು.

ನಾನು ಮನಿ ಬಿಟ್ಟು ಹೊಂಟೋಗ್ತಿನೆಂದು ರುದ್ರಪ್ಪನೂ ಅದೆಂಗ ಬಿಟ್ ಹೋಗ್ತಿ ನೋಡೇಬಿಡ್ತಿನಿ ಎಂದು ನಿಂಗಜ್ಜಿಯೂ ಪಂಚಾಯ್ತಿ ಎರಡು ದಿನ ಪರ್ಯಂತರ ನಡೆಯಿತು. ಹೋದರೆ ಪಿತ್ರಾರ್ಜಿತ ಎಂಬುದು ಒಂಚೂರು ಹೊಲ ಉಂಟಾ, ನೆರಳುಂಟಾ ಕೊನೆಗೆ ಓಣಿ ದೈವಸ್ಥರ ಮಾತಿಗೆ ಮನ್ನಣೆ ಕೊಟ್ಟು ಅತ್ತೆಯ ನೆರಳಿಗೆ ಶರಣಾಗತನಾದನು.

ತನ್ನ ಪೂರ್ವಜರ ಪರಾಕ್ರಮಕ್ಕೆ ಕಿರೀಟವಿಟ್ಟಂತೆ ತಾನು ಅಜೇಯ ಕನ್ನೀರವ್ವನ ಬಾವಿಗೆ ಧುಮುಕಿ ಖಡ್ಗ ತಂದದ್ದು ಎಂದು ತನ್ನನ್ನು ತಾನೇ ಮೋಹಿಸಿಕೊಂಡುಬಿಟ್ಟ ರುದ್ರಪ್ಪ ತೆಪ್ಪಗೆ ಬಾಯಿ ಮುಚ್ಚಿಕೊಂಡು ಎಷ್ಟು ದಿನ ಪಡಸಾಲೆಯ ಮೂಲೆಯಲ್ಲಿ ಕೂತಿರಲು ಸಾಧ್ಯ? ವಾಕಿಂಗ್ ಹೋಗಿ ದಿನಕ್ಕೆ ಐದಾರು ಮಂದಿಯನ್ನಾದರೂ ಮನೆಗೆ ಕರೆದುತರಲಾರಂಭಿಸಿದನಲ್ಲದೆ ತುಸು ಏರುದನಿಯಲ್ಲಿಯೇ ಹೆಂಡತಿಗೆ ಸತ್ಕಾರ ಕುರಿತು ಆಜ್ಞೆ ವಿಧಿಸತೊಡಗಿದನು. ಅವರೀರ್ವರೂ ನಂತರ ಅತಿಥಿಗಳು ಅತ್ತ ಹೋಗುತ್ತಲೇ ಇತ್ತ ನಿಂಗವ್ವ 'ಅಲಲಲಾ' ಎಂದು ಹೂಂಕರಿಸುವುದು ಮೊದಲಾಯಿತು.

ಯ್ಯೋನು ಮಾಡುವುದಪ್ಪಾ ಖಡ್ಗವನ್ನು ಎಂದು ನಿಂಗಜ್ಜಿ ಓಣಿಯ ಹಲವರ

ಬಳಿ ಅಳಲು ತೋಡಿಕೊಂಡಳು. 'ಅಂಥಾ ಕನ್ನೀರವ್ವನ ಬಾವಿಗೆ ಹಾಕಿದ್ರೇ ಬಿಡ್ಲಿಲ್ಲ ನಿನ್ನಳಿಯಾ' ಎಂದು ಸೋಗುಟ್ಟಿದರು.

ಮರುದಿನ ಬೆಳಗಾಗೆ ಕೊಟ್ಟೂರಿನ ಬೆಣ್ಣೆ ಬಸವರಾಜನ ತಂಡದ ಸಮಾಳವಾದನದ ಸದ್ದು ಕಿವಿಗೆ ಬೀಳುತ್ತಲೆ ಹೋಗಿ ನೋಡುತ್ತಾಳೆ ಗುಗ್ಗುಳ ಧಗಧಗ ಕೆನ್ನಾಲಿಗೆ ಚಾಚಿ ಹೊಂಟಿರುವುದೂ ಕಾಸಿ ಅಯ್ನೋರು ತಮ್ಮ ನಾಲಗೆಗಳಿಗೆ ಫಲಫಳ ಸೂತ್ರ ಸಿಕ್ಕಿಸಿಕೊಂಡು ವೀರಾವೇಶದಿಂದ ನರ್ತಿಸುತ್ತಿರುವುದೂ, ಸೂತ್ರಕ್ಕೆ ಮದುಮಗ ಗದಗದ ನಡುಗುತ್ತಿರುವುದೂ ಕಂಡಿತು.

ಹ್ಹಹ್ಹ ವೀರ ನಮ್ಮ ಕರಿವೀರಭದ್ರ ದೇವರು ಖಡ್ಗ ಹಿಡಿದುಕೊಂಡು ದಕ್ಷನನ್ನು ಕೊಲ್ಲಲು ಹ್ಯಾಗೆ ಬರುತ್ತಿದ್ದಾರೆಂದರೆ.....ss ಹಿಂದೆಯೇ ಒಡಪು ಹೇಳುತ್ತಿರುವುದೂ ಕಿವಿಗೆ ಬಿತ್ತು. ಆ ಕ್ಷಣ ನಿಂಗಜ್ಜಿಗೆ ಏನು ಹೊಳೆಯಿತೋ ಏನೋ! ಸರಸರನೆ ಬಂದವಳೆ ಖಡ್ಗವನ್ನು ಸೀರೆಯಲ್ಲಿ ಬಚ್ಚಿಟ್ಟುಕೊಂಡು ಸರಸರನೆ ಕೋಟೆ ವೀರಭದ್ರ ದೇವರ ಗುಡಿಗೆ ಹೋಗಿ ದೇವ್ರೆ ಈ ಖಡ್ಗ ನಿನ್ನತ್ರ ಇಟ್ಕಾ ಎಂದು ದೀರ್ಘ ಪ್ರಣಾಮ ಸಲ್ಲಿಸಿ ಮರಳಿದಳು.

ಖಡ್ಗ ಕಾಣದಾಗಲು, ರುದ್ರಪ್ಪಗೆ ಎಂದಿನಂತೆ ಸಿಟ್ಟು ಬಂದು 'ಏನ್ರೇ' ಎಂದು ಗರ್ಜಿಸಲು ನಿಂಗಜ್ಜಿ ಅದನ್ನೊಯ್ದು ಯೀರ್‌ಬದ್ರದ್ಯಾವ್ರು ಗುಡೀಗೆ ಕ್ವಟ್‌ಬಂದೀನಿ. ಗಂಡಸಾಗಿದ್ರೆ ತಕ್ಕಂಬಾ ವೋಗೋ ಹ್ಹ.... ಹ್ಹ..... ಹ್ಹ..... ಎಂದು ನಗಾಡಿತು.

ಅತುಲ ಪರಾಕ್ರಮದಿಂದ ಗುಡಿಗೆ ಹೋದ ರುದ್ರಪ್ಪಗೆ ಖಡ್ಗ ತರಲು ಸಾಧ್ಯವಾಗಲೇ ಇಲ್ಲ. ಮಾತು, ಪಿತ್ರಾರ್ಜಿತ ಪರಾಕ್ರಮ ಕಳೆದುಕೊಂಡವನಂತೆ ಮನೆಯ ಕಟ್ಟೆಗೆ ಕುಂತಿರುತ್ತಾನೆ.

17. ಸೀತೆ ಹೇಳಿದ ರಾಮನ ಗುರುತು

– ಕೆ. ಸತ್ಯನಾರಾಯಣ

ರಾಮ ಲಕ್ಷ್ಮಣರ ದೇಹದ ವರ್ಣನೆಯಾಯಿತು. ರಾಮನ ಅಂಗೈ–ಅಂಗಾಲಿನ ಗುರುತಿನ ಗೆರೆಗಳನ್ನೂ, ಅವನ ಹೊಕ್ಕಳು ಮೃದುವಾಗಿರುವುದನ್ನೂ ಹನುಮಂತ ಕರಾರುವಾಕ್ಕಾಗಿ ವಿವರಿಸಿದ ಮೇಲೆ ಸೀತೆಗೆ ಹನುಮಂತನ ಬಗ್ಗೆ ಯಾವ ಅನುಮಾನವೂ ಉಳಿಯಲಿಲ್ಲ. ಆದರೂ ಹನುಮಂತ ಇನ್ನೂ ವರ್ಣನೆಯ ಹುಮ್ಮಸ್ಸಿನಲ್ಲೇ ಇದ್ದುದರಿಂದ ರಾಮ ಲಕ್ಷ್ಮಣರ ಶೀಲ ಸ್ವಭಾವವನ್ನು, ವಾಲಿಯ ವಧೆಯ ಸಮಯದಲ್ಲಿ ರಾಮನು ತೋರಿದ ಶೌರ್ಯ, ಚಾಣಾಕ್ಷತನವನ್ನೂ, ವಾಲಿಯ ವಧೆಯ ನಂತರ ಸುಗ್ರೀವ ರುಮೆ–ತಾರೆಯರಲ್ಲಿ ಅನುರಕ್ತನಾಗಿ ತನ್ನ ಕರ್ತವ್ಯವನ್ನು ಮರೆತು ಸುಖೀಭ್ರಮಿಯಾದುದನ್ನು, ಅವನನ್ನೆಚ್ಚರಿಸಲು ಬಂದ ಲಕ್ಷ್ಮಣ ಬಿಲ್ಲನ್ನು ಬಿಗಿ ಮಾಡಿದ ಶಬ್ದಕ್ಕೇ ಸುಗ್ರೀವ ಅಂಜಿದುದನ್ನು ಹೀಗೆ ಎಲ್ಲವನ್ನೂ ವಿವರಿಸುತ್ತಲೇ ಹೋದನಲ್ಲ.

ರಾಮ ಲಕ್ಷ್ಮಣರನ್ನು ಅಗಲಿ ಈಗಾಗಲೇ ಹತ್ತು ತಿಂಗಳಾಗಿದ್ದ ಸೀತೆಗೆ ಈ ವರ್ಣನೆ ಬಹು ಆಪ್ಯಾಯಮಾನವಾಗಿತ್ತು. ಹನುಮಂತನ ಒಂದೊಂದು ಮಾತು ಮತ್ಯಾವುದೋ ನೆನಪನ್ನು ಕೆದಕಿ ಒಮ್ಮೆ ಮನಸ್ಸನ್ನೂ, ಇನ್ನೊಮ್ಮೆ ದೇಹವನ್ನೂ ಪುಳಕಗೊಳಿಸುತ್ತಿತ್ತು.

ಈ ರೀತಿ ಸಂತೋಷಪಡುವ, ಪುಳಕಗೊಳ್ಳುವ ಅಭ್ಯಾಸವೆ ಈಚೆಗೆ ತಪ್ಪಿಹೋಗಿದ್ದರಿಂದ, ಏನು ಮಾಡಬೇಕು, ಏನು ಹೇಳಬೇಕೆಂದು ತೋಚದೆ ಸೀತೆ ಸುಮ್ಮನೆ ಹನುಮಂತನಾಡುವ ಮಾತುಗಳನ್ನು ಕೇಳಿಸಿಕೊಳ್ಳುತ್ತಿದ್ದಳು. ವರ್ಣನೆಯ ಸಂಭ್ರಮದಲ್ಲಿದ್ದ ಹನುಮಂತನೇ ತನ್ನ ವರ್ಣನೆಗನುಗುಣವಾಗಿಯೇ ಎಂಬಂತೆ ಬದಲಾಗುತ್ತಿದ್ದ ಹಾವಭಾವ, ಅಂಗಾಂಗ ಪ್ರದರ್ಶನಗಳಿಗೆ ಗಮನಕೊಡದಿದ್ದ ಮೇಲೆ, ಸೀತೆ– ವರ್ಣನೆ ಕೇಳಿ, ವರ್ಣನೆಯಿಂದ ಮಾತ್ರವೇ ವಸಂತಮಾಸದ ಸುಖವನ್ನು ಅನುಭವಿಸುತ್ತಿದ್ದ ಸೀತೆ– ಹೇಗೆ ಗಮನಕೊಟ್ಟಾಳು? ರಾಮ ಕಳುಹಿಸಿದ್ದ ಮುದ್ರೆಯುಂಗುರ ಸೀತೆಯೆದುರಿಗೆ ಪ್ರತ್ಯಕ್ಷವಾಗೇಬಿಟ್ಟಿತು.

'ಇಗೋ ನೋಡು, ಸ್ವಾಮಿ ಶ್ರೀರಾಮಚಂದ್ರ ಕಳುಹಿಸಿರುವ ಮುದ್ರೆಯುಂಗುರ, ಮತ್ತೇಕೆ ದೇವಿ ಅನುಮಾನ? ನನ್ನೊಡನೆ ಬಂದುಬಿಡು. ಕ್ಷಣಮಾತ್ರದಲ್ಲಿ ಸ್ವಾಮಿಯನ್ನು ಸೇರಿಸುವೆ.'

ಹನುಮಂತನಾಡಿದ ಮಾತಿಗೆ ಪ್ರತಿಕ್ರಿಯಿಸಲು ಸೀತೆಗೆ ತಕ್ಷಣ ಏನೂ ಹೊಳೆಯಲಿಲ್ಲ. ಇನ್ನೂ ವರ್ಣನೆಯ ವಸಂತ ಸುಖವನ್ನು ಅನುಭವಿಸುತ್ತಿದ್ದ ಅವಳನ್ನು ಕಣ್ಣೆದುರಿನ ಮುದ್ರೆಯುಂಗುರ ಪುಳಕಗೊಳಿಸಿತೇ ಹೊರತು ಹನುಮಂತ ಹೇಳಿದ ಮಾತು ತಿಳಿಯಲಿಲ್ಲ. ರಾಮಚಂದ್ರ ಕಳುಹಿಸಿದ್ದ ಮುದ್ರೆಯುಂಗುರದ ದರ್ಶನದಿಂದ ಹನುಮಂತನ ಬಗ್ಗೆ ಉಕ್ಕಿದ ಭಾವ ಸಂತೋಷ ಕೃತಜ್ಞತೆಗಳನ್ನು ಮೀರಿದ ಸ್ಥಿತಿಯದಾಗಿತ್ತು. ಹಾಗಾಗಿ, ಮುದ್ರೆಯುಂಗುರ ಪಡೆಯಲು ನೀಡಿದ ಕೈಯಲ್ಲಿ ತಟಕ್ಕನೆ ಮೂಡಿದ್ದ ಕಾಂತಿಯು ಕೂಡ ಅವಳಿಗೆ ತಿಳಿಯಲಿಲ್ಲ. ಈ ಕ್ಷಣದಲ್ಲೇ ದೇವಿಯನ್ನು ಸ್ವಾಮಿಯ ಬಳಿಗೆ ಕೊಂಡೊಯ್ಯಲು ನಿರ್ಧರಿಸಿ ಲಂಘನಕ್ಕೆ ತಯಾರಾಗಿ ನಿಂತಿದ್ದ ಹನುಮಂತನು ಈ ಕಾಂತಿಯನ್ನು ಗಮನಿಸಲಿಲ್ಲ. ಅವನ ಯೋಚನೆ ಏನಿದ್ದರೂ ಸೀತೆಯ ದರ್ಶನದಿಂದ ಮತ್ತೆ ಪ್ರಫುಲ್ಲವಾಗುವ ಸ್ವಾಮಿ ಶ್ರೀರಾಮಚಂದ್ರನ ವದನದ ಕಡೆಗೆ, ತನ್ನ ಸ್ವಾಮಿ ಸುಗ್ರೀವನ ಬಗ್ಗೆ ಲಕ್ಷ್ಮಣ ಸ್ವಾಮಿಗೆ ಕೋಪ ಮರೆಯಾಗಿ ಕೃತಜ್ಞತೆ, ಸಂತಸ ಉಕ್ಕುವ ಲಕ್ಷ್ಮಣನ ಮುಖಭಾವದ ಕಡೆಗೆ. ಶ್ರೀರಾಮಚಂದ್ರ–ಲಕ್ಷ್ಮಣ ಸ್ವಾಮಿಯ ದರ್ಶನದ ಕಲ್ಪನೆಯಿಂದ ಮಾತ್ರವೇ ಮೂಡಿದ ಕೃತಾರ್ಥ ಭಾವದಿಂದ ಸೀತೆಯನ್ನು ಆ ಕ್ಷಣದಲ್ಲೇ ಕೊಂಡೊಯ್ಯುವ ನಿರ್ಧಾರ ಇನ್ನಷ್ಟು ಗಟ್ಟಿಯಾಯಿತು.

ಸೀತೆಯನ್ನು ಆತುರಪಡಿಸುತ್ತಾ ಮತ್ತದೇ ಮಾತನ್ನು ಹೇಳಿದ. ಮಾತನ್ನು ಹೇಳುವುದರ ಜೊತೆಗೇ ತನ್ನ ಕೈಯನ್ನು ಕೂಡ ಮುಂದೆ ನೀಡಿದ. ಅವನ ಕರ್ತವ್ಯ ನಿಷ್ಠೆಯ ಆಳವನ್ನು ಸೂಚಿಸುವಂತೆ ಕೈ ಕ್ಷಣದಲ್ಲೇ ಉದ್ದವಾಗಿ ಬೆಳೆದು ಸೀತೆಯ ಭುಜದ ಹತ್ತಿರಕ್ಕೆ ಬಂದುಬಿಟ್ಟಿತು. ಕೈ ಇನ್ನೇನು ಭುಜವನ್ನು ಸೋಕಿಯೇ ಬಿಡಬೇಕೆನ್ನುವಷ್ಟರಲ್ಲಿ ಸೀತೆಗೆ ಹನುಮಂತನಾಡಿದ ಮಾತಿನ ಸಕಲಾರ್ಥವು ತಿಳಿಯಿತು. ಅವಳಿಗರಿವಿಲ್ಲದೆಯೆ ಹಿಂದಕ್ಕೆ ಜಿಗಿದಳು. ಕಣ್ಣು ರೆಪ್ಪೆಯ ಒಂದು ಕೂದಲಿಗಾಗುವಷ್ಟು ಕೂಡ ಸ್ಥಳವಿಲ್ಲದಂತೆ ವನದಲ್ಲಿ ಹರಡಿದ್ದ ಪುಷ್ಪರಾಶಿಯಲ್ಲಿ ಒಂದಿಷ್ಟು ಹೂಗಳು ಅವಳು ಜಿಗಿದ ರಭಸಕ್ಕೆ ನಡುಗಿದವು. ಮತ್ತೊಂದಿಷ್ಟು ಹೂಗಳು ಸೊರಗಿದವು. ಸೊರಗಿ ಬಸವಳಿದು ಮುದುಡಿಹೋಗುವ ಮುನ್ನ ಸೀತೆಯ ಮಾತುಗಳನ್ನು ಕೇಳಿಸಿಕೊಂಡವು.

'ಎಲ್ಲ ಸರಿ, ಎಲ್ಲ ಸರಿ ಹನುಮಂತ, ಆದರೆ.... ಆದರೆ..... ನೀನು' ಹೇಳುತ್ತಲೇ ಎರಡೂ ಕೈಗಳನ್ನು ಅಸಹಾಯಕತೆಯಿಂದ ಮುಂದೆ ಚಾಚಿ ಆರ್ತಳಾಗಿ ಬೇಡಿಕೊಂಡಳು.

'ಏಕೆ ದೇವಿ, ಇನ್ನೂ ನಂಬಿಕೆ ಬರಲಿಲ್ಲವೇ? ಎಲ್ಲವನ್ನೂ ಹೇಳಿದೆನಲ್ಲ. ಸ್ವಾಮಿಯ ಮಹಾಬಾಹುವಿನ ಬಗ್ಗೆ, ಕತ್ತು ಎದೆಯ ನಡುವೆ ಕಾಣುವ ಶಂಖದಂತಿರುವ ಮೂರು ರೇಖೆಗಳ ಬಗ್ಗೆ, ತಲೆಯಲ್ಲಿ ಅವನಿಗೆ ಮಾತ್ರವೇ ಇರುವ ಮೂರು ಸುಳಿಗಳ ಬಗ್ಗೆ, ಇನ್ನೂ ಏಕೆ ಅನುಮಾನ? ಅವನ ಹೊಕ್ಕಳು ಕೂಡ ಮೃದುತಾನೆ? ಮೊದಲೇ ಹೇಳಿದ್ದೆನಲ್ಲ ಅದನ್ನೂ ಕೂಡ. ಅವನ ಅಂಕಿತವಿರುವ ಮುದ್ರೆಯುಂಗುರ ಕೂಡ ನೋಡಿಯಾಯಿತಲ್ಲ? ತಪ್ಪಿಲ್ಲ ಬಿಡು ದೇವಿ,

ನಿನ್ನದೇನು– ನೋಡಿದೆನಲ್ಲ ಇಲ್ಲಿ ನಡೆಯುತ್ತಿರುವುದನ್ನೆಲ್ಲ; ಬೈಗುಳ, ನಿಂದನೆ, ಭರ್ತ್ಸನೆ ಇವುಗಳ ಮಧ್ಯೆಯೇ ಬದುಕಿ ಬದುಕಿ ದಿನವನ್ನೆಲ್ಲ ಸವೆಸಿ ಎಲ್ಲದರ ಬಗ್ಗೆಯೂ ನಿನಗೆ ಅನುಮಾನ.

ಎಲ್ಲರೂ ನಿನ್ನ ಕಣ್ಣಿಗೆ ರಾಕ್ಷಸರೇ, ಆದರೆ ನಿಜ ಹೇಳುವೆ ದೇವಿ, ನಾವು ದೇವರೂ ಅಲ್ಲ, ದಾನವರೂ ಅಲ್ಲ, ಮನುಷ್ಯರೂ ಅಲ್ಲ, ವಾನರರು. ನನ್ನೊಡನೆ ಬಾ, ಸಂತೋಷದಿಂದ. ನಿನ್ನನ್ನು ನೋಡಿದ ಸಂತೋಷದಿಂದ ಅರಳುವ ಸ್ವಾಮಿಯ ಮುಖವನ್ನು ನೋಡಿ ಆನಂದಪಡುವ ಭಾಗ್ಯ ಕರುಣಿಸು ಬಾ. ಬಾ ದೇವಿ ಹೊರಡು'. ಹನುಮಂತನ ಮಾತುಗಳಲ್ಲಿ ಆತುರ, ಪ್ರೀತಿ, ಒತ್ತಾಯ, ವಾದ, ಸಮಾಧಾನ ಎಲ್ಲವೂ ಸೇರಿಕೊಂಡಿತ್ತು.

ಹನುಮಂತನ ಮೇಲೆ ಎಷ್ಟೇ ನಂಬುಗೆ ವಿಶ್ವಾಸ ಹುಟ್ಟಿದ್ದರೂ ಸೀತೆ ಇನ್ನೂ ಒಂದಾದ ಮೇಲೊಂದರಂತೆ ನಡೆಯುತ್ತಿದ್ದ ಆವತ್ತಿನ ಘಟನೆಗಳಿಗೆ ಮನಸ್ಸನ್ನು ಅಷ್ಟು ಬೇಗ ಹೊಂದಿಸಿಕೊಳ್ಳುವುದಕ್ಕೆ ಆಗಿರಲಿಲ್ಲ. ರಾವಣನ ಲಂಕೆಯ ಅಂತ್ಯವನ್ನು ಭಯಾನಕವಾಗಿ ಹೇಳಿದ ತ್ರಿಜಟೆಯ ಕನಸು, ಆ ಕನಸನ್ನು ಹೇಳುತ್ತ, ಹೇಳುತ್ತಲೇ ಅವಳು ವಿಕಾರವಾಗಿ ಅತ್ತದ್ದು, ನಡುಗಿದ್ದು, ಉಳಿದೆಲ್ಲ ರಾಕ್ಷಸಿಯರು ಅವಳ ಮೇಲೆ ಬಿದ್ದದ್ದು, ಹಿಂಸಿಸಿದ್ದು, ಹತ್ತು ತಿಂಗಳಿನುದ್ದಕ್ಕೂ ಕೇಳಿಕೊಂಡು ಬಂದ ನಿಂದನೆ, ಕುಹಕಗಳೆಲ್ಲವನ್ನೂ ಮೀರಿದ ಅವತ್ತಿನ ರಾವಣನ ನಿಂದನೆ, ರಾಕ್ಷಸರನ್ನಿರಲಿ, ರಾವಣನ ಮಗ ಅಕ್ಷಯ ಕುಮಾರನನ್ನು ಕೂಡ ಈ ಹನುಮಂತ ವಧಿಸಿದ್ದು, ತನ್ನ ಲಂಘನಕ್ಕೆ ಈ ದ್ವೀಪ, ಈ ವನ ಯಾವ ಲೆಕ್ಕ ಎಂದು ಬೇಕಾದಾಗ, ಬೇಕಾದಷ್ಟು ಆಕಾರ ಬದಲಾಯಿಸುತ್ತಿರುವ ಈ ವಾನರ, ಅವನು ಹೇಳಿದ ಸಾದ್ಯಂತ ರಾಮಚರಿತ, ತಟಕ್ಕನೆ ಪ್ರತ್ಯಕ್ಷವಾದ ರಾಘವನ ಮುದ್ರೆಯುಂಗುರ–ಎಲ್ಲವೂ ಇನ್ನೂ ಮನಸ್ಸಿನ ಆಳಕ್ಕೆ ಇಳಿಯುವ ಮುನ್ನವೇ ರಾಘವನ ಬಳಿಗೆ ತಲುಪಿಸುವ ಭರವಸೆ, ಏನು ಹೇಳಿಯಾಳು ಸೀತೆ ?

ಕಳೆದ ಹತ್ತು ತಿಂಗಳ ನೆನಪಿನಲ್ಲಿ ಸುಂದರವಾದ್ದು ಈ ವನವೊಂದೆ. ಅಯೋಧ್ಯೆಯಲ್ಲಿ, ಅತ್ರಿಮುನಿಗಳ ಆಶ್ರಮದಲ್ಲಿ, ಚಿತ್ರಕೂಟದಲ್ಲಿ ಕಾಣದೆ ಹೋದ ಹೂವು, ಹಣ್ಣುಗಳು ಕೂಡ ಅಶೋಕವನದಲ್ಲಿ. ಆದರೆ ಅದನ್ನೆಲ್ಲ ವಿವರ ವಿವರವಾಗಿ ನೋಡಿ ಮೆಚ್ಚಿ ಅನುಭವಿಸುವ ಮನೋಸ್ಥಿತಿ ಸೀತೆಗಿಲ್ಲದ್ದರಿಂದ ಅವಳಿಗೆ ಕೇಳಿಸುತ್ತಿದ್ದುದು, ಅವಳು ಕೇಳಿಸುತ್ತದೆ ಅಂದುಕೊಳ್ಳುತ್ತಿದ್ದುದು ರಾಕ್ಷಸ ರಾಕ್ಷಸಿಯರ ಕಿರುಚಾಟ, ಭರ್ತ್ಸನೆ ಮಾತ್ರ. ಇದರಿಂದ ಬಿಡುಗಡೆಯೇ ಇಲ್ಲವೆ ಎಂದು ಯೋಚಿಸಿ ಯೋಚಿಸಿ ಯೋಚಿಸುತ್ತಿದ್ದಾಗ ತಾನೆ ಎಲ್ಲ ಕಿರುಚಾಟ, ಭರ್ತ್ಸನೆಯಿಂದ ಬಿಡುಗಡೆ ಕಾಣಿಸಿದ್ದು ?

ಶ್ರೀರಾಮಚಂದ್ರನಿಗೆ ಪ್ರಿಯವಾದ ಕೇಶರಾಶಿಯನ್ನು ಬೇಸರದಿಂದ, ಉದಾಸೀನದಿಂದ, ಸವರುತ್ತಿದ್ದಾಗಲೇ ಅಲ್ಲವೆ ಹೊಳೆದದ್ದು ಸೀತೆಗೆ ಬಿಡುಗಡೆಯ ದಾರಿ: ಅವನಿಗೆ ಪ್ರಿಯವಾದ ಈ ಕೇಶರಾಶಿಯಿಂದಲೇ ಕುತ್ತಿಗೆ ಬಿಗಿದುಕೊಂಡು ಯಾರಿಗೂ ಬೇಡದ ಹೀನಸ್ಥಿತಿಯಿಂದ ಪಾರಾಗುವ ಯೋಜನೆ ಮಾಡುತ್ತಾ, ಮಾಡುತ್ತಾ ಕೂದಲ ರಾಶಿಯ ಮೇಲೆ ಕೈಯಾಡಿಸುತ್ತಾ ಕೈಯಾಡಿಸುತ್ತಾ ಕೊನೆಯ ಬಾರಿಗೇನೋ ಎಂಬಂತೆ

ಮತ್ತೆ ಮತ್ತೆ ರಾಘವನನ್ನು ಜ್ಞಾಪಿಸಿಕೊಳ್ಳುತ್ತಾ ಜೀವಹತ್ಯೆಯ ನಿರ್ಧಾರ ಮಾಡಿಕೊಳ್ಳುತ್ತಿದ್ದಾಗಲೇ ಈ ವಾನರ ಕಾಣಿಸಿದ್ದು, ಕಾಣಿಸಿಕೊಂಡು ಮತ್ತೆ ಎಲ್ಲವನ್ನೂ ಜೋಡಿಸಿದ್ದು: ಆಶ್ರಮದಲ್ಲಿ ಆ ಗುರುವಾರದ ಸಂಜೆ ರಾಮಲಕ್ಷ್ಮಣರು ಜಿಂಕೆಯ ಹಿಂದೆ ಹೋದ ಸಂಜೆಯಲ್ಲೆ ನಿಂತುಹೋಗಿದ್ದ ಅವಳ ಕತೆಯನ್ನು ಮತ್ತೆ ಜೋಡಿಸಿದ್ದು.

ಏನು ಹೇಳಿಯಾಳು ಸೀತೆ ಹನುಮಂತನಿಗೆ, ಹೇಳುವುದೇನು, ನಿರ್ಧಾರ ಕೂಡ ಮಾಡಬೇಕಾಗಿದೆ. ವಾನರನ ಹೆಗಲಿನ ಮೇಲೆ ಕುಳಿತು ಈ ಕ್ಷಣದಲ್ಲೇ ಇಲ್ಲಿಂದ ಹೊರಟುಬಿಡುವ ನಿರ್ಧಾರವನ್ನು, ನಿರ್ಧಾರದ ಕಲ್ಪನೆಯಿಂದಲೇ ಸೀತೆಯ ಮನಸ್ಸು ಅಳುಕಿತು. ತನ್ನ ಆಹ್ವಾನಕ್ಕೆ ತಕ್ಷಣ ಉತ್ತರ ಕೊಡದೆ ಹೋದ್ದರಿಂದ ನಿರುತ್ಸಾಹಿಯಾದ ಹನುಮಂತ ವಿಷಣ್ಣಗೊಂಡ ಮುಖವನ್ನು ಅತ್ತ ತಿರುಗಿಸಿ ನಿಂತಿರುವುದನ್ನು ಕಂಡು ಸೀತೆಗೇ ಬೇಸರವಾಯಿತು. ದುಃಖ ಒತ್ತರಿಸಿ ಬಂತು; ರಾಘವನನ್ನು ಸೇರಿಸುವ ಆಹ್ವಾನವನ್ನು ಕೂಡ ಒಪ್ಪಿಕೊಳ್ಳಲಾಗದ ತನ್ನ ಸ್ಥಿತಿಗೆ ಒತ್ತರಿಸಿ ಬಂದ ದುಃಖ ಅಳುವಾಗದ ಹಾಗೆ ತನ್ನನ್ನು ತಾನೇ ಎಚ್ಚರಿಸಿಕೊಂಡಳು. ಎಚ್ಚರಿಸಿಕೊಳ್ಳುತ್ತಾ ಮತ್ತೆ ಮರುಗಿದಳು; ಭರವಸೆಯ ಮೂರ್ತಿಯಾಗಿ ನಿಂತ ವಾನರನನ್ನು ನಂಬದ ತನ್ನ ದುರಾದೃಷ್ಟಕ್ಕೆ. ಮರುಕ್ಷಣದಲ್ಲೇ ಹನುಮಂತನನ್ನು ನಂಬಲು ಆಸೆಪಟ್ಟಳು.

ಮನಸ್ಸಿನ ಆಸೆ ಏನೇ ಇದ್ದರೂ, ಕಣ್ಣೆದುರಿಗೆ ನಿಂತಿದ್ದ ವಾನರ ಮಾತ್ರ ಒಮ್ಮೊಮ್ಮೆ ರಾಕ್ಷಸನಂತೆಯೇ ಕಾಣುವನು. ಒಮ್ಮೆ ರಾವಣನಾಗಿ, ಒಮ್ಮೆ ದೂಷಣನಾಗಿ, ಒಮ್ಮೆ ವಿರಾಧನಾಗಿ..... ವಿರಾಧನಾಗಿ. ಮನಸ್ಸು ಹಿಂದಕ್ಕೆ ಓಡಿತು. ಕಣ್ಣೆದುರಿಗೆ ಕೈ ಚೆಲ್ಲಿ ಕುಳಿತ ರಾಮಚಂದ್ರನ ಚಿತ್ರ ಮೂಡಿತು.

ಹಿಂದಿನ ದಿವಸ ತಾನೆ ಅತ್ರಿ ಮಹಾಮುನಿಗಳ ಆಶ್ರಮದಲ್ಲಿ ತನ್ನ ಸ್ವಯಂವರದ ಕತೆಯನ್ನು ಸೀತೆ ಬಹು ಸಂತೋಷದಿಂದ ಹೇಳಿದ್ದಳು.

ವಯಸ್ಸಿಗೆ ಬಂದ ಮಗಳಿಗೆ ತಕ್ಕ ವರ ಸಿಗದೆ ಇದ್ದಾಗ ಜನಕ ಮಹಾರಾಜ ಚಿಂತಾಕ್ರಾಂತನಾದ್ದು, ಸಚಿವ ಮಂಡಲಿಯ ಸಭೆಯಲ್ಲಿ ಇದೇ ಕೊರಗನ್ನು ಹೇಳಿಕೊಳ್ಳುತ್ತಿದ್ದುದು, ಇನ್ನೇನು ಮದುವೆಯೆ ಇಲ್ಲ ಎಂದಾದಾಗ ಈ ರಾಜಕುಮಾರರು ಬೇಡ, ಮದುವೆಯು ಬೇಡ, ನಡಿ ಕಾಡಿಗೆ ಹೋಗೋಣ ಯಾವುದಾದರೂ ಮುನಿವರರ ಆಶ್ರಮದಲ್ಲಿ ಸೇವೆ ಮಾಡಿ ದೇಹವನ್ನೂ, ಆಯುಸ್ಸನ್ನೂ ಒಟ್ಟಿಗೆ ಸವೆಸೋಣ ಎಂದು ಆಲಾಪಿಸುತ್ತಿದ್ದುದು (ದುಃಖದ ಮೂಲಕವೇ ತಾನೇ ಪ್ರೀತಿಯ ಆಳ ತಿಳಿಯುವುದು, ಜನಕನ ಪ್ರೀತಿಯ ಆಳ ತಿಳಿದು ಸೀತೆಯ ಎದೆಯಲ್ಲಿ ಪ್ರೀತಿ, ಕೃತಜ್ಞತೆಯ ಮಡುವು). ಈ ಎಲ್ಲ ಯಾತನೆಯ ಸಮಯದಲ್ಲೇ ಅಲ್ಲವೆ ರಾಘವ ವಿಶ್ವಾಮಿತ್ರ ಋಷಿಗಳ ಜೊತೆ ಇದ್ದಕ್ಕಿದ್ದಂತೆ ಬಂದದ್ದು? ಎಷ್ಟು ತಟಕ್ಕನೇ ಬಂದನೋ ಅಷ್ಟೇ ಸಲೀಸಾಗಿ ಶಿವಧನುಸ್ಸನ್ನು ಎದೆಗೇರಿಸಿದ್ದು? ಒಂದೇ ಒಂದು ಸಲ ಹೆದೆಗೇರಿಸಿದ ಎಳೆತಕ್ಕೆ ಅದು ಮುರಿದು ಬಿದ್ದದ್ದು, ನಂತರದ ಸಂಭ್ರಮ, ಕಲ್ಯಾಣೋತ್ಸವ ಎಲ್ಲವೂ ಅನುಸೂಯೆಗೆ ತಿಳಿದದ್ದೆ.

ಅತ್ರಿ ಮುನಿಗಳೇ ಎಷ್ಟು ಸಲ ಹೇಳಿರಲಿಲ್ಲ. ಎಲ್ಲವೂ ತಿಳಿದಿದ್ದರೂ ತನ್ನ

ಬಾಯಿಂದಲೇ ಮತ್ತೆ ಎಲ್ಲವನ್ನೂ ಕೇಳಲು ಮುನಿಪತ್ನಿ ಆಸೆಪಟ್ಟಳಲ್ಲ ಎಂದೇ ಅದೆಷ್ಟು ಸಂತೋಷವಾಗಿತ್ತು ಅಂದು. ಆಗ ರಾಘವನು ಅಲ್ಲೇ ಕುಳಿತಿದ್ದನಲ್ಲ; ಎದುರಿಗೆ; ಜಿಂಕೆ ಮೈಯ ಚುಕ್ಕೆಗಳನ್ನು ಎಣಿಸುತ್ತಾ ಸವರುತ್ತಾ ಸಂಜೆಯ ಹೊಂಗಿರಣ ಜಿಂಕೆಯ ಮೈಮೇಲೆ ಮೂಡಿಸಿದ್ದ ಬಂಗಾರದ ನೆರಳನ್ನು ಹಿಡಿಯಲು ಪ್ರಯತ್ನಿಸುತ್ತಾ ಸೀತೆ ಅವನ ಶೌರ್ಯವನ್ನು ವಿವರಿಸುವಾಗ ನಾಚಿಕೆ ಪಟ್ಟುಕೊಂಡು ನಾಚಿಕೆ ಮುಚ್ಚಿಟ್ಟುಕೊಳ್ಳಲು ಜಿಂಕೆ ಮರಿಯೊಂದನ್ನು ಬಳಿ ಎಳೆದುಕೊಂಡು ಅದರಿಂದ ಕೆನ್ನೆ ಹೆಗಲುಗಳನ್ನೆಲ್ಲಾ ತಿಕ್ಕಿಸಿಕೊಳ್ಳುತ್ತಾ.

ಕತೆ ಹೇಳುತ್ತಾ ಕತೆ ಹೇಳುತ್ತಾ ಸಂಜೆಯನ್ನು ಸ್ವಲ್ಪ ಸ್ವಲ್ಪವಾಗಿ ಕತ್ತಲೆಗೆ ಒಪ್ಪಿಸಿಯಾಗಿತ್ತು. ಪಟ್ಟಾಭಿಷೇಕದ ಘಟನೆಗಳನ್ನು ಹೇಳುತ್ತಾ ಇನ್ನೇನು ಕೈಕೇಯಿಯ ಬಗ್ಗೆ ಹೇಳಬೇಕೆನ್ನುವ ಕ್ಷಣದಲ್ಲಿ ದಿಢೀರನೆ ಎದ್ದು ಅನಸೂಯೆ ಮುನಿಪತ್ನಿ ಎನ್ನುವುದನ್ನು ಕೂಡ ಲೆಕ್ಕಿಸದೆ, ಬಿಲ್ಲನ್ನು ಏರಿಸಿಕೊಂಡು ಯಾರಿಗೂ ಹೇಳದೆ ದೊಡ್ಡ ದೊಡ್ಡ ಹೆಜ್ಜೆಗಳನ್ನು ಹಾಕುತ್ತಾ ನಡೆದುಬಿಟ್ಟನಲ್ಲ.

ಕತೆ ಹೇಳಿದ ಸಂತೋಷ ಅದೊಂದು ಕ್ಷಣದಲ್ಲಿ ಮಾಯವಾಗಿತ್ತು. ತನ್ನನ್ನಿರಲಿ, ಮುನಿಪತ್ನಿಯನ್ನೂ ಕೂಡ ಧಿಕ್ಕರಿಸಿ ಹೋದ್ದರಿಂದ ಮನಸ್ಸು ಆಘಾತಗೊಂಡಿತ್ತು. ಅನತಿ ದೂರದಲ್ಲಿ ಹೂ ಕಟ್ಟುತ್ತಾ ಕುಳಿತಿದ್ದ ಅನಸೂಯೆ ಹತ್ತಿರ ಬಂದು ಹೇಳಿದರಲ್ಲ, ಸಮಾಧಾನಪಡಿಸುತ್ತಾ ಕೋಪ ಬೇಡ ಮಗುವೆ ರಾಮ ಎಂತಹವನೆಂದು ನಿನಗಿನ್ನೂ ತಿಳಿದಿಲ್ಲ. ಇವರೆಲ್ಲ ನನಗೆ ಹೇಳಿದ್ದಾರೆ. ಅವನು ಮುಂದೆ ಬರುವ ಎಲ್ಲ ಕಾಲಕ್ಕೂ ಸಲ್ಲಲೆಂದೇ ಹುಟ್ಟಿದವನೆಂದು. ಇಷ್ಟು ಹೇಳುವ ಹೊತ್ತಿಗೆ ಅವರ ಕೈ ಗಲ್ಲ ಹಿಡಿದಿತ್ತು. ರಾಮನೇಕೆ ಗೊತ್ತೆ ತಾಯಿ, ಹಾಗೆ ಎದ್ದು ಹೋದದ್ದು? ನಾನು ಹೂದಂಡೆ ಕಟ್ಟುತ್ತಿದ್ದೆನಲ್ಲ. ಅದಕ್ಕೆಂದು ಇದ್ದ ಹೂ ಮುಗಿಯಿತು. ಅದ ತಿಳಿದೇ ಅವನು ಹೊರಟ. ಈಗ ನೀನು ಈ ಹೂದಂಡೆ ಮುಡಿದು ಅವನ ಬಳಿ ಹೊರಡು. ಆಶ್ರಮದ ಸುತ್ತಲ ಕಾಡಿನ ಹೂಗಳಿಂದ ಬರುವ ವಾಸನೆ ಅವನಿಗೂ ತಿಳಿಯಲಿ.

ವಾಸನೆಯಿರಲಿ, ಹೂವಿರಲಿ ತಾನು ಕೂಡ ಅವನೆದುರಿಗೆ ಇಲ್ಲದವನಂತೆ, ಏನೂ ಕಾಣದವನಂತೆ ಇದ್ದುಬಿಟ್ಟನಲ್ಲ ಅವತ್ತೆಲ್ಲಾ; ಲಕ್ಷ್ಮಣನ ಜೊತೆ ಭರತನ ಬಗ್ಗೆ ಹರಟುತ್ತಾ ಸಂಜೆ ಹೂದಂಡೆ ಕಟ್ಟಿದ್ದರೂ ಬೆಳಿಗ್ಗೆ ಏಳುವ ಹೊತ್ತಿಗೆ ಹೂ ಎಲ್ಲ ಬಾಡಿತ್ತು. ನೀರು ಚಿಮುಕಿಸಿ ಮತ್ತೆ ಮುಡಿಗೇರಿಸುವ ಆಸೆ ಹಾಗೇ ಉಳಿಯಿತು.

ಅವತ್ತೇ ಅಲ್ಲವೆ ಈ ವಿರಾಧ ಪ್ರತ್ಯಕ್ಷನಾದದ್ದು. ಅದೇನು ಎತ್ತರ, ಎಲ್ಲೋ ಆಳದಲ್ಲಿದ್ದಂತೆ ಕಾಣುತ್ತಿದ್ದ ಕಣ್ಣುಗಳು, ಬಾಯಿ ಮುಚ್ಚುವುದಕ್ಕೆ ಸಾಧ್ಯವೇ ಇಲ್ಲವೆನ್ನುವ ಹಾಗೆ ಹೊರಗೆ ಬಂದ ಉಬ್ಬು ಹಲ್ಲುಗಳು, ಕಿವಿಯಿಂದದೇನೋ ಸೋರಿ ಮೈಗೆಲ್ಲಾ ಇಳಿಯುತ್ತಿದೆಯಲ್ಲಾ ಅನ್ನಿಸಿದಾಗಲೇ ಅಲ್ಲವೆ ಅವನ ಎಡತೊಡೆಯ ಮೇಲೆ ಕುಳಿತಿದ್ದುದು. ಅಸಹ್ಯ ಹುಟ್ಟಿಸುವ ವಾಸನೆ, ಮೈಗೆಲ್ಲಾ ಅಂಟಿಕೊಳ್ಳಲು ಪ್ರಾರಂಭಿಸಿದ ಅವನ ಮೈಎಣ್ಣೆ. ಒಂದು ಕೈಯಲ್ಲಿ ನನ್ನನ್ನು ಮೈಯೆಲ್ಲಾ

ಹಿಡಿಯಾಗುವಂತೆ ಹಿಡಿದು ಇನ್ನೊಂದು ಕೈಯನ್ನು ಇವರಿಬ್ಬರ ಮೂತಿಗೆ ತಿವಿಯುತ್ತಾ ಆರ್ಭಟಿಸಿದನಲ್ಲ; ಯಾರು ನೀವು, ಋಷಿಕುಮಾರರೆ, ಇಲ್ಲಿಗೇಕೆ ಬಂದಿರಿ? ಈ ಸುಂದರಿ ಎಲ್ಲಿ ಸಿಕ್ಕಿದಳು? ಇವಳಿಗೇನು ಕೆಲಸ ಆಶ್ರಮದಲ್ಲಿ? ಇನ್ನು ಮುಂದೆ ಇವಳೇ ಈ ಕಾಡಿಗೆ ರಾಣಿ, ನನ್ನ ಹೆಂಡತಿ. ಅದೇನು ಗಹಗಹ ಅದೇನು ಕರ್ಕಶತೆ.

ಮೈಯೆಲ್ಲಾ ಹಿಂಡಿಸಿಕೊಂಡು ಮೈಗೆಲ್ಲಾ ಎಣ್ಣೆ ಅಂಟಿಸಿಕೊಂಡು ವಿಲಿವಿಲಿ ಒದ್ದಾಡುತ್ತಾ ರಾಘವನ ಕಡೆ ನೋಡಿದರೆ ಅವನು ಬಿಲ್ಲನ್ನು ಹೆಗಲಿಂದ ತೆಗೆದು ನೆಲದ ಮೇಲೆ ಒಗೆದು ಬಡಬಡಿಸಲು ಶುರುಮಾಡಿಬಿಟ್ಟನಲ್ಲಾ. 'ಅಯ್ಯೋ ಲಕ್ಷ್ಮಣಾ, ಇದೇನಿದು ಸೀತೆಯನ್ನು ರಾಕ್ಷಸ ಮುಟ್ಟಿಬಿಟ್ಟನಲ್ಲಾ, ಹಿಡಿದೇಬಿಟ್ಟನಲ್ಲಾ ಎಂತಹ ಪ್ರಾರಬ್ಧವಿದು? ಅಯೋಧ್ಯೆಯ ರಾಣಿ ರಾಕ್ಷಸನ ತೊಡೆಯ ಮೇಲೆ! ರಾಕ್ಷಸನ ಕೈಹಿಡಿಯಲ್ಲಿ! ಹೇಗೆ ಹೇಗೆ ಹೇಳಲಿ ಲಕ್ಷ್ಮಣ ನನ್ನ ಸಂಕಟವನ್ನು ನೋಡು, ನೋಡು ಅದ್ಹೇಗೆ ಕರ್ಕಶವಾಗಿ ನಗುತ್ತಿದ್ದಾನೆ. ಸೀತೆ ಅವನ ಹೆಂಡತಿಯಂತೆ. ಅಯ್ಯೋ...!' ಬಡಬಡಿಸುವಿಕೆಯ ಜೊತೆಗೆ ಕಣ್ಣೀರು ಸೇರಿಕೊಂಡಿತು. 'ರಾಜ್ಯ ಹೋಯಿತು. ಅಪ್ಪನೂ ಹೋದ. ಹೆಂಡತಿ ಈಗ ರಾಕ್ಷಸನ ಕೈಯಲ್ಲಿ, ಕಾಡಿಗೆ ರಾಣಿ ಮಾಡುತ್ತಾನಂತೆ. ನನ್ನ ಪ್ರಾರಬ್ಧ!' ಅಸಹ್ಯ ಹುಟ್ಟಿಸುವ ವಾಸನೆ. ವಿಲಿವಿಲಿ ಒದ್ದಾಟದಲ್ಲು ಕೂಡ ಆ ಕ್ಷಣದಲ್ಲಿ ಮನಸ್ಸು ಕಲ್ಪಿಸಿಕೊಂಡಿದ್ದು ಶಿವಧನಸ್ಸು ಮುರಿದ ರಾಮನನ್ನು, ಎಷ್ಟೆಷ್ಟೋ ರಾಕ್ಷಸರನ್ನು ನಿರ್ನಾಮ ಮಾಡಿದವನು. ಇವನನ್ನು ಕ್ಷಣ ಮಾತ್ರದಲ್ಲೇ ಧ್ವಂಸ ಮಾಡಿಬಿಡುವನೆಂಬ ಆಸೆ. ರಾಘವನ ಬಡಬಡಿಕೆ ಕಣ್ಣೀರು ನಿಲ್ಲಲೇ ಇಲ್ಲ. ಲಕ್ಷ್ಮಣನೇ ಸಮಾಧಾನ ಮಾಡಿದ್ದು, ಹುರುಪು ತುಂಬಿದ್ದು, ಕೊನೆಗೆ ಅಣ್ಣನಿಗಿಂತ ಮುಂದಾಗಿ ಯುದ್ಧಕ್ಕೆ ಇಳಿದಿದ್ದು. ಜೊತೆ ಜೊತೆಗೇ ನಿಂತು ವಿರಾಧನನ್ನು ಗುಂಡಿಯೊಳಗೆ ಸಜೀವವಾಗಿ ಹೂತು ಕಲ್ಲುಮುಳ್ಳುಗಳನ್ನು ಗುಂಡಿಯ ಮೇಲೆ ಹೇರಿದ್ದು.

ಆವತ್ತು ಕೂಡ ಅದೇ ಕತೆ. ರಾಘವ ಸರಿಯಾಗಿ ಮಾತಾಡಲೇ ಇಲ್ಲ. ಆಮೇಲೆ ನದಿಯ ತೀರದಲ್ಲಿ ಸಂಜೆ ಕುಳಿತಾಗ ಹೊತ್ತೇ ಗೊತ್ತಿಲ್ಲದವನಂತೆ ಸಂಧ್ಯಾವಂದನೆ ಮಾಡುತ್ತಲೇ ಹೋದನಲ್ಲ. ಅಯೋಧ್ಯೆಯಲ್ಲಾಗಲೀ, ಆಶ್ರಮದಲ್ಲಾಗಲೀ ಯಾವತ್ತೂ ಅಷ್ಟು ದೀರ್ಘವಾಗಿ ಸಂಧ್ಯಾವಂದನೆಗೆ ಕುಳಿತವನೇ ಅಲ್ಲ. ಸಂಜೆ ಹೊತ್ತು ಕಾಡಿನಲ್ಲಿ ಅಲೆದಾಡುವಾಗಲೆಲ್ಲ ಬೆಟ್ಟದ ಹಿಂದೆ ಇಳಿಯುವ ಸೂರ್ಯನನ್ನು ನೋಡುತ್ತಾ ಯಾವ ಮಾತೂ ಆಡದೆ ಮೂವರೂ ಸುಮ್ಮನೆ ನಿಂತುಬಿಡುವ ಪದ್ಧತಿ ಆವತ್ತು ಬೇರೆಯಾಗಿತ್ತು. ಸೂರ್ಯ ಬೇಗ ಬೇಗ ಇಳಿಯಲಿ, ಇವನ ಸಂಧ್ಯಾವಂದನೆ ಬೇಗ ಬೇಗ ಮುಗಿಯಲಿ ಅನಿಸುತ್ತಿತ್ತು.

ಕೊನೆಗೂ ಎದ್ದು ನದಿಯನ್ನೇ ನಿಟ್ಟಿಸಿ ನೋಡುತ್ತಾ ಹೇಳಿದನಲ್ಲ – ಇನ್ನು ಎಷ್ಟು ಜನ ರಾಕ್ಷಸರಿರುವರೋ ನಮ್ಮ ಹಣೆಬರಹದಲ್ಲಿ? ಅವನ ತೊಡೆ ಮೇಲೆ ಇವಳು ಕುಳಿತಿದ್ದನ್ನು ಕೈಕೇಯಿ ನೋಡಬೇಕಿತ್ತು. ಅದಕ್ಕಾದರೂ..... ತಟಕ್ಕನೆ ಮಾತು ನಿಲ್ಲಿಸಿ ಹೊರಟಾಗ ಕಮಂಡಲುವಿನಲ್ಲಿದ್ದ ನೀರು ತುಳುಕಿ ಒಂದೆರಡು ಹನಿ ಈಚೆಗೆ ಬಿತ್ತು.

ಅದನ್ನು ನೋಡುತ್ತಲೇ ರಾಘವನನ್ನು ಹಿಂಬಾಲಿಸಿದ್ದು. ದಿನವೂ ಪಟಪಟನೆ ಮಾತನಾಡುವ, ಮಾತನಾಡಿಸುವ ಲಕ್ಷ್ಮಣ ಕೂಡ ಆವತ್ತು ಮೌನವಾಗಿದ್ದ.

– 2 –

ಹೇಗೆ ಇದೆಲ್ಲವನ್ನೂ ಈ ವಾನರನಿಗೆ ಹೇಳುವುದು ? ರಾಮನ ದೇಹದ ಉಬ್ಬು ತಗ್ಗುಗಳನ್ನೂ, ಮೃದುತ್ವವನ್ನೂ, ಶಂಖ–ರೇಖೆಗಳನ್ನೂ ಬಲ್ಲ ಈ ವಾನರನಿಗೆ ಅವನ ಮನಸ್ಸು ಹೇಗೆ ತಿಳಿದಿರಬಹುದು ? ಎಷ್ಟು ತಿಳಿದಿರಬಹುದು ? ಎಂದೆಲ್ಲಾ ಸೀತೆ ಲೆಕ್ಕಾಚಾರ ಹಾಕಲು ಪ್ರಾರಂಭಿಸಿದಳು. ಲೆಕ್ಕಾಚಾರದ ಜೊತೆ ಜೊತೆಗೇ ಹನುಮಂತನನ್ನು ಸೂಕ್ಷ್ಮವಾಗಿ ಗಮನಿಸಿದಳು. ಬಾಲ ಎಲ್ಲೋ ಉಬ್ಬಿ ಇನ್ನೆಲ್ಲೋ ಹೊರಟಿದೆ. ಬಾಲದ ತುದಿಯ ಮೇಲೆ ಬಿದ್ದಿರುವ ಆಲದ ಮರದ ಬಿಳಿಲುಗಳಾಗಲೀ ಹೂ ರಾಶಿಯಾಗಲೀ ಯಾವುದರ ಪರಿವೆಯೂ ಇಲ್ಲ ಹನುಮಂತನಿಗೆ. ಇದೀಗ ತಾನೆ ದೊಪ್ ಎಂದು ಬಿದ್ದ ಬಿಲ್ವಪತ್ರೆಯ ಕಾಯಿಯ ಶಬ್ದ ಕೂಡ ಆತನಿಗೆ ಕೇಳಿಸಿದಂತಿಲ್ಲ. ಅಧೇ ವಿಷಣ್ಣಭಾವ. ಅವನ ಮನೋಸ್ಥಿತಿ ಅರಿತಂತೆ ಅಶೋಕವನ ಕೂಡ ಮೌನ.

ಪ್ರತಿಕ್ಷಣವೂ ನಾ ಮುಂದು ತಾ ಮುಂದು ಎಂದು ಫಲಭರಿತ ಹಣ್ಣುಗಳು ಪ್ರತಿ ಘಳಿಗೆಯೂ ತೊಟ್ಟು ಕಳಚಿ ಹೂ ರಾಶಿಯ ಮೇಲೆ ಬೀಳುತ್ತಿದ್ದುದು ಇವತ್ತೇ ಹೀಗೆ ಸುಮ್ಮನಾಗಿರುವುದು. ಯಾವ ಕಡೆ ಕತ್ತು ಹೊರಳಿಸಿದರೆ, ಮೂಗಿನ ಹೊರಳೆಯನ್ನು ಎಷ್ಟು ಅರಳಿಸಿಕೊಂಡರೆ ಯಾವ ಹೂವಿನ ಪರಿಮಳವೆಷ್ಟು ಎಂಬುದನ್ನು ಸೀತೆ ಅಭ್ಯಾಸ ಬಲದಿಂದಲೆ ಹೇಳಬಲ್ಲಳು. ಈವತ್ತು ಪರಿಮಳವಿರಲಿ, ಅದನ್ನು ಹೊತ್ತು ತರುವ ಗಾಳಿ ಕೂಡ ಇಲ್ಲ.

'ಹೊರಡುವೆ ದೇವಿ, ಸ್ವಾಮಿಗೆ ಎಲ್ಲವನ್ನೂ ತಿಳಿಸುವೆ....' ಸೀತೆಗೆ ಆಶ್ಚರ್ಯವಾಯಿತು. ಜೊತೆಯಲ್ಲೇ ಕರೆದೊಯ್ಯುವ ಪ್ರಸ್ತಾಪವನ್ನು ಮತ್ತೆ ಹನುಮಂತ ಮಾಡದೆ ಹೋದದ್ದಕ್ಕೆ, ತಾನು ಯೋಚಿಸಿದುದೆಲ್ಲಾ ಅವನಿಗೆ ತಿಳಿದೇಹೋಯಿತೆ ಎಂಬ ಅಳುಕು. ಅಳುಕಿನಲ್ಲೇ ಪ್ರಾರಂಭಿಸಿದಳು.

'ತಪ್ಪು ತಿಳಿಯಬಾರದು ದೂತ. ನಾನು ಜನಕರಾಜನ ಮಗಳು. ಅಯೋಧ್ಯೆಯ ರಾಣಿ. ನಾಲ್ಕು ಜನ ಹಾಗೆಂದು ಹೇಳಬೇಕು. ಅವರು ಹಾಗೆ ಹೇಳುವ ಹಾಗೆ ನಾವು ಬದುಕಬೇಕು. ಕ್ಷತ್ರಿಯಳಾದವಳನ್ನು ಗೆದ್ದೇ ತಾನೇ ಪಡೆಯಬೇಕಾದ್ದು. ಸ್ವಾಮಿಗೆ ಇದನ್ನು ಹೇಳು. ಜೊತೆಗೆ ಇನ್ನೊಂದು ಮಾತನ್ನೂ ಹೇಳು: ರಾವಣ ಕೊಟ್ಟಿರುವ ಗಡುವು ಇನ್ನೆರಡು ತಿಂಗಳೇ ಇರುವುದು. ಅದಕ್ಕೆ ಮುಂಚೆ...... ಮುಂಚೆ' ಹೇಳುತ್ತಾ ಹೇಳುತ್ತಾ ಸೀತೆಗೆ ಬಿಕ್ಕಳಿಕೆಯೇ ಬಂದುಬಿಟ್ಟಿತು. ರಾಮ ಬರುವುದು, ರಾವಣನೊಡನೆ ಯುದ್ಧ ಮಾಡುವುದು, ಮತ್ತೆ ತನ್ನನ್ನು ಅಯೋಧ್ಯೆಗೆ ಕರೆದೊಯ್ಯುವುದು – ಇವೆಲ್ಲವೂ ಮತ್ಯಾವುದೋ ಲೋಕದ ಮತ್ಯಾವುದೋ ಜನ್ಮದ ಸಾಧ್ಯತೆಯಾಗಿ ಕಂಡಿತು. ಸಾವರಿಸಿಕೊಂಡು ಅದನ್ನೇ ಕೇಳಿದ್ದಳು. ವರ್ಣನಾಪ್ರಿಯನಾದ ಹನುಮಂತ ಮತ್ತೆ ಎಲ್ಲವನ್ನೂ ಮರೆತು ವರ್ಣನೆಗೆ ಇಳಿದೇಬಿಟ್ಟ. ವಾನರ ಸಂಖ್ಯಾಬಲ, ಅವರ ಇದುವರೆಗಿನ ಸಾಹಸ, ಲಂಕೆಗೂ ಪಂಪಾ

ಸರೋವರಕ್ಕೂ ಇರುವ ದೂರ, ಸುಗ್ರೀವನ ಶೌರ್ಯ, ಲಕ್ಷ್ಮಣನ ಸಮಯಪ್ರಜ್ಞೆ, ಎಲ್ಲವೂ ಅವನ ವರ್ಣನೆಯಲ್ಲಿ ಸೇರಿಕೊಂಡಿತು. ಅವನ ವರ್ಣನೆ ಕೇಳುತ್ತಾ ಸೀತೆಗೆ ವಿಶ್ವಾಸ ಮತ್ತೆ ಚಿಗುರಿತು. ಹನುಮಂತನಲ್ಲಿ, ರಾಮ ತನ್ನನ್ನು ಕರೆದೊಯ್ಯುವ ಸಾಧ್ಯತೆಯಲ್ಲಿ, ಹನುಮಂತನ ವರ್ಣನೆಯನ್ನು ಅವಳು ತಡೆಯಲು ಹೋಗಲೇ ಇಲ್ಲ.

ಹೀಗೆ ವರ್ಣನೆಯನ್ನು ಕೇಳುತ್ತಾ ಕೇಳುತ್ತಾ ಅನುಭವಿಸುವ ಸುಖವೇ ಮುಂದುವರಿಯಲಿ ಎಂಬುದೊಂದೆ ಅವಳ ಏಕಮಾತ್ರ ಭಾವವಾಯಿತು. ಅವನ ಮಾತಿನ ಓಘಕ್ಕೆ ಅವನದೇ ತಡೆ. ಅವನದೇ ದಿಕ್ಕು. ವರ್ಣನೆ ಈಗ ರಾಮ ಲಂಕೆಗೆ ಬಂದು ಯುದ್ಧ ಹೂಡುವ ಘಟ್ಟಕ್ಕೆ ಬಂತು. ಆ ಘಟ್ಟದಲ್ಲೇ ಹನುಮಂತ ಹೇಳಿದ್ದು. ಹಾಗಾದರೆ ಇದೀಗಲೇ ಹೊರಡುವೆ, ತಡವೇಕೆ, ಆದರೆ ಸ್ವಾಮಿಗೆ ನಂಬಿಕೆ ಬರಬೇಕಲ್ಲ. ದೇವಿಯನ್ನು ಕಂಡಿದ್ದು, ಮಾತನಾಡಿದ್ದು ಎಲ್ಲವೂ, ಗುರುತಿಗಾಗಿ ಏನಾದರೂ ಬೇಕಲ್ಲ. ಕೇಳಿದನೇ ಹೊರತು ಹನುಮಂತ ಸೀತೆಯ ಮೈಮೇಲೆ ಕಣ್ಣಾಡಿಸಲಿಲ್ಲ. ದೃಷ್ಟಿ ಎಲ್ಲೋ ಇತ್ತು. ಸುಮ್ಮನೆ ಕೈಯನ್ನು ಮುಂದಕ್ಕೆ ಚಾಚಿದ, ಏನನ್ನಾದರೂ ಸರಿಯೆ ಕೊಡು ಎನ್ನುವಂತೆ.

ಈ ಸಲದ ವರ್ಣನೆಯಿಂದಾಗಿ ಮಾತ್ರ ಸೀತೆಗೆ ಹನುಮಂತನಲ್ಲಿ ಭರವಸೆಯನ್ನೂ ಮೀರಿದ ಕಕ್ಕುಲಾತಿ ಹುಟ್ಟಿತ್ತು. ಕ್ಷಣಮಾತ್ರದಲ್ಲಿ ರಾಮನ ಬಳಿಗೆ ಕರೆದೊಯ್ಯುವ ಅವನ ಯೋಚನೆಗೆ ತಾನಾಡಿದ ಮಾತಿನಿಂದ ಬೇಸರವೇನು ಇಲ್ಲ. ಸದ್ಯ ಬದಲಾಗಿ ಹೇಳಿದ ಮಾತಿನ ಜಾಡನ್ನೇ ಹಿಡಿದು ಮುಂದಿನ ಕೆಲಸದ ದಿಕ್ಕನ್ನು ಯೋಚಿಸಿ ಹೊರಟಿದ್ದಾನೆ. ಗುರುತಿಗೆ ಏನಾದರೂ ಕೇಳುತ್ತಿದ್ದಾನೆ. ಯೋಚಿಸುತ್ತಾ ಯೋಚಿಸುತ್ತಲೇ ಸೀತೆಯ ಕೈಗೆ ಚೂಡಾಮಣಿ ಬಂದುಬಿಟ್ಟಿತು. ಹನುಮಂತ ನೀಡಿದ್ದ ಕೈಗೂ ಅದು ಬಂತು. ವಿಶಾಲವಾದ ಅವನ ಅಂಗೈಯಲ್ಲಿ ಚೂಡಾಮಣಿ. ಸೀತೆ ನೋಡಿದಳು. ಚೂಡಾಮಣಿ ಕೈಗೆ ಸಿಕ್ಕಿದ್ದೆ ತಡ ಹನುಮಂತ ಹೊರಡುವ ಚಡಪಡಿಕೆಯನ್ನು ತೋರಿಸಿದ. ಮಣಿಯನ್ನು ಸೊಂಟಕ್ಕೆ ಸೇರಿಸಿ ದೇವಿಗೆ ನಮಸ್ಕರಿಸಲು ಬಗ್ಗಿದ. ಇನ್ನೊಂದು ಕ್ಷಣದಲ್ಲೆ ವಾನರ ಹೊರಟುಹೋಗುವ ಕಲ್ಪನೆಯಿಂದಲೇ ಸೀತೆಗೆ ಬೇಸರ.

ಎಲ್ಲವೂ ತಟಕ್ಕನೆ ಹೇಗೆ ನಡೆಯುತ್ತಿದೆ ಎಂಬ ಭಾವವೇ ಮತ್ತೆ ಜಾಗ್ರತವಾಯಿತು. ಸುಗ್ರೀವನಂತವನನ್ನೇ ಅನುರಕ್ತ ಸ್ಥಿತಿಯಿಂದ ಮೇಲೆತ್ತಿದ ಈತ ಸಾಮಾನ್ಯನಲ್ಲ ಎನಿಸಿತು. ಮತ್ತೊಂದಿಷ್ಟು ಹೊತ್ತು ಅವನನ್ನು ನೋಡುವ, ಅವನೊಡನೆ ಮಾತನಾಡುವ ಬಯಕೆ ಮನಸ್ಸಿನಲ್ಲಿ ಹುಟ್ಟಿತು. ಹನುಮಂತ ಈಗಾಗಲೇ ನಮಸ್ಕರಿಸಿ ಎದ್ದುಬಿಟ್ಟಿದ್ದ. ಆಶೀರ್ವದಿಸಲು ಎತ್ತಿದ ಸೀತೆಯ ಬಲಗೈ ಇನ್ನೂ ಅಭಯ ಹಸ್ತದ ಮುದ್ರೆಯಲ್ಲಿದ್ದಾಗಲೇ ಹೇಳಿದಳು: 'ಹನುಮಂತ, ಆಶೀರ್ವಾದ ಹಾರೈಕೆ ಇದ್ದೇ ಇದೆ. ನಿನ್ನೊಡನೆ ಇನ್ನೂ ಒಂದೆರಡು ಮಾತನಾಡುವ ಆಸೆ. ಗುರುತಿಗೆ ಚೂಡಾಮಣಿ ಕೊಟ್ಟೆನಲ್ಲ. ಜೊತೆಗೆ ಇನ್ನೊಂದು ಗುರುತು ಕೂಡ ಹೇಳುವೆ. ಅದು ತಿಳಿದಿರುವುದು ನನಗೆ ಮತ್ತು ರಾಘವನಿಗೆ ಮಾತ್ರವೇ. ಲಕ್ಷ್ಮಣನಿಗೂ ತಿಳಿದಿಲ್ಲ. ನೀನೆ

ಮೊದಲನೆಯವನು ಅದನ್ನು ತಿಳಿಯುತ್ತಿರುವವನಲ್ಲಿ. ಈ ಗುರುತು ಹೇಳಿದರಂತೂ ರಾಘವನಿಗೆ ಮತ್ಯಾವ ಅನುಮಾನವೂ ಉಳಿಯುವುದಿಲ್ಲ. ಕುಳಿತುಕೋ, ಕೇಳುವೆಯಂತೆ.'

ರಾಘವನಿಗೆ ರಾಜ್ಯವೆಷ್ಟು ಪ್ರೀತಿಯದೋ ಅಷ್ಟೇ ಪ್ರೀತಿ ವನದ್ದೂ ಕೂಡ. ಗೊತ್ತಿಲ್ಲದೆ ಗುರಿಯಿಲ್ಲದೆ ವನದಲ್ಲೆಲ್ಲ ಸುತ್ತಾಡುವುದರಲ್ಲಿ ನಿಸ್ಸೀಮ. ಸುತ್ತುತ್ತಾ ಸುತ್ತುತ್ತಲೇ ಹಿಂದೆ ಬಿಟ್ಟುಬಂದ ಮರವನ್ನೋ ಯಾವುದೋ ಗಿಡದ ಹೂವನ್ನೋ ನೆನಪಿಸಿಕೊಂಡು ಮತ್ತೆ ಹಿಂದಕ್ಕೆ ಹೋಗುವವನು. ಹೋಗಬೇಕೆನಿಸಿಬಿಟ್ಟರೆ ಸಾಕು, ಸಂಜೆಯೂ ಒಂದೇ, ಕತ್ತಲೂ ಒಂದೇ. ಅಷ್ಟೇ ವ್ಯಾಮೋಹ ಹಕ್ಕಿಗಳ ಬಗ್ಗೆ. ಅವು ಉಲಿಯುವ ಶಬ್ದಗಳ ಬಗ್ಗೆ. ಯಾವುದೇ ಹಕ್ಕಿಯ ಶಬ್ದವನ್ನು ಕೇಳಿದರೂ ಸಾಕು. ನಿಂತಲ್ಲೇ ನಿಂತುಬಿಡುತ್ತಿದ್ದ! ಕಾಲದ ಪರಿವೆಯಿಲ್ಲದೆ, ಕಾಲುನೋವಿನ ಅರಿವಿಲ್ಲದೆ, ಹಕ್ಕಿಯ ಶಬ್ದಕ್ಕೆ ತಾನೂ ಒಮ್ಮೊಮ್ಮೆ ಅದೇ ರೀತಿ ಶಬ್ದ ಮಾಡಿ ಪ್ರತಿಕ್ರಿಯಿಸುತ್ತಿದ್ದ.

ಹಕ್ಕಿಗಳಿಗೂ ಅವನನ್ನು ಕಂಡರೆ ಇಷ್ಟ. ಅವು ಮತ್ತಷ್ಟು ಸಂತಸದಿಂದ ಉಲಿಯುತ್ತಿದ್ದವು. ತಮಾಷೆಗೆ ನಾನು ಕೂಡ ಹಕ್ಕಿಯಂತೆ ಉಲಿಯಬೇಕೆಂದು ರೇಗಿಸುತ್ತಿದ್ದ. ತುಂಟತನದಲ್ಲೇನು ಹಕ್ಕಿಗಳು ಕಡಿಮೆಯೆ? ಅವು ರಾಘವನ ಧ್ವನಿಯನ್ನು ಸರಿಯಾಗಿಯೇ ತಿಳಿದಿದ್ದುವು. ನಾನು ಶಬ್ದ ಮಾಡಿದರೆ ಕೂಗು ಹಾಕಿದರೆ ಪ್ರತಿಯಾಗಿ ಉಲಿಯುತ್ತಲೇ ಇರಲಿಲ್ಲ. ರಾಘವ ನನ್ನನ್ನು ಕೆಣಕುತ್ತಾ ಮತ್ತೆ ತಾನು ಶಬ್ದ ಮಾಡುತ್ತಿದ್ದ. ಆಗ ಹಕ್ಕಿಗಳು ಸಂತಸದಿಂದ ಮತ್ತೆ ಉಲಿಯುತ್ತಿದ್ದವು.

'ಈಗ ನಿನ್ನ ಮುಡಿ ಕೂಡ ವನವೆ.' ಇದು ರಾಘವ ನನಗೆ ಆಗಾಗ ಹೇಳುತ್ತಿದ್ದ ಮಾತು. ಯಾವುದೇ ಹೊಸ ಹೂ ಕಂಡರೂ ಅದನ್ನು ನನ್ನ ಮುಡಿಗೇರಿಸಬೇಕೆಂಬ ಬಯಕೆ ಅವನದು. ಹೂವಿಗಿಂತಲೂ ಮೃದುವಾದ ಅವನ ಕೈಗಳಿಂದ ಹೂ ಮುಡಿಸಿ ಮುಖ ತಿರುವಿ ಗಲ್ಲ ಹಿಡಿದು ಕಣ್ಣಲ್ಲಿ ಕಣ್ಣಿಟ್ಟು ನೋಡಿ, 'ನೋಡು, ಹೂವು ಈಗ ನಿನ್ನ ಕಣ್ಣಲ್ಲಿ ನಗುತ್ತಿದೆ' ಎಂದು ಹೇಳಿ ಮುದ್ದಿಸುವನು. ಈ ಮುದ್ದಾಟ ಅತಿಗೆ ಹೋದದ್ದೂ ಉಂಟು. ಮುಡಿಗೇರಿಸಿದ ಹೂವನ್ನು ನಾನು ತೆಗೆಯುವ ಹಾಗೇ ಇಲ್ಲ. ಅದು ಅಲ್ಲೇ ಒಣಗಬೇಕು, ಅಲ್ಲೇ ಬಾಡಬೇಕು. ಅವನ ಮುದ್ದಿನ ಉಮೇದಿಗೆ ತಕ್ಕಂತೆ ಒಂದೇ ದಿನ ಬೇರೆ ಬೇರೆ ಜಾತಿಯ ಹೂಗಳು ಸಿಕ್ಕರೂ ಎಲ್ಲವೂ ಅವತ್ತೆ ಮುಡಿಗೇರಬೇಕು.

ಯಾವ ಜಾತಿಯ ಹೂವನ್ನೂ ಮುಡಿಯಿಂದ ತೆಗೆಯುವ ಹಾಗಿಲ್ಲ. ತೆಗೆಯುವೆನೆಂದರೆ ತೌರಿನ ಹೆಸರನ್ನು ಹೇಳಿ ರೇಗಿಸುವನು. ಜನಕನ ರಾಜ್ಯದ ಹೆಣ್ಣು ಮಕ್ಕಳ ಮುಡಿ ಬಲು ಚಿಕ್ಕದು. ಅಯೋಧ್ಯೆಯ ಹೆಣ್ಣು ಮಕ್ಕಳನ್ನು ನೋಡು. ಅವನ ತುಂಟತನಕ್ಕೆ ಹಾಗೆಂದ ತಕ್ಷಣವೇ ಇನ್ನೊಂದು ಜಾತಿಯ ಹೂ ಸಿಗುತ್ತಿತ್ತು. ಏನನ್ನೂ ಹೇಳದೆ ನಾನು ಮುಡಿಗೇರಿಸಿಕೊಳ್ಳುತ್ತಿದ್ದೆ. ಆವಾಗ ಮತ್ತೆ ಗಲ್ಲವನ್ನು ಹಿಡಿದು ಹೇಳುವನು 'ಜನಕನ ಮಗಳ ಹುಸಿ ಮುನಿಸು ಕೂಡ ಈಗ ಕಣ್ಣಿಗೆ ಬಂದಿದೆ.'

ಹೀಗೆ ಸಾಗಿತ್ತು: ನಮ್ಮ ವನವಾಸ. ಈಗ ನಾನು ಹೇಳುವ ಘಟನೆ ನಡೆದದ್ದು ಕಾಡಿನಲ್ಲಲ್ಲ. ಚಿತ್ರಕೂಟದ ಪರ್ವತ ಶ್ರೇಣಿಗೆ ಹೊಂದಿಕೊಂಡ ಹಾಗಿರುವ

ಉಪವನದಲ್ಲಿ–ಮಂದಾಕಿನಿ ತೀರಕ್ಕೆ ಬಲು ಸಮೀಪ. ರಾಘವನಿಗೆ ಹೂವು ಹಕ್ಕಿಗಳಷ್ಟೆ ಪ್ರಿಯವಾದದ್ದು ತಿಳಿಜಲ. ನದೀ ತೀರದಲ್ಲಿ ನಡೆಯುತ್ತಾ ಅದರಲ್ಲಿ ಬೀಳುವ ನಮ್ಮಿಬ್ಬರ ನೆರಳನ್ನೂ ನೋಡುತ್ತಾ ನೋಡುತ್ತಾ ಮಾರ್ಗ ಕ್ರಮಿಸುವುದು ಅವನ ಅಭ್ಯಾಸ. ಆವತ್ತು ಬಾಲ್ಯದ ಕತೆ ಹೇಳುತ್ತಾ ಮೈಮರೆತಿದ್ದ. ದಾರಿ ಸವೆದದ್ದೆ ಗೊತ್ತಾಗಲಿಲ್ಲ. ಹೊತ್ತೂ ತಿಳಿಯಲಿಲ್ಲ. ಕಾಡಿಗೆ ಯಾವ ಹೊತ್ತು ಗೊತ್ತು ಹೇಳು. ಅಲ್ಲೇನು ರಾಜ್ಯವೆ, ಮಂತ್ರಿಗಳೆ? ವಿಶ್ವಾಮಿತ್ರರು ಬಂದದ್ದು, ಅವರ ಜೊತೆ ಇವರನ್ನು ಕಾಡಿಗೆ ಕಳಿಸಲು ದಶರಥ ಪಟ್ಟ ಸಂಕಟ. ರಾಕ್ಷಸರ ಸಂಹಾರದ ಜೊತೆಗೇ ಅನೇಕ ಮುನಿವರರ ಭೇಟಿ. ವಿಶ್ವಾಮಿತ್ರರ ಜೊತೆ ಮಿಥಿಲೆಯನ್ನು ಪ್ರವೇಶಿಸುವ ತನಕವೂ ಕತೆಯನ್ನು ಹೇಳುತ್ತಲೇ ಹೋದ.

ಕತೆ ಅಲ್ಲಿಗೆ ಬಂದಾಗ ನನ್ನೆಡೆಗೆ ತಿರುಗಿ ಮುಂದಿನದು ಗೊತ್ತಲ್ಲ ವರದ ಕತೆ, ಸ್ವಯಂವರದ ಕತೆ, ಎಲ್ಲವೂ ನಿನಗೆ ತಿಳಿದಿದೆಯಲ್ಲ. ಅದನ್ನೇನು ಮತ್ತೆ ಹೇಳುವುದು. ಸ್ವಲ್ಪ ವಿಶ್ರಮಿಸುವ ಬಾ ಎಂದು ಕೈಹಿಡಿದು ಕರೆದ. ವಿಶ್ರಮಿಸಲು ಕುಳಿತಾಗಲೆ ಸವೆಸಿದ ದಾರಿಯ ದೂರ ತಿಳಿದದ್ದು. ಚಿತ್ರಕೂಟದ ಪರ್ವತದ ತುದಿ ಸ್ವಲ್ಪ ಮಾತ್ರವೇ ಕಾಣುತ್ತಿತ್ತು. ದೂರದಿಂದ ಎಲ್ಲ ಬೆಟ್ಟಗಳೂ ಒಂದೇ. ಎಲ್ಲ ಬೆಟ್ಟದ ತುದಿಯೂ ಒಂದೇ. ನದಿ ದಂಡೆಯುದ್ದಕ್ಕೂ ಬಂದಿದ್ದೇವಲ್ಲ. ಕಣ್ಣಿಗೆ ಕಾಣುವ ತನಕವೂ ನದಿ ನಮ್ಮ ಹಿಂದುಗಡೆ ಇತ್ತು. ಎಷ್ಟು ದೂರ ಬಂದಿದ್ದೇವೆಂದು ತಿಳಿಯುವ ಹಾಗೇ ಇರಲಿಲ್ಲ. 'ಎಷ್ಟೊಂದು ದೂರ ಬಂದುಬಿಟ್ಟೆವು, ಸ್ವಾಮಿ', ರಾಘವ ತೋರಿಸಿದ ಮರಗಳೆಡೆಗೆ ನಡೆಯುತ್ತಾ ಹೇಳಿದ್ದೆ.

'ನನ್ನ ಬಾಲ್ಯದಷ್ಟು ದೂರ ಮಾತ್ರ ನಡೆದಿದ್ದೇವೆ, ಬಾ ಸೀತೆ, ನಿನಗೆಷ್ಟು ದಣಿವಿದೆ ಎಂದು ನನಗೆ ಗೊತ್ತಿಲ್ಲವೆ? ಇವತ್ತು ರೂಢಿ ಬದಲಾಯಿಸುವ. ಮೊದಲು ನೀನು ಮಲಗು. ನಂತರ ನಾನು ಮಲಗುವೆ. ಸಂಜೆಯ ಸೂರ್ಯ ಚಿತ್ರಕೂಟದ ತುದಿಯಿಂದ ಇನ್ನೂ ಈ ಕಡೆ ಇರುವಾಗಲೆ ಆಶ್ರಮಕ್ಕೆ ಹೋಗೋಣ. ಸ್ವಯಂವರದ ಕತೆ ಕೇಳುವೆಯಂತೆ. ಆ ಕತೆ ಕೇಳಿದರೆ ನಿನ್ನ ಹೆಜ್ಜೆ ಚುರುಕಾಗುತ್ತದಲ್ಲವೆ?' ಮಾತಾಡುತ್ತಲೇ ಸೆಳೆದುಕೊಂಡು ತೊಡೆಯ ಮೇಲೆ ಮಲಗಿಸಿಕೊಂಡ. ಉತ್ತರೀಯದಿಂದ ಹಣೆಯ ಬೆವರನ್ನೆಲ್ಲ ಒರೆಸಿದ. ಸೊಂಟದ ಗಂಟಿನಿಂದ ತೆಗೆದು ಹಣ್ಣೊಂದನ್ನು ಬಾಯಿಗಿಟ್ಟ. ಅದನ್ನು ಬಾಯಿಗಿಟ್ಟುಕೊಳ್ಳುವ ಕ್ಷಣದಲ್ಲೇ ಈ ಕಾಗೆ ಬಂದದ್ದು.

ಹಣ್ಣಿನಾಸೆಗೆ ಬಂದಿರಬೇಕೆಂದುಕೊಂಡು ಕಡಿದ ಚೂರೊಂದನ್ನು ಅದರೆಡೆಗೆ ಎಸೆದೆ. ಅದು ಹಣ್ಣಿನ ಚೂರಿನ ಹತ್ತಿರ ಹೋಗಲೇ ಇಲ್ಲ. ದಿಢೀರನೆ ನನ್ನ ಮೇಲೆ ಎರಗಿ ಬಂತು. ರಾಮನ ಹತ್ತಿರ ಕೂಡ ಹೋಗಲಿಲ್ಲ. ಕಾಗೆಗೂ ಕೂಡ ಯಾರು ಸುಂದರವೆಂದು ಗೊತ್ತೆಂದು ಅವನು ಗೇಲಿ ಮಾಡಿದ. ಓಡಿಸಿದೆ ಎಂದುಕೊಂಡರೆ ಯಾವುದೋ ಮಾಯದಲ್ಲಿ ಬಂದು ಸ್ತನಗಳ ಮಧ್ಯೆ ಕೂರಲು ನೋಡಿತು. ಎದ್ದು, ತಿನ್ನುತ್ತಿದ್ದ ಹಣ್ಣನ್ನು ಬದಿಗಿಟ್ಟು ಪಕ್ಕದಲ್ಲಿ ಸಿಕ್ಕಿದ ದಪ್ಪ ಮಣ್ಣಿನ ಹೆಂಟೆಯಿಂದ ಹೊಡೆದೆ. ಜೋರಾಗಿ ಕೂಗುತ್ತಾ ಶಬ್ದ ಮಾಡುತ್ತಾ ಹೋದ ಹಾಗೆ ಮಾಡಿತು.

ಪುನಃ ಅಲ್ಲೇ ಠಳಾಯಿಸಿತು. ರಾಘವನಿಗೋ ಇಂತಹ ಸಣ್ಣಪುಟ್ಟ ತಂಟೆಗಳನ್ನು ನಾನು ಅನುಭವಿಸಿ ಪೇಚಿಗೆ ಸಿಕ್ಕಿಹಾಕಿಕೊಂಡು ಪಡುವ ಪಡಿಪಾಟಲು ನೋಡಲು ಖುಷಿ. ಬಾ ಕ್ಷತ್ರಿಯ ಕನ್ಯೆಯ ಕೋಪ ಈಗ ಅದಕ್ಕೆ ಅರ್ಥವಾಗಿದೆ ಎಂದು ಮತ್ತೆ ತೊಡೆಯ ಮೇಲೆ ಮಲಗಿಸಿಕೊಂಡು ಬದಿಯಲ್ಲಿದ್ದ ಹಣ್ಣನ್ನು ನನ್ನ ಕೈಗೆ ಕೊಟ್ಟ.

ಒಂದು ಸಲ ಹಣ್ಣನ್ನು ಕಡಿದಿರಬೇಕು. ಮತ್ತೆ ಕಾಗೆ ಎದೆಯ ಹತ್ತಿರಕ್ಕೆ ಬಂದು ಎದೆಗೂಡಿಗೆ ಕುಕ್ಕಬೇಕೆನ್ನುವಂತೆ ಸ್ತನಗಳ ಮಧ್ಯೆಯೇ ಕೂರಲು ಪ್ರಯತ್ನಿಸಿತು. ಜೊತೆಗೆ ರಾಘವನ ತುಂಟ ನಗು ಬೇರೆ. ಮತ್ತೆ ಎದ್ದು ಮಣ್ಣಿನ ಹೆಂಟೆಯೊಂದನ್ನು ಕೈಯಲ್ಲಿ ಹಿಡಿದು ಕಾಗೆಯನ್ನು ಓಡಿಸುತ್ತಾ ಓಡಿಸುತ್ತಾ ದೂರ ಹೋದೆ. ಓಡಿಸಿದಷ್ಟು ದೂರವೂ ಕಾಗೆ ಹೋಯಿತು. ಹೋಯಿತಲ್ಲಾ ಎಂದು ಏದುಸಿರು ಬಿಡುತ್ತಾ ರಾಘವನ ಬಳಿ ಮತ್ತೆ ಬರುವಾಗ ನೋಡಿದರೆ ಸೀರೆಯೆಲ್ಲ ಸಡಿಲವಾಗಿತ್ತು. ಸೊಂಟದ ಬಳಿಯ ಗಂಟು ಇನ್ನೇನು ಬಿಚ್ಚಿಹೋಗುವುದರಲ್ಲಿತ್ತು. ರಾಘವ ಸೊಂಟದ ಕಡೆ ಕೈತೋರಿಸುತ್ತಾ ನಗುತ್ತಿದ್ದ. ಅವನ ಮೇಲಿನ ಮುನಿಸನ್ನು ಮತ್ತೆ ಹತ್ತಿರ ಬರಲು ಠಳಾಯಿಸುತ್ತಿದ್ದ ಕಾಗೆಯನ್ನು ಗದರಿಸುವುದರ ಮೂಲಕ ತೋರಿಸಿದೆ. ಹತ್ತಿರ ಹೋದಾಗ ರೂಢಿಯಂತೆ ತೊಡೆಯ ಮೇಲೆ ಮಲಗಿಸಿಕೊಳ್ಳಲು ಎಂದಿನಂತೆ ಕೈಚಾಚಿದ. ಬೇಡ ನಾನು ನೆಲದ ಮೇಲೆ ಮಲಗುವೆ. ಹುಲ್ಲು ನೋಡು ಎಷ್ಟು ಒತ್ತುಒತ್ತಾಗಿದೆ ಎಂದು ಮುನಿಸಿನಿಂದಲೇ ಹೇಳಿದೆ. ಮಾತು ಮುಗಿಸುವ ಮುಂಚೆಯೇ ದುಃಖಕ್ಕೆ ಆಯಾಸಕ್ಕೆ ಅಳು ಬಂದುಬಿಟ್ಟಿತ್ತು. ರಾಘವನಿಗೆ ನನ್ನ ಮುನಿಸು, ಕೋಪ ತಿಳಿಯಿತು.

ಮುಖವನ್ನು ಗಡಸು ಮಾಡಿಕೊಂಡು ಎದ್ದವನೇ ಬಿಲ್ಲನ್ನು ರೊಯ್ಯೆಂದು ಕಾಗೆಯೆಡೆಗೆ ಎಸೆದ. ಈಗ ಮಾತ್ರ ಕಾಗೆ ಪುರ್ರೆಂದು ಹಾರಿಹೋಯಿತು. ಹಾರಿಹೋಗುತ್ತಿದ್ದ ಕಾಗೆಯನ್ನೇ ತದೇಕಚಿತ್ತಳಾಗಿ ನೋಡುತ್ತಿದ್ದ ನನ್ನನ್ನು ಬರಸೆಳೆದು ಮಲಗಿಸಿಕೊಂಡ – ನನಗೆ ತಿಳಿಯುವ ಮುನ್ನವೇ ಸೀರೆಯ ನೆರಿಗೆಗಳನ್ನು ಸವರುತ್ತಾ ಉಳಿದಿದ್ದ ಹಣ್ಣನ್ನು ಕೊಟ್ಟ. ಕಾಡಿನಲ್ಲಿರಲಿ, ಊರಿನಲ್ಲೂ ಕೂಡ ಹಾಗಿರಲಿಲ್ಲ. ಕಾಗೆಯೊಂದು ನನ್ನನ್ನು ಅವಮಾನಗೊಳಿಸಿರಲಿಲ್ಲ. ಆ ದುಃಖ ಬಹು ದೂರ ಕ್ರಮಿಸಿದ ಆಯಾಸ ಎಲ್ಲ ಸೇರಿಕೊಂಡು ಅಳುತ್ತಾ ಅಳುತ್ತಲೇ ರಾಘವನ ತೊಡೆಯ ಮೇಲೆ ನಿದ್ರೆಯನ್ನು ಸೇರಿದೆ. ನಿದ್ರೆಯಲ್ಲೂ ರಾಘವ ತಡವುತ್ತಿದ್ದುದು ತಿಳಿಯುತ್ತಿತ್ತು.

ಎಚ್ಚರವಾದಾಗ ಕಾಗೆ ಎದುರಿಗೆ ಕಾಣಲೇ ಇಲ್ಲ. ಎದುರಿಗೆ ಕಾಣುತ್ತಿದ್ದ ನದಿಯ ಈಚಿನ ಭಾಗದ ಮೇಲೆ ನೆರಳು. ಅದನ್ನು ನೋಡುತ್ತಾ ಮನಸ್ಸಿಗೆ ಸಮಾಧಾನವಾಗುತ್ತಿದೆಯಲ್ಲ ಎಂದುಕೊಳ್ಳುತ್ತಿದ್ದಾಗಲೇ ರಾಘವ ಆತುರಪಡಿಸಲು ಪ್ರಾರಂಭಿಸಿದ. 'ಸಂಜೆಯಾಗುತ್ತಿದೆ ಸೀತೆ, ಈಗಾಗಲೇ ನಾಲ್ಕಾರು ಜಿಂಕೆಗಳು ಕಾಡಿನಿಂದೀಚೆಗೆ ಬಂದು ನೀರು ಕುಡಿದು ಹೋದವು. ಹೋಗೋಣವೆ, ಲಕ್ಷ್ಮಣ ಆಶ್ರಮದಲ್ಲಿ ಕಾಯಬಹುದು. ಮುನಿವರರಿಗಾಗಿ ಅವನು ಆರಿಸಿ ತಂದ ಹಣ್ಣುಹಂಪಲಲ್ಲಿ ಅತ್ತಿಗೆಗೆ ಪ್ರಿಯವಾದದ್ದು ಕೂಡ ಇರುತ್ತದಲ್ಲ.'

ರೂಢಿಯಂತೆ ಅವನೇ ಮೊದಲು ಮಲಗಬೇಕಿತ್ತು. ಅಷ್ಟೊಂದು ದೂರ

ನಡೆದುಬಂದ ಆಯಾಸ, ಕಾಗೆಯ ಹಿಂಸೆ ಇವೆಲ್ಲದ್ದರಿಂದ ಬಸವಳಿದಿದ್ದ ನಾನೇ ಮೊದಲು ಮಲಗಬೇಕೆಂಬ ರಾಘವನ ಸೂಚನೆಗೆ ಒಪ್ಪಿದ್ದೆ. ಈಗ ಅವನು ವಿರಮಿಸದೆ ಮತ್ತೆ ಹೊರಡುವುದೆ ? ರಾಘವನಿಗೆ ಹೇಳಿದೆ. 'ಸ್ವಲ್ಪವಾದರೂ ವಿಶ್ರಮಿಸಿದರೆ ನಂತರ ಹೊರಡಬಹುದು. ಆಯಾಸ ಪರಿಹಾರವಾದರೆ ನಡಿಗೆಯ ಜೋರು ಹೆಚ್ಚುತ್ತದಲ್ಲವೇ ?' ಆಯಾಸವಾಗಿತ್ತೆಂದು ಕಾಣುತ್ತದೆ. ಹೆಚ್ಚು ಹೇಳಿಸಿಕೊಳ್ಳದೆ ಮಲಗಲು ಒಪ್ಪಿದ. ಮಲಗಿದ ಮೊದಲ ಘಳಿಗೆಯಲ್ಲಿ ಅದು ಮಗುವಿನ ಮುಖ- ಸ್ವಲ್ಪ ಹೊತ್ತಿನ ನಂತರ ಅದರ ಭಾವ ಬದಲಾಗುತ್ತದೆ. ಗಂಭೀರವಾಗುತ್ತದೆ. ಇದ್ದಕ್ಕಿದ್ದಂತೆ ಮುಗುಳ್ನಗೆ ಮೂಡುತ್ತದೆ. ಏನನ್ನೋ ಕೇಳಿಸಿಕೊಳ್ಳುತ್ತಿರುವಂತೆ ಹೂಂಕರಿಸುತ್ತದೆ. ಅದ ನೋಡುವುದೆ ಒಂದು ಹಬ್ಬ. ನೋಡುತ್ತಿದ್ದರೆ ರಾಘವ ಮಲಗಿದ ಸಮಯದ ಉದ್ದವೇ ತಿಳಿಯುವುದಿಲ್ಲ. ಅವನು ಏಳುವ ಬಗೆ ಇನ್ನೊಂದು ಚೆಂದ. ಎಷ್ಟೆಲ್ಲಾ ಮಲಗಿಬಿಟ್ಟೆ ಎಂದುಕೊಳ್ಳುತ್ತಲೇ ಏಳುತ್ತಾ ನಿದ್ದೆಯಿಂದೆದ್ದ - ಮಗುವಿನಂತೆ ಸುತ್ತಮುತ್ತಲಿನದೆಲ್ಲವನ್ನು ಮೊದಲ ಬಾರಿಗೆ ನೋಡುವಂತೆ ಲವಲವಿಕೆಯಿಂದ ನೋಡುವನು. ಬೆಳಿಗ್ಗೆಯಿರಬಹುದು, ಮಧ್ಯಾಹ್ನವಿರಬಹುದು ನಿದ್ದೆಯಿಂದ ಎದ್ದ ತಕ್ಷಣವೇ ತನ್ನೆರಡು ಅಂಗೈಗಳನ್ನು ತಾನೇ ನೋಡಿಕೊಳ್ಳುವನು. ಏನೋ ಹೊಳೆದವನಂತೆ ನಗುತ್ತಾ ಎದ್ದು ಹೊರಟುಬಿಡುವನು.

ರಾಘವ ಮಲಗಿದ್ದು ಅದಕ್ಕೆ ತಿಳಿಯಿತೋ ಇಲ್ಲವೋ, ಅದೆಲ್ಲೋ ಇದ್ದ ಕಾಗೆ ಮತ್ತೆ ಅದೇ ರಭಸದಿಂದ ಬಂದು ಎದೆಯ ಹತ್ತಿರ ಕುಳಿತು ಕುಕ್ಕಲು ಪ್ರಾರಂಭಿಸೇಬಿಟ್ಟಿತು. ನನ್ನ ಎಡಗೈ ತೊಡೆಯ ಮೇಲಿದ್ದು ರಾಘವ ಅದರ ಮೇಲೆ ಮಲಗಿಬಿಟ್ಟಿದ್ದಾನೆ. ಬಲಭುಜದ ಹತ್ತಿರ ಕಾಗೆಯ ಹಿಂಗಾಲು. ಯಾವ ಕೈಯನ್ನು ಅಲ್ಲಾಡಿಸುವ ಹಾಗಿಲ್ಲ. ಪ್ರತಿಸಲ ಕುಕ್ಕುವಾಗಲು ರಭಸ ಹೆಚ್ಚಾಗುತ್ತಿದೆ. ಸೇಡು ತೀರಿಸಿಕೊಳ್ಳುವಂತೆ ಆಳಕ್ಕೆ ಇನ್ನೂ ಆಳಕ್ಕೆ ಬಗೆಯುತ್ತಿದೆ. ನೋವಿನಿಂದ ತುಟಿ ಕಚ್ಚಿಕೊಂಡೆ. ಕುಕ್ಕುವ ಬಗೆಯುವ ರಭಸ ಇನ್ನೂ ಹೆಚ್ಚಾಯಿತು. ಸಿಕ್ಕಿದ ಮಾಂಸದ ಚೂರನ್ನು ಕೊಕ್ಕಿನಿಂದ ಹಿಡಿದು ಎಳೆಯುತ್ತಿದೆ.

ರಾಘವನ ಮುಖ ನೋಡಿದರೆ ಅಲ್ಲಿ ಎಂದಿನಂತೆ ಸಿಹಿನಗೆ. ಎಡ ಮಗ್ಗುಲಿಗೆ ಹೊರಳಿದವನು ತಟಕ್ಕನೆ ಎದ್ದೇಬಿಟ್ಟ. 'ಏನಿದು, ಏನಿದು ತಣ್ಣಗೆ, ಅಯ್ಯೋ ರಕ್ತ. ಎಲ್ಲಿಂದ, ಏನಿದು ಸೀತೆ, ಎಲ್ಲಿಯದು, ಅಯ್ಯೋ ಇದೇನು ? ಎದೆಯ ಮಾಂಸವೆಲ್ಲಾ ಕಾಣುತ್ತಿದೆಯಲ್ಲ!' ಉತ್ತರೀಯವನ್ನು ಹೆಗಲಿನಿಂದ ಕೂಡ ತೆಗೆಯದೆ ಬಲಗೈಯಲ್ಲಿ ಅದರರ್ಧ ಭಾಗವನ್ನು ಹಿಡಿದು ಕಾಗೆ ಕುಕ್ಕಿದ್ದ ಜಾಗಕ್ಕೆ ಮುಚ್ಚಿದ. ಅವನ ನಿದ್ದೆಗೆ ಭಂಗ ಬರಬಾರದೆಂದು ಕಣ್ಣು ಮುಚ್ಚಿಕೊಂಡು ನೋವು ಅನುಭವಿಸುತ್ತಿದ್ದ ನನಗೆ ಕಾಗೆ ಹಾರಿಹೋಗಿದ್ದುದು ತಿಳಿಯಲೇ ಇಲ್ಲ. ನನ್ನೆರಡೂ ಕೈಗಳನ್ನೂ ತೆಗೆದು ಎದೆಯ ಮೇಲೆ ಹಾಕಿದ್ದ ಉತ್ತರೀಯದ ಮೇಲಿಟ್ಟು ಅದುಮುತ್ತಾ, 'ಎಲ್ಲದು ಕಾಗೆ. ಇದು ಅದರದೇ ಕೆಲಸ, ಯಾವ ಹೆಂಬೇಡಿ ರಾಕ್ಷಸ ನನ್ನ ಜೊತೆಯಲ್ಲಿ ಕಾದಲು ಧೈರ್ಯವಿಲ್ಲದೆ ಇದನ್ನು ಇಲ್ಲಿಗೆ ಕಳಿಸಿದನೋ, ಅದು ಯಾರದೇ ಆಗಿರಲಿ, ಯಾರ ಅವತಾರವೇ ಆಗಿರಲಿ, ಈಗಿಂದೀಗಲೇ ಧ್ವಂಸ ಮಾಡಿಬಿಡುವೆ. ಅದೇನು ಸಾಮಾನ್ಯ

ಇರಲಾರದು. ಎಲ್ಲದು? ಎಲ್ಲದು? ಎಲ್ಲಿ ನನ್ನ ಬಿಲ್ಲು' – ಕೇಳುತ್ತಲೇ ಕೂಗಾಡುತ್ತಲೇ ಕಾಗೆಯನ್ನು ಹೆದರಿಸಿ ಓಡಿಸಲೆಂದು ಎಸೆದಿದ್ದ ಬಿಲ್ಲಿನ ಬಳಿಗೆ ರಾಘವ ಹೋಗಿದ್ದ. ಕಾಗೆ ಅವನನ್ನು ಕೆಕ್ಕರಿಸಿ ನೋಡುತ್ತಾ, ನೋಡುತ್ತಾ, ಮಾಂಸದ ತುಂಡನ್ನು ಮರದ ಕೊಂಬೆಯ ಮೇಲಿಟ್ಟುಕೊಂಡು ಚೂರುಚೂರಾಗಿ ತಿನ್ನುತ್ತಿತ್ತು. ಎಂತೆಂತಹ ರಾಕ್ಷಸರ ಜೊತೆ ರಾಘವ ಕಾದಾಡುವುದನ್ನು ನೋಡಿದ್ದೇನೆ. ಯಾವತ್ತೂ ಯಾರ ಮೇಲೂ ಕೂಗಾಡಿರಲಿಲ್ಲ, ಚೀರಾಡಿರಲಿಲ್ಲ. ಈ ಕಾಗೆ ಮೇಲೆ ಮಾತ್ರ ಮೊದಲ ಬಾಣ ಬಿಡುವಾಗಲೇ ಅದೆಷ್ಟು ಗಟ್ಟಿಯಾಗಿ ಚೀರಿದ, ಹೂಂಕರಿಸಿದ, ಕಾಡೆಲ್ಲ ಬಿರಿಯುವ ಹಾಗೆ. ಇವನು ಬಿಟ್ಟ ಬಾಣ ಕಾಗೆಗೆ ಇನ್ನೇನು ತಲುಪಿತೆನ್ನುವಾಗಲೇ ಕುಳಿತ ಜಾಗದಿಂದ ತಟಕ್ಕನೆ ಹಾರಿಬಿಡುವ ಕಾಗೆ ಮುಂದಿನ ಕ್ಷಣದಲ್ಲೇ ಮತ್ತೆ ಇವನೆದುರಿಗೆ ಕುಳಿತು ಕೆಕ್ಕರಿಸಿ ನೋಡಿ ಮೇಲಕ್ಕೆ ಹಾರಿತು. ರಾಘವ ಅದನ್ನು ಹಿಂಬಾಲಿಸಿ ಇನ್ನೊಂದು ಬಾಣ ಬಿಟ್ಟ. ಈ ಸಲವೂ ಹಾಗೆಯೇ. ಕೆಕ್ಕರಿಸುವುದು, ಹಾರುವುದು ಮತ್ತೆ ಎದುರಿಗೆ ಕುಳಿತುಕೊಂಡು ಕೈಗೆ ಸಿಕ್ಕಿದ ಹಾಗೆ ಮಾಡುವುದು. ಅದೇ ಆಟ. ಅದನ್ನೇ ಅನುಸರಿಸಿ ಅನುಸರಿಸಿ ಬಾಣ ಬಿಡುತ್ತಾ ಬಿಡುತ್ತಾ ರಾಘವ ದೂರ ದೂರ ಹೋಗುತ್ತಿದ್ದ. ನಾನು ಅವನನ್ನು ಹಿಂಬಾಲಿಸಿದೆ.

ಒಮ್ಮೆ ಮರದ ಮೇಲೆ, ಒಮ್ಮೆ ಕಣ್ಣೆದುರಿಗೆ, ಒಮ್ಮೆ ಕೈಗೆ ಸಿಕ್ಕ ಹಾಗೆ, ಇನ್ನೊಮ್ಮೆ ನದಿ ತೀರದಲ್ಲಿ, ಆಮೇಲೆ ನದಿಯ ನೀರಿನ ಮೇಲೆ–ರಾಘವ ಬಿಡುತ್ತಲೇ ಇದ್ದಾನೆ, ಒಂದಾದ ಮೇಲೊಂದರಂತೆ ಬಾಣಗಳನ್ನು–ಗುರಿಗೂ ಸಿಗುತ್ತಿಲ್ಲ. ತಪ್ಪಿಸಿಕೊಳ್ಳುತ್ತಲೂ ಇಲ್ಲ. ಕೆಕ್ಕರಿಸುವುದನ್ನೂ ಕಡಿಮೆ ಮಾಡುತ್ತಿಲ್ಲ. ಹಿಂಬಾಲಿಸಿ ಹಿಂಬಾಲಿಸಿ ಬಹುದೂರ ಬಂದುಬಿಟ್ಟಿದ್ದೆವು. ರಾಘವನ ಸಿಟ್ಟು, ಆರ್ಭಟ, ಬಾಣ ಪ್ರಯೋಗ, ಕಾಗೆಯ ಹಾರಾಟ, ಕೆಕ್ಕರಿಸುವುದು, ಬಾಯಲ್ಲಿ ಉಳಿದಿದ್ದ ಮಾಂಸದ ಚೂರನ್ನು ತಿನ್ನುವ ಪರಿ ಇವೆಲ್ಲವನ್ನೂ ನೋಡುತ್ತಾ ನೋಡುತ್ತಾ ನನ್ನ ನೋವೇ ಮರೆತುಹೋಗಿತ್ತು. ರಾಘವನ ಹತಾಶೆ ಕೂಡ ಹೆಚ್ಚಾಯಿತು. ಬಾಣವನ್ನು ಬಿಲ್ಲಿಗೇರಿಸಿಕೊಂಡು ಎಂದಿನಂತೆ ತಟಕ್ಕನೆ ಗುರಿಯೆಡೆಗೆ ಬಿಡದೆ ಕಾಗೆಯನ್ನೇ ಅಟ್ಟಿಸಿಕೊಂಡು ಹೋಗುವನು. ಅದು ಕೂರಲೊಲ್ಲದು. ಇವನು ಬಾಣ ಬಿಡಲೊಲ್ಲನು. ಈ ಆಟ ಕಾಗೆಗೂ ತಿಳಿದುಬಿಟ್ಟಿತೇನೋ. ಆಳು ದೂರದಲ್ಲಿ, ಮಾರು ದೂರದಲ್ಲಿ, ಕೈ ದೂರದಲ್ಲಿ ಕೂರುವುದು. ಚಂಗನೆ ನೆಗೆದು ಹಾರುವುದು. ಹೀಗೆಲ್ಲಾ ಆಟವಾಡಿಸುವುದಕ್ಕೆ ಶುರು ಮಾಡಿತು. ಕೈಯಲ್ಲೆ ಈಗ ಅದನ್ನು ಹಿಡಿಯಲು ರಾಘವ ಪ್ರಯತ್ನಿಸಿದ. ಈ ಆಟ ಹೀಗೆಯೇ ಮುಂದುವರಿಯುತ್ತಿತ್ತು. ಕೈ ದೂರದಲ್ಲಿ ಕುಳಿತಿದ್ದ ಕಾಗೆಯನ್ನು ಬಗ್ಗಿ ಹಿಡಿಯುವ ಹಾಗೆ ಮಾಡಿದ ರಾಘವ ಅದನ್ನು ಹಿಡಿಯಲಿಲ್ಲ. ತನ್ನನ್ನು ಹಿಡಿದೇಬಿಟ್ಟನೆಂದು ತಿಳಿದ ಕಾಗೆ ಹಾರಲು ಹೋದಾಗ ಕೈ ದಿಕ್ಕನ್ನು ಬದಲಾಯಿಸಿ ಅದನ್ನು ರಾಘವ ಹಿಡಿದೇಬಿಟ್ಟ. ಅವನ ಕೈಯಿಂದ ಕೊಸರಿಕೊಳ್ಳುತ್ತಾ, ಪಟಪಟನೆ ರೆಕ್ಕೆ ಪುಕ್ಕವನ್ನೆಲ್ಲ ಬಡಿದುಕೊಂಡು ಕೊಕ್ಕು ತಿವಿದು ಬಿಡಿಸಿಕೊಂಡು ನನ್ನ ಭುಜದ ಮೇಲೆ ತಿರುಗಿ ಬಂದು ಕುಳಿತುಬಿಟ್ಟಿತು. ರಾಘವನ ರೋಷ ಇನ್ನೂ ಹೆಚ್ಚಾಯಿತು. ಮತ್ತೆ ಸೀತೆ ಬೇಕೆ ನಿನಗೆ ತಗೋ ಎಂದು ಬಾಣದಲ್ಲಿ ತಿವಿಯಲು

ಹೋದ. ಕಾಗೆ ಮತ್ತೆ ತನ್ನ ಆಟ ಶುರು ಮಾಡಿತು. ಬಲಭುಜದಿಂದ ಎಡಭುಜಕ್ಕೆ, ಅಲ್ಲಿಂದ ಪಾದಕ್ಕೆ ಮತ್ತೆ ಎದೆಗೆ ತಿವಿಯಲು. ಬಾಣ ಹಿಡಿದು ರಾಮ ಈಗಲೂ ಅದು ಆಡಿಸಿದ ಹಾಗೆಲ್ಲ ಆಡಿದ. ನನಗೆ ಬೇಸರವಾಗಿ ಇದೆಲ್ಲ ನಿಂತರೆ ಸಾಕೆನಿಸಿತು.

'ಹೋಗೋಣ ರಾಘವ, ಇನ್ನು ಸಾಕು, ಹೀಗೆ ಈ ಕಾಗೆಯೊಡನೆ ಆಡುತ್ತಾ ನಿಂತರೆ ರಾತ್ರಿಯನ್ನೆಲ್ಲಾ ಕಾಡಿನಲ್ಲೆ ಕಳೆಯಬೇಕಾಗುತ್ತದೆ. ಇದೋ ನಮಗೆ ಗೊತ್ತಿಲ್ಲದ ಜಾಗ. ಕಾಗೆಯ ಕತೆಯೆ ಇಷ್ಟಾದರೆ ಇನ್ನು ಇಲ್ಲಿಯ ರಾಕ್ಷಸರು ಹೇಗೋ, ಬಿಟ್ಟುಬಿಡು. ಹೋಗಲಿ, ಹಾಳಾಗಿ ಹೋಗಲಿ.' ರಾಘವನಿಗೆ ನನ್ನ ಮಾತು ಕೇಳಿಸಲೇ ಇಲ್ಲ. ಕಾಗೆಯ ಜೊತೆ ಅದು ಆಡಿಸಿದ ಹಾಗೆಲ್ಲಾ ಆಡಿ ಆಡಿ ಎದೆ ಹಣೆಯ ಮೇಲಿರಲಿ, ಮುಂಗೈ ಮೇಲಲೂ ಬೆವರು ಬಂದಿತ್ತು. ಜೊತೆಗೆ ಏದುಸಿರು. ಒಮ್ಮೆಗೇ ನನ್ನ ಭುಜ ಹಿಡಿದು ಕೂರಿಸಿಬಿಟ್ಟ. ಎಡ ಭುಜದ ಮೇಲಿದ್ದ ಕಾಗೆ, ಮಂಡಿಯ ಹತ್ತಿರ ಬಂದಹಾಗೆ ಮಾಡಿ ಪಾದದೆಡೆಗೆ ಜಿಗಿದುಬಿಟ್ಟಿತು. 'ಓ' ಎಂದು ಕಾಡಿಗೆಲ್ಲ ಕೇಳಿಸುವ ಹಾಗೆ ಕೂಗುತ್ತಾ ಬಾಣವನ್ನು ಮೇಲೆತ್ತಿ ಕೊನೆಗೂ ತಿವಿದೇಬಿಟ್ಟ. ಕಾಗೆಯ ಕಣ್ಣಿಗೆ ಅದು ಸೋಕಿ ರಕ್ತ ಹೊರಗೆ ಬಂತಲ್ಲಾ, ಅನ್ನುವಾಗಲೇ ಕಾಗೆ ಮೇಲಕ್ಕೆ ಹಾರಿತು. ಸದ್ಯ ಮುಗಿಯಿತಲ್ಲ ಎಂದುಕೊಂಡೆ. ಇದ್ದಕ್ಕಿದ್ದ ಹಾಗೆ ಆಕಾಶದಲ್ಲಿ ಪ್ರಕಾಶಮಾನವಾದ ಬೆಳಕು. ಮಂತ್ರಘೋಷದ ಉಚ್ಛಾರ, ಕಾಗೆಯದೇ ಆಕಾರದ ಬೆಳಕು.

ಆ ಬೆಳಕೇ ಸರ್ರನೆ ಕೆಳಗಿಳಿದು ರಾಮ ರಾಮ, ರಾಘವ ರಾಮ, ಜಯರಾಮ, ಜಯ ಜಯ ರಾಮ ಎನ್ನುತ್ತಲೇ ಭೂಮಿಯನ್ನು ಕೊರೆದುಕೊಂಡು ಒಳಗೆ ಹೋಗೇಬಿಟ್ಟಿತು. ಏನೂ ತಿಳಿಯದೆ ನಾನು ರಾಘವನ ಮುಖ ನೋಡಿದೆ. ಅವನು ಬೆರಗಿನಿಂದ ಕಾಗೆ ಬೆಳಕಾಗಿ ಭೂಮಿಯೊಳಕ್ಕೆ ಸೇರಿದ ಜಾಗವನ್ನು ನೋಡುತ್ತಾ ನಿಂತಿದ್ದಾನೆ. ಒಮ್ಮೆ ಆಕಾಶವನ್ನೂ ಇನ್ನೊಮ್ಮೆ ಕಾಗೆ ಭೂಮಿಗೆ ಸೇರಿದ ಜಾಗವನ್ನೂ ನೋಡುತ್ತಾನೆ. ಪಿಳಿಪಿಳಿ ಕಣ್ಣುಬಿಡುತ್ತಾನೆ.

ಕತೆ ಹೇಳುತ್ತಾ ಹೇಳುತ್ತಾ ಸೀತೆಗೆ ಹನುಮಂತ ತನ್ನೆದುರಿಗೆ ಕುಳಿತಿರುವುದು ಕೂಡ ಮರೆತು ಹೋಗಿತ್ತು. ಹತ್ತು ತಿಂಗಳ ಅವಧಿಯಲ್ಲಿ ರಾಘವನಿಗಾಗಿ ಅವಳು ಹತ್ತು ರೀತಿಯಲ್ಲಿ ಹಲುಬಿದ್ದುದು ನಿಜವಾದರೂ ಇವತ್ತಿನಂತೆ ಕಣ್ಣೆದುರಿಗೆ ಎಲ್ಲವೂ ನಡೆದಂತೆ ಯಾವತ್ತೂ ಆಗಿರಲಿಲ್ಲ. ಒಂದು ಘಳಿಗೆ ತಾನು ಅಶೋಕವನದಲ್ಲಿದ್ದುದು ಕೂಡ ಅವಳ ಪ್ರಜ್ಞೆಯಿಂದ ಹೊರಗೆ ಹೋಗಿತ್ತು. ಈ ಲೋಕಕ್ಕೆ ಮತ್ತೆ ಅವಳನ್ನು ಕರೆ ತಂದದ್ದು ಹನುಮಂತನೇ. ಬಿಕ್ಕಳಿಸಿ ಬಿಕ್ಕಳಿಸಿ ಅಳುತ್ತಿದ್ದ ಶಬ್ದ. ಹನುಮಂತನ ಬಿಕ್ಕುವಿಕೆ ಕೇಳಿ ಸೀತೆಗೆ ಅವನ ಮೇಲೆ ಇನ್ನೂ ಪ್ರೀತಿ ಹೆಚ್ಚಿತು. ಕಷ್ಟ ನೋಡುವುದಿರಲಿ, ಅದನ್ನು ಕೇಳಿದರೇ ಸಾಕು ಈತ ಎಷ್ಟೊಂದು ಮರುಗುತ್ತಾನೆ? ರಾಘವನಿಗೆ ಒಳ್ಳೆಯ ನಿಷ್ಠ ಸೇವಕ ಸಿಕ್ಕ ಎಂದುಕೊಂಡು ಸಂತೋಷ ತುಂಬಿದ ದನಿಯಲ್ಲಿ ಹೇಳಿದಳು.

'ಇದೇ ಹನುಮಂತ ನನಗೂ ರಾಘವನಿಗೂ ಈಗ ನಿನಗೂ ತಿಳಿದಿರುವ ಗುರುತು. ಇದನ್ನು ನೀನು ಹೇಳಿದರೆ ಸಾಕು. ಅವನಿಗೆ ಯಾವ ಅನುಮಾನವೂ ಬರುವುದಿಲ್ಲ. ಚೂಡಾಮಣಿಯ ಜೊತೆಗೆ ಇದನ್ನೂ ಹೇಳು.'

ಒಪ್ಪಿಗೆಯೆಂದು ಹನುಮಂತ ಗೋಣು ಹಾಕಿದ. ಸೀತೆಗೆ ಸಮಾಧಾನವಾಯಿತು. ಆ ಸಮಾಧಾನ ಒಂದೆರಡು ಕ್ಷಣ ಮಾತ್ರವೇ; ಹನುಮಂತನ ಬಿಕ್ಕು ಮುಂದುವರಿದೇ ಇದ್ದುದರಿಂದ ಸೀತೆಗೆ ಆಶ್ಚರ್ಯ.

'ಇಷ್ಟೇಕೆ ಮರುಗುವೆ ಹನುಮಂತ ? ಇದನ್ನ ನಾನು ನಿನಗೆ ಹೇಳಿದ್ದು ನಾನೆಷ್ಟು ಕಷ್ಟಪಟ್ಟೆ ಎಂಬುದನ್ನು ಹೇಳಲಲ್ಲ. ಹಟ ಹಿಡಿದರೆ, ರೋಷ ಬಂದರೆ ರಾಘವ ಏನಾದರೂ ಮಾಡಬಲ್ಲ ಎಂಬುದನ್ನು ಹೇಳಲು – ಇದನ್ನೆಲ್ಲ ಹೇಳಿದೆ. ಒಂದು ಮಾತು ತಿಳಿ. ನನಗೆ ಕಷ್ಟವಾದ್ದಕ್ಕೆ ಒಂದು ಕಾಗೆಯ ಮೇಲೆ ಅವನಿಗೆ ಅಷ್ಟು ರೋಷ ಬಂದರೆ ಇನ್ನು ಈ ರಾವಣನನ್ನು ಬಿಟ್ಟಾನೆ ?' ಸೀತೆಯ ಧ್ವನಿಯಲ್ಲಿ ಈಗ ಅವಳೇ ತನ್ನ ಭವಿಷ್ಯದ ಬಗ್ಗೆ ರೂಢಿಸಿಕೊಂಡ ಭರವಸೆಯೂ ಸೇರಿತ್ತು.

ಮರುಕ್ಷಣವೇ ಹನುಮಂತ ಹೇಳಿದ.

'ನಾನು ತಿಳಿಯೆನೆ ತಾಯಿ, ಸ್ವಾಮಿಯ ರೋಷದ ಸ್ವರೂಪವನ್ನು. ಸುಗ್ರೀವ ಕರ್ತವ್ಯ ಮರೆತು ಸ್ತ್ರೀಪರವಶನಾಗಿದ್ದಾಗ ಅವನನ್ನೆಚ್ಚರಿಸಲು ಸ್ವಾಮಿಯೆ ಹೊರಟಿದ್ದ. ಆಗ ಅವನ ಕೋಪ ಆರ್ಭಟ ನೋಡಬೇಕಿತ್ತು. ಅಣ್ಣನ ಕೋಪದ ಆಳವನ್ನು ಬಲ್ಲ ಲಕ್ಷ್ಮಣ ಸ್ವಾಮಿಯೆ ಸಮಾಧಾನಪಡಿಸಿ ತಾನು ಹೊರಟ. ಇಲ್ಲದಿದ್ದರೆ ಸುಗ್ರೀವ ಉಳಿಯುತ್ತಿದ್ದನೆ ? ನೀನು ಕಾಗೆಯ ಕತೆ ಹೇಳುತ್ತಿದ್ದೆಯಲ್ಲ. ಅದನ್ನು ಕೇಳುತ್ತಾ ಕೇಳುತ್ತಾ ನನಗೆ ಜಟಾಯು–ಸಂಪಾತಿಯ ಸಂಗತಿ ಜ್ಞಾಪಕಕ್ಕೆ ಬಂತು. ಅದಕ್ಕೇ ಕಣ್ಣೀರು. ರಾಮನಿಂದ ಮುಕ್ತಿ ಪಡೆದು ಅವನ ಹೆಸರು ಹೇಳುತ್ತಾ ಬೆಳಕಾಗಿ ಭೂಮಿ ಸೇರಿದ ಕಾಗೆಯ ಕತೆ ಕೇಳಿ ಅದೆಷ್ಟು ಪುಣ್ಯಶಾಲಿ ಎನಿಸಿ ಆನಂದವಾಯಿತು. ಪಕ್ಷಿಗಳಿಗೆ ರಾಮನ ಮೇಲೆ ಅದೆಷ್ಟು ಮೋಹ ? ಅದೆಷ್ಟು ಸೇವೆ ಅವುಗಳದು. ನಿಜಕ್ಕೂ ಆತ ವಿಷ್ಣುವೇ ಇರಬೇಕು.

ಜಟಾಯು ಹೋರಾಡಿ ಹೋರಾಡಿ ಸ್ವಾಮಿಗಾಗಿ ಪ್ರಾಣ ಕಳೆದುಕೊಂಡು ಸ್ವಾಮಿಯ ಕೈಲೇ ಸಂಸ್ಕಾರ ಮಾಡಿಸಿಕೊಂಡಿತು. ಸಂಪಾತಿ ರಾವಣನ ಗುರುತನ್ನು, ನಿನ್ನನ್ನು ಇಲ್ಲಿಗೆ ಕರೆದುಕೊಂಡು ಬಂದ ಸಂಗತಿಯನ್ನು ಹೇಳಿ ಮುಕ್ತಿ ಪಡೆದು ರೆಕ್ಕೆ ಪಡೆದುಕೊಂಡು ರಾಮನಾಮ ಜಪಿಸುತ್ತಾ ಮೇಲಕ್ಕೆ ಹಾರಿತು. ಕಾಗೆ, ನಿನ್ನನ್ನು ಹಿಂಸಿಸಿ ಕಷ್ಟಕ್ಕೆ ಸಿಕ್ಕಿ ಹಾಕಿಕೊಂಡ ಹಾಗೆ ನಟಿಸಿ ಕೊನೆಗೂ ತನಗೆ ಬೇಕಾದ ಮುಕ್ತಿಯನ್ನು ಪಡೆದೇಬಿಟ್ಟಿತು. ಈಗ ಅದರ ನೆನಪಿನಿಂದ ರಾಘವನಿಗೆ ಗುರುತು ಹೇಳಬೇಕೆನ್ನುತ್ತಿ. ಸಾರ್ಥಕ ಸಾರ್ಥಕ ಇವುಗಳ ಜನ್ಮ, ಧನ್ಯ ಸಂಪಾತಿ, ಧನ್ಯ ಜಟಾಯು, ಧನ್ಯ ಧನ್ಯ ಬೆಳಕಾದ ಕಾಗೆ, ಪುಣ್ಯ ಪುಣ್ಯ ರಾಘವನದು.'

ಸೀತೆಗೆ ಮಾತೇ ಹೊರಡಲಿಲ್ಲ. ತಾನು ರಾಘವನಿಗೆ ಗುರುತಿಗಾಗಿ ಹೇಳಿದ ಕತೆಯಿಂದಾಗಿ, ಹನುಮಂತ ಅತ್ತು ಆನಂದತುಂದಿಲನಾಗಿ ಹೀಗೆಲ್ಲ ಮಾತನಾಡುವನೆಂದು ಅವಳು ಊಹಿಸಿರಲೇ ಇಲ್ಲ. ಜಟಾಯು ಸಂಪಾತಿ ಕಾಗೆಯ ದುಃಖದ ವರ್ಣನೆ ಹನುಮಂತನ ಬಾಯಿಂದ ಬಂದಾಗ ಅದು ಪಡೆದುಕೊಂಡ ಬೇರೆ ರೀತಿಯ ಬಣ್ಣ ರೂಪ ಅವಳನ್ನು ಅವಾಕ್ಕಾಗಿಸಿತ್ತು.

ಹನುಮಂತನ ಮಾತಿಗೆ ಏನು ಹೇಳಬೇಕೆಂದು ತಿಳಿಯದೆ ಸೀತೆ ಅವನನ್ನೇ

ನೋಡುತ್ತಿದ್ದಳು. ಹನುಮಂತ ಒಂದು ಘಳಿಗೆ ಕಣ್ಣು ಮುಚ್ಚಿ, ಏನನ್ನೋ ಯೋಚಿಸುತ್ತಿರುವಂತೆ ಕಂಡಿತು. ಮರುಕ್ಷಣದಲ್ಲೇ ಕಣ್ಣುತೆರೆದು ಇನ್ನೊಮ್ಮೆ ನಮಸ್ಕರಿಸಿ 'ದೇವಿ ಹೊರಡಲೇ' ಎಂದ. ಸೀತೆಯ ಬಾಯಿಂದ ಇನ್ನೂ ಯಾವ ಮಾತೂ ಹೊರಬಂದಿರಲೇ ಇಲ್ಲ. ಹನುಮಂತನೇ ರಾಮ ರಾಮ ಎಂದು ಭಜಿಸಿದ್ದು ಮಾತ್ರ ಕೇಳಿಸಿತು.

18. ದಗಡೂ ಪರಬನ ಅಶ್ವಮೇಧ

– ಜಯಂತ ಕಾಯ್ಕಿಣಿ

ಮುಲುಂದಿನ ಲಾಲಬಹದ್ದೂರ ಶಾಸ್ತ್ರಿ ರಸ್ತೆಯಿಂದ ಸ್ಟೇಷನ್ನಿನೆಡೆಗೆ ಮೆಲ್ಲಗೆ ಹೊರಳಿದ ಆ ಮದುವೆಯ ಮೆರವಣಿಗೆ ಈಗ ಮುಖ್ಯ ಬಜಾರಿನ ರಸ್ತೆಯಲ್ಲಿ ನಡೆಯತೊಡಗಿತು. ಅತೀ ಮುಂದೆ ಜರತಾರಿ ಜಗದ್ಗುರುಗಳಂತೆ ನಡೆಯುತ್ತಿರುವ ಬ್ಯಾಂಡಿನವರು, ಹಿಂದೆ ಹೊಳಪು ಮೀಸೆಯ ಹದಿಹರೆಯದ ಪೋರರು. ಹಿಂದೆ ಟೀ ಶರ್ಟಿನಲ್ಲಿ ಹೊಟ್ಟೆಗಳನ್ನು ಬಿಗಿದುಕೊಂಡು ಅಭಿಮಾನದಿಂದ ಬಜಾರನ್ನೂ ನಡುನಡುವೆ ಹಿಂದಿರುವ ತಮ್ಮ ಹೆಂಡಂದಿರನ್ನೂ ಗಮನಿಸುತ್ತ ನಡೆದ ಮಧ್ಯಮ ವಯಸ್ಸಿನ ಗಂಡಸರು, ನಂತರ ಕುಡಿಸಿಕೊಂಡು ಕುಣಿಸಿಕೊಳ್ಳುತ್ತಿರುವ ಗುಲಾಲು ಬಡಿದುಕೊಂಡ ಚಿತ್ರವಿಚಿತ್ರ ಮಂದಿ. ಎಲ್ಲಕ್ಕೂ ಹಿಂದೆ ಬ್ರೇಕ್ ವ್ಯಾನಿನಂತೆ ನಡೆಯುತ್ತಿರುವ ಹೆಂಗಸರ ಗುಂಪು. ಇವೆಲ್ಲವುಗಳ ನಡುವೆ ನಸು ಕಂದು ಬಣ್ಣದ ಉಪಾಶಿ ಕಾಣುವ ಕುದುರೆಯ ಮೇಲೆ ಆ ಕುದುರೆಯದೇ ಬೆನ್ನೆಲುಬಿನ ಭಾಗವೋ ಎಂಬಂತೆ ಕೂತಿದ್ದ ಅವಕುಂಠಿತ ಮದುಮಗ. ಅವನ ಜರಿ ಪೇಟದಿಂದ ಇಳಿಬಿದ್ದ ಮಲ್ಲಿಗೆ ಹಾರಗಳು ಅವನ ಮುಖ ಮುಚ್ಚಿದ್ದವು. ಪೇಟದ ಮೇಲಿನ ಗರಿಯೊಂದು ಇನ್ನೇನು ಬೀಳಬೇಕು ಅನ್ನುವಂತಿತ್ತು. ಮೆರವಣಿಗೆಯಲ್ಲಿ ಯಾರಿಗೂ ಮದುಮಗ ದಗಡೂ ಪರಬ್‌ನ ಮುಖವೇ ನೆನಪಾಗುತ್ತಿರಲಿಲ್ಲ. ಕುದುರೆಯ ತುಸು ಮುಂದೆ ಬಲಭಾಗದಲ್ಲಿ ರಾಷ್ಟ್ರಪತಿಯಂತೆ ನಡೆಯುತ್ತಿರುವವನೇ ಬಾಲಚಂದ್ರ ಪರಬ್–ಮದುಮಗನ ಅಣ್ಣ–ಮದುವೆಗೆ ಕುದುರೆ ಮೆರವಣಿಗೆಯ ಆಕರ್ಷಣೆಯನ್ನು ನಿಯೋಜಿಸಿದವನು–ಸ್ವತಃ ಆಗ್ರಹಪಡಿಸಿ ಹೆಣ್ಣಿನವರಿಗೆ ಹೇಳಿ–ಕುದುರೆಯನ್ನು ತಾನೇ ಅಲೆದಾಡಿ ಗೊತ್ತುಮಾಡಿಸಿ ಮನೆಯಿಂದ ಹಿಡಿದು ಹೆಣ್ಣಿನವರ ಚಾಳಿನಲ್ಲಿ ಹಾಕಿದ ಮಂಟಪದವರೆಗಿನ ಮೆರವಣಿಗೆಯ ಉಸ್ತುವಾರಿ ವಹಿಸಿದವನು. ಹೀಗಾಗಿ ಆಗಾಗ ಬಜಾರಿನ ಮಂದಿಯನ್ನೂ ಮತ್ತು ಕುದುರೆಯ ಮೇಲಿನ ತಮ್ಮನನ್ನು ಗಮನಿಸುತ್ತ ನಡೆಯುತ್ತಿದ್ದನು. ತಮ್ಮ ಚಾಳಿನಲ್ಲಿ ಮೊಟ್ಟಮೊದಲ ಬಾರಿ ಕುದುರೆ ಮೆರವಣಿಗೆ ಆಗುತ್ತಿರುವುದು ತನ್ನಿಂದಲೇ ಎಂಬುದನ್ನು ಎಲ್ಲರಿಗೂ ಹೇಳುವಂತಿತ್ತು ಅವನ ನೋಟ.

ಬಜಾರಿನಲ್ಲಿ ನಡೆದ ಮೆರವಣಿಗೆ ಶಿವಾಜಿ ಪುತ್ಥಳಿಯ ಸಮೀಪ ಬರುತ್ತಿತ್ತು. ಇನ್ನೇನು ಅದು ಶಿವಾಜಿ ಪುತ್ಥಳಿಯನ್ನು ಹಾಯಬೇಕು ಅಷ್ಟರಲ್ಲಿ – ಅಲ್ಲೇ

ಬದಿಯಲ್ಲಿದ್ದ ಗರಾಜಿನಲ್ಲಿ ಕಂಗೆಟ್ಟ ಮೋಟಾರ್ ಸೈಕಲ್ಲೊಂದು ಒದೆ ತಿಂದಿದ್ದೇ ಕಿಟಾರನೆ ಕಿರುಚಿಕೊಂಡಿತು. ಒಮ್ಮೆಗೇ ಘಟಿಸಿದ ಈ ಗಗನಭೇದಿ ಸದ್ದಿಗೆ ಒಂದು ಕ್ಷಣ ಬಜಾರಿಗೆ ಬಜಾರೇ ಮೈ ತೆಗೆಯಿತು. ಮತ್ತು ಕಣ್ಣು ಮಿಟುಕಿಸುವುದರೊಳಗೆ ಮೆರವಣಿಗೆಯ ಮಧ್ಯದಿಂದ ಅಶ್ವ ವರಸಮೇತ ಓಡಿಹೋಯಿತು.

ಒಂದು ಕ್ಷಣ ಅಶ್ವ ಮುಂಗಾಲುಗಳನ್ನೆತ್ತಿ ಕೆನೆದದ್ದು, ವರನೂ ವಿಚಿತ್ರ ಆವಾಜಿನಲ್ಲಿ ಒದರಿಕೊಂಡಿದ್ದು ಮತ್ತು ಆ ಬದಿಗೆ ಬೀಳಲೋ ಈ ಬದಿಗೆ ಬೀಳಲೋ ಎಂಬಂಥ ಸಂದೇಹದಲ್ಲಿ ಓಲಾಡಿದ್ದು ಮತ್ತು ಮಿಂಚಿನಂತೆ ಕುದುರೆ ವರನನ್ನು ಹೊತ್ತುಕೊಂಡೇ ಮಾಯವಾದದ್ದು–ಇವೆಲ್ಲ ಜರುಗಿದ ಅವಾಕ್ಕು ಕ್ಷಣಗಳ ನಂತರ ತಕೋ ಹಾಹಾಕಾರ ಶುರುವಾಯಿತು. ಕಣ್ಣಿಗೆ ಬಿದ್ದ ಬೀದಿಗಳಲ್ಲಿ ಮೆರವಣಿಗೆಯ ಮಂದಿ ನುಗ್ಗಿದರು. ಬಾಲಚಂದ್ರ ಪರಬ್ ಆಘಾತದಿಂದ ಚೇತರಿಸಿಕೊಳ್ಳುತ್ತಲೆ ಪೆಪೆಪೆಪೆ ತಡವರಿಸುತ್ತ ಇಡೀ ಮೆರವಣಿಗೆಯನ್ನುದ್ದೇಶಿಸಿ ಏನೋ ಹೇಳಿದಂತೆ ಮಾಡಿ, ಎಡಬದಿಯ ತರಕಾರಿ ಮಾರ್ಕೆಟ್ಟಿನಲ್ಲಿ ರಭಸದಿಂದ ನುಗ್ಗಿದ. ಮಂದಿ ಕೈಚೀಲ–ಚಿಲ್ಲರೆ–ತರಕಾರಿಗಳ ನಡುವೆ ಮಗ್ನರಾಗಿದ್ದರು. ಕುದುರೆ ಹಾದುಹೋದದ್ದರ ಫರಕೇ ಅವರಿಗಿದ್ದಂತಿರಲಿಲ್ಲ. ಬಾಲಚಂದ್ರ ಪರಬ್ ಸರಕ್ಕನೆ ಏನೋ ಹೊಳೆದವನಂತೆ ಮರಳಿ ಓಡುತ್ತ ಶಿವಾಜಿ ಪುತ್ಥಳಿಯ ಸಮೀಪ ಬಂದು ಅಲ್ಲೇ ನಿಂತಿದ್ದ ಹೆಂಗಸರನ್ನು ಅಳಿದುಳಿದ ಬ್ಯಾಂಡಿನವರನ್ನು–ಅಲ್ಲೇ ನಿಲ್ಲಲು ಹೇಳಿದ. ರಸ್ತೆ ನಡುವೆಯೇ ನಿಲ್ಲುವದು ಅಶಕ್ಯವಾದದ್ದರಿಂದ ಹೆಂಗಸರು ಬದಿಗೆ ಸರಿದರು. ಆದರೆ ಅದು ಹಣ್ಣಿನಂಗಡಿಯನ್ನು ಸುತ್ತುವರಿದಿದ್ದರಿಂದ ಅಂಗಡಿಯವ ಬೊಬ್ಬೆ ಹಾಕಿ ಅವರನ್ನು ಮತ್ತೆ ರಸ್ತೆಯುದ್ದಕ್ಕೂ ಅಟ್ಟಿಬಿಟ್ಟ.

ಈ ಘಟನೆ ನಡೆಯುವಾಗ ಹೆಂಗಸರ ನಡುವೆ ಹೇಹೇಹೇ ಎಂದು ನಕ್ಕುಬಿಟ್ಟವಳೇ ಬಾಲಚಂದ್ರ ಪರಬನ ಹೆಂಡತಿ. ತಮ್ಮ ಮದುವೆಯಲ್ಲಿ ತನ್ನ ಅಪ್ಪ ಕುದುರೆ ತರಲಿಲ್ಲ ಎಂಬ ಸತ್ಯವನ್ನು ಚುಚ್ಚಿ ಹೇಳುವುದಕ್ಕೇ ಗಂಡ ಈ ಕುದುರೆಯ ಬೃಹತ್ ಯೋಜನೆಯನ್ನು ಜಿದ್ದಿನಿಂದ ಕೈಗೊಂಡಿದ್ದ ಎಂಬುದು ಅವಳಿಗೆ ಗೊತ್ತಿತ್ತು. ಅಂತೆಯೇ ನಕ್ಕು ಸುಮ್ಮನಾದಳು. ಪರಬ್ ಮಾತ್ರ ಪೂರಾ ಗೊಂದಲದಲ್ಲಿದ್ದ. "ದಗಡೂ.... ದಗಡೂ...." ಎಂದು ಬಡಬಡಿಸುತ್ತಲೇ ತರಕಾರಿ ಮಾರ್ಕೆಟ್ಟು ಮುಗಿಸಿ–ಗೋಶಾಲಾ ರೋಡು ತಲುಪಿದ, ಎದುರಿಗಿರುವ ಘೋರ ಪ್ರಶ್ನೆ ಕುದುರೆಯನ್ನು ಎಲ್ಲಿ ಹುಡುಕುವದು. ಸಿಕ್ಕರೆ ದಗಡೂ ಅದರ ಮೇಲೆ ಇನ್ನೂ ಇರಬಹುದೆ? ಅಥವಾ ದಗಡೂನನ್ನೇ ಹುಡುಕುವದೆ? ಇತ್ತ ಬೇರೆ ಬೇರೆ ಹಾದಿಗಳಲ್ಲಿ ಆರಸಲು ನುಗ್ಗಿದ ಸ್ವಯಂಸೇವಕರು–ರಸ್ತೆ ಬದಿಯನ್ನೇ ಹುಡುಕಿದರು–ದಗಡೂ ಬಿದ್ದಿರಬಹುದೆಂದು. ಗೋಶಾಲಾ ರೋಡಿನಲ್ಲಿ ಶಾಲೆಯೊಂದು ಬಿಟ್ಟು ಮಕ್ಕಳು ಬೀದಿ ಪಾಲಾಗಿದ್ದರು. ಬಾಲಚಂದ್ರ ಅವರನ್ನು ನಿಲ್ಲಿಸಿ "ಈ ದಾರಿಯಲ್ಲಿ ಕುದುರೆ ಹಾದು ಹೋದದ್ದನ್ನು ನೋಡಿದ್ದೀರಾ?" ಎಂದು ಕೇಳಿದ. ಮತ್ತೂ ಮುಂದೆ ಬಸ್‌ಸ್ಟಾಪಿನಲ್ಲಿ ಕಾದಿದ್ದ ಕೆಲವರಲ್ಲಿ ಇದೇ ಪ್ರಶ್ನೆ ಮತ್ತೆ ಕೇಳುವಾಗ ಪರಬನಿಗೆ ತೀರ ಬೇಸರವಾಗಿ ಹೋಯಿತು. ಮತ್ತು ಇದೇ ಕ್ಷಣಕ್ಕೆ ಕುದುರೆಯನ್ನು ತಂದ ರಾವುತ

ಗುಲಾಮನೆಲ್ಲಿ? – ಎಂಬ ಪ್ರಶ್ನೆ ಅವನೆದುರು ಬಂತು. ಇರಲಿ ಅವನೂ ಕುದುರೆಯನ್ನು ಹುಡುಕುತ್ತ ಹೋಗಿರಬೇಕು. ಎಲ್ಲರಿಗಿಂತ ಜಾಸ್ತಿ ಕುದುರೆಯ ಪಿಕಿರು ಅವನಿಗೇ ಇರಬೇಕಲ್ಲ. ನಾನು ಮಾತ್ರ ಈಗ ತಮ್ಮ ದಗಡೂನನ್ನೇ ಹುಡುಕುವದು ಎಂದು ಖಚಿತ ಮಾಡಿಕೊಂಡು ರಿಕ್ಷಾ ಒಂದನ್ನು ಕರೆದು ಅದರಲ್ಲಿ ಕೂತು ರಸ್ತೆ ಗಲ್ಲಿಗಳನ್ನು ಅಲೆಯಲು ಆರಂಭಿಸಿದ. ಇಲ್ಲಿ ನಿಲ್ಲಿಸು, ಅಲ್ಲಿ ನಿಲ್ಲಿಸು ಎಂದು ಪದೇ ಪದೇ ನಿಲ್ಲಿಸುತ್ತಿದ್ದ. ದೂರದಲ್ಲಿ ಬುಟ್ಟಿಗಳು ಕೂಡ–ಕುದುರೆಯಂತೆ ಕಾಣುತ್ತ ರಸ್ತೇ ಬದಿಯಲ್ಲಿ ಎಲ್ಲೋ ದಗಡೂನನ್ನು ಕಂಡಂತೆ ಆಗುತ್ತ–ಕಂಗೆಟ್ಟು ಹದಿನಾರು ರೂಪಾಯಿಗೆ ಮೀಟರು ಬರುತ್ತಲೇ ನಿಲ್ಲಿಸಿಬಿಟ್ಟ. ಈಗ ಅವನು ಉಪನಗರದಿಂದ ತೀರ ದೂರವಿದ್ದ–ಒಂದು ಆಟದ ಬಯಲಿನ ಸಮೀಪ.

ಕುದುರೆಯನ್ನು ತಂದ ಹುಡುಗ ಗುಲಾಮ ಮಾತ್ರ ಈ ಎಲ್ಲ ಗೊಂದಲದಲ್ಲಿ ಯಾರ ಕಣ್ಣಿಗೆ ಬೀಳದೆ ಮಾಯವಾಗಿದ್ದ. ಕುದುರೆ ಕೆನೆದು ಮಾಯವಾಗಿದ್ದೇ–ಗುಲಾಮ ಓಡುತ್ತ ಸ್ಟೇಷನ್ನಿಗೆ ಬಂದು ರೈಲಿನಲ್ಲಿ ಕೂತು ವಿ.ಟಿ.ಗೆ ಹೊರಟುಬಿಟ್ಟ. ಆ ಕುದುರೆ ಅವನದಾಗಿರಲಿಲ್ಲ. ಅದು ಅವನು ಗುಟ್ಟಾಗಿ ಮೋಹಿಸಿ ಮನದಲ್ಲೇ ಕಾಮಿಸಿ ವಿಲಿ ವಿಲಿ ಒದ್ದಾಡಿದ ಭಾನುಮತಿಯ ಅಪ್ಪನದು. ಗುಲಾಮ ಕೆಲಸ ಮಾಡುತ್ತಿದ್ದದ್ದು ಕಲವಾದಲ್ಲಿಯ ಕಿರಾಣಿ ಅಂಗಡಿಯೊಂದರಲ್ಲಿ. ಪೊಟ್ಟಣ ಕಟ್ಟುತ್ತಿರುವಾಗಲೇ ಒಮ್ಮೆ ಅವನ ಕಣ್ಣಿಗೆ ಬಿದ್ದಳು ಎದುರಿನ ಲಾಯದಂತಿರುವ ಮನೆಯೊಂದರಲ್ಲಿ ಆ ಹುಡುಗಿ. ಅವಳ ತೋಳುಗಳು ಅವನನ್ನು ಆಕರ್ಷಿಸುತ್ತಿದ್ದವು. ಆ ತೋಳುಗಳನ್ನು ಬೀಸಿ ಬಳಸಿ ಕಂಕುಳನ್ನು ಗುಟ್ಟಾಗಿ ಅಡಗಿಸಿ ಅವಳು ಬಟ್ಟೆ ಒಣ ಹಾಕುವದನ್ನು ನೋಡುತ್ತ ಗುಲಾಮ ಗುಲಾಮನಾದ. ಭಾನುಮತಿಯ ಅಪ್ಪನದು ಕುದುರೆಗಳದೇ ದಂಧೆ. ಬಹಳ ಹಿಂದೆ ಟಾಂಗಾವಾಲಾ ಇದ್ದನಂತೆ. ಈಗ ನಾಲ್ಕೈದು ಟಾಂಗಾ ಇಟ್ಟಿದ್ದಾನೆ. ರಜೆಯ ಸೀಸನ್ನಿನಲ್ಲಿ ಕುದುರೆಗಳನ್ನು ಟಾಂಗಾಗಳನ್ನು ಜುಹೂ ಸಮುದ್ರ ತೀರಕ್ಕೆ ಮಕ್ಕಳ ಸವಾರಿ ಬಾಡಿಗೆಗೆಂದು ಕಳಿಸುತ್ತಾನೆ. ಬರೇ ಟಾಂಗಾ, ಲದ್ದಿ, ಕುದುರೆ ಬಾಲ, ಮೇವು ಹುರಳಿಗಳ ಕೊಟ್ಟಿಗೆಯಂತಿರುವ ಆ ಮನೆಯಲ್ಲಿ ಪುರಿಯಂತೆ ಉಬ್ಬುತ್ತ ಹಂಸದಂತೆ ಕಂಡು ನಕ್ಕು ಮಾಯವಾಗುವ ಭಾನುಮತಿಯ ಕಣ್ಣಿಗೂ ಗುಲಾಮ ಬೀಳತೊಡಗಿದ. ತನ್ನ ಕಣ್ಣಿನಲ್ಲೇ ಅವನನ್ನು ಅವಳು ಆಡಿಸತೊಡಗಿದಳು. ಒಂದು ದಿನ ಏನಾಯಿತೋ, ರಾಜಾರೋಷದಿಂದ ನಡೆದುಹೋಗಿ ಗುಲಾಮ ಅವಳಪ್ಪನ ಎದುರು ನಿಂತು ಅವಳ ಕೈಬೇಡಿದ. ಅವಳಪ್ಪ ಇದಕ್ಕೆ ಬದಲಾಗಿ ರಪಾಲನೆ ತನ್ನ ಕೈಕೊಟ್ಟ. ಅಪಮಾನದಿಂದ ಗುಲಾಮ ಸತ್ತೇಹೋದ. ಆದರೂ ಪ್ರೇಮದ ಗೆಲುವಿನ ಕುರಿತು ಹಿಂದಿ ಸಿನೆಮಾಗಳಿಂದ ಅಚಲ ಶ್ರದ್ಧೆ ಪಡೆದದ್ದವನಾದ್ದರಿಂದ ಪೊಟ್ಟಣ ಕಟ್ಟುತ್ತಲೇ ಬಿಳಿಯ ತೋಳುಗಳ ಕಡೆ ನೋಡುವ ತನ್ನ ಕಾಯಕ ನಿಲ್ಲಿಸಲಿಲ್ಲ. ಯಾಕೋ ವಿಚಿತ್ರ ಛಲದ ಸಿಟ್ಟಿನಿಂದ ಪ್ರೇಮದ ನೋಟವನ್ನು ಬಿಡಲಾರಂಭಿಸಿದ. ಟಾಂಗಾವಾಲರ ದೋಸ್ತಿ ಮಾಡಿದ. ಸಾಮಾನಿಗೆ ಬಂದವರಲ್ಲಿ ಎಳೆ ಹುಡುಗಿಯರಿದ್ದರೆ ತಡವಾಗಿ ಸಾಮಾನು ಕೊಡುತ್ತ ಅವರೊಡನೆ ಲಲ್ಲಗರೆಯುತ್ತ ಭಾನುಮತಿಯ ಲಕ್ಷ್ಯವನ್ನು ಕೆರಳಿಸುವ

ಪ್ರಯತ್ನವನ್ನೂ ಮಾಡಿದ. ಅವನ ಈ ನಾಟಕ ಅತಿಯಾದ ಮೇಲೆ ಒಂದು ದಿನದಿಂದ ಭಾನುಮತಿ ಇವನ ಕಡೆ ನೋಡುವದನ್ನೂ ಬಿಟ್ಟುಕೊಟ್ಟಳು. ಆಗ ಬೇಜಾರೋ ಸಿಟ್ಟೋ ತಿಳಿಯದೆ ಅಂಗಡಿಯಲ್ಲಿ ಕೂರದೆ ಎದುರಿನ ಟಾಂಗಾವಾಲನ ದೋಸ್ತಿಯಿಂದ ಠಾಣಾದ ಟಾಂಗಾ ಸ್ಟ್ಯಾಂಡಿನಲ್ಲಿ ಕಾಡು ಹರಟೆ ಮಾಡುತ್ತ ವೇಳೆ ಕಳೆಯತೊಡಗಿದ. ಇವನ ಇಂಥ ಒಂದು ಕಾಡು ಹರಟೆಯ ನಡುವೆಯೇ–ಬಾಲಚಂದ್ರ ಪರಬ್ ಮದುವೆ ಸವಾರಿಗೆ ಕುದುರೆ ಬೇಕು ಎಂದು ಚೌಕಾಶಿ ಮಾಡಿದ. ಗುಲಾಮನಿಗೆ ವಿಚಿತ್ರ ಸಾಹಸ ಬಂತು. "ದುಡ್ಡು ಕೈಲಾದ್ದು ಕೊಡಿ. ನಾಳೆ ನಸುಕಿಗೇ ಕುದುರೆ ತರುತ್ತೇನೆ. ಅಲಂಕಾರ ವಗೈರೆ ಮಾತ್ರ ಆಗಲಿಕ್ಕಿಲ್ಲ"– ಎಂದು ವಾಗ್ದಾನ ಮಾಡಿದ. ಮರುದಿನ ನಟ್ಟ ನಸುಕಿನಲ್ಲಿ ಎದ್ದು ಭಾನುಮತಿಯ ಅಪ್ಪನ ಲಾಯದಲ್ಲಿಯ ಟಾಂಗಾದ ಕುದುರೆಯೊಂದನ್ನು ಬಿಡಿಸಿಕೊಂಡು ನಡೆಸಿಕೊಂಡೇ ಮುಲುಂದಿನಲ್ಲಿ ಪರಬನ ಖೋಲಿಯೆದುರು ಹಾಜರಾದ. ಪರಬನ ಚಾಳಿನವರೆಲ್ಲ ಸ್ಫೂರ್ತಿಯಿಂದ ಕುದುರೆ ಸಿಂಗರಿಸಲು ಬಂದವರು ಕುದುರೆಯ ಸಿಡಿಮಿಡಿಯನ್ನು ನೋಡಿ ಹಿಂಜರಿದರು. ಕೊನೆಗೂ ಸಿಂಗಾರ ಮಾಡಲಾಗದೆ, ಸಿಂಗರಿಸಿದ ಮದುಮಗನನ್ನೇ ಸ್ಟೂಲಿಟ್ಟು ಏರಿಸಲಾಯಿತು. ಸಿನೆಮಾ ಪೋಸ್ಟರುಗಳಿಂದ ಸೀದ ಜಿಗಿದು ಮನೆಯೆದುರು ಬಂದಂತಿದ್ದ ಕುದುರೆ ನೋಡೇ ಹೆದರಿದ ದಗಡೂ ಪರಬ್ – ತಾನು ಮದುಮಗನೆಂಬುದನ್ನೇ ಮರೆತು ಕಂಗೆಟ್ಟ. ಕುದುರೆ ತುಸು ತಲೆ ಕೊಸರಿದರೂ ಸಾಕು–ಮುಗಿಯಿತು ತನ್ನ ಅವತಾರ ಅನಿಸುತ್ತಿತ್ತು ಅವನಿಗೆ. ಮೆರವಣಿಗೆ ಶುರುವಾಗುವಷ್ಟರಲ್ಲಿ ಬೆವರು ಬಿಟ್ಟು ಯಾಕಪ್ಪಾ ಈ ಅಣ್ಣನಿಗೆ ತಮ್ಮನಾಗಿ ಹುಟ್ಟಿದೆ ಎಂದೆನಿಸಿತು. ಮೆರವಣಿಗೆಯ ಬ್ಯಾಂಡು ಶುರುವಾದದ್ದೇ ಕುದುರೆ ಸಣ್ಣಗೆ ಜಿಗಿದಂತೆ ಮಾಡಿ – ದಗಡೂನ ಪೃಷ್ಠಕ್ಕೆ ಬಲವಾದ ಪೆಟ್ಟು ಬಂತು. ನೋವನ್ನು ಅರಗಿಸಿಕೊಳ್ಳಲು ತುಸು ಕುಂಡೆ ಜರುಗಿಸಿದ್ದೇ ಮತ್ತೊಮ್ಮೆ ಅಲ್ಲೇ ಪೆಟ್ಟು ತಿಂದು ನರಜನ್ಮವನ್ನೇ ಕುರಿತು ದಗಡು ಪರಿತಪಿಸಿದ. ಇದೆಲ್ಲದಕ್ಕೂ ನಿರ್ವಿಕಾರವಾಗಿಯೇ ನಡೆದಿದ್ದ ಗುಲಾಮ.

ಆದಷ್ಟು ಬೇಗ ಕುದುರೆಯ ಸನಿಯದಿಂದ ಇಲ್ಲವಾಗುವ ಹವಣಿಕೆಯಲ್ಲಿದ್ದ. ಆದರೂ ಮದುವೆ ಅಂದ ಮೇಲೆ ವಯಸ್ಸಿಗೆ ಮೀರಿದ ಕುಪ್ಪಸ ತೊಟ್ಟು ಪದೇ ಪದೇ ಅತ್ತರು ಹಚ್ಚಲು ಬರುವ ಚಂದದ ತರಳೆಯರು ಇದ್ದೇ ಇರುತ್ತಾರಲ್ಲ, ಆ ಆಕರ್ಷಣೆಗೆ ಬಲಿಯಾದ ಗುಲಾಮ ಇನ್ನೂ ಮೆರವಣಿಗೆಗೆ ಅಂಟಿಕೊಂಡೇ ಇದ್ದ. ಬಾಲಚಂದ್ರ ಪರಬನಂತೂ ಗುಲಾಮನಿಗಾಗಿ ನಡೆಯುತ್ತಿರುವಾಗಲೇ ಗೋಲ್ಡಸ್ಪಾಟ್ ತರಿಸಿ ಒಡೆಸಿಕೊಟ್ಟ. ಶಿವಾಜಿ ಪುತ್ಥಳಿಯ ಸಮೀಪ ಗುಲಾಮನ ಗೋಲ್ಡಸ್ಪಾಟ ಮುಗಿಯುವುದಕ್ಕೂ ಕುದುರೆಯ ಪಲಾಯನಕ್ಕೂ ಸರಿ ಹೋಯಿತು. ಅತ್ತ ಇತ್ತ ನೋಡದೇ ಸ್ಟೇಷನ್ನಿನೆಡೆ ಓಡಿದವನೇ ವಿ.ಟಿ.ಗೆ ಹೋಗಿ ಸಿನಿಮಾ ನೋಡುವಾ ಎಂದು ರೈಲಿನಲ್ಲಿ ಕೂತುಬಿಟ್ಟ. ಭಾನುಮತಿ ಮತ್ತು ಅವಳಪ್ಪನ ಮನೆ ಹಾಳಾಗಲಿ ಎಂದು ಶಪಿಸುವುದನ್ನು ಮರೆಯಲಿಲ್ಲ.

ಇತ್ತ ಕಲವಾದಲ್ಲಿ ಎಂಟಕ್ಕೆ ಎದ್ದ ಭಾನುಮತಿಯ ಅಪ್ಪ ಸುದ್ದಿ ತಿಳಿದಿದ್ದೇ

ಸಿಟ್ಟಿನಿಂದ ಕುಣಿದಾಡಿದ. ತನ್ನ ಟಾಂಗಾಗಳನ್ನು ಕಲವಾ ಠಾಣಾ ಪ್ರದೇಶದಲ್ಲಿ ಕುದುರೆ ಹುಡುಕಲೆಂದೇ ಅಡ್ಡಾಡಿಸಿದ. ಪೊಲೀಸ್ ಸ್ಟೇಷನ್ನಿಗೆ ಹೋಗಿ ಪುಕಾರು ಕೊಟ್ಟ. ಕುದುರೆಯ ಕುರಿತು ವಿವರ ಕೊಡುವಾಗ ಬಣ್ಣ ಏನೆಂದು ತಿಳಿಯದೇ 'ಕುದುರೆಯ ಬಣ್ಣ' ಎಂದ. ಭಾನುಮತಿ ಮೀಯಲು ನಿಂತಳು. ಮೈತೊಳೆಯುತ್ತ ತಿಕ್ಕುತ್ತ ಲಲ್ಲಲ್ಲಾ ಎಂದು ಹಾಡಿದಳು. ಬೆಳಗಿನಿಂದಲೇ ಏನೋ ಹುರುಪು ಅವಳಿಗೆ.

ಇತ್ತ ಆಟದ ಬಯಲಿನ ಬದಿಯಲ್ಲಿ ಬಿಸಿಲಲ್ಲಿ ಹೈರಾಣಾಗಿ ನಡೆಯುತ್ತಿದ್ದ ಬಾಲಚಂದ್ರ ಪರಬನನ್ನು ಯಾರೋ "ಅರೇ-ನೀವಿಲ್ಲಿ? ಇಂದು ನಿಮ್ಮ ತಮ್ಮನ ಮದುವೆ ಇತ್ತಲ್ಲ...." ಎಂದು ಹೇಳಿ ಪೆಟ್ಟು ತಿನ್ನುವುದನ್ನು ಸ್ವಲ್ಪದರಲ್ಲಿ ತಪ್ಪಿಸಿಕೊಂಡರು. ಒಂದು ಕ್ಷಣ ಅವನಿಗೆ ಮದುವೆ ಮಂಟಪ-ಊರು-ತನ್ನ ಚಾಳು ಎಷ್ಟೋ ದೂರ ಇರುವಂತೆ ಅನಿಸಿತು. ಕುದುರೆ ಮತ್ತು ದಗಡೂ ಇದ್ದಿದ್ದರೆ ಇಷ್ಟು ಹೊತ್ತಿಗೆ ಧಾರೆ ನಡೆಯುತ್ತಿತ್ತು ಅನಿಸಿತು. ಕುದುರೆ ಮತ್ತು ದಗಡೂ ಈಗಾಗಲೇ ಮಂಟಪ ತಲುಪಿ ಎಲ್ಲರೂ ತನ್ನನ್ನು ಅರಸುತ್ತಿರಬಹುದೇ ಎಂದು ಗಲಿಬಿಲಿಯೂ ಆಯಿತು. ಪೊಲೀಸು ಸ್ಟೇಷನ್ನಿಗೆ ಹೋಗುವಾ ಎಂದರೆ ಮಂಟಪದ ಲೈಸನ್ಸು, ಸ್ಪೀಕರುಗಳ ಬಳಕೆ, ಪೊಲೀಸರ ಹಪ್ತಾ ಇತ್ಯಾದಿ ಬಲೆಗಳು ಅವನನ್ನು ಕಂಗೆಡಿಸಿದವು. ಕಾಲುಗಳನ್ನು ಎಳೆಯುತ್ತ ಮಧ್ಯಾಹ್ನ ಎರಡರ ಹಾಗೆ ಮಂಟಪ ತಲುಪಿದ. ಮಂಟಪ ಕಾದು ಕಾದು - ಹೆಂಗಸರು ಕೂತಲ್ಲೇ ನಿದ್ದೆ ಹೊಡೆಯುತ್ತಿದ್ದರು. ಬ್ಯಾಂಡಿನವರು, ಸ್ಪೀಕರಿನವರು ಅಡಿಗೆ ಕೋಣೆ ಹೊಕ್ಕು ಹೊಕ್ಕು ಹಲ್ಲು ಗಿಂಜುತ್ತ ಹೊರಬರುತ್ತಿದ್ದರು. ಪರಬ್ ಸುಮಾರು ಮೂರು ಗಂಟೆಗೆ ಸರಕ್ಕನೆ ಎದ್ದು ನಿಂತು ಅಳಿದುಳಿದವರನ್ನೆಲ್ಲ ಉದ್ದೇಶಿಸಿ - "ಎಲ್ಲಾ ದೇವರ ಇಚ್ಛೆ. ಆಗುವುದೆಲ್ಲಾ ಆಗುತ್ತದೆ..." - ಎಂದು ಊಟ ಬಡಿಸಲು ಆಜ್ಞಾಪಿಸಿದ. ಹಸಿದ ಎಲ್ಲರಿಗೂ ಊಟ ಭರ್ಜರಿ ಸೇರಿತು. ಊಟದ ಮಧ್ಯ ಕುದುರೆ ಬರದಿದ್ದರೆ ಸಾಕು ಅವಸರಪಡಿಸಲು ಎಂದುಕೊಂಡರು ಕೆಲವರು. ಪರಬ್ ಮಾತ್ರ ಹೆಂಡತಿಯ ಒತ್ತಾಯದ ಮೇರೆಗೆ ಅನ್ಯಮನಸ್ಕನಾಗಿ ಜಿಲೇಬಿ ತಿಂದ. ಎರಡೇ ಹಾಡು ಬಾರಿಸಿದ ಬ್ಯಾಂಡಿನವರಿಗೆ ಪೂರಾ ಹಣ ಕೊಡಬೇಕಾದಾಗ ಪರಬನಿಗೆ ಹೃದಯ ಗಂಟಲಿಗೆ ಬಂತು. ಆದರೂ ಸುತ್ತಮುತ್ತ ಜನ ನೋಡುತ್ತಿರುವುದನ್ನೂ ಖಾತ್ರಿ ಪಡಿಸಿಕೊಂಡೇ ನೋಟುಗಳನ್ನು ಎಣಿಸಿಕೊಟ್ಟ. ಸ್ಪೀಕರಿನವ ಸಂಜೆಯ ತನಕ ಉಳಿಯಲೋ ಎಂದು ಕೇಳಿದಾಗ-'ಬೇಕಾದರೆ ಹೋಗು' ಎಂದು ದಬಾಯಿಸಿದ. ನಂತರ ತಾನು ಖುರ್ಚಿಯೊಂದರಲ್ಲಿ ಕೂತು ತೂಕಡಿಸಿದ.

ಶಿವಾಜಿ ಪುತ್ಥಳಿಯ ಬಳಿ ಗರಾಜಿನ ಆ ಸದ್ದಿಗೆ ಕುದುರೆಗೆ ಆದದ್ದೇನು? ಆ ಕುದುರೆ ಈ ಹಿಂದೆ ಕೆಲ ಕಾಲ ಸರ್ಕಸ್ಸಿನಲ್ಲಿತ್ತು. ನಂತರ ಕೆಲ ತಿಂಗಳು ಸಿನಿಮಾ ಶೂಟಿಂಗಿನಲ್ಲೂ ಇತ್ತು. ಕುದುರೆಯ ನೆನಪುಗಳು ಸಾದಾ ಅಂತೂ ಇರಲಿಲ್ಲ. ಮೋಟರಸೈಕಲಿನ ಫಟಫಟಿಸುವ ಸದ್ದು-ಕುದುರೆಯಲ್ಲಿ ಸರ್ಕಸ್ಸಿನ ಯಾವ ನೆನಪುಗಳನ್ನು ಎಗರಿಸಿತೋ ಯಾವ ಬಲ್ಲ. ಆ ಕ್ಷಣಕ್ಕೆ ಕುದುರೆ ಮೈ ತೆಗೆದು ಜಿಗಿದು ಮುಂಗಾಲುಗಳನ್ನೆತ್ತಿ ಓಟ ಕಿತ್ತಿತ್ತು. ನಸುಕಿನಿಂದ ಶುರುವಾದ ಇಲ್ಲದ

ಉಸಾಬರಿಯಿಂದ ಅದು ಮೊದಲೇ ರೇಗಿ ಹೋಗಿತ್ತು. ಈ ಸದ್ದೇ ಸಾಕಾಯಿತು. ಧಡಕ್ ಧಡಕ್ ಎಂದು ಎಗರುತ್ತ ರಾಜಾಜಿ ತರಕಾರಿ ರಸ್ತೆಯಲ್ಲಿ ಹೊಕ್ಕಿದ ಅದು ಸೆಕೆಂಡುಗಳಲ್ಲಿ ಅದನ್ನು ದಾಟಿ ಅಡ್ಡ ತಿರುಗಿ ಝುವೇರ್ ರಸ್ತೆಯಲ್ಲಿ ಹೊಕ್ಕು ಅಲ್ಲಿಂದ ಗೋಶಾಲಾ ರೋಡಿಗೆ ಹೊರಳಿ ಓಡಿತು. ಅದರ ಬೆನ್ನ ಮೇಲೆ ಬೆಂಡಿನ ಪದಕದಂತೆ ದಗಡೂ ಅಲಗುತ್ತಿದ್ದ. ಕುದುರೆಯ ಕತ್ತನ್ನು ಅದ್ಯಾವ ರೀತಿಯಲ್ಲಿ ಅಪ್ಪಿ ಹಿಡಿದಿದ್ದನೋ ಅದ್ಯಾವ ಶಕ್ತಿಯಿಂದ ಕಣ್ಣು ಮುಚ್ಚಿದ್ದನೋ ಕುದುರೆಯ ಜಿಗಿತದಲ್ಲಿ ಒಂದಾಗುತ್ತಾ – ಅರೇ ತಾನಿನ್ನೂ ಬಿದ್ದೇ ಇಲ್ಲವಲ್ಲ ಎಂಬ ಅಚ್ಚರಿಯನ್ನೂ ಮರೆತು ವಿಚಿತ್ರವಾಗಿ ಕೆನೆಯತೊಡಗಿದ. ಗೋಶಾಲಾ ರೋಡಿನಲ್ಲಿಯೂ ಯಾವುದೋ ಶಾಲೆಯ ಮಕ್ಕಳು ಹೇ ಎಂದು ಕಿಕ್ಕಿರಿದು ಕೂಗಿದರು. ಅದೂ ಅವನನ್ನೂ ವಿಚಲಿತನಾಗಿಸಲಿಲ್ಲ. ಅವನ ಪೇಟ ಮಾತ್ರ ಅಲ್ಲಿ ಬಿದ್ದುಹೋಯಿತು. ಕೆಲವು ಮಕ್ಕಳು ಅದನ್ನು ಹಿಡಿದು ಕೆಲವು ನಿಮಿಷ ಕುದುರೆಯ ಹಿಂದೇ ಓಡಿದರು. ಆ ರಸ್ತೆಯಿಂದ ಅಡ್ಡ ತಿರುಗಿ ಕುದುರೆ ವಿಶಾಲ ಸೇಂಟ್ ಪೈಸ್ ಆಟದ ಬಯಲಿನ ನಡುವೆ ಹಸುಗಳ ನಡುವಿನಿಂದ ಎರಡು ಮೂರು ಕ್ರಿಕೆಟ್ ಪಿಚ್‌ಗಳ ಮೇಲಿಂದ ಹಾಯುತ್ತ ಸಣ್ಣ ಗೋಡೆಯನ್ನೂ ಹಾರಿ ಪೆಟ್ರೋಲ್ ಬಂಕಿನ ಬದಿಯ ಸಣ್ಣ ಜಾಗದಿಂದ, ಆಗ್ರಾ ರಸ್ತೆಯನ್ನು ಸೇರಿ ಧಡೂತಿ ವಾಹನಗಳು, ಟ್ರಕ್ಕುಗಳು, ಡಬಲ್ ಡೆಕ್ಕರುಗಳ ನಡುವೆ ಓಡತೊಡಗಿತು. ಪೇಟ ಕಳಚಿಬಿದ್ದ ದಗೂಡನನ್ನು ಬಸ್ಸಿನಿಂದ ಜನ ವೀಕ್ಷಿಸಿದರು. ಹೆದ್ದಾರಿಯ ವಾಹನಗಳ ನಡುವೆ ಕುದುರೆ ಈಗ ನೆಗೆಯ ತೊಡಗಿತು. ಈ ಒಂದು ಹಂತದಲ್ಲೇ ದಗಡೂ ಈ ವ್ಯವಹಾರಿಕ ಜಗತ್ತಿನೊಡನೆಯ ತನ್ನ ಕಿಂಚಿತ್ತೂ ಕಾರ್ಯಕಾರಣ ಸಂಬಂಧ ಕಳೆದುಕೊಂಡು, ವಿಲಕ್ಷಣ ಹಗುರುತನವನ್ನು ಅನುಭವಿಸುತ್ತ ಕುದುರೆಯೊಡನೆ ಒಂದಾಗಿ ಹೋದ. ತನ್ನ ಮಿಲ್ಲಿನ ನೌಕರಿ, ಅಣ್ಣನ ದಾದಾಗಿರಿ, ಗೊರಟುಹಲ್ಲಿನ ಮದುವಣಗಿತ್ತಿ, ತನ್ನ ಸುಡುಗಾಡು ದಿನಚರಿ ಎಲ್ಲವನ್ನೂ ಒಂದೇ ನೆಗೆತದಲ್ಲಿ ಒದ್ದಂತೆ ಅನಿಸಿ ಗಟ್ಟಿಯಾಗಿ ಕುದುರೆಯ ಕತ್ತನ್ನು ಅವಚಿಕೊಂಡ. ಒಂದು ಕ್ಷಣದಲ್ಲಿ ತಾನೇ ಶಿವಾಜಿಯಾಗಿ ರಾಯಗಡ ಕೋಟೆಯನ್ನು ಹತ್ತುತ್ತಿರುವಂತೆಯೂ ಅವನಿಗೆ ಭ್ರಮೆ ಆಯಿತು. ಕುದುರೆ ರಭಸದಿಂದ ಹೆದ್ದಾರಿಯಗುಂಟ ಓಡುತ್ತಿತ್ತು–ಅಕ್ಟಾಯ್ ನಾಕೆಯನ್ನು ದಾಟಿ, ಸಿಗ್ನಲ್ಲುಗಳನ್ನು ಹಾರಿಸಿ ಕೇವಲ ತನಗೇ ಗೊತ್ತಿದ್ದಂತಿರುವ ಗುರಿಯ ಕಡೆಗೆ.

ಹೀಗೆ ಎಷ್ಟೋ ಹೊತ್ತು ಓಡಿದ್ದೇ ಹೆದ್ದಾರಿ ಬಿಟ್ಟು ಪರಿಚಿತ ಒಳದಾರಿಗಳನ್ನು ತುಳಿಯುತ್ತ ಉಪನಗರ ಒಂದನ್ನು ಹೊಕ್ಕು–ತೇಕುತ್ತ–ಶ್ವಾಸ ಬಿಡುತ್ತ – ತೀರ ಇಕ್ಕಟ್ಟು ಗಲ್ಲಿಯೊಳಗೆ ನುಸುಳಿ ಮನೆಯೊಂದರ ಲಾಯದಂಥ ಚಾವಡಿಯಲ್ಲಿ ನಿಂತುಬಿಟ್ಟಿತು. ಆ ಮನೆಯಿಂದ ಆಳುಗಳು ಬಂದು ಸೋತು ಜೋತಿದ್ದ ದಗೂಡನನ್ನು ಇಳಿಸಿಕೊಂಡರು. ಅವನ ಜರತಾರಿಯ ಬಟನ್ನುಗಳನ್ನು ತೆಗೆದು ಗಾಳಿ ಹಾಕಿ ಹಗ್ಗದ ಮಂಚದ ಮೇಲೆ ಒರಗಿಸಿದರು. ಅವನ ತೇಲುಗಣ್ಣುಗಳ ಬಳಿಗೆ ಒಬ್ಬಳು ಹುಡುಗಿ ತಂಬಿಗೆ ತುಂಬ ನೀರು ತಂದು ನಿಂತಳು. ಅವನು ಗಟಗಟಾ ಸದ್ದು ಮಾಡುತ್ತ ನೀರು ಕುಡಿಯುತ್ತಿರುವಾಗಲೇ ಲಲ್ಲಲಾ ಎಂದು ಹಾಡುತ್ತ

ಮರೆಯಾದಳು. ಎರಡು ಮಾತಿಲ್ಲದೆ ಎರಡೇ ನಿಮಿಷದಲ್ಲಿ ಭಾನುಮತಿಯ ಅಪ್ಪ ಕುದುರೆ ಹಿಡಿದು ತಂದ ಈ ವೀರ, ಸಿದ್ಧಮದುಮಗನನ್ನು ಅಳಿಯನನ್ನಾಗಿ ಸ್ವೀಕರಿಸಿಬಿಟ್ಟ.

ಎಷ್ಟೋ ತಿಂಗಳುಗಳ ನಂತರ ಬಾಲಚಂದ್ರ ಪರಬನ ಕಿವಿಯ ಮೇಲೆ ಯಾರೋ ಸುದ್ದಿ ಹಾಕಿದರು–ಜುಹೂ ಸಮುದ್ರತೀರದಲ್ಲಿ ದೊಡ್ಡ ಚಂದ ಟಾಂಗಾದ ಮೇಲ್ ಮಕ್ಕಳನ್ನು ಕೂರಿಸಿಕೊಂಡು ದಗಡೂ ಬಾಡಿಗೆಗೆ ಹೊಡೆಯುತ್ತಿದ್ದಾನೆ ಎಂದು. ಅದೇ ದಿನ ಸಂಜೆ ಹೆಂಡತಿ ಮಕ್ಕಳನ್ನು ಕರೆದುಕೊಂಡು ಒಂದು ರೈಲು ಎರಡು ಬಸ್ಸುಗಳನ್ನು ಬದಲಿಸಿ ಬಾಲಚಂದ್ರ ಪರಬ್ ಜುಹೂ ತಲುಪಿದ. ಅಲ್ಲಿಯ ಬೀಚಿಗೆ ಹೋದರೆ ಎಷ್ಟೊಂದು ಜನ ಸಮುದ್ರ, ಎಷ್ಟೊಂದು ಟಾಂಗಾ ಕುದುರೆಗಳು, ಒಂಟೆಗಳು ಮಕ್ಕಳು, ಬಲೂನು ಇವೆಲ್ಲವುಗಳ ನಡುವೆ ದಗಡೂನೂ ಕಾಣುತ್ತಿಲ್ಲ, ಅವನನ್ನು ಹೊತ್ತ ಟಾಂಗಾವೂ ಕಾಣುತ್ತಿಲ್ಲ. ಕಾಲು ನೋಯುವತನಕ ಸುತ್ತಾಡಿದ. ಹೆಂಡಿರು ಮಕ್ಕಳನ್ನು ಒಂದೆಡೆ ಕಡಲೆ ಪೊಟ್ಟಣ ಕೊಟ್ಟು ಕೂಡ್ರಿಸಿ ಪುನಃ ಸುತ್ತಾಡಿ ದಣಿದು ಬಂದು ಕೂತ. ಅವನ ನಿರಾಸೆ ನೋಡಿ ಹೆಂಡತಿ "ಸಿಗಲಿಲ್ಲವೆ. ದಗಡೂ ಸಿಕ್ಕಿದ್ದರೆ ಕಡೇ ಪಕ್ಷ ಆ ದಿನ ಮಂಟಪಕ್ಕೆ, ಮದುವೆಯೂಟಕ್ಕೆ ನಾವು ಮಾಡಿದ ಖರ್ಚನ್ನಾದರೂ ಕೇಳಬಹುದಿತ್ತು" ಎಂದು ಗೊಂಯ್‌ಗುಟ್ಟಿದಳು. ಅದಕ್ಕವನು ಅಳುಬುರುಕು ದನಿಯಲ್ಲಿ ರೇಗಿ "ಛೇ. ಅಣ್ಣ ಅಂತ ನಾನು ಅಷ್ಟೂ ಮಾಡದಿದ್ದರೆ ಹ್ಯಾಗೆ?" ಎಂದು ತೀರ ನಿರುಪಾಯನಾಗಿ ಸಮುದ್ರ ನೋಡಿದ.

19. ದೊಡ್ಡಮರ

– ರಾಜೇಂದ್ರ ಚೆನ್ನಿ

ಇಂದು ಬೇಗನೆ ವಾಕಿಂಗ್ ಹೊರಡಬೇಕೆಂದುಕೊಂಡಿದ್ದರೂ ಹೊರಡುವ ಹೊತ್ತಿಗೆ ಐದೂ ಮುಕ್ಕಾಲಾಗಿದೆ. ಚಳಿಗಾಲದ ದಟ್ಟವಾದ ಮಂಜು ಮಬ್ಬಿನಂತೆ ಮುಸುಕು ಹಾಕಿದ್ದರಿಂದ ಇನ್ನೂ ಬೆಳಕಾದಂತೆ ತೋರುವುದಿಲ್ಲ. ವರಾಂಡದ ಕಿಟಕಿ ಗಾಜಿನ ಮೇಲೆ ಬಿಳಿಬೂದಿಯಂತೆ ಮಂಜು ಕೂತಿದೆ. ಸದ್ದು ಮಾಡಿದರೆ ಮಾಧವಿಗೆ ಎಚ್ಚರವಾಗಿ ಕೊರೆಯುವ ಚಳಿಯಲ್ಲಿ ಹೋಗಬಾರದೆಂದು ಗಲಾಟೆ ಮಾಡುತ್ತಾಳೆ. ಬರುವ ಮೇ ತಿಂಗಳಿಗೆ ಎಪ್ಪತ್ತೈದು ತುಂಬುವ ನಾನು ಇಷ್ಟು ದೂರ ವಾಕಿಂಗ್ ಹೋಗುವುದು ಅವಳಿಗೆ ಸುತರಾಂ ಇಷ್ಟವಿಲ್ಲ. ಅದರಲ್ಲೂ ಪಲ್ಲವಿ ಮತ್ತು ಅವಳ ಗಂಡ ನಿನ್ನೆ ಸಂಜೆ ಬಹಳ ದಿನಗಳ ಮೇಲೆ ಮನೆಗೆ ಬಂದಿದ್ದಾರೆ. ಮಧ್ಯರಾತ್ರಿಯವರೆಗೆ ಚರ್ಚೆ ಕೂಗಾಟಗಳಾಗಿದ್ದರಿಂದ ದಣಿದು ಮಲಗಿದ್ದಾರೆ. ಏಳುವುದರೊಳಗಾಗಿ ನನ್ನ ಪಾಡಿಗೆ ನಾನು ವಾಕಿಂಗ್ ಹೊರಟುಹೋಗಿದ್ದರೆ ಏನೆಂದುಕೊಳ್ಳುತ್ತಾರೋ ಎನ್ನುವ ಆತಂಕವೂ ಅವಳಿಗೆ ಇರಬಹುದು. ವಯಸ್ಸಾದಂತೆ ಎಲ್ಲದರ ಬಗ್ಗೆ ಉದಾಸೀನನಾಗಿದ್ದರಿಂದ ಇಷ್ಟೆಲ್ಲಾ ನಡೆದಿದ್ದರೂ ಎಂದಿನಂತೆ ವಾಕಿಂಗ್ ಹೋಗಿದ್ದೇನೆ ಅಂತಲೂ ಅಂದುಕೊಳ್ಳಬಹುದು. ಆದರೆ ಬೆಳಗಿನ ವಾಕಿಂಗ್ ಬಗ್ಗೆ ನಾನು ತುಂಬಾ ಹಟಮಾರಿ. ಆರೋಗ್ಯಕ್ಕೆ ಒಳ್ಳೆಯದು ಎನ್ನುವುದು ಮುಖ್ಯವಲ್ಲ. ಈ ಹೊತ್ತು ಮಾತ್ರ ಪೂರ್ತಿ ನನ್ನದೆ. ನನ್ನ ಸ್ವಂತದ್ದು ಎನ್ನುವ ಯೋಚನೆಗಳಿಗೆ ಆಸ್ಪದ ಸಿಕ್ಕುವುದು ಈಗಲೇ ಎನ್ನುವುದು ಮುಖ್ಯ.

ಬಾಗಿಲೆಳೆದುಕೊಂಡು ಅಂಗಳಕ್ಕೆ ಹೆಜ್ಜೆ ಇಟ್ಟರೆ ತೋಟದಲ್ಲಿ ಚಳಿ ಕೊರೆಯುತ್ತಿದೆ. ಮಫ್ಲರು ಇನ್ನಷ್ಟು ಬಿಗಿಯಾಗಿ ಸುತ್ತಿಕೊಳ್ಳಬೇಕು ಅನ್ನುವುದರಲ್ಲಿ ಗೇಟಿನ ಪಕ್ಕದಲ್ಲಿ ತೆಂಗಿನ ಮರದ ಬದಿಯಲ್ಲಿ ಮಾಧವಿಯ ಮಗ ಆಕಾಶ ನೆಲ ಅಗೆದು ಪುಟ್ಟ ಗಿಡವೊಂದನ್ನು ನೆಟ್ಟಿರುವುದನ್ನು ನೋಡಿ ನಗು ಬಂದಿತು. ಗೆಳೆಯನ ಮನೆಯಿಂದ ತಂದ ಗಿಡವನ್ನು ಅಲ್ಲಿಯೇ ನೆಡಬೇಕೆಂದು ಅವನ ಹಟ. ಅಲ್ಲಿ ನೆಟ್ಟರೆ ಅದು ಬೆಳೆಯುವುದು ಕಷ್ಟ ಎಂದು ತಿಳಿಸಿ ಹೇಳುವುದು ಸರಳವಾಗಿರಲಿಲ್ಲ. ದೊಡ್ಡಮರ ತನ್ನ ಉದ್ದುದ್ದ ಬೇರುಗಳನ್ನ ನೆಲದಲ್ಲಿ ಇಳಿಬಿಟ್ಟು ಮಣ್ಣಿನ ಸಾರವನ್ನು ಹೀರಿಕೊಂಡು ಬಿಡುತ್ತದೆ. ಪುಟ್ಟಗಿಡಕ್ಕೆ ಅಲ್ಲಿ ಬೆಳೆಯಲು ಆಸ್ಪದವಿಲ್ಲವೆಂದು ವಿವರಿಸಲು ಪ್ರಯತ್ನಿಸಿದೆ. ಹುಡುಗನ ಮನಸ್ಸಿಗೆ ಸ್ವಲ್ಪ ಆಘಾತವಾಯಿತೆಂದು ಕಾಣುತ್ತದೆ.

"ದೊಡ್ಡಮರ ಪುಟ್ಟಮರವನ್ನು ನೋಡ್ಕೊಳ್ತದೆ" ಎಂದು ಅವನ ವಾದ. ಅವನು ನೋಡಿಯೇ ಕಲಿಯಬೇಕಾದ ಮಾತು ಎಂದುಕೊಂಡು ಸುಮ್ಮನಾದೆ. ಒಂದಿಷ್ಟು ಮಣ್ಣನ್ನು ಬಾಚಿ ಚಿಕ್ಕ ಪಾತಿ ಮಾಡಿ ಗಿಡ ನೆಟ್ಟಿದ್ದಾನೆ. ಅದು ಬಾಡಿ ಒಣಗಿಕೊಂಡಾಗ ಬೇಸರವಾಗುತ್ತದೇನೋ ಅಥವಾ ಅಷ್ಟರಲ್ಲಿ ಅದನ್ನು ಮರೆತುಬಿಟ್ಟಿರುತ್ತಾನೋ.

ಗೇಟಿನಿಂದಾಚೆಗೆ ಬಂದವ ಬಿರುಸಾಗಿ ಹೆಜ್ಜೆ ಇಡುತ್ತೇನೆ. ಪಕ್ಕದ ಮನೆ ನರಸಿಂಹರಾಯ ಜತೆಗೆ ಬಂದುಬಿಟ್ಟರೆ ಅಂತ ಹೆದರಿಕೆ. ತನಗೆ ಇರುವ ಇಲ್ಲದೇ ಇರುವ ಎಲ್ಲಾ ಖಾಯಿಲೆಗಳ ಬಗ್ಗೆ ಗಂಟೆಗಟ್ಟಲೇ ಕೊರೆಯುತ್ತಾನೆ. ತಾನು ನೋಡಿದ ಡಾಕ್ಟರು, ವೈದ್ಯರು, ಔಷಧಿ ಇವುಗಳ ಬಗ್ಗೆ ತಡೆಯಿಲ್ಲದೆ ವರದಿ ಕೊಡುತ್ತಾನೆ. ಆ ಮನುಷ್ಯನಿಗೆ ಸಾವಿನ ಭಯ ಅಂತ ತೋರುತ್ತೆ. ಮೊನ್ನೆ ನಮ್ಮೆಲ್ಲರ ಪರಿಚಯದ ಲಕ್ಷ್ಮಣರಾಯರು ತೀರಿಹೋದಾಗ ಅವರ ಮನೆಗೆ ಹೋಗಿದ್ದೆವು. ಅಲ್ಲಿ ನಮ್ಮ ಆಸುಪಾಸಿನ ವಯಸ್ಸಿನವರೆಲ್ಲ ಒಂದು ಮೂಲೆಯಲ್ಲಿ ಗಂಭೀರವಾಗಿ ಕುಳಿತಿದ್ದರೆ ಈ ನರಸಿಂಹರಾಯ ಒಬ್ಬೊಬ್ಬರನ್ನೂ ನಿಮ್ಮ ವಯಸ್ಸೆಷ್ಟು ನೀವು ಲಕ್ಷ್ಮಣನ ವಾರಿಗೆಯವರಾ ಎಂದು ಕೇಳುತ್ತಿದ್ದ. ತಾನು ಲಕ್ಷ್ಮಣನಿಗಿಂತ ಚಿಕ್ಕವನು ಎಂದು ಎಲ್ಲರಿಗೂ ಮತ್ತು ತನಗೂ ಖಾತ್ರಿ ಮಾಡಿಕೊಡುತ್ತಿದ್ದ.

ನನಗೇಕೋ ಆ ಥರದ ಯೋಚನೆ ಅಷ್ಟೊಂದು ಬರುವುದಿಲ್ಲ. ಸದ್ಯ ಕೈಕಾಲು ಗಟ್ಟಿಯಿದ್ದಾಗಲೇ ಹೊರಟುಹೋದರೆ ಸಾಕು. ಯಾರಿಗೂ ಈವರೆಗೆ ಭಾರವಾಗಿಲ್ಲ. ಒಂದಿಷ್ಟು ಪಿಂಚಣಿ ಬರುತ್ತದೆ. ಇವಳು ತೀರಿಹೋದ ಮೇಲೆ ಮಾಧವಿ ಮತ್ತು ಅವಳ ಗಂಡ ಈ ಮನೇಲಿ ಇದ್ದಾರೆ. ಮಾಧವಿಗೆ ಮೊದಲಿಂದ ನನ್ನ ಮೇಲೆ ಪ್ರೀತಿ. ಜತೆಗೆ ಈ ಮನೆಯನ್ನು ಅವಳ ಹೆಸರಿಗೆ ಮಾಡಿದ್ದೇನೆಯಾದ್ದರಿಂದ ನನ್ನ ಜತೆ ಅನ್ಯೋನ್ಯವಾಗಿದ್ದಾರೆ. ಜಮೀನು, ತೋಟ ರಾಧಾಳ ಹೆಸರಿಗೆ ಮಾಡಿದ್ದರಿಂದ ದೂರದಲ್ಲಿದ್ದರೂ ಬಂದಾಗ ನನ್ನ ಜತೆ ಚೆನ್ನಾಗಿರುತ್ತಾರೆ. ಇನ್ನು ಇದೇ ಊರಿನಲ್ಲಿ ಇಷ್ಟೊಂದು ವರ್ಷ ಇದ್ದದ್ದರಿಂದ ಇಲ್ಲಿ ನನಗೆ ಅಪರಿಚಿತರೆ ಕಡಿಮೆ. ನಾನು ಕಟ್ಟಿದ ಸ್ಕೂಲು ಇವತ್ತು ದೊಡ್ಡ ಸಂಸ್ಥೆಯಾಗಿದೆ. ಬಹಳ ವರ್ಷಗಳಿಂದ ಸ್ಕೂಲ್ ಕಮಿಟಿಯ ಯಾವ ಸ್ಥಾನ ಬೇಡವೆಂದಿದ್ದರೂ ಈಗಲೂ ಸ್ಕೂಲಿನ ವಿಷಯದಲ್ಲಿ ನನ್ನ ಮಾತೇ ನಡೆಯುತ್ತದೆ. ಒಟ್ಟಿಗೆ ಎಲ್ಲವೂ ಸರಿಯಾಗಿದೆ ಅಂತಾನೇ ಅನ್ನಿಸುತ್ತೆ.

ಮನೆಯ ಬೀದಿಯ ಅಂಚನ್ನು ದಾಟಿ ತಿರುಗಿದರೆ ಒಂದು ಪುಟ್ಟಗುಡ್ಡ ಇಳಿದಂತೆ ಇಳಿಜಾರಾಗಿದೆ. ಅಷ್ಟು ಇಳಿದರೆ ರೇಲ್ವೆ ಲೆವಲ್ ಕ್ರಾಸಿಂಗ್‌ನಿಂದ ಬರುವ ರಸ್ತೆಗೆ ಸೇರಿಕೊಳ್ಳುತ್ತದೆ. ಕೆಳಗಿಳಿದು ಹೊರಳಿ ನೋಡಿದರೆ ನಮ್ಮ ಮನೆ ಕಾಣಬೇಕು. ಆದರೆ ಇವತ್ತು ಇನ್ನೂ ಮಂಜು ತಿಳಿಯಾಗದಿದ್ದರಿಂದ ಏನೂ ಕಾಣುತ್ತಿಲ್ಲ. ದೂರದಲ್ಲಿ ಟಿ.ವಿ. ಟವರ್ ಗಾಳಿಯಲ್ಲಿ ಚೂಪಾಗಿ ನಿಂತಿದೆ. ಈ ಮಂಜಿನಲ್ಲಿ ಅದರ ಮೇಲ್ಭಾಗ ಮಾತ್ರ, ಗಾಳಿಯಲ್ಲಿ ನಿಂತಂತೆ ಕಾಣುತ್ತ ವಿಚಿತ್ರವಾಗಿದೆ. ಆಕಾಶನಿಗೆ ಹೇಳುವ ಕತೆಗಳಲ್ಲಿ ಗಾಳಿಯಲ್ಲಿ ತೇಲುವ ಗೋಪುರದಂತೆ. ಈ ಮಂಜಿನಲ್ಲಿಯೂ ದಿನನಿತ್ಯದ ಕೆಲಸಗಳು ನಡೆದೇ ಇವೆ. ಲೆವಲ್ ಕ್ರಾಸಿಂಗ್‌ನ ಗೇಟಿನ ಈ ಕಡೆಗೆ ಗದ್ದೆ ಕೆಲಸಕ್ಕೆ ಹೊರಟಿರುವ ಕೂಲಿ ಹೆಂಗಸರು ಗುಂಪಾಗಿ ಗಲಗಲ ಮಾತಾಡುತ್ತಾ ನಿಂತಿದ್ದಾರೆ.

ಅವರನ್ನು ಕರೆದೊಯ್ಯಲು ಬರುವ ಟ್ರ್ಯಾಕ್ಟರ್ ಅನ್ನು ಕಾಯುತ್ತಾ ಕಾಕಾನ ಅಂಗಡಿಯಲ್ಲಿ ಎಲಡಿಕೆ ತಂಬಾಕು ಕೆಲವರು ಕೊಳ್ಳುತ್ತಿದ್ದರೆ ಇನ್ನು ಕೆಲವರು ಕಾಳಪ್ಪನ ಹೋಟೇಲಿನಲ್ಲಿ ಸಾಂಬಾರು ಕೊಂಡು ಅಲ್ಯೂಮಿನಿಯಮ್ ಡಬ್ಬಿಗಳಲ್ಲಿ ಹಾಕಿಸಿಕೊಳ್ಳುತ್ತಿದ್ದಾರೆ.

ಬೆಂಗಳೂರಿನಿಂದ ಬರುವ ಟ್ರೇನು ಇವತ್ತು ತಡವಾಗಿದೆಯೆಂದು ಕಾಣುತ್ತೆ. ಗೇಟು ಹಾಕಿಕೊಂಡು ವಾಚ್‌ಮನ್ ಕಾಯುತ್ತಿದ್ದಾನೆ. ಆ ಕಡೆಯಿಂದ ಒಬ್ಬ ಸೈಕಲ್ ತೋಳಿಂದ ಎತ್ತಿಕೊಂಡು ರೇಲ್ವೆ ಹಳಿದಾಟುತ್ತಿದ್ದಾನೆ. ವಾಚ್‌ಮನ್ ಕೆಟ್ಟದಾಗಿ ಬಯ್ಯುತ್ತಿದ್ದಾನೆ. ಬೇಕೆಂದರೆ ನಾನೂ ದಾಟಿ ಆ ಕಡೆಗೆ ಹೋಗಬಹುದು. ಗೇಟಿನ ಪಕ್ಕದಲ್ಲಿ ಒಂದು ಚಿಕ್ಕ ಪೊದೆ ದಾಟಿದರೆ ಸಾಕು. ಆದರೆ ಆ ಮಂಜಿನಲ್ಲಿ ಟ್ರೇನು ಬರುವುದು ಕಾಣುವುದಿಲ್ಲ. ಅಷ್ಟಕ್ಕೂ ಅವಸರವಿಲ್ಲವಲ್ಲ.

ಸುಮ್ಮನೆ ವಾಕಿಂಗ್ ಸ್ಟಿಕ್ ಆಡಿಸುತ್ತಾ ನಿಂತಿದ್ದೇನೆ. ಹತ್ತು ಅಡಿ ದೂರದಲ್ಲಿದ್ದುದು ಮಾತ್ರ ಕಾಣುತ್ತಿದೆ ಈ ಮಂಜಿನಲ್ಲಿ. ಮಂಜಿನ ಹೊಟ್ಟೆ ಸೀಳಿಕೊಂಡು ಟ್ರೇನಿನ ಸಿಳ್ಳೆ ಕೇಳುತ್ತಿದೆ. ನೆಲ ಧಡಧಡ ಅದರುತ್ತಿದೆ. ಗೇಟಿನ ಹತ್ತಿರ ನಿಂತಿರುವ ನಾನು ಉಸಿರುಕಟ್ಟಿಕೊಂಡು ಕಾಯುತ್ತಿದ್ದೇನೆ. ಟ್ರೇನು ಹತ್ತಿರ ಬಂದಂತೆ ಅದರ ದೀಪಗಳು ಮಂಜಿನಲ್ಲಿ ತೇಲಿ ಬಂದಂತೆ. ಇಂಜಿನು ಗೇಟನ್ನು ದಾಟಿಕೊಂಡು ಹೋಯಿತು. ಹಿಂದಿನಿಂದ ಧಡಧಡ ಎಂದು ಬೋಗಿಗಳು ನುಗ್ಗಿ ಹೋದವು. ಟ್ರೇನು ಹೊರಟುಹೋದ ಮೇಲೆ ಒಂದು ಕ್ಷಣದ ಸ್ಮಶಾನ ಶಾಂತಿ. ಒಂದು ಕಡೆ ವಾಚ್‌ಮನ್ ಗೇಟ್ ತೆಗೆಯುತ್ತಿದ್ದಂತೆ ಲಾರಿಯವನೋ ಹೊರಟೇಬಿಟ್ಟ. ಒಂದೆರಡು ವಾಹನಗಳು ದಾಟಿದ ಮೇಲೆ ನಾನೂ ಆಚೆಗೆ ಬರುತ್ತೇನೆ.

ಇಲ್ಲಿಂದ ರಸ್ತೆ ಒಂದಿಷ್ಟು ಡೊಂಕವಾಗಿ ಹರಿದು ದಟ್ಟಮರಗಳ ಮಧ್ಯ ಮುಂದುವರೆಯುತ್ತದೆ. ಇನ್ನೆರಡು ಕಿಲೋಮೀಟರ್ ನಡೆದರೆ ಕಾಡಿನ ಹಾದಿ ಸಿಗುತ್ತದೆ. ಅಲ್ಲಿಂದ ಒಂದೆರಡು ಫರ್ಲಾಂಗುಗಳ ಆಚೆಗೆ ತಾವರೆಕೊಳ, ಶಿವಲಿಂಗೇಶ್ವರನ ಗುಡಿ. ಬಹಳ ದಿನಗಳ ನಂತರ ಅಲ್ಲಿಗೆ ಹೋಗಬೇಕೆನಿಸುತ್ತಿದೆ. ಮಂಜು ತೆಳುವಾಗಿ ಬಿಸಿಲು ಮೂಡುತ್ತಿದೆಯಾದರೂ ದಟ್ಟಮರಗಳ ಕೆಳಗೆ ಚಳಿ ಕೊರೆಯುತ್ತಿದೆ. ಬಿರುಸಾಗಿ ನಡೆದರೆ ಮೈಯ ಶಾಖದಿಂದ ಹದವೆನಿಸಬಹುದು. ಚಿಕ್ಕಂದಿನಲ್ಲಿ ಈ ರಸ್ತೆಯ ಮೇಲೆ ಹೊರಟರೆ ಗೆಳೆಯರ ಜತೆ ಮರಕೋತಿ ಆಟ ಶುರುವಾಗಿಬಿಟ್ಟು ದಾರಿ ಸವೆಯುತ್ತಲೇ ಇರಲಿಲ್ಲ. ಮರಗಳನ್ನು ಜನ ಇನ್ನೂ ಹೀಗೆ ಬಿಟ್ಟಿರುವುದೇ ಆಶ್ಚರ್ಯ. ಅಷ್ಟೊಂದು ವಾಹನಗಳೂ ಓಡಾಡುತ್ತಿಲ್ಲ. ಹೀಗಾಗಿ ಹೆಜ್ಜೆಗಳು ನಿರಾಯಾಸವಾಗಿ ಬೀಳುತ್ತ ಮನಸ್ಸು ತೆರಪಾಗಿ ಯೋಚನೆಗೆ ಇಂಬಾಗುತ್ತಿದೆ.

ನಿನ್ನೆ ಸಾಯಂಕಾಲ ಬಂದ ರಾಧಾ ಅವಳ ಗಂಡ ತುಂಬಾ ಇಳಿದುಹೋಗಿದ್ದಾರೆ. ವಿಷಯ ಏನೆಂದು ಮೊದಲು ಹೇಳಲೇ ಇಲ್ಲ. ಅಡಿಗೆ ಮನೆಯಲ್ಲಿ ಮಾಧವಿ ರಾಧಾ ಪಿಸು ಮಾತಿನಲ್ಲಿ ತುಂಬಾ ಹೊತ್ತು ಕಳೆದರು. ಮಧ್ಯೆ ರಾಧಾ ಅಳುತ್ತಿದ್ದಂತೆ ಕೇಳಿಸಿದರೂ ಸುಮ್ಮನಾದೆ. ಅಳಿಯಂದಿರು ನೆಟ್ಟಗೆ ಮಹಡಿ ಮೇಲಿನ ರೂಮಿಗೆ

ಹೋಗಿ ಮಲಗಿಕೊಂಡಿದ್ದರು. ರಾತ್ರಿಯ ಊಟ ಬೇಗನೇ ಮಾಡಿದೆವು. ಯಾರದೋ ತಿಥಿಯ ಊಟದಂತೆ ಏನೋ ಒಂದು ರೀತಿಯ ಬಿಗುವು. ಶುರುವಾದ ಮಾತು ಥಟ್ಟನೇ ತುಂಡಾಗಿ ಮಧ್ಯೆ ಅರ್ಥವಿಲ್ಲದ ಮೌನಗಳು. ವಿಷಯ ಏನೆಂದು ಕೇಳಲು ಬಿಗುಮಾನವೆಂದಲ್ಲ. ಕೇಳಿ ತಿಳಿದುಕೊಳ್ಳುವುದು ನನ್ನ ಸ್ವಭಾವವಲ್ಲ ಅಷ್ಟೇ. ಮಾಧವಿಯೊಬ್ಬಳನ್ನು ಬಿಟ್ಟು ಉಳಿದವರಾರೂ ನನ್ನ ಜತೆ ಮನಬಿಚ್ಚಿ ಮಾತನಾಡುವ ಅಭ್ಯಾಸವಿಲ್ಲ.

ಊಟ ಮುಗಿದು ಡ್ರಾಯಿಂಗ್ ರೂಂನಲ್ಲಿ ಎಲ್ಲರೂ ಕುಳಿತಿದ್ದೆವು. ಏನೋ ನೆನಪಾಗಿ "ಇನ್ನೇನು ಪ್ರೀತಿಗೆ ಕ್ರಿಸ್‌ಮಸ್ ರಜೆ ಶುರುವಾಗುತ್ತದೆಯಲ್ಲವೆ? ಜತೆಗೆ ಕರಕೊಂಡು ಬರಬೇಕಿತ್ತು" ಎಂದೆ. ರಾಧಾ ಏನೂ ಮುನ್ನುಡಿಯಿಲ್ಲದೆ ಅಳತೊಡಗಿದಳು. ಅಳಿಯಂದಿರು ಮುಜುಗರದಿಂದ ಚಡಪಡಿಸುತ್ತಿದ್ದರು. ಅವರಿಬ್ಬರಿಗೆ ಸಮಾಧಾನ ಮಾಡಿದ ಮಾಧವಿ ಎಲ್ಲಾ ವಿವರಿಸತೊಡಗಿದಳು. ಅವಳು ಶುರುಮಾಡಿದ ಎಳೆ ಹಿಡಿದುಕೊಂಡು ರಾಧಾ ಮತ್ತು ಅಳಿಯಂದಿರು ಮುಂದುವರೆಸಿದರು. ಕಟ್ಟೆಯೊಡೆದು ಹರಿದಂತೆ ಮಾತು, ಅಳು ಮಾತು ನಡೆದೇ ಇದ್ದವು.

ವಿಷಯ ಏನೆಂದು ತಿಳಿದ ಮೇಲೆ ಮನಸ್ಸು ಮರಗಟ್ಟಿದಂತಾಗಿ ಯಾಂತ್ರಿಕವಾಗಿ ಕೇಳತೊಡಗಿದೆ. ರಾಧಾಳಿಗೆ ಎಲ್ಲವನ್ನು ವಿವರವಾಗಿ ಹೇಳಿಕೊಳ್ಳಬೇಕು ಎನ್ನುವ ತವಕ. ಅಳಿಯಂದಿರಿಗೆ ಮುಜುಗರ. ವಿಷಯದ ಇತ್ಯರ್ಥ ಹೇಗೆ ಮಾಡಬೇಕೆನ್ನುವುದೇ ಅವರಿಗೆ ಬೇಕಾದದ್ದು.

ಎಲ್ಲಾ ಕೇಳಿದ ನನ್ನ ಮುಖದಲ್ಲೂ ಏನೂ ಪ್ರತಿಕ್ರಿಯೆ ಕಂಡಿರಲಿಕ್ಕಿಲ್ಲ. ಕೇಳಿದ್ದೆಲ್ಲ ಮನಸ್ಸಿನಲ್ಲಿ ಇಂಗುತ್ತಿದ್ದರೂ ಮನಸ್ಸು ಎಲ್ಲೆಲ್ಲೋ ಹರಿದಾಡುತ್ತಿತ್ತು. ಈಗ ಸ್ವಲ್ಪ ತಿಳಿಯಾಗಿ ಅರ್ಥವಾಗುತ್ತಿದೆ.

ರಾಧಾಳ ಮಗಳು ಪ್ರೀತಿ, ಇಂಜನಿಯರಿಂಗ್ ಕೊನೇ ವರ್ಷ ಓದುತ್ತಿದ್ದಾಳೆ. ನನ್ನ ಹಿರಿಯ ಮೊಮ್ಮಗಳು. ಎಲ್ಲರಿಗೂ ಮುದ್ದಾಗಿ ಬೆಳೆದವಳು. ರಜೆಯಲ್ಲಿ ಇಲ್ಲಿಗೆ ಬಂದಳೆಂದರೆ ನಾನೂ ಇಪ್ಪತ್ತು ವರ್ಷ ಚಿಕ್ಕವನಾಗಿಬಿಡುತ್ತೇನೆ. ಅಷ್ಟು ಲವಲವಿಕೆ. ಹರಿತ ಬುದ್ಧಿಯ ಹುಡುಗಿ. ಅವಳಿಗೂ ಅವಳ ಕ್ಲಾಸ್‌ಮೇಟ್ ಅಖಿಲನಿಗೂ ಕಾಲೇಜು ಸೇರಿದಾಗಿನಿಂದ ಪರಿಚಯ, ಸ್ನೇಹ. ಆಗಾಗ ಮನೆಗೂ ಬಂದು ಹೋಗುತ್ತಿದ್ದ. ಹೋದ ವರ್ಷ ರಾಧಾಳ ಮನೆಗೆ ಹೋದಾಗ, ಅವನನ್ನ ನೋಡಿದ್ದೆ. ಹರ್ಯಾಣ ರಾಜ್ಯದವನು. ಶ್ರೀಮಂತ ತಂದೆಯ ಒಬ್ಬನೇ ಮಗ. ಇಂಜಿನಿಯರಿಂಗ್ ಓದಲು ಮೈಸೂರಿಗೆ ಬಂದವನು. ಆರಡಿ ಎತ್ತರದ ಸುಂದರ ಹುಡುಗ. ಹರಕು ಮುರುಕು ಹಿಂದಿ ಬರುತ್ತಿದ್ದ ನನ್ನ ಜತೆ ಇಂಗ್ಲಿಷ್‌ನಲ್ಲಿ ಹರಟಿದ್ದ. ಎಲ್ಲದರ ಬಗ್ಗೆ ಉತ್ಸಾಹದಿಂದ ಮಾತನಾಡುವ ಸ್ವಭಾವ. ತುಂಬಾ ಸ್ನೇಹಪರ ಅನ್ನಿಸಿತ್ತು. ಈಗ ಅಖಿಲ ಮತ್ತು ಪ್ರೀತಿ ಮದುವೆಯಾಗಬೇಕೆಂದು ನಿರ್ಧಾರ ಮಾಡಿದ್ದಾರಂತೆ. ಓದು ಮುಗಿದ ನಂತರ ತನ್ನ ಊರಲ್ಲಿ ಸ್ವಂತ ವ್ಯವಸಾಯ ಮಾಡಬೇಕೆಂದು ಅವನ ಆಸೆ. ತನ್ನ ತಂದೆ ತಾಯಿಯರನ್ನು ಒಪ್ಪಿಸುತ್ತೇನೆ ಅಂತ ಭರವಸೆ ಕೊಟ್ಟಿದ್ದಾನಂತೆ.

ಅವನನ್ನೇ ಮದುವೆಯಾಗುವುದೆಂದು ಪ್ರೀತಿ ಖಡಾಖಂಡಿತ ಹೇಳಿಬಿಟ್ಟಿದ್ದಾಳಂತೆ. ರಾಧಾ ಮತ್ತು ಅಳಿಯಂದಿರು ತತ್ತರಿಸಿಹೋಗಿದ್ದಾರೆ. ರಾಧಾ ಹೇಳಿದ್ದನ್ನು ಕೇಳಿದರೆ ಪ್ರೀತಿಯನ್ನು ಹೆದರಿಸಿ ಬೆದರಿಸಿ ಎಲ್ಲಾ ಮಾಡಿ ಆಗಿದೆ. ಅವಳಂತೂ ಮನಸ್ಸು ಬದಲಾಯಿಸುವಂತೆ ಕಾಣುತ್ತಿಲ್ಲ. ಅದಕ್ಕೇ ಇಬ್ಬರೂ ನನ್ನ ಹತ್ತಿರ ಬಂದಿದ್ದಾರೆ. ಅವಳ ಅಜ್ಜನಾಗಿದ್ದರಿಂದ, ಮನೆತನದ ಹಿರಿಯನಾಗಿದ್ದರಿಂದ ಮತ್ತು ಪ್ರೀತಿಯ ಬಗ್ಗೆ ತುಂಬಾ ಮಮತೆ ಇರುವವನಾದ್ದರಿಂದ ನಾನೇ ಏನಾದರೂ ಮಾಡಬೇಕೆಂದು ಅವಳಿಗೆ ತಿಳಿಹೇಳಬೇಕು, ಇಲ್ಲದಿದ್ದರೆ ನನ್ನ ಅಧಿಕಾರ ಚಲಾಯಿಸಬೇಕು.

ಕಾಡಿನ ರಸ್ತೆಯ ಪಕ್ಕದಲ್ಲಿ ಮಾವು, ನೇರಳೆ ಮರಗಳು ಇನ್ನೂ ದಟ್ಟವಾಗಿವೆ. ಮರಗಳ ಕೆಳಗೆ ಚೌಕಾಬಾರದಂತೆ ನೆಳಲು, ಬಿಸಿಲು ಪೊದೆಗಳ ಮೇಲೆ ಇಬ್ಬನಿ ಕರಗುತ್ತಿದೆ. ಇನ್ನಿಷ್ಟು ನಡೆದರೆ ತಾವರೆ ಕೊಳದ ಕಟ್ಟೆಯ ಮೇಲೆ ಕುಳಿತುಕೊಳ್ಳಬಹುದು. ಸ್ವಲ್ಪ ಆಯಾಸವಾಗಿದೆ. ಒಂದಿಷ್ಟು ಸುಧಾರಿಸಿಕೊಳ್ಳಬೇಕಿದೆ.

ಹಾಗೆ ನೋಡಿದರೆ ವಿಷಯ ಗಂಭೀರವಾದರೂ ತೀರಾ ದೊಡ್ಡದೇನಲ್ಲ. ನಮ್ಮಂಥ ಮಧ್ಯಮವರ್ಗದ ಮನೆಗಳಲ್ಲಿ ಇತ್ತೀಚೆಗೆ ನಡೆಯುವ ಸಂಗತಿಯೆ. ನನಗೂ ಹೆಚ್ಚು ಕಷ್ಟವಾಗಬೇಕಿಲ್ಲ. ಕತೆ ಬರೆದಾಗಿದೆ. ಪಾತ್ರ ಹಂಚಿಕೊಟ್ಟಿದ್ದಾರೆ. ಸಿದ್ಧಪಡಿಸಿದ ಒಂದಿಷ್ಟು ಮಾತು ಪ್ರಯೋಗಿಸಿ ನೋಡುವ ಕೆಲಸ ಮಾತ್ರ. ಆದರೆ ಅವರು ಇಷ್ಟೆಲ್ಲ ಹೇಳಿದರೂ ನೆನ್ನೆ ರಾತ್ರಿ ನಾನು ಮೌನವಾಗಿದ್ದೆ. ಒಂದು ಮಾತನ್ನೂ ಆಡಲಿಲ್ಲ. ಈಗ ಆ ಮೌನದ ನೆನಪಾದರೆ ಭೀತಿಯೆನಿಸುತ್ತದೆ. ಇಂಥದೇ ಮೌನದಿಂದ ಮಗಳನ್ನು ಕಳೆದುಕೊಂಡಿದ್ದೆ. ಬಹಳ ವರ್ಷಗಳ ಹಿಂದೆ ನನ್ನ ಪಲ್ಲವಿಯನ್ನು ಎಲ್ಲರೂ ಮಾತಿನಿಂದ ಕಳೆದುಕೊಳ್ಳುತ್ತಾರೆಯಾದರೆ ಮೌನದಿಂದ ಕಳೆದುಕೊಂಡದ್ದು ನನ್ನ ಹೆಗ್ಗಳಿಕೆ. ನೆನಪಾದರೆ ಈಗಲೂ ಕರುಳು ಹಿಂಡಿದಂತಾಗುತ್ತದೆ. ಎದೆಯೊಳಗೆ ಶೂನ್ಯ ತುಂಬಿಕೊಂಡಂತೆ. ಕಾಲ ಎಲ್ಲವನ್ನೂ ಮಾಯಿಸುತ್ತದೆಯೆನ್ನುವುದು ಶುದ್ಧ ಸುಳ್ಳು. ಗಾಯ ಚರ್ಮದ ಕೆಳಕ್ಕಿಳಿಯದಿದ್ದರೆ ಮಾಯಲು ಕಾಲವೂ ಬೇಕಿಲ್ಲ. ಎಪ್ಪತ್ತೈದರ ಮುದುಕ ಮಾಡಿದ ತಪ್ಪಿನ ಮೂಟೆಯ ಕೆಳಗೆ ಬಾಗಿ ಬಸವಳಿದು ಹೋಗುತ್ತೇನೆ. ನಾನು ತಪ್ಪು ಮಾಡಿದೆ ಎನ್ನುವುದೂ ಸಾಬೀತಾಗಿಲ್ಲ. ಆದರೂ ಮುಳ್ಳು ಸೇರಿ ಕೀವುಗೊಂಡಂತೆ ಒಳಗಡೆ ಎಲ್ಲೋ ನೋವು ಮುಲಮುಲ ಎನ್ನುತ್ತಿದೆ. ನನ್ನ ವಯಸ್ಸಿನವರು ಇಷ್ಟರೊಳಗೆ ಹಿಂದೆ ನಡೆದದ್ದೆಲ್ಲ ಇನ್ನೊಬ್ಬರ ಕತೆಯೆನ್ನುವಂತೆ ತಪ್ಪೊಪ್ಪಿಗೆ ಮಾಡಿಕೊಂಡು ನಿರುಮ್ಮಳರಾಗಿರುತ್ತಾರೆ. ನನಗೆ ಮಾತ್ರ ಸಾಧ್ಯವಾಗಿಲ್ಲ. ನೆನ್ನೆ ಇವರೆಲ್ಲ ಪ್ರೀತಿಯ ಮಾತು ಆಡುತ್ತಿದ್ದರೆ ನನಗೆ ಪಲ್ಲವಿಯೆಂದೇ ಕೇಳಿಸಿತ್ತು. ಇಷ್ಟು ವರ್ಷ ಬದುಕಿದರೆ ಹೀಗೆ ಆಗುತ್ತದೆ. ಒಬ್ಬರ ಬದುಕನ್ನು ಇನ್ನೊಬ್ಬರು ಆಡತೊಡಗಿದಂತೆ. ಒಬ್ಬಳ ಕತೆ ಇನ್ನೊಬ್ಬಳ ಜಾತಕವಾದಂತೆ. ಮಗುವೊಂದು ಹುಟ್ಟಿದಾಗ ಇದರ ಮೂಗು ಥೇಟು ಅದರ ಚಿಕ್ಕಪ್ಪನದೇ ಎಂದು ಹೇಳಿ ಖುಷಿಪಡುತ್ತೇವೆ. ಆದರೆ ಒಬ್ಬರ ಬದುಕು ಇನ್ನೊಬ್ಬರದಂತೆ ಎಂದಾಗ ಮಾತ್ರ ಭೀತಿಯೆನಿಸುತ್ತದೆ. ಹಳೆ ಮನೆಯ ಅಟ್ಟದ ಮೇಲೆ ಓಲೆಗರಿಯಲ್ಲಿ ಬರೆದು ಕಟ್ಟಿಟ್ಟಿದ್ದನ್ನು ಓದತೊಡಗಿದರೆ ಅದು ಇಂದು

ನಾಳೆಯ ವರದಿಯಾಗಿಬಿಟ್ಟರೆ ವೈನಡಗುವುದಿಲ್ಲವೇ ಹಾಗೆ. ಆಗಿದ್ದುದು ಆಗಬಹುದಾದ್ದನ್ನು ನಿಲ್ಲಿಸಲು ಉಪಯೋಗವಾದೀತೆ ಎನ್ನುವ ಪ್ರಶ್ನೆ ಮುಳ್ಳಾಗಿ ನಿಂತುಬಿಡುತ್ತದೆ. ಅದಕ್ಕೆ ಇಲ್ಲಿ ಬಂದು ಕುಳಿತಿದ್ದೇನೆ. ತಾವರೆಕೊಳದ ಕಟ್ಟೆಯ ಮೇಲೆ.

ಬಿಸಿಲು ಚೆನ್ನಾಗಿ ಬಿದ್ದು ಕೊಳದ ನೀರು ಗಾಜಿನಂತೆ. ಚೌಕ ಕಟ್ಟೆಯ ಮೂಲೆಗಳಲ್ಲಿಷ್ಟು ಸಸ್ಯ ಬೆಳೆದಿವೆ ಕಲ್ಲಿನ ತೇವದಲ್ಲಿ ಹುಟ್ಟಿಕೊಂಡು. ಆಚೆ ಬದಿಗೆ ತಾವರೆಯ ನೀಟಾದ ದೇಟುಗಳು. ಒಳಕ್ಕೆ ಮಾತ್ರ ಕೊಳದ ಕತ್ತಲೆಯ ಆಳದಲ್ಲಿ ಬೇರು ಬಿಟ್ಟಿವೆ. ಕೊಳದಲ್ಲಿ ಈಜುವ ಹುಡುಗರು ಅತ್ತ ಹೋಗುವುದಿಲ್ಲ. ನೀರೊಳಗೆ ಕಾಲ ಸುತ್ತಾ ಬಿಗಿದು ಆಳಕ್ಕೆ ಸೆಳೆಯುತ್ತವೆಂದು ಹೇಳುತ್ತಾರೆ. ಕಟ್ಟೆಯ ಈ ತುದಿಯ ಹತ್ತಿರ ಪುಟ್ಟ ಮೀನುಗಳು ಚಿಳಿಮಿಳಿ ಆಡುತ್ತಿರುವುದು ಕಾಣುತ್ತಿದೆ. ತದೇಕವಾಗಿ ನೋಡುತ್ತ ಕುಳಿತರೆ ಒಳಗಿಂದ ಏನೋ ನಿಧಾನವಾಗಿ ತೇಲಿ ಬಂದಂತೆ ಭ್ರಮೆಯೆನಿಸುತ್ತದೆ. ಇಣುಕಿ ನೋಡಿದರೆ ನನ್ನ ಮುಖವೇ ಕಂಡೀತು.

ಅದೆಷ್ಟು ಬಾರಿ ಪಲ್ಲವಿ ನನ್ನ ಜತೆ ಈ ತಾವರೆಕೊಳಕ್ಕೆ ಬಂದಿದ್ದಳು. ಹಿರಿಯ ಮಗಳಾಗಿದ್ದರಿಂದ ಮೊದಲಿಂದ ನನಗೇ ಅಂಟಿಕೊಂಡಿದ್ದಳು. 'ಅಪ್ಪನ ಮಗಳು' ಎಂದು ಇವಳು ಹೇಳುತ್ತಿದ್ದಳು. ಸ್ಕೂಲ್ ಸೇರುವವರೆಗೆ ನನ್ನ ಬಿಟ್ಟಿದ್ದೇ ನೆನಪಿಲ್ಲ. ಆಮೇಲೆ ಕೂಡ ನಾನು ಅವಳಿಗೆ ಗೀಳಾಗಿಬಿಟ್ಟಿದ್ದೆ. ಅಷ್ಟು ಅತಿಯಾಗಿ ಹಚ್ಚಿಕೊಂಡಿದ್ದು ನನಗೇನೂ ಬೇಡವಾಗಿರಲಿಲ್ಲ. ಈಗ ನೋಡಿದರೆ ನಾನೂ ಅವಳಿಗೆ ಆತುಕೊಂಡಿದ್ದೆ ಎನಿಸುತ್ತದೆ. ಪ್ರಾಯದ ಹುಮ್ಮಸ್ಸಿನಲ್ಲಿ ಏನೆಲ್ಲ ಸಾಧನೆ ಮಾಡಬೇಕು ಎಂಬ ಹುಚ್ಚಿನಲ್ಲಿ ಹೊರಟಿದ್ದ ನನಗೆ ಅವಳ ಮೆಚ್ಚುಗೆ, ಆರಾಧನೆ ಬೇಕಿತ್ತು. ಮೇಷ್ಟ್ರಾಗಿ, ಊರಿನ ಹತ್ತು ಹಲವಾರು ಕೆಲಸಗಳಿಗೆ ಮುಂದಾಳಾಗಿ ಹೆಸರು ಮಾಡುತ್ತಿದ್ದ ನನಗೆ ಇನ್ನೊಬ್ಬರ ಪ್ರಶಂಸೆಯೆಂದರೆ ಮೈ ಉರಿಯುತ್ತಿತ್ತು. ಯಾವುದೋ ವ್ರತ ಹಿಡಿದವನಂತೆ ಸ್ವಾರ್ಥವಿಲ್ಲದೆ, ನಿಷ್ಠುರವಾಗಿ ದುಡಿಯುತ್ತಿದ್ದೆ. ಕೀರ್ತಿ ಪ್ರಶಂಸೆಯೆಂದರೆ ಮೋಸದ ಬಾಬತ್ತು ಎನ್ನುವ ಉಗ್ರ ಧೋರಣೆ ನನ್ನದು. ಎಲ್ಲದರಲ್ಲೂ ಕಟ್ಟುನಿಟ್ಟು, ಹಟ. ಬಹುಶಃ ಅದಕ್ಕೇ ಇರಬೇಕು. ಮೆಚ್ಚಿಸಿ ಪ್ರೀತಿ ಪಡೆಯಬೇಕೆನ್ನುವ ಹಂಬಲವನ್ನ ನನ್ನ ನೆರಳಾಗಿದ್ದ ಪಲ್ಲವಿಯಲ್ಲಿ ತೀರಿಸಿಕೊಳ್ಳುತ್ತಿದ್ದೆ. ಮಗಳೇ ಆಗಿದ್ದರಿಂದ ಅದು ನನ್ನ ಹಕ್ಕು ಎಂದುಕೊಂಡು ಅದೂ ಅಹಂಕಾರದಲ್ಲಿ ಹುಟ್ಟಿದ್ದು ಎನ್ನುವುದನ್ನು ಮರೆಮಾಚಿಬಿಟ್ಟೆ.

ಪಲ್ಲವಿ ದೊಡ್ಡವಳಾಗುವ ಹೊತ್ತಿಗೆ ನನ್ನ ಕೆಲಸಗಳೆಲ್ಲ ಭರಾಟೆಯಿಂದ ಸಾಗಿದ್ದವು. ನನ್ನ ಜಗತ್ತಿನಲ್ಲೆ ಮುಳುಗಿಹೋಗಿದ್ದ ನನಗೆ ಅವಳು ಬೆಳೆಯುತ್ತಿದ್ದುದನ್ನು ಗಮನಿಸುವ ವ್ಯವಧಾನವಿರಲಿಲ್ಲ. ಓದಿನಲ್ಲಿ ಜಾಣೆಯಾಗಿದ್ದ ಅವಳು ತನ್ನ ಸರೀಕರಿಗಿಂತ ಗಂಭೀರಳೆಂದು ನನಗೂ ಅನ್ನಿಸಿತ್ತು. ಯಾವುದನ್ನೂ ಹಗುರವಾಗಿ ತೆಗೆದುಕೊಳ್ಳಲಾಗದ ಬಿಗುವು. ಮಾತಿನಲ್ಲಿ ನಿಷ್ಠುರ ಜಾಸ್ತಿ. ಈಗ ನೆನಪು ಮಾಡಿಕೊಂಡರೆ ಅವಳು ಖುಷಿಯಾಗಿ ಹರಟಿದ್ದು ಇಲ್ಲವೇ ಇಲ್ಲವೆನಿಸುತ್ತದೆ. ಬಿ.ಎ. ಮುಗಿಸಿದವಳೆ ನಮ್ಮ ಸ್ಕೂಲ್‌ನಲ್ಲಿ ಟೀಚರ್ ಆಗಿ ಸೇರಿಕೊಂಡಳು. ಅವಳು ಇನ್ನೂ

ಓದಲಿಯೆಂದು ನನಗೂ ಆಸೆ. ಆದರೆ ಸ್ಕೂಲ್ ಕೆಲಸವೆಂದರೆ ಅವಳಿಗೆ ಆದರ್ಶವಾಗಿ ಕಂಡಿತ್ತು. ನನ್ನ ಜತೆ ಹೆಗಲುಕೊಟ್ಟು ನಿಲ್ಲುವ ಹಂಬಲವೂ ಇದ್ದಿರಬಹುದು. ಇವಳು ಪೀಡಿಸಿ ಕೇಳಿದಾಗ ಮದುವೆಯಾಗುವುದಿಲ್ಲ, ತನಗೆ ಸ್ಕೂಲ್ ಕೆಲಸವೇ ಸಾಕು ಎಂದು ಹೇಳಿದ್ದಳು. ಇವಳೇನು ನಾನೂ ಅದನ್ನು ಗಂಭೀರವಾಗಿ ತೆಗೆದುಕೊಂಡಿರಲಿಲ್ಲ. ಹುಚ್ಚು ಹುಡುಗಿ ಎಂದು ಬೈದು ಸುಮ್ಮನಾಗಿದ್ದೆವು.

ಅವಳು ಸ್ಕೂಲ್ ಕೆಲಸಕ್ಕೆ ಸೇರಿ ಆರು ತಿಂಗಳಿಗೆ ರೆಹಮಾನ್ ಕೂಡ ಸೇರಿಕೊಂಡ. ನನ್ನ ಜತೆ ನಾಲ್ಕನೇ ಕ್ಲಾಸ್‌ವರೆಗೆ ಅವನ ತಂದೆ ಅಹಮದ್ ಓದಿದ್ದ. ಗುಜರಿ ಅಂಗಡಿಯೊಂದನ್ನು ಇಟ್ಟುಕೊಂಡು ಕಷ್ಟಪಟ್ಟು ಮಗನನ್ನ ಓದಿಸಿದ್ದ. ತುಂಬಾ ಪ್ರತಿಭಾವಂತ. ಹಸನಾದ ನಡೆ ನುಡಿಯುವನಾದ್ದರಿಂದ ಸ್ಕೂಲ್‌ಗೆ ಸೇರಿಸಿಕೊಳ್ಳಲು ನನಗೆ ಖುಷಿಯೇ ಆಗಿತ್ತು. ನೋಡಲು ಸಾಧಾರಣವಾಗಿದ್ದರೂ ಮನಸೆಳೆಯುವ ಸ್ವಭಾವದವನು. ನನ್ನನ್ನು ದಾದಾ ಎಂದೇ ಕರೆಯುತ್ತಿದ್ದ. ಅವನು ಕೆಲಸಕ್ಕೆ ಸೇರಿದ ಮೇಲೆ ಪಲ್ಲವಿಗೆ ಬಲ ಬಂದಂತಾಗಿತ್ತು. ಎಲ್ಲಾ ಕೆಲಸದಲ್ಲೂ ಅವರದೇ ಜತೆ.

ಆಗಿನ ನನ್ನ ಕುರುಡುತನ ನೆನೆದುಕೊಂಡರೆ ಆಶ್ಚರ್ಯವೆನಿಸುತ್ತದೆ. ಹದಿವಯಸ್ಸಿನ ಅವರಿಬ್ಬರು ಜತೆಗಿರುವುದರಲ್ಲಿ ನನಗೆ ವಿಶೇಷವೇನೂ ಕಂಡಿರಲಿಲ್ಲ. ಮಗಳ ಬಗ್ಗೆ ಇದ್ದ ನಂಬಿಕೆ ರೆಹಮಾನ್‌ನ ಬಗ್ಗೆ ಇದ್ದ ಮಮತೆಯಿಂದ ಇರಬಹುದು ಅಥವಾ ಎಲ್ಲವೂ ನನ್ನ ಕಟ್ಟುಪಾಡಿನಂತೆ ನಡೆಯುತ್ತದೆಯೆನ್ನುವ ಅಹಂಕಾರವೂ ಇದ್ದೀತು. ಎಷ್ಟೋ ಸಾರಿ ಸಾಯಂಕಾಲದವರೆಗೆ ಅವರಿಬ್ಬರ ಕೈಲಿ ಸ್ಕೂಲ್ ಕೆಲಸ ಮಾಡಿಸಿ ನಂತರ ಅವರನ್ನ ಮನೆಗೆ ಕಳಿಸಿ ನಾನು ಇನ್ನೆಲ್ಲೋ ಹೊರಟುಹೋಗುತ್ತಿದ್ದೆ. ಪಲ್ಲವಿ ತಡವಾಗಿ ಬರುವ ಬಗ್ಗೆ, ಇವಳು ಗೊಣಗಿದ್ದರೂ, ಅದು ತಲೆಗೆ ಹೋಗಿರಲಿಲ್ಲ.

ಪಲ್ಲವಿ ಕೆಲಸಕ್ಕೆ ಸೇರಿದ ವರ್ಷದ ಕೊನೆಗೆಂದು ಕಾಣುತ್ತದೆ. ತುಂಬಾ ಖಾಯಿಲೆಯಾಗಿ ಮಲಗಿಬಿಟ್ಟಳು. ಏನೆಂದು ಡಾಕ್ಟರರಿಗೂ ಸರಿಯಾಗಿ ಹೊಳೆಯಲಿಲ್ಲ. ತುಂಬಾ ಮಂಕಾಗಿ ಬಿಟ್ಟಿದ್ದಳು. ಜ್ವರದಿಂದ ಬಾಡಿಹೋಗಿದ್ದಳು. ಎಷ್ಟರ ಮಟ್ಟಿಗೆಯೆಂದರೆ ನನ್ನನ್ನು ನೋಡಿದರೂ ಕೆಲವೊಮ್ಮೆ ಹೆದರಿಕೊಂಡಂತೆ ಅನ್ನಿಸುತ್ತಿತ್ತು. ಪರಿಚಯದ ಡಾಕ್ಟರೊಬ್ಬರು ಹಿಸ್ಟೀರಿಯಾ ಎಂದೂ ಅಂದರು. ಅವಳು ಏನೋ ಹೇಳಬೇಕೆಂದು ಯತ್ನಿಸುತ್ತಿದ್ದಾಳೆ ಅನ್ನಿಸಿದರೂ ಕೇಳುವುದು ನನ್ನ ಸ್ವಭಾವವಾಗಿರಲಿಲ್ಲ. ಇವಳು ಹಗಲೂ ರಾತ್ರಿ ಪಲ್ಲವಿಯ ಜತೆಗಿದ್ದಳು. ತನ್ನ ಊರಿಗೆ ಹೊರಟುಹೋಗಿದ್ದ ರೆಹಮಾನ್ ಪಲ್ಲವಿ ಸ್ವಲ್ಪ ಸುಧಾರಿಸುವ ಹೊತ್ತಿಗೆ ಬಂದಿದ್ದ. ಅವನು ಬಂದಾಗ ನಾನು ಯಾವುದೋ ಕಮಿಟಿ ಮೀಟಿಂಗ್‌ಗೆ ಹೋಗಿದ್ದೆನೆಂದು ಕಾಣುತ್ತದೆ. ಸುಮಾರು ಅಂದಿನಿಂದ ಅವಳು ಸ್ವಲ್ಪ ಚೇತರಿಸಿಕೊಂಡಳು. ಮತ್ತೆ ಎದ್ದು ಓಡಾಡಬೇಕೆನ್ನುವ ಛಲ ಬಂದಂತೆ ಕಂಡಿತು. ನಮಗಿಬ್ಬರಿಗೂ ಸ್ವಲ್ಪ ಧೈರ್ಯ ಬಂದಿತು.

ಇದಾಗಿ ಎರಡು ವಾರದ ನಂತರ ಒಂದು ದಿನ ಸ್ಕೂಲ್‌ಗೆ ಬಂದ ಪಲ್ಲವಿ ನೆಟ್ಟಗೆ ನನ್ನ ಕೋಣೆಗೆ ಬಂದು ಒಂದು ಲಕೋಟೆಯನ್ನು ನನಗೆ ಕೊಟ್ಟು 'ಅಪ್ಪಾಜಿ ಇದನ್ನು

ಓದಿ ಸಾಯಂಕಾಲ ನಿಮ್ಮ ಜತೆ ಮಾತನಾಡುತ್ತೇನೆ' ಎಂದು ಹೇಳಿ ಹೊರಟೇ ಹೋದಳು. ಲಕೋಟೆಯಲ್ಲಿ ಅವಳ ಕಾಗದವಿತ್ತು.

"ಅಪ್ಪಾಜಿ

ನಿಮಗೆ ಎಲ್ಲವನ್ನೂ ಹೇಳದಿದ್ದರೆ ನೆಮ್ಮದಿಯೇ ಇಲ್ಲ. ಇಷ್ಟು ದಿನ ಹೇಳಲಾಗದ್ದಕ್ಕೆ ಕೊರಗಿ ಸಾಯುವಂತಾಗಿದ್ದೆ. ಈಗ ಹೇಳಲೇಬೇಕು.

ನಾನು ರೆಹಮಾನ್‌ನನ್ನು ಪ್ರೀತಿಸಿದ್ದೇನೆ. ನಾವಿಬ್ಬರು ಸಂಗಾತಿಗಳಾಗಬೇಕೆಂದು ನಿರ್ಧರಿಸಿದ್ದೇವೆ. ಆದರೆ ನೀವೆದುರಿಗಿದ್ದಾಗ ಏನೋ ಮಾಡಬಾರದ್ದನ್ನ ಮಾಡುತ್ತಿದ್ದೇನೆಂದು ಅನ್ನಿಸುತ್ತದೆ. ರೆಹಮಾನ್ ಜತೆಗಿದ್ದಾಗ ಎಲ್ಲವೂ ಸರಿಯೆನಿಸುತ್ತದೆ. ಆದರೆ ಚಿಕ್ಕಂದಿನಿಂದ ನಿಮ್ಮನ್ನು ಆರಾಧಿಸಿ ಬೆಳೆದಿದ್ದೇನೆ. ಒಂದು ಆದರ್ಶದ ಎದುರಿಗೆ ಎಲ್ಲವೂ ಗೌಣವಾಗಿರಬೇಕೆಂದು ನಿಮ್ಮಿಂದ ಕಲಿತಿದ್ದೇನೆ. ಆದಕ್ಕೆ ಸ್ಕೂಲ್ ಮಾತ್ರ ನನ್ನ ಜೀವನಕ್ಕೆ ಸಾಕು ಅಂದುಕೊಂಡಿದ್ದೆ. ಆದರೆ ಈಗ ರೆಹಮಾನ್ ಇಲ್ಲದಿದ್ದರೆ ಇನ್ನಾವುದಕ್ಕೂ ಅರ್ಥವಿಲ್ಲವೆನಿಸುತ್ತದೆ. ಇದು ತಪ್ಪೋ ಸರಿಯೋ ಗೊತ್ತಾಗುತ್ತಿಲ್ಲ. ನಾನು ಹೀಗೆ ಮಾಡಿದರೆ ಇಷ್ಟು ವರ್ಷದ ತಪಸ್ಸಿನಿಂದ ಕಟ್ಟಿದ ನಿಮ್ಮ ಬದುಕಿಗೆ ಏನಾಗಬಹುದೆಂದು ಹೆದರಿಕೆ. ಹಾಗೆ ಆದರೆ ನಾನು ಸುಖವಾಗಿರಲಾರೆ. ಅದಕ್ಕೇ ಎಲ್ಲಾ ಹೇಳಿದ್ದೇನೆ. ನಿಮ್ಮ ಮನಸ್ಸು ಹೇಗೆಂದು ತಿಳಿಯಲೇಬೇಕಿದೆ."

ಅದನ್ನು ಓದಿದ ಮೇಲೆ ನನಗೇನೆನ್ನಿಸಿತು ಎನ್ನುವುದು ಇಂದಿಗೂ ನನಗೆ ಸ್ಪಷ್ಟವಾಗಿಲ್ಲ. ಆದರ್ಶಗಳ ಮಾತನ್ನೇ ಬಂಡವಾಳ ಮಾಡಿಕೊಂಡಿದ್ದ ನನಗೆ ಅವಳು ಮುಸ್ಲಿಂ ಹುಡುಗನನ್ನು ಮದುವೆಯಾಗುವುದು ಅಷ್ಟು ಭೀಕರವೆಂದು ಕಂಡಿರಲಾರದು. ಅಥವಾ ಆದರ್ಶಗಳ ಬಲೂನು ಮಾತುಗಳಿಗೆ ಸತ್ಯದ ಮೊನೆ ಕಂಡು ಆಳದಲ್ಲಿ ತತ್ತರಿಸಿ ಹೋದೆನೋ ಗೊತ್ತಿಲ್ಲ. ಎಲ್ಲಕ್ಕಿಂತ ಮುಖ್ಯವಾಗಿ ಅವಳ ದಿಟ್ಟ ಆಯ್ಕೆ ಒಂದು ಕಡೆ ನನ್ನನ್ನು ನಿರಾಕರಿಸುವಂತೆ ಕಂಡಿತ್ತು. ನನ್ನ ನೆರಳಾಗಿ ಇದ್ದವಳು ಹೀಗೆ ಸವಾಲಾಗಿ ನಿಂತಿದ್ದು ತಬ್ಬಿಬ್ಬು ಮಾಡಿಬಿಟ್ಟಿತ್ತು. ಬದುಕಿನಲ್ಲಿ ಅಷ್ಟೊಂದು ಸಾಧಿಸಿದ್ದ ನಾನು ಅಷ್ಟೊಂದು ಪೊಳ್ಳಾಗಿದ್ದೆನೆ? ಅವಳ ತೊಳಲಾಟ ಕೂಡ ಒಂದು ರೀತಿಯಲ್ಲಿ ನನ್ನ ಮೇಲೆ ಅವಳ ಅವಲಂಬನೆಯನ್ನು ತೋರಿಸುತ್ತಿತ್ತು. ಅದನ್ನೂ ಅವಳು ದಾಟಿಬಿಟ್ಟರೆ ನಾನು ಏನೂ ಅಲ್ಲವಾಗಿಬಿಡುತ್ತೇನೆ ಎನ್ನುವ ಭಾವನೆಯೂ ಬಂದಿತ್ತೆ? ಈಗಲೂ ನನಗೆ ಸ್ಪಷ್ಟವಾಗಿಲ್ಲ.

ಅಂದು ಸಾಯಂಕಾಲ ಮನೆಗೆ ಹೋದವನೆ ನನ್ನ ಕೋಣೆಗೆ ಹೋಗಿ ಕುಳಿತುಬಿಟ್ಟೆ. ಪಲ್ಲವಿ ಕೋಣೆಯ ಸುತ್ತಾ ಹೊಂಚು ಹಾಕಿ ಓಡಾಡುತ್ತಿದ್ದಳು. ಊಟ ಮಾಡುವಾಗ ಕೂಡ ಚಡಪಡಿಸುತ್ತಿದ್ದಳು. ಪಲ್ಲವಿಗೆ ಖಾಯಿಲೆ ಮರುಕಳಿಸಿರಬೇಕೆಂದು ಇವಳಿಗೆ ಭಯ ಶುರುವಾಗಿತ್ತು. ಅಂದು ಪಲ್ಲವಿಯ ಜತೆ ನಾನು ಏಕೆ ಮಾತನಾಡಲಿಲ್ಲವೆನ್ನುವುದು ಈಗಲೂ ತಿಳಿದಿಲ್ಲ. ಆ ಒಂದು ನಿರರ್ಥಕ ಮೌನ ಇಷ್ಟೆಲ್ಲ ಅನಾಹುತ ಮಾಡುತ್ತದೆಂದು ಹೊಳೆದಿರಲಿಲ್ಲ, ಬೆಳಿಗ್ಗೆ ಶಾಸಕರೊಬ್ಬರನ್ನು ತುರ್ತಾಗಿ ನೋಡಬೇಕೆಂದು ಬೆಂಗಳೂರಿಗೆ ಹೊರಟುಹೋದೆ. ಕೆಲಸ ಮುಗಿಯದೆ

ಒಂದೆರಡು ದಿನ ತಡವಾಯಿತು. ಮೂರನೇ ದಿನ ಫೋನಿನಿಂದ ಸುದ್ದಿ ತಿಳಿದು ದೌಡಾಯಿಸಿ ಬಂದೆ.

ಪಲ್ಲವಿ ಇದೇ ತಾವರೆಕೊಳದಲ್ಲಿ ಮುಳುಗಿದ್ದಳು. ನಾನು ಬರುವ ವೇಳೆಗೆ ಅವಳನ್ನು ಮನೆಗೆ ತಂದಾಗಿತ್ತು. ಸುದ್ದಿ ತಿಳಿದು ಇವಳೇ ಹೋಗಿದ್ದಳಂತೆ. ಹೆಣ ಮೇಲೆ ಬಂದು ತೇಲುತ್ತಿತ್ತಂತೆ. ಅದನ್ನು ಕಲ್ಪಿಸಿಕೊಳ್ಳಲು ಇದುವರೆಗೆ ಸಾಧ್ಯವಾಗಿಲ್ಲ.

ಈ ಕೊಳದ ಆಳದಲ್ಲಿಂದ ಸಿಲುಕಿಕೊಂಡಿದ್ದು ಮೆಲ್ಲಮೆಲ್ಲನೆ ಮೇಲೆ ಬಂದಂತೆ. ಕೆಳಗೆ ಕಪ್ಪು ನೆರಳಲ್ಲಿ ಹುದುಗಿಕೊಂಡಿದ್ದು ರೂಪುಪಡೆದು ಸ್ಪಷ್ಟವಾದಂತೆ. ಮುಖವೊಂದು ನೆಟ್ಟಕಣ್ಣುಗಳಿಗೆ ಎದುರುಗೊಂಡಂತೆ. ಪ್ರೀತಿಯದು ಪಲ್ಲವಿಯದಲ್ಲವೆ? ಮೀನು ಹುಡುಕಿಕೊಂಡು ಬಂದ ಹಕ್ಕಿಯೊಂದು ರಪ್ಪೆಂದು ನೀರಿನ ಮೇಲೆ ಎರಗಿ ನೀರನ್ನು ಕದಡಿಬಿಟ್ಟಿತು.

ಬಿಸಿಲು ಆಗಲೇ ಚುರುಗುಟ್ಟುತ್ತಿದೆ. ಬೇಗ ಬೇಗನೆ ಮನೆಗೆ ಹೋಗಬೇಕಿದೆ. ರಾಧಾ ಮತ್ತು ಅಳಿಯಂದಿರು ಕಾಯುತ್ತಿರುತ್ತಾರೆ.

20. ಬೆಳಕು

– ಪ್ರತಿಭಾ ನಂದಕುಮಾರ್

ಬೆಲ್ ಮಾಡಿ ಐದು ನಿಮಿಷಗಳಾದ ಮೇಲೆ ಬಾಗಿಲು ತೆರೆದಿತ್ತು. ಪಾಪ, ಸ್ನಾನ ಮಾಡುತ್ತಿದ್ದವನು ಬೇಗ ಬೇಗನೆ ಮುಗಿಸಿ ಟವಲ್ ಸುತ್ತಿಕೊಂಡು ಬಂದಿದ್ದ. ಅಚ್ಚ ಬಿಳಿಯ ನೂಲಿನ ಸೀರೆಯಲ್ಲಿ ಅರಳಿ ನಿಂತಿದ್ದ ನನ್ನನ್ನು ನೋಡಿ ಗಲಿಬಿಲಿಗೊಂಡು "ಬನ್ನಿ ಕೂತ್ಕೋಳಿ, ಒಂದು ನಿಮಿಷ ಬಂದೇ" ಎಂದು ಒಳಗೆ ಹಾರಿದ.

ಸುಂದರವಾಗಿ ಸಜ್ಜುಗೊಳಿಸಿದ್ದ ಮನೆ. ಏನೋ ಒಂದು ರೀತಿಯ ಶಾಂತ ಮೌನ ವಾತಾವರಣ. ಟಿ.ವಿ ಮೇಲೆ ಸುಂದರವಾಗಿ ನಗುತ್ತಿದ್ದ ಹೆಣ್ಣಿನ ಒಂದು ಭಾವಚಿತ್ರ.

"ನನ್ನ ಹೆಂಡತಿ" ಅವನು ಬಂದಿದ್ದೇ ಗೊತ್ತಾಗಲಿಲ್ಲ. ಬೆಚ್ಚಿದೆ "ಓ....." ಅಂದೆ. ನನಗರಿವಿಲ್ಲದೆಯೇ ಕಣ್ಣು ಅಡಿಗೆ ಮನೆಯ ಕಡೆಗೆ ಹೊರಳಿರಬೇಕು.

"ಇಲ್ಲ, ಈಗಿಲ್ಲ. ಕ್ಯಾನ್ಸರ್ ಆಗಿತ್ತು" ಎಂದು ಹೇಳಿ ಅಡಿಗೆ ಮನೆಗೆ ಹೋಗಿ ಎರಡು ಲೋಟ ಟೀ ಮಾಡಿಕೊಂಡು ಬಂದ. ಒಂದು ನನಗೆ ಕೊಟ್ಟು ಇನ್ನೊಂದನ್ನು ಹೀರುತ್ತಾ ಕುರ್ಚಿಯಲ್ಲಿ ಕೂತು "ತಾವು..... ?" ಎಂದು ಹುಬ್ಬೇರಿಸಿದ.

ಏನು ಹೇಳುವುದೋ ತಿಳಿಯದೆ ಗಲಿಬಿಲಿಗೊಂಡಿದ್ದ ನಾನು ಆಗ ನೆನಪಿಸಿಕೊಂಡೆ. ವಿಶೇಷ ಸಂಚಿಕೆಗೆ ಸಂಪಾದಕರು ಅವನ ಸಂದರ್ಶನ ಮಾಡಬೇಕೆಂದು ತಿಳಿಸಿದ್ದರು. ಮೊದಲೇ ನನ್ನ ನೆಚ್ಚಿನ ಲೇಖಕ. ಹೇಳಿದ ತಕ್ಷಣ ಒಪ್ಪಿ ಸಮಯ ಗೊತ್ತು ಮಾಡಲು ಬಂದಿದ್ದೆ.

ಗಹಗಹಿಸಿ ನಕ್ಕ. ಬಿದ್ದು ಬಿದ್ದು ನಕ್ಕ. ಕೊನೆಗೆ ನನ್ನ ಮುಖದಲ್ಲಿ ಕಂಡಿರಬಹುದಾದ ಗಲಿಬಿಲಿ ನೋಡಿ ಸಾವರಿಸಿಕೊಳ್ಳುತ್ತಾ "ನನ್ನ ಸಂದರ್ಶನವೇ? ನನ್ನ ಕಥೇನಾ ಯಾರು ತಾನೇ ಓದ್ತಾರೆ ಅಂತಿದ್ದೆ. ಈಗ ನನ್ನ ಸಂದರ್ಶನವೇ ?" ಮತ್ತಷ್ಟು ನಕ್ಕು ಕೊನೆಗೆ "ಆಗ್ಲಿ ಬಿಡಿ. ಇದೂ ಒಂದು ಅನುಭವ" ಅಂದು "ನಾಡಿದ್ದು ಮಧ್ಯಾಹ್ನ ಬರ್ತೀರಾ" ಎಂದ.

"ಹೂಂ" ಅಂದೆ.

ಎದ್ದು ಹೋಗಿ ಪುಟ್ಟ ಪುಸ್ತಕ ಪೆನ್ನು ತಂದು ಗುರುತು ಹಾಕಿಕೊಳ್ಳುತ್ತಾ "ನಿಮ್ಮ ಹೆಸರು ?" ಎಂದು ಕೇಳಿದ. ಹೇಳಿದೆ. ಮರುಕ್ಷಣ ಪೆನ್ನು ಮುಚ್ಚಿಟ್ಟು "ಐಯಾಮ್ ಫ್ಲ್ಯಾಟರ್ಡ್" ಎಂದ. ಆಶ್ಚರ್ಯದಿಂದ "ಯಾಕೆ ?" ಅಂದೆ.

"ನಾನು ನಿಮ್ಮ ಫ್ಯಾನ್" ಅಂದ.

ಆಗ ನಗುವ ಸರದಿ ನನ್ನದಾಯಿತು.

"ಅವರು ತುಂಬಾ ರಿಸರ್ವ್ಡ್" ಹೆಸರು ಪಡೆದಿದ್ದ ನಾನು, ಹತ್ತು ವರ್ಷ ದಿನಕರನ ಜೊತೆ ಸಂಸಾರ ಮಾಡಿ ಅವನ ನಿರ್ಲಿಪ್ತ ಸಂಕೋಚಗಳನ್ನು ಮೈಗೂಡಿಸಿಕೊಂಡು ಬಿಟ್ಟಿದ್ದೆ. ಹಿಂದೊಮ್ಮೆ ನಾನು ಪುಟಿಯುವ ಚಿಲುಮೆಯಾಗಿದ್ದೆ ಎಂದರೆ ಈಗ ನನಗೇ ನಂಬಿಕೆಯಾಗುತ್ತಿರಲಿಲ್ಲ. ಮೊದಮೊದಲು ದಿನಕರನಿಗೆ ನನ್ನ ಸ್ವಭಾವ ಅಂಟಿಸಬೇಕೆಂದು ಬಹಳ ಪ್ರಯತ್ನ ಪಟ್ಟಿದ್ದೆ, ಯಶಸ್ವಿಯಾಗಿರಲಿಲ್ಲ. ಕೊನೆಗೆ ಸೋಲೊಪ್ಪಿಕೊಂಡು ನಾನೂ ನನ್ನ ಚಿಪ್ಪೊಳಗೆ ಹುದುಗಿಹೋಗಿದ್ದೆ. ನಮ್ಮಿಬ್ಬರ ನಡುವೆ ದಿನದಲ್ಲಿ ಎರಡು ಮಾತು ವಿನಿಮಯವಾದರೆ ಹೆಚ್ಚಿತ್ತು. ಈ ಕಂದರ ತುಂಬುವ ಎಳೆ ಜೀವವಾದರೂ ಇದ್ದಿದ್ದರೆ ಬೇರೆ ಮಾತಾಗುತ್ತಿತ್ತು. ಒಂದೊಂದು ಸಲ ದಿನಕರ ಹೀಗೆ ಅಂತರ್ಮುಖಿಯಾಗುವುದಕ್ಕೆ ಇದೇ ಮೂಲ ಕಾರಣವೇನೋ ಎಂದೂ ಅನಿಸುತ್ತಿತ್ತು. ಅದೂ ಡಾಕ್ಟರು ನನ್ನಲ್ಲೇನೂ ದೋಷ ಇಲ್ಲ ಎಂದು ಹೇಳಿ ಸುಮ್ಮನಾಗಿ ಬಿಟ್ಟಾಗ ದಿನಕರ ಕಿಟಕಿಯಿಂದ ಆಚೆ ನೋಡುತ್ತಿದ್ದುದು ಒಂದು ರೀತಿಯ ಸಂಕಟ ಉಂಟಾಗಿತ್ತು. ಆದರೆ ಅದೊಂದೂ ನಮ್ಮ ನಡುವೆ ಅಡ್ಡಬಾರದಂತೆ ನಾನು ನೋಡಿಕೊಂಡಿದ್ದೆ. ಮನೆಯಲ್ಲೇ ಕೂತು ಬೇಸರವಾದಾಗ ಮತ್ತೆ ಕೆಲಸಕ್ಕೆ ಸೇರಿದೆ. ಹಳೆಯ ಬರಹಗಳ ಫೈಲು ನೋಡಿ ದಿನಪತ್ರಿಕೆಯ ಸಂಪಾದಕರು ಕೆಲಸ ಕೊಟ್ಟಿದ್ದರು. ಪ್ರಾರಂಭದಲ್ಲಿ ನನ್ನ ಅನುಭವಗಳನ್ನು ದಿನಕರನೊಡನೆ ಹಂಚಿಕೊಳ್ಳಲು ಪ್ರಯತ್ನಿಸಿದ್ದೆ. ಸೂಕ್ತ ಪ್ರತಿಕ್ರಿಯೆ ಸಿಗದೆ ಕ್ರಮೇಣ ನನ್ನದೇ ವರ್ತುಲದೊಳಗೆ ನಿಂತುಹೋದೆ. ಈಗ ನಮ್ಮದು ರೂಢಿಗತ ಹೊರತು ಇನ್ನೇನೂ ಅಲ್ಲ ಎನ್ನುವ ಸತ್ಯ ಅರಿವಾಗತೊಡಗಿತ್ತು. ದಿನಕರ ನನ್ನ ಬಗ್ಗೆ ತೋರಿಸುತ್ತಿದ್ದ ನಿರ್ಲಿಪ್ತತೆ ನನ್ನಲ್ಲಿ ಅತೃಪ್ತಿಯನ್ನು ಉಕ್ಕಿಸುತ್ತಿತ್ತು. ಆದರೆ ನಿಜವಾಗಿ ನನಗೆ ಬೊಟ್ಟುಮಾಡಿ ತೋರಿಸುವಂತಹ ಕೊರತೆ ಯಾವುದೂ ಇರಲಿಲ್ಲ.

ಸಂದರ್ಶನ ಪ್ರಕಟವಾದಾಗ ಆ ಸಂಚಿಕೆಯನ್ನು ಕೊಡಲು ನಾನು ಹದಿನೈದು ರೂಪಾಯಿ ಖರ್ಚು ಮಾಡಿಕೊಂಡು ರಿಕ್ಷಾದಲ್ಲಿ ಅವನ ಮನೆಗೆ ಹೋಗುವ ಯಾವುದೇ ಅಗತ್ಯತೆ ಇರಲಿಲ್ಲ. ಆದರೂ ಹೋದೆ. ಎಲ್ಲಿಗೋ ಹೊರಟಿದ್ದ ಅವನು ಅದನ್ನು ರದ್ದುಮಾಡಿ ಬಂದು ಕೂತ. ಮಾತು ಮಾತು ಮಾತು. ಎಲ್ಲಿದ್ದ ಇವನು ಇಷ್ಟು ದಿನ ಎಂದು ನಾನು ವಿಸ್ಮಯಪಡತೊಡಗಿದೆ. ಇಲ್ಲಿ ಯಾವುದೇ ಮಾತಿಗೆ ಕಟ್ಟು ಕಟ್ಟಳೆಯಿರಲಿಲ್ಲ. ಅಪಾರ್ಥದ ಭಯವಿರಲಿಲ್ಲ. ಏನನ್ನು ಬೇಕಾದರೂ ಮುಕ್ತವಾಗಿ ವ್ಯಕ್ತಪಡಿಸುವ ಸ್ವಚ್ಛಂದ ಅವಕಾಶವಿತ್ತು. ಅದಕ್ಕಿಂತ ಹೆಚ್ಚಿಗೆ ಮಾತಾಡಿದ್ದು ಅದರ ಸರಿಯಾದ ಅರ್ಥದಲ್ಲಿ ಸ್ವೀಕೃತವಾಗುವ ಆಪ್ಯಾಯಮಾನವಾದ ಭರವಸೆ ಇತ್ತು. ಇಲ್ಲಿ ಸುಳ್ಳು ಕಪಟ ಮೋಸಕ್ಕೆ ಸ್ಥಳವಿರಲಿಲ್ಲ. ಭಾವನೆಗಳಿಗೆ ಲೋಕಾರೂಢಿಯ ಮುಸುಕು ತೋರಿಸಬೇಕಾಗಿರಲಿಲ್ಲ.

ಇದೇ ನನ್ನನ್ನು ಮತ್ತೆ ಮತ್ತೆ ಅಲ್ಲಿಗೆ ಸೆಳೆಯುತ್ತಿತ್ತು. ಭರತವೇರಿದ ಮನಸ್ಸು ಉಕ್ಕಿಹರಿಯಲು ಓಡುತ್ತಿತ್ತು. ಅಲ್ಲಿ ತೆರೆದ ದ್ವಾರದಲ್ಲಿ ಅಡೆತಡೆಯಿಲ್ಲದೆ ಭಾವನೆಗಳು ಹರಿಯುತ್ತಿದ್ದವು. ಇದ್ದಕ್ಕಿದ್ದಂತೆ ನನ್ನ ನಡೆಯಲ್ಲಿ ಲಘುವಾದ ಕುಣಿತ ಸೇರಿತು.

ಕಣ್ಣಲ್ಲಿ ಮಿಂಚು ಸುಳಿಯತೊಡಗಿತು. ಕಾರಣವಿಲ್ಲದೆ ತುಟಿಯಲ್ಲಿ ನಗು ಹೊಮ್ಮುತ್ತಿತ್ತು. ಸದಾ ಮನಸ್ಸಿನಲ್ಲಿ "ಹೀಗೆ ಹೇಳಿದರೆ ಅವನು ಏನು ಹೇಳಬಹುದು, ಅವನು ಹಾಗೆಂದರೆ ನಾನು ಏನು ಹೇಳಬೇಕು. ಅವನ ಪಾತ್ರಗಳು ಯಾಕೆ ಹೀಗೆ ಮಾಡುತ್ತವೆ. ಹೀಗೆ ಯಾಕೆ ಮಾಡಬಾರದು" ಇತ್ಯಾದಿ ಆಲೋಚನೆಗಳು ಸುತ್ತುತ್ತಿದ್ದವು. ಆದರೂ ನಮ್ಮ ನಡುವೆ ದೈಹಿಕ ಆಕರ್ಷಣೆ ಉಂಟಾಗಿರಲಿಲ್ಲ. ಆ ಬಗ್ಗೆ ನಾವು ಗಮನಹರಿಸಿರಲಿಲ್ಲ. ಒಂದು ದಿನ ಏನೋ ಮಾತಾಡುತ್ತಾ "ನಿಮಗೆ ನೀಲಿ ಸೀರೆ ತುಂಬಾ ಚೆನ್ನಾಗಿ ಕಾಣಬಹುದು" ಎಂದು ಸಹಜವಾಗಿ ಹೇಳಿ ಮತ್ತೇನೋ ಮಾತು ಮುಂದುವರಿಸಿದ. ನಾನು ಅಲ್ಲೇ ನಿಂತೆ. ಆಮೇಲಿನ ಮಾತುಗಳು ನನಗೆ ಕೇಳಿಸಲಿಲ್ಲ. ಅಂದು ಸಂಜೆ ಇಡೀ ಅಂಗಡಿಯ ಸೀರೆಯನ್ನು ಕಿತ್ತುಹಾಕಿಸಿ ಕೊನೆಗೆ ಅತ್ಯಾಕರ್ಷಕವಾದ ನೀಲಿ ಸೀರೆಯೊಂದನ್ನು ಕೊಂಡೆ. ಮಾರನೆಯ ದಿನ ಅದನ್ನುಟ್ಟು ಅವನ ಮನೆಯ ಬಾಗಿಲು ಬೆಲ್ ಮಾಡಿದಾಗ ನನ್ನೆದೆ ಪರೀಕ್ಷಾ ಭವನ ಹೋಗುತ್ತಿರುವ ವಿದ್ಯಾರ್ಥಿನಿಯ ಎದೆಯಂತೆ ಡವಗುಟ್ಟುತ್ತಿತ್ತು. ಅವನೇನೂ ನನ್ನನ್ನು ಕಂಡ ತಕ್ಷಣ ಹುಚ್ಚೆದ್ದು ಅಪ್ಪಿಕೊಳ್ಳಲಿಲ್ಲ. ಒಂದು ಕ್ಷಣ ದಿಟ್ಟಿಸಿ "ಬನ್ನಿ, ಬನ್ನಿ" ಎಂದು ಕರೆದು ಒಳಸರಿದು ಒಂದೂವರೆ ಗಂಟೆ ಕಾಲ ಏನೇನೋ ಮಾತುಕತೆಯಲ್ಲಿ ಸಮಯ ತುಂಬ ಕಷ್ಟದಿಂದ ಕಳೆಯಿತು. ನಿರಾಸೆಯ ದಟ್ಟ ಮೋಡ ಮನದಲ್ಲಿ ಕವಿಯುತ್ತಿದ್ದಂತೆ ಇನ್ನೇನು ಹನಿ ಉದುರಬಹುದು ಎನ್ನುವ ಆತಂಕದಲ್ಲಿ ಎದ್ದು ಹೊರಟೆ. ಬಾಗಿಲ ಹತ್ತಿರ ಬರುತ್ತಿದ್ದಂತೆ "ಒಂದು ನಿಮಿಷ" ಎಂದು ಒಳಗೆ ಹೋದ. ನಾನು ಅಲ್ಲೇ ನಿಂತೆ. ಮತ್ತೆ ಬಂದು ಕೈಹಿಡಿದು ಮುಷ್ಟಿಯಲ್ಲಿ ಏನನ್ನೋ ಇಟ್ಟು ಮುಚ್ಚಿದ. ನಾನು ಕೈಬಿಡಿಸಿ ನೋಡಿದೆ. ಫಳಫಳನೆ ತಣ್ಣನೆ ಹೊಳೆಯುವ ಒಂಟಿ ಹರಳಿನ ನೀಲಿ ಓಲೆ. ಹೊಸದಲ್ಲ, ಹಳೆಯದು. ದಡದಡನೆ ಮಳೆ ಸುರಿದೇಬಿಟ್ಟಿತು. ಮರುಕ್ಷಣ ನಾನು ಅವನ ಅಪ್ಪುಗೆಯಲ್ಲಿದ್ದೆ.

ಒಂದು ಚುಂಬನಕ್ಕೆ ಅಂತಹ ಶಕ್ತಿ ಇದೆ ಎಂದು ಯಾರಾದರೂ ಹೇಳಿದ್ದರೆ ನಾನು ನಕ್ಕು ಬಿಡುತ್ತಿದ್ದೆ. ಬರಿಯ ಕೆಮಿಸ್ಟ್ರಿ ಆಗಿರಲಿಲ್ಲ ಅದು. ನನ್ನೊಳಗನ್ನೆಲ್ಲ ಹೀರಿ ಹಿಪ್ಪೆ ಮಾಡಿದ ಮಾಂತ್ರಿಕ ಕ್ಷಣವಾಗಿತ್ತು ಅದು. ಅದೇ ಕ್ಷಣದಲ್ಲಿ ಏನೋ ಒಂದು ಮಧುರ ಭಾವ ನನ್ನ ಮೈಯಲ್ಲಿ ಉಕ್ಕಿಹರಿದು ಒಂದಿಂಚೂ ಬಿಡದಂತೆ ಆಕ್ರಮಿಸಿಕೊಂಡು ಬಿಟ್ಟಿತು. ಪ್ರಳಯವಾಗಿದ್ದರೂ ಆಗ ನನಗೆ ಅದರ ಪರಿವೆ ಇರುತ್ತಿರಲಿಲ್ಲ. ಆ ಗಳಿಗೆ ಅನಂತವಾಗಲಿ ಎಂದು ಮನ ಹಾರಿ ಬೀಳುತ್ತಿತ್ತು. ಆದರೆ ಹಾಗಾಗಲಿಲ್ಲ. ಒಂದು ಜೊತೆ ತೋಳುಗಳು ನನ್ನನ್ನು ಮೃದುವಾಗಿ ಬಿಡಿಸಿ ಅತ್ಯಂತ ಮಮತೆಯಿಂದ ಬಾಗಿಲು ದಾಟಿಸಿದವು. ನಾನು ಹೊರಬಂದೆ.

ಆಮೇಲೆ ಎಂದೂ ನಾವು ಅದರ ಬಗ್ಗೆ ಮಾತಾಡಲಿಲ್ಲ. ಅದರ ಸೂಚನೆ ಕೊಡಲಿಲ್ಲ, ನೆನಪಿಸಿಕೊಳ್ಳಲಿಲ್ಲ. ಯಥಾಪ್ರಕಾರ ನಮ್ಮ ಮಾತು, ಚರ್ಚೆ, ನಗೆ ಮುಂದುವರಿಯಿತು. ಆದರೆ ಆಲಿಬಾಬಾನ ಗುಹೆ ಒಂದು ಕ್ಷಣ ತೆರೆದು ತನ್ನ ಅನಂತ ಐಶ್ವರ್ಯವನ್ನು ತೋರಿ ಮತ್ತೆ ಮುಚ್ಚಿಕೊಂಡು ಬಿಟ್ಟಿತ್ತು. ನನ್ನ ಮನಸ್ಸು ಮತ್ತೆ

ಮತ್ತೆ ಅದೇ ಗುಹೆಯ ಎದುರು ನಿಂತು "ತೆಗೆಯೇ ಸೇಸೇಮ್" ಎಂದು ಚೀರಿಡುತ್ತಿತ್ತು. ಆ ಬಾಗಿಲೂ ನಾನು ದಿವ್ಯಮಂತ್ರ ಹೇಳಲಿ ಎಂದೇ ಕಾಯುತ್ತಿತ್ತೇನೋ.

ಮಡಿಕೇರಿಗೆ ಹೋಗಿ ಸಮ್ಮೇಳನ ವರದಿ ಮಾಡಿ ಎಂದು ಸಂಪಾದಕರು ಹೇಳಿದ್ದರು. ಮೊದಲು ಅಯ್ಯೋ ಎಂದು ಬೇಸರ ಉಂಟಾಯಿತು. ಮರುಕ್ಷಣವೇ ಅವನೂ ಜೊತೆಗೆ ಬಂದರೆ ಎನ್ನುವ ಆಲೋಚನೆ ಹೊಳೆದು ರೋಮಾಂಚನವಾಯಿತು. ಅದರ ಬಗ್ಗೆ ಚಿಂತಿಸಿದಷ್ಟು ಆಲೋಚನೆ ಎಂತಹ ಅದ್ಭುತ ರಮ್ಯ ಅನ್ನಿಸತೊಡಗಿತು.

ಅಂದೇ ಸಂಜೆ ಹೋದೆ ಅವನ ಮನೆಗೆ. ಬಾಗಿಲು ತೆರೆದಿತ್ತು. ಮೆಲ್ಲನೆ ಒಳಗೆ ಹೋದೆ. ಫೋನಿನಲ್ಲಿ ಯಾರ ಜೊತೆಗೋ ಮಾತಾಡುತ್ತಿದ್ದ. ಮಾತು ಮುಗಿಸಿ ಹತ್ತಿರ ಬಂದ. ಮೊದಲು ಇಬ್ಬರೂ ಮುಗುಳ್ನಕ್ಕೆವು. ನಂತರ ಒಟ್ಟಿಗೆ ಮಾತು ಆರಂಭಿಸಿದೆವು. ಮತ್ತೆ ನಕ್ಕು "ನೀವೇ ಹೇಳಿ" ಎಂದ ಅವನು.

"ನಾಡಿದ್ದು ಮಡಿಕೇರಿಯಲ್ಲಿ ಸಮ್ಮೇಳನ ಇದೆ. ನಾನು ವರದಿ ಮಾಡಬೇಕು" ಅಲ್ಲಿಗೇ ನಿಲ್ಲಿಸಿದೆ. ಒಂದು ನಿಮಿಷ ತಲೆ ತಗ್ಗಿಸಿದೆ. ಹೇಗೆ ಹೇಳಬೇಕೋ ಗೊತ್ತಾಗಲಿಲ್ಲ. ತಲೆ ಎತ್ತಿದೆ. ಅವನ ಮುಖದಲ್ಲಿ ಅರಳಿದ ಸಂತೋಷದ ಅಲೆಯಲ್ಲಿ ತೇಲಿಹೋದ ನಾನು ಮತ್ತೆ ಏನನ್ನೂ ಹೇಳಬೇಕಾದ ಅಗತ್ಯವಿರಲಿಲ್ಲ.

ಮರುಕ್ಷಣ "ಓ..... ನೋ....." ಎನ್ನುವ ನೋವು ಹೊರಟಿತು ಅವನ ಬಾಯಿಂದ.

"ಏನಾಯಿತು ?" ಎಂದೆ ಆತಂಕದಲ್ಲಿ.

"ನಾಡಿದ್ದು ಲಲ್ಲೀನ ಕರೆದುಕೊಂಡು ಬರಲು ಹೋಗಬೇಕು. ಒಂದು ತಿಂಗಳು ಸ್ಕೂಲಿಗೆ ರಜೆಯಂತೆ. ಬೋರ್ಡಿಂಗ್‌ನ ಕೂಡಾ ಮುಚ್ತಾರಂತೆ. ಅವರ ಪ್ರಿನ್ಸಿಪಾಲ್ ಫೋನ್ ಮಾಡಿದ್ರು ಬಂದು ಕರೆದುಕೊಂಡು ಹೋಗಿ ಅಂತ." ಅವನ ಮುಖದಲ್ಲಿದ್ದ ನಿರಾಸೆ, ದುಃಖ ನೋಡಿ ನನ್ನ ನಿರಾಸೆ ಹಿಂದೆ ಬಿತ್ತು. ಏನೂ ಮಾತಾಡದೆ ಎದ್ದು ಬಂದೆ.

ಹೋದಾಗ ಇದ್ದ ಸಂಭ್ರಮದಷ್ಟೇ ದುಗುಡ ಹೊತ್ತು ಮನೆಗೆ ಹಿಂದಿರುಗಿದೆ. ದಿನಕರ ಆಗಲೇ ಬಂದಿದ್ದ. ಏನೂ ಮಾತಾಡದೆ ಬಟ್ಟೆ ಬದಲಿಸಿ ಕೈಕಾಲು ತೊಳೆದು ಅಡಿಗೆ ಮನೆ ಸೇರಿದೆ. ಮಂಜು ಕಣ್ಣಲ್ಲಿ ಚಪಾತಿ ಹಿಟ್ಟು ಕಲೆಸಿದೆ. ಈರುಳ್ಳಿ ಕತ್ತರಿಸುವಾಗ ಧಾರಾಳವಾಗಿ ಅತ್ತೆ. ಅರ್ಧ ಗಂಟೆಯಲ್ಲಿ ಗೊಜ್ಜು ಚಪಾತಿ ಮಾಡಿ ಮುಖ ತೊಳೆದು ಬಂದು ತಟ್ಟೆ ಹಾಕಿದೆ. ಎಂದಿನಂತೆ ಮೌನವಾಗಿ ಊಟ ಸಾಗಿತು. ಪುಟ್ಟ ರೇಡಿಯೋದಲ್ಲಿ ಯಾವುದೋ ಮ್ಯಾಚಿನ ಕಾಮೆಂಟರಿ ಕೇಳಿ ಬರುತ್ತಿತ್ತು. ಇದ್ದಕ್ಕಿದ್ದಂತೆ ಮೌನ ಭೇದಿಸಿ "ನಾಡಿದ್ದು ಮಡಿಕೇರಿಗೆ ಹೋಗೋಣವಾ ?" ಎಂದ ದಿನಕರ.

ನಾನು ಬೆಚ್ಚಿದೆ "ಏ..... ಏನು ?" ತಬ್ಬಿಬ್ಬಾಗಿ ಕೇಳಿದೆ. ಪ್ರಶ್ನೆ ಮತ್ತೆ ಉಚ್ಚರಿಸಿದ ದಿನಕರ ಏನೂ ತೋಚದೆ. "ಯಾ..... ಯಾಕೆ ?" ಎಂದೆ.

“ಅಲ್ಲೇನೋ ಸಮ್ಮೇಳನ ಇದೆಯಂತಲ್ಲ, ನಿನಗೆ ಹೋಗೋ ಆಸೆ ಇದೆಯೇನೋ ಅಂತ.”

ನನಗೆ ನಂಬಲೂ ಆಗಲೇ ಇಲ್ಲ. ನಂತರ ತಲೆ ತಗ್ಗಿಸಿ “ಇಲ್ಲ..... ನನಗೇನೂ ಇಷ್ಟವಿಲ್ಲ. ನಾನು ಹೋಗುವುದಿಲ್ಲ” ಎಂದೆ.

“ನನಗೇನೋ ಹೋಗೋಣಾ ಅಂತ.”

ಅವನ ಧ್ವನಿಯಲ್ಲಿ ಏನೋ ಕಂಪನವಿತ್ತು. ತಲೆ ಎತ್ತಿ ನೋಡಿದೆ. ಒಂದು ಕ್ಷಣ ನೋಟ ಬೆರೆಯಿತು. ನನಗೆ ಗೊತ್ತಾಯಿತು. ಅವನಿಗೆ ಗೊತ್ತಿತ್ತು. ತುಮುಲದ ಕೊನೆಯ ಹಂತದಲ್ಲಿ ತನ್ನ ಕೋಟೆ ಒಡೆದು ಹೊರಬಂದಿದ್ದ ದಿನಕರ ನನ್ನನ್ನು ಕಳೆದುಕೊಳ್ಳಲಾರದೆ ಬೆಳಕಿಗೆ ಬಂದು ಕಣ್ಣು ಬಿಡುತ್ತಿದ್ದ. ಕರಗಿ ಹೋದೆ ನಾನು. ಜೊತೆಗೇ ಇದನ್ನು ಸಾಧ್ಯವಾಗಿಸಿದ ಆ ಸುಂದರ ಅನುಭವದ ಸತ್ಯವನ್ನೂ ಅರಗಿಸಿಕೊಳ್ಳತೊಡಗಿದೆ.

21. ನೆಲೆ ಕಾಣದ ನೆರಳು

– ಜಯಶ್ರೀ ದಿವಾಕರ್

ರಾತ್ರಿಯಿಡೀ ನಿದ್ದೆಯಿಲ್ಲದೆ ಹೊರಳಾಡಿ ಹೊರಳಾಡಿ ಅದೇ ಆಗತಾನೇ ಹತ್ತಿದ್ದ ನಸುಕಿನ ಸಣ್ಣ ಮಂಪರಿನಲ್ಲಿ ಶ್ರೀಕಂಠಣ್ಣ ಬೆಂಗಳೂರಿಗೆ ಬಂದಾಗ ಅಂದ ಮಾತು. ಗೇರುಸೊಪ್ಪು ಗುಡ್ಡದ ಹೊಲೆಯರ ಗುಡಿಯಲ್ಲಿ ಕೂಗಿದ ಕೋಳಿಯ ಕೂಗಿನಂತೆ ಕ್ಷೀಣವಾಗಿ, ಕನಸಿನ ಹಾಗೆ ಬಂದು ತಟ್ಟಿದಾಗ, ಕೇಸಲೂರಿಗೆ ಬಂದು ಎರಡು ದಿನವಾದರೂ ಇನ್ನೂ ಕಂಡಿರದ ಸಾವಿತ್ರತ್ತೆಯ ನೆನಪಾಯಿತು.

ಅದೇ ಕಾರಣವಾಗಿ ಬಂದವಳು ಇನ್ನೂ ಅವರ ಮನೆ ಕಡೆ ಹೋಗಿಲ್ಲದರ ಅರಿವಾಗಿ ಇಂದಾದರೂ ಸಾವಿತ್ರತ್ತೆಯನ್ನು ಕಾಣಬೇಕು ಎನ್ನುವ ನಿರ್ಧಾರದಿಂದ ಕಣ್ಣು ಬಿಟ್ಟು ಅಟ್ಟದ ಸುತ್ತ ಕಣ್ಣಾಡಿಸಿದೆ. ಇನ್ನೂ ಚುಮುಚುಮು ನಸುಕು. ಮರದ ಸರಳಿನ ತೆರೆದ ಕಿಡಕಿಕಂಡಿಯಲ್ಲಿ ಇಣುಕಿದರೆ ಹೊರಗೆ, ಇದೀಗ ಅರಳುತ್ತಿದ್ದ ಬೆಳಕಿನಲ್ಲಿ ದೈತ್ಯಾಕಾರವಾಗಿ ಕಪ್ಪಗೆ ಬೆಳೆದು ಆಪ್ಪಗಲ ಹರಡಿ ನಿಂತಂತೆ ಕಾಣುವ ಹಲಸಿನ ಮರ. ಹಿತ್ತಿಲ ಗಿಡದಲ್ಲಿ ಕೂತು, ಬೆಳಗಿನ ಸಂಭ್ರಮವನ್ನಾಚರಿಸುತ್ತಿರುವ ಕಾಜಾಣದ್ದೋ ಬೆಳ್ಳಕ್ಕಿಯದೋ ಕೆಂಬೂತದ್ದೋ ಬಿಟ್ಟೂ ಬಿಟ್ಟೂ ಬರುವ ಗೊಟರ್ ಗೊಟರ್ ಗೋ..... ರ್; ಆಗಲೇ ಎದ್ದು ಹಿಂದುಗಡೆ ಕೊಟ್ಟಿಗೆಯಲ್ಲಿ ಹಾಲು ಕರೆಯುತ್ತಿರುವ ಅತ್ತಿಗೆ; ಗೌಳಿಗೆಗೆ ಹಾಲು ಬೀಳುತ್ತಿರುವ ಚರ್ರ್ರ್ ಚರ್ರ್ರ್ ಸಪ್ಪಳ; ಬಚ್ಚಲು ಮನೆ ಒಲೆಗೆ ಯಾರೋ ಬೆಂಕಿಯೂಡಿರಬೇಕು – ಮೂಗಿಗೆ ಬಡಿದ ಸುಟ್ಟ ಅಡಿಕೆಸಿಪ್ಪೆಯ ದರಗಿನ ಕರಕಲು ವಾಸನೆ.

ಎಂದೋ ಮರೆತ ಊರು ! ಐದು ವರ್ಷದ ಹಿಂದೆ ಅಪ್ಪಯ್ಯ ಸತ್ತಾಗ, ಹದಿನೈದು ದಿನ ಉಳಿಯುವ ಹಾಗೆ ಕೇಸಲೂರಿಗೆ ಬಂದಿದ್ದೆ ಅಷ್ಟೆ. ಅಪ್ಪಯ್ಯ ಸತ್ತು ವರ್ಷವಾಗುವುದರೊಳಗೆ ಅದೇ ಕೊರಗಿನಲ್ಲಿ ಅಮ್ಮ ತೀರಾ ಮಂಕಾಗಿ ಹೋಗಿದ್ದಳು. ಯಾರೊಡನೆಯೂ ಮೊದಲಿನ ಉತ್ಸಾಹದಿಂದ ವರ್ತಿಸದೆ ಸದಾ ಮೂಲೆ ಹಿಡಿದು ಕೂತ ಇವಳು ಕೇಸಲೂರಿನಲ್ಲೆ ಉಳಿದರೆ ಹಳೇ ನೆನಪಿನಿಂದ ಇನ್ನಷ್ಟು ಜರ್ಜರಿತಳಾಗಬಹುದೆಂದು ತಿಳಿದ ನನ್ನ ಕೊನೆಯಣ್ಣ ಸೀನಣ್ಣ ಶಿವಮೊಗ್ಗದಲ್ಲಿ ಮನೆ ಹೂಡಿ ಅಮ್ಮನನ್ನು ಕರೆಸಿಕೊಂಡಿದ್ದ. ಅಮ್ಮ ಶಿವಮೊಗ್ಗದ ಹೊಸ ಪರಿಸರಕ್ಕೆ ಹೊಂದಿಕೊಂಡು ಸೀನಣ್ಣನ ಜೊತೆ ನೆಲೆಸಿದ ಮೇಲೆ ಬಾಲ್ಯದ ಕೇಸಲೂರು ನನಗೂ ಅಪರೂಪವಾಗಿತ್ತು. ಹಬ್ಬ ಹರಿದಿನಗಳಲ್ಲಿ ವಿಶೇಷ ಸಮಾರಂಭಗಳಲ್ಲಿ ನಾನೂ,

ಇವರೂ, ಮಕ್ಕಳೂ, ಅಮ್ಮ – ಸೀನಣ್ಣ – ಅತ್ತಿಗೆ ಅವನ ಮಕ್ಕಳೂ ಎಲ್ಲಾ ಒಟ್ಟಿಗೆ ದಂಡುಗೂಡಿ ಇಲ್ಲಿಗೆ ಬಂದು ನಾಲ್ಕು ದಿನ ಗಲಗಲ ಮಾಡಿ ಹೋದದ್ದು ಬಿಟ್ಟರೆ, ಹೀಗೆ ಏಕಾಏಕಿ ನಾನು ಬಂದದ್ದು ಇದೇ ಮೊದಲು.

ರಾತ್ರಿ ಸುಮಾರು ಹೊತ್ತು ನಿದ್ದೆ ಬಂದಿರಲಿಲ್ಲ. ಅಟ್ಟದಲ್ಲಿ ಗುಂಯೀ ಎನ್ನುವ ಕತ್ತಲು; ನೆಟ್ಟಗೆ ನಿಂತರೆ ತಲೆಗೆ ತಾಗುವಷ್ಟು ಕುಳ್ಳಗಿನ ಮಾಡಿನಲ್ಲಿ ತೊಲೆಗೆ ನೇತುಬಿಟ್ಟ ಗದ್ದೆ ಸೌತೇಕಾಯಿ, ಬಾಳೆ ಹಗ್ಗದ ಬಟ್ಟಲಲ್ಲಿ ಭದ್ರವಾಗಿ ಕೂತ ಅವು ಗಾಳಿಗೆ ತೊನೆದಾಡಿ, ಒಂದಕ್ಕೊಂದು ತಾಗಿ ಕರಕರ ಸದ್ದು ಮಾಡಿದಾಗ ಎಂಥದೋ ಹೆದರಿಕೆ. ಕಿಡಕಿಕಿಂಡಿಯಲ್ಲಿ ಮಬ್ಬಾಗಿ ಕಂಡ ಪಕ್ಕದ ಕಣ; ಕಣದ ಮಧ್ಯೆ ಗುಪ್ಪೆಯಾಗಿ ಪೇರಿಸಿಟ್ಟ ಹುಲ್ಲಿನ ಮೆದೆಯ ಸುತ್ತಮುತ್ತಲಿನ ಕತ್ತಲಲ್ಲಿ ಮಿಣುಕು ಹುಳುಗಳು ಮಿಣಿಮಿಣಿ ಮಿಂಚಿದಾಗ, ಮನಸ್ಸಿನ ಮೂಲೆಯಲ್ಲೆಲ್ಲೋ ಎಚ್ಚೆತ್ತ ಬಾಲ್ಯದಲ್ಲಿ ಕೇಳಿದ ಕೊಳ್ಳಿದೆವ್ವದ ಕತೆಗಳು – ಮಾಲತೀ ನದಿ ಬುಡದಲ್ಲಿ ಬಿಕೊ ಎಂದು ಹಾಳು ಸುರಿಯುವ ಸಾವಿತ್ರತ್ತೆಯ ದೊಡ್ಡ ಮನೆ; ಹೊರಗೆ ಅಷ್ಟಾಗಿ ಕಾಣಿಸದೆ ಒಳಚೌಕಿಯಲ್ಲೇ ವಾಸಿಸುತ್ತಿರುವ ಎಂಭತ್ತರ ಹರೆಯದ, ನಾ ಎಂದೋ ಕಂಡ ಸಾವಿತ್ರತ್ತೆಯ ಮಾಸಲು ರೂಪ – ಎಲ್ಲಾ ಒಂದಕ್ಕೊಂದು ಕೊಂಡಿ ಬೆಸೆದುಕೊಂಡು ಬಂದು, ಐದು ವರ್ಷದಲ್ಲಿ ಸಂಪೂರ್ಣ ಮರೆತ ಬದುಕು ನಿದ್ದೆ ಹತ್ತದ ಕಣ್ಣ ಮುಂದೆ ತಕಪಕ ಕುಣಿಯಲು ಶುರುಮಾಡಿತ್ತು. ಇವೆಲ್ಲದರ ಜೊತೆಗೆ ಕಳ್ಳ ಹೆಜ್ಜೆಯಲ್ಲಿ ಮೆಟ್ಟಲೇರಿ ಬಂದು, ಮಧ್ಯರಾತ್ರಿಯಲ್ಲಿ ಮಗ್ಗಲು ಕೂತು ಮುಸಿಮುಸಿ ಅತ್ತ ಶ್ರೀಕಂಠನ ಮಗಳು ಪಾರೋತಿ ಬೇರೆ! "ಅತ್ತೆ ಹೀಗೆ ಬಂದ್ ಎಬ್ಬಿಸ್ದೆ ಅಂತ ಸಿಟ್ಟ್ ಮಾಡಿಕಾಬ್ಯಾಡಿ. ನಾಳೀಗ್ ನೀವು ಹ್ವರಟ್‌ಹ್ಯಾಗ್‌ತೀರಂತೆ – ಅಪ್ಪಯ್ಯ ಅಂತು. ನಂಗೆ ಕಲೀಕ್ಕೆ ಆಸೆ ಅದೆ..... ನಾ ಕಾಲೇಜು ಕಂಡ್ರೆ ಸಾವಿತ್ರತ್ತೆ ಮಗಳು ಸೀತೀ ಕಣಾಂಗೆ ಕೆರೀನೋ ಬಾವಿನೋ ಕಾಣೂಕಾಣದಂತೆ – ಅಪ್ಪಯ್ಯ ಹೀಂಗೆ ಬೈದು, ನನ್ನ ಸಾಲೀ ಬಿಡ್‌ಸದ. ಅಪ್ಪಯ್ಯಂಗೆ ತಿಳಿಹ್ಯಾಳಿ ನಿಮ್ಮ ಜ್ವತೆ ಬೆಂಗಳೂರಿಗೆ ಕರ್‌ಕ್ಕೊಂಡು ಹ್ವಾಗಿ. ನಾ ಕಲೀ ಹಂಗೆ ಮಾಡಿ...." ಕತ್ತಲಲ್ಲಿ ಗುಟ್ಟಾಗಿ ಪಿಸುಗುಟ್ಟಿದ ಪಾರೋತಿಯ ಧ್ವನಿ ವಿಚಿತ್ರವಾಗಿ ಕೇಳಿಸಿ ನನ್ನ ಮನಸ್ಸಿನಲ್ಲಿ ಎಂದೋ ಮಾಸಿ ಹೋಗಿದ್ದ ಸಾವಿತ್ರತ್ತೆಯ ಸತ್ತ ಮಗಳು ಸೀತೆಯ ನೆನಪನ್ನೂ ಕೆದಕಿತ್ತು. ಕೊನೆಗೆ "ಶ್ರೀಕಂಠಣ್ಣನಿಗೆ ನಾನು ಹೇಳುತ್ತೇನೆ" ಎಂದು ಅವಳನ್ನು ಸಮಾಧಾನಪಡಿಸಿ, ಏನು ಹೇಳುವುದು ಎಂದು ತಿಳಿಯದೆ ಯೋಚಿಸಿ ಯೋಚಿಸಿ ತಲೆಬಿಸಿಯಾಗಿ ರಾತ್ರಿಯಿಡೀ ಹೊರಳಾಡಿ ಮಗ್ಗಲು ಬದಲಾಯಿಸಿದ್ದಷ್ಟೇ ಗೊತ್ತು.

ನನ್ನ ಮದುವೆಯಾಗಿ ದೂರದ ಬೆಂಗಳೂರಿನಲ್ಲಿ ಸಂಸಾರ ಹೂಡಿದ ಮೇಲೆ ಬಾಲ್ಯದ ಸೀತೆಯ ನೆನಪು ಯಾರೋ ತಂದ ಗಾಳಿಸುದ್ದಿಯ ಅಂತೆಕಂತೆಗಳಲ್ಲಿ ಒಂದು ಕ್ಷಣ ಕಣ್ಣೆದುರು ಕುಣಿದು, ಮತ್ತೊಂದು ಕ್ಷಣದಲ್ಲಿ ಮುರುಟಿಯೇ ಹೋಗಿತ್ತು. ಆದರೆ ರಾತ್ರಿ ಪಾರೋತಿ, "ಸಾವಿತ್ರತ್ತೆಯ ಮಗಳು ಸೀತೀ ಕಣಾಂಗೆ ಕೆರೀನೋ ಬಾವಿನೋ ಕಾಣೂಕಷ್ಟೆ" ಎಂದು ತನ್ನ ಅಪ್ಪಯ್ಯ ಹೀಂಗೆ ಬೈಯುತ್ತೆ ಎಂದಾಗ, ಕಣ್ಣುಮುಚ್ಚಿ ಬಿಚ್ಚಿದರೂ ತಿಳಿಯದ ಗಾಢಗತ್ತಲಲ್ಲಿ ಇದ್ದಕ್ಕಿದ್ದಂತೆ ಬಿಚ್ಚಿಕೊಂಡ

ಸೀತೆಯ ನೆನಪು.... ಸಣ್ಣ ಜೊಂಪು ಹತ್ತುತ್ತಿದ್ದಂತೆ ಬಟ್ಟೆ ಬಿಚ್ಚಿ ಬರಿ ಮೈಯಲ್ಲಿ ಗಣಮಗನಂತೆ, ಥೈಥೈಥೈ ಕುಣಿದ ಸಾವಿತ್ರತ್ತೆಯ ಮಗ ವಾಸುದೇವ! ಕೆಂಪು ಸೀರೆಯಲ್ಲಿ ಮುದಿಯಾದ ಸಾವಿತ್ರತ್ತೆ! ಮಗ್ಗಲಲ್ಲಿ ಯಾರೋ ಬಂದ ಹಾಗೆ; "ಶಾರದೂ" ಎಂದು ಪಕ್ಕದಲ್ಲಿ ಕೂತ ಹಾಗೆ;

"ನಾನೇ ಸೀತೆ. ಇನ್ನೂ ಬದುಕ್ ಆದೀನಿ, ಕಾಣು...." ಎಂದು ಅಟ್ಟಹಾಸದಲ್ಲಿ ನಕ್ಕ ಹಾಗೆ.... ಏನೇನೋ ಹಾಳು ಕನಸು !....

ಇವತ್ತು ಸಾವಿತ್ರತ್ತೆ ಮನೆಗೆ ಹೋದರೆ "ಸೀತು ಸತ್ತದ್ದು ತಿಳೀತೇನೇ ?"..... ಎಂದು ಕೇಳಬಹುದು. ಎಂಟೋ-ಹತ್ತೋ ವರ್ಷಗಳ ಹಿಂದಿನ ಸಂಪೂರ್ಣ ಮರೆತುಹೋದ ಬದುಕಿನ ಪುನರುತ್ಥಾನವಾಗಬಹುದು. ಯಾವುದೋ ಅವ್ಯಕ್ತ ಭಯ. ಸೀತೆಯ ಹೆಸರು ನೆನಪಾಗುತ್ತಿದ್ದಂತೇ ಅಧೀರಗೊಳ್ಳುವ ಮನಸ್ಸು.

ಅಪ್ಪಣ್ಣ ಮಾವಯ್ಯ ಸತ್ತ ಮೇಲೆ ನಾನು ಸಾವಿತ್ರತ್ತೆಯನ್ನು ಕಂಡದ್ದೇ ಇಲ್ಲ. ನಾನು ಕೇಸಲೂರು ಬಿಡುವವರೆಗೂ ಸಾವಿತ್ರತ್ತೆಯ ಹಾಲು ಬಿಳುಪಿನ ಹಣೆಯಲ್ಲಿ ದೊಡ್ಡ ಕುಂಕುಮ ಮುತ್ತೈದೆ ಕಳೆಕೊಟ್ಟು ಶೋಭಿಸಿತ್ತು. ಕಾಡಿಗೆ ಹಚ್ಚಿದ ದೊಡ್ಡ ಕಣ್ಣು. ಅರಿಶಿಣದ ಕೆನ್ನೆ, ಮಾಟವಾದ ಮೂಗು, ಮುಖ ತಿರುಗಿದಾಗೆಲ್ಲಾ ಕಿವಿಯಲ್ಲಿ ಮೂಗಿನಲ್ಲಿ ಫಳಫಳ ಹೊಳೆಯುತ್ತಿದ್ದ ವಜ್ರದ ಬೆಂಡೋಲೆ, ಮೂಗುಬೊಟ್ಟು ಇಡೀ ಮೊಗಕ್ಕೆ ಬಂಗಾರದ ಕಳೆಯಿಟ್ಟು ಬೆಳಗಿಸಿದ್ದವು. ಗಂಡ ಸತ್ತ ಮೇಲೆ ಸಾವಿತ್ರತ್ತೆ ಹಣೆ, ಕಿವಿ, ಮೂಗು, ಕುತ್ತಿಗೆ, ಕೈಯೆಲ್ಲಾ ಬೋಳುಬೋಳಾಗಿಸಿಕೊಂಡು, ತಲೆ ಕೂದಲು ತೆಗಿಸಿ, ಕೆಂಪು ಸೀರೆ ಉಟ್ಟರಂತೆ !

ಒಮ್ಮೆ ಬೆಂಗಳೂರಿಗೆ ಬಂದ ನನ್ನಮ್ಮನೇ ಅಂದದ್ದು. "ಸಾವಿತ್ರೀನ ಕಾಣೋಹಂಗೆ ಇಲ್ಲ ಕಣೇ. ಅಷ್ಟು ಲಕ್ಷಣವಾಗಿದ್ದ ಮುಖ ಈಗದೆಂತ ಬೋಳು ಅಂತೀ ! ಕಂಡು ಕಣ್ಣಲ್ಲಿ ನೀರು ಬಂತು..... ಆ ಸುಟ್ಟು ಸೀತೆ ಯೆತ್ಲಾಗೋ ಓಡಿಹ್ವಾಗ್, ಮಾಲತೀಹ್ವಳೀ ದಡದಲ್ಲಿ ಹೆಣವಾಗಿ ಬಿದ್ದಿತ್ತಂತೆ.... ಅಯ್ಯೋ ಸಾವಿತ್ರೀ ಗೋಳು ಯಾರಿಗೂ ಬ್ಯಾಡಪ್ಪಾ..."

ಸೀತೆ ಎಂದರೆ, ಅಮ್ಮನಿಗೆ ಯಾವಾಗಲೂ ಅಷ್ಟಕಷ್ಟೆ ! ಕಾಲು ಎತ್ತಿ ಎತ್ತಿ ಹಾಕುತ್ತಾ ಒಂಟಿಯಾಗಿ, ಜೋಲು ಮುಖ ಮಾಡಿಕೊಂಡು ಆಕೆ ಮನೆಗೆ ಬಂದರೆ ಸಾಕು.

"ಓತಿಕೇತಕಣಾಂಗೆ ತಿಣುಕೊಂಡು ಬಂತು. ಪ್ರಾರಬ್ಧದ್ದು! ಅಂಥ ಸಾವಿತ್ರೀಗ್ ಇಂಥ ಸುಟ್ಟ ಸೀತೆ ! ಥೇಟ್ ಅಪ್ಪಣ್ಣ ಭಟ್ಟರೇ !"..... ಎಂದು ಗೊಣಗುಟ್ಟುತ್ತಿದ್ದಳು.

ಸೀತೆ... ಅಪ್ಪಣ್ಣ ಮಾವಯ್ಯರ ತದ್ರೂಪಾದದ್ದು ಹೌದು. ಕಪ್ಪಗೆ, ತೆಳ್ಳಗೆ, ಕೋಲುಕೋಲಾಗಿ ಒಣಗಿಕೊಂಡಿದ್ದ ಮೈ. ಸೀತೆಗೆ ಅಮ್ಮನದಾಗಿ ಬಳುವಳಿಯಾಗಿ ಬಂದದ್ದು ಮಾತ್ರ ಎಂಥವರನ್ನೂ, ಆಕರ್ಷಿಸುವಂತಹ ಎರಡು ಸುಂದರ ಕಣ್ಣುಗಳು; ನೂರಾರು ನಿಗೂಢಗಳನ್ನು ತುಂಬಿಕೊಂಡಂತೆ ಕಪ್ಪಗೆ ಸದಾ ಮಿರಮಿರ ಮಿಂಚುವ ದೊಡ್ಡ ಕಣ್ಣುಗಳು !

ಯಾರೊಂದಿಗೂ ಎಂದೂ ಹೆಚ್ಚು ಮಾತುಕತೆಯಿಲ್ಲ. ಒಳಗಿದ್ದೂ ಹೊರಗಿದ್ದ ಹಾಗೆ; ಹತ್ತು ಮಾತಿಗೆ ಗೂಡಾರ್ಥವನ್ನು ಹೊರಚೆಲ್ಲುವ ಒಂದು ಮಾತು!

ಬಾಲ್ಯದಲ್ಲಿ ಅವಳು ಮಗುವಾಗಿ ಕೇಕೇ ಹಾಕಿದ್ದನ್ನು, ತನ್ನ ಮುಗ್ಧತೆಯಲ್ಲಿ, ಮುದ್ದಿನವಳಾಗಿ ಎಲ್ಲರ ಪ್ರೀತಿಪಾತ್ರಳಾದದ್ದನ್ನು ನಾನೆಂದೂ ಕಂಡಿಲ್ಲ.

ಓಡಿಹೋದ ಮೂರುವರ್ಷದಲ್ಲೇ ಹೆಣವಾಗಿ ಮತ್ತೆ ಬಂದಳಂತೆ! ಇಂತಹದೇ ಬೇಸಿಗೆಯಲ್ಲಿ ಇದೇ ಮಾಲತಿ ನದಿಯಲ್ಲಿ. ಬಿಸಿಲಿಗೆ ಲಕಲಕ ಹೊಳೆಯುವ ಹೆಬ್ಬೆಟ್ಟಗಲದ ನೀರಿನಲ್ಲಿ, ಗುರುತುಹಿಡಿಯಲಾಗದಂತೆ ಕೊಳೆತುನಾರಿದ ಹೆಣ್ಣಿ ದೇಹವೇ ಕೊನೆಗೆ ಸೀತೆಯಾದಾಗ ಊರಲ್ಲಿ ಗುಸುಗುಸು ಸುದ್ದಿಯಾಯಿತಂತೆ; ಮಹಜರು ನಡೆಸಿದ ಪೊಲೀಸರು ಆತ್ಮಹತ್ಯೆ ಎಂದರಂತೆ; ಊರವರು ಪ್ರೇಮಪ್ರಕರಣ ಎಂದರಂತೆ.... 'ಸೊಕ್ಕಿತ್ತು! ಹುಡುಗಿ ಬಸುರಾಗಿತ್ತು' ಎಂದೂ ಒಂದು ಸುದ್ದಿ ಹುಟ್ಟಿ, ವಾಸುದೇವ, ಬದುಕಿನಲ್ಲಿ ಒಂದು ದಿನವೂ ತಂಗಿಯನ್ನು ಪ್ರೀತಿಸದ ವಾಸುದೇವ, ಮಾಲತಿನದಿಯ ಕೆಸರಿನಲ್ಲಿ ಸಿಕ್ಕಿಕೊಂಡ ದೇಹಕ್ಕೆ 'ತಂಗಿ' ಎಂದು ಹೆಸರಿಸಿ ಗೋಳಾಡುತ್ತಾ ಸಂಸ್ಕಾರ ನಡೆಸಿದ್ದನಂತೆ!.....

ಈ ಸುದ್ದಿಯನ್ನು ಬೆಂಗಳೂರಿನಲ್ಲಿರುವ ನನ್ನ ಕಿವಿಗೂ ತಂದು ಅರಹಿದ್ದು ಯಾರು? ಊರಿನಿಂದ ಅಚಾನಕವಾಗಿ ಆಗಾಗ ಇವಳು ಬಸುರಿ, ಅವಳು ಬಾಣಂತಿ, ಇವಳು ಮುದುಕಿ, ಅವಳು ಮುಂಡೆ – ಇಂತಹ ಎಷ್ಟೋ ಸುದ್ದಿ ಬರುತ್ತಿದ್ದಂತೆ ಇದೂ ಒಂದು ಬಂದು ತಲುಪಿರಬೇಕು – ಅಂಥ ಯಾವ ವಿಶೇಷವೂ ಇಲ್ಲದೆ!

ತಲೆಯಲ್ಲಿ ಎರಡು ದಿನದಿಂದ ಕಾಡುತ್ತಿದ್ದ ಯೋಚನೆಯೇ ಮತ್ತೆ ಸುಳಿದು ಗಿರಗಿರ ಎಂದಿತು. ಸಾವಿತ್ರತ್ತೆಯನ್ನು ಕಾಣೋದು ಹೇಗೆ? ನನ್ನ ಕಂಡು ಏನೆನ್ನಬಹುದು? ವಾಸುದೇವ ಬೇರೆ ಮನೆ ಮಾಡಿದ ವಿಷಯ ನನಗೆ ಹೊಸದಲ್ಲ, ಐದು ವರ್ಷದ ಹಿಂದೆ ಅಪ್ಪಯ್ಯ ಸತ್ತಾಗ ಬಂದಿದ್ದೆ. ಆಗ ಇದೇ ಶ್ರೀಕಂಠಣ್ಣ ಹೇಳಿದ್ದ. "ಸಾವಿತ್ರತ್ತೆಗೂ ವಾಸುದೇವನ ಹೆಂಡ್ತೀಗೂ ಸರಿಬರದೇ ತ್ವಾಟದ ಮನೀಗ್ ಹ್ವಾಗ್ ಅದಾರೆ..." ಅಂತ. ಗವ್ವೆನ್ನುವ ಕಾಡಿನ ಮಧ್ಯೆ, ದೊಡ್ಡ ಮನೆಯಲ್ಲಿ ಸಾವಿತ್ರತ್ತೆ ಒಬ್ಬರೇ..... ಯಾಕೋ ಅದನ್ನು ನೆನಸಿಕೊಂಡೇ ಹೆದರಿಕೆಯಾಗಿ, ಹಿಂದಿನ ಸರ್ತಿ ಬಂದಾಗ ಸಾವಿತ್ರತ್ತೆಯನ್ನು ಕಾಣಲು ಧೈರ್ಯವಾಗಿರಲಿಲ್ಲ.

"ಪಾರೋತಿ, ಶಾರದೂ ಯೆದ್ದಾಳ ಕಂಡು ಬಾ. ನಂಗೆ ತ್ವಾಟಕ್ಕೆ ಹ್ವಾಗಲಿಕ್ಕೆ ಹ್ವತ್ತಾತು...." ಶ್ರೀಕಂಠಣ್ಣನ ಧ್ವನಿ ಅಟ್ಟವನ್ನು ಸೀಳಿಕೊಂಡು ಬಂದಾಗ, ಹಾಸಿಗೆ ಸುತ್ತಿ ಮೆಟ್ಟಿಲಿಳಿದು ಕೆಳಗೆ ಬಂದೆ.

ಹೆಜ್ಜೆ ಸದ್ದು ಕೇಳಿ ನಡುಮನೆಗೆ ಬಂದ ಶ್ರೀಕಂಠಣ್ಣ "ಯೆಂಥದೇ? ಅಟ್ಟದಲ್ಲಿ ಚಂದ ನಿದ್ದೆ ಬಂತೋ, ಹೇಂಗೆ? ಸ್ವಲ್ಪ ತ್ವಾಟಕ್ಕೆ ಹ್ಯಾಗೊಕಿತ್ತು ಮಾರಾಯ್ತಿ, ಹ್ವಾಗಿ, ಬ್ಯಾಗ ಮಿಂದು ಬಾ. ಒಟ್ಟಿಗೆ ತಿಂಡಿ ತಿನ್ನೋಣ....?" ಎಂದ.

ಬಚ್ಚಲಿಗೆ ಹೋಗುವಾಗ, ನಡುಮನೆಯ ಬಾಗಿಲಲ್ಲಿ ನಮ್ಮಿಬ್ಬರ ಮಾತನ್ನು ಕದ್ದು ಕೇಳುತ್ತಾ ಆಸೆಯಿಂದ ನಿಂತಿದ್ದ ಪಾರೋತಿ ಕಣ್ಣಿಗೆ ಬಿದ್ದಳು. ಆಗಲೇ ಸ್ನಾನ ಮುಗಿಸಿ ಸೀರೆ ಉಟ್ಟುಕೊಂಡಿದ್ದಾಳೆ. ನೋಡಲು ಚಂದದ ಹೆಣ್ಣು! ಶ್ರೀಕಂಠ ಅವಳನ್ನು ಶಾಲೆ ಬಿಡಿಸಲು ಯಾವುದಾದರೂ ಬಲವಾದ ಕಾರಣವಿರಬಹುದೇ? ಎಂಬ ಅನುಮಾನದಿಂದ ಬಚ್ಚಲ ಮನೆಯಲ್ಲಿ ಹಲ್ಲು ತಿಕ್ಕುತ್ತಿರುವಾಗ ಮತ್ತೊಮ್ಮೆ ಕಣ್ಣ

ಮುಂದೆ ಸುಳಿದ ಪಾರೋತಿಯನ್ನು ನಿಟ್ಟಿಸಿದೆ. ಛೀ ! ಪಾಪದ ಹುಡುಗಿ ! ಹೆಣ್ಣಿನ ಬಗ್ಗೆ ಹೆಣ್ಣಾದ ನಾನು ಇಷ್ಟು ಕೆಟ್ಟದಾಗಿ ಯೋಚಿಸಬಾರದು ಅನಿಸಿತು. ನಾನು ಶ್ರೀಕಂಠಣ್ಣನಿಗೆ ಹೇಳಬಹುದು. ಇಲ್ಲಾ, ನನ್ನ ಜೊತೆ ಬೆಂಗಳೂರಿಗೆ ಕರೆದುಕೊಂಡು ಹೋಗಬಹುದು ಎನ್ನುವ ಅದಮ್ಯ ಉತ್ಸಾಹ ಅವಳ ಓಡಾಟದಲ್ಲೇ ಕಾಣುತ್ತಿತ್ತು. ಕೊಡದಲ್ಲಿ ನೀರು ತಂದು, ಅರ್ಧ ಇದ್ದ ತಣ್ಣೀರಿನ ಹಂಡೆಗೆ ಸುರುವಿ, "ಆ ಹಂಡೇಲಿ ಬಿಸಿನೀರ್ ಅದೆ. ಹವಣಾ ಮಾಡಿಕೊಡಲೇ, ಅತ್ತೆ.... ?" ಎಂದು ಏನು ಮಾಡಲೂ ತಯಾರು ಅನ್ನುವ ಉತ್ಸಾಹದಲ್ಲಿ ಕೇಳಿದಳು. "ಬೇಡ, ನಾನೇ ಮಾಡಿಕೊಳ್ಳುತ್ತೇನೆ...." ಎಂದೆ. ಸ್ವಲ್ಪ ಪೆಚ್ಚಾಗಿ ಮಾರುದ್ದದ ಜಡೆಯನ್ನು ಹಿಂದಕ್ಕೆಸೆದು, ಮತ್ತೆ ಕೊಡಪಾನ ಎತ್ತಿಕೊಂಡು ಹೋದಳು.

ಅಡಿಗೆ ಮನೆಗೆ ಬಂದಾಗ, ಶ್ರೀಕಂಠಣ್ಣ ಮಜ್ಜಿಗೆ ಗೂಡಿನ ಪಕ್ಕ ಕೂತು ನನಗಾಗಿ ಕಾಯುತ್ತಿದ್ದ. ಅತ್ತಿಗೆ ಒಲೆ ಮುಂದೆ ಕೂತು ದೋಸೆ ಹೊಯ್ಯುತ್ತಿದ್ದರು. ನನ್ನ ಹಿಂದೆಯೇ ಬಂದ ಪಾರೋತಿ, ಸಡಗರದಿಂದ ಬಾಳೆಲೆಗೆ ಬೆಲ್ಲ ಬೆಣ್ಣೆ ಹಾಕಿ ಕೂತುಕೊಳ್ಳಲು ಮಣೆಯಿಟ್ಟು ಕಾತರದಿಂದ ಬಾಗಿಲಿಗೊರಗಿ ನಿಂತಳು. ಇನ್ನೊಂದು ಕ್ಷಣದಲ್ಲಿ ಎಂಥದೋ ಸ್ಫೋಟಿಸಿ ಹೊಸದೊಂದು ತಿರುವು ಹುಟ್ಟಲಿರುವಂತೆ, ಪ್ರತಿಯೊಂದು ಘಳಿಗೆಯೂ ಯುಗವಾದಂತೆ ಚಡಪಡಿಸುತ್ತಾ ತನ್ನ ಬದುಕಿನ ಸಂಪೂರ್ಣ ಜವಾಬ್ದಾರಿ ಹೊರುವವಳು ಇವಳೇ ಎಂಬ ಖಚಿತ ನಿರ್ಧಾರದಲ್ಲಿ ನನ್ನನ್ನೇ ನಿಟ್ಟಿಸಿದ ಅವಳ ದೃಢ ಕಣ್ಣುಗ್ಗಳನ್ನು ಕಂಡು ಯಾಕೋ ಮನಸ್ಸು ಮುದುಡಿತು.

"...... ಇವತ್ತು ಸಾವಿತ್ರತ್ತೆ ಕಾಣಲಿಕ್ಕೆ ಹ್ವಾಗ ಉಂಟಾ.... ?" ದೋಸೆ ತಿಂದು ಮುಗಿಸಿ ನಿಧಾನವಾಗಿ ಕಾಫಿ ಕುಡಿಯುತ್ತಿದ್ದ ಶ್ರೀಕಂಠಣ್ಣ ಮೆಲ್ಲಗೆ ಕೇಳಿದ.

ಅದೇ ಆಗ ತಾನೇ ದೋಸೆ ಹುಯ್ದು ಮುಗಿಸಿ, ಕೊಟ್ಟಿಗೆಯ ಮಾಡಿನಿಂದ ಒಂದೆರಡು ಕಟ್ಟಿಗೆ ತಂದು ಹೂಡಿ ಊದುಗೊಳವೆಯಲ್ಲಿ ಒಲೆ ಊದುತ್ತಿದ್ದ ಅತ್ತಿಗೆ, ನಾನು ಬಾಯಿ ತೆರೆಯುವುದಕ್ಕೆ ಮುಂಚೆಯೇ ಸಟ್ಟನೆ ತಿರುಗಿ..... "ಜ್ವಾಕೆ ಮಾರಾಯ್ತಿ...." ಅಂದರು. ಅನುಮಾನಿಸಿದ ನನ್ನನ್ನು ಕಂಡು ಶ್ರೀಕಂಠಣ್ಣ, ಬಾಗಿಲೊರಗಿ ನಿಂತ ಪಾರೋತಿಯನ್ನೊಮ್ಮೆ ಓರೆಗಣ್ಣಲ್ಲಿ ನೋಡಿ, ತಗ್ಗಿದ ಧ್ವನಿಯಲ್ಲಿ ಅಂದ.... "ನೀ ಇಲ್ಲಿದ್ದಂಗೆ ಈಗ ಯೆಂತದೋ ಇಲ್ಲೇ.... ಊರಲ್ಲಿ ಸಾಕಷ್ಟು ಬದಲಾಗಿದೆ. ಇದೇ ನಮ್ಮ ಪಾರೋತಿ ಗೇರುಸೊಪ್ಪು ಗುಡ್ಡದಾಚೆ ಇದ್ದ ಸರ್ಕಾರಿ ಸಾಲೀಗ್ ಹ್ವಾಗುತಿತ್ತು. ನೋಡು ! ಯಾವತ್ತೋ ಒಂದು ದಿವಸ ಪಾರೋತಿ ಸಾಲೆ ಮುಗ್ಸಿ, ಮುಸ್ಸಂಜೇಲಿ ಗೇರುಸೊಪ್ಪು ಗುಡ್ಡದಾಗೆ ಬರ್‌ತಿದ್ದಾಗ, ಈ ವಾಸುದೇವ ಸಿಕ್ಕು.... 'ಶ್ರೀಕಂಠಂಗೆ ಇಷ್ಟು ಲಾಯಕ್ಕಾದ ಬೆಳೆದ ಮಗಳಿದಾಳೋ, ಸೈಬಿಡು....' ಅಂತ ಮೀಸೆ ತಿರುವಿದನಂತೆ. ಪಾರೋತಿ ಅಳುತ್ತಾ ಹೆದರ್‌ಕ್ಕೊಂಡ್ ಓಡಿ ಬಂದು, ಮನೇಲಿ ಹಂಗೇ ಅಂತು. ಇನ್ನು ಕೇಳೂಕಾ ಮೊದ್ಲೇ ಊರಲ್ಲಿ ರಾಕ್ಷಸರ ಕಣಾಂಗೆ ಅದಾನ್ವನ್ನು. ಹೆದರ್‌ಕ್ಕೊಂಡು ನಾವು ಪಾರೋತಿ ಸಾಲೀ ಬಿಡ್ಸಿ ಮನೀಲಿಟ್ಟಾತು. ನೀ ಜ್ವಾಪಾನ ಹ್ವಾಗಿಬಿಟ್ಟು ಬಾ ಮರಾಯ್ತಿ...."

ಒಲೆ ಬಳಿ ಬಾಳೆಲೆಗೆ ದೋಸೆ ಹಾಕಿಕೊಂಡು ನಿಧಾನವಾಗಿ ತಿನ್ನುತ್ತಿದ್ದ ಅತ್ತಿಗೆಯ ಮುಖದಲ್ಲಿ ಎಂಥದೋ ಗಾಬರಿ. ಕಾಫಿ ಕುಡಿದು ಮುಗಿಸಿ, ಕೈತೊಳೆದು ಬಂದು, ಅಡಿಗೆ ಮನೆ ಹೊಸ್ತಿಲಲ್ಲಿ ಕುಕ್ಕರಗಾಲಿನಲ್ಲಿ ಕೂತ ಶ್ರೀಕಂಠಣ್ಣ ತಲೆ ಎತ್ತಿ ಯಾವುದೋ ನಿಗೂಢ ಹೇಳುವವನಂತೆ ನನ್ನನ್ನೇ ನೋಡುತ್ತಾ ಮತ್ತೆ ಅಂದ:.... "ಅಪ್ಪಣ್ಣ ಮಾವಯ್ಯ ಸತ್ತು ಓಡಿ ಹ್ವಾದ್ ಸೀತಿ ಹೆಣವಾಗಿ ಬಂದ ಮ್ಯಾಲೆ ಸಾವಿತ್ರತ್ತೆಗೆ ಒಂದು ನಮೂನಿ ಮಂಕು ಬಡೀತ್ತು ನೋಡು. ಬೆಳಗ್‌ನಿಂದ ಸಾಯಂಕಾಲದವರೀಗೂ ದೇವರ ದೀಪದ ಸೊಡರು ಹಿಡ್‌ಕ್ಕೊಂಡು ಒಂದೊಂದೇ ಕ್ವಾಣೇ ಬಾಗಿಲ್ ತೆಕ್ಕೋತಾ ಕತ್ತಲಲ್ಲಿ ದೆವ್ವ ಕಣಾಂಗೆ ತಿರುಗ್‌ತಾರಂತೆ. ನಾಗಂದಿಗೆ ಪಾತ್ರೆನೆಲ್ಲಾ ದಡಬಡ ಚೌಕಿಹೊಂಡಕ್ಕೆ ಎಸ್ದು 'ಸಾಯಿ ! ಸಾಯಿ ! ಸಾಯಿ !' ಯೆಂತ ಹಿಡಿಶಾಪ ಹಾಕಿ, ಮತ್ತೊಂದು ಗಳಿಗೀಲಿ ಉಯ್ಯಾಲೆ ಮ್ಯಾಲೆ ಬೋರಲು ಬಿದ್ದು ತಲೀ ತಲೀ ಚಚ್ಚಿಕೋತ ಗೋಳಾಡ್‌ತಾರಂತೆ. ವಾಸುದೇವ ರಾತ್ರೋರಾತ್ರಿ ಹೆಂಡ್ತಿ ಕರಕ್ಕೊಂಡು ತ್ವಾಟದ ಮನೀಗ್ ಹ್ವಾದ್ದು ಆಗಲೇ. ಹ್ವಾಗ್‌ವಾಗ್ ಇಡೀಮನೀ ಜಪ್ತಿ ಮಾಡ್‌ದ್ನಂತೇ – ಮನೀಲಿದ್ದಷ್ಟು ಬೆಳ್ಳಿ, ನಗ, ಒಡವೆ, ಪಾತ್ರೆ ಪದಾರ್ಥ – ಕೊನೀಗ್ ಸಾವಿತ್ರತ್ತೆ ಮದುವೀದ್ ದೊಡ್ಡ ಸೀರೀಪಾರೀನೂ ಹ್ವತ್‌ಕ್ಕೊಂಡು ಹ್ವಾದನಂತೆ. ರಾಜರ ತರ ಮೆರಿಯೋ ಆಸೆ ಅವಂಗೆ. ಅಪ್ಪಣ್ಣ ಮಾವಯ್ಯರ ಕಾಲಿಗ್ ಸರಪಣಿ ತೊಡಿಸಿದ್ದು ಸಮ ! ಸೀತೀಗ್ ಸಾಯಬೀಳಾಂಗೆ ಬಡಿದದ್ದು ಸಮ ! ಸಾವಿತ್ರತ್ತೆ ಬದುಕ್ದಂಗೇ ಮನೀ ಜಪ್ತಿ ಮಾಡಿ, ಒಂಟಿ ಬಿಟ್ಬು, ಮನೀ ಖಾಲಿ ಮಾಡ್ದು ಸಮ ! ತ್ವಾಟದ ಮನೀ ಆಳಕಾಳ್ರ ಜೀವ ಹಿಂಡಿಂಡಿ ಹಿಪ್ಪಿ ಮಾಡ್ದು ಸಮ ! ಎಷ್ಟು ಜಬರ್ದಸ್ತು ತ್ವಾರಿದ್ರೂ ಯೆಂತ ಬಂತೇ, ಪಾಪ ? ಮಕ್ಕಳಾಗಲಿಲ್ಲ, ಅಂವ ಗಂಡ್ಸೇ ಅಲ್ಲಾಂತ ಊರಲ್ಲಿ ಸುದ್ದಿ ನೋಡು...." ಹೊರಗೆ ಯಾರದ್ದೋ ಹೆಜ್ಜೆ ಸದ್ದಾಗಿ, ಪಾರೋತಿ ಎದ್ದು ಹೋದಾಗ, ಅತ್ತಿಗೆ ಧ್ವನಿಯನ್ನು ಮತ್ತಷ್ಟು ಕುಗ್ಗಿಸಿ.... "ವಾಸುದೇವ ಭಾವಯ್ಯರ ಹೆಂಡ್ತಿ ಸುಮಿತ್ರನ್ನ ನೀ ನೋಡಿರೂಕು. ಚಂದೊಳ್ಳೆ ಹಂಗೆ ಅದಾಳೆ. ಮಕ್ಕಳಾಗಿ ಮುಕ್ಕಾಗದ ಮೈ ಅದು ! ವಾಸುದೇವ ಭಾವಯ್ಯ ಹ್ವರಗ್ ಹುಲಿ. ಒಳಗ್ ಇಲಿ ಕಣಾಂಗೆ ಅಂತೆ ! ಸುಮಿತ್ರ ಕಂಡ್ರೆ ದೆವ್ವ ಬಡಿದವರಂಗೆ ಮಂಕಾಗಿ ತರತರ ನಡುಗುತ್ತಾರಂತೆ. ಸೈಯಲ್ಲ ! ಪಾರೋತಿ ಮೈಕೈ ತುಂಬಿಕ್ಕೊಂಡು ಚಂದ ಆಗ್ ಅದೀಯೆ. ಕಂಡದ್ದೆ ಕಂಡು ಕಂಡು ನಾಳೀಗ್ ಊರವ್ರ ಕಣ್ಣು ಅದಕ್ಕೂ ಬಿದ್ದೀತು ಅಂತ ಹೆಣ್ಣು ಜೀವ ಪಕಪಕ ಅನ್ನುತ್ತೆ. ಮೊದಲದಕ್ಕೆ ಮದುವೀ ಮಾಡಿ ಒಂದು ಗಡಿ ಕಾಣಿಸಣಾಂತೆ...." ಅಂದರು.

ಅಂಗಳದಲ್ಲಿ ಅಡಿಕೆ ಕೊಯಿಲಿನಲ್ಲಿ ಹಾಸಿದ್ದ ಚಪ್ಪರ; ಗಿಡ ಮರಗಳನ್ನು ಮೆಲ್ಲಗೆ ಅಲುಗಿಸಿ ಬೀಸಿಕೊಂಡು ಬಂದ ಸಣ್ಣ ತಂಗಾಳಿ. ಕಾಲುದಾರಿಯ ಬದಿಯ ಹೊಲೆಯರ ಗುಡಿಯಲ್ಲಿ ಯಾರೋ ತಮಟೆ ಬಾರಿಸುತ್ತಿದ್ದರು. ಕೂಗ್ರ.... ನಿಂಗ.... ಬೆಳ್ಳ..... ಚೂಡಿ.... ಕಾಳ..... ಇವರಲ್ಲಿ ಯಾರೋ ? ಕಣ್ಣ ಮುಂದೆ ಅಪ್ಪಯ್ಯನ ವೈಕುಂಠ ಸಮಾರಾಧನೆಯಲ್ಲಿ ಕಂಡ ವಾಸುದೇವನ ಮಸಕು ಮಸಕು ರೂಪು ! ಬಾಲ್ಯದಲ್ಲೆಂದೋ ಕಂಡ ಅವನ ಹೆಂಡತಿ ಸುಮಿತ್ರೆಯ ಮುಕ್ಕಾಗದ ಮೈ !

ಗೇರುಸೊಪ್ಪು ಕಾಡಿನಲ್ಲಿ ಬೆಳಕು ಬೀಳದ ದಟ್ಟ ಪೊದೆಯಲ್ಲಿ ಹಾಡುಹಗಲಲ್ಲೂ ಕೂಗುತ್ತಿದ್ದ ಜೀರುಂಡೆಯ ಎದೆ ಒಡೆಯುವ ಚೀತ್ಕಾರ! 'ಇಂದಾದರೂ ಸಾವಿತ್ರತ್ತೆಯನ್ನು ಕಾಣಲು ಹೋಗಬೇಕು....' ಬೆಳಿಗ್ಗೆ ಏಳುವಾಗ ಮಾಡಿಕೊಂಡ ನಿರ್ಧಾರ ಹೊರಡುವ ಘಳಿಗೆ ಹತ್ತಿರವಾದಂತೆ ಆತಂಕದಲ್ಲಿ ಸಡಿಲಗೊಳ್ಳುತ್ತಿರುವ ಅನುಭವ! ಐದು ವರ್ಷದಲ್ಲಿ ಸಂಪೂರ್ಣ ಮರೆತ ಬದುಕು. ನಾನಿಲ್ಲಿಗೆ ಬರುವುದನ್ನೇ ಕಾದು ಕುಳಿತು ತನ್ನ ಮೈಯೊಳಗಿನ ಯಾವುದೋ ನಿಗೂಢವನ್ನು ಬಿಚ್ಚಿಕೊಳ್ಳಲು ಹಾತೊರೆದಂತೆ...... ಚಿಪ್ಪಿನಲ್ಲಿ ಮುದುರಿ ಕುಳಿತು ಹೆಮ್ಮರವಾಗಿ, ಇದೀಗ ಗರ್ಭ ಸೀಳಿ ಬಂದು ವಿಚಿತ್ರವಾಗಿ ಕಣ್ಣು ಮಿಟುಕಿಸಿ ಕೈಕಾಲು ಬಡಿದು ಸುತ್ತಲಿನ ಪ್ರಪಂಚದೊಡನೆ ಬೆರೆಯುವ ತೀವ್ರ ಆತಂಕದಲ್ಲಿ ಮಗ್ಗಲು ಬದಲಾಯಿಸಿ, 'ಅರ್ಥವಾಗದ ರೀತಿಯಲ್ಲಿ ನುಣುಚಿ ಹೊರ ಪ್ರಪಂಚಕ್ಕೆ ಜಾರುತ್ತಾ ಬಂದೀಯಾ? ಬಂದೀಯಾ? ಕೊನಿಗೂ ಬಂದೀಯಾ?....' ಎಂದು ನನ್ನ ಸುತ್ತ ತಿಪ್ಪರಲಾಗ ಹಾಕಿ, ಯಾವುದೋ ಇಕ್ಕಟ್ಟಿನಲ್ಲಿ ನನ್ನನ್ನು ಬಂಧಿಸಿ, ಕೇಕೆ ಹಾಕಿ ನಕ್ಕಂತೆ......!

ಕೊಟ್ಟಿಗೆ ಪಕ್ಕದ ಕಾಲುದಾರಿಯಲ್ಲಿ ಹತ್ತು ಹೆಜ್ಜೆ ನಡೆದರೆ, ಅದೇ ಇಣಿಕಲು! ಹಿಂದೊಮ್ಮೆ ತೀರಾ ಪರಿಚಿತವಾದ ಹಾದಿ! ಗದ್ದೆಯ ಇಳಿಜಾರಿನಲ್ಲಿ ಇಕ್ಕಟ್ಟಾಗಿ ಮಾಲತೀನದಿ ದಡದ ಕೆಸರಿನಲ್ಲಿ ಹುಗಿದ ಕಾಲನ್ನು ಎತ್ತಿ ಎತ್ತಿ ಇಡುತ್ತಾ ಮುಗ್ಗರಿಸದಂತೆ ಜೋಪಾನವಾಗಿ ನಡೆದ ದಾರಿ.... ಸದಾ ಕೆಂಪಾಗಿ ಆಳವಿಲ್ಲದೆ, ತೆಳುವಾಗಿ ಸಾವಕಾಶವಾಗಿ ಹರಿಯುವ ಮಾಲತೀನದಿ....! ಮಕ್ಕಳಾಟಿಕೆಯಲ್ಲಿ ಬಟ್ಟೆ ಬಿಚ್ಚಿ ಶ್ರೀಕಂಠಣ್ಣ ಸೀನಣ್ಣ ವಾಸುದೇವ ಈಜು ಕಲಿಯುವಾಗ, ನುಣುಪು ಕಲ್ಲಾರಿಸುತ್ತಾ ಕಾಗೆ ಬಂಗಾರ ಹುಡುಕಿದ ನಾನೂ, ಸೀತೆ....! ಸ್ನಾನ ಮುಗಿಸಿ ಒದ್ದೆ ಮೈಯಲ್ಲಿ ಅಶ್ವತ್ಥಮರದ ಕಪ್ಪು ಬಂಡೆಯಲ್ಲಿ ಮೈ ಒಣಗಿಸುತ್ತಾ ಬಿದ್ದ ವಾಸುದೇವ ಶ್ರೀಕಂಠಣ್ಣ ಸೀನಣ್ಣ! ಅಶ್ವತ್ಥಮರದ ಮರ ಮರ ಸದ್ದು!......

ಕಟ್ಟೆಯ ಬದಿಯ ಮೆಟ್ಟಿಲಿಳಿದು, ಪಕ್ಕಕ್ಕೆ ತಿರುಗಿ ಸಾರ ದಾಟಿದರೆ, ಕಾಡಿನ ಮಧ್ಯದಲ್ಲೇ ಸೀಳುಬಿಟ್ಟಂತೆ ಉಬ್ಬು ತಗ್ಗಿನಲ್ಲಿ ಹರಿಯುವ ಎರಡಂಗೈ ಅಗಲದ ಕಾಲು ದಾರಿ..... ಇದ್ದಕ್ಕಿದ್ದಂತೇ ಕಪ್ಪಾಗಿ ನೂರಾರು ವರ್ಷಗಳಿಂದ ಸೂರ್ಯನನ್ನೇ ಕಂಡಿಲ್ಲದಂತೆ ಒತ್ತೊತ್ತಾಗಿ, ಕಿಚಿಕಿಚಿಯಾಗಿ, ಮುಗಿಲೆತ್ತರ ಬೆಳೆದು ನಿಂತ ಮರಗಳ ನಡುವೆ ಕಾಲಡಿ ತಣ್ಣಗೆ ಕೊರೆಯುವ ನೆಲ. ಉದ್ದಕ್ಕೂ ಬೆಳ್ಳಗೆ ನಕ್ಷತ್ರದಂತೆ ಹಾಸಿದ ರಂಜದ ಹೂವು; ಕಾಡಲ್ಲಿ ಎಲ್ಲೋ ಅರಳಿದ ನಾಗಸಂಪಿಗೆ: ಮಾಲತಿನದಿಯ ಬದಿಯ ಬನದಲ್ಲರಳಿದ ಕೇದಗೆ; ಗೊಂಚಲು ಗೊಂಚಲು ಕಾಯಿ ಹೊತ್ತು ನಿಂತ ನೇರಲೆ, ಪನೀರಲೆ.... ಇಪ್ಪೇ ಹಣ್ಣು, ಧೂಪದ ಮರಕ್ಕೆ ನೇತುಬಿಟ್ಟ ನೀರಾಟೆ! ಪೊದೆಯಲ್ಲಿ ಗೊಂಪೆ ಗೊಂಪೆ ಸಿಂಬಳ. ಗುಡ್ಡೇದಾಸವಾಳದ ಹಣ್ಣು!

ನಾನೂ, ಸೀತೆ ಎಲೆ ಹುದುಗಿಸಿ, ಹಣ್ಣು ಬಿಡಿಸಿ, ಹಾಲವಾಣದ ಗಿಡಕ್ಕೆ ದೋಟಿ ಎಸೆದು, ಚನ್ನೇಮಣೆಕಾಯಿ ಹೆರಕಿ, ಬಾಳೇನಾರಿಗೆ ರಂಜನ ಹೂವು ಪೋಣಿಸುತ್ತಿದ್ದೆವು. ಕೈ ಕೈ ಹಿಡಿದು ಮರಗಳ ಸುತ್ತಾ ಗಿರಿಗಿಟ್ಟಲೆಯಾಡುತ್ತಿದ್ದೆವು.

ಕಣ್ಣಾಮುಚ್ಚಾಲೆಯಾಡುತ್ತಾ ಮರಗಳ ಸಂದಿ ಬಚ್ಚಿಟ್ಟುಕೊಂಡ ಶ್ರೀಕಂಠಣ್ಣ, ಸೀನಣ್ಣ, ವಾಸುದೇವ.

ಧೋಧೋ ಎಂದು ಸುರಿಯುತ್ತಿದ್ದ ಮಳೆಗಾಲದ ನಿರಂತರ ಮಳೆಯಲ್ಲಿ, ಮೊಣಕಾಲಿನವರೆಗೆ ಹುಗಿದ ನೆಲ. ಕೈ ಕಾಲುಗಳಿಗೆ ಹತ್ತಿಕೊಂಡ ಇಂಬಳದಿಂದಾಗಿ ಗಣಮಗರಂತೆ ತಕಪಕ ಕುಣಿದು ಕುಪ್ಪಳಿಸುತ್ತಿದ್ದೆವು. ಬೆಳಗ್ಗಿನ ಮಸುಕು ಬೆಳಕಲ್ಲಿ ಬಹು ದೂರದಿಂದ ಕೇಳುವ ಕಾಡಿನ ಜೀ....ಜೀ ಸದ್ದು, ಮುಸ್ಸಂಜೆಯ ಮಬ್ಬಿನಲ್ಲಿ ಯಾವುದೋ ಹಕ್ಕಿಯ ಅಸ್ಪಷ್ಟ ಚಿಲಿಚಿಲಿಯಲ್ಲಿ ಗವ್ವೆನ್ನುತ್ತಾ ಕತ್ತಲೇರಿದಂತೆ ರಾತ್ರಿ ಹಕ್ಕಿಗಳ ವಿಚಿತ್ರ ಚೀತ್ಕಾರದಲ್ಲಿ.... ಹೆಪ್ಪುಗಟ್ಟುತ್ತಾ ನಿಗೂಢವಾಗುತ್ತಿದ್ದ ಅದೇ ಕಾಡು !...

ದಬ್ಬೆ ದಾಟಿ ಒಳಗಡಿ ಇಟ್ಟೆ. ಅಂಗಳದಲ್ಲಿ ಮಳೆ ಚಳಿ ಗಾಳಿಗೆ ಜಗ್ಗಿ ಏರುಪೇರಾದ ಎಂದೋ ಹಾಸಿದ ಚಪ್ಪರ. ಹಿತ್ತಲಲ್ಲಿ ಪೊದೆಯಾಗಿ ಬೆಳೆದ ಗರಿಕೆ. ತಳದಲ್ಲಿ ಹುಗಿದಂತೆ ಹೊಂಡದಲ್ಲಿರುವ ಹಳೇಮನೆ. ಸೂರ್ಯನ ಪ್ರಖರ ಬೆಳಕಿನಲ್ಲೂ ಸದಾ ಹಬ್ಬಿ ನಿಂತ ಮಬ್ಬುಗತ್ತಲು.....

ಎಂಟು–ಹತ್ತು ವರ್ಷದಲ್ಲಿ ಮನೆ ಸಾಕಷ್ಟು ಮುಪ್ಪಾದಂತೆ ಕಂಡಿತು. ಸಾವಿತ್ರತ್ತೆ ಇದರ ಅಂತರಂಗದಲ್ಲೆಲ್ಲೋ ಹುದುಗಿರಬೇಕು.

ಜಗುಲಿಯೇರಿ ಅಗುಳಿಹಾಕಿಲ್ಲದ ಹೆಬ್ಬಾಗಿಲು ದೂಡುತ್ತಿದ್ದಂತೇ "ದೈವ ! ದೈವ ! ದೈವ ಕಣಾಂಗೆ ಅದೆ, ಸಾವಿತ್ರಿ.... !" ಅಂತ ಅಮ್ಮ ಅಂದದ್ದು ನೆನಪಾಗಿ ಮೈ ನಡುಗಿತು. ಒಳಹೊಕ್ಕದ್ದೇ ಕಣ್ಣಿಗೆ ರಪ್ ಎಂದು ಬಡಿದ ಕತ್ತಲು ! ಹೊರಗಿನ ಪ್ರಪಂಚಕ್ಕೆ ಅಸಂಬದ್ಧ ರೀತಿಯಲ್ಲಿ ಸುತ್ತಲೂ ಹರಡಿ ನಿಂತ ನೀರವತೆ.

ಸಾವಿತ್ರತ್ತೆಯ ಈ ಹಳೇಗಾಲದ ದೊಡ್ಡಮನೆಯ ಬಗ್ಗೆ ಹೇಳಲಿಕ್ಕೆ ಎಷ್ಟೊಂದು ಇಲ್ಲ ? ಮಜಬೂತಾದ ಭಾರಿ ತೊಲೆಗಳ ನಡುವೆ ಗವ್ವೆನ್ನುವ ಕತ್ತಲಲ್ಲಿ ಇತಿಹಾಸದ ಪುರಾವೆಗಳನ್ನೇ ದಾಖಲಿಟ್ಟಂತೆ. ಥಂಡಿಗೆ ಜುಮ್ಮು ಹಿಡಿದ ಬಾಗಿಲುಗಳು ಡರ್ರೋ ಎಂದು ಒಂದೊಂದಾಗಿ ತೆರೆದುಕೊಳ್ಳುತ್ತಾ ಕಣ್ಣತುಂಬ ಅಷ್ಟಗಲ ಹರಡಿಕೊಳ್ಳುವ ಕರಿಗತ್ತಲ ಪ್ರವಾಹದಲ್ಲಿ ದಢಕ್ಕನೆ ಮುನ್ನುಗ್ಗಿದ್ದಾಗ ತಡವರಿಸುವ ಬೃಹದಾಕಾರದ ಗೋಡೆಗಳ ನಡುವೆಯೇ ಪಳಕ್ಕನೆ ಮಿಂಚಿ ಮಾಯವಾದ ಮಬ್ಬುಗತ್ತಲಿನಲ್ಲೇ ಮತ್ತೊಮ್ಮೆ ಅಸ್ಪಷ್ಟ ರೂಪ ತೋರಿ ಎದ್ದೆದ್ದು ಕುಣಿವ ಭೂತದ ಘಟನೆಯಂತೆ ನೆನಪಿದೆ !.....

ಸಾವಿತ್ರತ್ತೆಯ ಮನೆ ಬಾಗಿಲುಗಳೆಂದರೆ, ನನ್ನಲ್ಲೀಗಲೂ ಕಾರಣವಿಲ್ಲದೇ ಅಸ್ಪಷ್ಟ ಹೆದರಿಕೆಯೊಂದು ಗರಗುಟ್ಟಿ ನಡುಗಿಸುತ್ತದೆ....

ಮುಸ್ಸಂಜೆಯಲ್ಲಿ ಶಾಲೆಯಿಂದ ಮನೆಗೆ ಬಂದದ್ದೇ ಒಂದೊಂದು ದಿನ ನನಗೂ ಸೀತೆಗೂ ಆ ಮನೆಯ ಬಾಗಿಲೆಣಿಸುವ ಒಂದು ವಿಚಿತ್ರ ಆಟವಿತ್ತು. ಹೆಚ್ಚು ಬಾಗಿಲುಗಳನ್ನು ದಾಟಿ ಚೌಕಿಯನ್ನು ಹಾದು, ಹೊರ ಅಂಗಳಕ್ಕೆ ಯಾರು ಮೊದಲು ಬರುತ್ತಾರೋ ಅವರಿಗೆ ಆ ದಿನದ ಸಂಗ್ರಹಣೆಯಲ್ಲಿದ್ದ ಚನ್ನೇಮಣೆಕಾಯಿ, ನೀರಾಟೆ,

ರಂಜದ ಹಣ್ಣು, ಗುಡ್ಡೇದಾಸವಾಳದ ಹಣ್ಣು, ಗೇರು ಬೀಜದ ಹೆಚ್ಚಿನ ಪಾಲು ದಕ್ಕುತ್ತಿತ್ತು.

ಚೌಕಿಯ ಗವ್ವೆನ್ನುವ ನೀರವತೆಯನ್ನು ಹಾದು ಒಂದೊಂದೇ ಕೋಣೆಯನ್ನು ದಾಟಿ ಹೋದ ಹಾಗೆ, ಎಷ್ಟೋ ವರ್ಷಗಳಿಂದ ತೆರೆಯದೆ ಒಂದು ರೀತಿಯಲ್ಲಿ ಜಡಗಟ್ಟಿದ ಕೋಣೆಯ ಬಾಗಿಲುಗಳು ಸದ್ದು ಮಾಡುತ್ತಾ ತೆಗೆದುಕೊಳ್ಳುತ್ತಿದ್ದಂತೆ, ಕತ್ತಲ ಹೊಸ ಪ್ರಪಂಚದಲ್ಲಿ ಇದ್ದಕ್ಕಿದ್ದಂತೆ ಹುಟ್ಟಿಕೊಳ್ಳುವ ಏಕಾಂತದಲ್ಲಿ ಬಾವಲಕ್ಕಿಯ ಉಚ್ಚೆ ವಾಸನೆ, ಕಾಲಿಗೆ ಪಚಕ್ಕನೆ ಸಿಕ್ಕಿಕೊಂಡು ಗವ್ವೆನ್ನುವ ಇಲಿ ಹೆಗ್ಗಣ; ನಿಚ್ಚಳವಾಗಿ ಅಲ್ಲೆಲ್ಲೋ ಬೇರುಬಿಟ್ಟ ಪುರಾತನ ಗಮಟುನಾತ. ಹೆದರಿಕೆಯಿಂದ ನಡುಗುತ್ತಲೇ ನಡುನಡುವೆ ಪುಟಿದ ಉತ್ಸಾಹದಲ್ಲಿ ಒಂದೊಂದೇ ಬಾಗಿಲನ್ನು ದಾಟುತ್ತಾ..... ದಾಟುತ್ತಾ.... ಹೊರ ಅಂಗಳ ಸಮೀಪಿಸುತ್ತಿದ್ದವಳಿಗೆ ಮೈಯ ಒಂದೊಂದು ರೋಮವೂ ನಿಮಿರಿನಿಂತು, ಕಿಟಾರನೆ ಕಿರಿಚಿಕೊಳ್ಳುವಂತೆ ಸೀತೆ ವಿಕಾರವಾಗಿ ಧ್ವನಿ ತೆಗೆದು ಸಹಸ್ರಾರು ಮೈಲಿಗಳಾಚೆ ಅರಚಿಕೊಂಡಿದ್ದು ತೀಕ್ಷ್ಣವಾಗಿ ಅಷ್ಟೇ ಭಯಂಕರವಾಗಿ ಒಂದೊಂದೇ ಬಾಗಿಲುಗಳಿಗೆ ಬಡಿಯುತ್ತಾ ನನ್ನ ಕಿವಿಗೆ ಬಂದು, ಅಪ್ಪಳಿಸಿದ್ದು.... !

...... ತೆರೆದ ಬಾಗಿಲು ದಾಟಿ ಪಡಸಾಲೆಗೆ ಬಂದರೆ ಎಡಗಡೆ ಸಾಲುಗಟ್ಟಿ ನಿಂತ ಮೆಟ್ಟಿಲು ! ಒಂದೊಂದನ್ನೇ ಹತ್ತಿ ಮೇಲೆ ಹೋದರೆ ಉಪ್ಪರಿಗೆ ! ಆ ಕಾಲದಲ್ಲಿ ಸೀತೆ ಒಂಟಿಯಾಗಿ ತಪಸ್ಸು ಮಾಡುತ್ತಾ ಕುಳಿತಿರುತ್ತಿದ್ದ ಗಾಳಿಯುಪ್ಪರಿಗೆ! ಎದುರಿಗೆ ಶಾಂತವಾಗಿ ತಣ್ಣಗೆ ಹರಿಯುವ ಕೆಂಪು ಮಾಲತೀನದಿ. ಎಲ್ಲೋ ಗಾಳಿಗೆ ಸುಂಯೀ ಎಂದು ನೆಲಕ್ಕೆ ಬಾಗುವ ಗಾಳೀಮರಗಳ ಸದ್ದು. ಗೊಟರ್ ಗೊಟರ್.... ಬಿಟ್ಟೋ ಬಿಟ್ಟೋ ಸದ್ದು ಮಾಡುವ ಮರಕುಟಿಕ ಹಕ್ಕಿ; ಹೊಳೆಯಲ್ಲಿ ಎಮ್ಮೆಗೆ ಮೈ ತೊಳೆಸುತ್ತಾ ಯಾವ ರಾಗಕ್ಕೂ ಬರಲೊಪ್ಪದಂತೆ ಹಾಡುತ್ತಿರುವ ಲಕ್ಷ್ಮಣ; ಆ ಬದಿಯ ಅಗ್ರಹಾರದ ಯಾರದ್ದೋ ಮನೆಯಲ್ಲಿ ತೊಟ್ಟಿಲು ತೂಗುತ್ತಾ, ಜೋಗುಳ ಹಾಡುತ್ತಿರುವ ಹೆಣ್ಣು; ಕೆಳಗೆ ಊಟಮಾಡಿ, ಎಲೆ ಅಡಿಕೆ ಹಾಕಿಕೊಳ್ಳುತ್ತಾ, ಲವಲವಿಕೆಯಿಂದ ಕೋಯ್ಯೋ ಕೊ.... ಕ್ ಎಂದು ಉಯ್ಯಾಲೆ ತೂಗಿಕೊಳ್ಳುತ್ತಿರುವ ಅಪ್ಪಣ್ಣ ಮಾವಯ್ಯ; ಪಕ್ಕದ ಕಾಡಿನಲ್ಲಿ ಹುಲ್ಲು ಮೇಯುತ್ತಿರುವ ದನ-ಕರುಗಳ ಕೊರಳಿನ ಗಂಟೆಯ ಗಣಗಣ ನಾದ; ಇಂಪಾಗಿ ಗಾಳಿ ಸೀಳಿ ಅಲೆಅಲೆಯಾಗಿ ಬರುವ ದನಕಾಯುವ ಹುಡುಗರ ಕೊಳಲಧ್ವನಿ; ರಂಜದ ಮರದಿಂದ ಮಾವಿನ ಮರಕ್ಕೆ, ಮಾವಿನ ಮರದಿಂದ ಹಲಸಿನ ಮರಕ್ಕೆ ಪ್ರಣಯದಲ್ಲಿ ತೊಡಗಿ ಹಾರುತ್ತಿರುವ ಎರಡು ಮೈನಾಹಕ್ಕಿ ; ಆಕಾಶದಲ್ಲಿ ಗುಂಪಾಗಿ, ಗಾಳಿ ತಿವಿಯುತ್ತಾ ರೆಕ್ಕೆಯ ರಪರಪ ಸದ್ದಲ್ಲಿ ಆ ತುದಿಯಿಂದ ಈ ತುದಿಗೆ, ಈ ತುದಿಯಿಂದ ಆ ತುದಿಗೆ ಹಾರುತ್ತಿರುವ ಬೆಳ್ಳಕ್ಕಿ ಹಿಂಡುಗಳು; ಎದುರಿನ ಗೇರುಸೊಪ್ಪು ಗುಡ್ಡದಲ್ಲಿ ಯಾವ ಎಗ್ಗೂ ಇಲ್ಲದೆ ಸೀರೆಯನ್ನು ಸಂಪೂರ್ಣ ಮೇಲಕ್ಕೆತ್ತಿಕಟ್ಟಿ, ಹೊರೆಸೊಪ್ಪು ಹೊತ್ತು ಬಳುಕುತ್ತಾ ಬರುವ ಯೆಂಕು, ಮೀನಾಕ್ಷಿ ಬೇರಿ, ಹಾಲಿ.... ರಾಮಿ.... ಗುಡ್ಡಿ.... ಪುಟ್ಟಿ....

ತೆರೆದ ಹಾಗೂ ತೆರೆದುಕೊಳ್ಳುವ ಬಾಗಿಲುಗಳು; ಒಂದು ಇನ್ನೊಂದಕ್ಕೆ ವ್ಯತ್ಯಾಸ

ತಿಳಿಯದ ಕೋಣೆಗಳು; ಸೀತೆ ಹುಟ್ಟಿ ಸತ್ತು, ಅಪ್ಪಣ್ಣ ಮಾವಯ್ಯರ ಹುಚ್ಚು ಮರುಕಳಿಸಿ, ಅವರನ್ನು ಕೆರಳಿಸಿ, ಕೊನೆಗಾಣಿಸಿದ; ಇದೇ ಈಗ – ಸಾವಿತ್ರತ್ತೆಯನ್ನು ಅಂತರಂಗದಲ್ಲಿ ಹಿಡಿದು ಹಿಂಡುತ್ತಿರುವ ಚೌಕಿ ಎಲ್ಲಿದಿಯೋ ?

ಇಷ್ಟಗಲ ತೆರೆದು ನಿಂತ ಬಾಗಿಲು ದಾಟಿ ಒಳಗಡಿ ಇಡುತ್ತಿದ್ದಂತೇ ಕಣ್ಣಿಗೆ ಬಿತ್ತು ಚೌಕಿ ! ಒಳಗಿನ ಮಂದಬೆಳಕಿನಲ್ಲಿ ಅಸ್ಪಷ್ಟವಾಗಿ ಕಂಡ ಆಕೃತಿ ಕ್ರಮೇಣ ಸ್ಪಷ್ಟವಾಗುತ್ತಿದ್ದಂತೇ ಸಾವಿತ್ರತ್ತೆಯ ಕೆಂಪು ಸೀರೆ ಮೊದಲು ಕಾಣಿಸಿ ಮೈ ಜುಮ್ಮೆಂದಿತು.

ಚೌಕಿ ಕಂಬಗಳ ನಡುವೆ ಗೋಡೆಗೊರಗಿ ಕೂತು, ಮಾಡು ಸೀಳಿ ಚೌಕಿಹೊಂಡದಲ್ಲಿ ತೆಳ್ಳಗೆ ಅಲ್ಲಾಡುತ್ತಾ ಮೂಡಿದ್ದ ಬಿಸಿಲುಗೋಲನ್ನೇ, ನಿಟ್ಟಿಸುತ್ತಿರುವ ಸಾವಿತ್ರತ್ತೆ ! ಬಲಗಾಲನ್ನು ಮೇಲೆತ್ತಿ ಬೆತ್ತಲೆ ಬಲಕೈಯಲ್ಲಿ ಅದನ್ನು ಬಳಸಿ, ಎಡಗಾಲು ನೆಲಕ್ಕೂರಿ ಹಿಂದಕ್ಕೊರಗಿ ಕೂತಿದ್ದರು.

ಅರ್ಧ ಸೆರಗಿನಲ್ಲಿ ಮರೆಯಾದ ಬೋಳಿಸಿದ ತಲೆ; ಬೂದು ಬಣ್ಣಕ್ಕೆ ತಿರುಗಿ ಬಿಸಿಲುಗೋಲನ್ನೇ ನಿಟ್ಟಿಸುತ್ತಿದ್ದ ಮಾಸಲು ಕಣ್ಣುಗಳು.... "ಸಾವಿತ್ರೀದ್ ಕಣ್ಣ್ ಅಂದ್ರೆ ಮೀನ್, ಮೀನ್‌ಕಣಾಂಗಿದ್ದು ! ಮಾಲತೀಹ್ವಳೀ ಮೀನು ನಾಜೂಕು...." ಸಂಜೆಗತ್ತಲಲ್ಲಿ ಚೌಕಿಯಲ್ಲಿ ಹರಡಿದ ನಂದಾದೀಪದ ಹೊಂಬಣ್ಣದಲ್ಲಿ, ಅರಿಸಿಣ ಹಚ್ಚಿಕೊಂಡು ಬಂಗಾರದಂತೆ ಪಳಪಳ ಹೊಳೆವ ಅವೇ ಕೆನ್ನೆ, ಗಲ್ಲ ಸುಕ್ಕುಸುಕ್ಕಾಗಿ ಮಡಿಕೆಗಟ್ಟಿ ಆಳಕ್ಕಿಳಿದಿತ್ತು; ಮೂಗಿನ ಕೆಳಗೆ, ಅಪ್ಪಚ್ಚಿಯಾಗಿ ದರದರಗುಟ್ಟುತ್ತಿದ್ದ ಸಾವಿತ್ರತ್ತೆಯ ಒಂದಾನೊಂದು ಕಾಲದ ಕೊರೆದಿಟ್ಟ ತುಟಿ.... ಹಿಪ್ಪಿಪ್ಪೆಯಾಗಿ ಅಲ್ಲಾಡುತ್ತಿದ್ದ ಬೊಚ್ಚುಬಾಯಿ.... "ಸುಟ್ಟ ಬದನೇಕಾಯಿ ನಮೂನಿ ಆಗದೆ, ಸಾವಿತ್ರಿ...." ಮುರುಟಿಹೋಗಿ ಜೋತುಬಿದ್ದ ಕೈಯನ್ನು ವಿಚಿತ್ರವಾಗಿ ತಿರುಗಿಸಿ, ಕಪ್ಪಗೆ ಸಣಕಲಾಗಿ ಮಾಸಲು ಸೀರೆಯಲ್ಲಿ ಮತ್ತಷ್ಟೂ ಮಬ್ಬಾಗಿ, ಚೌಕಿಯ ಮಂದ ಬೆಳಕಿನಲ್ಲಿ ಮಿಣಿಮಿಣಿಯಾದ ಸಾವಿತ್ರತ್ತೆ.... !

ಬಹು ದಿನಗಳ ಹಿಂದೆ ಚೌಕಿಯ ಬಲಪಕ್ಕದ ಮೂಲೆಯಲ್ಲಿ ಕತ್ತಲೆ ತುಂಬಿದ ದೇವರಕೋಣೆ. ಸಗಣಿ ಹಾಕಿ ಸಾರಿಸಿ, ಬೆಳ್ಳಗೆ ರಂಗೋಲೆ ಹಾಕಿದ ನೆಲ, ಮೇಲೆ ತೊಲೆಗೆ ಮೊಳೆಹೊಡೆದು ಕಟ್ಟಿದ ಹೊಗೆಯಿಂದ ಮಸುಕಾದ ಶಿವ, ಪಾರ್ವತಿ, ಗಣೇಶ; ರಾಮ–ಲಕ್ಷ್ಮಣ–ಸೀತೆ–ಹನುಮಂತ; ಅಮ್ಮನವರ ದೊಡ್ಡದೊಡ್ಡ ಪಟಗಳು. ನಸುಕಿನಲ್ಲೇ ಎದ್ದು ಹಿತ್ತಲಲ್ಲಿ ಜಾಜಿ, ದಾಸವಾಳ, ಪಾರಿಜಾತ, ಸಂಪಿಗೆ ಹೂವನ್ನು ಬಿಡಿಸಿ, ಸ್ನಾನಮಾಡಿ ಮಿರಮಿರ ಮಿಂಚುತ್ತಾ ಸುತ್ತಲೂ ಬೆಳ್ಳಿಯ ಸಲಕರಣೆಯಿಟ್ಟು ರಾಗವಾಗಿ ಹಾಡು ಹೇಳುತ್ತಾ ಪೂಜೆ ಮಾಡುತ್ತಿದ್ದ ಸಾವಿತ್ರತ್ತೆ, ಮಡಿಯುಟ್ಟು ಕಂಚಿನ ಕಂಠದಲ್ಲಿ ಮಂತ್ರ ಪಠಿಸುತ್ತಾ ಜಣಜಣ ಗಂಟೆ ಬಾರಿಸಿ ದೇವರ ಮನೆಯೊಳಗೆ ಹೊಕ್ಕು ಪೂಜೆ ಮಾಡುತ್ತಿದ್ದ ತಿಪ್ಪಾ ಜೋಯಿಸರ ಮಗ–ಮರಿಭಟ್ಟ; ಕಿಸಕ್ಕನೆ ಹಲ್ಲು ಕಿಸಿದು, ಗುಟ್ಟಾಗಿ ಊರಪಂಚಾಯ್ತಿ ಹರಡಿ, ಊಟಕ್ಕಾಗಿ ಬಾಗಿಲ ಸರಪಳಿ ಕಿಣಿಕಿಣಿ ಮಾಡುತ್ತಾ ಗಂಟೆ ಹನ್ನೆರಡಾದರೂ ನಿಂತೇ ಇರುತ್ತಿದ್ದ ತಿಪ್ಪಾಜೋಯಿಸರ ಮಗಳು, ಸಣ್ಣ ತಂಗಿ.... "ಬಂದಿಯಾ ? ಬಾ....

ಬಾ.... ಈಗಷ್ಟೇ ಬಂದದ್ದಾ ? ಇಗೊಳ್ಳಿ, ಮಣೆ ಹಾಕ್ಕೊಳ್ಳಿ, ಉಂಡು ಹ್ವಾದರಾಯ್ತು'' ಉಪಚಾರದ ಮಾತಾಡುತ್ತಾ ಚೌಕಿ ತುಂಬಾ ನಗುನಗುತ್ತಾ ತಿರುಗುತ್ತಿದ್ದ ಸಾವಿತ್ರತ್ತೆ.

ಕಣ್ಣ ಮುಂದೆ ಯಾವದೋ ನೆರಳು ಸುಳಿದಂತಾಗಿ ಸಾವಿತ್ರತ್ತೆ ತಲೆ ಎತ್ತಿದಾಗ "ನಾನು ಶಾರದೂ ಸಾವಿತ್ರತ್ತೆ'' ಯಾಕೋ ಗಂಟಲಿನಿಂದ ಸ್ವರವೇ ಏಳುವುದಿಲ್ಲ. ಯಾವುದೋ ದಿಗಿಲು. ತಲೆ ಮುಂದೆ ಬಾಗಿ, ಎಡಕೈಯನ್ನು ಓರೆಯಾಗಿ ಕಣ್ಣಿಗೆ ಹಿಡಿದು ಬೆಳ್ಳಗೆ ಸಾರವೇ ಇಲ್ಲದಂತೆ ಬಿಳುಚಿ ಮುರುಟಿಯೇ ಹೋದ ಕಣ್ಣನ್ನು ಮತ್ತಷ್ಟು ಕಿರಿದುಗೊಳಿಸಿ, ಸೂಕ್ಷ್ಮವಾಗಿ ಏನನ್ನೋ ಅಳೆಯುತ್ತಿರುವ ಹಾಗೆ, ಯಾವುದನ್ನೋ ಹುಡುಕುತ್ತಿರುವ ಹಾಗೆ- ಮತ್ತೆ ಮತ್ತೆ ನನ್ನ ಕಣ್ಣು ಮೂಗು, ಬಾಯಿಯ ಮೇಲೆಲ್ಲಾ ಸಂಚರಿಸುತ್ತಿರುವ ಸಾವಿತ್ರತ್ತೆಯ ತೀಕ್ಷ್ಣ ಕಣ್ಣು !

ಚೌಕಿಯಲ್ಲಿ ಹಳೇ ಗಬ್ಬು ವಾಸನೆ ಮಧ್ಯೆ ಮಾಡು ಸೀಳಿ ಬೀಳುತ್ತಿದ್ದ ತೀಕ್ಷ್ಣ ಬೆಳಕು. ಸೂರ್ಯ ಮೇಲೇರಿದಂತೆ ನಿರ್ದಿಷ್ಟ ಕೋನದಲ್ಲಿ ಒಳನುಗ್ಗಿದ ಕಿರಣಗಳು ಸಣ್ಣದಾಗಿ ಮರೆಯಾಗುತ್ತಿದ್ದಂತೇ ಚೌಕಿಯಲ್ಲಿ ಸಟ್ಟನೆ ಆವರಿಸಿದ ದಟ್ಟಗತ್ತಲು, ಕೈಗೆಟಕುವಷ್ಟು ಅಂತರದಲ್ಲಿ ಕಿವಿಯ ಪಕ್ಕದಲ್ಲೇ ಬಾಲಬಡಿದು, ಪರಾವ್‌ಪರಾವ್ ಸದ್ದು ಮಾಡುತ್ತಾ ಹಾರುತ್ತಿರುವ ಬಾವಲಿಗಳು; ಹೆಗ್ಗಣಗಳು ನಾಗಂದಿಗೆ ಡಬ್ಬ ಉರುಳಿಸಿ, ದಡಬಡ ಮಾಡಿದ ಸದ್ದು; ಎಡಬದಿಯ ಮೂಲೆಯಲ್ಲಿ ಕತ್ತಲಲ್ಲಿ ಮುಚ್ಚಿಯೇ ಹೋದ ಉಯ್ಯಾಲೆ ಮೇಲೆ ಹೆಗ್ಗಣ ಜಿಗಿದಿರಬೇಕು – ಇದ್ದಕ್ಕಿದ್ದಂತೇ ತೋ...ಯ್ಯೋ ಡೋಕ್ ಎಂದು ಕೂಗಿಕೊಂಡಿತು. ಇನ್ನೆಲ್ಲೋ, ಇಲಿಯೋ ಹೆಗ್ಗಣವೋ ಕಳ್ಳರ ಹಾಗೆ ಅಡಿಯಿಡುತ್ತಾ ಸರಸರ ಹರಿದಾಡಿ ಒಂದಾನೊಂದು ಕಾಲದ ಸಾವಿತ್ರತ್ತೆಯ ಮಡಿ ಒಲೆಯ ಬೂದಿಯನ್ನು ಕೆದಕುತ್ತಿತ್ತು. ಮೇಲೆ ವರಲೆ ಹಿಡಿದ ನಾಗಂದಿಗೆ ! ಅಲ್ಲಲ್ಲಿ ಹಪ್ಪಳಿಕೆ ಎದ್ದು ನೆಲದ ಮೇಲೆಲ್ಲಾ ಮರದಪುಡಿ ಉದುರಿತ್ತು. ಎಡಬದಿಯ ಸಂದಿಯಿಂದ ಹೋದ ಒಳಉಪ್ಪರಿಗೆ ಮೆಟ್ಟಿಲು ಕುಸಿದು ದೊಪ್ಪೆ ದೊಪ್ಪೆಯಾಗಿ ಬಿದ್ದದ್ದ ಮಣ್ಣಿನ ಹೆಂಟೆ, ಚೌಕಿಯು ತೊಲೆ, ಕಂಬಗಳಲ್ಲಿ ಹಕ್ಕಳೆ ಸೇರಿ ಮರದ ತೊಗಟೆ ಹಿಪ್ಪಿಪ್ಪೆಯಾಗಿ ನೇತಾಡುತ್ತಿತ್ತು. ಕ್ಷಣಕ್ಕೊಮ್ಮೆ ಹಿಂಡುಹಿಂಡಾಗಿ ಕೆಳಗೆ ಬಿದ್ದು ಮಿಲಮಿಲ ಒದ್ದಾಡುತ್ತಾ ಮಾಸಲುಕಣ್ಣಲ್ಲಿ ಇನ್ನೂ ಜೀವಂತವಿದ್ದ ಸಾವಿತ್ರತ್ತೆಯ ಸುತ್ತಾ ಸುತ್ತುವರಿದ ದುಂಡಗಿನ ಬಿಳಿವರಳೆಗಳು !.....

ಸಾಯಂಕಾಲದ ಹೊತ್ತಿನಲ್ಲಿ ಚೌಕಿಯ ಮಬ್ಬುಬೆಳಕಿನಲ್ಲಿ ದೇವರ ಗೂಡಿಗೆ ಎದುರಾಗಿ ಹೂಬತ್ತಿ ಹೊಸೆಯುತ್ತಾ ರಾಗವಾಗಿ ದೇವರ ನಾಮ ಹಾಡುತ್ತಾ ಕೂತಿರುತ್ತಿದ್ದ ಸಾವಿತ್ರತ್ತೆಯ ನೆನಪಾಯಿತು. ಬಾಗಿಲ ಸರಪಳಿ ಕಟಕಟ ಸದ್ದಾದರೂ ಸಾಕು.... "ಅರೇ ಶಾರದೂ, ಬಂದಿಯಾ ?..... ಬಾ.... ಬಾ....'' ಎಂದು ಸಡಗರದಿಂದ ಉಯ್ಯಾಲೆ ಹತ್ತಿ ತಮ್ಮ ಕುಳ್ಳ ಆಕೃತಿಗೆ ಹಾಗೇ ದಕ್ಕದ ನಾಗಂದಿಗೆ ಡಬ್ಬ ತೆಗೆದು, ರವೆಯುಂಡೆ, ಚಕ್ಕುಲಿ, ಕೋಡುಬಳೆ ಕೊಟ್ಟು..... "ಸೀತು ಮ್ಯಾಲೆ ಉಪ್ಪರಿಗೆಯಲ್ಲಿದೆ, ಹ್ವಾಗ್...'' ಎಂದು ಮತ್ತೆ ಹೂಬತ್ತಿ ಹೊಸೆಯುತ್ತಾ ಅರ್ಧಕ್ಕೆ ಬಿಟ್ಟ ದೇವರನಾಮವನ್ನು ರಾಗವಾಗಿ ಮುಂದುವರೆಸುತ್ತಿದ್ದರು. ದೇವರೆದುರು ಮಣೆಯಿಟ್ಟು, ಟಪ್ ಎಂದು ಎಡಗಡೆಯ ಅಂಗೈ ಮೇಲೆ ಬಲಕೈಯಿಂದ ತಲೆಬಳಸಿ

ತಂದು ಹೊಡೆದು, ಕೈಯಲ್ಲಿ ಮೂಗು ಹಿಡಿದು ಭಣಭಣ ಮಾಡಿ, ಮತ್ತೊಮ್ಮೆ ಎರಡೂ ಕೈಯಲ್ಲಿ ಹಾಗೊಮ್ಮೆ ಹೀಗೊಮ್ಮೆ ಚಪ್ಪಾಳೆತಟ್ಟಿ, ಶಂಖ ಮಾಡಿ, ಚಕ್ರ ಮಾಡಿ, ಎದೆ ಸೆಟಸಿ, ಕಣ್ಣುಮುಚ್ಚಿ ತದೇಕಚಿತ್ತದಿಂದ ಮೂಲೆಯಲ್ಲಿ ಸಂಧ್ಯಾವಂದನೆ ಮಾಡುತ್ತಾ ಅಪ್ಪಣ್ಣ ಮಾವಯ್ಯ ಕೂತಿರುತ್ತಿದ್ದರು. ಗೌಳಿಗೆ ಸೌಟಿನ ಗಟಗಟ; ದೇವರಗೂಡಿನಲ್ಲಿ ಬೆಳಗಿದ ನಂದಾದೀಪದ ಮಂದಬೆಳಕು; ಮುಸ್ಸಂಜೆಯ ಮಬ್ಬುಬೆಳಕು; ಸುತ್ತ ಹಬ್ಬಿದ ನೀರವತೆ – ಇಂಥ ವಾತಾವರಣದಲ್ಲಿ ಮೆಟ್ಟಲೇರಿ, ಒಳಉಪ್ಪರಿಗೆಯ ಒಂದೊಂದೇ ಕೋಣೆಯ ಬಾಗಿಲು ತೆರೆದಂತೆ ನಿಶ್ಶಬ್ದದಲ್ಲೇ ಇದ್ದಕ್ಕಿದ್ದಂತೆ ಹುಟ್ಟಿಕೊಂಡ ಚೀತ್ಕಾರದಂಥ ಸದ್ದು ಡರ್ರೋ ದಢರ್ ಎಂದು ತೆರೆದುಕೊಂಡು ಮತ್ತೆ ಕುಂಯೀ ಎಂದು ಮುಚ್ಚಿಕೊಳ್ಳುವ ಬಾಗಿಲುಗಳು. ಮೆಲ್ಲಗೆ ಒಳಅಡಿಯಿಡುತ್ತಿರುವ ಕತ್ತಲು. ಒಂದು ದಿನ ತೆರೆದ ಬಾಗಿಲಲ್ಲಿ ಎರಡು ಅಸ್ಪಷ್ಟ ಆಕೃತಿಗಳು ಕಾಣಿಸಿದ್ದುವು; ವಿಕಾರವಾಗಿ ಬಾಯಿ ಆಗಲಿಸಿ ಕಿಟಾರನೆ ಕಿರುಚಿ ಒಂದೊಂದೇ ಬಾಗಿಲನ್ನು ಅಪ್ಪಳಿಸಿ ಅಪ್ಪಳಿಸಿ ಕಿವಿಗೆ ಬಡಿದಿತ್ತು ಒಂಟಿಧ್ವನಿ... !

ವಾಸುದೇವನಲ್ಲವೇ ? ಕೊಸರಾಡುತ್ತಾ ಬೆತ್ತಲೆಯಾಗಿ ನೆಲಕ್ಕೆ ಬಿದ್ದು ಮುಸಿಮುಸಿ ಅತ್ತ ಸೀತೆ! ಇನ್ನೂ ಏನೂ ಬೆಳೆಯದ ಮೈಯನ್ನು ತಡಕೀ..... ತಡಕೀ.... ಹಿಚುಕೀ.... ಮೇಲೆ ಬಿದ್ದು ಉರುಳಾಡುತ್ತಾ ಅವಳ ತೊಡೆ ಅಗಲಿಸುತ್ತಿದ್ದ ವಾಸುದೇವ. ಎರಡೂ ಕೈಯನ್ನು ಅಂಗಾತ ಹೊರಚೆಲ್ಲಿ ನಿಶ್ಚೇಷ್ಟಳಾಗಿ ಬಿದ್ದಿದ್ದ ಸೀತೆ.....

ಹೆದರಿಕೆಯಿಂದ ಹಿಂದೆಮುಂದೆ ನೋಡದೆ, ಒಂದೇ ಉಸಿರಿನಲ್ಲಿ ದಡಬಡ ಮೆಟ್ಟಿಲಿಳಿದು, ಮನೆಗೋಡಿ ಬಂದಿದ್ದೆ. ಸಂಪೂರ್ಣ ಕತ್ತಲು ಬಡಿದ ಚೌಕಿಯಲ್ಲಿ ಇನ್ನೂ ಕೂತೇ ಇದ್ದ ಸಾವಿತ್ರತ್ತೆ ನಗುತ್ತಾ ಶಾಂತವಾಗಿ.... "ಏನಾತೇ ? ಯೆಂಥದೇ ? ಹೆಗ್ಗಣ, ಗಿಗ್ಗಣ ಏನಾರ ಕಾಲಿಗೆ ಪಚಕ್ಕ ಅಂತೇನೇ ?..." ಎಂದು ಕೇಳಿದ್ದು ಹಿಂದಿನಿಂದ ತೇಲಿ ಬಂದಂತೆ ನೆನಪು.....

ಪಕ್ಕನೆ ಕಾಲಮೇಲೆ ಮೈ ಕೈ ತುಂಬಿ ಕೊಬ್ಬಿದ ಹೆಗ್ಗಣವೊಂದು ಚಂಗನೆ ಹಾರಿದಾಗ, ಬೆಚ್ಚಿ ಹಿಮ್ಮೆಟ್ಟಿದೆ. ಎದುರಿಗೆ ಸಾವಿತ್ರತ್ತೆ ಕೂತ ಜಾಗ ಬೋಳು ಬೋಳಾಗಿ ಇದ್ದಕ್ಕಿದ್ದಂತೆ ನೆಲ ಬಿರಿದಾಯಿತು ! ನೆಲದ ಮೇಲೆ ರಾಶಿಯಾಗಿ ಬಿದ್ದ ಬಿಳೀವರಳೆಗಳು ನನ್ನನ್ನೇ ದುರುಗುಟ್ಟಿ ನೋಡಿ ಮುಂದೆ ಬಂದಂತಾಗಿ ಹೆದರಿ ಹಿಂದೆ ಸರಿದು ನಿಂತು ಧ್ವನಿ ಎತ್ತಿ 'ಸಾವಿತ್ರತ್ತೆ' ಅಂದೆ. ಸುತ್ತಲೂ ಹರಡಿನಿಂತ ಶೂನ್ಯತೆ! ಸ್ತಬ್ಧಗೊಂಡ ಚೌಕಿ! ಕಿವಿಗೊಟ್ಟು ಆಲೈಸಿದರೆ ಸಣ್ಣಗೆ ಹೌದೋ ಅಲ್ಲವೋ ಎನ್ನುವಂತೆ. ಒಂದೊಂದೇ ಗೋಡೆಯನ್ನು ಸೀಳಿಕೊಂಡು ಬರುವ ಹೊರಗಿನ ಕಾಡಿನ ಗೊ ಧ್ವನಿ. ಉಪ್ಪರಿಗೆಯ ಮಾಡಿನಲ್ಲಿ ಮಿಯಾಂವ್‌ಗುಟ್ಟುತ್ತಾ ಬಂದ ಬೆಕ್ಕೊಂದು ಇಲಿ ಹಿಡಿಯಲು ಚಣ್ಣನೆ ಹಾರಿದ ಸದ್ದು; ಸಾವಿನ ಕೊನೆ ಘಳಿಗೆಯಲ್ಲಿ ಬದುಕುವ ತೀವ್ರ ಹಂಬಲದಲ್ಲಿ ಚಿವ್‌ಚಿವ್‌ಗುಟ್ಟಿದ ಇಲಿ; ಎದುರಿಗೇ ಆ ಎಂದು ಅಷ್ಟಗಲ ಬಾಯಿತೆರೆದು ನಿಂತ ಕೋಣೆ !

"…. ಅಪ್ಪಣ್ಣ ಮಾವಯ್ಯನಿಗೆ ಹುಚ್ಚು ಮರುಕಳಿಸಿ ಮರುಕಳಿಸಿ ಕೆರಳಿದಾಗ

ಚೌಕಿಯ ಬದಿಯ ಕ್ವಾಣೇಲಿ ಕೂಡುಹಾಕಿದ್ದಂತೆ.... ವಾಸುದೇವ ಅದೆಲ್ಲಿಂದಲೋ ಎರಡು ಸರಪಣಿ ತಂದು, ಕಾಲಿಗೊಂದು ಕೈಗೊಂದು ಕಟ್ಟಿ ಹಾಕಿದ್ದನಂತೆ... ಅಪ್ಪಣ್ಣಮಾವಯ್ಯ ಬುದ್ಧಿತಿಳಿದು.... 'ಬ್ಯಾಡ! ಬ್ಯಾಡ! ಆಯ್ಯೋ ಅಮ್ಮಾ! ಬ್ಯಾಡ!' ಎಂದು ಕಿರಿಚಿಕ್ಕೊಂಡ್ರೂ ಬಿಡದೇ ಸರಪಣಿ ತ್ವಡ್‌ಸಿ ಕಂಬಕ್ಕಟ್ಟಿ ಕ್ವಾಣೀಗೆ ಬೀಗ ಜಡಿದು ವಿಕಟನಗೆ ನಗುತ್ತಾ ತಿರುಗುತ್ತಿದ್ದನಂತೆ. ಸಾವಿತ್ರತ್ತೆ ಅತ್ತೂ ಅತ್ತೂ ಸುಣ್ಣವಾದರೂ ಕೇಳಲಿಲ್ಲವಂತೆ. ಬಾಗಿಲು ತೆಗೆದು ದಿನಕ್ಕೆರಡು ಊಟ ಬಿಟ್ಟು ಮತ್ತೆ ಬೀಗ ಬಿಗಿದು ಕೀಲಿಕೈ ಕೈಯಲ್ಲಿ ಗರಗರ ತಿರುಗಿಸುತ್ತಾ ಇಡೀ ಮನಿ ಯಜಮಾನಿಕೆ ಹೊತ್ತವನ ಕಣ್ಣಾಂಗೆ ಜಬರ್ದಸ್ತು ತ್ವಾರಿದ್ದೇ ತ್ವಾರಿದ್ದಂತೆ..."

ಮೆಲ್ಲಗೆ ಚೌಕಿ ದಾಟಿ, ಬಾಯಿ ಕಳೆದು ನಿಂತ ಕೋಣೆಯ ಬಾಗಿಲು ಹಾದು, ಒಳಗಡಿಯಿಟ್ಟೆ. ಹೂಂ.... ಹೂಂ... ಬಿಟ್ಟೂ ಬಿಟ್ಟೂ ಬಂದ ಯಾರದ್ದೋ ನರಳಾಟ. "ಸಾವಿತ್ರತ್ತೆ!" ನನ್ನ ಧ್ವನಿ ನಡುಗಿದ್ದು ಕಂಡು ಕಂಗಾಲಾದೆ.

ಕೋಣೆಯಲ್ಲಿ ಎಂದೋ ಮುಚ್ಚಿದ ಕಿಟಕಿಗಳು; ಗಾಳಿಯೇ ಇಲ್ಲದೆ ಸುತ್ತಲೂ ಹರಡಿ ನಿಂತ ಮಬ್ಬು; ಮೂಗಿಗೆ ಹೊಡೆದ ಕೊಳೆತ ವಾಸನೆ. ಕಾಲಿಗೆ ಏನೋ ಅಡರಿದಂತಾಗಿ ಬಗ್ಗಿದೆ. ಮನುಷ್ಯರ ಕೈ! ಕತ್ತಲಲ್ಲಿ ಸಾವಿತ್ರತ್ತೆಯ ಬೂದುಬಣ್ಣಕ್ಕೆ ತಿರುಗಿದ ಮುಖದಲ್ಲಿ ಗಾಜಿನಂತೆ ಹೊಳೆಯುತ್ತಾ ನನ್ನನ್ನೇ ನಿಟ್ಟಿಸಿದ ಮುದಿಗಣ್ಣುಗಳು; ಬೆಳ್ಳಗೆ ಬಿಳುಚಿ ಮುರುಟಿ ಎಲುಬಿನ ಹಂದರವಾದ ಕೈಯೊಂದು ನೇತಾಡುತ್ತಾ ಸಟ್ಟನೆ ನನ್ನ ಕೈಹಿಡಿದು ಏನೋ ತುರುಕಿ, ಸುಕ್ಕುಗಟ್ಟಿದ ಗಂಟಲು ಅಷ್ಟಗಲ ತೆರೆದು ನಕ್ಕಂತಾಗಿ ಬೆಚ್ಚಿಬಿದ್ದೆ!

ಕತ್ತಲಲ್ಲಿ ಸ್ಪಷ್ಟವಾಗಿ ಕೇಳಿದ ಗಂಟಲಿನ ಗೊರಗೊರ ಸದ್ದು, ಮತ್ತೊಂದು ಕ್ಷಣದಲ್ಲಿ ಸ್ತಬ್ಧಗೊಂಡ ಹಾಗೆ! ಡಂರೋ ದಢರ್ ಎಲ್ಲೋ ಬಾಗಿಲು ತೆಗೆದ ಸದ್ದು; ಜೊತೆಗೆ ಕುಂಯೀ ಎಂದು ಮುಚ್ಚಿಕೊಂಡಂತೆ; ಮತ್ತೆ ಡರ್ರೋ ದಢರ್ ಎಂದು ಇನ್ನೊಂದು ಬಾಗಿಲು ತೆರೆದು ಕುಂಯೀ ಎಂದು ಮುಚ್ಚಿಕೊಂಡಂತೆ... ಮೆಲ್ಲಗೆ ಮೆಟ್ಟಲಿಳಿದು ಚೌಕಿಯಲ್ಲಿ ಸರಸರನೆ ಕಾಲು ಎತ್ತಿ ಹಾಕಿ ಬದಿಯ ಕೋಣೆಗೆ ಹೋದಹಾಗೆ ಬಾಗಿಲಲ್ಲಿ ಇಣುಕಿದ ಯಾರದ್ದೋ ನೆರಳು!.....

ಜೀವ ಜಲ್ಲೆಂದು ಚೌಕಿಗೆ ಓಡಿದೆ. ಒಳಉಪ್ಪರಿಗೆಯ ಬಾಗಿಲು ಕೀ ಎಂದಂತಾಗಿ ತಿರುಗಿದೆ. ದೀಪದ ಸೊಡರು ಹಿಡಿದು ಮೆಲ್ಲಗೆ ಉಪ್ಪರಿಗೆಯ ಮೆಟ್ಟಲೇರಿ ಹೋದ ಸಾವಿತ್ರತ್ತೆ!

"..... ದೈವ! ದೈವ! ದೈವ ಬಡದದೆ ಇಡೀ ಮನೀಗೆ...!" "ಆಯ್ಯೋ!" ತೆರೆದ ವಾಸ್ತವದ ಬಾಗಿಲು ದಾಟಿ, ಹೆಬ್ಬಾಗಿಲಿಗೆ ಓಡಿದೆ.

ನನ್ನ ಹಿಂದೆ ಸರಸರ ನಡೆಯುತ್ತಾ ಹಿಂಬಾಲಿಸಿಕೊಂಡು ಬರುತ್ತಿರುವ ಬಿಳಿವರಳೆಗಳು! ಅಂಗಾಲಿಗೆ ತಣ್ಣಗೆ ಅಂಟುತ್ತಿದ್ದ ಕೆಂಪು ಧೂಳು! ಕಣ್ಣಿಗೆ, ಕೈಗೆ ಅಲೆಅಲೆಯಾಗಿ ಬರುವ ಚಿತ್ತಾರದ ಜೇಡರಬಲೆ! ಅಲ್ಲಲ್ಲಿ ಬಿದ್ದು ಕಾಲಿಗೆ ತೊಡರುತ್ತಿದ್ದ ಹಿತ್ತಾಳೆ, ತಾಮ್ರದ ಪಾತ್ರೆಗಳು!..... ಬಾಯಿ ತೆರೆದು ನಿಂತ ಖಾಲಿ

ಕೊಡಪಾನ ! ರಾಶಿರಾಶಿ ಹಿಕ್ಕೆಗಳು, ಹಕ್ಕಳೆಗಳ ಮುರಿದ ರೆಕ್ಕೆ ಚೂರುಗಳು.... ಇಲಿ ಬಾಲಗಳು !

ಬಾಗಿಲಲ್ಲಿ ಏನೋ ಸದ್ದಾದಂತಾಗಿ ತಿರುಗಿದೆ. ಮರದ ಚೌಕಟ್ಟಿಗೆ ಅಡ್ಡಲಾಗಿ ನಿಂತ ಯಾರದ್ದೋ ಆಕೃತಿ.... ಗಂಟಲೆತ್ತಿ ನಕ್ಕು ಗಾಳಿಗೆ ತೇಲುತ್ತಾ ಕೈ ಚಾಚಿ ಮುಂದೆ ಬಂದ ಗಂಡಸು !.... "ಬಂದಿಯಾ ? ಬಂದಿಯಾ ? ಬಾ.... ಬಾ...." ಬೆಳಕಿಗೆ ಕಂಡ ಮುಖ ವಾಸುದೇವನದೆ ?....

"ಅಯ್ಯೋ ಅಮ್ಮಾ!"

ಕಣ್ಣುಬಿಟ್ಟಾಗ ನನ್ನ ಸುತ್ತಲೂ ಅತ್ತಿಗೆ, ಶ್ರೀಕಂಠಣ್ಣ ಪಾರೋತಿ ಸುತ್ತುವರೆದಿದ್ದರು. ಎಲ್ಲರ ಮುಖದಲ್ಲೂ ಏನೋ ಆತಂಕ, ಗಾಬರಿ. ಎಂಥದೋ ಪ್ರೇತಕಳೆ ! ಕಾಲಿಗೆ ಬೂದಿಯೋ ಏನೋ ತಿಕ್ಕುತ್ತಿದ್ದ ಶ್ರೀಕಂಠಣ್ಣ ಪ್ರೀತಿಯಿಂದ ಕೇಳಿದ.... "ಈಗ ಆರಾಮ.... ?" ಒಂದುಕ್ಷಣ ಯಾವುದೂ ಅರ್ಥವಾಗದೆ ಕಣ್ಣು ಪಿಳಿಪಿಳಿ ಮಾಡಿ ಹೂಂಗುಟ್ಟಿದೆ. ನನ್ನ ಮುಖದಲ್ಲಿ ಯಾವ ಭಾವ ಮೂಡಿತ್ತೋ ? ಅರ್ಥವಾದವನಂತೆ ಶ್ರೀಕಂಠಣ್ಣ ಅಕ್ಕರೆಯಿಂದ ಬೆನ್ನು ಸವರುತ್ತಾ ನಿಧಾನವಾಗಿ ಅಂದ... "ನಂದೇ ತಪ್ಪು ನೋಡು. ಬೆಂಗಳೂರಿಗೆ ಬಂದಾಗ ನಾ ಯೆಂತೋ ಅಂದೇ ಇದ್ದಿದ್ರೆ ನೀ ಈ ಪಾಟಿ ತ್ರಾಸ ತಕ್ಕೊಂಡು ಇಲ್ಲಿಗೆ ಬರುತ್ಲೇ ಇರ್ಲೋ, ಏನ್‌ಕತೀಯೋ ? ನಾ ಅಂದೇಂತ ನೀ ಬಂದಿ. ಮುಂಚೆಯೇ ಸಾವ್ ಹೊಕ್ಕ ಮನೀಯದು ! ಯೆಂಥಾತೋ ನಿಂಗೆ ? ಬಿಸಿಲ್‌ನಲ್ಲಿ ಗಣಹಿಡ್ದವ್ರಂಗೆ ತರತರ ನಡುಗುತ್ತಾ ಓಡಿಬಂದವಳೇ ನಡುಮನೀಲಿ ದೊಪ್ಪಂತ ಬಿದ್ದೀಯಪ್ಪ, ಯೆಂಥದೇ ? ಸಾವಿತ್ರತ್ತೆ ಯೆಂತಾರ ಹೇಳ್‌ತ್ತನೇ ?...."

ನನ್ನ ಕಣ್ಣ ಮುಂದೆ ಸಾವಿತ್ರತ್ತೆಯ ಮಾಸಲು ರೂಪು ಮಸುಕುಮಸುಕಾಗಿ ತೇಲಿಬಂತು. ಸದಾ ಕತ್ತಲಾವರಿಸಿಕೊಂಡ ದೊಡ್ಡಮನೆ... ಮುರಿದುಬಿದ್ದ ಗಾಳಿಯುಪ್ಪರಿಗೆ.... ಕುಸಿದ ಚೌಕಿ ಹೊಂಡ.... ಹುಳ ಹಿಡಿದು ಪೊಳ್ಳಾದ ನಾಗಂದಿಗೆ.... ತೊಲೆ.... ಚೌಕಿಕಂಬ.... ಎಲುಬಿನ ಹಂದರವಾಗಿ ಬೆಳ್ಳಗೆ ಬಿಳುಚಿ ನಡುಗುತ್ತಾ ಮುಂದೆ ಬಂದ ಸಾವಿತ್ರತ್ತೆಯ ಮುಪ್ಪುಬಡಿದ ಕೈ ! ಸೆರಗಿನಲ್ಲಿ ಮುಚ್ಚಿಯೇ ಹೋದ ನನ್ನ ಬಲಕೈಯಲ್ಲಿ ಸಾವಿತ್ರತ್ತೆ ಕೊಟ್ಟ ಯಾವುದೋ ಗುಪ್ತಗಂಟು, ಕ್ಷಣಕ್ಷಣಕ್ಕೂ ಭಾರವಾಗಿ...... ಕೈ ಮುಷ್ಟಿಯಲ್ಲಿ ಬಿಗಿಯಾಗಿ ಕ್ರಮೇಣ ಬಿಸಿಯಾಗಿ ಇಡೀ ಮೈ ಆವರಿಸಿಕೊಳ್ಳುತ್ತಿದ್ದಂತೆನಿಸಿ, ಮಲಗಿದ್ದಲ್ಲಿಂದ ದಡ್ಡನೆ ಎದ್ದುಕುಳಿತೆ. ಎಲ್ಲೋ ದೂರದಲ್ಲಿ ಸಹಸ್ರಾರು ಮೈಲಿಗಳಾಚೆ ನನ್ನ ಬರುವಿಕೆಗಾಗಿ ಕಾದು ಕುಳಿತ ಇವರೂ, ಮಕ್ಕಳೂ ಕಾದು-ಕಾದು-ಕಂಗಾಲಾದಂತೆ; ಕೊನೆಗೂ ಬಾರದ ನನಗಾಗಿ ಹತಾಶರಾದಂತೆ ಅನಿಸಿ, ದುಃಖ ಒತ್ತರಿಸಿ ಬಂದು, ಎಲ್ಲರೆದುರೇ ಸಣ್ಣ ಮಗುವಿನಂತೆ ಧ್ವನಿ ತೆಗೆದು "ಈಗಲೇ ಈ ಕ್ಷಣವೇ ನನ್ನನ್ನು ಬೆಂಗಳೂರಿಗೆ ಕರೆದುಕೊಂಡು ಹೋಗು..." ಎಂದು ಶ್ರೀಕಂಠಣ್ಣನ ಕುತ್ತಿಗೆಗೆ ಜೋತುಬಿದ್ದು ಬಿಕ್ಕಿದೆ.

ಬೆಂಗಳೂರಿಗೆ ಬಂದು ಆಗಲೇ ಅದೆಷ್ಟು ದಿನಗಳು ಕಳೆದವೋ ? ಸಾವಿತ್ರತ್ತೆ ಕೊಟ್ಟ ಆ ಕರಡಿಗೆ ಮಾತ್ರ ನನ್ನ ಬೀರುವಿನಲ್ಲಿ ಭದ್ರವಾಗುಳಿದಿದೆ. ಊರಿಗೆ ಬಂದ ದಿನವೇ

ತೆರೆದು ನೋಡಿದಾಗ, ಕಣ್ಣಿಗೆ ಕಂಡದ್ದು ಪಳಕ್ಕನೆ ಹೊಳೆದ ವಜ್ರದ ಮೂಗುಬೊಟ್ಟು! ಜೊತೆಗೆ ಸಾವಿತ್ರತ್ತೆ ತಮ್ಮ ಅಂಕುಡೊಂಕು ಅಕ್ಷರದಲ್ಲಿ ಬರೆದ, ಚಿಂದಿಚಿಂದಿಯಾಗಿ ಮಣಕಲು ವಾಸನೆ ಹೊಡೆಯುತ್ತಿದ್ದ ಒಂದು ಪುಟ್ಟ ಪತ್ರ. ಮಡಿಕೆಗಳೆಲ್ಲ ಹರಿದು, ಹಕ್ಕಳೆ ತಿಂದು ಮುಕ್ಕಾಗಿ, ಗೋಜುಗೋಜಾದ ಅಕ್ಷರಗಳಲ್ಲಿ ಕಣ್ಣಿಗೆ ಗೋಚರಿಸಿದ್ದು ಇಷ್ಟು ಮಾತ್ರ... "ಸೀತು ಬದುಕ್‌ದೆ. ಈ ಮೂಗುಬೊಟ್ಟು ಯಾರಿಗ್ ಸಿಕ್ರೂ ಸೀತೂಗೇ ಕೊಡ್ಬೋಕು..."

ನಾನು ಊರಿಗೆ ಬಂದ ಒಂದು ವಾರದಲ್ಲೇ ಶ್ರೀಕಂಠಣ್ಣನಿಂದ ಸಾವಿತ್ರತ್ತೆ ಸತ್ತ ಸುದ್ದಿ ಹೊತ್ತ ಪತ್ರ ಬಂದಿತ್ತು. ಹೆಣ ಗುರುತು ಹಿಡಿಯಲಾಗದಷ್ಟು ವಿಕಾರವಾಗಿತ್ತಂತೇ; ವಾಸುದೇವ ಗೋಳಾಡುತ್ತಾ ಸಂಸ್ಕಾರ ನಡೆಸಿ, ಇಡೀ ಊರಿಗೆ ಭರ್ಜರಿ ಊಟ ಹಾಕಿಸಿದನಂತೆ. ಇನ್ನೊಂದು ದಿನ ಪಾರೋತಿಗೆ ಗಂಡು ಗೊತ್ತಾದ ಶುಭಸುದ್ದಿ ಹೊತ್ತ ಪತ್ರವೂ ಬಂತು....

ಓದಿ ಮನಸ್ಸಿಗೆ ಏನಾದರೂ ವಿಶೇಷ ಅನ್ನಿಸಿತೋ ಇಲ್ಲವೋ ತಿಳಿಯದು. ಸುಮ್ಮನೆ ಮಡಿಚಿಟ್ಟಿದ್ದೆ. ವಜ್ರದ ಮೂಗುಬೊಟ್ಟು ಮಾತ್ರ ನನ್ನ ಮನೆಯಲ್ಲಿ ಈಗಲೂ ಹಾಗೇ ಇದೆ. ಬೆಳಿಗ್ಗೆ ಮಕ್ಕಳೂ ಇವರೂ ಶಾಲೆ ಆಫೀಸಿಗೆ ಹೋದ ಮೇಲೆ ಬೀರು ಬಾಗಿಲು ತೆಗೆದು, ಸೀದಾ ಒಳನುಗ್ಗಿ, ನಮ್ಮ ಮನೆಯ ಊಟದ ಮೇಜನ್ನು ಅಲಂಕರಿಸುತ್ತದೆ. ಪಳಪಳ ಹೊಳೆಯುತ್ತಾ ಏಕಕಾಲದಲ್ಲಿ ಹತ್ತಾರು ದಿಕ್ಕಿನತ್ತ ಮುಖ ಹೊರಳಿಸಿ, ಸಹಸ್ರಾರು ಬಣ್ಣ ಚೆಲ್ಲಿ, ವರ್ತಮಾನದಲ್ಲಿ ಎಂಥವನ್ನೋ ಬಿತ್ತರಿಸುವ ಕಾತುರದಲ್ಲಿ ಹಾತೊರೆಯುತ್ತಾ – ಮಾಲತಿಹೊಳೆಯಲ್ಲಿ ಕೊಳೆತು ನಾರಿದ ಸೀತೆ – ನೀರು ಕುಡ್ದೂ ವಿಕಾರವಾಗಿ ಉಬ್ಬಿ ಸುಟ್ಟುಹೋದ ಸೀತೆ – ಇದೀಗ ಸಾವಿತ್ರತ್ತೆ ಪತ್ರದಲ್ಲಿ ಎಚ್ಚೆತ್ತು ಎಲ್ಲೋ ದೂರ, ಅನಂತದಾಚೆ, ಬದುಕಿರುವ ಸೀತೆಯಾಗಿ, ನಿಧಾನವಾಗಿ ಕಾಲು ಎತ್ತಿ ಎತ್ತಿ ಹಾಕಿ, ನಮ್ಮ ಮನೆಯ ಬಾಗಿಲು ತಟ್ಟಿ, ಮೆಟ್ಟಿಲು ಹತ್ತಿ ಮೇಲೆ ಬಂದು, ಬೀರಿನ ಬಾಗಿಲು ತೆಗೆದು ತನ್ನನ್ನು ಕೊಂಡೊಯ್ಯುಬಹುದೆಂದು ನಿರೀಕ್ಷಿಸುತ್ತಾ ಬಿಚ್ಚಿಕೊಳ್ಳುವ ಮತ್ತೊಂದೇ ನಿಗೂಢಕ್ಕಾಗಿ ಮೌನವಾಗಿ ಕಾಯುತ್ತಿದೆ.......

22. ಮತ್ತೆ ಬರೆದ ಕವನಗಳು

– ನೇಮಿಚಂದ್ರ

ದಿನಾಂಕ 1, ಜೂನ್, 1989

ಏರ್‌ಬ್ಯಾಗ್ ಹೆಗಲಿಗೇರಿಸಿ ರೈಲಿನಿಂದ ಕೆಳಗಿಳಿದೆ. ಬೆಳಗಿನ ಏಳು ಗಂಟೆಯ ಸಡಗರದಲ್ಲಿ ಜಮ್ಮು ತವಿ ನಿಧಾನವಾಗಿ ಕಣ್ಣು ಬಿಡುತ್ತಿತ್ತು. ಚಾಯ್‌ವಾಲಾಗಳು ಗಂಟಲು ಹರಿಯುವಂತೆ 'ಚಾಯಾ ಚಾಯಾ.....' ಕೂಗುತ್ತಾ ಪ್ಲಾಟ್‌ಫಾರಮ್ ತುಂಬಾ ಓಡಾಡುತ್ತಿದ್ದರು. ಇಲ್ಲಿಂದ ಶ್ರೀನಗರಕ್ಕೆ ಹೋಗಲು ಎಲ್ಲಿ ವಿಚಾರಿಸಲಿ.... ಯೋಚಿಸುತ್ತಲೇ ಸುತ್ತಲೂ ನೋಡಿದೆ. ಎದುರಿಗೆ ಕಂಡ ನಲ್ಲಿಯ ಬಳಿಗೆ ಹೋದೆ. ದಿಲ್ಲಿಯಿಂದ ಹೊರಟದ್ದು–ಇಡೀ ರಾತ್ರಿಯ ಪ್ರಯಾಣ ಕಣ್ಣು ತುಂಬಾ ಆಯಾಸವಾಗಿ ಕುಳಿತಿತ್ತು. ತಣ್ಣನೆಯ ನೀರು ಪದೇ ಪದೇ ಮುಖಕ್ಕೆ ಎರಚಿಕೊಂಡೆ. ಸ್ವಲ್ಪ 'ಫ್ರೆಷ್' ಆದಂತೆನಿಸಿ ಟವಲ್‌ನಿಂದ ಮುಖ ಒರೆಸುತ್ತಲೇ ಸ್ಟೇಷನ್‌ನಿಂದ ಹೊರಬಿದ್ದೆ. 'ಇಲ್ಲಿ ಶ್ರೀನಗರಕ್ಕೆ ಹೋಗೋ ಬಸ್ಸುಗಳು ಎಲ್ಲಿ ಸಿಗುತ್ತೆ?' ಯಾರೋ ಹಾದವನ ಹಿಡಿದು, ಹಿಂದಿಯಲ್ಲಿ ಕೇಳಿದೆ. 'ಇಲ್ಲೇ ಸ್ಟೇಷನ್ ಪಕ್ಕ....' ಅಂದವನು ಲಗುಬಗೆಯಿಂದ ಜೊತೆಗೇ ಬಂದು ಟಿಕೆಟ್ ಕೊಡೋ ಕೌಂಟರ್ ತೋರಿಸಿ ಹೋದ. ಕೌಂಟರ್ ಎದುರೇ ಒಂದಿಷ್ಟು ಬಸ್ಸುಗಳು 'ಶ್ರೀನಗರ'ದ ಫಲಕ ಅಂಟಿಸಿಕೊಂಡು ನಿಂತಿದ್ದವು. ಟಿಕೆಟ್ ಕೊಡಲು ಇನ್ನೂ ಅರ್ಧ ಗಂಟೆ ಇತ್ತು. ಹೊಟ್ಟೆ ಚುರುಗುಟ್ಟಿತು. ಎದುರಿಗೇ ಕಂಡ ಢಾಬಾಗೆ ನುಗ್ಗಿದೆ. ಬಿಸಿ ಬಿಸಿ ಛೋಲೆ – ಬಟೂರದ ತಟ್ಟೆ ಹಿಡಿದುಕೊಂಡು ಹೊರಗೇ ಹಾಕಿದ್ದ ತುಕ್ಕು ಬಡಿದ ಕುರ್ಚಿಯ ಮೇಲೆ ಏರ್‌ಬ್ಯಾಗ್ ಒಗೆದು, ಇನ್ನೇನು ತಿನ್ನಬೇಕು..... ಅಷ್ಟರಲ್ಲಿ.... 'ಹಲೋ ಮೇಡಂ, ಏನು ನೀವಿಲ್ಲಿ?' ಅಚ್ಚ ಕನ್ನಡದ ದನಿ!

ಬಾಯಿಗೆ ಹೊರಟ ತುತ್ತು ಹಾಗೇ ನಿಂತುಬಿಟ್ಟಿತು. ಸರಕ್ಕನೆ ತಿರುಗಿದೆ. ಅಜಯ್ ನಿಂತಿದ್ದ. ನಾ ಕೈಯಲ್ಲಿ ಹಿಡಿದ ತುತ್ತನ್ನೂ ಮರೆತು ವಿಚಿತ್ರವಾಗಿ ಅವನನ್ನೇ ನೋಡಿದೆ. ಪ್ರತಿಯಾಗಿ 'ಹಲೋ' ಕೂಡಾ ಹೇಳಲಾಗಲಿಲ್ಲ.

'ನನ್ನನ್ನಿಲ್ಲಿ ನೋಡಿ ಆಶ್ಚರ್ಯ ಆಗ್ತಾ ಇದೆಯಾ? ನಾವು ಕರ್ನಾಟಕದ ಹೊರಗೇ ಭೇಟಿಯಾಗುವ ಪ್ರತಿಜ್ಞೆ ಮಾಡಿದಂತಿದೆ' ನಕ್ಕ.... ಮುಖದ ತುಂಬಾ... ಮನದ ತುಂಬಾ ಹರಡಿ ಹಬ್ಬುವಂಥಹ ಎಳೆ ಬಿಸಿಲ ನಗೆ.

ನಾ ತಡವರಿಸುತ್ತಾ –

'ಹಲೋ. ನಿಮ್ಮನ್ನಿಲ್ಲಿ ನೋಡಿ ನಿಜಕ್ಕೂ ಅಚ್ಚರಿ ಆಗ್ತಾ ಇದೆ. ಬನ್ನಿ ಛೋಲೆ ತಗೋಳ್ತೀರಾ?' ಮತ್ತೊಂದು ಪ್ಲೇಟಿಗೆ ಹೇಳಿದೆ.

'ಖಂಡಿತಾ....' ಎಂದವನು, ಆ ಪ್ಲೇಟ್ ಬರುವುದಕ್ಕೂ ತಡೆಯದೆ, ಸಲೀಸಾಗಿ ನನ್ನ ತಟ್ಟೆಗೆ ಕೈ ಹಾಕಿ, ಅರ್ಧ ಬತೂರ ಹರಿದುಕೊಂಡು ಛೋಲೆಗದ್ದಿ ಬಾಯಿಗಿಟ್ಟ! ಅಜಯ್.... ಕ್ಷಣದಲ್ಲಿ ಆತ್ಮೀಯನಾಗುವ, ನಿಮಿಷದಲ್ಲಿ ಸ್ನೇಹದ ಸಲಿಗೆ ವಹಿಸುವ, ಹಿಡಿ ಹಿಡಿ ಮಾತನಾಡುವ, ಆರೆಗಳಿಗೆಯಲ್ಲಿ ಹೊಸಿಲು ದಾಟಿ ಒಳಗೆ ನುಗ್ಗೇ ಬಿಡುವ, ಮನದ ಅಂಗಳದ ತುಂಬಾ ಬೆಳದಿಂಗಳ ಚೆಲ್ಲಿ ಬಿಡುವ.... ತುಂಬು ಪ್ರೀತಿಯ ಹುಡುಗ.

ಅಜಯನ ತಟ್ಟೆ ಬಂತು. ಏರ್‌ಬ್ಯಾಗ್ ಎತ್ತಿ ಕೆಳಗಿಟ್ಟು ನಾ ಕುಳಿತೆ. ಅವನೂ ಒಂದು ಕುರ್ಚಿ ಎಳೆದುಕೊಂಡು ಕುಳಿತ.

'ಅಂದ ಹಾಗೆ ನೀವಿಲ್ಲಿ ಬಂದ ಕಾರಣ?' ಕೇಳಿದ. ಕಣ್ಣಲ್ಲೇಕೋ ಕೀಟಲೆಯ ನಗೆಯಿತ್ತು.

'ಶ್ರೀ ನಗರದಲ್ಲಿ ಎರಡು ದಿನದ ಕಾನ್‌ಫರೆನ್ಸ್ ಇದೆ. 'ರೀಸೆಂಟ್ ಡೆವಲಪ್‌ಮೆಂಟ್ಸ್ ಇನ್ ಹೈಡ್ರಾಲಿಕ್ಸ್ ಎಂಡ್ ಇರ್ರಿಗೇಷನ್' ಬಗ್ಗೆ ನಾ ಒಂದು ಪ್ರಬಂಧ ಮಂಡಿಸ್ತಾ ಇದ್ದೇನೆ.... ನೀವು?' ಕೇಳಿದೆ.

'ಅದೇ ಜೆ ಎಂಡ್ ಕೆ ಇನ್‌ಸ್ಟಿಟ್ಯೂಟ್‌ದು ತಾನೆ?' ನಕ್ಕ. 'ಕೊಡೀ ಕೈ, ನಾನೂ ಅಲ್ಲಿಗೇ ಡೆಲಿಗೇಟ್ ಆಗಿ ಬರ್ತಾ ಇರೋದು' ಅಂದ.

ಢಾಬಾದ ಸರ್ದಾರ್ಜಿಗೆ ದುಡ್ಡು ಕೊಟ್ಟು, ಬಲಗೈಲಿ ತನ್ನ ಸೂಟ್‌ಕೇಸ್ ಎತ್ತಿಕೊಂಡವನು, ಎಡಗೈಗೆ ನನ್ನ ಏರ್‌ಬ್ಯಾಗ್ ಏರಿಸಿದ.

'ಇರಲಿ ಕೊಡಿ, ನಾನೇ ತರ್ತೇನೆ....' ಹೇಳಿದೆ.

'ಬನ್ನಿ ನೀವು ಬಸ್ಸಲ್ಲಿ ಕುಳಿತು ಬಿಡಿ. ನಾ ಟಿಕೆಟ್ ಕೊಂಡು ಬರ್ತೀನಿ.'

ನನ್ನ ಖಾಲಿ ನಿಂತ ಬಸ್ಸಿಗೆ ಹತ್ತಿಸಿ, ಏರ್‌ಬ್ಯಾಗ್ ಮೇಲೆತ್ತಿಟ್ಟು ಕೆಳಗಿಳಿದು ಹೋದ.

ಒಮ್ಮೆಗೇ, ನಿನ್ನೆ ರಾತ್ರಿಯ ಪ್ರಯಾಣದ ಆಯಾಸ, ಮುಂದೆ ಮಲಗಿರುವ ಹದಿಮೂರು ಗಂಟೆಗಳ ಶ್ರೀನಗರದ ಹಾದಿ ಎಲ್ಲ ಮರೆಯಾಗಿ, ಸ್ವಪ್ನ ಲೋಕಕ್ಕೆ ಹೊರಟು ನಿಂತ ಪುಷ್ಪಕ ವಿಮಾನವಾಯಿತು ನಾ ಕುಳಿತ ಬಸ್ಸು. ಕೈ ಚೀಲದಿಂದ ಪುಟ್ಟ ಕನ್ನಡಿ ಹೊರಗೆಳೆದೆ. ಕೆದರಿದ ತಲೆ ಕಂಡು ಕೆಡುಕೆನಿಸಿತು. ಮೆಲ್ಲನೆ ಸಿಕ್ಕು ಬಿಡಿಸಿ, ಎರಡೂ ಬದಿಗೆ ಪಿನ್ ಏರಿಸಿ, ಬೆನ್ನ ತುಂಬ ಹರವಿ ಬಿಟ್ಟೆ.

ಏಕೆ ಈ ಸಿಂಗಾರ....? ತಟ್ಟನೆ ಅರ್ಥವಾಗಲಿಲ್ಲ.... ಇಲ್ಲ ಅರ್ಥವಾಯಿತು.

ದೇವರೆ, ನಮ್ಮೊಳಗೇ ನಾವು ಪ್ರಾಮಾಣಿಕರಾಗುವುದು ಇಷ್ಟು ಕಷ್ಟವೆ? ಎಂತಹ ಪುಳಕ ಇದು.... ಪ್ರಥಮ ಆಕರ್ಷಣೆಯ ಪುಳಕ.... ಪ್ರೀತಿ ಪ್ರೇಮವೆಂಬ ಅಮೂರ್ತ ಅಗ್ರಾಹ್ಯ ಪದಗಳು ಈಗಲೇ ಬೇಡ... ಪ್ರಥಮ ಪುಳಕ... ನನ್ನ ಇಪ್ಪತ್ತೆಂಟನೇ ವಯಸ್ಸಿನ ಅಂಚಿನಲ್ಲಿ! ಐದು ವರ್ಷದ ವಿವಾಹ, ಮೂರು ವರ್ಷದ ಮಗುವಿನ ಚರಿತ್ರೆ ಬಿಟ್ಟು ಬಂದಿದ್ದೇನೆ, ಮೂರು ಸಾವಿರ ಮೈಲಿಗಳಾಚೆ ಬೆಂಗಳೂರಿನಲ್ಲಿ!

ಕನ್ನಡಿಯ ಚೀಲದೊಳಗೆ ತೂರಿಸಿ, ಸೀಟಿಗೆ ತಲೆಯಾನಿಸಿ ಕಣ್ಣು ಮುಚ್ಚಿದೆ.

ಗೋವಾದ ಬೆಳ್ಳಿ ಮರಳ ಸಮುದ್ರ ದಂಡೆ ಕಣ್ಣ ಮುಂದೆ ಹಾಯಿತು. ಅಜಯನನ್ನು ಮೊದಲಿಗೆ ನೋಡಿದ್ದು ಗೋವಾದಲ್ಲೆ, ಆರು ತಿಂಗಳ ಹಿಂದೆ. ಅಲ್ಲೂ ಯಾವುದೋ ಕಾನ್‌ಫರೆನ್ಸ್, ಮೂರು-ಮೂರು ದಿನ ಪಂಜಿಮ್‌ನಲ್ಲಿ ಉಳಿದಿದ್ದೆ. ಎರಡನೇ ದಿನ ಅಜಯ್ ಬಂದಿದ್ದ. ಯಾವುದೋ ಪೇಪರ್ ನಡುವೆ, ನಾ ಏಕೋ ಎಡಕ್ಕೆ ತಿರುಗಿದಾಗ ಆತ ನನ್ನನ್ನೇ ನೋಡುತ್ತಿದ್ದ. ನನಗೆಲ್ಲೋ ನೋಡಿದ ಮುಖ... ಹೆಸರಿಸಲಾರದೆ, ನೆನಪನ್ನೆಲ್ಲ ಅಗೆದಗೆದು ಹುಡುಕಿದೆ.

ಊಟದ ಹೊತ್ತಿಗೆ ಹೊರಗೆ ಬಂದಾಗ, ಆತ ನೇರ ನನ್ನ ಬಳಿ ಬಂದ –

'ನೀವು ಡಾ॥ ಅನು ಅಲ್ಲ....?' ಕೇಳಿಯೇ ಬಿಟ್ಟ.

'ಹೌದು, ನಿಮ್ಮನ್ನೆಲ್ಲೋ ನೋಡಿದ ನೆನಪು....' ನಾ ತಡವರಿಸಿದೆ.

'ನೋಡಬಹುದಿತ್ತೇನೋ, ನೀವು ಅವಕಾಶವೇ ಕೊಡಲಿಲ್ಲ' ಎಂದು ನಕ್ಕ. ನಾ ಮತ್ತೂ ಅರ್ಥವಾಗದೆ ಅವನ ಮುಖದಲ್ಲಿ ಪರಿಚಯದ ಕಳೆಗಾಗಿ ತಡಕಾಡಿದೆ.

'ಬಿಡಿ, ಅದೆಲ್ಲ ಐದು ವರ್ಷದ ಕತೆ... ಜೀವನ ಪೂರಾ ನನ್ನ ಮುಖ ನೋಡಬಹುದಾದಂಥ ಅಮೋಘ ಅವಕಾಶ ಕಳಕೊಂಡಿರಿ. ನನ್ನ ಪತ್ರ ಸೀದಾ ಕಸದ ಬುಟ್ಟಿಗೆ ಹೋಗಿರಬೇಕಲ್ಲ....?'

ತಟ್ಟನೆ ನೆನಪಾಯಿತು. ಮಿಂಚು ಹೊಳೆದಂತೆ ಬೆಳಕಾಯಿತು. ಐದು ವರ್ಷಗಳ ಹಿಂದೆ-ಆಗ ನಾ ಕವನ ಬರೆಯುತ್ತಿದ್ದೆ. ಅವು ಕವನಗಳೇ ಇರಬೇಕು. ತುಂಡು ತುಂಡು ಸಾಲಿನಲ್ಲಿ ಪ್ರೀತಿಸದೆ ಬಿಟ್ಟ ನನ್ನ ಕನಸುಗಳ ಲೆಕ್ಕ ಸಿಗುತ್ತಿತ್ತು. ನನ್ನ ಮದುವೆ ಕಿರಣ್ ಜೊತೆ ನಿಶ್ಚಯವಾಗಿತ್ತು. ಪತ್ರಿಕೆಯೊಂದರ ವಿಳಾಸಕ್ಕೆ ಬಂದ ನನ್ನ ಲಕೋಟೆಯೊಂದು ರಿಡೈರೆಕ್ಟ್ ಆಗಿ ಕೈ ಸೇರಿತ್ತು.

'ಪ್ರಿಯ ಅನು ಅವರೆ,

ಬಹಳ ದಿನದಿಂದ ನಿಮ್ಮ ಕವನಗಳೇ ಇಲ್ಲ. ಏಕೆ, ಕನಸುಗಳು ಖಾಲಿಯಾದುವೇನು? ನನ್ನದೊಂದಿಷ್ಟು ಕನಸುಗಳಿವೆ. ನಿಮ್ಮೊಡನೆ, ನಿಮ್ಮ ಕವನಗಳೊಡನೆ ಉಳಿದಷ್ಟು ಬದುಕ ಕಳೆದು ಬಿಡುವ ಕನಸು. ನೀವು ಮೂಲತಃ ವಿಜ್ಞಾನಿ ಎಂದು ಗೊತ್ತು. ಮೈಸೂರಿನಲ್ಲಿ ಓದಿದ್ದು, ಬಾಂಬೆಯಲ್ಲಿ ಪಿಎಚ್.ಡಿ. ತಗೊಂಡಿದ್ದು.... ನಿಮ್ಮ ಪೂರಾ ಬಯೋ-ಡಾಟಾ ನನ್ನ ಬಳಿ ಇದೆ. ಸ್ವತಃ ನನ್ನನ್ನು ಏನು ಅಂತ ವರ್ಣಿಸಿಕೊಳ್ಳಲಿ? ಕವಿತೆಗಳನ್ನು, ಕವಿತೆ ಬರೆದವರನ್ನು ಗಾಢವಾಗಿ ಪ್ರೀತಿಸಬಲ್ಲೆ. ಕೊಳ್ಳುವಿರಾ ಹೇಳಿ, ನನ್ನ ಚಿತ್ತಾರದ ಕನಸುಗಳ ಬದುಕು ಪೂರಾ....' ಇಷ್ಟೆ, ಕೇವಲ ಅರ್ಧ ಪೇಜಿನ ಪತ್ರ. ಜೊತೆಗೊಂದು ಫೋಟೊ ಇತ್ತು. ಪತ್ರ ಎರಡು ಮೂರು ಬಾರಿ ಓದಿದೆ. ಅಪರಿಚಿತ ವ್ಯಕ್ತಿಗೆ ಬರೆದ ಮೊಟ್ಟಮೊದಲ ಪತ್ರದಂತೆ ಇರಲೇ ಇಲ್ಲ. ವರ್ಷಗಟ್ಟಲೆಯ ಸ್ನೇಹದಲ್ಲಿ, ಮಧ್ಯೆ ಎಲ್ಲೋ ಕೆಲವು ದಿನದ ಮೌನವಾಗಿ, ಸ್ನೇಹದ ಹಕ್ಕಿನಲ್ಲಿ ಬರೆದಂಥಾ ಆತ್ಮೀಯ ಪತ್ರ. ಎರಡೆರಡು ಬಾರಿ ಓದಿದ್ದೆ. ನನ್ನ ಕವನಗಳಲ್ಲಷ್ಟೆ ಜನಿಸಿ – ಮರಣಿಸಿದ ಪ್ರೀತಿಯ ಝರಿಯೊಂದು ಜುಳು ಜುಳು ಸದ್ದು ಮಾಡಿತು.

ಏಕೋ ನಾ ಸಿದ್ಧವಿರಲಿಲ್ಲ, ಈ ಪ್ರೀತಿಯ ಹುಡುಗನ ಪತ್ರದ ಬೆನ್ನೇರಲು. ಕಿರಣ್

ಕಾದಿದ್ದ. ಅಪ್ಪ ಹುಡುಕಿದ ಗಂಡು, ಅಪ್ಪನ ಮುಷ್ಟಿಯಲ್ಲಿ ನಾನೀಗ ಇರಲಿಲ್ಲ ನಿಜ. ರೆಕ್ಕೆ ಕಟ್ಟಿ ಹಿಡಿದ ಹಕ್ಕಿಗೆ ಬಂಧನ ಬಿಟ್ಟಿತ್ತು, ಆದರೆ ಹಾರುವುದು ಬೇಕಿರಲಿಲ್ಲ.

ನಾನಂದು ಹೆಚ್ಚೇನೂ ಮಾಡಿರಲಿಲ್ಲ. ಪತ್ರ ಹರಿಯಲೆಂದು ಹೊರಟವಳು ಏಕೋ ತಡೆದೆ. ನನ್ನ ಡೈರಿಯೊಳಗೆ ತೂರಿಸಿದೆ. ಅಲ್ಲಿಗೆ ಈ ಪೂರಾ ಐದು ವರ್ಷಗಳಲ್ಲಿ ಮರೆತುಬಿಟ್ಟೆ.

ಗೋವಾದಲ್ಲಿ ಉಳಿದೆರಡು ದಿನ, ಗುಂಪಿನೊಡನೆಯೇ ಬೀಚು, ಚರ್ಚ್, ಕತೀಡ್ರಲ್ ಎಂದೆಲ್ಲ ಓಡಾಡಿದೆ. ಆ ಗುಂಪಿನ ನಡುವೆಯೂ ಅಜಯ್ ಬೇರೆಯೇ ನಿಂತಿದ್ದ. ಕೆಲ ವ್ಯಕ್ತಿಗಳು ತಟ್ಟನೆ ಉದ್ಭವಿಸಿ, ಕ್ಷಣದಲ್ಲಿ ನಮ್ಮ ಗೆದ್ದು ದಿಗ್ವಿಜಯ ಪತಾಕೆ ಹಾರಿಸಿಬಿಡುವುದೇಕೆ? ನನ್ನಿಷ್ಟು ದಿನದ ಬದುಕಿನ ಸ್ಥಿಮಿತತೆಯು, ಇಪ್ಪತ್ತೆಂಟು ವರ್ಷಗಳ ಅಘಟಿತ ಜೀವನದ ಸಮತೋಲನ ಪಲ್ಲಟಗೊಳಿಸಿದ್ದು ಹೇಗೆ? ಅವ ನನ್ನ ಬದುಕನ್ನು ಹಂಚಿಕೊಳ್ಳಲು ಬಂದಾಗ ನಾ ಇಂಥಾ ನಿತ್ಯ ಸಂತಸದ ನಿತ್ಯ ವಸಂತವ ನಿರಾಕರಿಸಿದೆ ಎಂದು ತಿಳಿದಿತ್ತೆ? ಕಾಲದ ಮುಳ್ಳು ಜಗ್ಗಿ ಹಿಡಿದು ಐದು ವರ್ಷ ಹಿಂದಕ್ಕೆ ಹೋಗುವ ತೀವ್ರ ಆಸೆ. ನಾ ಗೋವಾದಿಂದ ಹಿಂತಿರುಗಿದ ಮೇಲೂ ಅವ ಕಾಡತೊಡಗಿದ. ಬದುಕಿನ ಆ ಒಂದು ತಿರುವಿನಲ್ಲಿ ನಾ ತಿರುಗಿಬಿಟ್ಟಿದ್ದರೆ ರೆ....? ಮತ್ತೆ ಮತ್ತೆ ನೆನಪಿನಲ್ಲಿ ಹಿಂದ್ಹಿಂದೆ ಹಾಯ್ದು – ಅಲ್ಲಿ ಅವನ ಪತ್ರ ಹಿಡಿದು ಮತ್ತೆ ಮತ್ತೆ ಉತ್ತರಿಸಿದೆ. ಬೆಳಗ್ಗೆ ಏಳುವಾಗ ಮಾತ್ರ ನಾ ಕಿರಣನ ಹೆಂಡತಿಯಾಗಿರುತ್ತಿದ್ದೆ, ಪುಟ್ಟಿಯ ತಾಯಿಯಾಗಿದ್ದೆ.

ಬೀಚಿನಲ್ಲಿ ಗುಂಪಿನಿಂದ ಒಂದಿಷ್ಟು ಬಿಡುವು ಕಂಡಾಗ ಅಜಯ್ ಕೇಳಿದ್ದ–

'ಏಕೆ ನೀವು ಮತ್ತೆ ಕವನ ಬರೆಯಲೇ ಇಲ್ಲ...'

'ಓಹ್, ತುಂಬಾ ವರ್ಷಗಳಾಯ್ತು...' ಗಾಳಿಗೆ ಕೈ ಚೆಲ್ಲಿ ಹೇಳಿದೆ.

'ಹೌದು ಐದು ವರ್ಷಗಳು....' ಅವ ಲೆಕ್ಕ ಇಟ್ಟಿದ್ದ. ಐದು ವರ್ಷಗಳು... ನನ್ನ ಇಪ್ಪತ್ತೂರನೇ ವಯಸ್ಸಿಗೆ ನಿಲ್ಲಿಸಿದ್ದೆ. ನನ್ನ ವಿವಾಹವಾದ ವರ್ಷ. ಕಾವ್ಯನಾಮದಡಿ ಅಡಗಿದ್ದ ಕಿಶೋರದ ಕನಸುಗಳೆಲ್ಲ ತಣ್ಣನೆ ಅನುಭವದ ಅಡಿಯಲ್ಲಿ ನಿಸ್ಸಾರವಾದ ವರ್ಷ.

ನಾ ಗೋವಾದಿಂದ ಹಿಂತಿರುಗಿ ಬಂದೆ. ಮತ್ತೆ ಕವನ ಬರೆದೆ, ಐದು ವರ್ಷಗಳ ನಂತರ!

ಒಮ್ಮೆ ಕಾಲದ ಕೈ ಹಿಡಿದು ಜಗ್ಗುವ ಬಯಕೆ.

ಉತ್ತರಿಸದ ಪತ್ರಗಳಿಗೆಲ್ಲ ಪಾರಿವಾಳವ ಹಾರಿಬಿಡುವ ಬಯಕೆ.

ಆಯ್ದು ಬದುಕು ಸುಗಮವಿತ್ತು. ಆದರೂ ಬೇರೊಂದು ಆಯಾಮದಲ್ಲಿ ಉಳಿದುಬಿಟ್ಟ ಸಾಧ್ಯತೆಗಳು ಕಾಡತೊಡಗಿದವು. ಮತ್ತೆ ಕನಸುಗಳು ರೆಕ್ಕೆ ಪುಕ್ಕ ಮೊಳೆತು ಕವನಗಳಾದುವು. ಬಯಕೆಗಳು, ಸಾಧ್ಯತೆಗಳು, ಅವನೊಡನೆ ಹಂಚಿಕೊಳ್ಳಲಾರದ, ಆದರೆ ಹಂಚಿಕೊಳ್ಳಲೇಬೇಕಾದ ನನ್ನ ಅನಿಸಿಕೆಗಳು ಕವನವಾದುವು. ಐದು ವರ್ಷಗಳ ನಂತರ ನಾ ಮತ್ತೆ ಹೊತ್ತಿದ್ದೆ – ಕವನದ

ಕೂಸನ್ನು- ಮನದ ಒಳಗೆಲ್ಲ ಹಿತವಾಗಿ ಮಿಸುಕಾಡಿ ಭಾವನೆಯ ಬಸಿರೊಡೆದು ಹೊರಬಿದ್ದವು, ರಾಶಿ ರಾಶಿಯಾಗಿ.

ಈ ಆರು ತಿಂಗಳು ನಾ ಸತತ ಬರೆದೆ. ಹೊಸದೇನೋ ಹೇಳುವುದಿತ್ತು. 'ನನ್ನ ಯೌವನಕ್ಕೊಂದಿಷ್ಟು ಕನಸುಗಳ ಕೊಟ್ಟ ಗೆಳೆಯನೆ, ಧನ್ಯವಾದ...' ಬರೆದಿದ್ದೆ. 'ಉತ್ತರಿಸದೆ ಬಿಟ್ಟ ಪತ್ರಗಳ' ಬಗ್ಗೆ ಬರೆದೆ. 'ಬಿಟ್ಟು ಬಂದ ಮರಳಿನಲ್ಲಿ, ಬಿತ್ತಿ ಬಂದ ಬಯಕೆಗಳ' ಬಗ್ಗೆ ಬರೆದೆ. ನನ್ನ ಕವನಗಳಿಗೆ ಅವ ಗುರಿಯಾಗಿದ್ದನೋ, ಅವನಿಗೆ ನನ್ನ ಕವನಗಳು ಗುರಿಯಾಗಿದ್ದವೋ ಗೊತ್ತಿಲ್ಲ. ಸಾಧ್ಯತೆಗಳ ಬಗ್ಗೆ ಕವನಗಳು ಹೆಣೆದುಕೊಂಡವು, ದಟ್ಟವಾಗಿ. ನನ್ನೊಳಗಿನ ಸಂಭಾಷಣೆಗಳಿಗೆ ಅಜಯ್ ದಿಕ್ಕಾದ. ನನ್ನೆಲ್ಲವನ್ನೂ ನಾ ಅವನ ಅದೃಶ್ಯ ಇರುವಿನೊಡನೆ ಹಂಚಿಕೊಳ್ಳತೊಡಗಿದೆ. ಭಾರವಾದ ಬಾಲ್ಯ-ಯೌವನಗಳ ಬಿಚ್ಚಿಕೊಳ್ಳತೊಡಗಿದೆ-ಮೊಟ್ಟ ಮೊದಲಿಗೆ.

* * * *

'ಸಾರಿ, ಟಿಕೆಟ್ ಕೊಡೋದು ತಡವಾಯ್ತು....' ಬೆವರು ಒರೆಸಿಕೊಳ್ಳುತ್ತಾ ಅಜಯ್ ಬಂದು ಪಕ್ಕದ ಸೀಟಿನಲ್ಲಿ ಕುಳಿತ. ಗಂಟೆ ಆಗಲೇ ಹನ್ನೆರಡಾಗಿತ್ತು. ಬಸ್ಸಲ್ಲಿ ಎಂಟು-ಹತ್ತು ಜನ ಮಾತ್ರ ಇದ್ದರು.

'ಎಷ್ಟೊತ್ತಿಗೆ ಹೊರಡೋದು... ?' ಕೇಳಿದೆ.

'ಬಸ್ಸು ತುಂಬಿದ ಮೇಲೆ....' ಸೀಟನ್ನು ಹಿಂದಕ್ಕೆ ತಳ್ಳುತ್ತಾ ಹಾಯಾಗಿ ಒರಗಿ ಹೇಳಿದ.

'ಅಂದ್ರೆ ?'

'ಅಂದರೆ, ಇಲ್ಲಿಂದ 40 ರೂಪಾಯಿ ಕೊಟ್ಟು ಆರಾಮವಾಗಿ ಸಾಧಾರಣ ಬಸ್ಸಲ್ಲಿ ಶ್ರೀನಗರ ತಲುಪೋರೇ ಹೆಚ್ಚು. ಈ ಲಕ್ಸುರಿಗೆ 110 ರೂ. ಕೊಟ್ಟು ಬರೋ ನಮ್ಮಂಥೋರು ತುಂಬೋವರೆಗೂ ಬಸ್ಸು ಹೊರಡೋಲ್ಲ. ಇದು ಟೂರಿಸ್ಟ್ ಸೀಸನ್ ಕೂಡಾ ಅಲ್ಲ. ಈ ಆತಂಕವಾದಿಗಳ ಕಾಟ ಬೇರೆ....'

ನಾ ತಟ್ಟನೆ ನೇರ ಕುಳಿತು –

'ಹೇಗಿದೆ ಅಲ್ಲಿ ಪರಿಸ್ಥಿತಿ, ನಾವು ಹೋಗ್ತಾ ಇರೋದು ಪರವಾಗಿಲ್ಲವಾ ?'

'ಏಕೆ ಹೆದರ್ತೀರಾ, ಬದುಕು ಪೂರಾ ಬೆಚ್ಚಗೆ ಬೆಂಗಳೂರಲ್ಲಿ ಕಳೆದು ಬಿಡಬಹುದು ಅಂದುಕೊಂಡಿರಾ ? ಹೆದರಬೇಡಿ... ಈಗ ಪರಿಸ್ಥಿತಿ ಸುಧಾರಿಸಿದೆ. ಇಲ್ಲೆ ಒಂದಿಷ್ಟು ವಿಚಾರಿಸಿಕೊಂಡು ಬಂದಿದ್ದೀನಿ.'

ನಾ ಮುಗುಳ್ನಕ್ಕೆ. ಕಿಟಕಿಯಾಚೆ ನೋಡುತ್ತಾ ಕುಳಿತೆ. ಬಗಲಲ್ಲಿ ನನ್ನ ಕನಸಿತ್ತು, ಕವನವಿತ್ತು, ಭೂತವಿತ್ತು, ವಿಷಾದವಿತ್ತು. ಎಷ್ಟೋ ಹೊತ್ತಿನ ನಂತರ ನಿನ್ನೆಯಷ್ಟೇ ಗೋವಾದಲ್ಲಿ ಭೇಟಿಯಾದಂತೆ ಕೇಳಿದ-

'ನೀವು ಮತ್ತೆ ಕವನ ಬರೆದಿರಿ....' ಹೊರಗಿನ ಬಿಸಿಲಿಗೆ ಕಣ್ಬಿಟ್ಟು ನಾನು ಮೆಲ್ಲನೆ ತಿರುಗಿದೆ. ಗೋವಾದ ಬಾಗ್‌ಮೊಲಾ ಬೀಚಿನಲ್ಲಿ ಕೆಂಪು ಸೂರ್ಯ ಕಿರಣಗಳಲ್ಲಿ ಹೊಳೆದಿದ್ದ ಮುಖ ಅತ್ಯಂತ ನಿಕಟವಾಗಿ ಮುಗುಳ್ನಕ್ಕಿತು. ಆ ಮರಳು, ಆ ಸಮುದ್ರ, ಕಣಕಣಗಳಲ್ಲಿ ನೆನಪು ಹೊತ್ತ ಅಲೆಗಳು 'ಅದೋ ದೂರಾದವು' ಅನ್ನುವಾಗಲೇ

ಮತ್ತಪ್ಪಳಿಸುವ ರಭಸ.... ಇಲ್ಲಿ ನೀರಿಲ್ಲ, ಮರಳಿಲ್ಲ. ಜಮ್ಮುವಿನ ಉರಿವ ಮಧ್ಯಾಹ್ನದ ಧಗೆಯಲ್ಲಿ ಸಮುದ್ರದ ಮೇಲಿನಿಂದ ತೇಲಿ ಬಂದ ಗಾಳಿಯ ತಂಪು ಹೇಗೆ ?

'ಹುಂ.... ಒಂದೆರಡು ಬರೆದೆ....' ತಡವರಿಸಿದೆ.

'ಉತ್ತರಿಸದ ಪತ್ರಗಳೆಲ್ಲ ಕವನಗಳಾದುವಾ ?' ನೇರ ನನ್ನ ಕಣ್ಣು ಹಿಡಿದಿಟ್ಟು ಕೇಳಿದ, ಮುಖದ ತುಂಬ ತುಂಟತನವಿತ್ತು.

'ಇಲ್ಲ, ದಿಕ್ಕು ಗಾಣದ ಪಥಭ್ರಷ್ಟ ಪ್ರೀತಿ, ಬದುಕದೇ ಬಿಟ್ಟ ಬಾಲ್ಯ, ಕಿಶೋರ, ಬದುಕಬಹುದಿದ್ದ ಸಾಧ್ಯತೆಗಳು, ಸಂಭವಗಳು...' ವಾಚ್ಯವಾದ ನನ್ನ ಭಾವನೆಗಳಿಗೆ ನಾನೇ ಬೆರಗಾದೆ. ನಾ ಮಾತು ಕಲಿತದ್ದೆಂದು.... ಐದು ವರ್ಷದ ದಾಂಪತ್ಯದಲ್ಲಿ ಅಭಿವ್ಯಕ್ತಿಸಲಾರದೆ ನನ್ನ ಪ್ರೀತಿ ಪ್ರಯಾಸ ಪಡುವಾಗ, ಇದ್ದಕ್ಕಿದ್ದಂತೆ ಈ ಬೇರೊಂದು ಆಯಾಮದಲ್ಲಿ ಮಡಿವಂತಿಕೆ ಕಳಕೊಂಡು ನಾ ನಗ್ನವಾಗುತ್ತಿರುವುದ್ಹೇಗೆ ? ನಾ ತಟ್ಟನೆ ಅಗೋಚರವಾಗಿದ್ದೆ ಮತ್ತುಳಿದ ಆ ಜಗತ್ತಿಗೆ.... ಸಮಯದಲ್ಲೊಂದು ಬಿಂದುವಾಗಿ ಘನವಾಗತೊಡಗಿದ್ದೆ.

'ಏಕೆ, ಅಷ್ಟು ಸೀರಿಯಸ್ ಆಗ್ತೀರಾ....' ಅಜಯ್ ಮೆಲ್ಲನೆ ಕೈ ಒತ್ತಿದ. ಕಣ್ಣಲ್ಲಿನ್ನೂ ನಗು ಇತ್ತು.

ಬಸ್ಸು ಹೊರಟಿತು, ಕಣಿವೆಯತ್ತ. ನನ್ನ ಕೈ ಇನ್ನೂ ಅವನ ಬೆಚ್ಚನೆಯ ಹಿಡಿತದಲ್ಲಿತ್ತು....

('ರಾಜೂ.... ರಾಜೂ... ನಂಗೆ ಭಯವಾಗುತ್ತೆ ಕಣೋ, ಕೈ ಹಿಡಕೊಳ್ಳೊ.' ಬಿಗಿಯಾಗಿ ಹಿಡಿದೆಳೆದೆ ರಾಜುವಿನ ಕೈಯ.

'ಒಳ್ಳೆ ಹೆದರುಪುಕ್ಕಲೀನೆ ನೀನು.... ಮತ್ಯಾಕೆ ಭೂತ ನೋಡೋಕೆ ನಾನೂ ಬರ್ತೀನಿ ಅಂತ ಕುಣಿದೆ.'

'ನಿಜವಾಗ್ಲೂ ಅಲ್ಲಿ ಭೂತ ಇದೆಯಾ.... ?' ಕಣ್ಣರಳಿಸಿದೆ. ಪಾಳು ಬಿದ್ದ, ಬಿದಿರು ಮೆಳೆ ಬೆಳೆದು ನಿಂತ ಆ ಮುರುಕು ಬಂಗಲೆಯ ಕಾಂಪೌಂಡ್ ಹಾರಿ ಒಂದೊಂದೇ ಹೆಜ್ಜೆ ಇಡುತ್ತಾ.

'ಹುಂ ಮತ್ತೆ..... ಆದ್ರೆ ನೀನೇನೂ ಹೆದರಬೇಡ' ಹತ್ತಿರ ಬಂದ, ಹತ್ತು ವರ್ಷದ ಭಾರೀ ಎದೆಗಾರ.... ನನ್ನ ಕೈ ಭದ್ರವಾಗಿ ಹಿಡಿದ.

'ಬಲಗೈಲಿ ಚಪ್ಪಲಿ ಇಟ್ಟುಕೋ, ಭೂತ ಇದ್ರೆ ಹೆದರಿ ಓಡಿ ಹೋಗುತ್ತೆ. ಬಾಯಲ್ಲಿ ಓಂ ಗಣೇಶ್ ಹೇಳ್ತಾ ಇರು....' ಅವನ ಆದೇಶದಂತೆ ಒಂದು ಕೈಲಿ ಚಪ್ಪಲಿ, ಮತ್ತೊಂದರಲ್ಲಿ ರಾಜುವಿನ ಕೈ ಹಿಡಿದು, ಬಾಯಲ್ಲಿ ಪಿಟಿ ಪಿಟಿ ಅನ್ನುತ್ತಾ, ಅವನ ಹಿಂಬಾಲಿಸಿದೆ....

ಒಂದೊಂದೇ ಕೋಣೆ ಇಣುಕುವಾಗ ಅದೆಂಥ ಎದೆ ಬಡಿತ, ಕಿವಿಯಲ್ಲಿ ತಮಟೆಯ ಸದ್ದು. ಭಯ .... ಆದರೂ ವಿಚಿತ್ರ ಕುತೂಹಲ. ಖುಶಿ... ಆದರೂ ಎಂಥದ್ದೋ ಆತಂಕ.

'ಕೊನೇ ಕೋಣೆಯಲ್ಲಿ ದೊಡ್ಡ ನಿಧಿ ಇದೆಯಂತೆ. ಅದನ್ನ ಕಾಯೋಕ್ಕೆ ಸರ್ಪ ಇದೆಯಂತೆ....' ಎಲ್ಲ ಬಲ್ಲವನ ಗತ್ತಿನಲ್ಲಿ ರಾಜು ಹೇಳಿದ.

ಒಂದೊಂದೇ ಕೋಣೆ.... ಅದೆಷ್ಟು ಕೋಣೆಗಳು ಆ ಬಂಗಲೆಗೆ–ತಪ್ಪನೆ ಮೇಲಿಂದ ಬಿದ್ದು, ಭರ ಭರನೆ ಎರಡು ಬಾವಲಿಗಳು ಕುರುಡಾಗಿ ಹಾರಿ ಮುಖಕ್ಕೆ ಬಡಿದವು.

ಚಪ್ಪಲಿಯನ್ನು ಅಲ್ಲೇ ಎಸೆದು ಗಾಬರಿಯಿಂದ 'ಅಯ್ಯಮ್ಮೋ....' ಕಿರುಚುತ್ತ ಓಡಿದ ರಾಜುವಿನ ಕೈ ಬಿಡದೇ ನಾನೂ ಒಂದೇ ಉಸಿರಿಗೆ ಓಡಿದೆ. ಏದುಸಿರು ಬಿಡುತ್ತ ಓಡಿ ಬಂದವಳು ಇನ್ನೂ ರಾಜುವಿನ ಕೈ ಹಿಡಿದೇ ಇದ್ದೆ. ಮೈಯೆಲ್ಲ ನಡುಗಿತ್ತು. ಅಂಗಳದಲ್ಲಿ ಬಿಸಿಲು ಕಾಯಿಸುತ್ತಾ ಪೇಪರ್ ಓದುತ್ತಿದ್ದ ಅಪ್ಪ ಕನ್ನಡಕ ತೆಗೆದು ನನ್ನತ್ತ ಒಮ್ಮೆ ನೋಡಿದರು –

'ಅಪ್ಪ... ಅಪ್ಪ... ಅಲ್ಲಿ ಆ ಬಂಗಲೇನಲ್ಲಿ....' ಅಪ್ಪ ನನ್ನ ಏದುಸಿರು ಸ್ವರವನ್ನು ಅರ್ಧಕ್ಕೆ ತುಂಡರಿಸಿ –

'ಬಿಡು ಅವನ ಕೈನಾ.... ಎಷ್ಟು ಸಾರಿ ಹೇಳ್ಬೇಕು, ಗಂಡು ಹುಡುಗರ ಜೊತೆ ತಿರುಗಬೇಡ ಅಂತಾ...' ಅಪ್ಪನ ಗುಡುಗಿನ ಗಡಸು ಸ್ವರ ಪ್ರತಿಧ್ವನಿಸಿತು.)

ಸರಕ್ಕನೆ ಕೈ ಎಳೆದುಕೊಂಡೆ, ಅಜಯನ ಬೆಚ್ಚನೆಯ ಮುಷ್ಟಿಯಿಂದ.

ನನಗಾಗ ಎಂಟು ವರ್ಷ.

ಈಗ... ಇಪ್ಪತ್ತೆಂಟು !

* * * *

ಮತ್ತೆ ಕಿಟಕಿಯಾಚೆ ನೋಡುತ್ತಾ ಕುಳಿತೆ. ಸುತ್ತಲಿನ ನಿಸರ್ಗ ನನ್ನ ಬೇರೊಂದೇ ಲೋಕದ ಭ್ರಮೆಗೆ ಒಡ್ಡಿತು. ಆಳದ ಕಣಿವೆ ಹಾದಿಯ ನಡುವೆ ಜುಳು ಜುಳನೆ ಹರಿದು ಹಾಯ್ದ ನೂರಾರು ಸಣ್ಣ ಝುರಿಗಳು. ಬಿಸಿಲಿನ ಪ್ರಥಮ ಸ್ಪರ್ಶಕ್ಕೆ ಮೈ ಅರಳಿ ನಿಂತ ಬಣ್ಣ ಬಣ್ಣದ ಹೂಗಳು. ನಾ ಬಿಟ್ಟು ಬಂದ ಪ್ರಯೋಗಾಲಯ, ಹ್ಯಾಂಗರ್‌ಗೆ ಜೋತು ಬಿದ್ದ ಬಸ್ಸುಗಳು, ಮುಗಿಲೆತ್ತರದ ಫ್ಲಾಟ್‌ಗಳ ನಡುವೆ ತುಂಡು ತುಂಡಾದ ಆಕಾಶ... ಎಲ್ಲ ಅಸತ್ಯವೆನಿಸಿತು. ಕಡೆಗೆ ಕಿರಣ್, ಪುಟ್ಟಿ ಕೂಡ ಬೇರೊಂದೇ ಜನುಮದ ಸಂಬಂಧಗಳಂತೆ ಮಬ್ಬಾದರು.

ಸಂಜೆ ಕತ್ತಲು ಕಣಿವೆಗೆ ತಡೆದು ಬಂದಿತ್ತು. ಯಾವಾಗ ನನಗೆ ಮಂಪರು ಕವಿದು ನಿದ್ದೆ ಆವರಿಸಿತೋ ಗೊತ್ತಿಲ್ಲ. ಉಹುಂ.... ಪೂರ್ಣ ನಿದ್ರೆಯಲ್ಲ... ಎಚ್ಚರವೂ ಇಲ್ಲ... ಹೊರಗಿನೆಲ್ಲ ಆಗುಹೋಗುಗಳ ಅರಿವಿದ್ದಂತೇ, ಒಂದು ಬೆರಳನ್ನೂ ಎತ್ತಲಾರದ ಆಲಸ್ಯದ ಮಂಪರು. ಕಣ್ಣೆವೆಗಳಷ್ಟೆ ಭಾರವಾಗಿ ಮುಚ್ಚಿದ್ದವು. ಪಕ್ಕದಲ್ಲಿ ಅಜಯನ ಭದ್ರ ಇರುವು ಆಪ್ಯಾಯಮಾನವಾಗಿ ಅಮಲಿನಂತೆ. ಅಲ್ಲಿ ಜಮ್ಮುವಿನಲ್ಲಿ ಬಿಟ್ಟು ಬಂದ ಬಿಸಿಲಿನ ಧಗೆಯ ನೆನಪು ಇನ್ನೂ ಆರುವ ಮೊದಲೇ, ಕತ್ತಲೆಯ ರಾತ್ರಿಯೊಳಕ್ಕೆ ಬಸ್ಸು ನುಗ್ಗುತ್ತಿದ್ದಂತೆ, ಈ ಜೂನ್ ತಿಂಗಳ ಬೇಸಿಗೆಯಲ್ಲೂ ಕಣಿವೆಯ ಚಳಿ ಮೆಲ್ಲನೆ ಮೈ ಮುದುರಿತು. ಅಜಯ ಸೂಟ್‌ಕೇಸ್ ತೆರೆದ ಸದ್ದು, ಮರುಕ್ಷಣ ಅವನ ಎರಡೂ ಬಾಹುಗಳು ನನ್ನ ಸುತ್ತಿ ಬಳಸಿ ಶಾಲು ಹೊದಿಸಿದವು. ನಾ ಶಾಲಿನೊಳಗೆ ಬೆಚ್ಚನೆಯ ಕನಸುಗಳಲ್ಲಿ ಮೈ ಮರೆತೆ. ಮೆಲ್ಲನೆ ತೂಕಡಿಸಿದೆ.

ನನ್ನ ಬಳಸಿದ ಕೈಗಳು ತನ್ನ ಹೆಗಲಿಗೆ ನನ್ನ ತಲೆ ಆನಿಸಿತು. ಬೆಚ್ಚನೆಯ ಹಿಡಿತದಲ್ಲಿ ಮತ್ತೆಲ್ಲ ಮರೆತಿತ್ತು. ಈ ಕಣಿವೆಯ ಹಾದಿಯಲ್ಲಿ ಎಂತಹದೋ ಮಾಂತ್ರಿಕ ಶಕ್ತಿ ಇತ್ತು. ಅಜಯ್‌ನಲ್ಲೂ ಕೂಡಾ. ಅವನ ಅಗಲ ಹಸ್ತ ಬಿಗಿಯಾಗಿ ಆದರೆ ಸಭ್ಯವಾಗಿ ನನ್ನ ಭುಜ ಹಿಡಿದಿತ್ತು. ನಾ ಮತ್ತೆ ಏಳ ಬಯಸಲಿಲ್ಲ. ಮಧ್ಯೆ ಹಾದಿಗೆ ಜೊತೆಯಾಯಿತು ಝೇಲಮ್ ನದಿ. ಕೆಳಗೆ ಆಳದಲ್ಲಿ ಹಾದಿಯ ಜೊತೆ ಜೊತೆಯಾಗಿ ಹರಿದಿತ್ತು. ರಾತ್ರಿಯ ನೀರವತೆಯಲ್ಲಿ ಎಂಥಾ ಸಶಬ್ದ ಸಡಗರದ ಸ್ವಾಗತ !

('ರಾಜೂ... ರಾಜೂ....' ನನ್ನ ಎಂಟು ವರ್ಷದ ಪುಟಾಣಿ ಹೆಜ್ಜೆಗಳು ಆ ವಿಶಾಲವಾದ ಅಂಗಳದ ತುಂಬಾ ರಾಜುವನ್ನು ಹುಡುಕಿದವು. ರಾಜೂ ವಠಾರದಲ್ಲೆಲ್ಲೂ ಕಾಣಲಿಲ್ಲ.

'ರಾಜೂ.... ರಾಜೂ....' ಬುಡಬುಡನೆ ಮೆಟ್ಟಲೇರಿದೆ. ಸುರುಳಿ ಸುರುಳಿ ಸುತ್ತಿದ ಮೆಟ್ಟಲುಗಳ ಹಾರಿ ತಾರಸಿಗೆ ಬಂದೆ. ರಾಜು ತಾರಸಿಯ ಮೂಲೆಯಲ್ಲಿ ಕುಳಿತು, ಜೇಬಿನಿಂದ ಒಂದೊಂದೇ ಗೋಲಿ ತೆಗೆದು ಎಣಿಸುತ್ತಿದ್ದ. ಬಣ್ಣ ಬಣ್ಣದ ಗೋಲಿಗಳು..... ಕೆಂಪು... ಹಳದಿ ... ಹಸಿರು... ನೀಲಿ....

ಮೆಲ್ಲನೆ ಬಳಿ ಸರಿದು ಕುಳಿತೆ –

'ನಂಗೆ ಕೊಡೋ....' ಗೋಗರೆದೆ.

'ಹೋಗೇ ನೀನ್ಯಾಕೆ ಬಂದೆ ? ನಂಜೊತೆ ಆಡಿದ್ರೆ ನಿಮ್ಮಪ್ಪ ಹೊಡೀತಾರೆ....'

ಅದು ಮರೆತೇ ಹೋಗಿತ್ತು, ನಿನ್ನೆ ತಾನೆ ಏಟು ತಿಂದ ಬಿಸಿ. ಬಾಲ್ಯಕ್ಕೆ ನೆನಪೆಷ್ಟು ಪುಟ್ಟದು.

'ಅನೂ... ಏಯ್ ಅನು....' ಅಪ್ಪನ ದನಿ.

'ಬಂದೇ... ಬಂದೇ....' ತಡಬಡಿಸಿ ಎದ್ದು ದುಡುದುಡನೆ ಮೆಟ್ಟಿಲು ಇಳಿದೆ.

'ಮತ್ತೆ ರಾಜೂ ಜೊತೆ ಹೋಗಿದ್ದೆಯಾ....ಹುಡುಗರೊಡನೆ ಮತ್ತೆ ಆಡಿದ್ರೆ ನೋಡು....'

ಅಪ್ಪನ ಕೈ ಮೇಲೆದ್ದೇ ಬಿಟ್ಟಿತು... ಅಗಲಿಸಿ ಬಿಟ್ಟ, ಕೆಂಡದುಂಡೆಯ ಕಣ್ಣುಗಳು....)

ತಟ್ಟನೆ–ಎದ್ದು ನೇರ ಕುಳಿತೆ.

ಅಜಯ್ ತಡವರಿಸಿದ.

'ಮಲಕ್ಕೊಳ್ಳಿ.... ಇನ್ನೂ ತುಂಬಾ ದೂರ ಇದೆ....' ಮೃದುವಾಗಿ ಹೇಳಿದ. ನಾ ಮೆಲ್ಲನೆ ಅವನ ಮಡಿಲಲ್ಲಿ ತಲೆ ಊರಿದೆ. ಅಪ್ಪನ ಮುಖವನ್ನು ಸರಿಸಲೆತ್ನಿಸಿದೆ. ರಾಜೂ ಅವನ ಬಣ್ಣದ ಗೋಲಿಗಳ ಎಣಿಸತೊಡಗಿದ. ಭೂತ ಬಂಗಲೆಯಲ್ಲಿ ನೋಡದೆ ಬಿಟ್ಟ ಕೋಣೆಗಳ ಲೆಕ್ಕ ಇಡಲು ಪ್ರಯತ್ನಿಸಿದೆ. ಅವನ ಮಡಿಲ ಬಿಸಿಯಲ್ಲಿ ನನ್ನ ಬಾಲ್ಯ ನಚ್ಚಗೆ ಬಿಚ್ಚಿಕೊಳ್ಳತೊಡಗಿತು – ಹುಸಿ ಸತ್ಯವೆಂಬಂತೆ.

(ಅಪ್ಪನ ಪುತ್ರ ಕಾಮೇಷ್ಠಿ ಯಾಗದ ಫಲವಾಗಿ ನನ್ನ ಮೇಲೆ ಆರು ಜನ ಅಕ್ಕಂದಿರು. ವರ್ಷ ವರ್ಷ ಒಂದಲ್ಲ ಒಂದು ಅಕ್ಕನ ಬಸಿರು, ಬಾಣಂತಿತನ. ನಿವೃತ್ತರಾದಾಗಲಿಂದ ಅಪ್ಪ ವೆರಾಂಡದಲ್ಲೋ, ಇಲ್ಲ ಹೊರಗೆ ಕಲ್ಲು ಬೆಂಚಿನ

ಮೇಲೋ ಕುಳಿತು ವೇದಾಂತ ಹೇಳುತ್ತಲೋ, ಕಂಠಪಾಠವಾದ ಶ್ಲೋಕಗಳ ಉದಾಹರಿಸುತ್ತಲೋ, ಮಹಾತ್ಮರ ನುಡಿಕಟ್ಟುಗಳ ಒಪ್ಪಿಸುತ್ತಲೋ, ಪುರಾಣದ ಪುಣ್ಯ ಕಥೆಗಳ ಅಂತರಾರ್ಥ ಬಣ್ಣಿಸುತ್ತಾ, ಆದರ್ಶ ಜೀವನ, ನಿಷ್ಕಾಮ ಜೀವನಗಳ ಬಗ್ಗೆ ಕೊರೆಯುವಾಗೆಲ್ಲ ಈ ಅಪ್ಪ ನಾವು ಏಳು ಜನರ ಹುಟ್ಟಿಸಿದ್ದೇಗೆ ಅನಿಸಿಬಿಡುತ್ತಿತ್ತು. ನಾವು ಹೈಸ್ಕೂಲಿನಲ್ಲಿದ್ದ ಸಮಯ. ಮೊಟ್ಟ ಮೊದಲಿಗೆ ಕನ್ನಡ ಪತ್ರಿಕೆಯೊಂದು ಅರೆ ಎದೆ ತೆರೆದ ಹೆಣ್ಣಿನ ಮುಖಪುಟ ಹಾಕಿದ್ದು ನೋಡಿದಾಗ, ಅಪ್ಪ ಪೂರಾ ಐದು ನಿಮಿಷ ಮುಖಪುಟವನ್ನೇ ದುರುಗುಟ್ಟಿ ನೋಡಿ, ಕಂಡಾಬಟ್ಟೆ ಕೆಂಡ ಕಾರಿ 'ನಮ್ಮ ಸಂಸ್ಕೃತಿ ಯಾವ ಮಟ್ಟಕ್ಕಿಳೀತು....' ಎಂದು ಉಗಿದು ದೂರ ಒಗೆದದ್ದೂ, ಅದೇ ಪತ್ರಿಕೆ ಗುಪ್ತ ಸಮಾಲೋಚನೆಗಳ ಆರಂಭಿಸಿದ್ದೇ ತಡ ಆ ಪತ್ರಿಕೆಗೆ ನಮ್ಮನೆಯಲ್ಲಿ ಬಹಿಷ್ಕಾರ ಬಿದ್ದದ್ದು, ಏಕೋ, ನಿನ್ನೆ ಮೊನ್ನೆ ನಡೆದಂತೆ ನೆನಪಾಗುತ್ತದೆ. ಅಪ್ಪಿ ತಪ್ಪಿ ನನ್ನ ಕಿಶೋರದ ಕುತೂಹಲಕ್ಕೆ ಲಲ್ಲಿ ಮನೆಯಿಂದ ಪುಸ್ತಕ ಕದ್ದು ತಂದು ಓದುವಾಗ ಅಕ್ಕಂದಿರು ತರಾಟೆಗೆ ತೆಗೆದುಕೊಂಡು 'ಅಪ್ಪಂಗೆ ಹೇಳ್ತೀನಿ' ಹೆದರಿಸಿದ್ದು ನೆನಪಾದಾಗಲೆಲ್ಲ ಈ ಅಕ್ಕಂದಿರಿಗೆ ವರ್ಷಾ ವರ್ಷ ಮಕ್ಕಳು ವರಪ್ರಸಾದದಿಂದಲೇ ಹುಟ್ಟುತ್ತವೇನೋ ಅನಿಸಿಬಿಡುತ್ತಿತ್ತು.

ಕಡೆಗೆ ನಾ ಬದುಕಿನ ಬಗ್ಗೆ ಕಲಿತದ್ದಾದರೂ ಹೇಗೆ-

ಏಳು ಹೆತ್ತ ಅಮ್ಮನಿಂದಲ್ಲ. ಎಡೆಬಿಡದೆ ಬಾಣಂತಿ ಕೋಣೆ ತುಂಬಿದ ಅಕ್ಕಂದಿರಿಂದಲ್ಲ. ಅಲ್ಲೆಲ್ಲ ಮುಟ್ಟದೇ ಹುಟ್ಟಿದ ದಿವ್ಯ ಮಡಿವಂತಿಕೆ ಇತ್ತು. ನಾ ಬದುಕಿನ ಬಗ್ಗೆ ಕಲಿತದ್ದೇ, ಇಂಥಾ ಪತ್ರಿಕೆಗಳಿಂದ–ವಿಷಮ ಸಂಬಂಧಗಳಿಗೆ ಉತ್ತರ ಬಯಸಿದ ಪ್ರಶ್ನೆಗಳ ಅಂಕಣದಿಂದ. ಸತ್ಯವೋ, ಕಲ್ಪಿತವೋ ಆದ ಪತ್ರಿಕೆಗಳ ಪ್ರೇಮ–ಕಾಮದ ವಿಕೃತ ಚಿತ್ರದಿಂದಲೇ ನನ್ನ ಯೌವನದ ಕ್ಯಾನ್‌ವಾಸ್ ತುಂಬಿತು. ಯಾರೊಂದಿಗೂ ಹೇಳಬಾರದ, ಹಂಚಲಾರದ, ಒಳಗೊಳಗೇ ಅನುಮಾನವಾಗಿ, ಆತಂಕವಾಗಿ, ಅಸಹ್ಯವಾಗಿ ಘನವಾದ ಗಂಡು–ಹೆಣ್ಣಿನ ಸಂಬಂಧಗಳು.

ಇಂಥಾ ಅಪ್ಪ.... ಎಂಟು ವರ್ಷದ ರಾಜುವಿನೊಡನೆ ಆಡಗೊಡದ ಅಪ್ಪ, ಗೆಳತಿಯರ ಅಣ್ಣಂದಿರೊಡನೆ ಬಸ್ ಸ್ಟಾಪಿನಲ್ಲಿ ಮಾತನಾಡಿದ್ದನ್ನೇ ದೊಡ್ಡ ರಾದ್ಧಾಂತ ಮಾಡಿದ ಅಪ್ಪ, ರಾಮಾಯಣ, ಮಹಾಭಾರತ, ಭಗವತ್‌ಗೀತೆಗಳನ್ನೆಲ್ಲ ಕಪಾಟಿನ ತುಂಬ ತುಂಬಿ ಧೂಳು ಹಿಡಿಸಿದ ಅಪ್ಪ, ಗಂಡಿನ ನೆರಳು ಕೂಡ ಸುಳಿಯದಂತೆ ಏಳು ಜನ ಪುತ್ರಿಯರನ್ನು ಸರ್ಪ ಕಾವಲಾಗಿ ಕಾದ ಅಪ್ಪ- ಶುದ್ಧ ಅಪರಿಚಿತ ಗಂಡಿನೊಡನೆ ನನ್ನ ತಳ್ಳಿ ಅಗಳಿ ಇಟ್ಟರು–ಆತನೊಡನೆ ನನ್ನ ವಿವಾಹ ಆಯಿತು, ಎಂಬುದೊಂದೇ ಕ್ಷುಲ್ಲಕ ಕಾರಣಕ್ಕೆ. ಆ ಗಂಡಸಿನೊಡನೆ ನಾ ಹೇಗೆ ವರ್ತಿಸಬೇಕು ಎಂದು ಊಹಿಸಿದ್ದರೋ ದೇವರಿಗೇ ಗೊತ್ತು.)

ಶ್ರೀನಗರ ತಲಪಿದಾಗ ರಾತ್ರಿ ಮೂರು ಗಂಟೆ. ಕಣಿವೆಯ ಚಳಿ ಜೂನ್ ತಿಂಗಳಲ್ಲೂ ಮೈ ನಡುಗಿಸಿತು. ಬಸ್ಸಿಂದ ಇಳಿದು, ನಡು ಹಾದಿಯಲ್ಲಿ ನಿಂತೆವು. ಸುತ್ತಲೂ ಗಿಡಗಂಟಿಗಳು, ಎದುರು 'ಟೂರಿಸ್ಟ್ ಸೆಂಟರ್'. ಇಳಿದದ್ದೇ ತಡ 'ಆ ಜಾವೋ ಸಾಬ್, ಹಮಾರಾ ಯಹಾ ಡಬಲ್ ಬೆಡ್ ಕಮರಾ ಹೈ....' ಅಂತ ನಮ್ಮ

ಹಿಂದೆ ಮುಂದೆ ಸುಳಿದಾಡಿದ ವಿಲಕ್ಷಣ ವ್ಯಕ್ತಿಗಳ ತಡೆಯುತ್ತಾ, ನೇರ ಟೂರಿಸ್ಟ್ ಸೆಂಟರ್ ಅತ್ತ ನಡೆದರೆ, ಎಲ್ಲ ಮುಚ್ಚಿ ರಾತ್ರಿಯ ಕೊರೆವ ಚಳಿಯಲ್ಲಿ ತಣ್ಣಗೆ ಮಲಗಿದ್ದವು. 'ಬನ್ನಿ ಸಾಬ್ ಸೊಗಸಾದ ಹೌಸ್ ಬೋಟ್ ಇದೆ. ಬಿಸಿನೀರು, ಕಾಫಿ, ಟೀ, ನಾಷ್ಟಾ ಎಲ್ಲಾ ಸಿಗುತ್ತೆ.....' ಬಡಬಡಿಸುತ್ತಲೇ ಇದ್ದ ಆ ಎತ್ತರದ ಕಾಶ್ಮೀರಿ ತರುಣ. ಅಜಯ್ ನನ್ನತ್ತ ಒಮ್ಮೆ ನೋಡಿ, ಮತ್ತೆ ಗತ್ಯಂತರವೇ ಇಲ್ಲದೆ, ಆ ವ್ಯಕ್ತಿಯ ಹಿಂಬಾಲಿಸಿ ರಿಕ್ಷಾ ಏರಿದ. ರಿಕ್ಷಾ ಹೊರಟಿತು. ವಿಶಾಲ ರಸ್ತೆಗಳನ್ನು ದಾಟಿ ಗಲ್ಲಿಗಳಿಗೆ ನುಗ್ಗಿತು. ಎಡಬದಿಗೆ ಮುಗಿಲೆತ್ತರಕ್ಕೆ ಬೆಳೆದು ನಿಂತ ಗಿಡಗಂಟೆ, ಪೊದೆ.... ಬಲಕ್ಕೆ ಅಂತಹುದೇ ಗಿಡ, ಮರ ಸಂದಿಗಳ ನಡುವೆ ಮೆಲ್ಲ ಮೆಲ್ಲನೆ ಮಿರುಗಿದ ಝೀಲಮ್‌ನ ನಿಶ್ಶಬ್ದ ನೀರು. ಇಲ್ಲಿ ಮನುಷ್ಯರ ಸುಳಿವೇ ಇಲ್ಲವೆಂಬಂಥಾ ಕಾನನ ಮೌನ. ರಾತ್ರಿಯ ಸೆರಗಿನಲ್ಲಿ ಅಪರಿಚಿತ ನಗರಗಳು ಎಷ್ಟು ಭಯಂಕರವಾಗಿ ಕಾಣುತ್ತವೆ. ಈ ತಿರುವಿನಲ್ಲಿ, ಆ ತಿರುವಿನಲ್ಲಿ ಭಯದ ಭೂತಗಳು ಉದ್ದುದ್ದದ ನೆರಳಾಗಿ ಓಲಾಡುತ್ತವೆ, ನನ್ನ ಬಾಲ್ಯದ ಭೂತಗಳಂತೆ. ಅಂಥದ್ದೇ ಗಲ್ಲಿಯೊಂದರ ನಡುವೆ ಆಟೋ ನಿಂತಿತು. ಸುತ್ತ ಮುತ್ತಲೂ ಜನ ಸಂಚಾರವಾಗಲೀ, ಬೀದಿ ದೀಪಗಳಾಗಲೀ ಇಲ್ಲದ ಕತ್ತಲ ಹಾದಿ. ಕೆಳಗಿಳಿದು ನೋಡಿದೆ. ಒಂದಿಷ್ಟು ಅರೆಬರೆ ಮೆಟ್ಟಿಲುಗಳು. ತೀರದಿಂದೊಂದಿಷ್ಟು ದೂರದಲ್ಲಿ ನೀರಿನ ಮೇಲೆ ನವಿರಾಗಿ ಹೊಯ್ದಾಡುತ್ತಿದ್ದ ಹೌಸ್‌ಬೋಟ್. ಅದರೊಳಗಿಂದ ಮೆಲ್ಲನೆ ಮಿಣುಕಿದ ಸಣ್ಣ ದೀಪಗಳು. ಈ ವಿಲಕ್ಷಣ ರಾತ್ರಿಯಲ್ಲಿ, ಕಪ್ಪು ನೀರಿನ ನಡುವೆ ಒಂಟಿ ತೇಲಿದ ಆ ಹೌಸ್ ನಾ ಪುಸ್ತಕದಲ್ಲಿ ಓದಿದ ಕಾಶ್ಮೀರಿ ಶಿಕಾರಗಳ ರಮ್ಯ ಚಿತ್ರವಂತೂ ಖಂಡಿತಾ ಆಗಿರಲಿಲ್ಲ. ವಿಧಿ ಇಲ್ಲದೆ, ಈ ರಾತ್ರಿ ಹೇಗಾದರೂ ಮುಗಿದರೆ ಸಾಕೆಂದು ಅಜಯನ ಹಿಂಬಾಲಿಸಿದೆ. ದಡದಿಂದ ದೋಣಿಗೆ ಒಂದು ಕಿರಿದಾದ ಹಲಗೆ ಹಾಕಲ್ಪಟ್ಟಿತ್ತು. ಅಜಯ್ ತಟ್ಟನೆ ನನ್ನ ಕೈ ಹಿಡಿದು, ಲಡಾಬಡಾಗಟ್ಟಿದ್ದ ಹಲಗೆಯ ದಾಟಿಸಿದ. ಒಳಗೆ ವೆರಾಂಡ, ಒಂದಿಷ್ಟು ಓಣಿ, ನಂತರ ಡಬಲ್ ಬೆಡ್‌ಗಳ ಕೊಠಡಿ.

'ಗರಮ್ ಪಾನಿ ಮಿಲೇಗ ಸಾಬ್, ಬಾತ್‌ರೂಮ್ ಅಟಾಚ್‌ಡ್ ಹೈ ಸಾಬ್....' ಅವ ಮತ್ತೊಮ್ಮೆ ಒಪ್ಪಿಸಿ 'ಗುಡ್‌ನೈಟ್ ಸಾಬ್' ಎಂದು ಹೊರನಡೆದ. ಕೋಣೆ ನನ್ನ ಊಹೆಗೂ ಮೀರಿ ವಿಶಾಲವಾಗಿಯೇ ಇತ್ತು. ಮರದ ಗೋಡೆಗಳ ಹಳೆಯ ಹಲಗೆಗಳ ಮಂಕು ಬಣ್ಣ ಕಾಣದಂತೆ ಕಾಶ್ಮೀರದ ವಿವಿಧ ಪೋಸ್ಟರ್‌ಗಳ ಬಲವಾಗಿ ಮೆತ್ತಲಾಗಿತ್ತು. ಒಂದು ಮೂಲೆಗೆ ದೊಡ್ಡ ಕನ್ನಡಿ. ಮಧ್ಯೆ ಎರಡು ಹಾಸಿಗೆಗಳು. ಕಶ್ಮೀರಿ ಕಡಾಯಿ ಹಾಕಲಾಗಿದ್ದ ಬಣ್ಣ ಬಣ್ಣದ ದಪ್ಪ ಹೊದಿಕೆ. ಸ್ವಲ್ಪ ದೂರಕ್ಕೆ ಒಂದು ಸೋಫಾ, ಸಣ್ಣ ಮೇಜು. ತಟ್ಟನೆ ಎಲ್ಲಿಯೋ ಖೈದಿಯಾದಂತೆ ಹಾಸಿಗೆಯ ಮೇಲೆ ಕುಳಿತೆ. ಸಣ್ಣ ಕಿಟಕಿಗಳಾಚೆ ಬರೀ ಕತ್ತಲು. ಕೆಳಗೆ ಝೀಲಮ್‌ನ ಜುಳು ಜುಳು ಸದ್ದು ಮಾತ್ರ ಅತಿ ನವಿರಾಗಿ ತೇಲುತ್ತಿದ್ದ ನಮ್ಮ ರಾತ್ರಿಯ ನೆನಪಿಸುತ್ತಿತ್ತು. ನನ್ನಲ್ಲಿ ಆತಂಕ ಇಳಿದೇ ಇರಲಿಲ್ಲ. ಈ ನಡುರಾತ್ರಿಯಲ್ಲಿ, ವಿಲಕ್ಷಣ ಗಲ್ಲಿಯಲ್ಲಿ, ತೇಲುತ್ತಿರುವ ನಾಜೂಕು ಕೋಣೆಯಲ್ಲಿ ಅಜಯನೊಡನೆ....

(ಇಂಥಹುದೇ ಒಂದು ರಾತ್ರಿ ಇತ್ತು. ಮುಗಿದರೆ ಸಾಕೆಂಬ ರಾತ್ರಿ..... ಕಿರಣನೊಡನೆ...

ಅದು ಕೂಡಾ, ಮದುವೆಯ ಮುಂದುವರೆದ ಸಂಪ್ರದಾಯ, ಕೋಣೆ ಹೊಕ್ಕಾಗ ಎರಡು ಮಂಚ, ಒಂದಿಷ್ಟು ಸಿಹಿ ತಿಂಡಿ, ಗಂಧದ ಕಡ್ಡಿ, ಹಾಲಿನ ಲೋಟ ಕರಾರುವಕ್ಕಾಗಿ, ನಿರ್ಲಿಪ್ತವಾಗಿ ಜೋಡಿಸಲ್ಪಟ್ಟಿದ್ದವು. ಇದ್ದದ್ದು ಇಷ್ಟೇ ಅಲ್ಲ, ಗೋಡೆಯ ಮೇಲೆ ಮಂಚದತ್ತಲೇ ದುರುಗುಟ್ಟಿ ನೋಡುತ್ತಿದ್ದ ತಾತ – ಅಜ್ಜಿಯರ 1 1/2 x 2 ಅಡಿಯ ಕಟ್ಟು ಹಾಕಿದ ಚಿತ್ರ. ಪಕ್ಕಕ್ಕೆ ಲಕ್ಷ್ಮಿ ಸರಸ್ವತಿ, ಗಣೇಶರ ಹೂ ಏರಿಸಿದ ದೊಡ್ಡ ಪಟ. ಬಾಗಿಲ ಹೊರಗೇ, ಮನೆ ತುಂಬಾ ತುಂಬಿ ನಿಂತಿದ್ದ ಅಕ್ಕಂದಿರು, ಬಾವಂದಿರು, ತಲಾ ಎರಡೆರಡು ಪಿಳ್ಳೆಗಳು, ನಿಲ್ಲದ ನಿರರ್ಗಳ ಗದ್ದಲ, ಗಲಾಟೆ. ವಾಹ್ ಎಂಥ ರೊಮಾಂಟಿಕ್ ರಾತ್ರಿ ! ಕಿರಣ್ ನನ್ನ ಕೈ ಸ್ಪರ್ಶಿಸುವುದಕ್ಕಿಲ್ಲ. 'ಪ್ಲೀಸ್....' ಎಂದು ಕೊಸರಿದೆ. ಏಕೆ ಎಂಬಂತೆ ನೋಡಿದ. 'ತಾತ–ಅಜ್ಜಿ ನೋಡ್ತಾ ಇದ್ದಾರೆ' ಫೋಟೋದತ್ತ ಕೈ ತೋರಿಸಿ ಹೇಳಿದೆ. ಕಿರಣ್ ಗಹಗಹಿಸಿ ನಕ್ಕ. ಹೊರಗೆ ಕೇಳಿಸೀತೆಂದು ನಾನು ಅವನ ಬಾಯಿ ಮುಚ್ಚಿದೆ. ಮೆಲುವಾಗಿ ನನ್ನ ಕೈ ಹಿಡಿದ. 'ಹೆದರಬೇಡ. ನಮ್ಮ ಬೆಂಗಳೂರು ಫ್ಲಾಟಿನಲ್ಲಿ ತಾತ–ಅಜ್ಜಿ, ಲಕ್ಷ್ಮಿ ಗಣಪತಿಯರ ಭಯ ಇಲ್ಲ' ಅಂದ. ಮತ್ತೆ 'ತುಂಬಾ ಸುಸ್ತಾಗಿದ್ದೀಯ, ಬೆಳಗ್ಗಿಂದಾ ಹೊಗೆ ಕುಡಿದು, ಮಲಗು' ಎಂದು ದೀಪವಾರಿಸಿದ.

ಭಯವಿತ್ತು.... ಬೆಂಗಳೂರಿನ ಫ್ಲಾಟಿನಲ್ಲಿಯೂ. ನಾ ಭಯವನ್ನು ಜೊತೆಗೇ ತಂದಿದ್ದೆ ಬಾಲ್ಯದಿಂದ. ಬಿದಿರು ಮೆಳೆಗಳ ಭೂತ ಬಂಗಲೆಯಿಂದ ಅಪ್ಪನ ಕೆಂಡದುಂಡೆಯ ಕಣ್ಣುಗಳು ಆಗಳಿ ಇಟ್ಟ ನಮ್ಮ ಬೆಡ್ ರೂಮಿನ ಒಳಗೂ ನುಗ್ಗಿ ಬಿಡುತ್ತಿದ್ದವು.)

ಈ ಕಪ್ಪು ರಾತ್ರಿಯಲ್ಲಿ ಕೆಂಡದುಂಡೆಯ ಕಣ್ಣುಗಳೆರಡು ಅತ್ಯಂತ ನಿಷ್ಠುರವಾಗಿ ನಮ್ಮ ಕಾಯುತ್ತಿದ್ದಂತೆ ಅನಿಸಿ, ಎದ್ದು ನೇರ ಕುಳಿತೆ.

'ನೀವು ಮಲಗಿ ಅನು....' ಅಜಯನ ದನಿ ಕೇಳಿ ಎಚ್ಚೆತ್ತೆ. 'ನನಗಂತೂ ನಿದ್ದೆ ಹಾರಿ ಹೋಗಿದೆ. ಆಗಲೇ ಮೂರೂವರೆ ಗಂಟೆ. ಬೆಳಗಾಗಲಿ ಬೇರೆ ಕಡೆ ನೋಡೋಣ. ನಮ್ಮ ಕಾನ್‌ಫರೆನ್ಸ್ ವ್ಯವಸ್ಥಾಪಕರೇ ಸಿದ್ಧತೆ ಮಾಡಿರಬಹುದು' ಅಂದ.

'ನೀವೂ ಮಲಗಿಬಿಡಿ, ಸುಸ್ತಾಗಿದ್ದೀರ...' ಅವ ಸೋಫಾದ ಮೇಲೆ ಹಾಗೇ ಉರುಳಿದ. ನಾ ಬೆಡ್‌ಶೀಟ್ ತೆಗೆದುಕೊಟ್ಟೆ. ನಾನಿನ್ನೂ ಕುಳಿತೇ ಇರುವುದ ನೋಡಿ–

'ನೀವು ಬಟ್ಟೆ ಬದಲಿಸಬೇಕಾ.... ನಾ ಬೇಕಾದರೆ ಹೊರಗೆ ಹೋಗುತ್ತೇನೆ....' ಏಳಲು ಹೊರಟ.

'ಇಲ್ಲ.... ಇಲ್ಲ... ಹೀಗೆ ಇರಲಿ, ಇನ್ನೇನು ಎರಡು ಮೂರು ಗಂಟೆ ತಾನೆ.....' ನಾ ಸೀರೆ ಬದಲಿಸದೆ ಹಾಗೇ ಹಾಸಿಗೆಯ ಮೇಲೆ ಉರುಳಿದೆ. ದೀಪ ಉರಿಯುತ್ತಲೇ ಇತ್ತು. ಆಯಾಸದಿಂದ ಕಣ್ಣುಗಳು ಮುಚ್ಚಿದರೂ ವಿಚಿತ್ರ ಭಯ. ಯಾರೋ ನಾಲ್ವರು

ಧಾಂಡಿಗರು ಬಾಗಿಲು ಒದ್ದುಕೊಂಡು ಬಂದಂತೆ.... ಧಡಾ ಧಡಾ ಬಡಿದಂತೆ.... ದುಃಸ್ವಪ್ನಗಳ ನಡುವೆಯೇ ನಿದ್ದೆ ಆವರಿಸಿತ್ತು.

* * * *

ದಿನಾಂಕ 2, ಜೂನ್, 1989

ಮರುದಿನ, ಸೂರ್ಯ ಕಿರಣ ಕೆನ್ನೆಯ ಮೇಲೆ ಚುರುಗುಟ್ಟಿದಾಗ ಕಣ್ಣುಬಿಟ್ಟೆ. ಪಕ್ಕಕ್ಕೆ ತಿರುಗಿದೆ. ಸೋಫಾ ಖಾಲಿಯಾಗಿತ್ತು. ಒಳಗೆ ಬಚ್ಚಲಿನಲ್ಲಿ ನಲ್ಲಿ ನೀರಿನ ಸದ್ದು. ಮೆಲ್ಲನೆ ಎದ್ದು ಕುಳಿತೆ. ಕಿಟಕಿಯ ಪರದೆ ಸರಿಸಿ ಹೊರಗಿಣುಕಿದೆ. 'ಮೈ ಗಾಡ್....' ನನಗರಿವಿಲ್ಲದೆ ಹೊರಟ ಉದ್ಗಾರ. ಬಾಗಿಲು ತೆರೆದು ಹೌಸ್‌ಬೋಟಿನ ಹೊರ ಆವರಣಕ್ಕೆ ಓಡಿ ಬಂದೆ. ರಾತ್ರಿಯ ಕತ್ತಲಲ್ಲಿ ದುಃಸ್ವಪ್ನವಾಗಿ ಕಾಡಿದ ಅಪರಿಚಿತ ನಗರಿ, ಮುಂಜಾನೆಯ ಹೊಂಗಿರಣದಲ್ಲಿ ಫಳ ಫಳ ಹೊಳೆದ ಝೇಲಮ್‌ನ ಬಂಗಾರದ ಬಣ್ಣದಲ್ಲಿ, ಹಸಿಹಸಿರಾಗಿ ತೂಗಾಡಿದ ಗಿಡ ಮರಗಳ ನಡುವೆ, ರಾಶಿ ರಾಶಿ ಬಳ್ಳಿ ಗುಲಾಬಿ, ಹೆಸರಿಸದ ಹೂಗೊಂಚಲ ಮಡಿಲಲ್ಲಿ, ಕಾಶ್ಮೀರದ ಸ್ವರ್ಗೀಯ ಬೆಳಗು ಕಣ್ಣು ಬಿಡುತ್ತಿತ್ತು. ಇರುಳ ನೆರಳುಗಳೆಲ್ಲ ಚೆದುರಿ ಚೆಲ್ಲಾಪಿಲ್ಲಿಯಾಗಿ, ಸುತ್ತಲೂ ಕಣ್ಣು ಹಾಯಿಸಿ ನಿಂತೆ. ದಡದಿಂದ ಕೊಂಚವೇ ದೂರದಲ್ಲಿ ತಗಡಿನ ಮನೆಯ ಒಳಗಿನಿಂದ ಮಕ್ಕಳ ಚಿಲಿಪಿಲಿ ಸದ್ದು. ಮುರುಕು ಕಿಟಕಿಯ ಕಸೂತಿ ಹಾಕಿದ ಹರಕು ಪರದೆ ಸರಿಸಿ, ಕೆಂಪು ಫೆರನ್ ಏರಿಸಿದ ಸುಂದರ ಹೆಂಗಸು ಹೊರಗಿಣಿಕಿ –

'ಕಾಫಿ, ಚಾಯ್, ಕಾವಾ... ಏನು ಬೇಕಾ ಮೇಮ್‌ಸಾಬ್....' ಕೂಗಿದಳು. ರಾತ್ರಿ ಕರೆತಂದ ಆತನ ಹೆಂಡತಿ ಇರಬೇಕು. ತಲೆ ಆಡಿಸಿದೆ. ಒಳಗಿಂದ ಮುಖ ತೊಳೆದು ಹೊರ ಬಂದ ಅಜಯ್.

'ಗುಡ್ ಮಾರ್ನಿಂಗ್....' ಎಂದು ಮುಗುಳ್ನಕ್ಕ.

'ಎಷ್ಟು ಸುಂದರವಾಗಿದೆ....' ನಾ ಪೂರಾ ಮೈಮರೆತು ಹೇಳಿದೆ. ರಾತ್ರಿ ಇದೇ ಸ್ಥಳ ಎಷ್ಟು ಭಯಂಕರವಾಗಿ ಕಂಡಿತ್ತು, ಈಗ ಊಹಿಸುವುದೂ ಹಾಸ್ಯಾಸ್ಪದವಾಗಿತ್ತು.

'ನಾನೂ ಮುಖ ತೊಳೆದು ಬರ್ತೀನೆ....' ಬಾತ್‌ರೂಂ ಹೊಕ್ಕೆ. ನೇರ ನಿಂತ ನಲ್ಲಿ ತಿರುಗಿಸಿದೆ. ಧಾರಾಳ ನೀರು ಸುರಿಯಿತು. ಆಚೆಗೆ ಒಂದು ರಂಧ್ರ – ನೇರ ತಳದ ಝೇಲಮ್‌ಗೆ... ಇಸ್ಸಿ ಎನಿಸಿ ಹೇಗೋ ಹಲ್ಲುಜ್ಜಿ ಮುಖ ತೊಳೆದು ಹೊರ ಬಂದೆ.

'ಸ್ನಾನಕ್ಕೆ ಬಿಸಿ ನೀರು ತರಿಸಲೆ ?' ಅಜಯ್ ಕೇಳಿದ.

'ಬೇಡ.... ಇಲ್ಲಿ ಹಿಡಿಸೋಲ್ಲ. ಯಾವುದಾದರೂ ನೆಲದ ಮೇಲಿರೊ ಕೋಣೆ ಹಿಡಿಯೋಣ....' ಅಂದೆ.

'ಓ. ಕೆ. ಹಾಗಾದ್ರೆ ತಯಾರಾಗಿ....'

ಏಳೂವರೆಗೆಲ್ಲ ಸಿದ್ಧವಾಗಿ ಹೊರಟು ನಿಂತಾಗ, ಆತ ಓಡೋಡಿ ಬಂದ – 'ಏಕೆ ಸಾಬ್.... ಇಲ್ಲಿ ಎಲ್ಲ ವ್ಯವಸ್ಥೆ ಇದೆ. ಗರಮ್ ಪಾನಿ....' ಮತ್ತೊಮ್ಮೆ ಪ್ರಾರಂಭಿಸಿದ.

'ಹಮೆ ಜಾನಾ ಹೈ.....' ಎಂದಷ್ಟೆ ಹೇಳಿದೆ. 150 ರೂಪಾಯಿ ಹಾಕಿದ ಬಿಲ್

ಕೈಗಿಟ್ಟ. ಅಜಯ್ ಜೇಬಿಗೆ ಕೈ ಹಾಕಿದ. ನಾ ತಡೆದು, ಪರ್ಸ್‌ನಿಂದ ಎಣಿಸಿ ಕೊಟ್ಟೆ. ಅಜಯ್ ಅಭ್ಯಂತರ ಹೇಳಲಿಲ್ಲ. ಸುಮ್ಮನೆ ನಕ್ಕ. ಏರ್‌ಬ್ಯಾಗ್ ಹಿಡಿದು ನಡೆದೆ.

ತೆರೆದು ನಿಂತ ಕಾಶ್ಮೀರದ ಬಾಹುಗಳಲ್ಲಿ ಎಂತಹದೋ ಮಾಂತ್ರಿಕ ಶಕ್ತಿ ತುಂಬಿತ್ತು. ಪುಟ್ಟ ಪುಟ್ಟ ಮನೆಗಳು, ನದಿಯ ಎರಡೂ ಬದಿಗೆ ಬಣ್ಣ ಬಣ್ಣದ ಹೌಸ್ ಬೋಟುಗಳು. ಪ್ರಕೃತಿಯ ಅಮಾಲಿನ್ಯ ಸಹಜತೆ. ಹಾದಿ ಬದಿಯ ಗುಲಾಬಿಯೊಂದನ್ನು ಕಿತ್ತು ಅಜಯ್ ನನ್ನ ಕೈಗಿಟ್ಟ. ಕಣ್ಣೆತ್ತಿ ನೋಡಿದೆ. ತೆರೆದ ನೀಲಿ ಆಗಸ. ಸುತ್ತ ಬೆಟ್ಟಗಳ ಸರಹದ್ದು. ಮುಗಿಲಿಗೆ ಮುತ್ತಿಟ್ಟು ನಿಂತ ಚಿನಾರ್ ವೃಕ್ಷಗಳು. ಬೆಂಗಳೂರಿನ ಫ್ಲಾಟ್‌ಗಳ ನಡುವೆ ಇಣುಕಿದ ಹರಕು ಹರುಕು ಆಗಸವಲ್ಲ. ಫ್ಯಾಕ್ಟರಿ ಸೈರನ್ನಿಗೆ ಕೀಲಿ ಕೊಟ್ಟ ಜೀವಂತ ರೊಬಾಟ್‌ಗಳ ತಡಬಡಿಸಿದ ಓಡಾಟವಿಲ್ಲ. ಒಳಗೆಲ್ಲೋ ಉದ್ಭವಿಸಿ ಚಿಮ್ಮುವ ಪ್ರೇಮ–ಕಾಮಗಳಿಗೆ ಹೊದಿಸಿ ಮುದುರಿಡುವ ಪಟ್ಟಣದ ಪ್ರಯಾಸವಿಲ್ಲ. ಅಜಯ್ ಕೈ ನೀಡಿದ. ಕ್ಷಣ ಕೂಡಾ ಅಳುಕದೆ, ಅವನ ಬಿಸಿ ಹಸ್ತದಲ್ಲಿ ಕೈ ಇಟ್ಟು ನಡೆದುಬಿಟ್ಟೆ.

ನಮ್ಮ ನಡುವೆಯೊಂದು ಕಿಡಿ ಇತ್ತು. ಹೊತ್ತಿ ಉರಿಯಲು ಭುಗಿಲೆದ್ದು ಆಸ್ಫೋಟಿಸಲು ಕಾದಿದ್ದ ಕಿಡಿ. ನನಗೆ ಆ ಆಸ್ಫೋಟ ಮುಖ್ಯವಿರಲಿಲ್ಲ. ಆ ಸಾಧ್ಯತೆಯ ಅರಿವಷ್ಟೇ ಸಾಕಿತ್ತು ಖುಶಿ ಕೊಡಲು. ತಣ್ಣಗೆ ಮಲಗಿದ್ದ ನನ್ನೊಳಗಿನ ಅಗ್ನಿ ಪರ್ವತದ ಮೊಟ್ಟ ಮೊದಲ ಅನುಭವವಾಗಿತ್ತು. ಅಪ್ಪ ಹಾಕಿದ ಬೇಲಿ ಅಲ್ಲೆಲ್ಲೊ ಬೆಂಗಳೂರಲ್ಲೇ ಕೊನೆಯಾಗಿರಬೇಕು. ಈ ಕಣಿವೆ ಆ ಸರಹದ್ದಿನಾಚೆ ಮೈ ಚಾಚಿದೆ ಎಂದುಕೊಂಡೆ.

ಕೊಂಚ ದೂರವಿದ್ದ ಲಾಡ್ಜ್‌ನಲ್ಲಿ ಅಕ್ಕಪಕ್ಕದ ಕೋಣೆ ಹಿಡಿದೆವು.

'ನೀವು ಸ್ನಾನ ಮಾಡಿ ತಯಾರಾಗಿ, ಒಂಭತ್ತಕ್ಕೆ ಹೊರಡೋಣ. ಹತ್ತಕ್ಕೆ ಕಾನ್‌ಫರೆನ್ಸ್ ಶುರು ಆಗುತ್ತೆ....' ಅಂದ. ಏರ್ ಬ್ಯಾಗ್ ಹಾಸಿಗೆಯ ಮೇಲೆಸೆದು ಕಿಟಕಿಯ ಪರದೆ ಸರಿಸಿದೆ. ಅಂಗಳದ ಚಿನಾರ್ ವೃಕ್ಷಗಳ ಸಂದಿನಲ್ಲಿ ಸೂರ್ಯ ಕಣ್ಣು ಮಿಟುಕಿಸಿದ.

ಒಂಭತ್ತಕ್ಕೆಲ್ಲ ತಿಂಡಿ ಮುಗಿಸಿ, ಇನ್‌ಸ್ಟಿಟ್ಯೂಟಿನ ವಿಳಾಸ ಹುಡುಕಿ ಹೊರಟೆವು. ಆಗಲೇ ವ್ಯವಸ್ಥಾಪಕರು ಗಡಿಬಿಡಿಯಿಂದ ನೊಂದಾಣಿಸಲು ತಯಾರಾಗಿ ನಿಂತಿದ್ದರು. ನನ್ನ ಅಫಿಶಿಯಲ್ ಪೇಪರ್ಸ್ ತೆಗೆಯುತ್ತಾ, ನೊಂದಾಣಿಸಿ, ಎದೆಗೊಂದು ಹೆಸರಿನ ಫಲಕ ತಗುಲಿಸಿಕೊಂಡು ಹೊರ ಬಂದೆ.

'ಒಳಗೆ ಹೋಗೋಣ ನಡೀರಿ....' ಅಜಯ್ ಹೇಳಿದ. ಉದ್ಘಾಟನೆಗೇನೋ ಮುಖ್ಯಮಂತ್ರಿಗಳು ಬರುವುದಿದ್ದ ಕಾರಣ ಎಲ್ಲಿಲ್ಲದ ಸಿದ್ಧತೆ ಇತ್ತು. ಒಬ್ಬೊಬ್ಬರ ಕೈಚೀಲಗಳ ಪರಿಶೀಲಿಸಿ ಅಂಗುಷ್ಠದಿಂದ ನೆತ್ತಿಯವರೆಗೆ ಮೆಟಲ್ ಡಿಟೆಕ್ಟರ್ ಹಾಯಿಸಿ ಒಳಬಿಟ್ಟರು. ನನ್ನ ಪಕ್ಕಕ್ಕೇ ಕುಳಿತ ಅಜಯ್ ತುಸು ಬಾಗಿ –

'ಅಂದ ಹಾಗೆ ಅನು, ನೀವು ಪ್ರೆಸೆಂಟ್ ಮಾಡ್ತಾ ಇರೋದೇನು ?' ನನಗೆ ಒಮ್ಮೆಗೇ ನಗು ಬಂತು. ಇಲ್ಲಿಯವರೆಗೂ ನಾ ಕಣಿವೆಗೆ ಬಂದ ಕಾರಣ ಕೂಡಾ ಮರೆತು ಹೋಗಿತ್ತು. ನನಗೇಕೋ ಈಗಲೂ ಅನುಮಾನವಿತ್ತು. ಜಮ್ಮುವಿನಲ್ಲಿ ಅಜಯ್ ಸಿಕ್ಕಾಗಲಿಂದ ನಾ ಕಣಿವೆಗಿಳಿದದ್ದು ಈ ಪೇಪರ್ ಓದಲು ಅಲ್ಲವೇ ಅಲ್ಲ ಅನಿಸಿತ್ತು.

ಅನ್ವೇಷಿಸದೇ ಉಳಿದ ಬಾಲ್ಯ-ಯೌವನಗಳ, ತೆರೆದುಕೊಳ್ಳದೇ ಅದುಮಿಟ್ಟ ಪ್ರೀತಿ-ಸ್ನೇಹಗಳ, ಬೇರೊಂದು ಆಯಾಮದಲ್ಲಿ ಪರಿಶೋಧಿಸದೆ ಬಿಟ್ಟ ಸಂಬಂಧಗಳ ಹುಡುಕಿ ಹೊರಟಂತಿತ್ತು. ನನ್ನ ಸುತ್ತಲ ವಿಜ್ಞಾನಿಗಳು, ವೇದಿಕೆ ಮೇಲಿನ ಮೇಧಾವಿಗಳು, ಮುಖ್ಯಮಂತ್ರಿಗಳ ಭಾಷಣ, ಈ ಕಣಿವೆಯ ಅಗಾಧ ಸೌಂದರ್ಯದ ನಡುವೆ, ಅಗೋಚರ ಪ್ರೀತಿಯ ನಡುವೆ, ಎಷ್ಟೊಂದು ಅಸಹಜವಾಗಿ ಅಸಂಬದ್ಧವಾಗಿ ಕಾಣಹತ್ತಿತ್ತು.

'ವಾಟರ್ ಲಾಗಿಂಗ್ ಬಗ್ಗೆ....' ಮೆಲ್ಲನೆ ಅಜಯ್‌ಗೆ ಹೇಳಿದೆ.

'ಫೀಲ್ಡ್ ವರ್ಕ್ ಮಾಡಿದ್ದೀರಾ....' ಕೇಳಿದ.

'ಹೂಂ... ಪೂರಾ ಕರ್ನಾಟಕದ ಡಾಟಾ ಸಂಗ್ರಹಿಸಿದ್ದೇನೆ. ಒಂದು ರೀತಿ ನನ್ನ ಮಹತ್ವಾಕಾಂಕ್ಷೆಯ ಪ್ರಬಂಧ, ಎರಡು ವರ್ಷಗಳ ಪರಿಶ್ರಮ. ಹಾಗಾಗೇ ಇಷ್ಟು ದೂರವಾದರೂ ಬಂದು ಓದುವ ಉತ್ಸಾಹ ಇತ್ತು....'

'ಏಕೆ, ಈಗ ಇಲ್ಲವಾ.... ?'

'ಗೊತ್ತಿಲ್ಲ. ನಾ ಬಂದ ಕಾರಣಗಳೇ ಕಲಸುಮೇಲೋಗರ ಆಗ್ತಾ ಇದೆ...' ಅಜಯ್ ನಕ್ಕ. ಎಲ್ಲ ಬಲ್ಲ ನಗು ಅದು.

'ನೀವೂ ಏನು ಮಾಡ್ತಾ ಇದ್ದೀರಾ ಅಜಯ್ ?' ಕೇಳಿದೆ.

'ಸಂಶೋಧನೆಯೇ ಉದ್ಯೋಗವಾದಾಗ ಏನಾದರೊಂದು ಇರಲೇ ಬೇಕಲ್ಲ. ಆದ್ರೆ ನಾ ಈ ಕಣಿವೆಗೆ ಬಂದದ್ದು, ವಾಟರ್ ಲಾಗಿಂಗ್, ಜಲಶಾಸ್ತ್ರದ ಬಗ್ಗೆ ಹೆಚ್ಚಿನ ಮಾಹಿತಿಗಲ್ಲ....'

'ಮತ್ತೆ ಕಾಶ್ಮೀರ ನೋಡಲು....'

'ಅದೂ ಅಲ್ಲ....' ಎಂದವನು ಕೊಂಚ ತಡೆದು ನಂತರ 'ಆಮಂತ್ರಣ ಪತ್ರದಲ್ಲಿ ನಿಮ್ಮ ಹೆಸರು-ಪ್ರಬಂಧ ನೋಡಿದೆ....' ಅಂದ. ನಾ ಅರ್ಥವಾಗದೆ ಅವನನ್ನೇ ದಿಟ್ಟಿಸಿದೆ. ಅವ ಸುಮ್ಮನೆ ನಕ್ಕ, ಮತ್ತೇನೂ ಹೇಳಲಿಲ್ಲ.... ಹೇಳಬೇಕಾಗಿರಲಿಲ್ಲ. ಪ್ರೀತಿಯ ಇಷ್ಟೊಂದು ಸಹಜವಾಗಿ ತೆರೆದಿಡಲು ಅಜಯ್‌ಗೆ ಮಾತ್ರ ಸಾಧ್ಯವೇನೊ. ನನ್ನೊಳಗಿನ ಸಂಕೋಚಗಳ ಹೊರಗಟ್ಟಿ ಭಾವನೆಗಳಿಗೆ ಬಾಯಿ ಕೊಡಲು ಇಲ್ಲಿ ಕಣಿವೆಯಲ್ಲಿ ಮಾತ್ರ ಸಾಧ್ಯ. ಈ ಏರಿ ನಿಂತ ಬೆಟ್ಟಗಳಾಚೆ ಜಗತ್ತಿಗೆ ನಮ್ಮ ಈ ಸ್ವರಗಳು ಕೇಳದೆಂಬ ಧೈರ್ಯವೇ ನಮಗೆ ? ಈ ಕಣಿವೆಯಾಚಿನ ಬದುಕು ಸದ್ಯಕ್ಕೆ ಅಗೋಚರವೆಂದೆ ?

ಆ ದಿನ ಕಳೆದದ್ದು ತಿಳಿಯಲಿಲ್ಲ. ಏನೇನೋ ಪ್ರಬಂಧಗಳು, ಚರ್ಚೆಗಳು, ಈ ಮಧ್ಯೆ ಏರಿಳಿದ ನನ್ನ ಒಳತೋಟಿಯ ನಡುವೆಯೂ ವೃತ್ತಿಗೆ ಅಭ್ಯಾಸವಾದ ಆತ್ಮವಿಶ್ವಾಸದಲ್ಲಿ ನನ್ನ ಪ್ರಬಂಧ ಮಂಡಿಸಿದ್ದೆ. ಒಂದಿಷ್ಟು ಪ್ರಶ್ನೆ – ಉತ್ತರ. ಚರ್ಚೆ ಮುಗಿದಿತ್ತು. ನಾ ಪ್ರಯತ್ನಪೂರ್ವಕವಾಗಿ ಅಜಯನ ಕಣ್ಣುಗಳ ತಪ್ಪಿಸಿ ಮಾತನಾಡಿದೆ.

* * * *

ಸಂಜೆ ಸೆಮಿನಾರ್ ಮುಗಿದೊಡನೆ, ಹಾಗೇ ಶಾಲಿಮಾರ್ ಉದ್ಯಾನದತ್ತ ಆಟೋ

ಹಿಡಿದೆವು. ಬಹಳ ಹೊತ್ತು ನಮ್ಮ ನಡುವೆ ವಿಚಿತ್ರ ಮೌನ. ನಂತರ ಒಮ್ಮೆಗೇ ಅಜಯ್ ಮತ್ತೆ ಮಾತಿಗೆ ಆರಂಭಿಸಿದ. ಅಲ್ಲಿಯವರೆಗೂ ಅವ ಹೇಳಿದ್ದೆಲ್ಲ ಕೀಟಲೆಯೇನೋ ಎಂಬಂತ ಪುಂಡ ಹುಡುಗನ ನಗುವಿತ್ತು. ಈ ಹುಡುಗ ಬದುಕನ್ನು ಪೂರಾ ಪೂರಾ ಬದುಕಲು ಹೊರಟವನು. ಯಾರ ನಿರ್ಬಂಧನೆ, ನಿರಾಕರಣೆಯೂ ಇವನ ಜೀವನೋತ್ಸಾಹಕ್ಕೆ ಕಟ್ಟೆ ಹಾಕಲಾರವು.

ಉದ್ಯಾನದ ಎದುರು ಆಟೋ ನಿಂತಿತು. ಮೆಟ್ಟಿಲು ಏರಿ ಮೇಲೆ ಹೋದೆವು. ಬೆಟ್ಟದ ಹಿನ್ನೆಲೆಯಲ್ಲಿ ಹರಿದು ಬಂದ ನೀರು, ಸುತ್ತ ಹಸಿರು ಹಾಸು. ಚಳಿ ಕಳೆದ ಬೇಸಗೆಯ ಚಿತ್ತಾರದ ಹೂಗಳು. ಹರಿವ ನೀರಿನ ನಡುವೆ ಹಾಕಿದ ಕಲ್ಲು ಹಾಸಿನ ಮೇಲೆ ಕುಳಿತು ನೀರಿಗೆ ಕಾಲು ಇಳಿಬಿಟ್ಟೆವು. ಅಜಯ್ ಅದೂ ಇದೂ ಹರಟುತ್ತಿದ್ದ.

'ನೀವೂ ಬರೀತೀರಾ ಅಜಯ್.... ಕತೆ... ಕವನ....' ಬೇರೇನು ಕೇಳಲು ತಿಳಿಯದೆ ಕ್ಲೀಷೆಯಾದ ಪ್ರಶ್ನೆ ಹಾಕಿದೆ.

'ಇಲ್ಲ, ಕವಿತೆಯಾಗಿ ಗಂಟು ಕಟ್ಟಿ ಇಡೋಕೆ ಏನೂ ಉಳಿಸಿಕೊಂಡಿಲ್ಲ. ಎಲ್ಲ ವದರಿಕೊಂಡು ಬಿಡುವ ನನ್ನ ಸ್ವಭಾವಕ್ಕೆ ಸಾಹಿತ್ಯವೂ ಅಂಟೋಲ್ಲ. ನಿಮ್ಮ ಕವನ ನೋಡಿದ್ದೆ. ತಟ್ಟನೆ ಏಕೋ ಆಪ್ತವಾದುವು. ಬಹುಶಃ ಆ ಪದಗಳಲ್ಲಿ ಅಷ್ಟೆಲ್ಲ ಸಾಮರ್ಥ್ಯ ಇತ್ತೋ ಇಲ್ಲವೊ ಗೊತ್ತಿಲ್ಲ, ಅವಕ್ಕೆ ನಾ ಕೊಟ್ಟ ಅರ್ಥಗಳೇ ಸತ್ಯವಾದುವು. ಹೇಳಿ, ಹಾಯಾಗಿ ನಿಮ್ಮ ಹೈಡ್ರಾಲಿಕ್ಸ್ ಹಿಡಿದು ನೀರನ್ನು ಅಳೆದುಕೊಂಡಿರೋ ಬದಲು ಈ ಕವಿತೆಗಳ ಗೊಂದಲಕ್ಕೇಕೆ ಬಿದ್ದಿರಿ ? ಸಾಹಿತ್ಯ ಸೇವೆ ಅಂತೆಲ್ಲ ಆರಂಭಿಸಬೇಡಿ ಪ್ಲೀಸ್, ಎಲ್ಲ ಕಾವ್ಯಕ್ಕೂ ಅತ್ಯಂತ ವೈಯಕ್ತಿಕ ಕಾರಣಗಳಿರುತ್ತೆ ಅಂತಲೇ ನನ್ನ ನಂಬುಗೆ, ನಿಜಾನಾ ?' ನನಗೆ ಉತ್ತರ ಹೊಳೆಯಲಿಲ್ಲ. ಹೊಳೆದ ಉತ್ತರ ಹೇಳುವುದೋ ಬೇಡವೋ ಹಿಂಜರಿದೆ.

'ನೀವು ಹೇಗೇ ಬರೆದಿದ್ರೂ ಅಲ್ಲೊಂದಿಷ್ಟು ಪ್ರಾಮಾಣಿಕತೆ ಇದೆ ಅನು. ನೀವು ಇಷ್ಟಪಡುವುದಕ್ಕಿಂತ ಹೆಚ್ಚೇ ಅವು ಹೇಳಿಬಿಡುತ್ತವೆ ನಿಮ್ಮ ಬಗ್ಗೆ....' ಅವನ ಮುಗುಳ್ನಗೆಯ ನೇರ ಕಣ್ಣುಗಳಿಗೆ ನಾ ಪಾರದರ್ಶಕವಾದಂತೆ ಅನಿಸತೊಡಗಿತು.

ಬದುಕಿನಲ್ಲಿ ಪ್ರಾಮಾಣಿಕಳಾಗದ ನಾನು ಕವಿತೆಗಳಲ್ಲಿ ಅಪ್ಪಟ ಸತ್ಯಗಳ ಹೇಳಿದ್ದೆ. ರೊಮಾನ್ಸ್‌ಗಳ ಓದದ, ಸಿನೆಮಾಗಳಿಗೆ ತಿರುಗದ, ಗಂಡು ಹುಡುಗರು – ಹುಚ್ಚು ಪ್ರೇಮಗಳು ನಮಗೆ ಸಂಬಂಧವೇ ಇಲ್ಲವೆಂಬಂತೆ ನಟಿಸಿದ ಅನು ಎಂಬ ಹುಡುಗಿ, ಬಾಲ್ಯದಲ್ಲಿ ಅಪ್ಪ ಹೇರಿದ ಗಂಭೀರತೆಯ ಶಿಲುಬೆಯನ್ನು ಕಾಲೇಜಿಗೂ ಹೊತ್ತು ಹೊರಟಿದ್ದಳು. ಅದರಾಚಿನ ಸಂಶೋಧನೆ ಉದ್ಯೋಗಕ್ಕೂ, ಕಡೆಗೆ ಮದುವೆ–ಬೆಡ್‌ರೂಮಿಗೂ. 'ಅನು ಬಹಳ ಗಂಭೀರ ಹುಡುಗಿ...' 'ಡಾ। ಅನು ತುಂಬಾ ರಿಸರ್ವ್ಡ್....' ಈ ಬಿರುದುಗಳ ಬಿರುಕಿನಲ್ಲಿ ಬದುಕಿನ ಬಣ್ಣಗಳೆಲ್ಲ ಸೋರಿ ಹೋದದ್ದು ಕ್ಯಾನ್‌ವಾಸ್ ಖಾಲಿಯಾದದ್ದು ತಿಳಿದಾಗ ತಡವಾಗಿತ್ತು, ಸಾಕಷ್ಟು ತಡವಾಗಿತ್ತು. ನಾ ಬದುಕಲಾರದ ಬದುಕನ್ನು ಬದುಕ ಹೊರಟೆ ಕವನಗಳಲ್ಲಿ. ನನಗಾದರೂ ಸಾಹಿತ್ಯದ ಗಂಧವೆಲ್ಲಿತ್ತು ? ಕಾವ್ಯದ ನೀತಿ ನಿಯಮಗಳ ಛಂದಸ್ಸು ಮಾತ್ರೆಗಳ ಕಲಿತದ್ದೆಲ್ಲಿ ಬಂತು ? ಬರೆಯಲೇಬೇಕಾದ ಒತ್ತಡಗಳ, ಹಂಚಿಕೊಳ್ಳಲೇ

ಬೇಕಾದ ಭಾವನೆಗಳ ಹೊರಗಟ್ಟಲಿಕ್ಕೆ ನನಗಿದ್ದ ಒಂದೇ ರಂಧ್ರ–ಕವನ. ಕಾವ್ಯನಾಮದಡಿಯ ಸುರಕ್ಷಣೆಯಲ್ಲಿ ಬರೆದೆ, ಗೆಳತಿಯ ವಿಳಾಸ ಕೊಟ್ಟು. ನನ್ನ ಕವನಗಳಿಗೆಲ್ಲ ಆ ಕ್ಷಣದ ಗುರಿ 'ಅವನಾಗಿದ್ದ.' ನನ್ನ ಅವನ ನಡುವೆ ನಿಂತ ಅಪ್ಪ–ಅಮ್ಮ–ಅಕ್ಕಂದಿರು ನಿರ್ಮಿಸಿದ ಕೊರಕು ಕಂದರಕ್ಕೆ ಹಾಕಿ ನಿಂತ ಹಲಗೆಯಾಗಿತ್ತು ನನ್ನ ಕವನ. ಅವ ಅವನ್ನು ಓದಬೇಕು, ಅವನಿಗಷ್ಟು ನನ್ನೊಳಗಿನ ಅನಿಸಿಕೆಗಳು ಮುಟ್ಟಬೇಕು, ಅವನಿಗವು ತಲಪಬೇಕು ಎಂಬ ಒಂದೇ ಗುರಿಯಾಗಿ ಬರೆದೆ. ಕವನ ನನ್ನ ಅತ್ಯಂತ ವೈಯಕ್ತಿಕ ಅನಿಸಿಕೆಗಳ ಬಹಿರಂಗ ಪ್ರದರ್ಶನವಾಗಿತ್ತು. ಅವನೊಬ್ಬನಿಗೇ ಹೇಳಲಾರದ ಮಾತುಗಳು, ಜಗತ್ತಿಗೇ ಸಾರುತ್ತಿದ್ದೆ – ಈ ಊರ ತಮಟೆಯಾದರೂ ಅವನ ಕಿವಿಗೆ ಬಿದ್ದೀತೆಂದು. ಇಲ್ಲಿ ಭಯವಿರಲಿಲ್ಲ – ಪ್ರೇಮ ಪತ್ರ ಬರೆದಂಥಾ ಕಳ್ಳ ಭಯ ! ಕಾವ್ಯದ ಬಿಸಿಲು ಮುಚ್ಚು ಇತ್ತು, ಸಾಹಿತ್ಯದ ದೊಡ್ಡ ದೊಡ್ಡ ಪದಗಳ ಸುರಕ್ಷಿತ ಛಾವಣಿ ಇತ್ತು. ಅಪ್ಪನ ಬಾಲ್ಯದ ಕಟ್ಟಪ್ಪಣೆಗಳು ಬಿಗಿ ಕಳಕೊಂಡಿದ್ದರೂ, ನಾ ಅದಕ್ಕೆ ಒಗ್ಗಿ ಹೋಗಿದ್ದೆ. ಅವನ್ನು ಸಮರ್ಥಿಸಲೂ ತೊಡಗಿದ್ದೆ. ತಲೆ ತಗ್ಗಿಸಿ, ಸೆರಗು ಹೊದ್ದು, ಕ್ಲಾಸಿಗೇ ಫಸ್ಟ್ ನಿಲ್ಲುವ ಗಂಭೀರ ಹುಡುಗಿಯ ಕಿರೀಟ ತಲೆಗೇರಿತ್ತು. ನನ್ನಂಥವರೇ ನಾಲ್ಕು ಜನ ಜೊತೆಯಾದರು. ಉಳಿದೆಲ್ಲ ಹುಡುಗಿಯರು, ಹುಡುಗರೊಡನೆ ಮಾತನಾಡಿದ್ದರಿಂದಲೇ ಅಸ್ಪೃಶ್ಯರಾದರು. 'ನಮಗೆ ಹಾಗೆಲ್ಲ ಅನಿಸೋದೇ ಇಲ್ಲ' ಎಂದೇ ಸಾಧಿಸಿದೆವು. ರಾತ್ರಿ ಮಾತ್ರ ದಿಂಬಿನಡಿಯ ಡೈರಿ ತೆಗೆದು ಕವನ ಬರೆದೆ – ಎದುರು ಮನೆಯ ಹುಡುಗನ ಬಗ್ಗೆ, ತರಗತಿಯಲ್ಲಿ ಜಾಗವಿಲ್ಲವೆಂದು ಪಕ್ಕ ಬಂದು ಕುಳಿತ ಸಹಪಾಠಿಯ ಬಗ್ಗೆ. ನನ್ನ ಅದೃಶ್ಯ ಬಂಧನದ ಉಪ್ಪರಿಗೆಯಿಂದ, ನಾ ಕವನಗಳ ಹಾರಬಿಟ್ಟೆ, ಅವು ಅವನ ಸ್ಪರ್ಶಿಸಲೆಂದು. ಭಯವಿರಲಿಲ್ಲ, ಯಾರಾದರೂ ಓದಿಯಾರೆಂದು. ನನ್ನ ಕವನಗಳ ಗುರಿ ಕೇವಲ ಪ್ರೀತಿಯಾಗಿತ್ತು, ಅದರ ಅಭಿವ್ಯಕ್ತಿಯಾಗಿತ್ತು. ಕಡೆಗೆ ಕುತ್ತಿಗೆಗೇ ಬಂದರೆ, ನನ್ನ ಕವನದ 'ಆ ಅವನು' ಅವನೇ ಆಗಬೇಕಿಲ್ಲ, ಯಾರಾದರೂ ಆಗಿರಬಹುದಲ್ಲ ಎಂಬ ವಾದದ ಗುರಾಣಿ ಸಿದ್ಧವಿತ್ತು.

ನಿಜ, ಬರೆದದ್ದು ಬರೀ ಪ್ರೇಮ ಕವನಗಳನ್ನಲ್ಲ. ಅಮ್ಮನ ಏಳು ಬಸಿರುಗಳ ಬಗ್ಗೆ ಬರೆದೆ. ಅಕ್ಕಂದಿರ ಎರಡೆಳೆ ಸರ ನಾಲ್ಕು ಜರಿ ಸೀರೆಯ ತೃಪ್ತ ಬದುಕಿನ ಬಗ್ಗೆ ಬರೆದೆ, ದೆವ್ವದ ಬಂಗಲೆಯಲ್ಲಿ ಬೀಸಿ ಬಂದ ಬಾವಲಿಗಳ ಬಗ್ಗೆ ಬರೆದೆ. ರಾಜುವಿನ ಮುಷ್ಟಿಯಲ್ಲೇ ಉಳಿದು ಬಿಟ್ಟ ಕೆಂಪು – ಹಸಿರು – ಹಳದಿ ಗೋಲಿಗಳ ಬಗ್ಗೆ ಬರೆದೆ. ಆದರೆ ಅವೆಲ್ಲವನ್ನೂ 'ಅವನೊಡನೆ' ಹಂಚಿಕೊಳ್ಳಲು ಬರೆದಿದ್ದೆ. ಆ 'ಅವನು' ಕಾಲಕಾಲಕ್ಕೆ ನನ್ನ ಮನಸ್ಸು – ವಯಸ್ಸು – ಪ್ರಬುದ್ಧತೆಯೊಡನೆ ಬದಲಾದ, ಬೆಳೆದ. ಕಡೆಗೆ, ಎದುರು ಮನೆಯ ಹುಡುಗ, ಪಕ್ಕ ಕುಳಿತ ಸಹಪಾಠಿ, 'ಅವನಾರೂ' ಆಗಿರಲೇ ಇಲ್ಲ. ಅವನು ಅಲ್ಲೆಲ್ಲೋ ಹೊರಗಿನ ಜನ ಸಮೂಹದಲ್ಲಿ ನನಗಾಗಿಯೇ ಕಾಯುತ್ತಾ ನಿಂತವನಾಗಿದ್ದ.

ನನ್ನ ಇಂಥಾ ಕವನಗಳು ಓದುಗರಿಗೆ, ವಿಮರ್ಶಕರಿಗೆ ಹೇಗೆ ಮೆಚ್ಚುಗೆಯಾದವೋ ಭಗವಂತನೇ ಬಲ್ಲ. ನನಗೂ ಹೊಳೆಯದ ಅರ್ಥಗಳ ನನ್ನ ಪದಗಳ ಅಂತರಾರ್ಥಗಳ

ಬಿಡಿಸಿ ಹೇಳುವಾಗ, ಒಂದಿಷ್ಟು ನನ್ನ ಹೆಸರು ತುತ್ತೂರಿ ಊದಿದಾಗ, ನಂಬಲಾರದ ಅಚ್ಚರಿ ಆವರಿಸುತ್ತಿತ್ತು. ನನ್ನ ಕವನಗಳು ನಾ ಉದ್ದೇಶಿಸಿದ ಅವನೊಬ್ಬನನ್ನು ಬಿಟ್ಟು ಮತ್ತೆಲ್ಲರನ್ನೂ ತಲುಪಿದ್ದವು. ಆ ಮಟ್ಟಿಗೆ ನನ್ನ ಕವನಗಳ ಸೋಲನ್ನು ನಾ ಒಪ್ಪಲೇಬೇಕಿತ್ತು.

ನನ್ನ ವಿವಾಹದ ದಿನ ತಟ್ಟನೆ 'ಅವ' ಮಾಯವಾದ, ಕಂಡ ಕನಸುಗಳಿಗೂ ವಿವಾಹದ ವಾಸ್ತವತೆಗೂ ನಂಟಿರಲಿಲ್ಲ. ನನಗೀಗ ಹೇಳಬೇಕಾದ್ದು ಏನೂ ಇರಲಿಲ್ಲ. ನನ್ನ ಕವಿತೆಗಳು ನಿಂತವು. ಆಗಾಗ ನನ್ನ ಹಿಂದಿನ ಇತಿಹಾಸ ಹಿಡಿದು ಸಂಪಾದಕರಿಂದ ಕವನ ಬರೆಯಲು ಆಹ್ವಾನ ಇರುತ್ತಿತ್ತು. ಒತ್ತಡಗಳು ಬರೆಸದ ಕವನಗಳ ಬರೆಯ ಹೊರಟೆ. ಹಿಂದಿನ ನಾಮಬಲದಿಂದಲೇ ಪ್ರಕಟವಾದವು. ಮತ್ತೆ ಓದುವಾಗ ಅಸಹ್ಯವಾದುವು. ಪದಗಳೊಡನೆಯ ನನ್ನ ಸರ್ಕಸ್ ಹಾಗೇ ನಡೆಯುತ್ತಿತ್ತೇನೋ. ಕವನಗಳು ನಾ ಕರೆದಾಗ ನಿಲ್ಲದೆ, ಕಾದಾಗ ಬಾರದೆ, ಮುಸಿ ಮುಸಿ ನಕ್ಕು ನಡೆದೇ ಬಿಟ್ಟವು, ಹಿಂದೆ ಕೂಡಾ ನೋಡದೆ.

ಅಂತಹುದೇ ಯಾವುದೋ ಕವಿಗೋಷ್ಠಿಯಲ್ಲಿ ಕರೆದರೆಂದು ರಾತ್ರಿ ಕುಳಿತು ಹೊಸೆದ ಕವನ ಅಂಗೈಯಲ್ಲಿ ಹಿಡಿದ್ದು ಕುಳಿತಿದ್ದೆ. ಇದ್ದಕ್ಕಿದ್ದಂತೆ ಆ ವೇದಿಕೆ ಮುಂದೆ ಕುಳಿತ ಪ್ರೇಕ್ಷಕರು, ರಾತ್ರಿ ಹೊಸೆದ ಪದಗಳು ಎಲ್ಲ ವಿಲಕ್ಷಣವಾಗಿ ಕಂಡು, ಒಂದಕ್ಕೊಂದು ಸಂಬಂಧವೇ ಇಲ್ಲದಂತೆ ವಿಲೋಮವಾಗಿ ನಿಂತವು. ಏನೋ ನೆಪ ಹೇಳಿ ವೇದಿಕೆಯಿಂದ ಇಳಿದು ಬಂದೆ. ಹೊರಗೆ ಹೆಜ್ಜೆ ಹಾಕಿದ್ದೇ ತಡ ಹಾಳೆ ಹರಿದು ಹಾಕಿದೆ. ಅದೇ ಕಡೆ ನಾ 'ಬರೆಯದ' ಕವನಗಳ ಹೊಸೆಯ ಹೋದದ್ದು. ಸಾಹಿತ್ಯ ಜಗತ್ತು ಮರೆತು ಬಿಟ್ಟಿತು – ಒಂದು ಸಂಕಲನದಲ್ಲಿ ಮಿಂಚಿ ಮಾಯವಾದ ಅಚ್ಚರಿ ಎಂಬಂತೆ. ಆಗಾಗ 'ಮಹಿಳಾ ಸಾಹಿತ್ಯ'ದ ಹಣೆಪಟ್ಟಿ ಬಂದಾಗ ಸ್ತ್ರೀವಾದ, ಸ್ತ್ರೀತ್ವಗಳಿಗೆ ನನ್ನ ಹೆಸರೂ ಒಂದಿಷ್ಟು ಎಳೆದಾಡಲ್ಪಟ್ಟಿತು. ಸ್ತ್ರೀತ್ವ ನನಗಿನ್ನೂ ಸ್ಪಷ್ಟವಾಗದ ಗೊಂದಲದ ಪದ. ಆದರೆ ಒಳಗೆಲ್ಲೋ ಅಪ್ಪನ ಅಂಕುಶದಡಿಯಲ್ಲಿ ಅದುಮಿಟ್ಟ ನನ್ನ ಹೆಣ್ಣುತನ ಮುಲುಕುತ್ತಿತ್ತು. ಅಮ್ಮನ ಅರಿಶಿನ ತುಂಬಿದ ಕಣ್ಣುಗುಳಿಯಲ್ಲಿ ಕಾಣೆಯಾದ ಹೆಣ್ತನದ ಅವಶೇಷಗಳಿತ್ತು. ವರ್ಷ ವರ್ಷ ಬಾಣಂತನದ ನಡುವೆಯೂ ಹೆಣ್ಣಾಗದ ಅಕ್ಕಂದಿರ ಬದುಕಿನ ನೀಲಿ ನಕಾಶೆ ಹರಡಿತ್ತು. ನಾವು ಮಗಳಾದೆವು, ಹೆಂಡತಿಯಾದೆವು, ತಾಯಾದೆವು – ಹೆಣ್ಣಾಗದೆಯೆ! ಬಿಸಿಗೆ ಕರಗದೆಯೇ ಫಲಿಸಿದೆವು. ಬಯಕೆಗಳ ಅದುಮಿಟ್ಟು ಬದುಕಿದೆವು. ಬರೀ ಕನಸಿನಲ್ಲಷ್ಟೇ ಬಿಸಿಯೇರಿ, ಸ್ಪರ್ಶಕ್ಕೆ ತಣ್ಣಗಾದೆವು. ಕೇವಲ ಕವನಗಳಲ್ಲಿ ಸ್ಖಲಿಸಿದೆವು, ವಾಸ್ತವದಲ್ಲಿ ಹಿಮುಗಟ್ಟಿದೆವು. ನಾವು ಭಾರತೀಯರು, ಅಪ್ಪಟ ಭಾರತೀಯರು... ಮನೆ ತುಂಬಾ ಮಕ್ಕಳ ಹೆತ್ತರೂ, ಅಪ್ಪಟ ಕನ್ಯೆಯರೇ... ತನು–ಮನಗಳ ಸ್ಪರ್ಶಿಸದ ಗಂಡಂದಿರು. ಇಲ್ಲಿ 'ಫ್ರಿಜಿಡಿಟಿ' ರೋಗವಲ್ಲ, ಅಸಹಜವಲ್ಲ. ಹೆಣ್ಣಿನ ಸಹಜ ಸ್ಥಿತಿ ಎಂಬಂತೆ ಸಲೀಸಾಗಿ ಸ್ವೀಕರಿಸಿದ್ದು. ಅದಕ್ಕೆ ಚಿಕಿತ್ಸೆ ಬೇಕಿಲ್ಲ. ಅಭಿವ್ಯಕ್ತಿ ಬೇಕಿಲ್ಲ. ಮುಸುಕಿನಡಿಯಲ್ಲಿ, ಮೇಲೆ ಹೇರಿಕೊಂಡ ನಾಲ್ಕೆಳೆ ಸರ, ಜರತಾರಿ ಸೀರೆಗಳಲ್ಲಿ, ಮಡಿಲು ತುಂಬುವ ಕಂದಮ್ಮಗಳಲ್ಲಿ, ಅರೆಬದುಕು, ಹುಸಿ ಸಂತೋಷಗಳು

ಮುಚ್ಚಿಹೋಗುತ್ತವೆ. ಅನುಭವಕ್ಕೇ ಬಾರದ ಅನಿಸಿಕೆಗಳ ಕಳಕೊಳ್ಳುವುದೆಲ್ಲಿಂದ ಬಂತು ? ಹೇಳಿಕೊಳ್ಳುವುದೆಲ್ಲಿಂದ ?

* * * *

ದಿನಾಂಕ 3, ಜೂನ್, 1989

ಮರುದಿನವೂ ಕಾನ್‌ಫರೆನ್ಸ್ ಹಾಲ್‌ನಲ್ಲೇ ಮುಗಿಯಿತು. ಒಂದಿಷ್ಟು ಮನಸ್ಸು ಹತೋಟಿಗೆಳೆದು ಮಂಡಿಸಿದ ಪ್ರಬಂಧಗಳ ಆಲಿಸಿದೆ, ಗುರುತು ಹಾಕಿಕೊಂಡೆ. ಅದೇ ಕಡೆಯ ದಿನವಾದ ಕಾರಣ ಒಂದಿಷ್ಟು ಜನರ ಪರಿಚಯ, ವಿಳಾಸ ವಿನಿಮಯ ಆಗಿತ್ತು. ಎಲ್ಲಾ ಮುಗಿದು ಲಾಡ್ಜ್‌ಗೆ ಬಂದಾಗ ಸಂಜೆ ಆರೂವರೆ.

'ನಡೀರಿ ಒಂದಿಷ್ಟು ಅಡ್ಡಾಡಿ ಬರೋಣ....' ಅಜಯ್ ಹೇಳಿದ.

'ಒಂದ್ನಿಮಿಷ ಮುಖ ತೊಳೆದು ಬರ್ತೇನೆ....' ರೂಮಿನ ಬೀಗ ತೆರೆದು ಒಳಹೊಕ್ಕೆ.

ಬಚ್ಚಲಲ್ಲಿ ಮುಖ ತೊಳೆದು ಬಟ್ಟೆ ಬದಲಿಸಲು ಹೊರಬಂದೆ. ಕಾನ್‌ಫರೆನ್ಸ್‌ಗೆ ಹಾಕಿದ ಸಣ್ಣ ಹೂಗಳ ಸೌಮ್ಯ ಸೀರೆ ಈ ಸಂಜೆಯ ಬಣ್ಣಗಳಲ್ಲಿ ತೀರಾ 'ಡಲ್' ಎನಿಸಿತು. ನಿನ್ನೆ ಯಾವುದೋ ಗುಂಗಿನಲ್ಲಿ ದಲ್ ಸರೋವರದ ದಡದಲ್ಲಿ ಅಡ್ಡಾಡುವಾಗ, 'ಎಲ್ಲಾ' ಕಸೂತಿಯ **ಕಾಶ್ಮೀರಿ ಫೆ**ರನ್‌ನಂಥಾ ಸಲವಾರ್‌ಕಮೀಜ್ ನೋಡಿ ಕೊಂಡು ಬಿಟ್ಟಿದ್ದೆ. ಸೀರೆಯ **ಹೊರತು** ಬೇರೇನೂ ಹಾಕದ ನಾನು, ಅದರ ಹೊಳಪು ಬಣ್ಣಗಳಿಗೇ ಮಾರು ಹೋಗಿದ್ದೆ. ಬಹಳ ಹೊತ್ತು ಕನ್ನಡಿಯೆದುರು ಹಾಕಲೋ ಬೇಡವೋ ಯೋಚಿಸುತ್ತಾ ಕಡೆಗೇಕೋ ಕಿಟಕಿಯಾಚೆ ಚೆಲ್ಲಿದ ಬೇಸಗೆಯ ಬಣ್ಣಗಳಿಗೆ ಈ ಗಾಢ ವರ್ಣಗಳು ಎಷ್ಟು ಹೊಂದುತ್ತವೆನಿಸಿ ತೊಟ್ಟು ನಿಂತೆ. ಇಲ್ಲಿ ಸ್ವಲ್ಪ ಸಡಿಲಾಯಿತೇನೋ, ಅಲ್ಲಿ ನನ್ನ ಹಿಂಭಾಗ ಹಿಗ್ಗಿ ಕಾಣುವುದೇನೋ, ಸೆರಗಿಲ್ಲದ ಎದೆ ಬೇರೆ ! ಆತ್ಮವಿಶ್ವಾಸವಿಲ್ಲದೆ.... ಅಳುಕುತ್ತಾ ಹೊರಬಂದೆ. ಅಜಯ್ ಆಗಲೇ ಪೋರ್ಟಿಕೋದಲ್ಲಿ ನಿಂತು ಕಾಯುತ್ತಿದ್ದ. ನನ್ನ ನೋಡಿದವನೇ ಹುಬ್ಬೇರಿಸಿ 'ಹೇ ಯು ಲುಕ್ ಗ್ರೇಟ್....' ಎಂದ. ನಾ ಗಲಿಬಿಲಿಗೊಂಡೆ, ಪ್ರಶಂಸೆಗೆ ಹೇಗೆ ಪ್ರತಿಕ್ರಿಯಿಸಬೇಕು, ಹೇಗೆ ಸ್ವೀಕರಿಸಬೇಕು ತಿಳಿಯದ ಮುಜುಗರದಲ್ಲಿ.

(ಅಪ್ಪ ವೆರಾಂಡದ ಕಿಟಕಿಗೆ ಸಿಗಿಸಿದ್ದ ಸಣ್ಣ ಕನ್ನಡಿಯಲ್ಲಿ ಮುಖವಿಕ್ಕಿ ಕೆನ್ನೆಗೆ ಬ್ಲೇಡ್ ತೀಡುತ್ತಿದ್ದರು. ನಾ ಪುಟಿಯುತ್ತಾ ಮೆಟ್ಟಿಲು ಹಾರಿ ಒಳಗೆ ಬಂದಿದ್ದೆ. ಅಪ್ಪ ಬೋಳಿಸುವುದ ನಿಲ್ಲಿಸಿ, ನನ್ನ ಸ್ವಲ್ಪ ಹೊತ್ತು ಹೆಚ್ಚೇ ಕಣ್ಣಟ್ಟು ನೋಡಿದರು, ಹುಬ್ಬು ಬಿಗಿಯಾಗಿತ್ತು.

'ಅನುಗೆ ಎಷ್ಟಾಯ್ತು ವಯಸ್ಸು....' ಅಪ್ಪನ ಸ್ವರ.

'ಈ ಶ್ರಾವಣಕ್ಕೆ ಹದಿನೈದು ತುಂಬುತ್ತಲ್ಲಾ....' ಅಮ್ಮನ ಉತ್ತರ.

'ಇನ್ನೂ ಲಂಗ ಹಾಕ್ಕೊಂಡು ಕುಣಿಯುತ್ತಾ ಹೋಗ್ತಾಳಲ್ಲ....' ಅಂದೇ ಅಮ್ಮ ನನಗೆ ಸೀರೆ ಉಡಲು ಹೇಳಿದ್ದಳು.

'ಹೋಗಮ್ಮಾ ಈ ಸೆರಗು ನೆರಿಗೆ ಯಾರು ಸಂಭಾಳಿಸೋರು.....' ಜಾರಿ ಜಾರಿ ಇಳಿಯುತ್ತಿದ್ದ ನೈಲೆಕ್ಸ್ ಸೀರೆಯ ಹಿಡಿದು ಕೇಳಿದ್ದೆ.

'ಇಲ್ಲ ಹೀಗೇ ಎದೆ ಬಿಟ್ಟುಕೊಂಡು ನೆಗೀತಾ ಇರು...' ಅಮ್ಮ ಅಸಹನೆಯಿಂದ ವದರಿ, ನೆರಿಗೆಗಳ ಹಿಡಿದು ಗುಪ್ಪೆ ಮಾಡಿ ಪಿನ್ ಸಿಕ್ಕಿಸಿದಳು.

ಅತ್ಯಂತ ಮುಜುಗರವಾಗಿತ್ತು. ಹಾಗಾದರೆ ಅಪ್ಪ ಗಮನಿಸಿದ್ದು.... ಯೋಚಿಸಲೂ ನಾಚಿದೆ. ಆ ಕ್ಷಣದಿಂದಲೇ ನಾ ಸಂಕೋಚಿಸತೊಡಗಿದ್ದೆ – ಉಬ್ಬುತ್ತಿದ್ದ ಯೌವನದ ಬಗ್ಗೆ, ರೂಪುಗೊಳ್ಳುತ್ತಿದ್ದ ತಿರುವುಗಳ ಬಗ್ಗೆ, ಹರಡುತ್ತಿದ್ದ ಕೆನ್ನೆ ಕೆಂಪಿನ ಬಗ್ಗೆ, ಕಣ್ಣ ಹೊಳಪಿನ ಬಗ್ಗೆ.

ಅಪ್ಪ–ಭಾವಂದಿರ ಮುಂದೆ ಈಗ ಎಲ್ಲಿಲ್ಲದ ಮುಜುಗರ. ಸೆರಗು ಜಗ್ಗಿ ಜಗ್ಗಿ ಎಳೆದೆ. ಅವರೆಲ್ಲ ನನ್ನನ್ನೇ ಗಮನಿಸುತ್ತಿದ್ದಾರೆಂಬ ವಿಚಿತ್ರ ಅನಿಸಿಕೆ. ತಟ್ಟನೆ ಏಕಾಏಕಿ ಉದ್ಭವಿಸಿದ ಅಮೃತ ಕಳಶಗಳ ಮುಚ್ಚುವ ಪ್ರಯತ್ನದಂತೆ ತುಸು ಬೆನ್ನು ಬಾಗಿಸಿ, ಭುಜ ಜೋಲಿಸಿ ನಡೆಯಹತ್ತಿದೆ. ನನ್ನ ದೇಹದ ಮಾರ್ಪಾಟುಗಳ ಬಗ್ಗೆ ಎಂಥದ್ದೋ ಸಿಟ್ಟು.

'ಸೆರಗು ಸರಿಯಾಗಿ ಹೊದಿ....'

'ಇಷ್ಟು ತೆಳು ಸೀರೆ ಉಡಬೇಡ, ಮೈ ಎಲ್ಲ ಕಾಣುತ್ತೆ....'

'ಅದೇನು ಕುತ್ತಿಗೆ ಅಷ್ಟು ಡೀಪ್ ಹೊಲೆಸಿದ್ದಿ....'

ನನ್ನ ಪ್ರತಿ ಅಂಗುಲವೂ ಅಂಗಡಿಯಲ್ಲಿ ಪ್ರದರ್ಶನಕ್ಕಿಟ್ಟಂತೆ ಎದ್ದು ಕಾಣುವಾಗ, ಬದಲಾಗುತ್ತಿದ್ದ ನನ್ನ ದೇಹವನ್ನೇ ದ್ವೇಷಿಸಿದ್ದೆ. ನಾನೆಂದೂ ನನ್ನ ದೇಹವನ್ನು ಮತ್ತೆ ಪ್ರೀತಿಸಲಿಲ್ಲ. ಪ್ರೀತಿಸಬೇಕಾದ ರೀತಿಯಲ್ಲಿ ಅದರೊಳಗಿನ ಆಸೆ ಆಕಾಂಕ್ಷೆಗಳ ಸ್ವೀಕರಿಸಲು ಸಾಧ್ಯವಾಗಲೇ ಇಲ್ಲ.

ಅಂಥ ಮುಚ್ಚಿ, ಮುದುರಿಟ್ಟ ದೇಹವನ್ನು ಮದುವೆಯ ಹಂದರದಲ್ಲಿ ತಕ್ಷಣ ತೆರೆದಿಡುವುದ್ಹೇಗೆ ?

ಕಿರಣ್ ದೀಪ ಆರಿಸಿದ್ದ – ನಾ ಸಮಾಧಾನದ ನಿಟ್ಟುಸಿರುಬಿಟ್ಟೆ.)

'ಎಲ್ಲಿ ಕಳೆದು ಹೋದಿರಿ, ಐ ರಿಯಲೀ ಮೀನ್ ಇಟ್. ಈ ಡ್ರೆಸ್ ನಿಮಗೆ ಒಪ್ಪುತ್ತೆ....' ಅಜಯ್ ಮತ್ತೊಮ್ಮೆ ಹೇಳಿದ. ನನ್ನಿಂದ 'ಥ್ಯಾಂಕ್ಸ್' ಕೂಡಾ ಬಾರದಾಗ, 'ನೀವು ಒಂದು ಪುಟ್ಟ ಪ್ರಶಂಸೆಗೂ ಏಕೆ ಗಲಿಬಿಲಿಗೊಳ್ತೀರಾ. ನಿಮಗಾವ ಹುಡುಗನೂ ಈ ಮೊದಲು ಹೇಳಿರಲಿಲ್ಲವೆ...' ತುಂಟತನದಲ್ಲಿ ಕೇಳಿದ. ಈಗ ಜೋರಾಗಿ ನಕ್ಕುಬಿಟ್ಟೆ. ಅಜಯ್ ಹೊರಗಿನವನೆನಿಸಲೇ ಇಲ್ಲ –

'ಹೇಳುವಂಥಾ ಸಂದರ್ಭಗಳ ಸೃಷ್ಟಿಸಲೇ ಇಲ್ಲ ಅಜಯ್. ಬಸ್ಸಲ್ಲಿ ಪಕ್ಕ ಹುಡುಗ ಕುಳಿತರೆ ನೆಗೆದೆದ್ದು ನಿಲ್ಲುತ್ತಿದ್ದೆವು. ಕಾಫಿಗೆ ಕರೆದವರ ಕೀಚಕನಂತೆ ಕಂಡೆವು, ಸ್ಕೂಟರ್ ನಿಲ್ಲಿಸಿ 'ಡ್ರಾಪ್ ಮಾಡಲಾ' ಎಂದ ಸಹಪಾಠಿಯನ್ನು ಕೌಶಿಕ ಮುನಿಯಂತೆ ದುರುಗುಟ್ಟಿ ನೋಡಿದೆವು, ಅವನ ಪಿಲಿಯನ್ ಸ್ಪರ್ಶದಿಂದಲೇ ನಮ್ಮ ಪಾತಿವ್ರತ್ಯ ಕರಗಿ ಬಿಡುವುದೆಂಬಂತೆ. 'ನಮಗೆಲ್ಲ ಅದು ಸೇರೋಲ್ಲ. ಹಾಗೆಲ್ಲ ಅನಿಸೋದೇ ಇಲ್ಲ....' ಎಂಬ ಅಖಂಡ ನಟನೆಯ ಹಿಂದೆ, ನಮ್ಮೊಳಗಿನ ಕಳ್ಳ ಬಯಕೆಗಳಿಗೆಲ್ಲ ದಪ್ಪ ಪರದೆ ಜಗ್ಗಿ, ಕಾಲೇಜಿನ ಅತ್ಯಂತ ಸಭ್ಯ ಹುಡುಗಿಯರೆಂಬ ಬಿರುದನ್ನು

ಪಾರಿತೋಷಕದಂತೆ ಗಿಟ್ಟಿಸಿದೆವು....' ನಾ ಹೇಳಿದೆ. ಅಜಯ್ ನನ್ನನ್ನೇ ಕ್ಷಣ ವಿಚಿತ್ರವಾಗಿ ನೋಡಿ –

'ಅನು ಬಾಲ್ಯದ ನೆರಳುಗಳ ಬೆಳೆದ ಮೇಲೂ ಬಗಲಲ್ಲಿಟ್ಟುಕೊಂಡು ತಿರುಗಾಡೋದೇಕೆ ? ಬಿಟ್ಟು ಬಿಡಿ ಅವನ್ನು ಅಲ್ಲಿಯೇ ಭೂತದಲ್ಲಿ' ಅಂದ. ಮತ್ತೆ ತುಸು ಬಾಗಿ 'ಒಂದು ಗುಟ್ಟು ಹೇಳಲೇ ?' ಅವನ ಕಣ್ಣಿಗೆ ಕೀಟಲೆಯ ಬಣ್ಣ ಬಂದಿತ್ತು.

'ಹೂಂ ಹೇಳಿ' ಅಂದೆ.

'ನಮ್ಮಪ್ಪನಿಗೆ ಈ ಬಾಬ್ಬಿ, ಜೂಲಿಯಂಥಾ ಪಿಚ್ಚರ್ ನೋಡಿದರೆ, ಓದೋ ಹುಡುಗರು ಕೆಟ್ಟು ಹೋಗ್ತಾರೆ ಅಂತ ಭದ್ರ ನಂಬುಗೆ ಇತ್ತು. ಅಪ್ಪ ತಾವೇ ಸ್ವತಃ ಸಂಸಾರ ಸಮೇತರಾಗಿ 'ಲವಕುಶ', 'ಸಂಪೂರ್ಣ ರಾಮಾಯಣ'ಗಳಿಗೆ ಕರಕೊಂಡು ಹೋಗ್ತಾ ಇದ್ದರು. ಏನಾಯ್ತು ಗೊತ್ತೆ....' ಕಣ್ಣು ಕಿರಿದಾಗಿಸಿ ಮೋಜಿನಿಂದ ಹೇಳಿದ.

'ಹೂ.... ಏನಾಯ್ತು ?'

'ಡಿಂಪಲನ್ನೋ, ಜೂಲಿಯನ್ನೋ ಪ್ರೀತಿಸುವ ಬದಲು ಪಂಢರೀಬಾಯನ್ನೇ ಗಟ್ಟಿಯಾಗಿ ಲವ್ ಮಾಡಿಬಿಟ್ಟೆ.....' ನಾ ಜೋರಾಗಿ ನಕ್ಕೆ, ಅಜಯ್ ಆ ದಿನಗಳ ಸವಿಸವಿದು ಭಾರೀ ಮೋಜಿನಿಂದ ಹೇಳತೊಡಗಿದ.

ಅರೆ, ನನಗೆ ನೋವಾಗುವ ಬಾಲ್ಯ ಇವನಿಗಿಷ್ಟು ಹಾಸ್ಯವಾಗಬಲ್ಲುದಾದರೆ, ಬಹುಶಃ ನಾ ನನ್ನ ಬಾಲ್ಯದಾಚೆಗೆ ಜಿಗಿಯಲು ಪ್ರಯತ್ನಿಸಲೇ ಇಲ್ಲವೆ ? ಮೊಟ್ಟ ಮೊದಲಿಗೆ ಪ್ರಶ್ನೆ ಕಾಡಿತು. ಸಂಜೆ ಬಹಳ ಹೊತ್ತು ಮಾತನಾಡಿದೆವು. ಹೊರಗೆ ಚಿನಾರ್ ಮರದ ಕೆಳಗಿದ್ದ ಕಲ್ಲುಬೆಂಚಿನ ಮೇಲೆ ಅರ್ಧ ರಾತ್ರಿಯೇ ಕಳೆಯಿತು.

* * * *

ದಿನಾಂಕ 4, ಜೂನ್, 1989

ಉಳಿದದ್ದೊಂದೇ ದಿನ !

ಬೆಳಗ್ಗೆ ಬೇಗನೇ ಎದ್ದಿದ್ದೆ. ನಿನ್ನೆಯೇ ನಿಶ್ಚಯಿಸಿದಂತೆ ಇಂದು ಪೆಹಲ್‌ಗಾವ್‌ಗೆ ಹೋಗಿ ಪೂರಾ ದಿನ ಅಲ್ಲಿ ಕಳೆದು ಬಿಡುವುದು. ನಾಳೆ ಬೆಳಿಗ್ಗೆ ಅಲ್ಲಿಂದ ಹೊರಟು, ಹಿಂತಿರುಗಿ, ದಿಲ್ಲಿಗೆ ಫ್ಲೈಟ್ ಹಿಡಿಯುವುದು. ದಿಲ್ಲಿಯಿಂದ ಬೆಂಗಳೂರಿಗೆ ರೈಲಿನಲ್ಲಿ ಸೀಟ್ ಬುಕ್ ಆಗಿಯೇ ಇದೆ.

ಏಳು ಗಂಟೆಗೆಲ್ಲ ಅಜಯ್ ಟ್ಯಾಕ್ಸಿ ತಂದಿದ್ದ. ಇದ್ದ ಮೂರು ದಿನಗಳಲ್ಲಿ ಇಡೀ ಕಣಿವೆಯನ್ನೇ, ಕಣ್ಣಿವೆಗಳಲ್ಲಿ ಸೆರೆ ಹಿಡಿದು ಹೊರಡಲಿದ್ದೆ. ಟ್ಯಾಕ್ಸಿ ಪೆಹಲ್‌ಗಾವ್ ಕಡೆಗೆ ತಿರುಗಿತು. ದಾರಿಯಲ್ಲಿ ಕಂಡ ಅವಂತಿಪುರದ ಅವಶೇಷಗಳ ಬಳಿ ಒಂದಿಷ್ಟು ಹೊತ್ತು ಕಾರು ನಿಂತಿತು. ಒಂಭತ್ತನೇ ಶತಮಾನದ ಇತಿಹಾಸದ ಪುಟಗಳು, ಯುಗ ಯುಗದ ಗಾಳಿ ತೀಡಿ ಮುರಿದು ಬಿದ್ದ ವಿಷ್ಣು ದೇಗುಲ. ಮುಕ್ಕಾಗಿ, ಮಬ್ಬಾಗಿ ಕುಸಿದ ಶಿಲೆಯಲ್ಲೂ ಮುತ್ತಿಟ್ಟ ಮಿಥುನಗಳೆಷ್ಟು !

ದಾರಿಯುದ್ದಕ್ಕೂ ಕೈ ಬೀಸಿ ಸ್ವಾಗತಿಸಿದ ಪ್ರಕೃತಿ, ಬಿಸಿಲ ಹೊಸ ಉಡುಗೆ ಉಟ್ಟು ನಿಂತಿದ್ದಳು. ಹಾದಿಯ ಜೊತೆಗೆ ಹರಿದ ನದಿ, ಸುತ್ತ ವೃಕ್ಷಗಳ ಹಿನ್ನೆಲೆಯಲ್ಲಿ ಪರ್ವತಗಳ ಅಂಚು. ತುದಿಯಲ್ಲೊಂದಿಷ್ಟು ಹಿಮ ಹೊತ್ತು ಸೂರ್ಯ ಕಿರಣಕ್ಕೆ

ಬೆಳ್ಳಿಯಾಗಿ ಹೊಳೆದಿದ್ದ ಪರ್ವತ ಶಿಖರಗಳು. ಬೆಳ್ಳಿ ಬೆಟ್ಟದ ಸಾಲು, ಹಸಿರು ಪೈನ್ ವೃಕ್ಷಗಳು, ಬಣ್ಣದ ಪೋಸ್ಟರುಗಳಿಂದ ಹೊರಗಿಳಿದ ಜೀವಂತ ಚಿತ್ರ.

ನನ್ನ ಮನಸ್ಸು ಹಗುರವಾಗಿತ್ತು. ಕತ್ತಲೆಯ ಕೋಣೆಯಲ್ಲಿ ಅವಿತು ಕುಳಿತ ಭೂತಗಳನ್ನೆಲ್ಲ ಉಚ್ಚಾಟಿಸಿದ್ದೆ. ನಮ್ಮ ಫ್ಲಾಟ್‌ನ 9 x 9 ಅಡಿ ಕೋಣೆಗಳಲ್ಲಿ ನನ್ನ ಚಿಂತನೆಗಳೆಲ್ಲ ಕಿಟಕಿಯಾಚೆಗೆ ಹಾರಲಾರದೆ, ಗೋಡೆಗೆ ಢಿಕ್ಕಿ ಹೊಡೆದು, ಕಾಲು ಮುರಿದು ಬೀಳುತ್ತಿದ್ದವು. ಮತ್ತೇನೂ ಯೋಚಿಸಲಾರದ ಒಳಗೊಳಗೇ ಪರಿಭ್ರಮಿಸಿ ಹಾದಿ ತಪ್ಪಿದ ಚಿಂತನೆಗಳು. ಇಲ್ಲಿ ಕಣ್ಣನೋಟದಾಚೆಗೂ ಚಾಚಿ ನಿಂತ ಅನಂತತೆ, ನನ್ನ ಒಳಗಿನದೆಲ್ಲ ಹೊರ ಹಾಕಿ, ನನ್ನೊಳಗೆ ತುಂಬಿಕೊಳ್ಳುತ್ತಿತ್ತು. ಅಜಯನ ತುಂಬು ನಗು, ಮೋಜಿನಿಂದ ಹಂಚಿಕೊಳ್ಳುವ ಕಲೆ, ನನಗೆ ಸ್ನೇಹದ ಮತ್ತೊಂದು ಮುಖವನ್ನು ಪರಿಚಯಿಸಿತ್ತು. ಗಂಡು ಸ್ನೇಹದ ಪುಳಕವಷ್ಟೇ ಅಲ್ಲ, ಬಿಚ್ಚಿಕೊಳ್ಳಬಲ್ಲ ಸ್ನೇಹ, ನನ್ನೊಳಗಿನ ಭಾವನೆಗಳ ನಡು ಬೀದಿಯಲ್ಲಿ ಬೆತ್ತಲೆ ಓಡಿಸಬಲ್ಲ ಸಾಧ್ಯತೆಯೇ ಮುದ ಕೊಟ್ಟಿತು. ಜಗತ್ತಿನ ಅರ್ಧ ಜನರಿಂದ ನಾ ದೂರವಿದ್ದೆ. ಅವರು ಗಂಡಸರು ಎಂಬ ಕಾರಣಕ್ಕೆ. ಗಂಡು–ಹೆಣ್ಣಿನ ಸಂಬಂಧದ ನೂರು ಸಾಧ್ಯತೆಗಳಲ್ಲಿ ಅಪ್ಪ ನನಗೆ ಮನವರಿಕೆ ಮಾಡಿದ್ದು ಒಂದನ್ನೇ. ಬಾಲ್ಯದಿಂದ ಒಂದೆರಡು ದಶಕಗಳಾಚೆ ನಿಂತರೂ ನನ್ನ ಕಾಡುವ ಈ ಪೂರ್ವಾಶ್ರಮ ಇವೆಂಥದ್ದು? ಅವರಿವರು ತುಂಬಿದ್ದ ಪೂರ್ವಗ್ರಹಗಳ ತೊಗಲ ಚೀಲವಾಗಿದ್ದೆ. ಅಪ್ಪ ನೆಟ್ಟ ಬೇಲಿ ಕಿತ್ತು ಹೋಗಿದ್ದರೂ ಕಲ್ಪಿತ ಸೀಮಾ ರೇಖೆಯೊಳಗೇ ಪರಿಭ್ರಮಿಸಿದ್ದೆ. ಕಡೆಗೆ ಅವೆಲ್ಲ ಅಮ್ಮ–ಅಪ್ಪ, ಸಮಾಜ ಹಾಕಿದ ನಿರ್ಬಂಧನಗಳೇ ಅಲ್ಲ, ನನಗೆ ನಾನೇ ಎಳೆದುಕೊಂಡ ಲಕ್ಷ್ಮಣ ರೇಖೆ ಎನಿಸಿತ್ತು. ಅವರೆಲ್ಲರ ನಿರೀಕ್ಷೆಗೆ ಹೊಂದಿ ನಿಂತು ಮಾದರಿಯಾಗುವ ಬಯಕೆ, ವಿಚಿತ್ರ ಕುಣಿಕೆಯಾಗಿತ್ತು.

* * * *

ಪೆಹಲ್‌ಗಾವ್‌ಗೆ ಬಂದು ಇಳಿದಾಗ ಸೂರ್ಯ ಸಾಕಷ್ಟು ಮೇಲೆ ನಿಂತಿದ್ದ. ಪ್ರಕೃತಿಯ ಗರ್ಭದಲ್ಲೊಂದು ಕೈ ಕಾಲು ಚಾಚಿ ನಿಂತ ಪುಟ್ಟ ಊರು. ಊರಿಗಿಡೀ ಒಂದೇ ರಾಜಬೀದಿ. ಎರಡೂ ಬದಿಗೂ ಢಾಬಾಗಳು. ಕಸೂತಿ ಹಾಕಿದ ಉಡುಪಿನಂಗಡಿಗಳು.

'ಏನಾದರೂ ಒಂದಿಷ್ಟು ತಿಂದು ತಿರುಗೋಕೆ ಹೋಗೋಣ....' ಅಜಯ್ ಹೇಳಿದ್ದಕ್ಕೆ ತಲೆ ಆಡಿಸಿದೆ. ಸ್ವಲ್ಪ ಚಂದ ಕಂಡ ಹೋಟೇಲಿಗೆ ನುಗ್ಗಿ, ಆಲೂ ಪರೋಠಾ, ಒಂದಿಷ್ಟು ದಾಲ್–ಚಾವಲ್ ತಿಂದದ್ದಾಯ್ತು.

'ಕುಡಿಯೋಕೆ?' ಅಜಯ್ ಕೇಳಿದ.

'ಮಾಮೂಲು, ಚಾಯ್.....' ಎಂದೆ.

'ಅನು, ನೀವು ಹೊಸದೇನನ್ನೂ ಸವಿಯೋಕೆ ಸಿದ್ಧವಿಲ್ಲ. ಇಷ್ಟು ದೂರ ಬಂದು ಕಶ್ಮೀರಿ ಕಾವಾ ಕುಡಿಯದೆ ಹೋಗೋದಾ?' ಅಂದ.

'ಛೆ, ಅದು ಬೇಡ ಹಾಲಿಲ್ಲದ ಕರಿ ಕಾವಾ....' ಮುಖ ತಿರುವಿದೆ.

'ಮೇಡಂ, ಕಾವಾ ಬಗ್ಗೆ ನಿಮ್ಮಪ್ಪ ಏನಾದರೂ ನಿರ್ಬಂಧನೆ ಹಾಕಿರಲಿಲ್ಲ ತಾನೆ?'

ಜೋರಾಗಿ ನಕ್ಕೆ. ಈ ಮೂರು ದಿನದಲ್ಲಿ ಅಜಯ್ ನನ್ನ ಇತಿಹಾಸವೆಲ್ಲ ಬಲ್ಲ ಬಾಲ್ಯ ಸ್ನೇಹಿತನಂತಾಗಿ ಬಿಟ್ಟಿದ್ದ. ನಕ್ಕುಬಿಟ್ಟೆ. ಏಕೋ ಇದೀಗ ಅಪ್ಪನ ಮೇಲೆ ಸಿಟ್ಟು ಬರಲಿಲ್ಲ. ಅಪ್ಪನ ಕೋಟೆಗಳೆಲ್ಲ ದಾಟಬಹುದಾದಷ್ಟು ಕುಬ್ಜವಾಗಿದ್ದವು. ಅವರನ್ನು ಅವರ ಪರಿಸರದ, ಅವರ ಹಿನ್ನೆಲೆಯ ಫಲಿತಾಂಶವಾಗಿ ಅರ್ಥೈಸಲೂ ಸಾಧ್ಯವಾಗಿತ್ತು.

'ಸರಿ ಕಾವಾನೇ ತರಿಸಿ....' ಕೈ ಚೆಲ್ಲಿ ಕುಳಿತೆ.

ಹೊಳೆಯುತ್ತಿದ್ದ ಬೆಳ್ಳಿ ಬಣ್ಣದ ಸುಂದರ ಸಮಾವಾರ ಪಾತ್ರೆಯಲ್ಲಿ ಬಿಸಿ ಬಿಸಿ ಕಾವಾ ತಂದು ಲೋಟಗಳಿಗೆ ಬಗ್ಗಿಸಿದ. ಸಣ್ಣ ದಾಲ್ಚಿನಿ, ಏಲಕ್ಕಿ ಗೋಡಂಬಿಯ ಚೂರುಗಳು ಮೇಲೆ ತೇಲುತ್ತಿದ್ದವು. ನವಿರಾದ ಸವಿಗಂಪು.

'ಹೇಳಿ, ಈ ಕಂಪು, ಈ ಶ್ರೀಮಂತಿಕೆ ನಿಮ್ಮ ಬಡ ಚಾಯ್‌ಗುಂಟೆ?' ಕಾವಾ ಹೀರುತ್ತಾ ಅಜಯ್ ಹೇಳಿದ.

ಒಂದು ಗುಟುಕು ಕುಡಿದೆ. ರುಚಿ ಇತ್ತು.

ಬದುಕಿನಲ್ಲಿ ಎಷ್ಟೆಲ್ಲ ಸವಿಯದೆ ಬಿಟ್ಟಿದ್ದೆ. ಸ್ನೇಹವನ್ನು, ಪ್ರೀತಿಯನ್ನು, ಕಡೆಗೆ ಕಿರಣನ ಸ್ಪರ್ಶವನ್ನೂ, ಕರ್ತವ್ಯದಂತೆ ಸಹಿಸುತ್ತಾ, ಮನಸ್ಸಿಲ್ಲದ ಮೈ ಒಡ್ಡುತ್ತಾ, ನನಗಲ್ಲದೆ ಅವನಿಗೂ ಹಿಂಸೆಯಾಗಿದ್ದೆ. ನನ್ನ - ಕಿರಣನ ಐದು ವರ್ಷಗಳ ದಾಂಪತ್ಯದಲ್ಲೂ ಎಷ್ಟೊಂದು ಖಾಲಿತನ ಉಳಿದುಬಿಟ್ಟಿದೆ. ಕರ್ತವ್ಯವಾದ ಪ್ರೀತಿಗೆ ಒಂದಿಷ್ಟು ಬಯಕೆಯ ಬಿಸಿ ತಾಗಿಸಬೇಕು. ಕಣಿವೆಯ ಸಾಧ್ಯತೆಗಳ ಬೆಂಗಳೂರಿಗೂ ಕೊಂಡೊಯ್ಯಬೇಕು.

'ಹೊರಡೋಣವಾ.....?' ಅಜಯ್ ಹೇಳಿದ.

ಹೊರಗೆ ಬಂದು ಒಂದಷ್ಟು ದೂರ ನಡೆದು, ಸುತ್ತಲೆಲ್ಲ ಸುತ್ತಿ ಬರಲು ಎರಡು ಕುದುರೆ ಹಿಡಿದು ಏರಿದೆವು. ನಾ ಅಜಯನತ್ತ ತಿರುಗಿ ಹಲ್ಲು ಕಿರಿದೆ, ಒಳ್ಳೆ ಹಿಂದಿ ಸಿನೆಮಾದ ನಾಯಕ – ನಾಯಕಿಯರಂತೆ ಭಾಸವಾಗಿತ್ತು. ಹರಿವ ಝೀಲಮ್‌ನ ಮೇಲೆ ಹಾದ ಕಟ್ಟಿಗೆಯ ಸೇತುವೆ ದಾಟಿ, ಎತ್ತರದ ಪೈನ್ ವೃಕ್ಷಗಳ ನಡುವೆ ಕುದುರೆಗಳು ಪರಿಚಿತ ಹೆಜ್ಜೆ ಹಾಕಿದ್ದವು.

ಶಿವಲಿಂಗವಿದ್ದ ಸಣ್ಣ ದೇವಾಲಯದ ಮುಂದೆ ಕುದುರೆ ನಿಲ್ಲಿಸಿ ಇಳಿದೆವು. ಎದುರಿಗೇ ಸ್ವಚ್ಛ ಚಿಲುಮೆಯ ನೀರು. ಅತ್ತ ಪಕ್ಕದ ಹಸಿರು ಹರವಿನಲ್ಲಿ ಒಂದಿಬ್ಬರು ಕ್ಯಾಮರಾಮೆನ್‌ಗಳ ಗಲಾಟೆ. ಕಶ್ಮೀರಿ ಫೆರನ್, ಕಶ್ಮೀರಿ ಒಡವೆಗಳ, ಅಲ್ಲೇ ಹುಲ್ಲಿನ ಮೇಲೆ ಹರಡಿಕೊಂಡು 'ಬನ್ನಿ ಸಾಬ್ ಕಶ್ಮೀರಿ ಉಡುಪಲ್ಲಿ ಫೋಟೋ ಹಿಡಿಸಿ' ಎಂದು ಆಲ್‌ಬಮ್ ತೋರಿಸುತ್ತಾ ದುಂಬಾಲು ಬಿದ್ದರು. ಅಜಯ್ ತಮಾಷೆಯಾಗಿ ನನ್ನತ್ತ ನೋಡುತ್ತಾ,

'ಬನ್ನಿ ನೀವೂ ಒಂದು ಫೆರನ್ ಏರಿಸಿ' ಅಂದ. ನಾ ಪೂರಾ ನಾಚಿ,

'ಛೆ, ಬೇಡ.... ಬೇಡ....' ಎಂದೆ.

'ಅರೆ ಬನ್ನಿ, ಇಂಥ ಸಣ್ಣ ಸಣ್ಣ ಖುಷಿಗಳನ್ನೆ ನಾವು ಬಾಚಿ ಹೆಕ್ಕಿಕೊಳ್ಳಬೇಕಾದ್ದು. ಮತ್ತೆ ನೀವು ಕಾಶ್ಮೀರಕ್ಕೆ ಬರೋದು ಯಾವಾಗ....'

ಮತ್ತೆ ನಾ ಬದುಕಿಗೆ ಬರುವುದು ಯಾವಾಗ?

ಅಜಯ್ ಹುಲ್ಲಿನ ಮೇಲೆ ಹರಡಿದ ಹಳದಿ ಫೆರನ್ ಎತ್ತಿ, ತಲೆಗೆ ಕೆಂಪು ಬಣ್ಣದ ಚುನರಿ ಆರಿಸಿ, ಕೊರಳಿಗೆ ಒಂದಿಷ್ಟು ಬೆಳ್ಳಿ ತಗಡಿನ ಆಭರಣ ಎತ್ತಿ ಕೊಟ್ಟ. ಹಾಕಿದ ಉಡುಪಿನ ಮೇಲೇ ದೊಗಲೆ ಫೆರನ್ ಏರಿಸಿ, ಒಂದೆರಡು ಫೋಟೋ ಹಿಡಿಸಿದೆ.

ಆ ದಿನವೆಲ್ಲ ಇಂಥಹುದೇ ಸಣ್ಣ ಸಣ್ಣ ಘಟನೆಗಳು. ಬಹಳಷ್ಟು ಸುತ್ತಾಡಿದೆವು. ಏರು ತಗ್ಗಿನ ಗುಡ್ಡಗಳ ಮೇಲೆ, ಗೋಲ್ಫ್ ಕೋರ್ಸಿನ ಹಸಿರು ಹಾಸಿನ ಮೇಲೆ, ತೂಗಿ ನಿಂತ ಸೇತುವೆಗಳ ಮೇಲೆ.... ವರ್ಷ ವರ್ಷಗಳ ಸ್ನೇಹಿತರಾಗಿ.

* * * *

ಸಂಜೆ ಆಗಿತ್ತು. ಈ ರಾತ್ರಿ ಉಳಿಯಲು ಗೆಸ್ಟ್ ರೂಂ ವ್ಯವಸ್ಥೆ ಇತ್ತು. ಝೀಲಮ್‌ನ ಬದಿಗೇ ಕಟ್ಟಿದ ಎರಡು ಕೋಣೆಗಳ ಅತಿಥಿ ಗೃಹ. ರಾತ್ರಿ ಊಟ ಮುಗಿಸಿ ಹೊರಬಂದೆವು. ಮೆಟ್ಟಲಿಳಿದು ನೀರಿಗೆ ಕಾಲಿಟ್ಟು ಕುಳಿತೆವು. ಎಷ್ಟು ಹತ್ತಿರವಿದ್ದವು ಹಿಮವತ್ಪರ್ವತಗಳು, ಬೆಳ್ಳಿ ಶಿಖರಗಳು ಬೆನ್ನಿಗೇ ಆತು ನಿಂತಿದ್ದವು.

ತಣ್ಣಗೆ ಝೀಲಮ್ ಹರಿಯುತ್ತಿತ್ತು. ಸಶಬ್ದವಾಗಿ ಸಂಭಾಷಿಸುತ್ತಾ ಮೇಲೆ ಶಿವನ ನೆತ್ತಿಯಿಂದ ಕರಗಿ ಹರಿದ ಹಿಮದ ಧಾರೆ. ಮತ್ತೂ ಬಿಗಿಯಾಗಿ ಶಾಲು ಹೊದ್ದೆ. ಅರೆ ಚಂದ್ರನ ಬೆಳದಿಂಗಳಿತ್ತು. ತಿಳಿಯಾಗಿ, ತುಂತುರಾಗಿ, ಹರಿದ ನೀರನ್ನೇ ನೋಡಿದೆ. 'ವಾಟರ್ ಲಾಗಿಂಗ್....' ನೆಲದಲ್ಲಿ ಹೀರಲಾರದೆ, ಹರಿಯಲಾರದೆ, ಮೇಲೇರಿ ಮೋಡವಾಗುವ ಬಗೆ ಎಷ್ಟು ವರ್ಷಗಳ ಸಂಶೋಧನೆ.... ನನ್ನ ಪಿ.ಎಚ್.ಡಿ. ಥೀಸೀಸ್ ಇದೇ ಆಗಿತ್ತು. ನೀರನ್ನು ನಿಯಂತ್ರಿತ ಪ್ರಯೋಗಾಲಯದಲ್ಲಿ ಹಿಡಿದು ಕಟ್ಟಿ ಅಧ್ಯಯಿಸುವುದಕ್ಕೂ, ಇಲ್ಲಿ ಶಿಖರಗಳಲ್ಲಿ ಕರಗಿ ರಭಸದಲ್ಲಿ ಹರಿದು ಭೋರ್ಗರೆವ ಈ ನೀರಿಗೂ ಎಷ್ಟು ಅಂತರ. ಹೈಡ್ರಾಲಿಕ್ ಲ್ಯಾಬ್‌ನಲ್ಲಿ ನೀರನ್ನು ಕಟ್ಟಿ, ಬಂಧಿಸಿ, ಲೆಕ್ಕ ಹಾಕಿ ಹರಿಯಬಿಡುತ್ತಾ, ಗುಲ್ಬರ್ಗಾ, ನಾರಾಯಣಪುರ ಎಂದೆಲ್ಲ ಅಲೆದು ನೆಲದ ನೀರ ಅಂಕಿ-ಸಂಖ್ಯೆ ಸಂಗ್ರಹಿಸುತ್ತಾ ಅಲೆದ ನನ್ನ ವಿಜ್ಞಾನಿ ಕಣ್ಣುಗಳಿಗೀಗ ಝೀಲಮ್‌ನ ಮುಕ್ತ ಭೋರ್ಗರೆತದಲ್ಲಿ, ಹುರುಪು, ಹುಮ್ಮಸ್ಸಿನಲ್ಲಿ ಬೇರೊಂದೇ ಸತ್ಯದ ಅರಿವಾಗಿತ್ತು. ನಾ ಈ ನೀರಿಗೆ ಕಟ್ಟೆ ಹಾಕಬೇಕಿಲ್ಲ, ಲೆಕ್ಕ ಹಾಕಬೇಕಿಲ್ಲ, ಹರಿಯಬಿಡುತ್ತೇನೆ... ಮೈ-ಮನಗಳ ಹಸಿಯಾಗಿಸಲು, ಹಸಿರಾಗಿಸಲು.

ಮತ್ತೂ ಬಿಗಿಯಾಗಿ ಶಾಲು ಹೊದ್ದೆ. ಮೇಲೆ ಶುಭ್ರ ಆಕಾಶ, ಸುತ್ತ ಕಪ್ಪಾಗಿ ಮುಗಿಲೆತ್ತರಕ್ಕೆ ನಿಂತ ಪೈನ್ ವೃಕ್ಷಗಳು. ಅಜಯ್ ಮೃದುವಾಗಿ ಕೈ ಒತ್ತಿದ. ಬೆಚ್ಚನೆಯ ಸ್ನೇಹದ ಒತ್ತು ಅಂಗೈಯಲ್ಲಿ. ಎಲ್ಲ ಸರಹದ್ದುಗಳ ಮೀರಿ ಹಾರಿತ್ತು. ಕಪ್ಪು ಆಗಸದಲ್ಲಿ ಚುಕ್ಕಿ ಸಾವಿರವಿತ್ತು, ಬಿಗಿದ ಮುಷ್ಟಿಯು ಒಳಗೆ ಮಿಕ್ಕ ಪ್ರೀತಿಯು ಒಂದೇ. ಜಗತ್ತಿನೆಲ್ಲ ಪ್ರೀತಿಯ ಈ ಕ್ಷಣ ಬೊಗಸೆಯಲ್ಲಿ ಹಿಡಿದಿದ್ದೆ, ಸೋರಬಿಡದೆ. ಕಾಶ್ಮೀರದ ಈ ಕಣಿವೆಯಲ್ಲಿ 'ಸಮಯ' ಸ್ತಬ್ಧವಾಯಿತು. ಭೂತ-ಭವಿಷ್ಯಗಳಿಗೆ ಮುಚ್ಚಿ ಬಾಗಿಲನ್ನು, ವರ್ತಮಾನವಷ್ಟೆ ಸತ್ಯವಾಗಿತ್ತು. ಅರಳದೆ, ಉಳಿದು ಬಿಟ್ಟ ದೇಹದ ಪಕಳೆ - ಪಕಳೆಗಳು ಬಿರಿದು ನಿಂತವು. ಮೆಲ್ಲನೆ ಅವನ ಕೈ ಸರಿಸಿದೆ. ಈ ಕ್ಷಣ ಕರಗುವುದು ಬೇಕಿರಲಿಲ್ಲ. ಈ ಕ್ಷಣ ಸ್ಖಲಿಸುವುದು ಬೇಕಿರಲಿಲ್ಲ. ಈ ಕ್ಷಣದ

ಸಾಧ್ಯತೆಗಳಷ್ಟೆ ಮುಖ್ಯವಾಗಿತ್ತು. ಅಸಾಧ್ಯವಾಗಿ, ಅಸಂಭವವಾಗಿ ಮತ್ತೊಂದು ಆಯಾಮದಲ್ಲೇ ಉಳಿದುಬಿಡಲಿದ್ದ ಅನುಭವವೊಂದು ಮೈ ತುಂಬಿತ್ತು. ನನ್ನ ನಿತ್ಯ ಕನಸುಗಳಿಗೆ, ಮತ್ತೆ ಬರೆವ ಕವನಗಳಿಗೆ ವಸ್ತುವಾಗಲಿತ್ತು. ಇನ್ನು ಅವು ಕಪ್ಪು-ಬಿಳುಪು ಕವನಗಳಲ್ಲ, ಕಣಿವೆಯ ರಂಗಿನಲ್ಲಿ, ಈ ನಿಸರ್ಗದ ಬಣ್ಣಗಳಲ್ಲಿ ಅದ್ದಿ ಬರೆಯಬಲ್ಲೆ. ಈ ಬಣ್ಣಗಳನ್ನಿಷ್ಟು ಕೊಂಡೊಯ್ಯಬಲ್ಲೆ, ಬೆಂಗಳೂರಿನ ನೆಲಕ್ಕೂ.

ನಾಳಿನ ಫ್ಲೈಟ್ ಬುಕ್ ಆಗಿತ್ತು. ಈ ರಾತ್ರಿ ಹರಿದು ಹೋಗದಂತೆ ಅಣೆಕಟ್ಟು ಏರಿಸುವ ತವಕ ಕ್ಷಣ ಕಾಡಿತು. ಈ ಮೂರೇ ದಿನಗಳಲ್ಲಿ ನಾ ಎಷ್ಟು ಹಗುರಾಗಿದ್ದೆ. ಹೇಳಿಕೊಂಡೆ, ಹಂಚಿಕೊಂಡೆ. ನಡುಬೀದಿಯಲ್ಲಿ ನಗ್ನವಾದಂತೆ ದಿವ್ಯ ನಿರ್ಲಜ್ಜೆಯಲ್ಲಿ ನಿಂತಿದ್ದೆ. ಏಕೋ ಸಂಕೋಚವಾಗಲಿಲ್ಲ ಮುಜುಗರವಾಗಲಿಲ್ಲ. ಒಳಗೊಳಗೇ ಮಸೆದು, ಹೊಗೆಯೆದ್ದು, ಆಸ್ಫೋಟಿಸಬಯಸಿದ ನೆನಪುಗಳನ್ನೆಲ್ಲ ಹೇಳುತ್ತಾ ಹೇಳುತ್ತಾ ಉಚ್ಚಾಟಿಸಿದೆ. ಥಿಯರಿಗಳ ಹುಡುಕಾಡಿದೆ. ಸಮೀಕರಣಗಳ ಜೋಡಿಸಿದೆ. ನನ್ನದಲ್ಲದ ಕತೆಯೆಂಬಂತೆ ದೂರ ನಿಂತು ಮೋಜಿನಿಂದ ವೀಕ್ಷಿಸಿದೆ. ಏಕೋ ಅಪ್ಪನ ಮೇಲೆ ಕೂಡ ಈಗ ಸಿಟ್ಟು ಬರುತ್ತಲೇ ಇಲ್ಲ.

ಮುಗಿಯಲಿತ್ತು ಆ ರಾತ್ರಿ. ಅಜಯ್ ತಟ್ಟನೆ ಕೇಳಿದ.

'ಅನು, ನೀವು ಖುಶಿ ಇದ್ದೀರಾ ನಿಮ್ಮ ವಿವಾಹದಲ್ಲಿ.....'

ನಕ್ಕುಬಿಟ್ಟೆ, ಪೆಚ್ಚಾದ.

'ಅಜಯ್, ಪ್ರೀತಿಗೆ ನೆಪಗಳ ಹುಡುಕುವುದು ಬೇಡ....' ಅಂದೆ. ಅವ ತಣ್ಣಗಾದ.

'ಕಾರಣಗಳಲ್ಲಿ ಹುಟ್ಟುವುದಲ್ಲ ಈ ಆಕರ್ಷಣೆ. ಬದುಕಿನ ಈ ಬದಿಗಿದ್ದ ಸಾಧ್ಯತೆಗಳ ನಾ ಎಂದಾದರೂ ಅನ್ವೇಷಿಸಲೇಬೇಕಿತ್ತು. ಈ ಆಕಾಶದಡಿಯ ಯಾವೊಂದು ಅನುಭವ ಉಳಿಸಿ ಹೋಗುವುದು ನನಗೆ ಬೇಕಿರಲಿಲ್ಲ....'

ಮತ್ತೆ ಆತ ಏನೂ ಹೇಳಲಿಲ್ಲ. ನಮ್ಮ ನಡುವೆ ಮಾತುಗಳು ಉಳಿದಿರಲಿಲ್ಲ, ನಿರೀಕ್ಷೆಗಳಿರಲಿಲ್ಲ, ಭವಿಷ್ಯವಿರಲಿಲ್ಲ. ಈ ಕ್ಷಣ ಸೊಗಸಿತ್ತು. ಆದರೆ ನಮ್ಮದೇ ಬದುಕೊಂದು ಕಾದಿತ್ತು ದೂರದಲ್ಲಿ. ಭೂತ-ಭವಿಷ್ಯಗಳಿಗೆ ಕದ ಹಾಕಿ ವರ್ತಮಾನದ ಒಂದೆರಡು ಕ್ಷಣಗಳ ತುಂಬಿ ನಿಂತಿದ್ದೆವು. ಅವನ ಹೆಂಡತಿ, ಮಕ್ಕಳ ಬಗ್ಗೆ ಕೇಳಬೇಕು ಅಂದುಕೊಂಡೆ. ಏಕೋ ಕೇಳಲೇ ಇಲ್ಲ. ಈ ಕ್ಷಣಕ್ಕೆ ನಮ್ಮಿಬ್ಬರಾಚಿನ ದಿಕ್ಕುಗಳನ್ನೆಲ್ಲ ಎಳೆದು ತರುವುದು ಬೇಡ ಅನಿಸಿತು.

ಈ ಸಾಂಗತ್ಯದ ಒಂದಿಷ್ಟು ರಂಗನ್ನು, ರಮ್ಯತೆಯನ್ನು ಕೊಂಡೊಯ್ಯುತ್ತಿದ್ದೆವು. ಒಂದು ಸ್ನೇಹದ ಸಿಹಿ ಸುಖವನ್ನು, ಪ್ರಖರ ಪ್ರಭೆಯನ್ನು.

ನಾ ನಕ್ಕೆ.... ಬದುಕಿನತ್ತ ತುಂಟ ನಗೆ ಬೀರಿ, ಬದುಕು ನನ್ನನ್ನಲ್ಲೇ ನಿಲ್ಲಿಸಿ, 'ಬೈಪಾಸ್' ಮಾಡಲಿತ್ತು. ಗಕ್ಕನೆ ನಾ ವೇಗ ಹೆಚ್ಚಿಸಿದ್ದೆ. ಬದುಕನ್ನಿಷ್ಟು ಹಿಡಿದು ನಿಲ್ಲಿಸಿದ್ದೆ. ತುಂಬಿಕೊಂಡಿದ್ದೆ ಮಡಿಲ ತುಂಬಾ ಝೇಲಮ್‌ನ ಅನಿಯಂತ್ರಿತ ಹರಿವನ್ನು, ಬೆನ್ನು ಬಾಗಿಸದೆ ನಿಂತ ಪೈನ್ ವೃಕ್ಷಗಳ ನಿಲುವನ್ನು, ಕಣಿವೆಯಲ್ಲಿನ ಅಕೃತಕ ಪ್ರೀತಿಯನ್ನು!

* * * *

ದಿನಾಂಕ 5, ಜೂನ್, 1989

ಮರುದಿನ ಶ್ರೀನಗರದ ವಿಮಾನ ನಿಲ್ದಾಣ ತಲಪಿದಾಗ ತುಸು ತಡವಾಗಿತ್ತು. ಸೂಟ್‌ಕೇಸ್‌ಗಳ ತಳ್ಳಿ, ವ್ಯಾನಿಟಿ ಬ್ಯಾಗಿಗೆ ಕ್ಯಾಬಿನ್ ಲಗ್ಗೇಜ್, ಫಲಕ ಸಿಗಿಸಿಕೊಂಡು ಹೊರಟೆ. ನನ್ನ – ಅಜಯನ ಸೀಟು ಈ ಬಾರಿ ಒಟ್ಟಿಗೇ ಸಿಕ್ಕಿರಲಿಲ್ಲ. ಅಜಯ್ ನನ್ನ ಕಿಟಕಿ ಪಕ್ಕಕ್ಕೆ ಕೂರಿಸಿ, ತಾ ಮುಂದಿನ ಸಾಲಿಗೆ ಹೋಗಿ ಕುಳಿತ.

ಏಕೋ ನೋವಾಗಲಿಲ್ಲ.

ವಿಮಾನ ಮೇಲೇರಿತು. ಕೆಳಗೆ ನೋಡಿದೆ. ಕಣಿವೆ ಏನೆಲ್ಲ ಕಲಿಸಿತ್ತು. ನಾ ಬಹಳಷ್ಟು ಪಡೆದಿದ್ದೆ. ಮತ್ತೆ ಬರೆವ ನನ್ನ ಕವನಗಳಿಗೆ ಬೀಜಾಣುಗಳು ದೊರೆತಿತ್ತು. ನಾ ಮೊಟ್ಟಮೊದಲಿಗೆ ಪ್ರೀತಿಸತೊಡಗಿದ್ದೆ ನನ್ನನ್ನೇ.... ಅದರೆಲ್ಲ ಏರು-ತಗ್ಗುಗಳೊಡನೆ, ಅದರೆಲ್ಲ ಚಂಚಲತೆಯೊಡನೆ, ಅವನ್ನೆಲ್ಲ ಅತ್ಯಂತ ಸಹಜವಾಗಿ ಸ್ವೀಕರಿಸಲು ಸಾಧ್ಯವಾಗಿತ್ತು. ಸಂಬಂಧಗಳಲ್ಲಿ ಎಷ್ಟೊಂದು ಹೇಳದೇ ಉಳಿದು ಬಿಡುತ್ತವೆ – ವೈವಾಹಿಕ ಸಂಬಂಧದಲ್ಲೂ. ಹತ್ತಿರಾಗುತ್ತೇವೆ, ಕತ್ತಲಲ್ಲಿ. ಬೆಳಕಲ್ಲಿ ಶುದ್ಧ ಅಪರಿಚಿತರು. ಬೆಳಕಿಗೊಡ್ಡಬೇಕು ನಮ್ಮ ಪ್ರೀತಿಗಳ. ಹೇಳದೆ ಉಳಿದ ಮಾತುಗಳೆಲ್ಲ ಹಿಂಸೆಯಾಗುತ್ತವೆ. ಬರೆಯದೆ ಬಿಟ್ಟ ಕವನಗಳಂತೆ ಭಾರವಾಗುತ್ತವೆ. ತೆರೆದುಕೊಳ್ಳಬೇಕು, ಪಾರದರ್ಶಕವಾಗಬೇಕು, ಬರೀ ಪದಗಳಲ್ಲಲ್ಲ, ಬದುಕಿನಲ್ಲೂ. ಏಕೊ ಅಜಯ್ ಈ ಕ್ಷಣಕ್ಕೆ ದೂರಾದ – ಕೇವಲ ನೆಪವಾದ – ಮುಂದಿನ ಸಾಲಲ್ಲೆ ಕುಳಿತಿದ್ದೂ, ದೂರದ ಕಣಿವೆಯ ನೆನಪು ಮಾತ್ರವಾದ. ಕಾಲದ ನಡುವೆ ಹಿಂದು ಮುಂದಿಲ್ಲದೆ ಘನವಾದ, ಒಂದು ಅನುಭವ ಬಿಂದುವಾದ.

ಹೊರಗೆ ನೋಡಿದೆ. ನೆಲಮುಗಿಲ ನಡುವೆ ತಟಸ್ಥ ನಿಂತ ಮೋಡಗಳು. ಮನಸ್ಸು ಮುದಗೊಂಡಿತು. ಎಂಥಹುದೋ ವಿಚಿತ್ರ ಉತ್ಸಾಹ. ಅಂತರಗಂಗೆಯಾಗಿ ಸುಳಿದಾಡಿದ ನನ್ನ ಪ್ರೇಮಕಾಮಗಳಿಗೆಲ್ಲ ಅಭಿವ್ಯಕ್ತಿ ದೊರೆತಿತ್ತು. ಗುಪ್ತಗಾಮಿನಿಯಾಗಿ ಹರಿದ ಬಯಕೆಗಳಷ್ಟು ಚೆಲುವೆಯಾಗಿದ್ದವು. ನನ್ನ ಕವನಗಳು ಕಡೆಗೂ ತಲಪಿದವು, ತಲುಪಬೇಕಿದ್ದ ಕನಸಿನಾಚಿನ ದಡಕ್ಕೆ. ಶಿಖರದಿಂದಿಳಿದು ಕಾಡು, ಮೇಡು, ಬಯಲುಗಳ ಹರಿದು, ಕಡೆಗೂ ತಲಪಿದವು, ಕಣಿವೆಯಾಚಿನ ವಾಸ್ತವಕ್ಕೆ.

* * * *

ಬೆಂಗಳೂರಿಗೆ ಹೊರಟ ಕರ್ನಾಟಕ ಎಕ್ಸ್‌ಪ್ರೆಸ್ ಹೊರಡಲು ಐದು ನಿಮಿಷ ಮಾತ್ರ ಉಳಿದಿತ್ತು. ಅಜಯ್ ಸ್ಟೇಷನ್‌ವರೆಗೂ ಬಂದಿದ್ದ. ನಮ್ಮ ನಡುವೆ ಹೆಚ್ಚು ಮಾತಿರಲಿಲ್ಲ. ದಿಲ್ಲಿಯ ಜನಸಮೂಹ ನಡುವೆ ಗೋಡೆಯಾಗಿತ್ತು, ಗದ್ದಲವಾಗಿತ್ತು. ಇನ್ನೇನು ರೈಲು ಹೊರಡಲಿತ್ತು.

'ಬರೀತಿರಿ....' ಅಂದ. ಅವನು ಹೇಳಿದ್ದು ಪತ್ರವನ್ನೋ, ಕವನಗಳನ್ನೋ ಗೊತ್ತಾಗಲಿಲ್ಲ. ಬರೀ 'ಹೂಂ' ಎಂದೆ. ಹಸಿರು ದೀಪ. ರೈಲು ಹೊರಟಿತು. ಅಜಯ್ ಮುಂದೆ ಬಾಗಿ ಕೈ ನೀಡಿದ. ಬೆಚ್ಚಗೆ ಕ್ಷಣ ಹಿಡಿದ. ಅವನ ಬಿಗಿ ಮುಷ್ಟಿಯಲ್ಲಿ ಸಿಕ್ಕ ನನ್ನ ಹಸ್ತವನ್ನು ಕಿತ್ತುಕೊಂಡು ರೈಲು ಹೊರಟಿತು – ಕನಸಿನಾಚಿನ ವಾಸ್ತವದತ್ತ-ಹೊಸತೇನೋ ಭರವಸೆಯನ್ನು ಹೊತ್ತು.

23. ತಮಂಧದ ಕೇಡು

– ಅಮರೇಶ ನುಗಡೋಣಿ

ಕನಸು ಬಿದ್ದಿತ್ತೊ... ದುರುಗನಿಗೆ ಎಚ್ಚರಾಯ್ತು! ಕಣ್ಣು ತೆರಿತಿದ್ದಂಗೇ ಎದೆ ಡಬಡಬ ಬಡಕಂತ್ತಿತ್ತು! ಮೈಯೆಲ್ಲ ಬೆವತು ಹೋಯಿತು! ಅಂಗೇ ಮಕ್ಕಂಡು ಕಂಡ ಕನಸಿನ ಬೆನ್ನು ಹತ್ತಿದ.... ನೆಪ್ಪಾಗತೊಡಗಿತು; ಶಾಂತಗೌಡ ಹತ್ಯಾರಿ ಹಿಡುದು, 'ನಿಂತ್ಗಳಲೇ....' ಅಂತ ಕಲೆಬಿದ್ದಿದ್ದ! ತನಗ ಓಡಾಕ ಕಾಲು ಏಳುತ್ತಿದ್ದಿಲ್ಲ! ಸತುವು ಮಾಡಿ ಕಾಲು ಕಿತ್ತಿಡುತ್ತ ಓಡಿದ್ರೂ... ಶಾಂತಗೌಡನ ಹತ್ಯಾರಿ ಬೆನ್ನಿಗೆ ತಗಲಿದಂಗಾಗಿ, 'ಸತ್ನೆಪ್ಪೋ.....' ಅಂತ ನೆಲಕ್ಕ ಬಿದ್ದುಬುಟ್ಟ! ಹತ್ಯಾರಿ ಏಟು ಬಿದ್ದುದು ತನಗ. ಆದರೆ ಮಗ ಚೆನ್ನ ರಕ್ತದಾಗ ಬಿದ್ದಿದ್ದಂಗ ಕಂಡ! ಅದಕಂಡು ದುರುಗ ಹೌಹಾರಿ, ಕೆಂಡ ಮಂಡಲವಾಗಿ ಅಬ್ಬರಿಸಿ, 'ಗೌಡಾ... ನಿನ್ನುಣ ತೋರಿಸಿಬುಟ್ಟೆ.....' ಅಂತ ಹಾರಿ ಶಾಂತಗೌಡನನ್ನು ಹಿಡಕಂಡು ಮುರುದು ಬುಡುಬೇಕಂತ ದುರುಗ ನೋಡ್ತಾನ.... ಶಾಂತಗೌಡ ಕಣ್ಣಿಗೆ ಕಾಣದಂಗ, ಕೈಯಿಗೆ ಸಿಗದಂಗ ನೆಲದಿಂದ ಮುಗಿಲೆತ್ತರಕ್ಕೆ ನಿಂತುಬುಟ್ಟಿದ್ದ! ಇದು ಕಣ್ಣುಮುಂದ ನಡದಂಗ ನೆಪ್ಪಾಗಿದ್ದೇ ತಡ ದುರುಗ ದಿಗ್ಗನೆದ್ದು ಕುಂತು 'ಶಿವಶಿವಾ' ಅಂದ. ಕೆಟ್ಟ ಕನಸ್ಸಂತ ಸಂಕಟವಾಗತೊಡಗಿತು....!

ಕಣ್ಣಿಗೆ ಏನೂ ಕಾಣಲಿಲ್ಲ; ಕಗ್ಗತ್ತಲು! ದೊಡ್ಡ ಗವ್ವ್ಯಾಗ ಕುಂತಂಗನಿಸ್ತು. ಬೆಳಕು ಹರಿಯಲು ಬಂದಿದ್ದಾದು ಅಂತ ಎದ್ದು ಅಂದಾಜಿನ ಮ್ಯಾಗ ಬಾಗಿಲಿಗೆ ಬಂದು ತೆರುದು ಹೊರಗ ಬಂದು ನಿಂತರೂ ಏನು ಬದಲು ಅನಿಸಲಿಲ್ಲ. ಹೊರಗೂ ಕಗ್ಗತ್ತಲು. ವಾರದಿಂದ ಮಾಡ ಮುಚ್ಚಿಗಂಡಿತ್ತು. ಮೈಯಿಗೆ ಚಳಿ ಬಡದಂಗಾಗಿ ಬೆವುತದ್ದಕ್ಕೋ ಹಿತವಾಯ್ತು. ಗಳಿಗೆತ್ತು ನಿಂತು ನಾಯಿ ನರಿ ಕೂಗುವುದು ಕೇಳಿಸ್ಯಾವು ಅಂತ ಕಾದ. ಹುಳಉಪ್ಪಡಿಯ ಸಪ್ಪಳ ಸೈತ ಕೇಳಲಿಲ್ಲ. ಮುಂದತ್ತ ಹೋಗಿ ಕಾಲುಮಡಿಯಾಕ ಕುಂತ. ಚಳಿಯಾಗಿ ಮೈಯೆಲ್ಲ ತೋದಂಗನಿಸ್ತು. ಎದ್ದು ಮೈಕೈ ಸವರಿಕೊಂಡ.... ನೀರು ನೀರು. ಮೈ ಬೆವುತದ್ದೋ... ಮಂಜು ಬಿಳಕತ್ಯಾದೋ ಅಂತ ಮುಗುಲು ನೋಡಿದ.... ಮ್ಯಾಗೂ ಕತ್ತಲೇ. ಏನೂ ತಿಳಿಯದಂಗಾಗಿ ಮನೆ ಒಳಗ ಬಂದ. ಹುಡುಕಾಡಿ ಚಿಮಣಿ ಮುಡಿಸಿದ. ಮೈಯೆಲ್ಲ ನಮ್ಮಾಗಿತ್ತು. ಪಂಜೆಯಿಂದ ಒರೆಸಿಕೊಂಡು 'ಮಳೆಯಂತೂ ಬರ್ಲಿಲ್ಲ. ಹೊಲಗುಳು ಈ ವರ್ಸ ಬೀಜ ಕಾಣ್ಲೆಲ್ಲ. ಎಳ್ಳಮಾಸಿ ಇರ್ಲಿ....... ಚೆಟ್ಟಮಾಸಿ ಇನ್ನ ಬಂದಿಲ್ಲ. ಆಗ್ಲೆ ಮಂಜು ಬಿಳಾಕ ಸುರುವಾಯ್ತು! ಬೆಳೆಯಿಲ್ದ ಕಾಲ್ದಾಗ ಚಳಿಜಾಸ್ತಿ. ಏನು ಕಾಲಾನೋ

ಏನೋ! ಯಾವ ಕಾಲ್ದಾಗ ಏನು ಆಗಬೇಕೋ ಅದು ನಮ್ಮ ಕಾಲ್ದಾಗ ಸರಿಯಾಗಿ ಆಗ್ತಿತ್ತು. ಈಗ... ಎಲ್ಲ ನಮ್ಮ ಎಣಿಕೆ ಸುಳ್ಳಾಗಕ ಹತ್ಯಾವ. ಕಾಲ ಬದಲಾಕ್ಕೆಂತ ಹೋದ್ರ... ಮನುಷ್ಯ ಹೆಂಗ ತಡಕಬೇಕು ?' ಅಂತ ಅನಕಂಡು ಸುಮ್ಮನಾದ.

ತಿಂಗಳಾಯ್ತು, ಮಗ ಚೆನ್ನನ ಸಲುವಾಗಿ ಚಿಂತಿ ಹಚ್ಚಿಕೊಂಡು ಕಮುರತೊಡಗಿದ್ದ. ಮಗ ತಂದೊಡ್ಡಿದ ಕುತ್ತು ಯಾರಿಗೆ ಉರುಲಾತಾದೋ ಅಂಬ ಚಿಂತೆಯಲ್ಲಿ ಮುಳುಗಿದ್ದರೂ ಬಗೆಹರಿವಂಗ ಕಾಣಲಿಲ್ಲ. ನಿದ್ದಿ ನೀರಡಿಕೆ ಕೂನ ಇಲ್ಲದಂಗ ಖಬರುತಪ್ಪಿದ್ದ. ನಿತ್ರಾಣಾಗಿ ಕಣ್ಣುಮುಚ್ಚಿದರೆ ಕನಸುಗಳು, ಕೆಟ್ಟಕನಸುಗಳು ಬೀಳುತ್ತಿದ್ದವು! ಮಗ ತಿಂಗಳಿಂದ ಊರಿಗೆ ಹೋದವುನು ಬಂದಿದ್ದಿಲ್ಲ. ಬರಲಾರದ್ದು ಬೇಸಂತ ಕುಂತಿದ್ದ. ಅವುನು ಊರಿಗೇ ಬರದು ಬ್ಯಾಡಂತ ದೇವ್ರಿಗೆ ಕೈ ಮುಗಿತಿದ್ದ. 'ಬರ್ತೀನಪ್ಪ' – ಅಂತಂದು ಹೋದವುನು ಬಂದೇ ಬುಟ್ಟರೆ ಹೆಂಗ ? ಅಂತ ಬುಗುಲು ಬಿದ್ದಿದ್ದ! ಮನಸ್ಸಿಗೆ ಬುಗುಲು ಹತ್ತಿತ್ತು! ಬಾಳೊತ್ತಾಗಿದ್ದಿಲ್ಲ.... ಮತ್ತೆ ಕಣ್ಣು ಮುಚ್ಚಿದಂಗಾಯ್ತು.... ಜೀವ 'ಜಲ್' ಅಂದಂಗಾಗಿ ನಡುಗತೊಡಗಿದ. ಅಷ್ಟರ ನಡುಕ ಕನಸ್ಸು; ಅಕ್ಕಮ್ಮ ಇದೇ ಮನ್ಯಾಗ ತನ್ಗ ಉಂಬಾಕ ನೀಡಿದಂಗ! ಆಕಿ ಇದೇ ಮನ್ಯಾಕಿ ಆದಂಗಿತ್ತು! ನೆನೆನೆನೆಸಿಗೂಂಡು 'ಯಪ್ಪ ಎಲ್ಲಾ ನಿನ್ನಾಟ, ಬಲ್ಲವರ್ಯಾರು' ಅಂತ ಅನಕಂಡು ಕೈಮುಕ್ಕಂಡ.

'ಏನು ದುರುಗಣ್ಣ. ನಿನ್ನ ಮಗ ದೊಡ್ಡದ್ಕ ಕೈಯ್ಯಾಕ್ಯಾನ ಬುಡು!' ಬಸಣ್ಣದೇವರು ಗುಡಿ ಪೂಜಾರಿ, ಬೂದೆಣ್ಣ ಆವತ್ತು ಅದೆಂಥದೋ ಕೆಟ್ಟ ದನ್ಯಾಗ ಅಂದದ್ದೇ ತಡ, 'ಯಪ್ಪಾ, ಅಂಗ ಒಗಟನ್ಯಾಗ ಮಾತಾಡಿ ಎದಿಗೆ ಹೊಡಿಬ್ಯಾಡ! ಅದೇನಂಬುದು ಈ ಮಾದ್ಗನಿಗೆ ಸೀದ ಹೇಳಿಬುಡು, ತಂದೆ' ಅಂತಂದಿದ್ದ.

'ನೋಡು ದುರುಗಾ, ನೀನಂದ್ರ ನಮ್ಗೆಲ್ಲ ನಂಬಿಕೆ ಮನುಷ್ಯ! ನೀನೇ ಹಿಂಗ ನಾಟ್ಕ ಆಡಾಕ ನಿಂತ್ರೆಂಗ ?'

'ಯಪ್ಪಾ, ಆ ನಂಬ್ಕಿನ್ನ ಕಳಕಳ್ಳದಂಗ ಬದುಕಿರಬೇಕಂತಾನ ಈ ನಿಮ್ಮ ಮಾದ್ಗ!'

'ಅಂದ್ರ ನಿನ್ಗೇನೂ ಗೊತ್ತಿಲ್ಲೇನು ? ನಿನ್ನ ಮಗಾ....'

'ಇಲ್ಲೆಪ್ಪ! ಯಪ್ಪಾ, ನನ್ನ ಮಗ ಅಲ್ಲಪ್ಪ ಅವುನು! ಅವುನು ಊರಿನ ಮಗ– ಅಂತ ನೀನೇ ಅಂತಿದ್ದಿ....'

'ಹೌದೌದು! ಜಾಸ್ತಿ ಓದ್ಕೆಂಡ್ರ ತಲೆ ಬರಾಬರಿ ಇರಂಗಿಲ್ಲಂತಾರಲ್ಲ ಅದು ಸುಳ್ಳಲ್ಲ. ಅಕ್ಕಮ್ಮನ್ನೇ ಮದ್ವಿ ಮಾಡ್ಕೆಂತೀನಿ ಅಂತ....' ಬೂದೆಣ್ಣ ಅಂದುದ್ದೇ ತಡ ದುರುಗನಿಗೆ ಸಿಡುಲು ಬಡದಂಗಾಯ್ತು! ಖಬುರು ತಪ್ಪಿದಂಗಾಯ್ತು!

'ನೋಡು ದುರುಗಾ, ಎಲ್ಲಿ ಉರಿವಕೊಳ್ಳಿ ಅಲ್ಲೇ ಉರುದ್ರ ಚಂದ! ಒಲ್ಯಾಗ ಉರಿವ ಕೊಳ್ಳಿ ಒಲೆ ಬುಟ್ಟು ಬ್ಯಾರೆಕಡೆ ಉರ್ಯಾಕ ಹತ್ತಿತಂದ್ರ ಏನಾದೀತು ?' ಅಂತಂದು ಬೂದೆಣ್ಣ ಹೋಗಿಬಿಟ್ಟಿದ್ದ. ದುರುಗ ಅದೆಂಗ ಎದ್ದು ಬಂದಿದ್ದನೋ ತನ್ನ ಮನಿಗೆ. ಬಂದವನೇ ತನ್ನ ಮಗ ಚೆನ್ನನಿಗೆ ಒದ್ದು ಬುಡುಬೇಕಂತ ಬಂದಿದ್ದ! ಆದರೆ ಹತ್ತಾರು ಪುಸ್ತಕದ ನಡುಕ ಚೆನ್ನ ಚೆಂದಾಗಿ ಓದಿಕೆಂತ ಕುಂತುದ್ದು ನೋಡಿ, ಮನಸು

ಕರಗಿ ಸಿಟ್ಟಿಳಿದು ಜೀವ ಉಕ್ಕಿ ಬಂದಿತು. ಬಾಗಿಲಲ್ಲೇ ಕುಸುದು ಕುಂತು ಕಣ್ಣೀರ ತಂದಿದ್ದ.... !

'ಬಸ್ವಾ, ಮುಪ್ಪಿಗೆ ಎಂಥ ಗಂಡಾಂತರ ತಂದಿಟ್ಟಿ, ತಂದೆ, ಯಾರ್ನ ಹಿಡ್ಕಬೇಕು ? ಯಾರ್ನ ಬುಡಬೇಕು ? ಒಂದು ಕಳ್ಳು.... ! ಒಂದು ಅನ್ನ....' ಅನಕಂಡ. ವ್ಯಥೆಯಾಗತೊಡಗಿತು. ಎದ್ದು ಮತ್ತೆ ಹೊರಗ ಬಂದ. ಸಲುಪು ಕತ್ತಲ ಕರಗಿದಂಗಿತ್ತು. ಚಳಿಗಾಳಿ ಮೈಗೆ ಬಡಿಯಿತು. ಸುತ್ತಲೂ ಕಣ್ಣಾಡಿಸಿದ. ಏನೂ ಕಾಣಲಿಲ್ಲ. ಶಾಂತಗೌಡನ ಕರೆಕಲ್ಲಿನ ದೊಡ್ಡಮನೆಯ ಬೆನ್ನೂ ಕಾಣಲಿಲ್ಲ. ಅತ್ತಗ ಇತ್ತಗ ಕಿವಿಗೊಟ್ಟು ನಿಂತ. ಎತ್ತಗಿಂದಲೂ ಸಪ್ಪಳ ಅಂಬೋದು ಕೇಳಿಬರಲಿಲ್ಲ. ಕೇರಿ ಎದ್ದಂಗಿಲ್ಲ ಅನಕಂಡ. ಕೇರಿ ಹಿಂದಿದ್ದ ಹಳ್ಳದ ಈಚಲ ಸಾಲಿನಿಂದ ಕಾಗಿಗಳು ಕೂಗುವುದು ಕೇಳಿತು. ಸಲುಪೊತ್ತಿಗೆ ಅದೆಲ್ಲಿಂದಲೋ ಕೋಗಿಲೆಗಳು ಎರಡು ದನಿ ಮಾಡತೊಡಗಿದವು. ಅದಕೇಳುತ್ತ ಕೇಳುತ್ತ ದುರುಗನ ಚಿತ್ತದ ತುಂಬ ಚಿಂವು ಚಿಂವು ಚಿಂವು ಅಂತ.... ಕವಕವ ಕಬ್ಬಾಟ ಮಾಡುವ ಸಾವಿರಾರು ಹಕ್ಕಿ-ಪಕ್ಷಿಗಳ ದನಿ ದುರುಗನ ಕಿವಿ ತುಂಬಿತು. ದುರುಗ ಕುಂತುಬುಟ್ಟ ! ಅವು ಅಂಗ ಕೂಗಿದರೇನೇ ದುರುಗ - ಚಂದವ್ವಗ ಬಲುಚಂದ, ನೆಮ್ಮದಿ ಅನಸ್ತಿತ್ತು. ಹೊತ್ತು ಮುಣುಗಿ ತಾಸತ್ತು ಕೂಗಿ ಗಪ್ಪಾಗಿ ಬುಟ್ಟರೆ ಮತ್ತೆ ಅವು ಸುರುವು ಮಾಡುವುದು ಸೂರಿಯ ಮೂಡುವ ಮುನ್ನವೇ.... ಇಂಥ ಹೊತ್ತಿನ್ಯಾಗ. ಈಗ ಕಾಗೆ-ಗುಬ್ಬಿ-ಗೊರವಂಕ-ಬೆಳವ- ಗುಬಲಕ್ಕಿ ಎಂಥೆಂಥವೋ ಹಕ್ಕಿ - ಪಕ್ಷಿಗಳು ಇವುಗಳೆಲ್ಲ ದುರುಗನನ್ನು ತೊರೆದು ಹೋಗಿ ಬುಟ್ಟಿದ್ದವು. ಜಗದಗಲ ಮುಗಿಲಗಲ ಬೆಳೆದು ಪಾತಾಳಕ್ಕೆ ಇಳುದು ನಿಂತಿದ್ದ ಒಂದು ಬೇವಿನ ಮರ, ಒಂದು ಜಾಲಿ ಮರ ದುರುಗನಕ್ಕಿಂತ ಮೊದಲೇ ಹುಟ್ಟಿ ಬೆಳಕಂತ ಬಂದಿದ್ದವು. ಅವನಪ್ಪನೋ ಅವನವ್ವನೋ ಇಲ್ಲ ಬಸಣ್ಣದೇವರು ಬೆಳೆಸಿರಬೇಕು. ದುರುಗನ ಹೇಣ್ತಿ ಚಂದವ್ವ ಇರತನಕ ಆಕಿಗೆ ಮನೆಯಂಬೊದು ಇರಲಿಲ್ಲ. ಆ ಮರಗಳ ಒಡಲೊಳಗೇ ನಡಿತ್ತಿತ್ತು. ಚೆನ್ನ ಬೆಳೆದದ್ದೇ ಆ ಮರಗಳ ಉಡಿಯಲ್ಲಿ. ಚಂದವ್ವ ಅದೆಷ್ಟು ಚಂದ ಹಾಡುತ್ತಿದ್ದಳೆಂದರೆ, ಹೊತ್ತು ಮುಣುಗಿದ ಮ್ಯಾಲೆ ಕೇರಿಯ ಆ ಸತ್ತ ಬ್ಯಾಸತ್ತ ಜೀವಗಳು ಚಂದವ್ವನ ಮರಗಳಿಗೆ ಬಂದು ಕುಂತು, ಹಾಡು ಕೇಳಿ ನಿರುಮ್ಮಳ ಉಸುರುಬುಟ್ಟು ನೆಮ್ಮದಿಯ ಉಸುರು ತುಂಬಿಕೊಳ್ಳುತ್ತಿದ್ದವು. ಕೇರಿಯ ಹಿರಿಯ ಬಸ್ಸಪ್ಪ 'ಚಂದವ್ವ, ನಿನ್ನ ಪದಗಳು ನಮ್ಮ ಎದ್ಯಾಗಿನ ಚಿಂತೆನ್ನ ತಣ್ಣಗ ಮಾಡತಾವ ! ಬದುಕಬೇಕು ಅಂಬ ಹುರುಪು ಮೂಡುಸ್ತಾವ !' ಅಂತಿದ್ದ. ಶಾಂತಗೌಡನೇ 'ನನ್ನ ಹೇಣ್ತಿಯಾಗಿ ಚಂದವ್ವ ಯಾಕ ಹುಟ್ಟಬಾರದಿತ್ತು ?' ಅಂತ ನೂರಾರು ಸಲ ಅನಕಂಡಿದ್ದ. ಆವ್ಯಾಲೆ ತಾಳಿ ಕಟ್ಟಿಸಿಕೊಳ್ಳಲಿಲ್ಲ, ಕರೆಕಲ್ಲಿನ ದೊಡ್ಡ ಮನ್ಯಾಗಿದ್ದು ಗೌಡಸಾನಿ ಅಂತ ಅನಿಸಿಕೊಳ್ಳಲಿಲ್ಲ ಅಂಬೋದು ಬುಟ್ಟರೆ ಉಳಿದೆಲ್ಲ ವಿಷಯದಾಗ ಚಂಧವ್ವ ಶಾಂತಗೌಡನ ಹೇಣ್ತಿಯೇ ಆಗಿಬುಟ್ಟಳು ! ಹೋದ ಬಸ್ಸಣ್ಣದೇವುರು ಜಾತ್ರಿಗೆ ಆ ಎರಡು ಮರಗಳನ್ನು ಕಡುದು ನಾಕು ವರ್ಷ ಆಗಿದ್ದಾವು. ಆದರೆ ದುರುಗನಿಗೆ ನಿನ್ನೆ ಮೊನ್ನೆ ಅದೆಲ್ಲ ನಡದಂಗಿತ್ತು.... ಆವತ್ತು ಶಾಂತಗೌಡ ಬಂದು

ನಿಂತ. ಕಟಿಗಿ ಅಡ್ಡೆ ರಸೂಲ್‌ಸಾಬುನ್ನ ಕರ್ಕಂಬಂದಿದ್ದ. ಮರಗಳ ಮುಂದ ನಿಂತುಗಂಡು ಬಡ್ಡೆಯಿಂದ ಕೊಂಬೆ ಕೊಂಬೆಗೆ ಕಣ್ಣೋಡಿಸಿದ ಸಾಬು. 'ಪಟೇಲ್, ಈ ಎರಡು ಮರಗಳನ್ನು ಕಡುದು ಬುಟ್ರೆ... ಬಂದಬಸ್ತು ಎರಡು ಎತ್ತಿನ ಬಂಡಿ ಆತಾವ ! ನಿಮಗೊಂದು, ನಿಮ್ಮಕ್ಕ ಗೌಡ್ಸಾನಿಗೊಂದು ! ಪಟೇಲ್, ನಿಮ್ಮ ತಲೆ ಅಲ್ಲ. ನಿಮ್ಮ ಮೊಮ್ಮಕ್ಕಳ ತಲೆ ಈ ಬಂಡ್ಯಾಗ ಕಳಿಬೇಕು ಅಂಗ ಬಿಗುದುಕೊಡ್ತೀನಿ. ಪಟೇಲ್, ಕೂರುಗಿ, ಕುಂಟೆ, ಮೇಳಿ ಎಲ್ಲ ವತನಕ್ಕೆ ಬೇಕಾಗುವ ಸಾಮಾನು ಮಾಡಿಕೊಡ್ತೀನಿ. ಈ ಸಾಮಾನಂದ್ರ ಹೆಸರಿಗೆ ಅಲ್ಲ. ಇವುಗಳನ್ನು ನೋಡಿದವುರು ಶಾಂತಗೌಡನ ಬದುಕು ಅಂದ್ರ ಇವು ಅನಬೇಕು' – ಅಂದ ಆ ಸಾಬುನ ಮಾತು ಕೇಳಿದ ದುರುಗನ ಜೀವ ಅಳ್ಳಾಡಿತು ! ಶಾಂತಗೌಡನ ಜೀವ ಅರಳಿತು. 'ದುರುಗಾ' ಅಂತ ಕರದ ಶಾಂತಗೌಡ. ಶಾಂತಗೌಡ 'ದುರುಗಾ' ಅಂತ ಕರೆವುದೇ ಬಲುಚಂದ. ಅದನ್ನ ಕೇಳಿಸಿಕೊಳ್ಳುವುದೇ ಪುಣ್ಯ ಅಂತ ನಂಬಿಕೊಂಡಿದ್ದ ದುರುಗ. 'ಮನೆ ಮಗನ್ನ ಕರದಂಗ ಕರಿತಾನ ನಮಗೌಡ' ಅಂತ ಕೇರಿಮಂದಿ ಅನಕಂತಿದ್ದರು. 'ಸಾಬು ಹೇಳದು ಕೇಳಿತೇನು ?' ಅಂದ ಶಾಂತಗೌಡ.

'ಹೂಂನಪ್ಪ ಗೌಡ' ಅಂದ ದುರುಗ. ದುರುಗನ ದನ್ಯಾಗ ಏನೋ ಕಸುರು ಕಾಣಿಸ್ತು. ಅದಕಂಡ ಶಾಂತಗೌಡ ಯಾಕ ದುರುಗನಿಗೆ ಮನಸ್ಸಿಲ್ಲಂತ ತಿಳಕಂಡ. ದುರುಗನಿಗೆ ಚಂದವ್ವ ನೆಪ್ಪಾದಳು. ಆ ಹೊತ್ತಿಗೆಲ್ಲ ಆಕಿ ಮಾಡದಾಗಿನ ಚಂದಪ್ಪನ ಜತಿಗೆ ಒಂದು ಚುಕ್ಕೆಯಾಗಿ ಕೂತು ನೋಡುತ್ತಿದ್ದಳು.

'ನಿನ್ಗ ಮನ್ಸಿಲ್ಲಂದ್ರ ಬ್ಯಾಡಬುಡು' ಶಾಂತಗೌಡನ ದನಿ ಬಿರುಸಾಗಿತ್ತು.

'ಅಂಗಲ್ಲಪ್ಪ, ಈ ಮರಗಳು ಅಂದ್ರ ನನ್ನ ಜೀವ ಇದ್ದಂಗ ! ಯಪ್ಪ, ಜೀವ ಅಂದ್ರ.... ಚಂದವ್ವ ಇದ್ದಂಗ. ಚಂದವ್ವಗ ಇವಂದ್ರ ಬಾಳ ಜೀವ... ಅದ್ಕ....' ಅಂದು ಮರನ್ನ ನೋಡಿದ. 'ಯಪ್ಪೋ ಚೆನ್ನ ಬಂದ್ರ ಹಗಲೆಲ್ಲ ಈ ಮರಗಳ ಬುಡುಕ ಕುಂತೇ ನೂರಾರು ಪುಸ್ತಕ ಓತ್ತಾನ' ಅಂತ ಅನದ್ರಾಗ ದುಕ್ಕ ಒತ್ತಿ ಬಂತು.... ದುರುಗನ್ನ ಈಗ ತಡುವದು ಬ್ಯಾಡನಿಸಿ ಶಾಂತಗೌಡ ಹೋದ.

ಮೂರುನಾಕದಿನ ಬುಟ್ಟು 'ದುರುಗಾ' ಅಂದ ಶಾಂತಗೌಡ. ಆ ಪುಣ್ಯದ ಕರೆ ಕೇಳಿಸಿಕೊಂಡು, 'ಯಪ್ಪೋ' ಅಂದ. 'ಗಾ.... ನಿನ್ಗ ಇದೇ ನಮ್ಮ ಜಾಗದಾಗ ಮನೆ ಕಟ್ಟಿಸಿಕೊಡ್ತೀನಿ. ನಮ್ಮ ಜಾಗದಾಗನೇ ಆಯ್ತಾ ?' ಅಂದ. ದುರುಗ ಇರುವುದು, ಅವುನ ಮರಗಳಿರುವುದು ಶಾಂತಗೌಡನ ಜಾಗದಾಗ ಅಂತ ನೆನಪಿಸಿದಂಗಿತ್ತು. 'ದೇವರು ಇಚ್ಛಾ' ಅಂದುಬುಟ್ಟ, ದುರುಗ. ಎರುಡು ಮೂರು ಹಗಲು, ಹತ್ತಾರು ಮಂದಿ ಆ ಎರಡು ಮರಗಳನ್ನು ಮುರುದು ಕೂಡಿಟ್ಟರು. ಕಣ್ಣಲೇ ನೋಡದು ಆಗ್ಲಿಲ್ಲ. ಆದರೆ ಮುಂದ ನಿಂತ್ಗಂಡು ದಗದ ನೋಡದು ದುರುಗನ ಪಾಲಿಗಿತ್ತು. ಆ ಎರಡು ಮರಗಳ ತುಂಬ ಸಂಸಾರ ಹೂಡಿದ್ದ ಸಾವಿರಾರು ಹಕ್ಕಿ–ಪಕ್ಷಿಗಳು ತಮ್ಮ ಗೂಡುಗಳನ್ನು ಮರಿ ಜೀವಗಳನ್ನು ಸೈತ ಕಳಕಂಡು ಎರಡು ಮೂರು ದಿನ ಕೆಟ್ಟ ದನಿಲೆ ಚ್ರಿಂವ್ ಚ್ರಿಂವ್, ಕಾ ಕಾ, ಟ್ರಿಂವ್ ಟ್ರಿಂವ್ ಅಂತ ಕಬ್ಬಾಟಿಟ್ಟು ಒದರಿ ಅಲ್ಲೇ ಸುತ್ತಿಸುತ್ತಿ ಹೌಹಾರಿ ಸೋತು ಮತ್ತೆ ಎತ್ತಗೋ ದೇವುರು ತೋರಿಸಿದ ಜಾಗಕ್ಕ

ಹೋಗಿಬುಟ್ಟುವು. ಅದೇ ಜಾಗದಾಗ ಹಾಳು ಮಣ್ಣಿನಿಂದ ಎಳ್ಳೆ ಮಾಡಿಸಿ ಎರಡು ಕೋಣೆಯ ಒಂದು ಹೆಂಡೆಮನೆಯನ್ನ ಶಾಂತಗೌಡ ದುರುಗನಿಗೆ ಕಟ್ಟಿಸಿಕೊಟ್ಟ. ಅದಕ್ಕಿಂತ ಮುಂಚೆ, 'ದುರುಗಾ, ನಿನಗ್ಯಾಕ ಮನೆ ? ನಿನ್ನ ಮನೆ ಇದು' ಅಂತ ಶಾಂತಗೌಡ ತನ್ನ ಕರೆಕಲ್ಲಿನ ದೊಡ್ಡ ಮನ್ಯಾಗ ಕುಂತು ಅಂದ. ದುರುಗನ ಪಾಲಿಗೆ ಅದು ಸಲುಪು ನಿಜ. ಆದರೆ ಮಗ ಚೆನ್ನನ ಪಾಲಿಗೆ ಅಲ್ಲ – ಅಂತ ನೆನಸಿಗಂಡು, 'ಯಪ್ಪ, ನನ್ಗ ಒಂದು ಮನೆಯಂತ ಇರ್‍ಲಿ. ಜಡ್ಡು ಜಾಪತ್ತು ಬಂದ್ರ....' ಅಂದ ದುರುಗನ ಮನಸ್ಸಿನಂತೆ ಆಮನೆ ಆಗಿತ್ತು. ದುರುಗನಿಗೆ ಆ ಮನೆಯಂದ್ರ ಸುಡಗಾಡದಾಗ ಒಂದು ಹೆಣದ ಗದ್ದಿಗಿ ಕುಂತಂಗ ಕಂಡಿತು. ಆ ಮನೆ ಹೊಕ್ಕರೆ ಹೆಣದ ಕುಣಿ ಹೊಕ್ಕಂತಾಗುತ್ತಿತ್ತು. ಆವತ್ತಿನಿಂದ ದುರುಗ ಚೈತನ್ಯ ಕಳಕೊಂಡ. ಮಗ ಚೆನ್ನನಿಗೆ ಇದು ಗೊತ್ತಾಗಿ ಬಂದ. ಕೆಂಡಮಂಡಲಾಗಿ ನಿಂತ. ಏನೂ ಮಾಡುವಂಗಿದ್ದಿಲ್ಲ. ದುರುಗ ಮಗನ್ನ ಹಿಡಕಂಡು, 'ಮಗಾ... ಚೆನ್ನಮಲ್ಲಯ್ಯ' ಅಂತ ಅತ್ತುಬುಟ್ಟ. 'ಹ್ವಾದ ಗಿಡಗಳು ಬರ್‍ತಾವೇನು ?' ಅಂದ. ಆದರಾಗ ಚೆನ್ನನ ಪರೀಕ್ಷೆಗಳು ಬಂದಿದ್ದುವು. ಉರಿವ ಚಿಂತೆನ್ನ ತುಂಗವ್ವನಲ್ಲಿ ಹಾಕಿ ಚೆನ್ನ ಹೋಗಿಬುಟ್ಟ. ಆಮ್ಯಾಲೆ ಶಾಂತಗೌಡ ದುರುಗನಿಗೆ ಪರಿಪರಿಯಾಗಿ ಸಮಾಧಾನ ಮಾಡಲು ನೋಡಿದ. ಏನು ಮಾಡಿದರೂ ದುರುಗ ಮೊದಲಿನಂಗ ಜೀವ ತುಂಬಿದ ಮನುಷ್ಯ ಆಗಲೇ ಇಲ್ಲ. ಚಂದವ್ವ ಬದುಕಿದ್ದಿದ್ದರೆ ಈ ಮರಗಳು ಮಾಯಾಗುತ್ತಿದ್ದಿಲ್ಲ ಅಂತ ದುರುಗ ನೆನೆನೆನೆದು ಅಳುತ್ತಿದ್ದ. ಹೆಂಗೋ ಜೀವ ಹಿಡಕಂಡು ಮಗನ್ನ ನೋಡುತ್ತ ನೆಮ್ಮದಿ ಪಡಕಂತಿದ್ದ. ರಸೂಲಸಾಬು ಮರಗಳ ಸಾವಿರಾರು ತುಂಡುಗಳನ್ನ ಲಾರಿಯಲ್ಲಿ ಸಾಗಿಸಿಕೊಂಡು ಹೋಗಿ, ಆರು ತಿಂಗಳಮ್ಯಾಲೆ ಎರಡು ಬಂಡಿಗಳನ್ನು, ಜತಿಗೆ ಕೂರಿಗೆ, ಕುಂಟೆ, ಮಡಿಕೆ, ಸಣ್ಣಪುಟ್ಟ ಗಳೇವುದ ಸಾಮಾನುಗಳನ್ನು ಬಿಗುದುಕೊಂಡು ಲಾರಿಯಲ್ಲಿ ಹೇರಿಕೊಂಡು ತಂದು ಶಾಂತಗೌಡನ ಮನೆ ಮುಂದ ಕುಂದ್ರಿಸಿದ. ಊರುಕೇರಿ ಮೊದಲು ಮಾಡಿ, ಪಶುಪಕ್ಷಿ ಕಡೆಯಾಗಿ ನಿಂತು ನೋಡಿ ಬೆರಗಾಗಿ ಕಣ್ಣುತುಂಬ ತುಂಬಿಕೊಂಡವು. ಶಾಂತಗೌಡ ಒಂದು ಬಂಡಿಯನ್ನ ತನ್ನ ಅಕ್ಕ ರುದ್ರಮ್ಮನಿಗೆ ಕಳಿಸಿದ. ಬಸ್ವನ ಜಯಂತಿಗೆ ದುರುಗನೇ ಬಂಡಿನ್ನ ತೊಳದು ಇಬಿತ್ತಿ ಹಚ್ಚಿ, ಕುಂಕುಮದ ಬೊಟ್ಟಿಟ್ಟು, ಊದಿನಕಡ್ಡಿ ಬೆಳಗಿ, ಕಾಯಿ ಒಡುದು, ನೈವೇದ್ಯ ಹಿಡುದು ಸಣ ಮಾಡಲು ಬಗ್ಗಿ, ಸಣಮಾಡಿ ಅಂಗೇ ಬಂಡಿಗೆ ಹಣೆಹಚ್ಚಿ ದುಕ್ಕಿಸಿದ್ದುದು ನರಮನುಷ್ಯರಿಗೆ ಗೊತ್ತಾಗಲಿಲ್ಲ ! ದುರುಗನ ಜೀವ ಒಂದು ದಿನವೂ ಆ ಬಂಡ್ಯಾಗ ಕುಂತುಕೊಳ್ಳಲಿಲ್ಲ. ಊರು – ಕೇರಿ ಮಂದಿಗೆ ಆ ಬಂಡ್ಯಾಗ ಕುಂತು ನೋಡುವುದೆಂದರೆ ದೇವೇಂದ್ರನ ರಥದಾಗ ಕುಂತಂಗ ಅಂತ ತಿಳಕಂಡು ಉಬ್ಬಿಹೋಗುತ್ತಿದ್ದರು.....

ದುರುಗನ ಚಿತ್ತ ಎತ್ತಗೋ ಹರಕೊಂಡು ಹೋಗಿತ್ತು. ಆವನ ದೇಹ ಮಾತ್ರ ಕತ್ತಲಲ್ಲಿ ಹೆಂಡೆಮನೆ ಮುಂದ ಕುಂತಿತ್ತು. ಮೈಗೆ ಬಾಳ ಚಳಿ ಬಡದಾಗ ಎಚ್ಚತ್ತು ಕಣ್ಣಾಡಿಸಿದ. ಮೈ ತೊಯ್ದುಂಗಾಗಿ ನಮ್ಮಾಗ್ಗಿತ್ತು. ಬೆಳಕು ಹರಿಯಲು ಬಂದಂಗಿತ್ತು. ಆದರೆ ಎತ್ತಗನ್ನ ನೋಡು ಅರೆಬೆಳ್ಳಗ ಕಾಣಲು ಸುರುವಾಯ್ತು. ಗಾಬರಿಯಾಗಿ ತನ್ನ

ಮನೆ ಸುತ್ತ ತಿರುಗಿದ. ಜೀವ ತಡಿಲಾರದೆ, ಎರಡು ವರ್ಷದಿಂದ ತನ್ನ ಮನೆ ಸುತ್ತ ನಟ್ಟಿದ್ದ ನಾಕೈದು ಗಿಡಗಳು ಜೀವ ಹಿಡಕಂಡು ನಿಂತಿದ್ದವು, ಅವುಗಳನ್ನು ಮುಟ್ಟಿ ಮುಟ್ಟಿ ನೋಡಿದ. ತಣ್ಣಗಿದ್ದವು ನೀರು, ನೀರು. 'ದುಮದರಿ ಎದ್ದಾದ ಏನ?' ಅನಕಂಡ. ಹನ್ನೆರಡು ಮಾರು ದೂರಿದ್ದ ಶಾಂತಗೌಡನ ಕರೆಕಲ್ಲಿನ ದೊಡ್ಡಮನೆಯು ಬೆನ್ನುಗ್ವಾಡೆ ಕಾಣಲಿಲ್ಲ. ಹಿಂದಿದ್ದ ಕೇರಿ ಗುಡಿಸಲುಗಳು ಕಾಣಲಿಲ್ಲ. ತಾಯಮ್ಮನ ಓಣ್ಯಗಿದ್ದ ದೊಡ್ಡ ಬೇವಿನಮರ ಯಾವ ದಿಕ್ಕಿಗಿದೆ ಅಂತ ಅನುಮಾನ ಬಂತು. ದನಕರ, ನಾಯಿ, ಕಾಗಿ, ಗುಬ್ಬಿ ದನಿ ಮಾಡುವುದು ಕೇಳಿಸುತ್ತಿದ್ದವು. ಕೇರಿಯಿಂದ ದನಿಗಳೂ ಕೇಳಿಸಿದವು. ಊರವರು ಮನೆಮಾಳಿಗಿ ಮ್ಯಾಗ ನಿಂತು ಮಾತಾಡಿದಂಗ ದನಿ ಬರುತ್ತಿದ್ದವು. ಮನೆ ಬಾಗಿಲು ಮುಚ್ಚಿಕೊಂಡು ಕೇರಿಕಡೆ ಬಂದ. ಸಮೀಪ ಸಮೀಪ ಬಂದಂಗೆಲ್ಲ ಬಸ್ಸಪ್ಪನ ಗುಡಿಸಲು ಕಂಡಿತು. ನಾಯಿಗಳು, ಕೋಳಿಗಳು ಹೆಂಗೆಂಗೋ ನೋಡಿಕಂತ ನಿಂತಲ್ಲೇ ನಿಂತಿದ್ದವು. ದನಕರುಗಳು ಎತ್ತೆತ್ತಗೋ ಮುಖ ಮಾಡಿ ಬಾಲ ಬೀಸುತ್ತಿದ್ದವು. ದಟ್ಟವಾಗಿ ಹೊಗೆತುಂಬಿದಂಗ 'ದುಮದರಿ' ತುಂಬಿತ್ತು.

'ಬಾ ದುರ್ಗಣ್ಣ, ಬಾಬಾ! ದುಮದರಿ ಎದ್ದಾದ' ಅಂದು ಕರೆದ, ಬಸ್ಸಪ್ಪ.

'ಹೌದು! ಹೆಂಗಾದ ನೋಡು, ಮುಂದಿದ್ರ ನಿನ್ನ ಮನೆ ಕಾಣವಲ್ದು!' ಅನಕಂತ ಬಂದು ಕುಂತ. ಬಸ್ಸಪ್ಪ ಆರೆ ಹೊತ್ತಿಗೇ ಚಿಮಣಿ ಬೆಳಕಿನ್ಯಾಗ ಬಾಣ್ಣೆ ಹುಡ್ಯಾಕ ಹತ್ತಿದ್ದ.

'ಆರೆಹೊತ್ತಿಗೆ ಕುಂತಿದ್ದಿ....'

'ಹಾಯ್... ಇದು ಬೇಸಾದ್ನೋಡು! ನೀನೇ ಹೇಳಿ ಹೋಗಿದ್ದಿ.'

ದುರುಗನಿಗೆ ನೆಪ್ಪಿರಲಿಲ್ಲ. ಈಗ ವಾರದಿಂದ ಶಾಂತಗೌಡ ಹೇಳಿ ಕಳಿಸಿದ್ದ. ಅಲ್ಲಲ್ಲಿ ಸುತ್ತಮುತ್ತ ಮಳೆ ಬರುತ್ತಿತ್ತು. ನಮ್ಮ ಸೀಮೆಗೆ ಮಳೆ ಬಂದ್ರೆ ಬೀಜ ಬಿತ್ತಿದರಾಯ್ತು ಅಂತಂದಿದ್ದ. ಈ ವರ್ಷ ಮಾರ್ನಾಮಿ ಬಂದು ಹೋದರೂ ಮಳೆಯಿದ್ದಿಲ್ಲ. ಅದ್ಕ ಹೊಲಗುಳು ಬೀಜ ಕಂಡಿದ್ದಿಲ್ಲ. ದೇವುರು ಮಾಡದ್ಕ ಏನಾದ ಅಂತ ಊರುಕೇರಿ ಮಂದಿ ಬಾಡಿಹೋಗಿದ್ದರು. 'ಆದೇನೋ ತುಪಾನು ಬಂದದಂತ. ಮಳೆ ಬರಾಕ ಹತ್ಯಾದಲ್ಲ. ಅದರಿಂದನೇ ಮಾಡ ಮುಚ್ಚಿಗಂಡಾದ. ತೂಪ್ರಿ ತೂಪ್ರಿಯಂತೂ ಬಿಳಾಕ ಹತ್ಯಾದ. ಮಳೆ ಬಂದ್ರೂ ಬಂತ! ದುರುಗಾ, ಹೊಲಗಳನ್ನು ಯಾಕ ಕಾಲಿ ಬುಡಬೇಕು? ಬೀಜ ಕಾಣಿಸಿದ್ರಾಯ್ತು. ನಮ್ಮ ಹಿರೇರು ಮೂಲೆಕಾರ್ತ್ಯಾಗ ಬಿತ್ತಿ ಕೂರಿಗೆಗೆ ಮೂರು ಖಂಡುಗ ಜ್ವಾಳ ಬೆಳಕಂಡಾರಂತ! ನಮ್ಮ ಕಾಲದಾಗ ನಾವೂ ಯಾಕ ಅಂಥ ಕಾಲನ್ನ ನೋಡಿ ಅನುಭವುಸುಬಾರ್ದು ಹೇಳು? ಅಂಗ ನೋಡಿದ್ರ ಇದು ಕೆಡುಗು ಮಳೆ!' ಶಾಂತಗೌಡ ಹುರಪಿಲೆ ಹೇಳಿದ್ದ. ಬೀಜ ಬಿತ್ತಲು ಸಜ್ಜ ಮಾಡಿ ಇಟಗಂಡಿದ್ದ ಕೂರಿಗಿ ಸಾಮಾನದಾಗ ಎಲ್ಲ ಸರಿಯಿದ್ದುವು. ಬಾಣ್ಣೆನ್ನ ಇಲಿಚಮ್ಮು ಕಡುದು ಬುಟ್ಟಿತ್ತು. ಅದಕಂಡು ಶಾಂತಗೌಡ ಬಸ್ಸಪ್ಪಗ ಬಾಣ್ಣೆ ಮಾಡಿಕೊಡು ಅಂತ ಹೇಳಿದ್ದ.

'ಅಲ್ಲ ದುರ್ಗಣ್ಣ, ಈ ನಿಮಗೌಡುಗ ಏಟು ಆಸೆಯಿದ್ದಿತು. ಒಂದೇ ಹೆಣ್ಣು ಐತೆ.

ಅದು ಕೊಟ್ಟುಮನಿಗೆ ಹೋಗದು ! ಗಂಡಿಲ್ಲ ! ಆಸೆ ನೋಡಿದ್ರ ಬೆಟ್ಟದಂಗ..... ! ಅಲ್ಲ, ಒಂದು ವ್ಯಾಳ್ಳೆ ನಾಕೈದು ಗಂಡು ಹುಟ್ಟಿದ್ರ ಹೆಂಗ ಮಾಡ್ತಿದ್ದನೋ !' ಅಂದ ಬಸ್ಸಪ್ಪ. ದುರುಗ ಮಾತಾಡಲಿಲ್ಲ. ಸಲುಪೊತ್ತು ತಡುದು ಬಗಲಾಕ ಸರುದು ಬಸ್ಸಪ್ಪ, 'ನಿನ ಮಗ ಬಾದ್ದೂರ ! ಓದಿಕೊಂಡದ್ದು ಸಾರ್ಥಕವಾಯ್ತು ನೋಡು. ಅಲ್ಲ, ನಡಿಲಿ ಬಿಡಲಿ ಆ ಮಾತು ಬ್ಯಾರೆ. ಅಕ್ಕಮ್ಮ... ಅದೇ ಸಣ್ಣ ಗೌಡಸಾನಿ ನಮ್ಮ ಚೆನ್ನನ್ನ ಮಾಡ್ಕೆಂತೀನಿ ಅಂದಾಳಂತಲ್ಲ ಅದೇ ಸಾಕು ! ಅಲ್ಲ, ಅದು ಸಣ್ಣ ಮಾತೇನು ? ನಮ್ಮ ಬಸ್ವಣದೇವ್ರುರು ಮಾಡ ಆಟಕ್ಕ... ನಮ್ಮ ಕೈಯಾಗೇನಾದ ?'

ದುರುಗನಿಗೆ ಸಿಟ್ಟು ಬಂತು. 'ಬಸ್ಸಪ್ಪ, ಅದೆಂಗ ಸಾಧ್ಯಾದಂತ....' ನಡುವೆ ಬಾಯಿ ಹಾಕಿ 'ಯಾವ ಕಾಲಕ್ಕೆ ಏನು ನಡೀಬೇಕು ಅದು ನಡಿತಾದ ! ಅಲ್ಲ, ನೀನು ಜೀವ ಗಟ್ಟಿಗಿ ಹಿಡಕಂಡಿರು !' ಅಂದ. ಅಷ್ಟರಾಗ ಬಸ್ಸಪ್ಪನ ಹೇಣ್ತಿ ಹೊರಗ ಬಂದು ಚಾವು ಕೊಟ್ಟಳು. ದುರುಗ ಎದ್ದು ಬಾಯಿ ತೊಳಕೊಂಡು ಚಾವು ಕುಡಿಯತೊಡಗಿದ. ದುಮದರಿ ಕರಗಿದ್ದಿಲ್ಲ. ಸುತ್ತಮುತ್ತ ಕೇರಿ ತುಂಬ ದುಮದರಿ ಬಗ್ಗೆ ಬೆರಗಾಗಿ, ನನ್ಗ ನೀನು ಕಾಣದಿಲ್ಲ, ನಿನ್ಗ ನಾನು ಕಾಣದಿಲ್ಲ ಅಂತ ಕೇರಿ ಮಂದಿ ಚಿಕ್ಕೋರು ಮಾತಾಡುತ್ತಿದ್ದರು. ಆಕೆ ಗುಡಿಸಲು, ಈಕೆಗೆ ಕಾಣವಲ್ದು, ಈಕೆ ಗುಡಿಸಲು, ಆಕೆಗೆ ಕಾಣವಲ್ದು ಅಂತ ಮಾತಾಡಿಕೊಂಡೇ ಬೆಳಗಿನ ಬದುಕಿಗೆ ನಿಂತುಬುಟ್ಟಿದ್ದರು. ಚಿಕ್ಕೋರು ಮಾತ್ರ ದುಮದರಿ ಒಳಗನೇ ಕಣ್ಣುಮುಚ್ಚಾಟ ನಡಿಸಿದ್ದವು. 'ಚೆನ್ನ ಬಂದಿದ್ನಲ್ಲ... ಹೋದ್ನಾ ?' ಬಸ್ಸಪ್ಪನ ಹೇಣ್ತಿ ಕೇಳಿದಳು.

'ಹೋದ' ಅಂದ ದುರುಗ.

'ಪಾಡಾಯ್ತು ಬುಡು ! ಮತ್ತೆ ಬರಾದು ಬ್ಯಾಡ ! ಓದಿಕೊಂಡಾನ, ಕೆಲಸ ಸಿಕ್ಯಾದ. ರಾಜ ಇದ್ದಂಗ ಇರದು ಬುಟ್ಟು... ಹೌದಲ್ಲೇನಣ್ಣ ? ನಮುಗ್ಯಾಕಬೇಕು ? ಲೋಕದಾಗ ನಡಿವಲುದ್ದು ಮಾಡಾಕ ಹೋಗಿ ನಿನ್ನ ಜೀವುಕ್ಕ ನಿರುಮ್ಮಳ ಇಲ್ದಂಗ....'

'ಸುಮ್ನಿರು ಸುಮ್ನಿರು' ಅಂತ ಬಸ್ಸಪ್ಪ ಹೇಣ್ತಿಗೆ ಗದರಿಸಿದ.

ದುರುಗ ಎದ್ದು ನಡೆದ. ಕುಂತರೆ ಸಮಾದಾನಿಲ್ಲ, ನಿಂತರಿಲ್ಲ. ಶಾಂತಗೌಡುಗ ಈ ಸುದ್ದಿ ಕಿವಿಗೆ ಬಿದ್ದಿತೋ ಏನೋ, ಆವತ್ತು ದುರುಗನಿಗೆ, 'ದುರುಗಾ, ನಿನ್ನ ಮಗ ಚೆನ್ನಾ.... ಅವುನು ನನ್ಗೂ ಮಗ' ಅಂದ.

'ಊರಿನ ಮಗ ಅನ್ನು, ಶಾಂತಪ್ಪ' ಅಂತ ಬಗಲಾಗಿದ್ದ ಸೂಗಪ್ಪ ಮಾಸ್ತಾರ ಸೇರಿಸಿದ್ದ.

'ನಾನು ಅವುನಿಗೆ ಬೇಕಾದಟು ಸಹಾಯ ಮಾಡೀನಿ' ಶಾಂತಗೌಡನ ಮಾತಿಗೆ,

'ಯಪ್ಪ, ಈಗ ಇಲ್ಲಂತ ಯಾರಂದಾರ' ಅಂದ ದುರುಗ.

'ನೀನಿದ್ದಂಗ ನಿನಮಗ ಇಲ್ಲ. ದುರುಗಾ.... ಅವುನು ಉಂಡು ಗಂಗಾಳದಾಗ ಉಚ್ಚೆವಯ್ಯಾಕ ನಿಂತಾನ ! ನಮ್ಮ ಮನೆತನಕ ಮುಸಿ ಬಳ್ಯಾಕ ನಿಂತಾನ ! ದುರುಗ.... ನೀನು ಅವುನಿಗೆ ಹೇಳು. ನಿನ್ನ ಮಾರೆ ನೋಡಿ ಸುಮ್ನಿನಿ ! ಇಲ್ಲಂದ್ರ....' ಅಂತ ಉರಿದೆದ್ದು ಮಾತಾಡಿದ. ದುರುಗ ಅದಕಂಡು ನೀರೊಡೆದು ಬುಟ್ಟ ! ತನ್ನ ಹೆಂಡೆ ಮನಿಗೆ ಬಂದ. ಮಗನ್ನ ಮಾತಾಡುಸುವ ಧೈರ್ಯ ಬರವಲ್ತು, ಬಂಡ ಧೈರ್ಯ

ಮಾಡಿ 'ಜನ ಏನ ಅಂಬಾಕ ಹತ್ಯಾರಲ್ಲ ಚೆನ್ನ.... ಕರೆವೇನು?' ಅಂತ ಕೇಳಿದ. ಇಷ್ಟು ಕೇಳಬೇಕಂತ ಆ ಸುದ್ದಿ ಊರು-ಕೇರಿ ತುಂಬಿದಾಗಿನಿಂದ ಪ್ರಯತ್ನ ಮಾಡಿ ಬಾಯಿತನಕ ಬಂದ ಮಾತು ಎದ್ಯಾಗೇ ಕುಂತು ಕುದಿತ್ತಿತ್ತು.

'ಯಪ್ಪ, ನೀನೇ ಅಂತಿದ್ಯೆಲ್ಲ... ಹಣೆ ಬರದಾಗ ಬರುದ್ದದ್ದು ತಪ್ಪಸಾಕ ಬ್ರಹ್ಮ ಬಂದ್ರೂ ಸಾದ್ದಿಲ್ಲ ಅಂತ.....' ಅಂದ ಮಗ.

'ಅಂದ್ರೆ?' ದುರುಗನಿಗೆ ಸಿಟ್ಟು ಬಂತು.

'ಏನಾಗಬೇಕು ಅದಾತಾದ.....' ಚೆನ್ನ ಅಂದದ್ದೇ ತಡ,

'ಇದೇನು ಬಸ್ವಣ್ಣಪ್ಪನ ಕಾಲ ಏನಲೇ? ಚಪ್ಲಿ ಹೊಲಿವ ಕೈಯಿಗೆ ಲಿಂಗ ಬರದ್ಕಾ!' ಅಂತ ಚೀರಿದ್ದ. ಚೆನ್ನ ಸುಮ್ಮನಾದ. ಮರುದಿನ ಚೆನ್ನ ಊರಿಗೆ ಹೋಗಲು ನಿಂತಾಗ, 'ಯಪ್ಪ, ನೀನೂ ಬಂದು ಬಿಡು' ಅಂದ. ಹಿಂಗ ಕರದುದ್ದು ನೂರಾಒಂದನೆ ಸಲ ಇರಬೇಕು. ದುರುಗ ಮಗನನ್ನ ಗಟ್ಟಿಯಾಗಿ ಅಪ್ಪಿಗೊಂಡು, 'ಚೆನ್ನ... ಚೆನ್ನಮಲ್ಲಯ್ಯಾ, ನಿಮ್ಮಮ್ಮ ಚಂದವ್ವ ಕೇಳಲಿಲ್ಲಲೋ ಈ ನಿನ್ನ ಮಾತನ್ನ! ಕೋಡಿ ಜಲುಮ ಜಲ್ದಿ ಮಣ್ಣಾಗ ಬಿತ್ತು! ಯಪ್ಪ, ಮಗನೇ ನನ್ಗ ಈ ಊರು, ಆ ತುಂಗಮ್ಮನ ನೀರು, ಊರುಕೇರಿ, ಈ ಮಂದಿನ್ನ ಬುಟ್ಟ ಬರಬೇಕಾಗವಲ್ದೋ' ಅಂತ ಕಣ್ಣೀರು ತಂದು, 'ಚೆನ್ನಮಲ್ಲಯ್ಯ, ಗೌಡ್ರು ಸಾವಾಸಾಬುಟ್ಟು ನೀನು ತಣ್ಗಿರು. ನೋಡು ಮಗ, ಮತ್ತೆ ಈ ಊರಿಗೆ ಬರಬ್ಯಾಡ. ಏನಾದಿಲ್ಲಿ? ನನ್ಗ ಇಲ್ಲಿ ಬುಡದ ನಂಟಾದ. ನಾನು ಇಲ್ಲಿ ಬೇಸಿರಬೇಕಂದ್ರ... ನೀನು ಬರಬ್ಯಾಡ' ದುಕ್ಕಿಸಿ ಅಂದ. 'ಬರ್ತೀನಿ, ಬರ್ತೀನಪ್ಪ!' ಅಂತ ಬಿರುಸುಲೆ ಅಂದು ಸಣಮಾಡಿ ಹೋಗಿಬುಟ್ಟಿದ್ದ. ಹೋಗದು ನೋಡಿಕಂತ ನಿಂತುಬುಟ್ಟ ದುರುಗ.....! ದುರುಗನಿಗೆ ಚೆನ್ನ ಹುಟ್ಟಿದ ಮ್ಯಾಲೆ ಮುಂದ ಮಕ್ಕಳಾಗಲಿಲ್ಲ. ಚಂದವ್ವಗ ಚೆನ್ನನ್ನ ಬೆಳಸಿದ್ದೇ ಸಾಕೆಂದುಕೊಂಡಳು. ಚೆನ್ನನ್ನ ನೋಡಿ ಸೂಗಪ್ಪ ಮಾಸ್ತಾರ ತನ್ನ ಗುಡಿಶಾಲ್ಯಾಕ ಕರಕಂಡು ಓನಾಮ ಸುರು ಮಾಡಿದ್ದೇ ಒಂದು ಪವಾಡ ಅನಬೇಕು. ಆ ಊರಿನ ಇತಿಹಾಸದಾಗ ಮಾದರವುನ ಮಗ ಒಬ್ಬನೂ ಓನಾಮಕ್ಕೆ ಕಣ್ಣು ಬಾಯಿ ತೆರೆದು ನಿಂತಿದ್ದು ಇರಲಿಲ್ಲ. ಶಾಂತಗೌಡನ ಕಾಸಾ ಮನುಷ್ಯ ದುರುಗ ಅಂಬೋ ಕಾರಣಕ್ಕೋ, ದುರುಗನ ಮ್ಯಾಲಿನ ಕಕ್ಕುಲಾತಿಗೋ ಸೂಗಪ್ಪ ಮಾಸ್ತಾರ ಚೆನ್ನನಿಗೆ ಅಕ್ಷರ ತಿದ್ದಿಸಿದ. ಉಳಿದ ಚಿಕ್ಕೋರಿಗಿಂತ ಜಲ್ದಿ ಅಕ್ಷರ ಬರೆದು ತೋರಿಸುತ್ತಿದ್ದುದ್ದೇ ಒಂದು ಖುಷಿ ಸಂಗತಿಯಾಗಿ, 'ಮಾದರ ಹೊಟ್ಯಾಗ ತಪ್ಪಿ ಹುಟ್ಯಾನ ಮಗ!' ಅಂತ ತಲಿಗೆ ಕೋಲು ತಗಂಡು ಟಪ್ ಅಂತ ಜಡಿತಿದ್ದ. 'ದುರುಗ, ಇವುನಿಗೆ ವಿದ್ಯಾ ಹತ್ತತಾದ. ಸರಕಾರಿ ಶಾಲಿಗೆ ಹಾಕಿ ಬುಡು' ಅಂದ ಸೂಗಪ್ಪ ಮಾಸ್ತಾರ. ದುರುಗನಿಗೆ ಮೈತುಂಬಿ ಬಂತು! ಶಾಂತಗೌಡನ ಕಡೆ ನೋಡಿದ. ಅದು ಸುಭಗಳಿಗೆ ಇರಬೇಕು 'ಹುಂ.... ಕಳುಸು. ನಾಕಕ್ಷರ ಕಲಿಲಿ' ಅಂದ. ಈ ಊರಾಗ ಸರಕಾರಿ ಶಾಲೆ ಇರಲಿಲ್ಲ. ಹರದಾರಿ ಮ್ಯಾಗಿನ ಆಕಡೆ ಊರಾಗಿತ್ತು. ಸೂಗಪ್ಪ ಮಾಸ್ತರನೇ ಕುದ್ ಹೋಗಿ ಹೆಸರು ದಾಕಲು ಮಾಡಿ ಬಂದ. ಒಂದೊರ್ಷ ದುರುಗನೇ ಹೊತಗಂಡು ಹೋಗಿ ಬುಟ್ಟು ಬಂದ್ರ, ಸಂಜಿಮುಂದ ಕೈಕಾಲಿದ್ದರೆ ದುರುಗನೇ ಹೋಗಿ ಹೊತಗಂಡು ಬರ್ತಿದ್ದ. ಇಲ್ಲಂದ್ರ

ಚಂದವ್ವ ಹೋಗುತ್ತಿದ್ದಳು. ಚಂದವ್ವ ಸಂಜಿಯಿಂದ ಚೆನ್ನನ್ನ ಹೆಗಲವ್ಯಾಲ ಕೂಡಿಸಿಕೊಂಡು ಚಂದಾಗಿ ಪದ ಹಾಡುತ್ತ ದಾರಿಗುಂಟ ಸಾಗಿದರೆ, ಚೆನ್ನ ಹೆಗಲವ್ಯಾಲಿಂದ ಚಪ್ಪಾಳೆ ಹೊಡಕಂತ ತಾನೂ ಮೊದಲು ಗುನುಗುತ್ತ, ಪಕ್ಕನೇ, 'ಯಮ್ಮಾ ಯಮ್ಮಾ ಗಾ....ಗಾ... ಅಲ್ಲಿ' ಅಂತ ತಾಯಿನ್ನ ಕರುದು ಮುಳುಗುವ ಕೆಂಪನೆ ದುಂಡಗಿನ ಸೂರಿಯನ್ನ ತೋರಿಸಿ ನಿಲ್ಲಿಸಿ ಬುಡುತ್ತಿದ್ದ! ಚಂದವ್ವ ಅದಕಂಡು, ತಾನು ಚೆನ್ನನನ್ನು ಹಡದಾಗ ಹೊರಸಿನ ಬುಡುಕ ಕಾಯಿಸಿಕೊಳ್ಳಲು ಕಪ್ಪರದಾಗ ಇಡುತ್ತಿದ್ದ ಕುಳ್ಳಿನ ಕೆಂಡ ಕಂಡಂಗ ಸೂರಿಯು ಕಂಡ. 'ಯವ್ವೋ.... ಅದು ಎಲ್ಲಿಗೆ ಹೋಗತಾದ?' ಅಂತ ಚೆನ್ನ ಕೇಳಿದರೆ, 'ತಾಯಿ ಮನಿಗೆ ಹೋಗ್ತಾನ' ಅಂತ ಹೇಳುತ್ತಿದ್ದಳು. ಅದು ಬಿಟ್ಟು ಮೂರನೆ ವರ್ಷದಿಂದ ಚೆನ್ನನೇ ಹೋಗಿ ಬರತೊಡಗಿದ. ರಾತ್ರಿ ತಾಸತ್ತು ಚೆನ್ನಗ ಸೂಗಪ್ಪ ಮಾಸ್ತಾರ ಲೆಕ್ಕ ಹೇಳ್ತಿದ್ದ. ವಚನ ಓದಿ ಹೇಳ್ತಿದ್ದ. ಬರುಬರುತ್ತ ಜೈಮಿನಿ ಭಾರತ, ಬಸವ ಪುರಾಣ, ಗಿರಿಜಾಕಲ್ಯಾಣ ಮುಂತಾದ ಕಾವ್ಯಗಳನ್ನು ಓದಿ ಹೇಳ್ತಿದ್ದ. ಚೆನ್ನ ಕೇಳಿ, ಓದಿ ಮನನ ಮಾಡಿಕೊಂಡಿದ್ದ. ದುರುಗ ಸುಮ್ಮನೆ ಕುಂತು ಕೇಳಿ, ಮುಗುದಮ್ಯಾಲೆ ಚೆನ್ನನ್ನ ಗುಡಿಸಿಲಿಗೆ ಕರೆಕಂಡು ಬರ್ತಿದ್ದ. ಹಿಂಗೇ ಚೆನ್ನ ಓದಿದ. ಮೆಟ್ರಿಕ್ ಮುಗಿಸಿದ. ಶಾಂತಗೌಡ ಸಾಹಾಯ ಮಾಡಿದ. ಆಮ್ಯಾಲೆ ಕಾಲೇಜಿಗೆ ಹೋಗಿ ನಿಂತ. ಚೆನ್ನ ಊರಿಗೆ ಬಂದ್ರ ಶಾಂತಗೌಡುನ್ನ ಕಾಣ್ತಿದ್ದ. ಆ ಕರೆಕಲ್ಲಿನ ದೊಡ್ಡಮನ್ಯಾಗ ಎತ್ತಿನಂಕಣದಾಗ ಕುಂತು ನಾಕು ಮಾತಾಡಿ ಬರ್ತಿದ್ದ. ಅದು ಬರ್ತಾ ಬರ್ತಾ ಚೆನ್ನಗ ಸರಿಬರ್ಲಿಲ್ಲ. ದುರುಗನ ಮಾತಿಗೆ ಕಟ್ಟುಬಿದ್ದು ಹೋಗ್ತಿದ್ದ ಅಷ್ಟೇ. ಚೆನ್ನನಿಗೆ ಚಂದವ್ವ- ಶಾಂತಗೌಡನ ಸಂಬಂಧ ಗೊತ್ತಿದ್ದರೂ, ಅದು ಬರುಬರುತ್ತ ಮರ್ಮಕ್ಕೆ ತಟ್ಟಲು ಶುರುಮಾಡಿತ್ತು. ಆದರೆ ಆ ಹೊತ್ತಿಗೆ ತಾಯಿ ಹೊಟ್ಟೆಬ್ಯಾನೆ ಅಂತ ವಾರ ಒಪ್ಪತ್ತು ಹಾಸಿಗೆ ಹಿಡಕ್ಕಂಡು ನರಳಿ ನರಳಿ ಕೊನೆಗೊಂದು ದಿನ ಸತ್ತಳು. ಸತ್ತಾಗ ಚೆನ್ನ ಗಂಭೀರವಾಗೇ ಇದ್ದು ಮಣ್ಣುಕೊಟ್ಟು ಹೋಗಿದ್ದ. ಸೂಗಪ್ಪ ಮಾಸ್ತಾರ ಅಭಿಮಾನದಿಂದ, 'ದುರುಗಾ, ನಿನ್ನ ಮಗ ಬೆಳೆದು ಬುಟ್ಟಾನ, ನೋಡು. ನಿನ್ನ ಮಗ ತಾಯಿ ಸತ್ತಾಗ, ಅದೆಂಗ ಗಂಭೀರವಾಗಿ ಇದ್ದು ಮಣ್ಣಿಗೆ ನಿಂತಿದ್ದ. ಅದೇ ನೀನು.... ಚಿಕ್ಕೋರು ಅತ್ತಂಗ ಅಳುತ್ತಿದ್ದಿ. ಬದುಕಿನ ಮರ್ಮ ಏನಂಬುದು ಅವುನಿಗೆ ಗೊತ್ತು. ಯಾರು ಶಾಶ್ವತ ಹೇಳು? ಇದೆಲ್ಲ ತಿಳಕಂಡವುರು ಈ ಸಾವಿಗೆ ಅಳ್ಯಾಡದಿಲ್ಲ. ನಿನಮಗ ಬುದ್ಧಿವಂತ' ಅಂತ ಹೇಳಿದ್ದ. ಅದಾಗಿ ವರ್ಷ ತಿರುವುದರಾಗ ರಾಯಚೂರಾಗ ಅಕ್ಕಮ್ಮ ಓದುವ ದೊಡ್ಡಶಾಲ್ಯಾಗ ದೊಡ್ಡ ಮಾಸ್ತಾರಾಗ್ಯಾನಂತ ಸುದ್ದಿ ಬಂತು. ಊರುಕೇರಿ ಮೊದಲು ಮಾಡಿ ಬೆರಗಾಯಿತು. ಚೆನ್ನ, ಆಗಾಗ ತಂದೆ ಸಲುವಾಗಿ ಊರಿಗೆ ಬರ್ತಿದ್ದ. ಒಮ್ಮೆ ದುರುಗನ್ನ ಕರಕಂಡು ಹೋದ. ಅಲ್ಲಿ ತಿಂಬದ್ಕ, ಉಂಬದ್ಕ, ತೊಡದ್ಕ, ಇರದ್ಕ ಯಾವುದಕ್ಕೂ ಕಮ್ಮಿ ಇರಲಿಲ್ಲ. ಆದರೂ ದುರುಗನಿಗೆ ಅಲ್ಲಿ ಬಗೆಹರಿಲಿಲ್ಲ. ಇತ್ತಗ ದುರುಗ ಇಲ್ಲದಕ್ಕೆ ಶಾಂತಗೌಡುಗ ಹುಚ್ಚು ಹಿಡಿದಂಗಾಗಿತ್ತು. ಗಳಿಗೆಗೊಮ್ಮೆ 'ದುರುಗಾ' ಅಂದರೆ, 'ಯಪ್ಪೋ' ಅಂತ ಅವರಿಬ್ಬರ ನಡುವೆ ಮಾತು ನಡೆದರೇನೇ ತಿಂದ ಕೂಳು ಅರಗುವುದೂಂತ ತಿಳಕಂಡಿದ್ದರು. 'ಚೆನ್ನಮಲ್ಲಯಾ, ನಾ ಊರಿಗೆ ಹೋಗ್ತೀನಿ. ನೀನು

ತಣ್ಣಗಿರು. ನನ್ಗ ಆ ಊರು, ಆ ತುಂಗಮ್ಮನ ನೀರು, ಶಾಂತಗೌಡುನ್ನ, ಸೂಗಪ್ಪ ಮಾಸ್ತರನ್ನ ಬುಟ್ಟೆರಾಕ ನನ್ಗ ಒಲ್ಲೆ ಅನಸ್ತದ' ಅಂತ ಅಂದು ಓಡಿ ಬಂದುಬುಟ್ಟಿದ್ದ. ಊರಿಗೆ ಬಂದು ನಿಂತಗಂಡಾಗಲೇ ದುರುಗನಿಗೆ ಸಲಿಸಾಗಿ ಉಸುರಾಡಿತ್ತು.....

ದುರುಗ ಬಸ್ಸಪ್ಪನ ಮನೆಯಿಂದ ಎದ್ದು ನಡೆದು ಏನೇನೋ ನೆನಿಸಿಗಂತ ಹೊಂಟಿದ್ದ. ಶಾಂತಗೌಡನ ನಾಯಿ ಕುಂಟಿಗಂತ ಬಂದು ಕುಂಯ್ ಕುಂಯ್ ಅಂತ ದುರುಗನ ಕಾಲಿಗೆ ಬಂದು ತಿಕ್ಕಿ ಕುಂತಿತು. ಅದರ ಕಾಲಿಗೆ ಹೊಡೆತ ಬಿದ್ದಿತ್ತು. ನೋಡಿ 'ಏನಾಯ್ತು? ಯಾರು ಹೊಡದ್ರು.....' ಅಂತ ನೋಡಿದ. ದುಮದರಿ ಒಳಗ ಯಾರೂ ಕಾಣ್ಲಿಲ್ಲ.

–2 –

'ನೋಡು ಶಾಂತಪ್ಪ, ಮ್ಯಾಲಿಂದ ಮ್ಯಾಲೆ ದುರುಗನಿಗೆ ಚುಚ್ಚುಮಾತು ಆಡದ್ರಿಂದ, ಬಯ್ಯದ್ರಿಂದ ಏನು ಮಾಡ್ದಂಗಾಯ್ತು ಹೇಳು? ಪಾಪ... ಅವುನು, 'ನನ್ನ ಕೈಯಾಗೇನಾದ ಯಪ್ಪೋ! ನನ್ನ ಮಗ ಚೆನ್ನಗ ಬೈದು ಹೇಳೀನಿ, ತಿಳಿಸಿ ಹೇಳೀನೀ, ಕಾಲು ಹಿಡಕಂಡು ಹೇಳೀನಿ' ಅಂದು ಹೇಳಿದ್ನಲ್ಲ. ಹೋಗ್ಲಿ, ನೀನು ದುರುಗನಿಗೆ ಅಷ್ಟೆಲ್ಲಾ ಮಾಡಿ ಏನು ಪಡಕಂಡಿ? ಛೇ ನಿನ್ಗ ಬುದ್ಧಿ ಐತೇನು? ದುರುಗ ನಿನ್ಗ ಹೇಣ್ತಿನ್ನ ಕೊಟ್ಟು ನುಂಗಿಕೊಂಡಿದ್ದ! ಅವುನು ಬೆಳೆಸಿದ ಗಿಡಗಳನ್ನ ಕಡುದು ನೀನು ಮನೆ ತುಂಬ ಬಂಡಿ, ಗಳೇವುದ ಸಾಮಾನು ತುಂಬಿಕೊಂಡಿ. ಆಗ ಅವುನು ಅನುಭವಿಸಿದ ನೋವು ಸಣ್ಣದಲ್ಲ! ನಿನ್ಗ ಏನನ್ನ ಅದು ತಗುಲಿತೇನು? ಸಾವಿರಾರು ಸಲ ತುಂಗಮ್ಮನ್ನ ಹೆಗಲಮ್ಯಾಲ ಹೊತಗಂಡು ನಡದಾನ. ಛೇ.... ಅವುನು ನಿನ್ಗ ಮಾಡಿದ್ದು ಬಾಳಾದ! ಅಂಥವುನು ಒಬ್ಬ ದುಡಿವಾ ಮನುಷ್ಯ ನಿನ್ಗ ಸಿಕ್ಕನಂತ ಈ ಮನೆಯ ವತನ ಕಮ್ಮಗ ನಡದಾದ! ನೀನು ಏನು ಮಾಡಬೇಕಂದಿದ್ದಿ ಅದು ಚೆನ್ನಗ ಮಾಡು! ದುರುಗನ ತಂಟ್ಯಾಕ ಹೋಗಬ್ಯಾಡ ಮಾರಾಯ ಕೈ ಮುಗಿತೀನಿ!' ಸೂಗಪ್ಪ ಮಾಸ್ತಾರ ಕೊನಿಗೆ ಉಸುರುಗಟ್ಟಂಗ ಸಿಟ್ಟಿನಿಂದ ಹೇಳಿ ಮಕ್ಕಂಡು ಬಿಟ್ಟಿದ್ದ. ಶಾಂತಗೌಡುಗ ಒಂದೇ ಸವುನೇ ಅವೇ ಅವೇ ಮಾತುಗಳು ಕಿವಿಗೆ, ಎದೆಗೆ ಬಡಿತಿದ್ದವು! 'ಹೌದೌದು! ದುರುಗಾ ದೇವುರಂಥ ಮನುಷ್ಯ. ಅವುನಿಗೆ ಅಂಬದು ತಪ್ಪು' ಅಂತ ಹತ್ತಾರು ಸಲ ಅನಕಂಡಿದ್ದರೂ ಶಾಂತಗೌಡುಗ ಸಮಾಧಾನಿರಲಿಲ್ಲ. ಶಾಂತಗೌಡ ತನ್ನ ಕರೆಕಲ್ಲಿನ ದೊಡ್ಡಮನ್ಯಾಗ ಕುಂತು ಉರಿವ ಮನಸ್ಸಿನಿಂದ ಏನೇನೋ ಯೋಚಿಸುತ್ತ ಕುಂತಿದ್ದ. ರಾತ್ರಿ ಅದೆಷ್ಟತ್ತಾಗಿತ್ತೋ, ಶಾಂತಗೌಡ ಕುಂತ್ಗಂಡ ಮ್ಯಾಲೆ ಹನುಮಂತ, ಭೀಮಯ್ಯಾಗ ಮಕ್ಕಂಬಕ ಹೆಂಗ ಬಂದೀತು ಅಂತ ಅವುರು ತೂಕಡಿಸಿಗಂತ ಗ್ವಾದಿಲಿ ಒಳಗ ಕುಂತಿದ್ದವು. ಸೂಗಪ್ಪ ಮಾಸ್ತಾರಗ ನಿದ್ದಿ ತಗಂಡಿತ್ತು. ಶಾಂತಗೌಡನ ಜತಿಗೆ ಮಾತಾಡಿ, ವಾದ ಮಾಡಿ, ಬುದ್ಧಿವಾದ ಹೇಳಿಯೇ ದಣುದು ಮಕ್ಕಂಡಿದ್ದನು. ಶಾಂತಗೌಡ ಕಾಲುಮಡಿಯುಲು ಎದ್ದು 'ದುರುಗಾ' ಅಂದ. ಹನುಮಂತ, ಭೀಮಯ್ಯ ದಿಗ್ಗನೆದ್ದು ಕಂದೀಲು ಹಿಡಕಂಡು ಹೊರಗ ನಡೆದರು. ಇದು ಈ ರಾತ್ರಿ ಮೂರನೆ ಸಲವೋ ನಾಕನೆಯದೋ, ಕಾಲು ಮಡಿಯಲು ಎದ್ದಂಗೆಲ್ಲ, 'ದುರುಗಾ' ಅಂತ ಕರಿತಿದ್ದ.

'ದುರುಗಣ್ಣ ಇವತ್ತು ತನ್ನ ಮನಿಗೆ ಮಕ್ಕಂಬಾಕ ಹೋಗ್ಯಾನಪ್ಪೋ, ಗೌಡ' ಅಂತ ಇಬ್ಬರು ಹೇಳಿದರೂ ಪ್ರತಿಸಲ 'ದುರುಗಾ' ಅಂತನೇ ಕರಿತಿದ್ದ ಶಾಂತಗೌಡ. ಕಾಲುಮಡುದು ಒಳಗ ಬರುವಾಗ ಎತ್ತಿನಂಕಣ ದಾಟುವಾಗ ಹೆಂಡೆ ತುಳುದುಬುಟ್ಟ! ಅರಮಂಡಲಕ್ಕ ಬೆಂಕಿ ಹತ್ತಿ, 'ಥುಥ್.... ಲೇ ಎತ್ತಿನ್ನ ದಾರ್‍ಯಾಗ ಮಲಗಸಬ್ಯಾಡ್ರಿ ಅಂತ ಹೇಳಿದ್ರ ಕೇಳ್ತಿರೇನು?' ಅಂತಂದು ಗಳೇವುದ ಸಾಮಾನಾಕುವ ಗುಣ್ಣಿಗೆ ಹೋಗಿ ಬಾರಕಲ್ಲು ಎಳಕಂಡು ಹೆಂಡೆ ಹಾಕಿದ ಎತ್ತಿಗೆ ಚಟ್ ಚಟ್ ಬಾರಿಸಿದ. ಉಳಿದ ಹನ್ನೊಂದು ಎತ್ತುಗಳು, ಆಕಳು, ಎಮ್ಮೆಗಳು, ಅವುಗಳ ಕರುಗಳು ಇದಕಂಡು ದಪದಪ ಎದ್ದು ಅತ್ತಗ ಇತ್ತಗ ಸರುದು ಬಾಲ ಬೀಸತೊಡಗಿದವು. ಹನುಮಂತ, ಭೀಮಯ್ಯ ಅದಕಂಡು, ಅದೆಲ್ಲ ಮಾಮೂಲು ಅಂತ ಗೊತ್ತಿದ್ದರೂ ಭಯಗಂಡು, 'ಬುಡಪ್ಪಗೌಡ' ಅಂತ ಭೀಮಯ್ಯ ಕಂದೀಲಿ ಹಿಡಕಂಡು ಅಂದ. ಹನುಮಂತ ನೀರು ತಂದು ಕಾಲು ತೊಳದ. ಆಮ್ಯಾಲೆ ಪಡಸಾಲ್ಯಾಗ ಬಂದು ಕುಂತು, 'ಎತ್ತುಗಳಿಗೆ ಮೇವು ಹಾಕ್ರಲೇ' ಅಂದ. ಮೇವಾಕಿ ಅರ್ಧತಾಸು ಆಗಿರಲಿಲ್ಲ. ಮತ್ತೆ ಅಟ್ಟ ಏರಿ ಹಾಕಿದರು. ಕರ್ ಕರ್ ಕರ್ ಅಂತ ಮೆಯ್ಯಲು ತೊಡಗಿದವು. ಆ ಸಪ್ಪಳ ಮನೆ ತುಂಬಿಕೊಂಡಿತು. ಶಾಂತಗೌಡಗ ಸಮಾಧಾನ ಆಗಲಿಲ್ಲ. ಪಡಸಾಲೆಯಲ್ಲಿ ಅತ್ತಗ ಇತ್ತಗ ಅಡ್ಡಾಡತೊಡಗಿದ. ಕಾಲೆಳಕಂಡು ತಿರುಗಾಡುತ್ತ ಸೂಗಪ್ಪ ಮಾಸ್ತಾರಗ ಏನೋ ಹೇಳಲು ನೋಡಿದ. ಆತ ಮಕ್ಕಂಡಿದ್ದ. ತಾತಗ ವಯಸ್ಸಾಯ್ತು ಅಂತ ಅನಕಂಡ. ಮನೆ ಗುರು. ಶಾಂತಗೌಡ ಏನು ಮಾಡಿದ್ರೂ ಈ ಗುರುವನ್ನ ಕೇಳ್ತಿದ್ದ. ಎತ್ತು ತಂದರೆ, ಬೀಜ ಬಿತ್ತಿದರೆ, ಯಾವುದೇ ಕಾರಣ–ಕತೆ ನಡದರೆ ಶಾಂತಗೌಡ ಸೂಗಪ್ಪ ಮಾಸ್ತಾರನನ್ನ ಕೇಳಿಯೇ ಮಾಡುತ್ತಿದ್ದ. ಶಾಂತಗೌಡನ ಬಲಕ್ಕ ಸೂಗಪ್ಪ ಮಾಸ್ತಾರ ಇದ್ದರೆ, ಎಡಕ್ಕ ದುರುಗ ಇರ್‍ತಿದ್ದ. ಶಾಂತಗೌಡ ನಡುಕ ಹೋಗ್ತಿದ್ದ. ವಾರದಿಂದ 'ಬಗಲಾಗಿರು ತಾತ' ಅಂತ ರಾತ್ರಿಯೂ ಇಲ್ಲೇ ಮಕ್ಕಳಲು ಹೇಳಿದ್ದ. ತಾತ ತಪ್ಪು ಮಾಡಿದ. ಆ ಹೊತ್ತಿನಲ್ಲಿ ನನ್ಗೂ ತಿಳಿಲಿಲ್ಲ. ಚೆನ್ನನನ್ನ ಶಾಲಿಗೆ ಹಾಕಿಸಿದ್ದೇ ತಪ್ಪಾಯ್ತು. ನಾನು ಆ ಹೊತ್ತಿನಲ್ಲಿ ಬ್ಯಾಡ ಅಂದಿದ್ರ... ಇವತ್ತು ಇಂಥ ಗಂಡಾಂತರ ತರುತ್ತಿದ್ದಿಲ್ಲ. ಮತ್ತೆ ಇವತ್ತು ದುರುಗನಂಗ ನನ್ನ ಮನ್ಯಾಗ ದುಡುಕೊಂಡು ನಾನಾಕಿದ ಕೂಳು ತಿನ್ಕಂಡು ಬಿದ್ದಿರ್‍ತಿದ್ದ ನಾಯಿ ಬಿದ್ದಂಗ! ಹುಡುಗ ಬುದ್ಧಿವಂತ ಆಗ್ತಾನ. ಓದ್ಲಿ ಬುಡು. ಚೆನ್ನ ಓದಿದ್ರ ನಾಳೆ ನಿನ್ಗ ಉಪಯೋಗಕ ಬರ್‍ತಾನ - ಅಂದ ಸೂಗಪ್ಪ ತಾತಾ! ಈಗ...? ಬಂದ್ನೋಡು ಕುತ್ತಿಗ್ಗೆ! ಬೂದೆಣ್ಣ ಅಂದುದ್ದೇ ಕರೆವು. ಈ ಕುಲನ್ನ ಎಲ್ಲಿಡಬೇಕು ಅಲ್ಲೇ ಇಡಬೇಕು ಶಾಂತಪ್ಪ – ಅಂದ. ಆದರೆ ದುರುಗನ, ಚಂದವ್ವನ ಮಾರೆ ನೋಡಿ ಚೆನ್ನಗ ಓದಾಗಕ ಬೇಕಾದಟು ರೊಕ್ಕ ಕೊಟ್ಟೆ! ಅರೇ ಮೊನ್ನೆ ಏನಂದನಂತೆ... 'ನಮ್ಮಪ್ಪ ದುಡುದಾನ, ನಮ್ಮವ್ವ ದುಡುದಾಳ. ಮಾರಿಕೊಂಡಾರ ಅವರಿಬ್ಬರು ಶಾಂತಗೌಡುಗ. ಮಾರಿಕೊಂಡದ್ದು ನೋಡಿದರೆ ಅದರ ರೊಕ್ಕ ಶಾಂತಗೌಡನ ಆಸ್ತಿನೆಲ್ಲ ಮಾರಿದರೆ ಸಾಲದು ನಮ್ಗ ತೀರ್‍ಸಾಕ!' ವ್ಹಾರೇ ಮಗ್ನೆ.... ಚೆನ್ನ ಅಂತ ಗಟ್ಟಿಯಾಗಿ ಅಂದು ಚಡಪಡಿಸುತ್ತ ಉರಿಯತೊಡಗಿದ!

ಹೇಣ್ತಿ ಹಂಪಮ್ಮ ನೆಪ್ಪಾದಳು; ಚಂದವ್ವ ಕಣ್ಣುಮುಂದ ಬಂದಳು; ಅಕ್ಕ ರುದ್ರಮ್ಮ ಮಗಳು ಕಣ್ಣು ಮುಂದೆ ನಿಂತರು. ಆದರೆ ಮನ್ಯಾಗ ಯಾರೂ ಇಲ್ಲ–ಅಂಬದು ಅರುವಾದಾಗ, 'ನಾನೆಂಗ ಇಷ್ಟು ದಿನ ಒಂಟಿ ಬದುಕಿದೆ ಈ ಮನ್ಯಾಗ' ಅಂದುಕೊಂಡ. ಶಾಂತಗೌಡುಗ ಈ ಪ್ರಶ್ನೆ ಎಂದೂ ಎದ್ದಿರಲಿಲ್ಲ. 'ದುರುಗ ಇದ್ದಾನ, ಸೂಗಪ್ಪ ಮಾಸ್ತಾರ ಐದಾನ. ಚಂದವ್ವ ಇದ್ದಳು....' ಅನಿಸಿದರೂ ತನಗ್ಯಾರೂ ಇಲ್ಲಲ್ಲ ಅಂಬುವದು ಮನಸ್ಸಿನಲ್ಲಿ ನಿಂತಾಗ ಶಾಂತಗೌಡನ ಶಕ್ತಿ ಇಳದಂಗಾಯ್ತು. ತೆಳ್ಳಗ, ಬೆಳ್ಳಗ, ಇದ್ದ ಹಂಪಮ್ಮ ನೆಪ್ಪಾದಳು. ಎಂದೂ ಹಣೆಮ್ಯಾಗಿನ ಇಬಿತ್ತಿ ಮಾಸುತ್ತಿರಲಿಲ್ಲ. ಆಕೆಗೆ ಸೂಗಪ್ಪ ಮಾಸ್ತಾರನೆ ದೇವರಾಗಿದ್ದ. ಪುರಾಣ, ಪುಣ್ಯಕಥೆ ಹೇಳುತ್ತಲೇ ಇರುತ್ತಿದ್ದ. ಈಕೆ ಕೇಳುತ್ತಲೇ ಇರುತ್ತಿದ್ದಳು. ಏಸುದಿನ ಕೇಳಿದರೂ ಆಕೆಗೆ ಬೇಸರಂಬುದು ಸುಳಿಲಿಲ್ಲ. ಶಾಂತಗೌಡನ ಯಾವ ವ್ಯವಹಾರದಾಗ ಆಕೆ ಕೈ ಹಾಕುತ್ತಿರಲಿಲ್ಲ. ಮದುವೆಯಾಗಿ ಆರು ವರ್ಷದ ಮ್ಯಾಲೆ ಒಂದು ಹೆಣ್ಣು ಹುಟ್ಟಿದ್ದೇ ಕಡೆಯಾಯ್ತು. ಶಾಂತಗೌಡ ಗಂಡು ಮಗನಿಗಾಗಿ ಆಶೆಪಟ್ಟು ಮತ್ತೊಂದು ಮದಿವೆಯಾಗದೇ ಇದ್ದದ್ದು ಪವಾಡ ಅನಬೇಕು. ಅಕ್ಕ ರುದ್ರಮ್ಮ ಇದಕಂಡು ಒಂದೆರಡು ಸಲ ಅಂದು ನೋಡಿದಳು. ಶಾಂತಗೌಡ ಮನುಸ ಮಾಡಿದ ಖರೆ. ಆ ಬಗ್ಗೆ ಯಾವುದಕ್ಕೂ ಮುಂದಾಗಲಿಲ್ಲ. ರುದ್ರಮ್ಮನೂ ಒತ್ತಾಯ ಮಾಡಲಿಲ್ಲ. ಹಂಪಮ್ಮನ ಮ್ಯಾಲೆ ಗೌರವಯಿದ್ದ ಆಕೆ ತಡಕಂಡಳು. ಬರುಬರುತ್ತ ರುದ್ರಮ್ಮ ತನ್ನ ಮಗನಿಗೆ ತಮ್ಮನ ಮಗಳನ್ನೇ ಮದುವೆ ಮಾಡಿದರಾಯಿತೆಂದು, ಶಾಂತಗೌಡನ ಆಸ್ತಿಗೆ ತಮ್ಮ ಮಗನೆ ವಾರಸ್ದಾರ ಆಗ್ತಾನ ಅಂಬ ಆಶೆಯ ಎಳೇ ಸುತ್ತಿಕೊಂಡು ಸುಮ್ಮನಾದಳು. ಮೇಲಾಗಿ ಶಾಂತಗೌಡುಗ ಚಂದವ್ವನ ಸಾವಾಸ ಮಾಡಿದ್ದೇ ತಡ ಹಂಪಮ್ಮ ಕದಡಿ ಹೋದಳು. ಚಂದವ್ವನ ಮ್ಯಾಲೆ, ದುರುಗನ ಮ್ಯಾಲೆ ಹಂಪಮ್ಮ ಬೆಂಕಿ ಕಾರತೊಡಗಿದಳು. ತಿಂಗಳೊಪ್ಪತ್ತು ಒಳಒಳಗೆ ಕುದ್ದಳು. ಇದಕಂಡು ಒಂದಿನ ಸೂಗಪ್ಪಾ ಮಾಸ್ತಾರ, 'ಹಂಪಮ್ಮ ಶಾಂತಪ್ಪ ಒಳ್ಳೆ ಮನುಷ್ಯವ್ವ. ಏನೋ ಕೆಟ್ಟಗಳಿಗೆ ಆತನ ಹಣೆಬರದಾಗ ಅದು ಬರದಾದ ಅನಬೇಕು. ಅದಕ ಚಂದವ್ವನ ಸಾವಾಸ ಮಾಡ್ಯಾನ. ಆಳೋ ಗಂಡಿಗೆ ನೂರು ಹೆಣ್ಣುಗುಳಂತ. ನೀನು ತಣ್ಣಗ ಈ ಮನ್ಯಾಗ ಮನೆ ಮುತ್ತೈದೆಯಾಗಿರು. ತಾಯಿ, ಹಂಗ ನೋಡಿದ್ರ ಚಂದವ್ವ ಎಷ್ಟಿದ್ದರೂ ಮನೆ ಹೊರಗ ಇರಬೇಕು. ಶಾಂತಪ್ಪ ಗಂಡಿಲ್ಲಂತ ಮತ್ತೊಂದು ಹೆಣ್ಣು ತಂದಿದ್ರ.....? ಮನ್ಯಾಗ ಕಣ್ಣೆದುರಿಗೆ ನೋಡಬೇಕಿತ್ತಲ್ಲ. ಬಂದ ಹೆಂಗಸು ಹೆಂಗಿರತ್ತಿತ್ತೋ ಏನೋ! ಮಗಳ ತಾಯಾಗಿದ್ದಿ. ಬೇಕಾದಷ್ಟು ಸಂಪತ್ತಾದ. ನಿನಗೇನು ಅಂತ ವಯಸ್ಸಾಗಾವ. ಬಸ್ವ ಕಣ್ಣು ತೆರದ್ರ.... ಒಂದು ಗಂಡು ಹುಟ್ಟಿದ್ರ ಎಲ್ಲ ಸರಿ ಹೋದೀತು' ಅಂತ ತಿಳಿಸಿ ಹೇಳಿ ಸಮಾಧಾನ ಮಾಡಿದ. ಹಂಪಮ್ಮ ಅದೆಂಗೋ ನಿಶ್ಚಿಂತಳಾದಳು. ಶಾಂತಗೌಡುಗ ಅದೇ ಬೇಕಾಗಿತ್ತು. ಚಂದವ್ವನಲ್ಲಿಗೆ ಹೋಗಿ ಬರಾಕ ಇದ್ದ ಒಂದು ಅಳುಕೂ ಕಮ್ಮಿಯಾದಂಗಾಯ್ತು.

ಚಂದವ್ವನ್ನ ಶಾಂತಗೌಡ ದುರುಗನ್ನ ಮದಿವಿಯಾಗಿ ಬಂದಾಗಿನಿಂದ ನೋಡುತ್ತಲೇ ಬಂದಿದ್ದ. ಆದರೆ ಆತಗ ಏನೂ ಅನಿಸಿರಲಿಲ್ಲ. ಆಕಿ ದುರುಗನ ಹೇಣ್ತಿ. ತನ್ನ ಮನ್ಯಾಗ

ವಾಣ್ಣಾಗಿ ದಗದ ಮಾಡ್ಕೆಂಡು ಇರ್ತಾಳ. ಗಂಡಗ ಒಳ್ಳೆ ಹೇಣ್ತಿ ಅಂಬೋದು ಬಿಟ್ಟರೆ ಬೇರೇನೂ ತಿಳಿದಿದ್ದಿಲ್ಲ. ಚಂದವ್ವಗ ಚೆನ್ನ ಹುಟ್ಟಿದ್ದ. ಮುರ್ನಾಕು ವರ್ಷದವುನಿರಬೇಕು. ಅದೇ ಹಿಂಗಾರಿ ಬಿತ್ತುವ ಸಂಭ್ರಮ ನಡದಿತ್ತು. ಊರಿಂದಲ ಹೊಲದಲ್ಲಿ ದುರುಗನೇ ಬಿಳಿಜ್ವಾಳದ ಕೂರಿಗೆ ಹಿಡಿದಿದ್ದ. ಬೆಳದಿಂಗಳಿದ್ದರಿಂದ ರಾತ್ರಿಯೂ ಕೂರಿಗೆ ಸಾಗಿತ್ತು. ಬೆಳದಿಂಗಳಾಗ ಕೂರಿಗೆ ಸಾಲು ತಪ್ಪದಂಗ ಬಿತ್ತುವುದು ದುರುಗನಿಗೆ ಮಾತ್ರ ಸಾಧ್ಯಯಿತ್ತು? ಶಾಂತಗೌಡ ಅದನೋಡಿಕೊಂಡು ನಿದ್ದಿ ಬಂದಂಗಾಗಿ ಮನೆಕಡೆ ನಡೆದ. ಹಂಪಮ್ಮ ಬಾಳ ದಿನಕ ಅದೇ ಹೆಣ್ಣು ಹಡದು ತೌರುಮನ್ಯಾಗಿದ್ದಳು. ಮನೆಕಡೆ ಬರುವಾಗ ದುರುಗನ ಗುಡಿಸಿಲ ಮುಂದನೇ ಹಾದು ಬರುವಾಗ ಚಂದವ್ವ ಆವತ್ತು ಇನ್ನೂ ಹಾಡುತ್ತಿದ್ದಳು. ಶಾಂತಗೌಡ ಯಾಕೋ ನಿಂತಗಂಡುಬುಟ್ಟ. ದೊಡ್ಡ ಮರಗಳ ಕೆಳಗ ಸಣ್ಣ ಗುಡಿಸಿಲು. ಗುಡಿಸಿಲು ಮುಂದ ಜೋಗಳ. ಅದರಾಗ ಚೆನ್ನ. ಚಂದವ್ವ ತೂಗಿಕೆಂತ ಹಾಡುತ್ತಿದ್ದಳು. ಅಲ್ಲಿಗೆ ದುರುಗ ಬಿತ್ತುತ್ತ ಎತ್ತುಗಳಿಗೆ ಗದರಿಸುವುದು ಕೇಳುತ್ತಿತ್ತು. ಚಂದವ್ವ ಸಲುಪು ಹೊತ್ತಿನ ವ್ಯಾಗ ಎದ್ದು ಮುಂದತ್ತ ಬಂದು ಕಾಲಮಡುದು ಆಮ್ಯಾಲೆ ಎದ್ದು ಬರುವಾಗ ಅತ್ತತ್ತ ದಾರಿಗೆ ಶಾಂತಗೌಡ ನಿಂತಗಂಡಿದ್ದು ನೋಡಿ, 'ಯಪ್ಪಾ ಗೌಡಾ....' ಅಂದಳು. ಶಾಂತಗೌಡುಗ ಇರುಸು ಮುರುಸಾದರೂ 'ಹಾಂ ಹಾಂ.... ನಾನೇ. ಕೂರಿಗೆ ನೋಡಾಕ ಹೋಗಿದ್ದೆ... ಮನಿಗೆ ಹೋಗಮಂತ ಬಂದೆ.. ನೀನು... ನೀನು ಹಾಡದು....' ಅಂದ. ಚಂದವ್ವಗ ತಾನು ಹಾಡದು ಗೌಡುಗ ಪಸಂದು ಬರುವುದು ಗೊತ್ತಿತ್ತು. ಸುಮ್ಮನಾಗಿ ನಿಂತಳು. ಆದರೆ ಶಾಂತಗೌಡನ ದನಿ ಬದಲಾಗಿತ್ತು. ಆಕಿ ಕಾಲುಮಡೆದು ನೋಡಿದಾಗಲೇ ಆತನ ಚಿತ್ತ ಕದಲಿಬುಟ್ಟಿತ್ತು. ಬಗಲಾಕ ಬಂದು, 'ಚಂದವ್ವ, ನೀರು ಕೊಡು' ಅಂದ. ಹೊರಗಡೆ ಹೋಗಾಕ ಕೇಳಿರಬೇಕಂತ ಹೋಗಿ ನೀರು ತಂದಳು. ಶಾಂತಗೌಡ ಎಡಗೈಯಿಂದ ಆಕಿ ತಂದ ತಂಬಿಗೆ ಇಸಕೊಂಡು, ಬಲಗೈಯಿಂದ ಆಕೆ ತೋಳು ಹಿಡಕಂಡ. ಚಂದವ್ವಗ ಎದೆ ದಸ್ ಅಂತು. 'ಯಪ್ಪಾ..... ಗೌಡಾ....' ಅಂತ ಹಿಂದಕ ಸರದಳು. ಆತ ತಂಬಿಗೆ ಬುಟಾಕಿ ಆಕಿನ್ನ ಎಳಕಂಡು, 'ಚಂದವ್ವ... ಚಂದವ್ವ... ನೀನು ಬೇಕು ನನ್ಗ.... ಈಗ' ಅಂತ ಹಿಡಕಂಡುಬುಟ್ಟ. ಚಂದವ್ವಗ ಏನೂ ಮಾಡಾಕ ಆಗ್ಲಿಲ್ಲ....!

ಆಮ್ಯಾಲೆ ಶಾಂತಗೌಡುಗ ಹಂಪಮ್ಮನಿಗಿಂತ ಮೈಕೈ ತುಂಬಿಕೊಂಡಿದ್ದ ಚಂದವ್ವ ಹಿತವಾದಳು. ಒಂದು ವಾರ ತಡಕೊಳ್ಳದು ಆಗ್ಲಿಲ್ಲ. ಚಂದವ್ವ ತಪ್ಪು ಮಾಡಿದೆ ಅನಿಸಿ ಕೊರಗತೊಡಗಿದಳು. ಆಕಿ ಕಸುರಿಲ್ಲದವುಳು. ಮುಚ್ಚಿಟಗಳದು ಬ್ಯಾಡನಿಸಿ ದುರುಗನಿಗೆ ಹೇಳಿಬುಟ್ಟಳು! ದುರುಗ ಅದಕೇಳಿ ಹರಿಯುತ್ತಿದ್ದ ತುಂಗಮ್ಮನ ಮಡಿಲಿಗೆ ಬಿದ್ದು ಈಸಿದ.... ಈಸಿದ. ಬಾಳೊತ್ತು ಈಸಿ ದಣುದು ಗುಡಿಸಿಲಿಗೆ ಬಂದ. ಚಂದವ್ವ ಇರಲಿಲ್ಲ. ಚೆನ್ನನನ್ನ ಕರಕಂಡು ತನ್ನ ತವುರು ಮನಿಗೆ ಹೋಗಿದ್ದಳು. ವಾರೊಪ್ಪತ್ತು ಕಳಿತು. ಚಂದವ್ವ ಬರಲಿಲ್ಲ. ದುರುಗನೂ ಹೋಗಲಿಲ್ಲ. ದುರುಗನಿಗೆ ಮಗ ಚೆನ್ನನ ಮ್ಯಾಲೆ ಜೀವ ಉಕ್ಕಿ ಚಡಪಡಿಸಿದ. ಶಾಂತಗೌಡಗ ದುರುಗ ಇಲ್ಲಂದ್ರ ಜೀವ ಕಳಕಂಡವುರಂಗ ಆಗಿ ದುರಗನ ಗುಡಿಸಿಲಿಗೆ ಬಂದ. ದುರುಗ ಶಾಂತಗೌಡುನ

ಕಾಲಿಗೆ ಬಿದ್ದು ಅತ್ತುಬುಟ್ಟ! ಆಮ್ಯಾಲೆ ಚಂದವ್ವನ್ನ ದುರುಗ ತಾನೇ ಹೋಗಿ ಕರಕಂಡು ಬಂದ. ಆದರೆ ಶಾಂತಗೌಡ-ಚಂದವ್ವನ ಸಂಬಂಧ ಅವಳು ಸಾಯತನಕ ನಡದಿತ್ತು! ದುರುಗ ನುಂಗಿಕೊಂಡಿದ್ದ....

ಶಾಂತಗೌಡ ಅದು ಇದು ಏನೇನೋ ನೆಪ್ಪು ಮಾಡಿಕೊಂಡು ಅದರಾಗ ಮುಳುಗಿದ್ದ. ಕಾಲೆಳಕಂತ ಪಡಶಾಲೆಯಲ್ಲಿ ಅತ್ತಗಿನಿಂದ ಇತ್ತಗ, ಇತ್ತಗಿನಿಂದ ಅತ್ತಗ, ಅಡ್ಡಾಡುತ್ತ ಚಂದವ್ವನ ಬಗ್ಗೆ ನೆನಸಿಗಂಡ. ದುರುಗನಮ್ಯಾಗ ಕಕ್ಕುಲಾತಿ ಮೂಡಿದಂಗಾಗಿ, 'ದುರುಗಾ' ಅಂದ, ಏನೋ ಮಾತಾಡಲು. ಆ ಪುಣ್ಯದ ಕರೆ ಕೇಳಿಸಿಕೊಳ್ಯಾಕ ದುರುಗ ಇರಲಿಲ್ಲ. ದಿಗ್ಗನೆದ್ದ ಹನುಮಂತ, 'ಗೌಡಾ ಕರದೇನಪ್ಪ' ಅಂದ.

ಅಷ್ಟರಾಗ ಭೀಮಯ್ಯ, 'ದುರುಗಣ್ಣ ತನ್ನ ಮನಿಗೆ ಹೋಗ್ಯಾನಪ್ಪೋ, ನಿನ್ನೆ ರಾತ್ರಿ' ಅಂದ.

'ಯಾಕೋದ? ಯಾಕೋದ.....?' ಅಂತ ಶಾಂತಗೌಡ ತನಗ ತಾನೆ ಅಂದುಕೊಂಡಂಗ ಅಂದ. ಅಡ್ಡಾಡದು ನಿಲ್ಲಿಸಿ ಕುಂತ್ಗಂಡು 'ಬೆಳಕು ಹರ್‍ಯಾಕ ಬಂತೇನು ನೋಡು' ಅಂದ. ಹನುಮಂತ ಹೊರಗೆ ಹೋಗಿ ಒಳಗೆ ಬಂದು, 'ಏನೂ ತಿಳಿವಲ್ದಪ್ಪ, ಗೌಡ. ಮಾಡಾಗ್ಯಾದ. ಕರ್‍ರಗ ಕಾಣತಾದ. ಚಳಿ ಸುರುವಾಗ್ಯಾದ' ಅಂದ. 'ಹೊತ್ತು ಗೊತ್ತು ತಿಳಿವಲ್ದು ಇವುನಿಗೆ' ಅಂದು ತಾನೇ ಹೊರಗ ಹೋಗಲು ಎದ್ದ. ಸಂಬಳದಾಳು ಇಬ್ಬರೂ ಕಂದೀಲು ಹಿಡಕಂಡು ಹೊರಗ ಬಂದರು ಹಿಂದಿಂದ. ಶಾಂತಗೌಡ ಹೊರಗ ನಿಂತು, 'ಸುತ್ತ ಮುತ್ತ ಮಳೆ ಆಗಾಕ ಹತ್ಯಾದಂತ ತುಪಾನು ಬಂದು. ನಮ್ಮ ಅಡಿವ್ಯಾಗ ಮಳೆ ಬಿದ್ರ, ನಾವು ಕೂರಿಗಿ ಸಾಗಸಬೇಕು ತಿಳಿತಿಲ್ಲ' ಅಂದ ಸಿಟ್ಟಿನಿಂದ. 'ಹೂಂ' ಅಂದರು. ಸುತ್ತ ನೋಡಿ ಏನೂ ಸಮುಸದೆ ಒಳಗ ಬಂದ. 'ಲೇ ಭೀಮಾ, ಹನುಮಾ, ಚೆನ್ನ ಈ ಸಲ ಊರಿಗೆ ಬಂದ್ರ ನನ್ಗ ತಿಳುಸ್ಬೇಕು' ಅಂದ. 'ಹೂಂ' ಅಂದರು. 'ತಿಳುಸ್ಬೇಕು ಅಂದ್ರ ತಿಳುಸ್ಬೇಕು! ಏನ್ರಲೇ... ಮಬ್ಬುಗಳೇ....' ಅಂದ ಸಿಟ್ಟಿನಿಂದ. 'ಆಯ್ತುಪ್ಪೋ.....!' ಅಂದರು.

ಸಲುಪೊತ್ತಿನ ಮ್ಯಾಲೆ ಶಾಂತಗೌಡ ಎದ್ದು ಮತ್ತೆ ಕಾಲೆಳಕಂತ ಪಡಶಾಲೆಯಲ್ಲಿ ತಿರುಗಾಡತೊಡಗಿದ. 'ಚೆನ್ನ ನನ್ನ ಕುಂಡೆ ಬುಡ್ಕ ನೀರು ತಂದನಲ್ಲ... ಮಗ' ಅಂತ ಹಲ್ಲು ಕಡದ. 'ಲೇ ಬೆಳುಕು ಹರ್‍ಯಾಕ ಬಂದಿದ್ದಾದು. ಸೂಗಮ್ಮನ್ನ ಕರ್‍ಕಂಬಾ ಹೋಗು. ಭೀಮ, ನೀ ಹೋಗು' ಅಂದ. ಅವುನು ಓಡಿ ಹೋದ. 'ನಾಯಿನ್ನ ಬುಡು' ಅಂದ. ಹನುಮಂತ ಹಿಂದಿನ ಎತ್ತಿನಂಕಣದಲ್ಲಿ ಕಟ್ಟಿಹಾಕಿದ್ದ ನಾಯಿನ್ನ ಬಿಚ್ಚಿದ. ಅದು ಓಡಿ ಹೊರಗ ಹೋಯಿತು. ಮತ್ತೆ ಒಳಗ ಬಂತು. ಪಡಸಾಲಿ ಏರಬೇಕಂತ ನೋಡಿತು. ಶಾಂತಗೌಡನ್ನ ಕಂಡು ಬಾಲ ಅಳ್ಳಾಡಿಸಿ, 'ಕುಂಯ್ ಕುಂಯ್' ಅಂತು. ಶಾಂತಗೌಡ ಅದರ ಕಡೆ ಲಕ್ಷ್ಯ ಕೊಡದೆ ಅಡ್ಡಾಡಿದ. ಸಲುಪೊತ್ತಿನ ಮ್ಯಾಲೆ ಭೀಮ ಬಂದು, 'ಬರ್‍ತಾಳಂತಪ್ಪ ಗೌಡ' ಅಂದು ಆ ಮ್ಯಾಲೆ 'ಜಿನಿ ಜಿನಿ ಮಳೆ ಬರ್‍ತಿದ್ದಂಗಾದಪ್ಪ ಗೌಡ' ಅಂದ.

'ಏನು ಬಂದ್ರೂ ಬಿತ್ತುವ ಮಳೆ ಬರವಲ್ದಲ್ಲ.....' ಅಂದ ಶಾಂತಗೌಡ, ಅಸಮಾದಾನದಿಂದ.

'ದುರುಗ ಯಾಕ ಇಲ್ಲೆ ಮಕ್ಕಳ್ಳಿಲ್ಲ?' ಅಂದ. ಅವರಿಬ್ಬರೂ ಮಾತಾಡಲಿಲ್ಲ. ಆತ ಹೇಳ್ತಾನಂತ ಈತ, ಈತ ಹೇಳ್ತಾನಂತ ಆತ. ಹಿಂಗಾಗಿ ಸುಮ್ನಿದ್ದರು. 'ಬೊಗಳಕ ಏನಾಗ್ಯಾದ್ರಲೇ....' ಅಂದ ಸಿಟ್ಟಿನಿಂದ. ಸೂಗಪ್ಪ ಮಾಸ್ತಾರ ದಿಗ್ಗನೆದ್ದು 'ಹಾಂ.... ಏನಾಯ್ತು' ಅಂದ. 'ತಾತ, ಏನಿಲ್ಲ ನೀ ಮಕ್ಕ' ಅಂದ ಶಾಂತಗೌಡ. ಆದರೆ ಸೂಗಪ್ಪ ಮಾಸ್ತಾರ ಮೆಲ್ಲಕ ಎದ್ದುಕುಂತ. ಶಾಂತಗೌಡನ ದನಿ ಕೇಳಿ ನಾಯಿ ಹಿಂದಕ ಸರುದು ಗಾಬರಿಯಾಗಿ ನಿಂತಿತು. ಶಾಂತಗೌಡ ಅದೆಲ್ಲ ಮರತು ಕುಂತುಗೊಂಡ. ನಾಯಿ ಮತ್ತೆ ಶಾಂತಗೌಡನ ಬಗಲಾಕ ಬಂತು. ಅದರ ತಲಿಮ್ಯಾಗ ಕೈಯಾಡಿಸಿದ. ಅದು ಲಟಲಟ ಬಾಲ ಬೀಸಿ ಬೀಸಿ ಕುಣಿಯತೊಡಗಿತು. ಸೂಗಮ್ಮ ಬಂದಳು. ಆಕಿ ಬಂದಾಕಿ ಸೀದ ಅಡಿಗೆ ಮನೆಗೆ ಹೋದಳು. ಹಂಪಮ್ಮ ಸತ್ತಮ್ಯಾಲೆ ಶಾಂತಗೌಡುಗ, ಹೋದವುರಿಗೆ ಬಂದವುರಿಗೆ ಅಡಿಗೆ ಮಾಡಿ ನೀಡುವುದು ಮಾಡುತ್ತಿದ್ದಳು. ಅಡಿಗೆ ಆಳಾಗಿ ದುಡಿತಿದ್ದಳು.

'ರುದ್ರಮ್ಮ ಬಾಂತ ಹೇಳಿ ಕಳಿಸಿದ್ದಳು. ಹೋಗಿ ಬಾ' ಅಂತ ಸೂಗಪ್ಪ ಮಾಸ್ತಾರ ನೆನಪಿಸಿದ. ಶಾಂತಗೌಡಗ ನೆನಪಿತ್ತು. ಬೆಳಕು ಹರಿಯಲಿ ಅಂತ ದಾರಿ ಕಾಯಾಕ ಹತ್ತಿದ್ದ. ನಾಯಿ ಸುಮ್ಮನಿರಲಿಲ್ಲ. ಶಾಂತಗೌಡನ ತೊಡೆ ಮೂಸಿ ನೋಡಿತು. 'ಚಿತಾ....' ಅಂದು ಎದ್ದುದ್ದೇ ಹುಡುಕ್ಯಾಡಿ ಒಂದು ಬಡಿಗೆ ತಗಂಡು ಹೊಡೆದುಬುಟ್ಟ! ನಾಯಿಕಾಲಿಗೆ ಏಟು ಬಿತ್ತೋ 'ಕೊಂಯಂಯ್ಯೋ ಕೊಂಯಂಯ್ಯೋ' ಅಂತ ಒದರುತ್ತ ಹೊರಗೆ ಓಡಿಹೋಯಿತು. ಅಂಕಣದಲ್ಲಿದ್ದ ದನಕರುಗಳು ಬೆಚ್ಚಿಬಿದ್ದು ದಪದಪ ಎದ್ದು ಗಡಬಡಿಸಿದವು. ಭೀಮಯ್ಯ, ಹನುಮಂತ ಕಲ್ಲಿನಂಗ ನಿಂತುಕೊಂಡರು. ಸೂಗಮ್ಮ ಸೂಗಪ್ಪ ಮಾಸ್ತಾರ ಶಾಂತಗೌಡನ್ನ ನೋಡುತ್ತ ನಿಂತುಕೊಂಡರು. 'ದುರುಗುನ್ನ ಕರೆದು ಬರ್ರೆಲೇ' ಅಂತ ಒದರಿದ.

– 3 –

ದುರುಗ ಶಾಂತಗೌಡನ ಕರೆಕಲ್ಲಿನ ದೊಡ್ಡಮನೆ ಒಳಗ ಇಡಲಾರದೆ ಕಾಲಿಟ್ಟ. ಪಡಸಾಲೆಯಲ್ಲಿ ಶಾಂತಗೌಡ ಕುಂತಿದ್ದ. ಅದೇ ಆಗ ಲಿಂಗಪೂಜೆ ಮುಗಿಸಿ ಕುಂತಂತಿತ್ತು ಸೂಗಪ್ಪ ಮಾಸ್ತಾರನದು. ದುರುಗನ ಜಲುಮದಾಗ, ಒಮ್ಮೆನ್ನ ಈ ರೀತಿ ಕೂನ ಇಲ್ಲದವುರಂಗ ಮನೆ ಒಳಗ ಕಾಲಿಟ್ಟದ್ದಾಗಲಿ, ಶಾಂತಗೌಡ, ಸೂಗಪ್ಪ ಮಾಸ್ತಾರ ನೋಡಿಯೂ ನೋಡದಂಗ ಕುಂತುದು ಇರಲಿಲ್ಲ. ಒಳಗ ಸೂಗಮ್ಮ ರೊಟ್ಟಿ ಬಡಿವುದು ಕೇಳುತ್ತಿತ್ತು. ದುರುಗ ಮೆಲ್ಲಕ ಎತ್ತಿನ ಗ್ವಾದಲಿ ಮ್ಯಾಗ ಕಂಬಕ್ಕ ಆನಿಕೆಯಾಗಿ ಕುಂತುಗಂಡ. ಯಾಕೋ ಸೂಗಮ್ಮ ರೊಟ್ಟಿ ಬಡಿವುದು ಬುಟ್ಟು ಹೊರಗ ಬಂದು ದುರುಗನ್ನ ನೋಡಿದಳು. ದುರುಗ ಮೆತ್ತಗಾಗಿದ್ದ. ಹಿಂಗ ಇದ್ದುದು ಆಕೆ ಎಂದು ಯಾವ ಗಳಿಗ್ಯಾಗ ಕಂಡಿದ್ದಿಲ್ಲ ಕೇಳಿದ್ದಿಲ್ಲ. ಇಂಥ ದೊಡ್ಡಮನ್ಯಾಗ ದುರುಗ ಒಬ್ಬವುನಿದ್ರೆ ಹತ್ತು ಮಂದಿಯಿದ್ದಂಗ. ಸುಮ್ಮನೆ ಕೂಡುವ ಜೀವಲ್ಲ.

ಏನೇನೋ ದಗದ ಮಾಡುತ್ತ, ಯಾರ್‍ಯಾರಿಗೋ, ಯಾವುದಕ್ಕೋ ಕಾಳಜಿಯಿಂದ ಬೈಯುತ್ತ ಅಂಕಣದ ತುಂಬ ಓಡಾಡುತ್ತ ಎತ್ತುಗಳ ಜತಿಗೋ, ಎಮ್ಮೆಗಳ ಜತಿಗೋ ಮಾಡುತ್ತಲೇ ಇರುತ್ತಿದ್ದ. ತಾನಾಯ್ತು ತನ್ನ ದಗದಾಯ್ತು. ದುರುಗ ಮನುಷ್ಯರ ಜತೆಗೆ ಬಾಳಕಮ್ಮಿ ಮಾತಾಡ್ತಿದ್ದ. ಇವತ್ತು ಮಾತು ಕಳಕಂಡು ಗ್ವಾದಿಲಿಮ್ಯಾಗ ಕುಂತುದ್ದು ನೋಡಿ ಸೂಗಮ್ಮಗ ದುಕ್ಕ ಒತ್ತಿ ಬಂತು. ಹಂಪಮ್ಮ ಸತ್ತಮ್ಯಾಲಿಂದ ಅಡಿಗೆ ಮಾಡಾಕ ಈ ಮನಿಗೆ ಕಾಲಿಟ್ಟಂದಿನಿಂದ ನಿನ್ನೆ ರಾತ್ರಿವರೆಗೆ ದುರುಗನಿಗೆ ಉಣ್ಣಲಿಕ್ಕಿದ್ದಳು. ದುರುಗನಂಥ ನಂಬಿಗಸ್ಥ ಆಳುಮನುಷ್ಯನನ್ನು ಈ ಮನೆ ಪಡಕಂಡಿದ್ದೇ, ಇದು ಒಂದು ಮನೆ ಅಂತ ಇನ್ನೂ ಜೀವ ಹಿಡಕಂಡಿದೆ ಅಂಬೋದು ಸೂಗಮ್ಮಗ ಗೊತ್ತು. ಸೂಗಮ್ಮಗ ದುರುಗನ ಮ್ಯಾಲೆ ಎಲ್ಲಿಲ್ಲದ ಕಕ್ಕುಲಾತಿ 'ದುರುಗಪ್ಪ.....' ಅಂತ ಮೆಲ್ಲಕ ಕರದಳು.

'ಯವ್ವ.....' ಅಂದು ಎದ್ದು ನಿಂತ. ಅವುನು 'ಯವ್ವ' ಅಂದ್ರ ಸಣ್ಣ ಕೂಸು ಅಂದಂಗ ಅಂತಿದ್ದ.

'ಬಿಸೆರಟ್ಟಿ ತಿನ್ನುಬಾ' ಅಂದಳು.

'ಯಾಕ ಬುಡವ್ವ ! ಅರೆಹೊತ್ತಿಗೆ ತಿಂದು ಮಾಡದೇನಾದ ! ದಗದಿಲ್ಲ ಬಗಸಿಲ್ಲ' ಅಂದ.

'ರುದ್ರಮ್ಮ ಗೌಡ್ಸಾನಿ ಬಾ ಅಂತ ಗೌಡನ್ನ ಕರೆಕಳಿಸ್ಯಾಳ. ನೀನು ಹೋಗಬೇಕಲ್ಲ.....' ಅಂದಳು ಮೆಲ್ಲಕ. ಸೂಗಮ್ಮ ನೀಡಿದ್ದು ಬೇಕೋ ಬೇಡೋ ಉಂಡು ಎದ್ದ. ದುರುಗನ್ನ ನೋಡುತ್ತಿದ್ದ ಶಾಂತಗೌಡಗ ಜೀವ 'ಚುರ್' ಅಂತು. ದುರುಗಂದು ತಪ್ಪಿಲ್ಲ ! ಪಾಪ... ಅವುನು ತನ್ನ ಜೀವ ಕೊಟ್ಟವುನು ಅಂತ ಅನಕಂಡು 'ದುರುಗಾ' ಅಂದ. ಮಾರೆ ಎತ್ತಿ ನೋಡಿದ ದುರುಗ, 'ಯಪ್ಪ' ಅಂದ. ಶಾಂತಗೌಡುಗ ಅದು ದುರುಗನ ದನಿಯಾಗಿ ಕೇಳಲಿಲ್ಲ.

'ಅಕ್ಕ ಬಾಂತ ಹೇಳಿ ಕಳಿಸ್ಯಾಳ. ಹೋಗಿ ಬರಮೇನು ?'

'ನೀನೆಂಗತಿದ್ದಿ ಅಂಗಪ್ಪ' ಅಂದ. ದುರುಗ ಎಂದೂ ಹಿಂಗ ಅಂದಿರಲಿಲ್ಲ. ಶಾಂತಗೌಡುಗ ಸಿಟ್ಟು ಬಂತು.

'ಯಾಕ ಬ್ಯಾಡೇನು ?'

'ಹೋಗಿ ಬರಮುಂದ್ರ ಹೋಗಿ ಬರಮಪ್ಪಗೌಡ' ಅಂದ.

'ನಡಿ ಅಂಗಂದ್ರ' ಅಂತ ಶಾಂತಗೌಡ ಎದ್ದು ಹೆಗಲಮ್ಯಾಲಿನ ಸೆಲ್ಲೆ ತಗಳ್ಯಾಕ ಕೊಠಡಿಗೆ ಹೋದ. ಸೂಗಪ್ಪ ಮಾಸ್ತಾರ ಎದ್ದು ಬಡಬಡ ಪಡಸಾಲಿ ಇಳಿದು ದುರುಗನ ತಕ ಬಂದು, 'ದುರುಗಾ, ನೋಡು..... ನೀನು ಇನ್ನ ಮ್ಯಾಲೆ ಈ ಊರಾಗ ಇರದುಬ್ಯಾಡ. ನಿನ್ನ ಮಗನ ಜತಿಗೆ ಹೋಗಿ ಇದ್ದುಬುಡು. ಈ ಕಕ್ಕಲಾತಿಯಿಲ್ಲದ ಕೋಡಿ ಗೌಡುನ ಜತಿಗೆ ಏಸುದಿನ ಬದುಕತ್ತಿದ್ದಿ ! ನಿನ್ನ ಮಗ ಹಿಂದಕ ಸರಕಂಡು ತಣ್ಣಗ ಇರಂತ ಹೇಳು. ನೀನು ಅಲ್ಲೇ ಇರು. ಬಂದದ್ದು ಬಂದಂಗ ನುಂಗಿಕೊಂಡು ಹೋದ್ರ ಬಂಧನ ಇಲ್ಲಂತ. ಏನ....' ಎಂದು ಹೇಳಹೊತ್ತಿಗೆ ಶಾಂತಗೌಡ ಕಾಲೆಳಕಂತ ಬಂದ. 'ರುದ್ರಮ್ಮಗ ಇದ್ಯಾವುದು ಹೇಳಬ್ಯಾಡ, ಶಾಂತಪ್ಪ. ಒಂದು ವಾಳ್ಯೆ ಆಕಿ ಕಿವಿಗೆ

ಬಿದ್ದಿದ್ರ... ಅಂಥದ್ದೇನೂ ನಡೆಂಗಿಲ್ಲ ಅಂದು ಸರಿ ಮಾಡಿಬುಡು. ಈ ಸಲ ಚನ್ನ ಬಂದ್ರ ನಾನೂ ತಿಳಿಸಿ ಹೇಳ್ತೀನಿ' ಅಂದ ಸೂಗಪ್ಪ ಮಾಸ್ತಾರ. ಶಾಂತಗೌಡ, 'ಹ್ಞಂ' ಅಂದು ನಡದ. ದುರುಗ ಹಿಂದ ಸಾಗಿದ. ಹೊರಗ ಅಂಗಳದಲ್ಲಿ ನಾಯಿ ಕಾಲು ಮುರುಕಂಡು ಬಿದ್ದಿತ್ತು.

ಶಾಂತಗೌಡ ಮುಂದುಮುಂದ, ದುರುಗ ಹಿಂದಿಂದ ಸಾಗಿದರು. ದುಮದರಿ ಹಂಗೇಯಿತ್ತು ಊರು ದಾಟಿದರು; ಕೇರಿ ದಾಟಿದರು. ಮೊನ್ನೆ ಮೊನ್ನೆ ತನಕ ಅವುರು ಹಂಗ ಹೋಗುವುದನ್ನು ನೋಡುವುದೇ ಒಂದು ಸಂಭ್ರಮ ಅಂತ ಊರು-ಕೇರಿ ತಿಳಕಂಡಿತ್ತು. ಆದರೆ ಇವತ್ತು ಹೆಂಗೆಂಗೋ ನೋಡಾಕತ್ಯಾರಂತ ಶಾಂತಗೌಡುಗ ಅನಿಸ್ತು. ಬಿಳಿ ಅಂಗಿ, ಬಿಳಿಪಂಚೆ ತೊಟಗಂಡು ಹೆಗಲಮ್ಯಾಲೆ ಸೆಲ್ಲೆ ಹಾಕ್ಕೆಂಡು, ತೆಳ್ಳಗ, ಬೆಳ್ಳಗಯಿದ್ದ ಶಾಂತಗೌಡ ಮುಂದುಮುಂದ ಕಾಲೆಳಕಂತಾ ನಡೆದರೂ ರವದೆ ಹೋದಂಗ ನಡಿತಿದ್ದ. ಹಿಂದಿಂದ ದುರುಗ ದುರುದುರು ಓಡುತ್ತಿದ್ದ. ಅವುರು ಹೊಂಟುದ್ದು ಸುತ್ತಲ ಹೊಲಗಳವರಿಗೆ ಗೊತ್ತಾಗುತ್ತಿತ್ತು. ಶಾಂತಗೌಡ ಗಟ್ಟಿಯಾಗಿ ಏನೇನೋ ಸುದ್ದಿ ಹೇಳಿಕೆಂತ ನಡಿತಿದ್ದರೆ ದುರುಗ ಹೇಳಿದ್ದಕ್ಕೆಲ್ಲ 'ಹೌದಪ್ಪಯಪ್ಪ', 'ನಿನ್ನ ಮಾತು ಕರೇವಾದ', 'ನಿನ ಮಾತು ತೆಗದಾಕಂಗಿಲ್ಲ ಗೌಡ' ಅಂತ ಅನಕಂತ ಓಡುತ್ತಿದ್ದರೆ ಸುತ್ತಲ ಹೊಲಗಳಾಗ ಇದ್ದ ಮಂದಿಗೆ ಕೇಳುತ್ತಿತ್ತು. ಆದರೆ ಇವತ್ತು ಊರು-ಕೇರಿ ದಾಟಿದರೂ ಮಾತಿಲ್ಲ. ಎರಡುಹೊಲ ದಾಟಿದರೂ ಕತೆಯಿಲ್ಲ. ಅದರಾಗ ದುಮದರಿ ಕರಗದೆ ಹತ್ತದಿನ್ನೈದು ಮಾರ ದೂರದ ದಾರಿ ಮಾತ್ರ ಕಾಣುತ್ತಿತ್ತು. ತುಂಗಮ್ಮನ ದಂಡೆಗೆ ಬಂದು ನಿಂತಗಂಡರೂ ಇಬ್ಬರ ನಡುಕ ಹಾಂ ಇಲ್ಲ, ಹೂಂ ಇಲ್ಲ! ತುಂಗಮ್ಮ ಬಳುಬುಳು ಅಂತ ಹರಿತಿದ್ದಳು. 'ನೀರು ಬಂದಾವೋ ಏನೋ' ಅನಕಂಡ ಶಾಂತಗೌಡ. ಇವತ್ತು ಸೂರಿಯನ ದರ್ಶನವೇ ಇಲ್ಲ. ಇವತ್ತಲ್ಲ, ವಾರದಿಂದ ಇದ್ದಿಲ್ಲ. ಜಿನಿಜಿನಿ ಮಳೆ ಇವತ್ತು ಇದ್ದಿಲ್ಲ. ಮಾಡಕವುದು ಕತ್ತಲಿದ್ದಂಗಿತ್ತು. ಶಾಂತಗೌಡ ನಿಂತು ನೋಡಿದ. ಆ ದಂಡೆಮ್ಯಾಗಿನ, ಅಕ್ಕ ರುದ್ರಮ್ಮನ ಊರು ಇವತ್ತು ಕಾಣಲಿಲ್ಲ. ತುಂಗಮ್ಮನ ಬುಳಬುಳ ಸಪ್ಪಳ ಕೇಳತಿತ್ತೇ ಹೊರತು ಕಲ್ಲು ಬಂಡೆ ಗಿಡಗಂಟೆ ನೀರು ಯಾವುದು ಕಾಣುತ್ತಿದ್ದಿಲ್ಲ. ಸುಮ್ಮನೆ ನಿಂತಗಂಡ. ಹಿಂದಿದ್ದ ದುರುಗ ಮೆಲ್ಲಕ ಬಂದ.

ತುಂಗಮ್ಮ ಇಲ್ಲಿ ವಿಚಿತ್ರ ರೂಪ ಪಡಕಂಡಿದ್ದಳು. ಒಂದೂವರೆ ಮೈಲು ಅಗಲ ಚಾಚಿ ಮಲಗಿದ್ದಳು; ಅದರಾಗ ಬರಿ ಮೈತುಂಬ ಗುಂಡು ಬಂಡೆಕಲ್ಲು ಕೊರಕಲು ತುಂಬಿಕೊಂಡ, ತುಂಗಮ್ಮನ ಅವತಾರ ಈ ಪರಿ ಇರದ್ರಿಂದ ಸೇತುವೆ ಅನ್ನೊದು ಆಗಿರಲಿಲ್ಲ. ಕರೆಂಟು ಬಂದಿರಲಿಲ್ಲ. ಈ ತುಂಗಮ್ಮನಿಗೆ ಏಳು ಹರದಾರಿ ಕೆಳಗೆ ಸೇತುವೆಯಿತ್ತು. ಹಿಂಗಾಗಿ ಇಲ್ಲಿ ಮನುಷ್ಯರು ಹಾದು ಹೋಗುವಂಗಿದ್ದಿಲ್ಲ. ಅದ್ಕ ಆ ಕಡೆ ಊರಿನವರಿಗೆ, ಈ ಕಡೆ ಊರಿನವರಿಗೆ ಕೊಡದು ತಗಳ್ಳದು ಅಂಬೋ ಕಳ್ಳುಬಳ್ಳಿ ಸಂಬಂಧ ಬೆಳೆದಿದ್ದಿಲ್ಲ. ಆ ಕಡೆ ಊರಿನವುರಿಗೆ ರಾಯಚೂರು ವ್ಯವಹಾರದ ಊರಾದರೆ, ತುಂಗಮ್ಮನ ಈ ಕಡೆ ಊರಿನವುರಿಗೆ ಕಲಬುರ್ಗಿ ವ್ಯವಹಾರದ ಊರು. ಶಾಂತಗೌಡನ ಅಕ್ಕ ರುದ್ರಮ್ಮನ್ನ ಅದೆಂಗೋ ಆ ಕಡೆ ಊರಿಗೆ ಕೊಟ್ಟಿದ್ದರು. ಆಕೆ

ಮದಿವೆಯಾದ ವರ್ಷ ಬರಬಿದ್ದಿತ್ತು. ಮಳೆ ಅಂಬೋದೇ ಇರಲಿಲ್ಲ. ತುಂಗಮ್ಮ ಬರಿ ಮೈಯಿಲೆ ಮಲಗಿದ್ದಳು. ಊರುಕೇರಿ ಮಂದಿ ಹೋಗಿ ಮದಿವಿ ಮುಗಿಸಿ ಬಂದವುರು ಮತ್ತೆ ಆ ಕಡೆ ಕಾಲಿಟ್ಟಿರಲಿಲ್ಲ. ರುದ್ರಮ್ಮ ಒಮ್ಮೆ ಆ ಕಡೆ ಹೋದಾಕಿ ಇವತ್ತಿಗೂ ತವುರುಮನೆ ನೋಡಿದ್ದಿಲ್ಲ. ಈ ಸುತ್ತಿಗೆ ದುರುಗ ಒಬ್ಬ ತುಂಗಮ್ಮನ ಮಗನಾಗಿ ಆ ಕಡೆ ಹೋಗ್ತಿದ್ದ ಬರ್‍ತಿದ್ದ, ಅದೂ ಶಾಂತಗೋಡನ್ನ ಹೆಗಲಮ್ಯಾಲೆ ಹೊತಗಂಡು. ಈಗೀಗ ಆ ಊರಾಗೊಬ್ಬ ರುದ್ರಮ್ಮನ ಜೀತದಾಳು ಮಾನಿಷಯ್ಯ ಶಾಂತಗೌಡುಗ ಸುದ್ದಿ ಮುಟ್ಟಿಸಾಕ ಕಲಿತಿದ್ದ. ಅದು ದುರುಗ ದಾರಿ ತೋರಿಸಿ ಕಲಿಸಿದ್ದ. ಇವರಿಬ್ಬರು ಅದೇನು ದಾಟಿದರೂ ಬ್ಯಾಸಿಗ್ಯಾಗ ಮಾತ್ರ ಹೋಗುತ್ತಿದ್ದರು. ಬರುತ್ತಿದ್ದರು. ಆ ಕಲ್ಲು, ಬಂಡೆ, ಗಿಡಗಂಟೆ, ಕೊರಕಲಾಗ ಅಪ್ಪಿತಪ್ಪಿ ದನಕರುಗುಳೂ ಹೋಗುತ್ತಿರಲಿಲ್ಲ. 'ನಾನು ದುರುಗನಂಗ ಇದ್ದಿದ್ರ ಯಾರ ಹಂಗೂ ಇಲ್ಲದಂಗ ಅಕ್ಕನೂರಿಗೆ ಹೋಗುತ್ತಿದ್ದೆ' ಅನಕಂಡ. ಈ ಮಾತು ಶಾಂತಗೌಡುಗ ಇವತ್ತು ಮಾತ್ರ ಬಂದಿತ್ತು. ಶಾಂತಗೌಡ ತುಂಗಮ್ಮನ ದಂಡೆಮ್ಯಾಗ ನಿಂತು ಸುಮ್ಮನೆ ಕಣ್ಣಾಡಿಸಿದ. ದುರುಗನೂ ಸುಮ್ಮನೆ ನಿಂತುಕೊಂಡಿದ್ದ. ಇಂಥ ಗಳಿಗೆ ಅವರ ಜೀವನದಾಗ ಎಂದೂ ಬಂದಿದ್ದಿಲ್ಲ. ಬರತದಂತ ಕೂಡ ಕನಸು ಕಂಡಿದ್ದಿಲ್ಲ.

'ದುರುಗಾ' ಅಂದ ಶಾಂತಗೌಡ.

ಆ ಪುಣ್ಯದ ಕರೆಗೆ 'ಯಪ್ಪಾ' ಅಂದ ದುರುಗ.

'ತುಂಗಮ್ಮಗ ನೀರು ಬಂದಿದ್ದಂಗಾವಲ್ಲ.... ?'

ದುರುಗ ತುಂಗಮ್ಮನ್ನ ನೋಡಿದ. ದುಮುದರಿಯಿಂದ ಚೆಂದಾಗಿ ಯಾವುದು ಕಾಣ್ತಿದ್ದಿಲ್ಲ. ಕಿವಿಗೊಟ್ಟು ಕೇಳಿ 'ಬಂದ್ರು ಮಣಕಾಲಮುಟ ಬಂದಿರ್‍ತಾವ' ಅಂದ. ಶಾಂತಗೌಡ ದುರುಗನ್ನ ದಿಟ್ಟಿಸಿ ನೋಡಿದ. ವಾರದ ಹಿಂದಿದ್ದ ದುರುಗ ಈಗಿಲ್ಲ, ಬಾಡಿ ಹೋಗಿದ್ದ. ಎಣ್ಣೆಗಂಪಿನಬಣ್ಣ ಹೋಗಿ ಮಾರೆ ಕಪ್ಪಿಟ್ಟಿತ್ತು. ಜಾಲಿ ಕೊರಡಿನಂಗಿದ್ದ ದೇಹ ಕುಸುದಂಗ ಕಂಡಿತು. ಸದಾ ಶಾಂತಗೌಡನ ಹಿಂದಿರುತ್ತಿದ್ದರಿಂದ, ಜಳಜಳ ಬಟ್ಟೆ ಹಾಕ್ಕೊಂಡಿರುತ್ತಿದ್ದ. ದುರುಗ ಚಲುವಾದ ಮನುಷ್ಯ ಅಂತ ಊರುಕೇರಿಗೆ ಗೊತ್ತು.

'ದುರುಗಾ, ನೀನು ಮೆತ್ತಗಾದಿ' ಅಂದ ಶಾಂತಗೌಡ.

'ಯಪ್ಪ, ಮಗ ಮಾಡದ್ಕ ನಾನೇನು ಮಾಡ್ಲಿ. ದೇವುರು ಮಾಡದ್ಕ ನಾನೇನು ಮಾಡ್ಲಿ. ನಾನೇನಾದ್ರ ನಿನಗ ಎಲ್ಡ ಬಗದೀನಾ ?' ಅಂದ, ದುರುಗ. 'ನನ್ಗೂ ತಿಳಿವಲ್ದಂಗಾಗ್ಯಾದ, ದುರುಗ. ನಿನ್ನ ಮಗನ್ನ ಆವಾಗ ನೆನಿಸಿಗಂಡ್ರ ಮುದ್ದು ಬರ್‍ತಿತ್ತು. ಈಗ ನೆನಪಾಗಿ ಕಾಡ್ತಾನ. ನನ್ನ ಮನೆತನಕ್ಕ ಮಸಿ ಬಳ್ಯಾಕ ನಿಂತು ಬುಟ್ಟಾನ.... ದುರುಗಾ, ಮಸಿ ಬಳ್ಯಾಕ !' ಅಂದು ಹಲ್ಲುಕಡುದ, ಶಾಂತಗೌಡ.

'ಯಪ್ಪ, ನನ್ಗ ನಿನ್ಗ ಬುಡುದ ನಂಟು, ನೀನಿದ್ದಲ್ಲಿ ನಾನು, ನಾನಿದ್ದಲ್ಲಿ ನೀನು. ನನ್ಗ ನಿನ್ಗ ಕುಲಯಿಲ್ಲ, ಜಾತಿಯಲ್ಲ. ಹಂಗ ನಡಕಂಡು ಬಂದೀವಿ.....' ಅಂದು ಸುಮ್ಮನಾದ.

'ಹೋಗ್ಲಿ ಬುಡು. ಅಂದಂಗ, ತುಂಗಮ್ಮನ್ನ ದಾಟದಾತಾದಿಲ್ಲ ನೋಡು.'

ದುರುಗಗ ಅದಕ್ಕಿಂತ ಮೂರು ಪಟ್ಟು ನೀರಿದ್ದಾಗ ಹೊತಗಂಡು ದಾಟ್ಟಿದ್ದ ಅನುಭವಯಿತ್ತು. 'ನನ್ನ ಎದ್ಯಾಗ ಜೀವ ಇರತನ್ಕ ದಾಟ್ತೀನಿ, ಬಾಪ್ಪ' ಅಂತ ಕುಂತ. ಶಾಂತಗೌಡ ಪಂಜೆ ಎತ್ತಿ ಕಟ್ಟಿಕೊಂಡು ಬೆನ್ನ ಹಿಂದೆ ಬಂದು ಕಾಲಾಕಿ ಭುಜದ ಮ್ಯಾಲೆ ಕುಂತು, ಎಡಕ್ಕೊಂಡು ಬಲಕ್ಕೊಂದು ಎದೆಮ್ಯಾಗ ಕಾಲಾಕಿ ದುರುಗನ ತಲೆ ಹಿಡಕಂಡು ಕುಂತ. ಅಗಲವಾದ ಭುಜದ ಮೇಲೆ ಆರಾಮಾಗಿ ಕುಂತದ್ದು ಕಂಡಮ್ಯಾಲೆ ದುರುಗ ಎದ್ದು ನಿಂತುಗಂಡು ತಂಗಮ್ಮನ ಉಡಿಗೆ ಇಳದ. ಯಾಕೋ ಶಾಂತಗೌಡ ಇವತ್ತು ವಜ್ಜ ಅನಿಸಿದ! ಸವಾರಿ ಸಾಗಿತ್ತು. ಹಿಂಗ ಸಾಗುವುದು ತುಂಗಮ್ಮ ಅದೆಷ್ಟು ಸಲ ನೋಡಿದ್ದಳೋ. ಇವತ್ತು ದುರುಗನ ಹೆಜ್ಜೆಗಳು ಸಲೀಸ ಅನಿಸಲಿಲ್ಲ ಶಾಂತಗೌಡುಗ. ಧೈರ್ಯದಿಂದ ಬಿಗಿದು ಕುಂತ. ಆದರೂ ಅಳುಕು ಸುರುವಾಯ್ತು. ದುರುಗ ತನಗ ಗೊತ್ತಿದ್ದ ಕಾಲು ದಾರಿಯಲ್ಲೇ ಹೆಜ್ಜೆ ಇಟಗಂತ ಸಾಗಿದ. ಗುಂಡು, ಬಂಡೆ, ಸಂದು, ಕೊರಕಲು ದಾಟುತ್ತ ನೀರಿನೊಳಗಿನ ಅಂತರಗಂಗೆ ಬಂದಲ್ಲಿ ಕಾಲು ಸವರುತ್ತ ಎಲ್ಲವನ್ನು ದಾಟುತ್ತ ನಡೆದ. ಜಿನಿಜಿನಿ ಮಳೆ ಸುರುವಾಯ್ತು. ದುಮದರಿ ಕರಗುವಂಗ ಕಂಡಿತು. ದುರುಗ ಮುಂದ ನೋಡಿ ದಾಟುವಲ್ಲಿ ದಾಟಿ, ಜಿಗಿವಲ್ಲಿ ಮೆಲ್ಲಕ ಜಿಗುದು, ಸರಿವಲ್ಲಿ ನೋಡಿ ಎಚ್ಚರಿಕೆಯಿಂದ ಸರುದು ಒಮ್ಮೊಮ್ಮೆ ದೊಡ್ಡ ದೊಡ್ಡ ಗುಂಡುಗಳ ನಡುಕ ಹೋಗುವಾಗ ಕೈಯಾಸರೆಗೆ ಗುಂಡುಗಳಿಗೆಯಿಟ್ಟು ಸಾಗುತ್ತಿದ್ದ. ಹಿಂಗ ಸಾಗುವುದೆಂದರೆ ಅವುರಿಗೆ ಬಲು ಹಿಗ್ಗು. ಊರುಕೇರಿ ಸುದ್ದಿ, ಮಳೆ ಬೆಳೆ ಸುದ್ದಿ, ರುದ್ರಮ್ಮನ ವರ್ಚಸ್ಸಿನ ಸುದ್ದಿ, ಚೆನ್ನನ ಬೆಳವಣಿಗೆ ಸುದ್ದಿ ಇನ್ನೇನೇನೋ ತಮತಮಗ ತಿಳದಂಗ ಮಾತಾಡುತ್ತ ಸಾಗಿದರೆ ತುಂಗಮ್ಮನ್ನ ಎಷ್ಟೇ ಪ್ರಯಾಸದಿಂದ ದಾಟಿದರೂ ಗೊತ್ತಾತಿದ್ದಿಲ್ಲ. ಆದರೆ ಇವತ್ತು ಮಾತಿಲ್ಲ, ಕತೆಯಿಲ್ಲ. ದುರುಗ ದಾರಿ ಹಿಡಕಂಡು ಮೆಲ್ಲಕ ಹೊಂಟಿದ್ದ. ಅವನೆಂದು ದಾರಿ ಹುಡುಕಿದ್ದಿಲ್ಲ. ಹುಡುಕಿದ. ತುಂಗಮ್ಮನ ಮಧ್ಯ ದಮ್ಮು ಬಂದು ಇಳಿಸಿದ. ದಮ್ಮು ಆರಿಸಿಕೊಂಡು ಮತ್ತೆ ಹೊತಗೊಂಡು ಎದ್ದ. ಆ ದಂಡೆ ಬರಹೊತ್ತಿಗೆ ಮತ್ತೊಮ್ಮೆ ಇಳಿಸಿದ. ಶಾಂತಗೌಡುಗ ಎಂಗೆಂಗೋ ಅನಿಸಿತು. ಒಳ ಒಳಗ ಸಿಟ್ಟಿಗೆದ್ದ. ಬಿಳಿಜ್ವಾಳ ಕಣ ಮಾಡಿದ ಮ್ಯಾಲೆ ಹೊಸಮಳೆ ಬರತನ್ಕ ತುಂಗಮ್ಮನ್ನ ಇವುರು ದಾಟುತ್ತಿದ್ದರು. ಮಳೆ ಬಂದು ತುಂಗಮ್ಮ ಇಳಿತಿದ್ದಳು. ಟೊಂಕದ ಮಟ್ಟ, ಎದಿಮಟ್ಟ ನೀರಿದ್ದರೂ, ಇಂಥ ಕೊರಕಲಾಗ ದುರುಗ ದಾಟುತ್ತಿದ್ದವುನು ಈಗ ಹೆಂಗಾದನಲ್ಲ ಅಂತ ಶಾಂತಗೌಡುಗ ಅನಿಸಿ, 'ನಾಕೈದು ಸಲ ಜೀವುಕ್ಕ ಅಪಾಯ ಬಂದಿದ್ದಾಗ ಪಾರು ಮಾಡಿ ದಾಟಿದವುನು' ಅಂತ ದುರುಗನ ಮ್ಯಾಲೆ ಅಭಿಮಾನ ಉಕ್ಕಿತು.

ಕೊನೆಗೂ ದುರುಗ ಶಾಂತಗೌಡನ್ನ ಹೊತಗಂಡು ತಂದು ದಂಡೆಗೆ ಇಳಿಸಿದ. ಆಯಾಸ ಅನಿಸಿ ಕುಂತ. ಶಾಂತಗೌಡ ಪಂಜೆ ಸರಿಮಾಡಿಕೊಂಡು, 'ನೀನು ದಮ್ಮಾರಿಸಿಗಂಡು ಹಿಂದಿನಿಂದ ಬಾ' ಅಂದು ಹೊರಟ. ಅಂಗ ಎಂದೂ ಅಂದಿರಲಿಲ್ಲ. ಆದರೂ ದುರುಗ, 'ಬರ್ತೀನಿ' ಅಂತ ಎದ್ದು ನಡೆದ. ಶಾಂತಗೌಡನ ಒಂದು ಕಾಲು ಸಣ್ಣದಿದ್ದರಿಂದ, ಕಾಲೆಳಕಂಡು ನಡಿತಿದ್ದ. ಇವತ್ತೂ ಎಂದಿನಂತೆ ಠೀವಿಲೇ ಸೆಟದು ನಡೆಯತೊಡಗಿದ. ದಾರ್‍ಯಾಗ ಎದುರಾದವುರು 'ಗೌಡ್ಸಾನಿ ತಮ್ಮ' ಅಂಥ ಸಲಾಮು

ಹಾಕುತ್ತಿದ್ದರು. ಊರನಡುಕ ರುದ್ರಮ್ಮನ ಮನೆ. ಅದು ನಾಕು ದಿಕ್ಕಿನಿಂದ ಕಾಣುವಂತಿತ್ತು. ರುದ್ರಮ್ಮ ಹೊಸದಾಗಿ ಮದಿವಿಯಾದಾಗ ತನ್ನ ಮನೆಮಾಳಿಗಿ ಮ್ಯಾಗ ನಿಂತು ತವರೂರು ನೋಡುತ್ತಿದ್ದಳು. ಶಾಂತಗೌಡ ತನ್ನನ್ನು ಮಾತಾಡ್ಸಿ, ವಾಪಾಸು ಹೋಗುವಾಗ ಆಕಿ ದುರುಗನನ್ನು, ತಮ್ಮನನ್ನು ಮಾಳಿಗಿಮ್ಯಾಗ ನಿಂತು ತವರೂರು ನೋಡುತ್ತಿದ್ದಳು. ಅದಕಂಡು ಶಾಂತಗೌಡ ಹಿಗ್ಗುತ್ತಿದ್ದ. ಅಂಥ ದೊಡ್ಡ ಮನೆಯ ಅಕ್ಕನ ಅಂಗಳಕ್ಕ ಕಾಲಿಟ್ಟ. ನಾಕುದಿನದ ಜಿನಿಜಿನಿ ಮಳೆಗೆ ಅಂಗಳ ಕೆಸರಾಗಿತ್ತು. ಕಟ್ಟೆಗೆ ಕುಂತವುರು ಶಾಂತಗೌಡಗ ಎದ್ದು ಕೈಮುಗುದರು. ದುರುಗ ಅಲ್ಲಿದ್ದ ಕೆಲಮಂದಿ ಜತಿಗೆ ತಟತಟಗು ಮಾತಾಡುತ್ತ ನಿಂತ. ಅಂಗಳದಾಗ ತನ್ನ ಗಿಡಗಳಿಂದ ಮಾಡಿದ ಬಂಡಿ ನಿಂತಿತ್ತು. ಇವತ್ತು ಯಾಕೋ ಅದರ ಮ್ಯಾಗ ಕೈಯಿಟ್ಟು ಸವುರಿ 'ಇನ್ನ ಜುಂ ಅಂದಿಲ್ಲ' ಅಂದುಕೊಂಡ ಶಾಂತಗೌಡನ ಹಿಂದೆ. ರುದ್ರಮ್ಮನ ಹನ್ನೆರಡೆತ್ತಿನ ಅಂಕಣದ ಮನೆಯೊಳಗ ಸುತ್ತಲೂರಿನ ಹತ್ತಾರು ಮಂದಿ ಗಣ್ಯರು ಆಕೆಯ ಎಡಬಲಕ್ಕೆ ಕುಂತಿದ್ದರು. ಶಾಂತಗೌಡ ಹೋಗಿ ಪಕ್ಕದಲ್ಲಿ ಕುಂತ. ಅಲ್ಲಿದ್ದವರ ಜತಿಗೆ ಕುಶಲ ನಡಿತು. ದುರುಗ ಅಂಕಣಕಟ್ಟೆಗೆ ಕುಂತ. ರುದ್ರಮ್ಮ ತನ್ನನ್ನೇ ನೋಡಿದಂತೆ ಅನಿಸಿತು. ತಲೆ ಕೆಳಗ ಹಾಕಿದ. ದುರುಗ ರುದ್ರಮ್ಮನ್ನ ಎಳೇ ವಯಸ್ಸಿನಿಂದ ನೋಡಿದವನು. ಈ ಮನೆಗೆ ಬಂದಾಗಿನಿಂದಲೂ ನೋಡುತ್ತ ಬಂದವನು. 'ಕಣ್ಣು ಮುಚ್ಚಿ ಕಣ್ಣು ತೆರೆದ್ರಾಗ ರುದ್ರಮ್ಮಮ್ಮ ಬೆಳುದು ಬುಟ್ಟಳು' ಅಂತ ಅನಕಂತಿದ್ದ. ಆಕೆ ಈ ಮನೆ ಸೇರಿದ ಮ್ಯಾಲೆ, ಮ್ಯಾಲಿಂದ ಮ್ಯಾಲೆ ಆರೇಳು ವರ್ಷಕ್ಕೆ ನಾಲ್ಕು ಮಕ್ಕಳಾದುವು. ಎರಡು ಹೆಣ್ಣು. ಎರಡು ಗಂಡು. ಇಬ್ಬರು ಹೆಣ್ಣುಮಕ್ಕಳ ಮದಿವಿ ಒಮ್ಮೆ ಆಯಿತು. ಮೂರು ವರ್ಷದ ಹಿಂದೆ ಒಬ್ಬ ಹುಡುಗನ ಮದಿವಿಯಾಗಿ ಆತ ಒಕ್ಕಲುತನ ಮಾಡಿಸುತ್ತಿದ್ದ. ಕೊನೆಯ ಮಗ ರಾಯಚೂರಲ್ಲಿ ಓದುತ್ತಿದ್ದ. ಈತನಿಗೆ ಶಾಂತಗೌಡನ ಮಗಳನ್ನು ತಂದುಕೊಳ್ಳಬೇಕಂತ ರುದ್ರಮ್ಮನ ಮನಸ್ಸಿತ್ತು. ಅದಕ್ಕಾಗಿ ಚಿಕ್ಕಂದಿನಿಂದ ತನ್ನ ಮಕ್ಕಳ ಜತೆ ಓದಲು ಇಟ್ಟುಕೊಂಡಿದ್ದಳು. ರುದ್ರಮ್ಮನ ಗಂಡ ಈಗ್ಯ ಆರೇಳು ವರ್ಷದಿಂದೆ ಸತ್ತ. ಸತ್ತಮ್ಯಾಲೆ ದೊಡ್ಡ ವತನವನ್ನು ರುದ್ರಮ್ಮ ಕೈಯಿಗೆ ತಗಂಡು ನಡೆಸಲು ನಿಂತಳು. ಮೂರು ನಾಲ್ಕು ವರ್ಷ ತಿರುಗುವುದರಲ್ಲಿ ಹತ್ತಾರು ಹಳ್ಳಿಗೆ ಹೆಸರು ಚಾಚಿದಳು. ಅಂದೆಂಗೋ ಏನೋ ಇದ್ದಬಿದ್ದ ಮಂದಿ ಬಂದು ಬಂದು ಬಗ್ಗಿದರು. ಜಗಳ ಲೂಟಿ, ಕೊಲೆ ಸುಲಿಗೆ, ಗಂಡ–ಹೇಣ್ತಿ ಜಗಳ ಮೊದಲು ಮಾಡಿ ಇಲ್ಲೆ ಬಗೆಹರಿಯಬೇಕು. ಹೆಚ್ಚು ಕಮ್ಮಿ ಸುತ್ತಲೂರಿನವರ ವ್ಯವಹಾರವೆಲ್ಲ ಈಕೆಯನ್ನು ಕೇಳಿಯೇ ನಡೆಯುತ್ತಿದ್ದವು. ಈಗೀಗಂತೂ ಆಕೆ ಹೊರಗ ಕಾಲಿಡದಿದ್ದರೂ ಆಕೆ 'ಹೂಂ' ಅಂತ ಒಪ್ಪಿಗೆ ಕೊಡದಿದ್ದರೆ ಒಂದು ಮದುವೆ ನಡಿತಿದ್ದಿಲ್ಲ. ಆ ಸುತ್ತಿನ ಸರಹದ್ದಿನಲ್ಲಿ ಒಂದು ಗುಬ್ಬಿ ಚಿಂವ್ ಅನಬೇಕೆಂದರೆ 'ಅಮ್ಮ'ನ ಒಪ್ಪಿಗೆ ಬೇಕು ಅಂತ ಜನ ಮಾತಾಡುತ್ತಿದ್ದರು. 'ನಿಂತುಗ' ಅಂತ ಅಂದರೆ ಹರಿವ ತುಂಗಮ್ಮ ನಿಲ್ಲಬೇಕು. ಇಂಥ ವರ್ಚಸ್ಸು ಆಕೆದೀಗ. ಶಾಂತಗೌಡ ಬಂದು ಕುಂತಮ್ಯಾಲೆ ರುದ್ರಮ್ಮ ಮಾತಾಡಲಿಲ್ಲ. ಮನೆಯೆಂಬೋ

ಮನೆ 'ಗೌವ್' ಅಂತು. ಆಗ ಒಬ್ಬೊಬ್ಬರೆ ಎದ್ದು ಹೊರಗೆ ಬಂದರು. ದುರುಗನಿಗೆ ಅಂಜಿಕೆಯಾಯಿತು... 'ದುರುಗಪ್ಪ' ಅಂದಳು ಅಮ್ಮ.

'ಯವ್ವೊ.... ಯವ್ವಾ.....' ಅಂದ, ಮಿಟ್ಟಿ ಬಿದ್ದು.

'ಬೇಸಿದ್ದೇನು ? ಯಾಕ ಮೆತ್ತಗಾದಂಗ ಕಾಣ್ತದ ?'

'ಇಲ್ಲ ತಾಯಿ, ಬೇಸೀನಿ..... ನಿನ್ನ ನೆಳ್ಳಾಗ.....' ಅಂದ, ನಿಂತಲ್ಲೆ ಚಡಪಡಿಸಿ.

'ನೀನು ನಮ್ಮವುನು. ತಣ್ಣಗಿರು. ಸಾಯತನ್ಕ ಬೇಸಿರು, ಏನ.....' ಅಂದು ಎದ್ದಳು. ಶಾಂತಗೌಡ ಎದ್ದ. ಆಕೆ ತಮ್ಮನನ್ನು ಮಾಳಿಗೆ ಮನೆಗೆ ಕರಕೊಂಡು ಬಂದಳು. ಅಲ್ಲಿ ರುದ್ರಮ್ಮನ ಹಿತ್ತೈಸಿ ನಾಗಮ್ಮ ಕುಂತಿದ್ದಳು. ಈ ಸುತ್ತಿಗೆಲ್ಲ ಆಕೆ ಶರಣೆನಾಗಮ್ಮ ಎಂದೇ ಕರೆಸಿಕೊಂಡಿದ್ದಳು. ರುದ್ರಮ್ಮನ ವರ್ಚಸ್ಸು ಹೆಚ್ಚಿದ ಮ್ಯಾಲೆ ಆಕೆ ಇಲ್ಲಿ ಬಂದು ಸೇರಿದ್ದಳು. ರುದ್ರಮ್ಮ ಆಕೆಯ ಮಾತಿನಂತೆ ನಡಿತಿದ್ದಳು. ಶಾಂತಗೌಡ ಆಕೆಯ ಪಾದಕ್ಕೆ ಸಣಮಾಡಿದ. 'ಶಾಂತಪ್ಪ, ದುರುಗ ಬದಿಕ್ಕೊಂಡು ನಮ್ಮಲ್ಲಿರ್‍ಲಿ. ಅವುನಿಗೆ ತ್ರಾಸು ಮಾಡದು ಬ್ಯಾಡ. ಚೆನ್ನಗ ನಾನೇ ಹೇಳಿ ಕಳಿಸಿದ್ದೆ 'ನಮ್ಮ ತಂಟೆಗೆ ಬರಬ್ಯಾಡ. ಬೇಕಾದ್ರ ನೀನು ಬಯಸಿದ ಹೆಣ್ಣುನ್ನ ತಂದು ನಾನೇ ಮಾಡ್ತೀನಿ. ಯಾಕಂದ್ರ ನೀನು ನಮ್ಮ ದುರುಗನ ಮಗ. ಅದ್ಕಂತ ಹೇಳ್ತೀನಿ' ಅಂತ. ಅವುನು, 'ನೀವ್ಯಾರು ನನ್ನ ಮದಿವಿ ಮಾಡಲಿಕ್ಕೆ? ಬೇಕಾದ್ರೆ ಅಕ್ಕಮ್ಮ ನನ್ನ ಮಾಡ್ಕೆಂತೀನಿ ಅಂದಾಳಲ್ಲ. ನಿಂತು ಮಾಡ್ರಿ' ಅಂತ ಅಂದನಂತ. ಶಾಂತಪ್ಪ, ಸುದ್ದಿ ನಾಕಮಂದಿ ಬಾಯಿಗೆ ಹೋಗದು ಬ್ಯಾಡ! ಪಾಪ.... ಅಕ್ಕಮ್ಮ ಏನೋ ಮನಸುಕೊಟ್ಟಾಳ! ಅದಕ್ಕೇನು ತಿಳಿತಾದ? ನಮ್ಮ ಮರ್ಯಾದಿ, ಮನೆತನದ ಗೌರವವನ್ನ ನಾವು ಕಾಪಾಡಿಕೊಳ್ಳಬೇಕು. ನೋಡು, ಇದನ್ನು ಬೆಳಸದು ನನಗಿಷ್ಟಯಿಲ್ಲ. ಈ ವಾರಾದಾಗ ಅವುನು ಊರಿಗೆ ಬರ್‍ತಾನ. ಕಾದುಕೊಂಡು ನೋಡಿ ನನ್ಗ ಬಂದು ಹೇಳು. ಚೆನ್ನನನ್ನ ಕಡಿಸಿ, ಸಣ್ಣಾಗಿ ಕಡಿಸಿ ತುಂಗಮ್ಮನಲ್ಲಿ ಚಲ್ಲಿಸಿ ಬಿಡ್ತೀನಿ! ಏನ? ಆ ಮ್ಯಾಲೆ ಜಲ್ದಿ ಅಕ್ಕಮ್ಮನ್ನ ಈ ಮನೆಗೆ ಸೊಸೆಯನ್ನಾಗಿ ಮಾಡ್ಕೋತೀನಿ. ನೀನು ಇವತ್ತು ಊರಿಗೆ ಹೋಗಿಬುಡು. ಚೆನ್ನ ಬಂದ್ರ ನನ್ಗ ಸುದ್ದಿ ತಿಳುಸು' ಅಂದ, ರುದ್ರಮ್ಮ ಎದ್ದಳು. ಶಾಂತಗೌಡ ಭಯಂಕರ ಭಯದಲ್ಲಿಯೂ ಹಿಗ್ಗಿದ! ಮೈ ತುಂಬಿ ಉಸುರಾಡಿದ!

ಇದಕೇಳಿ ನಾಗಮ್ಮ ಹೌಹಾರಿ, 'ರುದ್ರಮ್ಮ ದುಡುಕದು ಬ್ಯಾಡವ್ವ!' ಅಂದಳು.

'ಅಮ್ಮ ನನ್ನ ಮಾರಿಗೆ ಮಸಿ ಬಳಿವ ಗಂಡಸು ಇರಬಾರದು! ನಾನು ಬದಿಕಿರುವ ತನಕ! ಚೆನ್ನ ಮಾದಿಗ. ಅಂದ್ರೂ ಅವುನು ಧೈರ್ಯವಂತನೇ ಸರಿ! ಆದ್ರೆ ನನ್ನ ಗತಿ ?' ಅಂತ ತಣ್ಣಗ ಅಂದಳು. ಮತ್ತೆ ಯಾರಿಗೂ ಮಾತು ಏಳಲಿಲ್ಲ!

ಸಲಪೊತ್ತು ಬಿಟ್ಟು ರುದ್ರಮ್ಮ 'ಶಾಂತಪ್ಪ, ನೀನು ಊರಿಗೆ ಹೋಗು. ಹೋಗುವಾಗ ಅಕ್ಕಮ್ಮನ್ನ ಮಾತಾಡಿಸಿ ಹೋಗು' ಅಂದಳು. ಶಾಂತಗೌಡ ಮಗಳು ಅಕ್ಕಮಹಾದೇವಿ ಮಲಗಿದ್ದ ಕೋಣೆಗೆ ಬಂದ.

'ಯಾವಾಗ ಬಂದೆಪ್ಪ' ಅಂತ ಹಿಗ್ಗಿ ಕೇಳಿದಳು. ಆಕೆಗೆ ತಂದೆನ್ನ ಕಂಡು ಖುಷಿಯಾಯಿತು. ಶಾಂತಗೌಡ ಕಣ್ಣು ತುಂಬ ನೋಡಿದ. ತೆಳ್ಳಗೆ, ಬೆಳ್ಳಗೆ, ಎತ್ತರದ

ನಿಲುವಿನ ಮಗಳನ್ನು ನೋಡಿ, ಹೆಣ್ತೀನ್ನ ನೆನೆಸಿಕೊಂಡು, 'ಈಗ ಬಂದ್ನೆವ್ವ. ಬೇಸಿದ್ದೆಲ್ಲ.....' ಅಂತ ತಲಿಮ್ಯಾಗ ಕೈಯಿಟ್ಟ.

'ಅಪ್ಪ, ನಾನು ನಿನ್ನಿಂದ ಊರಿಗೆ ಬರ್ತೀನಿ, ಕೂಡಿ ಹೋಗಮು' ಅಂದಳು ಗಟ್ಟಿ ದನಿಯಲ್ಲಿ.

'ಯಾವದಕ್ಕ ಕಮ್ಮಿ ಆದವ್ವ ಈ ಮನ್ಯಾಗ.....? ನಾನೇ ಬಂದು ಬಂದು ಹೋಗ್ತಿನಲ್ಲ...'

'ನನಗ ಸಾಕು ಈ ಮನೆ! ನಾನು ನಮ್ಮ ಮನ್ಯಾಗ, ನಿನ್ನ ಜತಿಗೆ ಇರ್ತೀನಿ!'

ಶಾಂತಗೌಡಗ ಚಿಂತಿಯಾಯಿತು. ಅಕ್ಕನ ಮಗ, (ಅಕ್ಕಮ್ಮನನ್ನು ಮದುವೆಯಾಗುವವ) ಮೊಮ್ಮಕ್ಕಳು ಎಲ್ಲರೂ ಕೂಡಿ ರಾಯಚೂರಿನಲ್ಲಿ ಓದುತ್ತಿದ್ದರು. ರುದ್ರಮ್ಮನೇ ಅಕ್ಕಮಹಾದೇವಿಯನ್ನು ಕರೆಸಿ ಇಟ್ಟುಕೊಂಡು ಓದಿಸುತ್ತಿದ್ದಳು. ಹಂಪಮ್ಮ ಸತ್ತಮ್ಯಾಲಿಂದಲೂ ಮಗಳು ಇಲ್ಲಿಯೇ ಉಳಿದುಕೊಂಡಿದ್ದಳು. ಅಕ್ಕಮಹಾದೇವಿ ಓದುವ ಕಾಲೇಜಿಗೆ ಚೆನ್ನ ಪಾಠಮಾಡಲು ಸೇರಿಕೊಂಡ ಮೇಲಿಂದ ಅವರಿಬ್ಬರ ನಡುವೆ ಮಾತುಕತೆ ನಡದು ಈಗ ಒಂದಾಗಲು ನಿಂತಿದ್ದರು. ಅಕ್ಕಮಹಾದೇವಿಗೆ ಚೆನ್ನ ದುರುಗನ ಮಗ ಅಂಬೋದು ಈಗೀಗ ಗೊತ್ತು. ರುದ್ರಮ್ಮನಿಗೆ ಇದು ಗೊತ್ತಾಗಿದ್ದೇ ತಡ, ಸೊಸೆಗೆ ಏನೂ ಅನ್ನದೆ ಒಳಒಳಗೆ ಬಂದೋಬಸ್ತು ಮಾಡಲು ಯೋಚಿಸಿದ್ದಳು. ಶಾಂತಗೌಡ ಮಾತ್ರ ಇದಕೇಳಿ ದಿನಾಲು ಉರಿಯತೊಡಗಿದ್ದ!

'ಅಪ್ಪ, ನಾನೂ ಬರ್ತೀನಿ ಅಂದೆ.....! ನಿನ್ನ ಜತಿಗೆ ಮಾತಾಡುವದಿದೆ!' ಅಂದಳು.

'ಹೂಂನಮ್ಮ ಬರವಂತಿಗಿ. ಆದ್ರ ಇದ್ದಕ್ಕಿದ್ದಂಗ ತಯಾರಾಗಿ ಬಂದ್ರ ಅಕ್ಕ ಏನಂತಾಳೋ.....! ಅದ್ರಾಗ ಮಳಿ ಬ್ಯಾರೆ ಸುರುವಾದಂಗ ಕಾಣಸ್ತಾದ. ನೀನು ಬಸ್ಸು ಹಿಡಕಂಡು ಬರವಂತೀಗಿ. ನಾನು ಇವತ್ತು ಹೋಗಿ ನಾಳೆ ನಾಡದು ಬರ್ತೀನಿ. ಕೂಡಿ ಹೋಗಮು' ಅಂತಂದ.

'ನಾನು ದಾರಿ ನೋಡ್ತೀನಿ. ಬರ್ಲಿಲ್ಲಂದ್ರ... ನಾನೇ ಬಂದು ಬುಡ್ತೀನಿ' ಅಂದಳು. ಶಾಂತಗೌಡ ಒಪ್ಪಿಗೊಂಡು 'ಬೇಸಿರವ್ವ' ಅಂದು, ಕಣ್ತುಂಬ ನೋಡಿ, 'ಬರ್ತಿನವ್ವ' ಅಂತಂದು ಹೊರಗೆ ಬಂದ.

ಪಡಸಾಲೆಯಲ್ಲಿದ್ದ ಅಕ್ಕ 'ನಾ ಹೇಳಿದಂಗ ಮಾಡು' ಅಂತ ನೆನಪಿಸಿದಳು.

'ಹೂಂ' ಅಂದು ಹೊರ ಅಂಗಳಕ್ಕೆ ಬಂದ. ಅದೇ ಯಥಾರೀತಿ ಮಾಡ ಮುಚ್ಚಿ ಮಬ್ಬು ಕವಿದಿತ್ತು. ಹೊತ್ತು ಮುಣುಗಲು ತಾಸತ್ತು ಇರಬೇಕು ಅನಿಸಿ, 'ದುರುಗಾ' ಅಂತ ಕರೆದ. ಅಲ್ಲಿದ್ದ ನಾಕಾರು ಮಂದಿ ಎದ್ದುನಿಂತರು. ಒಬ್ಬ, 'ಯಪ್ಪ, ಈಗ ಇಲ್ಲೇಯಿದ್ದ. ನಾಗಮ್ಮವ್ವ ಕರೆದಳು. ಮ್ಯಾಗ ಹೋದ' ಅಂದ.

ಗಡಿಬಿಡಿಯಲ್ಲಿದ್ದ ಶಾಂತಗೌಡ, 'ನಾನು ಮೆಲ್ಲಕ ಹೋಗ್ತೀನಿ. ಅವುನಿಗೆ ಬಾ ಅಂತ ಹೇಳು. ತುಂಗಮ್ಮನ ದಂಡಿಗೆ' ಅಂತ ಹೇಳಿ ಕಾಲೆಳಕಂಡು ನಡೆದ.

ಶಾಂತಗೌಡ ಎಂಥದೋ ಗುಂಗಿನ್ಯಾಗ ಮುಳುಗಿ ತುಂಗಮ್ಮನ ದಂಡೆಗೆ ಬಂದು ನಿಂತ. ಇನ್ನ ಬರಲಿಲ್ಲ ಇವುನು ಅನಕಂಡು ಸುತ್ತಮುತ್ತ ನೋಡಿದ. ಮುಗುಲು

ಕರಿ ಮಾಡದಿಂದ ಮುಚ್ಚಿತ್ತು. ಪಡುವಣದಾಗ ಮುಗುಲು ನಿಚ್ಚಳ ಕಂಡಿತು. ಆದ್ರೆ ಸೂರಿಯು ಕಾಣಲಿಲ್ಲ, ಅಲ್ಲಿ ಬರೀ ಕೆಂಪು ತುಂಬತೊಡಗಿತ್ತು. 'ದುರುಗ ಯಾಕ ಬರಲಿಲ್ಲ.... ಜಲ್ದಿ ಹೋಗಬೇಕಂದ್ರ....' ಅಂತ ಚಡಪಡಿಸಿದ. ಸಿಟ್ಟಿನಿಂದ ಉಸುರಾಡಿದ. ದುರುಗ ಊರ ದಾರಿಯಿಂದ ಬುಡುಬುಡು ಓಡಿ ಬರ್ತಿದ್ದ. ಶಾಂತಗೌಡ ನೋಡುತ್ತಿದ್ದಂಗೆ ಬಗಲಾಕ ಬಂದ. ದುರುಗಗ ಉಸುರುಗಟ್ಟಿ ದಮ್ಮು ಹತ್ತಿದಂಗಾಗಿತ್ತು. ಆತನನ್ನು ನೋಡಲು ಭಯವಾಯ್ತು! ಬಂದವನೆ ಮಾತಿಲ್ಲ ಕತೆಯಿಲ್ಲ. ತುತುಗುಂಡೆಲೆ ಕುಂತ. ಅವುನು ಕುಂತ ಗತ್ತಿಗೆ, 'ಕುಂತ್ಗಪ್ಪೋ ಬಡಾನ' ಅಂತ ಗದರಿಸಿದಂಗಿತ್ತು. ಶಾಂತಗೌಡ ಹೆಗಲಮ್ಯಾಲ ಕುಂತ. ದುರುಗ ಬಡಕ್ಕನೆ ಎದ್ದು ದಾಪುಗಾಲು ಹಾಕುತ್ತ ಅವಸರದಿಂದ ಬುಡುಬುಡು ಓಡಲು ನೋಡಿದ! ಸತುವು ಸಾಲದಾಯ್ತು! ಆದರೂ ಓಡಲುತೊಡಗಿದ. 'ಮೆಲ್ಲಕಲೇ, ದೆವ್ವ ಬಡ್ಕಂಡಂಗ ಮಾಡಕತ್ತಿದ್ದೆಲ್ಲ' ಅಂತ ಗದಿರಿಸಿದ.

ದುರುಗನ ಹೆಜ್ಜೆಗಳಿಗೆ ಕಾವು ಬಂದಿತ್ತೋ ಅಂಬಂಗ ದುಡುದುಡು ತುಂಗಮ್ಮಗ ಇಳದ. ಮಾತಿಲ್ಲ ಕತೆಯಿಲ್ಲ. ಮ್ಯಾಲೆ ಮಳೆ ಆಗಿದ್ದಂಗಾದ.... ನೀರು ಬಂದಾವೊ ಅಂತ ದುರುಗನಿಗೆ ಒಂದು ಕ್ಷಣ ಅನಿಸಿದ್ರೂ, ಅವನ ಕ್ಯಾಲೇ ಅದರ ಕಡಿಗಿರಲಿಲ್ಲ.

'ಮೆಲ್ಕ.... ಮೆಲ್ಕಲೇ... ಕೆಡವಿಗಿ!' ಅಂತ ಶಾಂತಗೌಡ ಗದಿರಿಸಿದ. ಅವುನು ಕಲ್ಲುಬಂಡೆ ಕೊರಕಲಲ್ಲಿ ಸಾಗಿಬುಟ್ಟಿದ್ದ. ದಾರಿ ಹಿಡಿದಿದ್ದನೋ ಅವುನಿಗೆ ಗೊತ್ತಿದ್ದಿಲ್ಲ. ಪಡುವಣದಾಗ ಕರಿ ಮಾಡಗಳಿಗೆ ಸೂರಿಯನ ಕೆಂಪು ಬಣ್ಣ ತಗುಲಿ ಅವು ಕೆಂಡ ಕೆಂಡವಾಗಿ ವಿಕಾರವಾಗಿ ಕುಂತಿದ್ದವು. ದುರುಗ ಬುಳುಬುಳು ಅಂತಿದ್ದ ತುಂಗಮ್ಮನ ಮೈಮ್ಯಾಗ ಹೊಂಟಿದ್ದರೂ ಅವನ ಕ್ಯಾಲೇ ಬ್ಯಾರೆ ಕಡೆಗಿತ್ತು. ಶಾಂತಗೌಡ ಅದಕಂಡು ಭಯಗೊಂಡ. ಗಟ್ಟಿಯಾಗಿ 'ಲೇ ದುರ್ಗ್ಯಾ, ಮೆಲ್ಲಕ್ಕ ನಡೆಲೇ....' ಅಂದು ಗಟ್ಟಿಯಾಗಿ ಅವುನ ತಲೆ ಹಿಡಕಂಡ. ಸುತ್ತಮುತ್ತ ನೋಡಕ ಆಗ್ಲಿಲ್ಲ. ಬಿದ್ದೇನಂತ ಎದೆ ನಡುಗಿತು. ಬಿಗುದು ಕುಂತ. ದುರುಗ ಏನಂದರೂ ಮಾತಾಡಲಿಲ್ಲ. ವಾಪಾಸು ತಿರುಗಲೇ ಅಂತ ಕೂಗಿಕೊಂಡ. ದುರುಗ ಮಾತ್ರ ಮುಂದಕ ಹೆಜ್ಜೆ ತುಳಿತಿದ್ದ. ಅವುನಿಗೆ ತುಂಗಮ್ಮ ಕೆಂಪಗ ಕಂಡಳು. ಯಾಕಂತ ಸಲುಪೊತ್ತು ನಿಂತು ನೋಡಿದ. ಸೂರಿಯು ಮುಣುಗುವಲ್ಲಿ ಕೆಂಪನಮಾಡಗಳು ರಕುತದಾಗ ಅದ್ದಿದ್ಬಂಗ! ಅದು ಸಮುದ್ರ ಕಂಡಂಗಾಯ್ತು! ಸಮುದ್ರದಾಗ ಜ್ವಾಲಾಮುಖಿ ಸಿಡದಂಗ ಚಿತ್ರ ಕಂಡಿತು. ದುರುಗ ನಿಂತುಗಂಡಾಗ ವಾಪಾಸು ತಿರುಗತಾನಂತ ಅನಕಂಡಿದ್ದ ಶಾಂತಗೌಡ. ಆದ್ರೆ ದುರುಗ ಬಡಕ್ಕನೆ ಕೊರಕಲಾಗ ಇಳದು ದಾಪುಗಾಲು ಹಾಕಿದ. ನೀರು ಶಾಂತಗೌಡನ ಕಾಲಿಗೆ ಬಡುದವು. ಶಾಂತಗೌಡುಗ ಕಣ್ಣಿಗೆ ಕತ್ತಲು ಗವುದಂಗಾಯ್ತು. 'ನಿಂತ್ಗಳಲೇ' ಅಂದು ಕಾಲು ಜಾಡಿಸಿದ. ದುರುಗನಿಗೆ ಜೋಲಿ ಹೋತಿತ್ತೋ ಗಟ್ಟಿಗಿ ನಿಂತ್ಗಂಡ. 'ನನ್ನ ಎದ್ಯಾಗ ಇನ್ನೂ ಜೀವ ಐತಪ್ಪೋ' ಅಂದ ಅವುನು ಶಾಂತಗೌಡನ ತೊಡೆಗಳನ್ನು ಗಟ್ಟಿಯಾಗಿ ಹಿಡಕಂಡು ಹೆಜ್ಜೆಕಿತ್ತಿದ. ಅವರ ತಲಿಮ್ಯಾಗ ಎಂಥ ಎಂಥವೋ ಪಕ್ಷಿಗಳು ಒದರುತ್ತ ತಲಿಗೆ ಬಡಿಯಲು ಬಂದವು. ಶಾಂತಗೌಡ ತಡಿಲಾರದೆ ದುರುಗನ ತಲೆಗೆ ಜಜ್ಜತೊಡಗಿದ. ಜಾಡಿಸಿ ಬದೆಯಲು ನೋಡಿದ. ದುರುಗನಿಗೆ ನಾಗಮ್ಮ ನೆನಪಿಗೆ

ಬಂದಳು! ಏನೇನೋ ಹೇಳಿದಂಗ ಕೇಳಿಸಿದವು! ಅವುನಿಗೆ ಯಾವುದರ ಅರಿವಿಲ್ಲದಂಗ, ಹೆಜ್ಜೆ ಕಿತ್ತಿ ಕಿತ್ತಿ ಇಡುತ್ತಿದ್ದ. ದಾರಿ ತಪ್ಪಿತು! ಒಮ್ಮೆಲೇ ನೀರು ಎದೆಗೆ ಬಂದವು. 'ದುರುಗಾ....' ಅಂತ ಅಬ್ಬರಿಸಿದ. ಶಾಂತಗೌಡನ ಕೂಗು ತುಂಗಮ್ಮನ ಉದ್ದಗಲಕ್ಕೂ ಆಡರಿತು. 'ತಿರುಗಲೇ ಹಿಂದಕ' ಅಂತ ದುರುಗನ ತಲೆ ಹಿಡಕಂಡು ಜಜ್ಜಿದ! ದುರುಗನ ಹೆಜ್ಜೆ ತಪ್ಪಿತೋ ಅವುನು ಮುಗ್ಗರಿಸಿ ನೀರಿಗೆ ಬಿದ್ದುಬುಟ್ಟ! ಶಾಂತಗೌಡ ಮ್ಯಾಲಿಂದ ತತ್ತರಿಸಿ ದಪ್ಪಂತ ನೀರಿಗೆ ಬಿದ್ದನೋ..... 'ದುರುಗಾ'... ಅಂತ ಒದರಿದ.... 'ಯಪ್ಪೋ' .... ಅಂತ ಇವುನು ಅಂದ. ಒಬ್ಬರದು ಇನ್ನೊಬ್ಬರಿಗೆ ಕೇಳಿಸಲಿಲ್ಲ. ಅವುರು ಒಬ್ಬರಿಗೊಬ್ಬರು ತಗುಲಲಿಲ್ಲ.....

ಬರೀ ನೀರಿನ ಸಪ್ಪಳ.....! ಕೈಕಾಲು ಬಡದಂಗ.... ಸಪ್ಪಳ!

ತುಂಗಮ್ಮ ಬುಳು ಬುಳು ಅಂತ ಹರಿತಿದ್ದಳೋ....

ಆ ಮ್ಯಾಲೆ ಅದೇ ಸಪ್ಪಳ... ಆ ತುಂಗಮ್ಮನ ಉಡ್ಯಾಗ.... ಸಲುಪೊತ್ತು ಅದೇ ಅದೇ ಸಪ್ಪಳ!

24. ತೆರೆದುಕೊಳ್ಳುವ ಲೋಕ

- ಮಹಾಬಲಮೂರ್ತಿ ಕೊಡ್ಲೆಕೆರೆ

ಮಂಜನಿಗೆ ಎರಡು ಮನಸ್ಸಾಯಿತು.

ಒಂದು: ಘಟಸರ್ಪದಂತೆ ಹೆಡೆತೆರೆದ ಮುಂಬೈಯ ಬಾಯೊಳಗೆ ತೂರಿಕೊಂಡು ದತ್ತು ಮಾವನನ್ನು ಹುಡುಕಿ ತರುವುದು.

ಎರಡು: "ನಿನ್ನ ಬದುಕನ್ನೇ ಕುಲುಕಿ ಕುಲುಕಿ ಬೇರೆಯದೇ ಆಗಿ ರೂಪಾಂತರಿಸುವೆ ತಾಳು" ಎನ್ನುತ್ತ ಹುಬ್ಬಳ್ಳಿಯಿಂದ ಹೊತ್ತುತಂದ ಟ್ರೈನ್‌ನಲ್ಲಿಯೇ ತಿರುಗಿ ರಾತ್ರಿ ಹುಬ್ಬಳ್ಳಿಗೆ ವಾಪಾಸ್ಸಾಗುವುದು.

ಹಿಂತಿರುಗುವುದು ತೊಂದರೆಯೇನೂ ಆಗಲಾರದು. ಟ್ರೈನ್ ಚಾಲಕ ಬಸವರಾಜು ಪರಿಚಯುದವನು. ಹಿಂದೊಂದು ಸರ್ತಿ ಗೋಕರ್ಣಕ್ಕೆ ಬಂದಿದ್ದಾಗ ಮಂಜನಿಗೆ ಆತ ಪರಿಚಯವಾಗಿದ್ದ. ಗೋಕರ್ಣದ ಕಾಶೀಭಟ್ಟರ ಮನೆಯಲ್ಲಿ ಉಳಿದುಕೊಂಡಿದ್ದ. ಮಂಜನ ದೊಡ್ಡಾಯಿಯ ಮನೆ ಹಾಗೂ ಕಾಶೀಭಟ್ಟರ ಮನೆ ಅಕ್ಕಪಕ್ಕ. ಅನಂತ ನೋಂಪಿ ಹಬ್ಬದ ದಿನ ದೊಡ್ಡಾಯಿಯ ಮನೆಗೆ ಹೋದಾಗ ಮಂಜನಿಗೆ ಬಸವರಾಜುವಿನ ಪರಿಚಯುವಾಯ್ತು.

ಪ್ರಭಾವಳಿ ಕಟ್ಟುವಾಗ ದೊಡ್ಡಾಯಿಯ ಮೈದುನ ಸಣ್ಣ ಮಾಣಿಗೆ ಬಸವರಾಜು ಸಹಕರಿಸಿದ್ದ. ಉಪೇಂದ್ರ ಪೈ ಅಂಗಡಿಯಿಂದ ಬಣ್ಣದ ಕ್ರಾಫ್ಟ್‌ಶೀಟ್ ತಂದು ಕತ್ತರಿಯಿಂದ ಕತ್ತರಿಸಿ ಗಿಣಿ ಮೂತಿಯ ರೀತಿಯಲ್ಲಿ ವಿನ್ಯಾಸ ಹೊಂದಿಸಿ ಪರಪರೆ ಹಚ್ಚಿದ್ದ. ನಿರ್ವಾಣೇಶ್ವರ ಅಂಗಡಿಯಿಂದ ಬಣ್ಣದ ಬಲ್ಬುಗಳ ಮಾಲೆಯುನ್ನು ಅಚ್ಚುಕಟ್ಟಾಗಿ ಹೊಂದಿಸಿ ಇಡೀ ದೇವರ ಮಂಟಪವೇ ಚಕ್‌ಚಕ್ ಎಂದು ಬೆಳಕಿನಿಂದ ಕೋರೈಸಿತ್ತು.

ಅಂತೂ ಬಸವರಾಜು ಸಹಕರಿಸಿದ ವಿಷಯವೇ ಪ್ರಧಾನವಾಗಿ ದೇವರಿಗೆ ಮಾಡಿದ ಪ್ರಭಾವಳಿಯ ವಿನ್ಯಾಸ ಹಬ್ಬಕ್ಕೆ ಬಂದವರನ್ನೆಲ್ಲ ಆಕರ್ಷಿಸಿತ್ತು.

ಬಸವರಾಜುವಿನ ತಂದೆಯ ಸಹೋದರಿಯ ಮಗನೊಬ್ಬ ಮುಧೋಳದ ಸಮೀಪ ಹಳ್ಳಿಯೊಂದರಲ್ಲಿ ಹಾವು ಕಚ್ಚಿ ಸತ್ತ ಘಳಿಗೆ ಒಳ್ಳೆಯದಾಗಿಲ್ಲದ್ದರಿಂದ ಗೋಕರ್ಣದಲ್ಲಿ ನಾರಾಯಣ ಬಲಿ ಆಗಬೇಕು ಎಂದು ಯಾರೋ ಶಾಸ್ತ್ರ ಹೇಳಿದ್ದರಂತೆ. ಇದರ ಜವಾಬ್ದಾರಿ ಬಸವರಾಜುವಿಗೇ ಬಿದ್ದು ಗೋಕರ್ಣಕ್ಕೆ ಬಂದಿದ್ದ.

ಮಂಜ ಬಸವರಾಜುವಿಗಿಂತ ಏಳೆಂಟು ವರ್ಷ ಚಿಕ್ಕವನಾಗಿದ್ದರೂ ಆತನಿಗೆ

ಇವನೇ ಹತ್ತಿರದವನಾದ. ಅವನಿಗೆ ಇಡೀ ಗೋಕರ್ಣವನ್ನು ಸುತ್ತು ಹೊಡೆಸಿದ್ದ. ಕಲಕಲೇಶ್ವರ ಗುಡ್ಡವನ್ನೇರಿ ದೂರದ ಸಮುದ್ರದ ನೀಲಾಚ್ಛಾದಿತ ರಮಣೀಯ ದೃಶ್ಯವನ್ನು ಬಸವರಾಜು ಕಂಡ ಮೇಲಂತೂ ಬಯಲಾಟದ ಪದಗಳನ್ನು ದೊಡ್ಡದಾಗಿ ಹೇಳುತ್ತ ಆವೇಶ ಬಂದಂತೆ ಕುಣಿದಾಗ, ಬಹುಶಃ ಅವನಿಗೆ ಹುಚ್ಚೇ ಹಿಡಿಯಿತೇನೋ ಎಂದುಕೊಂಡು ಹೆದರಿಕೆಯಿಂದ ಓಡಿ ಹೋಗುವ ಮನಸ್ಸಾಗಿತ್ತು ಮಂಜನಿಗೆ. ಗಣಪಜ್ಜ ಹೇಳಿದ ಕತೆಯಲ್ಲಿ ಬರುವ ಕಲಕಲೇಶ್ವರ ಗುಡ್ಡದ ಶಾಪಗ್ರಸ್ತ ಅಪ್ಸರೆಯರು ಮಂಜನ ನೆನಪಿಗೆ ಬಂದು ಕಂಪಿಸಿದ್ದ.

ಅಪ್ಸರೆಯರ ಕತೆಯನ್ನು ಗಣಪಜ್ಜನಷ್ಟು ಮಜಬೂತಾಗಿ ಹೇಳಲು ಯಾರಿಗೂ ಸಾಧ್ಯವಿಲ್ಲ ಎಂದೇ ಮಂಜನ ಭಾವನೆ. ಚಿಕ್ಕಂದಿನಿಂದಲೂ ಸಾವಿರ ಕತೆಗಳನ್ನಾದರೂ ಅವನಿಂದ ಕೇಳಿರಬಹುದು ಮಂಜ. ಗಣಪಜ್ಜ ಕತೆ ಹೇಳಿದ ಎಂದರೆ ಇಂದ್ರನಗರಿಯೇ ಮೈತಳೆದು ಝಗಝಗಿಸುತ್ತದೆ. ರಾಕ್ಷಸರು ಕತೆಯಲ್ಲಿ ಬಂದರೆ ಗಣಪಜ್ಜನೇ ರಾಕ್ಷಸನಾಗಿ ಆರ್ಭಟಿಸುತ್ತಾನೆ. ಸುಂದರಿಯೊಬ್ಬಳು ಬಂದರೆ ಗಣಪಜ್ಜನೇ ಸುಂದರಿಯಂತೆ ಮೈಕೈ ಮಾಡಿ ಕುಣಿದಾಡುತ್ತಾನೆ. ಎಲೆ, ಅಡಿಕೆ, ಹೊಗೆಸೊಪ್ಪು ತಂಬಳದಿಂದ ಕೆಂಪಾದ ಹಲ್ಲುಗಳನ್ನು ಕಿರಿಯುತ್ತ, ಕುರುಚಲು ಗಡ್ಡ ಕುಣಿಸುತ್ತ, ಜುಟ್ಟು ಆಡಿಸುತ್ತ ವಿಚಿತ್ರ ಅಂಗಸೌಷ್ಠವದಿಂದ ಗಣಪಜ್ಜ ವಿಚಿತ್ರವಾಗಿ ಕಂಡರೂ ಹೇಳುವ ಕತೆಗಳನ್ನು ಕೆಡಿಸುತ್ತಿರಲಿಲ್ಲ.

ಕತೆಯಲ್ಲಿ ಬರುವ ಕೋಮಲ ಅಂಗಾಂಗಗಳ ರಾಜಕುಮಾರ ಎಲ್ಲಿಯೂ ಚ್ಯುತಿಗೊಳ್ಳದೆ ಸುಂದರವಾಗಿಯೇ ಇರುತ್ತಿದ್ದ. ವಿಕೃತ ರೂಪದ ಗಣಪಜ್ಜ ಕರಗಿ, ಮನ್ಮಥ ರೂಪದ ರಾಜಕುಮಾರನೇ ಮೈತಳೆದಂತಿರುತ್ತಿತ್ತು, ಗಣಪಜ್ಜನ ಸ್ವಾರಸ್ಯ ತುಂಬಿದ ಕಥನ ಶೈಲಿಯಲ್ಲಿ. ಕೈಲಾಸದಿಂದ ಲಂಕೆಗೆಂದು ಹೊತ್ತು ತಂದ ಅವನ ಆತ್ಮಲಿಂಗವನ್ನು ಗಣಪತಿಯ ಕೈಗೆ ರವಾನಿಸಿದ ರಾವಣ ಕೊನೆಯಲ್ಲಿ ಗಣಪತಿಯಿಂದ ಬೇಸ್ತುಬಿದ್ದಿದ್ದನ್ನು ಕಂಡು ದೇವತೆಗಳು ನಕ್ಕಿದ್ದ ಗುಡ್ಡವೇ ಕಲಕಲೇಶ್ವರ ಗುಡ್ಡವಾಯಿತಂತೆ. ಈ ಕತೆ ಹೇಳಿದ್ದು ಗಣಪಜ್ಜನೇ. ಕತೆ ಹೇಳುತ್ತ ಗಣಪಜ್ಜನೂ ಕಲಕಲ ಅಂತ ನಕ್ಕಿದ್ದ. ಈ ಭರಾಟೆಯಲ್ಲಿ ಆತನ ಉಡಿದಾರದ ವ್ಯಾಪ್ತಿ ಮೀರಿ, ಪಂಚೆ ಕೆಳಕ್ಕೆ ಜಾರಿ ಪತಾಕೆಯಂತೆ ಪಟಪಟ ಹಾರಿತ್ತು. ಈ ದೃಶ್ಯವನ್ನು ಕಂಡ ಮಂಜನ ತಂಗಿ ರೇಣು ಕಿಲಕಿಲ ಅಂತ ನಕ್ಕಿದ್ದಳು. ಇದರಿಂದಾಗಿ ಸಿಟ್ಟುಗೊಂಡ ಗಣಪಜ್ಜ "ಏಯ್ ರಂಡೆ, ನೀ ನಗೆಯಾಡಡ, ಆ ಅಪ್ಸರೆ ಮುಂಡೇವೂ ಹೀಗೇ ನಗೆಯಾಡಿದ್ವೊ, ಇಂದ್ರ ಶಾಪ ಕೊಟ್ಟ ಅವಕ್ಕೆಲ್ಲ. ಈಗ ಅವು ಅವ್ರ ಗಂಡಂದಿರನ್ನು ಬಿಟ್ಕೊಂಡು ಬಂದು ಈ ಕಲಕಲೇಶ್ವರ ಗುಡ್ಡದ ಸುತ್ತಾ ಅಲೆದಾಡ್ಕಂಡು ಇದ್ವೊ, ನೀನು ನಗೆಯಾಡಿದರೆ ನಿಂಗೂ ಶಾಪ ಕೊಡ್ತೆ ನೋಡು" ಎನ್ನುತ್ತ ರೇಗಾಡಿದ್ದ. ರೇಣು ಹೆದರಿದ್ದಳು ಆಗ. ನಂತರ ಗಣಪಜ್ಜನೇ ಸಮಾಧಾನ ಮಾಡಬೇಕಾಗಿ ಬಂತು.

ಇದರಿಂದಾಗಿ, ಕಲಕಲೇಶ್ವರ ಗುಡ್ಡಕ್ಕೆ ಬಸವರಾಜುವಿನ ಜತೆ ಮಂಜ ಹೋಗಿದ್ದಾಗ ಶಾಪಗ್ರಸ್ತ ಅಪ್ಸರೆಯರ ನೆನಪುಕ್ಕಿ ಬಂದಿತು. ಹಾಗೆಂದು ಬಸವರಾಜುವಿನ ಜತೆ ಬಾಯಿ ಬಿಟ್ಟಿರಲಿಲ್ಲ. ಬಸವರಾಜು ಆಯಾಸಗೊಂಡಂತಿದ್ದ. ದೂರದ ಸಮುದ್ರವನ್ನೇ

ದಿಟ್ಟಿಸಿ ನೋಡುತ್ತಿದ್ದ. ತೇಲಿ ಹೋಗುತ್ತಿದ್ದ ನೌಕೆಯನ್ನು ಅಷ್ಟೊಂದು ದೀರ್ಘವಾಗಿ ಬಸವರಾಜು ನೋಡುತ್ತಿದ್ದನೋ ಅಥವಾ ಇಡೀ ಸಮುದ್ರವನ್ನೇ ಇಡಿಯಾಗಿ ಕಣ್ಣುಗಳೊಳಗೆ ತುಂಬಿಕೊಂಡಿದ್ದನೊ ಮಂಜನಿಗೆ ಅರ್ಥವಾಗಲಿಲ್ಲ. ಆದರೂ ಬಸವರಾಜು ತಾನಿರದ ಲೋಕವೊಂದನ್ನು ತನ್ನ ಸುತ್ತಲೂ ನಿರ್ಮಿಸಿಕೊಂಡು ನೆನಪಿನ ಸುಳಿಯಲ್ಲಿ ತೇಲಾಡುತ್ತಿದ್ದಾನೆ ಎಂಬುದು ಸತ್ಯ ಎಂದು ಮಂಜ ತಿಳಿದುಕೊಂಡ. ಅವನ ಲೋಕದೊಳಗೆ ತಾನು ಇಣುಕದೆ ಅವನನ್ನು ಅವನ ಪ್ರಪಂಚದೊಳಗೇ ಇರುವಂತೆ ನೋಡಿಕೊಂಡಿದ್ದ. ಮೌನ ತುಂಬಿಕೊಂಡಿತ್ತು, ಎಷ್ಟೋ ಹೊತ್ತಿನ ತನಕ. ಯಾವ ನೆನಪು ಎಳೆ ಎಳೆಯಾಗಿ ಬಾಧಿಸಿದವೋ ಅವನನ್ನು.

* * * *

ಈ ಮೌನಗಳ ನಿರ್ಮಾಣ ಮಂಜನಿಗೆ ಸದಾ ಆಶ್ಚರ್ಯವನ್ನು ತರುತ್ತಿರುತ್ತದೆ. ಗಣಪಜ್ಜನ ಸಾವು ಕೂಡ ಹುಟ್ಟಿಸಿದ ಮೌನದ ನಿಗೂಢದೊಳಗೆ ದೊಡ್ಡ ಕತೆಯನ್ನೇ ಬಿಡಿಸಿ ಹೇಳಿತ್ತು.... ಒಂದು ದಿನ.

ಹೌದು ! ಒಂದು ದಿನ ಇದ್ದಕ್ಕಿದ್ದಂತೆ ಗಣಪಜ್ಜ ಸತ್ತುಹೋದ ಸುದ್ದಿ. ಈ ಸುದ್ದಿಯ ಒಳ ಹೊರಗನ್ನೆಲ್ಲ ಬಹಿರಂಗಗೊಳಿಸದ ಹಾಗೆ ಮನೆಯಲ್ಲಿನ ಮೌನ. ಮಂಜನ ತಂದೆಯ ಸುತ್ತುಬಳಸಿದ ಚಿಕ್ಕಪ್ಪನಾಗಬೇಕು ಕತೆ ಹೇಳುವ ಗಣಪಜ್ಜ. ಹಾಗೆ ನೋಡಿದರೆ ಸದಾ ದಾಯಾದಿಗಳ ವ್ಯಾಜ್ಯದಿಂದಲೇ ತುಂಬಿಕೊಂಡಿರುವ ಗಣಪಜ್ಜನ ಮನೆ ಮೇಲಿನ ಕೇರಿಯಲ್ಲಿದೆ. ಹಾರು ಮಾಸ್ಕೇರಿಯಲ್ಲಿ ಬಾಗಾಯ್ತುವಿದ್ದ ಎಂಟು ಎಕರೆ ಜಮೀನನ್ನು ಸ್ಥಳೀಯರೊಬ್ಬರಿಗೆ ಕೇವಲ ಹತ್ತು ಸಾವಿರ ರೂಪಾಯಿಗಳಿಗೆ ಮಾರಿ ಹಣವನ್ನು ಬ್ಯಾಂಕ್ ಒಂದರಲ್ಲಿ ಇರಿಸಿದ್ದ. ವ್ಯಾಜ್ಯದಲ್ಲಿದ್ದುದರಿಂದ ತನ್ನ ಮನೆಯಲ್ಲಿ ವಾಸಿಸಲಾಗದ ಗಣಪಜ್ಜ, ಮಂಜನ ತಂದೆಯ ಬಳಿ "ಬ್ಯಾಂಕಿನಲ್ಲಿಟ್ಟ ಹಣವೆಲ್ಲ ನಿನಗೇ ನೋಡು ಮಾರಾಯ, ನಾನು ಸಾಯುವ ತನಕ ನಿನ್ನ ಸಂಗಡವೇ ಇದ್ದುಬಿಡುವೆ" ಎಂದು ಒಂದು ದಿನ ಕೇಳಿಕೊಂಡನಂತೆ.

"ನೀನು ಹಣ ನೀಡಿ ಬರುವ ಅವಶ್ಯಕತೆ ಇಲ್ಲ. ನನ್ನ ಮನೆಯಲ್ಲಿ ನೀನು ಜಾಸ್ತಿ ಎಂದು ಹೇಳುವುದಿಲ್ಲ. ನಾವೇನು ಉಣ್ಣುವೆವೋ ಅದರಲ್ಲಿಯೇ ನಿನಗೂ ನೀಡುವುದು ನನಗೆ ತೊಂದರೆ ಏನಲ್ಲ, ಬಂದುಬಿಡು" ಎಂದು ಮಂಜನ ಅಪ್ಪ ಧೈರ್ಯ ನುಡಿದು ಗಣಪಜ್ಜನನ್ನು ಮನೆಗೆ ಕರೆದುಕೊಂಡು ಬಂದಿದ್ದ. ಮಂಜನಿಗೆ ಈ ಘಟನೆ ನೆನಪಿದೆ.

ಮಂಜನಿಗೆ ಆಗಿನ್ನೂ ಐದು ವರ್ಷ. ಮಂಜನ ಮನೆಯಲ್ಲೇ ಇನ್ನು ವಾಸಿಸುವುದು ಎಂದು ನಿರ್ಧರಿಸಿ ತನ್ನ ಗಂಟು ಮೂಟೆಯೊಂದಿಗೆ ಬಂದಿದ್ದ ಗಣಪಜ್ಜ, ಮನೆಯೊಳಗೆ ಬಂದವನೇ ನೇರವಾಗಿ ದೇವರ ಕೋಣೆಗೆ ಹೋಗಿ ನಮಸ್ಕರಿಸಿ ಗೊಳೋ ಅಂತ ಅತ್ತ ದೃಶ್ಯವನ್ನು ಮಂಜ ಮರೆಯಲಾರ. ಮಂಜನ ಆಯಿ, ಅಪ್ಪ ಗಣಪಜ್ಜನನ್ನು ಸಂತೈಸಬೇಕಾದರೆ ಸಾಕೋ ಸಾಕಾಗಿತ್ತು.

ಎಂಥದೋ ಭಾವುಕತೆ ಗಣಪಜ್ಜನನ್ನು ಕಾಡಿರಬೇಕು ಅಂದು. ಮಂಜನ ಮನೆಗೆ

ತಾನು ನಿರ್ಗತಿಕನಾಗಿ ಬಂದೆನೊ, ಅಸಹಾಯಕನಾಗಿ ಬಂದೆನೊ, ಅಂತೂ ಏನಾಗಿ ಬಂದೆನೊ ಎಂದು ಯೋಚಿಸುತ್ತ, ಅಂತೂ ಇಳಿವಯಸ್ಸಿನಲ್ಲಿ ಒದಗಿದ ಆಸರೆಗೆ ಬಂದ, ನಿರುಂಬಳತೆ ತಂದ ಕಣ್ಣೀರೂ ಆಗಿರಬಹುದು ಅದು.

ಊರಲ್ಲಿ ವೈದಿಕಕ್ಕೆ ಕರೆದಾಗ ಹೋಗುತ್ತಿದ್ದ ಗಣಪಜ್ಜ ಬಂದ ಆದಾಯದಲ್ಲಿ ಅಕ್ಕಿ, ಕಾಯಿ, ಪಂಚೆ, ವಸ್ತ್ರ, ತಂಬಿಗೆ ಇಂಥವನ್ನೆಲ್ಲ ಮಂಜನ ಮನೆಗೇ ಕೊಟ್ಟುಬಿಡುತ್ತಿದ್ದ. ಬಂದ ದಕ್ಷಿಣೆಯನ್ನು ಮಾತ್ರ ಬ್ಯಾಂಕಲ್ಲಿ ಕಟ್ಟುತ್ತಿದ್ದ. ನೀನು ಇವನ್ನೆಲ್ಲ ಕೊಡಬೇಕು ಎಂದು ಮಂಜನ ತಂದೆ ಗಣಪಜ್ಜನಿಗೆ ಯಾವತ್ತೂ ಹೇಳಿಲ್ಲ.

ಸಾಯಲು ಎರಡು ತಿಂಗಳ ಹಿಂದೆ ಗಣಪಜ್ಜ ಮಂಜನ ತಂದೆಯನ್ನು ಜಗಲಿಯ ಮೂಲೆಗೆ ಕರೆದು, "ಶಂಕರ, ನನಗೂ ನನ್ನ ಬಗೆಗೆ ಇದೇ ಅಂತ ತಿಳೂಲೆ ಆಗ್ತಾ ಇಲ್ಲೆ ಮಾರಾಯಾ, ನೋಡ್ತಾ ನೋಡ್ತಾ ಇಪ್ಪಾಗ್ಲೇ ಎಪ್ಪತ್ತೈದು ಆಗೋತು. ಇನ್ನು ಹೆಚ್ಚು ದಿನ ಬದಕ್ತೆ ಅಂತ ಅನಸ್ತಾನೇ ಇಲ್ಲೆ. ಓಡಾಡ್ತ ಇಪ್ಪಾಗ್ಲೆ ಆ ಮಾಬ್ಲೇಶ್ವರ ನನ್ನನ್ನೊಂದು ಕರಕೊಂಡು ಹೋದಾ ಅಂತಾದ್ರೆ ಬಹಳ ಚಲೋ ನೋಡು. ಮೊನ್ನೆ ಬ್ಯಾಂಕಿಗೆ ಹೋಗಿ ಎಲ್ಲಾ ಲೆಕ್ಕಾಚಾರ ಮಾಡ್ದಾಗ ಮೇನೇಜರ್ರು ಹೇಳಿದ್ರು, ನನ್ನ ಹೆಸ್ರಲ್ಲಿ ಒಟ್ಟು ಅರವತ್ತು ಸಾವಿರ ಆಜು ಹೇಳಿ. ಅದ್ನೆಲ್ಲಾ ನಿನ್ನ ಹೆಸರಲ್ಲಿ ಮಾಡಿಕ್ ಬಂದೀಕೀದೆ. ನಾ ಸತ್ತ ಮೇಲೆ ದಯಮಾಡಿ ಅದನ್ನೆಲ್ಲ ನೀನೇ ತಗಂಬಿಡು" ಎಂದು ಹೇಳಿದಾಗ ಮಂಜನ ತಂದೆಯೂ ಗದ್ಗದಿತನಾಗಿದ್ದ.

"ಗಣಪಪ್ಪಚ್ಚಿ... ಎಂತಕೆ ನೀನು ಹೀಂಗೆ ಮಾತಾಡ್ತಾ ಇದ್ಯೋ ಅರ್ಥಾನೇ ಆಗ್ತಾ ಇಲ್ಲೆ.... ದಯಮಾಡಿ ಸಾಯೂ ಮಾತು ಆಡಡ" ಎಂದು ಗದ್ಗದಿತನಾಗಿ ನುಡಿದಿದ್ದ.

ಇಷ್ಟಿದ್ದರೂ ಬಿಡದೆ ಗಣಪಜ್ಜ ದೈನ್ಯವಾಗಿ "ಶಂಕರ... ಶಂಕರ ನನ್ಗೆ ಯಾರು ಇದ್ದೊ ಹೇಳು. ಇರೋ ಒಬ್ನೆ ಮಗನೂ ಹಾಂಗೆ ಹೀಂಗೆ ಹೇಳ್ತಾ ಎಲ್ಲಿಗೋ ಓಡಿಹೋದ. ಮಕ್ಕಿಗದ್ದೆ ಪಾರ್ವತಿ ಮಗಳ್ನ ತಾನು ಮದುವೆ ಮಾಡ್ಕಂಬವ್ನೇಯು ಅಂತ ಗ್ಯಾರಂಟಿ ಹೇಳಿದ್ರೆ ನಾನೇ ಸ್ವಂತ ನಿಂತು ಮದ್ವೆ ಮಾಡಿಸ್ತಿದ್ದೆ. ಆದ್ರೆ ಅದೆಲ್ಲಾ ಯಾರಿಗೆ ಗೊತ್ತಿದ್ದು ? ಆ ಕೂಸು ಇಂವಾ ತನ್ನ ಬದ್ಕು ಹಾಳುಮಾಡ್ತಾ ಅಂದ್ಕೊಂಡು ಬಾವೀನೇ ಹಾರಿಬಿಡ್ತು. ಪೊಲೀಸ್ ಸ್ಟೇಷನ್ನಲ್ಲೇ ನನಗೆ ತಿಳಿದದ್ದು ಆ ಕೂಸು ಇಂವಾ ಮಾಡ್ದ ಬಸರು ಹೊತ್ಕಂಡು ಆರು ತಿಂಗಳಾಗಿತ್ತು ಅಂತ.

"ನನ್ನ ಹೆಂಡ್ತಿನಾದ್ರೂ ಬದುಕಿದ್ದಿದ್ದರೆ.... ಈ ಬದುಕಿಗೊಂದು ಅರ್ಥಾನಾದ್ರೂ ಇರ್ತಿತ್ತು. ಮುಖಾ ಮುಚ್ಕಂಡು ಓಡಿಹೋಗೋ ಮಗನ್ನ ಹಡ್ದು ನನ್ ಕೈಗೆ ಹಾಕಿಕ್ಕಿ ಇದೂ ಸತ್ತೋತು. ನಾನು ಏನು ಮಾಡಕ್ಕಾಗಿತ್ತು ಹೇಳು. ಇವನ್ನ ಬೆಳೆಸೂ ಜವಾಬ್ದಾರಿ ನನ್ನ ಕೈಗೆ ಹಾಕಿಕ್ಕಿ ಅವಳು ಹೋಗೇಬಿಟ್ಳು. ಅದಿರ್ದೆ ಇವನ್ನ ಬೆಳೆಸಿದೆ ನೋಡು. ಅವನು ಗೊತ್ತುಗುರಿ ಇರದೆ ಎಲ್ಲಿಗೋ ಓಡಿಹೋದ.

"ನಾನಂತೂ ಮಾಬ್ಲೇಶ್ವರನ ದಯದಿಂದ ಇಷ್ಟು ದಿನ ಕಳೆದೆ. ಇನ್ನು ನನ್ನ ದಿನಾ ಮುಗೀತಾ ಬಂತು ಅಂತ ಅನಸ್ತಾ ಇದ್ದು. ಆ ನನ್ನ ಮನೇಲಿ ನಾನು ದಿನಾನೂ ದೀಪಾ ಹಚ್ಕಂಡು ಒಳಿಯಕಾಗಿತ್ತು. ಆದ್ರೆ ಆ ಭಾಗ್ಯ ನಾ ಪಡಕಂಡು ಬಂಜ್ನಿಲ್ಲೆ. ಕೋರ್ಟು, ವ್ಯಾಜ್ಯ ಅಂತ ನನ್ನ ಜೀವಮಾನವಿಡೀ ಆ ಮನೆ ದೂರಾನೇ ಆಗೋತು.

ಈಗ್ಲಾದ್ರೂ ಅದು ಕೋರ್ಟ್ ಆರ್ಡರ್ನಲ್ಲಿ ನಂದೇಯ ಅಂತಾದ್ರೆ - ಎಲ್ಲೋ ಓಡೋಯ್ಕಂಡು ಬದಕ್ತಾ ಇಪ್ಪ ಆ ದತ್ತು, ಅಕಸ್ಮಾತ್ ಊರಿನ ನೆನಪಾಯ್ಕಂಡು ಬಂದಾ ಅಂತಾದ್ರೆ ಅವಂಗೆ ಕೊಡು. ಅವ್ನಾದ್ರೂ ದೀಪಾ ಹಚ್ಕಂಡು, ಆ ಮನೆ ಕೋಳ್ಕಂಬಕ್ಕೆ ದೊಡ್ಡಬ್ಬದ ದಿನಾ ಕದ್ರು ಕಟ್ಕೊಂಡು ಸುಖವಾಗಿ ಉಳೀಲಿ. ಎಲ್ಲಿದ್ನೊ ಹೇಗಿದ್ನೊ, ಮದ್ವೆ ಆಜ್ನೊ, ಮಕ್ಕಳು ಆಜ್ವೊ, ಇಲ್ಯೊ.... ಅಂವಾ ನಾ ಸಾಯೋದ್ರೊಳಗಾದ್ರೂ ಬಂದು ನನ್ನ ಹೆಣಕ್ಕೆ ಬೆಂಕಿ ಕೊಟ್ಟಿದ್ರೆ ನನಗೆ ಸತ್ತಮೇಲಾದ್ರೂ ಒಂದು ಸದ್ಗತಿ ಅನ್ನುದು ಸಿಗ್ತಿತ್ತೋ... ಇಲ್ಲೆ, ಅಂದ್ರೆ ಪಿಶಾಚಿಯಾಗೇ, ಸತ್ತಮೇಲೂ ಉಳಿತ್ನೊ..... ಹೇಂಗೋ ಏನೋ...." ಅನ್ನುತ್ತ ತಡೆಯಲಾಗದೆ ಗೋಳೋ ಎಂದು ಅತ್ತಿದ್ದ.

ಎಷ್ಟೊಂದು ಕತೆಗಳನ್ನು ಹೇಳಿದ್ದ ಗಣಪಜ್ಜನ ಬದುಕಿನಲ್ಲಿ ಹುದುಗಿಕೊಂಡಿದ್ದ ಕತೆ ಮಂಜನಿಗೆ ತಿಳಿದದ್ದು ಮಾತ್ರ ಆಗಲೇ. ಎಷ್ಟೊಂದು ರಂಜನೀಯವಾಗಿ ಕತೆ ಹೇಳುವ ಗಣಪಜ್ಜನ ಆಂತರ್ಯದಲ್ಲಿ ಹುದುಗಿಕೊಂಡ ನೋವು ಮಂಜನ ಕರುಳನ್ನು ನೋವಿನಿಂದ ಹಿಂಡಿತ್ತು. ಆಗಲೇ ಅಂದುಕೊಂಡಿದ್ದ – ಗಣಪಜ್ಜನಿಗೆ ಉಳಿದುಕೊಂಡಿರುವ ಬದುಕು ಮುಗಿಯುವ ಮುನ್ನ ಎಲ್ಲೇ ಇದ್ದಿರಲಿ ಅವನ ಮಗನಾದ, ತನಗೆ ದತ್ತು ಮಾವನೆಂಬ ವ್ಯಕ್ತಿಯನ್ನು ಗಣಪಜ್ಜನ ಕತೆಯಲ್ಲಿ ಬರುವ ಛಪ್ಪನ್ನೈವತ್ತಾರು ದೇಶಗಳ ಮೂಲೆ ಮೂಲೆಯನ್ನಾದರೂ ಅರಸಿ ಹುಡುಕಿ ತರಬೇಕು ಎಂದು.

ಗಣಪಜ್ಜನ ನೋವು–ಅಳಲು – ರೋದನ – ನಿಟ್ಟುಸಿರು – ಸ್ವಗತ – ವಿಲಾಪಗಳು ಜ್ವಾಲಾಮುಖಿಯಿಂದ ಹೊರಬಿದ್ದ ಲಾವಾದಂತೆ ಹೊರಬಿದ್ದ ಸರಿಯಾಗಿ ಎರಡು ತಿಂಗಳುಗಳಲ್ಲಿ ನಿಜಕ್ಕೂ ಆತ ಸತ್ತೇ ಹೋಗಿದ್ದ. ಆದರೆ ಒಂದು ಹಂತದಲ್ಲಿ ನಿಗೂಢತೆಯಿಂದಾಗಿ ವಿಚಿತ್ರವಾದ ಭಯವನ್ನೋ, ಭಾವುಕತೆಯನ್ನೋ ತಂದೊಗೆಯುವ ಸಾವು ಗಣಪಜ್ಜನ ವಿಷಯದಲ್ಲಿ ಹಾಗಾಗಲಿಲ್ಲ. ಅವನ ಸಾವು ಮಂಜನ ತಂದೆಗೆ ಹೊಸ ಸಾಮಾಜಿಕ ಸಮಸ್ಯೆಯನ್ನೇ ತಂದಿತ್ತು. ಸಾಯುವ ಹಿಂದಿನ ದಿನದಿಂದ ಗಣಪಜ್ಜ ಎಲ್ಲಿಗೆ ಹೋಗಿರಬಹುದೆಂಬುದು ಮಂಜನ ಮನೆಯಲ್ಲಿ ದೊಡ್ಡ ಆತಂಕವನ್ನೇ ತಂದ ವಿಷಯವಾಗಿತ್ತು.

ಗಣಪಜ್ಜ ಅವನ ಹಾಸಿಗೆಯಲ್ಲಿರಲಿಲ್ಲ. ಆ ಬೆಳಗ್ಗೆ ಮಂಜನ ತಾಯಿಗೆ ರಾತ್ರಿ ಒಂಭತ್ತರ ಹೊತ್ತಿಗೆ ಗಣಪಜ್ಜ ಎಲ್ಲಿಗೋ ಹೊರ ಹೋಗಿದ್ದು ಗೊತ್ತಿತ್ತು. ಪದ್ಧತಿಯಂತೆ ಇಂಥಲ್ಲಿಗೆ ತಾನು ಹೋಗುತ್ತಿದ್ದೇನೆ ಎಂದು ಗಣಪಜ್ಜ ಯಾರಿಗೂ ತಿಳಿಸುವುದು ಇಲ್ಲ. ಮನೆಯಲ್ಲಿ ಯಾರೂ ಕೇಳುವುದೂ ಇಲ್ಲ.

ಹಿಂದೊಂದು ಸಲ ಊರಲ್ಲಿ ಹೊಸದಾಗಿ ಟಿ.ವಿ. ಬಂದಾಗಿನ ಸಂದರ್ಭ. ಹೀಗೇ ರಾತ್ರಿ ಹೋದವನು ಗಣಪಜ್ಜ ರಾತ್ರಿಯಿಡೀ ಬಂದಿರಲಿಲ್ಲ. ಮಂಜನ ತಂದೆ–ತಾಯಿಗಳಿಗೆ ಆತಂಕವೇ ಆಗಿತ್ತು. ಇನ್ನೇನಪ್ಪ ಇದು... ಏನು ಕಾದಿದೆಯೋ ಎಂದುಕೊಂಡು ಆತಂಕದಲ್ಲಿದ್ದ ಮಂಜನ ತಂದೆ-ತಾಯಿಗಳಿಗೆ ಬೆಳಗ್ಗೆ ನಾಲ್ಕರ ಸಮಯ ನಿಟ್ಟುಸಿರೊಂದು ಹೊರಬಂತು. ಕ್ಷೀಣವಾದ ದೇಹವೊಂದು ಪಟ್ಟೇ

ಕಂಬ್ಳಿಯನ್ನು ತಲೆಗೆ ಮುಸುಕೆಳೆದುಕೊಂಡು ವಾಲುತ್ತ ಬಂದಿದ್ದು ಕಂಡಾಗಲೆ ಅದು ಗಣಪಜ್ಜ ಎಂಬುದು ಖಾತ್ರಿಯಾಗಿತ್ತು. ರಾತ್ರಿಯಿಡೀ ತನ್ನ ಕುರಿತು ಚಿಂತೆಯಿಂದ ಕಳೆದ ಗಂಡ-ಹೆಂಡಿರನ್ನು ಕಂಡಾಗ ಗಣಪಜ್ಜನಿಗೆ ನಾಚಿಕೆ ಅನಿಸಿರಬೇಕು.

ಚಿಕ್ಕ ಮಗುವಿನಂತೆ ಮಂಜನ ತಂದೆಯ ಕೈಹಿಡಿದು, "ಕ್ಷಮಿಸು ಮಾರಾಯ, ತಿಳಿಸಿ ಹೋಗಬೇಕಿತ್ತು. ಆ ಜೋಯಿಸರ ಮನೆ ಮುಕುಂದ ತನ್ನ ಭಾವ ದುಬೈನಿಂದ ತಂದ ವಿಸಿಆರ್‌ದಲ್ಲಿ ನಾಲ್ಕೈದು ಸಿನೆಮಾ ಹಾಕಿದಾ ನೋಡು, ಅವನ್ನು ನೋಡುತ್ತಾ ಕುಳಿತುಬಿಟ್ಟೆ. ಸಮಯ ಸರಿದದ್ದು ತಿಳಿಯಲಿಲ್ಲ. ನಿಮಗೆ ನನ್ನಿಂದ ತೊಂದ್ರೆ ಆತು... ನಾ ಮಾಡಿದ್ದು ತಪ್ಪಾತು" ಎಂದು ನೊಂದುಕೊಂಡಿದ್ದ.

ಮುದುಕನ ವಿಷಯದಲ್ಲಿ ರಗಳೆ ಎನಿಸಿ ರಾತ್ರಿ ಇಡೀ ಆತಂಕದಿಂದ ಇದ್ದರೂ ಮಂಜನ ತಂದೆ-ತಾಯಿಗಳಿಗೆ ಗಣಪಜ್ಜನ ಕತೆ ಕೇಳಿ ನಗೆಯೇ ಬಂತು. ಹಲ್ಲಿರದ ಬೊಚ್ಚು ಬಾಯಲ್ಲಿ ಗಣಪಜ್ಜ ತಿಳಿಸಿದ ವಿಸಿಆರ್ ಸಂಗತಿ ಕೇಳಿ ಬಿದ್ದು ಬಿದ್ದು ನಕ್ಕಿದ್ದರು.

ಈಗಲೂ ಹಾಗೇ ಏನಾದರೊಂದು ಸಂಗತಿಯಿಂದಾಗಿ ಗಣಪಜ್ಜ ರಾತ್ರಿ ಬಂದಿರಲಾರ ಎಂದುಕೊಂಡು ಮನೆಯಲ್ಲಿ ಎಲ್ಲ ಮಲಗಿದರೂ, ಬೆಳಗಾದಾಗ ಮತ್ತೂ ಆತಂಕ. ಬೆಳಗ್ಗೆ ಆರಾಯ್ತು, ಏಳಾಯ್ತು, ಎಂಟಾಯ್ತು ಗಣಪಜ್ಜನ ಪತ್ತೆ ಇಲ್ಲ. ಮಂಜನ ತಂದೆ-ತಾಯಿಗಳು ಹೆದರಿದರು. ಮುದುಕನಿಗೆ ಏನೋ ತೊಂದರೆ ಆಗಿದೆ ಎಂದು ಮನಸ್ಸು ತಿಳಿಸತೊಡಗಿತ್ತು. ಇನ್ನು ಸಂಬಂಧಿಕರ ಮನೆಗಳನ್ನು, ಆತ ಹೋಗಿ ಬರುವ ಜಾಗೆಗಳನ್ನು ಹುಡುಕಿ ಬರುವುದು – ಬಂದಿರುವನೆ ಎಂದು ವಿಚಾರಿಸುವುದು – ಎಂದು ನಿರ್ಧಾರ ತಳೆದಿದ್ದರು.

ಮಂಜನ ತಂದೆ ಬೆಳಗಿನ ಪೂಜೆ ಮುಗಿಸದೆ ಎಂದೂ ಮನೆಯಿಂದ ಹೊರಗೆ ಹೋಗುವವರೆ ಅಲ್ಲ. ಆದರೆ ಅಂದು ಗಣಪಜ್ಜನ ನಾಪತ್ತೆ ಪ್ರಕರಣವಾದಂದು ಒಂದು ಲೋಟ ಕಾಫಿಯನ್ನೂ ಕುಡಿದಿರಲಿಲ್ಲ. ಎಂಟು ಘಂಟೆಯಾದ ಮೇಲೂ ಏನೂ ತಿಳಿಯದೆಹೋದ ಮೇಲೆ ಗಿಳಿಗೂಟಕ್ಕೆ ಹಾಕಿದ್ದ ಅಂಗಿಯನ್ನು ತಗಲಿಸಿಕೊಂಡು, ಚಪ್ಪಲಿ ಮೆಟ್ಟಿ ಹೊರಗೆ ಹೊರಟ.

ಹೊರಗೆ ಹೊರಟವನು ಮತ್ತೆ ಒಳಬಂದು "ಹೌದನೆ, ನಾ ಸ್ವಲ್ಪ ರಾಮಭಾವ, ಸೀತಾರಾಮಣ್ಣ, ಉಪಾಧ್ಯರ ಮನೆ, ಸಣ್ಣಮಾಣಿ ಮನೆಗೆ ಎಲ್ಲಾ ಹೋಗಿ ಇಂವ ಬಂಜ್ನೋ ಹೇಗೆ ಅಂತ ಕೇಳ್ಕಂಡ ಬತ್ತೆ. ತಾತಿಮನೆ, ನೀಲನ ಮನೆಗೆ ಮಾಣಿನಾ ನೀ ಕಳಸು" ಎಂದು ಗಡಿಬಿಡಿಯಿಂದ ಹೇಳಿ ಹೊರಡಲೂ, ಮೇಲಿನ ಕೇರಿ ರಾಧೆಯ ಮಗ ದಿಲೀಪ ಬರಲೂ ಸರಿ ಹೋಗಿತ್ತು.

ದಿಲೀಪನ ಮುಖ ಸಣ್ಣದಾಗಿತ್ತು. ಮಂಜನ ತಂದೆಗೆ ದಿಲೀಪನ ಬರುವಿಕೆ ದೊಡ್ಡ ವಿಸ್ಮಯವನ್ನೇ ತಂದಿತ್ತು. ದಿಲೀಪ ಮಂಜನ ತಂದೆಗೆ ಒಳಬರಲು ಸನ್ನೆ ಮಾಡಿದ. ಮಂಜನ ತಂದೆ ಗಾಬರಿಯಿಂದ ಒಳಬಂದು ಏನು ವಿಷಯ ಎಂದು ಕೇಳಿದರು ದಿಲೀಪನ ಬಳಿ.

"ಗಣಪ್ ಭಟ್ಟರು ನಿನ್ನೆ ರಾತ್ರಿ ಯಾಕೋ ಮುಖ ಸಣ್ಣ ಮಾಡಿಕೊಂಡು ನಮ್ಮನೆಗೆ

ಬಂದೋರು – ತಾನಿವತ್ತು ಇಲ್ಲೇ ಮಲಗ್ಬಿಡ್ತೆ ರಾಧೆ ಅಂತ ಹೇಳಿದ್ರು ಮಾರಾಯ್ರೆ. ನಮ್ಮಮ್ಮಂಗೆ ಹೇಳುವಾಂಗಿಲ್ಲ, ಬಿಡ್ವಾಂಗಿಲ್ಲ. ನನಗೂ ಹಾಂಗೇ ಆಯ್ತು. ಆದ್ರೂ ನೋಡಿ ಮುದುಕರ ವಿಷಯ, ನೀವು ಹೊರಟೇಹೋಗಿ ಅಂತ ನಮ್ಮತ್ರಾನೂ ಹೇಳೂದು ಕಷ್ಟ. ಒಂದು ವಿಷಯ ನಾನು ಎದೆಘಟ್ಟಿ ಮಾಡ್ಕಂಡು ಹೇಳೇ ಬಿಟ್ರೂ, ಅಮ್ಮಂಗೆ ಅದು ಬೇಸರಾಗ್ತು. ಅಂತೂ ಈ ಕಾಲಕ್ಕೆ ನಾವು ಇವೆಲ್ಲ ಸರೀ ಅಲ್ಲ ಅಂದ್ರೂ, ಹಿಂದೊಂದು ಕಾಲ್ದಲ್ಲಿ ಬೆಳಕೊಂಡ ಈ ಅವರ ಸಂಬಂಧದ ಬೇರನ್ನ ಪೂರ್ತಿ ಕಿತ್ತೇಬಿಡ್ತೇನೆ ಅಂತ ನಾನಾದ್ರೂ ಹೇಗೆ ಹೇಳೂದು ಹೇಳಿ. ಆದರೆ ರಾತ್ರಿ ಮಲಕ್ಕೊಂಡಲ್ಲೇ ಗಣಪ್ ಭಟ್ರು ಸತ್ತು ಹೋದ್ರು ಮಾರಾಯ್ರೆ. ಈಗ ಏನು ಮಾಡುದು ಅಂತಾನೆ ತಿಳೀದೆ ಇಲ್ಲಿಗೆ ಬಂದೆ. ಶಂಕರಭಟ್ರೆ, ಈಗ ನೀವೇ ಹೇಳಿ ಏನು ಮಾಡೋದು. ನನಗೆ ಅರ್ಥ ಆಗ್ತಾ ಇಲ್ಲ.''

ಮಂಜನ ತಂದೆಯಿಂದ ದೀರ್ಘವಾದ ನಿಟ್ಟುಸಿರೊಂದು ಹೊರಬಂತು. ಹೋಗಿ ಹೋಗಿ ಮುದುಕ ರಾಧೆಯ ಮನೆಯಲ್ಲಿ ತೀರಿಕೊಂಡದ್ದು, ಸಾಮಾಜಿಕವಾಗಿ ಸೂಕ್ಷ್ಮದ ವಿಷಯ. ಆದರೆ ಯಾವುದೋ ನಿಟ್ಟಿನಿಂದ ಮಾನವನ ಬದುಕಲ್ಲಿ ಸಂಭಾವ್ಯ ಸಂಗತಿ. ಸುಸಂಸ್ಕೃತ ಮನಸ್ಸು ಇದನ್ನು ಸ್ವಾಗತಿಸುತ್ತದೆ. ಏರು ಯೌವನದಲ್ಲಿಯೇ ಹೆಂಡತಿಯನ್ನು ಕಳಕೊಂಡ ಗಣಪಜ್ಜನಿಗೆ ಮೇಲಿನ ಕೇರಿಯ ರಾಧೆಯ ನಂಟು ದೊರೆತದ್ದು ಆಶ್ಚರ್ಯವೇನಲ್ಲ. ಹಾಗೆ ನೋಡಿದರೆ ದಿಲೀಪ ಗಣಪಜ್ಜನಿಗೇ ಹುಟ್ಟಿದ್ದು ಅಂತ ಮುಖಚರ್ಯೆಯಲ್ಲಿ ಯಾರು ಬೇಕಾದರೂ ಹೇಳಬಹುದಿತ್ತು. ಆದರೂ ಸಾಮಾಜಿಕ ವ್ಯವಸ್ಥೆಯಿಂದಾಗಿ ಗಣಪಜ್ಜ – ರಾಧೆಯರ ಸಂಬಂಧಗಳನ್ನು ಆಂತರಿಕವಾಗಿ ಎಷ್ಟೇ ಆತ್ಮೀಯವಾಗಿ ನೋಡಬಹುದಾದರೂ, ಬಾಹ್ಯವಾಗಿ ಅದೊಂದು ವ್ಯವಸ್ಥೆ ಎಂದೇ ತೀರ್ಮಾನ ಪಡಬೇಕಾದದ್ದು.

ಇಲ್ಲಿ ಸಂಬಂಧಗಳಿದ್ದರೂ ತಳಹದಿ ಇರದ ಸಂಬಂಧಗಳು. ದಿಲೀಪ ಗಣಪಜ್ಜನನ್ನು ತಂದೆ ಎಂದು ಕರೆಯುವಂತಿಲ್ಲ. ಈ ರಾಧೆ ತನ್ನ ದೇಹವನ್ನು ನನಗೆ ಮೀರಿ ಮತ್ತೊಬ್ಬನಿಗೆ ಧಾರೆ ಎರೆದಿಲ್ಲ ಎಂದು ಗಣಪಜ್ಜನೂ ಎದೆ ತಟ್ಟಿ ಹೇಳಲಾರ. ಯಾಕೆಂದರೆ ಸಮಾಜದ ಕಣ್ಣಿಗೆ ಅವಳು ಗಣಪಜ್ಜನ ಹೆಂಡತಿಯಲ್ಲ. ಕೊನೆಗೂ 'ಇಟ್ಟುಕೊಂಡ'ವಳು. ಅವಳ ಪರಿಶುದ್ಧತೆಗೆ ಎಂದೂ ಬೆಲೆ ಬರುವುದಿಲ್ಲ.

ಮಂಜನ ತಂದೆಗೆ ಏನು ಮಾತಾಡುವುದು ಎಂದು ತಿಳಿಯಲೇ ಇಲ್ಲ. ಅತಂತ್ರವಾಗಿದ್ದ ಗಣಪಜ್ಜ ಈಗ ಮುದಿಯಾದ ರಾಧೆಯ ಅಂಗಾಂಗಗಳನ್ನು ಅನುಭವಿಸಲಂತೂ ಹೋದದ್ದಲ್ಲ. ತಾನು ಸಾಯಲಿದ್ದೇನೆ ಎಂದು ಗ್ರಹಿಸಿದ್ದ ಮುದುಕ ಸಾಯುವುದರ ಕುರಿತು ತಯಾರಿ ನಡೆಸುತ್ತಲೇ ಇದ್ದ. ಬದುಕಿನ ದೊಡ್ಡ ದುರಂತವೇ ಇದಾಗಿರಬಹುದು. ಬದುಕುವ ದಾರಿಗೆ ಸಮಾಂತರವಾಗಿ ಸಾವಿನ ದಾರಿ. ಬದುಕಲು ನಡೆಸುವ ತಯಾರಿಯೇ ಸಾವಿನ ತಯಾರಿ. ಗಣಪಜ್ಜನಿಗೆ ದೇಹ ನೀಡಿದ ರಾಧೆಯ ಮನೆಯೇ ದೇಹ ತೊರೆಯಲು ಯೋಗ್ಯವಾಗಿ ಕಂಡಿತೇನೋ.... ?

ಗಣಪಜ್ಜನ ಸಾವನ್ನು ಊರಲ್ಲಿ ತಿಳಿಸುವುದು ದೊಡ್ಡ ಸಮಸ್ಯೆಯಾಗಿ ಕಂಡಿತು ಮಂಜನ ತಂದೆಗೆ. ಇಷ್ಟು ದಿನ ತನ್ನ ಮನೆಯಲ್ಲಿದ್ದು, ಜೀವ ಬಿಡುವಾಗ ರಾಧೆಯ

ಮನೆಯಲ್ಲಿದ್ದ ಎಂದು ತಿಳಿಸುವುದಾದರೂ ಹೇಗೆ? ಹಾಗೆ ತಿಳಿಸುವುದೂ ಸರಿಯಲ್ಲ. ಹಾಗೆಂದು ಗಣಪಜ್ಜನ ಸಾವಿನ ಹಿನ್ನೆಲೆಯಲ್ಲಿ ಪ್ರಮುಖವಾಗಿ ತೋರಿದ ರಾಧೆಯೊಂದಿಗಿನ ಅವನ ಮಧುರ ಸಂಬಂಧವನ್ನು ಗುಟ್ಟಾಗಿ ಉಳಿಸುವುದು ಒಂದು ರೀತಿಯ ಪಲಾಯನ ಎಂದೆನಿಸಿತು ಅವನಿಗೆ. ತನ್ನ ಬದುಕಲ್ಲಿ ರಾಧೆಯ ಕುರಿತು ತಾನು ನೀಡದ ಪ್ರಾಮುಖ್ಯವನ್ನು ತನ್ನ ಸಾವಿನಲ್ಲಿಯಾದರೂ ಧೈರ್ಯದಿಂದ ಸಾಬೀತುಗೊಳಿಸಿದ ಗಣಪಜ್ಜನ ಇರಾದೆಯನ್ನು ಹತ್ತಿಕ್ಕುವುದು ಸರಿ ಎಂದನಿಸಲಿಲ್ಲ. ಸಾಮಾಜಿಕ ಸಮಸ್ಯೆಯ ಉದ್ಭವದಿಂದಾಗಿ ದ್ವಂದ್ವಕ್ಕೊಳಗಾದ ಮಂಜನ ತಂದೆ ಇದರಿಂದ ಹೊರಬರುವುದು ತಿಳಿಯದೆ ಚಡಪಡಿಸತೊಡಗಿದ್ದ.

ಈ ಸಂದರ್ಭದಲ್ಲಿ ಅವನ ನೆರವಿಗೆ ದಿಲೀಪನೇ ಬರಬೇಕಾಯಿತು.

"ಶಂಕರಭಟ್ರೆ, ಈಗ ಹೀಗಂತೂ ಆಗೋಗದೆ, ಏನು ಮಾಡುದು ಹೇಳಿ. ಜೀವನದಲ್ಲಿ ಎಲ್ಲಾ ಗೊತ್ತಿದ್ರೂ, ಏನೂ ಗೊತ್ತಿಲ್ಲ ಅನ್ನು ನಾಟ್ಕನಾ ನಾವು ಮಾಡ್ತಾನೇ ಇರಬೇಕಾಗ್ತದೆ. ಗಣಪ ಭಟ್ರೇ ನನ್ನ ಅಪ್ಪಾ ಅನ್ನುದು ಮಾಬ್ಲೇಶ್ವರ ದೇವರಾಣೆ ನನಗ್ಗೊತ್ತಿದೆ. ಎಲ್ಲರಿಗೂ ಗೊತ್ತಿದೆ. ಆದ್ರೆ ಬಾಯಿಬಿಟ್ಟು ಹೇಳೋಕೆ ಯಾರಿಗೆ ಸಾಧ್ಯ ಅದೆ ಹೇಳಿ. ಬಾಯಿ ಮುಚ್ಕಂಡೇ ಕುಳಿತ್ಕೊಳ್ಳಬೇಕಾಗದೆ. ನನ್ನ ಅಮ್ಮ ಅವ್ರಿಗೆ ಇಟ್ಕೊಂಡೋಳು ಆಗ್ತಾಳೇ ಹೊರ್ತು, ತಾಳಿ ಕಟ್ಟಿದ ಹೆಂಡತಿ ಆಗೋಕೆ ಶಕ್ಯವೇ ಇಲ್ಲ.

"ಅವ್ರ ಜೀವಂತ ಇದ್ದಾಗೇ ಹೇಳ್ಲಿಕ್ಕೆ ಆಗ್ದೇ ಹೋದ ವಿಷಯ, ಇನ್ನು ಅವರು ಸತ್ತಮೇಲೆ ಸಾಧ್ಯ ಇದೆಯಂದ್ರಾ? ಒಂದೊಮ್ಮೆ ಹೇಳ್ದರೂ ಏನು ಪ್ರಯೋಜ್ನ ಹೇಳಿ? ಎಲ್ಲಾ ದಾಖಲೇಲೂ ನನಗೆ ನನ್ನ ತಾಯೀನ ತೋರ್ಸ್ಲಕಾಗ್ತದ್ಯೆ ಹೊರ್ತು, ಇವ್ರು ನಮ್ಮಪ್ಪ ಅಂತ ಯಾರ್‍ನ ತೋರಿಸೋದು ಹೇಳಿ. ಇರ್‍ಲಿ ಬಿಡಿ, ಇದಕ್ಕೆ ನಾವು, ನೀವು ಕೂಡಿ ಏನೂ ಮಾಡೋಕೂ ಆಗೋದಿಲ್ಲ. ಹೀಗಾಗಿ ಅವ್ರು ನಮ್ಮನೇಲಿ ಸತ್ತದ್ದು ಅಂತ ನಾವು ಯಾರಿಗೂ ಪಬ್ಲಿಕ್ ಮಾಡೂದು ಬೇಡ. ಇವತ್ತು ರಾತ್ರಿಯೊಳಗೆ ನಿಮ್ಮನೆಗೆ ಹೇಂಗಾದ್ರೂ ಹೆಣ ತಂದು ಹಾಕಿ, ಇವತ್ತು ರಾತ್ರಿ ಇದ್ದಕ್ಕಿದ್ದ ಹಾಗೆ ಸತ್ರು ಅಂತ ಎಲ್ಲರಿಗೂ ಪಬ್ಲಿಕ್ ಮಾಡಿಬಿಡುವಾ. ಅವ್ರ ಮರ್ಯಾದೀನೂ ಉಳ್ದಾಂಗೆ ಆಗ್ತದೆ. ಏನಂತೀರಿ ನೀವು ಈ ಪ್ಲಾನ್‌ಗೆ."

ದಿಲೀಪನ ಸಲಹೆಯಂತೆಯೇ ನಂತರ ಎಲ್ಲ ನೆರವೇರಿತು. ಗಣಪಜ್ಜನ ಹೆಣ ಅಗ್ನಿಯಲ್ಲಿ ಬೆಂದಿತು. ಬೂದಿಗೊಂಡಿತು ಕೂಡ.

* * * *

ಏನೇನೋ ಕತೆಗಳನ್ನು ಹೇಳುತ್ತಿದ್ದ ಗಣಪಜ್ಜ ಸ್ವತಃ ತಾನು ಸತ್ತು ನಿರ್ಜೀವ ಮೌನದಲ್ಲಿ ತಿಳಿಸಿದ ಕತೆ ಮಂಜನನ್ನು ತುಂಬಾ ತಟ್ಟಿತು. ರಾಧೆಯ ಮನೆಯಲ್ಲಿ ಆತ ಸತ್ತಿರದಿದ್ದರೆ ಗಣಪಜ್ಜನ ವೈಯಕ್ತಿಕ ಕತೆ ತನ್ನ ಗಮನಕ್ಕೆ ಬಾರದೆ ಉಳಿಯುತ್ತಿತ್ತು ಎಂದುಕೊಂಡ. ಈಗ ಕತೆ ತಿಳಿದಿದ್ದರಿಂದ ತನಗಾದ ಪರಿಣಾಮವೇನು ಎಂಬುದಕ್ಕಿಂತ ಅನೂಹ್ಯ ಬದುಕಿನ ಸಂವೇದನೆಗಳಲ್ಲಿ ಜೀವ-ಜೀವದ ಸಂಬಂಧಗಳು ವಹಿಸುವ ಪಾತ್ರಗಳ ಬಗ್ಗೆ ಅಚ್ಚರಿಗೊಂಡ.

ಗಣಪಜ್ಜ ಮಂಜನ ಮನೆಗೆ ವಾಸಿಸಲು ಬಂದಾಗ ಮಂಜನಿಗೆ ಆರು ವರ್ಷ. ಅಲ್ಲಿಂದ ಇಪ್ಪತ್ತು ವರ್ಷಗಳಷ್ಟು ದೀರ್ಘ ಅವಧಿಯಲ್ಲಿ ಒಂದೊಂದು ಹಂತವೂ ಗಣಪಜ್ಜನ ಕುರಿತು ಏನೆಲ್ಲ ತಿಳಿಸಿದ್ದರೂ, ಅವನ ಬದುಕಿನ ನೇಪಥ್ಯದಲ್ಲಿ ರಾಧೆ ನಡೆದು ಬಂದ ಹೆಜ್ಜೆಗಳು ಅಮೂರ್ತವಾಗಿಯೇ ಉಳಿದದ್ದು ವಿಷಾದವೆನಿಸಿತು. ಅವು ಸಾಮಾನ್ಯ ಹೆಜ್ಜೆಗಳಲ್ಲ. ಗಣಪಜ್ಜನ ಬರಡು ಜೀವನದಲ್ಲೂ ಚಿಗಿತ ಮಧುರ ಹೆಜ್ಜೆಗಳು.

ಗಣಪಜ್ಜನ ಕುರಿತು ತಾನು ಮಾಡಬೇಕಾದುದೊಂದಿದೆ ಎಂದು ಮಂಜ ಅವನ ಸಾವಿನ ನಂತರ ತಲೆಯಲ್ಲಿ ತುಂಬಿಕೊಂಡೇ ಉಳಿದ. ಅದೇ, ಎಲ್ಲೋ ಓಡಿಹೋಗಿರುವ ಗಣಪಜ್ಜನ ಮಗ ದತ್ತು ಮಾವನನ್ನು ಹೇಗಾದರೂ ಹುಡುಕಿ ತರಬೇಕು. ಅವನ ಇಚ್ಛೆಯಂತೆ ವ್ಯಾಜ್ಯದಲ್ಲಿರುವ ಮನೆಯಲ್ಲಿ ದತ್ತು ಮಾವನು ಬಂದುಳಿಯುವಂತೆ ಮಾಡಬೇಕು. ಒಂದು ರೀತಿಯಲ್ಲಿ ಇದು ಭಾವುಕತೆ ಅನಿಸಬಹುದಾದರೂ, ಗಣಪಜ್ಜನ ಇಚ್ಛೆಯಂತೆ ಅವನ ಮನೆಯಲ್ಲಿ ದೀಪದ ಬೆಳಕು ಹೊತ್ತಿಸಲೇಬೇಕು ಎಂದು ನಿರ್ಧರಿಸಿದ್ದ.

ಊರಿನ ಯಾರ್‍ಯಾರೋ ಲಾಗಾಯ್ತಿನಿಂದ ಮುಂಬೈಯಲ್ಲಿಯೇ ಜೀವನ ನಡೆಸುತ್ತಿರುವವರು ಎಂದಾದರೂ ಒಮ್ಮೆ ಊರಿಗೆ ಬಂದಿದ್ದಾಗ ಗಣಪಜ್ಜನ ಮಗ ದತ್ತುವನ್ನು ಅಲ್ಲಿ ನೋಡಿದ್ದೆ, ಇಲ್ಲಿ ನೋಡಿದ್ದೆ, ದಾದರಿನಲ್ಲಿರುವ ತುಳಜಾ ಟೇಲರಿಂಗ್ ಶಾಪ್‌ನೊಳಗೆ ಬಟ್ಟೆಗೆ ಕಾಜ ಮಾಡುವುದನ್ನು ಕಂಡಿದ್ದೆ, ಅಂಧೇರಿಯ ಚಾಳವೊಂದರ ಮನೆಯಿಂದ ಹೊರಬಿದ್ದಿದ್ದನ್ನು ನೋಡಿದ್ದೆ – ಎಂಬ ಏನೇನೋ ಅಸ್ಪಷ್ಟ ವಿಚಾರಗಳನ್ನು ಕೇಳುತ್ತಲಿದ್ದ ಮಂಜ, ಹೀಗೆ ಹೇಳುವವರನ್ನೆಲ್ಲಾ ಒಮ್ಮೆ ಮುಖತಃ ಕಂಡು ಇನ್ನೂ ಕಂಡಿರದ ದತ್ತು ಮಾವನನ್ನು ಶೋಧಿಸಿ ತರುವುದು ತನ್ನ ಜೀವನದ ಒಂದು ಕಾಯಕವಾಗಬೇಕು ಎಂದು ಮನಸ್ಸು ಮಾಡಿದ. ಹೀಗಾಗಿ ಮುಂಬೈಗೆ ತಾನು ಹೋಗಬೇಕು ಎಂದು ಆತ ನಿಶ್ಚಯಿಸಿದ್ದ.

ಆದರೆ ತಂದೆಗೆ ಮುಂಬೈಗೆ ಹೋಗುವ ಕಾರಣ ಹೇಳಿದ್ದು ಕೆಲಸ ಹುಡುಕುವುದಕ್ಕೆ ಎಂದು. ಒಂದು ಲೆಕ್ಕದಲ್ಲಿ ಮುಂಬೈಗೆ ಹೋಗಿ ಕೆಲಸ ಹುಡುಕಲು ಮಂಜ ಬಯಸಿದ್ದನಾದರೂ, ದತ್ತು ಮಾವನ ಶೋಧನೆಗೇ ತನ್ನ ಪ್ರಥಮ ಪ್ರಾಶಸ್ತ್ಯ ಎಂದುಕೊಂಡಿದ್ದ. ಅದರಂತೆಯೇ ಮುಂಬೈಗೆ ಬಂದ ಕೂಡ.

ಬಸವರಾಜು ಟ್ರೈನ್ ಚಾಲಕನಾಗಿದ್ದಾನೆ; ಅದೂ ಮುಂಬೈಟ್ರೈನಿಗೇ ಅವನ ಕೆಲಸ ಎಂಬುದು ಮಂಜನಿಗೆ ತಿಳಿದಿತ್ತು. ತಾನು ಕಂಡಿರದ ಮುಂಬೈಗೆ ಬಸವರಾಜುವಿನ ಜತೆಗೇ ಕಾಲಿಡುವುದು ಎಂದು ನಿರ್ಧರಿಸಿದ್ದ, ಮಂಜ. ಅವನಿಗೆ ಮೊದಲೇ ಪತ್ರ ಬರೆದು, ಉತ್ತರ ತರಿಸಿ, ಅವನು ಚಾಲಕನಾಗಿದ್ದ ಟ್ರೈನ್‌ನಲ್ಲಿಯೇ ಹೊರಡುವ ಸಂಕಲ್ಪ ಮಾಡಿ, ಅದೇ ರೀತಿ ಮುಂಬೈಗೆ ಬಂದು ತಲುಪಿದ್ದ ಕೂಡ.

ಎಲ್ಲೆಲ್ಲಿ ಹೋಗುವುದು, ಇಳಿಯುವುದು, ಮುಂಬೈ ನಗರದ ದೈತ್ಯ ಶಿಖೆಯನ್ನು ಹೇಗೆ ನಿಗ್ರಹಿಸುವುದು ಎಂಬುದಕ್ಕೆ ಎಲ್ಲ ಪೂರ್ವ ತಯಾರಿಗಳನ್ನೂ ಮಂಜ

ಮಾಡಿಕೊಂಡಿದ್ದ. ಇಷ್ಟಾದರೂ ಮುಂಬೈಗೆ ಬಂದ ಮೇಲೆ ಅವನಿಗೆ ತನ್ನ ಮೇಲೆ ನಂಬುಗೆ ಸಾಕಾಗದಾಯ್ತು.

ತಾನು ಮುಂಬೈಗೆ ಬಂದ ಟ್ರೈನ್‌ನಲ್ಲಿಯೇ ತೆರೆದುಕೊಂಡ ವ್ಯಕ್ತಿಗಳು, ಮುಡಿಕೊಂಡ ಮಾತುಗಳು, ವ್ಯವಹಾರಗಳು, ಕ್ಷಣದಿಂದ ಕ್ಷಣಕ್ಕೆ ನಿಗೂಢವಾದಂತೆ ಅನುಭವ. ಕೊನೆಗೂ, ತಾನು ಇರುವುದು ತನ್ನದೇ ದೇಶವೋ ಅಥವಾ ವೈಮರೆತ ಸಂದರ್ಭದಲ್ಲಿ ತನ್ನ ಅಪಹರಣ ನಡೆದು ಯೋಚಿಸಿರದ ದೇಶವೊಂದಕ್ಕೆ ತನ್ನನ್ನು ತಂದು ಬಿಟ್ಟಿರುವರೋ ಅರ್ಥವಾಗಲಿಲ್ಲ.

ಅಪಹರಣದ ಕತೆಗಳನ್ನು ಗಣಪಜ್ಜನ ಬಾಯಿಂದ ತುಂಬಾ ಕೇಳಿದ್ದ. ರಾಜಕುಮಾರಿಯ ಅಪಹರಣ – ಏಳು ಪರ್ವತಗಳನ್ನು ದಾಟಿದ ಮೇಲೆ–ನಿಗೂಢ ಕಣಿವೆಯೊಂದರಲ್ಲಿರುವ ರಾಕ್ಷಸನ ಮಾಯಾಸೌಧದಲ್ಲಿ ಬಚ್ಚಿಟ್ಟ ರಾಜಕುಮಾರಿಯನ್ನು ವೀರನೊಬ್ಬ ಬಿಡಿಸಿ ತರುವ ರೋಚಕ ಕತೆ ಕೇಳಿದಾಗೆಲ್ಲ ಮುಂದೊಂದು ದಿನ ಇಂಥ ಧೀರ ನಾನೇ ಆಗಬಾರದೇಕೆ ಎಂಬ ಹಂಬಲ ಅವನಲ್ಲಿ ಬಾರದಿರಲಿಲ್ಲ.

ಮುಂಬೈಗೆ ನಡೆಸಿದ ಪ್ರಯಾಣದಲ್ಲಿ ಧೀರನಾಗಬೇಕಾದ ತನ್ನ ಯೋಚನೆಯ ಪುಳಕದ ಎಳೆಗಳು ಅವನನ್ನು ಸುತ್ತುತ್ತಲೇ ಇದ್ದವು. ಯಾವುದೋ ಗುಂಪು ಹದಿಹರೆಯದ ಹುಡುಗಿಯೊಂದನ್ನು ಕೂರಿಸಿಕೊಂಡು ಅನುಮಾನಾಸ್ಪದವಾಗಿ ನಡೆದುಕೊಂಡಿದ್ದ ರೀತಿ – ಇದೂ ಒಂದು ಬಗೆಯ ಅಪಹರಣವಾಗಿರಬಾರದೇಕೆ ಎಂದು ಅವನ ಮನಸ್ಸಿಗೆ ಅನಿಸಿತ್ತು. ಆದರೆ ಇದನ್ನು ದೃಢಪಡಿಸುವುದು ಹೇಗೆ ?

ಬೋಗಿಯಲ್ಲಿದ್ದ ಇತರರ್‍ಯಾರೂ ಈ ಕುರಿತು ಲಕ್ಷ್ಯವನ್ನು ಹಾಕದೆ ತಮ್ಮ ಯೋಚನೆಯಲ್ಲಿಯೇ ಮುಳುಗಿಕೊಂಡದ್ದು ಮಂಜನಿಗೆ ಆಶ್ಚರ್ಯ ತಂದಿತ್ತು. ಒಂದು ಮೂಲೆಯಲ್ಲಿ ಬಾವಾಜಿಯೊಬ್ಬ ಧ್ಯಾನಸ್ಥನಾಗಿದ್ದ. ಅವನ ಪಕ್ಕದಲ್ಲಿದ್ದ ಮಧ್ಯವಯಸ್ಸಿನ ಹೆಂಗಸೊಬ್ಬಳು ತಿನ್ನಲಿಕ್ಕೇ ತಾನು ಬಂದದ್ದು ಎಂಬಂತೆ ತನ್ನ ಯಾವ್ಯಾವುದೋ ಚೀಲಗಳನ್ನೆಲ್ಲ ಬಿಚ್ಚಿ ಬಿಚ್ಚಿ ತಿನಿಸುಗಳನ್ನು ತೆಗೆದು ತಿನ್ನುತ್ತಿದ್ದಳು. ಮತ್ತೊಬ್ಬ ಸರ್ದಾರಜಿಯೊಡನೆ ಜೋರಾಗಿ ಹಿಂದಿಯಲ್ಲಿ ಸಂಭಾಷಿಸುತ್ತ, ಪ್ರತಿ ವಾಕ್ಯದ ಕೊನೆಯಲ್ಲೂ ಪ್ರಾರಂಭದಲ್ಲೂ ಬಿದ್ದು ಬಿದ್ದು ನಗುವುದನ್ನೇ ನಡೆಸಿದಂತಿತ್ತು.

ಮಂಜನಿಗೆ ಆಗ ಅನಿಸಿದ್ದು ಜಗತ್ತು ಓಡುವ ಓಟವನ್ನು ತಾನು ಪಡೆಯಬೇಕಾಗಿದೆ ಎಂದು. ತನ್ನೂರಿನಲ್ಲಿ ಕಾಲದ ಓಟ ತುಂಬಾ ನಿಧಾನವಾಗಿದೆ. ಆದರೆ ಮುಂಬೈಯನ್ನು ಸೇರುವ ಮುನ್ನ ಟ್ರೈನ್ ಓಡುತ್ತಿರುವ ಭರಾಟೆ ಓಟದ ಶೂನ್ಯ ಹಂತದಿಂದ–ವೇಗದ ಸುಳಿಯಲ್ಲಿ – ಸುಳಿಯ ಕೇಂದ್ರದಲ್ಲಿ ತನ್ನನ್ನು ಬಿಡುವ ವ್ಯವಸ್ಥೆ ನಡೆಸುತ್ತಿದೆ ಎಂದು.

ಮುಂಬೈಗೆ ಬಂದ ಮೇಲಂತೂ ತೀರಾ ಅಸ್ವಸ್ಥನಾದಂತಿತ್ತು ಆತ. "ನೀನಿಲ್ಲೇ ಇರು, ನಾನು ಬರುತ್ತೇನೆ.... ಕಂಟ್ರೋಲ್ ರೂಮಲ್ಲಿ ಪ್ರಯಾಣದ ವಿವರಗಳನ್ನು, ವಿಧಾನಗಳನ್ನು ಡ್ಯೂಟಿ ಆಫೀಸರ್‌ಗೆ ಒಪ್ಪಿಸಿ ಬರುವೆ" ಎಂದು ಹೋದ

ಬಸವರಾಜು ಎಷ್ಟು ಹೊತ್ತಾದರೂ ವಾಪಸಾಗಿರಲಿಲ್ಲ. ಇಲ್ಲಾ ಆತನಿಗೆ ತಾನು ಬಂದಿದ್ದೇ ಮರೆತುಹೋಗಿರಬಹುದೋ ಎಂದೂ ಅನಿಸಿತು.

ಮುಂಬೈಯ ರಭಸದ ಓಟಕ್ಕೆ ಜೋತುಬೀಳುವ ಮುನ್ನ ಒಮ್ಮೆ ಬಸವರಾಜುವಿನ ಜತೆ ಈ ಹಿಂದೆ ಆತ ಗೋಕರ್ಣಕ್ಕೆ ಬಂದಾಗ ಅದೆಷ್ಟು ಆತ್ಮೀಯವಾಗಿ ಮಾತನಾಡಿದ್ದನೊ, ಕುಣಿದಾಡಿದ್ದನೊ ಅದೇ ಆತ್ಮೀಯತೆಯಲ್ಲಿ ಕೆಲಹೊತ್ತು ಕಳೆಯುವಾ ಎಂದೆನಿಸಿತು. ಆದರೆ ಆಸಾಮಿಯ ಪತ್ತೆಯೇ ಇರಲಿಲ್ಲ.

ಈ ಹಂತದಲ್ಲಿ ಅಧೈರ್ಯ ಹೆಡೆಯೆತ್ತಿತ್ತು ಮಂಜನಲ್ಲಿ. ಮನಸ್ಸು ಎರಡಾಯ್ತು. ಒಂದು, ಊರಿಗೆ ಹಿಂತಿರುಗುವುದು ಎಂದು. ಎರಡು, ಮುಂಬೈಯ ಜಠರದಲ್ಲಿ ಈಸಲು ಮುನ್ನುಗ್ಗುವುದು ಎಂದು.

ಅಷ್ಟರಲ್ಲಿ ಬಸವರಾಜು ಬಂದಿದ್ದ. ಏಕೋ ಗಂಭೀರನಾಗಿದ್ದಾನೆ ಎಂದೆನಿಸಿತು. ಅವನೊಡನೆ ಮಾತನಾಡುತ್ತಿರಲು ಇರುವ ವಿಷಯವಾದರೂ ಏನು ಎಂದು ತೋಚಲಿಲ್ಲ.

"ಈಗ ನೀನು ಮೊದಲು ಎಲ್ಲಿಗೆ ಹೋಗುವುದು" ಎಂದು ಬಸವರಾಜು ಕೇಳಿದ ಮಂಜನಿಗೆ. 'ಮತ್ತೆ ಊರಿಗೆ' ಎಂದು ಹೇಳಬೇಕೆನಿಸಿತು. ಆದರೆ ಬಾಯಿಂದ ಈ ಶಬ್ದಗಳು ಹೊರಬೀಳಲಿಲ್ಲ. ಬಸವರಾಜು ತನ್ನನ್ನು ಕುರಿತು ಏನು ಯೋಚಿಸಿಬಿಡಬಹುದು, ಹಾಗೆ ಹೇಳಿದರೆ ಎಂದು ಅಂದುಕೊಂಡು ಸುಮ್ಮನಾದ. ಹೊಸ ಕತೆಯೊಂದರ ಮೊದಲ ಸಾಲುಗಳಂತೆ ತನ್ನ ಹೊಸ ಪ್ರಯತ್ನವನ್ನು ನಡೆಸಬೇಕಿದೆ ಎಂದು ಮಂಜುಗನಿಸಿತು. ಊರಿನ ಹಳೆಯ ಕತೆಗಳಲ್ಲಿ ಬರುವ ಬಸವರಾಜುವಿನಿಂದ ವಿಮುಖವಾಗಿ ಮುಂಬೈಯನ್ನು ಸೇರಿಬಿಡುವುದು ಸೂಕ್ತ ಎಂದು ನಿರ್ಧರಿಸಿದ.

ಎಲ್ಲೋ ಒಂದು ಹಂತದಲ್ಲಿ ಗಣಪಜ್ಜ ಮುಗಿಸಿದ ಕತೆಯ ಮುಂದಿನ ಭಾಗದಲ್ಲಿ ತಾನು ನಿಂತಿರುವೆ ಎಂದನಿಸಿತು. ಕಿಸೆಯಲ್ಲಿ ಎಷ್ಟೋ ವಿಳಾಸಗಳು ಇದ್ದವು. ಯಾರ್ಯಾರನ್ನೋ ಸಂಧಿಸುವುದುಂಟು. ಹೊಸ ಕತೆಯ– ಲೋಕದ ಪ್ರಾರಂಭಕ್ಕೂ ಮುಂಚಿನ ಘಟ್ಟ ಇದು ಎಂದು ಅನಿಸಿತು. ಈ ಅನಿಸಿಕೆಯಲ್ಲಿಯೇ ಬಸವರಾಜುವನ್ನು ಬೀಳ್ಕೊಂಡ.

ಬಸವರಾಜು ಬದಲಾಗಿದ್ದಾನೆ ಎಂದನಿಸಿತು. ಬದುಕು ಕೊನೆಗೂ ಬದಲಾವಣೆಯ ಹೊಸ ಹಂತದಲ್ಲಿಯೇ ಮುಗಿದುಬಿಡುತ್ತದೆಯೇ ಎಂಬ ಯೋಚನೆ ಬಂತು. ರಾತ್ರಿ ಟ್ರೈನ್‌ನಲ್ಲಿ ಹುಡುಗಿಯ ಸುತ್ತ ಕುಳಿತ ಜನರು ಥಕ್ಕನೆ ಮಂಜ ಹೊರಟಿದ್ದ ದಿಕ್ಕಿನ ಪಕ್ಕದ ತಿರುವಲ್ಲಿದ್ದಂತೆ ಕಂಡಿತು. ಅವರ ನಡುವೆ ಗೆರೆಗೆರೆ ಅಂಗಿ ಧರಿಸಿದ ವ್ಯಕ್ತಿ ಬಸವರಾಜನಂತೆ ಕಂಡ. ಅವನೇ ಹೌದೋ ಅಲ್ಲವೋ ಎಂದು ತಿಳಿಯಲಾಗಲಿಲ್ಲ. ಎಷ್ಟೋ ಜನರ ಗುಂಪಲ್ಲಿ ಅವರ ಗುಂಪು ಅಸ್ಪಷ್ಟವಾಗುತ್ತಿತ್ತು. ದೂರ... ಬಲು ದೂರ ಹೊರಟಂತ್ತಿತ್ತು.

ಆ ಹುಡುಗಿಯ ಹೊಸ ಕತೆಯ ಪ್ರಾರಂಭದೊಂದಿಗೆ ಮುಂಬೈಗೆ ಹೆಜ್ಜೆ ಇಡುತ್ತಿರುವೆನೆ ಎಂದು ವಿಷಾದವಾಯ್ತು ಅವನಿಗೆ. ಅಷ್ಟು ಹೊತ್ತಿಗೆ ಸರಿಯಾಗಿ

ಒಂದು ವಿಶಾಲ ವೃತ್ತದ ಕಡೆ ತಲುಪಿದ. ಏಳೆಂಟು ಹಾದಿಗಳು ಸಾಗಿದ್ದವು ಅಲ್ಲಿಂದ. ಯಾವುದೋ ಒಂದನ್ನು ಮಂಜ ಅನುಸರಿಸಿದ.

ದತ್ತು ಮಾವ ಕೂಡ ಸಾಗಿದ ಮೊದಲ ದಾರಿ ಇದೇ ಆಗಿರಬಹುದೆ... ಎಂಬ ಅನುಮಾನ ಬಂತು. ಗಗನದತ್ತ ನೋಡಿದ. ಯಾವ ಹೆಜ್ಜೆಗಳೂ ಅಲ್ಲಿರಲಿಲ್ಲ. ರಸ್ತೆಯಲ್ಲಿ ಮಾತ್ರ ತುಂಬಾ ಇದ್ದವು. ಅವುಗಳ ನಡುವೆಯೇ ತನ್ನದನ್ನೂ ಇಡುತ್ತ ಇನ್ನೂ ಮುಂದೆ ಹೋಗುತ್ತಲೇ ಉಳಿದ.

25. ಮಾಯಾಕಿನ್ನರಿ

– ನಟರಾಜ್ ಹುಳಿಯಾರ್

ತನ್ನ ಮೂವತ್ತಮೂರು ವರ್ಷಗಳ ಬ್ರಹ್ಮಚಾರಿ ಬದುಕಿನಲ್ಲಿ ಯಾವ ಹೆಂಗಸಿಗೂ ಹೀಗೆ ಕಾಯದ ಆಚಾರಿ ಆವತ್ತು ಕಾಯತೊಡಗಿದ. ಅತ್ತಿಂದಿತ್ತ ಹಾದುಹೋಗುವ ಅಸಂಖ್ಯಾತ ದೇಹಗಳ ನಡುವೆ ಎಲ್ಲಾದರೂ ಕಣ್ತಪ್ಪಿ ಹೋಗಿಬಿಟ್ಟಾಳೆಂದು ಎಚ್ಚರಿಕೆಯಿಂದ ತಲೆಯೊಳಗೆ ದಾಖಲಾಗಿದ್ದ ಆಕೆಯ ಆಕೃತಿಯನ್ನು ಕಣ್ಣಲ್ಲಿ ತುಂಬಿಕೊಂಡು ದೃಷ್ಟಿ ಹರಿಸಲಾರಂಭಿಸಿದ. ಸರಿಯಾಗಿ ಇಪ್ಪತ್ತನಾಲ್ಕು ಗಂಟೆಯ ಹಿಂದೆ ಕಂಡ ಹೆಂಗಸು. ಹಿಂದಿನ ಸಂಜೆ, ಮುನ್ಸೀಫ್ ಕೋರ್ಟಿನ ಕ್ಯಾಶ್‌ಸೆಕ್ಷನ್ನಿನಲ್ಲಿ ಕ್ಲರ್ಕ್ ಆಗಿರುವ ಗೆಳೆಯ ರಾಮಯ್ಯನನ್ನು ಕಾಣಲು ಆಚಾರಿ ಹೋಗಿದ್ದ. ಅಂದು ಗುರುವಾರ ಎಸ್.ಐ.ಟಿ.ಎ. ಕೇಸಿನ ದಿನವಾದ್ದರಿಂದ ರಾಮಯ್ಯನ ಟೇಬಲ್ಲಿನ ಸುತ್ತಾ ಕಸಬುದಾರ ಹೆಂಗಸರು ಮುತ್ತಿಕೊಂಡಿದ್ದರು. ಅವರೆಲ್ಲಾ ಗಿರಾಕಿಗಳನ್ನು ಹಿಡಿಯುವಾಗಲೋ ಅಥವಾ ಲಾಡ್ಜುಗಳಲ್ಲೋ ಸಿಕ್ಕಿಬಿದ್ದು ಕೋರ್ಟಿನಲ್ಲಿ ಹಾಜರಾಗಿ ನಂತರ ದಂಡ ಕಟ್ಟಲು ಬಂದಿದ್ದ ಸೂಳೆಗಾರಿಕೆ ಮಾಡುವ ಹೆಂಗಸರು. ಇಂಥ ಹೊತ್ತಿನಲ್ಲಿ ರಾಮಯ್ಯನ ಬಳಿ ಹೋಗುವುದು ತರವೇ, ಅಲ್ಲವೇ, ಈ ಹೆಂಗಸರ ಬಗೆಗೆ ಅನುಕಂಪ ತೋರುವುದೋ, ಅಸಹ್ಯಪಟ್ಟುಕೊಳ್ಳುವುದೋ ಎಂಬಿತ್ಯಾದಿ ಪ್ರಶ್ನೆಗಳು ಆಚಾರಿಯನ್ನು ಒಟ್ಟೊಟ್ಟಿಗೇ ಮುತ್ತಿದವು. ಸ್ವತಃ ಆಚಾರಿ ಹಿಂದೆ ಒಂದೆರಡು ಸಲ ಇಂಥ ಹೆಂಗಸರ ಜೊತೆ ವ್ಯವಹಾರ ಕುದುರಿಸುವ ವಿಫಲ ಪ್ರಯತ್ನ ನಡೆಸಿದವನಾದ್ದರಿಂದ ಆ ಸೂಳೆಯರಲ್ಲಿ ಯಾರಾದರೂ ಈ ಗುಂಪಿನಲ್ಲಿದ್ದು ತನ್ನ ಗುರುತು ಹಿಡಿದರೇನು ಗತಿ, ಎಂಬ ದಿಗಿಲು ಬೇರೆ ಹುಟ್ಟಿತು.

ಈ ದಿಗಿಲಿಗೆ ಕಾರಣವೂ ಇತ್ತು. ಯಾಕೆಂದರೆ, ಒಮ್ಮೆ ನೋಡಿದವರು ಸದಾ ನೆನಪಿಟ್ಟುಕೊಳ್ಳಬಹುದಾದ ವ್ಯಕ್ತಿ ಆಚಾರಿ. ಏಜೀಸ್ ಆಫೀಸಿನಲ್ಲಿ ಕ್ಲರ್ಕ್ ಆಗಿರುವ ಎನ್. ಶೇಷಮೂರ್ತಿ ಆಚಾರ್ ಕೊಂಚ ವಿಚಿತ್ರವಾದ ಆಕೃತಿಯುಳ್ಳವನಾಗಿದ್ದ. ಕನ್ನಡಿಯಲ್ಲಿ ತನ್ನ ಮುಖವನ್ನು ದೃಷ್ಟಿಸಿ ನೋಡಲೂ ಹೆದರುತ್ತಿದ್ದ. ಎಂದೂ ಯಾರಿಗೂ ಎದುರುತ್ತರ ಕೊಡದೆ ಅತ್ಯಂತ ವಿಧೇಯ ನೌಕರನಾಗಿದ್ದ ಆಚಾರಿ ತನ್ನ ಆಫೀಸಿನ ಮಟ್ಟಿಗೆ ಬುದ್ಧಿಜೀವಿ ಎಂದು ಕೂಡ ಖ್ಯಾತನಾಗಿದ್ದ. ಸ್ಕೂಲಿನಲ್ಲಿ ಬಾಯಿಪಾಠ ಮಾಡಿದ್ದ ಕುವೆಂಪು, ಅಂಬಿಕಾತನಯದತ್ತ ಎಂಬ ಕವಿಗಳ ಪದ್ಯಗಳ ಸಾಲನ್ನು ವಿನಾಕಾರಣ ಪ್ರಯೋಗಿಸಿ ಮೇಲಧಿಕಾರಿಗಳನ್ನು ತಬ್ಬಿಬ್ಬು

ಮಾಡಬಲ್ಲವನಾಗಿದ್ದ. ತನ್ನ ಈ ಕವಿ ಹೃದಯದಿಂದಾಗಿಯೇ ತಾನು ಈ ಜುಜುಬೀ ಇಹಲೋಕದ ಗೋಳುಗಳನ್ನು ಮೀರಲು ಸಾಧ್ಯವಾಗಿರುವುದೆಂದು ನಂಬಿದ್ದ.

ಆರುಜನ ತಂಗಿಯರ ಏಕಮಾತ್ರ ಅಣ್ಣನಾಗಿ, ಹಾಸಿಗೆ ಹಿಡಿದ ಅಪ್ಪನನ್ನು ನೋಡನೋಡುತ್ತಲೇ ಪ್ರಗತಿಶೀಲ ಕಾದಂಬರಿಗಳ ನಾಯಕನಂತೆ ಕಡುದುಃಖಿಯಾಗಿರಬೇಕಾಗಿದ್ದ ಆಚಾರಿ ತನ್ನ ಕೈಗೆ ಬರುವ ಒಂದು ಸಾವಿರದ ಒಂಭೈನೂರ ಐವತ್ತು ರೂಪಾಯಿ ಸಂಬಳದಲ್ಲಿ ಒಂದನೇ ತಾರೀಖಿನಂದೇ ಬಹುತೇಕ, ಬಟವಾಡೆಯಾಗಿ, ಉಳಿಯುವ ನೂರೂ ಚಿಲ್ಲರೆಯಲ್ಲಿ ಇಪ್ಪತ್ತು ರೂಪಾಯಿ ಖರ್ಚು ಮಾಡಿ, ಗೆಳೆಯ ರಾಮಯ್ಯನೊಡನೆ ಒಂದು ಬಾಟಲು ಬಿಯರ್ ಏರಿಸುವಾಗ, 'ಅಯ್ಯೋ, ನಾಲ್ಕನೇ ತಂಗಿ ಸುಮನಾಗೆ ಜ್ವರ. ಇದೇ ದುಡ್ಡಿನಲ್ಲಿ ಸೇಬು ತಗೊಂಡು ಹೋಗಿದ್ದರಾಗಿತ್ತು' ಎನ್ನಿಸಿ ಪಾಪಪ್ರಜ್ಞೆ ಉಕ್ಕುವಾಗ ಮಾತ್ರ ಕಡುದುಃಖಿಯಾಗುವನು. ಇದರ ಜೊತೆಗೇ ರಾತ್ರಿಯ ಏಕಾಂತಗಳಲ್ಲಿ ಅಬ್ಬರಿಸುವ ಬಯಕೆಗಳ ಹೊಡೆತಕ್ಕೆ ಸಿಕ್ಕು ತತ್ತರಿಸಿ ಹೋಗುತ್ತಿರುವುದನ್ನು ಕುರಿತು ರಾಮಯ್ಯನಿಗೆ ಹೇಳುವನು. ಮರುಕ್ಷಣಕ್ಕೆ ತನ್ನ ಗೆಳೆಯನೂ, ಗುರುವೂ ಆದ ಚಂದ್ರೇಗೌಡ ಆಗಾಗ್ಗೆ ಹೇಳುತ್ತಿದ್ದ ಮಾರ್ಗವನ್ನೇ ಹಿಡಿಯಬೇಕೆಂದು ನಿರ್ಧರಿಸುವನು.

ಚಂದ್ರೇಗೌಡ ಆಚಾರಿಯ ಪಕ್ಕದ ಟೇಬಲ್ಲಿನಲ್ಲಿ ಕೆಲಸ ಮಾಡುವ ದಿಲ್‌ದಾರ್ ಆಸಾಮಿ. ಅವನೇ ಹೇಳಿಕೊಳ್ಳುವಂತೆ ತನ್ನ ಇಪ್ಪತ್ತೊಂಭತ್ತನೇ ವಯಸ್ಸಿಗೆ ಎಲ್ಲ ಆಟಗಳನ್ನೂ ಆಡಿ ಮುಗಿಸಿದ್ದಾನೆ. ಹತ್ತಾರು ಹುಡುಗಿಯರ ಜೊತೆಗೆ ತಾನು ನಡೆಸಿದ ಸಾಹಸಗಳನ್ನು ಅವನು ಆಚಾರಿಯೆದುರು ಬಣ್ಣಿಸುವಾಗ ತುಟಿ ಬಿಚ್ಚದೆ ಅಸೂಯೆಯಿಂದ ಆಲಿಸುವ ಆಚಾರಿ 'ಥೆ, ಇದೆಲ್ಲ ಸುಳ್ಳಿರಬೇಕು' ಎಂದು ಸಮಾಧಾನ ಮಾಡಿಕೊಳ್ಳುವನು. ಆಚಾರಿಯೊಬ್ಬ ಶುದ್ಧ ನಾಲಾಯಖ್ ಮನುಷ್ಯನೆಂದೇ ತೀರ್ಮಾನಿಸಿದ್ದ ಚಂದ್ರೇಗೌಡ 'ನೀನು ಎಲ್ಲಾದಕ್ಕೂ ದುಡ್ಡಿನ ಮುಖ ನೋಡಿಕೊಂತಾ ಕೂತರೆ ನೀನು ಹೆಣ್ಣೂಂತ ಮುಟ್ಟುವ ಹೊತ್ತಿಗೆ ಎಲ್ಲಾ ಬಿದ್ದು ಹೋಗಿ ದಬ್ಬೆ ಕಟ್ಟುವ ವಯಸ್ಸಾಗಿರುತ್ತೆ' ಎಂದು ಎಚ್ಚರಿಕೆ ನೀಡುವನು. ಆ ಭವಿಷ್ಯವಾಣಿ ನಿಜವಾಗಿ ಬಿಡಬಹುದೆಂಬ ಭಯ ಕಾಡಿ ಆಚಾರಿ ಖಿನ್ನನಾಗುವನು. ಈ ಭಯದಲ್ಲೂ ಒಂದು ಕೈ ನೋಡಿಯೇ ಬಿಡಬೇಕೆಂದುಕೊಳ್ಳುವಾಗಲೆಲ್ಲ ಹಳೆಯ ವಿಫಲ ಸಾಹಸವೊಂದು ನೆನಪಾಗುವುದು.

ಅದು ನಡೆದದ್ದು ಅವನು ಬಿ.ಕಾಂ. ಓದುವಾಗ. ಆಗ ಆಚಾರಿ ಬಾಡಿಗೆ ರೂಮೊಂದರಲ್ಲಿದ್ದ. ರೂಮಿನ ಎದುರೇ ಒಂದು ಹಾಳುಬಿದ್ದ ಪಾರ್ಕಿನ ಮೂಲೆಯ ಕಲ್ಲುಬೆಂಚಿನ ಮೇಲೆ ಆಗಾಗ್ಗೆ ಬಂದು ಕೂರುತ್ತಿದ್ದ ವೇಶ್ಯೆಯೊಬ್ಬಳನ್ನು ಆಚಾರಿ ತನ್ನ ರೂಮಿನ ಅರೆತೆರದ ಕಿಟಕಿಯ ಮೂಲಕ ಗಮನಿಸುತ್ತಿದ್ದ. ತನ್ನ ಸೀರೆಯ ಸೆರಗಿನ ಅಂಚನ್ನು ತಿರುವುತ್ತಾ, ಕಾಡಿಗೆ ಬಳಿದ ಕಣ್ಣರೆಪ್ಪೆಗಳನ್ನು ಇಡೀ ಜಗತ್ತಿನ ಗಮನ ಸೆಳೆಯುವವಳಂತೆ ಆಡಿಸುತ್ತಾ ಕೂತವಳ ಎದೆಯ ಭಾಗವನ್ನು ಪುಟ್ಟ ಬೌಸೊಂದು ಅಪ್ಪಿ ಹಿಡಿದಿರುತ್ತಿದ್ದು, ಉಳಿದ ಬೆನ್ನು ಹಾಗೂ ಹೊಕ್ಕುಳು ಆಚಾರಿಯ ಉದ್ರೇಕಕ್ಕೂ ಸ್ವರತಿಗೂ ಸಾಕಾಗಿತ್ತು. ತಾನೇ ಹೋಗಿ ಅವಳನ್ನು ಕೇಳಿಬಿಡೋಣವೆಂದರೆ

ಅವನೊಳಗೆ ದಮ್ಮಿರಲಿಲ್ಲ. ಜೊತೆಗೆ ದುಡ್ಡಿನ ತಾಪತ್ರಯ ಬೇರೆ. ಆದರೂ ತಡೆಯಲಾರದೆ ಒಂದು ಸಲ ಬಿಲ್ಡಿಂಗಿನ ವಾಚ್‌ಮನ್ ನಾಯರ್ ಜೊತೆ ತನ್ನ ಕುತೂಹಲವನ್ನು ತೋಡಿಕೊಳ್ಳಲಾರಂಭಿಸಿದ. ನಾಯರ್ ನೇರವಾಗಿ, "ನಿಂಗೆ ಅದು ಬೇಕ ಸಾಮಿ ?" ಅಂದ. ಆಚಾರಿ ಹಿಂದೆ ಮುಂದೆ ನೋಡದೆ 'ಹೂಂ' ಅಂದುಬಿಟ್ಟ. ಬರುವ ಶನಿವಾರ ಸಂಜೆ ಅಕ್ಕಪಕ್ಕದ ಮನೆಯವರೆಲ್ಲ ಟೀವಿ ಸಿನಿಮಾ ನೋಡುವ ಹೊತ್ತಿಗೆ, ಅಂದರೆ ಏಳುಗಂಟೆಯ ಹೊತ್ತಿಗೆ ಅವಳನ್ನು ಕರೆತರುತ್ತೇನೆಂದು ಹೇಳಿದ ನಾಯರ್ ಇವನಿಂದ ಮೂವತ್ತು ರೂಪಾಯಿ ಇಸಿದುಕೊಂಡು ಹೋಗಿದ್ದ.

ಕಡೆಗೂ ಶನಿವಾರ ಬಂದೇಬಿಟ್ಟಿತು. ಆವತ್ತು ಇಡೀ ದಿನ ಕೈಕಾಲಲ್ಲಿ ನಡುಕವೂ, ಪುಳಕವೂ ಒಟ್ಟಿಗೇ ಹುಟ್ಟಿ ಆಚಾರಿ ಎಂದೂ ಅನುಭವಿಸದ ಸ್ಥಿತಿಯೊಂದರಲ್ಲಿ ಸಿಕ್ಕಿ ತಹತಹಿಸಿದ. ಅವಳನ್ನು ಹೇಗೆ ಮಾತಾಡಿಸುವುದು, ಎಂದು ಗೊಂದಲಗೊಂಡ. ಯಾರೋ ಹೇಳಿದ್ದಂತೆ ಕೋಹಿನೂರಿನ ಪ್ಯಾಕೆಟ್ಟು ತಂದಿಟ್ಟುಕೊಂಡ. ಕೂತಲ್ಲಿ ಕೂರಲಾಗದೆ, ನಿಂತಲ್ಲಿ ನಿಲ್ಲಲಾರದೆ ಚಡಪಡಿಸಿದ. ಗಡಿಯಾರ ಏಳು ದಾಟಿ ಹದಿನೈದು ನಿಮಿಷ ತೋರಿಸುತ್ತಿತ್ತು. ಹೊರಗೆ ಕತ್ತಲು ಕವುಚಿಕೊಂಡಿತ್ತು. ಬೋಲ್ಟು ಹಾಕದೇ ಬಿಟ್ಟಿದ್ದ ಬಾಗಿಲು ತೆರೆದುಕೊಂಡಿತು. ನಾಯರ್ ಒಬ್ಬನೇ ರೂಮಿನೊಳಕ್ಕೆ ಅಡಿಯಿಕ್ಕಿದ. ಒಂದೇಟಿಗೆ ಹಾರಿ ಅವನೆದುರು ನಿಂತ ಆಚಾರಿ ಕಣ್ಣಲ್ಲೇ ನಾಯರ್‌ನ್ನು ದಾಟಿ ಬಾಗಿಲಾಚೆಯ ಕತ್ತಲನ್ನು ಸೀಳಿದ. "ಸಾಮಿ" ಎಂದು ನಾಯರ್. "ಎಲ್ಲಿ ?" ಎಂದು ಉದ್ವೇಗದಿಂದ ಪಿಸುದನಿಯಲ್ಲಿ ಅರಚಿದ ಆಚಾರಿ. ನಾಯರ್ ಸಾವಕಾಶವಾಗಿ ತನ್ನ ಹಿಡಿಯಲ್ಲಿದ್ದ ಇಪ್ಪತ್ತು ರೂಪಾಯಿಗಳನ್ನು ಆಚಾರಿಯ ಕೈಗಿಡುತ್ತಾ "ಅದನ್ನು ಪೋಲೀಸೋರು ಇಡ್ಕಂಡ್ ಓಬುಟ್ರು ಸಾಮಿ. ಅತ್ತು ರುಪಾಯಿ ಒಂದನೇ ತಾರೀಕು ಕೊಡ್ತೀನಿ" ಎಂದು ಸಾವಧಾನವಾಗಿ ಹೇಳಿ, ಏನೂ ನಡೆದಿಲ್ಲವೆಂಬಂತೆ ಬಾಗಿಲು ಹಾಕಿಕೊಂಡು ಹೊರಟುಹೋದ.

ಆವರೆಗಿನ ಉದ್ವೇಗವೆಲ್ಲ ಇಳಿದು ಒಂದು ಥರದ ನಿರಾಳತೆ ಆವರಿಸಿ ತನಗೇನು ದುಃಖವಾಯಿತೋ ಖುಷಿಯಾಯಿತೋ ಎಂಬುದು ಸ್ವತಃ ಆಚಾರಿಗೇ ಗೊತ್ತಾಗಲಿಲ್ಲ. ದುಡ್ಡಾದರೂ ಉಳಿಯಿತಲ್ಲ ಎಂದು ಸಮಾಧಾನ ಮಾಡಿಕೊಂಡು ಮಲಗಿದವನಿಗೆ ನಾಯರ್ ಸುಳ್ಳು ಹೇಳಿರಬಹುದೆ, ಎಂಬ ಅನುಮಾನ ಹುಟ್ಟಿತು. ಅವಳನ್ನು ಪೊಲೀಸರು ಹಿಡಿದುಕೊಂಡು ಹೋದದ್ದೇ ನಿಜವಾದರೆ, ಹೊಟ್ಟೆಯ ಪಾಡಿಗೆ ಏನೋ ಒಂದು ದಂಧೆ ಮಾಡುವವಳನ್ನು ಗೋಳುಹೊಯ್ದುಕೊಳ್ಳುವ ಈ ವ್ಯವಸ್ಥೆ ಕ್ರೂರವಾದದ್ದಲ್ಲವೆ ಎನ್ನಿಸಿ, ಆ ಸಿಟ್ಟು ಕೂಡ ಅವಳು ತನಗೆ ದಕ್ಕದೇ ಹೋದದ್ದರಿಂದ ಹುಟ್ಟಿರಬಹುದೆನ್ನಿಸಿ ಮುಸುಕೆಳೆದು ಮಲಗಿಬಿಟ್ಟ.

ಇದಾದ ಎಷ್ಟೋ ವರ್ಷಗಳ ನಂತರ ಆಚಾರಿಯು ಎರಡನೆಯ ಪ್ರಯತ್ನ ನಡೆದದ್ದು ಚಂದ್ರೇಗೌಡನ ಮಾರ್ಗದರ್ಶನದಲ್ಲಿ. ಈ ವೇಶ್ಯೆಯರನ್ನು ಗುರ್ತಿಸುವ ಹಾಗೂ ಅವರೊಡನೆ ವ್ಯವಹಾರ ಕುದುರಿಸುವ ಬಗೆ ಹೇಗೆಂದು ಚಂದ್ರೇಗೌಡನನ್ನು ಒಮ್ಮೆ ಆಚಾರಿ ಕೇಳಿಯೇಬಿಟ್ಟ. ಚಂದ್ರೇಗೌಡ ಅತ್ಯುತ್ಸಾಹದಿಂದ ವೇಶ್ಯೆಯರ ವೇಷ, ನಡಿಗೆ, ಬಳಸುವ ಮಾತುಗಳು, ದೊರೆಯುವ ಸ್ಥಳಗಳನ್ನು ಕುರಿತು ಒಂದು ಪುಟ್ಟ

ಭಾಷಣವನ್ನೇ ಕೊಟ್ಟು ಕಡೆಯಲ್ಲೊಂದು ಸೂಚನೆ ಕೊಟ್ಟ: "... ಅವಳೊಂತ ವಾಸನೆ ಸಿಕ್ಕಿದ ತಕ್ಷಣ ಸುಮ್ಮನೆ ಅವಳ ಬದಿಯಲ್ಲೇ ನಡೆಯಲು ಶುರು ಮಾಡಬೇಕು. ನಿನ್ನ ಪಾಡಿಗೆ ನೀನು ಮಾತಾಡಿಕೊಳ್ಳುವಂತೆ ಸಣ್ಣಗಿನ ದನಿಯಲ್ಲಿ 'ಇಲ್ಲಿ ಬಸ್‌ಸ್ಟಾಪ್ ಯಾವ ಕಡೆ ಇದೆ' ಅಂತಲೋ ಅಥವಾ 'ಬ್ಯಾಂಕು ಎಲ್ಲಿದೆ' ಎಂತಲೋ ತೀರ ಜನರಲ್ಲಾದ ಪ್ರಶ್ನೆಗಳನ್ನು ಕೇಳಬೇಕು. ಕಸುಬಿನವಳಾದರೆ ಮೆಲ್ಲಗೆ ನಕ್ಕು ಸೂಚನೆ ಕೊಡುತ್ತಾಳೆ. ಒಂದು ವೇಳೆ ಮಿಸ್ ಫೈರ್ ಆದರೆ ಅತ್ತಿತ್ತ ನೋಡದೆ ಸುಮ್ಮನೆ ನಡೆದುಬಿಡಬೇಕು." ಈ ಮಾರ್ಗದರ್ಶನವನ್ನನುಸರಿಸಿದ ಆಚಾರಿ ಒಂದೆರಡು ಸಲ ಇಂಥ ಕೆಲವು ಹೆಣ್ಣುಗಳನ್ನು ಹಿಂಬಾಲಿಸಿಕೊಂಡು ಹೋಗಿ ಧೈರ್ಯ ಸಾಲದೆ ಸರಸರ ನಡೆದು ಬಸ್ಸು ಹತ್ತಿಬಿಟ್ಟಿದ್ದ.

ವೇಶ್ಯೆಯರನ್ನು ಕುರಿತಂತೆ ಈ ಬಗೆಯ ಇತಿಹಾಸವುಳ್ಳ ಆಚಾರಿಗೆ ಅಂದು ಕೋರ್ಟಿನಲ್ಲಿ ಕಸುಬುದಾರ ಹೆಣ್ಣುಗಳ ಹಿಂಡನ್ನೇ ಕಂಡಾಗ ತಬ್ಬಿಬ್ಬಾದದ್ದು ಸಹಜವೇ ಆಗಿತ್ತು. ಆ ಹೆಂಗಸರ ನಡುವೆ ಮುಳುಗಿಹೋಗಿದ್ದ ರಾಮಯ್ಯ ಇವನನ್ನು ಕಂಡವನೇ ಕರೆದು ಪಕ್ಕದ ಕುರ್ಚಿಯಲ್ಲಿ ಕೂರಿಸಿಕೊಂಡು "ಒಂದು ನಿಮಿಷ" ಎಂದು ಹೇಳಿ ಹೆಂಗಸೊಬ್ಬಳತ್ತ ತಿರುಗಿ ರಸೀತಿ ಬರೆಯುತ್ತಾ "ಊಂ, ಏನಮ್ಮಾ ಹೆಸರು ?" ಅಂದ. "ಕಾವೇರಿ" ಎಂದು ಉತ್ತರ ಕೊಟ್ಟವಳನ್ನು ಆಚಾರಿ ಹಾಗೇ ದಿಟ್ಟಿಸಿದ: ಕಣ್ಣ ಸುತ್ತಾ ಕಪ್ಪುಗೆರೆ. ಇಡೀ ದಿನ ಕೋರ್ಟಿನ ವರಾಂಡದಲ್ಲೇ ಇದ್ದು ಒಣಗಿಹೋದ ತುಟಿ, ಬತ್ತಿದ ಮುಖ. "ನಿಜವಾದ ಹೆಸರೋ ? ಡೂಪ್ಲಿಕೇಟೋ ?" ಎಂದು ರಾಮಯ್ಯ ಚುಡಾಯಿಸಿದ. "ಸುಮ್ನೆ ಬರ್ಕ್ಕೊಳ್ರೀರೀ" ಎಂದು ದಬಾಯಿಸಿದ ಅವಳು ಐವತ್ತು ರೂಪಾಯಿನ ಎರಡು ನೋಟನ್ನು ಟೇಬಲ್ಲಿನ ಮೇಲಿಟ್ಟು "ನಂದೂ ಈ ಕಮಲೀದೂ ತಗಳಿ, ಎರಡು ಬ್ಯಾರೆ ಬ್ಯಾರೆ ರಸೀತಿ ಕ್ವಡಿ" ಎನ್ನುತ್ತಾ ಪಕ್ಕದಲ್ಲಿ ನಿಂತವಳ ಭುಜದ ಮೇಲೆ ಆತ್ಮೀಯವಾಗಿ ಕೈಯಿಟ್ಟಳು.

ಅವರಿಬ್ಬರೂ ಅಲ್ಲಿಂದ ನಡೆದ ಮೇಲೆ ನೀಲಿಸೀರೆಯುಟ್ಟು ಕೆಂಪಗೆ ಕಟ್ಟುಮಸ್ತಾಗಿದ್ದ ಮತ್ತೊಬ್ಬಳು ನೂರರ ನೋಟನ್ನಿಟ್ಟು "ಚಂದ್ರಕಲಾ" ಎಂದಳು. ರಾಗವಾಗಿ "ಚಂ...ದ್ರ...ಕ...ಲಾ" ಎಂದುಕೊಳ್ಳುತ್ತಾ ರಾಮಯ್ಯ ಕತ್ತು ತಗ್ಗಿಸಿ ರಸೀತಿ ಬರೆಯಲಾರಂಭಿಸಿದಾಗ, ಸದರಿ ಚಂದ್ರಕಲಾ ಒಂಚೂರೂ ಎಗ್ಗಿಲ್ಲದೆ ಬಾಗಿ ಉಟ್ಟಿದ್ದ ಸೀರೆಯನ್ನು ಮೊಣಕಾಲವರೆಗೂ ಮೇಲೆತ್ತಿ ತನ್ನ ಎಡಗಾಲಿನ ಮೀನಖಂಡಕ್ಕೆ ಬಿಗಿದುಕೊಂಡಿದ್ದ ಚಿನ್ನದ ಸರವನ್ನು ಬಿಚ್ಚಿ ಸರಕ್ಕನೆ ಕೊರಳಿಗೆ ಹಾಕಿಕೊಂಡಿದ್ದನ್ನು ಕಂಡ ಆಚಾರಿ ಅವಳ ಬಿಳಿಯ ಮೀನಖಂಡಗಳ ಸೌಂದರ್ಯವೇ ಕಣ್ಣಲ್ಲಿ ತುಂಬಿಕೊಂಡು ನಿಬ್ಬೆರಗಾಗಿ ಕೂತ.

ಬಳಿಕ ಐದಾರು ಹುಡುಗಿಯರ ನಾಯಕಿಯಾಗಿ ಬಂದ ಧಡೂತಿಯಾದ ಹೆಂಗಸೊಬ್ಬಳು ಅಷ್ಟೂ ಹುಡುಗಿಯರ ದಂಡ ಕಟ್ಟಿ ಹೊರಟ ನಂತರ "ಸಾಕಪ್ಪಾ ಈ ರಂಡೇರ ಸಾವಾಸ" ಎಂದು ರಾಮಯ್ಯ ರಸೀದಿ ಪುಸ್ತಕ ಮಡಿಚಿಟ್ಟು ಕೂತಾಗ, ಆ ಚಂದ್ರಕಲಾ ಎಂಬಾಕೆ ತನ್ನ ಮೀನಖಂಡಕ್ಕೆ ಬಿಗಿದುಕೊಂಡಿದ್ದ ಚಿನ್ನದ ಸರದ ಬಗೆಗೆ ಆಚಾರಿ ತನ್ನ ಕುತೂಹಲ ವ್ಯಕ್ತಪಡಿಸಿದ. ಕೊಂಚ ಬೆಲೆಬಾಳುವ ಸೀರೆ,

ಕಿವಿಯಲ್ಲಿ ಓಲೆ, ಕೊರಳಲ್ಲಿ ಸರ, ಕೈಯಲ್ಲಿ ವಾಚು ಇತ್ಯಾದಿ ಕಂಡರೆ ಮ್ಯಾಜಿಸ್ಟ್ರೇಟರು ಹೆಚ್ಚು ಫೈನು ಹಾಕಿಬಿಡುತ್ತಾರೆಂದು ಈ ಲೌಡಿಯರು ಕಂಡ ಆಟವನ್ನೆಲ್ಲಾ ಆಡುತ್ತಾರೆಂದು ರಾಮಯ್ಯ ರಾಗವಾಗಿ ವಿವರಣೆ ಕೊಡುತ್ತಾ ವಾಚು ನೋಡಿಕೊಳ್ಳುತ್ತಿರುವಾಗ, ಹಸಿರು ಲಂಗದ ಮೇಲೆ ಹಳದಿ ದಾವಣಿ ಹೊದ್ದು ಯಾರನ್ನೋ ಹುಡುಕುವಂತೆ ಕಣ್ಣಾಡಿಸುತ್ತಾ ಅವಳು ಬಂದಿದ್ದಳು. ಮುಖ ಸೊರಗಿದಂತೆ ಕಂಡರೂ ಅವಳ ಪಾರದರ್ಶಕ ದಾವಣಿಯ ಮರೆಗೆ ಕೆಂಪು ರವಿಕೆಯಲ್ಲಿ ಎದ್ದು ನಿಂತ ಸ್ತನಗಳ ಚೂಪಿಗೆ ಆಚಾರಿ ನಡುಗಿಹೋಗಿದ್ದ.

ಅತ್ತಿತ್ತ ನೋಡುತ್ತಲೇ ಅವಳು ಸಣ್ಣಗಿನ ದನಿಯಲ್ಲಿ "ಆ ಭೋಸುಡೀ ಬರ್ಲೇ ಇಲ್ಲ" ಎಂದು ತನ್ನ ಯಜಮಾನಿಯನ್ನು ಶಪಿಸುತ್ತಾ ನಿಂತವಳು ರಾಮಯ್ಯನ ಹುಬ್ಬು ಗಂಟಿಕ್ಕತೊಡಗಿದ್ದನ್ನೇ ಗಮನಿಸುತ್ತಾ, ಹಿಂಜರಿಯುತ್ತಲೇ ತನ್ನ ಹಿಡಿಯಿಂದ ಮುದುರಿದ ಇಪ್ಪತ್ತು ರೂಪಾಯಿಯ ನೋಟನ್ನು ಟೇಬಲ್ಲಿನ ಮೇಲಿಟ್ಟು "ಮೂವತ್ತುರೂಪಾಯಿ ಇದ್ರೆ ಕೊಟ್ಬಿರಣ್ಣ, ನಾಳೆ ತಂದ್ ಕೊಡ್ತೀನಿ" ಅಂದಳು. ಅವಳ ಮುಖ ಕೂಡ ನೋಡದೆ ನಿರ್ಲಿಪ್ತನಾಗಿ ತನ್ನ ಲೆಡ್ಜರುಗಳನ್ನು ಮುಚ್ಚುತ್ತಿದ್ದ ರಾಮಯ್ಯ "ಸರಿ ಸರಿ ಅದೊಂದು ಬಾಕಿಯಿತ್ತು" ಎಂದು ಗೊಣಗಿದವನು, "ನೋಡ್ಹೋಗು ಆಚೆ ಕಡೆ ನಿನ್ನ ಅಭಿಮಾನಿಗಳು ಯಾರ್ಯಾರು ಇರ್ತರೆ!" ಎಂದು ನಕ್ಕು ಆಚಾರಿಯತ್ತ ಕಣ್ಣು ಹೊಡೆದ. ಅವಳು ಮತ್ತೆ ಗೋಗರೆಯಲಾರಂಭಿಸಿದಳು. ರೇಗಿಬಿದ್ದ ರಾಮಯ್ಯ "ಎರ್ಡು ದಿನ ವದ್ದು ವಳಕ್ಹಾಕಿದರೆ ಗೊತ್ತಾಗ್ತದೆ" ಎಂದ ಗಡುಸಾಗಿ.

ಅವಳು ಮಾತ್ರ ತನ್ನ ಅಪ್ಪನ ಹತ್ತಿರವೋ ಅವ್ವನ ಹತ್ತಿರವೋ ಹಠ ಮಾಡುವವಳಂತೆ ಮುಖ ಊದಿಸಿಕೊಂಡು ತನ್ನ ಸೆರಗಿನ ಅಂಚನ್ನು ತಿರುವುತ್ತಾ ನಿಂತದ್ದನ್ನು ಕಂಡ ಆಚಾರಿ ತಕ್ಷಣ ಜೇಬಿನಿಂದ ಐವತ್ತರ ನೋಟು ತೆಗೆದು "ನಾನ್ ಕೊಟ್ಬಿರ್ತಿನಿ ತಗೊ" ಎಂದು ರಾಮಯ್ಯನೆದುರು ಒಡ್ಡಿಬಿಟ್ಟ. ಆಚಾರಿಯ ಈ ಅನಿರೀಕ್ಷಿತ ಪ್ರತಿಕ್ರಿಯೆಯಿಂದ ತಬ್ಬಿಬ್ಬುಗೊಂಡ ರಾಮಯ್ಯ ಅವನನ್ನು ತಡೆಯಲು ಯತ್ನಿಸುತ್ತಿದ್ದಂತೆ, "ಕೊಡ್ಲಿ ಬಿಡಣ್ಣ ಅಣ್ಣಾವರು" ಎಂದು ಅವಳು ಆಚಾರಿಯನ್ನು ಆರಾಧಿಸುವವಳಂತೆ ನೋಡುತ್ತಾ ನಿಂತಳು. ಆಚಾರಿ ಕೂಡ ತನ್ನ ನಿರ್ಧಾರದ ಬಗೆಗೆ ಅಚಲನಾಗಿದ್ದನ್ನು ಕಂಡ ರಾಮಯ್ಯ "ಸರಿ ನಿನ್ನಿಷ್ಟ" ಎಂದು ಗೊಣಗುತ್ತಾ ರಸೀತಿ ಬರೆದು ಅವಳು ಈ ಮೊದಲೇ ಕೊಟ್ಟ ಇಪ್ಪತ್ತು ರೂಪಾಯಿಯನ್ನು ಆಚಾರಿಗೂ ಕೊಡದೆ, ಅತ್ತ ಅವಳಿಗೂ ಕೊಡದೆ ಮರೆವನ್ನು ನಟಿಸಿದಾಗ, ಅಪರೂಪಕ್ಕೆ ಹತ್ತೋ ಇಪ್ಪತ್ತೋ ಲಂಚ ಹೊಡೆಯುವ ಆಚಾರಿಗೂ ಇದು ಅನ್ಯಾಯವೆನ್ನಿಸಿ "ಆ ಚಿಲ್ರೇನ ಆಯಮ್ಮನಿಗೆ ಕೊಟ್ಬಿಡಯ್ಯ" ಅಂದ.

ರಾಮಯ್ಯನ ಮುಖ ಕಿರಿದಾಗಿ ತಾತ್ಸಾರದಿಂದಲೇ ಆ ಮುದುರಿದ ನೋಟನ್ನು ಅವಳತ್ತ ತಳ್ಳಿದ. ಮೆಲ್ಲಗೆ ಆ ನೋಟನ್ನು ತನ್ನ ಸೊಂಟಕ್ಕೆ ಸಿಕ್ಕಿಸಿಕೊಂಡ ಅವಳು ಆಚಾರಿಯನ್ನೇ ನೋಡುತ್ತಾ 'ನಾಳೆ ಸಂಜೀಕೆ ಐದೂ ಗಂಟೇವತ್ತಿಗೆ ಈ ಕೋರ್ಟು ಮುಂದಿನ ಪಾರ್ಕಿಗೆ ಬನ್ರಣ್ಣ. ನಿಮ್ಮ ಕಾಸು ತಂದುಕ್ಕಡ್ತಿನಿ', ಎಂದು ನಕ್ಕ ತಕ್ಷಣ,

ಆಚಾರಿಯಲ್ಲಿ ಅದುವರೆಗೂ ತುಂಬಿದ್ದ ಅನುಕಂಪ ಮಾಯವಾಗಿ ಲೈಂಗಿಕ ಬಯಕೆಗಳೇ ಉದ್ದೀಪನಗೊಂಡವು. ಹೀಗೆ ನಕ್ಕು ಛಂಗನೆ ಎಗರಿ ಅವಳು ಹೊರಗೋಡಿದಾಗ ಜಗಿದ ಸ್ತನಗಳನ್ನೇ ಗಮನಿಸುತ್ತಾ ಕೂತ ಈ ಆಚಾರಿಯೊಬ್ಬ ಮೂರ್ಖನೋ ಅಥವಾ ರಸಿಕನೋ ಎಂಬ ಅನುಮಾನದಿಂದ ನೋಡಿದ ರಾಮಯ್ಯನ ನೋಟದ ಪರಿ ಇಷ್ಟವಾಗದೆ ಆಚಾರಿ ಮೇಲೆದ್ದು "ಬರ್ತೀನಿ" ಎಂದು ಹೊರಬಿದ್ದಿದ್ದ. ಅಷ್ಟು ಹೊತ್ತಿಗೆ ಅವಳಾಗಲೇ ಕೋರ್ಟಿನ ಮೇನ್‌ಗೇಟನ್ನು ದಾಟುತ್ತಿದ್ದಳು.

ಆ ಸಂಜೆಯ ಪ್ರಕರಣವನ್ನು ತಲೆಯಲ್ಲೇ ಮುಗುಚಿಹಾಕುತ್ತಾ ಮನೆಗೆ ಬಂದ ಆಚಾರಿಯ ನಡಿಗೆಯಲ್ಲಿ ಹೊಸ ಹುಕ್ಕಿ ಕಂಡು ತಂಗಿಯರು ಬೆರಗಾದರು. ಹಾಸಿಗೆ ಹಿಡಿದ ಅಪ್ಪನನ್ನು ಕರೆದುಕೊಂಡು ಒಂದಷ್ಟು ದೂರ ಗಾಳಿಯಲ್ಲಿ ಅಡ್ಡಾಡಿಸಿಕೊಂಡು ಬಂದ. ಅಪರೂಪಕ್ಕೆ ನಗುತ್ತಾ ಉಂಡ. ತುಂಬ ದಿನಗಳಿಂದ ತೆಗೆಯದಿದ್ದ ಹಾರ್ಮೋನಿಯಂ ಪೆಟ್ಟಿಗೆಯ ಧೂಳು ಕೊಡವಿ,

ವರವೀಣಾ ಮೃದುಪಾಣೀ
ವನರುಹಲೋಚನ ರಾಣೀ

ಎಂಬ ಮಟ್ಟನ್ನು ಮನಸೇಚ್ಛೆ ಬಾರಿಸಲಾರಂಭಿಸಿದ. ಹುಡುಗನಾಗಿದ್ದಾಗ ಅಪ್ಪ ಹೇಳಿಕೊಟ್ಟ ಪಾಠ. ಎಲ್ಲ ಮರೆತುಹೋಗಿದ್ದರೂ ಬಿಡದೆ ಮರ್ದಿಸಿ ಮಲಗಿಕೊಂಡ. ಬೆಳಿಗ್ಗೆ ಆಫೀಸಿನಲ್ಲಿ ಕೂಡ ಲವಲವಿಕೆಯಿಂದ ಕೆಲಸ ಮಾಡಿದ. ನೋಡನೋಡುತ್ತಿದ್ದಂತೆ ಸಂಜೆಯಾಗತೊಡಗಿತು. ಅವಳ ಆಹ್ವಾನದಂತೆ ಹೋಗುವುದೋ ಬೇಡವೋ ಎಂಬ ದ್ವಂದ್ವ ಶುರುವಾದರೂ ನಾಲ್ಕೂವರೆಯ ಹೊತ್ತಿಗೆ ಮುಖ ತೊಳೆದು ಕ್ರಾಪು ತಿದ್ದಿ. ಒಂದೂವರೆ ಕಿಲೋಮೀಟರು ನಡೆದು ಈ ಪಾರ್ಕಿಗೆ ಬರುವ ಹೊತ್ತಿಗೆ ಸರಿಯಾಗಿ ಐದು ಗಂಟೆ. ಹಾಗೇ ಅಡ್ಡಾಡುತ್ತಾ ಅಥವಾ ಕಲ್ಲು ಬೆಂಚಿನ ಮೇಲೆ ಕೂರುತ್ತಾ ಸುತ್ತ ಕಣ್ಣು ಚಾಚುತ್ತಾ ಹಾಗೂಹೀಗೂ ಒಂದು ಘಂಟೆ ಕಳೆದವನಿಗೆ ರೇಗತೊಡಗಿತು. ಮೋಡಗಳು ಬೇರೆ ಕವಿಯಲಾರಂಭಿಸಿದ್ದವು. ಯಾರೋ ದರಿದ್ರದವಳ ಮಾತು ನಂಬಿ ಬಂದು ಮೂರ್ಖನಾಗಿಬಿಟ್ಟೆನಲ್ಲ ಎಂದು ತನ್ನ ಬಗೆಗೆ ತನಗೇ ಜಿಗುಪ್ಸೆಯಾಗತೊಡಗಿತು.

* * * *

ಜನರಲ್ ಆಸ್ಪತ್ರೆಯ ಕಾಂಪೌಂಡಿನ ಮೂಲೆಯ ಹೊಂಗೇಮರವೊಂದರ ಅಡಿಯಲ್ಲಿ ತನ್ನೆರಡೂ ಮಂಡಿಯ ಚಿಪ್ಪುಗಳ ನಡುವೆ ಪುಟ್ಟ ಕನ್ನಡಿಯೊಂದನ್ನು ಹಿಡಿದು ನಿಲ್ಲಿಸಿಕೊಂಡು, ಹೇರ್ ಪಿನ್ನನ್ನು ಹಲ್ಲಲ್ಲಿ ಕಚ್ಚಿಕೊಂಡು ಕೊಂಚ ಕಷ್ಟಪಟ್ಟು ಕೂದಲ ಸಿಕ್ಕು ಬಿಡಿಸುತ್ತಿದ್ದ ಅವಳು "ಒಂದು ರಬ್ಬರ್ ಬ್ಯಾಂಡು ಕ್ವಡೇ" ಎಂದು ಪಕ್ಕದಲ್ಲಿ ಕೂತು ಹೂ ಪೋಣಿಸುತ್ತಿದ್ದ ಶಾರದಕ್ಕನನ್ನು ಕೇಳಿದಳು. "ಏನು ತಾಯಿ ಬಲು ಶೋಕಿ ಮಾಡ್ತ ಇದಿಯ" ಎಂದು ಪ್ರೀತಿಯಿಂದ ಅವಳ ಕೆನ್ನೆ ಹಿಂಡಿ, ತನ್ನ ಜುಟ್ಟನ್ನು ಹಿಡಿದು ನಿಲ್ಲಿಸಿದ್ದ ಎರಡು ರಬ್ಬರ್ ಬ್ಯಾಂಡುಗಳಲ್ಲಿ ಒಂದನ್ನು ಬಿಚ್ಚಿ ಕೊಟ್ಟ ಶಾರದಕ್ಕ ಇವಳನ್ನೇ ಮೆಚ್ಚುಗೆಯಿಂದ ನೋಡುತ್ತಾ "ನಾನೇನಾರ ಗಂಡ

ಸಾಗಿದ್ರೆ ನಿನ್ನೇ ಖಾಯಮ್ಮಾಗ್ರಿ ಇಟ್‌ಕಂಡ್‌ಬಿಡ್ತಿದ್ದೆ" ಎಂದು ಇವಳ ಬತ್ತಿದ ಕೆನ್ನೆಯಲ್ಲಿ ರಂಗು ಮೊಳೆಯುವಂತೆ ಮಾಡಿದಳು. "ಶಾರದಕ್ಕಾ" ಎಂದು ರಾಗವಾಗಿ ಶುರು ಮಾಡಿದ ಇವಳು ಅಷ್ಟಕ್ಕೇ ನಿಲ್ಲಿಸಿಬಿಟ್ಟಳು. "ಹೂಂ ಬಿರ್‍ರನೆ ಹೇಳಿ ಮುಗ್ಸು" ಎಂದ ಶಾರದಕ್ಕ ಕೂಡ ತರಾತುರಿಯಲ್ಲಿದ್ದಂತಿತ್ತು. ಮೂರು ದಿನದಿಂದ ಹುಷಾರಿಲ್ಲದೆ ರಚ್ಚೆ ಹಿಡಿದ ಮಗುವನ್ನು ಬಿಟ್ಟು ಹೊರಗೆ ಹೋಗಲಾಗಿರಲಿಲ್ಲ. ಹೀಗಾಗಿ ಈವತ್ತಾದರೂ ಒಂದಿಷ್ಟು ದುಡ್ಡು ಸಿಗದೇ ಹೋದರೆ ಪರಿಸ್ಥಿತಿ ತೀರಾ ಬಿಗಡಾಯಿಸಿ ಬಿಡುವಂತಿತ್ತು. ಇವಳ ಬಳಿ ಕೇಳೋಣವೆಂದರೆ ಮೊನ್ನೆ ತಾನೆ ಲಾಡ್ಜು ರೈಡಾಗಿ ಸಿಕ್ಕಿಬಿದ್ದು ನಿನ್ನೆ ಕೋರ್ಟಿಗೆ ಹೋಗಿ ಬರಿಗೈಲಿ ವಾಪಸು ಬಂದಿದ್ದಳು.

ಇದೀಗ ಏನೋ ಹೇಳಹೊರಟು ಸುಮ್ಮನಾದವಳನ್ನು ಕಂಡ ಶಾರದಕ್ಕ ಕುತೂಹಲದಿಂದ "ಹೂಂ, ಬಿರ್‍ರನೆ ಮುಗುಸೂ" ಅಂದಳು. "ಅದೇ, ನಿನ್ನೆ ಕೋರ್ಟಲ್ಲಿ ಫೈನು ಕೊಟ್ನಲ್ಲ ಅವಣ್ಣಂಗೆ ಈವತ್ತು ಕಾಸು ವಾಪ್ಸು ಕ್ವಡ್ತಿನೀಂತ....." ಎಂದು ಶುರುವಾದ ಅವಳ ವಾಕ್ಯ ಮುಗಿಯುವ ಮುನ್ನವೇ ಬಾಯಿ ಹಾಕಿದ ಶಾರದಕ್ಕ "ದುಡ್ಡೇ ಕೊಡಬೇಕೂಂತ ರೂಲೀಸ್ ಇಲ್ವಲ ತಾಯೀ" ಎಂದು, ಇವಳ ಹೊಕ್ಕುಳು ತಿವಿದು ನಕ್ಕಳು. "ಅಯ್ಯೋ ನಾನು ಕಾಣೆನೇನವ್ವ ಈ ಗಂಡುಕುಲಾನ" ಎಂದ ಶಾರದಕ್ಕನ ಮಾತು ನಾಟಕದ ಡಯಲಾಗಿನಂತೆ ಕೇಳಿಸಿತು. ಶಾರದಕ್ಕ ಹಿಂದೊಮ್ಮೆ ಬಸವೇಶ್ವರ ನಾಟಕ ಕಂಪೆನಿಯಲ್ಲಿದ್ದು 'ತಾಯಿ ಕರುಳು', 'ಕಂಬನಿಯ ಕಣ್ಣು' ಮುಂತಾದ ನಾಟಕಗಳಲ್ಲಿ ಸೈಡ್ ಪಾತ್ರಗಳನ್ನು ಮಾಡಿದವಳಾದ್ದರಿಂದ ಇಂಥ ಡಯಲಾಗುಗಳು ಅವಳ ಬಾಯಿಂದ ಬರುವುದು ಮಾಮೂಲಾಗಿತ್ತು. ಈ ಮಾತಿಗೆ ಬದಲಾಡದ ಇವಳು ಮತ್ತೆ ಕನ್ನಡಿಯಲ್ಲಿಣುಕಿ ಮುಖ ನೋಡಿಕೊಳ್ಳುತ್ತಾ ತನ್ನ ಮುಂಗುರಳನ್ನು ಸುತ್ತಿ ಸುತ್ತಿ ಕೂರಿಸುತ್ತಾ ಹಾಗೇ ಕತ್ತೆತ್ತಿದವಳೇ ಮಂಕಾಗಿಬಿಟ್ಟಳು. ಮರುಗಳಿಗೆಗೇ ಸಿಡಿಮಿಡಿಗೊಂಡು "ಥೂ, ಇದರ ಮನೆ ಹಾಳಾಗ" ಎಂದು ರೇಗಿಬಿದ್ದಳು.

ಇದ್ದಕ್ಕಿದ್ದಂತೆ ಹೊರಬಿದ್ದ ಇವಳ ಶಾಪ ಕೇಳಿ ಕತ್ತೆತ್ತಿದ ಶಾರದಕ್ಕ ಇವಳ ಕಣ್ಣಿನ ಗುರಿಯನ್ನೇ ಹಿಡಿದು ಕಪ್ಪಾಗತೊಡಗಿದ್ದ ಮುಗಿಲಿನತ್ತ ನೋಡಿದಳು. ತಾನೂ ಮಂಕಾಗಿ "ಹೀಗಾದರೆ ಈವತ್ತು ಪೂರೈಸಿದಂಗೇ" ಎಂದಳು. ಮುಗಿಲಿನ ಕಪ್ಪು ಇದೀಗ ಅವರಿಬ್ಬರ ಮುಖಕ್ಕೂ ಕವಿಯತೊಡಗಿತು. ತೀಡಿಕೊಂಡ ತಂತಮ್ಮ ಮುಖಗಳನ್ನು ಮಳೆಹನಿಯಿಂದ ರಕ್ಷಿಸಿಕೊಳ್ಳಲು ಇಬ್ಬರೂ ತಲೆಯ ಮೇಲೆ ಸೆರಗುಹೊದ್ದು ವಾಟರ್‌ಟ್ಯಾಂಕಿನ ಕಡೆಗೆ ಸರಿದರು. ದರಿದ್ರದ ಮಳೆ ಬಿಡದೇ ರಾತ್ರಿಯಿಡೀ ಹೊಡೆಯುತ್ತಾ ಹೋದರೆ... ಪಾರ್ಟಿಗಳೇ ಸಿಕ್ಕದೇ ಹೋದರೆ... ಮುಂತಾದ ಪ್ರಶ್ನೆಗಳು ಇಬ್ಬರಲ್ಲೂ ಮೂಡುತ್ತಿದ್ದಂತೆ, ಪಾರ್ಕಿನ ಗೇಟನ್ನು ದಾಟಿ ಪಂಚೆ ಮೇಲೆತ್ತಿ ಕಟ್ಟಿ, ವಲ್ಲಿಯನ್ನು ತಲೆತುಂಬಾ ಹೊದ್ದ ಚಂದ್ರಯ್ಯ, ಇತ್ತಲೇ ದುಡುದುಡು ಹೆಜ್ಜೆಯಿಟ್ಟು ಬರುತ್ತಿದ್ದುದನ್ನು ಕಂಡು ಇಬ್ಬರೂ ಕೊಂಚ ಗೆಲುವಾದರು.

ಆಗಾಗ ಪಾರ್ಟಿಗಳನ್ನು ಹಿಡಿದುಕೊಂಡು ಬರುತ್ತಿದ್ದ, ಹಾಗೂ ಶಾರದಕ್ಕನಿಗಾಗಲೀ

ಇವಳಿಗಾಗಲೀ ಯಾರಾದರೂ ದುಡ್ಡುಕಾಸಿನಲ್ಲಿ ಏಮಾರಿಸಿದರೆ, ಊರು ತುಂಬಾ ಬಾಯಿ ಮಾಡಿ ಇವರ ಹಿತ ರಕ್ಷಿಸಬಲ್ಲ ಆಜಾದ್‌ನಗರ ಸ್ಲಮ್ಮಿನ ಚಂದ್ರಯ್ಯ, ಈವತ್ತು ಕೂಡ ಯಾವುದಾದರೂ ಪಾರ್ಟಿ ಹಿಡಿದೇ ಇರುತ್ತಾನೆಂದು ಇಬ್ಬರಿಗೂ ನಂಬಿಕೆಯಿತ್ತು. ತನ್ನ ಜೋಳದ ಕಡ್ಡಿಯಂಥ ಕಾಲುಗಳಿಗೆ ಎಲ್ಲಿಲ್ಲದ ವೇಗ ತಂದುಕೊಂಡು ಓಡುತ್ತಾ ಬಂದ ಚಂದ್ರಯ್ಯ "ಓ ! ಡೂಟಿಗೆ ಬಂದವರೆ" ಎಂದು ಮೂರು ದಿನದ ನಂತರ ಹಾಜರಾಗಿದ್ದ ಇವಳನ್ನು ಕಂಡು ನಗುತ್ತಾ ತನ್ನ ಪಾಡಿಗೆ ಟ್ಯಾಂಕಿನಡಿ ಕೂತು ಬೀಡಿ ಹತ್ತಿಸತೊಡಗಿದ್ದನ್ನು ಕಂಡು ಈವತ್ತು ಚಂದ್ರಯ್ಯನಿಂದಲೂ ಏನೂ ಫಾಯಿದೆಯಿರಲಿಕ್ಕಿಲ್ಲವೆನಿಸಿ ಏಕಕಾಲಕ್ಕೇ ಇಬ್ಬರ ಮುಖವೂ ಇಳಿಬಿದ್ದಿತು.

ಬೀಡಿಯ ಹೊಗೆಯನ್ನು ತನ್ನ ಕರುಳಿನಾಳಕ್ಕೆ ಎಳೆದುಕೊಳ್ಳುವಂತೆ ದಮ್ಮೆಳೆಯ ತೊಡಗಿದ ಚಂದ್ರಯ್ಯ, ಇನ್ನೆಂದೂ ನಿಲ್ಲನೆಂಬಂತೆ ಸುರಿಯುತ್ತಿದ್ದ ಮಳೆಯನ್ನೇ ನೋಡುತ್ತಾ "ಇದರವ್ವನಾ ಹಡ" ಎಂದು ಆರಂಭಿಸಿ ನಂತರ ಬಾಯಿಗೆ ಬಂದಂತೆ ಉಗಿದ. ಬಡವರ ಹೊಟ್ಟೆಯ ಮೇಲೆ ಹೊಡೆಯುವ ಮಳೆ ಕೊಟ್ಟ ದೇವರಿಗೆ ಕಣ್ಣಿಲ್ಲವೆಂದ. ಈ ಮಾತುಗಳನ್ನು ಕೇಳಕೇಳುತ್ತಾ ಶಾರದಕ್ಕನಿಗೆ ಈ ಮಳೆ ಇಡೀ ರಾತ್ರಿ ನಿಲ್ಲದೆ ಬರಿಗೈಲಿ ಮನೆಗೆ ಮರಳಬೇಕಾಗಬಹುದೆಂಬ ಭಯ ಮತ್ತೆ ಉಕ್ಕಿತು. ಆ ಭಯವನ್ನು ಹಿನ್ನೆಲೆಗೆ ದೂಡಲೆತ್ನಿಸುತ್ತಾ ಇವಳ ಬೆನ್ನು ಚಿವುಟಿ "ಆ ಪಾರ್ಟಿ ಎಷ್ಟೊತ್ತಿಗಮ್ಮ ಹೇಳಿದ್ದು" ಎಂದು ಮಾತನ್ನಾರಂಭಿಸಿದಾಗ "ಓಹೋ ! ಆಗಲೇ ಪಿಕ್ಸಾಗದೆ" ಎಂದು ನಕ್ಕ ಚಂದ್ರಯ್ಯ, ಸದರಿ ಪಾರ್ಟಿಯ ಕಥೆಯನ್ನು ಶಾರದಕ್ಕನ ಬಾಯಿಂದ ಕೇಳಿದ ನಂತರ ಇವಳ ಹುಂಬ ನಿಯತ್ತನ್ನು ಗೇಲಿ ಮಾಡಲಾರಂಭಿಸಿದ.

ಮುಗಿಲಿನ ಕಪ್ಪು ಬರುಬರುತ್ತಾ ನೆಲಕ್ಕೂ ಇಳಿದಂತೆ ಸುತ್ತೆಲ್ಲ ಕಪ್ಪಾಗತೊಡಗಿ ಒಬ್ಬರ ಮುಖ ಒಬ್ಬರಿಗೆ ಕಾಣದಂತಾಗತೊಡಗಿ "ಸಳಿ, ಸಳೀ" ಎಂದು ನಡುಗುತ್ತಾ ಮತ್ತೂ ತನ್ನ ಬದಿಗೆ ಸರಿದ ಚಂದ್ರಯ್ಯನನ್ನು ಶಾರದಕ್ಕ ಮೊಳಕೈಯಿಂದ ತಿವಿದು ಅವನ ಸ್ಥಾನವನ್ನು ಅವನಿಗೆ ತೋರಿಸಿಬಿಟ್ಟಳು. ತುಟಿಪಿಟಿಕ್ಕೆನ್ನದೆ ಮಳೆಯನ್ನೂ ಕತ್ತಲನ್ನೂ ದಿಟ್ಟಿಸುತ್ತಿದ್ದ ಇವಳಿಗೆ 'ಪಾಪ, ಅವನು ಕಾಯುತ್ತಿರಬಹುದೆ' ಎನ್ನಿಸಿ ಮರುಕ ಹುಟ್ಟಿ ಮಳೆಯ ರಭಸವನ್ನಳೆಯುವವಳಂತೆ ಕಣ್ಣುಗಳನ್ನು ಮತ್ತೂ ಚೂಪುಗೊಳಿಸುತ್ತಾ ನೋಡಿಯೇ ನೋಡಿದಳು. ಮನೆಹಾಳು ಮಳೆ ನಿಲ್ಲುವ ಸೂಚನೆಗಳು ಮಾತ್ರ ಕಾಣಲಿಲ್ಲ.

* * * *

ಎಂದಿನಂತೆ ಲೆಡ್ಜರಿನಲ್ಲಿ ಕಣ್ಣಿಕ್ಕಿ ಕೂತ ಆಚಾರಿಗೆ ಹಿಂದಿನ ದಿನ ಮಳೆ ಬಂದದ್ದರಿಂದ ಬಾರದೇ ಹೋದ ಅವಳು ಈವತ್ತು ಬರಬಹುದೆನ್ನಿಸಿ 'ಹೋಗಲೆ ?' ಎಂಬ ಪ್ರಶ್ನೆಯೆದ್ದಿತು. ನಿನ್ನೆಯ ಅಳುಕು ಹಾಗೂ ಸಡಗರ ಎರಡೂ ಇಲ್ಲದೆ ಸಂಜೆ ಆಫೀಸನ್ನು ಬರೇ ಹತ್ತು ನಿಮಿಷ ಮುಂಚೆ ಬಿಟ್ಟು ನಿನ್ನೆ ನಿಂತಿದ್ದ ಸ್ಥಳಕ್ಕೇ ಬಂದು ನಿಂತ ಕೆಲ ನಿಮಿಷಗಳಲ್ಲೇ, ಯಃಕಶ್ಚಿತ್ ವೇಶ್ಯೆಯೊಬ್ಬಳನ್ನು ಹೀಗೆ ಎರಡು ದಿನದಿಂದ ಕಾಯುತ್ತಿದ್ದೇನಲ್ಲ ಎನಿಸಿ ನಾಚಿಕೆಯಾಗಲಾರಂಭಿಸಿತು. ಆದರೂ ಈವತ್ತೊಂದು ದಿನ

ನೋಡಿಯೇಬಿಡೋಣವೆಂದು ಹಲ್ಲುಕಚ್ಚಿ ನಿಂತ. ಅವಳ ಮುಖ ಬೇರೆ ಮರೆತುಹೋಗಿತ್ತು. ಐದು ಘಂಟೆಯಾಗಿ ಸುಮಾರು ಅರ್ಧಘಂಟೆಯಾದರೂ ಅವಳನ್ನು ಹೋಲುವ ಯಾರೊಬ್ಬರೂ ಸುಳಿಯದೇ ಹೋದಾಗ ಆಚಾರಿಗೆ ತಾನೊಬ್ಬ ಕಡುಮೂರ್ಖ ಎನ್ನಿಸಿತು. ಎರಡು ದಿನದಿಂದ ಇಲ್ಲೇ ಸುತ್ತುತ್ತಿರುವ ತನ್ನನ್ನು ಯಾರಾದರೂ ಗಮನಿಸಿರಬಹುದೆ ಎಂಬ ದಿಗಿಲು ಹುಟ್ಟಿತು. ತನ್ನ ಹಲವಾರು ಗುಟ್ಟುಗಳಂತೆ ಇದನ್ನು ಕೂಡ ತನ್ನೊಳಗೇ ಹುದುಗಿಸಿಟ್ಟುಕೊಳ್ಳಬೇಕೆಂದು ನಿರ್ಧಾರ ಮಾಡಿದ. ಸುಮ್ಮನೆ ಕುತೂಹಲಕ್ಕೆ ತಾನು ಇದುವರೆಗೂ ಯಾರೊಬ್ಬರ ಜೊತೆಯೂ ಬಾಯಿಬಿಡದ ಗುಟ್ಟುಗಳಾವುವು ಎಂದು ಮನಸ್ಸಿನಲ್ಲೇ ಮಗುಚಿ ಹಾಕಿದರೆ ಎಲ್ಲ ಗುಟ್ಟುಗಳೂ ಲೈಂಗಿಕ ವಿಷಯಗಳಿಗೇ ಸಂಬಂಧಿಸಿದ್ದು ಕಂಡು ತೀರಾ ಮುಜುಗರವಾಯಿತು.

ಹೈಸ್ಕೂಲು ಓದುವಾಗ ಪಕ್ಕದ ಮನೆಯ ಪುಟ್ಟ ಹುಡುಗನೊಬ್ಬನ ಜೊತೆಗಿನ ಸಲಿಂಗಸಂಗದೊಂದಿಗೆ ಆಚಾರಿಯ ಲೈಂಗಿಕ ಸಾಹಸಗಳ ಆ ಗುಟ್ಟಿನ ಲೋಕದ ಸೃಷ್ಟಿಯಾಗಿತ್ತು. ಈ ಗುಟ್ಟುಗಳಲ್ಲಿ ಅಟ್ಟದ ಮೇಲೆ ಮಲಗಿದ್ದ ದೊಡ್ಡಪ್ಪನ ಮಗಳು ಜಲಜಾಕ್ಷಿಯನ್ನು ಒಂದು ನಡುರಾತ್ರಿ ಅವುಚಿಕೊಳ್ಳಹೋಗಿ ಅವಳು ಹೆದರಿ ಅತ್ತಾಗ, ತನಗೆ ನಿದ್ದೆಯಲ್ಲಿ ನಡೆಯುವ ಅಭ್ಯಾಸವಿದೆಯೆಂದು ಮಳ್ಳಾಟವಾಡಿದ್ದೂ, ಬೆನ್ನಲ್ಲೇ ಹುಟ್ಟಿದ್ದ ರಾಜೇಶ್ವರಿಯನ್ನು ಬಯಸಿದ್ದೂ ಸೇರಿದ್ದವು. ಅಂದಿನಿಂದ ಇಂದಿನತನಕ ಅವರಿಬ್ಬರನ್ನೂ ಮುಖಕೊಟ್ಟು ಮಾತಾಡಿಸಲಾಗಿರಲಿಲ್ಲ. ಅಕಸ್ಮಾತ್ ಮಾತಾಡಿಸಬೇಕಾಗಿ ಬಂದಾಗಲೆಲ್ಲ ಸುಮ್ಮಸುಮ್ಮನೆ ರೇಗುತ್ತಿದ್ದುದು ನೆನಪಾಗಿ ನಗು ಬಂತು. ಹೀಗೆ ಒಬ್ಬನೇ ನಿಂತು ನಗುವ ತನ್ನನ್ನು ಯಾರಾದರೂ ತಪ್ಪು ತಿಳಿಯಬಹುದೆನ್ನಿಸಿ ಹೊರಳಿ ನೋಡಿದರೆ ನೀಲಿ ಸೀರೆಯುಟ್ಟ ಅವಳು ತನ್ನೆದುರಿಗೆ ನಿಂತು ಗೆಳೆಯನೊಬ್ಬನನ್ನು ನೋಡಿ ನಗುವಂತೆ ನಕ್ಕಳು.

ತಬ್ಬಿಬ್ಬುಗೊಂಡ ಆಚಾರಿ ಪರಿಚಯದ ನಗೆ ತುಳುಕಿಸಿ ಮಾತು ಹೊರಡದೆ ನಿಂತ. ಅವಳೇ "ನಿನ್ನೆ ಮಳೇ ಹುಯ್ದು ಬಿಡ್ತಲ್ಲ" ಎಂದಳು. "ಹೂಂ! ಹೌದು" ಎಂದ ಆಚಾರಿ, ಘಳಿಗೆ ಬಿಟ್ಟು, "ನಿಮಗೆ ಟೈಮಿದ್ರೆ ಒಂಚೂರು ಕಾಫಿ ಕುಡಿಯೋಣವ ?" ಅಂದ. ಇವನ ಪುಕ್ಕಲುದನಿಯ ಆಹ್ವಾನ ಕೇಳಿ ಅವಳು ಇವನೊಂದು ವಿಚಿತ್ರ ಪ್ರಾಣಿಯೆಂಬಂತೆ ದಿಟ್ಟಿಸಿದಳು. ಆ ನೋಟದ ಭಾವ ಅರ್ಥವಾಗದೆ ಆಚಾರಿ "ಸರಿ ಕಾಫಿ ಕುಡಿಯೋದು ಬೇಡಾಂದ್ರೆ ಬೇಡ ಬಿಡಿ" ಎಂದ. ಅವಳು ಮಾತಾಡದಿದ್ದುದನ್ನು ಕಂಡು ಮತ್ತೆ "ನಿಮಗೆ ಟೈಮಿದ್ರೆ ಒಂದೈದು ನಿಮಿಷ ಕೂತು ಮಾತಾಡೋಣ" ಎಂದು ಪಾರ್ಕಿನ ಮೂಲೆಯ ಕಲ್ಲುಬೆಂಚು ತೋರಿಸಿದ. ಅವಳಿಗೆ ಇದೆಲ್ಲಾ ಯಾಕೋ ರಗಳೆಯೆನಿಸಲಾರಂಭಿಸಿತು. ತನ್ನ ಬಹುವಚನ ಪ್ರಯೋಗದಿಂದ ಅವಳಿಗೆ ಮುಜುಗರವಾಗಿರಬಹುದೆನ್ನಿಸಿ ಆಚಾರಿ 'ನೋಡಮ್ಮಾ' 'ಬಾರಮ್ಮಾ' ಮುಂತಾಗಿ ಅತ್ತ ಬಹುವಚನವೂ ಅಲ್ಲದ ಇತ್ತ ಶುದ್ಧ ಏಕವಚನವೂ ಅಲ್ಲದ ಪ್ರಯೋಗಕ್ಕಿಳಿದ.

ಅವಳು ಗಲಿಬಿಲಿಗೊಂಡಂತಿದ್ದಳು. ಅಲ್ಲೇ ಠಳಾಯಿಸುತ್ತಿದ್ದ ಮೀಸೆಯಿಲ್ಲದ ಪೋಲೀಸೊಬ್ಬ ಇವಳನ್ನು ನೋಡಿ ಪರಿಚಯದ ನಗೆ ನಕ್ಕು, ಆಚಾರಿಯನ್ನೊಬ್ಬ

ಯಃಕಶ್ಚಿತ್ ವಿಟಪುರುಷನಂತೆ ನೋಡಿಕೊಂಡು ಹೋದಾಗಲಂತೂ ಆಚಾರಿಗೆ ತೀರಾ ಇರಿಸುಮುರಿಸಾಯಿತು. ಮೌನವಾಗಿ ನಿಂತ ಇವನ ಜೊತೆ ಹೆಚ್ಚು ಮಾತು ಬೆಳೆಸಲೊಲ್ಲದವಳಂತೆ ಅವಳು "ನೀವೇ ರೂಮು ಮಾಡಬೇಕಾಗುತ್ತೆ" ಅಂದಳು. ಇಂಥ ನೇರವಾದ ಕರೆಯನ್ನು ಎಂದೂ ಕೇಳದ ಆಚಾರಿ ಬೆಪ್ಪಾಗಿ ಬಾಯಿಬಿಟ್ಟು ನಿಂತ. ಇವನಿಗೆ ಅಂಥ ಉದ್ದೇಶವೇ ಇರಲಿಲ್ಲವೇನೋ ಎನಿಸಿ ಒಳಗೊಳಗೇ ನಾಚಿಕೆಯಾಗಿ ಅವಳು "ದುಡ್ಡು ಎಲ್ಲೂ ಸಟ್ಟಾಗಲಿಲ್ಲ" ಎಂದು ತಲೆತಗ್ಗಿಸಿದಳು. ಪೆಚ್ಚಾದ ಅವಳ ಬಗೆಗೆ ಮೋಹವೂ ಅನುಕಂಪವೂ ಒಮ್ಮೆಲೇ ಉಕ್ಕಿ ಆಚಾರಿ "ಅಯ್ಯೋ ದುಡ್ಡಿಂದೇನ್ ಮಹಾ ಬಿಡಿ" ಎಂದ. ನಂತರ ಧಾಟಿ ಬದಲಾಯಿಸಿ, "ನೀವು ಏನೂ ತಿಳ್ಕೊಳ್ಳದಿದ್ರೆ ಒಂದು ಮಾತು" ಎಂದವನು ಹಿಂಜರಿಕೆಯುಕ್ಕಿ ಸುಮ್ಮನಾದ. 'ಹೂಂ, ಮುಂದುವರಿಸು' ಎಂಬಂತೆ ಅವಳು ಅವನ ಮುಖವನ್ನೇ ದಿಟ್ಟಿಸಿದಳು. "..... ಅದೇ.... ನೀವು ಇಂಥಾ ಕೆಲಸಕ್ಕೆ...... ಇಳಿದದ್ದು...." ಎಂದು ನಿಧಾನವಾಗಿ ಹಿರೀಕನಂತೆ ಆರಂಭಿಸಿದ ಆಚಾರಿ ಗಡಸಾಗುತ್ತಿರುವ ಅವಳ ಮುಖ ಕಂಡು ತೆಪ್ಪಗಾಗಿಬಿಟ್ಟ.

ಇವನಿಗೆಲ್ಲೋ ತಲೆಕೆಟ್ಟಿರಬಹುದೆಂಬ ಸಣ್ಣ ಅನುಮಾನ ಮೂಡಿದ್ದರೂ ಅವಳು ಆದಷ್ಟೂ ನಯವಾಗಿ "ಅದೆಲ್ಲ ಯಾಕಣ್ಣ" ಎಂದು ಥಣ್ಣಗೆ ಹೇಳಿಬಿಟ್ಟಳು. ಅಷ್ಟು ಹೊತ್ತಿಗಾಗಲೇ ಇಬ್ಬರೂ ಕಲ್ಲುಬೆಂಚಿನ ಮೇಲೆ ಕೂತಿದ್ದರು. ಪಕ್ಕದಲ್ಲಿ ಕೂತ ಈ ಪ್ಯಾದೆಯಂಥ ಆಸಾಮಿ ತೀರಾ ರಗಳೆಯ ಮನುಷ್ಯ ಎಂದು ಅವಳಿಗನಿಸಲಾರಂಭಿಸಿತು. ಜೊತೆಗೇ ಅವನ ಪೆಚ್ಚು ಮುಖ ಕಂಡು ಮರುಕವೂ ಉಕ್ಕಿ ಒರಟಾಗಿ ಮಾತಾಡಲೂ ನಾಲಗೆಯೇಳದೆ ಆದಷ್ಟು ಬೇಗ ಅಲ್ಲಿಂದ ಕಳಚಿಕೊಳ್ಳಬೇಕೆನಿಸಿತು. ನೋಡಲು ಹಸುವಿನಂತೆ ಕಂಡರೂ ಇನ್ನೂ ಏನೆಲ್ಲಾ ತರಲೆ ಪ್ರಶ್ನೆಗಳನ್ನು ಕೇಳುತ್ತಾನೋ ಎನಿಸಿ ಭಯವಾಯಿತು. ಇದ್ದಕ್ಕಿದ್ದಂತೆ ಮೌನವೂ ಮ್ಲಾನವೂ ಆದವಳನ್ನು ಕಂಡ ಆಚಾರಿಗೆ ಅವಳು ಒಳಗೊಳಗೇ ಅಳುತ್ತಿರಬೇಕೆನ್ನಿಸಿತು. ಅವಳೀಗ ಅಳಬೇಕು. ತಾನವಳ ಕಣ್ಣೀರನ್ನು ಒರೆಸಬೇಕು ಎಂಬ ವಿಚಿತ್ರ ಆಸೆ ಮೊಳೆಯತೊಡಗಿತು.

ಅಳುವ ಹೆಣ್ಣಿನ ಕಣ್ಣೀರನ್ನೊರೆಸುವ ಕಲ್ಪನೆಯೇ ಇಷ್ಟೊಂದು ಸಾರ್ಥಕ ಭಾವ ತರುತ್ತದೆಂಬುದು ತನ್ನ ಜೀವಮಾನದಲ್ಲೇ ಯಾವ ಹೆಣ್ಣಿನ ಕಣ್ಣೀರನ್ನೂ ಒರೆಸದ ಆಚಾರಿಗೆ ಇದುವರೆಗೆ ಗೊತ್ತಿರಲಿಲ್ಲ. ಅವಳ ಕಣ್ಣೀರಿಗಾಗಿ ಕಾಯುತ್ತಾ ಕೂತ ಆಚಾರಿಗೆ ಅವಳು ಅಳದೇ ಹೋದದ್ದಕ್ಕೆ ನಿರಾಸೆಯಾಗಲಾರಂಭಿಸಿತು. ಅವಳು ಇದೀಗ ತನ್ನ ದುಃಖವನ್ನೆಲ್ಲಾ ಹೇಳಿಕೊಂಡು ಬಿಡಬೇಕು. ತಾನು ತನ್ನ ಗೋಳುಗಳನ್ನೆಲ್ಲ ಇವಳ ಜೊತೆ ತೋಡಿಕೊಳ್ಳಬೇಕು ಎನಿಸಿ ಅವಳತ್ತ ನೋಡಿದ. ಇವನ ನೋಟವನ್ನು ತಪ್ಪಿಸಿಕೊಳ್ಳಲೆತ್ನಿಸುವಂತೆ ಕಂಡ ಅವಳು ಇನ್ನೇನು ಅತ್ತುಬಿಡಬಹುದು ಅಂದುಕೊಂಡ. ಅವಳು ಅತ್ತ ತಕ್ಷಣ, ತಾನು ಎರಡೇ ಅಡಿ ದೂರವಿರುವ ಅವಳ ಬೆನ್ನು ತಡವಿ, ಕಣ್ಣೀರೊರೆಸಿ 'ಸುಮ್ಮನಿರು, ನಾನಿದೇನೆ' ಎನ್ನಬೇಕು ಅನಿಸತೊಡಗಿತು.

ಮರುಗಳಿಗೆಗೇ 'ನಾನಿದೇನೆ' ಎಂದರೇನರ್ಥ ಎಂದುಕೊಂಡ. ಉತ್ತರ ಹೊಳೆಯಲಿಲ್ಲ. ಮೂವತ್ತನಾಲ್ಕನ್ನು ತಲುಪುತ್ತಾ, ತಲೆತುಂಬ ಬಿಳಿಕೂದಲಾಗಿ ಮುದುಕನಾಗೇಬಿಟ್ಟಿರುವ ತಾನು ಅವಳನ್ನು ಈ ಗಳಿಗೆಯಲ್ಲಿ 'ನನ್ನನ್ನು ಮದುವೆಯಾಗಿಬಿಡು' ಅಂದರೆ ಹೇಗಿರುತ್ತೆ ಎಂದು ಏಕಾಏಕಿ ಅನಿಸಿದ್ದೇ ತಡ ಎದೆ ಜೋರಾಗಿ ಹೊಡೆದುಕೊಳ್ಳತೊಡಗಿತ್ತು. ಅವನ ಬದುಕಿನಲ್ಲೇ ಈ ಬಗೆಯ ಅನುಭವ ಮೊಟ್ಟಮೊದಲನೆಯದಾಗಿತ್ತು. ಮರುಕ್ಷಣಕ್ಕೇ 'ತನಗೇನು ಹುಚ್ಚಿ?' ಎನಿಸಿತು. ಇಂಥ ಯೋಚನೆ ಇದ್ದಕ್ಕಿದ್ದಂತೆ ಹುಟ್ಟಿದ್ದು ತನಗೆ ಯಾವ ಹೆಣ್ಣೂ ಸಿಕ್ಕಿಲ್ಲವೆಂಬ ಕಾರಣಕ್ಕೋ ಅಥವಾ ಇವಳ ಪಕ್ಕದಲ್ಲಿ ಕೂತು ಮೈ ಬೆಚ್ಚಗಾದದ್ದಕ್ಕೋ ಅಂದುಕೊಂಡ. ಅವನ ಜೀವಮಾನದಲ್ಲೇ ಹೀಗೆ ಬದಿಯಲ್ಲಿ ಕೂತು ಮುಖಕೊಟ್ಟು ಮಾತಾಡಿದ, ಮೊದಲ ಹೆಣ್ಣು ಇವಳಾಗಿದ್ದಳು. ಇದ್ದಕ್ಕಿದ್ದಂತೆ ಅವಳ ಬಗೆಗೆ ಆತ್ಮೀಯತೆ ಉಕ್ಕತೊಡಗಿ ತಾನು ಯಾರೊಡನೆಯೂ ಹೇಳಿಕೊಳ್ಳದ ಗೋಳುಗಳನ್ನೆಲ್ಲ ಇವಳ ಬಳಿ ಮಾತ್ರ ಹೇಳಿಕೊಳ್ಳಬಲ್ಲೆ ಅನಿಸತೊಡಗಿತು. ಹೀಗೇ ಯೋಚಿಸುತ್ತಿದ್ದವನ ನಾಲಗೆಯ ತುದಿ ಜಾರಿ "ಮ್ಯಾರೇಜ್ ಬಗ್ಗೆ ಏನು ಯೋಚ್ನೆ ಮಾಡಿದೀರ?" ಎಂಬ ಪ್ರಶ್ನೆ ಹೊರಬಿದ್ದೇಬಿಟ್ಟಿತು.

ಇವನ ಪ್ರಶ್ನೆಯೇ ಅರ್ಥವಾಗದವಳಂತೆ "ಅಂದ್ರೇ?" ಅಂದವಳ ಹಣೆಯಲ್ಲಿ ಗೀರು ಮೂಡಿದ್ದವು. ಗಳಿಗೆಯ ಹಿಂದಿದ್ದ ಉತ್ಸಾಹ ಇದೀಗ ಮಾಯವಾಗಿ ಆಚಾರಿ ಸುಮ್ಮನಾಗಿಬಿಟ್ಟ. ಅವಳು ಸೆರಗು ಸರಿಪಡಿಸಿಕೊಳ್ಳುತ್ತಾ ಹೊರಡುವವಳಂತೆ ಕಂಡಾಗ ಆಚಾರಿಗೆ ದಿಗಿಲೇ ಆಯಿತು. ಮತ್ತೂ ಏನಾದರೂ ಮಾತಾಡುತ್ತಾ ಅವಳನ್ನು ಇಲ್ಲೇ ಹಿಡಿದಿಡಬೇಕು ಎಂಬ ತಹತಹ ಉಕ್ಕತೊಡಗಿ ಆಚಾರಿ ತೊದಲುತ್ತಲೇ "ಈಗ ಫಾರ್ ಎಗ್ಸಾಂಪಲ್ ನಿಮ್ಮ ಮ್ಯಾರೇಜ್ ಬಗ್ಗೆ ಕೇಳಿದ್ರೆ ಏನಂತೀರ?" ಎಂದ. ತನ್ನ ವಾಕ್ಯ ವಿಚಿತ್ರವಾಗಿದ್ದು ತಕ್ಷಣ ಅವನಿಗೇ ಗೊತ್ತಾಯಿತು. ಇಂಥಾದ್ದೆಲ್ಲಾ ಈಚೆಗೆ ತನ್ನ ತಲೆಯಲ್ಲೇ ಸುಳಿಯದ ಅವಳು ನಗಲಾರದೆ ನಗುತ್ತಾ "ಅಯ್ಯೋ, ನಗೆಚಾಷ್ಟೆ ಮಾಡ್ಬೇಡಣೊ" ಎಂದು ಸೆರಗು ಸರಿಪಡಿಸಿಕೊಂಡು ಮೇಲೇಳುವ ಸೂಚನೆ ತೋರಿದ್ದನ್ನು ಕಂಡು ಇನ್ನೇನು ಇಲ್ಲಿಂದ ಹೊರಟೇಬಿಡುತ್ತಾಳೆಂದು ದುಃಖವುಕ್ಕಿ ಏನೋ ಹೇಳಲು ಹೊರಟ ಆಚಾರಿಯ ನಾಲಗೆಯ ತುದಿಯ ಮಾತನ್ನು ಅಲ್ಲೇ ತಡೆಯುವಂತೆ ಇವರು ಕೂತಿದ್ದ ಬೆಂಚಿನಿಂದ ನಾಲ್ಕೈದು ಅಡಿ ದೂರವಿದ್ದ ತಂತಿ ಬೇಲಿಯ ಆ ಬದಿಗೆ ಆಟೋರಿಕ್ಷಾವೊಂದು ಕಿರುಗುಟ್ಟುತ್ತಾ ನಿಂತಿತು.

ಅತ್ತ ಹೊರಳಿದ ಆಚಾರಿಗೆ ರಿಕ್ಷಾದ ಹಿಂದಿನ ಸೀಟಲ್ಲಿ ಕೂತಿದ್ದ ಸಣಕಲನೊಬ್ಬ ಹೊರಗೆ ಕತ್ತು ಚಾಚಿ ಇವಳತ್ತ ಹಲ್ಲು ಕಿರಿದದ್ದು ಕಂಡು ಮೈ ಉರಿದುಹೋಯಿತು. ಪ್ರತಿಯಾಗಿ ಇವಳ ಮುಖವೂ ಗೆಲುವಾದದ್ದನ್ನು ಕಂಡು ಎದೆಯಲ್ಲೇನೋ ಕಲಸಿದಂತಾಯಿತು. "ಚಂದ್ರಯ್ಯಾ, ಆವತ್ತು ಕೋರ್ಟಲ್ಲಿ ದುಡ್ಡು ಕೊಟ್ಟೋರು ಈವಣ್ಣನೆ" ಎಂದು ಬೆಂಚಿನಿಂದ ಮೇಲೇಳುತ್ತಾ ಅವಳೆಂದಾಗ ಆ ಚಂದ್ರಯ್ಯನ ಜೊತೆ ಇವಳ ಸಂಬಂಧವೆಂಥದೆಂಬುದು ಮಾತ್ರ ಆಚಾರಿಗೆ ಗೊತ್ತಾಗಲಿಲ್ಲ. ಆಚಾರಿಗಿಂತಲೂ ಬಡಕಲಾಗಿದ್ದ ಚಂದ್ರಯ್ಯ ಇವನ ಅಸ್ತಿತ್ವವನ್ನೇ ಲೆಕ್ಕಕ್ಕೆ

ತೆಗೆದುಕೊಳ್ಳದವನಂತೆ "ಈಗೇನವ್ವ, ನಿಂದು ಪಾರ್ಟಿ ರೆಡೀನ ಹೆಂಗೆ? ಚಾಣುಕ್ಯಾ ಹೋಟಲತ್ರ ಒಂದು ಪಾರ್ಟೀನ ಬಿಟ್ಟು ಬಂದಿದೀನಿ, ಸಿನಿಮಾದೋರು" ಎಂದು ಕಣ್ಣು ಹೊಡೆದ. ಅವನ ಮಾತಿನ ವರಸೆಯನ್ನೂ ಸನ್ನೆಗಳನ್ನೂ ಕಂಡ ಆಚಾರಿಗೆ ಸಿಟ್ಟಿನ ಜೊತೆಗೆ ತಳಮಳವೂ ನುಗ್ಗಿ ಕೂತಲ್ಲಿಂದ ಏಳಲಾಗದೆ, ಏಳದಿರಲಾಗದೆ ಒದ್ದಾಡಿದ. "ಹೂಂ, ಜಟ್ ಅಂತ ಹೇಳು" ಎಂದ ಚಂದ್ರಯ್ಯನ ಆವಸರಕ್ಕೆ ಪ್ರತಿಯಾಗಿ ಏನೂ ಹೇಳದೆ ವಾರೆಗಣ್ಣಲ್ಲೇ ಆಚಾರಿಯ ಮುಖಭಾವವನ್ನು ಓದಲೆತ್ನಿಸಿದ ಅವಳು ನಂತರ ಏನೋ ನಿರ್ಧರಿಸಿದವಳಂತೆ "ಇಲ್ಲಣ್ಣ ಬುಕ್ಕಾಗಿದೆ" ಅಂದಳು.

ರಿಕ್ಷಾದಿಂದ ತನ್ನಿಡೀ ದೇಹವನ್ನು ಹೊರಚಾಚಿದ ಚಂದ್ರಯ್ಯ ಮತ್ತೂ ಹಲ್ಲು ಕಿರಿಯುತ್ತಾ "ಸುಮ್ನೆ ಡವ್ ಬುಡ್ಬೇಡವಾ, ಒಳ್ಳೇ ಪಾರ್ಟಿ. ತ್ರಿಬಲ್ಲೆಕ್ಸ್ ತಂದವರೆ" ಎಂದು ಆಮಿಷ ಒಡ್ಡುತ್ತಲೇ ಆಚಾರಿಯೊಬ್ಬ ಹುಳುವೆಂಬಂತೆ ನೋಡಿ ನಕ್ಕಾಗ ಆಚಾರಿ ತಕ್ಷಣ ಸೆಟೆದು ಧೈರ್ಯಶಾಲಿ ಗಂಡಸಿನಂತೆ ಮೇಲೆದ್ದು ನಿಂತ. ಮುಂದಿನ ಯಾವ ಕ್ಷಣದಲ್ಲಾದರೂ ಮಹತ್ವದ ಘಟನೆಯೊಂದು ನಡೆಯಲಿದ್ದು ತಾನು ಅದರಲ್ಲಿ ಬಹುಮುಖ್ಯ ಪಾತ್ರ ವಹಿಸಬೇಕು ಎಂಬ ಹುಮ್ಮಸ್ಸು ಇದೀಗ ಅವನೊಳಗೆ ಉಕ್ಕತೊಡಗಿತು. ಒಂದು ಬಿಟ್ಟರೆ ನೆಲಕ್ಕೊರಗಬಹುದಾಗಿದ್ದ ಈ ಕುಳ್ಳಮನುಷ್ಯ ತನ್ನನ್ನೇ ದುರುಗುಟ್ಟಿ ನೋಡುತ್ತಿರುವುದು ತಮಾಷೆಯಾಗಿ ಕಂಡು ಚಂದ್ರಯ್ಯ ಆಟೋ ಇಳಿದು ಪಾರ್ಕಿನ ತಂತಿಬೇಲಿಯನ್ನೆತ್ತಿ ಲೀಲಾಜಾಲವಾಗಿ ತೂರಿ ಇವರಿಬ್ಬರೂ ನಿಂತಿದ್ದೆಡೆಗೇ ಬಂದ. ಏನು ಮಾತಾಡಬೇಕು ಅಥವಾ ಏನು ಮಾಡಬೇಕು ಎರಡೂ ತೋಚದೆ ಆಚಾರಿ ಇವಳ ಮುಖ ನೋಡಿದ.

ಅತ್ತ ಒಂದು ಕಾಲು ಇತ್ತ ಒಂದು ಕಾಲು ಇಟ್ಟವಳಂತೆ ಅವಳು ಕಂಬದಂತೆ ನಿಂತೇ ಇದ್ದಳು. ಮತ್ತೂ ಒಂದೆರಡು ಹೆಜ್ಜೆ ಮುಂದಿಟ್ಟು ಚಂದ್ರಯ್ಯ, "ಯೇ ಬಾರಮೇ, ಟೇಮಾತು" ಎಂದು ಸಲುಗೆಯಿಂದ ಅವಳ ಕೈ ಹಿಡಿದೆಳೆದಾಗ ಆಚಾರಿಗೆ ತನ್ನ ದೇಹದ ಭಾಗವೊಂದನ್ನೇ ಯಾರೋ ಕಿತ್ತುಕೊಂಡು ಹೋದಷ್ಟು ನೋವಾಯಿತು. ತನ್ನ ಕೈಕೆಳಗಿನ ಅಟೆಂಡರನ್ನು ಕೂಡ ದಬಾಯಿಸಲಾರದ ಆಚಾರಿಯ ತೋಳೊಳಗೆ ಎಂಥದೋ ಆವೇಶ ಉಕ್ಕಿ ಚಂದ್ರಯ್ಯನನ್ನು ಇರಿಯುವಂತೆ ನೋಡುತ್ತಾ ಏರಿದ ಸ್ವರದಲ್ಲಿ "ಸುಮ್ನೆ ಬಿಡ್ರೀ ಅವರನ್ನ" ಅಂದ. ಈ ಅನಿರೀಕ್ಷಿತ ಪ್ರತಿಕ್ರಿಯೆಯಿಂದ ತಬ್ಬಿಬ್ಬಾಗಿ ಕೊಂಚ ಹಿಂಜರಿದು ಅವಳ ಕೈಬಿಟ್ಟ ಚಂದ್ರಯ್ಯನಿಗೆ ಅವಳನ್ನು ಕುರಿತು ಆಚಾರಿ ಬಹುವಚನವನ್ನು ಪ್ರಯೋಗಿಸಿದ್ದು ವಿಚಿತ್ರವಾಗಿ ಕಂಡು ನಕ್ಕ. ಅವಳಿಗೂ ಇದರಿಂದ ಕೊಂಚ ಸಂಕೋಚವಾದಂತಿತ್ತು. ಚಂದ್ರಯ್ಯನ ಹಿಂಜರಿಕೆ ಕಂಡ ಆಚಾರಿ ತನ್ನ ತಾರಕ ಸ್ವರಕ್ಕೆ ತಾನೇ ಬೆರಗಾಗಿ ಆವೇಶ ಮತ್ತೂ ಹೆಚ್ಚಾಗಿ ಥಟ್ಟನೆ ಅವಳ ಕೈಯನ್ನು ಬಿಗಿಯಾಗಿ ಹಿಡಿದುಕೊಂಡ. ಮರುಗಳಿಗೆಗೇ ಚಂದ್ರಯ್ಯನಿಗೆ ಬೆನ್ನು ಮಾಡಿ ಪಾರ್ಕಿನ ಗೇಟಿನ ಕಡೆ ನಡೆಯಹೊರಟವನ ಜೊತೆ ಅವಳೂ ಹೆಜ್ಜೆ ಇಡತೊಡಗಿದಳು.

ಆವರೆಗಿನ ಬೆಳವಣಿಗೆಗಳನ್ನು ಕೇವಲ ತಮಾಷೆಯೆಂಬಂತೆ ಕಂಡು

ಪ್ರತಿಕ್ರಿಯಿಸುತ್ತಿದ್ದ ಚಂದ್ರಯ್ಯನಿಗೆ ಇದು ತನ್ನ ಅಧಿಕಾರದ ಪ್ರಶ್ನೆ ಎನ್ನಿಸಿದ ತಕ್ಷಣ ಗಡುಸಾದ. ಈಗಾಗಲೇ ಐದಾರು ಹೆಜ್ಜೆ ಮುಂದೆ ನಡೆದಿದ್ದ ಆ ಇಬ್ಬರ ಬೆನ್ನನ್ನೂ ಸುಟ್ಟು ಹಾಕುವಂತೆ ದಿಟ್ಟಿಸುತ್ತಾ ಏರತೊಡಗಿದ್ದ ಸಿಟ್ಟಿನಲ್ಲಿ ಭುಸುಗುಡುತ್ತಾ ಅವಳನ್ನುದ್ದೇಶಿಸಿ "ನಿಂತ್ಕೊಳ್ಳೇಲೇ ನಿನ್ನಮ್ಮನ್" ಎಂದು ಅಬ್ಬರಿಸಿದ. ಹೀಗೆ ಏಕಾಏಕಿ ಸಿಡಿದ ಬೈಗುಳ ಕಿವಿಗೆ ಬಿದ್ದು ಆಚಾರಿಯ ಕೈಬಿಟ್ಟು ಸಿರ್ರನೆ ಸಿಡಿದು ಹಿಂತಿರುಗಿ ನಿಂತವಳ ಮುಖದಲ್ಲಿದ್ದ ಗಡಸುತನ ಕಂಡು ಚಂದ್ರಯ್ಯ ರಾಜಿ ಮಾಡಿಕೊಳ್ಳುವವನಂತೆ ಹಲ್ಕಿರಿದ. "ಯಾಕೋ ಹಲಾಲುಕೋರ, ಕಾಲಾಗೆ ಏನಿದೇ ಅಂತ ನೋಡಿದಿಯೇನೋ ಹಾಟಗಳ್ಳಾ...." ಎಂದು ಏರಿದ ದನಿಯಲ್ಲಿ ಉಗಿಯಲಾರಂಭಿಸಿದ ಅವಳು ಸೆರಗು ಸೊಂಟಕ್ಕೆ ಬಿಗಿದು ಎಲ್ಲದಕ್ಕೂ ಸಿದ್ಧವಾಗಿ ಬೇರಿಳಿದ ಮರದಂತೆ ನಿಂತದ್ದು ಕಂಡು ಅವಮಾನಗೊಂಡು ತಲೆತಗ್ಗಿಸಿ ಚಂದ್ರಯ್ಯ ಮೆಲ್ಲಮೆಲ್ಲಗೆ ಹಿಂದೆ ಸರಿದು ನೋಡಿದರೆ ರಿಕ್ಷಾ ಕೂಡ ಹೋಗಿಬಿಟ್ಟಿತ್ತು.

ಹೆಣ್ಣೊಬ್ಬಳು ಹೀಗೆ ನಡುಬೀದಿಯಲ್ಲಿ ಬಾಯಿತೆರೆದು ಮಾತಾಡಿದ್ದನ್ನು ಎಂದೂ ಕಂಡಿರದ ಆಚಾರಿಗೆ ಅವಳನ್ನು ಕಂಡು ಭಯವಾಗಿ, ಯಾರಾದರೂ ನೋಡಿದರೇನು ಗತಿ ಎಂಬ ದಿಗಿಲು ಹುಟ್ಟಿ ಮುಂದೇನು ಮಾಡುವುದೆಂದು ತೋಚದೆ ತಲ್ಲಣಗೊಂಡ. ಅತ್ತಿತ್ತ ನೋಡುತ್ತಾ ಬೇಲಿ ನುಸುಳಿದ ಚಂದ್ರಯ್ಯ ಕಣ್ಮರೆಯಾಗುವ ತನಕ ಅಬ್ಬರಿಸುತ್ತಲೇ ಇದ್ದ ಅವಳು ನಂತರ ಇತ್ತ ತಿರುಗಿ ಬೆಪ್ಪನಂತೆ ನಿಂತಿದ್ದ ಆಚಾರಿಯ ಮೃದುವಾದ ಕೈಗಳನ್ನು ಬಿಗಿಯಾಗಿ ಹಿಡಿದು ಎಳೆದುಕೊಂಡು ಹೋಗುವಂತೆ ದಾಪುಗಾಲು ಹಾಕಲಾರಂಭಿಸಿದಳು. ಅವಳ ನಡಿಗೆಯಲ್ಲಿನ ದೃಢತೆ, ಆತ್ಮವಿಶ್ವಾಸ ಕಂಡು ಆಚಾರಿಗಿದ್ದ ಭಯ, ನಾಚಿಕೆ, ಸಂಕೋಚಗಳೆಲ್ಲ ಕರಗಿ ತನ್ನ ಗೆಳೆಯನೊಬ್ಬನ ಜೊತೆ ಹೊರಟವನಂತೆ ನೆಮ್ಮದಿಯಾಗಿ ಎಂದೂ ಅರಿಯದ ಸ್ವಾತಂತ್ರ್ಯದಲ್ಲಿ ಹೆಜ್ಜೆ ಹಾಕಲಾರಂಭಿಸಿದ.

26. ನಮ್ಮ ಪಾಡಿಗೆ ನಾವು

– ವಿವೇಕ ಶಾನಭಾಗ

ದಿನದಂತೆ ಬೆಳಗಿನ ಹೊತ್ತು ಹಿತ್ತಲಲ್ಲಿ ಅಡ್ಡಾಡಿ, ಹಣ್ಣಾದ ಗೇರು ಆರಿಸಿ, ಸೊಕ್ಕಿದ ಬಸಳೆಯ ಚಪ್ಪರ ಸರಿಮಾಡಿ, ಉದುರಿ ಮಣ್ಣಾಗದಿರುವ ನೇರಳೆಗಳನ್ನು ಹೆಕ್ಕಿ, ಬಚ್ಚಲ ಒಲೆಗೆಂದು ಮರದ ಜಿಗ್ಗು ಎತ್ತಿಟ್ಟು ಮನೆಯೊಳಗೆ ಹೋಗುವ ಮುನ್ನ ಬಾಯಕ್ಕ ದಣಪೆಯ ಹತ್ತಿರ ಕ್ಷಣಕಾಲ ನಿಂತಳು. ಎರಡು ಮನೆಗಳ ಆಚೆ ಶಂಕರನ ಮನೆ ಜಗುಲಿಯಲ್ಲಿ ವಿಚಿತ್ರ ವೇಷದ ಮುದುಕಿಯೊಂದು ಕೂತಿದ್ದಂತೆ ಕಂಡಿತು. ಅವಳು ಶಂಕರನ ತಾಯಿ ಕಮಲಕ್ಕನ ಥರ ಕಂಡರೂ ಅರೆ ಇದೇನು ಸೀರೆ ಉಡದೇ ಬೇರೇನೋ ತೊಟ್ಟ ಹಾಗಿದೆಯಲ್ಲ ಎಂದನಿಸಿ ಆಚೆ ಕಡೆಯಿಂದ ಬರುತ್ತಿದ್ದವನನ್ನು ನಿಲ್ಲಿಸಿ ಕೇಳಿದಳು. "ಯಾರು ವೆಂಕನೋ.... ಅಲ್ಲಿ ಶಂಕರನ ಮನೆ ಜಗುಲಿಯ ಮೇಲೆ ಕೂತವರು ಯಾರೋ..." "ಗೊತ್ತಿಲ್ಲರಾ.... ಕಮಲಮ್ಮನಂಗೇ ಕಾಣಿಸ್ತಿರು..." ಅಂದ. ಇದೇನು ಬಂತೋ ಈ ಮುದುಕಿಗೆ ಅನಿಸಿ ಆಮೇಲೆ ಎರಡು ಗಳಿಗೆ ಹೋಗಿಬರಬೇಕು ಅಂದುಕೊಳ್ಳುತ್ತ ಬಾಯಕ್ಕ ಒಳಹೋದಳು.

ಅಡಿಗೆ ಮನೆಯಲ್ಲಿ ಹಣ್ಣುಗಳನ್ನು ಎತ್ತಿಟ್ಟು ತಿಂಡಿ ಮುಗಿಸಿದ ಮೇಲೆ ಬಾಯಕ್ಕನಿಗೆ ಕುತೂಹಲ ತಡೆಯಲಾಗಲಿಲ್ಲ. ನೋಡಿದ್ದನ್ನು ನೆನೆಸಿದಷ್ಟೂ ಕೌತುಕ ಹೆಚ್ಚೇ ಆಯಿತು. ಜೀವ ತಡೆಯದೇ ಹೋಗಿ ನೋಡಿಕೊಂಡೇ ಬರುವಾ ಎಂದು ಬಾಗಿಲು ಮುಂದೆ ಮಾಡಿ ಹೊರಟಳು. ಅಲ್ಲಿ ಹೋಗಿ ನೋಡಿದರೆ ಕಮಲಕ್ಕ, ಎಂದಾದರೊಮ್ಮೆ ಲಲಿತೆ ಮನೆಯಲ್ಲಿ ಹಾಕಿಕೊಳ್ಳುವಂಥ ಬಣ್ಣದ ಹೂಗಳ ಉದ್ದ ನಿಲುವಂಗಿ ಧರಿಸಿ ಕೂತಿದ್ದಾಳೆ. ಬಾಯಕ್ಕನಿಗೆ ನಗು ತಡೆಯಲಾಗಲಿಲ್ಲ. ಇದೇನೇ ಎಂದು ಉಕ್ಕುವ ನಗೆಯಲ್ಲೇ ಕೇಳಿದಳು. ಅವಳು ಏನೂ ಮಾತಾಡದೇ ಹಣೆಬರಹ ಎಂಬಂತೆ ಸುಮ್ಮನೇ ಕೈಯಾಡಿಸಿದ್ದಕ್ಕೆ ಬಾಯಕ್ಕ ಪೆಚ್ಚಾದಳು. ಅಷ್ಟರಲ್ಲಿ ಇದನ್ನೆಲ್ಲ ನಿರೀಕ್ಷಿಸಿದವಳಂತೆ ಲಲಿತೆ ಒಳಗಡೆಯಿಂದ ಬಂದಳು. "ಇದೇನೇ ನಿನ್ನ ಅತ್ತೆಯ ವೇಷ...." ಅನ್ನುತ್ತ ಬಾಯಕ್ಕ ಜಗುಲಿ ಹತ್ತಿದಳು. "ಅವರಿಗೆ ಸೀರೆ ಕಾಲಿಗೆ ತೊಡಕುತ್ತದೆ.... ಉಡಿಸಲಿಕ್ಕೆ ನಾನೇ ಬರಬೇಕು.... ಬಚ್ಚಲಿಗೆ ಹೋದರೆ ಎಲ್ಲ ಒದ್ದೆಯಾಗಿ ಬಿಡುತ್ತದೆ..... ಅನುಕೂಲ ಅಂತ ನಾನೇ ನೈಟಿ ಹಾಕಿಸಿದ್ದು...." ಅಂದಳು. ಕಮಲಕ್ಕ ನಡುವೆ ಬಾಯಿಹಾಕಿ "ಸೀರೆಯಲ್ಲೇನೂ ಕಷ್ಟವಿಲ್ಲ.... ನನಗೆ ಸಾಯುುವ ಕಾಲಕ್ಕೆ ಏನೇನು ಅನುಭವಿಸಬೇಕೋ. ನನ್ನ ಮಾತು ನಡೆಯಬಾರದು

ಅಂತಲೇ....'' ಎಂದೇನೋ ಹೇಳಹೊರಟವಳನ್ನು ಲಲಿತೆ ಮಧ್ಯದಲ್ಲೇ ತಡೆದಳು. ಬಾಯಕ್ಕ "ಅವರಿಗೇ ಬೇಡದಿದ್ದರೆ ಯಾಕೆ ಬಲವಂತ ಮಾಡುತ್ತೀ.... ಏನೋ ಸ್ವಲ್ಪ ಕಷ್ಟವಾದರೆ ಆಯಿತು... ಸೀರೆ ತಾ ನಾನೇ ಉಡಿಸುತ್ತೇನೆ....'' ಎಂದು ಹೇಳಿದ್ದೇ ಲಲಿತೆಗೆ ಸಿಟ್ಟು ಬಂತು. "ಏನೂ ಬೇಡ...... ನೀವು ಸುಮ್ಮನೇ ನಡುವೆ ಬರಬೇಡಿ..... ನಮ್ಮ ಮನೆಯ ಸಂಗತಿ ನಮಗೇ ಇರಲಿ...'' ಎಂದು ದೊಡ್ಡ ಬಾಯಿ ತೆಗೆದಳು. ಬಾಯಕ್ಕ ಮತ್ತೆ ಮಾತಾಡದೇ ಹಿಂತಿರುಗಿ ಬಂದುಬಿಟ್ಟಳು.

ಬಚ್ಚಲ ಒಲೆಗೆ ಕಟ್ಟಿಗೆ ಒಡ್ಡುತ್ತ ಲಲಿತೆಯ ಮಾತುಗಳನ್ನು ನೆನೆದು ಬಾಯಕ್ಕನ ಮನಸ್ಸು ಮುದುಡಿತು. ಕಮಲಕ್ಕನ ಬಗ್ಗೆ ಕರುಣೆಯಾಯಿತು. ಮುದುಕಿ ಒಂಟಿಯಾಗಿದ್ದಾಗಲೇ ಸುಖವಾಗಿ ಇದ್ದಳು ಅನಿಸಿತು. ಆಗಲೆಲ್ಲ ಮಗ ಮಗ ಅಂತ ಹಲಬುತ್ತಿದ್ದಳು. ಮಗ ಸೊಸೆ ಇಲ್ಲಿ ಬಂದು ನೆಲೆಸಿದ್ದೇ ಕಷ್ಟಗಳು ಶುರುವಾದವು. ನಿವೃತ್ತಿಯ ನಂತರ ಶಂಕರ ತಾಯಿಯನ್ನು ನೋಡಿಕೊಂಡು ಇದ್ದ ಹಾಗಾಯಿತು ಎಂದು ಇಲ್ಲೇ ಬಂದು ನೆಲೆಸಿದ್ದ. ಕೈಲಾಗದ ಅತ್ತೆಯ ಮೇಲೆ ಲಲಿತೆಯ ಜೋರು. ಈ ಲಲಿತೆಗೆ ಬಹಳ ಸೊಕ್ಕು ಎಂದುಕೊಂಡಳು ಬಾಯಕ್ಕ. ಅದೆಷ್ಟೋ ಸಲ ಅವರಿವರು ಇಂಥ ಮಾತಾಡಿದ್ದರು. ಊರ ಸುದ್ದಿಯೆಲ್ಲ ನಿನಗೇಕೆ ಬಿಡು ಬಾಯಕ್ಕ ಅಂದಿದ್ದರು. ಆದರೆ ತನ್ನ ಸ್ವಭಾವದಲ್ಲಿ ಅಂಥದ್ದೇನು ತಪ್ಪಿದೆ ಅಂತ ಅವಳಿಗೆ ತಿಳಿಯುತ್ತಿರಲಿಲ್ಲ. ತಪ್ಪು ಕಂಡರೆ ಹೇಳುವುದೂ ತಪ್ಪೇ ? ತಾನೇನು ಚಾಡಿ ಹೇಳಿ ಸಂಸಾರಗಳನ್ನು ಮುರಿದೆನೇ ? ತನಗೆ ತಿಳವಳಿಕೆ ಹೇಳುವ ರೀತಿಯ ಈ ಮಾತುಗಳು ಕೇಳಿಬರುತ್ತಿರುವುದು ಇತ್ತೀಚೆಗೆ. ಒಲೆಯ ಚಾಚುವ ಜ್ವಾಲೆಗೆ ತೆಂಗಿನ ಗರಿ ಮುರಿಮುರಿದು ಹಾಕುತ್ತ ಈ ಲಲಿತೆಗೆ ಬಹಳ ಸೊಕ್ಕು ಎಂದು ಪದೇ ಪದೇ ಬಾಯಕ್ಕ ಅಂದುಕೊಂಡರೂ ಅವಳ ಒಳಗೆಲ್ಲೋ ಈ ಊರಿನಲ್ಲಿ ತನಗೆ ತಿಳಿಯದ ರೀತಿಯಲ್ಲಿ ಬೇರೆಯದೇ ಆದ ಬದುಕಿನಕ್ರಮವೊಂದು ಬೆಳೆದುಬಿಟ್ಟು ತಾನು ಅದರಿಂದ ಹೊರಗೇ ಉಳಿದುಬಿಟ್ಟೆನೇನೋ ಎಂಬ ಅಳುಕು ಹುಟ್ಟುತ್ತಿತ್ತು.

ಬಾಯಕ್ಕ ಮದುವೆಯಾಗಿ ಹೆರವಟ್ಟೆಗೆ ಬಂದಾಗ ಅವಳಿಗೆ ಹದಿನೈದು ವರ್ಷ. ಅವಳ ಗಂಡ ವೆಂಕಟೇಶ ವಯಸ್ಸಿನಲ್ಲಿ ಹನ್ನೆರಡು ವರ್ಷ ದೊಡ್ಡವನು. ಸಾಲೆಯಲ್ಲಿ ಮಾಸ್ತರನಾಗಿದ್ದ. ಮನೆಯಲ್ಲಿ ಅತ್ತೆ ಮಾವ ಮತ್ತು ಬಾಲವಿಧವೆಯಾಗಿದ್ದ ಮಾವನ ತಂಗಿ ಪ್ರಿಯಾಗಿ. ಮಡಿ ಪೂಜೆ ಸಾಲಿಗ್ರಾಮ ಮನೆತನ ಅಂತ ಸದಾ ಪಿರಿಪಿರಿ ಮಾಡುವ ಅತ್ತೆ ಮಾವಂದಿರಿಗೆ ಹೇಗೋ ಬಾಯಕ್ಕ ಹೊಂದಿಕೊಂಡಳು. ವೆಂಕಟೇಶನ ಪ್ರೀತಿ ಅತ್ಯಂತ ಆಪ್ಯಾಯಮಾನವಾಗಿತ್ತು. ಅವನೆಂದರೆ ಊರಿನಲ್ಲಿ ಎಲ್ಲರಿಗೆ ಗೌರವ. ಸದಾ ಶುಭ್ರವಾದ ಖಾದಿ ಧರಿಸಿ ಗಂಭೀರವಾಗಿರುತ್ತಿದ್ದ ಅವನ ಮಾತು ಎಲ್ಲರಿಗೂ ಬೇಕು. ಮದುವೆಯಾದ ಮೂರು ವರ್ಷಗಳ ಮೇಲೆ ಶ್ರೀಪತಿ ಹುಟ್ಟಿದ. ವಂಶೋದ್ಧಾರಕ ಮೊಮ್ಮಗ ಮಾತು ಕಲಿಯುವ ಮುಂಚೆಯೇ ಅತ್ತೆ ತೀರಿಕೊಂಡಳು. ಅವಳ ನಂತರ ಪ್ರಿಯಾಗಿ. ಮಡಿ ಮಡಿ ಎಂದು ಹಾರಾಡುತ್ತಿದ್ದ ಮಾವ ಕೊನೆಕೊನೆಗೆ ಅರೆಮಳ್ಳನ ಹಾಗೆ ಬಾಬುಟಿಯ ಹೋಟೇಲಿನಲ್ಲಿ ಅವಲಕ್ಕಿ ಕಟ್ಟಿಸಿಕೊಂಡು ರಸ್ತೆಯಲ್ಲಿ ತಿನ್ನುತ್ತ ಓಡಾಡಿ ಒಂದು ದಿವಸ ಬೊಂಬೆ ದೇವಸ್ಥಾನದ ಪ್ರಾಂಗಣದಲ್ಲಿ

ಜೀವಬಿಟ್ಟರು. ಅವರ ಪಾಡಿಗೆ ಅವರನ್ನು ಬಿಡು ಎಂದು ತಂದೆಯ ಬಗ್ಗೆ ಎಳ್ಳಷ್ಟೂ ಬೇಸರಪಡದೇ ವೆಂಕಟೇಶ ಅವರ ಎಲ್ಲ ಮಳ್ಳಾಟವನ್ನೂ ಸಹಿಸಿದ್ದ. ಶ್ರೀಪತಿಗೆ ಹತ್ತು ವರ್ಷವಾದಾಗ ಯಾವ ಕಾಯಿಲೆಯೂ ಇಲ್ಲದ ವೆಂಕಟೇಶ ಹಠಾತ್ತನೆ ತೀರಿಕೊಂಡ. ಆಗ ಮಾತ್ರ ಬಾಯಕ್ಕ ಕುಸಿದುಹೋದಳು. ತನ್ನ ಬದುಕಿನ ಚಕ್ರ ಬೇಗ ಬೇಗ ತಿರುಗುತ್ತಿದೆ ಅನಿಸಿ ಕಂಗೆಟ್ಟಳು. ಇದೀಗ ಸಂಸಾರ ಆರಂಭಿಸಿದ್ದೇನೆ ಎಂದು ಅನಿಸುತ್ತಿರುವ ಹೊತ್ತಿಗೇ ಎಲ್ಲ ಮುಗಿದುಹೋದ ಹಾಗಾಗಿತ್ತು. ಶ್ರೀಪತಿಯೊಬ್ಬನನ್ನು ದಡ ಹತ್ತಿಸಿದರೆ ತನ್ನ ಬಾಳು ಹೇಗಾದರೂ ಆಗಲಿ ಅಂದುಕೊಂಡಳು. ಮನೆತನ ಮನೆತನ ಎಂದು ಹಲುಬುತ್ತಿದ್ದ ಮಾವನ ಮಾತುಗಳು ನೆನಪಾಗಿ ತನ್ನ ಮೇಲೆ ವಿಚಿತ್ರವಾದ ಜವಾಬ್ದಾರಿಯೊಂದು ಬಿದ್ದಂತೆ ಅನಿಸುತ್ತಿತ್ತು. "ಇನ್ನು ಈ ಮನೆಯಲ್ಲಿ ಮಗುವನ್ನಿಟ್ಟುಕೊಂಡು ಯಾಕೆ ಒಬ್ಬಳೇ ಇರುತ್ತೀ...." ಎಂದು ಹೇಳಿ ತಮ್ಮ ಜೊತೆ ಕರೆದೊಯ್ಯಲು ಬಂದ ಅಪ್ಪನಿಗೆ ಇಲ್ಲ ಅಂದುಬಿಟ್ಟಳು. "ಒಳ್ಳೆಯದೋ ಕೆಟ್ಟದೋ ಇಲ್ಲೇ ಬದುಕುತ್ತೇನೆ...." ಎಂದಳು. ಅವಳಿಗೆ ಆಗ ಪ್ರಿಯಾಗಿಯ ನೆನಪಾಗಿತ್ತು. ದೊಡ್ಡ ಮನೆ, ಹಿತ್ತಿಲಲ್ಲಿ ಸಣ್ಣ ಹುಡುಗ ಶ್ರೀಪತಿಯ ಜೊತೆ ಉಳಿದಳು. ವೆಂಕಟೇಶ ಸರ್ವೀಸಿನಲ್ಲಿದ್ದಾಗಲೇ ತೀರಿಕೊಂಡಿದ್ದರಿಂದ ಒಂದಿಷ್ಟು ಪೆನಶನ್ ಬರುತ್ತಿತ್ತು. ಹಿತ್ತಿಲಲ್ಲಿ ತರಕಾರಿ ತೆಂಗು ಬೆಳೆಯುತ್ತಿದ್ದರಿಂದ ಜೀವನಕ್ಕೇನೂ ತತ್ವಾರವಾಗಲಿಲ್ಲ. ಯಾವ ಕ್ಷಣದಲ್ಲಾದರೂ ತನಗೆ ಕರೆ ಬಂದೀತೇನೋ ಎಂಬಂತೆ ಬಾಯಕ್ಕ ಶ್ರೀಪತಿಯನ್ನು ಅತಿಯಾಗಿ ಹಚ್ಚಿಕೊಳ್ಳದೇ ತನ್ನ ಮೋಹ ಅವನ ಸ್ವಾತಂತ್ರ್ಯಕ್ಕೆ ಅಡ್ಡಿ ಬಾರದಂತೆ ಬೆಳೆಸಿದಳು. ಅವನೂ ತಂದೆಯ ಹಾಗೆ ಗಂಭೀರ ಸ್ವಭಾವದವನು. ಅವನು ಬೆಳೆದದ್ದೇ ಬಾಯಕ್ಕನಿಗೆ ತಿಳಿಯಲಿಲ್ಲ. ತಾನು ಇಲ್ಲಿ ಸೇರಿದವನೇ ಅಲ್ಲ ಅನ್ನುವ ಹಾಗೆ ನಿರ್ಲಿಪ್ತನಾಗಿ ಶ್ರೀಪತಿ ರಾತ್ರಿಯಿಡೀ ಓದಿ, ಕುಮಟೆ ಕಾಲೇಜಿಗೆ ಸೈಕಲ್ಲು ತುಳಿದು, ಪರೀಕ್ಷೆಗಳನ್ನು ದಾಟಿ ಮುಂಬಯಿ ಪಾಲಾದ.

ಬಾಯಕ್ಕ ಒಬ್ಬಳೇ ಹೆರವಟ್ಟೆಯಲ್ಲಿ ಉಳಿದಳು. ಈ ಊರಿನಲ್ಲಿ ಕಳೆದ ವರ್ಷಗಳಲ್ಲಿ ಮೊದಲ ದಿನದಿಂದಲೆ ಇದು ತನ್ನದು, ಇಲ್ಲಿರುವ ಎಲ್ಲವೂ ತಮಗೆ ಸಂಬಂಧಪಟ್ಟದ್ದು ಎಂದು ಭಾವಿಸಿಯೇ ಬದುಕುತ್ತಿದ್ದಳು. ಪ್ರತಿ ಮನೆಯ ಎಲ್ಲ ಒಳ ಸಂಗತಿಗಳೂ ಗೊತ್ತಿತ್ತು. ಎಲ್ಲರಿಗೂ ಒಂದಲ್ಲ ಒಂದು ರೀತಿಯಲ್ಲಿ ಸಹಾಯಕ್ಕೂ ಒದಗಿ ಬಂದಿದ್ದಳು. ಪೋಲೀಸರು ವಿನಾಕಾರಣ ಹಾಲಿನ ರಂಗಪ್ಪನನ್ನು ಸ್ಟೇಷನ್ನಿಗೆ ಕರೆದೊಯ್ದು ಕೂಡಿಹಾಕಿದಾಗ ಬಿಡಿಸಿಕೊಂಡು ಬರಲು ಒದ್ದಾಡಿದಳು. ತನ್ನ ಜೊತೆ ಬರಲು ನಿರಾಕರಿಸಿದ ವಕೀಲ ರಮೇಶನಿಗೆ "ನೀನು ಓದಿದ್ದು ದುಡ್ಡು ಮಾಡಲಿಕ್ಕೇನೋ.... ಅನ್ಯಾಯವಾಗಿ ಅವನನ್ನು ಒಳಗೆ ಹಾಕಿದ್ದಾರೆ ಅಂದರೆ ಅದರ ವಿರುದ್ಧ ಒಂದು ಮಾತು ಹೇಳಲಿಕ್ಕೆ ಬರದಿದ್ದರೆ ನೀನು ಊರಲ್ಲಿ ವಕೀಲನಾಗಿರುವುದು ದಂಡಕ್ಕೆ..." ಎಂದೆಲ್ಲ ಹಂಗಿಸಿ ಜೊತೆಯಲ್ಲಿ ಕರಕೊಂಡು ಹೋಗಿ ತಾನೇ ಜಾಮೀನು ನಿಂತು ರಂಗಪ್ಪನನ್ನು ಬಿಡಿಸಿಕೊಂಡು ಬಂದಿದ್ದಳು. ಆಮೇಲೆ ಅವನದೇನೂ ತಪ್ಪಿಲ್ಲ ಎಂದು ಪೋಲೀಸರೇ ಕೇಸು ಮುಚ್ಚಿಹಾಕಿದ್ದರು. ಒಂಟಿ ಮುದುಕಿ ಮಾಡಲು ಬೇರೆ ಕೆಲಸವಿಲ್ಲ ಎಂದು ಜನ ಆಡಿಕೊಂಡರೂ

ಅವಳಿಲ್ಲದೇ ಇದ್ದರೆ ರಂಗಪ್ಪನ ಬಿಡುಗಡೆ ಅಷ್ಟು ಬೇಗ ಆಗುತ್ತಿರಲಿಲ್ಲ ಎಂದು ಎಲ್ಲರಿಗೂ ಒಳಗೊಳಗೇ ಅನಿಸಿತ್ತು.

ಊರಿನಲ್ಲಿ ಯಾರ ಮನೆಯಲ್ಲಿ ಹಪ್ಪಳ ಮಾಡಿದರೂ ಅಲ್ಲಿ ಬಾಯಕ್ಕ ಇರಲೇಬೇಕು. ತನ್ನ ಸ್ವಂತ ಮನೆಯ ಸಂಗತಿಯೆಂಬಂತೆ ಎಲ್ಲವನ್ನೂ ಆಸಕ್ತಿಯಲ್ಲಿ ನಿರ್ವಹಿಸುತ್ತಿದ್ದಳು. ಬಾಯಕ್ಕ ಇಲ್ಲದಿದ್ದರೆ ಹೆರವಟ್ಟೆಗೆ ಯಾವಾಗ ಡಾಂಬರು ರಸ್ತೆ ಬರುತ್ತಿತ್ತೋ. ಅವಳ ಅಂತಃಶಕ್ತಿಗೆ ಊರಿನ ಜನ ಬೆರಗಾಗುತ್ತಿದ್ದರು. ಕುಮಟೆಯ ನಗರಸಭೆ ವ್ಯಾಪ್ತಿಯಲ್ಲಿ ಹೆರವಟ್ಟೆಯನ್ನೂ ಸೇರಿಸಿಕೊಳ್ಳುತ್ತಾರೆ, ಚುನಾವಣೆ ಆಗಲಿದೆ ಎಂಬ ಸುದ್ದಿಯಾಗಿ ನಾಲ್ಕೈದು ಜನ ಹುರಿಯಾಳುಗಳೂ ಸಿದ್ಧವಾದರು. ಕೊನೆಗೆ ಬಾಳನನ್ನೇ ಅವಿರೋಧವಾಗಿ ಆರಿಸಿದರು. ಅದಾಗುವ ಮುನ್ನ ಬಾಯಕ್ಕ, ನಾಲ್ಕು ಜನರ ಎದುರಲ್ಲಿ ಅವನು ಊರಿಗೆ ರಸ್ತೆ ಮಾಡಿಸುತ್ತಾನೆ, ರಸ್ತೆ ದೀಪ ಹಾಕಿಸುತ್ತಾನೆ ಎಂದು ಮಾತು ಕೊಡಲಿ ಅಂದಳು. ಅವನು ಚುನಾವಣೆಯ ಹುರುಪಿನಲ್ಲಿ ಎಲ್ಲದಕ್ಕೂ ಒಪ್ಪಿಕೊಂಡ. "ಹಾಗೆ ನೋಡಿದರೆ ನೀನೇ ಸರಿಯಾದ ಹುರಿಯಾಳು..." ಎಂದು ಜನ ಬಾಯಕ್ಕನನ್ನು ತಮಾಷೆ ಮಾಡಿದ್ದರು. ಬಾಳ ನಗರಸಭೆ ಸದಸ್ಯನಾಗಿ ಆರು ತಿಂಗಳಾದರೂ ರಸ್ತೆ ಬರುವ ಸುದ್ದಿಯೇ ಇಲ್ಲ. ಹೆರವಟ್ಟೆ ಹೆಸರಿಗೆ ಮಾತ್ರ ಕುಮಟೆ ನಗರಸಭೆಗೆ ಸೇರಿತೇ ಹೊರತು ಒಂದು ಕಡ್ಡಿ ಅಲುಗಲಿಲ್ಲ. ಬಾಯಕ್ಕ ಅವರಿವರಲ್ಲಿ ಹೋಗಿ ಹೇಳಿಕೊಂಡಳು. ಎಲ್ಲರೂ ಸೇರಿ ಏನಾದರೂ ಮಾಡಬೇಕು ಅಂದಳು. ಕೆಲವರಂತೂ "ನಿನಗ್ಯಾಕೆ ರಸ್ತೆ ಬಾಯಕ್ಕಾ.... ನೀನು ಎಲ್ಲಿಗೆ ಹೋಗುವವಳಿದ್ದೀ..... ಆಗುವ ಕಾಲಕ್ಕೇ ಆಗಲಿ..." ಅಂದರು. ನೋಡುವಷ್ಟು ನೋಡಿ ಒಂದು ದಿವಸ ಬಾಳನನ್ನು ರಸ್ತೆಯಲ್ಲಿ ನಿಲ್ಲಿಸಿ ಕಾದಾಟಕ್ಕೇ ಇಳಿದಳು. ಅವಳ ಬಾಯಿಗೆ ಬಾಳ ಹೆದರಿದ. "ನಾನೊಬ್ಬನೇ ಏನು ಮಾಡಬಲ್ಲೆ?" ಎಂದ. ಅದಕ್ಕೆ ಬಾಯಕ್ಕ "ನಾವೆಲ್ಲ ನಿನ್ನ ಜೊತೆಗಿದ್ದೇವಲ್ಲ.... ಹೇಳು ಏನು ಮಾಡಬೇಕಂತ.... ಮೆರವಣಿಗೆಯಲ್ಲಿ ಬಂದು ಕಚೇರಿ ಎದುರು ಕೂರಬೇಕಾದರೆ ಹಾಗೇ ಮಾಡುತ್ತೇವೆ..... ಕೈಲಾಗುವುದಿಲ್ಲವಾದರೆ ರಾಜೀನಾಮೆ ಕೊಡು..... ಆರಿಸಿ ಬರುವಾಗ ದೊಡ್ಡ ಮಾತಾಡಿದ್ದೀಯಲ್ಲ..." ಎಂದಳು. ಬಾಯಕ್ಕನಿಂದ ಸರೀ ಬೈಸಿಕೊಂಡು ಹೋದ ಬಾಳ ನಗರಸಭೆ ಅಧ್ಯಕ್ಷನ ಮುಂದೆ ಗೋಳೋ ಎಂದು ಅಳುವದೊಂದು ಬಿಟ್ಟು ಬಾಕಿ ಎಲ್ಲಾ ಮಾಡಿದ. ಅದರ ಮಧ್ಯೆ ಬಾಯಕ್ಕ ಮಾತಿನ ನಡುವೆ "ಮತ್ತೆ ಈ ಕಡೆ ನಿನ್ನ ಆಫೀಸಿನವರು ಹಾದರೆ ಬಿಸಿ ನೀರು ಹಾಕುತ್ತೇನೆ" ಎಂದದ್ದು ಒಂದು ಬೆದರಿಕೆಯೋ ಸಂಚೋ ಕುತಂತ್ರವೋ ಬಾಳನಿಗೆ ತಿಳಿಯದೇ ಆ ಸುದ್ದಿ ಗುಸುಗುಸು ಹಬ್ಬಿ "ನಗರಸಭೆಯವರು ತೆರಿಗೆ ವಸೂಲಿಗೆ ಬಂದರೆ ಹೆರವಟ್ಟೆಯ ಜನ ಬಿಸಿನೀರು ಹಾಕುವವರಿದ್ದಾರಂತೆ" ಎಂಬ ರೂಪ ಪಡೆಯಿತು. ಅಧ್ಯಕ್ಷ ಹೆರವಟ್ಟೆಯ ಒಂದಿಬ್ಬರು ಹಿರಿಯರ ಜೊತೆ ಮಾತಾಡಿದ. ಅವರು ಬಾಯಕ್ಕನಿಗೆ "ರಸ್ತೆ ಬೇಗ ಆಗುತ್ತದಂತೆ..... ಆದರೂ ಅವರ ರಾಜಕೀಯದಲ್ಲಿ ಬೀಳಬೇಡ ಬಾಯಕ್ಕ...." ಎಂದು ಹೇಳಿದರು. ಬಾಯಕ್ಕನಿಗೆ ಸರ್ರನೆ ಸಿಟ್ಟು ಬಂತು. "ಅದು ರಾಜಕೀಯವೋ ಅಲ್ಲವೋ..... ಮಾಡುತ್ತೇನೆಂದು ಹೇಳಿದ ಕೆಲಸ

ಮಾಡದೇ ಇದ್ದರೆ ಬಿಟ್ಟು ಹೋಗಲಿ..... ನನಗೆ ರಸ್ತೆ ಬೇಡ..... ಇನ್ನು ನಾನು ಹೋಗುವುದು ಒಂದೇ ಜಾಗಕ್ಕೆ..... ರಸ್ತೆ ಬೇಕಾಗಿದ್ದು ಇಡೀ ಊರಿಗೆ.... ಅವನಿಗೆ ಆಗದಿದ್ದರೆ ನಾಚಿಕೆ ಬಿಟ್ಟು ಹೇಳಲಿ.... ಅದನ್ನೇ ನೀನು ರಾಜಕೀಯ ಅನ್ನುವುದಾದರೆ ಅನ್ನು.... ನನಗೆ ಅದೇ ಇರಲಿ.... ಅಬಾಬಾಬಾ..... ನಿಮಗಾರಿಗೂ ಅವನು ಮಾಡಿದ್ದು ತಪ್ಪು ಅಂತ ಅನಿಸುವುದಿಲ್ಲವೋ..." ಬುದ್ಧಿ ಹೇಳಲು ಬಂದವರು ಮೋರೆ ಕೆಳಗೆ ಹಾಕಿ ಹೋದರು. ಬಾಯಕ್ಕನ ಸತತ ಪ್ರಯತ್ನದಿಂದಾಗಿ ಊರವರಿಗೂ ಬಾಳನದು ಬಹುದೊಡ್ಡ ತಪ್ಪು ಅನಿಸುವಂತಾಯಿತು. ಅಂತೂ ಕೊನೆಗೊಮ್ಮೆ ಹೆರವಟ್ಟೆಗೆ ಡಾಂಬರು ರಸ್ತೆ ಬಂತು. ಬಾಯಕ್ಕ ಮಾತ್ರ ತನ್ನ ಎಂದಿನ ದಿನಚರಿಯಲ್ಲಿ ಒಬ್ಬಳೇ ಉಳಿದಳು.

ಹೆರವಟ್ಟೆಗೆ ರಸ್ತೆ ಬಂದರೂ ಬಾಯಕ್ಕ ಊರು ಬಿಟ್ಟು ಆಚೆ ಹೋಗಿದ್ದು ಎರಡೇ ಬಾರಿ. ಮೊದಲನೇ ಸಲ ಕಾಶೀಯಾತ್ರೆಗೆ ಊರ ಕೆಲವರು ಸೇರಿ ಯೋಜಿಸಿದ್ದ ಯಾತ್ರೆ. ಕಾಶಿಯಲ್ಲಿ ಅತ್ಯಂತ ಪ್ರಿಯವಾದದ್ದನ್ನು ಬಿಡಬೇಕು ಎಂದಾಗ ಬಾಯಕ್ಕ ಹಾಗಲಕಾಯಿ ಬಿಟ್ಟಿದ್ದಳು. ಅವಳಿಗೆ ಅತ್ಯಂತ ಪ್ರಿಯವಾದದ್ದು ಹಾಗಲಕಾಯಿಯ ಪೋಡಿಗಳು. ಕಮಲಕ್ಕ ಬದನೇಕಾಯಿ ಬಿಡುತ್ತೇನೆಂದು ಹೇಳಿ ಎಲ್ಲರಿಂದ ನಗೆಗೀಡಾಗಿದ್ದಳು. ಅವಳಿಗೆ ಬದನೇಕಾಯಿ ಅಂದರೆ ವೈರ ಅನ್ನುವುದು ಎಲ್ಲರಿಗೂ ತಿಳಿದ ಸಂಗತಿ. "ಯಾತ್ರೆ ಅಂದರೆ ಎಲ್ಲ ಮುಗಿದು ಆಸೆಗಳನ್ನು ಬಿಟ್ಟ ಹಾಗೆ" ಎಂದು ಬಾಯಕ್ಕ ಅವಳಿಗೆ ಹೇಳಿದ್ದಳು. ಆದರೂ ಮರಳಿ ಬಂದಮೇಲೆ ಅವಳಿಗೆ ಹಾಗಲಕಾಯಿ ನೆನೆದು ಬೇರೇನಾದರೂ ಬಿಡಬಹುದಿತ್ತು ಎಂದೆನಿಸಿತ್ತು. ಎಲ್ಲರಿಂದ ಅನ್ನಿಸಿಕೊಂಡ ಕಮಲಕ್ಕನೂ ಹಾಗಲಕಾಯಿ ಬಿಟ್ಟಿದ್ದಳು. ಆದರೂ ಬಾಯಕ್ಕ ಮಾತ್ರ ಹಿತ್ತಲಲ್ಲಿ ಹಾಗಲಕಾಯಿ ಬೆಳೆಯುವುದನ್ನು ನಿಲ್ಲಿಸದೇ ಬೆಳೆದು ಅವರಿವರಿಗೆ ಹಂಚಿದಳು.

ಎರಡನೇ ಸಲ ಅವಳು ಹೋದದ್ದು ಮುಂಬೈಗೆ. ಮಗನ ಮದುವೆಯಾದ ಹತ್ತು ವರ್ಷಗಳ ತರುವಾಯ. ಅವನ ಮದುವೆ ಅವಳಿಗೆ ನಿಜವಾಗಿಯೂ ಒಂದು ಭಾರವಾಗಿ ತೋರಿತ್ತು. ಮುಂಬಯಿಯಲ್ಲೇ ನೌಕರಿ ಮಾಡುವ ಹುಡುಗಿ ಬೇಕೆಂದ. ಬಾಯಕ್ಕ ಯಾರುಯಾರಿಗೋ ಪತ್ರ ಬರೆದು ಕೊನೆಗೊಂದು ಸಂಬಂಧ ಹುಡುಕಿದಳು. ಮನೆಯಲ್ಲಿ ಇದುವರೆಗೆ ಮಂಗಳಕಾರ್ಯ ಜರುಗಿಲ್ಲ ಎಂದು ಹೇಳಿ ಹಟಹಿಡಿದು ಹೆರವಟ್ಟೆಯಲ್ಲೇ ಮದುವೆ ಮಾಡಿದಳು. ಶ್ರೀಪತಿಯ ಹೆಂಡತಿ ಸವಿತ ಇನ್ಶೂರೆನ್ಸ್ ಕಂಪೆನಿಯೊಂದರಲ್ಲಿ ಕೆಲಸ ಮಾಡುತ್ತಿದ್ದಳು. ಅವರ ಮದುವೆಯ ನಂತರವೂ ಹಿತ್ತಲು, ಆಕಳು ಎಂದು ಬಾಯಕ್ಕನ ಬದುಕು ಅದೇ ಲಯದಲ್ಲಿ ಸಾಗಿತು. ಯಾವುದೋ ರೋಗ ಬಂದು ಅವಳ ಎರಡೂ ಆಕಳುಗಳು ತೀರಿಕೊಂಡ ಮೇಲೆ ಈ ಮನೆಗೆ ತನ್ನನ್ನು ಕಟ್ಟಿಹಾಕಿದ ತಂತುಗಳು ಕಡಿದುಹೋದಂತೆನಿಸಿ ಬಾಯಕ್ಕ ಮುಂಬಯಿಯಲ್ಲಿ ಕೆಲವು ದಿವಸ ಇದ್ದು ಬರಲು ಹೊರಟಳು. ಶ್ರೀಪತಿ ಬಂದು ಕರೆದುಕೊಂಡು ಹೋದ.

ಅಲ್ಲಿದ್ದ ಎರಡು ತಿಂಗಳು ಕೈಕಾಲು ಕಟ್ಟಿಟ್ಟಹಾಗಿತ್ತು. ಏಳು ವರ್ಷದ ಮೊಮ್ಮಗಳು

ರಶ್ಮಿಯ ಜೊತೆ ಕಳೆಯಬಹುದೆಂಬ ಒಳ ಆಸೆಯೂ ಅವಳಿಗಿದ್ದರೂ ಅಲ್ಲಿಯ ಜೀವನ ನೋಡಿದಮೇಲೆ ಸಾಕುಸಾಕಾಗಿತ್ತು. ಹತ್ತು ಅಂತಸ್ತಿನ ಕಟ್ಟಡದ ಮೂರನೆ ಮಹಡಿ ಮೇಲೆ ಶ್ರೀಪತಿಯ ಮನೆ. ಮೂರೇ ಕೋಣೆಗಳು. ಎಲ್ಲವೂ ಮುಚ್ಚಿದ ಬಾಗಿಲುಗಳ ಹಿಂದೆ. ಹೊರಗೆ ಹೋಗಿ ಬರುವುದಕ್ಕೆ ಹೊರತು ಮುಂಬಾಗ್ಲಿಲನ್ನು ತೆರೆಯುತ್ತಲೇ ಇರಲಿಲ್ಲ. ಸೊಸೆ ಬೆಳಿಗ್ಗೆ ಐದಕ್ಕೆ ಎದ್ದು ತಯಾರಾಗಿ ಊಟದ ಡಬ್ಬಿಗಳನ್ನು ಕಟ್ಟಿ ಮಗಳನ್ನು ಎಬ್ಬಿಸಿ ನಿದ್ದೆಗಣ್ಣಿನಲ್ಲೇ ಅವಳ ಸ್ನಾನ ಗೀನ ಮುಗಿಸಿ, ಏಳರ ಒಳಗೆ ರಶ್ಮಿಯ ಜೊತೆ ಮನೆ ಬಿಡುತ್ತಿದ್ದಳು. ರಶ್ಮಿ ಸ್ಕೂಲು ಮುಗಿಸಿ ಯಾರದೋ ಮನೆಯಲ್ಲಿ ಕೂತಿದ್ದು ಸಂಜೆ ಶ್ರೀಪತಿ ಬರುವಾಗ ಅವನ ಜೊತೆ ಬರುತ್ತಿದ್ದಳು. ಇಷ್ಟಾದರೂ ಬೆಳಿಗ್ಗೆ ರೈಲು ತಪ್ಪಿಯೇ ಹೋಯಿತು, ಸಂಜೆ ಬಸ್ಸು ತಪ್ಪಿತು ಎಂಬ ಗೋಳು ಬೇರೆ. ಬೆಳಿಗ್ಗೆ ಅಲಾರಂ ಆದದ್ದೇ ಗಡಿಯಾರದ ಟಿಕ್‌ಟಿಕ್ ಧಾವಂತಕ್ಕೆ ಕಟ್ಟುಬಿದ್ದು, ಕಾಲದ ಜೊತೆ ಓಟದಲ್ಲಿ ನಿರತವಾಗಿ ಬೆಳಿಗ್ಗೆ ಮಧ್ಯಾಹ್ನ ಸಂಜೆ ಸಮಯವನ್ನಳೆಯುತ್ತ, ದೈನಿಕಗಳನ್ನು ಗಂಟೆ ನಿಮಿಷಗಳಲ್ಲಿ ಹೊಂದಿಸುತ್ತ, ಅರ್ಧ ನಿಮಿಷದ ಅಂತರದಲ್ಲಿ ರೈಲು ಬಸ್ಸುಗಳನ್ನು ತಪ್ಪಿಸಿಕೊಳ್ಳುತ್ತ ಸೆಕೆಂಡಿನ ಮುಳ್ಳಿನಹಾಗೆ ಕರಾರುವಾಕ್ಕಾದ ಬದುಕು ಬೇಡುವ ಮುಂಬಯಿ ಸಪ್ಪೆ ಅನಿಸಿತು. ಅಕ್ಕಪಕ್ಕದವರು ಹೋಗಿ ಬರುವಾಗ ಮೆಟ್ಟಿಲಲ್ಲಿ ಸಿಕ್ಕರೆ ಮಾತಾಡಿಸುವುದೋ ಮುಗುಳ್ನಗುವುದೋ ಬಿಟ್ಟರೆ ಬೇರೆ ಸಂಬಂಧ ಇಲ್ಲ. ಒಮ್ಮೆ ಬಾಯಕ್ಕ ಬಾಗಿಲು ತೆರೆದು ಆ ಅಂತಸ್ತಿನ ಉಳಿದ ಐದು ಮನೆಗಳತ್ತ ನೋಡಿದಳು. ಮೂರಕ್ಕೆ ಬೀಗ ಹಾಕಿತ್ತು. ಅಷ್ಟರಲ್ಲಿ ಎದುರುಗಡೆ ಮನೆಯ ಬಾಗಿಲು ತೆರೆಯಿತು. ಮಾತಾಡಿಸುವಾ ಅಂತ ಬಾಯಿ ತೆರೆಯುವಷ್ಟರಲ್ಲಿ ಇವಳನ್ನು ನೋಡಿದ್ದೇ ಆ ಹೆಂಗಸು ಪುಸಕ್ಕನೆ ಒಳಹೋಗಿ ಬಾಗಿಲು ಹಾಕಿಕೊಂಡಳು.

ಬಾಯಕ್ಕ ಬಂದ ಹೊಸದರಲ್ಲಿ ಒಂದು ಸಂಜೆ ಎದುರುಮನೆ ಮಕ್ಕಳು ಬೀಗ ಹಾಕಿದ ಬಾಗಿಲೆದುರು ಅಪ್ಪ ಅಮ್ಮಂದಿರನ್ನು ಕಾಯುತ್ತ ಕೂತಿದ್ದು ನೋಡಿ ಒಳಗೆ ಕರೆದಳು. ಬಾಯಕ್ಕ ಕೊಟ್ಟ ತಿಂಡಿ ತಿಂದು ಮಕ್ಕಳು ಆಟದಲ್ಲೇ ಮಗ್ನರಾದರು. ಅವರ ಅಪ್ಪ–ಅಮ್ಮಂದಿರು ಬಂದು ಮಕ್ಕಳನ್ನು ಕಾಣದೇ ಹುಡುಕಾಡಿ ಗಲಾಟೆಯಾಗಿ ಕೊನೆಗೆ ಶ್ರೀಪತಿ ಬಂದಾಗ ಮಕ್ಕಳಿಗೆ ನೆನಪಾಗಿ ಹೊರಗೋಡಿದವು. ಆ ನೆರೆಮನೆಯವನು ಶ್ರೀಪತಿಗೇನು ಅಂದನೋ ಶ್ರೀಪತಿ ಬಾಯಕ್ಕನ ಮೇಲೆ ಕೂಗಾಡಿದ. "ಸುಮ್ಮನೆ ಅವರ ಸುದ್ದಿಗೆ ಹೋಗಬೇಡಮ್ಮ..... ಹೊರಗೆ ಕೂತಿರುತ್ತವೆ. ಇಲ್ಲಾ ರಸ್ತೆಯಲ್ಲಿ ಕಾಯುತ್ತವೆ..... ಇಲ್ಲಿ ಉಪಕಾರ ಅಂತ ಏನೂ ಇಲ್ಲ.... ಬರೀ ನಮ್ಮ ನಮ್ಮ ಮನೆ ನೋಡಿಕೊಂಡರೇ ಸಾಕಾಗಿದೆ...." ಎಂದೆಲ್ಲ ಅಂದ.

ಮೊಮ್ಮಗಳು ರಶ್ಮಿಯ ಜೊತೆಗೆ ಬಾಯಕ್ಕನಿಗೆ ಸರಿಯಾಗಿ ಮಾತಾಡಲೂ ಸಮಯ ಸಿಗದ ಹಾಗಾಗಿತ್ತು. ಸಂಜೆ ಆರೂವರೆಗೆ ಶ್ರೀಪತಿ ಕರಕೊಂಡು ಬಂದ ಮೇಲೆ ಓದು ಓದು ಎಂದು ಗಂಡ ಹೆಂಡತಿ ಇಬ್ಬರೂ ಆ ಮಗುವಿನ ಪ್ರಾಣ ಹಿಂಡುತ್ತಿದ್ದರು. ಊಟವಾದದ್ದೇ ಮಲಗುವುದು – ಮರುದಿನ ಬೇಗ ಏಳುವುದಕ್ಕೆ.

ಭಾನುವಾರವೊಂದೇ ಬಿಡುವು. ಆ ದಿನವೇ ಎಲ್ಲಾದರೂ ಹೋಗುವುದು. ಅದೂ ಮೊದಲೇ ತಿಳಿಸಿ ಹೋಗಬೇಕಂತ ಶ್ರೀಪತಿಯ ರಗಳೆ. ಯಾವಾಗಂದರಾವಾಗ ಹೋಗುವುದಕ್ಕಾಗುವುದಿಲ್ಲ. ಅವರಿಗೆ ಬೇರೇನಾದರೂ ಕೆಲಸವಿದ್ದರೆ ? ಅಷ್ಟು ದೂರ ಹೋಗಿ ಅವರಿಲ್ಲದೇ ಇದ್ದರೆ ? ಹೀಗೇ ರಗಳೆಗಳು. ಬಿಡುವು ಕಳೆಯಲೂ ನಿರ್ದಿಷ್ಟ ಕಾರ್ಯಕ್ರಮ ಹಾಕಿಕೊಳ್ಳದಿದ್ದರೆ ಅಸ್ವಸ್ಥನಾಗಿಬಿಡುತ್ತಿದ್ದ. ಬಾಯಕ್ಕನಿಗೆ ಹಿಂತಿರುಗಿ ಹೋದರೆ ಸಾಕಾಗಿತ್ತು. ಯಾರಿಗೂ ಯಾರ ಬಗ್ಗೆಯೂ ಆಸಕ್ತಿಯಿಲ್ಲ. ತಮ್ಮ ಮನೆ, ತಮ್ಮ ಮಗು, ಅದರ ಹೋಂವರ್ಕ್, ಬೆಳಗಿನ ಧಾವಂತ, ಭಾನುವಾರದ ರಜಾ– ಇಷ್ಟೇ.

ಹಿಂತಿರುಗಿ ಹೋದಮೇಲೆ ಬಾಯಕ್ಕ ಸಾಯುವವರೆಗೂ ಹೆರವಟ್ಟೆಯಲ್ಲೇ ಇರುವುದಾಗಿ ತೀರ್ಮಾನಿಸಿದಳು. ಕೈಸಾಗದೇ ಹೋದರೆ ಕೊನೆಗಾಲಕ್ಕೆ ಮಗನ ಹತ್ತಿರ ಹೋಗಿ ಇರಬಹುದೆಂಬ ಧೈರ್ಯ ಕುಸಿದಿತ್ತು. ಮತ್ತೆ ಎರಡು ಆಕಳು ಕೊಂಡಳು. ಮತ್ತೆ ಅದೇ ಲಯದಲ್ಲಿ ಬದುಕತೊಡಗಿದಳು. ಹೆರವಟ್ಟೆ ಬದಲಾಗುತ್ತ ಹೋಗುತ್ತಿರುವುದು ಈಗ ಮುಂಬಯಿಗೆ ಹೋಗಿ ಬಂದ ಮೇಲೆ ಹೆಚ್ಚು ಲಕ್ಷ್ಯಕ್ಕೆ ಬರಹತ್ತಿತ್ತು. ಗೋಪಾಲ ಡಾಕ್ಟರರ ಮನೆಯಲ್ಲಿ ಯಾರಿಗೂ ತಿಳಿಯದೇ ಒಳಗೊಳಗೇ ಪಾಲಾಗಿ ಅವರ ಹಿರಿಯ ಮಗ ತನ್ನ ಪಾಲಿನ ಭಾಗ ಮಾರಿದಾಗಲೇ ಜನರಿಗೆ ತಿಳಿದದ್ದು. ಎಷ್ಟು ದೊಡ್ಡ ಕುಟುಂಬ ಒಡೆಯಿತಲ್ಲ ಎಂದು ಬಾಯಕ್ಕ ವ್ಯಥೆಪಟ್ಟಳು. ಅವರ ಮನೆಯ ಜೊತೆ ತಮ್ಮ ಕುಟುಂಬಕ್ಕಿದ್ದ ಸಂಬಂಧ ನೆನೆದು ಮರುಗಿದಳು. ಇದೆಲ್ಲದರಲ್ಲಿ ಒಳಗೊಳ್ಳಲು ಪ್ರಯತ್ನಿಸುತ್ತ, ಬದಲಾವಣೆಯ ವೇಗ ಅರ್ಥಮಾಡಿಕೊಳ್ಳಲು ಒದ್ದಾಡುತ್ತ, ಇಡೀ ಊರು ಒಂದು ಕುಟುಂಬದ ಹಾಗೆ ಇದ್ದುದನ್ನು ನೆನೆಯುತ್ತ, ಎಲ್ಲ ಒಡೆದು ನಮ್ಮ ಸಂಸಾರ, ಸ್ವಂತದ ವಿಷಯ, ನಮಗೇಕೆ ಉಸಾಬರಿ ಎಂದು ಜನ ಆಡುವುದನ್ನು ಗ್ರಹಿಸಲು ಅಶಕ್ಯಳಾಗುತ್ತ ತಳಮಳಿಸಿದಳು. ತಾನಿಲ್ಲಿ ಸಲ್ಲದೇ ಹೋದೆ ಎಂದು ಎಷ್ಟೋ ಸಲ ಅನಿಸುತ್ತಿತ್ತು.

* * * *

ಮಧ್ಯಾಹ್ನ ಊಟ ಮುಗಿಸಿ ಬಾಯಕ್ಕ ಜಗುಲಿಗೆ ಬಂದಾಗ ಮತ್ತೆ ಶಂಕರನ ಮನೆಯಲ್ಲಿ ಕೂತ ಕಮಲಕ್ಕ ಕಂಡಳು. ಕೈಮಾಡಿ ಕರೆದಳು. ಸಹಾಯಕ್ಕಾಗಿ ಕಮಲಕ್ಕ ಯಾಚಿಸುತ್ತಿರುವಂತೆ ಅನಿಸಿ, ಬೆಳಗಿನ ಘಟನೆ ನೆನೆದು ಹಿಂಜರಿದರೂ ಮನಸ್ಸು ತಡೆಯದೇ ಹೋದಳು. ವಾಂತಿ ಬಂದ ಹಾಗಾಗುತ್ತದೆ ಎಂದು ಅನ್ನುತ್ತಿದ್ದಂತೆ ಮುದುಕಿ ಬಳಕ್ಕನೆ ಕಾರಿಕೊಂಡಳು. ಬಾಯಕ್ಕ ಅವಳನ್ನೆಬ್ಬಿಸಿ ಬಚ್ಚಲಿಗೆ ಕರೆದೊಯ್ದಳು. ಶಂಕರ ಮತ್ತು ಲಲಿತೆ ಕುಮಟೆಗೆ ಯಾರದೋ ಮದುವೆಗೆ ಹೋಗಿದ್ದರು. "ಬದನೆಕಾಯಿ ಹುಳಿ ತಿನ್ನಿಸಿದಳು ಬಾಯಕ್ಕಾ.... ನನಗೆ ಆಗುವುದಿಲ್ಲ ಅಂತ ಗೊತ್ತಿದ್ದರೂ ಹಟಕ್ಕೆ ಮಾಡುತ್ತಾಳೆ.... ಬೇರೇನೂ ಮಾಡಿರಲಿಲ್ಲ ಅಂತ ಹಸಿವೆಗೆ ಅದನ್ನೇ ಹೇಗೋ ತಿಂದೆ.... ನಾನು ಕಾರಿಕೊಂಡು ಸಾಯುತ್ತೇನೆ ಬಾಯಕ್ಕಾ.... ಈ ಜೀವನ ಸಾಕಾಗಿದೆ. ನಿನ್ನೆಯಿಂದ ಈ ವೇಷ ಬೇರೆ ಹಾಕಿಸಿದ್ದಾಳೆ.... ನಿನ್ನೆ ಹೊರಗೆ ಕೂರಲಿಕ್ಕೆ ನಾಚಿಕೆಯಾಯಿತು.... ಒಳಗೇ ಇದ್ದು ಬೇಜಾರಾಗುತ್ತದೆ

ಅಂತ ಈವತ್ತು ಇದರಲ್ಲೇ ಹೊರಗೆ ಕೂತೆ. ರಸ್ತೆಯಲ್ಲಿ ಹೋಗುತ್ತಿದ್ದವರೆಲ್ಲ ನೋಡಿ ನೋಡಿ ನಗುತ್ತಿದ್ದ ಹಾಗನಿಸಿತು..." ಕಮಲಕ್ಕ ಕಣ್ಣೀರು ತುಂಬಿಕೊಂಡು, ತನ್ನ ಗೋಳು ಸುರು ಮಾಡಿದಳು. ಬಾಯಕ್ಕನಿಗೆ, ಲಲಿತೆ ರಣಚಂಡಿ ಅನಿಸಿತು. ಈ ಶಂಕರನಾದರೂ ಎಂಥವನು. ಒಂದು ಗಳಿಗೆ ಯೋಚಿಸಿ ಬಾಯಕ್ಕ "ನೀನು ನನ್ನ ಮನೆಗೇ ಬಂದುಬಿಡು ಕಮಲಕ್ಕ.... ನಾನೇ ನೋಡಿಕೊಳ್ಳುತ್ತೇನೆ..... ಬಂದುಬಿಡು...." ಅಂದಳು. ಎಲ್ಲದರಿಂದ ರೋಸಿಹೋಗಿದ್ದ ಕಮಲಕ್ಕ "ಒಳಗೆ ನನ್ನ ಎರಡು ಟ್ರಂಕಿದೆ ಎತ್ತಿಕೋ" ಎಂದು ಹೊರಡಲು ತಯಾರಾದಳು. ಬಾಯಕ್ಕ ಅವಳ ಸೀರೆ ಬಟ್ಟೆ ಎತ್ತಿಕೊಂಡು ಮನೆಗೆ ಕರೆದುಕೊಂಡು ಬಂದಳು. ಅವಳ ನೈಟಿ ಬಿಚ್ಚಿಹಾಕಿ ಸೀರೆ ಉಡಿಸಿದಳು. ಟ್ರಂಕು ಟ್ರಂಕು ಅಂತ ಒದ್ದಾಡುತ್ತಿದ್ದ ಕಮಲಕ್ಕನಿಗೆ ಅವಳ ಹೆಣಭಾರದ ಟ್ರಂಕುಗಳನ್ನು ತಂದುಕೊಟ್ಟಳು. ಪಕ್ಕದ ಮನೆಯ ಹುಡುಗ ರಮೇಶನನ್ನ ಶಂಕರನ ಮನೆ ಕಾಯಲು ಕೂರಿಸಿದಳು.

ಸಂಜೆ ಶಂಕರ ಲಲಿತೆ ಬಂದವರು ಬಾಗಿಲಲ್ಲಿ ಕೂತ ರಮೇಶನನ್ನು ಕಂಡು ಕಂಗಾಲಾದರು. ಕಮಲಕ್ಕನಿಗೆ ತೀರಾ ಹುಷಾರಿಲ್ಲದೇ ಬಾಯಕ್ಕ ತನ್ನಲ್ಲಿಗೆ ಕರೆದೊಯ್ದಳೆಂದು ಭಾವಿಸಿ ಅಲ್ಲಿ ಬಂದರು. "ಅಮ್ಮ ಹೇಗಿದ್ದಾರೆ?" ಎಂದನ್ನುತ್ತ ಬಂದ ಶಂಕರನನ್ನು "ಇನ್ನೂ ಬದುಕಿದ್ದಾಳೆ" ಎಂದನ್ನುತ್ತ ಬಾಯಕ್ಕ ಸ್ವಾಗತಿಸಿದಳು. ಅವನಿಗೆ ಒಂದಕ್ಷರ ಮಾತಾಡಲು ಬಿಡದೇ ಚೆನ್ನಾಗಿ ಬೈಯ್ದಳು. "ತಾಯಿಯನ್ನು ಸರಿಯಾಗಿ ನೋಡಿಕೊಳ್ಳಲಿಕ್ಕಾಗದಿದ್ದರೆ ಬಿಡು..... ನಾವು ಊರವರೇ ನೋಡಿಕೊಳ್ಳುತ್ತೇವೆ. ಅವಳಿಗೆ ಬದನೆಕಾಯಿ ಗಂಟಲಲ್ಲಿ ಇಳಿಯುವುದಿಲ್ಲ ಅಂತ ಊರಿಗೇ ಗೊತ್ತಿದೆ..... ನಿನ್ನ ಹೆಂಡತಿಗೆ ಮಾತ್ರ ಗೊತ್ತಿಲ್ಲ ಅಲ್ಲವೇ? ಅದನ್ನು ತಿನ್ನಿಸಿ ಕಾರಿಕೊಳ್ಳುವ ಹಾಗೆ ಮಾಡುತ್ತೀಯಲ್ಲ, ನೀನೇನು ಮಗನೋ ಭೂತವೋ? ಅವಳಿಗೆ ಈ ವಯಸ್ಸಲ್ಲಿ ನೈಟಿಯೋ ಪೈಟಿಯೋ ಹಾಕಿ ಕೂರಿಸುತ್ತೀಯಲ್ಲ.... ಅವಳೇನು ಗೊಂಬೆ ಅಂತ ತಿಳಿದಿದ್ದೀಯಾ..... ಕತ್ತು ಹಿಸುಕಿ ಕೊಂದುಹಾಕಿಬಿಡು..." ಶಂಕರ ಏನೋ ಹೇಳಲು ನೋಡಿದ. ಲಲಿತೆ ಅತ್ತೆಯ ಕಾಟವೇ ಹೆಚ್ಚು ಅನ್ನುವ ಅರ್ಥದ ಮಾತು ಹೇಳಹೋಗಿ ಬೈಸಿಕೊಂಡಳು. ಮಾತಿಗೆ ಮಾತಾಯಿತು. ಶಂಕರ ಅಮ್ಮನಿಗೆ "ಸರಿ, ಹೋಗುವಾ" ಅಂದ. ಬಾಯಕ್ಕ ಖಡಾಖಂಡಿತ ನಿರಾಕರಿಸಿದಳು. ಕಮಲಕ್ಕ ಒಂದು ಮಾತಾಡಲಿಲ್ಲ. ಅವಳ ಮೌನದಿಂದ ಶಂಕರನಿಗೆ ಅವಮಾನವಾಗಿ ಬಾಯಿಕಟ್ಟಿತು. ಪರಿಸ್ಥಿತಿ ಹೀಗಾದೀತೆಂದು ತಿಳಿಯದಿದ್ದ ಆತ ಕಂಗೆಟ್ಟ. ತನ್ನ ಅಮ್ಮನನ್ನು ಹೆದರಿಸಲು ನೋಡಿದ. ಅವಳು ಒಂದು ಶಬ್ದ ಆಡಲಿಲ್ಲ. ಈಗ ಬಂದರೆ ಸರಿ ಇಲ್ಲಾ ಮತ್ತೆ ಕರೆದೊಯ್ಯುವುದೇ ಇಲ್ಲ ಎಂದೆಲ್ಲ ಹೆದರಿಸಿದ. ಯಾವುದೂ ಸಾಗದೆ ಕೊನೆಗೆ ಕುದಿಯುತ್ತ ಹಿಂತಿರುಗಿ ಹೋದ. ಅವನು ಮತ್ತೆ ಬಂದೇ ಬರುತ್ತಾನೆಂದು ಬಾಯಕ್ಕ ಅಂದುಕೊಂಡಳು. ಕಮಲಕ್ಕನನ್ನು ಒಳಗೆ ಕರೆದೊಯ್ದು ಕೂರಿಸಿದಳು. ಕಮಲಕ್ಕ ಮತ್ತೆ ಕಣ್ಣೀರು ತುಂಬಿಕೊಂಡು ಏನೋ ಹೇಳಲು ಬಂದಳು. ಬಾಯಕ್ಕ ಅವಳನ್ನು ಮಾತಾಡಲು ಬಿಡದೇ "ಸುಮ್ಮನಿರು ಈಗ..... ನಿನ್ನ ಪುತ್ರರತ್ನ ಮತ್ತೆ ಬರುತ್ತಾನೆ ನೋಡುತ್ತಿರು..." ಅಂದಳು.

ಅವಳಂದುಕೊಂಡಂತೆ ಶಂಕರ ಮತ್ತೆ ಬಂದ. ಜೊತೆಗೆ ಊರಿನ ಕೆಲವು ಹಿರಿಯರನ್ನೂ ಕರೆತಂದಿದ್ದ. ಹೆರವಟ್ಟೆಯಲ್ಲಿ ಸುದ್ದಿ ಹಬ್ಬಲಿಕ್ಕೆಷ್ಟು ಹೊತ್ತು. ಅದೇನೋ ನೋಡುವಾ ಎಂದು ಅತೀ ಕುತೂಹಲದ ಒಂದಿಷ್ಟು ಜನರೂ ಬಂದರು. ಹಿರಿಯರು ಮಧ್ಯಸ್ತಿಕೆ ವಹಿಸಲು ಹೋಗಿ "ನಿಮ್ಮ ಮಕ್ಕಳು ನಿಮಗೆ ಹೀಗೇ ಮಾಡಿದ್ದರೆ ಏನು ಮಾಡುತ್ತಿದ್ದಿರಿ?" ಎಂದು ಅನ್ನಿಸಿಕೊಂಡು ಬಾಯಿಮುಚ್ಚಿಕೊಂಡರು. ಬಾಯಕ್ಕ ಯಾರ ಮಾತಿಗೂ ಬಗ್ಗಲಿಲ್ಲ. ಶಂಕರ "ಪೋಲೀಸರನ್ನು ಕರೆಸಿ ಕೇಸು ಹಾಕಿಸುತ್ತೇನೆ" ಅಂದ. "ಹಾಗೇ ಮಾಡು.... ಕೋರ್ಟಲ್ಲಿ ಕೇಸು ನಿಕಾಲೆಯಾಗುವವರೆಗೆ ನಿನ್ನಮ್ಮ ಬದುಕಿದ್ದರೆ ಕರಕೊಂಡು ಹೋಗು" ಅಂದಳು. "ನಿನಗೇಕೆ ನಮ್ಮ ಅಮ್ಮನ ಉಸಾಬರಿ?..... ಅವಳ ಮೈಮೇಲಿನ ಬಂಗಾರದ ಆಸೆಗೇ ಕರಕೊಂಡು ಬಂದಿದ್ದೇ ಹೊರತು ಅವಳ ಮೇಲಿನ ಪ್ರೀತಿ ನಾನು ನೋಡಿ ಗೊತ್ತಿದ್ದದ್ದೇ....." ಎಂದು ಶಂಕರ ಬಾಯಕ್ಕನನ್ನು ಚುಚ್ಚುವ ಮಾತಾಡಿದ. ಬಾಯಕ್ಕ ಉರಿದುಬಿದ್ದು "ಉಸಾಬರಿಯಂತೆ.... ನಾಚಿಕೆಯಿಲ್ಲದವನೇ...... ತಾಯಿಯನ್ನು ಸರಿಯಾಗಿ ನೋಡಿಕೊಳ್ಳಲು ಗೊತ್ತಿಲ್ಲ..... ಬಂಗಾರದ ಮಾತಾಡುತ್ತೀಯಲ್ಲ, ನಾಳೆ ಸಾಯುವವಳಿಗೆ ಬಂಗಾರದ ಆಸೆಯೇನು.... ಅವಳು ಕೊಟ್ಟರೆ ಎಲ್ಲ ಬಂಗಾರ ತಗೊಂಡು ಹೋಗು..... ನಾನೇನೂ ಅವಳನ್ನು ಬಲವಂತವಾಗಿ ಇರಿಸಿಕೊಂಡಿಲ್ಲ.... ಅವಳನ್ನೇ ಕೇಳು.... ಬರುತ್ತೇನೆಂದರೆ ಕರ ಕೊಂಡು ಹೋಗು..." ಎಂದು ಬಾಯಕ್ಕ ಕಮಲಕ್ಕನನ್ನು ಕರೆತರಲು ಒಳಹೋದಳು.

ಒಳಗೆ ಕಮಲಕ್ಕ ಬಿಕ್ಕುತ್ತ ಕೂತಿದ್ದಳು. "ನೋಡು ನಿನ್ನ ಮಗ ಕರೆಯಲು ಬಂದಿದ್ದಾನೆ..... ಕೇಳಿಸಿಕೊಂಡೆಯಲ್ಲ ಅವನು ಹೇಳಿದ್ದು..... ಬರುವುದಿಲ್ಲ ಎಂದು ಹೇಳಿಬಿಡು..... ನಾನೇ ನಿನ್ನನ್ನು ನೋಡಿಕೊಳ್ಳುತ್ತೇನೆ...... ಬಂಗಾರವೇ ಅವರಿಗೆ ನಿನಗಿಂತ ಹೆಚ್ಚು..... ಕೊಟ್ಟುಬಿಡು ಬೇಕಾದರೆ.... ನೀನು ಯಾಕೆ ಹೆದರುತ್ತೀ? ನೀನೇನು ಅವನು ಹಾಕಿದ್ದು ಉಂಡು ಬಿದ್ದಿರಬೇಕಾಗಿಲ್ಲ ಅಂತ ಗೊತ್ತಾಗಲಿ..... ಅಪ್ಪ ಅಮ್ಮಂದಿರನ್ನು ಸರಿಯಾಗಿ ನೋಡಿಕೊಳ್ಳದಿದ್ದರೆ ಏನಾಗುತ್ತದೆ ಅಂತ ಊರ ನಾಲ್ಕು ಜನರಿಗೂ ತಿಳಿಯಲಿ.... ಹೆಚ್ಚು ಮಾತಾಡಿದರೆ ಮನೆ ಬಿಟ್ಟು ಓಡಿಸು.... ಮನೆ ಇರುವುದು ನಿನ್ನ ಹೆಸರಲ್ಲಿ..... ಯಾಕೆ ಹೀಗೆ ಬುಳುಬುಳು ಅಳುತ್ತ ಕೂತಿದ್ದೀ....." ಬಾಯಕ್ಕನ ಮಾತುಗಳು ಕಮಲಕ್ಕನನ್ನು ಉತ್ತೇಜಿಸಿದ ಹಾಗೆ ತೋರಲಿಲ್ಲ. ಹೊರಗೆ ಸೇರಿದ ಜನ, ಮಗನ ಕೋಪ, ಬಾಯಕ್ಕನ ಹಟ ಅವಳನ್ನು ದಿಕ್ಕುಗೆಡಿಸಿದ ಹಾಗಿತ್ತು. ಸ್ವಲ್ಪ ಹೊತ್ತಿಗೆ ಮುಂಚೆ ಇದ್ದ ಧೈರ್ಯ ಕುಸಿದ ಹಾಗಿತ್ತು. ಬಿಕ್ಕುತ್ತ ಕಣ್ಣು ಮೂಗು ಒರೆಸಿಕೊಳ್ಳುತ್ತ "ಬೇಡ ಬಾಯಕ್ಕಾ..... ಇದೆಲ್ಲ ನನ್ನ ಕೈಲಾಗುವುದಿಲ್ಲ..... ನನ್ನನ್ನು ಬಿಡು ಬಾಯಕ್ಕಾ..... ಕರುಳ ಸಂಬಂಧ ಅದು..... ಅನ್ಯಾಯವಾದರೂ ಹೇಗೋ ಸಹಿಸಿಕೊಳ್ಳುತ್ತೇನೆ..... ಗಂಜಿಯೋ ತಿಳಿಯೋ ತಿಂದುಬಿದ್ದಿರುತ್ತೇನೆ..... ನನ್ನ ಪಾಡಿಗೆ ಬಿಡು ಬಾಯಕ್ಕಾ..." ಎಂದು ದೈನ್ಯವಾಗಿ ಗೊರಗೊರ ಅನ್ನುತ್ತ ಅಳಲಿಕ್ಕೇ ತೊಡಗಿದಳು. ಆಚೆ ಜನ ಇವರು ಹೊರಬರುವುದನ್ನೇ ಕಾಯುತ್ತಿದ್ದರು.

27. ಕಪಾಟಿನೊಳಗಿನ ನೆನಪುಗಳು

– ಎಂ.ಎಸ್. ಶ್ರೀರಾಂ

ಭಾಸ್ಕರರಾಯರು ತಮ್ಮ ಹಳೇ ಕಪಾಟನ್ನು ಕೆದರುತ್ತಾ ಕುಳಿತಿದ್ದರು. ಅವರು ನಿವೃತ್ತಿ ಪಡೆದಾಗಿನಿಂದಲೂ ಹಾಗೇ. ಯಾವುದೋ ಲೋಕದಲ್ಲಿದ್ದಂತಿರುವುದು. ಏನನ್ನೋ ನೆನಪು ಮಾಡಿಕೊಳ್ಳುವುದು. ಇದ್ದಕ್ಕಿದ್ದಂತೆ ನಗುವುದು, ಗುನುಗುವುದು. ಅಂತೂ ಈ ನಿವೃತ್ತಿ ಎಂಬುದು ಏಕಾದರೂ ಬರುತ್ತದೋ ಎನ್ನುವ ಹಾಗೆ ವರ್ತಿಸಿಬಿಡುತ್ತಿದ್ದರು.

ಹೀಗೊಂದು ದಿನ ತಮ್ಮ ಕಪಾಟಿನೊಳಗಿನ ಹಳೇ ನೆನಪುಗಳನ್ನು ಕೆದರುತ್ತಾ ಕುಳಿತಿದ್ದಾಗ ಸಿಕ್ಕದ್ದು ಒಂದು ಫೋಟೋ. ಅವರ ಹೈಸ್ಕೂಲಿನ ಮಿತ್ರ ಹ್ಯಾರಿ ಜ್ಯೋತಿಕುಮಾರನದ್ದು. ಆಗಿನ ಮೆಥಾಡಿಸ್ಟ್ ಮಿಷನ್ ಶಾಲೆಯಲ್ಲಿದ್ದ ತಮ್ಮ ಸಹಪಾಠಿಗಳ ನೆನಪು ಸ್ವಲ್ಪ ಸ್ವಲ್ಪವಾಗಿ ಭಾಸ್ಕರರಾಯರನ್ನು ಆವರಿಸತೊಡಗಿತು. ನೆನಪುಗಳು ಅವರಿಗೆ ಬರುತ್ತಿದ್ದುದೇ ಹಾಗೆ – ಬಂದರೆ ಮಹಾಪೂರ – ಇಲ್ಲದಿದ್ದರೆ ತಲೆಕೆರೆದು ಜುಟ್ಟು ಕಿತ್ತುಹಾಕಿದ್ದರೂ ನೆನಪೇ ಬರುವುದಿಲ್ಲ.

ಭಾಸ್ಕರರಾಯರು ಓದಿದ್ದು ಪ್ರಾಟೆಸ್ಟೆಂಟ್ ಕ್ರಿಶ್ಚಿಯನ್ ಶಾಲೆಯಲ್ಲಿ. ಆ ಶಾಲೆಯಲ್ಲಿ ಆಗ ಹೆಚ್ಚಿನ ಹೆಸರುಗಳು ಈ ರೀತಿಯಾದಂಥವೇ – ಅಡಾಲ್ಫ್ ಜಯತಿಲಕ್, ಆಲ್ಬರ್ಟ್ ವೇದರತ್ನ, ಮೆಷಕ್ ಕ್ರಿಸ್ತರಾಜು, ಜಾನ್ ದೇವರಾಜ್, ಪಾಲ್‌ಸುದರ್ಶನ್..... ಹೀಗೆ. ಆಗೆಲ್ಲಾ ಆ ಹೆಸರುಗಳು ಅವರಿಗೆ ಆಶ್ಚರ್ಯ ಹುಟ್ಟಿಸುತ್ತಿದ್ದುವು. ತಮ್ಮನ್ನು ಕ್ರೈಸ್ತ ಸಂಸ್ಕೃತಿಗೆ ಸಂಪೂರ್ಣ ಒಗ್ಗಿಸಿಕೊಳ್ಳದೇ ಹಳೇ ಹಿಂದೂ ಸಂಸ್ಕೃತಿಯನ್ನೂ ಬಿಡಲಾಗದೇ, ಯುಗಾದಿಯನ್ನೂ ಕ್ರಿಸ್ಮಸ್ಸನ್ನೂ ಅಷ್ಟೇ ಭಕ್ತಿಯಿಂದ ಆಚರಿಸುತ್ತಿದ್ದ ಈ ಜನರ ವಿಷಯದಲ್ಲಿ ಭಾಸ್ಕರರಾಯರಿಗೆ ಏನೋ ಒಂದು ಬಗೆಯ ಫ್ಯಾಸಿನೇಷನ್ ಇತ್ತು. ಈ ಜನ ಪಶ್ಚಿಮದ ಸಂಸ್ಕೃತಿಗೆ ನಿಜವಾದ ಕೊಂಡಿ ಎಂದು ಅವರುಗಳ ಬಗ್ಗೆ ಈಗ ಆಲೋಚಿಸುತ್ತಿರುವಾಗ ಅನ್ನಿಸುತ್ತದೆ.

ಮೆಥಾಡಿಸ್ಟ್ ಶಾಲೆ ಬಿಟ್ಟನಂತರ ರಾಯರಿಗೆ ಈ ರೀತಿಯ ಜೋಡಿ ಹೆಸರಿನ ಒಬ್ಬ ಮಿತ್ರನೂ ಸಿಗದಿದ್ದದ್ದು ಸೋಜಿಗದ ವಿಷಯವಾಗಿತ್ತು. ಆನಂತರ ರಾಯರು ಇಂತಹ ಹೆಸರನ್ನು ಕೇಳಿದ್ದೂ ವಿರಳ.

ಹ್ಯಾರಿ ಜ್ಯೋತಿಕುಮಾರ್–ತಮ್ಮ ಹೈಸ್ಕೂಲಿನ ಅತ್ಯಂತ ಆಪ್ತ ಮಿತ್ರರಲ್ಲೊಬ್ಬ. ಮನೆಯಲ್ಲೊಮ್ಮೆ ತಿಥಿ ಊಟ ಹಾಕಿದಾಗ ತಮ್ಮ ಎಲೆಯ ಪಕ್ಕದಲ್ಲಿ ಎರಡಾಣೆ

ದಕ್ಷಿಣೆ ಇಟ್ಟಿದ್ದದ್ದು, ಪಕ್ಕದಲ್ಲಿ ಕುಳಿತು ಉಂಡವರು ತಮ್ಮ ದಕ್ಷಿಣೆಯನ್ನು ಮರೆತು ಎದ್ದಾಗ ಭಾಸ್ಕರರಾಯರು ತಮ್ಮ ದೊಗಲೆ ಚೆಡ್ಡಿಯ ಆಳವಾದ ಜೇಬಿಗೆ ಆ ಎರಡಾಣೆಯನ್ನೂ ಇಳಿಬಿಟ್ಟಿದ್ದದ್ದು, ನಂತರ ಹ್ಯಾರಿ ಜ್ಯೋತಿಕುಮಾರನನ್ನೂ ಕರೆದುಕೊಂಡು ಕೃಷ್ಣಾ ಥಿಯೇಟರಿನಲ್ಲಿ ಕಂದಲೀಲಾ ಎಂಬ ಸಿನೇಮಾ ನೋಡಲು ಮನೆಯಲ್ಲೂ ಹೇಳದೇ ಹೋಗಿದ್ದದ್ದು–ಎಲ್ಲವೂ ನೆನಪಾಯ್ತು. ಭಾಸ್ಕರರಾಯರು ಲೆಕ್ಕ ಹಾಕಿದರು. ಈಗ ತಮಗಾಗಿರುವ ವಯಸ್ಸು ಎಪ್ಪತ್ತು. ಆಗ ಅವರುಗಳು ಹದಿಮೂರು ಹದಿನಾಲ್ಕರ ಪಡ್ಡೆ ಹುಡುಗರು. ಕಂದಲೀಲಾ ಸಿನೇಮಾ ನೋಡುವಾಗ ಅದರಲ್ಲಿ ನೃತ್ಯ ಮಾಡುತ್ತಿದ್ದವಳತ್ತ ಖಳನಾಯಕ ಕಣ್ಣು ಹೊಡೆದಾಗ ಅಯ್ಯಯ್ಯೋ ಎಂದು ಕೆನ್ನೆ ತಟ್ಟಿಕೊಂಡು ಶಾಂತಂ ಪಾಪಂ ಎಂದು ಜೋರಾಗಿ ಹೇಳಿದ್ದರೂ ಒಳಗೇ ಒಂದು ರೀತಿಯ ರೋಮಾಂಚನವಾಗಿತ್ತು. ಐವತ್ತು ವರ್ಷಗಳಿಗೂ ಮಿಂಚಿದ ಈ ಕಾಲಮಾನದಲ್ಲಿ ಈಗ ಏನೆಲ್ಲಾ ಬದಲಾವಣೆಗಳಾಗಿವೆ. ಈಗೀಗಿನ ಹುಡುಗರಂತೂ ಸಿನೇಮಾ ನೋಡುವುದಿರಲಿ, ತಾವೇ ಖುದ್ದಾಗಿ ಕಣ್ಣು ಹೊಡೆದು ರೋಮಾಂಚಿತಗೊಳ್ಳುವ ಹಂತ ತಲುಪಿದ್ದಾರೆ!

ಮೆಟ್ರಿಕ್ ಪಾಸಾದ ನಂತರ ಹ್ಯಾರಿ ಮಂಗಳೂರಿಗೆ ಹೊರಟುಹೋಗಿದ್ದ. ತಾವು ಮಹಾರಾಜ ಕಾಲೇಜು ಸೇರಿ ನಂತರ ನೌಕರಿಗೆಂದು ಬೆಂಗಳೂರಿಗೆ ಹೋಗಿದ್ದರು. ಹ್ಯಾರಿ ಹೊರಟ ಹೊಸತರಲ್ಲಿ ಅವನಿಗೆ ಒಂದೆರಡು ಪತ್ರ ಬರೆಯಲು ಭಾಸ್ಕರರಾಯರು ಯತ್ನಿಸಿದ್ದರು. ಅವನು ಅಲ್ಲೇ ಖಾಯಂ ಆಗಿ ಸೆಟಲ್ ಆದನೆಂದು ಅವರಿಗೆ ನಂತರ ತಿಳಿದುಬಂತು. ಈಗ, ಕಡೆಗೆ ವಾಸ್ತವದಲ್ಲಿ ತಮ್ಮ ಮಗನೊಂದಿಗಿರಲು ಅವರು ಅದೇ ಹಳೆಯ ಮೈಸೂರಿಗೆ ಬಂದಿದ್ದರು. ಈಗ ಹ್ಯಾರಿ ಹೇಗಿರಬಹುದು? ಬದುಕಿದ್ದಾನೋ ಇಲ್ಲವೋ..... ಈಗೀಗಂತೂ ಹೆಚ್ಚು ಕಡಿಮೆ ಪ್ರತಿದಿನವೂ ತಮ್ಮ ಪರಿಚಯಸ್ಥರ ಸಾವಿನ ಸುದ್ದಿ ಬರುತ್ತಲೇ ಇರುತ್ತದೆ..... ಹಾಗೆ ನೋಡಿದರೆ ದಿನವೂ ಪತ್ರಿಕೆಯಲ್ಲಿ ತಾವು ಮೊದಲಿಗೆ ನೋಡುವುದೇ ಆಬಿಚ್ಯುಯರಿ ಕಾಲಂ ಅಲ್ಲವೇ! ತಮಗೂ ವಯಸ್ಸಾಗುತ್ತಾ ಬಂದಿದೆ...... ಭಾಸ್ಕರರಾಯರು ಇನ್ನೊಮ್ಮೆ ಆ ಚಿತ್ರದತ್ತ ನೋಡಿದರು. ತಮಗಂತೂ ನಂತರದ ಕಾಲೇಜಿನ, ಉದ್ಯೋಗ ಕಾಲದ ಸ್ನೇಹಿತರೇ ನೆನಪಾಗದಿರುವಾಗ ಈ ಹ್ಯಾರಿ ಮಾತ್ರ ನೆನಪಾಗುತ್ತಿರುವುದು ಏಕೆಂದು ಭಾಸ್ಕರರಾಯರಿಗೆ ತಿಳಿಯಲಿಲ್ಲ. ಮೈಸೂರಿನ ರಾಯಲ್ ಸ್ಟುಡಿಯೋದಲ್ಲಿ ಹ್ಯಾರಿಯ ಎಡಭುಜದ ಮೇಲೆ ಕೆನ್ನೆಯೂರಿ ಬಲಗೈನಿಂದ ಹ್ಯಾರಿಯ ದೇಹವನ್ನು ಬಳಸಿ ತೆಗೆಸಿಕೊಂಡಿದ್ದ ಪಾಸ್‌ಪೋರ್ಟ್ ಸೈಜಿನ ಚಿತ್ರವದು. ಆ ಚಿತ್ರದ ಪ್ರತಿ ತಮ್ಮ ಬಳಿ ಮಾತ್ರವೇ ಇದೆ. ಅದರ ಮತ್ತೊಂದು ಪ್ರತಿಗಾಗಿ ಒಂದಾಣೆ ಕೊಟ್ಟು ಕೊಂಡುಕೊಳ್ಳಲು ಹ್ಯಾರಿಯ ಬಳಿ ಹಣವಿದ್ದಿರಲಿಲ್ಲ! ಚಿತ್ರ ಈಗಾಗಲೇ ಸಾಕಷ್ಟು ಹಳದಿಯಾಗಿತ್ತು.

ಭಾಸ್ಕರರಾಯರು ಚಿತ್ರವನ್ನು ಮತ್ತೊಮ್ಮೆ ಕೈಗೆತ್ತಿಕೊಂಡು ಮೇಜಿನ ಮಧ್ಯ ಭಾಗದಲ್ಲಿರಿಸಿ ನೀಟಾಗಿ ಸವರಿದರು. ಅವರ ಕಣ್ಣುಗಳು ಮಂಜಾದಂತೆನಿಸಿತು.

'ಏನು ಮಾವಾ ಮಲಗ್ಲಿಲ್ವೇ ? ರಾತ್ರಿ ಆ ರಷ್ಯನ್ ಸಿನೇಮಾ ನೋಡಬೇಕೂಂತ ಹೇಳ್ತಿದ್ರಿ....' ಸೊಸೆ ನೀರಜಾ ಕೋಣೆಯೊಳಗೆ ಪ್ರವೇಶಿಸಿ ಕೇಳಿದಳು.

'ಈ ಫೋಟೋ ನೋಡಿದ್ಯೇನಮ್ಮಾ..... ಇವನು ನನ್ನ ಸ್ನೇಹಿತ... ಹ್ಯಾರಿ ಜ್ಯೋತಿ ಕುಮಾರ್ ಅಂತ.... ಹೈಸ್ಕೂಲಿನಲ್ಲಿ ಇಬ್ರೂ ಗಳಸ್ಯ ಕಂಠಸ್ಯ ಆಗಿದ್ವು.... ಆಮೇಲವನು ಮಂಗ್ಳೂರಿಗೆ ಹೋದ. ನೋಡಿದ್ಯಾ..... ಅವನ ಅಡ್ರೆಸ್ಸೂ ಬರ್ಕೊಂಡಿದ್ದೀನಿ... ?'

ನೀರಜಾ ಮಾತನಾಡದೇ ಫೋಟೋದತ್ತ ನೋಡಿದಳು. ಆಕೆಗೆ ನಗು ತಡೆಯಲಾಗಲಿಲ್ಲ. ಜೋರಾಗಿ ನಕ್ಕು 'ಏನ್ಮಾವಾ ಚಿಕ್ಕವರಾಗಿದ್ದಾಗ ನೀವು ಹೀಗಿದ್ರಾ..... ಒಳ್ಳೇ ಬಫೂನ್ ಇದ್ದಹಾಗಿದ್ದೀರ ! ಈ ಟೋಪಿ.... ಈ ಹಣೇ ಮೇಲಿನ ಸಾದು..... ಈ ಹ್ಯಾರಿ ಅನ್ನೋವ್ರೂ ಸಾದು ಇಟ್ಕೊಂಡಿದಾರೆ !' ಎಂದಳು.

'ಅಯ್ಯೋ.... ಆಗೆಲ್ಲಾ ಸ್ಕೂಲಿಗೆ ಟೋಪಿ ಹಾಕ್ಕೊಳ್ದೇ ಹೋದ್ರೆ ನಮ್ಮ ಮೇಷ್ಟ್ರುಗ್ಳು ಬಯ್ತಾ ಇದ್ರಮ್ಮ.... ಕ್ರಿಶ್ಚನ್ ಶಾಲೆ ಆದ್ರೂ ಹೆಚ್ಚಿನಂಶ ಬ್ರಾಹ್ಮಣರೇ ಪಾಠ ಮಾಡ್ತಾ ಇದ್ದಿದ್ದು..... ಏನೋ ಒಳ್ಳೇ ಜಾತಿಗೆಟ್ಟವನ ಹಾಗೆ ಬರೀ ಹಣೇಲಿ, ಟೋಪಿ ಇಲ್ದೇ ಬಂದಿದ್ದೀಯಾ ? ನಾಚ್ಕೆ ಆಗೊಲ್ವಾ ಅಂತೆಲ್ಲಾ ಕೇಳ್ತಿದ್ರು, ಒಂದೊಂದ್ಸರ್ತಿ ಹೋಗು ಟೋಪಿ ಹಾಕ್ಕೊಂಡು ಬಾ ಅಂತ ಮನೇಗೂ ಅಟ್ತಿದ್ರು....'

'ಮಾವಾ..... ನೀವು ಈಗ ಮಲಗೋದು ವಾಸೀನ್ಸುತ್ತೆ. ಮಲಗಿ, ಆಮೇಲೆ ರಾತ್ರಿ ಎದ್ದಿರಬೇಕಲ್ಲಾ.' ನೀರಜಾ ನಿಧಾನವಾಗಿ ಅಲ್ಲಿಂದ ಹೊರಟಳು. ಭಾಸ್ಕರರಾಯರಿಗೆ ಅದೇಕೋ ಹ್ಯಾರಿ ಎಲ್ಲಿದ್ದಾನೆಂದು ತಿಳಿಯಬೇಕೆನಿಸಿತು. ಹ್ಯಾರಿಯನ್ನ ಹುಡುಕಬೇಕು.... ಹೇಗೆ ? ಐವತ್ತು ವರ್ಷಗಳ ಹಿಂದಿನ ಅವನ ವಿಳಾಸವಿದೆ..... ಈಗ ಆ ವಿಳಾಸದಲ್ಲಿ ಹ್ಯಾರಿ ಇರಬಹುದೆ ?..... ಹ್ಯಾರಿ ಅಲ್ಲಿ ಇರುವುದಿರಲಿ ಆ ವಿಳಾಸ ಇನ್ನೂ ಇದ್ದಾತೇ ?! ಮಂಗಳೂರಿನಲ್ಲಿ ಕಂಕನಾಡಿಯ ಪಂಪ್‌ವೆಲ್ ಹತ್ತಿರ ಹ್ಯಾರಿಯ ಮನೆ..... ಈಗ ಆ ಕಂಕನಾಡಿಯಲ್ಲಿ ಎಷ್ಟು ಪಂಪ್‌ವೆಲ್‌ಗಳಿದ್ದಾವೋ ಏನೋ !

ರಾಯರಿಗೆ ಹ್ಯಾರಿಯೊಂದಿಗಿನ ಒಡನಾಟ ನೆನಪಾಯಿತು. ಆಗ ಸರ್ಕಾರೀ ಶಾಲೆಯಲ್ಲಿ ವಶೀಲಿ ನಡೆಸಿಯೂ ಸೀಟ್ ಸಿಗಲಿಲ್ಲವೆಂದು ಈ ಮಿಷನ್ ಶಾಲೆಯಲ್ಲಿ ಭಾಸ್ಕರರಾಯರನ್ನು ಹಾಕಿದ್ದರು. ಮಿಷನ್ ಎಂದರೆ ಭಾಸ್ಕರರಾಯರ ಮನಸ್ಸಿಗೆ ಬರುತ್ತಿದ್ದುದು ಹೊಲಿಗೆ ಯಂತ್ರ ಮಾತ್ರ. ಮಿಷನ್ ಶಾಲೆಗೆ ಸೇರಿದರೆ ತಾವೆಲ್ಲಿ ದರ್ಜಿಯಾಗಬೇಕಾದೀತೋ ಎಂಬ ಭಯವೂ ಭಾಸ್ಕರರಾಯರಿಗೆ ಆಗ ಕಾಡಿತ್ತು. ಹೈಸ್ಕೂಲಿನ ಆ ಮೂರು ವರ್ಷಗಳಲ್ಲಿ ಹ್ಯಾರಿಯೇ ಅವರಿಗೆ ಖಾಯಂ ಆಗಿ ನಿಂತ ಸ್ನೇಹಿತ. ಫೋರ್ಥ್ ಫಾರಂನಲ್ಲಿ ಫುಟ್‌ಬಾಲ್ ಆಡುವಾಗ ಅವನ ಸ್ನೇಹವಾಯಿತು. ಮೆಟ್ರಿಕ್ ಪಾಸಾಗುವವರೆಗೂ ಇಬ್ಬರೂ ಒಟ್ಟಿಗೆ ಸುತ್ತಿದ್ದೇ ಸುತ್ತಿದ್ದು ! ನಂತರ ರಾಯರು ಮಹಾರಾಜಾ ಕಾಲೇಜು ಸೇರಿದರು. ಮಂಗಳೂರಿಗೆ ಹೋದ ಹ್ಯಾರಿ ಓದು ಮುಂದುವರೆಸಲು ಸಾಧ್ಯವಾಗದೇ ಅಲ್ಲೇ ಎಲ್ಲೋ ಕೆಲಸಕ್ಕೆ ಸೇರಿದ.

ಹ್ಯಾರಿ ಊರಿಗೆ ಹೊರಟ ದಿನ ರಾಯರು ಅವನನ್ನು ಸೈಕಲ್ ಮೇಲೆ ಡಬ್ಬಲ್

ರೈಡ್ ಕರೆದುತಂದು ಮನೆಯಲ್ಲಿ ಗಲಾಟೆಮಾಡಿ ಮಾಡಿಸಿದ್ದ ಒಬ್ಬಟ್ಟಿನೂಟ ಬಡಿಸಿ ಕಳಿಸಿದ್ದರು. ಹ್ಯಾರಿಯ ತಾಯಿ ಮಂಗಳೂರಿನಲ್ಲಿ ಶಾಲೆಯೊಂದರಲ್ಲಿ ಮೇಡಂ ಆಗಿದ್ದರೆಂದು ಹ್ಯಾರಿ ಹೇಳಿದ್ದ. ಹ್ಯಾರಿಯ ತಂದೆ ತೀರಿಕೊಂಡಿದ್ದರಂತೆ. ಅವನಿಗೊಬ್ಬ ತಮ್ಮ ಒಬ್ಬಳು ತಂಗಿ ಇರುವುದಾಗಿಯೂ ಹೇಳಿದ್ದದ್ದು ಭಾಸ್ಕರರಾಯರಿಗೆ ಮಸಕು ಮಸಕು ನೆನಪಿದೆ. ಅಂದು ಅವನಿಗೆ ಊಟ ಹಾಕಿಸಿ ಬಸ್ಸೇರಿಸಿ ಕೈವಸ್ತ್ರ ಹಿಡಿದು ಭಾಸ್ಕರರಾಯರು ಟಾಟಾ ಮಾಡಿದ್ದರು.

ಅವನು ತಮ್ಮನ್ನಿನ್ನೂ ನೆನಪಿನಲ್ಲಿಟ್ಟುಕೊಂಡಿರಬಹುದೇ ? ಭಾಸ್ಕರರಾಯರು ನಂತರ ಓದಿದ, ಐದಾರು ವರ್ಷ ತಮ್ಮ ಒಡನಾಟದಲ್ಲಿದ್ದ ಅನೇಕ ಸ್ನೇಹಿತರನ್ನೇ ಮರೆತಿದ್ದಾರೆ. ಜತೆಗೆ ಈಗೀಗಂತೂ ತಮಗೆ ಹೆಸರುಗಳೇ ಮರೆತು ಹೋಗುತ್ತಿವೆ. ಒಮ್ಮೊಮ್ಮೆ ರಸ್ತೆಯಲ್ಲಿ ಯಾರಾದರೂ ಹಳೆಯ ಸ್ನೇಹಿತರು ಸಿಕ್ಕು 'ಏನಯ್ಯಾ ಭಾಸ್ಕರ ರಿಟೈರಾದ ಮೇಲಾದರೂ ಮೈಸೂರಿಗೆ ಬಂದ್ಬಿಟ್ಟೆಯಲ್ಲಾ. ಹೊತ್ತು ಕಳೆಯೊಕ್ಕೆ ಏನ್ಮಾಡ್ತಾ ಇದ್ದೀಯಪ್ಪಾ..... ಎಷ್ಟು ಜನ ಮಕ್ಳು ನಿನ್ನ ಮಗಂಗೆ ?' ಎಂದೆಲ್ಲಾ ಮಾತನಾಡಿಸಿದಾಗ ತಮ್ಮ ಎಂದಿನ ಪುರಾಣ ಬಿಚ್ಚಿ.... 'ಹೀಗೇ ಇರೋ ಒಬ್ಬ ಮೊಮ್ಮಗನ ಜತೆ ಆಟ ಆಡ್ತಾ, ವಾಕಿಂಗ್ ಹೋಗ್ತಾ ನಡೀತಿದೆ ಜೀವನ. ಆ ದೇವರು ನಮ್ಮನ್ನು ಇಟ್ಟಷ್ಟು ಕಾಲ ಹೇಗೋ ಬದುಕೋದು. ಅವನು ಕರೆಸಿಕೊಂಡಾಗ ನಗ್ತಾ ಹೋಗೋದು. ಒಟ್ನಲ್ಲಿ ವಿನಾದೈನ್ಯೇನ ಜೀವನಂ, ಅನಾಯಾಸೇನ ಮರಣಂ..... ಇಷ್ಟೇ ನಾನು ಆ ಭಗವಂತನಲ್ಲಿ ಕೇಳಿಕೊಳ್ಳೋದು' ಎಂದು ಉತ್ತರಿಸಿ ಮನೆಗೆ ಬಂದರೂ ಮಾತನಾಡಿಸಿದ್ದು ಯಾರೆಂದು ನೆನಪೇ ಆಗುವುದಿಲ್ಲ. ಮುಂದೆ ಒಂದು ಒಂದೂವರೆ ದಿನವಾದ ಮೇಲೋ ಎರಡು ದಿನಗಳ ನಂತರವೋ.... 'ಅರೇ ಮೊನ್ನೆ ಸಿಕ್ಕದ್ದು ನಮ್ಮ ಶಿವಾಜೋಯಿಸರ ಮಗ ಶಂಕರನಾರಾಯಣ ಅಲ್ವೇ' ಎಂದು ಇದ್ದಕ್ಕಿದ್ದಂತೆ ನೆನಪು ಮಾಡಿಕೊಂಡು ನಗುವುದು.... ಗುನುಗುವುದು.... ಹೀಗೆ. ಹಾಗಿದ್ದಲ್ಲಿ ಹ್ಯಾರಿಗೆ ತಮ್ಮ ನೆನಪಿರಬಹುದೇ ?

ಹ್ಯಾರಿ ಮೊದಲದಿನ ಮನೆಗೆ ಬಂದಾಗ ರಾಯರ ತಾಯಿ ಸ್ವಲ್ಪ ಅನುಮಾನದಿಂದಲೇ ನೋಡಿದ್ದರು. ಮೊದಲೇ ಕ್ರೈಸ್ತರ ಶಾಲೆ. ಭಾಸ್ಕರರಾಯರು ಮನೆಗೆ ಬಂದ ತಕ್ಷಣ ಶಾಲೆಯ ಬಟ್ಟೆ ಬಿಚ್ಚಿ ಒಂದು ಮೂಲೆಗೆ ಹಾಕಿ ಮೊಣಕಾಲು ಮೊಣಕೈಗಳವರೆಗೂ ನೀರೆರಚಿಕೊಂಡು ಮುಖ ತೊಳೆದು ನಂತರ ಒಳಕೋಣೆ ಪ್ರವೇಶಿಸಬೇಕು. ಅಂಥದ್ದರಲ್ಲಿ ಈ ಕ್ರೈಸ್ತರ ಹುಡುಗ ಮನೆಯೊಳಗೆ ಬರುವುದೆಂದರೆ ! ಆಕೆಯಂತೂ ಹ್ಯಾರಿಯನ್ನು ಹೊರಬಾಗಿಲಲ್ಲೇ ನಿಲ್ಲಿಸಿ......

'ನಿಂದು ಯಾವ ಜಾತಿಯಪ್ಪಾ ?' ಎಂದು ಕೇಳಿದ್ದರು.

'ನಾವು ಬಡಗಿಗಳು ತಾಯಿ' ಹ್ಯಾರಿ ಹೇಳಿದ.

'ನಿನ್ನ ಹೆಸರೇನು ಮರಿ ?'

'ಶಿವಾಚಾರಿ'

'ನಿಮ್ಮಮ್ಮನ ಹೆಸರು ?'

'ಅಮ್ಮ ಪುಟ್ಟಮ್ಮ ಅಂತ. ಅಪ್ಪನ ಹೆಸರು ರಾಮಾಚಾರಿ... ಅವರು ಈಗ ಇಲ್ಲ' ಹ್ಯಾರಿ ಚಟ್ಟೆಂದು ಉತ್ತರಿಸಿದ್ದ. ರಾಯರಿಗೆ ಆಶ್ಚರ್ಯವಾಗಿತ್ತು.

'ನೀವು ಮೊಟ್ಟೆ, ಮಾಂಸ ತಿಂತೀರಾ ?'

''ಛೇ ! ಛೇ !.... ಇಲ್ಲ ತಾಯಿ'

ಅಷ್ಟಕ್ಕೇ ಹ್ಯಾರಿಗೆ ಮನೆಯೊಳಗೆ ಪ್ರವೇಶ ಸಿಕ್ಕಿತ್ತು. ಅವನನ್ನು ಹೊರಕೋಣೆಯಲ್ಲೇ ಕೂಡಿಸಿ ಮಾತನಾಡಿಸಿ ಕಳುಹಿಸಬೇಕೆಂದು ಅಮ್ಮನ ಅಪ್ಪಣೆಯೂ ಆಯಿತು. 'ಏನೋ ನಮ್ಮ ಹಿಂದೂಗಳೇ, ಮೇಲಾಗಿ ಹೊಲೇರ ಹುಡುಗನಂತೂ ಅಲ್ಲ' ಎಂದು ಆಕೆ ತಮಗೆ ತಾವೇ ಸಮಾಧಾನ ಹೇಳಿಕೊಂಡಿದ್ದರು.

ಭಾಸ್ಕರರಾಯರಿಗೆ ಇದೆಲ್ಲಾ ಸೋಜಿಗವೆನಿಸಿ ಹ್ಯಾರಿಯನ್ನು ಕೇಳಿದ್ದರು.... ಆಗವನು ತಾವುಗಳು ಆರ್ಥಿಕ ಮುಗ್ಗಟ್ಟಿನಲ್ಲಿದ್ದಾಗ ಕ್ರೈಸ್ತ ಮಿಷನರಿಗಳು ಸಹಾಯ ಮಾಡಿದ್ದು, ಆಗತಾನೇ ತನ್ನ ತಂದೆ ತೀರಿಕೊಂಡಿದ್ದರಿಂದ ಆಗಿದ್ದ ದುಃಖದಲ್ಲಿ ಅವರಿಗೆ..... ಮುಖ್ಯವಾಗಿ ಹ್ಯಾರಿಯ ತಾಯಿಗೆ..... ಬೈಬಲ್ ಪಾಠ ನೀಡಿದ್ದ ಸಮಾಧಾನ, ಜತೆಗೆ ಮಾನವೀಯತೆಯನ್ನೇ ಜೀವನವಾಗಿಸಿಕೊಂಡಿದ್ದ ಆ ಮಿಷನರಿಗಳ ಒಡನಾಟ, ಈ ಎಲ್ಲ ಪ್ರಭಾವಗಳಿಂದ ತಾವುಗಳ ಕ್ರೈಸ್ತಮತಕ್ಕೆ ಸಹಜ ವಾಗಿ ಪರಿವರ್ತನೆಗೊಂಡದ್ದು, ಅದರೊಂದಿಗೇ ತನ್ನ ತಾಯಿ ಪುಟ್ಟಮ್ಮ ಫಿಲೋ ಮಿನಾ ಆದದ್ದು, ತಾನು ಶಿವಾಚಾರಿ ಹ್ಯಾರಿ ಆದದ್ದು ಎಲ್ಲವನ್ನೂ ಭಾಸ್ಕರರಾಯರಲ್ಲಿ ಹೇಳಿಕೊಂಡಿದ್ದ. ಆಗ್ಗೆ ಹ್ಯಾರಿಯ ಊಟ, ವಿದ್ಯಾಭ್ಯಾಸದ ಖರ್ಚನ್ನೂ ಚರ್ಚ್ ಆಫ್ ಸೌತ್ ಇಂಡಿಯಾದವರೇ ಭರಿಸುತ್ತಿದ್ದರು. ದಿನವೂ ಬೋರ್ಡಿಂಗ್ ಹೋಂನಿಂದ ಸಾಲಾಗಿ ಹ್ಯಾರಿ, ಮತ್ತಿತರ ಬೋರ್ಡರುಗಳು ಶಾಲೆಯ ಆವರಣದೊಳಗೆ ಪ್ರವೇಶಿಸುತ್ತಿದ್ದುದೂ ಭಾಸ್ಕರರಾಯರಿಗೆ ನೆನಪಿದೆ. ಆದರೆ ಈ ಎಲ್ಲ ವಿಷಯಗಳ ಸಂಕೀರ್ಣತೆಯನ್ನು ಗ್ರಹಿಸಲು ಭಾಸ್ಕರರಾಯರಿಗೆ ಆಗ ಸಾಧ್ಯವಾಗಿರಲಿಲ್ಲ.

ಆಮೇಲಾಮೇಲೆ ಹ್ಯಾರಿ ಭಾಸ್ಕರರಾಯರಿಗೊಂದು ಅನಿವಾರ್ಯ ಅಂಶವಾಗಿ ಹೋಗಿದ್ದ. ಮನೆಯಲ್ಲಿ ಏನಾದರೂ ಹಬ್ಬ ಹರಿದಿನಗಳಾದರೆ ಹ್ಯಾರಿಗೊಂದು ಆಹ್ವಾನ ಇದ್ದೇ ಇರುತ್ತಿತ್ತು. ಅವನ ಪ್ರವರ್ತನೆ ಶುಚಿತ್ವವನ್ನು ನೋಡಿದ್ದ ಭಾಸ್ಕರ ರಾಯರ ತಾಯಿ ಅವನನ್ನು ಒಳಗಿನ ಹಜಾರದವರೆಗೂ ಕರೆತರಲು ಭಾಸ್ಕರರಾಯರಿಗೆ ಅನುಮತಿ ನೀಡಿದ್ದರು. ಬ್ರಾಹ್ಮಣರ ಪಂಕ್ತಿ ಮುಗಿದ ಮೇಲೆ ಹ್ಯಾರಿ ಮತ್ತು ಭಾಸ್ಕರರಾಯರಿಗೂ ಪ್ರತ್ಯೇಕ ಬಡಿಸುವ ಏರ್ಪಾಟನ್ನೂ ಆಕೆ ಮಾಡಿದ್ದರು.

ಹ್ಯಾರಿ, ಮಂಗಳೂರಿಗೆ ಹೋದನಂತರ ಒಂದು ಪತ್ರ ಗೀಚಿ ಹಾಕಿದ್ದ. ಅದರಲ್ಲಿ ತನ್ನ ವಿಳಾಸ, ಭಾಸ್ಕರರಾಯರ ಅವರ ಮನೆಯವರ ಸ್ನೇಹಕ್ಕೆ ಪ್ರೀತಿಗೆ, ಅಭಿಮಾನಗಳಿಗೆ ಕೃತಜ್ಞತೆ, ಜನ್ಮಜನ್ಮ ಋಣಾನುಬಂಧದ ಮಾತು ಬಿಟ್ಟರೆ ಬೇರೇನೂ ಇರಲಿಲ್ಲ. ಆ ಪತ್ರವನ್ನೂ ಫೋಟೋದೊಂದಿಗೆ ಇಟ್ಟಂತೆ ಭಾಸ್ಕರರಾಯರಿಗೆ ನೆನಪು. ರಾಯರು ಮತ್ತೆ ಕಪಾಟನ್ನು ಕೆದರತೊಡಗಿದರು.

ಫೋಟೋ ತೆಗೆಸಿಕೊಂಡು ಒಂದು ತಿಂಗಳ ನಂತರ ರಾಯಲ್ ಸ್ಟುಡಿಯೋ ಬಳಿ ಹೋಗಿದ್ದಾಗ ಅವನ ಷೋಕೇಸಿನಲ್ಲಿ ತಮ್ಮಿಬ್ಬರ ಫೋಟೋವನ್ನು ವಿಸ್ತೃತಗೊಳಿಸಿ

ಇಟ್ಟಿದ್ದದ್ದು ರಾಯರಿಗೆ ನೆನಪಾಯಿತು. ಆ ಫೋಟೋ ನೋಡಿದಾಗಲೆಲ್ಲಾ ಅದನ್ನು ತೆಗೆದೊಯ್ಯಬೇಕೆಂದು ರಾಯರಿಗೆ ಆಸೆಯಾಗುತ್ತಿತ್ತು. ಆದರೆ ಅವರಲ್ಲಿ ಆಗ ಹಣವಿದ್ದಿಲ್ಲ. ಈಗಲೂ ಆ ಫೋಟೋ ಅಲ್ಲೇ ಇರಬಹುದೇ? ಈ ಆಲೋಚನೆ ರಾಯರ ಮಿದುಳನ್ನು ಹೋಗುತ್ತಿದ್ದಂತೆಯೇ ಹೆಗಲ ಮೇಲೆ ವಲ್ಲಿ ಹಾಕಿ ಮೆಟ್ಟಿನೊಳಗೆ ಕಾಲು ತೂರಿಸಿಯೇಬಿಟ್ಟರು.

'ಅಮ್ಮಾ ನೀರಜಾ..... ನಾನು ಇಲ್ಲೇ ರಾಯಲ್ ಸ್ಟುಡಿಯೋಗೆ ಒಂದು ರೌಂಡ್ ಹೋಗ್ಬರ್ತೀನಮ್ಮಾ.'

'ಯಾವ ರಾಯಲ್ ಸ್ಟುಡಿಯೋ ಮಾವಾ?'

'ಇಲ್ಲೇ ಚಿಕ್ಕಮಾರ್ಕೆಟ್ ಹತ್ರ ಸಂದೀಲಿ ಇದ್ಯಲ್ಲಮ್ಮಾ.... ನಾವು ಹುಡುಗ್ರಾಗಿದ್ದಾಗ ಆತ ಪ್ಯಾಲೆಸ್ ಫೋಟೋಗ್ರಾಫರ್ ಆಗಿದ್ದ. ಮಹಾರಾಜರ ಫೋಟೋ ಎಲ್ಲಾ ತೆಗೆದಿದ್ದಾನಂತಮ್ಮಾ.... ಅದಕ್ಕೇ ರಾಯಲ್ ಸ್ಟುಡಿಯೋಂತ ಹೆಸರು. ಬೈ ಅಪಾಯಿಂಟ್‌ಮೆಂಟ್ ಟು ಹಿಸ್ ಮೆಜಸ್ಟಿ.... ಫೋಟೋಗ್ರಾಫರ್ ಆಗಿದ್ದ ಅವನು.'

'ಅಯ್ಯೋ ಆ ಮುರುಕಲು ರಾಯಲ್ ಸ್ಟುಡಿಯೋನೇ? ಪ್ಯಾಲೆಸ್ ವೈಭವ ಇದ್ದಾಗೇ ಇದೆ ಅವಂದೂ. ನೊಣ ಹೊಡೀತಾ ಕೂತಿದ್ದಾನೆ. ಈಗೆಲ್ಲಾ ಕಲರ್ ಲ್ಯಾಬ್‌ಗಳು ಬಂದ್ಮೇಲೆ ಆ ಬ್ಲ್ಯಾಕ್ ಅಂಡ್ ವೈಟ್‌ನ ಯಾರು ಕೇಳ್ತಾರೆ ಮಾವಾ? ಅವನ್ಹತ್ರ ಏನಿದೆ ಈಗ ಮಣ್ಣು?'

'ಹಾಗಲ್ಲಮ್ಮಾ.... ಅವನು ಈ ಫೋಟೋದ ಒಂದು ಎನ್‌ಲಾರ್ಜ್‌ಮೆಂಟ್ ಷೋಕೇಸಲ್ಲಿ ಹಾಕಿದ್ದ. ಅದು ಇನ್ನೂ ಇದೆಯೋ ಇಲ್ವೋ ಒಂದ್ಸರ್ತಿ ನೋಡಿ ಬರೋಣಾಂತ... ಕ್ಯೂರಿಯಾಸಿಟಿ ಅಷ್ಟೇ. ಇದ್ರೆ ತಗೊಂಡು ಬರೋದು. ಮೌಂಟ್ ಹಾಕಿದ್ದ ಆ ಫೋಟೋನ ಕೊಟ್ಟೇಕೊಡ್ತಾನೆ..... ಐವತ್ತು ವರ್ಷದ ಹಿಂದಿನ ಫೋಟೋ ವ್ಯಾಪಾರ ಆದ್ರೆ ಅವನಿಗೇ ಖುಷಿ ಅಲ್ವೇ?'

'ಅದಲ್ಲ ಮಾವಾ.... ಐವತ್ತೈದು ವರ್ಷದ ಫೋಟೋ..... ನೆಗೆಟಿವ್, ಹೀಗೆ ಅವನು ತೆಗೆದಿದ್ದನ್ನೆಲ್ಲಾ ಭದ್ರವಾಗಿ ಇಟ್ಟಿದ್ರೆ ಈಗವನ ಅಂಗ್ಡೀ ಪೂರ್ತಿ ನೆಗೆಟಿವ್ ಆಗಿರುತ್ತೆ ಅಷ್ಟೇ. ಸುಮ್ನೆ ನಿಮಗೆಲ್ಲೋ ಭ್ರಾಂತು ಅಷ್ಟೇ. ಮಲಗಿ, ಮಲಗಿ, ರಾತ್ರಿ ಸಿನೇಮಾ ನೋಡೋವ್ರಂತೆ.'

ಭಾಸ್ಕರರಾಯರು ಆಲೋಚಿಸಿದರು. ನೀರಜಾ ಹೇಳುವುದೂ ನಿಜವೇ. ಇದೆಲ್ಲಾ ಸುಮ್ಮನೆ ತಮ್ಮ ನಾಸ್ಟಾಲ್ಜಿಯಾ ಅಷ್ಟೇ. ಈಗ ಈ ಫೋಟೋ ದೊಡ್ಡದು ಮಾಡಿ ಮಾಡೋದಾದ್ರೂ ಏನು? ಹೋದಬಾರಿಯಂತೂ ಶನಿವಾರ ರಾತ್ರಿ ಠಾಕೂರರ ನಾಟಕ ನೋಡೋಕ್ಕೇ ಆಗಲಿಲ್ಲ. ಈ ಸಾರೀನಾದ್ರೂ ಎದ್ದಿರಬೇಕು ಎಂದುಕೊಳ್ಳುತ್ತಾ ಭಾಸ್ಕರರಾಯರು ಮಲಗಿದರು. ಶಾಂತವಾಗಿ ನಿದ್ದೆಯನ್ನೂ ಮಾಡಿದರು.

ಸಂಜೆಗೆ ಅವರ ಮಗ ಮಹೇಶಚಂದ್ರ ಆಫೀಸು ಮುಗಿಸಿಕೊಂಡು ಬರುವ ವೇಳೆಗೆ ಭಾಸ್ಕರರಾಯರು ನಿದ್ರಿಸುತ್ತಿದ್ದರು. ಸಾಮಾನ್ಯವಾಗಿ ಸಂಜೆ ನಾಲ್ಕಕ್ಕೆ ಸರಿಯಾಗಿ ಏಳುತ್ತಿದ್ದವರು ಅಂದೇಕೋ ಆರು ಘಂಟೆಯಾದರೂ ಎದ್ದಿರಲಿಲ್ಲ.

ಮಹೇಶಚಂದ್ರ ಬಟ್ಟೆ ಬದಲಿಸಿ ಕಾಫಿ ಕುಡಿದವನೇ ನೀರಜಾಳೊಂದಿಗೆ ಹೇಳಿದ.....

'ನಾಡಿದ್ದು ಮಂಗಳ ಕೆಮಿಕಲ್ಸ್‌ನಲ್ಲಿ ಒಂದು ಸೆಮಿನಾರಿದೆ. 'ಫರ್ಟಿಲೈಜರ್ ಸೀನ್ ಇನ್ ಇಂಡಿಯಾ–ಪ್ರೆಸೆಂಟ್ ಗ್ಲೆಟ್ ಅಂಡ್ ಫ್ಯೂಚರ್ ಪ್ರಾಸ್ಪೆಕ್ಟ್ಸ್' ಅಂತ. ವಿಷಯ – ಹೇಗಿದೆ ?'

'ಎಲ್ಲಿ ಸೆಮಿನಾರು'

'ಮಂಗಳೂರಿನಲ್ಲಿ..... ನಾಳೆ ಸಂಜೆ ಹೊರಡಬೇಕು. ರಾತ್ರಿಗೆ ಸ್ವಲ್ಪ ಟೀ ಮಾಡಿಡು.... ಈವತ್ತೇ ಪೇಪರ್ ತಯಾರು ಮಾಡಬೇಕು..... ನಾಳೆ ಆಫೀಸ್ನಲ್ಲಿ ಟೈಪ್ ಮಾಡಿಸ್ಕೋತೀನಿ..... ಅಪ್ಪ ಯಾಕೆ ಇನ್ನೂ ಎದ್ದಿಲ್ಲ ?'

'ಅವರು ಮಧ್ಯಾಹ್ನ ಮಲಗಿದ್ದೇ ಲೇಟಾಗಿತ್ತು. ಈವತ್ತು ಮತ್ತೆ ಕಪಾಟು ತೆರೆದು ಕೂತಿದ್ರು. ಅದ್ಯಾರೋ ಹೈಸ್ಕೂಲಿನ ಸ್ನೇಹಿತನ ಫೋಟೋ ಸಿಕ್ತೂಂತ ಅದೇ ಜಪ ಮಾಡ್ತಿದ್ರು.'

'ಯಾರದ್ದು ? ಶಿವಾಜೋಯಿಸರ ಮಗ ಶಂಕರನಾರಾಯಣ ಅಂತಾ ಇರ್‍ತಾರಲ್ಲಾ..... ಅವರ್‍ದಾ ?'

'ಅಲ್ರೀ–ಅದೇನೋ ವಿಚಿತ್ರ ಕ್ರಿಶ್ಚನ್ ಹೆಸರು ಹೇಳ್ತಿದ್ರು..... ತಡೀರಿ ಒಂದ್ನಿಮ್ಷ ಆ ಫೋಟೋನೇ ತರ್‍ತಿನಿ. ನೀವೇ ನೋಡೋವ್ರಂತೆ.'

ನೀರಜಾ ರಾಯರ ಮೇಜಿನ ಮೇಲಿದ್ದ ಆ ಚಿತ್ರವನ್ನು ಮಹೇಶಚಂದ್ರನಿಗೊಯ್ದು ಕೊಟ್ಟಳು. ಮಹೇಶಚಂದ್ರ ಫೋಟೋ ನೋಡಿ ಕಿರುನಗೆ ಬೀರಿದ.....

'ಓಹ್ ಅಪ್ಪನ ಸ್ಕೂಲಿನ ಕಾಲದ ಫೋಟೋ.... ಅಪ್ಪ ಇಲ್ಲೇ ಹಾರ್ಡ್ವಿಕ್ ಸ್ಕೂಲಿನ ವಿದ್ಯಾರ್ಥಿ ಆಗಿದ್ರು ಕಣೇ..... ಅದಕ್ಕೆ ಆಗ ಮೆಥಾಡಿಸ್ಟ್ ಸ್ಕೂಲೂಂತ ಹೆಸ್ರು.'

'ಹೌದೇನ್ರಿ..... ಲಕ್ಷ್ಮೀಪುರದ ಹಾರ್ಡ್ವಿಕ್ಕಾ ?! ನಂಗೆ ಗೊತ್ತೇ ಇರ್ಲಿಲ್ಲ.'

ಅಷ್ಟರಲ್ಲಿ ಮಹೇಶಚಂದ್ರ ಫೋಟೋದ ಹಿಂಭಾಗದಲ್ಲಿದ್ದ ವಿಳಾಸವನ್ನು ನೋಡಿದ್ದ.

'ಇದೇನೇ ಮಂಗಳೂರಿನ ಅಡ್ರೆಸ್ ಇದೆ ?'

'ಅದೇ ಹ್ಯಾರಿ ಅಲ್ವಾ..... ಆತ ಊರಿಗೆ ಹೋದಮೇಲೆ ಆ ಅಡ್ರೆಸ್ ಬರೆದಿದ್ರಂತೆ.'

'ಇದೂ ಒಂಥರಾ ಮಜಾ ಕೊಡುತ್ತೆ. ಈ ಫೋಟೋನ ನನ್ನ ಬ್ರೀಫ್‌ಕೇಸ್ನಲ್ಲಿ ಹಾಕಿರು. ಈ ವಿಳಾಸ ಸಿಗುತ್ತೇನೋ ನೋಡೋಣ. ಊರೇ ಬದಲಾಗಿ ಹೋಗಿರುತ್ತೆ– ಆದ್ರೂ ಐವತ್ತು ವರ್ಷದ ಹಿಂದಿನ ವಿಳಾಸ ಇನ್ನೂ ಬದಲಾಗದೇ ಇದೆಯಾ ಅನ್ನೋದನ್ನ ನೋಡ್ಬಹುದು. ಜತೆಗೇ ಆತ ಸಿಕ್ರಂತೂ ಅದಕ್ಕಿಂತ ದೊಡ್ಡ ಆಕಸ್ಮಿಕ ಬೇರೆ ಇರೊಲ್ಲ.... ನಾನು ಮಂಗ್ಳೂರಲ್ಲಿ ಹುಡುಕ್ತೇನೆ. ಈ ಐವತ್ತು ವರ್ಷದ ಕಾಲಮಾನಾನ ಹುಡುಕೋದೂಂದ್ರೆ, ಅದೇ ಒಂದು ಪ್ರತ್ಯೇಕ ಥ್ರಿಲ್ ಬಿಡು....'

'ನಿಮಗೆಲ್ಲೋ ತಲೆಕೆಟ್ಟಿದೆ ಬಿಡಿ–'

'ಹಾಗಾದ್ರೆ ಅವರು ಖಂಡಿತ ಸಿಗ್ತಾರೆ ಬಿಡು–ಬಿಹೈಂಡ್ ಎವ್ರಿ ಸಕ್ಸಸ್‌ಫುಲ್ ಮ್ಯಾನ್ ದೇರ್ ಇಸ್ ಎ ಸರ್ಪ್‌ರೈಸ್ಡ್ ಉಮನ್ ಅಂತಾರಲ್ಲಾ ಹಾಗೆ !'

ಇಬ್ಬರೂ ನಕ್ಕರು.

ಮಹೇಶಚಂದ್ರ ತನ್ನ ಮಾರನೆಯ ದಿನದ ಪ್ರಯಾಣಕ್ಕಾಗಿ ತಯಾರಿ ನಡೆಸಿದ.

ಸ್ವಲ್ಪ ಹೊತ್ತಿನ ಬಳಿಕ ಭಾಸ್ಕರರಾಯರು ಎದ್ದರು. ಇಬ್ಬರೂ ಸ್ವಲ್ಪ ಹೊತ್ತು ಲೋಕಾಭಿರಾಮ ಹರಟಿದರು. ನಂತರ ಭಾಸ್ಕರರಾಯರು ಆಗ ತಾನೇ ಆಟ ಮುಗಿಸಿ ಬಂದ ಮೊಮ್ಮಗನೊಟ್ಟಿಗೆ ಚಾಕಲೇಟ್ ವ್ಯಾಪಾರಕ್ಕೆಂದು ಹೊರಟುಬಿಟ್ಟರು.

ಆ ದಿನ ರಾತ್ರಿ ಮಹೇಶಚಂದ್ರ ತನ್ನ ಸೆಮಿನಾರು ಪೇಪರಿನ ತಯಾರಿ ನಡೆಸಿದ. ತಮ್ಮ ಫ್ಯಾಕ್ಟರಿಗೆ ಮಂಗಳವಾರ ರಜೆ ಇರೋದು ಅದೃಷ್ಟ.... ಇಲ್ಲದಿದ್ರೆ ನಾಳೆ ಭಾನುವಾರ. ಪೇಪರ್ ಎಲ್ಲಿ ಟೈಪ್ ಮಾಡಿಸೋದು!? ಎಂದುಕೊಂಡು ತನ್ನಲ್ಲೇ ನಕ್ಕ.

ಭಾಸ್ಕರರಾಯರು ರಾತ್ರಿಯ ರಷ್ಯನ್ ಸಿನೇಮಾ ನೋಡಿದರು.

ಮಹೇಶಚಂದ್ರ ಮಂಗಳೂರಿಗೆ ಹೋದ. ಉಡ್‌ಸೈಡ್‌ನಲ್ಲಿ ಅವನಿಗಾಗಿ ಒಂದು ಕೋಣೆ ಕಾಯ್ದಿರಿಸಿದ್ದರು. ಅಂದಿನ ಸೆಮಿನಾರು ಮುಗಿದ ನಂತರ ಸಂಜೆ ಎಂದಿನಂತೆ ಬಿಡುವಿತ್ತು. ಸಾಧಾರಣ ಕಡಲ ತೀರಕ್ಕೋ ಅಥವಾ ಯಾವುದಾದರೂ ಸಿನೇಮಾಕ್ಕೋ ಹೋಗುತ್ತಿದ್ದವನು ಈ ಬಾರಿ ಬ್ರೀಫ್‌ಕೇಸ್ ತೆಗೆದು ಅದರಲ್ಲಿದ್ದ ಫೋಟೋ ತೆಗೆದ. ಅವನಲ್ಲಿ ಒಂದು ರೀತಿಯ ಅನ್ವೇಷಕ ಭಾವನೆ ತುಂಬಿಕೊಂಡಿತ್ತು. ಹ್ಯಾರಿ ಜ್ಯೋತಿಕುಮಾರ್ ಈ ಐವತ್ತೈದು ವರ್ಷಗಳ ಹಿಂದಿನ ವಿಳಾಸದಲ್ಲಿರುವ ಸಂಭಾವ್ಯತೆ ಕಡಿಮೆ. ಸಂಭಾವ್ಯತೆ ಏನು?–ಸಾಧ್ಯವೇ ಇಲ್ಲ. ಆದರೂ ಒಮ್ಮೆ ನೋಡಿಯೇ ಬಿಡುವ ಎಂದು ಅಡ್ವೆಂಚರ್ ನಡೆಸುವೋಪಾದಿಯಲ್ಲಿ ಕಂಕನಾಡಿಗೆ ರಿಕ್ಷಾ ಹತ್ತಿದ. ಕಂಕನಾಡಿಯ ದೊಡ್ಡ ವೃತ್ತದ ಬಳಿ ಇಳಿದು ಯಾರನ್ನೋ ಪಂಪ್‌ವೆಲ್ ಎಲ್ಲಿದೆ ಎಂದು ಕೇಳಿದ. ಕೆಕ್ಕರು ನೋಟ ಬೀರಿ 'ಮನೆ ಮನೆಯಲ್ಲೂ ಇದೆ' ಎಂದು ಹೇಳ ಬಹುದೆಂದು ಆಶಿಸಿದ್ದವನಿಗೆ ಆಶ್ಚರ್ಯ ಕಾದಿತ್ತು – 'ಅಲ್ಲಿ ಎಲ್ಲಿ ಹೋಗಬೇಕು?' ಎಂದು ಆ ವ್ಯಕ್ತಿ ಕೇಳಿದ. ಮಹೇಶಚಂದ್ರ ಆಶ್ಚರ್ಯದಿಂದ ಉತ್ತರಿಸಿದ – 'ಸೋಮಪ್ಪ ಪಂಡಿತರ ಕಾಂಪೌಂಡು.' ವ್ಯಕ್ತಿ ಕಾಂಪೌಂಡಿಗೆ ದಾರಿಯನ್ನೂ ಹೇಳಿಯೇಬಿಟ್ಟ – 'ಓ ಅಲ್ಲಿ ನೇರ ಹೋದರೆ ಒಂದು ಹಳೇ ಹೋಟೆಲ್ ಸಿಗ್ತದೆ – ಸನ್ಮಾನ್ ಹೊಟೇಲ್ ಅಂತ – ಅದರ ಹಿಂದಿನ ಕಾಂಪೌಂಡೇ ಸೋಮಪ್ಪ ಪಂಡಿತರದು.'

ಆರೇ ಎಂದುಕೊಂಡ ಮಹೇಶಚಂದ್ರ. ಮೈಸೂರಿನಲ್ಲಿ ಒಂದು ತಿಂಗಳು ಬಿಟ್ಟು ಜಯಲಕ್ಷ್ಮೀಪುರದ ಕಡೆ ಹೋದರೆ ಆ ಪ್ರಾಂತವೇ ಗುರ್ತು ಹತ್ತುವುದಿಲ್ಲ. ಇಲ್ಲಿ ನೋಡಿದರೆ ಕಳೆದ ಐವತ್ತು ವರ್ಷಗಳಿಂದ ಎಲ್ಲವೂ ಸ್ಥಗಿತವಾದ ಹಾಗೆ ಕಾಣುತ್ತೆ. ಕಾಂಪೌಂಡಿಗೆ ಬಂದು ವಿಚಾರಿಸಿದಾಗ ವಿದ್ಯುತ್ ಸರಬರಾಜಿಲ್ಲದ ಒಂದು ಮನೆಗೆ ಮಹೇಶಚಂದ್ರನನ್ನು ಕಳುಹಿಸಿದರು. ಮಹೇಶಚಂದ್ರ ಬಾಗಿಲ ಬಳಿ ನಿಂತು ತೆರೆದಿದ್ದ ಬಾಗಿಲನ್ನು ಎರಡು ಬಾರಿ ತಟ್ಟಿದ. ಒಂದು ಕೋಳಿ, ಒಂದೈದಾರು ಪಿಳ್ಳೆಗಳು ಆ ತೆರೆದ ಬಾಗಿಲಿನಿಂದ ಹೊರಗೋಡಿ ನೆಲದ ಮೇಲಿಲ್ಲದ ಕಾಳುಗಳನ್ನು ಅನ್ವೇಷಿಸತೊಡಗಿದವು.

'ಬಾಗಿಲು ತೆಗೆದೇ ಉಂಟಲ್ಲ – ಯಾರು ಅದು?' ಎನ್ನುತ್ತ ಮಹೇಶಚಂದ್ರನ ವಯಸ್ಸಿನವನೇ ಆದ ಗಂಡಸು, ಬಾಗಿಲ ಬಳಿ ಬಂದು ನಿಂತ.

'ಇಲ್ಲಿ ಹ್ಯಾರಿ ಜ್ಯೋತಿಕುಮಾರ ಇದ್ದಾರಾ ?'

'ಅವರು ಇಲ್ಲ. ಎಂತ ಆಗ್ಬೇಕು ?'

'ಅಂದ್ರೆ ?..... ಎಲ್ಲಿದ್ದಾರೆ ?'

'ಈಗವರು ಮೈಸೂರಿನಲ್ಲಿದ್ದಾರಲ್ಲಾ ಮಾರಾಯ್ರೆ ? ನಿಮಗವರ ಪರಿಚಯ ಉಂಟಾ ?'

ಮಹೇಶಚಂದ್ರ ತಾನು ಬಂದದ್ದರ ಕಾರಣ, ಸಂದರ್ಭ ವಿವರಿಸಿದ. ಆಲ್ಫ್ರೆಡ್ ಪಿಂಟೋ ಅವನನ್ನು ಒಳಕರೆದು ಕೂಡಿಸಿದ. ಮಗಳ ಕೈಯಲ್ಲಿ, ಪಕ್ಕದಂಗಡಿಯಿಂದ ಬಾಜಲ್ ತರಿಸಿದ. ಆ ನಂತರ ಅವನಿಗೇ, ಅಲ್ಲಿನ ಬೆಳಕುಚೆಲ್ಲದ ಅಂಧಕಾರದ ಬಗ್ಗೆ ಬೇಸರವಾಯಿತೇನೊ. 'ಇಲ್ಲಿ ಬೇಡ – ಹೊರಗೆ ಹೋಗುವ ಅಲ್ಲಾ?' ಎಂದು ಕೇಳಿದ. ಮಹೇಶಚಂದ್ರ ಅವನನ್ನು ಉಡ್‌ಸೈಡ್‌ನ ತನ್ನ ಕೋಣೆಗೆ ಕರೆದೊಯ್ದ. ಕೋಣೆಯಲ್ಲಿ ಅವರು ಮತ್ತೆ ಮಾತು ಪ್ರಾರಂಭಿಸಿದರು.

ಆಲ್ಫ್ರೆಡ್ ಪಿಂಟೋಗೆ ತನ್ನಪ್ಪನನ್ನು ಮಹೇಶಚಂದ್ರ ಹುಡುಕಿ ಬಂದದ್ದು ಆಶ್ಚರ್ಯವಾಗಿತ್ತು. ಅವನಿಗೆ ತಿಳಿದಂತೆ ಹ್ಯಾರಿಯನ್ನು ಹುಡುಕಿ ಈವರೆಗೆ ಯಾರೂ ತಮ್ಮ ಮನೆಯ ಬಳಿ ಬಂದದ್ದಿಲ್ಲ. ಮಹೇಶಚಂದ್ರ ಹ್ಯಾರಿಯ ವಿಷಯ ತೆಗೆದ. ಅದಕ್ಕುತ್ತರವಾಗಿ ಪಿಂಟೋ ತನ್ನ ಸಂಸಾರದ ತಾಪತ್ರಯಗಳ ಸರಮಾಲೆಯನ್ನೇ ಬಿಡಿಸಿದ. 'ಹ್ಯಾರಿಯವರಿಗೆ ವಯಸ್ಸಾಗಿತ್ತು ಮಾರಾಯ್ರೇ' ಎಂದು ನಂತರ ಪ್ರಾರಂಭಿಸಿದವ ತಮ್ಮ ಸಾಂಸಾರಿಕ ತೊಂದರೆ, ಆರ್ಥಿಕ ಮುಗ್ಗಟ್ಟು–ಎಲ್ಲವನ್ನೂ ಹೇಳಿದ. ಹ್ಯಾರಿ ಶಾಖಾಹಾರಿ ಆಗಿದ್ದನಂತೆ. ಪಿಂಟೋನ ತಾಯಿಗೆ ಭಾನುವಾರ ಮುಂಜಾನೆ ಕೋಳಿ ತಿನ್ನದಿದ್ದರೆ ದಿನವೇ ಸಾಗುತ್ತಿರಲಿಲ್ಲವಂತೆ. ಮೊದಲಿಗೆ ಪಕ್ಕದ ಮನೆಯಲ್ಲೆಲ್ಲಾದರೂ ಸಾರು ಮಾಡಿಸಿ ತರುತ್ತಿದ್ದರು. ಮಕ್ಕಳು ಹುಟ್ಟಿದ ಮೇಲೆ ಮನೆಯಲ್ಲೂ ಮಾಂಸಾಹಾರ ತಯಾರಿ ಪ್ರಾರಂಭವಾಯ್ತು. ಆಕೆ ತೀರಿಕೊಳ್ಳುವ ತನಕ ಹ್ಯಾರಿ ಇದನ್ನೆಲ್ಲಾ ಹೇಗೋ ತಡೆದುಕೊಂಡಿದ್ದ. ನಂತರ ಮಾಂಸ ಮಾಡಿದ ದಿನ ವಿಪರೀತ ಸಿಡಿಸಿಡಿ ಮಾಡುವುದು, ಮೀನು ಮಾಡಿದರಂತೂ ಮನೆಯಿಂದಲೇ ಹೊರಟುಬಿಡುವುದು...... ಹೀಗೆ ನೀರಿನಾಚೆಯ ಮೀನಿನಂತೆಯೇ ವಿಲಿವಿಲಿ ಒದ್ದಾಡಿ ಹೋಗುತ್ತಿದ್ದರಂತೆ. ಹ್ಯಾರಿ ಮೈಸೂರಿನಲ್ಲಿ ಓದಿದ್ದ ವಿಷಯ ಪಿಂಟೋಗೆ ತಿಳಿದಿದ್ದಂತಿರಲಿಲ್ಲ. 'ನನಗೆ ನೆನಪು ಇರುವಂತೆ' ಎಂದು ಪ್ರಾರಂಭಿಸಿದವ, ಹ್ಯಾರಿ ಮೆಕಾನಿಕ್ ಆಗಿ ಎಲ್ಲೋ ಸೇರಿದವ ಕಡೆಗೆ ಮೆಷಿನ್ ಆಪರೇಟರ್ ಆಗಿ ದುಡಿದು ಕಡೆಗೊಂದು ದಿನ ಕೆಲಸ ಕೈಲಾಗದೇ ಬಿಟ್ಟು ಬಂದ ವಿಷಯ ಹೇಳಿದ. ಆಲ್ಫ್ರೆಡ್ ಪಿಂಟೋ ಸಹ ಮಂಗಳೂರು ಕೆಮಿಕಲ್ಸ್‌ನಲ್ಲಿ ಅಂಥದೇ ಒಂದು ಕೆಲಸ ಮಾಡುತ್ತಿದ್ದ (ತಾನು ಅಲ್ಲಿಯ ಸೆಮಿನಾರಿಗೇ ಬಂದಿರುವುದೆಂದು ಮಹೇಶಚಂದ್ರ ಪಿಂಟೋಗೆ ಹೇಳಲಿಲ್ಲ). ಪಿಂಟೋನ ಮಗ ಈಗ ಮಂಗಳೂರಿನ ಹೆಬಿಕ್ ಟೆಕ್ನಿಕಲ್ ಸ್ಕೂಲಿನಲ್ಲಿ ತಲೆ ತಲಾಂತರದಿಂದ ಬಳುವಳಿ ಬಂದ ಉದ್ಯೋಗಕ್ಕಾಗಿ ತರಬೇತಿ ಪಡೆಯುತ್ತಿದ್ದಾನಂತೆ.

ಹ್ಯಾರೀ ಮೈಸೂರಿನಲ್ಲಿರುವುದೇಕೆಂದು ಮಹೇಶಚಂದ್ರನಿಗಿನ್ನೂ ಅರ್ಥವಾಗಲಿಲ್ಲ. ಪಿಂಟೋನನ್ನು ಆ ವಿಷಯವೂ ಕೇಳಿಯೇಬಿಟ್ಟ. 'ಅದೇ ಹೇಳಿದೆನಲ್ಲಾ ಮಾರಾಯ್ರೇ' ಎಂದು ಪ್ರಾರಂಭಿಸಿದ ಪಿಂಟೋ. ಮತ್ತೆ ಮಾಂಸಾಹಾರ ಶಾಖಾಹಾರ ಪುರಾಣ ಬಿಚ್ಚಿದ. ಅದರ ಜತೆಗೆ ಹ್ಯಾರಿಯ ಕ್ಷೀಣಿಸುತ್ತಿದ್ದ ಆರೋಗ್ಯ, ಊಟ ಔಷಧಗಳಿಗೂ ಹಣ ಹೊಂದಿಸಲಾಗದ ತಮ್ಮ ಸ್ಥಿತಿ, ಬದಲಾದ ಜೀವನ ಪದ್ಧತಿಗೆ ಒಗ್ಗಿಕೊಳ್ಳಲಾಗದ ಪರಿಸ್ಥಿತಿ ಎಲ್ಲವನ್ನೂ ಹೇಳಿ ಕಡೆಗೆ..... 'ಆದ್ದರಿಂದ ಚೆನ್ನಾಗಿ ಆಲೋಚನೆ ಮಾಡಿ ವೃದ್ಧಾಶ್ರಮಕ್ಕೆ ಸೇರಿಸುವ ತೀರ್ಮಾನ ಮಾಡಿದ್ದು. ನಂತರ ಎಂತ ಉಂಟು ಮಾರಾಯ್ರೇ? ನಾವು ಯಾರಾದ್ರೂ ಒಂದು ತಿಂಗಳಿಗೊಮ್ಮೆ ಹೋಗಿ ನೋಡಿ ಬರ್ತೇವೆ. ಒಮ್ಮೆ ನೋಡಿ ಬರಲಿಕ್ಕೂ ಹಣ ಸಮಯ ಹೊಂದುವುದಿಲ್ಲ ಮಾರಾಯ್ರೇ. ಮೈಸೂರಂದ್ರೆ ಎರಡುನೂರು ಖರ್ಚಾಗ್ಲಿಕ್ಕೆ ಸಾಕು, ಎಂತ ಮಾಡುವುದೋ ಎಂತದೋ' ಪಿಂಟೋ ಮಾತು ಮುಗಿಸಿದ. ಮಹೇಶಚಂದ್ರ ವೃದ್ಧಾಶ್ರಮದ ವಿಳಾಸ ತೆಗೆದುಕೊಂಡ ನಂತರ ಪಿಂಟೋಗೆ ಗುಡ್‌ಬೈ ಹೇಳಿದ.

ಮಾರನೆಯ ದಿನವೂ ಸೆಮಿನಾರು ಮಾಮೂಲಿಯಾಗಿಯೇ ನಡೆಯಿತು. ರಾಸಾಯನಿಕ ಗೊಬ್ಬರಗಳ ಮಾರುಕಟ್ಟೆ ಪರಿಸ್ಥಿತಿ, ಬರದಿಂದ ಮಾರಾಟಕ್ಕೆ ಬಿದ್ದಿರುವ ಹೊಡೆತ, ಬೆಲೆ ಕಡಿಮೆ ಮಾಡುವಂತೆ ಬಂದ ಕೇಂದ್ರ ಸರಕಾರದ ಆದೇಶ, ಬರಪರಿಹಾರದಿಂದ ಮಾರಾಟ ಹೆಚ್ಚಾಗುವ ಸಂಭವ, ಗೊಬ್ಬರಗಳ ವಿಪರೀತ ಆಮದು.... ಹೀಗೆ ಏನೇನೋ ಚರ್ಚಿಸಿ ಮೈಸೂರಿಗೆ ಮರಳಿದ್ದಾಯ್ತು. ಮನೆಗೆ ಬಂದಾಗ ಮುಂಜಾನೆ ಎಂಟೂವರೆ. ಸ್ನಾನ ಇತ್ಯಾದಿಗಳನ್ನು ಮುಗಿಸಿ ಮಹೇಶಚಂದ್ರ ಆಫೀಸಿಗೆ ಹೊರಟುಬಿಟ್ಟ.

ಎರಡು ದಿನಗಳ ನಂತರ ಅಗಸರವನು ಮನೆಗೆ ಬಂದಾಗ ಪ್ರಯಾಣದ ಬಟ್ಟೆಗಳನ್ನು ಒಗೆಯಲೆಂದು ನೀರಜಾ ಹಾಕಿದಳು. ಅಭ್ಯಾಸ ಬಲದಂತೆ ಅಗಸರವ ಎಲ್ಲ ಜೇಬುಗಳನ್ನೂ ತಡಕಿ ಮಹೇಶಚಂದ್ರನ ಅಂಗಿಯಿಂದ ಒಂದು ಚೀಟಿ ತೆಗೆದುಕೊಟ್ಟ. ನೀರಜಾ ಅದನ್ನು ಅವನಿಂದ ತೆಗೆದುಕೊಂಡು ಮಹೇಶಚಂದ್ರನ ಮುಂದೆ ಹಿಡಿದಳು.

'ಓಹ್ ಗಡಿಬಿಡಿಯಲ್ಲಿ ಹೇಳೋದೇ ಮರೆತೆ ನೋಡು. ಮಂಗ್ಳೂರ್ನಲ್ಲಿ ಹ್ಯಾರಿ ಜ್ಯೋತಿಕುಮಾರ್ ಮನೆಗೆ ಹೋಗಿದ್ದೆ. ಆತ ಇಲ್ಲೆ ಹೋಮ್ ಫಾರ್ ದಿ ಏಜ್ಡ್‌ನಲ್ಲಿದ್ದಾರಂತೆ. ಅವರ ಮಗ ವಿಳಾಸ ಕೊಟ್ಟಿದ್ದಾರೆ. ನಿಜ ಹೇಳ್ಬೇಕಂದ್ರೆ ಅವ್ರನ್ನ ಒಂದುದಿನ ಮನೇಗೆ ಕರೆದ್ಕೊಂಡು ಬರ್ಬೇಕೂಂತ ಮಾಡಿದ್ದೆ. ಅಪ್ಪಂಗೆ ಒಂದು ಸರ್ಪ್ರೈಸ್ ಕೊಟ್ಟ ಹಾಗಾಗುತ್ತೆ.'

'ಹೋಗ್ಲಿ ಅಂತೂ ನಿಮ್ಮ ಗೊಬ್ಬರಕ್ಕೆ ಮಾರ್ಕೆಟ್ ಪತ್ತೆ ಹಚ್ಕೋಕ್ಕೆ ಆಗ್ದಿದ್ರೂನೂವೆ, ಅಪ್ಪನ ಹಳೇ ಸ್ನೇಹಿತರನ್ನಂತೂ ಹೇಗೋ ಪತ್ತೆ ಹಚ್ಬಿಟ್ರಿ. ಆದ್ರೆ ಹ್ಯಾರಿಗೆ ನಿಮ್ಮಪ್ಪನ ನೆನಪಿರುತ್ಯೇ?'

'ಅದೇನೋ ನಿಜ..... ಆ ಫೋಟೋ ತೆಗೊಂಡು ಹೋಗಿರ್ತೀನಿ. ನೋಡೋಣ, ಜ್ಞಾಪಕ ಬರ್ದೇ ಇದ್ರೆ ಏನೂ ಮಾಡಕ್ಕಾಗಲ್ಲ. ಅಪ್ಪಂಗೆ ಹ್ಯಾರೀನ ಭೇಟಿಯಾದ್ರೆ

ಆಗಬಹುದಾದ ಥ್ರಿಲ್ ಇಮಾಜಿನ್ ಮಾಡ್ಕೋ..... ಐವತ್ತೈದು ವರ್ಷಗಳ ನಂತರ ಮರುಭೇಟಿ. ಅದೇ ಒಂದು ಪ್ರತ್ಯೇಕ ಖುಷಿ ಕೊಡುತ್ತೆ!'

'ನಿಜ. ಹೈಸ್ಕೂಲಿನ ಸ್ನೇಹಿತೆ ಸಿಕ್ಕಿದ್ರೇನೇ ನಂಗೆ ವಿಪರೀತ ಖುಷಿಯಾಗುತ್ತೆ. ಅಂಥದ್ರಲ್ಲಿ ಮೊನ್ನೆ ಎಲ್ಲಾ ಜಪ ಮಾಡ್ತಿದ್ದ ಈ ಮಿತ್ರ ಸಿಕ್ಕಿದ್ರೆ! ಕರ್ಕೊಂಬನ್ನಿ..... ಮಾವಂಗೂ ನಾವುಗಳು ಅವರಿಗಾಗಿ ಕೇರ್ ಮಾಡ್ತೇವೆ, ತೊಂದ್ರೆ ತೆಗೋತೇವೆ ಅನ್ನಿಸಿದ್ರೆ ಒಂದು ಬಗೆಯ ಭದ್ರತೆಯ ಭಾವನೆ ಬರುತ್ತೆ ಖುಷಿಯಾಗುತ್ತೆ.'

'ಈವತ್ತೇ ಸಾಯಂಕಾಲ ಅಲ್ಲಿಗೆ ಹೋಗಿ ಬರ್ತೀನಿ ಬಿಡು.'

ಸಂಜೆ ವೃದ್ಧಾಶ್ರಮಕ್ಕೆ ಮಹೇಶಚಂದ್ರ ಹೋದ. ಅಲ್ಲಿ ಹ್ಯಾರಿಯನ್ನು ಭೇಟಿಯಾಗುವುದು ಕಷ್ಟವೇನಾಗಲಿಲ್ಲ. ಹ್ಯಾರಿಗೆ ಹಳೇ ಚಿತ್ರ ತೋರಿಸಿ ವಿಷಯ ಹೇಳಿದ.

'ಓ..... ಭಾಸ್ಕರರಾವ್ ಮಗನಾ ಸರ್ ನೀವು?'

'ಹೌದು, ಅಪ್ಪ ಹೋದವಾರ ಪೂರ್ತಿ ನಿಮ್ಮನ್ನೇ ನೆನಪು ಮಾಡಿಕೊಳ್ತಾ ಇದ್ರು. ನೀವು ಈವತ್ತು ನಂಜೊತೆ ಬನ್ನಿ.... ನಮ್ಮ ಮನೇಗೆ. ಅಪ್ಪನ್ನ ನೋಡಿದ ಹಾಗಾಗುತ್ತೆ. ಆಮೇಲೆ ನಾನು ನಿಮ್ಮನ್ನ ವಾಪಸ್ ಬಿಡ್ತೇನೆ.'

'ನಾನು ನಿಮ್ಮ ಮನೆಗೆ ಬರುವುದೆಂತ ಸರ್.... ಶಾಲೆಯಲ್ಲಿ ಬುದ್ಧಿ ಬಲೀದಿದ್ದಾಗ ದೋಸ್ತಿ ಮಾಡಿದ್ದು. ನೀವು ಶ್ರೀಮಂತರು.... ನಾನು... ಬೇಡ ಸರ್.'

ಮಹೇಶಚಂದ್ರ ಆತ್ಮೀಯವಾಗಿ ಕರೆದ. 'ಅಲ್ಲ ಹ್ಯಾರಿ ಅಂಕಲ್..... ಬನ್ನಿ ಪರವಾಗಿಲ್ಲ.'

'ಎ..... ಬೇಡ ಸರ್.'

'ನೀವು ನನ್ನನ್ಯಾಕೆ ಸರ್ ಅಂತೀರ? ನಾನು ನಿಮ್ಮ ಪಿಂಟೋ ವಯಸ್ಸಿನವನಲ್ವೇ.... ಚೆಂದ ಕಾಣೋದಿಲ್ಲ.'

'ನಾನು ಮೆಥಾಡಿಸ್ಟ್ ಶಾಲೆ ಬಿಟ್ಟಿದ್ದೇ ಏಕವಚನ ಪ್ರಯೋಗ ಸಹ ಬಿಟ್ಟೆ ಸರ್.... ಇದು ಅಭ್ಯಾಸ ಬಲ ಸರ್.'

ಕಡೆಗೂ ಹ್ಯಾರಿ ಜ್ಯೋತಿಕುಮಾರ್‌ನ ಒಪ್ಪಿಸಿ ಕಾರಿನಲ್ಲಿ ಕೂಡಿಸುವುದು ಒಂದು ದೊಡ್ಡ ಸಾಹಸವೇ ಆಯ್ತು. ಕಾರಿನಲ್ಲಿ ಹೋಗುತ್ತಿದ್ದಾಗ ಹ್ಯಾರಿ ತಮ್ಮ ನೆನಪಿನ ಸುರಳಿ ಬಿಚ್ಚಿದರು.

'ಆಗ ಇಲ್ಲೇ ಗಾಂಧಿ ಸ್ಕ್ವೈರ್ ಉಂಟು ನೋಡಿ, ಅದರ ಬಳಿ ಕೃಷ್ಣಾ ಥಿಯೇಟರ್ ಇತ್ತು. ಈಗ ಒಂದು ಛತ್ರವೋ ಎಂಥದೋ ಆಗಿದೆ. ಅಲ್ಲಿ ಕಂದಲೀಲಾ ಎನ್ನುವ ಸಿನೇಮಾ ಹಾಕಿದ್ರು. ಭಾಸ್ಕರರಾಯರ ಬಳಿ ಆ ದಿನ ಕೇವಲ ನಾಲ್ಕಾಣೆ ಇತ್ತು. ನನ್ನ ಕಿಸೆ ಯಾವಾಗಿನಂತೇ ಖಾಲಿ. ಟಿಕೇಟು ಮೂರಾಣೆ. ಇಬ್ಬರೂ ಹೋಗಿ ಒಂದೇ ಟಿಕೇಟು ಕೊಂಡು, ಒಂದಾಣೆ ಬಾಗಿಲಿನವನಿಗೆ ಕೊಟ್ಟಿದ್ದು, ನಂತರ ಬೇಡಿಕೊಂಡು ಸಿನೇಮಾ ನೋಡಿದ್ದಾಯ್ತು..... ಆ ಸಮಯವೇ ಬೇರಿತ್ತು ಸರ್.'

ಹ್ಯಾರಿಯನ್ನು ಮನೆಯೊಳಗೊಯ್ದು ಹಾಲ್‌ನ ಸೋಫಾದಲ್ಲಿ ಕೂಡಿಸಿದ ಮಹೇಶಚಂದ್ರ ಭಾಸ್ಕರರಾಯರನ್ನು ಹೊರಕರೆತಂದ.

'ಅಪ್ಪಾ ಯಾರು ಬಂದಿದ್ದಾರೆ ನೋಡು..... ನಿಂಗೆ ಗೊತ್ತಾಯ್ತಾ?'

ಹ್ಯಾರಿಯ ಕಣ್ಣಂಚಿನಲ್ಲಿ ನೀರಿತ್ತು, ಭಾಸ್ಕರರಾಯರು ಹ್ಯಾರಿಯನ್ನು ನೋಡಿದರು. ಹೆಸರನ್ನು ನೆನಪು ಮಾಡಿಕೊಳ್ಳಲು ಪ್ರಯತ್ನಿಸಿದರು. ಯಾರಿವನು? ತಮ್ಮ ವೃತ್ತಿಯಲ್ಲಿ ತಮ್ಮ ಕೈಕೆಳಗೆ ದುಡಿದ ಅನೇಕ ಮುಖಗಳು ಅವರ ಸ್ಮೃತಿಯಲ್ಲಿ ಹಾಯ್ದುಹೋದುವು. ಬೆಂಗಳೂರಿನಲ್ಲಿ ಆಚಾರಿ ಎಂಬ ಚಪ್ರಾಸಿ ಇದ್ದ.... ಅಲ್ಲ ಅವನ ಮುಖವಲ್ಲ..... ಮತ್ಯಾರು.... ಗುಮಾಸ್ತೆ ಗುಣಶೇಖರ..... ಅಲ್ಲ.... ಅವನಿನ್ನೂ ಬೆಳ್ಳಗಿದ್ದ. ಎಷ್ಟೋ ಜನ ತಮ್ಮ ಕೈಕೆಳಗಿದ್ದವರು ಆಗಾಗ ಬಂದು ನಮಸ್ಕಾರ ಹೇಳಿ ಹೋಗುವುದಿತ್ತು..... ಆದರೆ ಈತ.... ಛೇ! ತಮ್ಮ ಮರವೆಯ ರೋಗವೇ! ನೆನಪೇ ಆಗುತ್ತಿಲ್ಲವಲ್ಲ!

'ಅಪ್ಪಾ..... ಇವರು ಹ್ಯಾರಿ ಜ್ಯೋತಿಕುಮಾರ್'

ಭಾಸ್ಕರರಾಯರು ಒಂದು ಕ್ಷಣ ಸ್ಥಂಭೀಭೂತರಾದರು. ಐವತ್ತು ವರ್ಷಗಳ ಕಾಲಾಂತರದ ಕಂದರ ಅವರೆದುರು ಬೃಹದಾಕಾರವಾಗಿ ಬಾಯ್ದೆರೆದು ನಿಂತಿತ್ತು. ಹೇಗೆ ಪ್ರತಿಕ್ರಿಯಿಸಬೇಕೋ ತಿಳಿಯಲಿಲ್ಲ. ಕುರ್ಚಿಯಲ್ಲಿ ಕುಸಿದರು.

'ನನ್ನ ಹೆಸರು ಭಾಸ್ಕರರಾವ್ ಅಂತ' ನಿಧಾನವಾಗಿ ಹೇಳಿದರು.

ಹ್ಯಾರಿ ಗೋಣು ಹಾಕಿ 'ನಮಸ್ಕಾರ' ಎಂದಷ್ಟೇ ಹೇಳಿದ.

ಭಾಸ್ಕರರಾಯರಿಗೆ ಹ್ಯಾರಿ ಎಂದರೆ ಕಂದಲೀಲಾ ಮಾತ್ರ ನೆನಪಿಗೆ ಬರುತ್ತಿತ್ತು. ಮಿಕ್ಕಂತೆ ಈ ಮನುಷ್ಯ ಎಷ್ಟು ಅಪರಿಚಿತ ಎನ್ನಿಸತೊಡಗಿತು. ಏನಾದರೂ ಮಾತನಾಡಬೇಕು.... ಏನು?.....

'ಈಗ ಎಲ್ಲಿದ್ದೀರಿ?' ಕಷ್ಟದಿಂದ ಕೇಳಿದರು.

'ಇಲ್ಲೇ ಮೈಸೂರಿನ ವೃದ್ಧಾಶ್ರಮದಲ್ಲಿ.... ಈ ವಯಸ್ಸಿಗೆ ಕೆಲಸ ಎಂತದು?!'

ಅಷ್ಟರಲ್ಲಿ ನೀರಜಾ ಎಲ್ಲರಿಗೂ ಶರಬತ್ ತಂದುಕೊಟ್ಟಳು. ಎಲ್ಲರೂ ಶರಬತ್ ಕುಡಿಯುವವರೆಗೆ ಅಲ್ಲಿ ಗಾಢ ಮೌನ ಆವರಿಸಿತ್ತು. ಮಹೇಶಚಂದ್ರನಿಗೆ ಏನು ಹೇಳಬೇಕೋ ತೋರಲಿಲ್ಲ..... ಇಬ್ಬರೂ ಅಪರಿಚಿತರ ಹಾಗೆ ಏಕಿದ್ದಾರೆ? ಅಪ್ಪನಿಗೆ ಹ್ಯಾರಿಯ ನೆನಪೇ ಆಗಲಿಲ್ಲವೇ?

ಭಾಸ್ಕರರಾಯರು ಎದ್ದು ನಿಂತರು.... ಹೇಳುವುದೋ ಬೇಡವೋ ಎಂಬಂತೆ ಕ್ಷೀಣದನಿಯಲ್ಲಿ ಅವರು ಮಾತನಾಡಿದರು.

'ನೋಡಿ ರಿಟೈರಾದ ಮೇಲೆ ನಂಗೇನೂ ತೋಚ್ತಾನೇ ಇಲ್ಲ. ಮರೆವು ಬೇರೆ, ಬೆಳಿಗ್ಗೆ ಬಿ.ಪಿ. ಮಾತ್ರೆ ತೆಗೊಳ್ಳೋದೇ ಮರೆತುಬಿಟ್ಟೆ ನೋಡಿ..... ನಂಗೆ ತಲೆ ಯಾಕೋ ಸ್ವಲ್ಪ ಸುತ್ತುತ್ತಾ ಇದೆ. ನೀವು ಕ್ಷಮಿಸಿದ್ರೆ ನಾನು ಒಳಗೆ ಹೋಗ್ತೇನೆ. ನಿಮಗೆ ಬೇಜಾರಾದಾಗ ಬರ್ತಾ ಇರಿ. ನಂಗೂ ಹೊತ್ತು ಹೋಗೊಲ್ಲ. ಆಗ ಮಾತಾಡೋಣ.'

'ಸರಿ ಸರ್ ನೀವು ರೆಸ್ಟ್ ತೆಗೊಳ್ಳಿ. ತ್ರಾಸ ಮಾಡಿಕೊಳ್ಳಬೇಡಿ'....

ರಾಯರು ಹಿಂದೆ ನೋಡದೇ ಸೀದಾ ಕೋಣೆಯೊಳಕ್ಕೆ ಹೊರಟುಬಿಟ್ಟರು.

ಮಹೇಶಚಂದ್ರನಿಗೆ ಇದೇನೋ ಅಸಹಜವೆನ್ನಿಸಿತು. ಹ್ಯಾರಿಯನ್ನು ಸಮಾಧಾನ ಮಾಡುವ ಪ್ರಯತ್ನ ಮಾಡಿದ.....

'ಒಂದೊಂದ್ಸರ್ತಿ ಅಪ್ಪಂಗೆ ಸಂಪೂರ್ಣ ಮರವೆ ಆಕ್ರಮಿಸಿ ಬಿಡುತ್ತೆ ಅಂಕಲ್-ಟೋಟಲ್ ಬ್ಲಾಕ್ ಔಟ್..... ನೀವು ದಯವಿಟ್ಟು ಬೇಜಾರು ಮಾಡಿಕೋಬೇಡಿ.'

ನೀರಜಾ ತನ್ನದೇ ಒಂದು ಅರ್ಥಗ್ರಹಿಕೆಯನ್ನು ಹ್ಯಾರಿಯ ಸಮಾಧಾನಕ್ಕೋಸ್ಕರ ಅವನ ಮುಂದಿಟ್ಟಳು.

'ನಿಮ್ಮನ್ನು ಇಷ್ಟು ಕಾಲದ ನಂತರ ನೋಡಿದ ಸಂತೋಷದಿಂದಾಗಿ ಮಾತುಗಳು ಹೊರಡದೇ ಇದ್ದಿರಬಹುದು. ಈ ಸಂತೋಷದಿಂದ ಚೇತರಿಸಿಕೊಂಡಾಗ ಅವರು ಸಾಮಾನ್ಯರಂತೆ ಪ್ರತಿಕ್ರಿಯಿಸಬಹುದು. ಆಗ ನಿಮ್ಮನ್ನು ಮತ್ತೆ ಭೇಟಿ ಮಾಡಿಸುವ ಪ್ರಯತ್ನ ಮಾಡಬಹುದಲ್ವೇ ?'

'ಹಾಗೆ ನೀವುಗಳು ಬೇಜಾರು ಮಾಡಿಕೊಳ್ಳುವುದು ಬೇಡ ಆಯ್ತಾ.... ಅವರಿಗೆ ಏನೂ ಸಂಪೂರ್ಣ ನೆನಪಿಲ್ಲದಿರಬಹುದು.'

'ಈಗ ನನ್ನ ಮಕ್ಕಳೇ ಮೂರು ತಿಂಗಳಿಂದ ನನ್ನನ್ನು ಕಾಣುವುದು ಮರೆತಿದ್ದಾರೆ. ಇದೇನು ಹೆಚ್ಚಿನ ಸಂಗತಿಯಲ್ಲ ಬಿಡಿ.'

ಮಹೇಶಚಂದ್ರನಿಗೆ ಹೇಗೆ ಪ್ರತಿಕ್ರಿಯಿಸಬೇಕೋ ತಿಳಿಯಲಿಲ್ಲ. ಹ್ಯಾರಿ ವಾಪಸ್ ಹೋಗುವ ಇಚ್ಛೆ ತೋರಿದರು. ಅವರನ್ನು ಮಹೇಶಚಂದ್ರ ಕಾರಿನಲ್ಲಿ ಕೂಡಿಸಿಕೊಂಡು ವೃದ್ಧಾಶ್ರಮದತ್ತ ಕರೆದೊಯ್ದು. ದಾರಿಯಲ್ಲಿ ದೇವರಾಜಾ ಮಾರ್ಕೆಟ್ಟಿನ ಬಳಿ ಕಾರು ನಿಲ್ಲಿಸಿ ಎರಡು ಕಿಲೋ ತೂಗುವ ಬೇರೆ ಬೇರೆ ಹಣ್ಣುಗಳನ್ನು ಕೊಂಡು ಹ್ಯಾರಿಗೆ ಉಡುಗೊರೆಯಾಗಿ ಕೊಟ್ಟ. ಹೊರಡುವುದಕ್ಕೆ ಮೊದಲು ಕಷ್ಟಪಟ್ಟು ಎರಡು ಮಾತುಗಳನ್ನೂ ಆಡಿದ.

'ನಾನು ನಿಮ್ಮನ್ನ ಆಗಾಗ ಒಂದು ಕಾಣ್ತೇನೆ ಹ್ಯಾರಿ ಅಂಕಲ್..... ಅಪ್ಪಂಗೆ ಮತ್ತೆ ನೆನಪಾದಾಗ ಮನೇಗೆ ಹೋಗೋಣ್ವಂತೆ.'

'ಇರ್ಲಿ. ಸಮಯವಾದರೆ ಬನ್ನಿ..... ಸುಮ್ಮನೆ ತೊಂದರೆ ತೆಗೆದುಕೊಳ್ಳಬೇಡಿ ಆಯ್ತಾ ?'

ಹ್ಯಾರಿ ಜ್ಯೋತಿಕುಮಾರ್ ಓಡುತ್ತಿದ್ದ ಕಾರಿನತ್ತ ಕೈ ಬೀಸಿದರು. ಮಹೇಶಚಂದ್ರ ಮನೆಗೆ ಬಂದ. ಕಾರಿನ ಬಾಗಿಲು ತೆಗೆಯುತ್ತಿದ್ದಾಗ ಹ್ಯಾರಿ ಜ್ಯೋತಿಕುಮಾರ್‌ಗೋಸ್ಕರ ಕೊಂಡಿದ್ದ ಹಣ್ಣುಗಳ ಪ್ಯಾಕೆಟ್ ಅಲ್ಲೇ ಇದ್ದದ್ದು ಕಂಡುಬಂತು. 'ಪಾಪ, ಮರೆತಿದ್ದಾರೆ' ಎಂದುಕೊಂಡು ಅದನ್ನು ಒಯ್ದು ಭಾಸ್ಕರರಾಯರಿಗೆ ಕೊಟ್ಟ. 'ನಾಳೆ ಯಾವಾಗಲಾದರೂ ಹಣ್ಣು ಕೊಂಡೊಯ್ದು ಹ್ಯಾರಿಯವರಿಗೆ ಕೊಡಬೇಕು....' ಎಂದು ನಿರ್ಧರಿಸಿದ.

ಮರುದಿನ ಮೀಟಿಂಗ್ ಇತ್ತು. ನಂತರ ಹುಬ್ಬಳ್ಳಿಯ ಪ್ರವಾಸವಿತ್ತು. ಹಿಂದಿರುಗಿದಾಗ ನೂರಾರು ಕೆಲಸಗಳಿದ್ದುವು. ಹಣ್ಣು ಕೊಳ್ಳಬೇಕೆಂದು ಅವನಿಗೆ

ನೆನಪಾದಾಗಲೆಲ್ಲಾ ಅದನ್ನು ಮುಂದೂಡಿ, ಮುಂದೂಡಿ ಕಡೆಗೆ ಮರೆತ. ಮರೆಯುವುದು ಸಹಜ ಧರ್ಮ.

ಭಾಸ್ಕರರಾಯರು ತಮ್ಮ ಮೇಜನ್ನೊಮ್ಮೆ ನೋಡಿದರು. ಮಹೇಶಚಂದ್ರ ಆ ಚಿತ್ರವನ್ನು ಮೇಜಿನ ಮೇಲೆ ವಾಪಸ್ ಇಟ್ಟಿದ್ದ. ಹ್ಯಾರಿಯ ಭುಜದ ಮೇಲೆ ಕೆನ್ನೆಯೂರಿ ತೆಗೆಸಿಕೊಂಡಿದ್ದ ತಮ್ಮ ಚಿತ್ರವನ್ನು ಮತ್ತೊಮ್ಮೆ ದಿಟ್ಟಿಸಿದರು. ಅವರ ಕಣ್ಣು ಮಂಜಾಯಿತು. ಫೋಟೋವನ್ನು ಕಪಾಟಿನೊಳಗೆ ಸೇರಿಸಿ ಕಪಾಟಿನ ಬಾಗಿಲನ್ನು ಭದ್ರವಾಗಿ ಮುಚ್ಚಿದರು.

28. ಒಂದು ಹಳೇ ಚಡ್ಡಿ

– ಮೊಗಳ್ಳಿ ಗಣೇಶ

"ಇಲ್ಲ ಅವನು ಚಡ್ಡಿ ಹಾಕಲೇಬೇಕು. ತಿಕಾ ಬಿಟ್ಕಂಡು ಮದುವೆ ಮನೇಲಿ ಓಡಾಡಿದರೆ ನೋಡಿದವರು ಏನೆಂದಾರು ?"

ಒಂದೇ ಸಮನೆ ನಾಗರಾಜ ಅವನ ಮಗನ ಹಠದ ಹಾಗೆಯೇ ಹಠ ಮಾಡತೊಡಗಿದ. ಮಕ್ಕಳೆಲ್ಲ ಓಡಾಡಿಕೊಂಡು ಖುಷಿಯಲ್ಲಿರುವಾಗ ನಾಗರಾಜನ ಮಗ ಸೀನಿ ಇವಾವನ್ನೂ ಗಮನಿಸದೆ ಹಿತ್ತಲಲ್ಲಿ ತುಂಬಿದ್ದ ಹಂಡೆಯ ನೀರಿಗೆ ಕೈಹಾಕಿ ಕಲಕುತ್ತ ಆಡುತ್ತಿದ್ದ.

"ಲೇಯಿ ಲೋಪರ್ ಬಂಚೋತು ಬಾ ಚಡ್ಡಿ ಹಾಕ್ಕೋ ಮಾನ್‌ವಾಗೆ" ಎಂದು ನಾಗರಾಜ ಕೂಗಿಕೊಂಡ. ಮದುವೆ ಮನೆಯ ಸದ್ದಿನಲ್ಲೂ ಅದು ಗಟ್ಟಿಯಾಗಿ ಎಲ್ಲರಿಗೂ ಕೇಳಿಸುವಂತಿತ್ತು.

ಇದ್ದಕ್ಕಿದ್ದಂತೆ ನಾಗರಾಜನ ಹೆಂಡತಿ ಏನೋ ಆಗಿಹೋಯಿತು ಎನ್ನುವಂತೆ "ಯೇಃಯ್ ಅದೇನು ಅಂಗಾಡ್ತಿಯಲ್ಲಾ ಏನಾಯ್ತೀಗ" ಎಂದು ತನ್ನ ಗುಡ್ಡೆ ಕಣ್ಣುಗಳನ್ನು ಒಮ್ಮೆ ಎಲ್ಲರ ಸುತ್ತ ಹರಿಸಿ ಕೇಳಿದಳು. ನಾಗರಾಜ ಉದ್ವೇಗದಲ್ಲೇ "ಎಲ್ಲಮ್ಮಿ ಅವುನ್ ಚಡ್ಡಿ ಎತ್ತಾಗ್ ಬಿಸಾಕಿದ್ದಾನು" ಎಂದು ಕೇಳಿದ. "ಅಯ್ಯೋ ನನಗೇನ್ ಗೊತ್ತು ಅವುನ್ ಚಡ್ಡಿ ಕಾಣೆಕನಪ" ಎಂದು ಉಸಿರುಬಿಟ್ಟು ಕೋಣೆಯ ಕಡೆ ಹೊರಟುಹೋದಳು. ನಾಗರಾಜನ ಕೋಪ ನೆತ್ತಿಗೇರಿ "ಇನ್ನೇನು ಎರುಕ್ ಬಂದದೆ ನಿನ್ಗೆ" ಎಂದು ಮದುವೆ ಮನೆಯ ಎಲ್ಲರ ಎದಿರು ಬಾಯಿ ತಡೆಯದೆ ಹೇಳಿಬಿಟ್ಟ. ಅವಮಾನವಾದಂತಾಗಿ ಸಿದ್ದಿ "ಯೇಯ್ ಥೂಃ ಮಾನ್‌ಗೆಟ್ಟೋನೆ, ನಿನಗೇನು ಬರೀ ಹುಟ್ಟುಸುದಷ್ಟಿಯೇ ಬರೋದು ?" ಎಂದು ಸವಾಲಿಗೆ ಸವಾಲಿನಂತೆ ಮಾತು ಎಸೆದಳು.

ಮದುವೆ ಮನೆಯ ಜನ ಈ ಘಟನೆಯನ್ನು ಹೆಚ್ಚಾಗಿ ತಲೆಗೆ ಹಚ್ಚಿಕೊಳ್ಳದೆ ಅವರವರ ಕೆಲಸದಲ್ಲಿ ತುಂಬ ಉತ್ಸಾಹದಿಂದ ಓಡಾಡುತ್ತಲೇ ಇದ್ದರು. ಅಂತೂ ನಾಗರಾಜನ ಮಗನ ಚಡ್ಡಿ ಏನಾಯಿತು ಎಂದು ಗೊತ್ತೇ ಆಗದೆ 'ಚಡ್ಡಿ ಹಾಕಬೇಕು' ಎಂಬುದೇ ಒಂದು ದೊಡ್ಡ ಕೆಲಸವಾಗಿ ಅವನ ಅಪ್ಪನಿಗೆ ಅಂಟಿಕೊಂಡಿತು. ಅಷ್ಟರಲ್ಲೇ ನಾಗರಾಜನ ಅಕ್ಕ ಚಿಕ್ಕತಾಯಿ "ಲೋ ಇರೋನ ಐದುನ್‌ಗೆ ಒಂದು ಚಡ್ಡಿ ಇಕ್ಕಿ, ಗೊಣ್ಣೆ ತೆಗುದು ಇವತ್ತಾದ್ರು ಒಸಿ ಕಿಲೀನಗೆ ನೋಡ್ಕೊಕಿಲ್ಲುಲಾ. ಏನಪ್ಪಾ ಒಂದಲ್ಲ

ಎರಡಲ್ಲ ಅಂತ ಮೂರು ಹೆಂಡ್ತೆರಾದ್ರು ಇನ್ನೂ ಬುದ್ಧಿ ಕಲಿಲಿಲ್ಲವಲ್ಲಾ; ಹಾಳಾದ್ ಜನ್ಮುವೇ ಹೋಗು. ಇನ್ಯಾವ್ ಕಾಲುಕೆ ನೀವೆಲ್ಲ ಬುದ್ಧಿ ಕಲ್ತಿರೋ ನಾಕಾಣೆ ಹೋಗಪ್ಪ....'' ಎಂದು ತನಗೆ ಮದುವೆಯಲ್ಲಿ ಸೀರೆ ಉಡಿಸಲಿಲ್ಲಾ ಎಂಬ ದುಃಖ ಕೋಪ ಎಲ್ಲವನ್ನೂ ಅಲ್ಲಿ ಕಾರಿಕೊಂಡಳು.

* * * *

ಮದುವೆ ಮನೆಯಲ್ಲಿ ನೆಂಟರಿಷ್ಟರೆಲ್ಲ ತುಂಬಿದ್ದರು. ಹಳೆಯ ತಲೆಮಾರಿನ ಅಜ್ಜಿಯರೆಲ್ಲ ಮನೆಯ ಒಂದೆಡೆ ಕುಳಿತು ತಮ್ಮ ಕಾಲದಲ್ಲಿ ಆಗುತ್ತಿದ್ದ ಮದುವೆಯ ರೀತಿನೀತಿ ಸಂಪ್ರದಾಯ ಹಾಗೂ ಅಂದಿನ ಅದ್ದೂರಿ, ಶಾಸ್ತ್ರ, ಊಟ, ಬಳಗ ಎಲ್ಲವನ್ನೂ ಹಂಚಿಕೊಳ್ಳುತ್ತ..... ಬೀಗರನ್ನು ಜರೆಯುವ ಹಾಡುಗಳು, ಶೋಬಾನಗಳ ಅಂದಚಂದ ಹಾಗೂ ವರದಕ್ಷಿಣೆ ಇಲ್ಲದೆ ಆಗುತ್ತಿದ್ದ ಮದುವೆಗಳ ಒಂದು ಸುಂದರ ಲೋಕವನ್ನು ನೆನೆದು ಒಂದು ರೀತಿಯ ದುಃಖಿಗಳ ಹಾಗೆ; ಇಂದಿನ ಮದುವೆ, ವರದಕ್ಷಿಣೆ ಹಾಗೂ ಪಾಲಿಸಬೇಕಾದ ಶಾಸ್ತ್ರಗಳ ಪಾಲಿಸದೆ ಮೀರುವ ಆಧುನಿಕ ಗಂಡು–ಹೆಣ್ಣುಗಳ ಬಗೆಗೆ ವಿಷಾದದ ಮಾತುಗಳಾಡುತ್ತಿದ್ದರು.

ಈ ನಡುವೆ ನಾಗರಾಜ ಅಜ್ಜಿಯರು ಕುಳಿತಿದ್ದ ಕಡೆ ತನ್ನ ಮಗನ ಚಡ್ಡಿಯನ್ನು ಹುಡುಕುತ್ತಾ "ಎಲ್ರವ್ವಾ, ನಮ್ಮುದುನ್ ಚಡ್ಡಿ ಇಲ್ಲಿದ್ದದಾ'' ಎಂದು ಕಣ್ಣು ಹಾಯಿಸಿದ. ಒಂದು ಅಜ್ಜಿ ಎಲೆಅಡಿಕೆ ಚೀಲವನ್ನು ಎತ್ತಿಕೊಳ್ಳುತ್ತ "ಇದೇನ್ ಮೊಗಾ, ಮದುವೆ ಮನೇಲಿ ಚಡ್ಡಿ ಹುಡುಕ್ತಾ ಇದ್ದೀಯಲ್ಲಾ. ಸಿಕ್ತದೆ ಬಿಡು. ಯಾರೆತ್ಕ ಹೋದರು ಅದಾ'' ಎಂದಳು. ನಾಗರಾಜ ಆ ಮಾತನ್ನು ಕಿವಿ ಮೇಲೆ ಹಾಕಿಕೊಳ್ಳದೆ ಹೊರಟುಹೋದ.

ಮದುವೆ ಮುಗಿಸಿ ಗಂಡಿನ ಊರಿಂದ ಗಂಡಿನ ಸಮೇತ ಹೆಣ್ಣಿನ ಮನೆಗೆ ಎಲ್ಲರೂ ಬಂದು ಸೇರಿದ್ದರು. ಗಂಡು ಹಾಗೂ ಆತನ ಜೊತೆಯವರೆಲ್ಲ ಮನೆಯ ಒಂದು ಕೊಠಡಿಯಲ್ಲಿ ಬಾಗಿಲು ಮುಚ್ಚಿಕೊಂಡು ಸಂತೋಷದಲ್ಲಿದ್ದರು.

ಯಾರೋ "ನಾಗರಾಜ..... ನಾಗರಾಜ'' ಎಂದು ಕೂಗಿಕೊಂಡು ಬಂದು, "ಏನಪ್ಪಾ ಎಲ್ಲೋದಾ ಅಂತಿದ್ರೆ ನೀನಿಲ್ಲೆ ಇದ್ದಿಯಲ್ಲ. ಹೋಗಿ ಸೈಕಲೆಲಿ ಎರಡು ದಮ್ಮು ನೀರು ತಂದು ಬುಡುಬಾ'' ಎಂದರು.

"ನೋಡ್ವಾ, ಈಗೋಗನೇನೋ, ಹಗ್ಗ ಹಿಡ್ಕಂಡು ಕೈ ಬೀಸ್ಕಂಡು ಹೆಂಗ್ಸಂಗೆ. ಮನೆಲಿ ಇಷ್ಟೊಂದೆಂಗ್ಸಿದ್ದಿರಲಾ, ಯಾರಾರ ಹೋಗಿ ತನ್ನಿ'' ಎಂದು ಬೇಸರ ಕೋಪಗಳಿಂದ ಹೆಂಡತಿ ಸಿದ್ದಿಯನ್ನು ಕೂಗಿ "ಮೇಯ್, ನಿನ್‌ಕೆಲ್ಸ ಅಲ್ಲಿರ್‍ಲಿ ಮೊದ್ಲು ಆ ವೊಯ್ದನ್ ಚಡ್ಡಿ ಎಲ್ಲಿದ್ದಾದು ಎಂದು ಪತ್ತೆ ಮಾಡಿ ಇಕ್ಕು. ಇಲ್ದೆ ಹೋದ್ರೆ ಇದೇ ಮದುವೆ ಊಟ್ವೆಲಿ ನಿನಗೆ ಕುಲಾಚಾರ ಮಾಡಿಸಬೇಕಾಯ್ತದೆ'' ಎಂದು ಸಿಡಿಮಿಡಿಗೊಂಡ.

"ಹಾಳ್ ಬಾಯ್ಲಿ ಯಾವಾಗ್ಲು ಅದೇ ಇದ್ದದೇನೋ, ಅದೆ; ನನಗೇನಾರು ಇಕ್ಕಿಕ್ಲೇನಾದ್ರು ಅತ್‌ಕು..... ಹೊಡ್ಕ ಹೋಗು ನೀನೆ.....'' ಎಂದು ಗೊಣಗಿದಳು. ಆಗ ನಾಗರಾಜ ಕೋಪದಿಂದ ಹೆಂಡತಿಯ ತಲೆಮುಡಿ ಹಿಡಿದು ಎಳೆದು

ಢಮಢಮನೆ ನಾಲ್ಕು ಗುದ್ದು ಗುದ್ದಿದ. ಸಿದ್ದಿಯು 'ಅಪಮಾನ ಹೊಸ ಗಂಡಿನ ತನಕ ಹೋಗದಿರಲಿ' ಎಂದು ಪಿಟಕ್ ಪಟಕ್ ಎನ್ನದೆ ನಾಗರಾಜನ ಮುಖಕ್ಕೆ ಉಗಿದು ನಟಿಕೆ ಮುರಿದಳು. ಅಷ್ಟರಲ್ಲಿ ನಾಗರಾಜನ ಅಪ್ಪ ಬಂದು ಒಮ್ಮೆ ವೀಕ್ಷಿಸಿ–

"ಥೂ ನಪುಂಸುಕ್ ನನ್ಮಗ್ನೆ, ಏನ್ ಯಂಡಗಿಂಡಾ ಕುಡ್ದಿದ್ದಿಲಾ" ಎಂದು ಬೈಯ್ದು, "ಏನ್ ತಪ್ ಮಾಡುದ್ಲು ಅಂತೊಡ್ದ" ಎಂದು ತನ್ನ ಹಿರಿ ಮೊಮ್ಮಗಳು ಗೌರಿಯನ್ನು ಕೇಳಿದ. "ಅಯ್ಯೋ ಅಷ್ಟೊತ್ತಿದ್ಲು ನೆಡಿಸ್‌ತಾವ್‌ರಿಕನಪಾ ವಾಕಾ ಜಾವಾ, ಆವೊಯ್ದ ಚಡ್ಡಿ ಇಕ್ಕಲಿಲ್ಲ. 'ಇಕ್ಕಮ್ಮಿ ಇಕ್ಕಮ್ಮಿ', ಅಂತ ಅವುನು, 'ಅಯ್ಯೋ ಅದೆಲ್ಲಿದ್ದದೊ ಕಾಣೆಕನೋಗು. 'ಎಲ್ಲೊ ಹೇತ್‌ಬುಟ್, ಹಿತ್ಲಲೆ ಬಿಸಾಕಿರಬೇಕು' ಎಂದು ಇವುಳು..... ಹಿಂಗೇ ಈ ಮಾತ್ಗೆ ಕನಪಾ" ಎಂದಳು.

"ಇವತ್ತೂ ತಪ್ಪಲಿಲ್ವೆ ನಿಮ್ಮ ಜಗಳ. ಇಂಗೆ ಮಾಡಿಮಾಡಿಯೇ ಅಲ್ವೇ ನನ್ ಮನೆನೆಲ್ಲಾ ಹಾಳು ಮಾಡಿ ಗುಡ್ಸಿ ಗುಂಡಾಂತ್ರ ಮಾಡ್‌ಬುಟ್ಟಿದ್ದು" ಎಂದು ನಾಗರಾಜನ ಅಪ್ಪ ತನ್ನ ಎಂಬತ್ತನೇ ವಯಸ್ಸಿನಲ್ಲೂ ತನ್ನ ಮನೆಯ ಜನರ ಸ್ಥಿತಿಯನ್ನು ಕಂಡು ಎಂದಿನಂತೆಯೇ ಮರುಗಿದ. ತನ್ನ ಕೊನೆಯ ಮಗನ ಮಗ ಸೀನಿಯನ್ನು ಕೂಗಿಕೊಂಡು, ತನ್ನ ಮೊಮ್ಮಗಳು ಗೌರಿಗೆ, "ಮೊಗಾ ಅವುನ್‌ಗೊಸಿ ಚಡ್ಡಿ ಇಕ್‌ಬುಡವಾ, ಅದೆಲ್ಲಿದ್ದದು ಅಂತಾ ನೋಡಿ" ಎಂದ. ಆಕೆ "ಹಾ.... ನೋಡ್ತವಮಂತೆ. ಇಕ್ಕದಿದ್ರೆ ಈಗೇನಾಗೋಗಿದ್ದದು ಬಿಡಪ" ಎಂದಳು. ಕೋಣೆಯಿಂದ ಸಿದ್ದಿಯು "ಅಯ್ಯೋ ಅವುನ್ ಚಡ್ಡಿನೆಲ್ಲ ನೀರ್ ಮಾಡಿ ಅಲ್ಲೆಲ್ಲೊ ಬಿಸಾಕಿರಬೇಕು" ಎಂದಳು. ಗೌರಿಯು ಕೋಪದಲ್ಲೆ, "ಮಂತೆ ಇನ್ನೊಂದಿದ್ರೆ ಇಕ್ಕು. ಅದೇನು ಅದೇ ಚಡ್ಡಿ ಆಗಬೇಕೆ"? ಎಂದಳು. "ಅಯ್ಯೋ ಎರಡೇ ಚಡ್ಡಿ ಇದ್ದೊ ಕನವಾ, ಇಂಗೇ ಮೊದ್ಲು ಒಂದು ಹಾಳು ಮಾಡ್ದ. ಈಗ ಚಡ್ಡಿ ಬಿಚ್ಚಾಕ್ಕೋನು ಎಲ್ಲಾಕುದ್‌ನೋ ಅಂತ ಕಾಣ್ಣವ್ವಾ" ಎಂದು ಮುನಿಸಿನ ಸ್ವರದಲ್ಲಿ ಸಿದ್ದಿ ಹೇಳಿದಳು.

"ನಿನ್ನ ಐದುನ್ ಚಡ್ಡಿ ಇಲ್ದೆ ಇದ್ರೆ ಕರೀನ್ ಚಡ್ಡಿನೆ ಇಕ್ಕಿಸು" ಗೌರಿ ಸಲಹಿಸಿದಳು.

"ಹೂಂ, ಅವೂನೂ ಕೊಟ್ಟ, ಅವರವ್ವನೂ ಇಸ್ಕೊಡ್ತಳ ಮಸ್ತನಗೆ. ಅಂಗೇ ಇದ್ರು ಬ್ಯಾಡ. ಹೋದ್ ಸಲ ಅವುಳ್ ಮಗನ ಚಡ್ಡಿ ಇಕ್ಕಂದಿದ್ದೆತ್ಕೆ ಎಷ್ಟು ಜಗಳ ಆಗದೆ ಗೊತ್ತೆ" ಎಂದು ಸಿದ್ದಿ ಕಣ್ಣೀರ ಒರೆಸಿಕೊಂಡಳು.

ನಾಗರಾಜ ಎಲ್ಲವನ್ನೂ ನೋಡುತ್ತ ಗಂಭೀರನಾದಂತೆ ನಿಂತೇ ಇದ್ದ.

ನಾಗರಾಜನ ಮೊದಲ ಹೆಂಡತಿ ಹೆರಿಗೆ ಕಾಲದಲ್ಲಿ ಸತ್ತವಳು. ಎರಡನೆಯ ಹೆಂಡತಿ ಬಾಳಲಾರದೆ ಓಡಿಹೋದವಳು. ಮೂರನೆಯವಳು ಸಿದ್ದಿ. ನಾಗರಾಜ ಆ ಹಳ್ಳಿಯಲ್ಲಿ ಗುರುತಿಸಲ್ಪಟ್ಟ ವ್ಯಕ್ತಿಯೇನೂ ಅಲ್ಲ. ತನ್ನ ಇಪ್ಪತ್ತೆಂಟನೆಯ ವಯಸ್ಸಿಗೇ ಮೂರನೆ ಹೆಂಡತಿ ಹೊಂದಿ ಒಂದೇ ಮಗು ಸೀನಿಯನ್ನು ಹೊಂದಿದ್ದವನು. ಅಷ್ಟು ವಯಸ್ಸಿಗೂ ಕೂಡ ಹಳ್ಳಿಯ ಗಂಡಸಿನ ಹಾಗೆ ಮೈ ಮುರಿದು ದುಡಿದು ಬೆವರಲ್ಲಿ ಕೈ ತೊಳೆಯುವಂತವನಲ್ಲ. ತನ್ನ ತಂದೆ ಹಿಂದಿನಿಂದ ಕಲಿಸಿಕೊಟ್ಟಿದ್ದ ಹೋಟೇಲ್ ಚಾಕರಿಯನ್ನೂ ಸರಿಯಾಗಿ ನಡೆಸಿಕೊಂಡು ಬರದೆ, ಹಾಳು ಮೂಳು ರೆಡಿಯೋ, ವಾಚುಗಳನ್ನು ಕೆಟ್ಟದಾಗಿ ರಿಪೇರಿ ಮಾಡಿಕೊಂಡು ಅವುಗಳಲ್ಲೇ ಹೆಚ್ಚು

ಸಂತೋಷವನ್ನು ಕಾಣುತ್ತಿದ್ದವನು. ಬದುಕನ್ನು ಯಾವತ್ತೂ ಕೂಡ ಇಂಥ ವಿಶಿಷ್ಟ ಬಗೆಯ ಬೇಜವಾಬ್ದಾರಿಯಲ್ಲೇ ಕಳೆಯುತ್ತಿದ್ದವನು. ಹೀಗಾಗಿ ಅಂತಹ ಸ್ಥಿತಿಯಲ್ಲೇ ತನ್ನ ಒಂದು ಹೆಣ್ಣು ಮಗುವನ್ನು, ಮೊದಲ ಹಾಗೂ ಎರಡನೆಯ ಹೆಂಡತಿಯರನ್ನೂ ಕಳಕೊಂಡವನು.

* * * *

ನಾಗರಾಜನ ಮಗ ಸೀನಿಗೆ ಇದ್ದವು ಎರಡೇ ಚಡ್ಡಿ. ಈಗ ಕಣ್ಣಿಗೆ, ಕೈಗೆ ಸಿಗದೆ ಬರಿ ತಿಗದಲ್ಲೇ ಇರುವಂತೆ ಮಾಡಿರುವ ಚಡ್ಡಿ ಅವನ ಅತ್ತೆ ಸಂತೆಯಿಂದ ಕೊಂಡುತಂದದ್ದು. ಮದುವೆ ಮನೆಯಲ್ಲಿ ತನ್ನ ಅಪ್ಪ – 'ನನ್ನ ಮಗನಿಗೆ ಚಡ್ಡಿ ಹೊಲಿಸಲಿಲ್ಲವಲ್ಲಾ' ಎಂದು ಕೋಪ ತಳೆಯಲು ಒಂದು ಹಿನ್ನೆಲೆಯಾಗಿಯೂ, ಸದ್ಯದ ಸಮಸ್ಯೆಯಾಗಿಯೂ ನಿಂತ ಚಡ್ಡಿಯನ್ನು ಸಿದ್ದಿಯು "ತನ್ನ ಬದುಕೆಲ್ಲಾ ಇಂಥ ಒಂದು ಗೋಳೇ ಆಗಿಹೋಯಿತಲ್ಲಾ" ಎಂದುಕೊಂಡು ಹಿತ್ತಲಲ್ಲೆಲ್ಲ ಆ ಚಡ್ಡಿಯನ್ನು ಹುಡುಕಿಕೊಂಡು ಬಂದು, "ಥೂ, ಈ ಹಾಳಾದ್ ಮನೆಲಿ ಒಂದಿನಾನಾರು ನೆಮ್ದಿಯಾಗಿರುವಾ ಅಂದ್ರೆ ಆಗೊಲ್ದಲ್ಲಾ. ಯಾವ್ ಕರ್ಮ ಮಾಡಿ ಈ ಮನೆಗೆ ಬಂದ್ನೊ" ಎಂದುಕೊಳ್ಳುತ್ತಿರುವಂತೆಯೇ ಮದುಮಗಳು ಶಾಂತಿ ತನ್ನ ಬದುಕಿನ ಅನಂತ ಸುಖದ ದಿನದಲ್ಲೂ ಇಂಥಾ ವಾಕಾಜಾ ಮಾಡ್ತಾ ಇದ್ದಾರಲ್ಲ ಎಂದು–

"ಅದೇನ್ ಚಿಕ್ಕಿ, ವತಾರಿಂದ ಇದೇ ಆಯ್ತಾದಲ್ಲಾ, ಬಂದೋರು ಏನಂತ ಅನ್ನ ಬೇಕು, ನೋಡಪ್ಪಾ ಇವರ ಬಾಳಾ ಅಂತ ಆಡ್ಕೋದಿಲ್ವೆ."

"ಅಯ್ಯೋ, ನಿನಗ್ಯಾಕವ್ವ ಅವೆಲ್ಲ. ಗಂಡನ್ ಮನೆಗೋಗೋಳು ನೀನಾರು ಸುಖವಾಗಿರು..."

ಶಾಂತಿಗೆ ಅಂಥಾ ವಾತಾವರಣದಲ್ಲಿ ತಲೆ ಕೆಡಿಸಿಕೊಳ್ಳಲು ಇಷ್ಟವಾಗದಿದ್ದರೂ ಒಂದು ಬಗೆಯ ಖಿನ್ನತೆ ಅವಳಿಗೂ ಹಿಡಿದುಕೊಂಡಿತು. ನನ್ನ ಮದುವೆಯಲ್ಲಿ ಇವರಾರೂ ಸರಿಯಾಗಿ ಸಂತೋಷವಾಗಿ ಇಲ್ಲವಲ್ಲಾ, ನಮ್ಮ ಅವ್ವ ಇದ್ದಿದ್ರೆ ಇವೆಲ್ಲ ಆಯ್ತಿರಲಿಲ್ಲವೇನೊ, ಅದೂ ಅಲ್ಲದೆ ಈ ಹಾಳಾದ ನಮ್ಮಪ್ಪ ಯಂಡ ಕುಡುದು ಬುಂಡೆ ಉರುಳಿಸಿಕೊಂಡು ಎಲ್ಲೆಲ್ಲಿ ಯಂಡದ ಪೆಂಟೆ ಹಾಕ್ತಾರೋ ಅಲ್ಲಲ್ಲೆ ಬಿಡಾರ ಹೂಡ್ಕಂಡು, ಯಾವಾಳಾರ ಸಿಕ್ಕರೆ ಮತ್ತೆ ಒಂದು ಮದುವೆ ಆಗಬಹುದಲ್ಲಾ ಎಂದು ಇರೋದು, ಅವನ ಹುಚ್ಚಾಪಟ್ಟೆ ರೀತಿನೀತಿಗಳು, ಎಂದೂ ದುಡಿಯದೆ ಇರೋ ಕಚ್ಚ ಪಂಚೆಯಷ್ಟಗಲ ಜಮೀನ ಹಡ ಇಟ್ಟುಕೊಂಡು ಒಂದು ಪೈಸೆನೂ ಯಾರಿಗೂ ಕೊಡದೆ ಹೆಣ್ಣು ನೋಡುತ್ತೇನೆಂದು ಊರೂರು ಅಲೆಯೋದು, ತನ್ನ ಐವತ್ತನೆ ವಯಸ್ಸಲ್ಲೂ, ಮೂರು ಹೆಂಡಂದಿರು ಆದ ಮೇಲೂ ನಾಲ್ಕನೆ ಮದುವೆಗೆ ಓಡಾಡೋದರಿಂದ ಮನೆ ಜನರೆಲ್ಲ ನಮ್ಮ ಅಪ್ಪನ ಬಗೆಗೆ ಇರುವ ಬೇಸರ, ಕೋಪಗಳಿಂದ ನನ್ನ ಮದುವೆಯಲ್ಲೂ ಸರಿಯಾಗಿ ಭಾಗವಹಿಸುತ್ತಿಲ್ಲವೇನೋ ಎಂದುಕೊಂಡು ದೊಡ್ಡದಾಗಿ ಒಂದು ನಿಟ್ಟುಸಿರುಬಿಟ್ಟಳು.

ಇಂಥಾ ಅಪ್ಪನಿಗೆ ಯಾಕಾದರೂ ಹುಟ್ಟಿದೆನೊ, ಆ ಚಿಕ್ಕಪ್ಪ ನಾಗರಾಜನಿಗೆ ಮೂರು ಹೆಂಡಿರಾದರೂ, ಈ ನಮ್ಮಪ್ಪನಿಗೆ ಮೂರು ಹೆಂಡರೂ ಒಂದೊಂದು ಕಾರಣಕ್ಕೆ,

ಅವನ ಒಂದೊಂದು ಹಿಂಸೆಗೆ ನೀರೋ, ನೇಣೊ ನೋಡಿಕೊಂಡು ಹೋದರು. ಈಗ ನಾಲ್ಕನೆ ಮದುವೆ ಆಗುತ್ತೇನೆಂದು ಕುಂತವನೆ. ಅದೂ ಅಲ್ಲದೆ ಈ ವಯಸ್ಸಲ್ಲಿ ಹೆಣ್ಣು ನೋಡಲು, ತರಲು, ಅವನ ಅಪ್ಪನನ್ನೇ ಬಲವಂತಪಡಿಸುತ್ತಾನೆ. ಅಯ್ಯೋ ಶಿವನೆ, ಇವನಿಗೆ ಮಗಳಾಗಿ ಹುಟ್ಟಿ ನಾನು ಇನ್ನೂ ಏನೇನು ಈ ಕಣ್ಣಿಂದ ನೋಡಬೇಕಾಗಿದೆಯೋ ಎಂದುಕೊಂಡು ದುಃಖವನ್ನು ಎದೆಗೆ ತುಂಬಿಕೊಂಡಳಾದರೂ ಗಂಡಿನ ಕಡೆಯವರು ನೋಡಿದರೆ ಏನಂತಾರೊ ಎಂದು ಹೆದರಿ ಒಂದು ಕಡೆ ಸುಮ್ಮನೆ ಕುಳಿತೇ ಇದ್ದಳು.

* * * *

ಕೊನೆಗೂ ಆ ಚಡ್ಡಿ ಸಿಗದೇಹೋಯಿತು.

ನಾಗರಾಜನ ಪರದಾಟ, ಒಂದು ನಿಲುಗಡೆಗೆ ಬಾರದಾಗಿ ಯಾವ ಯಾವುದೋ ಕೋಪಗಳು ಒಂದು ನಿರ್ದಿಷ್ಟ ಕಾರಣ ಬೇಕಾಗಿಲ್ಲದೆಯೂ ಹುಚ್ಚನಂತೆ ವರ್ತಿಸತೊಡಗಿದ ನಾಗರಾಜ. ಹಿತ್ತಲಲ್ಲಿ ತನ್ನ ಪಾಡಿಗೆ ತಾನು ಮಣ್ಣು ಕಲಸಿಕೊಂಡು ಆಡುತ್ತಿದ್ದ ಸೀನಿಯನ್ನು ಒಂದೇ ಬಾರಿಗೆ ನೆಗೆದು ಹೋಗಿ ಪಟೀರೆಂದು ಬೆನ್ನ ಮೇಲೆ ಕೈತುಂಬಿದ ಬಾಸುಂಡೆ ಬರುವಂತೆ ಹೊಡೆದು ಎಳೆದುಕೊಂಡು ಬರುತ್ತಿರುವಂತೆಯೇ ಇಡೀ ಮದುವೆ ಮನೆಯೇ ಕಿತ್ತು ಹೋಗುವಂತೆ ಕಿಟಾರೆಂದು ಕಿರುಚಿಕೊಂಡದ್ದು ಎಲ್ಲರಿಗೂ ಬೆಚ್ಚುವಂತೆ ಮಾಡಿತು. ಸೀನಿ ಒಂದೇ ಸಲಕ್ಕೆ ಹುಚ್ಚೆಯನ್ನು ಉಯ್ದುಕೊಳ್ಳುತ್ತಾ ನನಗೆ ಯಾಕಾದರೂ ಹೊಡೆಯುತ್ತಿದ್ದಾರೆಂದು ಗೊತ್ತೇ ಆಗದೆ ಭೀಕರ ಭಯದಿಂದ ಮತ್ತೂ ಅಳಲಾರಂಭಿಸಿದ. ಸಿದ್ದಿ ಕೋಣೆಯಿಂದ ಓಡಿಬಂದವಳೇ, "ಅಯ್ಯೋ, ಇರೋ ಒಬ್ಬ ಮಗುನ್ನುವೆ ಸಾಯ್ಸಿಬುಟ್ಟಿಯೇನಪ್ಪಾ ಹಾಳಾಗೋದೋನೆ, ನಿನಗೇನು ರೋಗ ಬಂದಿದ್ದದು, ಬಿಡು ಅವನ, ಅದ್ಯಾಕಿಂಗೆ ಹೊಟ್ಟೆ ಉರಿಸ್ಕಂದಿಯೇ" ಎಂದು ಬಿಡಿಸಿಕೊಳ್ಳಲು ಹೋದವಳನ್ನು ತಳ್ಳಿದಾಕ್ಷಣವೇ ಗೋಡೆಗೆ ನೂಕಿ ಅವಳ ಕೈತುಂಬ ಇದ್ದ ಬಣ್ಣದ ಬಳೆಗಳು ಫಳಫಳನೆ ಒಡೆದು ಉದುರಿ ಮುಂಗೈಯಲ್ಲಿ ಗಾಜು ಚುಚ್ಚಿಕೊಂಡು ರಕ್ತ ಜಿನುಗಲಾರಂಭಿಸಿತು.

ಮದುವೆ ಮನೆಯ ಹೆಂಗಸರೆಲ್ಲ ಮುತ್ತಿಕೊಂಡು ಸೀನಿಯನ್ನು ಬಿಡಿಸಿಕೊಂಡರು. ಆ ನಿಷ್ಪಾಪಿ ಮಗು ಈ ಎಲ್ಲ ಕದನದ ದೃಶ್ಯವನ್ನು ನೋಡನೋಡುತ್ತಿದ್ದಂತೆಯೇ ಬೆದರಿ ನಾನು ಮತ್ತೆ ಬಾಯಿ ತೆಗೆದರೆ ನನ್ನನ್ನು ಸಾಯಿಸಿಯೇ ಬಿಟ್ಟಾರೇನೋ ಎನ್ನುವಂತೆ ದುಕ್ಕುದುಕ್ಕುಳಿಸಿ ಬರುತ್ತಿದ್ದ ಎಲ್ಲ ನೋವನ್ನೂ, ಹೆದರಿಕೆಯನ್ನೂ, ಅಳುವನ್ನು ಬಾಯಿಡಿದುಕೊಂಡು, ಒಂದು ಕೈಯನ್ನು ಬೆನ್ನ ಮೇಲಿದ್ದ ಅಪ್ಪಗಲದ ಬರೆಯನ್ನು ಮುಟ್ಟಿ ಮುಟ್ಟಿ ನೋಡಿಕೊಳ್ಳುತ್ತಾ, ಬೆಂಕಿಯ ಕೆಂಡವೇ ಕುಳಿತುಕೊಂಡಂತಾದ ಕಣ್ಣುಗಳ ತುಂಬ ನೀರು ತುಂಬಿಕೊಂಡು ಅಲ್ಲೇ ಇದ್ದ ಒಂದು ಅಜ್ಜಿಯ ಕಿಬ್ಬರಿಯೊಳಕ್ಕೆ ಅವಿತುಕೊಂಡು ಕುಳಿತ.

ನಾಗರಾಜನ ಸಿಟ್ಟು ತಗ್ಗದಾಗಿ, ಸಿದ್ದಿಯನ್ನು ಹೊಡೆಯಲು ಹೋಗುತ್ತಿದ್ದಂತೆಯೇ, ಆ ಮನೆಯ ದೊಡ್ಡ ಹಜಾರವನ್ನು ದಾಟಿ ಹಿತ್ತಲಬಾಗಿಲಿಂದ ಓಡಿ ಹೋದಳು. ಇಷ್ಟಾದರೂ ಅಂತಾ ಇಂತಾ ಸಣ್ಣ ಗಲಾಟೆಗಳಿರಬಹುದೇನೋ ಎಂತಲೋ,

ಸಂಕೋಚ, ನಾಚಿಕೆ ಇತ್ಯಾದಿಗಳಿಂದಲೋ ಗಂಡು ಆ ಕೊಠಡಿಯಿಂದ ಹೊರಕ್ಕೆ ಬರದೆ ಮುಚ್ಚಿದ ಬಾಗಿಲು ತೆರೆಯದೆ ಊಟ ಮಾಡುತ್ತಿದ್ದ. ಶಾಂತಿ ಏನೋ ಅನಾಹುತ ಕಾದಿದೆಯೋ, ಯಾವತ್ತಾದರೂ ಇಂಥಾ ಸಮಯದಲ್ಲಿ ಒಂದಲ್ಲಾ ಒಂದು ಇಂಥದ್ದು ಈ ಮನೆಯಲ್ಲಿ ಇದ್ದೇ ಇರುತ್ತಾವಲ್ಲಾ ಎಂದು ದುಗುಡದಿಂದ ಹೊರಕ್ಕೆ ಬಂದು ಓಡಿಹೋಗಿ ಆಚೆ ಬೀದಿಯಲ್ಲಿದ್ದ ತಾತನಿಗೆ ನಾಗರಾಜನ ಅವತಾರಗಳನ್ನು ಹೇಳಿ ಕರೆದುಕೊಂಡು ಬಂದಳು.

ಅಷ್ಟರಲ್ಲಿ "ಈ ಸೀನ ಇಲ್ಲಿರುದೇ ಬೇಡ ಪಾಪ ಅಂಗಡಿಗಾದರೂ ಹೋಗಿ ಏನಾರ ಕಾಸಿಗೆ ತೆಗೆದುಕೊಂಡು ತಿನ್ನಲಿ" ಎಂದು ಆ ಅಜ್ಜಿ ತನ್ನ ಎಲೆಅಡಿಕೆ ಚೀಲದಿಂದ ನಾಲ್ಕಾಣೆಯ ಬಂದವನ್ನು ಕೊಟ್ಟು ಕಳಿಸಿಬಿಟ್ಟಳು. ಸೀನಿಗೆ ಭಯ ಹಾಗೂ ಹೊಡೆತಗಳ ಹಿಂಸೆಯಲ್ಲಿ ಕಾಸು ಬೇಕಿಲ್ಲದಿದ್ದರೂ ಈ ವಾತಾವರಣದಿಂದ ಹೊರಗಡೆ ಹೋಗುವುದೇ ಸರಿ ಎನಿಸಿದಂತೆ ನಾಲ್ಕಾಣೆ ಹಿಡಿದುಕೊಂಡು ಅಂಗಡಿ ಕಡೆ ನಡೆದುಬಿಟ್ಟ.

ಓಡೋಡಿ ಬಂದ ನಾಗರಾಜನ ಅಪ್ಪ ಅತ್ಯಂತ ವಿಷಾದದ ರೀತಿಯಲ್ಲಿ "ಏನಪ್ಪಾ, ಏನಂತಾ ನನಗೆ ನೀವೆಲ್ಲ ಮಕ್ಳು ಅಂತ ಹುಟ್ಟಿದ್ರೋ. ಸಾಯು ಕಾಲ್‌ದೆಲಾದ್ರು ನನ್ನ ನೆಮ್ಮದಿಯಾಗಿರುಕೆ ಬಿಡ್ಲಿಲ್ಲವಲ್ಲಾ. ಸಾವುರಾರು ಕಷ್ಟಪಟ್ಟು ನನ್ನ ವಲ ಮನೆ ಹಡಾ ಇಟ್ಟು, ಹುಟ್ಟಿಸುದೋನ್ ಮಾಡಬೇಕಾದ ಮದುವೇನೂ ನಾನೇ ನಿಂತ್ಕ ಮಾಡಿಸ್‌ತಿದ್ರೂ. ಒಂದು ಜವಾಬ್‌ದಾರಿ ತಕದೆ, ಈಗ್ಲೂ, ಇಂಥಾ ಟೇಮೆಲಿ, ಇಂಗಾಡ್ತೀರಲ್ಲಾ. ಆ ದೇವ್ರು ನಿಮ್ಮ ಏನಂತ ಹುಟ್ಟುಸ್‌ಬುಟ್ನೊ, ರಾಮ ರಾಮಾ, ಇವೆಲ್ಲ ನೋಡ್ಕಂದಿರುಕಿಂದ ಎಲ್ಲಾರು ದೂರಸ ಹೊಂಟ್ಹೋಗ್ ಬೇಕನಿಸ್ತದೆ...." ಎಂದು ಹೇಳುತ್ತಿರುವಷ್ಟರಲ್ಲೇ–

"ಹೋಗೋ, ಸೂಳೇಮಗನೆ, ಭಾಗ ಕೊಡು ಭಾಗ ಕೊಡು ಅಂದ್ರೆ ಒಂದು ಪೈಸಾನು ಕೊಡ್ದೆ, ಆ ನಿನ್ ಹಿರಿ ಮಗ ಚಿಕ್ಕೈದುನ್‌ಗೇ ಎಲ್ಲನು ಬುಟ್ಟುಬುಟ್ಟು, ಅದ ಮಾಡ್ದೆ ಇದ ಮಾಡ್ದೆ ಅಂತ ಹೇಳ್‌ಬ್ಯಾಡಾ, ನಾನು ಕಂಡಿವಿನಿಕನಾ, ಮದುವೆಗೆ ಅಂತ ಹತ್ತು ಸಾವ್ರ ಮಾಡ್ತಿದ್ದೀಯಲ್ಲಾ ಏನರಾ ಒಂದು ಪೈಸೆ ಕೊಟ್ಟಿದ್ದಿಯಾ ನನಗೆ, ಹೋಕಲಿ ನನ್ ಮಗುನ್‌ಗೆ ಒಂದು ಚಡ್ಡಿ ಬಟ್ಟೆ ವಲ್ಸಿದ್ದಿಯಾ, ಆ ಹಿರಿಮಗ ಐವತ್ತೊರ್ಸ ಆಗಿದ್ರು ಮಮ್ಮಕ್ಳು, ಮುಮ್ಮಕ್ಳು ಬಂದಿದ್ರೂ, ನಾಕ್ನೆ ಮದ್ವೆ ಮಾಡಬೇಕು ಅಂತ ಅವುನ್ ಕೇಳುದ್ರೆ ಏನೂ ಕಾಣದೋನಂಗೆ ಅವುನ್ ಮಾತ್ಗೆ ಸೈ ಅನ್‌ಕಂದಿದ್ದಿಯೆ."

"ಅಯ್ಯೋ..... ಅಯ್ಯೋ...... ನಿನ್ನ ಕೈಮುಗಿತಿನಿ ಮೆತ್ತುಗ್ ಮಾತಾಡೋ ನಾಗರಾಜಾ, ಗಂಡು ಆಚೆ ಮನೆಲದೆ ಅಂತ ಗೊತ್ತಿಲ್ವೆ. ಹೆಣ್ಣೋರಪ್ಪನ್‌ಗೆ ನಾಕ್ ಮದ್ವೆ ಅಂದ್ರೆ ಏನಾಯ್ತುದೆ ಅಂತ ಯೋಚ್ನೆ ಮಾಡಿದ್ದಿಯಾ. ಹೆಂಗೋ ತಾಯಿಲ್ಲದ ಮಗಳು. ಅವರಪ್ಪನ್ ನೋಡುದ್ರೆ ಹಿಂಗೆ ಅಂತ ನಾನು ವಲಮನೆ ಹಡ ಇಟ್ಟು ಮಾಡಿದ್ದೇನೇ ವರ್ತು ನಾನ್ ಯಾವ ಸುಖುಕ್ಕು ಮಾಡ್ಕತಾ ಇಲ್ಲಕನಪ್ಪ. ಮದ್ವೆ ಕೆಲ್ಸ ಎಲ್ಲ ಮುಗುದೋಗ್ಲಿ ನಿನ್ನ ದಮ್ಮಯ್ಯ ವಸಿ ಸುಮ್ನಿರೊ...." ಎಂದು ದೈನ್ಯದಿಂದ

ಮಗನನ್ನು ಬೇಡಿಕೊಳ್ಳುತ್ತಿರುವಷ್ಟರಲ್ಲಿ, ಗಂಡಿನ ಮನೆಯ ಒಂದಿಬ್ಬರು ಬಂದು ಆಗುತ್ತಿದ್ದ ಸ್ಥಿತಿಯನ್ನು ಗಮನಿಸಿ ನಾಗರಾಜನ ಬಳಿಬಂದು "ಬನ್ನಿ ನಾಗರಾಜಪ್ಪಾ, ಆಮೇಲೆ ಮಾತಾಡುವಾ ಈಗವೆಲ್ಲ ಯಾಕೆ, ಬನ್ನಿ ಬನ್ನಿ" ಎಂದು ಕೈಹಿಡಿದು ಎಳೆದರೂ ಬಿಡದೆ–

"ರೀ ಬಿಡ್ರಿ. ಇದು ನನ್ ಮನೆ ಯವಾರ. ಹೆಣ್ಣು ಕೊಟ್ಟಿದ್ದೀವಿ. ಹೆಣ್ ಕರ್‍ಕಂದೋಗ್ತೀರಿ. ಇದ್ರೆಲಿ ನಿಮುದು ಇನ್ನೇನು ಇಲ್ಲ ಹೋಗ್ರಿ" ಎಂದ ಕೂಡಲೇ ಮದುಮಗಳು ಶಾಂತಿ ಓಡಿಬಂದು "ಚಿಕ್ಕಪ್ಪ ಚಿಕ್ಕಪ್ಪ ನಿನ ದಮ್ಮಯ್ಯ ಏನೂ ಇವತ್ತು ಮಾತಾಡಬ್ಯಾಡಕನಪ್ಪಾ, ನನ್ ಮದ್ವೆಗೆ ಮಾಡಿರೋ ಹತ್ತು ಸಾವುರಾನು ನಮ್ಮಣ್ಣ ಓದತಾವ್ನಲ್ಲ, ಅವುನು ಕೆಲ್ಸಕ್ ಸೇರುದ್ ಮ್ಯಾಲೆ ನಿನಗೇ ಕೊಡುಸ್‌ಬುಡ್ತೀನಿ. ಸುಮ್ಮನಿರಪ್ಪಾ, ಈ ಬಾಳ ನೋಡಿ ಗಂಡೇನಾರ ಬೇಜಾರ್ ಮಾಡ್ಕಂಡು ನಿಮ್ಮನೆ ಸವಾಸನೆ ಬ್ಯಾಡ ಅಂತ ಎದ್ದೋಂಟೋದ್ರೆ ತಿರ್‍ಗ ಯಾರ್‍ನಪ್ಪ ನಾನು ಮದ್ವೆ ಆಗೋದು" ಎಂದು ಕಾಲು ಹಿಡಿದುಕೊಂಡಿದ್ದರೂ ನಾಗರಾಜ ಲೆಕ್ಕಿಸದೆ – "ಬಿಡು ಶಾಂತಿ, ನನಗೆ ಗೊತ್ತುಕನ ಏನ್ ಮಾಡ್ಬೇಕು ಅಂತಾ. ನಿಮ್ಮಪ್ಪ ಲೋಫರ್ ಸರಿಯಾಗಿದ್ದಿದ್ರೆ ಅದೊಂತರಾ ಇತ್ತು. ಬರ್‍ಲಿ ಇವತ್ತು. ಈ ಮದ್ವೆ ಮನೇಲೆ ತೀರ್‍ಮಾನ ಆಗೋಗ್ಲಿ. ನಿಮ್ಮಯ್ಯ ಅನ್ನಿಸ್ಕೆಳೋ ಈ ಬೋಳಿಮಗ ಹತ್ ಸಾವ್ರವ ಹೊಲುದ್ ಮ್ಯಾಲ್ ತಂದಿದ್ರೆ, ಅವುನ್ ಕಾಣದಂಗೆ ನಿಮ್ಮಪ್ಪ ಗೌಡ್ರುತಾವು ಹಿತ್ಲು ಮೇಲೆ ಎರಡ್ ಸಾವ್ರ ತಂದು ಯಾರ್‍ಗೂ ಗೊತ್ತಾಗ್‌ದಂಗೆ ದಿಲ್ ಮಾಡ್ಕಂಡ್ ಯಂಡ ಸರಾಪ್ ಕುಡ್ಕಂದವನಲ್ಲಾ, ಬರ್‍ಲಿ ನನಗೆ ಬರಬೇಕಾದ್ ಜಮೀನ್ ಮಡುಗುಬುಟ್ ಮನೆ ವಸುಲು ದಾಟು ಅಂತ ಹೇಳ್‌ತೀನಿ" ಎನ್ನುತ್ತಾ ಹಲ್ಲುಮುಡಿ ಕಟ್ಟಿಕೊಂಡು ಪಡಶಾಲೆಗೆ ಬಂದ.

ನಾಗರಾಜನ ಅಪ್ಪ ಏನನ್ನೂ ಮಾಡದಂತಾಗಿ, ತನ್ನ ಎಂಬತ್ತನೇ ವಯಸ್ಸಲ್ಲೂ "ಇಲ್ಲೀತನಕ ಎಲ್ಲ ಮಕ್ಕಳ ಮದುವೆ ಮಾಡದೆ, ಸತ್ತವರು, ಹುಟ್ಟಿದವರು, ಅವರು ಇವರು ಅಂತಾ ಎಲ್ರುಗೂ ತಿಥಿ ಪಥಿ ಹಬ್ಬ ಎಲ್ಲಾನು ಮಾಡ್ಕ ಬಂದೆ. ಪಾಳೇಗಾರ್ ನಂಗೆ ಇದ್ದ ನನ್ನ ಮನೆತನವನ್ನೆಲ್ಲ ಹುಟ್ಟಿದ ಈ ಮಕ್ಕಳು ಹಾಳು ಮಾಡಿದರು. ಎತ್ತಾಗಾದ್ರೂ ಹೋಗೋಣ ಎಂದ್ರೆ ಕೈಲಿ ಬಲಾ ಸಾಲದು, ಇಲ್ಲೇ ಇರ್‌ವಾ, ಈ ಮನೆಲೇ ಬದುಕ್‌ವಾ ಅಂದ್ರೆ ಈ ಮಕ್ಕಳ ಕಾಟ. ಆ ಚಿಕ್ಕೈದ ಬಂದ್ ಮ್ಯಾಲೆ ಅದೇನಾದದೋ, ಆ ಹಾಳಾದ ಒಂದು ಚಡ್ಡಿ ಮಾತ್ಗೆ ಹಿಂಗೆಲ್ಲಾ ಆಡೋದು ಉಂಟೆ. ಭಾಗ ಕೊಟ್ರು ಒಂದೇ ದಿನಕ್ಕೆ ಯಾರಾರ ಗೌಡ್ರುಗೆ ಮಾರ್‍ಕಂಡು ತಿನ್ನೋ ಇವರಿಗೆ ಯಾವ ರೀತೀಲಿ ಬುದ್ಧಿ ಹೇಳ್ಲಿ. ನನ್ನ ಮನೆ ಮಾನ ಮರ್‍ಯಾದೆನಲ್ಲಾ ಹೀಗೇ ಬೀದಿಪಾಲ್ ಮಾಡ್ತ ಬಂದ್ರಲ್ಲಾ. ವಯಸ್ಸಾಗಿ ನಿಂತ ಮೊಮ್ಮಗ್ಗಳ ಮನೇಲಿ ಇಟಗಂಡು ಇದ್ರೆ ಜನ ತಾನೇ ಏನಂತಾರೆ. ಹೋಗಲಿ ಅವರಪ್ಪ ಏನಾದ್ರೂ ಮದುವೆ ಮಾಡ್ತಿದ್ನೆ. ಯಾರೂ ನನ್ನ ಅರ್ಥ ಮಾಡಿಕೊಳ್ಳದೆ ಈ ಚಡ್ಡಿ ನೆಪ ಹಿಡ್ಕೊಂಡು ಮದುವೆ ಮನೇನೆಲ್ಲ ರಣರಂಗ ಮಾಡ್ತಾ ಇದ್ದಾರಲ್ಲಾ" ಎನ್ನುತ್ತ ಗೋಡೆಗೊರಗಿಕೊಂಡು,

"ಮೊಗಾ, ಶಾಂತಿ, ವಸಿ ನೀರ್‌ತಗಬವ್ವಾ" ಎಂದ.

ಶಾಂತಿಯ ಮುಖ ಕಪ್ಪಿಟ್ಟಿತ್ತು. ಸಿದ್ದಿ ಹಿತ್ತಲ ಬಾಗಿಲಿಂದ ಓಡಿಹೋದವಳು ಇನ್ನೂ ಬಂದಿಲ್ಲ ಎಂದು ತಾತನ ಕಿವಿಯಲ್ಲಿ ಮೆತ್ತಗೆ ಹೇಳಿ ನೀರು ಕೊಟ್ಟಳು. ಆಗಲೀಗ ತನ್ನ ಸಾವು ಮೂರೇಗೇಣಳತೆಯಿದೆ ಎನಿಸಿ, ಏನಾದದೋ, ಏನ್‌ಕತೆಯೊ ಎಲ್ಲಾರ ಬಾವಿ ಗೀವಿಗೆ ಬಿದ್ದು ಪ್ರಾಣ ಕಳಕಂಡ್ರೆ ಏನಪ್ಪಾ ಗತಿ. ನನ್ನ ಮನೆ ಜನನೆಲ್ಲ ಹಿಂಗೇ ಆಗೋದ್ರಲ್ಲಾ..... ಎಂದು ದುಗುಡದಲ್ಲಿ ನೀರು ಕುಡಿದು, ಚಾಮಪ್ಪನ ಮಗ ಕರಿಯನನ್ನು ಸೈಕಲ್ ಕೊಟ್ಟು "ನಿನ್ ದಮ್ಮಯ್ಯ ಅಂತೀನಿ, ಎಲ್ಲಾರ ನಮ್ಮ ಸಿದ್ದಿ ಇದ್ರೆ ನೋಡ್ಕಬರೋಗಪ್ಪಾ" ಎಂದು ಕಳಿಸಿದ.

ಇಡೀ ಮದುವೆ ಮನೆ ಒಂದು ಸ್ಮಶಾನದಂತೆ ಆಯಿತು. ಬಂದಿದ್ದ ಎಲ್ಲ ನೆಂಟರೂ, ಒಂದೊಂದು ರೀತಿಯಲ್ಲಿ ಎಲ್ಲರ ಬಗೆಗೆ ಮಾತನಾಡಿಕೊಂಡ್ರು. ಹೆಂಗೊ, ಆಯ್ತು ಹೋಯ್ತು ಬಿಡ್ರಪ್ಪಾ, ನಾಳೆ ಒಂದಿನಾ ಕಳುದ್ರೆ ಆ ಶಾಂತಿ ಅವಳ ಮನೆಗೆ ಅವುಳೋಯ್ತಳೆ, ಆಮೆಕೆಂಗಾರು ಇವರು ಕಚ್ಚಾಡ್ಲಿ ಎಂಬ ನಿರ್ಣಯದಿಂದ ಕುಳಿತರು.

* * * *

ನಾಗರಾಜ ಪಡಸಾಲೆ ತುದಿಯಲ್ಲಿ ಕಾಲಿನ ಮೇಲೆ ಕಾಲು ಹಾಕಿಕೊಂಡು ಬೀಡಿ ಹಚ್ಚಿ ದೀರ್ಘವಾಗಿ ಹೊಗೆ ಎಳೆದು ಹೊರಕ್ಕೆ ಬಿಟ್ಟ. ಅಲ್ಲಿ ಕುಳಿತಿದ್ದ ಹಲವರ ಮುಖವನ್ನು ಹಾಯ್ದು ಹೊಗೆ ಹರಿಯಿತು. ಒಂದೊಂದು ಬಾರಿಗೂ ಉಗುಳಿದ ಹೊಗೆ ಅಲ್ಲೆಲ್ಲ ಆವರಿಸಿದಂತೆ...... ಯಾರೋ ಆರ್ತ ಸ್ವರದಲ್ಲಿ ನಡುಗುತ್ತ ಓಡಿಬಂದು ಪಡಸಾಲೆ ತುಂಬ ಕುಳಿತಿದ್ದ ಜನರನ್ನು ಉದ್ದೇಶಿಸಿ–

"ಅಯ್ಯೋ, ನಿಮ್ಮ ಸೀನ ಸರ್ಕಲ್ ತಾವು ಲಾರಿಗೆ ಸಿಕ್ಕೋಗವನೆ. ಬನ್ರಪ್ಪೊ" ಎಂದು ಗೋಳು ಹಾಕಿಕೊಂಡ. ಕುಳಿತಿದ್ದ ಇಡೀ ಸಮೂಹಕ್ಕೆ ಸೀನಿಯ ಈ ಅಚಾನಕ್ ಆದ ಅನಿರೀಕ್ಷಿತ ಸುದ್ದಿ ಕೇಳಿ ಅವರವರ ಎದೆಗಳು ಹೊಡೆದು ಹೋದಂತಾಗಿ, ಎದ್ದೆದ್ದು ಸರ್ಕಲ್ಲಿನ ಕಡೆ ಓಡಿದರು.

ನಾಗರಾಜ ಒಂದೇ ಬಾರಿ 'ಹಾಃ' ಎಂದವನೇ ಇಡೀ ದೇಹವೇ ನಜ್ಜಿ ಹೋದಂತವನಾಗಿ ಓಡಿಬಂದ. ಸರ್ಕಲ್ಲಿನ ತುಂಬ ಜನ ಸಂತೆಯಂತೆ ನೆರೆದರು. ಹತ್ತಾರು ಜನರ ಲೊಚಗುಟ್ಟುವ ಸದ್ದನ್ನು ಉಳಿದು ಇನ್ನೇನೂ ಕೇಳಿಸುತ್ತಿರಲಿಲ್ಲ. ನಾಗರಾಜ ಮಗನ ಜಜ್ಜಿಹೋದ ಅರ್ಧ ದೇಹವನ್ನು ನೋಡಿ ಮೂರ್ಛೆ ಹೋದ. ಸಿದ್ದಿಯ ಪತ್ತೆಯೇ ಇರಲಿಲ್ಲ. ನಾಗರಾಜನ ಅಪ್ಪ ಕಣ್ಣಿನ ತುಂಬಾ ನೀರು ಹೊತ್ತುಕೊಂಡು "ಅಯ್ಯೋ ಮಗನೆ ಎಂಥಾ ಸಾವು ಬಂತಪ್ಪಾ" ಎಂದು ರಕ್ತಸಿಕ್ತವಾದ ದೇಹವನ್ನು ಬಾಚಿಕೊಳ್ಳಲು ಹೋದ. ಯಾರು ಯಾರೋ ತಡೆದರು. ಚಡ್ಡಿ ಇರದಿದ್ದ ಸೊಂಟದ ತನಕ ಜಜ್ಜಿಹೋಗಿದ್ದ. ಆ ಎಳೆ ಕಾಲುಗಳು, ಸೊಂಟ ಇನ್ನಿಲ್ಲದ ದುಃಖವನ್ನು ಎಲ್ಲರೆದೆಯಲ್ಲೂ ಉಂಟು ಮಾಡಿತು. ನಾಲ್ಕಾಣೆ ಬಂದವನ್ನೂ ಕೊಟ್ಟು 'ತಿಂಡಿ ತಿನ್ನೋಗು' ಎಂದು ಕಳಿಸಿಕೊಟ್ಟಿದ್ದ ಅಜ್ಜಿ ಪಾಪಭೀತಿಯಿಂದ, 'ಅಯ್ಯೋ ಕಂದಾ' ಎಂದು ಆ ಸೀನಿಯ ಮುಖದ ಮೇಲೆ ಬಿದ್ದು ಗೋಳಾಡ ಹತ್ತಿದಳು. ಅರ್ಧ ಹೊಟ್ಟೆಯ ಮೇಲಿನ ಭಾಗ ಹಾಗೇ ಉಳಿದಿದ್ದು,

ನಾಲ್ಕಾಣೆಗೆ ತೆಗೆದುಕೊಂಡಿದ್ದ ಹಸಿರು ಬಣ್ಣದ ಗಿಳಿಗಳ ಬಿಸ್ಕೇಟುಗಳು ಮೂರು ನೆಲದ ಮೇಲೆ ಬಿದ್ದು ಇನ್ನೂ ಎರಡು ಕೈಯಲ್ಲೇ ಬಿಗಿಯಾಗಿ ಉಳಿದಿದ್ದವು. ಸೀನಿಯ ಅರೆತೆರೆದ ನೀಲವಾದ ವಿಶಾಲವಾದ ಕಣ್ಣುಗಳು ಮೆಲ್ಲಗೆ ಅಪ್ಪನನ್ನೇ ಭೀತಿಯಿಂದ ನೋಡುವ ಹಾಗೆ ತೆರೆದುಕೊಂಡಿದ್ದವು.

ನಿಂತಿದ್ದವರಲ್ಲಿ ಯಾರೋ ಹೇಳಿದರು "ಅಷ್ಟೊತ್ತಿಂದ್ಲೂ ಇಲ್ಲೆ ನಿಂತಿದ್ದ. ನಾನು 'ಹೋಗ್ಲಾ ಸೀನಿ ಮದುವೆ ಮನೆಲಿ ಓಡಾಡು' ಎಂದರೂ 'ನಮ್ಮಪ್ಪ ವಡಿತನೆ' ಎನ್ನುತ್ತಾ ಬಿಕ್ಕಳಿಸುತ್ತಾ ಎತ್ತೆತ್ತೆಗೋ ನೋಡ್ಕ ನಿಂತಿದ್ದ. ಅಷ್ಟೇಲಿ ಆ ಲಾರಿ ಬರ್‍ರಂತ ಬಂದದ್ದೇ ನುಗ್ಗಿಬಿಡುತು" ಎಂದು ಮೌನದ ಜೊತೆಗೆ ಮೌನವಾದ.

ಶಾಂತಿಯ ಅಪ್ಪ ಚಿಕ್ಕ ಹೈದ ಎಲ್ಲಿಂದಲೋ ಸುದ್ದಿ ಕೇಳಿ ಓಡಿಬಂದು "ಇದಕ್ಕೆಲ್ಲ ಕಾರಣ ಆ ನಾಗರಾಜನೇ ಹೊರ್ತು ಯಾರೂ ಅಲ್ಲ" ಎನ್ನುತ್ತಾ ಯಂಡದ ಅಮಲಿನಲ್ಲಿ ಮೂರ್ಛೆ ಹೋಗಿದ್ದ ನಾಗರಾಜನ ಕಡೆ ಕಣ್ಣು ಹೊರಳಿಸಿದ. ಮದುವೆ ಮನೆಯ ಎಲ್ಲರೂ ಈಗಂತು ದಿಕ್ಕು ತೋಚದಾಗಿ ನಿಂತರು.

ಶಾಂತಿಯ ಗಂಡ ಕರ್ಚೀಫಿನಿಂದ ಕಣ್ಣು ವರೆಸಿಕೊಳ್ಳತೊಡಗಿದ.

29. ವ್ಯಭಿಚಾರ

– ಬಿ.ಟಿ. ಜಾಹ್ನವಿ

"ಲೇ ಸುಜೀ..... ಅದು ಬರ್‍ತಿದೇ ಕಣೇ....." ಎಂದು ಕೂಗುತ್ತ ಮಧ್ಯಾಹ್ನದ ಸಿಹಿನಿದ್ದೆಯ ತಯಾರಿಯಲ್ಲಿದ್ದ ನನ್ನನ್ನು ನನ್ನ ತಂಗಿ ಸವಿತ ಬಂದು ಕೈಹಿಡಿದು ಎಳೆಯತೊಡಗಿದಳು. ನಾನು ಕಣ್ಣರಳಿಸಿ "ಎಲ್ಲಿ?" ಎಂದೆ. "ಇಲ್ಲೆ ಕುತ್ಕೊಂಡು ಎಲ್ಲಿಂದ್ರೆ ಹೇಗೆ ಕಾಣ್ಸುತ್ತೆ? ಬೇಗ ಎದ್ಬಾ ಸ್ವಲ್ಪ ತಡವಾದ್ರು ಆ ಪ್ರಾಣಿ ಗುಹೆಯೊಳಕ್ಕೆ ನುಸುಳಿಬಿಡುತ್ತೆ...." ಸವಿ ನನ್ನ ಹೆಚ್ಚುಕಮ್ಮಿ ಎಳೆದುಕೊಂಡೇ ಹೊರಟಳು. ನಾವು ವರಾಂಡದೊಳಕ್ಕೆ ಕಾಲಿಡುವುದಕ್ಕೂ ಸವಿ ಹೇಳಿದ ಆ ಪ್ರಾಣಿ ನಮ್ಮನೆ ಮುಂದೆ ಹಾಯುವುದಕ್ಕೂ ಸರಿಹೋಯ್ತು. ನಾವು ಕಿಟಕಿಯಿಂದ ಇಣುಕುತ್ತಿರುವಂತೆಯೇ ನಮ್ಮನೆಯ ಎದುರು ಮನೆಯಿಂದ ಎಡಕ್ಕಿದ್ದ ಎರಡನೆ ಮನೆಯ ಮುಂದೆ ನಿಂತು, ಗೇಟು ತೆರೆದು ಒಳನಡೆದು ಕಾಲಿಂಗ್‌ಬೆಲ್ ಮೇಲೆ ಬೆರಳಿರಿಸಿತ್ತು ಆ ಪ್ರಾಣಿ. ಕೆಲವೇ ಕ್ಷಣಗಳಲ್ಲಿ ಆ ಮನೆಯ ಬಾಗಿಲು ತೆರೆಯಿತು. ತೆರೆದ ವ್ಯಕ್ತಿ ನಮಗೆ ಕಾಣಿಸಲಿಲ್ಲ. ಆದರೆ ಹೊರಗಿನ ಪ್ರಾಣಿ ಒಳನುಸುಳಿದ್ದು ಸ್ಪಷ್ಟವಾಗಿ ಕಾಣಿಸಿತು. ಹಿಂದೆಯೇ ಬಾಗಿಲು ಮುಚ್ಚಿದಾಗ "ಹದಿನೈದು ದಿವಸ ಎಲ್ಲಿ ನಾಪತ್ತೆ ಆಗಿತ್ತೊ? ಬಹುಶಃ ಬೇರೆಲ್ಲಿಯಾದ್ರು ಕಾಂಟ್ರಕ್ಟ್ ಇತ್ತೊ ಏನೋ...." ಸವಿ ಕುಚೇಷ್ಟೆ ದನಿಯಲ್ಲಿ ಹೇಳಿದಳು. "ಎಲ್ಲಿ ಹಾಳಾಗೋಗಿದ್ನೊ ಮತ್ತೆ ಪ್ರತ್ಯಕ್ಷ ಆಗಿದ್ದಾನೆ...." ಎಂದೆ ನಾನು. ನಮ್ಮ ತಲೆಗಳನ್ನು ಕಿಟಕಿಯಿಂದ ಒಳಕ್ಕೆಳೆದುಕೊಂಡು ಮಹಡಿ ಏರಿದೆವು. ಮೇಲೆ ರೂಂನಲ್ಲಿ ಎಲ್ಲಾ ಕಿಟಕಿಗಳನ್ನು ತೆರೆದು, ಆ ಮನೆ ಸರಿಯಾಗಿ ಕಾಣುವಂತೆ ಇಬ್ಬರೂ ಕುರ್ಚಿ ಎಳೆದುಕೊಂಡು, ಆ ಪ್ರಾಣಿಯಿಂದು ಎಷ್ಟೊತ್ತಿಗೆ ವಾಪಸ್ಸು ಬರುವುದೋ ಎಂಬ ಕುತೂಹಲದಿಂದ ಕುಳಿತೆವು. ಟೈಂ ಪಾಸ್ ಮಾಡಲು ಕೇರಂ ಆಡಲು ನಿರ್ಧರಿಸಿ, ಪಾನ್ಸ್ ಜೋಡಿಸುತ್ತಿದ್ದಾಗಲೇ ಆ ಮನೆಯ ಗೇಟು ಶಬ್ದವಾಗಿ ಸರಕ್ಕನೆ ಎದ್ದು ನೋಡಿದರೆ ಆ ಪ್ರಾಣಿ ಗೇಟು ತೆರೆದುಕೊಂಡು ಹೊರಬರುತ್ತಿದೆ.

"ವಾಟ್ ಎ ಸರ್‌ಪ್ರೈಸ್! ಹೋಗಿನ್ನು ಹತ್ತು ನಿಮಿಷ ಕೂಡ ಆಗಿಲ್ಲ ಆಗ್ಲೆ ವಾಪಸ್ಸು ಬರ್‍ತಿದ್ದಾನೆ....!" ನಾನು ಆಶ್ಚರ್ಯದಿಂದ ಉದ್ಗರಿಸುತ್ತಿದ್ದಂತೆ ಆ ಪ್ರಾಣಿ ನಮ್ಮನೆಯನ್ನು ಸಮೀಪಿಸಿತ್ತು. "ಏನಿಲ್ಲಾಂದ್ರು ಒಂದ್ಮೂರು ರೌಂಡಾದ್ರು ಮುಗ್ಸಿ ಬರ್‍ಬಹುದು ಅಂದ್ಕೊಂಡಿದ್ರೆ ಇದೇನು ಹೀಗೇ....? ಏನೋ ಎಡವಟ್ಟಾಗಿದೆ ಕಣೇ..." ಸವಿ ಹೇಳಿದಾಗ ಇಬ್ರೂ ಜೋರಾಗಿ ನಕ್ಕೆವು. ನಮ್ಮ ನಗು ಕೇಳಿಸಿತೇನೋ ಹಿಂದಕ್ಕೆ

ತಿರುಗಿನೋಡಿತು. ನಾವು ಕೆಳಗಿಳಿದು, ಬಾಗಿಲು ತೆರೆದು ಹೊರಬಂದಾಗ ಆಗಲೇ ಬೀದಿಯ ತಿರುವಿನಲ್ಲಿತ್ತು. ನಮ್ಮನ್ನು ನೋಡಿದ್ದೆ ಎದುರು ಮನೆಯ ವಿಮಲ ಆಂಟಿಯೂ ಹೊರಬಂದರು. "ಏನ್ ಆಸಾಮಿ ದಿಢೀರ್ ಅಂತ ಪ್ರತ್ಯಕ್ಷ ಆಗಿ ದಿಢೀರಂತ ಮಾಯ ಆಗ್ಬಿಟ್ನಲ್ಲಾ...." ಆಂಟಿ ನಗುತ್ತ ಅಂದಾಗ "ಅಯ್ಯೊ ಅವ್ನು ಪ್ರತ್ಯಕ್ಷ ಆಗಿದ್ದು, ಮಾಯ ಆಗಿದ್ದು ಮುಖ್ಯ ಅಲ್ಲ ಆಂಟಿ ಹತ್ತೇ ನಿಮಿಷದಲ್ಲಿ ಮಾಯವಾಗಿದ್ದು ಮುಖ್ಯ...." ಎಂದು ಸವಿ ಅದು ಹೋದ ದಿಕ್ಕನ್ನೆ ನೋಡುತ್ತ "ಅಲ್ಲಾ ಹದಿನೈದು ದಿನದ ಹಿಂದೆ ನಿತ್ಯ ಬರೋವಾಗ್ಲೇ ಹೊರ ಬರೋದು ಎರಡ್ಮೂರು ಗಂಟೆಯಾಗಿರೋದು..... ಈಗ ಹದಿನೈದು ದಿನದ ಗ್ಯಾಪ್ ಆದ್ಮೇಲೂ ಕನಿಷ್ಠ ಅಂದ್ರೇ ಆರೇಳು ಗಂಟೇನಾದ್ರು ಇರ್ಬೇಕಿತ್ತು...." ಸವಿ ಕಣ್ಣೊಡೆದು ಹೇಳಿದಾಗ ವಿಮಲ ಆಂಟಿ ಕಣ್ಣಗಲಿಸಿ "ಎಯ್ ಹುಡ್ಗಿ ಬಹಳ ಜೋರಾಗ್ತಿದ್ದೀ...." ಎಂದರು ನಗುತ್ತ. ನಾವು ನೋಡುತ್ತಿದ್ದಂತೆಯೇ ನಮ್ಮ ಬೀದಿಯಲ್ಲಿ ಅಲ್ಲಲ್ಲಿ ನಮ್ಮಂತೆ ನಾಲ್ಕೈದು ಗುಂಪುಗಳು ಸೃಷ್ಟಿಯಾದವು. ನಾವು ಮಾತಾಡುತ್ತಿದ್ದ ವಿಷಯವೇ ಅಲ್ಲಿಯೂ ಚರ್ಚಿತವಾಗುತ್ತಿರುವುದರಲ್ಲಿ ಯಾರಿಗೂ ಸಂಶಯವಿರಲಿಲ್ಲ. "ನಾನೆಲ್ಲೊ ಗುಡ್‌ಬೈ ಹೇಳಿರಬೇಕು ಅಂದ್ಕೊಂಡಿದ್ದೆ...." "ಅಯ್ಯೋ ಅಷ್ಟು ಸುಲಭ ಅಲ್ಲಮ್ಮ ಅದು ಬಿಡೋದು...." "ಹೌದಾ ಆಂಟಿ ಅದು ಬಿಡೋದು ಅಷ್ಟು ಸುಲಭ ಅಲ್ವಾ.....?!" ಅಲ್ಲಾ ಎಲ್ಲರಿಗೂ ಗೊತ್ತಾಗಿರೋವಾಗ ಆ ಮನೆಯೋರಿಗೆ ಗೊತ್ತಾಗಿರಲ್ವಾ...? ಸೋ ವಂಡರ್ ಅಲ್ವಾ? ನಮ್ಮ ಮಾತುಗಳು ಆ ವಿಷಯದ ಸುತ್ತಲೇ ಹರಿದಾಡುತ್ತಿದ್ದವು. ನಿಜವಾಗಿಯೂ ಎಲ್ಲರಿಗೂ ಇದೊಂದು ಬಿಡಿಸದ ಒಗಟಾಗಿತ್ತು. ಈ ಪ್ರಾಣಿ ಈ ಬೀದಿಯಲ್ಲಿ ಕಾಣಿಸಲು ತೊಡಗಿ ಎರಡು ವರ್ಷಗಳಾಗುತ್ತ ಬಂದಿತ್ತು. ಆದರೆ ಎರಡು ವಾರಗಳ ಕಾಲ ನಾಪತ್ತೆಯಾದದ್ದು ಇದೇ ಮೊದಲು. ನನ್ನ ಮನಸ್ಸು ಎರಡು ವರ್ಷಗಳ ಹಿಂದಕ್ಕೋಡಿತು.

ಆ ಮನೆಯ ಮಾಲೀಕರು ಮುತ್ತಣ್ಣನವರು. ಸುಮಾರು ನಲವತ್ತೈದರ ಅಂಚಿನಲ್ಲಿದ್ದರೂ ಒಳ್ಳೆ ಮೂವತ್ತೈದರ ಮೈಕಟ್ಟು. ಅವರ ಹೆಂಡತಿ ಲೀಲಾವತಿ. ಮುತ್ತಣ್ಣನವರಿಗೆ ಹೇಳಿಮಾಡಿಸಿದ ಜೋಡಿ. ಇಬ್ಬರು ಮುದ್ದಾದ ಮಕ್ಕಳು ರವಿ, ಕಿರಣ್. ಒಟ್ಟಲ್ಲಿ ಅದೊಂದು ಸುಂದರ ಸಂಸಾರ. ಲೀಲಾವತಿ, ನಮುಗೆಲ್ಲ ಲೀಲಕ್ಕ ಸ್ನೇಹಜೀವಿ. ತುಂಬಾ ರೂಪವಂತೆ. ಬೆಳಗ್ಗಿನಿಂದ ಸಂಜೆ ಮಕ್ಕಳು ಮನೆಗೆ ಹಿಂದಿರುಗುವವರೆಗೆ ಲೀಲಕ್ಕ ಫ್ರೀ. ಆ ಸಮಯದಲ್ಲಿ ನಿಟ್ಟಿಂಗೋ ಇಲ್ಲ ಪೇಂಟಿಂಗೋ ಮಾಡುತ್ತಿದ್ದರು. ಎಲ್ಲರೊಡನೆ ಬೇಗ ಹೊಂದಿಕೊಂಡರೂ ನನ್ನೊಡನೆ ಅವರ ಒಡನಾಟ ಜಾಸ್ತಿ. ಶ್ರೀಮಂತಿಕೆಯಿದ್ದರೂ ಸರಳ ಸ್ವಭಾವದ ಆಕೆ ಬೀದಿಯವರಿಗೆಲ್ಲ ಮೆಚ್ಚಿನವರಾದರು. ನಾನಂತು ಅವರನ್ನು ಸ್ವಂತ ಅಕ್ಕನಂತೆ ಕಾಣುತ್ತಿದ್ದೆ. ಹೊರಗೆ ಹೋಗುವಾಗಲೆಲ್ಲಾ ನಾನೇ ಅವರಿಗೆ ಜತೆ. ರಾತ್ರಿ ಹನ್ನೆರಡರ ತನಕ ಅವರೊಡನೆ ಹರಟೆ ಹೊಡೆಯುತ್ತಿದ್ದೆ. ಮುತ್ತಣ್ಣ ಊರಲ್ಲಿ ಇರುತ್ತಿದ್ದುದೇ ಅಪರೂಪ. ಇದ್ದಾಗಲೂ ಮನೆಗೆ ಬರುವಾಗ ಹನ್ನೆರಡಾಗುತ್ತಿತ್ತು. ಅವರಿಬ್ಬರು ಕೂಡಿ ಹೊರಹೋಗಿದ್ದನ್ನು ನೋಡಿದ್ದೆ ಅಪರೂಪ. ಅವರ ಮನೆಗೆ ಬೇರೆ ಸ್ನೇಹಿತರಾಗಲಿ,

ಸಂಬಂಧಿಗಳಾಗಿ ಬಂದಿದ್ದನ್ನೂ ನಾವು ಕಾಣೆವು. ಆದರೆ ಇದ್ದಕ್ಕಿದ್ದಂತೆ ಈ ಪ್ರಾಣಿ ಎಲ್ಲಿಂದಲೋ ಪ್ರತ್ಯಕ್ಷನಾದ. ಲೀಲಕ್ಕ ನನ್ನೊಂದಿಗೆ ದೂರದ ಸಂಬಂಧಿ ಎಂದು ಹೇಳಿದ್ದರು. ನಾವು ನೋಡಿದ ಆ ಮನೆ ಪ್ರವೇಶಿಸಿದ ಮೊದಲ ಸಂಬಂಧಿ ಅವನೇ. ನೋಡಲು ಲಕ್ಷಣ ಅಂತಲೂ ಹೇಳಲಾಗದ, ತೆಳ್ಳಗೆ ಬಳುಕುತ್ತ, ಉದ್ದಕ್ಕಿದ್ದ ಮನುಷ್ಯ ಮೊದಮೊದಲಿಗೆ ತಿಂಗಳಿಗೊಮ್ಮೆ ಎರಡು ಬಾರಿ ಬರುತ್ತಲಿದ್ದ. ಆದರೆ ಬರುಬರುತ್ತ ನಿತ್ಯ ಕಾಣಿಸತೊಡಗಿದ. ಆತ ಮನೆಯಲ್ಲಿರುವ ಸಮಯ ಲೀಲಕ್ಕ ಹೊರಗೇ ಬರುತ್ತಿರಲಿಲ್ಲ. ಅವನು ಹೋದನಂತರವೇ ಬರುತ್ತಿದ್ದುದು. ಆತನ ನಿತ್ಯದರ್ಶನ ನಮಗೆ ಲಭ್ಯವಾದಂತೆ ನಮ್ಮ ನೆಚ್ಚಿನ ಲೀಲಕ್ಕನ ದರ್ಶನ ಅಪರೂಪವಾಗತೊಡಗಿತ್ತು. ಆತ ಯಾವಾಗಲು ಯಾರೂ ಇಲ್ಲದ ಸಮಯದಲ್ಲೆ ಬಂದು ಹೋಗುತ್ತಿದ್ದು, ಅವನ ಈ ತೆರನ ವರ್ತನೆ ಬೀದಿಯವರೆಲ್ಲರ ಅನುಮಾನಕ್ಕೆ ಎಡೆಯಾಯ್ತು. ಕೆಲವರಾಗಲೇ ಅವರೊಂದಿಗೆ ಮಾತನಾಡುವುದನ್ನೇ ಬಿಟ್ಟಿದ್ದರು. ಆದರೆ ಅಪರೂಪಕ್ಕೆ ಹೊರಬಂದಾಗಲು ನನ್ನೊಡನೆ ಎಂದಿನಂತೆ ಸ್ನೇಹದಿಂದ ಮಾತಾಡುತ್ತಿದ್ದರು. ನಮಗೆ ತಿಳಿದಂತೆ ಈ ಮನುಷ್ಯ ಮುತ್ತಣ್ಣನವರನ್ನು ಭೇಟಿಯಾದಂತೆ ಇರಲಿಲ್ಲ. ಅವರಿಲ್ಲದ ಸಮಯದಲ್ಲೇ ಅವನು ಬರುತ್ತಿದ್ದುದು ಸಹಜವಾಗಿ ಎಲ್ಲರ ಕುತೂಹಲ ಹೆಮ್ಮರವಾಗಿ ಅನುಮಾನ ಮೊಳಕೆಯೊಡೆದಿತ್ತು. ನಾನು ಎಷ್ಟೊ ಬಾರಿ ಈ ಬಗ್ಗೆ ಅವರನ್ನ ಕೇಳಬೇಕೆಂದು ಪ್ರಯತ್ನಿಸಿ, ಸಂಕೋಚದಿಂದ ಸೋತುಹೋಗಿದ್ದೆ. ನಾನು ಅವರೊಡನೆ ಬೆರೆಯುವ ಬಗ್ಗೆ ಅಮ್ಮನಾಗಲೇ ಅಸಮಾಧಾನ ವ್ಯಕ್ತಪಡಿಸುತ್ತಿದ್ದಳು. ನಾನು ಆಕೆಯೊಡನೆ ಮಾತಾಡಿ ಬಂದೆನೆಂದರೆ ಸಿಡುಕತೊಡಗುತ್ತಿದ್ದಳು. ಸವಿ, ವಿಮಲ ಆಂಟಿ ಎಲ್ಲರೂ ಅಮ್ಮನಿಗೆ ಸಪೋರ್ಟ್. ಆದರೆ ನನಗ್ಯಾಕೋ ಲೀಲಕ್ಕನ ಬಗ್ಗೆ ಒಳ್ಳೆಯ ಅಭಿಪ್ರಾಯ ಇನ್ನೂ ಇತ್ತು. ಆದರೆ ನನ್ನ ಅಭಿಪ್ರಾಯವೂ ಬದಲಾಗುವಂತಹ ಘಟನೆಯೊಂದು ಶುಕ್ರವಾರದ ಮಧ್ಯಾಹ್ನ ನಡೆದು ನಾನು ಯಾವುದನ್ನು ಸುಳ್ಳೆಂದು ಸಾಧಿಸಬೇಕೆಂದು ಅಂದುಕೊಂಡಿದ್ದೆನೊ ಅದು ನಿಜವಾಗಿ, ದೃಢಪಟ್ಟಿತ್ತು. ಅಂದು ನಾನು, ಆಂಟಿ ನಡುಮನೆಯಲ್ಲಿ ಮಾತನಾಡುತ್ತಿದ್ದಾಗ ಮಹಡಿಯ ರೂಂನಲ್ಲಿದ್ದ ಸವಿ ಜೋರಾಗಿ "ಸುಜೀ...... ಆಂಟೀ...." ಎಂದು ಕೂಗಿದಳು. ನಾವು ಮೇಲಕ್ಕೆ ಹೋಗಿ ನೋಡಿದಾಗ ಎಂದೂ ಮಧ್ಯಾಹ್ನ ಮನೆಗೆ ಬಾರದ ಮುತ್ತಣ್ಣ ಇಂದು ಕಾಲಿಂಗ್‌ಬೆಲ್ ಒತ್ತುತ್ತಾ ನಿಂತಿದ್ದರು. ಆ ಸಮಯದಲ್ಲಿ ಆತ ಒಳಗಿದ್ದ. ಸವಿ ಒಮ್ಮೆಲೇ ಏಣಿಯೇರಿ ಟೆರೆಸ್ ಏರಿದಳು. ನಾವೂ ಆಕೆಯನ್ನು ಹಿಂಬಾಲಿಸಿದೆವು. ನಮ್ಮ ಮನೆಯ ಟೆರೆಸ್ ಮೇಲಿನಿಂದ ಎದುರು ಮನೆಗಳ ಹಿತ್ತಲು, ಹಿಂದಿನ ಸಾಲು ಚೆನ್ನಾಗಿ ಕಾಣುತ್ತಿದ್ದವು. ನಾವು ನೋಡುತ್ತಿರುವಂತೆಯೇ ಆತ ಆ ಮನೆಯ ಹಿತ್ತಲಿಂದ ಹೊರಬಿದ್ದು ಹೋಗುತ್ತಿರುವುದು ಕಂಡಿತು. ಸವಿ ಜೋರಾಗಿ ಶಿಳ್ಳೆ ಹಾಕಿದಳು. ಮರುಕ್ಷಣವೇ ಮುಂದಿನ ಬಾಗಿಲು ತೆರೆದು, ಮುತ್ತಣ್ಣ "ಯಾಕಿಷ್ಟು ಹೊತ್ತು..... ?" ಎಂದು ಒಳಹೋದದ್ದು ಒಟ್ಟಿಗೇ ನಡೆದವು. ಪೆಚ್ಚಾಗಿ ನಿಂತಿದ್ದ ನನ್ನನ್ನು ನೋಡಿ "ನೀನ್ಯಾಕೆ ಹೀಗೆ ಮುಖ ಸಣ್ಣಗೆ ಮಾಡ್ಕೊಂಡಿದ್ದಿ..... ? ಸಾಕ್ಷಿ ಸಮೇತ ನಿನ್ನ ಲೀಲಕ್ಕನ ವ್ಯಭಿಚಾರನ ಹಿಡಿದುಕೊಟ್ಟಿದ್ದೀನಿ ನೋಡು. ಅವರಿಬ್ಬರ

ಮಧ್ಯೆ ಏನೋ ಅನೈತಿಕವಾದದ್ದು ನಡೆಯುತ್ತಿದೆ ಎಂಬುದನ್ನು ಈಗಲಾದರೂ ಒಪ್ಕೋತೀಯಾ.....?" ಸವಿ ಕೇಳುತ್ತಿದ್ದಳು. ಲೀಲಕ್ಕನ ಬಗೆಗಿದ್ದ ಒಳ್ಳೆಯ ಭಾವನೆಗಳು ಪುರ್ರನೆ ಹಾರಿಹೋಗಿದ್ದವು. "ಇಂಥವ್ರಿಗಿಂತ ರೆಡ್‌ಲೈಟ್ ಏರಿಯಾದೋರೇ ವಾಸಿ. ಅವರಾದ್ರೆ ಯಾವ್ದೊ ಒತ್ತಡಕ್ಕೆ, ಬಲವಂತಕ್ಕೆ ಸಿಕ್ಕು ಆ ದಾರಿಗಿಳಿದಿರ್ತಾರೆ..." ಸವಿ, ಆಂಟಿ ಇಬ್ಬರೂ ಸೇರಿ ಅವಳ ಜಾತಕ ಜಾಲಾಡುತ್ತಿದ್ದರು.

ಸವಿಯ ಈ ಸಂಶೋಧನೆ ಇಡೀ ಬೀದಿಗೆ ತಿಳಿಯುವುದು ತಡವಾಗಲಿಲ್ಲ. ಹೀಗಾಗಿ ಬೀದಿಯ ನಾಲಿಗೆ ಉದ್ದವಾಗಿತ್ತು. ಅಂದಿನಿಂದ ನಾನು ಅಪ್ಪಿತಪ್ಪಿಯೂ ಅವರ ಮನೆಯತ್ತ ತಲೆಹಾಕಲಿಲ್ಲ. ಅವರಾಗಿಯೇ ಮಾತನಾಡಿಸಲು ಬಂದಾಗಲೂ ಮುಖತಿರುವಿದ್ದೆ. ಅಪರೂಪಕ್ಕೆ ಆಕೆಯೇನಾದರೂ ಹೊರಗೆ ನಿಂತಲ್ಲಿ ಸವಿ "ಏನ್ ಆಂಟಿ ಇವೊತ್ತು ಆರಾಮಾಗಿ ಹೊರಗ್ಬಂದಿದ್ದೀರಿ? ಇವತ್ತು ರಜಾನ?" "ಆಂಟಿ ಇವತ್ತು ಎಷ್ಟು ರೌಂಡೂ...." ಎಂದೋ ವಿಮಲ ಆಂಟಿಗೆ ಅನ್ನುವಂತೆ ಪರೋಕ್ಷವಾಗಿ ಆಕೆಯನ್ನೆ ತನ್ನ ವ್ಯಂಗ್ಯದಿಂದ ಇರಿದಾಗ ಸರಕ್ಕನೆ ಒಳಗೋಗಿಬಿಡುತ್ತಿದ್ದಳಾಕೆ. ಆ ಮನುಷ್ಯ ಬರುವಾಗ ಅದೆಷ್ಟು ಬಾರಿ 'ಥೂ....' ಎಂದು ಉಗಿದಿರುವಳೋ..... ಆದರೆ, ಆತ ತಗ್ಗಿಸಿದ ತಲೆಯನ್ನು ಆ ಮನೆ ಮುಂದೆ ನಿಂತಾಗಲೇ ಎತ್ತುತ್ತಿದ್ದ. ಹೀಗೆ ನಿಲ್ಲದೆ ನಡೆಯುತ್ತಿದ್ದ ಭೇಟಿ ಇದ್ದಕ್ಕಿದ್ದಂತೆ ಹದಿನೈದು ದಿವಸ ನಿಂತಾಗ ನಾವೆಲ್ಲ ಮುಗಿಯಿತೆಂದು ತಪ್ಪು ಭಾವಿಸಿದ್ದೆವು.

ಈ ಮಧ್ಯೆ ಅಪ್ಪ ನಮ್ಮಿಬ್ಬರಿಗೂ ವರಾನ್ವೇಷಣೆಯಲ್ಲಿ ತೊಡಗಿದ್ದರು. ಸವಿಯಲ್ಲಿ ಅದೇನು ಆಕರ್ಷಣೆ ಇತ್ತೊ ಬಂದ ಗಂಡುಗಳೆಲ್ಲ ಆಕೆಯನ್ನೇ ಬಯಸುತ್ತಿದ್ದರು. ನಾಲ್ಕೈದು ಹೀಗೇ ಆದನಂತರ ನನಗೆ ಮದುವೆಯ ಬಗೆಗಿದ್ದ ಕನಸು ಕರಗತೊಡಗಿ, ಸವಿಯ ಮದುವೆ ಮುಗಿಸಲು ಅಪ್ಪಅಮ್ಮನಿಗೆ ಹೇಳಿ, ಊಟ ನೀರು ಬಿಟ್ಟು ಕಡೆಗೂ ಎಲ್ಲರನ್ನೂ ಒಪ್ಪಿಸಿದಾಗ ಶೇಖರ್ ಎಂಬ ಬ್ಯಾಂಕ್ ಉದ್ಯೋಗಿ ಸವಿಯ ಗಂಡನಾಗಿ ಬಂದ. ಗಂಡನ ಮನೆಗೆ ತೆರಳುವ ಮುನ್ನ "ವಾರಕ್ಕೊಂದು ಪತ್ರ ಬರೆ, ಅದರಲ್ಲಿ ಆ ಪ್ರಾಣಿಯ ಬಗ್ಗೆ ವರದಿ ಮಾಡುವುದನ್ನು ಮರೆಯಬೇಡ...." ಎಂದು ನಗುತ್ತ ಹೇಳಿದ್ದಳು. ಆಡಾಡುತ್ತಲೇ ಸವಿ ಗಂಡನ ಮನೆಗೆ ಹೋಗಿ ವರ್ಷವಾಗುತ್ತ ಬಂದಿತ್ತು. ಆಕೆಯಿಲ್ಲದ ಮನೆ ಬೋಳು ಬೋಳೆನಿಸುತ್ತಿತ್ತು ನನಗೆ. ಅವಳು ಎಷ್ಟು ಮಾತುಗಾರ್ತಿಯೊ ಅವಳ ಗಂಡ ಅಷ್ಟೆ ಮಿತಭಾಷಿ. ಯಾರೊಡನೆಯೂ ಹೆಚ್ಚು ಬೆರೆಯುತ್ತಿರಲಿಲ್ಲ. ತಾನಾಯಿತು ತನ್ನ ಪಾಡಾಯ್ತು. ವರ್ಷಗಳುರುಳಿದಂತೆ ಸವಿಯ ಜೀವನದಲ್ಲಿ ಅನೇಕ ಬದಲಾವಣೆಗಳಾದವು. ಸುರೇಶ್, ಸತೀಶ್ ಎಂಬ ಇಬ್ಬರು ಮಕ್ಕಳು ಆಕೆಯ ಮಡಿಲನ್ನು ತುಂಬಿದರು. ಸವಿ ತೌರಿಗೆ ಬರುತ್ತಿದ್ದುದೇ ಅಪರೂಪ. ಇತ್ತೀಚೆಗೆ ಅವಳಿಂದ ಪತ್ರವೂ ಅಪರೂಪವಾಗಿತ್ತು. ಮನೆಕೆಲಸ, ಮಕ್ಕಳ ನಡುವೆ ಸಮಯ ಸಿಗಲಾರದೆಂದು ನಾನೇ ಆಗಾಗ ಪತ್ರ ಬರೆಯುತ್ತಿದ್ದೆ. ಮರೆಯದೆ ಅವಳ ಈ ಪ್ರಾಣಿಯ ಡಿಟೇಲ್ಸ್ ತಿಳಿಸುತ್ತಿದ್ದೆ.

ಎಂದಿನಂತೆ ಇಂದೂ ಕೂಡ ಅಡುಗೆಯ ತಯಾರಿಯಲ್ಲಿದ್ದೆ. ಮನೆಯ ಮುಂದೆ ಆಟೋ ನಿಂತ ಶಬ್ದ ಕೇಳಿಸಿತು. ಹೊರಬಂದು ನೋಡಿದರೆ ಸವಿ ತನ್ನ

ಪರಿವಾರದೊಂದಿಗೆ ನಿಂತಿದ್ದಾಳೆ ! ಅವಳ ಅನಿರೀಕ್ಷಿತ ಆಗಮನ ನನ್ನ ಸಂತೋಷವನ್ನು ದ್ವಿಗುಣಗೊಳಿಸಿತ್ತು. ಸವಿಯೇಕೋ ತುಂಬಾ ಸೊರಗಿದ್ದಳು. ಮುಖದಲ್ಲಿಯೂ ಎಂದಿನ ಕಳೆಯಿರಲಿಲ್ಲ. ಮಕ್ಕಳು ಅಜ್ಜ ಅಜ್ಜಿಯನ್ನು ಸೇರಿಬಿಟ್ಟಿದ್ದರು. ಬಹಳ ದಿನಗಳ ನಂತರ ಬಂದ ಸವಿಯ ಬಳಿ ಮಾತನಾಡಲು ಸಾಕಷ್ಟು ವಿಷಯವಿತ್ತು. ಆದರೆ ಶೇಖರ್ ಇದ್ದುದರಿಂದ ಒಂಟಿಯಾಗಿ ಸಿಕ್ಕಲಿಲ್ಲ ಸವಿ. ಒಂದು ವಾರ ಕಳೆದದ್ದೇ ತಿಳಿಯದಾಯ್ತು. ಆಕೆ ಹೊರಡುವ ಭಾನುವಾರ ಸಮೀಪಿಸುತ್ತಿತ್ತು. ನಾನಾಕೆಯನ್ನು ಇನ್ನೊಂದು ವಾರ ಹೇಗೆ ನಿಲ್ಲಿಸಿಕೊಳ್ಳುವುದು ಎಂಬ ಯೋಚನೆಯಲ್ಲಿ ಮುಳುಗಿದ್ದೆ. ಎದುರು ಮನೆಯ ಆ ಪ್ರಾಣಿಯ ಬಗ್ಗೆ ಸವಿ ಕೇಳುವಳೇನೋ ಎಂಬ ನನ್ನ ಕಾತರ ಹುಸಿಯಾಗಿ ಅವಳದರ ಬಗ್ಗೆ ಚಕಾರವೆತ್ತಿರಲಿಲ್ಲ. ಇತ್ತೀಚೆಗೆ ಆ ಮನುಷ್ಯ ಯಾವಾಗಲಾದರೊಮ್ಮೆ ಬಂದುಹೋಗುತ್ತಿದ್ದ. ಸವಿಗೆ ಅದರ ಬಗ್ಗೆ ತಿಳಿಸಲಾಗಲೇ ಇಲ್ಲ. ಅವಳ ಗಂಡನೆದುರು ಈ ಬಗ್ಗೆ ಮಾತನಾಡುವ ಧೈರ್ಯ ನನಗಿರಲಿಲ್ಲ. ನಾನು ಬಯಸಿದಂತೆಯೇ ಸವಿ ಅದೇಗೋ ಶೇಖರ್‌ನನ್ನು ಒಪ್ಪಿಸಿ, ಇನ್ನೊಂದು ವಾರ ಇರುವ ಮನಸ್ಸು ಮಾಡಿದ್ದಳು. ರಾತ್ರಿ ಶೇಖರ್ ಮಕ್ಕಳೊಡನೆ ಊರಿಗೆ ಹಿಂದಿರುಗಿದರು. ಹೀಗಾದರೂ ಸವಿಯ ಹಿಂದಿನ ತುಂಟ ಮಾತುಗಳನ್ನು ಕೇಳಬಹುದೆಂದು ನಾನು ಖುಷಿಯಿಂದ ಅವುಗಳ ನಿರೀಕ್ಷಣೆಯಲ್ಲಿದ್ದೆ.

ಅಂದು ಮಹಡಿಯ ಆ ಕೋಣೆಯಲ್ಲಿ ಕುಳಿತು ಕೇರಂ ಆಡಲು ನಿರ್ಧರಿಸಿದೆವು ನಾವಿಬ್ಬರೂ. "ಸೆಕೆ ಕಣೇ ಕಿಟಕಿ ತಗಿ...." ಆಕೆ ಎಂದಾಗ ನಾನು ನಗುತ್ತ "ಓಹೋ ಸೆಕೆನಾ....!" ಎಂದು ಕಿಟಕಿಗಳನ್ನೆಲ್ಲ ತೆರೆದೆ. ಅಂದೇ ಆತ ಪ್ರತ್ಯಕ್ಷನಾಗಬೇಕೆ....? "ಸವೀ..... ಎಂತಹ ಸಮಯಕ್ಕೆ ಕಿಟಕಿ ತೆರೆಸಿದಿಯಲ್ಲೇ....." ಎಂದೆ, ಅವಳ ಬಾಯಿಂದ ಹೊರಡುವ ಮಾತುಗಳನ್ನು ಕೇಳಲು ಕಾತರಳಾಗಿ. ಆದರೆ ಸವಿಯೇಕೋ ತುಂಬಾ ಗಂಭೀರವಾಗಿದ್ದಳು. ಸ್ವಲ್ಪವೂ ನಗುವಿಲ್ಲ. ಮಾತೂ ಇಲ್ಲ. ಒಂದೇ ಸಮ ಆ ಮನೆಯೆತ್ತಲೇ ದಿಟ್ಟಿಸುತ್ತಿದ್ದಳು. ಅವಳ ಈ ವರ್ತನೆ ತೀರಾ ಹೊಸದು. ಆಕೆಯನ್ನು ಅಲುಗಿಸಿ ಕೇಳಿದೆ "ಸವಿ ಯಾಕ್ ಹಾಗೆ ನೋಡ್ತಿದ್ದಿ...." ಕನಸಿನಿಂದ ಎಚ್ಚೆತ್ತವಳಂತೆ ಬೆಚ್ಚಿಬಿದ್ದು "ಹಾಂ....!" ಎಂದಳು. "ಸುಜೀ ನಿನ್ನ ಆ ಲೀಲಕ್ಕ ರಿಯಲೀ ಗ್ರೇಟ್ ಕಣೇ..... ಈ ಮನುಷ್ಯ, ಆಕೆ ಇಬ್ರೂ ತುಂಬಾ ಧೈರ್ಯವಂತರು...." ಸವಿಯ ಈ ಮಾತುಗಳಿಂದ ಆದ ಆಘಾತಕ್ಕೆ ನಾನು ಮೂರ್ಛೆ ಹೋಗದಿದ್ದುದು ಹೆಚ್ಚು. ಇವಳಿಗೆ ಲೀಲಕ್ಕನ ಬಗ್ಗೆಯಿದ್ದ ತಿರಸ್ಕಾರ ಎಷ್ಟೆಂದು ನನಗಿಂತ ತಿಳಿದವರಾರು. ಆಕೆಯನ್ನು ನೋಡಿದರೇ ಹೇಸಿಗೆಯನ್ನು ಕಂಡಂತೆ ಅಸಹ್ಯಸುತ್ತಿದ್ದಳು, ಚಡಪಡಿಸುತ್ತಿದ್ದಳು. "ಯಾಕ್ ಸವಿ ? ಹುಷಾರಿಲ್ವಾ....?" ನಾನು ನಿಜವಾಗಿಯೂ ಗಾಬರಿಗೊಂಡಿದ್ದೆ. "ಆಕೆ ಹೆಸರೆತ್ತಿದರೇ ಹೇಸಿಗೆ ಅಂತಿದ್ದೆ.... ಈಗ ನೋಡಿದ್ರೆ ಗ್ರೇಟ್ ಅಂತಿಯಾ.....? ದೇವ್ರಂಥ ಗಂಡ, ಮುತ್ತಿನಂತಹ ಮಕ್ಳು ಇದ್ದೂ ಬೇರೆ...." "ಇಲ್ಲ ಸುಜೀ...." ಸವಿ ನನ್ನ ಮಾತುಗಳನ್ನು ತಡೆದಳು. "ಆಕೆಗೆ ತೀರ ಅವಶ್ಯವಾದ ಸುಖ, ಸಂತೋಷಗಳು ತನ್ನ ಮನೇಲೇ ಹೇರಳವಾಗಿ ದೊರೆಕಿದ್ದಿದೆ, ಇನ್ನೊಬ್ಬರತ್ತ ನೋಡೊ ಅವಶ್ಯಕತೆಯೇ ಇರುತ್ತಿರಲಿಲ್ಲ. ಇಡೀ ಬೀದಿ

ಅವ್ರ ಬಗ್ಗೆ ಮಾತಾಡ್ತಿದ್ರೂ ದೇ ಜಸ್ಟ್ ಡೋಂಟ್ ಕೇರ್..... ನಿಜವಾಗಿಯೂ ಅವರ್ದು ಗಟ್ಸ್ ಬಿಡು...." ಸವಿಯ ಮಾತುಗಳು ನನ್ನಲ್ಲೇಕೊ ಭಯ ಹುಟ್ಟಿಸುತ್ತಿದ್ದವು. ಅವಳ ಭಾವನೆಗಳನ್ನ ಬದಲಿಸುವ ಸಲುವಾಗಿ ನಾನು ಮತ್ತೆ ಮತ್ತೆ ಒತ್ತಿ ಹೇಳಿದೆ "ಏನೇ ಆದರೂ ಅವರು ಮಾಡುತ್ತಿರುವುದು ವ್ಯಭಿಚಾರ. ಅವರದು ಅನೈತಿಕ ಸಂಬಂಧ..." "ಯಾವ್ದು ವ್ಯಭಿಚಾರ ? ಆ ಮುಚ್ಚಿದ ಬಾಗಿಲುಗಳ ಮರೇಲಿ ಏನು ನಡೆಯುತ್ತಿದೆ ಅಂತ ನೋಡಿದವರ್‍ಯಾರು ? ಒಂದು ಹೆಣ್ಣು, ಗಂಡಿಗೆ ಏಕಾಂತದಲ್ಲಿ ಅದು ಬಿಟ್ಟರೆ. ಬೇರೇನೂ ಇರುವುದಿಲ್ವಾ... ? ಆಯ್ತು ನಿನ್ನ ಮಾತಿನಂತೆ ವ್ಯಭಿಚಾರನೇ ಆಗ್ಲಿ ಬರೀ ಲೀಲಕ್ಕನ ಬಗ್ಗೇನೆ ಯಾಕೆ ಯೋಚಿಸ್ತಿ ? ಆಕೇನ ಮಾತ್ರ ಯಾಕೆ ದೂಷಿಸ್ತಿ? ಬರೀ ದುಡ್ಡು ಮನೆ ಇದ್ಬಿಟ್ರೆ ಸಾಕಾ ? ಮುತ್ತಿನಂತಹ ಮಕ್ಳು ನಿಜ. ಆದ್ರೆ ಮಕ್ಳು ಆಗ್ಬಿಟ್ರೆ ಎಲ್ಲಾ ಮುಗಿದೋಯ್ತಾ ? ಲೀಲಕ್ಕನಿನ್ನೂ ಚಿಕ್ಕ ವಯಸ್ಸು. ಮಕ್ಕಳಾದ ಮಾತ್ರಕ್ಕೆ ಗಂಡನ ಪ್ರೀತಿ, ಪ್ರೇಮ ಅಪೇಕ್ಷಿಸೋದು ತಪ್ಪಾ ? ಆತನೋ ಯಾವಾಗಲು ಬಿಸಿನೆಸ್. ಮನೇಲಿರೋದೇ ಅಪರೂಪ. ಸದಾ ಊರಿಂದ ಹೊರಗೆ. ಎಂದಾದರೂ ಅವನು, ಲೀಲಕ್ಕ ಒಟ್ಟಾಗಿ ಹೊರಹೋಗಿದ್ದು ನೋಡಿದ್ಯಾ..... ? ಒಂದು ಮಾತುಕತೆ, ನಗುನಲಿವು ಇಲ್ದೆ ಆ ದೊಡ್ಡ ಬಂಗಲೆಯಲ್ಲಿ ಒಂಟಿಯಾಗಿ ಬಿದ್ದಿರು ಅಂದ್ರೆ ಅವಳೇನು ಮರದ ಕೊರಡಾ.... ? ಅದಕ್ಕೆ ಕಣೇ ಲೀಲಕ್ಕ ವಿದ್ವೆ ಗೆದ್ದಲು ಹಿಡಿದವಳಂತೆ ಒಳಗೇ ಸವೆದು ಹೋಗುವ ಬದಲು ಜೀವನವನ್ನು ತನಗೆ ಬೇಕಾದ ಹಾಗೆ ಅನುಭವಿಸುತ್ತಿದ್ದಾಳೆ. ಪುಕ್ಕಲಾಗಿದ್ದರೆ, ಜನಕ್ಕೆ ಅಂಜಿ ಒಳಗೇ ಇರುತ್ತಿದ್ಲು ನಿಜ. ಆದರೆ ಮನಸ್ಸು.... ? ಅದ್ಯಾರ ಹಿಡಿತಕ್ಕೆ ಸಿಗುತ್ತಿತ್ತು ಹೇಳು.... ? ಮನಸ್ಸಲ್ಲಾದರೂ ಇನ್ನೊಬ್ಬನನ್ನು ಬಯಸುತ್ತಿದ್ದಳು, ಅವನೊಂದಿಗೆ ಸುಖಿಸುತ್ತಿದ್ದಳು. ನೇರವಾಗಿ ಹೇಳ್ಬೇಕಂದ್ರೆ ಮಾನಸಿಕ ವ್ಯಭಿಚಾರಿ ಆಗಿರುತ್ತಿದ್ಲು..... ನನ್ನ ಹಾಗೆ...." "ಸವೀ...." ನಾನು ಚೀರಿದೆ. ನನ್ನ ದನಿ ಕಂಪಿಸುತ್ತಿತ್ತು. "ಯಾಕೆ ನಿನ್ನ ಸವಿ ಲೀಲಕ್ಕನ ಇನ್ನೊಂದು ಮುಖ ಎಂದು ಹೇಸಿಗೆ ಆಗ್ತಿದ್ಯಾ ?" "ಸವಿ, ಸವಿ..... ಶೇಖರ್.... ? ಶೇಖರ್...." ನಾನು ತೊದಲುತ್ತಿದ್ದೆ. "ಶೇಖರ್...." ಅವಳ ಮಾತಿನಲ್ಲಿ ಉಕ್ಕಿದ ತಿರಸ್ಕಾರ, ಹೇಸಿಗೆ ಹಿಂದೆ ಲೀಲಕ್ಕನ ಬಗ್ಗೆಯಿದ್ದಷ್ಟೆ ಗಾಢವಾಗಿದ್ದಂತಿತ್ತು. ನನಗೇಕೋ ಅಳು ಒತ್ತರಿಸಿಕೊಂಡು ಬರುತ್ತಿತ್ತು. ಸವಿಯ ಗಂಭೀರತೆ, ಅವಳಾಡುವ ಮಾತು, ಗಂಡನ ಮೇಲಿನ ತಿರಸ್ಕಾರ ಎಲ್ಲವನ್ನೂ ಗಮನಿಸಿದಾಗ ಸವಿಯ ಜೀವನದಲ್ಲೇನೋ ಹೆಚ್ಚುಕಮ್ಮಿ ಆಗಿದೆಯೆಂಬುದು ಖಚಿತವಾಗಿತ್ತು ನನಗೆ.

ಅಂದು ರಾತ್ರಿ ಮಲಗಿದ್ದಾಗ ಹಾಸಿಗೆಯಲ್ಲಿ ತನ್ನ ನೋವನ್ನು ನನ್ನೆದುರು ತೋಡಿಕೊಂಡಳು ಸವಿ. "ಸುಜಿ, ಮದ್ವೆಯಾದ ಒಂದೆರಡು ವರ್ಷ ನನ್ನಷ್ಟು ಸುಖಿ ಯಾರೂ ಇಲ್ಲ ಎಂದೇ ಭಾವಿಸಿದ್ದೆ ನಾನು. ಬಹುಶಃ ಎಲ್ಲಾ ಹೆಣ್ಣುಗಳೂ ಹೀಗೇ ಭಾವಿಸುವರೋ ಏನೋ. ನಿನಗೆ ತಿಳಿದ ಹಾಗೆ ನಾನು ಶೇಖರ್ ಅಗಲಿರುತ್ತಿದ್ದೇ ಅಪರೂಪ. ಬ್ಯಾಂಕ್ ಮುಗಿದೊಡನೆ ಸೀದ ನನ್ನ ತೋಳಿನೊಳಕ್ಕೆ, ಒಮ್ಮೆ ಅವನ ಎದೆಯಲ್ಲಿ ಹುದುಗಿದರೆ ಬೆಳಗಾಗುವತನಕ ಎಚ್ಚರವಿರುತ್ತಿರಲಿಲ್ಲ. ಹಾಗೆ

ಅಮಲೇರಿಸುತ್ತಿದ್ದ. ಅವನ ಬೆಚ್ಚಗಿನ ಅಪ್ಪುಗೆಯಿಲ್ಲದೆ ನಿದ್ರೆ ನನ್ನತ್ತಿರವೂ ಸುಳಿಯುತ್ತಿರಲಿಲ್ಲ. ನಮ್ಮ ಈ ಪ್ರೇಮಕ್ಕೆ ಸಾಕ್ಷಿ ಎಂಬಂತೆ ಸುರೇಶ್ ನನ್ನ ಗರ್ಭದಲ್ಲಿ ಚಿಗುರುತ್ತಿದ್ದ.

ಶೇಖರ್ ಅತಿಕಾಮಿ ಹಾಗೂ ಸ್ವಾರ್ಥಿ. ವರ್ಷಕ್ಕೊಂದರಂತೆ ಹುಟ್ಟಿದ ಎರಡು ಮಕ್ಕಳು ನಮ್ಮ ಬದುಕನ್ನು ಪ್ರವೇಶಿಸಿದ್ದವು. ಅವುಗಳ ಆಗಮನದಿಂದ ಅನೇಕ ಬದಲಾವಣೆಗಳಾದವು. ಅವು ಅನಿವಾರ್ಯವಾಗಿದ್ದರೂ ಅವುಗಳನ್ನು ಅರಿಯುವ ತಾಳ್ಮೆ ದೊಡ್ಡ ಮನಸ್ಸು ಶೇಖರನಿಗಿರಲಿಲ್ಲ. ಒಟ್ಟಿನಲ್ಲಿ ಅವನಾಸೆ ತೀರಬೇಕು. ಸುರೇಶ್ ಎರಡು ವರ್ಷದವನಾಗುವವರೆಗೂ ಪದೇಪದೇ ಖಾಯಿಲೆ ಬೀಳುತ್ತಿದ್ದ. ಎರಡು ಚಿಕ್ಕ ಮಕ್ಕಳನ್ನು ನೋಡಿಕೊಂಡು, ಮನೆಕೆಲಸ ತೂಗಿಸಿ ಏಗುವುದರಲ್ಲಿ ನನಗೆ ಸಾಕಾಗಿ ಹೋಗುತ್ತಿತ್ತು. ಮಕ್ಕಳತ್ತಲೇ ನನ್ನೆಲ್ಲ ಲಕ್ಷ್ಯ. ಹಿಂದಿನಂತೆ ಸದಾ ಶೇಖರನಿಗೆ ಅಂಟಿಕೊಂಡೇ ಇರಲು, ಸಂಜೆ ಅವನು ಬಂದೊಡನೆ ಅವನ ತೆಕ್ಕೆಗೆ ಹಾರಲು ಸಾಧ್ಯವಾಗುತ್ತಿರಲಿಲ್ಲ. ಅವನ ಎಷ್ಟೋ ಬಯಕೆಗಳನ್ನು ನನ್ನಿಂದ ಪೂರೈಸಲು ಸಾಧ್ಯವೇ ಆಗುತ್ತಿರಲಿಲ್ಲ. ನನ್ನ ದೇಹಸ್ಥಿತಿಯೂ ಇದಕ್ಕೆ ಕಾರಣವಾಗಿ ಅವನು ಸಿಡುಕಿ ರೇಗತೊಡಗಿದ್ದ. ನನ್ನ ಕಷ್ಟ ಹೇಳಿದರೂ ಕೇಳುವ ಮನಸ್ಥಿತಿ ಅವನಲ್ಲಿರಲಿಲ್ಲ. "ನೀನೊಬ್ಬಳೆ ಅಲ್ಲ ಮಕ್ಕಳನ್ನು ಹಡೆದಿರುವುದು. ಪ್ರತಿಯೊಬ್ಬ ಹೆಣ್ಣೂ ಹಡೀತಾಳೆ. ಆದರೆಷ್ಟು ಲವಲವಿಕೆಯಿಂದ ಇರ್‍ತಾರೆ" ಎಂದು ತನ್ನ ಸಹೋದ್ಯೋಗಿಗಳೊಂದಿಗೋ, ಬೇರಾರೋ ಹೆಂಗಸೊಂದಿಗೋ ನನ್ನನ್ನು ಹೋಲಿಸಿ ಗೇಲಿಮಾಡುತ್ತಿದ್ದ. ಮಕ್ಕಳೊಡನೆಯೂ ಅಷ್ಟೆ, ಎಷ್ಟೊ ಅಷ್ಟು. ಪರಿಸ್ಥಿತಿ ಹೀಗೇ ಮುಂದುವರೆದು ಯಾವ ಮಟ್ಟಕ್ಕೆ ಹೋಯಿತೆಂದರೆ ಅವನು ದಿನಾ ಮನೆ ಸೇರುವುದು ಮಧ್ಯ ರಾತ್ರಿಗೆ. ನನ್ನೊಂದಿಗೆ ಮಾತೇ ಕಮ್ಮಿಯಾಗಿ ಬರುಬರುತ್ತ ಅವನ್ಯಾರೋ ಅಪರಿಚಿತನಂತೆ ಭಾಸವಾಗಹತ್ತಿದ್ದ. ಅವನ ವರ್ತನೆಯಿಂದ ದಿಗಿಲುಗೊಂಡ ನಾನು ಮಕ್ಕಳನ್ನು ನೋಡಿಕೊಳ್ಳಲು ಆಯಾಳನ್ನು ನೇಮಿಸಿಕೊಂಡೆ. ಮಕ್ಕಳನ್ನು ಆಕೆಗೆ ರೂಢಿಗೊಳಿಸಿ ನಾನು ಬಿಡುವಾಗಿ ಶೇಖರನತ್ತ ಸಂಪೂರ್ಣ ಗಮನಹರಿಸಿದೆ. ಅವನು ಬದಲಾಗಲಿ ಎಂದು ತಾಳ್ಮೆಯಿಂದ ಕಾದೆ. ಆದರೆ ಶೇಖರ ಬದಲಾಗುವಂತೆಯೇ ಇರಲಿಲ್ಲ. ಸದಾ ಹೊರಗೆ ಸುತ್ತಾಟ, ಬೇಕೆಂದಾಗ ಊಟ ತೀರಿದರೆ ಮುಗಿಯಿತು. ತನಗೇ ಬಯಕೆ ಕಾಡಿದಾಗ ಸುಮ್ಮನೆ ನನ್ನೊಂದಿಗೆ ಹಾಸಿಗೆಯಲ್ಲಿ ಹೊರಳಾಡುತ್ತಿದ್ದ. ಒಂದು ಮಾತಿಲ್ಲ, ಕತೆಯಿಲ್ಲ. ಅವನ ಈ ವರ್ತನೆ ನನ್ನನ್ನು ನೋಯಿಸುತ್ತಿತ್ತು. ಕೆಲವೊಮ್ಮೆ ತಡಿಯಲಾರದೆ ಕಣ್ಣೀರಿಡುತ್ತಿದ್ದೆ. ಅದನ್ನೂ ಸಹಿಸದವ "ಏನಾಗಿದ್ಯೆ..... ?" ಎಂದು ಸಿಡುಕಿ, ರಂಪ ಮಾಡಿಬಿಡುತ್ತಿದ್ದ. ನನ್ನ ಹೃದಯ ಬೆಂದು ಹೋಗುತ್ತಿತ್ತು. ಮನಸ್ಸು ನೆಮ್ಮದಿಗೆಟ್ಟಿತ್ತು. ನನಗೆ ಅವನ ಹಿಂದಿನ ಪ್ರೀತಿ ಬೇಕಾಗಿತ್ತು. ಅದಿಲ್ಲದೆ ನಾನು ಹುಚ್ಚಳಂತಾಗಿದ್ದೆ. ಅವನ ಬೆಚ್ಚಗಿನ ಅಪ್ಪುಗೆಯಿಲ್ಲದೆ ಅದೆಷ್ಟು ದಿನಗಳಾಗಿದ್ದವು. ನಾನಾಗಿಯೇ ಅವನನ್ನು ಬಳಸಿ ಹಿಡಿದರೆ "ಸುಮ್ನೆ ಬಿದ್ಕೊಳೇ ನಂಗೆ ನಿದ್ದೆ ಬರ್‍ತಿದೇ..." ಎನ್ನುತ್ತಿದ್ದ. ನಾನಾಗ ಕೆರಳುತ್ತಿದ್ದೆ. ಹೀಗೆ ಒಮ್ಮೆ ತಾಳ್ಮೆಗೆಟ್ಟು ಅವನನ್ನು ಜೋರಾಗಿ ಹಿಡಿದು ಅಲ್ಲಾಡಿಸಿ "ನನಗೆ ನಿದ್ದೆ

ಬರ್ತಾ ಇಲ್ವಲ್ಲ ನಾನು ಏನ್ಮಾಡ್ಲಿ.....?" ಎಂದಾಗ ದಡಕ್ಕನೆದ್ದವನೆ "ನಿದ್ದೆ ಬರೋಲ್ವೇನೆ? ಏನ್ಮಾಡ್ಲೆ ನಾನು.... ಹೇಳೇ ಅದೇನ್ಮಾಡ್ಬೇಕು ಹೇಳೇ ಮಾಡ್ತೀನಿ..." ಎಂದು ತೀರ ಅಸಹ್ಯವಾಗಿ ವರ್ತಿಸಿದಾಗ ನನಗಲ್ಲೇ ಸಾಯುವಂತಾಗಿತ್ತು. ಮೈಯೆಲ್ಲಾ ಪರಚಿಕೊಂಡು ಜೋರಾಗಿ ಚೀರುವಂತಾಗಿತ್ತು. ಇಂತಹ ಅಪಮಾನ ಕನಸಿನಲ್ಲಿಯೂ ಎಣಿಸಿದವಳಲ್ಲ ನಾನು. ನನ್ನೆದೆ ಒಡೆದುಹೋಗಿತ್ತು. ಅವನು ನನ್ನ ಹೆಣ್ತನಕ್ಕೆ ಅಪಮಾನ ಮಾಡಿದ್ದ. ನನ್ನನ್ನು ಚೂರುಚೂರು ಮಾಡಿದ್ದ. ಅದೆಷ್ಟು ರಾತ್ರಿಗಳನ್ನು ನಿದ್ದೆಯಿಲ್ಲದೆ ಕಳೆದಿರುವೆನೋ ಆ ದೇವರಿಗೆ ಗೊತ್ತು. ಅವನು ನನ್ನ ಮೇಲೆ ಸೇಡು ತೀರಿಸಿಕೊಳ್ಳುವವನಂತೆ ವರ್ತಿಸುತ್ತಿದ್ದ. ಅವನ ಹೊರಗಿನ ಯಾವೊಂದು ಚಟುವಟಿಕೆಗಳೂ ನನಗೆ ಗೊತ್ತಿರಲಿಲ್ಲ. ನಾನು ಯಾವ ಗೊಡವೆಗೂ ಹೋಗಲಿಲ್ಲ. ಅವನಿಗಾಗಿ ಹಂಬಲಿಸಿ, ಕೊರಗುವುದನ್ನು ಬಿಟ್ಟೆ. ಅವನಿಂದ ಯಾವ ನಿರೀಕ್ಷೆಯೂ ನನ್ನಲ್ಲುಳಿಯಲಿಲ್ಲ. ಅವನ ಬಗೆಗಿದ್ದ ಭಾವನೆಗಳು ಸಾಯತೊಡಗಿದ್ದವು. ಆದರೆ ನನ್ನ ಭಾವನೆಗಳು ಇನ್ನೂ ಜೀವಂತವಾಗಿದ್ದು ಅದಕ್ಕೆ ಸಾಕ್ಷಿಯೋ ಎಂಬಂತೆ ಆ ದಿನಗಳಲ್ಲಿ ಲೀಲಕ್ಕ ನೆನಪಾಗುತ್ತಿದ್ದರು. ಹಿಂದೆಯೇ ಆ ಪ್ರಾಣಿ – ಅವನು ಮನಸ್ಸಿಗೆ ಬರುತ್ತಿದ್ದ. ಲೀಲಕ್ಕನ ಪರಿಸ್ಥಿತಿ ಅರ್ಥವಾಗುತ್ತಿತ್ತು. ಕಣ್ಮುಚ್ಚುತ್ತಲೂ ಇವರಿಬ್ಬರು ನನ್ನಾವರಿಸುತ್ತಿದ್ದರು. ಬರುಬರುತ್ತ ಲೀಲಕ್ಕ ಮರೆಯಾಗಿ ಅವನೊಬ್ಬನೇ ಉಳಿಯುತ್ತಿದ್ದ..... ಕೆಲವೊಮ್ಮೆ ಅಂದು ನೋಡಿದ ಸಿನಿಮಾದ ನಾಯಕನಂತೆ ಕಂಡರೆ ಮಗದೊಮ್ಮೆ ಅಂದು ಓದಿದ ಕಥೆಯ ನಾಯಕನಂತೆ ಕಾಣುತ್ತಿದ್ದ. ನಾನಾಗ ನಿದ್ರಿಸತೊಡಗಿದ್ದೆ...." ಮಾತು ನಿಲ್ಲಿಸಿ ನನ್ನತ್ತ ನೋಡಿದಳು ಸವಿ. ನಾನು ಮೂಕಳಾಗಿದ್ದೆ. ಅರೆಕ್ಷಣ ನನ್ನ ಮೊಗವನ್ನೆ ದಿಟ್ಟಿಸಿ ಹೇಳಿದಳು "ಹೀಗೆ ನೇರವಾಗಿ ಹೇಳ್ತಿದ್ದೀನಿ ಅಂತ ಬೇಸರಪಡಬೇಡ. ನಿನ್ನ ನೋಯಿಸ್ತಿದ್ದೀನಿ ಅಂತ ಖಂಡಿತ ಅಂದ್ಕೋಬೇಡ. ಇರುವ ವಿಷ್ಯ ತಿಳಿಸ್ತಿನಿ. ಸುಜಿ, ಗಂಡನ ಸುಖ, ಅವನ ಸಾಮೀಪ್ಯದ ಅನುಭವವಿಲ್ಲ ನಿನಗೆ. ನನ್ನ ಒಳಗುದಿ ಅರ್ಥವಾಗಲಾರ್ದು. ಆದರೆ ಒಮ್ಮೆ ಅದನ್ನು ಅನುಭವಿಸಿ, ಅದರಿಂದ ವಂಚಿಸಲ್ಪಟ್ಟರೆ ಹಿಂಸೆ ಬಲು ಕ್ರೂರ. ಕೆಲವೊಮ್ಮೆ ನನ್ನನ್ನು ನಾನೇ ಕೊಂದುಕೊಳ್ಳಲೇ ಎನಿಸುತ್ತೆ...." ನಾನು ಪಕ್ಕನೆ ಅವಳ ಬಾಯಿ ಮುಚ್ಚಿದೆ. ನನ್ನ ಕೈ ಸರಿಸುತ್ತ ವಿಷಾದದಿಂದ ನಕ್ಕು ಹೇಳಿದಳು ಸವಿ "ಅಷ್ಟೊಂದು ಧೈರ್ಯವಿದ್ದಿದ್ದರೆ ಲೀಲಕ್ಕನಂತೆ ರಾಜರೋಷವಾಗಿ ಬದುಕುತ್ತಿದ್ದೆ...."

ಆಕೆ ಊರಿಗೆ ಹೋಗಿ ಆಗಲೇ ಒಂದು ವಾರದ ಮೇಲಾಗಿತ್ತು. ಈ ಬಾರಿ ಅಮ್ಮನನ್ನೂ ಜೊತೆಯಲ್ಲಿ ಕರೆದೊಯ್ದಿದ್ದಳು. ಮನೆಯಲ್ಲಿ ಒಬ್ಬಳೇ. ಹೊರಗೆ ತರಕಾರಿ ಮಾರುವವನು ಕೂಗುತ್ತಿದ್ದ. ಏನಿದೆಯೋ ನೋಡೋಣವೆಂದು ಬಾಗಿಲು ತೆರೆದು ಹೊರಬಂದೆ. ಲೀಲಕ್ಕ ಏನನ್ನೊ ಖರೀದಿಸುತ್ತಿದ್ದರು. ಅವರನ್ನು ನೋಡಿ ಮುಂಚಿನಂತೆ ಹೇಸಿಗೆ ಎನಿಸಲಿಲ್ಲ. ತಿರಸ್ಕಾರ ಉಕ್ಕಲಿಲ್ಲ. ಬದಲಿಗೆ ಹಿಂದಿನಂತೆ ಅವರನ್ನು "ಲೀಲಕ್ಕ...." ಎಂದು ಕರೆದಿದ್ದೆ, ನನಗರಿವಿಲ್ಲದೆ. "ಊಟ ಆಯ್ತಾ ಲೀಲಕ್ಕ....?" ನನ್ನ ಮಾತು ಕೇಳಿ, ಅರೆಕ್ಷಣ ಅವರು ಗಲಿಬಿಲಿಗೊಂಡರು. ತಮಗಾದ ಆಶ್ಚರ್ಯವನ್ನು ಅಡಗಿಸುವ ಪ್ರಯತ್ನವನ್ನೂ ಮಾಡಲಿಲ್ಲ. "ಹೂಂನಮ್ಮ

ಆಯ್ತು. ನಿಂದಾಯ್ತ?" ಎಂದರು. ಅವರ ಆಶ್ಚರ್ಯ ಸಂತೋಷವಾಗಿ ಅದು ಮುಖವನ್ನು ಅರಳಿಸುತ್ತಿತ್ತು. ಬಹುಶಃ ಹೆಚ್ಚು ಹೊತ್ತು ನಿಲ್ಲಲಾಗಲಿಲ್ಲವೇನೋ. "ಬರ್ಲ್ಲಾ ಸುಜೀ ಒಳ್ಗೆ ಕೆಲ್ಸ ಇದೆ...." ಎಂದು ತಮ್ಮ ಬುಟ್ಟಿಯೊಡನೆ ಸರಿದುಹೋದರು. ನಾವು ಅವರ ಬಗ್ಗೆ ಎಷ್ಟು ಕೀಳಾಗಿ ನಡೆದುಕೊಂಡಿದ್ದೆವೆಂದರೆ ಇನ್ನಾರಾದರೂ ಆಗಿದ್ದಲ್ಲಿ ಮುಖಕ್ಕೆ ಉಗಿದು ಹೋಗುತ್ತಿದ್ದರೇನೋ. ಆದರೆ ಲೀಲಕ್ಕ ಅದೇ ಆತ್ಮೀಯತೆಯಿಂದ ಮಾತಾಡಿ ಹೋಗಿದ್ದರು. ಸವಿ ಆಡಿದ್ದನ್ನೆ ನಾನು ಮತ್ತೆ ಆಡಿದೆ, "ಲೀಲಕ್ಕ, ಯೂ ಆರ್ ರಿಯಲೀ ಗ್ರೇಟ್ !"

30. ಕಪ್ಪು ಹುಡುಗನ ಹಾಡು

– ಅಬ್ದುಲ್ ರಶೀದ್

ಕಾಫಿ ತೋಟದ ಕಪ್ಪು ನೆರಳು ಬಾವಿಯ ಸುತ್ತ ಚಾಚಿಕೊಂಡು ನೆರಳಿನ ಸಂದಿ ಸಂದಿನಲ್ಲಿ ಸೂರ್ಯನ ಬೆಳಕು ಇಣುಕುತ್ತಿತ್ತು. ಕೊಡಪಾನಕ್ಕೆ ಹಗ್ಗ ಪೋಣಿಸಿ ಸರ್‍ರನೆ ಬಾವಿಯೊಳಕ್ಕೆ ಇಳಿಸಿದ ರಭಸಕ್ಕೆ ನೀರು ಅಲೆಅಲೆಯಾಗಿ ಹಮೀದೆಗೆ ತನ್ನ ಮುಖ ಬಾವಿಯೊಳಗೆ ಕದಡಿ ಕದಡಿ ಕಂಡು ಹೆದರಿಕೆಯಾಯಿತು. ತಟ್ಟನೆ ತಲೆ ಎತ್ತಿದ.

ದನ ಕಾಯುವ ಕೊರಗ ನೀರಿನ ತೊಟ್ಟಿಯ ಹತ್ತಿರ ಬಗ್ಗಿ ನಿಂತುಕೊಂಡು ಕರುವಿಗೆ ನೀರು ಕುಡಿಸುತ್ತಿದ್ದ. ಕೆಳಗೆ ಹಸಿರು ಹುಲ್ಲು ಬಾಣೆ ಕಾಣಿಸಿತು. ಹಸಿರು ಹುಲ್ಲು ಸೂರ್ಯನ ಬಿಸಿಲಿಗೆ ಹೊಳೆಯುತ್ತಿತ್ತು. ಬಾಣೆಯ ನಡುವೆ ನೇರಳೆಯ ಮರ ನೆಟ್ಟಗೆ ನಿಂತುಕೊಂಡು ಅದರ ರೆಂಬೆಯಲ್ಲಿ ಕಟ್ಟಿಕೊಂಡಿದ್ದ ಬೇಣದ ಗೂಡು ಬೆಳ್ಳಗೆ ಕಾಣುತ್ತಿದ್ದಂತೆ ಹಮೀದೆಗೆ ಇವತ್ತು ಸಂತೆಯ ದಿನ ಅಂತ ನೆನಪಾಯಿತು.

ನೇರಳೆ ಮರದ ಕೆಳಗೆ ತಾನು ಒಟ್ಟಿ ಹಾಕಿದ್ದ ಇಟ್ಟಿಗೆಯ ಚೂರುಗಳು ಕೆಂಪಗೆ ಕಾಣುತ್ತಿದ್ದವು.

ಕಲ್ಲು ಕೂಡಿಸಿ ಇಡು. ಸಂತೆಯ ದಿನ ನನಗೆ ಸಾಲೆಗೆ ರಜೆ. ಅವತ್ತು ಕಲ್ಲು ಹೊಡೆದು, ಬೇಣದ ಗೂಡು ಬೀಳಿಸಿ ಬಿಡುವ, ಅಂತ ರೈಟರ ಮಗ ಬಷೀರು ಅಂದಿದ್ದ..... ಇವತ್ತು ಸಂತೆಯ ದಿನ.... ದನ ಮೇಯಿಸುವ ಕೊರಗನಿಗೆ ರಜೆ..... ಮೇಯುವ ದನಗಳಿಲ್ಲದೆ ಬಾಣೆ ಬೋಳು ಬೋಳಾಗಿ ಕಾಣುತ್ತಿತ್ತು. ಹಮೀದು ಕೊರಗನ ಕಡೆ ನೋಡಿದ. ಅವ ನೆಲದಲ್ಲಿ ಕುಂತುಗೊಂಡು ನೀರು ಕುಡಿಯುವ ಕರುವಿನ ಹೊಟ್ಟೆಯ ಕೆಳಗಿಂದ 'ಇಸ್' ಅಂತ ಉಣ್ಣೆ ಹುಳುಗಳನ್ನು ಕಿತ್ತು ಕಿತ್ತು ಕೊಂದು ಹಾಕುತ್ತಿದ್ದ. ಕರು ಬಾಲ ಅಲ್ಲಾಡಿಸುತ್ತ ತೊಟ್ಟಿಯೊಳಕ್ಕೆ ಮೂತಿ ಚಾಚಿಕೊಂಡಿತ್ತು.

ಹಮೀದೆಗೆ ಬಾವಿಯೊಳಗಿಂದ ಕೊಡದಲ್ಲಿ ನೀರು ತುಂಬಿದ 'ಗುಳುಗುಳು' ಸದ್ದು ಕೇಳಿಸಿತು. ಹೊತ್ತು ಮೀರುತ್ತಿದೆ ಅನಿಸಿ ಬಷೀರು ಬೇಣದ ಗೂಡಿಗೆ ಕಲ್ಲು ಹೊಡೆಯಲು ತನ್ನನ್ನೆ ಕಾಯುತ್ತಿರಬಹುದು ಅಂದುಕೊಂಡು ಬಾವಿಯ ತಿಟ್ಟೆಗೆ ಕಾಲುಕೊಟ್ಟು ನೀರು ಎಳೆಯತೊಡಗಿದ. ರಾಟೆ 'ಜೀಕ್ ಜೀಕ್' ಅಂತ ಸದ್ದು ಮಾಡುತ್ತಾ ಕೊಡಪಾನ ಮೇಲಕ್ಕೆ ಬಂದಂತೆ ಕೊಡವನ್ನು ಎಳೆದು ತಿಟ್ಟೆಯ ಮೇಲೆ ಇಟ್ಟು ನಂತರ ಎತ್ತಿಕೊಂಡು ಹೋಗಿ ನೀರಿನ ತೊಟ್ಟಿಗೆ 'ಸೊರ್' ಅಂತ ಸುರಿದ –

ಸದ್ದಿಗೆ ಕರು ಒಮ್ಮೆಲೆ ಬೆಚ್ಚಿ ತಲೆ ಮೇಲೆತ್ತಿ ನೋಡಿ ಮತ್ತೆ ನೀರಿಗೆ ಬಾಯಿ ಹಾಕಿತು. ಕೊರಗ ಉಣ್ಣೆ ಹೆಕ್ಕುತ್ತಿದ್ದವನು ಇವನನ್ನೇ ನೋಡುತ್ತಾ ತಮಾಷೆಯಾಗಿ,

"ಏ ಹಮೀದೇ, ಇಲ್ಲಿ ಬಾ ಹಮೀದೆ,

ಸತ್ತ ನಾಯಿ ತೊಗಲು ಕಳಚಿ,

ಟೊಪ್ಪಿ ಹೊಲಿಯೋ ಹಮೀದೆ...." ಎಂದು ಹಾಡುತ್ತಾ ನಗತೊಡಗಿದ. ಹಾಡುತ್ತಿರುವ ಅವನ ಕಪ್ಪು ಮುಖ ಹಮೀದೆಗೆ ಸಿಟ್ಟು ಬರಿಸಿದೆ. ಇದೇ ಕೊರಗ ನಿನ್ನೆ ಬಾಣೆಯಲ್ಲಿ ದನ ಮೇಯಿಸುವಾಗ ಹತ್ತಿರಕ್ಕೆ 'ಹಮೀದೆ, ಇಲ್ಲಿ ಬಾ' ಅಂತ ಕರೆದು 'ಹಮೀದು ನಿನ್ನನ್ನು ರೈಟರ ಹೆಂಡತಿ ಮರಿಯ ಇಂಞಾ ಬೇಡುವವಳ ಹತ್ತಿರದಿಂದ ತೌಡಿಗೆ ಕೊಂಡದ್ದು ಗೊತ್ತ?' ಅಂತ ತಮಾಷೆ ಮಾಡಿ ನಕ್ಕಿದ್ದ. ಹಮೀದೆಗೆ ಅಳು ಬರುವಂತಾಯಿತು. ಕೊರಗ ನಗುತ್ತಲೇ ಇದ್ದ. ಅವನನ್ನು ನೋಡುತ್ತಾ ಅಲ್ಲಿ ನಿಂತಿರುವುದಕ್ಕೆ ಆಗಲಿಲ್ಲ. ತಟಕ್ಕನೆ ಕೊಡ ಎತ್ತಿಕೊಂಡು ಬಾವಿಯ ಹತ್ತಿರಕ್ಕೆ ಹೋಗಿ ಕೊಡವನ್ನು ಮತ್ತೊಮ್ಮೆ ಇಳಿಸಿದ. ಕೊರಗ 'ಸಿಟ್ಟಾ ಹಮೀದೆ' ಅಂತ ನಗುವುದು ಕೇಳಿಸಿತು.

ಹಮೀದೆ ನೀರು ತುಂಬಿ ಎಳೆಯತೊಡಗಿದ. ನೀರನ್ನು ಮತ್ತೆ ಕೊರಗನ ತೊಟ್ಟಿಗೆ ತುಂಬಲಿಕ್ಕೆ ಮನಸ್ಸು ಬರಲಿಲ್ಲ. ಅವ ಮತ್ತೆ ತಮಾಷೆ ಮಾಡಬಹುದು ಅನಿಸಿ ಕೊಡವನ್ನು ಭುಜದ ಮೇಲೆ ಎತ್ತಿಕೊಂಡು ರೈಟರ ಮನೆಕಡೆ ಹೆಜ್ಜೆಹಾಕತೊಡಗಿದ. ಕೊಡದಿಂದ ತಣ್ಣಗಿನ ನೀರು 'ಚಿಳಕ್ ಚಿಳಕ್' ಅಂತ ಚಿಮ್ಮಿ ಚಿಮ್ಮಿ ಮುಖದ ಮೇಲೆ, ಎದೆಯ ಮೇಲೆ ಸಿಡಿದು ತಟಗುಳಿ ಇಡತೊಡಗಿತು. ಹಿಂದಿನಿಂದ ಕೊರಗ 'ಹೋಗಬೇಡವೋ ಹುಡುಗ' ಅಂತ ಬೊಬ್ಬೆ ಹಾಕುತ್ತಾ ಕರುವನ್ನು ತೋಳಲ್ಲಿ ಅವಚಿಕೊಂಡು ಬರುತ್ತಿದ್ದ.

ಬಷೀರು ಬಾಣೆಗೆ ಹೋಗಲಿಕ್ಕೆ ಕಾಯುತ್ತಿರಬಹುದು ಅನಿಸಿ ಬೇಗ ಬೇಗ ಹೆಜ್ಜೆ ಹಾಕತೊಡಗಿದವನಿಗೆ ಮೆಟ್ಟಿಲಿನ ಮೇಲಿನಿಂದ ಸಾರಾ ತಾತ ಖಾಲಿ ಬುಟ್ಟಿ ಹೊತ್ತುಕೊಂಡು ಬರುವುದು ಕಾಣಿಸಿ, ಕಣ್ಣಿನ ರೆಪ್ಪೆಗೆ ತಣ್ಣಗಿನ ಹನಿಯೊಂದು ಸಿಡಿದು, ನೋಟ ಮಂಜು ಮಂಜಾದಂತಾಯಿತು.

ಸಾರಾ ತಾತ ಸಂತೆಗೆ ಅಂತ ಸಂತೆಪೇಟೆಗೆ ಹೊರಟಿದ್ದಳು. ತಾತ ಯಾವತ್ತೂ ಸಂತೆಯಿಂದ ಬರುವಾಗ ಹುರಿಯಕ್ಕಿ ಬೆಲ್ಲ ತರುತ್ತಾಳೆ..... ಹಮೀದು ಮಂಜು ಮಂಜು ಕಣ್ಣಲ್ಲೆ ನೋಡಿದ. ಸಾರಾ ತಾತ ತನ್ನತ್ತಲೇ ನೆಗಾಡಿಕೊಂಡು ಮೆಟ್ಟಿಲಿಳಿದು ಬರುತ್ತಿದ್ದಳು. ಹಮೀದು ಮೆಟ್ಟಿಲಿನ ಒಂದೊಂದೆ ಪಡಿಗಳನ್ನು ಹತ್ತತೊಡಗಿದ. ಹಿಂದಿನಿಂದ ಕೊರಗ ಸಿಳ್ಳು ಹೊಡೆಯುತ್ತಾ ಕರುವನ್ನು ಹೊತ್ತುಕೊಂಡು ಬರುತ್ತಿದ್ದ. ಹಮೀದು ಹತ್ತಿರ ತಲಪುತ್ತಿದ್ದಂತೆ ಸಾರಾ ತಾತ 'ನಿಲ್ಲು ಮೋನೆ' ಅಂತ ಖಾಲಿ ಬುಟ್ಟಿಯನ್ನು ಮೆಟ್ಟಲಲ್ಲಿಟ್ಟು ಅಲ್ಲೇ ನಿಂತುಕೊಂಡಳು. ಹಮೀದು ಭುಜದಿಂದ ಕೊಡಪಾನ ಇಳಿಸಿ ಕುತೂಹಲದಿಂದ ನೋಡಿದ. ತಾತಾ ಹತ್ತಿರಕ್ಕೆ ಬಂದಳು.

ಹಮೀದಿಗೆ ಯಾಕೆ ಗೊತ್ತಾಗಲಿಲ್ಲ. ತಾತಾ ತಲೆ ನೇವರಿಸುತ್ತಾ 'ಮೋನೇ...... ಸಂತೆಗೆ ಬರುತ್ತೀಯಾ?' ಅಂತ ಕೇಳಿದಳು. ಹಮೀದಿಗೆ 'ಸಂತೆ'ಯೆಂಬ

ಸಂಗತಿಯಿಂದ ತೀರಾ ಖುಷಿ ಅನಿಸಿತು. ಕೊಡಪಾನದ ಕಡೆ ನೋಡಿದ. ಮೆಟ್ಟಿಲ ಕೆಳಗಿನಿಂದ ಕೊರಗ ಸಿಳ್ಳು ಹಾಕುತ್ತಿರುವುದು ಹತ್ತಿರ ಹತ್ತಿರವಾಗಿ ಕೇಳುತ್ತಿತ್ತು. ಸಾರಾ ತಾತಾ ತಲೆ ತಡವುತ್ತಲೇ ಇದ್ದಳು. ಹಮೀದಿಗೆ ಇದು ಯಾಕೆ ಹೀಗೆ ತಾತಾ ನನ್ನನ್ನು ಕಂಡಾಗಲೆಲ್ಲಾ ತಲೆ ತಡವಲಿಕ್ಕೆ ತೊಡಗುವುದು ಗೊತ್ತಾಗಲಿಲ್ಲ. ತಾತಾ ಕೂದಲೊಳಕ್ಕೆ ಕೈಯಾಡಿಸುವಾಗ ತುಂಬಾ ಚೆಂದವಾಗುತ್ತಿತ್ತು. ಅವ ಮಾತಾಡದೆ ನಿಂತುಕೊಂಡ.

ತಾತಾ ಇನ್ನೊಮ್ಮೆ 'ಬರುತ್ತೀಯ ಮೋನೇ' ಅಂದಳು. ಹಮೀದಿಗೆ ಬಷೀರು ಅಲ್ಲಿ ರೈಟರ ಮನೆಯಲ್ಲಿ ಕಾಯುತ್ತಿರುವುದು ನೆನಪಾಯಿತು. ಕೊರಗ ಮೆಟ್ಟಲು ಹತ್ತುತ್ತಾ ಹತ್ತಿರಕ್ಕೆ ತಲುಪಿದ್ದ. ಅವನ ತೋಳಲ್ಲಿದ್ದ ಕರು 'ಅಂಬಾ' ಅಂತ ಕೂಗು ಹಾಕಿದ್ದು ಕೇಳಿತು. ಕೊರಗ ತನ್ನನ್ನು ಹೀಗೆ ಕೊಡಪಾನ ನೆಲದಲ್ಲಿಟ್ಟು ತಾತಾನ ಹತ್ತಿರ ನಿಂತುಕೊಂಡಿರುವುದನ್ನು ನೋಡಿದರೆ ಹೋಗಿ ರೈಟರ ಹತ್ತಿರ ಚಾಡಿ ಹೇಳಿ ಬೈಗುಳ ತಿನ್ನಿಸಬಹುದು ಅಂತ ಭಯವಾಯಿತು. 'ಇಲ್ಲ ತಾತಾ, ನಾನು ಸಂತೆಗೆ ಬರೋಲ್ಲ' ಅನ್ನಬೇಕೆನಿಸಿತು. ಹೇಳಲಾಗಲಿಲ್ಲ.

ಸಂತೆ ತುಂಬಾ ಚಂದ ಇರುತ್ತದೆ, ಅಂತ ಬಷೀರು ಹೇಳಿದ್ದ. ಸಂತೆ ಪೇಟೆಯ ಟಾರು ರಸ್ತೆಯ ಆಕಡೆ ಎರಡು ಕಡೆ ಅಂಗಡಿಗಳಿವೆ ಅಂದಿದ್ದ.

ಹಮೀದು ತಾತಾಳ ಮುಖವನ್ನೇ ನೋಡಿದ. ತಾತಾ 'ಬಾ ಮೋನೆ, ಹೋಗುವಾ' ಅಂತ ತಟ್ಟನೆ ತಬ್ಬಿಕೊಂಡಳು. ಮೆಟ್ಟಲಿನ ಮೇಲಿಂದ ತಣ್ಣಗಿನ ಗಾಳಿ ಬೀಸಿತು. ಹಮೀದಿಗೆ ಮೈ ಬೆಚ್ಚಗಾಯಿತು. ಹಾಗೆಯೇ ತಾತಾಳ ಮಡಿಲಲ್ಲಿ ಹುದುಗಿಕೊಂಡವನಿಗೆ ಕೊರಗ ಮೆಟ್ಟಲು ಹತ್ತಿಕೊಂಡು ಹತ್ತಿರ ಬಂದು ನಿಂತದ್ದು ನೋಡಿ ಹೆದರಿಕೆಯಾಯಿತು. ತಾತಾಳ ಮಡಿಲಿನಿಂದ ಬಿಡಿಸಿಕೊಂಡು ಓಡಲು ನೋಡಿದ. ತಾತಾ ಬಿಡಲಿಲ್ಲ. ಇನ್ನಷ್ಟು ಗಟ್ಟಿಯಾಗಿ ತಬ್ಬಿಕೊಂಡಿದ್ದಳು. ಕೊರಗ ಜೋರಾಗಿ ನಗುವುದು ಕೇಳಿಸಿತು. ಅವನ ಕೈಯಲ್ಲಿದ್ದ ಕರು ಕೂಗು ಹಾಕುತ್ತಿತ್ತು. ಕೊರಗನ ನಗು ಜೋರಾಗಿತ್ತು.

'ಓಹೋ..... ಇದೇನು ? ತೌಡಿಗೆ ಕೊಂಡ ಕುಟ್ಟಿಯ ಜೊತೆ ತಾತಾಳ ಜಂಬರ' ಅನ್ನುತ್ತಾ ನಗುತ್ತಿದ್ದುದು ಹಮೀದಿಗೆ ತಾತಾನ ಮಡಿಲಿನೊಳಗಿಂದ ಕೇಳಿಸಿತು. ಕೊರಗ 'ನಡೆಯಲಿ ನಡೆಯಲಿ, ತಾತಾ ಮಕ್ಕಳ ಆಟ' ಅಂತ ಹೊರಟುಹೋದ. ಹೆದರಿಕೆಯಿಂದ ತಾತಾಳ ಮಡಿಲಲ್ಲಿ ಹುದುಗಿದ್ದ ಹಮೀದೆಯ ನೆತ್ತಿಗೆ ಎರಡು ಬಿಸಿ ಹನಿಗಳು ಉದುರಿದಂತಾಯಿತು. ಅವನಿಗೆ ಗಾಬರಿಯಾಗಿ ತಾತಾಳ ಮುಖವನ್ನೇ ನೋಡಿದ. ತಾತಾ ಅಳುತ್ತಿದ್ದಳು.

ಅವಳ ಕಣ್ಣಿಂದ ಇಳಿಯುವ ನೀರು ಕೆನ್ನೆಯಿಂದ ಉರುಳಿ ಕೆಳಗೆ ಬೀಳುತ್ತಿತ್ತು. ಹಮೀದೆಗೆ ಅರ್ಥವಾಗಲಿಲ್ಲ. 'ತಾತಾ ಯಾಕೆ ಅಳೋದು....?' ಹೆದರಿಕೆಯಾಗತೊಡಗಿದ ಕೊರಗ ಮೆಟ್ಟಲ ಮೇಲಿಂದ ಇವರನ್ನೇ ತಿರುಗಿನೋಡುತ್ತಾ ಮರೆಯಾದ. ಹೆದರಿಕೆಯಾಗತೊಡಗಿತು. ಹಮೀದೆಗೆ ಬಷೀರು ಕಾಯುತ್ತಿರುವುದು ನೆನಪಾಯಿತು.

‘ನಾನು ಹೋಗುತ್ತೇನೆ ತಾತಾ, ಹೊತ್ತಾಯಿತು’ ಅಂತ ಮಡಿಲಿನಿಂದ ಬಿಡಿಸಿಕೊಳ್ಳಲು ನೋಡಿದ, ಆಗಲಿಲ್ಲ. ತಾತಾ ಗಟ್ಟಿಯಾಗಿ ತಬ್ಬಿಕೊಂಡಿದ್ದಳು.

ಬಷೀರುವಿನ ಹತ್ತಿರ ಮಾತು ಕೊಟ್ಟು ಆಗಿತ್ತು. ಈಗ ಹೇಳದೆ ಕೇಳದೆ ಸಂತೆಗೆ ಹೋದರೆ ಅವನು ಬಯ್ಯುತ್ತಾನೆ. ಹಮೀದೆಗೆ ಈಗ ತಾತಾ ಸಂತೆಗೆ ಕರೆಯುತ್ತಿರುವುದನ್ನು ನೋಡಿ ಏನೂ ಹೇಳಲಾಗಲಿಲ್ಲ.

‘ಇಲ್ಲ ತಾತಾ, ನಾನು ಬರೋಲ್ಲ’ ಅಂದೇ ಬಿಟ್ಟ, ತಾತಾ ‘ಯಾಕೆ ಮೋನೆ? ನನ್ನ ಹತ್ತಿರ ಕೋಪಾನಾ?’ ಅಂತ ಮತ್ತೆ ಅಳುವಂತೆ ತೋರಿತು. ಹಮೀದು ತಾತಾನ ಮುಖ ನೋಡಿದ. ಕಣ್ಣು ಒರೆಸಿಕೊಳ್ಳುತ್ತಿದ್ದಳು. ಪಾಪ ಅನಿಸಿತು..... ತಾತಾ ಯಾಕೆ ನನ್ನನ್ನು ಕಂಡ ಕೂಡಲೇ ಹೀಗೆ ಆಡುವುದು? ಮಾತಾಡದೆ ಹಮೀದು ತಾತಾಳ ಮುಖವನ್ನೇ ನೋಡುತ್ತಾ ನಿಂತ. ಆಕೆ ಮತ್ತೆ ತಲೆ ನೇವರಿಸತೊಡಗಿದಳು. ತಾತಾಳ ಮಡಿಲಿಗೆ ಒರಗಿಕೊಂಡು ಯೋಚಿಸುತ್ತಾ ನಿಂತವನಿಗೆ ಮೆಟ್ಟಲ ಮೇಲಿಂದ ಟಪ..... ಟಪ ಚಪ್ಪಲಿಯ ಸದ್ದು ಕೇಳಿಸಿತು.

ಬಷೀರು ಮೆಟ್ಟಲು ಇಳಕೊಂಡು ಮೇಲಿನಿಂದ ‘ಹಮೀದೆ’ ಅಂತ ಕೂಗುತ್ತಾ ಬರುತ್ತಿದ್ದವನು, ಹಮೀದು ಸಾರಾ ತಾತಾಳನ್ನು ತಬ್ಬಿಕೊಂಡು ನಿಂತಿರುವುದನ್ನು ಕಂಡು ಕೂಗು ನಿಲ್ಲಿಸಿ ಅಚ್ಚರಿಯಿಂದ ಇವರನ್ನೇ ನೋಡತೊಡಗಿದ.

ತಾತಾ ಮೆಲ್ಲಗೆ ಹಮೀದುವನ್ನು ಅಪ್ಪುಗೆಯಿಂದ ಸಡಿಲಿಸಿ ‘ಬರುತ್ತೀನಿ ಮೋನೇ’ ಅಂತ ಖಾಲಿ ಬುಟ್ಟಿ ಹೊತ್ತುಕೊಂಡು ಮೆಟ್ಟಿಲಿಳಿಯುತ್ತಾ ಹೊರಟೇಹೋದಳು.

ಬಷೀರು ಈಗ ಹಮೀದುವಿನ ಮುಖವನ್ನೇ ನೋಡತೊಡಗಿದ. ಹಮೀದಿಗೆ ನಾಚಿಕೆಯೆನಿಸಿತು. ಬಷೀರು ಅಚ್ಚರಿಯಿಂದಲೇ ನೋಡಿದ. ಹಮೀದಿಗೆ ಅಲ್ಲಿ ನಿಲ್ಲಲಾಗಲಿಲ್ಲ. ಬಾಣೆಯ ಬೇಣದ ಗೂಡಿನ ನೆನಪಾಯಿತು. ‘ಬಾ ಬಷೀರು. ಬೇಣದ ಗೂಡಿಗೆ ಕಲ್ಲು ಹೊಡೆಯುವ’ ಅನ್ನುತ್ತಾ ಅವನ ಕೈ ಹಿಡಕೊಂಡು ಮೆಟ್ಟಲು ಇಳಿಯುತ್ತಾ ಓಡತೊಡಗಿದ.

ನೀರಿನ ಕೊಡಪಾನ ಮೆಟ್ಟಲಲ್ಲಿ ಹಾಗೆಯೇ ಬಿಸಿಲಿಗೆ ಹೊಳೆಯುತ್ತಿತ್ತು. ಅವರಿಬ್ಬರು ಬಾಣೆಯ ಕಡೆ ಓಡತೊಡಗಿದರು.

ಬಷೀರು ಬಾಣೆಯವರೆಗೆ ಓಡಿಕೊಂಡು ಬಂದವನು ಒಮ್ಮೆಲೆ ಹಮೀದು ಸಾರಾ ತಾತಾ ನಿನ್ನನ್ನು ಅಪ್ಪಿಕೊಂಡಿದ್ದದ್ದು ಯಾಕೆ? ಅಂತ ಕೇಳಿಬಿಟ್ಟ. ಹಮೀದೆಗೆ ಒಂದು ಥರಾ ಆಯಿತು. ಉತ್ತರ ಕೊಡಲಿಕ್ಕೆ ಆಗಲಿಲ್ಲ. ಬೇಣ ಗೂಡು ಕಟ್ಟಿಕೊಂಡಿದ್ದ ನೇರಳೆಯ ಮರದ ಕೆಳಗೆ ನೋಡಿದ. ಮರದ ಕೆಳಗೆ ಒಟ್ಟಿ ಹಾಕಿದ್ದ ಇಟ್ಟಿಗೆಯ ಚೂರುಗಳು ಕೆಂಪಗೆ ಕಾಣಿಸಿದವು.

ಬಷೀರು ಪ್ರಶ್ನೆ ಕೇಳಿದವನು ಇವನನ್ನೇ ನೋಡುತ್ತಿದ್ದ. ಹಮೀದಿಗೆ ಗಲಿಬಿಲಿಯಾಗತೊಡಗಿತು. ಸಾರಾ ತಾತಾ ತನ್ನನ್ನು ಅಪ್ಪಿಕೊಂಡು ಕಣ್ಣು ನೀರು ಸುರಿಸಿದ್ದು ಯಾಕೆ?

ಬಷೀರು ಹುಲ್ಲುಗರಿಕೆಯೊಂದನ್ನು ಎಳೆದು ಕಿತ್ತು ಹಲ್ಲಲ್ಲಿ ಕಚ್ಚುತ್ತಾ ಇವನನ್ನೇ ನೋಡುತ್ತಿದ್ದ. ಹಮೀದಿಗೆ ಅತ್ತ ಕಡೆ ನೋಡಲಾಗಲಿಲ್ಲ. ಬಷೀರು ಮತ್ತೆ ಕೇಳಿದ.

'ಹಮೀದು, ಸಾರಾ ತಾತಾ ನಿನ್ನ ಉಮ್ಮಾವಾ?' ಹಮೀದೆಗೆ ಒಮ್ಮೆಲೇ ಮೈಬೆಚ್ಚಗಾದ ಹಾಗಾಯಿತು. 'ಸಾರಾ ತಾತಾ ನನ್ನ ಉಮ್ಮಾವಾ? ಹಾಗಾದರೆ ಈ ದನ ಮೇಯಿಸುವ ಕೊರಗ ತನ್ನನ್ನು ಬೇಡುವವಳ ಮಗು ಎಂದು ತಮಾಷೆ ಮಾಡುವುದು ಯಾಕೆ?' ಹಮೀದಿಗೆ ಅಳು ಬರುವಂತಾಯಿತು.

ಬಾಣೆಯಲ್ಲಿ ದನ ಮೇಯಿಸುತ್ತಾ ನೇರಳೆ ಮರದ ಕೆಳಗೆ ಕುಳಿತಿರುತ್ತಿದ್ದ ಮುದರ ನನ್ನನ್ನು ಕಂಡಕೂಡಲೆ ಏನೋ ಬೇಡುವವಳ ಮಗನೆ ಅಂತ ಬೆನ್ನಿಗೆ ಗುದ್ದಿ ನೋವು ಮಾಡುವುದು ಯಾಕೆ? ಹಮೀದುವಿಗೆ ಈಗ ಬಷೀರು ಸಾರಾ ತಾತಾ ನಿನ್ನ ಉಮ್ಮಾನಾ? ಅಂತ ಕೇಳುತ್ತಿರುವುದನ್ನು ನೋಡಿ ಖುಷಿಯಾಗತೊಡಗಿತ್ತು.

ತನ್ನನ್ನು ಸಾರಾ ತಾತಾ ಹೆತ್ತಿರಬಹುದಾ? ಕೊರಗ 'ಹಮೀದೆ ನಿನ್ನನ್ನು ಬೇಡುವವಳು ಹೆತ್ತು ರೈಟರ ಹೆಂಡತಿಗೆ ಮಾರಿದ್ದು, ಗೊತ್ತಾ?' ಅಂದಿದ್ದ. ಈಗ ಬಷೀರುವಿಗೆ 'ಸಾರಾತಾತಾ ನನ್ನ ಉಮ್ಮ' ಅಂತ ಹೇಳಿದ್ದು ಯಾರು?

ಬಷೀರು ಇವನ ಕಣ್ಣನ್ನೇ ನೋಡುತ್ತಿದ್ದ. ಸಾರಾ ತಾತಾ 'ಸಂತೆಗೆ ಬರುತ್ತೀಯಾ ಮೋನೇ' ಅಂತ ಕೇಳಿದ್ದು ನೆನಪಾಯಿತು. ಇವತ್ತೂ ಸಂತೆಯಿಂದ ಬರುವಾಗ ಬುಟ್ಟಿಯಿಂದ ಹುರಿಯಕ್ಕಿ ಬೆಲ್ಲದ ಕಟ್ಟು ಕೊಟ್ಟು 'ತಿನ್ನುಮೋನೆ' ಎನ್ನುತ್ತಾಳೆ.

ಹಮೀದೆಗೆ ತಟ್ಟನೆ ತಾವು ಬಂದಿರುವುದು ಬೇಣದ ಗೂಡಿಗೆ ಕಲ್ಲು ಎಸೆಯಲಿಕ್ಕೆ ಅಂತ ನೆನಪಾಯಿತು. ಬಷೀರುವಿನ ಕಡೆ ನೋಡಿದ. ಅವನೂ ಇವನನ್ನೇ ನೋಡುತ್ತಿದ್ದ. ನೇರಳೆಯ ಟೊಂಗೆಯಲ್ಲಿ ಗಾಳಿ ಜೋರಾಗಿ ಬೀಸಿ ಗೂಡು ಅಲ್ಲಾಡಿದಾಗ ಬೇಣದ ಹುಳುಗಳು ಒಮ್ಮೆಲೇ ಗೂಡೊಳಗಿಂದ ಹೊರಬಂದು ಗೂಡೆಲ್ಲಾ ಕಪ್ಪಗಾಗಿ ಬಿಡುತ್ತಿತ್ತು.

ಈಗ ಒಮ್ಮೆಗೆ ಈ ಇಟ್ಟಿಗೆ ಚೂರುಗಳನ್ನೆಲ್ಲಾ ಬೀಸಿ ಎಸೆದು ಗೂಡನ್ನು ಚೂರು ಚೂರು ಮಾಡಬೇಕು..... ಹಮೀದೆಗೆ ಖುಷಿಯಾಯಿತು. ಬಷೀರು 'ಬೇಣದ ಗೂಡು ನೋಡು ಕಪ್ಪಗಾಗಿ ಬಿಟ್ಟಿದೆ. ಅಲ್ಲವಾ?' ಅಂತ ಗೂಡಿನ ಕಡೆ ತೋರಿಸಿದ. ಬಷೀರು ಅದನ್ನು ಒಂದು ಕ್ಷಣ ನೋಡಿದವನು ಮತ್ತೆ ತಿರುಗಿ 'ಹಮೀದೆ, ನಿನ್ನನ್ನು ಹೆತ್ತದ್ದು ಸಾರಾ ತಾತಾ ಅಲ್ಲವಾ? ನಿಜ ಹೇಳು' ಅಂದ. ಹಮೀದೆಗೆ ಅಳು ಬಂತು.

ಬಷೀರು 'ಹೇಳುವುದಾದರೆ ಬೇಗ ಹೇಳು. ಈಗ ಬೇಣದ ಗೂಡಿಗೆ ಕಲ್ಲು ಹೊಡೆದು ಒಂದೇ ಸಲಕ್ಕೆ ಬೀಳಿಸುವ' ಅಂದ. ಬಷೀರು ಕುಳಿತಲ್ಲಿಂದ ಅಲ್ಲಾಡಲಿಲ್ಲ.

'ಬಷೀರು ಹಾಗಾದರೆ ನಾಳೆ ನೀನು ಇದರ ಅಡಿಯಿಂದಾಗಿ ಶಾಲೆಗೆ ಹೋಗುವಾಗ ಬೇಣದ ಹುಳು ಕಚ್ಚಿ ಸಾಯಿಸಲಿ, ನೋಡು' ಎಂದು ಹೆದರಿಸಿದ. ಬಷೀರು ಏನೂ ಅನ್ನದೆ ಇವನನ್ನೇ ನೋಡುತ್ತಿದ್ದ. ಹಮೀದಿಗೆ ಕೋಪ ಬಂದಿತ್ತು. 'ಬಷೀರು ನೀನು ಕಲ್ಲು ಹೊಡೆಯಲಿಕ್ಕೆ ಬರುತ್ತೀಯಾ ಇಲ್ಲವೊ?' ಬಷೀರು ಈಗಲೂ ಮಾತಾಡಲಿಲ್ಲ. 'ಮತ್ತೆ ಕಲ್ಲು ಸೇರಿಸಿ ಇಡಲಿಕ್ಕೆ ಯಾಕೆ ಹೇಳಿದೆ?' ಇನ್ನೂ ಜೋರಾಗಿ ಬೊಬ್ಬೆ ಹಾಕಿ ಕೇಳಿದ.

ಬಷೀರು ಏನೂ ಅನ್ನಿಸದವನ ಹಾಗೆ 'ಹಮೀದೆ ನಾನು ಹೋಗುತ್ತೇನೆ. ಸಾರಾ ತಾತಾ ಸಂತೆಯಿಂದ ಬಂದರೆ ಹುರಿಯಕ್ಕಿ ಬೆಲ್ಲ ತಂದರೆ..... ಬಾ ಹೋಗುವಾ' ಅಂತ

ಕೂತಲ್ಲಿಂದ ಎದ್ದು ನಿಂತ. ಹಮೀದು 'ಬೇಡವೊ ಬಷೀರು ಒಂದೊಂದಾದರೂ ಕಲ್ಲು ಹೊಡೆದು ಹೋಗುವ ಬಾ' ಅಂದ. ಬಷೀರು ಕೇಳಲಿಲ್ಲ. 'ನಾನು ಹೋಗುವೆ' ಅಂದವನೇ ಬಾಣೆಯ ಹುಲ್ಲಿನ ಮೇಲೆ ಹೆಜ್ಜೆ ಹಾಕುತ್ತಾ ಮನೆಯ ಕಡೆ ಓಡತೊಡಗಿದ.

ಹಮೀದೆಗೆ ಬಾಣೆಯೆಲ್ಲಾ ಒಬ್ಬನೇ ಅನಿಸಿ ಕಣ್ಣಲ್ಲಿ ನೀರು ತುಂಬಿತು. ಬಷೀರು ಬಾಣೆಯ ಕೊನೆಯ ತಿರುವಲ್ಲಿ ಮಾಯವಾಗಿದ್ದು ಕಂಡಿತು.

ಹಮೀದು ಈಗ ಒಬ್ಬನೇ ನೇರಳೆಯ ಮರದ ಕಡೆಗೆ ನೋಡತೊಡಗಿದ. ಸಂಜೆಯ ಬೆಳಕಿಗೆ ಗೂಡು ಹಳದಿಗಟ್ಟಿತ್ತು. ಹುಳುಗಳು ದೂರ ದೂರದಿಂದ ಹಾರಿಬಂದು ಗೂಡಿನೊಳಕ್ಕೆ ಸೇರಿಕೊಳ್ಳುತ್ತಿದ್ದವು. ಮರದ ಕೆಳಗೆ ಇಟ್ಟಿಗೆಯ ಚೂರುಗಳು ಕಪ್ಪಾಗಿ ಕಾಣತೊಡಗಿದವು.

ಹಮೀದೆಗೆ ಸಾರಾ ತಾತಾಳ ನೆನಪಾಯಿತು. ಬಷೀರುವಿಗೆ ಯಾರು ಹೀಗೆ ಹೇಳಿರಬಹುದು? ಕೊರಗನೇ ಅನಿಸಿತು. ಈ ದನ ಕಾಯುವ ಅಡಿಯ ಪೊಲೆಯ ಎಲ್ಲವನ್ನೂ ಚಾಡಿ ಹೇಳಿ ಚಾಡಿ ಹೇಳಿ ಹಾಳು ಮಾಡುತ್ತಿದ್ದಾನೆ ಅನಿಸಿ ತಾನು ಒಬ್ಬನೇ ಎಲ್ಲ ಇಟ್ಟಿಗೆ ಚೂರುಗಳನ್ನು ಎತ್ತಿ ಎತ್ತಿ ಬೇಣದ ಗೂಡಿನ ಕಡೆಗೆ ಬೀಸಿ ಹೊಡೆಯಬೇಕು ಎನಿಸಿತು.

ಕೊರಗೆ ಅದೇ ಮರದ ನೆರಳಿನಲ್ಲಿ ಕುಳಿತುಕೊಂಡು ದನ ಮೇಯಿಸುತ್ತಿದ್ದ. ತನ್ನನ್ನು ಕಂಡ ಕೂಡಲೇ ಷರಟಿನ ತುದಿ ಹಿಡಿದು ನಿಲ್ಲಿಸಿ,

'ಹಮೀದೇ ಹಮೀದೇ
ಇಲ್ಲಿ ಬಾ, ಹಮೀದೇ
ಬೇಡುವ ಹೆಂಗಸು ತೌಡಿಗೆ ಮಾರಿ
ಓಡಿ ಹೋದಳು ಹಮೀದೇ' ಅಂತೆಲ್ಲಾ ಹಾಡುತ್ತಿದ್ದ.

ತಾನು ಕೊರಗನ ಕೈಯಿಂದ ತಪ್ಪಿಸಿಕೊಂಡು ಓಡಿ ಬಂದರೂ ಕೊರಗನ ಹಾಡು ಇನ್ನೂ ಕೇಳಿಸುತ್ತಿತ್ತು.....

ಹಮೀದೆಗೆ ಅಳು ಒತ್ತರಿಸಿ ಬಂದಿತು. ಮತ್ತೆ ಬೇಣದ ಗೂಡಿನ ಕಡೆ ನೋಡಿದ. ಗೂಡಿನ ಮೇಲಿಂದ ಸೂರ್ಯನ ಬೆಳಕು ಮರೆಯಾಗಿ, ಇನ್ನೂ ಮೇಲಕ್ಕೆ ಮರದ ತುದಿಯಲ್ಲಿ ಬೆಳಗುತ್ತಿತ್ತು. ಬಾಣೆಯ ತುಂಬಾ ಕೆಂಪು ಬೆಳಕು ತುಂಬಿಕೊಂಡಿತ್ತು.

ಇಷ್ಟು ಹೊತ್ತಿಗೆ ಸಾರಾ ತಾತಾ ಸಂತೆಯಿಂದ ಬಂದಿರಬಹುದು ಅನಿಸಿತು. ತಾತಾ ಹುರಿಯಕ್ಕಿ ಬೆಲ್ಲದ ಪೊಟ್ಟಣ ಕೈಯಲ್ಲಿ ಹಿಡಕೊಂಡು ರೈಟರ ಮನೆಯಲ್ಲಿ ತನ್ನನ್ನು ಕಾಯುತ್ತಿರಬಹುದು..... ತಾತಾ ಹುರಿಯಕ್ಕಿ ಕೊಡಲು ಬಂದರೆ ಕೈಯಿಂದ ಕಿತ್ತು ಬಿಸಾಕಿ ತಾತಾ ನೀನೇ ಅಲ್ಲವ ನನ್ನ ಉಮ್ಮಾ? ಅಂತ ಕೇಳಬೇಕೆನಿಸಿತು. 'ತಾತಾ ನನ್ನನ್ನು ಬೇಡುವವಳು ಮಾರಿದ್ದು ಅಲ್ಲ ಅಲ್ಲವಾ?' ಅಂತ ಜೋರಾಗಿ ಬೊಬ್ಬೆ ಹೊಡೆದು ಅವಳ ಹಿಂದೆಯೇ ಲೈನಿನ ಮನೆಗೆ ಓಡಿ ಹೋಗಬೇಕೆನಿಸಿತು. ವೇಗವಾಗಿ ಹೆಜ್ಜೆ ಹಾಕಿ ಬಾಣೆ ದಾಟತೊಡಗಿದ.

ಹಮೀದು, ರೈಟರ ಮನೆಯ ಹತ್ತಿರ ತಲುಪಿದಾಗ ಕತ್ತಲಾಗತೊಡಗಿತ್ತು.

ಮನೆಯು ಒಳಗೆ ಲೈಟು ಹಾಕಿದ್ದರು. ಹಮೀದಿಗೆ ಸಾರಾ ತಾತಾಳ ನೆನಪಾಗಿ ಓಡಿಕೊಂಡು ಬಂದವನು ಬಾಗಿಲ ಹತ್ತಿರ ಸಾರಾ ತಾತಾ ಬುಟ್ಟಿ ಹಿಡಕೊಂಡು ನಿಂತಿರುವುದನ್ನು ನೋಡಿ ಅಲ್ಲೇ ಮೆಟ್ಟಲಲ್ಲಿ ಕಲ್ಲಿನ ಹಾಗೆ ನಿಂತುಕೊಂಡ. ತಾತಾ ಬಾಗಿಲ ಹತ್ತಿರದಿಂದ ಇವನ ಮುಖವನ್ನು ನೋಡುತ್ತಿದ್ದಳು. ಹಮೀದೆ ತಲೆ ತಗ್ಗಿಸಿದ. ಅವನಿಗೆ 'ತಾತಾ ನೀನು ನನ್ನ ಉಮ್ಮ ಅಲ್ಲವಾ ?' ಅಂತ ಕೇಳಬೇಕೆನಿಸಿತ್ತು. ತಲೆ ಎತ್ತಿ ನೋಡಿದ. ತಾತಾಳ ಬುಟ್ಟಿಯಲ್ಲಿ ಹುರಿಯಕ್ಕಿ ಬೆಲ್ಲ ಇರಬಹುದೆನಿಸಿತು. ತಾತಾ ಸಂತೆಗೆ ಹೋಗುವಾಗ ತನ್ನನ್ನು ತಬ್ಬಿಕೊಂಡದ್ದು ನೆನಪಾಯಿತು. ಇನ್ನೊಮ್ಮೆ ಈ ತಾತಾಳನ್ನು ತಬ್ಬಿಕೊಳ್ಳುವಾ ಅನಿಸಿತು.

ತಾತಾ ಇವನ ಕಣ್ಣನ್ನೇ ನೋಡುತ್ತಾ 'ಎಲ್ಲಿ ಹೋಗಿದ್ದೆ ಮೋನೇ ? ನಾನು ನಿನ್ನನ್ನೇ ಕಾಯುತ್ತಿದ್ದೆ' ಅಂದಳು. ಹಮೀದೆಗೆ ನಾಚಿಕೆಯಾಯಿತು. ಬಷೀರು ಬಾಣೆಯಲ್ಲಿ 'ಸಾರಾ ತಾತಾ ನಿನ್ನ ಉಮ್ಮ ಅಲ್ಲವಾ ?' ಅಂದಿದ್ದ. ಮೆಲ್ಲಗೆ ಮೆಟ್ಟಲು ಹತ್ತಿ ಬಾಗಿಲು ದಾಟಿ ಒಳಕ್ಕೆ ಓಡಲು ನೋಡಿದ. ಬಾಗಿಲ ಹತ್ತಿರ ತಾತಾ ಇವನನ್ನು ಬಾಚಿ ಅವಚಿಕೊಂಡು, ಸೊಂಟದ ಹತ್ತಿರಕ್ಕೆ ತಬ್ಬಿಕೊಂಡಳು.

ಹಮೀದೆಯ ಮೂಗಿಗೆ ಸಾರಾ ತಾತಾಳ ಮಡಿಲಿನಿಂದ ಏನೋ ಪರಿಮಳದ ಹಾಗೆ ತೇಲಿ ಬಂತು. ತಾತಾಳ ಮಡಿಲಿನೊಳಕ್ಕೆ ಹುದುಗಿಕೊಂಡ. ತಾತಾಳ ಕೈ ಮೆಲ್ಲಗೆ ಮತ್ತೆ ಅವನ ತಲೆಯನ್ನು ಸವರಿತು.

ತಾತಾ 'ಮೋನೇ ಇಲ್ಲಿ ನೋಡು' ಅಂದಳು. ಹಮೀದು ತಲೆಯೆತ್ತಿ ನೋಡಿದ. ತಾತಾ ಬುಟ್ಟಿಯಿಂದ ಪ್ಲಾಸ್ಟಿಕ್ ಕಟ್ಟೊಂದನ್ನು ಹೊರಕ್ಕೆ ತೆಗೆದು ಕೈಯಲ್ಲಿ ಹಿಡಿದುಕೊಂಡಿದ್ದಳು. ಹಮೀದೆಗೆ ಕುತೂಹಲವಾಯಿತು. ತಾತಾ ಕಟ್ಟಿನೊಳಗಿಂದ ಬಿಳಿಯ ಸಣ್ಣ ಲುಂಗಿಯೊಂದನ್ನು ಹೊರತೆಗೆದಳು. 'ಇದು ನಿನಗೆ ಮೋನೇ' ಅಂದಳು. ಹಮೀದೆಗೆ ಈಗಲಾದರೂ 'ತಾತಾ ನೀನು ನನ್ನ ಉಮ್ಮಾನ ?' ಅಂತ ಕೇಳಬೇಕೆನಿಸಿತು. ಕಣ್ಣಲ್ಲಿ ನೀರು ತುಂಬಿಕೊಂಡು ಕೇಳಲಾಗಲಿಲ್ಲ, ಹೊರಕ್ಕೆ ನೋಡಿದ. ಹೊರಗೆ ಕತ್ತಲು ತುಂಬಿಕೊಂಡು, ಕಾಫಿತೋಟದಲ್ಲಿ ಕುಟ್ರು ಹಕ್ಕಿಗಳು ಸಾಲಾಗಿ ಕೂಗು ಹಾಕುತ್ತಿದ್ದವು.

ತಾತಾ 'ತಕ್ಕೋ ಮೋನೆ' ಅಂತ ಕಟ್ಟನ್ನು ಕೈಗೆ ಕೊಟ್ಟಳು. ಹಮೀದೆ ತಾತಾಳ ಕಣ್ಣನ್ನೇ ನೋಡಿದ. ತಾತಾ ತಟ್ಟನೆ ತಟ್ಟದಿಂದ ಕಣ್ಣು ಒರೆಸಿಕೊಂಡು 'ನಾನೂ ಬರುತ್ತೀನಿ ಮೋನೆ' ಅನ್ನುತ್ತಾ ಮೆಟ್ಟಲು ಇಳಿದು ಮರೆಯಾದಳು.

ಹಮೀದೆ ಮೆಟ್ಟಲಲ್ಲಿ ನಿಂತುಕೊಂಡೆ ಅತ್ತ ಕಡೆ ನೋಡಿದ. ತಾತಾಳ ಬಿಳಿಯ ತಟ್ಟದ ತುದಿ ಅವನಿಗೆ ತಿರುವಲ್ಲಿ ಕಾಣಿಸಿ ಮರೆಯಾಯಿತು. ಕೈಯಲ್ಲಿನ ಲುಂಗಿಯ ಪ್ಲಾಸ್ಟಿಕ್‌ನ ಕಟ್ಟು ಬೀಸುವ ಗಾಳಿಗೆ 'ಜಿಟಿ ಜಿಟಿ' ಸದ್ದು ಮಾಡುತ್ತಿತ್ತು. ಕತ್ತಲಾಚೆಯಿಂದ ಜೀರುಂಡೆಗಳ ಧ್ವನಿ ಕೇಳಿಸಿತು. ಕೈಯಲ್ಲಿದ್ದ ಲುಂಗಿಯ ಕಟ್ಟನ್ನು ಏನು ಮಾಡುವುದು ಗೊತ್ತಾಗಲಿಲ್ಲ. ಬಷೀರುವಿಗೆ ತೋರಿಸೋದಾ ಅನಿಸಿತು. ಬಾಗಿಲು ದಾಟಿ ಒಳಕ್ಕೆ ಹೋದ.

ಬಷೀರು ಕುರ್ಚಿಯಲ್ಲಿ ಪುಸ್ತಕ ಹಿಡಿದುಕೊಂಡು ಏನೋ ಯೋಚಿಸುತ್ತಿದ್ದ.

ಹಮೀದು ಲುಂಗಿಯ ಪ್ಲಾಸ್ಟಿಕ್ಕಿನ ಪಿಟಿ ಪಿಟಿ ಸದ್ದು ಮಾಡಿದ. ಬಷೀರು ಏನೂ ಕೇಳಿಸದವನಂತೆ ಎತ್ತಲೋ ನೋಡುತ್ತಿದ್ದ. ಹಮೀದು 'ಬಷೀರು ನೋಡೋ ಹೊಸ ಲುಂಗಿ' ಅಂತ ಅವನ ಭುಜ ತಟ್ಟಿ ಹೇಳಿದ. ಒಮ್ಮೆಗೇ ಎಚ್ಚೆತ್ತುಕೊಂಡ ಬಷೀರು ಏನೂ ಹೇಳದೆ ಇವನತ್ತಲೇ ನೋಡಿದ. ಹಮೀದಿಗೆ ವಿಚಿತ್ರ ಅನ್ನಿಸಿತು. 'ಬಷೀರು ನೋಡೋ ಇದು ಸಾರಾ ತಾತಾ ಸಂತೆಯಿಂದ ತಂದುಕೊಟ್ಟದ್ದು' ಅಂತ ಹೇಳಬೇಕೆಂದುಕೊಂಡಿದ್ದ. ಆದರೆ ಬಷೀರು ಲುಂಗಿಯ ಕಡೆಗೆ ನೋಡಲೇ ಇಲ್ಲ. ಹಮೀದಿಗೆ ನಿರಾಶೆಯಾಯಿತು. ಅಷ್ಟರಲ್ಲಿ ತಟ್ಟನೆ ಬಷೀರು ಮೆಲ್ಲಗೆ ಇವನ ಕಿವಿಯ ಹತ್ತಿರ ಬಂದು,

'ಹಮೀದೆ ಕೊರಗನ ಕೊಟ್ಟಿಗೆಯಲ್ಲಿ ಕರು ಇತ್ತಲ್ಲ? ಅದರ ತಾಯಿ ಹಗ್ಗ ಕಿತ್ತು ಕಾಡಿಗೆ ಓಡಿಹೋಗಿದೆಯಂತೆ' ಅಂದುಬಿಟ್ಟ.

ಹಮೀದೆಗೆ ಒಮ್ಮೆಲೇ ಹೆದರಿಕೆಯಾಯಿತು. ಬಷೀರುವಿನ ಕಣ್ಣಲ್ಲೂ ಹೆದರಿಕೆ ತುಂಬಿಕೊಂಡಿತ್ತು. ಬಷೀರು ಯಾಕೆ ಹೆದರುತ್ತಿದ್ದಾನೆ? ಹಮೀದಿಗೂ ಏನೊ ಅನಿಸಿತು. ಹೇಳಲಾಗಲಿಲ್ಲ. ತಾಯಿ ಹಸುವನ್ನು ಓಡಿಹೋಗಲು ಬಿಟ್ಟದ್ದಕ್ಕೆ ಕೊರಗನಿಗೆ ರೈಟರು ಸರೀ ಬೈಯ್ದಿರಬಹುದು ಅನಿಸಿತು. ತಾನು ಸಾರಾ ತಾತಾಳ ಕೈಯಿಂದ ಲುಂಗಿ ತಕ್ಕೊಂಡದ್ದು ಗೊತ್ತಾದರೆ ರೈಟರಿಗೆ ಸಿಟ್ಟು ಬರಬಹುದಾ? ಅನ್ನಿಸಿತು.

ಬಷೀರು ಮತ್ತೆ ಕುರ್ಚಿಯಲ್ಲಿ ಪುಸ್ತಕ ಹಿಡಕೊಂಡು ಕೂತ. ಹಮೀದಿಗೆ ಲುಂಗಿ ಕೈಯಲ್ಲಿ ಹಿಡಕೊಂಡಿರಲು ಹೆದರಿಕೆಯಾಯಿತು. ಮೆಲ್ಲನೆ ಹಿತ್ತಲಿನ ಒಲೆಯ ಹತ್ತಿರ ಹೋದ.

ಹಿತ್ತಲ ಕಡೆಯಿಂದ ಒಳಕ್ಕೆ ನುಗ್ಗಿದ ಹಮೀದಿಗೆ ಕೊರಗ ಹಿತ್ತಲಿನ ಹಂಡೆಯ ಒಲೆಗೆ ಉರಿ ಹಚ್ಚುತ್ತಾ ಕೂತಿರುವುದು ಕಂಡು ತಮಾಷೆ ಅನಿಸಿತು. ಕೊರಗ ರೈಟರ ಕೈಯಿಂದ ಸಮಾ ಬೈಗಳ ತಿಂದು ಇಲ್ಲಿ ಬಂದು ಕೂತಿದ್ದಾನೆ ಅನಿಸಿತು. ಕೊಟ್ಟಿಗೆಯ ಕಡೆಯಿಂದ ಕರು ಅಂಬಾ ಎಂದು ಕೂಗು ಹಾಕುತ್ತಿರುವುದು ಕೇಳಿಸಿತು. ಈಗ ಕಾಡಿಗೆ ಹೋಗಿರುವ ಹಸು ಅಲ್ಲಿ ಏನು ಮಾಡುತ್ತಿರಬಹುದು?

ಕೊರಗ ನನ್ನನ್ನು ಹತ್ತಿರ ಕರೆದು 'ಬೇಡುವವಳ ಮಗ' ಎಂದು ತಮಾಷೆ ಮಾಡಬಹುದಾ ಅನಿಸಿ ಕೊರಗನಿಗೆ ಹಾಗೆಯೇ ಆಗಬೇಕು, ಹೆದರಿಬಿಟ್ಟಿದ್ದಾನೆ, ಎಂದುಕೊಂಡ. ಹೊಸ ಲುಂಗಿಯನ್ನು ಅವನಿಗೆ ತೋರಿಸಬೇಕೆನಿಸಿತು. 'ನೋಡೋ ನನ್ನ ಹೊಸ ಲುಂಗಿ' ಅಂತ ಪ್ಲಾಸ್ಟಿಕ್ಕಿನ ಪಿಟಪಿಟ ಸದ್ದು ಮಾಡಿದ. ಕೊರಗ ನಿದ್ದೆಯಿಂದ ಎದ್ದವನಂತೆ ಮುಖ ಮಾಡಿದಾಗ ಹಮೀದಿಗೆ ಧೈರ್ಯ ಬಂತು. 'ಕೊರಗಾ ಈ ಲುಂಗಿ ತಾತಾ ಸಂತೆಯಿಂದ ತಂದುಕೊಟ್ಟದ್ದು' ಅಂತ ಕೂಗು ಹಾಕಿದ. ಕೊರಗನ ಮುಖ ಒಮ್ಮೆಗೇ ಕಪ್ಪಿಟ್ಟಿತು. ಹಮೀದಿಗೆ ಯಾಕೆ ಅಂತ ಗೊತ್ತಾಗಲಿಲ್ಲ. ಕೊರಗನಿಗೆ ಹೊಟ್ಟೆ ಉರಿಯಾ? ಅನಿಸಿತು. ಕೊರಗ ಮತ್ತೆ ಒಲೆಗೆ ಒಣ ಪುರಲೆ ತುರುಕಿಸತೊಡಗಿದ. ಅವನ ಕಪ್ಪಗಿನ ಮುಖ ಬೆಂಕಿಯೆದುರಲ್ಲಿ ಹೆದರಿಕೆ ಅನಿಸಿ ಮೆಲ್ಲಗೆ ಅಡಿಗೆ ಮನೆಯ ಬಾಗಿಲು ಸರಿಸಿ ಒಳಕ್ಕೆ ಹೋದ. ಅಡುಗೆಯ ಒಲೆಯ

ಹತ್ತಿರ ರೈಟರು ಚಳಿಕಾಯಿಸುತ್ತಾ ಕೂತಿದ್ದರು. ರೈಟರ ಹೆಂಡತಿ ಅಕ್ಕಿ ಅರೆಯುತ್ತಿದ್ದರು. ಹಮೀದೆ ಮೂಲೆಯಲ್ಲಿ ನಿಂತುಕೊಂಡ. ಹೊಸ ಲುಂಗಿಯ ಕಟ್ಟು ರೈಟರು ನೋಡಿದರೆ ಎಂದು ಅವನಿಗೆ ಹೆದರಿಕೆಯಾಗತೊಡಗಿತು.

ರೈಟರು ತಮ್ಮ ಕಾಲುಗಳನ್ನು ಉರಿಯುತ್ತಿದ್ದ ಅಡಿಗೆ ಒಲೆಯ ಮುಂದೆ ಚಾಚಿಕೊಂಡು,

'ಮರಿಯಾ, ನಾಳೆ ಕಾಡಿಗೆ ಹೋಗಿ ಹಸುವನ್ನು ಹುಡುಕಿಕೊಂಡು ಬರುತ್ತೇನೆ ಎಣೇ' ಎಂದರು. ರೈಟರ ಹೆಂಡತಿ ಅರೆಯುತ್ತಿದ್ದಲ್ಲಿಂದ ತಲೆಯೆತ್ತಿ ನೋಡತೊಡಗಿದರು. ಅವರು ಓಡಿಹೋದ ಹಸುವನ್ನು ನೆನೆದು ಅಳುತ್ತಿದ್ದಾರೆ ಅನಿಸಿತು. ಹಮೀದಿಗೆ ಅಲ್ಲೂ ನಿಲ್ಲಲಾಗಲಿಲ್ಲ. ರೈಟರ ಹೆಂಡತಿ ಅಳುವುದು ಹೊಸದು ಅನಿಸಿತು. ಮೆಲ್ಲಗೆ ಅಲ್ಲಿಂದ ದಾಟಿ ಒಳಕೋಣೆಯ ಕಡೆ ಹೋದ. ಲುಂಗಿಯ ಕಟ್ಟು ಎಲ್ಲಿಡುವುದು ಗೊತ್ತಾಗಲಿಲ್ಲ. ಮೆಲ್ಲಗೆ ಬಷೀರುವಿನ ಹತ್ತಿರ ಬಂದ. ಬಷೀರುವಿನ ಕೈಯಲ್ಲಿ ಪುಸ್ತಕ ಇನ್ನೂ ಇತ್ತು. ಬಷೀರು ತಲೆಯೆತ್ತಿ ನೋಡತೊಡಗಿದ. ಹಮೀದು ಏನೂ ಅನ್ನದೆ ಮತ್ತೆ ಹಿತ್ತಲ ಕಡೆ ಹೋದ. ಹಿತ್ತಲ ಒಲೆಯಲ್ಲಿ ಕೊಳ್ಳಿಗಳು ಉರಿಯುವ 'ಚಿಟಿ ಚಿಟಿ' ಸದ್ದು ಕೇಳಿಸಿತು.

ಒಲೆಯ ಹತ್ತಿರ ಹೋಗಿ ಲುಂಗಿ ಕೈಯಲ್ಲಿ ಹಿಡಕೊಂಡು ಕೊರಗನ ಉರಿಯುವ ಮುಖವನ್ನೇ ನೋಡುತ್ತಾ ನಿಂತ. ಕೊರಗ ನೆಲದಲ್ಲಿ ಅಂಡು ಊರಿಕೊಂಡು, ಮೊಣಕಾಲ ಮೇಲೆ ಕೈಚಾಚಿ ಬೆಂಕಿಯನ್ನೇ ನೋಡುತ್ತಿದ್ದ. ಹಮೀದೆಗೆ ಲುಂಗಿಯ ಕಟ್ಟು ಭಾರವಾಗುತ್ತಿದ್ದಂತೆ ಆಯಿತು. ಸಾರಾ ತಾತಾ ಅದನ್ನು ಕೈಗೆ ಕೊಡುವಾಗ ಅತ್ತದ್ದು ನೆನಪಾಯಿತು. ಹಮೀದಿಗೆ ತಡೆಯುವುದಕ್ಕೆ ಆಗಲಿಲ್ಲ. ಬೆಂಕಿಯ ಉರಿಯಲ್ಲಿ ಕೊರಗನ ಮುಖ ಮಿನುಗುತ್ತಿತ್ತು. ಲುಂಗಿಯನ್ನೂ ಬೆಂಕಿಯಲ್ಲಿ ಸುಟ್ಟು ಬಿಡುವಾ ಅನಿಸಿತು.

ಹಮೀದು ನೇರವಾಗಿ ಬೆಂಕಿಯ ಹತ್ತಿರ ನಡೆದವನೇ ಕೊರಗನ ಕಾಲು ಬದಿಯಿಂದ ನುಸುಳಿ ಲುಂಗಿಯ ಕಟ್ಟನ್ನು ಉರಿಯುವ ಬೆಂಕಿಗೆ ಹಾಕಿಬಿಟ್ಟ.

ಕೊರಗನಿಗೆ ಕಣ್ಣ ಮುಂದೆ ದಿಗ್ಗನೆ ಬೆಂಕಿ ಹೊತ್ತಿಕೊಂಡಿತು. ಅವನ ಕಣ್ಣು ಮುಂದೆಯೇ ಲುಂಗಿಯ ಕಟ್ಟು ಉರಿಯುತ್ತಿತ್ತು. ಕೊರಗ ಎರಡೂ ಕಣ್ಣು ಬಿಟ್ಟುಕೊಂಡು ಹಮೀದೆಯನ್ನೇ ನೋಡತೊಡಗಿದ. ಹಮೀದು ಸಣ್ಣಗೆ ನಡುಗುತ್ತಿದ್ದ. ಕೊರಗನ ಕಣ್ಣಂಚಿನಲ್ಲಿ ನೀರು ತುಂಬಿಕೊಳ್ಳತೊಡಗಿತು. ಹಮೀದು ತಡೆಯಲಾರದೆ ಬಿಕ್ಕಿ ಬಿಕ್ಕಿ ಅಳತೊಡಗಿದ.

ಕೊರಗನಿಗೆ ಇನ್ನು ತಡೆಯಲಿಕ್ಕೆ ಆಗಲಿಲ್ಲ. ನಿಂತುಕೊಂಡು ಅಳುತ್ತಿದ್ದ ಹಮೀದೆಯನ್ನು ಬಾಚಿ ತಬ್ಬಿಕೊಂಡದ್ದು 'ಯಾ ಹಮೀದೇ' ಅನ್ನುತ್ತಾ 'ನಿನ್ನ ಅಪ್ಪ ನಾನು ಹಮೀದೆ. ನೀನು ನನ್ನ ಮಗ ಹಮೀದೆ. ನಿನ್ನ ಉಮ್ಮಾ ಸಾರಾ ತಾತಾ ಹಮೀದೆ' ಅನ್ನುತ್ತಾ ಹಾಡುವಂತೆ ಅಳತೊಡಗಿದ.

ಹಮೀದೆಯ ಅಳು ತಟ್ಟನೆ ನಿಂತುಹೋಯಿತು. ಅವ ಮಡಿಲಿನಿಂದಲೇ ಅಚ್ಚರಿಯಿಂದ ಕೊರಗನ ಮುಖ ನೋಡಿದ. ಅವನಿಗೆ 'ಅಪ್ಪ' ಎಂಬ ಸಂಗತಿ ತೀರಾ

ಹೊಸದಾಗಿ ಕಂಡಿತು. ಕೊರಗ 'ನಿನ್ನ ಉಮ್ಮಾ ಸಾರಾ ತಾತಾ' ಅಂದದ್ದು ಕೇಳಿ ಖುಷಿಯಾಯಿತು. ಒಲೆಯ ಕಡೆ ನೋಡಿದ. ಸಾರಾ ತಾತಾ ಸಂತೆಯಿಂದ ತಂದು ಕೊಟ್ಟ ಹೊಸ ಲುಂಗಿ ಕಟ್ಟು ಒಂದು ಕಡೆಯಿಂದಲೇ ಉರಿಯುತ್ತಾ ಬೂದಿಯಾಗತೊಡಗಿತು. ಲುಂಗಿಯ ಬಗ್ಗೆ ಪಾಪ ಅನಿಸಿತು.

ಕೊರಗ ಹಮೀದೆಯ ತಲೆ ತಡವುತ್ತಾ ಅಳುತ್ತಲೇ ಇದ್ದ.

'ಯಾ ಹಮೀದೇsss
ನಿನ್ನ ಅಪ್ಪ ನಾನು ಹಮೀದೇss
ನೀ ನನ್ನ ಮಗಾ ಹಮೀದೇss
ನಿನ್ನ ಉಮ್ಮಾ ಸಾರಾ ತಾತಾ ಹಮೀದೆss'

* * * *

ಕೊಟ್ಟಿಗೆಯಿಂದ ಕರು ಅಂಬಾ ಅಂತ ಕೂಗು ಹಾಕತೊಡಗಿತು.

ರೈಟರು ಹಸುವನ್ನು ಹುಡುಕಿಕೊಂಡು ಹಗ್ಗ ಎತ್ತಿಕೊಂಡು ಕಾಡಿಗೆ ಸಂಜೆಯೇ ಹೋಗಿಬಿಟ್ಟಿದ್ದರು. ಕೊಟ್ಟಿಗೆಯಲ್ಲಿ ಕರು ತಾಯಿಗೆ ಕೂಗು ಹಾಕುತ್ತಿತ್ತು.

ದೊಡ್ಡ ಕಿತ್ತಲೆ ಹಣ್ಣಿನ ಹಾಗೆ ಹೊಳೆಯುವ ಚಂದ್ರನ ಬೆಳಕು ಕಾಫಿಯ ರೆಂಬೆಗಳಲ್ಲಿ ಹೊಳೆಯುತ್ತಿತ್ತು. ಕಾಫಿ ಗಿಡಗಳ ಅಡಿಯಲ್ಲಿ ಬೆಳಕು – ನೆರಳು, ಬೆಳಕು–ನೆರಳು ಬಲೆ ಹರಡಿತ್ತು. ಸಾರಾ ತಾತಾ ಹಮೀದುವನ್ನು ಕೈ ಹಿಡಕೊಂಡು ರೈಟರ ಮನೆಯ ಕಡೆ ನಡೆಯುತ್ತಿದ್ದರು. ಒಬ್ಬರಿಗೇ ಇರಲು ಹೆದರಿಕೆಯಾಗುತ್ತದೆ ಅಂತ ಸಾರಾತಾತಾಳನ್ನು ಕರೆದುಕೊಂಡು ಬರಲು ರೈಟರ ಹೆಂಡತಿ ಹಮೀದುವನ್ನು ಲೈನಿಗೆ ಕಳಿಸಿದ್ದರು.

ಹೊಳೆಯುವ ಬೆಳಕಿನಲ್ಲಿ ಹಮೀದು ತಾತಾಳ ಮುಖ ನೋಡಿದ. ಅವನಿಗೆ ಚಂದ್ರನ ನೆನಪಾಯಿತು. ತಾತಾಳ ಕಿವಿಯಲ್ಲಿನ ಬೆಳ್ಳಿಯ ಆಲಿಕತ್ತು ಬೆಳ್ಳಗೆ ಮಿನುಗುತ್ತಿದ್ದವು. 'ತಾತಾ ನನ್ನ ಉಮ್ಮ ಅಲ್ಲವಾ ?' ಹಮೀದು ತಾತಾಳ ಕೈ ಅಮುಕಿ ಹಿಡಿದ. ತಾತಾ ಬೇಗ ಬೇಗ ಹೆಜ್ಜೆ ಹಾಕತೊಡಗಿದಳು.

ಅವರು ರೈಟರ ಮನೆಯ ಹತ್ತಿರಕ್ಕೆ ತಲುಪಿದಾಗ ಕೊಟ್ಟಿಗೆಯ ಕಡೆಯಿಂದ ಕೊರಗ ಪೀಪಿ ಊದುತ್ತಿರುವುದು ಕೇಳಿಸಿತು. ಪೀಪಿಯ ಹಾಡು ಅಲೆಅಲೆಯಾಗಿ ಕಾಫಿ ಗಿಡಗಳ ಮೇಲೆ ಅಲೆದಾಡುತ್ತಿತ್ತು. ಅವರು ಇನ್ನೂ ಹತ್ತಿರ ಬರುತ್ತಿದ್ದಂತೆಯೇ ಕೊಟ್ಟಿಗೆಯೊಳಗಿಂದ ಕರು 'ಅಂಬಾ' ಎನ್ನುತ್ತಿರುವುದು ಕೇಳಿಸತೊಡಗಿತು. ಬಾಣೆಯ ಮೇಲಿಂದ ಬೆಳದಿಂಗಳ ಹಕ್ಕಿಗಳು 'ಕೀ ಕೀ ಕೀ ಕೀ..... ಅಂತ ರೆಕ್ಕೆ ಬಡಿಯುತ್ತಾ ತೇಲುತ್ತಾ ಹಾಡುತ್ತಿದ್ದವು. ತಾತಾ ಹಮೀದುವಿನ ಮುಖ ನೋಡಿದಳು. ಅವನು ಆಕಾಶದಲ್ಲಿ ಹಾರುತ್ತಿದ್ದ ಹಕ್ಕಿಗಳನ್ನು ನೋಡುತ್ತಿದ್ದ.

ರೈಟರ ಮನೆಯನ್ನು ತಲುಪಿದಾಗ ರೈಟರ ಹೆಂಡತಿ ಕಾಯುತ್ತಿದ್ದರು. ಕೊಟ್ಟಿಗೆಯ ಕಡೆಯಿಂದ ಕೊರಗನ ಪೀಪಿಯ ಹಾಡು ಬಾಗಿಲಿಗೆ ಬಡಿಯುತ್ತಿತ್ತು. ರೈಟರ ಹೆಂಡತಿ ಬಾಗಿಲಿನ ಅಗುಳಿ ತೆಗೆದು ಇವರು ಒಳಗೆ ಬಂದ ಕೂಡಲೆ ಬಾಗಿಲು ಹಾಕಿಕೊಂಡು ಅಡಿಗೆ ಕೋಣೆಗೆ ಊಟಕ್ಕೆ ಕರೆದುಕೊಂಡು ಹೋದರು.

ಹಮೀದು ಸದ್ದಿಲ್ಲದೆ ಉಣ್ಣುತ್ತಿದ್ದ ತಾತಾಳ ಮುಖವನ್ನೇ ನೋಡುತ್ತಾ ಮೆಲ್ಲಗೆ ಅನ್ನ ತುತ್ತು ಮಾಡಿ ನುಂಗತೊಡಗಿದ. ಅಡಿಗೆ ಕೋಣೆಯ ಮಾಡಿನ ಸದ್ದಿನಿಂದ ಕೊರಗನ ಪೀಪಿಯ ಹಾಡು ಕೇಳಿಬರುತ್ತಿತ್ತು.

ಆಮೇಲೆ ಅವರೆಲ್ಲ ಮಲಗುವ ಕೋಣೆಯಲ್ಲಿ ಬಾಗಿಲು ಹಾಕಿಕೊಂಡು ಮಲಗಿದರು. ರೈಟರ ಹೆಂಡತಿ ಬಷೀರು ಮಂಚದಲ್ಲಿ ಮಲಗಿದರು. ಕೆಳಗೆ ಚಾಪೆಯಲ್ಲಿ ಕಂಬಳಿಹಾಸಿ, ಸಾರಾ ತಾತಾಳ ಪಕ್ಕದಲ್ಲಿ ಹಮೀದು ಮಲಗಿದ್ದ. ರೈಟರ ಹೆಂಡತಿ ದೀಪ ಆರಿಸಿದರು.

ಬಷೀರು ಮಂಚದಿಂದ ತಟ್ಟನೆ 'ತಾತಾ ಒಂದು ಕಥೆ ಹೇಳು' ಅಂದ.

ಕತ್ತಲಲ್ಲಿ ಮಾಡಿನ ಎಡೆಯಿಂದ ಚಂದ್ರನ ಬೆಳಕು ಇಣುಕುತ್ತಿತ್ತು. ಕೊರಗನ ಪೀಪಿ ಗಾಳಿಯೊಳಗಿಂದ ತೇಲಿ ಬರುತ್ತಿತ್ತು.

ಬೆಳದಿಂಗಳ ಹಕ್ಕಿಯ ಕೂಗು ಕೀ ಕೀss.....ಹಮೀದು ತಾತಾಳನ್ನು ತಬ್ಬಿಕೊಂಡು ಖುಷಿಯಿಂದ ತಾನೂ 'ಕಥೆ ಹೇಳು ತಾತಾ' ಅಂದನು. ತಾಯಿ ಅವನ ತುಟಿಯನ್ನು ಸವರುತ್ತಾ ಶುರು ಮಾಡಿದರು. ಹಮೀದು ತಾತಾಳ ಮಡಿಲಲ್ಲಿ ಕೈಯಾಡಿಸುತ್ತಾ ಹೂಂಗುಟ್ಟತೊಡಗಿದ.

...... ಹಿಂದೆ ಒಂದಾನೊಂದು ಕಾಲದ ಹಿಂದೆ 'ಮುತ್ತುಪುರ' ಎಂಬ ಊರಿನಿಂದ ಹತ್ತು ಮಾರು ದೂರದಲ್ಲಿ 'ಮುತ್ತಾರೆ ಮಾಲೆ' ಎಂಬ ಸ್ವರ್ಣದ ಮಹಲು. ಮಹಲಿನ ಒಳಗೆ ಮಾಳಿಗೆಯಲ್ಲಿ 'ಮುತ್ತುಮೋಳು' ಎಂಬ ಬೆಳದಿಂಗಳಿನಂತಹ ಹುಡುಗಿ. ಅವಳಿಗೆ ಏಳುಜನ ಅಣ್ಣಂದಿರು. ಒಬ್ಬ ಆಕಾಶ ರಾಜ..... ಒಬ್ಬ ಮಲೆ ರಾಜ.... ಮತ್ತೊಬ್ಬ ಬೀಸುವ ಗಾಳಿಗೆ ರಾಜ...... ಮತ್ತೊಬ್ಬ ಚಿನ್ನದ ಗಣಿಗಳ ರಾಜ..... ಮಗದೊಬ್ಬ.....

ಎಲ್ಲರೂss ಸೇರಿ ತಮ್ಮ ಚಿನ್ನದಂತಹ ತಂಗಿ ಮುತ್ತುಮೋಳುವಿನ ಮುಡಿಗೆ ಮಾಲೆ ನೇಯಲಿಕ್ಕೆ ಅಂತ ಮುತ್ತುಗಳನ್ನು ತರಲು ಏಳು ಮಲೆಗಳ ಆಚೆ ಏಳು ಆಕಾಶಗಳ ಆಚೆ, ಆರು ಕಡಲುಗಳನ್ನು ದಾಟಿ ಅದರ ಆಚೆ ಹಾಲು ಕಡಲಿನೊಳಕ್ಕೆ ಮುಳುಗಿ ಮುತ್ತು ಹೆಕ್ಕಲಿಕ್ಕೆ ಅಂತ ಹೋದರು.

ಹೋಗುವ ಮೊದಲು ಮುತ್ತುಮೋಳುವನ್ನು ಮಾಳಿಗೆಯ ಮೇಲೆ ಮಲ್ಲಿಗೆಯ ಪಲ್ಲಂಗದಲ್ಲಿ ಕೂರಿಸಿ 'ಮುತ್ತುಮೋಳೇ ನಿನಗೆ ಮುತ್ತು ತರಲಿಕ್ಕೆ ಏಳು ಕಡಲಿನಾಚೆಗೆ ಹೋಗುತ್ತಿದ್ದೇವೆ. ಮೋಳೇ, ನಾವು ಬರುವವರೆಗೆ ನೀ ಈ ಮಾಳಿಗೆ ಬಿಟ್ಟು ಹೊರಗೆ ಹೋಗಬೇಡ, ಹೋದರೆ ಕಾಗೆ ಕುಕ್ಕುವುದು. ಕೆಳಗೆ ಇಳಿಯಬೇಡ, ಇರುವೆ ಮುತ್ತುವುದು. 'ಮುತ್ತಾರೆ ಮಾಲೆ' ದಾಟಬೇಡ, ಕಳ್ಳರು ಎತ್ತಿಕೊಂಡು ಒಯ್ಯುವರು' ಅಂತ ಜಾಗ್ರತೆ ಹೇಳಿ ಆರು ಮಾಸ ಕಳೆದು ಏಳನೇ ಮಾಸದಲ್ಲಿ ಬರುವುದಾಗಿ ಹೇಳಿ ಹೊರಟರು....

'..... ಮುತ್ತುಮೋಳು ಮಲ್ಲಿಗೆಯ ಪಲ್ಲಂಗದಲ್ಲಿ ಕಾಯುತ್ತಾ ಕುಳಿತಳು'

'ಮಾಸ ನಾಲಕ್ಕಾಯಿತು.... ಐದಾಯಿತು.... ಆರು ಮಾಸವೂ ಮುಗಿಯಿತು. ಮುತ್ತು ಹೆಕ್ಕಲು ಹೋದ ಅಣ್ಣಂದಿರು ಬರಲೇ ಇಲ್ಲ. ಮೋಳುವಿಗೆ

ಹಸಿವಾಗತೊಡಗಿತು. ಏಳು ಮಾಸವೂ ಮುಗಿದು, ಎಂಟನೆ ಮಾಸ ಹಿಡಿಯಿತು.... ದಾಹದಿಂದ ಗಿಳಿಯ ಕೊಕ್ಕಿನ ಹಾಗಿನ ಕೆಂಪು ತುಟಿಗಳು ಒಣಗಿ ಕೆರೆಯ ನೆಲದ ಹಾಗೆ ಬಿರುಕು ಬಿಡತೊಡಗಿತು..... ಮೋಳು ಮಾಳಿಗೆಯಲ್ಲಿ ಕಾಯುತ್ತಲೇ ಇದ್ದಳು.'

'..... ಹಸಿವಾಗಿ ಒಣಗಿದ ಮಲ್ಲಿಗೆಯ ಹುಡಿ ಅನ್ನವಾಯಿತು – ಕಿತ್ತಳೆಯ ರಸ ನೀರಾಯಿತು..... ಕಣ್ಣನೀರು ಎಣ್ಣೆಯಾಯಿತು..... ಕೈಯ ಉಗುರು ಬಾಚಣಿಗೆಯಾಯಿತು. ಅಣ್ಣಂದಿರು ಕಾಣಲೇ ಇಲ್ಲ. ಮೋಳುವಿನ ನಿಟ್ಟುಸಿರು ಕಪ್ಪು ಕಾಡಿಗೆಯಾಯಿತು.

'...... ಹೀಗೆಯೇ ಇರುವ ಹೊತ್ತಿನಲ್ಲಿ ಮೆಲ್ಲೆ ಒಂದಾನೊಂದು ದಿನ ರಾತ್ರಿ ಮೋಳುವಿಗೆ ಮಾಳಿಗೆಯ ಕಿಟಕಿಯಿಂದ ಪೀಪಿ ಊದುವ ಸದ್ದೊಂದು ಕೇಳಿ ಬಂತು.....

'..... ಆ ಪೀಪಿಯ ಹಾಡು ಏಳು ಮಲೆಗಳನ್ನೂ ಒಂದು ಮಾಡುತ್ತಿತ್ತು. ಏಳು ಸಮುದ್ರದ ನೀರಿನಂತೆ ಹರಿಯುತ್ತಿತ್ತು. ಏಳು ಆಕಾಶದಲ್ಲಿ ಹಾರುವ ಹಕ್ಕಿಗಳು ಒಂದು ಕಡೆ ಸೇರಿ ಹಾಡುವಂತೆ ಮುತ್ತುಮೋಳುವಿನ ಕಿವಿಯೊಳಕ್ಕೆ ಪೀಪಿಯ ಹಾಡು ತಲುಪಿತು.'

'ಹೂಂ'

ಹಮೀದಿಗೆ ತಾನು ಏಳು ಆಕಾಶದಲ್ಲಿ ತೇಲುತ್ತಿರುವಂತೆ ಅನ್ನಿಸುತ್ತಿತ್ತು. ಹೊರಗಿನಿಂದ ಕೊರಗನ ಪೀಪಿಯ ಸದ್ದು ಏಳುಮಲೆಗಳ ಮೇಲಿನಿಂದ ತೇಲಿ ಬರುವಂತೆ ಕೇಳಿ ಬಂತು. ಮಾಡಿನಿಂದ ಇಳಿಯುತ್ತಿರುವ ಚಂದ್ರನ ಬೆಳಕಲ್ಲಿ, ತನ್ನ ತಲೆಯಲ್ಲಿ ಕೈಯಾಡಿಸುತ್ತಿರುವ ತಾತಾ ಮುತ್ತುಮೋಳು ಆಗಿರಬಹುದಾ ಅನ್ನಿಸಿತು.

ತಾತಾ ಮುಂದುವರೆಸಿದಳು.

'...... ಮುತ್ತುಮೋಳು ಕಿಟಕಿಯಿಂದ ತಲೆ ಹೊರಗೆ ಚಾಚಿ ಹುಡುಕತೊಡಗಿದಳು. ಹಾಡು ಮಾತ್ರ ಕೇಳಿಸುತ್ತಿತ್ತು, ಹಾಡುಗಾರ ಕಾಣಿಸಲಿಲ್ಲ. ಮೋಳುವಿಗೆ ಹಾಡುಗಾರನಿಗಾಗಿ ಮೋಹವಾಗತೊಡಗಿತು.

'ಮೋಳು ಹಾಡನ್ನು ಹುಡುಕುತ್ತಾ ಮಾಳಿಗೆಯ ಒಂದು ಮೆಟ್ಟಲು ಇಳಿದಳು...... ಹಾಡು ಹತ್ತಿರವಾದಾಗಾಯಿತು. ಇನ್ನೊಂದು ಮೆಟ್ಟಲು ಇಳಿದಳು..... ಮತ್ತೂ ಹತ್ತಿರ ಕೇಳಿಸಿತು. ಇನ್ನೊಂದು ಇನ್ನೊಂದು ಇಳಿದಳು.....

'...... ಮುತ್ತಾರೆ ಮಾಲೆಯ ಹೂದೋಟದಲ್ಲಿ ಹಾಡುಗಾರ ಇರುವಂತೆ ಅನಿಸಿತು. ಹೂದೋಟಕ್ಕೆ ಕಾಲಿಟ್ಟಳು..... ತರಕಾರಿ ತೋಟದಿಂದ ಕೇಳಿಸಿತು. ಅಲ್ಲಿಗೆ ಹೋದಳು..... ಹಣ್ಣಿನ ತೋಟದಿಂದ ಹಾಡತೊಡಗಿತು. ಅಲ್ಲಿಗೆ ಹೋದರೆ ಮುತ್ತಾರೆ ಮಾಲೆಯ ಬೇಲಿಯಾಚೆಗೆ ಕೇಳಿಸಿತು....

'ಮುತ್ತುಮೋಳು ಬೇಲಿ ದಾಟಿದಳು. ಕಾಲುದಾರಿಗೆ ಬಂದಳು. ಹಾಡು ಕಾಡಿನ ನಡುವೆ ಕೇಳಿಸತೊಡಗಿತು. ಬೆಳ್ಳಗಿನ ಬೆಳದಿಂಗಳಿನಲ್ಲಿ ಕಪ್ಪು ಕಾಡಿನ ನಡುವೆ ಮೋಳು ಅಲೆಯುತ್ತಾ ಹೋದಳು. ಅಲ್ಲಿ ಮತ್ತೊಂದು ಕಾಲುದಾರಿ.

'ಮೋಳುವಿನ ಕಾಲು ಕಲ್ಲಲ್ಲಿ ಎಡವಿ ಮುಳ್ಳಲ್ಲಿ ನಡೆದು ಕೆಂಪಗಿನ ರಕ್ತ ಚಿಮ್ಮತ್ತೊಡಗಿತು. ಹಣೆಯಲ್ಲಿ ಬೆವರು ಮುತ್ತಿನ ಸಾಲುಗಟ್ಟಿತು.

'ಹಾಡು ಕಾಡಿನ ನಡುವಿಂದ ಮರಗಳ ಮೇಲಿಂದ ಮುತ್ತುಮೋಳುವನ್ನು ಅಲೆಸುತ್ತಿತ್ತು.

'ಮೋಳು ನಡೆಯುತ್ತಾ ನಡೆಯುತ್ತಾ ಕಪ್ಪು ಕಾಡಿನ ನಡುವೆ ಹಸಿರು ಹುಲ್ಲಿನ ಬಾಣೆಗೆ ಬಂದಳು. ಅಲ್ಲಿ ಹಚ್ಚಗಿನ ಹಸಿರು ಹುಲ್ಲು. ಅದರ ನಡುವೆ ನೇರಳೆಯ ಗೊಂಚಲು ಗೊಂಚಲಿನ ಹಣ್ಣಿನ ಮರ. ಅದರಡಿಯಲ್ಲಿ ಕಪ್ಪಗಿನ ಹುಡುಗನೊಬ್ಬ ಪೀಪೀ ಊದುತ್ತಾ ಹಾಡುತ್ತಿದ್ದಾನೆ. ಹಾಲು ಕರೆಯುವ ಹಸುಗಳೆಲ್ಲವೂ ಕೊರಳಿಗೆ ಗಂಟೆ ಕಟ್ಟಿಕೊಂಡು ಅಲ್ಲಾಡಿಸುತ್ತಾ ಮೇಯುತ್ತಿವೆ.

'ಮುತ್ತುಮೋಳುವಿಗೆ ಪೀಪಿ ನುಡಿಸುತ್ತಿರುವ ಕಪ್ಪು ಹುಡುಗನನ್ನು ನೋಡುತ್ತಲೇ ಮೋಹದಿಂದ ಪ್ರಜ್ಞೆ ತಪ್ಪಿತು. ಹಸಿರು ಹುಲ್ಲಲ್ಲಿ ಉರುಳಿಬಿದ್ದಳು.

'ಪೀಪಿ ನುಡಿಸುವ ಕಪ್ಪು ಹುಡುಗ ಕೆಂಚಗಿನ ಗೂಳಿಯೊಂದನ್ನು ಏರಿಕೊಂಡು ಹಾಡುತ್ತಾ ಹಾರಿಬಂದು..... ಬಂದವನೇ ಮುತ್ತುಮೋಳುವನ್ನು ಮಲ್ಲಿಗೆಯ ಹಾಗೆ ಎತ್ತಿಕೊಂಡು ಏಳು ಮಲೆಯ ಮೇಲಿನ ತನ್ನ ಹೂ ಮಲೆಗೆ ಹೊತ್ತುಕೊಂಡು ಹೋದ.....'

ಹಮೀದೆಗೆ ಈ ಲೋಕದಲ್ಲಿ ತಾನೊಬ್ಬನೇ ತಾತಾನ ಕಥೆಗೆ ಹೂಂಗುಟ್ಟುತ್ತಿರುವಂತೆ ಅನಿಸಿ ಮೈ 'ಜುಂ' ಅಂದಿತು. ಅವನಿಗೆ ಕಥೆ ಮುಗಿಯಿತು ಅಂತ ರೋಮಾಂಚನವಾಗುತ್ತಿದ್ದಂತೆಯೇ ತಾತಾ ಬಾಚಿ ತಬ್ಬಿಕೊಂಡು ಮತ್ತೂ ಹೇಳತೊಡಗಿದಳು.

'ಕಥೆ ಮುಗಿಯಲಿಲ್ಲ ಮೋನೇ...... ಮುತ್ತುಮೋಳು ಹೂಮಲೆಯಿಂದ 'ಮುತ್ತಾಮಾಲೆ' ಮಹಲಿಗೆ ಹಿಂದಿರುಗಲು ಮಲೆಯಿಂದ ಇಳಿದಾಗ ಅವಳ ಕೈಯಲ್ಲೊಂದು ಕೂಸಿತ್ತು.

'ಕೂಸಿಗೆ ಆಡಲಿಕ್ಕೆ ಬಾಯಿ ಇರಲಿಲ್ಲ. ಕೇಳಲಿಕ್ಕೆ ಕಿವಿ ಇರಲಿಲ್ಲ. ಹೇಲಲಿಕ್ಕೆ ಕುಂಡೆ ಇರಲಿಲ್ಲ. ಕೂಸಿಗೆ ಏನೂ ಇರಲಿಲ್ಲ. ಮೈತುಂಬಾ ತರತರದ ಕಣ್ಣುಗಳು. ಒಂದು ಬಂಗಾರದ ಕಣ್ಣು. ಒಂದು ಬೆಳ್ಳಿಯ ಕಣ್ಣು. ಒಂದು ನವಿಲಿನ ಕಣ್ಣು. ಒಂದು ಸೂರ್ಯನ ಕಣ್ಣು. ಒಂದು ಮೀನಿನ ಕಣ್ಣು.... ಮಾಂಸದಮುದ್ದೆಯ ತುಂಬ ಥರ ಥರದ ಕಣ್ಣು. ಮುತ್ತುಮೋಳುವನ್ನು ನೋಡುತ್ತಾ ನೋಡುತ್ತಾ ಮೋಳುವಿಗೆ ಭಯವಾಯಿತು. ಮುತ್ತು ತರಲಿಕ್ಕೆ ಹೋದ ಅಣ್ಣಂದಿರ ನೆನಪಾಯಿತು. ಮಗುವನ್ನು ಎತ್ತಿಕೊಂಡು 'ಮುತ್ತಾರೆಮಹಲ'ನ್ನು ಕಾಡಿನಲ್ಲಿ ಹುಡುಕುತ್ತಾ ಹೋದಳು.

'ಕಾಡಲ್ಲಿ ಒಂದು ಕಾಲುದಾರಿ. ಅಲ್ಲಿಗೆ ಇನ್ನೊಂದು ಕಾಲುದಾರಿ ಸೇರಿ ಮತ್ತೊಂದು ಕಾಲು..... ಮುತ್ತುಮೋಳುವಿಗೆ ಸುತ್ತೀss...... ಸುತ್ತೀss..... ಸುತ್ತೀss ಜೀವ ಸತ್ತು ಹೋದ ಹಾಗಾಯಿತು. ಮಗುವಿಗೆ ಹಸಿವಾಗಿ ಕಣ್ಣಿಂದ ನೀರು ಬರತೊಡಗಿತು. 'ಮುತ್ತಾರೆಮಾಲೆ' ಸಿಗಲೇ ಇಲ್ಲ.

'ಮೋಳುವಿಗೆ ಸುತ್ತಿ ಸುತ್ತಿ ಸುಸ್ತಾಯಿತು. ಕಾಡಿನ ನಡುವೆ ಕಪ್ಪುಮಣ್ಣಲ್ಲಿ

ಮಗುವನ್ನು ಎತ್ತಿಕೊಂಡು ಕುಳಿತಳು. ಕಾಡಲ್ಲಿ ಕತ್ತಲಾಯಿತು..... ಗಾಳಿ ಬೀಸಿತು..... ಆಕಾಶದಲ್ಲಿ ಮೋಡ ಕಟ್ಟಿ ಮಳೆ ಸುರಿಯುತೊಡಗಿತು. ಮೋಳು ಮಗುವನ್ನು ತಬ್ಬಿಕೊಂಡು ಕುಳಿತೇ ಇದ್ದಳು. ಮಳೆ ಹನಿಯಾಗಿ ಹನಿಯಿತು.... ಹನಿಯಾಗಿ ಸುರಿಯಿತು..... ಹೊಳೆಯಾಗಿ ಹರಿಯಿತು.... ಮೋಳು ಕದಲಲೇ ಇಲ್ಲ!

'ರಾತ್ರಿ ಬೆಳಕಾಯಿತು..... ಮಳೆ ಬಿಸಿಲಾಯಿತು. ಕಪ್ಪು ಪೀಪಿಯ ಹುಡುಗ ಬೆಳಾಽಗೆ ಹಸುಗಳನ್ನು ಅಟ್ಟಿಕೊಂಡು ಬಂದವನು ಅಲ್ಲಿ ಕೌತುಕದ ಗಿಡವೊಂದನ್ನು ಕಂಡ.....

'ಮುತ್ತುಮೋಳು ಪುಟ್ಟ ಕಾಫಿಯ ಗಿಡವಾಗಿ ಹೋಗಿದ್ದಳು. ಅವಳ ಕೂಸಿನ ಥರ ಥರದ ಕಣ್ಣುಗಳು ಒಂದೊಂದು ಕಾಫಿಯ ಮುತ್ತುಗಳಾಗಿ, ಹೂಗಳಾಗಿ, ಬೆಳ್ಳಗೆ ಅರಳಿದ್ದವು...... ಅಲ್ಲಿ ಕಾಫಿ ಕಾಡಾಯಿತು.....'

ಹಮೀದಿಗೆ ನಂಬಲಿಕ್ಕೇ ಆಗಲಿಲ್ಲ. ಸಾರಾ ತಾತಾಳೆ 'ಮುತ್ತುಮೋಳು' ಖಂಡಿತಾ ಅನಿಸಿತು, ತಾತಾಳ ಕೆನ್ನೆಯಲ್ಲಿ ಕೈಯಾಡಿಸಿದ, ಬಿಸಿ ಕಣ್ಣೀರು ಕೈಗೆ ಸೋಕಿತು, ತಾತಾ ಅಳುತ್ತಿದ್ದಾಳೆ..... ಕೆನ್ನೆ ಸವರಿದ.

ತಾತಾ ಅವನನ್ನು ಬಲವಾಗಿ ಅಪ್ಪಿಕೊಂಡು ಕಂಬಳಿಯೊಳಗೆ ಸೇರಿಸಿಕೊಂಡಳು. ಹಮೀದು ಕಂಬಳಿಯೊಳಗೆ ಕತ್ತಲಲ್ಲೆ ಅವಳ ತುಟಿ ಸವರಿದ.... ಕಣ್ಣು ಮೂಗು.... ಹಾಗೆ ಸವರುತ್ತಲೇ ಹೋದ. ಕಣ್ಣಿಗೆ ಮಂಪರು ಕವಿಯಿತು.

ಬಾಣೆಯ ಕಡೆಯಿಂದ ಕುತ್ತಿರಿ ಚೂಡ ಹಕ್ಕಿ 'ಲೂಽಽವು ಲೂಽಽವುಽ' ಅಂತ ಊಳಿಡತೊಡಗಿತು. ಕೊರಗನ ಪೀಪಿಯ ಸದ್ದು ನಿಂತುಹೋಗಿತ್ತು. ಸಾರಾ ತಾತಾ ಹಮೀದುವನ್ನು ಅಪ್ಪಿಕೊಂಡು ಸದ್ದಿಲ್ಲದೆ ಬಿಕ್ಕತೊಡಗಿದಳು.

ಬೆಳಿಗ್ಗೆ ಹಮೀದಿಗೆ ಕೊಟ್ಟಿಗೆಯ ಕಡೆಯಿಂದ 'ಅಂಬ' ಎಂಬ ಕರುವಿನ ಸದ್ದು ಕೇಳಿ ಎಚ್ಚರವಾಗುತ್ತಿದ್ದಂತೆ 'ಅಮ್ಮೇಽ' ಅಂತ ಕರುವಿನ ತಾಯಿ ಮಾರ್ದನಿ ಕೊಡುವುದೂ ಕೇಳಿಸಿತು. ರೈಟರ್ ಹಸುವನ್ನು ಹಿಡಿದುಕೊಂಡು ಬಂದಿದ್ದರು. ಹಮೀದಿಗೆ ಪಕ್ಕನೆ ಸಾರಾ ತಾತಾಳ ನೆನಪಾಗಿ ಪಕ್ಕಕ್ಕೆ ನೋಡಿದ, ಸಾರಾ ತಾತಾ ಇರಲಿಲ್ಲ...... ಬೆಳಿಗ್ಗೆಯೇ ಎದ್ದು ಲೈನಿಗೆ ಹೋಗಿಬಿಟ್ಟಿದ್ದಳು.

ಹಮೀದಿಗೆ ಮತ್ತೆ ಕೊಟ್ಟಿಗೆಯ ಕಡೆಯಿಂದ ಕರು ಮತ್ತು ಹಸುವಿನ 'ಅಂಬಾ', 'ಅಮ್ಮೇಽಽ' ಎಂದು ಕೂಗು ಹಾಕುತ್ತಿರುವುದು ಕೇಳಿಸಿತು.

ರಾತ್ರಿಯ ಕಥೆಯ ನೆನಪಾಗಿ ಬಿಕ್ಕಿ ಬಿಕ್ಕಿ ಅಳತೊಡಗಿದ.....

ಕಥೆಗಾರರ ಪರಿಚಯ

ಸಾರಾ ಅಬೂಬಕ್ಕರ್

ಜನನ: ಜೂನ್ 30, 1936; ಕೇರಳದ ಕಾಸರಗೋಡು. ಮೆಟ್ರಿಕ್‌ವರೆಗೆ ವಿದ್ಯಾಭ್ಯಾಸ. ಈಗ ಮಂಗಳೂರಿನಲ್ಲಿ ವಾಸ. ಕರ್ನಾಟಕ ಸಾಹಿತ್ಯ ಅಕಾಡೆಮಿಯ ಸದಸ್ಯೆಯಾಗಿ ಹಾಗೂ ಹಂಪಿಯ ಕನ್ನಡ ವಿಶ್ವವಿದ್ಯಾಲಯದ ಕಾರ್ಯಕಾರಿ ಸಮಿತಿಯ ಸದಸ್ಯೆಯಾಗಿ ಸೇವೆ ಸಲ್ಲಿಸಿದ್ದಾರೆ. ಕೃತಿ: ಚಂದ್ರಗಿರಿಯ ತೀರದಲ್ಲಿ, ಸಹನಾ, ವಜ್ರಗಳು (ಕಾದಂಬರಿ), ಚಪ್ಪಲಿಗಳು, ಪಯಣ ಮತ್ತು ಇತರ ಕಥೆಗಳು (ಕಥೆ), ಮನೋಮಿ (ಅನುವಾದಿತ ಕಾದಂಬರಿ) ಮುಂತಾದವು. 'ಚಂದ್ರಗಿರಿಯ ತೀರದಲ್ಲಿ' ಕಾದಂಬರಿಗೆ ಕರ್ನಾಟಕ ಸಾಹಿತ್ಯ ಅಕಾಡೆಮಿ ಹಾಗೂ ಸಾಹಿತ್ಯ ಪರಿಷತ್ತಿನ ಮಲ್ಲಿಕಾ ಪ್ರಶಸ್ತಿ, 'ಸಹನಾ'ಕ್ಕೆ ವರ್ಧಮಾನ ಉದಯೋನ್ಮುಖ ಸಾಹಿತ್ಯ ಪ್ರಶಸ್ತಿ, ಅನುಪಮಾ ಸಾಹಿತ್ಯ ಪ್ರಶಸ್ತಿ, ಅನುವಾದಕ್ಕಾಗಿ ಸಾಹಿತ್ಯ ಅಕಾಡೆಮಿ ಪ್ರಶಸ್ತಿ ಅಲ್ಲದೆ ಇವರಿಗೆ ರಾಜ್ಯೋತ್ಸವ ಪ್ರಶಸ್ತಿ ದೊರಕಿದೆ.

ನಾ. ಡಿಸೋಜ (ನಾರ್‌ಬರ್ಟ್ ಡಿಸೋಜ)

ಜನನ: ಜೂನ್ 6, 1937; ಶಿವಮೊಗ್ಗ ಜಿಲ್ಲೆಯ ಸಾಗರ. ಇಂಟರ್‌ವರೆಗೆ ವಿದ್ಯಾಭ್ಯಾಸ. ಲೋಕೋಪಯೋಗಿ ಇಲಾಖೆಯಲ್ಲಿ ಸೇವೆ ಸಲ್ಲಿಸಿ ನಿವೃತ್ತರಾಗಿ, ಈಗ ಸಾಗರದಲ್ಲಿ ವಾಸ. ಸಾಹಿತ್ಯ ಅಕಾಡೆಮಿ, ಪುಸ್ತಕ ಪ್ರಾಧಿಕಾರದ ಸದಸ್ಯರಾಗಿ, ಕುವೆಂಪು, ಹಂಪಿ ವಿಶ್ವವಿದ್ಯಾನಿಲಯಗಳ ಸೆನೆಟ್ ಸದಸ್ಯರಾಗಿ ಸೇವೆ ಸಲ್ಲಿಸಿದ್ದಾರೆ. ಕೃತಿ: ಮಂಜಿನ ಕಾನು, ದ್ವೀಪ, ಮುಳುಗಡೆ, ಕಾಡಿನ ಬೆಂಕಿ (ಕಾದಂಬರಿ), ಪ್ರಜ್ಞಾ ಎಂಬ ನದಿ, ಸ್ವರ್ಗದ ಬಾಗಿಲಲ್ಲಿ ನರಕ (ಕಥೆ), ದೇವರಿಗೇ ದಿಕ್ಕು (ನಾಟಕ), ಬಾಲ ಗಂಧರ್ವ, ಶರಾವತಿ, ವಿನು ಸುನ್ನಿ ಗೆಳೆಯರು (ಮಕ್ಕಳ ಸಾಹಿತ್ಯ) ಮುಂತಾದವು. ಇವರು ಕರ್ನಾಟಕ ಸಾಹಿತ್ಯ ಅಕಾಡೆಮಿ ಪ್ರಶಸ್ತಿ, ದಿ. ಗುಲ್ವಾಡಿ ವೆಂಕಟರಾವ್ ಪ್ರಶಸ್ತಿ ಪಡೆದಿದ್ದಾರೆ. ಇವರ 'ಕಾಡಿನ ಬೆಂಕಿ' ಕಾದಂಬರಿ ಚಲನಚಿತ್ರವಾಗಿ ರಾಜ್ಯ ಹಾಗೂ ರಾಷ್ಟ್ರ ಪ್ರಶಸ್ತಿ ಪಡೆದಿದೆ.

ಕೆ.ಟಿ. ಗಟ್ಟಿ

ಜನನ: 1938; ಕಾಸರಗೋಡಿನ ಕೂಡ್ಲು. ಇಂಗ್ಲಿಷ್ ಸಾಹಿತ್ಯದಲ್ಲಿ ಎಂ.ಎ. ಪದವಿ. ಉಡುಪಿ, ಇಥಿಯೋಪಿಯಾ ಮುಂತಾದೆಡೆ ಅಧ್ಯಾಪಕರಾಗಿ ಸೇವೆ ಸಲ್ಲಿಸಿದ್ದಾರೆ. ಸದ್ಯ ಉಜಿರೆಯಲ್ಲಿ ವಾಸ. ಕೃತಿ: ಯುಗಾಂತರ, ಕಾರ್ಮುಗಿಲು, ಕಾಮಯಜ್ಞ, ಚಕ್ರಬಂಧ (ಕಾದಂಬರಿ), ನೀಲಿ ಗುಲಾಬಿ, ಮನುಷ್ಯ ವಾಸನೆ (ಕಥೆ), ಮೂರನೆಯ ಧ್ವನಿ (ವಿಮರ್ಶೆ), ಝೇಂಕಾರದ ಹಕ್ಕಿ (ಕವಿತೆ), ಕುರುಡರು, ಕೆಂಪು

ಕಾಗೆ (ನಾಟಕ) ಮುಂತಾದವು. 'ಬೊಂಬೆಯಾಟ' ನಾಟಕಕ್ಕೆ, ನಾಟಕರಚನಾ ಸ್ಪರ್ಧೆಯಲ್ಲಿ ಬಹುಮಾನ ಬಂದಿದೆ.

ಎಂ.ಎಸ್.ಕೆ. ಪ್ರಭು

ಜನನ: ಜುಲೈ 5, 1938. ಅರ್ಥಶಾಸ್ತ್ರದಲ್ಲಿ ಎಂ.ಎ. ಪದವಿ ಪಡೆದಿದ್ದಾರೆ. ಆಕಾಶವಾಣಿಯಲ್ಲಿ ಕಾರ್ಯಕ್ರಮ ನಿರ್ವಾಹಕರಾಗಿ, ಸಹಾಯಕ ನಿಲಯ ನಿರ್ದೇಶಕರಾಗಿ ಸೇವೆ ಸಲ್ಲಿಸಿ ಈಗ ಮೈಸೂರಿನಲ್ಲಿ ನಿವೃತ್ತ ಜೀವನ. ಕೃತಿ: ಬೆತ್ತಲೆ ಅರಸನ ರಾಜ ರಹಸ್ಯ, ಮುಖಾಬಿಲೆ (ಕಥೆ), ಬಕ (ನಾಟಕ), ಸಾಹಿತ್ಯದಲ್ಲಿ ಫ್ಯಾಂಟಸಿ (ಪ್ರಬಂಧ). ಕರ್ನಾಟಕ ಸಾಹಿತ್ಯ ಅಕಾಡೆಮಿ ಪ್ರಶಸ್ತಿ ಹಾಗೂ ವರ್ಧಮಾನ ಪ್ರಶಸ್ತಿ ಪಡೆದಿದ್ದಾರೆ.

ಎಂ.ಎನ್. ವ್ಯಾಸರಾವ್

ಜನನ: ಜನವರಿ 27, 1945; ಮೈಸೂರು. ಬಿ.ಎ. ಪದವೀಧರ. ಬೆಂಗಳೂರಿನಲ್ಲಿ ಯೂಕೋ ಬ್ಯಾಂಕಿನಲ್ಲಿ ಉದ್ಯೋಗ. ಕೃತಿ: ಬೆಳ್ಳಿ ಮೂಡುವ ಮುನ್ನ (ಕವಿತೆ), ಮಳೆಯಲ್ಲಿ ನೆನೆದ ಮರಗಳು (ಕಥೆ), ಸ್ಕ್ಯಾಚ್ ಡಬಲ್ ಎಕ್ಸ್, ಅಖಿಲಾ ಮೈ ಡಾರ್ಲಿಂಗ್ (ಕಾದಂಬರಿ). 'ಮಳೆಯಲ್ಲಿ ನೆನೆದ ಮರಗಳು' ಪುಸ್ತಕಕ್ಕೆ ಕರ್ನಾಟಕ ಸಾಹಿತ್ಯ ಅಕಾಡೆಮಿ ಪ್ರಶಸ್ತಿ ಬಂದಿದೆ.

ವೈದೇಹಿ (ಜಾನಕಿ ಶ್ರೀನಿವಾಸಮೂರ್ತಿ)

ಜನನ: ಫೆಬ್ರವರಿ 12, 1945; ದಕ್ಷಿಣಕನ್ನಡ ಜಿಲ್ಲೆಯ ಕುಂದಾಪುರ. ಬಿ.ಕಾಂ. ಪದವೀಧರೆ. ಕೃತಿ: ಮರ ಗಿಡ ಬಳ್ಳಿ, ಅಂತರಂಗದ ಪುಟಗಳು, ಗೋಲ (ಕಥೆ), ಬಿಂದು ಬಿಂದಿಗೆ (ಕವಿತೆ) ಅಸ್ಪೃಶ್ಯರು (ಕಾದಂಬರಿ), ನಾಯಿಮರಿ ಕಥೆ, ಧಾಂ ಧೂಂ ಸುಂಟರಗಾಳಿ (ಮಕ್ಕಳ ನಾಟಕ), ಭಾರತೀಯ ಮಹಿಳೆಯರ ಸ್ವಾತಂತ್ರ್ಯ ಹೋರಾಟ (ಅನುವಾದ). ಪ್ರಶಸ್ತಿಗಳು: 'ಐದು ಮಕ್ಕಳ ನಾಟಕಗಳು' ಪುಸ್ತಕಕ್ಕೆ ಕರ್ನಾಟಕ ಸಾಹಿತ್ಯ ಅಕಾಡೆಮಿ ಪ್ರಶಸ್ತಿ, 'ಗೋಲ'ಕ್ಕೆ ವರ್ಧಮಾನ ಉದಯೋನ್ಮುಖ ಸಾಹಿತ್ಯ ಪ್ರಶಸ್ತಿ, 'ಸಮಾಜಶಾಸ್ತ್ರಜ್ಞೆಯ ಟಿಪ್ಪಣಿಗಳು' ಪುಸ್ತಕಕ್ಕೆ ಅನುಪಮಾ ಪ್ರಶಸ್ತಿ, 'ಬಿಂದು ಬಿಂದಿಗೆ', 'ಅಂತರಂಗದ ಪುಟಗಳು' ಕೃತಿಗಳಿಗೆ ಗೀತಾದೇಸಾಯಿ ದತ್ತಿ ನಿಧಿ ಪ್ರಶಸ್ತಿ, ದೆಹಲಿಯ ಕಥಾ ಪ್ರಶಸ್ತಿ ಹಾಗೂ ಇತ್ತೀಚೆಗೆ ಅತ್ತಿಮಬ್ಬೆ ಪ್ರಶಸ್ತಿ ಪಡೆದಿದ್ದಾರೆ.

ಎಸ್. ದಿವಾಕರ್

ಜನನ: ನವೆಂಬರ್ 28, 1946. ಬಿ.ಎ. ಪದವೀಧರ. ಮಲ್ಲಿಗೆ, ಸುಧಾ ಮುಂತಾದ ಪತ್ರಿಕೆಗಳಲ್ಲಿ ಸಂಪಾದಕರಾಗಿ ಸೇವೆ ಸಲ್ಲಿಸಿದ್ದಾರೆ. ಸದ್ಯಕ್ಕೆ ಚೆನ್ನೈನಲ್ಲಿ ಯುನೈಟೆಡ್ ಸ್ಟೇಟ್ಸ್ ಇನ್‌ಫರ್ಮೇಷನ್ ಸರ್ವಿಸ್‌ನಲ್ಲಿ ಸಂಪಾದಕರು. ಕೃತಿ: ಇತಿಹಾಸ (ಕಥೆ), ಪ್ರಪಂಚ ಪುಸ್ತಕ (ವಿಮರ್ಶೆ), ಕಥಾ ಜಗತ್ತು, ಹಳ್ಳಿ, ವೆನಿಸ್ಸಿನಲ್ಲಿ ಸಾವು, ಮಾಸ್ಟರ್

ಬಿಲ್ಡರ್ (ಅನುವಾದ), ಸಣ್ಣ ಕತೆ – 1983, ಶತಮಾನದ ಸಣ್ಣಕಥೆಗಳು (ಸಂಪಾದನೆ) ಮುಂತಾದವು. 'ಕಥಾ ಜಗತ್ತು' ಪುಸ್ತಕಕ್ಕೆ ಕರ್ನಾಟಕ ಸಾಹಿತ್ಯ ಅಕಾಡೆಮಿ ಪ್ರಶಸ್ತಿ ಬಂದಿದೆ.

ಡಾ. ಬರಗೂರು ರಾಮಚಂದ್ರಪ್ಪ

ಜನನ: ಅಕ್ಟೋಬರ್ 18, 1947; ತುಮಕೂರು ಜಿಲ್ಲೆಯ ಸಿರಾ ತಾಲ್ಲೂಕಿನ ಬರಗೂರು. ಕನ್ನಡದಲ್ಲಿ ಎಂ.ಎ. ಪದವಿ, ನಂತರ ಕಾಲೇಜು, ವಿಶ್ವವಿದ್ಯಾನಿಲಯಗಳಲ್ಲಿ ಉಪನ್ಯಾಸಕರಾಗಿ ಸೇವೆ. ಬಂಡಾಯ ಸಾಹಿತ್ಯ ಸಂಘಟನೆಯ ಸಂಸ್ಥಾಪಕ ರಾಜ್ಯ ಸಂಚಾಲಕರಾಗಿ, ಕರ್ನಾಟಕ ಸಾಹಿತ್ಯ ಅಕಾಡೆಮಿಯ ಅಧ್ಯಕ್ಷರಾಗಿ ಸೇವೆ ಸಲ್ಲಿಸಿದ್ದಾರೆ. ಸಾಹಿತ್ಯ ಅಕಾಡೆಮಿಯ ಅಧ್ಯಕ್ಷರಾಗಿದ್ದ ಅವಧಿಯಲ್ಲಿ, ದಾಖಲೆ ಸಂಖ್ಯೆಯ ಪುಸ್ತಕಗಳನ್ನು ಪ್ರಕಟಿಸಿದ ಹೆಗ್ಗಳಿಕೆ ಪಡೆದಿದ್ದಾರೆ. ಕೃತಿ: ಮರಕುಟಿಗ, ನೆತ್ತರಲ್ಲಿ ನೆಂದ ಹೂವು, ಗುಲಾಮು ಗೀತೆ (ಕವಿತೆ), ಸುಂಟರಗಾಳಿ, ಕಪ್ಪು ನೆಲದ ಕೆಂಪು ಕಾಲು, ಬಯಲಾಟದ ಭೀಮಣ್ಣ (ಕಥೆ), ಸೂತ್ರ, ಸೂರ್ಯ, ಒಂದು ಊರಿನ ಕಥೆ, ಬೆಂಕಿ, ಸ್ವಪ್ನ ಮಂಟಪ (ಕಾದಂಬರಿ) ಮುಂತಾದವು. ಬೆಂಕಿ, ಸೂರ್ಯ, ಒಂದು ಊರಿನ ಕಥೆ ಮುಂತಾದ ಚಲನಚಿತ್ರಗಳನ್ನು ನಿರ್ದೇಶಿಸಿರುವ ಇವರು ಅತ್ಯುತ್ತಮ ನಿರ್ದೇಶನಕ್ಕಾಗಿ ಪ್ರಶಸ್ತಿ ಪಡೆದಿದ್ದಾರೆ. ಇವರು 'ಸುಂಟರ ಗಾಳಿ' ಕಥಾಸಂಕಲನಕ್ಕೆ ಕರ್ನಾಟಕ ಸಾಹಿತ್ಯ ಅಕಾಡೆಮಿ ಪ್ರಶಸ್ತಿ ಹಾಗೂ 1997ರ ಗೌರವ ಪ್ರಶಸ್ತಿಗೂ ಪಾತ್ರರಾಗಿದ್ದಾರೆ.

ರಾಮಚಂದ್ರ ದೇವ

ಜನನ: ಮಾರ್ಚ್ 22, 1948; ದಕ್ಷಿಣಕನ್ನಡ ಜಿಲ್ಲೆಯ ಕಲ್ಮಡ್ಕ. ಇಂಗ್ಲಿಷ್‌ನಲ್ಲಿ ಎಂ.ಎ. ಪದವಿ. ಕಾಲೇಜು, ವಿಶ್ವವಿದ್ಯಾಲಯಗಳಲ್ಲಿ ಉಪನ್ಯಾಸಕರಾಗಿಯೂ ಪ್ರಜಾವಾಣಿ ದಿನಪತ್ರಿಕೆಯಲ್ಲಿ ಸಹಾಯಕ ಸಂಪಾದಕರಾಗಿಯೂ ಸೇವೆ ಸಲ್ಲಿಸಿದ್ದಾರೆ. ಸದ್ಯಕ್ಕೆ ಕಲ್ಮಡ್ಕದಲ್ಲಿ ಕೃಷಿಕ ಜೀವನ. ಕೃತಿ: ದಂಗೆಯ ಪ್ರಕರಣ, ಮೂಗೇಲ (ಕಥೆ), ರಥಮುಸಲ, ಕುದುರೆ ಬಂತು ಕುದುರೆ (ನಾಟಕ), ಇಂದ್ರಪ್ರಸ್ಥ (ಕವಿತೆ), ಮುಚ್ಚು ಮತ್ತು ಇತರ ಲೇಖನಗಳು (ಲೇಖನ), ಮ್ಯಾಕ್‌ಬೆತ್, ಹ್ಯಾಮ್ಲೆಟ್ (ಅನುವಾದ) ಮುಂತಾದವು. ಇವರು ಕರ್ನಾಟಕ ಸಾಹಿತ್ಯ ಅಕಾಡೆಮಿ ಪ್ರಶಸ್ತಿ ಪಡೆದಿದ್ದಾರೆ.

ಮಿತ್ರಾ ವೆಂಕಟ್ರಾಜ್

ಜನನ: ಜುಲೈ 11, 1948; ದಕ್ಷಿಣ ಕನ್ನಡ ಜಿಲ್ಲೆಯ ಕುಂದಾಪುರ. ಗೃಹಿಣಿ, ಮುಂಬೈನಲ್ಲಿ ವಾಸ. ಕೃತಿ: ರುಕುಮಾಯಿ (ಕಥೆ). ನಾಡಿನ ಪ್ರಮುಖ ಪತ್ರಿಕೆಗಳು ಏರ್ಪಡಿಸಿದ ಕಥಾ ಸ್ಪರ್ಧೆಯಲ್ಲಿ ಬಹುಮಾನ ಪಡೆದಿದ್ದಾರಲ್ಲದೆ, ದೆಹಲಿಯ ಕಥಾ ಪ್ರಶಸ್ತಿಯನ್ನೂ ಪಡೆದಿದ್ದಾರೆ.

ಫಕೀರ್ ಮಹಮ್ಮದ್ ಕಟ್ಪಾಡಿ

ಜನನ: ಜೂನ್ 25, 1949; ಉಡುಪಿ ತಾಲ್ಲೂಕಿನ ಕಟ್ಪಾಡಿ. ಬಿ.ಕಾಂ. ಪದವೀಧರ. ಬ್ಯಾಂಕ್ ಅಧಿಕಾರಿಯಾಗಿದ್ದು, ಸದ್ಯ ಮಂಗಳೂರಿನ ಕೊಟ್ಟಾರದಲ್ಲಿ ವಾಸ. ಕೃತಿ: ಗೋರಿ ಕಟ್ಟಿಕೊಂಡವರು, ನೋಂಬು (ಕಥೆ), ಸರಕುಗಳು, ಕಚ್ಚಾದ (ಕಾದಂಬರಿ), ಕಯ್ಯೂರಿನ ರೈತ ವೀರರು (ಇತಿಹಾಸ), ರಾಷ್ಟ್ರೀಯತೆ ಮತ್ತು ಮುಸ್ಲಿಮರು (ಲೇಖನ), ಕೇರಳದಲ್ಲಿ 15 ದಿನಗಳು (ಪ್ರವಾಸ). ಇವರಿಗೆ ದೆಹಲಿಯ ಕಥಾ ಪ್ರಶಸ್ತಿ ದೊರಕಿದೆ.

ಡಾ. ಕರೀಗೌಡ ಬೀಚನಹಳ್ಳಿ

ಜನನ: 1951; ತುಮಕೂರು ಜಿಲ್ಲೆ ಕುಣಿಗಲ್ ತಾಲ್ಲೂಕಿನ ಬೀಚನಹಳ್ಳಿ. ಕನ್ನಡದಲ್ಲಿ ಎಂ.ಎ. ಪದವಿ. ಬೆಂಗಳೂರು ಹಾಗೂ ಹಂಪಿಯ ಕನ್ನಡ ವಿಶ್ವವಿದ್ಯಾನಿಲಯಗಳ ವಿವಿಧ ಹುದ್ದೆಗಳಲ್ಲಿ, ಕರ್ನಾಟಕ ಸಾಹಿತ್ಯ ಅಕಾಡೆಮಿ ಹಾಗೂ ಪುಸ್ತಕ ಪ್ರಾಧಿಕಾರದ ಸದಸ್ಯರಾಗಿ ಸೇವೆ ಸಲ್ಲಿಸಿದ್ದಾರೆ. ಸದ್ಯಕ್ಕೆ ಹಂಪಿಯ ಕನ್ನಡ ವಿಶ್ವವಿದ್ಯಾನಿಲಯದಲ್ಲಿ ಭಾಷಾಂತರ ವಿಭಾಗದ ಮುಖ್ಯಸ್ಥರಾಗಿದ್ದಾರೆ. ಕೃತಿ: ಕರಿಮಣ್ಣಿನ ಗೊಂಬೆಗಳು, ಸಂಧಾನ, ಸಾರವಿಸ್ತಾರ (ಕಥೆ), ಕಥನ ಕಲೆಯ ನೆಲೆಗಳು, ಕನ್ನಡ ಅಧ್ಯಯನ (ಸಂಪಾದನೆ) ಮುಂತಾದವು. ಇವರ 'ನೆನಪಲ್ಲ ವಾಸ್ತವ' ಪುಸ್ತಕಕ್ಕೆ ಆರ್ಯಭಟ ಪ್ರಶಸ್ತಿ ಬಂದಿದೆ.

ರಾಘವೇಂದ್ರ ಪಾಟೀಲ

ಜನನ: ಏಪ್ರಿಲ್ 16, 1951; ಬೆಳಗಾವಿ ಜಿಲ್ಲೆಯ ಗೋಕಾಕ ತಾಲ್ಲೂಕಿನ ಬೆಟಗೇರಿ. ಎಂ.ಎಸ್ಸಿ. ಪದವಿ. ಮಲ್ಲಾಡಿಹಳ್ಳಿಯ ಕಿರಿಯ ಕಾಲೇಜಿನಲ್ಲಿ ಅಧ್ಯಾಪಕ ವೃತ್ತಿ. ಕೃತಿ: ಒಡಪುಗಳು, ಪ್ರತಿಮೆಗಳು, ದೇಸಗತಿ (ಕಥೆ), ಬಾಲವ್ವನ ಕನಸುಗಳು (ಕಾದಂಬರಿ), ವಾಗ್ವಾದ (ವಿಮರ್ಶೆ), ಆನಂದಕಂದ (ಜೀವನ ಚರಿತ್ರೆ), ಸಂಕಿರಣ (ಸಂಪಾದನೆ), ಅಜ್ಞಾತ ಮುಂಬೈ (ಪ್ರವಾಸ ಕಥನ). 'ಸಂವಾದ' ದ್ವೈಮಾಸಿಕದ ಸಂಪಾದಕರೂ ಆಗಿದ್ದಾರೆ.

ಡಾ. ಜಯಪ್ರಕಾಶ ಮಾವಿನಕುಳಿ

ಜನನ: ಮೇ 5, 1951; ಶಿವಮೊಗ್ಗ ಜಿಲ್ಲೆಯ ಸಾಗರ ತಾಲ್ಲೂಕು. ರಾಜ್ಯಶಾಸ್ತ್ರದಲ್ಲಿ ಎಂ.ಎ. ಪದವಿ. ಸದ್ಯ ಮೂಡಬಿದರೆಯ ಕಾಲೇಜೊಂದರಲ್ಲಿ ಅಧ್ಯಾಪಕ ವೃತ್ತಿ. ಕೃತಿ: ಸಾಗರದಲ್ಲಿ ಸಾಯಂಕಾಲ, ಅಶ್ವತ್ಥಾಮ (ಕವಿತೆ), ಅಂತರ (ಕಾದಂಬರಿ), ಅವಲೋಕನ (ವಿಮರ್ಶೆ), ನಿರಾಕರಣ, ಮಹಾಯಾತ್ರೆ (ನಾಟಕ), ಕಾಲ, ಹೆಜ್ಜೆ ಮೂಡದ ಹಾದಿಯಲ್ಲಿ (ಕಥೆ) ಮುಂತಾದವು. ಇವರ 'ಮುಖಗಳು' ಕಥಾಸಂಕಲನಕ್ಕೆ ಸರ್ ಎಂ. ವಿಶ್ವೇಶ್ವರಯ್ಯ ಸಾಹಿತ್ಯ ಪ್ರಶಸ್ತಿ ದೊರಕಿದೆ.

ಬೊಳುವಾರು ಮಹಮ್ಮದ ಕುಂಞಿ

ಜನನ: ಅಕ್ಟೋಬರ್ 22, 1951; ದಕ್ಷಿಣಕನ್ನಡ ಜಿಲ್ಲೆಯ, ಪುತ್ತೂರು ತಾಲ್ಲೂಕಿನ ಬೊಳುವಾರು. ಎಂ.ಎ. ಪದವೀಧರ. ಈಗ ಮಣಿಪಾಲದಲ್ಲಿ ಬ್ಯಾಂಕ್ ಅಧಿಕಾರಿ. ಸಮುದಾಯ, ಬಂಡಾಯ ಸಾಹಿತ್ಯ ಸಂಘಟನೆಗಳ ಸಂಚಾಲಕರಾಗಿ, ಕರ್ನಾಟಕ ಸಾಹಿತ್ಯ ಅಕಾಡಮಿಯ ಸದಸ್ಯರಾಗಿ, ಹಂಪಿಯ ಕನ್ನಡ ವಿಶ್ವವಿದ್ಯಾನಿಲಯದ ಸೆನೆಟ್ ಸದಸ್ಯರಾಗಿ ಸೇವೆ ಸಲ್ಲಿಸಿದ್ದಾರೆ. ಕೃತಿ: ದೇವರುಗಳ ರಾಜ್ಯದಲ್ಲಿ, ಅಂಕ, ಆಕಾಶಕ್ಕೆ ನೀಲಿ ಪರದೆ (ಕಥೆ), ಜೆಹಾದ್ (ಕಾದಂಬರಿ), ತಟ್ಟು ಚಪ್ಪಾಳೆ ಪುಟ್ಟ ಮಗು (ಸಂಪಾದನೆ) ಮುಂತಾದವು. ಎರಡು ಬಾರಿ ಕರ್ನಾಟಕ ಸಾಹಿತ್ಯ ಅಕಾಡೆಮಿ ಪ್ರಶಸ್ತಿ, ಭಾರತೀಯ ಭಾಷಾ ಸಂಸ್ಥಾನ ಪ್ರಶಸ್ತಿ, ಆರ್ಯಭಟ ಪ್ರಶಸ್ತಿ ಹಾಗೂ ದೆಹಲಿಯ ಕಥಾ ಪ್ರಶಸ್ತಿ ಪಡೆದಿದ್ದಾರೆ.

ಕುಂ. ವೀರಭದ್ರಪ್ಪ (ಕುಂಬಾರ ವೀರಭದ್ರಪ್ಪ)

ಜನನ: ಅಕ್ಟೋಬರ್ 1, 1953; ಬಳ್ಳಾರಿ ಜಿಲ್ಲೆಯ ಕೊಟ್ಟೂರು. ಕನ್ನಡದಲ್ಲಿ ಎಂ.ಎ. ಪದವಿ. ಸದ್ಯ ಆಂಧ್ರಪ್ರದೇಶದ ಗೂಳ್ಯಂ ಎಂಬಲ್ಲಿ ಶಿಕ್ಷಕ ವೃತ್ತಿ. ಕೃತಿ: ಕಪ್ಪು, ಬೇಲಿ ಮತ್ತು ಹೊಲ, ಕೊಟ್ರ ಹೈಸ್ಕೂಲಿಗೆ ಸೇರಿದ್ದು (ಕಾದಂಬರಿ), ಡೋಮ ಮತ್ತಿತರ ಕಥೆಗಳು, ಭಗವತಿ ಕಾಡು, ಸುಶೀಲ ಎಂಬ ನಾಯಿಯೂ ವಾಗಿಲಿ ಎಂಬ ಗ್ರಾಮವೂ (ಕಥೆ) ಮುಂತಾದವು. 'ಕಪ್ಪು' ಕಾದಂಬರಿಗೆ ಕರ್ನಾಟಕ ಸಾಹಿತ್ಯ ಅಕಾಡೆಮಿ ಪ್ರಶಸ್ತಿ, 'ಬೇಲಿ ಮತ್ತು ಹೊಲ' ಕಾದಂಬರಿಗೆ ವರ್ಧಮಾನ ಉದಯೋನ್ಮುಖ ಸಾಹಿತ್ಯ ಪ್ರಶಸ್ತಿ ಹಾಗೂ 'ಭಗವತಿ ಕಾಡು' ಕಥಾ ಸಂಕಲನಕ್ಕೆ ಮುದ್ದಣ ರತ್ನಾಕರವರ್ಣಿ ಪ್ರಶಸ್ತಿ ದೊರಕಿದೆ.

ಕೆ. ಸತ್ಯನಾರಾಯಣ

ಜನನ: ಏಪ್ರಿಲ್ 21, 1954; ಮಂಡ್ಯ. ಅರ್ಥಶಾಸ್ತ್ರದಲ್ಲಿ ಎಂ.ಎ. ಪದವಿ. ಬೆಂಗಳೂರು, ನಾಗಪುರ ಮುಂತಾದೆಡೆಗಳಲ್ಲಿ ಆದಾಯ ತೆರಿಗೆ ಇಲಾಖೆಯಲ್ಲಿ ಸೇವೆ. ಈಗ ಚೆನ್ನೈನಲ್ಲಿ ಆದಾಯ ತೆರಿಗೆ ಇಲಾಖೆಯಲ್ಲಿ ಅಡಿಷನಲ್ ಕಮಿಷನರ್ ಹುದ್ದೆಯಲ್ಲಿದ್ದಾರೆ. ಕೃತಿ: ಒಂದು ಕಥಾನಕದ ಮೂಲಕ, ರಾಜಧಾನಿಯಲ್ಲಿ ಶ್ರೀಮತಿಯರು, ಗೌರಿ (ಕಾದಂಬರಿ), ನಿಮ್ಮ ಮೊದಲ ಪ್ರೇಮದ ಕಥೆ (ಕಥೆ), ನಮ್ಮ ಪ್ರೀತಿಯ ಕ್ರಿಕೆಟ್, ದಾಂಪತ್ಯಕ್ಕೊಂದು ಶೀಲ (ಪ್ರಬಂಧ), ಆಸಕ್ತಿ (ವಿಮರ್ಶೆ). 'ನಮ್ಮ ಪ್ರೀತಿಯ ಕ್ರಿಕೆಟ್' ಪುಸ್ತಕಕ್ಕೆ ಕರ್ನಾಟಕ ಸಾಹಿತ್ಯ ಅಕಾಡೆಮಿ ಪ್ರಶಸ್ತಿ ಹಾಗೂ 'ಗೌರಿ' ಕಾದಂಬರಿಗೆ ಕರ್ನಾಟಕ ಸಾಹಿತ್ಯ ಅಕಾಡೆಮಿ ಹಾಗೂ ಆರ್ಯಭಟ ಪ್ರಶಸ್ತಿ ಲಭಿಸಿದೆ.

ಜಯಂತ ಕಾಯ್ಕಿಣಿ

ಜನನ: ಜನವರಿ 24, 1955; ಉತ್ತರಕನ್ನಡ ಜಿಲ್ಲೆಯ ಗೋಕರ್ಣ.

ಜೀವರಸಾಯನಶಾಸ್ತ್ರದಲ್ಲಿ ಎಂ.ಎಸ್ಸಿ. ಪದವಿ. ಸದ್ಯ ಮುಂಬೈನಲ್ಲಿ ಉದ್ಯೋಗ. ಕೃತಿ: ರಂಗದಿಂದೊಂದಿಷ್ಟು ದೂರ, ಕೋಟಿತೀರ್ಥ, ಶ್ರಾವಣ ಮಧ್ಯಾಹ್ನ (ಕವಿತೆ), ತೆರೆದಷ್ಟೇ ಬಾಗಿಲು, ಗಾಳ, ದಗಡೂ ಪರಬನ ಅಶ್ವಮೇಧ (ಕಥೆ), ಸೇವಂತಿ ಪ್ರಸಂಗ (ನಾಟಕ). 'ರಂಗದಿಂದೊಂದಿಷ್ಟು ದೂರ', 'ತೆರೆದಷ್ಟೇ ಬಾಗಿಲು' 'ದಗಡೂ ಪರಬನ ಅಶ್ವಮೇಧ' ಪುಸ್ತಕಗಳಿಗೆ ಕರ್ನಾಟಕ ಸಾಹಿತ್ಯ ಅಕಾಡೆಮಿ ಪ್ರಶಸ್ತಿ ಲಭಿಸಿದೆ. ಇವರಿಗೆ ದೆಹಲಿಯ ಕಥಾ ಪ್ರಶಸ್ತಿಯೂ ದೊರಕಿದೆ.

ಡಾ. ರಾಜೇಂದ್ರ ಚೆನ್ನಿ

ಜನನ: ಅಕ್ಟೋಬರ್ 21, 1955; ಅಳ್ನಾವರ ತಾಲ್ಲೂಕಿನ ನಾಗರಗಲಿ. ಇಂಗ್ಲಿಷ್ ಸಾಹಿತ್ಯದಲ್ಲಿ ಎಂ.ಎ. ಪದವಿ. ಈಗ ಕುವೆಂಪು ವಿಶ್ವವಿದ್ಯಾಲಯದಲ್ಲಿ ಇಂಗ್ಲಿಷ್ ವಿಭಾಗದ ಮುಖ್ಯಸ್ಥರು. ಕೃತಿ: ದೊಡ್ಡಮರ (ಕಥೆ), ಅಧ್ಯಯನ, ಮಾಸ್ತಿಯವರ ಸಣ್ಣ ಕಥೆಗಳು: ಒಂದು ಅಧ್ಯಯನ (ವಿಮರ್ಶೆ), ಸಾಹಿತ್ಯ ವಿಮರ್ಶೆ - 1988 (ಸಂಪಾದನೆ). 'ಅಧ್ಯಯನ' ಕೃತಿಗೆ, ಕರ್ನಾಟಕ ಸಾಹಿತ್ಯ ಅಕಾಡೆಮಿ ಪ್ರಶಸ್ತಿ ಹಾಗೂ ವರ್ಧಮಾನ ಉದಯೋನ್ಮುಖ ಸಾಹಿತ್ಯ ಪ್ರಶಸ್ತಿ ಲಭಿಸಿದೆ.

ಪ್ರತಿಭಾ ನಂದಕುಮಾರ್

ಜನನ: ಡಿಸೆಂಬರ್ 24, 1955; ಬೆಂಗಳೂರು. ಕನ್ನಡದಲ್ಲಿ ಎಂ.ಎ. ಪದವಿ. ಬೆಂಗಳೂರಿನಲ್ಲಿ ಉದ್ಯೋಗ. ಕೃತಿ: ನಾವು ಹುಡುಗಿಯರೇ ಹೀಗೆ, ಈತನಕ, ರಸ್ತೆಯಂಚಿನ ಗಾಡಿ (ಕವಿತೆ). 'ರಸ್ತೆಯಂಚಿನ ಗಾಡಿ' ಪುಸ್ತಕಕ್ಕೆ, ಮುದ್ದಣ ಕಾವ್ಯ ಪ್ರಶಸ್ತಿ ದೊರಕಿದೆಯಲ್ಲದೆ, ಇವರಿಗೆ ಡಾ. ಶಿವರಾಮ ಕಾರಂತ ಸಾಹಿತ್ಯ ಪ್ರಶಸ್ತಿಯೂ ಬಂದಿದೆ. ಸಾಹಿತ್ಯ ಅಕಾಡೆಮಿಯ ನಿಯೋಗದಲ್ಲಿ ಸ್ವೀಡನ್ ಮತ್ತು ಫಿನ್‌ಲ್ಯಾಂಡಿಗೆ ಭೇಟಿ ಕೊಟ್ಟಿದ್ದಾರೆ.

ಜಯಶ್ರೀ ದಿವಾಕರ್

ಜನನ: 1959; ಶಿವಮೊಗ್ಗ ಜಿಲ್ಲೆಯ ತೀರ್ಥಹಳ್ಳಿ ತಾಲ್ಲೂಕಿನ ಕಾಸರವಳ್ಳಿ. ಇಂಗ್ಲಿಷ್ ಸಾಹಿತ್ಯದಲ್ಲಿ ಎಂ.ಎ. ಸದ್ಯ ಚೆನ್ನೈನಲ್ಲಿ ವಾಸ. ನಾಡಿನ ಹಲವು ಪತ್ರಿಕೆಗಳಲ್ಲಿ ಕಥೆ, ಲೇಖನಗಳನ್ನು ಪ್ರಕಟಿಸಿದ್ದಾರೆ; ಕಥಾಸ್ಪರ್ಧೆಯಲ್ಲಿ ಬಹುಮಾನವನ್ನೂ ಗಳಿಸಿದ್ದಾರೆ.

ನೇಮಿಚಂದ್ರ

ಜನನ: ಜುಲೈ 16, 1959; ಚಿತ್ರದುರ್ಗ. ಇಂಜಿನಿಯರಿಂಗ್‌ನಲ್ಲಿ ಸ್ನಾತಕೋತ್ತರ ಪದವಿ. ಬೆಂಗಳೂರಿನ ಎಚ್.ಎ.ಎಲ್.ನಲ್ಲಿ ಉದ್ಯೋಗ. ಕೃತಿ: ನಮ್ಮ ಕನಸುಗಳಲ್ಲಿ ನೀವಿದ್ದೀರಿ, ಮತ್ತೆ ಬರೆದ ಕಥೆಗಳು (ಕಥೆ), ನೋವಿಗದ್ದಿದ ಕುಂಚ, ಬೆಳಕಿನೊಂದು ಕಿರಣ – ಮೇರಿ ಕ್ಯೂರಿ, ಥಾಮಸ್ ಆಲ್ವ ಎಡಿಸನ್ (ವ್ಯಕ್ತಿಚಿತ್ರ), ಸಾಹಿತ್ಯ ಮತ್ತು

ವಿಜ್ಞಾನ (ಅಧ್ಯಯನ). ಮೇರಿ ಕ್ಯೂರಿ ಬಗೆಗಿನ ಪುಸ್ತಕಕ್ಕೆ ಕರ್ನಾಟಕ ಸಾಹಿತ್ಯ ಅಕಾಡೆಮಿ ಪ್ರಶಸ್ತಿ ಹಾಗೂ 'ಮತ್ತೆ ಬರೆದ ಕಥೆಗಳು' ಕೃತಿಗೆ ಆರ್ಯಭಟ ಪ್ರಶಸ್ತಿ ದೊರಕಿದೆ.

ಅಮರೇಶ ನುಗಡೋಣಿ

ಜನನ: 1960; ರಾಯಚೂರು ಜಿಲ್ಲೆಯ ಮಾನ್ವಿ ತಾಲ್ಲೂಕಿನ ನುಗಡೋಣಿ. ಕನ್ನಡದಲ್ಲಿ ಎಂ.ಎ. ಪದವಿ. ಸದ್ಯ ಹಂಪಿಯ ಕನ್ನಡ ವಿಶ್ವವಿದ್ಯಾನಿಲಯದಲ್ಲಿ ಅಧ್ಯಾಪಕ ವೃತ್ತಿ. ಕೃತಿ: ನೀನು ಅವರು ಪರಿಸರ (ಕವಿತೆ), ಮಣ್ಣು ಸೇರಿತು ಬೀಜ, ತಮಂಧದ ಕೇಡು (ಕಥೆ), ಅರಿವು (ನವಸಾಕ್ಷರರಿಗೆ ಕಥೆ), ಶ್ರೀಕೃಷ್ಣ ಆಲನಹಳ್ಳಿ (ವಿಮರ್ಶೆ), ಬಿಸಿಲ ಹನಿಗಳು (ಕಥಾ ಸಂಕಲನ ಸಂಪಾದನೆ). 'ಮಣ್ಣು ಸೇರಿತು ಬೀಜ' ಪುಸ್ತಕಕ್ಕೆ, ಕರ್ನಾಟಕ ಸಾಹಿತ್ಯ ಅಕಾಡೆಮಿ ಪ್ರಶಸ್ತಿ, ವರ್ಧಮಾನ ಉದಯೋನ್ಮುಖ ಸಾಹಿತ್ಯ ಪ್ರಶಸ್ತಿ, ಸರ್ ಎಂ. ವಿಶ್ವೇಶ್ವರಯ್ಯ ಸಾಹಿತ್ಯ ಪ್ರಶಸ್ತಿ ಲಭಿಸಿದೆ.

ಮಹಾಬಲಮೂರ್ತಿ ಕೊಡ್ಲೆಕೆರೆ

ಜನನ: ಏಪ್ರಿಲ್ 1, 1960; ಉತ್ತರ ಕನ್ನಡ ಜಿಲ್ಲೆಯ ಗೋಕರ್ಣ. ರಾಜ್ಯಶಾಸ್ತ್ರದಲ್ಲಿ ಎಂ.ಎ. ಪದವಿ. ಸದ್ಯ ಬೆಂಗಳೂರು ಜಿಲ್ಲೆ ಹೊಸಕೋಟೆ ತಾಲ್ಲೂಕಿನಲ್ಲಿ ಬ್ಯಾಂಕ್ ಅಧಿಕಾರಿ. ಕೃತಿ: ಮಾತು ಮತ್ತು ಪರಸ್ಪರ, ಜೀವ (ಕವಿತೆ), ಮತ್ತೊಂದು ಮೌನ, ಯಕ್ಷಸೃಷ್ಟಿ (ಕಥೆ), ಚಂದ್ರಾಸ್ತಮಾನ (ಕಾದಂಬರಿ).

ಡಾ. ನಟರಾಜ್ ಹುಳಿಯಾರ್

ಜನನ: 1962. ಕನ್ನಡ ಹಾಗೂ ಇಂಗ್ಲಿಷ್‌ನಲ್ಲಿ ಎಂ.ಎ. ಪದವಿ. ಸದ್ಯ ಬೆಂಗಳೂರಿನಲ್ಲಿ ವಾಸ. ಇವರ ಪ್ರಕಟಿತ 'ಮತ್ತೊಬ್ಬ ಸರ್ವಾಧಿಕಾರಿ' ಕಥಾ ಸಂಕಲನಕ್ಕೆ, ಕರ್ನಾಟಕ ಸಾಹಿತ್ಯ ಅಕಾಡೆಮಿ ಪ್ರಶಸ್ತಿ ದೊರಕಿದೆ. ಡಾ. ಶಿವರಾಮ ಕಾರಂತ ಪ್ರಶಸ್ತಿ ಹಾಗೂ ದೆಹಲಿಯ ಕಥಾ ಪ್ರಶಸ್ತಿಯೂ ಬಂದಿದೆ.

ವಿವೇಕ ಶಾನಭಾಗ

ಜನನ: ಮಾರ್ಚ್ 29, 1962; ಉತ್ತರ ಕನ್ನಡ ಜಿಲ್ಲೆಯ ಶಿರ್ಸಿ. ಇಂಜಿನಿಯರಿಂಗ್ ಪದವೀಧರ. ಬೆಂಗಳೂರಿನಲ್ಲಿ, ಖಾಸಗೀ ಸಂಸ್ಥೆಯೊಂದರಲ್ಲಿ ಉದ್ಯೋಗ. ಕೃತಿ: ಅಂಕುರ, ಲಂಗರು, ಹುಲಿ ಸವಾರಿ (ಕಥೆ). ಇವರಿಗೆ ದೆಹಲಿಯ ಕಥಾ ಪ್ರಶಸ್ತಿ ದೊರಕಿದೆ.

ಎಂ.ಎಸ್. ಶ್ರೀರಾಂ

ಜನನ: ಮೇ 16, 1962; ಆಂಧ್ರಪ್ರದೇಶದ ನೆಲ್ಲೂರು. ಐ.ಐ.ಎಂ.

(ಬೆಂಗಳೂರು) ಫೆಲೋ. ಸದ್ಯ, ಇನ್‌ಸ್ಟಿಟ್ಯೂಟ್ ಆಫ್ ರೂರಲ್ ಮ್ಯಾನೇಜ್‌ಮೆಂಟ್‌ನಲ್ಲಿ ಸಹಾಯಕ ಪ್ರೊಫೆಸರ್ ಆಗಿ ಗುಜರಾತಿನ ಆನಂದ್‌ನಲ್ಲಿ ಉದ್ಯೋಗ. ಕೃತಿ: ಮಾಯಾದರ್ಪಣ, ಅವರವರ ಸತ್ಯ (ಕಥೆ). 'ಮಾಯಾದರ್ಪಣ' ಕೃತಿಗೆ ಮಾಸ್ತಿ ಕನ್ನಡ ಸೇವಾನಿಧಿ ಪ್ರಶಸ್ತಿ ಬಂದಿದೆ.

ಮೊಗಳ್ಳಿ ಗಣೇಶ

ಜನನ: ಜುಲೈ 1, 1962; ಜಾನಪದ ಹಾಗೂ ಅರ್ಥಶಾಸ್ತ್ರ ವಿಷಯಗಳಲ್ಲಿ ಎಂ.ಎ. ಪದವಿ. ಮೈಸೂರು ವಿಶ್ವವಿದ್ಯಾನಿಲಯದಲ್ಲಿ ಅಧ್ಯಾಪಕರಾಗಿ ಹಾಗೂ 'ಕಂಸಾಳೆ' ಎಂಬ ಪತ್ರಿಕೆಯ ಸಂಪಾದಕರಾಗಿ ಸೇವೆ ಸಲ್ಲಿಸಿದ್ದಾರೆ. ಈಗ ಹಂಪಿಯ ಕನ್ನಡ ವಿಶ್ವವಿದ್ಯಾನಿಲಯದಲ್ಲಿ ಜಾನಪದ ವಿಭಾಗದಲ್ಲಿ ಅಧ್ಯಾಪಕರಾಗಿದ್ದಾರೆ. ಇವರ ಕಥಾಸಂಕಲನ 'ಬುಗುರಿ'ಗೆ, ಕರ್ನಾಟಕ ಸಾಹಿತ್ಯ ಅಕಾಡೆಮಿ ಪ್ರಶಸ್ತಿ, ವರ್ಧಮಾನ ಉದಯೋನ್ಮುಖ ಸಾಹಿತ್ಯ ಪ್ರಶಸ್ತಿ, ಸರ್ ಎಂ. ವಿಶ್ವೇಶ್ವರಯ್ಯ ಸಾಹಿತ್ಯ ಪ್ರಶಸ್ತಿ, ದೆಹಲಿಯ ಕಥಾ ಪ್ರಶಸ್ತಿ ಹಾಗೂ ಸಂಸ್ಕೃತಿ ಪ್ರಶಸ್ತಿಯೂ ಲಭಿಸಿದೆ. 'ಅತ್ತೆ' ಇವರ ಇತ್ತೀಚಿನ ಕಥಾಸಂಕಲನ.

ಬಿ.ಟಿ. ಜಾಹ್ನವಿ

ಜನನ: ನವೆಂಬರ್ 26, 1963; ಬೆಂಗಳೂರು. ಬಿ.ಎ. ಪದವೀಧರೆ. ಸಮಾಜ ಸೇವೆಯಲ್ಲಿಯೂ ತೊಡಗಿಕೊಂಡಿರುವ ಇವರು, ಗ್ರಾಮ ಪಂಚಾಯಿತ್ತಿಯ ಸದಸ್ಯೆ. ಈಗ ದಾವಣಗೆರೆಯಲ್ಲಿ ವಾಸ. 'ಕಳೆದುಕೊಂಡವಳು ಮತ್ತು ಇತರ ಕಥೆಗಳು' ಇವರ ಪ್ರಕಟಿತ ಕಥಾಸಂಕಲನ.

ಅಬ್ದುಲ್ ರಶೀದ್

ಜನನ: ಫೆಬ್ರವರಿ 28, 1965; ಕೊಡಗು ಜಿಲ್ಲೆಯ ಶುಂಠಿಕೊಪ್ಪ. ಇಂಗ್ಲಿಷ್‌ನಲ್ಲಿ ಎಂ.ಎ. ಪದವಿ. ಆಕಾಶವಾಣಿಯ ಮಂಗಳೂರು ಕೇಂದ್ರದಲ್ಲಿ ಪ್ರಸಾರ ನಿರ್ವಾಹಕರಾಗಿದ್ದ ಇವರು ಈಗ ದೇಶದ ಈಶಾನ್ಯ ಭಾಗದಲ್ಲಿ ಕಾರ್ಯ ನಿರ್ವಹಿಸುತ್ತಿದ್ದಾರೆ. ಕೃತಿ: ಹಾಲು ಕುಡಿದ ಹುಡುಗ (ಕಥೆ), ನನ್ನ ಪಾಡಿಗೆ ನಾನು (ಕವಿತೆ), ಮಾತಿಗೂ ಆಚೆ (ಲೇಖನ). ಇವರ 'ಹಾಲು ಕುಡಿದ ಹುಡುಗ' ಪುಸ್ತಕಕ್ಕೆ, ಕರ್ನಾಟಕ ಸಾಹಿತ್ಯ ಅಕಾಡೆಮಿ ಪ್ರಶಸ್ತಿ ದೊರಕಿದೆ. ಸಾಹಿತ್ಯ ಅಕಾಡೆಮಿಯ ನಿಯೋಗದಲ್ಲಿ ಸ್ವೀಡನ್‌ಗೆ ಭೇಟಿ ಕೊಟ್ಟಿದ್ದಾರೆ.

Printed at: Rakmo Press Pvt. Ltd., Greater Noida